ಆರಾಧನ

ದಿವಿತಾ ಪಿ.ಎಸ್

First Published in March 2023

ISBN: 978-93-5704-366-3

BLUEROSE PUBLISHERS
www.BlueRoseONE.com
info@bluerosepublishers.com
+91 8882 898 898

Cover Design:
Sanjana P S

Typographic Design:
Rohit

Distributed by: BlueRose, Amazon, Flipkart

ಓಂ ಗಣಪತೇ ನಮಃ
ಲೇಖಕಿಯ ಬಗ್ಗೆ

ಹುಟ್ಟಿದ್ದು ಮಲೆನಾಡಿನಲ್ಲಿ, ಬೆಳೆದದ್ದು ದಕ್ಷಿಣ ಕರ್ನಾಟಕದ ವಿವಿಧ ಜಿಲ್ಲೆಗಳಲ್ಲಿ. ವಿದ್ಯಾಭ್ಯಾಸ: ವಿಜ್ಞಾನದಲ್ಲಿ ಪದವಿ, ಮಾನವ ಸಂಪನ್ಮೂಲ ವಿಭಾಗದಲ್ಲಿ ಸ್ನಾತಕೋತ್ತರ ಡಿಪ್ಲೋಮ, ಪ್ರಸ್ತುತ ಮನಃಶಾಸ್ತ್ರದಲ್ಲಿ ಸ್ನಾತಕೋತ್ತರ ಪದವಿಯ ಬೆನ್ನು ಹತ್ತಿ. ಬಾಲ್ಯದಿಂದಲೇ ಪುಸ್ತಕಗಳೊಂದಿಗೆ ಒಡನಾಟ. ಬೊಂಬೆಮನೆ, ಚಂದಮಾಮದೊಂದಿಗೆ ಪ್ರಾರಂಭವಾದ ಪಯಣ, ತ್ರಿವೇಣಿ, ಸಾಯಿಸುತೆ, ಕುವೆಂಪು, ಎಸ್.ಎಲ್.ಭೈರಪ್ಪರೊಡಗೂಡಿ, ವಿವೇಕಾನಂದ, ನಾರ್ಮನ್ ವಿನ್ಸ್ಸ್ಟ್ ಪೀಲೆ ಮುಂತಾದವರ ಮಾರ್ಗದರ್ಶನದಲ್ಲಿ ಮುನ್ನಡೆ. ಪ್ರಕೃತಿ, ಸಂಗೀತ ಹಾಗೂ ಅಧ್ಯಾತ್ಮದೊಂದಿಗೆ ಅವಿನಾಭಾವ ಬಾಂಧವ್ಯ, ಪರಮೇಶ್ವರನಲ್ಲಿ ಅಚಲ ವಿಶ್ವಾಸ. ಮಕ್ಕಳು ಮತ್ತು ಅಡಿಗೆಯಲ್ಲಿ ಇನ್ನಿಲ್ಲದ ಪ್ರೀತಿ.

ಮಾನವ ಸಂಪನ್ಮೂಲ ವಿಭಾಗದಲ್ಲಿ ಸರಿಸುಮಾರು ೧೦ ವರ್ಷಗಳ ಅನುಭವ. ಐಟಿ, ಕನ್ಸಲ್ಟಿಂಗ್ ಮತ್ತು ಎನ್.ಜಿ. ಒ.ಗಳಲ್ಲಿ ಸೇವೆ.

ಚಿಕ್ಕಂದಿನಿಂದಲೂ ಸರಾಗವಾಗಿ ಕಥೆ ಹೇಳುವ ಹವ್ಯಾಸವಿದ್ದರೂ, ಅದು ಬರವಣಿಗೆಯ ರೂಪ ಪಡೆದದ್ದು ಪ್ರೌಢ ಶಾಲೆಯಲ್ಲಿ. ಆದರೆ ಅದು ಪುಸ್ತಕರೂಪ ಪಡೆದು ಬೆಳಕು ಕಾಣುತ್ತಿರುವುದು ಈಗ, ಮಗಳ ಪ್ರೋತ್ಸಾಹದಿಂದ. ಇದು ಪುಸ್ತಕ ಪ್ರಪಂಚಕ್ಕೆ ನನ್ನ ಪ್ರಥಮ ಕಾಣಿಕೆ.

ಇದನ್ನು ಪ್ರೀತಿಯಿಂದ ಸ್ವೀಕರಿಸಿ ಪ್ರೋತ್ಸಾಹಿಸುತ್ತೀರೆಂಬ ಭರವಸೆ ಯಿದೆ.

ಅರ್ಪಣೆ

ನನಗೆ ಜನ್ಮ ನೀಡಿ, ಪ್ರೀತಿಯಿಂದ ಬದುಕನ್ನು ಕಲಿಸಿಕೊಟ್ಟ ಪೂಜ್ಯ ತಂದೆ ತಾಯಿಯರ ಪದಪದ್ಮಗಳಲ್ಲಿ, ಹಾಗೂ ಸದಾಕಾಲ ನನಗೆ ಬೆಂಬಲವಾಗಿ ನಿಂತ ನನ್ನ ಕುಟುಂಬದವರಿಗೆ

ಕೃತಜ್ಞತೆಗಳು

ಮೂಲೆಗುಂಪಾಗಿದ್ದ ಈ ಕೈಪಿಡಿಯನ್ನು ಬೆಳಕಿಗೆ ತರುವಂತೆ ಪ್ರೇರೇಪಿಸಿ, ಮುಖಪುಟವನ್ನು ರಚಿಸಿಕೊಟ್ಟು ಪ್ರೋತ್ಸಾಹಿಸಿದ ನನ್ನ ಪ್ರೀತಿಯ ಕಣ್ಮಣಿ ಸಂಜನಾಳಿಗೆ,

ತಮ್ಮೆಲ್ಲ ಕೆಲಸ ಕಾರ್ಯಗಳ ನಡುವೆ ಬಿಡುವುಮಾಡಿಕೊಂಡು ಗುರುವಿನಂತೆ ನನಗೆ ಮಾರ್ಗದರ್ಶನ ನೀಡಿದ ಶ್ರೀಯುತ ನಾಗತಿಹಳ್ಳಿ ಚಂದ್ರಶೇಖರ್ ರವರಿಗೂ

ಮತ್ತು ನನ್ನೆಲ್ಲ ಪ್ರಯತ್ನಗಳಿಗೆ ಜೊತೆಯಾಗಿ ನಿಂತು ಬೆಂಬಲಿಸಿದ ನನ್ನ ನಲ್ಮೆಯ ಗೆಳತಿ ಶೈಲಜಾಳಿಗೂ ನನ್ನ ಹೃದಯಪೂರ್ವಕ ಕೃತಜ್ಞತೆಗಳು

ಮುನ್ನುಡಿ

ಅನಾದಿ ಕಾಲದಿಂದಲೂ ಮಾನವನ ಹೃದಯ ಪ್ರೀತಿಯ ಸಿಂಚನಕ್ಕಾಗಿ ತುಡಿಯುತ್ತಲೇ ಇದೆ. ಮಾನವನೇ ಏಕೆ, ದೇವಾನು ದೇವತೆಗಳು, ಗಿಡಮರಗಳು, ಪಶುಪಕ್ಷಿಗಳೂ ಸಹ ಪ್ರೀತಿಯ ಭಾವಕ್ಕೆ ಸ್ಪಂದಿಸಿ ಧನ್ಯವಾಗುತ್ತವೆ. ಪ್ರೀತಿಯೇ ಬದುಕಿನ ಬುನಾದಿ ಮತ್ತು ಅದರ ಶಕ್ತಿ ಅಗಾಧ. ಪ್ರೀತಿಗೆ ಉಳಿಸುವ ಹಾಗು ಬೆಳೆಸುವಚೈತನ್ಯವಿದೆ. ಅದೇರೀತಿ ವಿಪರೀತ ಸಂದರ್ಭಗಳಲ್ಲಿ ಜೀವ ತೆಗೆಯುವ ಶಕ್ತಿ ಕೂಡ ಇದೆ. ವೇಗವಾಗಿ ಬೆಳೆಯುತ್ತಿರುವ ಈ ಜಗತ್ತಿನಲ್ಲಿನಿಜವಾದ ಪ್ರೀತಿ ಏನೆಂದು ಜನರು ಮರೆಯಲು ಪ್ರಾರಂಭಿಸಿದ್ದಾರೇನೋ ಎನ್ನಿಸುವ ಸಂದರ್ಭದಲ್ಲಿ ಆರಾಧನಾ ಒಂದು ಪ್ರೀತಿಯ ಕೊಡುಗೆ.

ಆರಾಧನಾ ಸರಳ ಮನಸ್ಸಿನ ಪವಿತ್ರ ಹೃದಯದ ಅನುಪಮಾಳ ಒಲುಮೆಯ ಕಥೆ.

ಬದುಕಿನ ಜಂಜಾಟ ಹಾಗು ಸವಾಲುಗಳ ನಡುವೆ ಬೇಸೆತ್ತ ಮನಸ್ಸಿಗೆ, 'ಆರಾಧನ ಹೃದಯಕ್ಕೆ ಹತ್ತಿರವಾಗುವ ಸರಳ ಪ್ರೇಮ ಕಥೆ. ಇದಕ್ಕೆ ಮಲೆನಾಡಿನ ಹಿನ್ನೆಲ ಹಾಗು ಕೊಡವ ಸಂಪ್ರದಾಯದ ಭವ್ಯತೆ ಮೆರಗು ನೀಡುತ್ತದೆ

ಇದನ್ನು ಪ್ರೀತಿಯಿಂದ ಸ್ವೀಕರಿಸುತ್ತೀರೆಂದು ಆಶಿಸುತ್ತೇನೆ

ದಿವಿತಾ ಪಿ. ಎಸ್

ಆರಾಧನ

ಮಾಘ ಮಾಸದ ಕೊನೆಯ ದಿನಗಳು. ಬೆಳಗಿನ ಹೊತ್ತು ರಕ್ತ ಹೆಪ್ಪುಗಟ್ಟಿಸುವ ಚಳಿಯಿದ್ದರೂ, ಸಮಯ ಹತ್ತು ಘಂಟೆಯಾಗುತ್ತಿದಂತೆ ಚುರುಕು ಬಿಸಿಲೇರಿ ರಣಗುಡುತ್ತಿತ್ತು. ಮಲೆನಾಡಿನ ಕಿರಿದಾದ ಅಂಕು ಡೊಂಕು ಟಾರು ರಸ್ತೆ. ರಸ್ತೆಯ ಇಕ್ಕೆಲಗಳಲ್ಲಿ ಕಣ್ಣು ಹಾಯಿಸುವಷ್ಟು ದೂರವೂ ಹಸಿರು ರಾಶಿ. ಒಂದು ಬದಿಯಲ್ಲಿ ಬೇಲಿಯಿಂದಾವೃತ ಕಾಫಿತೋಟಗಳಿದ್ದರೆ ಇನ್ನೊಂದೆಡೆ ಕಾಡು ಮರಗಳಿದ್ದವು.

ಒಣಹವೆಯಿದ್ದರೂ, ವಾಹನಗಳ ಅಬ್ಬರದ ಧೂಳಿನ ಭಾದರ ಹೊದೆಯದೆ ವಾತಾವರಣ ನಿರ್ಮಲವಾಗಿತ್ತು. ಕಾಫಿ ತೋಟಗಳು ತಮ್ಮ ತಮ್ಮ ಒಡೆಯನ ಆರ್ಯಕೆಯಲ್ಲಿ ನಳನಳಿಸುತಿದ್ದರೂ, ಶಿಶಿರ ಋತುವಾದ್ದರಿಂದ, ಕಾಡು ಹಲಸು, ನೇರಿಳೆ, ಅತ್ತಿ, ಅರಳೆ, ಆಲ, ಕಾಡು ಮಾವು, ಬೇವು, ಜಾಲಿ, ದೇವದಾರು, ಹೆಬ್ಬೇವು, ಬಿಲ್ವ, ಇನ್ನೂ ಹೆಸರು ತಿಳಿಯದ, ಸಾವಿರಾರು ಕಾಡು ಮರಗಳು, ಎಲೆಗಳನ್ನುದುರಿಸಿ ಬೋಳಾಗಿ ನಿಂತಿದ್ದವು. ಟಾರು ರಸ್ತೆಯ ಅಂಚಿನ ಮೇಲೆ, ಒಂದಿಂಚು ಹಳದಿ ಮತ್ತು ಕಂದು ಬಣ್ಣದ ಒಣಗಿದೆಲೆಯ ಹೊದಿಕೆ ಹಾಸಿತ್ತು. ಒಮ್ಮೆ ಗಾಳಿ ಬೀಸಿದರೆ ಸಾಕು, ಅಲೆಯಂತೆ ಮೇಲೇಳುತಿದ್ದ ಒಣಗಿದೆಲೆಗಳು ಬಿಸಿಲಿನ ಝುಳಕ್ಕೆ ಚಿನ್ನದ ನಾಣ್ಯದಂತೆ ಹೊಳೆಯುತ್ತ ಗಿಲಿ ಗಿಲಿ ಸದ್ದು ಮಾಡುತ್ತಾ ಹಲವಾರು ಮಾರುಗಳ ದೂರ ಗಾಳಿಯೊಡನೆ ಸಾಗಿ ಹೋಗುತಿದ್ದ ನೋಟ ಮನೋಹರವಾಗಿತ್ತು. ಅತ್ಯಂತ ನಿಶಬ್ದವಾಗಿದ್ದ ಆ ಪ್ರಾಂತ್ಯದಲ್ಲಿ ಬೀಸುತಿದ್ದ ಗಾಳಿ, ಗಾಳಿಗೆ ತಲೆದೂಗುತ್ತಾ ಶಬ್ದ ಮಾಡುತಿದ್ದ ಮರದ ಕೊಂಬೆಗಳು, ಜೊತೆಯಾಗಿ ಹಾರುತ್ತಿದ್ದ ತರಗೆಲೆಯ ಸದ್ದಿನ ಹೊರತು ಆಗೊಮ್ಮೆ, ಈಗೊಮ್ಮೆ ಕೂಗುತ್ತಿದ್ದ ಕಾಡುಹಕ್ಕಿಗಳ ದನಿಗಳು ಮಾತ್ರ ಕೇಳಿ ಬರುತ್ತಿತ್ತು. ಈ ಸಮಯದಲ್ಲಿ ಯಾರಾದರೂ ನಡೆದು ಬಂದರೆ ಅವರ ಕಾಲ್ತುಳಿತಕ್ಕೆ ಸಿಕ್ಕಿ ಭಿದ್ರವಾಗುತಿದ್ದ ತರಗೆಲೆಗಳು ಅವರ ನಡಿಗೆಗೆ ಹಿಮ್ಮೇಳವನ್ನೊದಗಿಸುತ್ತಿತು. ದೂರದಲ್ಲೆಲ್ಲೋ ಕಾಡಿನಲ್ಲಿ ಮೇಯುತ್ತಿದ್ದ ಹಸುಗಳ ಕೊರಳಿಗೆ ಕಟ್ಟಿದ ಮರದ ಘಂಟೆಗಳ ಕ್ಷೀಣ ಸದ್ದು, ಆಗೊಮ್ಮೆ, ಈಗೊಮ್ಮೆ ತಮ್ಮದೇ ಆದ ವಿಶಿಷ್ಟ ಶೈಲೆಯಲ್ಲಿ ದನಕರುಗಳನ್ನು ಎಚ್ಚರಿಸುತಿದ್ದ ದನಗಾಹಿಗಳ ಕೂಗಿನ ಸದ್ದಿನಿಂದಲೇ, ಅಲ್ಲಿ ಸ್ವಲ್ಪ ದೂರದಲ್ಲಿ ಯಾರಾದರೂ ವಾಸವಿರಬಹುದಾದ ಸಾಧ್ಯತೆಗಳನ್ನು, ಹಾದಿ ಹೋಕರಿಗೆ ತಿಳಿಸುತ್ತಿತ್ತು.

ಬೇಸರದಿಂದ ಮೈ ಮುರಿದು ವಾಚಿನತ್ತ ನೋಡಿದ ರಘು. ಸಮಯ ೯.೪೦ ತೋರಿಸುತ್ತಿತ್ತು. 'ಇಷ್ಟು ಹೊತ್ತಾದರೂ ಇವರು ಬರಲಿಲ್ಲವಲ್ಲ. ಅವರು ಹೇಳಿದ ಸಮಯಕ್ಕೆ ಹೊರಟ್ಟಿದ್ದರೆ, ಅವರಾಗಲೇ ಬಂದು ಒಂದು ಘಂಟೆಯಾಗಿರಬೇಕಿತ್ತು.' ಪುನಃ ಬರಿದಾದ ರಸ್ತೆಯುದ್ದಕ್ಕೂ ಕಣ್ಣಾಡಿಸಿದ.

'ಅವರೇನಾದರೂ ಹಾದಿ ತಪ್ಪಿರಬಹುದೇ?' ಹಾಗೇನಾದರೂ ಆಗಿದ್ದರೆ ಕಷ್ಟ. ಅವರಿಗೆ ಹಾದಿ ತಪ್ಪಿದ ವಿಷಯ ತಿಳಿಯುವಲ್ಲಿ ಬಹಳ ಹೊತ್ತಾಗಿರುತ್ತದೆ. ಅವರು ಮನೆಗಾದರೂ ಫೋನ್ ಮಾಡಬಹುದಾಗಿತ್ತು.' ಮನದಲ್ಲಿ ತರ್ಕಿಸಿದ ರಘು.

ಮಲೆನಾಡಿನ ದಟ್ಟಡವಿಯಲ್ಲಿ ವಾಹನಗಳ ಸಂಚಾರ ತುಂಬಾ ಕಡಿಮೆ. ಕಾಲು ಘಂಟೆಗೂ, ಅರ್ಧ ಘಂಟೆಗೂ ಒಮ್ಮೆ, ತಲೆಯ ಮೇಲೆ ಹೊರೆ ಹೊತ್ತು ನಡೆಯುವ ಕುರುಬರು ಅಥವಾ ಗಿರಿಜನರನ್ನು ಬಿಟ್ಟರೆ, ಮತ್ತೆ ಜನರನ್ನು ಕಾಣುವುದು ಊರು ಸಮೀಪಿಸಿದಾಗ ಮಾತ್ರ. ಅಷ್ಟು ಹೊತ್ತಿಗೆ ದಾರಿ ತಪ್ಪಿದರೆ ಸುಮಾರು ಹತ್ತಿಪ್ಪತ್ತು ಕಿಲೋಮೀಟರು ದಾಟಿ ಹೋಗುತ್ತದೆ. ಏರಿಳಿತದ ಕಿರಿದಾದ ರಸ್ತೆ ಬೇರೆ.

ಜೀಪಿನಲ್ಲಿ ಕುಳಿತು ಸಾಕಾದ ರಘು ತನ್ನ ಕಮ್ಯಾಂಡರ್ ನಿಂದ ಇಳಿದು ನೇರವಾಗಿ ನಿಂತು ಮೈಮುರಿದ. ದೊಡ್ಡದಾಗಿ ಒಮ್ಮೆ ಆಕಳಿಸಿ ಜೀಪಿನಲ್ಲಿದ್ದ ಟವೆಲ್ಲಿನಿಂದ ಮುಖ ಒರೆಸಿಕೊಂಡು ಸ್ವಲ್ಪ ನೀರುಕುಡಿದು ಜೀಪಿಗೊರಗಿ ನಿಂತ.

ಕಣ್ಣು ಹಾಯಿಸುವಷ್ಟು ದೂರವೂ ಹಸಿರು. ಅವನು ಹುಟ್ಟಿದಾಗಿನಿಂದಲೂ ನೋಡುತ್ತಿರುವ ನೋಟ. ಎಂದಿನಂತೆ ಆ ಹಸಿರು ಅವನ ಕಣ್ಣು ತುಂಬಿ, ಹೃದಯ ಹಿಗ್ಗಿಸಿ, ಅವನ ತುಟಿಗಳಲ್ಲಿ ನಗುವರಳಿತು.

ಅವನು ನಿಂತ ಜಾಗದಲ್ಲಿ ರಸ್ತೆ ಕವಲೊಡೆಯುತಿತ್ತು. ಒಂದು ರಸ್ತೆ ಅವನ ಮನೆಯತ್ತ ಸಾಗಿದರೆ, ಮತ್ತೊಂದು ಹೊಳೆಯತ್ತ ಸಾಗುತ್ತಿತ್ತು. ಎರಡೂ ಟಾರು ರಸ್ತೆಯಾದ್ದರಿಂದ ಹೊಸಬರಿಗೆ ಒಮ್ಮೆಲೇ ನಿರ್ಧಾರ ತೆಗೆದುಕೊಳ್ಳಲಾಗುತ್ತಿರಲಿಲ್ಲ. ಅಲ್ಲದೆ ಅಲ್ಲಿ ವಿಚಾರಿಸಲು ಯಾರು ದೊರೆಯುವ ಸಂಭವವಿರಲಿಲ್ಲ. ಆದುದರಿಂದ ಬರುವವರಿಗೆ ತೊಂದರೆಯಾಗಬಾರದೆಂದು ಅಲ್ಲೇ ಎರಡು ಘಂಟೆಯಿಂದ ಕಾಯುತ್ತಿದ್ದ ರಘು.

ಅವನು ನಿಂತಿದ್ದ ರಸ್ತೆಯ ಆ ಪಾರ್ಶ್ವದಲ್ಲೊಂದು ದೊಡ್ಡ ಅರಳಿ ಮರವಿತ್ತು. ಆ ಮರದ ಕೆಳಗೆ ಚಪ್ಪಡಿಗಳನ್ನು ಜೋಡಿಸಿ ಕಟ್ಟೆಯನ್ನು ಕಟ್ಟಲಾಗಿತ್ತು. ಶಾಲೆಗೆ ಹೋಗುವ ಮಕ್ಕಳು, ಪೇಟೆಗೆ ಕಾಲ್ನಡಿಗೆಯಲ್ಲಿ ಹೋಗುವವರು, ಅಥವಾ ಸಂಜೆಯ ಹೊತ್ತು ಗಾಳಿ ಸೇವನೆಗಾಗಿ ಬರುವವರು ಕೆಲಹೊತ್ತು ಅಲ್ಲಿ ವಿರಮಿಸಿಕೊಳ್ಳುತ್ತಿದ್ದರು.

ಆ ಅರಳಿ ಮರಕ್ಕೆ ಹೊಂದಿಕೊಂಡಂತೆ ವಿಶಾಲವಾದ ಕೆರೆಯೊಂದಿತ್ತು. ಮಳೆಗಾಲದಲ್ಲಿ ಸಂಪೂರ್ಣವಾಗಿ ತುಂಬಿರುತ್ತಿದ್ದ ಆ ಕೆರೆ, ಅದಕ್ಕೆ ಹೊಂದಿಕೊಂಡಿದ್ದ ಭತ್ತದ ಗದ್ದೆಗಳಿಗೆ ನೀರನ್ನೊದಗಿಸುತಿತ್ತು. ಆದರೆ ಈಗ ಭತ್ತದ ಕುಯ್ಯಾಗಿದ್ದುದರಿಂದ ಭತ್ತದ ಗದ್ದೆಗಳು ಬರಿದಾಗಿ ಬೋಳಾಗಿದ್ದವು. ಕೆರೆಯಲ್ಲೂ ಸಹ ನೀರು ತಳಹತ್ತಿ ಹಸಿರು ಬಣ್ಣಕ್ಕೆ ತಿರುಗಿತ್ತು.

ಸೂರ್ಯನ ಕಿರಣಗಳನ್ನು ಪ್ರತಿಫಲಿಸುತ್ತ ಹೊಳೆಯುತ್ತಿದ್ದ ಕೆರೆಯ ನೀರನ್ನೇ ನೋಡುತ್ತಾ ನಿಂತ ರಘು. ಗಾಳಿಗೆ ಲಘುವಾಗಿ ಅಲೆಯನ್ನೆಬ್ಬಿಸುತಿದ್ದ ನೀರು ಫಳಫಳನೆ ಹೊಳೆಯುತ್ತಿತ್ತು.

ಟಪ್ಪನೆ ತಲೆಯ ಮೇಲೆ ಕಾಯೊಂದು ಉದುರಿದಾಗ ತಲೆ ಸವರಿಕೊಂಡು ಮೇಲೆ ನೋಡಿದ ರಘು. ಅವನಿಗೆ ನೆರಳನ್ನೊದಗಿಸಿದ ಅತ್ತಿಯ ಮರ, ಮೈ ತುಂಬಾ ಹಣ್ಣಿನ ಗೊಂಚಲನ್ನು ಹೊತ್ತು ನಿಂತಿತ್ತು. ಆ ಹಣ್ಣುಗಳು ಹಸಿರು ಹಾಗು ಕೆಂಪು ಬಣ್ಣದಲ್ಲಿ ಹೊಳೆಯುತ್ತಿದ್ದವು. ಅವನ ತಲೆಯ ಮೇಲೆ ಬಿದ್ದ ಹಣ್ಣು ಕೆಳಜಾರಿ ಕಾಲಿನ ಹತ್ತಿರ ಬಿದ್ದಿತು.

ಅತ್ತಿಯ ಮರ ಕಂಡಾಗಲೆಲ್ಲಾ ಬಾಲ್ಯದಲ್ಲಿ ಅವನ ತಂದೆ ಸೋಮಯ್ಯನವರು ಹೇಳುತಿದ್ದ ಮಾತುಗಳು ನೆನಪಾಗುತ್ತಿತ್ತು.

೧೫-೨೦ ವರ್ಷಗಳ ಹಿಂದಿನ ಮಾತು. ಅವನ ತಂದೆ ಯಾವಾಗಲೂ ಹೇಳುತಿದ್ದುಂಟು. 'ಹತ್ತಿಯ ಹೂವು, ಮೀನಿನ ಹೆಜ್ಜೆ, ಹೆಣ್ಣಿನ ಮನಸ್ಸು ಯಾರಿಗೂ ಕಾಣುವುದಿಲ್ಲವಂತೆ. ಅತ್ತಿಯ ಮರದಲ್ಲಿ ಬಿಟ್ಟ ಹೂವನ್ನು ಇಲ್ಲಿಯವರೆಗೆ ಯಾರೂ ನೋಡೇ ಇಲ್ಲವಂತೆ. ಹಾಗೇನಾದರೂ ಅದನ್ನು ನೋಡಿ ಅದನ್ನು ತಂದು ದವಸದ ಕಣಜಕ್ಕೆ ಹಾಕಿದರೆ, ಆ ಕಣಜದಲ್ಲಿರುವ ದವಸ ಬರಿದಾಗುವುದೆ ಇಲ್ಲವಂತೆ. ಚಿಕ್ಕಂದಿನಲ್ಲಿ ಇದನ್ನು ನಿಜವೆಂದೇ ನಂಬಿದ್ದ ರಘು.

ಬಡತನದ ದಿನಗಳವು. ಧಾನ್ಯ ಬಂದ ಮೊದಲಾರು ತಿಂಗಳು ಹಿಡಿಯನ್ನುವಿದ್ದರೆ, ನಂತರದ ದಿನಗಳನ್ನು ಗಂಜಿಯಲ್ಲಿ ಕಳೆಯುತಿದ್ದ ಕಾಲ. ಆಗೆಲ್ಲ ಶಾಲೆಗೆ ಹೋಗುವಾಗ ಸಿಕ್ಕ ಸಿಕ್ಕ ಅತ್ತಿ ಮರದ ಕೆಳಗೆ ನಿಂತು ತಪ್ಪದೆ ಹೂವಿಗಾಗಿ ಅರಸುತ್ತಿದ್ದ ರಘು. ಒಂದೇ ಒಂದು ಹೂ ಸಿಕ್ಕಿ ಬಿಡಬಾರದೇ? ಅದನ್ನು ತೆಗೆದುಕೊಂಡು ಹೋಗಿ ಕಣಜಕ್ಕೆ ಹಾಕಿದರೆ ತಂದೆ ತಾಯಿ ಪಡುತ್ತಿರುವ ಕಷ್ಟಗಳಿಗೆಲ್ಲ ಕೊನೆ ಸಿಕ್ಕಿ ಬಿಡುತ್ತದೆ. ನಂತರ ಮನಃಪೂರ್ತಿಯಾಗಿ ಹೊಟ್ಟೆ ತುಂಬಾ ಊಟಮಾಡಬಹುದು.

ಇದೆ ಹರದಲ್ಲಿ ಒಂದು ದಿನಪೂರ್ತಿ ಶಾಲೆಗೆ ಹೋಗದೆ ಮರ ಹತ್ತಿ ಕುಳಿತದ್ದೂ ಇದೆ. ಆದರೆ ಪ್ರಯೋಜನವಾಗಿರಲಿಲ್ಲ.

ಅಂದಿನ ಮುಗ್ಧ ದಿನಗಳನ್ನು ನೆನೆದು ರಘುವಿನ ತುಟಿಗಳಲ್ಲಿ ನಗುವರಳಿತು. ಬಾಗಿ ಕೆಳಗೆಬಿದ್ದಿದ್ದ ಅತ್ತಿಯ ಹಣ್ಣನ್ನು ಎತ್ತಿಕೊಂಡ. ಮೃದುವಾದ ಹಣ್ಣು ಕಡುಗೆಂಪು ಬಣ್ಣದಲ್ಲಿ ಮಿರಿಮಿರಿ ಮಿಂಚುತ್ತಿತ್ತು.. ಹಣ್ಣಿನ ತುದಿಯಲ್ಲಿ ಕಪ್ಪಾದ ಚಿಕ್ಕ ದಾರದಂತ ತುಣುಕುಗಳು. ಅತ್ತಿಯ ಹೂವಿನ ಉಳಿಕೆಗಳು. ಮಕ್ಕಳಾಗಿದ್ದಾಗ ಅದಕ್ಕಾಗಿ ಓಡಿಬಂದು, ಆರಿಸಿ ತಿನ್ನುತಿದ್ದುಂಟು. ಆದರೆ ಈಗ ಅದರಲ್ಲಿ ಆಸಕ್ತಿ ಇಲ್ಲ.

ಈಗ ಅವನಿಗೆ ಅತ್ತಿ ಹೂವಿನ ಹುಚ್ಚಿಲ್ಲ. ಕಾರಣ ಈಗವನ ಮನೆಯ ಕಣಜ ಬರಿದಾಗುವ ಸಾಧ್ಯತೆಯೆ ಇಲ್ಲ. ಅಂಥ ನೂರಾರು ಕಣಜಗಳನ್ನು ತುಂಬುವ ಶಕ್ತಿ ಅವನ ಗದ್ದೆಗಳಲಿದ್ದವು. ಅಷ್ಟೇ ಅಲ್ಲ ಅತ್ತಿಯ ಹೂವಿನ ಚರಿತ್ರೆಯೂ ಸಹ

ಅವನಿಗೆ ಪರಿಚಿತ. ಮುಂಜಾವಿನ ೪-೫ ಘಂಟೆಯೊಳಗೆ ಅತ್ತಿ ಮರದಲ್ಲಿ ಮೊಗ್ಗು ಮೂಡಿ ಹೂವರಳಿ, ಪೀಚಾಗಿ ಬದಲಾಗುವ ಅತ್ತಿ ಹೂವಿನ ಚಮತ್ಕಾರ ಅವನು ಬಿ.ಎಸ್ಸಿ.ಎಜಿ.ಯಲ್ಲಿ ಓದಿ ತಿಳಿದಿದ್ದ.

ದೂರದಿಂದ ತರಗೆಲೆಗಳ ಮೇಲೆ ಲಯಬದ್ದವಾದ ನಡಿಗೆಯ ಸಪ್ಪಳ ಕೇಳಿಸಿದಾಗ ತನ್ನ ವಿಚಾರದಿಂದ ಹೊರಬಂದ ರಘು ಅತ್ತ ನೋಡಿದ. ಬರುತ್ತಿದ್ದವರು ಅವರ ನೆರೆಮನೆಯವರಾದ ಅಯ್ಯಪ್ಪನವರು.

ಅರವತ್ತೈದು ದಾಟಿದ ಅಯ್ಯಪ್ಪನವರದು ಎತ್ತರದ ನಿಲುವಿನ ತೆಳು ಮೈಕಟ್ಟು. ತಲೆಗೂದಲು ಪೂರ್ತಿ ಬೆಳ್ಳಗಾಗಿ ಮುಂದೆ ಸ್ವಲ್ಪ ಉದುರಿತ್ತು. ಸುಕ್ಕುಗಟ್ಟಿದ ಅವರ ಮುಖದಲ್ಲಿ ಚೂಪಾದ ಮೂಗೆ ಪ್ರಧಾನವಾಗಿತ್ತು. ಅವರು ಬಿಳಿಯ ಶರ್ಟಿನ ಮೇಲೆ ಕಪ್ಪು ಕೋಟು, ಕಪ್ಪು ಪ್ಯಾಂಟ್ ಮತ್ತು ಕಪ್ಪು ಶೂಷನ್ನು ಧರಿಸಿ, ತಲೆಯ ಮೇಲೆ ಗಾಂಧಿ ಟೋಪಿಯನ್ನು ಹಾಕಿಕೊಂಡಿದ್ದರು. ಕೋಲನ್ನು ಹಿಡಿದು ನಡೆಯುತ್ತಿದ್ದ ಅವರ ವೇಗ ಹದಿಹರೆಯದ ಹುಡುಗರನ್ನು ನಾಚಿಸುವಂತಿತ್ತು. ಅವರು ೪ ಕಿಲೋಮೀಟರ್ ದೂರದ ಪೇಟೆಯಿಂದ ಕಾಲುನಡಿಗೆಯಲ್ಲಿ ಬರುತಿದ್ದಾರೆಂಬುದನ್ನು ಪಟ್ಟಣದ ತರುಣರಾರೂ ಒಪ್ಪುವಂತಿರಲಿಲ್ಲ.

"ಯಾರದು?.... ರಘುನಾ? " ದಪ್ಪಗಾಜಿನ ಕನ್ನಡಕದ ಹಿಂದಿದ್ದ ಕಣ್ಣನ್ನು ಕಿರಿದುಗೊಳಿಸಿ ನೋಡುತ್ತಾ ಅವನ ಹತ್ತಿರ ಬರುತ್ತಾ ಕೇಳಿದರು.

" ಹೌದು ಚಿಕ್ಕಪ್ಪ. ನಾನೇ. ನೀವೇನು ಪೇಟೆಯಿಂದ ಬರ್ತಾ ಇದ್ದೀರಾ?"

"ಹೌದಪ್ಪ ಪೇಟೆಯಲ್ಲಿ ಕೆಲಸ ಇತ್ತು. ಬಸ್ಸಿಗೆ ಕಾದರೆ ಆರು ಘಂಟೆಗೆ ಮುಂಚೆ ಬರೋಕ್ಕಾಗಲ್ಲವಲ್ಲ. ಸಂಜೆ ಹೊತ್ತು ಚಳಿ ಬೇರೆ ಜಾಸ್ತಿ ಮತ್ತೆ ಕತ್ತಲೂ ಆಗಿಬಿಡುತ್ತೆ." ತಮ್ಮ ತಲೆಯ ಮೇಲಿದ್ದ ಟೋಪಿಯನ್ನು ತೆಗೆದು ಕರ್ಚೀಫಿನಿಂದ ಬೆವರಿದ ಹಣೆ ಮುಖವನ್ನು ಒರೆಸಿಕೊಂಡರು.

ಅವರನ್ನು ನೋಡಿ ರಘುವಿಗೆ ಕನಿಕರವೆನಿಸಿತು.

"ನಿನ್ನ ತಂದೆಯ ಸ್ನೇಹಿತರಿಗೆ ಕಾಯ್ತಾ ಇರೋದಾ?" ಮರದ ನೆರಳಿನಲ್ಲಿದ್ದ ಮೈಲುಗಲ್ಲಿನ ಮೇಲೆ ಕೂರುತ್ತ ಕೇಳಿದರು ಅಯ್ಯಪ್ಪ.

"ಹೌದು ಇಷ್ಟು ಹೊತ್ತಿಗೆಲ್ಲಾ ಅವರು ಬರಬೇಕಿತ್ತು. "

"ಸೋಮು ಅವನ ಮಿಲ್ಟ್ರಿ ದೋಸ್ತ್ ಬಗ್ಗೆ, ನಿನ್ನೆಯೆಲ್ಲ ಹೇಳ್ತಾ ಇದ್ದ. ... ಏನು ಸಡಗರವಪ್ಪ ಅವನಿಗೆ..."

"೨೫ ವರ್ಷಗಳ ಮೇಲೆ ಭೇಟಿಯಾಗೋದೆಂದ್ರೆ ಹುಡುಗಾಟನಾ ಮತ್ತೆ?. ಅವರೇ ಇಲ್ಲಿಗೆ ಬರ್ತೀನೀಂತ ಹಾರಾಡ್ತಾ ಇದ್ರು. ಅವರನ್ನ ಸಮಾಧಾನ ಮಾಡುವಷ್ಟರಲ್ಲಿ ಸಾಕಾಯ್ತು. " ತಂದೆಯ ಸಡಗರವನ್ನು ನೆನೆಯುತ್ತ ನುಡಿದ ರಘು.

"ದೋಸ್ತ್ ಅಂದ್ರೆ ಹಾಗಿರಬೇಕು ಮತ್ತೆ. ಸೋಮುವಿಗೇನೋ ನಾವೆಲ್ಲ ಇದ್ವಿ.. ಆದ್ರೆ ನಿಮ್ಮಮ್ಮನಿಗೆ ಸರಿಯಾದ ಜೊತೆ ಯಾರು ಇರಲಿಲ್ಲ. ಈಗ ಇವರು ಬಂದ್ರೆ ಸರಿಹೋಗುತ್ತೆ. "

"ಆದ್ರೂ ಅವರು ಪಟ್ಟಣದವರು. ಈಗಿನವರಿಗೆ ಹಳ್ಳಿ ಅಂದ್ರೆ ಆಗೋದಿಲ್ಲ. ಎಲ್ಲರಿಗೂ ಟೌನ್ ಜೀವನಾನೇ ಇಷ್ಟ. ಅಂಥದ್ರಲ್ಲಿ ಇವರು ಪಟ್ಟಣದಿಂದಾನೆ ಬರ್ತಾ ಇರೋದು.. ಹೇಗೆ ಅಡ್ಜಸ್ಟ್ ಮಾಡಿಕೋತಾರೋ ಏನೋ.." ಚಿಂತೆಯಿಂದ ನುಡಿದ ರಘು.

"ಅದಕ್ಕೇನು. ನೀವವರಿಗೆ ಬೇಕಾದ ಅನುಕೂಲಗಳನ್ನು ಮಾಡಿಕೊಡ್ತಾ ಇದ್ದೀರಲ್ಲ"

"ಅನುಕೂಲತೆಗಳನ್ನು ನಾವು ಮಾಡಿಕೊಡಬಹುದು.. ಆದರೆ ಮನಸ್ಸು? ಮನಸ್ಸನ್ನು ನಾವು ಕೊಡೋಕಾಗೋದಿಲ್ಲವಲ್ಲ. ... ನೀವೇ ನೋಡ್ತಿಲ್ಲ 'ಇದ್ದೀರಲ್ಲ ನಮ್ಮ ಧರಣಿನ,...... ಹುಟ್ಟಿದು ಇಲ್ಲೇ ಆದ್ರೂ ಅವಳಿಗೆ ಪೇಟೆ ಮೋಹ."

"ಹೌದು. ಅವ್ವೂ ಸರ್ಕಾರೀ ನೌಕರಿಲಿರೋ ಹುಡುಗನ್ನೆ ಮದುವೆ ಮಾಡ್ಕೋ ಬೇಕಂದ್ರೆ ಹೇಗೆ? ನಮ್ಮ ಮಕ್ಕಳೇ ಹೀಗಿರಬೇಕಾದ್ರೆ, ಟೌನಿನವರಿಗೆ ಇಲ್ಲಿ ಹೊಂದಿಕೊಳ್ಳೋದು ಕಷ್ಟಾನೇ. ..." ರಘುವಿನ ಮಾತನೊಪ್ಪಿಕೊಂಡರು ಅಯ್ಯಪ್ಪನವರು.

ಸ್ವಲ್ಪ ಹೊತ್ತು ಅಲ್ಲಿ ಮೌನ ಆವರಿಸಿತು.

"ಅಂದಾಗೆ, ರಘು ನಿಮ್ಮ ಕಾಫಿ ಲೋಡ್ ಯಾವಾಗ ಹೋಗುತ್ತೆ? " ಏನೋ ನೆನೆಸಿಕೊಂಡಂತೆ ಕೇಳಿದರು ಅಯ್ಯಪ್ಪ.

"ಸದ್ಯಕ್ಕಿಲ್ಲ ಚಿಕ್ಕಪ್ಪ. ಈ ಸಲ ನಮಗಾ ರಿಸ್ಕ್ ಇಲ್ಲ. ಮಂಗಳೂರಿನ ಕಂಪೆನಿಯವರೊಬ್ಬರು ನಮ್ಮ ಪೂರ್ತಿ ಕಾಫೀನ ಕೊಂಡುಕೊಳ್ತಾ ಇದ್ದಾರೆ. ಆಗಲೇ ಐ ಲಕ್ಷ ಅಡ್ವಾನ್ಸ್ ಕೂಡ ಕೊಟ್ಟಿದ್ದಾರೆ. ಈ ಸಾರಿ ಬ್ಲಾಸಮ್ ಆದ ಮೇಲೆ ಎರಡು ಸಲ ಬಂದು ನಮ್ಮ ಎಸ್ಟೇಟ್ ನೋಡಿಕೊಂಡು ಹೋದವರು ಚೆಕ್ಕು ಕಳಿಸಿಕೊಟ್ಟಿದ್ದಾರೆ. ಕಾಫಿ ತಗೊಂಡು ಹೋಗೋ ಜವಾಬ್ದಾರಿ ಕೂಡ ಅವರದೇ. ಅಲ್ಲಿಯವರೆಗೆ ಕಾಫಿ ನಮ್ಮ ಗೋಡೌನ್ನಲ್ಲಿ ಇರುತ್ತೆ. ಯಾಕೆ ನಿಮ್ಮ ಕಾಫಿ ಕಳಿಸಬೇಕಿತ್ತಾ?"

"ಹೌದು ಮೊನೆ. ಶಂಬೂ ಈ ಬಗ್ಗೆ ಮಾತಾಡೋಕೆ ನಾಳೆ ಬರ್ತಾ ಇದ್ದ. ಅಂದ್ರೆ ಸದ್ಯಕ್ಕೆ ನಿಮ್ಮ ಲೋಡ್ ಹೋಗೋಲ್ಲ?" ನಿರಾಶರಾದಂತೆ ಕೇಳಿದರು ಅಯ್ಯಪ್ಪ.

"ಅದಕ್ಯಾಕೆ ಚಿಂತೆ ಮಾಡ್ತೀರಿ? ನಾಳೆ ಅಡಿಕೆ ಸಸಿ ತರೋದಕ್ಕೆ ನಮ್ಮ ಲಾರಿ ಕುಶಾಲ್‌ನಗರಕ್ಕೆ ಹೋಗ್ತಾ ಇದೆ. ಹೋಗೋಮಾಗ ಖಾಲಿನೆ ಹೋಗೋದು. ಬೇಕಾದ್ರೆ ನಿಮ್ಮ ಮನೆ ಹತ್ರ ಕಳಿಸ್ತೀನಿ. ಅದರಲ್ಲಿ ನಿಮ್ಮ ಕಾಫಿ ಕಳಿಸಿ..." ಅವರ ಪೆಚ್ಚಾದ ಮುಖ ನೋಡಿ ಹೇಳಿದ ರಘು.

ರಘುವಿನ ಮಾತು ಕೇಳಿ ಅಯ್ಯಪ್ಪನವರ ಮುಖವರಳಿತು.

"ಅಷ್ಟು ಮಾಡು ಮೋನೆ. ನಮ್ಮದೊಂದಿಪ್ಪತ್ತೈದು ಚೀಲ ಕಳಿಸ್ತೀನಿ. "

"ಈಗ ರೇಟ್ ತುಂಬ ಕಮ್ಮಿ ಇದೆಯಲ್ಲ ಚಿಕ್ಕಪ್ಪ.. ಸ್ವಲ್ಪ ದಿನ ಕಾದ್ರೆ ಆಗೋಲ್ವಾ?"

"ಹ್ಯಾಗೆ ಮಾಡೋದು ಹೇಳು. ಇನ್ನು ಸ್ವಲ್ಪ ದಿವಸದಲ್ಲೇ ಮದುವೆ ಸೀಸನ್ ಶುರುವಾಗಿ ಬಿಡುತ್ತೆ. ಮಕ್ಕಳಿಗೆ ಸ್ವಲ್ಪ ಬಟ್ಟೆ ತೆಗೆಬೇಕು. ಈಗಲೇ ಅಡ್ವಾನ್ಸ್ ಮಾಡದೇ ಹೋದ್ರೆ ಮಳೆಗಾಲದಲ್ಲಿ ಕೂಲಿಗಳು ಸಿಗೋದು ಕಷ್ಟ. ಇನ್ನು ಬೀಜ, ಗೊಬ್ಬರ ಎಲ್ಲ ರೆಡಿ ಮಾಡ್ಕೊಬೇಕಲ್ಲ." ಇದನ್ನೆಲ್ಲ ಹೇಳುವಾಗ ಅವರ ಹಣೆಯ ಮೇಲಿನ ಸುಕ್ಕು ಆಳವಾಯಿತು. ಅವರ ಮಾತಿಗೆ, ಹೌದೆನ್ನುವಂತೆ ತಲೆದೂಗಿದ ರಘು.

"ನೀನು ಇನ್ನೊಂದು ಟ್ರ್ಯಾಕ್ಟರಿಗೆ ಬುಕ್ ಮಾಡಿದೆಯಲ್ಲಾ ಬಂತಾ?"

"ಹ್ಞಾ, ಇನ್ನೊಂದು ವಾರದಲ್ಲಿ ಬರುತ್ತೆ"

"ಮಳೆಗಾಲ ಶುರುವಾದ್ರೆ ಟ್ರ್ಯಾಕ್ಟರ್ ಬಾಡಿಗೆ ಕೇಳೋಕೆ ಒಬ್ಬರ ಹಿಂದೆ ಒಬ್ಬರು ಕ್ಯೂನಲ್ಲಿ ನಿಂತಿರ್ತಾರೆ."

"ಯೋಚನೆ ಮಾಡ್ಬೇಡಿ.. ಅಷ್ಟು ಹೊತ್ತಿಗೆ ಇದು ಬಂದಿರುತ್ತೆ. .." ಎಂದ ರಘು.

"ಸರಿಯಪ್ಪ ಹಾಗಾದ್ರೆ ನಾನು ಬರ್ತೀನಿ ನಾಳೆ ಲಾರಿ ಕಳಿಸೋದು ಮರೀಬೇಡ. ಸೋಮು ಇವತ್ತು ವಾಕಿಂಗ್ ಬರಲಿಕ್ಕಿಲ್ಲ ಅಲ್ವ?"

"ಇಲ್ಲ. ೨೪ವರ್ಷದ ಹಿಂದಿನ ಸ್ನೇಹಿತರು ಅಂದಮೇಲೆ ನಾವೆಲ್ಲಾ ಅವರಿಗೆ ನೆನಪಾಗ್ತಿವೋ ಇಲ್ಲವೋ.."

"ಹಾಗಾದ್ರೆ ನಾನಿನ್ನು ಬರ್ತೀನಿ. .." ನಿಧಾನವಾಗಿ ಎದ್ದರು ಅಯ್ಯಪ್ಪನವರು.

"ಕ್ಷಮಿಸಿ ಚಿಕ್ಕಪ್ಪ. ನಾನು ಅವರನ್ನ ವೇಯ್ಟ್ ಮಾಡ್ತಾ ಇರೋದ್ರಿಂದ ನಿಮ್ಮನ ಮನೆಗೆ ಡ್ರಾಪ್ ಮಾಡೋಕೆ ಆಗೋಲ್ಲ. " ಹೊರಡಲನುವಾದ ವೃದ್ಧರ ಕ್ಷಮೆ ಕೋರಿದ ರಘು.

ಅವನ ಮಾತುಗಳನ್ನು ಕೇಳಿ ಅವರ ಕಂಗಳಲ್ಲಿ ಕೃತಜ್ಞತೆ ತುಳುಕಿತು. "ನೀನು ನಮಗೆ ಮಾಡ್ತಾ ಇರೋ ಉಪಕಾರಾನೇ ಸಾಕಷ್ಟಿದೆ. ನೀನು ಸೋಮುಗೆ ಮಾತ್ರ ಮಗ ಅಲ್ಲ ಮೋನೆ. ನಮಗೆಲ್ಲ ಮಗನ ಹಾಗಿದ್ದೀಯ. ದೇವರು ನಿನ್ನ ಚೆನ್ನಾಗಿಟ್ಟಿರಲಿ." ಮನಃಪೂರ್ವಕವಾಗಿ ಅವನ್ನನು ಹರಸಿದರು ಅಯ್ಯಪ್ಪ.

"ಅಷ್ಟೊಂದು ದೊಡ್ಡ ಮಾತಾಡುವಂಥದೇನೂ ನಾನು ಮಾಡಿಲ್ಲ ಚಿಕ್ಕಪ್ಪ. ಎಲ್ಲ ನಿಮ್ಮಂಥ ದೊಡ್ಡವರ ಹಾಗೂ ಈ ಭೂತಾಯಿಯ ಆಶೀರ್ವಾದ, ನಾನೀಮಟ್ಟದಲ್ಲಿದ್ದೀನಿ ಅಷ್ಟೇ. ನೀವಿನ್ನು ಹೊರಡಿ"

"ಬರ್ತೀನಿ.." ಪುನಃ ಕೋಲು ಬೀಸುತ್ತ ನಡೆಯ ತೊಡಗಿದರು ಅಯ್ಯಪ್ಪ.

ನಿರ್ಗಮಿಸುತ್ತಿದ್ದ ಅವರನ್ನೇ ನೋಡಿದ ರಘು. ಅವನ ಮನದಲ್ಲಿ ಮಂಥನಗಳೆದ್ದವು. ಕೂಡಗು ಅತ್ಯಂತ ಶ್ರೀಮಂತ ಜಿಲ್ಲೆ. ಕೊಡವರೆಂದರೆ ತುಂಬಾ

ಶ್ರೀಮಂತರೆಂದೇ ಹೊರಗಿನವರ ಅಭಿಪ್ರಾಯ. ಕೊಡಗಿನಲ್ಲಿರುವವರೆಲ್ಲರೂ ಕಾಫಿ ಎಸ್ಟೇಟ್ ಮತ್ತು ಏಲಕ್ಕಿ ತೋಟದ ಮಾಲಿಕರೆಂದೇ ಭಾವನೆ.

ನಿಜ ಕೊಡಗಿನಲ್ಲಿ ಹೆಲಿಕಾಪ್ಟರ್ ಇಟ್ಟುಕೊಡಿರುವವರು ಇದ್ದಾರೆ. ಹಾಗೆ ತಮ್ಮ ದಿನನಿತ್ಯದ ಬೇಕು ಬೇಡಗಳಿಗೆ ಕಾಲು ನಡಿಗೆಯಲ್ಲಿ ೮-೧೦ ಕಿಲೋಮೀಟರು ಹಾದಿ ಸವೆಸುವವರು ಇದ್ದಾರೆ. ಅಪ್ಪೇ ಏಕೆ. ಇಲ್ಲಿನವರ ಕಷ್ಟ ದೇವರಿಗೆ ಗೊತ್ತು. ವಿದ್ಯುತ್ ಸೌಲಭ್ಯ ಹೆಸರಿಗೆ ಮಾತ್ರ. ದಿನಕ್ಕೆರಡು ಘಂಟೆ ಕರೆಂಟಿದ್ದರೆ, ಆರು ಘಂಟೆ ಕರೆಂಟಿರುವುದಿಲ್ಲ. ಲೈನ್ ಕೆಟ್ಟರೆ ವಾರಗಳಾದರೂ ರಿಪೇರಿಯಾಗುವುದಿಲ್ಲ. ಮಳೆಗಾಲದಲ್ಲಂತೂ ದೇವರಿಗೆ ಪ್ರೀತಿ. ಕುಡಿಯುವ ನೀರಿನ ಪಾಡಂತೂ ಕೇಳುವುದು ಬೇಡ. ಭಾವಿ ಕೊರೆಸುವ ಸೌಕರ್ಯವಿರುವವರು ಬಾವಿ ಕೊರೆಸಿಕೊಂಡಿದ್ದಾರೆ. ಇಲ್ಲದವರು ಹೊಳೆ ಝರಿಗಳನ್ನು ಹುಡುಕಿಕೊಂಡು ಹೋಗುತ್ತಾರೆ. ಕಲ್ಲುಬಂಡೆಗಳು ಹೆಚ್ಚಾಗಿರುವಲ್ಲಿ ಬಾವಿ ಕೊರೆಸುವುದು ಪ್ರಯಾಸದ ಕೆಲಸ. ಮಕ್ಕಳಿಗೆ ನೀರು ಹೊರುವುದೇ ದೊಡ್ಡ ಕೆಲಸವಾಗಿಬಿಡುತ್ತದೆ. ಬೇಸಿಗೆಯಲ್ಲಿ ಸ್ಥಿತಿ ಇನ್ನಷ್ಟು ಚಿಂತಾಜನಕ.

ಬಸ್ಸುಗಳ ಸೌಲಭ್ಯವೂ ತುಂಬಾ ಕಡಿಮೆ ಇರುವ ಕೊಡಗಿನಲ್ಲಿ, ರೋಗಿಗಳು, ಗರ್ಭವತಿಯರಿದ್ದ ಮನೆಗಳಲ್ಲಿ ತುಂಬಾ ಮುಂಜಾಗ್ರತಾ ಕ್ರಮವನ್ನು ವಹಿಸಬೇಕಾಗುತ್ತಿತ್ತು. ಈಗೀಗ ಸ್ವಂತ ವಾಹನಗಳು ಪ್ರಾರಂಭವಾದ ಮೇಲೆ ಸ್ಥಿತಿ ಸ್ವಲ್ಪ ಸುಧಾರಿಸಿದೆ.

ಇನ್ನು ಶಾಲಾ ಕಾಲೇಜುಗಳ ವ್ಯವಸ್ಥೆ ಅಷ್ಟಕಷ್ಟೆ. ಈ ತಾಲ್ಲೂಕನ್ನೊಳಗೊಂಡ ಕೊಡಗಿನಲ್ಲಿ ಹುಡುಕಿದರೆ ಒಂದೆರಡು ಪ್ರಥಮ ದರ್ಜೆಯ ಪದವಿ ಕಾಲೇಜಿದೆ. ಒಂದು ಡಿಪ್ಲೋಮ ಕಾಲೇಜನ್ನು ಬಿಟ್ಟರೆ ಒಳ್ಳೆಯ ವ್ಯಾಸಂಗಕ್ಕಾಗಿ ಮೈಸೂರಿಗೆ ಅಥವಾ ಮಂಗಳೂರಿಗೇ ಹೋಗಬೇಕು. ಅಲ್ಲದೆ ಕೊಡಗಿನಲ್ಲಿ ಶೇಖಡಾ ೪೦ ರಷ್ಟು ಜಾಗವನ್ನು ಹೊರಗಿನವರು ಹಾಗೂ ದೊಡ್ಡ ದೊಡ್ಡ ಉದ್ಯಮಿಗಳು ಆಕ್ರಮಿಸಿಕೊಂಡಿದ್ದಾರೆ. ಉಳಿದ ಜಾಗ ಮಾತ್ರ ಕೊಡಗಿನವರ ಕೈಯಲ್ಲಿದೆ. ಮೂಲಭೂತ ಸೌಲಭ್ಯ ಸರಿಯಾಗಿಲ್ಲದ ಕೊಡಗಿನಲ್ಲಿ ಈಗ ಕೊಡಗು ಮುಕ್ತಿ ಮೋರ್ಚಾ ಸಮಿತಿಯೊಂದು ತಲೆ ಎತ್ತುತ್ತಿದೆ.

ಗುಂಯ್ ಎನ್ನುವ ವಾಹನದ ಸದ್ದು ಕ್ಷೀಣವಾಗಿ ಕೇಳತೊಡಗಿದಾಗ ರಘುವಿನ ವಿಚಾರ ತಂತು ಕಡಿಯಿತು. ಜೀಪಿಗೊರಗಿದ್ದವ ನೇರವಾಗಿ ನಿಂತು ಅತ್ತ ತಿರುಗಿ ನೋಡಿದ. ದೂರದ ತಿರುವಿನಲ್ಲಿ ಬೆಂಕಿಪೆಟ್ಟಿಗೆಯ ಗಾತ್ರದ ಲಾರಿಯೊಂದು ಕಾಣಬಂತು. ಅದು ಹಲವಾರು ತಿರುವುಗಳನ್ನು ಹಾದು ಅವನನ್ನು ಸಮೀಪಿಸಲು ಕಡೆ ಪಕ್ಷ ಕಾಲು ಘಂಟೆ ತೆಗೆದುಕೊಳ್ಳುತಿತ್ತು.

"ಸದ್ಯ ಬಂದರು .." ನಿರಾಳವಾದ ಉಸಿರು ಬಿಟ್ಟ ರಘು.

ತೀರಾ ನಿಶಬ್ದವಾದ ಆ ಜಾಗದಲ್ಲಿ ೨-೩ ಮೈಲು ದೂರದಿಂದಲೇ ವಾಹನಗಳ ಸದ್ದು ಕೇಳಿ ಬರುತಿತ್ತು. ಕ್ಷೀಣವಾಗಿ ಕೇಳಿಸಿದ ಲಾರಿಯ ಸದ್ದು ಕ್ರಮೇಣ ಹೆಚ್ಚಾಗಿ ಆವನು ನಿಂತಿದ್ದ ರಸ್ತೆಯ ತಿರುವಿನಲ್ಲಿ ಲಾರಿ ಕಾಣಿಸಿತು. ಸಮಯ ನೋಡಿದ. ನಾಲ್ಕುಕಾಲಾಗಿತ್ತು.

ರಘುವಿನ ಜೀಪನ್ನು ನೋಡಿದ ಲಾರಿಯ ಚಾಲಕ ಲಾರಿಯನ್ನು ಜೀಪಿನ ಹತ್ತಿರ ನಿಲ್ಲಿಸಿದ. ಅದೇ ಸಮಯಕ್ಕೆ ರಘುವೂ ಅತ್ತ ನಡೆದ.

ರಘುವನ್ನು ನೋಡುತಿದ್ದಂತೆ ಆ ಲಾರಿಯಿಂದ ರಘುವಿನ ತಂದೆಯ ವಯಸಿನ್ನವರೊಬ್ಬರು ಹೊರಇಣುಕಿದರು.

"ನಮಸ್ತೆ. ನೀವು ಕುಶಾಲು ಅಂಕಲ್ ತಾನೇ? " ರಘು ಕೇಳಿದ

"ಹೌದಪ್ಪ.. ನೀನು ರಘು ತಾನೇ?" ಲಾರಿಯಿಂದ ಇಳಿಯುತ್ತ ನುಡಿದರು ಕುಶಾಲಪ್ಪನವರು.

"ಮೆಲ್ಲಗೆ. ನಿಧಾನ.." ಅವರಿಗೆ ಇಳಿಯಲು ಸಹಕರಿಸಿದ ರಘು.

"ಪ್ರಯಾಣದಲ್ಲೇನು ತೊದರೆಯಾಗಲಿಲ್ಲ ತಾನೇ?" ಕೆಳಗಿಳಿದವರನ್ನು ಅವಲೋಕಿಸುತ್ತ ಕೇಳಿದ ರಘು.

ಕುಶಾಲಪ್ಪನವರದು ಎತ್ತರದ ನಿಲುವಿನ ಸ್ವಲ್ಪ ಸ್ಥೂಲವಾದ ಮೈಕಟ್ಟು. ಸಾಧಾರಣ ಮೈಬಣ್ಣದ ಅವರು ಸ್ನೇಹಜೀವಿಗಳೆಂದು ಮೊದಲ ನೋಟದಲ್ಲೇ ತಿಳಿಯುತ್ತಿತ್ತು. ಅವರ ಮುಖದಲ್ಲಿ ಮನೆಮಾಡಿದ ಕಸಿಮಿಸಿ ಮತ್ತು, ಹಿಂಜರಿಕೆಯನ್ನು ಪ್ರಥಮ ನೋಡದಲ್ಲೇ ಗಮನಿಸಿದ ರಘು.

"ಇಲ್ಲಪ್ಪ. ಪ್ರಯಾಣದಲ್ಲೇನೂ ಅಡ್ಡಿಯಾಗಲಿಲ್ಲ. ನೀನು ಬಂದು ತುಂಬ ಹೊತ್ತಾಯ್ತೇನೋ?" ತಮ್ಮ ಎದುರು ತಮಗಿಂತ ನಾಲ್ಕು ಅಂಗುಲ ಎತ್ತರಕ್ಕೆ ನಿಂತಿದ್ದ ಧೀರ ಗಂಭೀರ ಮೂರ್ತಿಯನ್ನೇ ನೋಡುತ್ತಾ ಕೇಳಿದರು ಕುಶಾಲಪ್ಪ. ಅವನ ಸುಂದರ ಮುಖದಲ್ಲಿ ಮನೆಮಾಡಿದ್ದ ಆತ್ಮೀಯತೆ ಅವರ ಅಳುಕನ್ನು ಸ್ವಲ್ಪ ಮಟ್ಟಿಗೆ ಕಡಿಮೆ ಮಾಡಿತು.

"ಹೌದು ಅಂಕಲ್. ನೀವು ಹೇಳಿದ ಸಮಯ ಅಂದ್ಕೊಳೆ ಎರಡು ಘಂಟೆ ಮುಂಚೆನೇ ನೀವಿಲ್ಲಿ ಇಲ್ಲಿರಬೇಕಿತ್ತು. " ಸಹಜವಾಗಿ ಹೇಳಿದ ರಘು.

"ಮಡಿಕೇರಿಗೆ ನಾವು ಬೇಗನೆ ಬಂದ್ವಿ. ಆದ್ರೆ, ಈ ಹಂಗಸರದಿರುತ್ತಲ್ಲ. ಹೊಸ ಊರು, ಟೌನ್ಂದ ಎಷ್ಟು ದೂರನೋ. ಅದು, ಇದು, ಮಣ್ಣು ಮಸೀಂತ ಕೊಂಡುಕೊಳ್ತಾ ಹೊತ್ತು ಮಾಡಿಬಿಟ್ಟು. ನಾನು ನಿಮ್ಮನೆಗೆ ಫೋನ್ ಮಾಡೋಕ ತುಂಬ ಪ್ರಯತ್ನ ಪಟ್ಟೆ. ಆದ್ರೆ ಲೈನ್ ಸಿಗಲಿಲ್ಲ." ಅವರು ಕ್ಷಮೆ ಯಾಚಿಸುವ ಧ್ವನಿಯಲ್ಲಿ ಹೇಳಿದಾಗ ನಕ್ಕು ಬಿಟ್ಟ ರಘು.

"ಅದರಲ್ಲೇನು ತೊಂದ್ರೆ ಅಂಕಲ್. ಊಟ ಆದ್ಕೊಳೆ ಮನೇಲಿ ರೆಸ್ಟ್ ತಗೊಳ್ಳಿದ್ದೆ. ಇವತ್ತು ಇಲ್ಲಿ ತಕೊಂಡೆ ಅಷ್ಟೇ. ನೀವ್ಯಾಕಪ್ಟೊಂದು ವರಿ ಮಾಡ್ಕೋತೀರಿ? ನಾನು ಬರಬೇಕಾದ್ರೆ ದಾರಿಯೇನಾದ್ರು ತಪ್ಪಿ ಹೋಯ್ತಾ ಅಂತ ಕೇಳಿದ ಅಷ್ಟೇ" ಅವನು ಹಾರ್ದಿಕವಾಗಿ ನುಡಿದಾಗ ಅವರು ನಿಡೀದಾದ ಉಸಿರು ಬಿಟ್ಟರು.

"ಇಲ್ಲ. ಹಾಗೇನೂ ಆಗಲಿಲ್ಲ." ಎಂದು " ಇವಳು ನನ್ನ ಪತ್ನಿ ಬೋಜವ್ವ. ಅವಳು ಮಗಳು ಅನುಪಮಾ." ಲಾರಿಯಲ್ಲಿ ಕುಳಿತಿದ್ದ ಪತ್ನಿ ಹಾಗು ಪುತ್ರಿಯನ್ನು ಪರಿಚಯಿಸುತ್ತ "ಮಗ ಅನಿಲ್ ಮಿಲಿಟರಿಯಲ್ಲಿದ್ದಾನೆ" ಎಂದರು ಕುಶಾಲಪ್ಪ.

"ನಮಸ್ತೆ ಆಂಟಿ." ಕುತೂಹಲದಿಂದ ತನ್ನನ್ನೇ ನೋಡುತ್ತಿದ್ದ ಗೌರ ವರ್ಣದ ಸೌಮ್ಯ ವ್ಯಕ್ತಿತ್ವದ ಬೋಜಮ್ಮನವರಿಗೆ ಕೈ ಮುಗಿದ. ನಂತರ ಪಕ್ಕದಲ್ಲಿದ್ದವಳತ್ತ ನೋಟ ಹರಿಸಿದ ರಘು.

ರಘು ಹೊರಗೆ ಬಿಸಿಲಿನಲ್ಲಿ ನಿಂತಿದ್ದು ಆ ಯುವತಿ ಒಳಗಿದ್ದುದರಿಂದ ಅವಳ ಮುಖ ಅವನಿಗೆ ಸ್ಪಷ್ಟವಾಗಿ ಕಾಣಲಿಲ್ಲವಾದರೂ, ಜೋಡಿ ನೀಲಾಂಜನದಂತೆ ಬೆಳಗುತಿದ್ದ ಆ ಕಂಗಳ ಬೆಳಕು ಮಾತ್ರ ಅವನೆದೆಯನ್ನು ಮೀಟಿತು.

"ಹಲೋ" ಆ ಕಂಗಳನ್ನೇ ನೋಡುತ್ತಾ ನುಡಿದ ರಘು.

"ಹಲೋ" ದನಿ ಕೇಳಿಸಿತು.

"ಇನ್ನು ಹೊರಡೋಣ? ಅಪ್ಪಯ್ಯ ನಿಮ್ಮ ದಾರಿ ಕಾದೂ ಕಾದೂ ಸಾಕಾಗಿತ್ತಾರೆ." ಅಂಕಲ್ ನೀವ್ರು ನನ್ನ ಜೊತೆ ಜೀಪಲ್ಲಿ ಕೂತ್ಕೊಳ್ಳಿ. ಲಾರಿ ನಮ್ಮನ್ನ ಫಾಲೋ ಮಾಡುತ್ತೆ."

ಇಬ್ಬರೂ ಜೀಪಿನಲ್ಲಿ ಕುಳಿತ ನಂತರ ಲಾರಿ ಅವರನ್ನು ಹಿಂಬಾಲಿಸಿತು.

"ನನ್ನ ನಿವೃತ್ತಿ ಆದ್ಮೇಲೆ ನಾನು ನಮ್ಮ ಊರಿಗೆ ಹೋಗಿಬಿಡಬೇಕಂತ ಇದ್ದೆ." ಎದೆಯಲ್ಲಿ ನಡೆಯುವ ಹೋರಾಟವನ್ನು ತಡೆಯದೆ ಹೇಳಿದರು ಕುಶಾಲಪ್ಪ.

"ಇದೂ ನಿಮ್ಮ ಊರೇ ತಾನೇ? ನಿಮ್ಮನೆ ಇಲ್ಲಿಂದ ೨೦ ಕಿ.ಮೀ. ದೂರವಿರೋದ್ರಿಂದ ಇದು ಬೇರೆ ಊರಾಗೋದಿಲ್ಲ." ಅವರ ಮನದಲ್ಲಿದ್ದ ಅಳುಕನ್ನು ತನ್ನ ಸ್ನೇಹದಿಂದ ಹೋಗಲಾಡಿಸುವ ಸಲುವಾಗಿ ನುಡಿಯಲ್ಲಿ ಸಾಧ್ಯವಾದಷ್ಟು ಆತ್ಮೀಯತೆಯನ್ನು ತುಂಬುತ್ತಾ ಹೇಳಿದ ರಘು.

"ಹಾಗಲ್ಲ ನಾನು ಹೇಳಿದ್ದು. ನನ್ನ ಟರ್ಮಿನಲ್ ಬೆನಿಫಿಟ್ಸ್‌ನಿಂದ ಬಂದ ಹಣದಿಂದ ವಿರಾಜಪೇಟೆಯಲ್ಲಿ ಒಂದೆರಡೆಕರೆ ಜಾಗನೋ ತೋಟಾನೂ ತಗೋಬೇಕಂತ ಇದ್ದೆ. ಹೇಗೂ ಹಳೆದೆರಡೆಕರೆ ಜಾಗ ಇದೆ."

"ಇಲ್ಲೂ ನಿಮಗೆ ೫ ಎಕರೆ ತೋಟ ಇದ್ಯಲ್ಲ ಅಂಕಲ್. ನಿಮಗೆ ಇನ್ನೂ ಬೇಕಿದ್ದರೆ ನಾನೇ ಒಳ್ಳೆ ರೇಟಿಗೆ ಇಲ್ಲೇ ಜಾಗ ಹುಡುಕಿ ಕೊಡ್ತೀನಿ. ಇಲ್ಲೇ ತಗೊಳ್ಳಿ ಯಾರು ಬೇಡಾಂದ್ರು." ಅವನು ರಸ್ತೆಯತ್ತ ಗಮನ ಹರಿಸಿ ನಿಧಾನವಾಗಿ ಡ್ರೈವ್ ಮಾಡುತ್ತ ನುಡಿದಾಗ ಅವನ ಭುಜದ ಮೇಲೆ ಕೈಯಿರಿಸಿದರು ಕುಶಾಲಪ್ಪ.

"ರಘು.. ೨೦ ವರ್ಷದ ಹಿಂದೆ ಹೆಸರಿಗೆ ಮಾತ್ರ ನನ್ನದಾಗಿದ್ದ, ಅದೂ ನನಗೆ ಬೇಡವೇ ಬೇಡಾಂತ ಬಿಟ್ಟುಬಿಟ್ಟಿದ್ದ ಕಲ್ಲು, ಬಂಡೆ, ಕಾಡು ಮೇಡುಗಳಿಂದ ತುಂಬಿದ ಜಾಗಾನಾ, ನೀನು, ಮತ್ತು ನಿನ್ನ ತಂದೆಯೂ ಸೇರಿ ಅಷ್ಟು ಕಷ್ಟಪಟ್ಟು ನಂದನವನ ಮಾಡಿರಬೇಕಾದ್ರೆ, ಅದನ್ನ ನನ್ನದೂಂತ ಹೇಗೆ ಒಪ್ಪಿಕೊಳ್ಳಿ?" ಅವರ ದ್ವನಿಯಲ್ಲಿ ಪ್ರಾಮಾಣಿಕತೆ ಇತ್ತು.

ತನ್ನ ಭುಜದ ಮೇಲಿದ್ದ ಅವರ ಕೈಯನ್ನೊತ್ತಿದ ರಘು. "ಅಂಕಲ್ ನಿವ್ಯಾಕಿಷ್ಟು ಅನುಮಾನಪಡ್ತಾ ಇದ್ದೀರೀಂತ ನಂಗೆ ಗೊತ್ತಿಲ್ಲ. ನಮ್ಮ ತಂದೆ ಮಿಲಟರಿನಲ್ಲಿ ಸರ್ವಿಸ್ ಮಾಡಿದ್ದಕ್ಕೆ ಸರ್ಕಾರ ಕೊಟ್ಟಿದ್ದು ಐದೇಕರೆ ಜಾಗ. ಅದಕ್ಕಿಂತ ಹೆಚ್ಚಿನ

ಜಾಗವನ್ನು ಯಾರಿಗೂ ಕೊಡ್ತಾ ಇರಲಿಲ್ಲ. ನಮ್ಮ ಜಾಗದ ಜೊತೆಗೆ ನಮಗೆ ನಿಮ್ಮ ಜಾಗನೂ ಸಿಕ್ತು. ೭-೮ ವರ್ಷ ನಮಗಾಜಾಗ ಉಪಯೋಗಕ್ಕೆ ಬರಲಿಲ್ಲ ನಿಜ. ಆಮೇಲೆ ನಾವದನ್ನ ಉಪಯೋಗಿಸಿಕೊಂಡ್ವಿ. ಅಂದ್ರೆ... ಪೂರ್ತಿ ೧೦-೧೨ ವರ್ಷ ನಿಮ್ಮ ಜಾಗದಲ್ಲಿ ಮಾಡಿದ ತೋಟದಿಂದ ಬಂದ ಆದಾಯ ನಾವೇ ಉಪಯೋಗಿಸಿಕೊಂಡಿದ್ದೇವೆ. ಹೋದ ಒಂದೇ ವರ್ಷದಲ್ಲಿ ನಿಮ್ಮ ಜಾಗದಿಂದ ನಮಗೆ ೫ ಲಕ್ಷ ಆದಾಯ ಬಂದಿದೆ. ಅದನ್ನೆಲ್ಲ ನಾವು ನಿಮಗೆ ಕೊಡ್ತಾ ಇಲ್ಲ. ಬರಿ ನಿಮ್ಮ ಮೂಲಭೂತ ಹಕ್ಕನ ಮಾತ್ರ ನಿಮಗೆ ಕೊಡ್ತಾ ಇದ್ದೇವೆ." ದೀರ್ಘವಾಗಿ ಅವರಿಗೆ ವಿವರಿಸಿದ ರಘು.

ರಘುವಿನ ಮಾತಿನಿಂದ ಕುಶಾಲಪ್ಪನವರ ಹುಬ್ಬೇರಿತು. "ರಘು... ಇದು ನಿನ್ನ ದೊಡ್ಡ ಮನಸಷ್ಟೇ. ಸರ್ಕಾರ ಕೊಡೋ ಜಾಗದಲ್ಲಿ ನನಗೆ ಆಸಕ್ತಿನೇ ಇರಲಿಲ್ಲ. ಅದಕ್ಕೆ ಅರ್ಜಿ ಹಾಕಿಸಿದ್ದು ಕೂಡ ಸೋಮುನೇ. ಜಾಗ ನೋಡಿದ ಮೇಲಂತೂ ನಾನು ಪೂರ್ತಿಯಾಗಿ ಹೆದರಿಬಿಟ್ಟೆ. ಆ ಭಯಂಕರ ಕಾಡು, ಬೆಟ್ಟದ ತಪ್ಪಲು. ಯಾವ ಮೂಲೆಯ ಜಾಗಾಂತನು ಗೊತ್ತಾಗ್ತಾ ಇರಲಿಲ್ಲ. ಆ ದೈತ್ಯ ಮರಗಳು, ಹಿಮದಂತೆ ಕೊರೆಯುತ್ತಿದ್ದ ನೆಲ. ಕಾಡು ಪ್ರಾಣಿಗಳ ಕೂಗು, ನೆನೆಸಿಕೊಂಡ್ರೆ, ಈಗಲೂ ಮೈ ನಡುಗುತ್ತೆ. ಅಂಥ ಜಾಗ ನನಗೆ ಬೇಡವೇ ಬೇಡಾಂತ ನಿರ್ಧರಿಸಿಬಿಟ್ಟಿದೆ. ಸೋಮು ಹೇಳಿದ್ದಕ್ಕೆ ೫೦೦ ರೂಪಾಯಿ ಕಟ್ಟಿ ಒಂದು ಸೈನ್ ಹಾಕೋದು ಬಿಟ್ಟು ನಾನೇನೂ ಮಾಡಿಲ್ಲ. ನೀವೆಲ್ಲ ಕಷ್ಟ ಪಟ್ಟು ಬೆವರು ರಕ್ತ ಬಸಿದು ನಿಲ್ಲಿಸಿದ ತೋಟ ಅದು."

"ಅಂಕಲ್, ನೋಡಿ ನಾವು ಪಟ್ಟ ಶ್ರಮಕ್ಕೆ ನಾವು ಪೂರ್ತಿ ಫಲಾನೂ ಪಡ್ಕೊಂಡಿದ್ದೇವಿ. ಇವತ್ತು ನಮಗೆ ಈ ಪ್ರಾಂತ್ಯದಲ್ಲಿ ೧೫೦ ಎಕರೆ ತೋಟ, ೨೫ ಎಕರೆ ಗದ್ದೆ, ಕುಟ್ಟಾದಲ್ಲಿ ಟೀ ಎಸ್ಟೇಟ್, ೨ ಬಂಗ್ಲೆ, ೨ ಟ್ರ್ಯಾಕ್ಟರ್, ೫ ಲಾರಿ, ೧ ಜೀಪ್, ೨ ಕಾರ್ ಎಲ್ಲಾ ತಗಳ್ಳೋಕೆ ಸಾಧ್ಯ ಆಯ್ತು. ಬರಿ ನಿಮ್ಮ ತೋಟಾನ ಹಿಂದೆ ತಗೊಳ್ಳಿಕ್ಕೆ ನಿಮಗೆ ಹೇಗೆ ಕಸಿಮಿಸಿ ಆಗ್ತಾ ಇದೆಯೋ, ಅದೇ ತರಹ ನಿಮ್ಮ ಜಾಗದಿಂದ ಬಂದ ಸಂಪತ್ತನ್ನ ೧೨ ವರ್ಷದಿಂದ ಅನುಭವಿಸುತ್ತಿದ್ದೇವೆ ಅನ್ನೋ ಅಸಮಾಧಾನ ನಮಗೂ ಇದೆ. ಪ್ಲೀಸ್, ನಾವೇನು ನಿಮಗೆ ದಾನ ಕೊಡ್ತಾ ಇಲ್ಲ. ನಿಮ್ಮ ಜಾಗಾನಷ್ಟೇ ನೀವು ತಗೊಳ್ಳಿ. ನೀವು ನಮ್ಮ ತಂದೆಯ ಸ್ನೇಹಿತರು. ೧೫ ವರ್ಷ ಮಿಲಟರಿಯಲ್ಲಿ ಒಟ್ಟಿಗೆ ಇದ್ದಾಗ ಎಂಥೆಂಥ ದಿನಗಳನ್ನ ಒಟ್ಟಿಗೆ ಕಳೆದಿದ್ದೀರ. ಈಗ ಈ ಸಮಯದಲ್ಲಿ ನೀವು ಜೊತೆಯಲ್ಲಿದ್ರೆ ಅಪ್ಪಯ್ಯಂಗೂ ತೃಪ್ತಿ, ನಮಗೂ ಸಂತೋಷ." ರಘು ಹೃದಯ ಪೂರ್ವಕವಾಗಿ ನುಡಿದಾಗ ಮೂಕಾಗಿ ಹೋದರು ಕುಶಾಲಪ್ಪ.

"ರಘು ನಿಮ್ಮಪ್ಪ ದೇವರಂಥ ಮನುಷ್ಯ ಸರಿ.. ಆದ್ರೆ ಅವನ ಗಂಡು ಮಕ್ಕ ಹೇಗೋಂತ ಇಲ್ಲಿ ಬರೋದಕ್ಕೆ ನಂಗೆ ಹಿಂಜರಿಕೆ ಇತ್ತು. ಆದ್ರೆ ಸೋಮು ಕಾಗದದಲ್ಲಿ ನನ್ನ ಕಾಲು ಕಟ್ಟಿಬಿಟ್ಟಿದ್ದ. ಅದಕ್ಕೆ ಬರಬೇಕಾಯ್ತು. ಆದ್ರೆ ನಿನ್ನ ನೋಡಿದಮೇಲೆ, ನಿನ್ನ ಮಾತು ಕೇಳಿದಮೇಲೆ, ನಂಗೆ ನಾನು ರಿಟೈರಾಗಿ ನನ್ನ ಸ್ವಂತ ಮಗನ ಮನೆಗೆ ಬರ್ತಾ ಇದ್ದೇನಿ ಅನ್ನಿಸ್ತಿದೆಪ್ಪಾ. ನಿಜವಾಗ್ಲೂ ಮೋನೆ

ನಿನ್ನದು ಚಿನ್ನದಂತ ಮನಸ್ಸು." ಕುಶಾಲಪ್ಪ ತಮ್ಮ ಮನಸಿನಲ್ಲಿದ್ದ ಕ್ಲೇಶವನ್ನೆಲ್ಲ ಕಳೆದುಕೊಂಡು ನೆಮ್ಮದಿಯಿಂದ ಹೇಳಿದರು.

ಇಕ್ಕೆಲಗಳ ಕಾಫಿತೋಟಗಳನ್ನು ಹಿಂದೆ ಹಾಕಿದ ಜೀಪು ಟಾರು ರಸ್ತೆಯನ್ನು ಬಿಟ್ಟು ಮಣ್ಣಿನ ರಸ್ತೆಯನ್ನು ಹಾದು ಒಂದು ತಿರುವಿನಲ್ಲಿ ನಿಂತಿತು.

"ಆ ರೋಡಿನಿಂದ ಹೋದರೆ ಜೀಪ್ ಮನೆವರೆಗೂ ಹೋಗುತ್ತೆ. ಆದ್ರೆ ಲಾರಿ ಹೋಗಬೇಕಾದ್ರೆ ಇಲ್ಲಿಗೆ ಬರಬೇಕು". ಟಾರುರಸ್ತೆ ಹೋದ ದಿಕ್ಕನ್ನು ತೋರಿಸುತ್ತಾ ನುಡಿದ ರಘು ಜೀಪಿನಿಂದ ಕೆಳಗಿಳಿದ. ಅವರನ್ನು ಹಿಂಬಾಲಿಸಿ ಬಂದ ಲಾರಿ ಕೂಡ ನಿಂತಿತು.

"ಯಾರಿದ್ದೀರಿ ಅಲ್ಲಿ" ಪಕ್ಕದಲ್ಲಿದ್ದ ಬಾಳೆ ತೋಟದ ಕಡೆಗೆ ಮುಖ ಮಾಡಿ ಜೋರಾಗಿ ಶಿಳ್ಳೆ ಹಾಕಿ ಕರೆದ ರಘು.

"ಬಂದೆ ಬೊಳ್ಳ" ದನಿ ಕೇಳಿಸಿತು. ಜೊತೆಯಲ್ಲೇ ಸರಪರ ಸದ್ದು.

ಧ್ವನಿವರತ್ತ ತಿರುಗಿದ ರಘು "ನೋಡು ಲಾರಿನ ಅಲ್ಲಿ ಆ ಮೆಟ್ಟಿಲವರೆಗೂ ತಗೊಂಡು ಹೋಗಬಹುದು..."

ಅವನು ಲಾರಿಯವನಿಗೆ ನಿರ್ದೇಶಿಸುತ್ತಿದಂತೆ ಬನೀನಿನಂತ ನೂಲಿನ ಶರ್ಟು, ಮಂಡಿಯವರೆಗೂ ಬರುವ ಚಡ್ಡಿಯನ್ನು ಧರಿಸಿದ್ದ, ಕಟ್ಟುಮಸ್ತಾದ, ಎಣ್ಣೆಗೆಂಪು ಬಣ್ಣದ ಆಳೊಬ್ಬ ಬಂದ. ಅವನು ತಲೆಯ ಮೇಲೆ ಅಡಿಕೆಯ ಹಾಳೆಯ ಟೊಪಿಯೊಂದನ್ನು ಧರಿಸಿ, ಕಿವಿಯಲ್ಲೊಂದು ಅರ್ಧ ಉರಿದ ಬೀಡಿ ಸಿಕ್ಕಿಸಿಕೊಂಡಿದ್ದ. ಅವನ ಕೈಯಲ್ಲೊಂದು ಮಚ್ಚಿತ್ತು.

"ಏನು *ಬೊಳ್ಳ[1]... ".

"ನೋಡು ಈರಿ, ಈ ಲಾರಿಯ ಸಾಮಾನನ್ನು ಮನೆಗೆ ಸಾಗಿಸಬೇಕು. ಅಲ್ಲಿ ಮಾದ, ಕಾಳಂಗೆ ಹೇಳಿದ್ದೀನಿ. ಕರ್ಕೊಂಡು ಬಾ"

"ಈಗ ಬಂದುಬಿಡ್ತೀನಿ... ಬೊಳ್ಳ" ತಾನು ಕೈಯಲ್ಲಿ ಹಿಡಿದಿದ್ದ ಮಚ್ಚನ್ನು ಸೊಂಟಕ್ಕ ಸಿಕ್ಕಿಸಿಕೊಳುತ್ತಾ ತೋಟದತ್ತ ಓಡಿದ ಈರಿ."

ಡ್ರೈವರ್ ಲಾರಿಯನ್ನು ಹಿಂದಿರುಗಿಸಿ ನಿಧಾನವಾಗಿ ಮೆಟ್ಟಿಲಿಗೆ ಸ್ವಲ್ಪ ದೂರದಲ್ಲಿ ತಂದು ನಿಲ್ಲಿಸುವಲ್ಲಿಯೇ ಮಾದ, ಕಾಳ, ಈರಿ ಪ್ರತ್ಯಕ್ಷರಾದರು.

"ಮೆಮ್ಮಿ, ನೀನು ಕೆಳಗಿಳಿಮಾ. ಇಲ್ಲಿರೋ ಸಾಮಾನೆಲ್ಲ ನಾನು ಕೆಳಗಿಳಿಸ್ತೀನಿ.." ತಾಯಿಯತ್ತ ತಿರುಗಿ ನುಡಿದಲು ಅನುಪಮಾ .

ಬೋಜವ್ವನವರು ಕೆಳಗಿಳಿಯಲು ಪ್ರಯತ್ನಿಸಿದಾಗ ಕೆಲಸದವರಿಗೆ ನಿರ್ದೇಶನವನ್ನೀಯುತಿದ್ದ ರಘು ಅವರ ಸಹಾಯಕ್ಕೆ ಬಂದ. ಬೋಜವ್ವನವರು ಕೆಳಗಿಳಿದ ಮೇಲೆ ಅನುಪಮಳತ್ತ ತಿರುಗಿದ ರಘು.

"ನೀನೂ ಕೆಳಗಿಳಿದುಬಿಡು.. ಅದನ್ನೆಲ್ಲ ಆಳುಗಳು ಇಳಿಸಿಕೊಳ್ಳಾರೆ" ಎಂದ.

---

[1] ಬೊಳ್ಳ ಎಂದರೆ ಗಿರಿಜನ ಭಾಷೆಯಲ್ಲಿ ಧಣಿ ಎನ್ನುವ ಪದ

"ಬೇಡ. ಇಲ್ಲಿ ಪೂರಾ ಗಾಜಿನ ಸಾಮಾನಿದೆ. ನಾನಿಲ್ಲಿಂದ ಕೆಳಗೆ ಕೊಡ್ತೀನಿ. ಯಾರಾದ್ರೂ ಹುಷಾರಾಗಿ ಇಳಿಸಿಕೊಂಡ್ರೆ ಸರಿ."

" ಅದೂ ಒಳ್ಳೇದೆ. ಈ ಆಳುಗಳೋ ಮಹಾ ಒರಟರು. ಮಾದ ಇವ್ರು ಕೊಡೊ ಸಾಮಾನೆಲ್ಲ ಜಾಗ್ರತೆಯಾಗಿ ತಗೊಂಡೊಗಿ ಒಳಗಿಡು." ಎಂದು ಕುಶಾಲಪ್ಪನವರತ್ತ ನಡೆದ ರಘು.

"ಬನ್ನಿ ನೀವೇನೂ ಸ್ಟ್ರೇನ್ ಮಾಡ್ಕೋಬೇಡಿ. ನೀವು ಸ್ವಲ್ಪ ರೆಸ್ಟ ತಗೊಳಿ. ಇವರೆಲ್ಲ ನೋಡ್ಕೋತಾರೆ." ಅವರನ್ನು ಮತ್ತು ಬೊಜವ್ವನವರನ್ನು ಕರೆದುಕೊಂಡು ಬಲಗಡೆ ಕಲ್ಲನು ಜೋಡಿಸಿ ಮಾಡಿದ ಮೆಟ್ಟಲಿನತ್ತ ನಡೆದ ರಘು.

ಎಂಟು ಮೆಟ್ಟಿಲುಗಳನ್ನು ಏರಿದರೆ ವಿಶಾಲವಾದ ಅಂಗಳವಿದ್ದು ಎದಿರುಬದಿರಾಗಿ ಎರಡು ಹೆಂಚಿನ ಮನೆಗಳಿದ್ದವು.

"ಬಂದಿರಾ? ಸೌಖ್ಯವ?" ಅವರು ಅಂಗಳವನ್ನು ಪ್ರವೇಶಿಸುತ್ತಿದ್ದಂತೆ ಎದಿರುಮನೆಯ ಪಡಸಾಲೆಯಲ್ಲಿ ಕುಳಿತ್ತಿದ್ದ ವೃದ್ದರು. ಕೇಳಿದರು

"ಹಾಂ ಹಾಂ .. ಎಲ್ಲ ಸೌಖ್ಯ . ನೀವೆಲ್ಲ ಚೆನ್ನಾಗಿದ್ದೀರಾ" ಅವರ ಪರಿಚಯವಿಲ್ಲದ್ದಿದ್ದರೂ ಔಪಚಾರಿಕವಾಗಿ ಕೇಳಿದರು ಕುಶಾಲಪ್ಪ.

"ಅಂಕಲ್ ಇದು ನಮ್ಮ ಹಳೆಯ ಮನೆ." ಎಡಭಾಗದಲ್ಲಿ ಖಾಲಿಯಿದ್ದ ದೊಡ್ಡಮನೆಯತ್ತ ಕೈ ತೋರಿಸಿದ ರಘು. "ಈಗ ಇಲ್ಲೇ ಬನ್ನಿ.. ಸ್ವಲ್ಪ ಕಾಫಿ ಕುಡಿದು ಮತ್ತೆ ಮನೆ ನೋಡುವಿರಂತೆ" ಅವರನ್ನು ಕರೆದುಕೊಂಡು ಎದಿರು ಮನೆಯತ್ತ ನಡೆದ .

ಮರದ ಕಂಬಗಳನ್ನು ನಿಲ್ಲಿಸಿ ಕೂರಲು ಯೋಗ್ಯವಾಗುವಂತೆ ಮಾಡಿದ ವಿಶಾಲವಾದ ಪಡಸಾಲೆ, ಸೆಗಣಿಯ ನೆಲ. ದೊಡ್ಡದಾದ ಮರದ ಬಾಗಿಲು, ಕಿಟಕಿಗಳು. ನೆಲದಿಂದ ಗೋಡೆಯ ಅರ್ಧಭಾಗಕ್ಕೆ ಬರುವಂತೆ ಹಾಕಿದ್ದ ಟಾರು ಮತ್ತು ಸುಣ್ಣವನೊಳಗೊಂಡ ಗೋಡೆಗಳು. ಗೋಡೆಗೊರಗಿಸಿ ಇರಿಸಿದ್ದ ಮರದ ಕುರ್ಚಿ, ಬೆಂಚುಗಳು. ಮನೆಯ ಮುಂದೆ ಸಾಲು ಹೂವಿನ ಗಿಡಗಳು. ಆ ಗಿಡಗಳ ಎದುರಲ್ಲಿ ತನ್ನ ಸಂತತಿಯೊಂದಿಗೆ ಮೇಯುತಿದ ಕೋಳಿಗಳು.

ವಿಶಾಲವಾದ ಪಡಸಾಲೆಯಲ್ಲಿ ಹಾಕಿದ್ದ ದೊಡ್ಡ ಆರಾಮ ಕುರ್ಚಿಯಲ್ಲಿ ಕುಳಿತ್ತಿದ್ದ ಮುತಣ್ಣನವರಿಗೆ ೭೦ ದಾಟಿತ್ತು. ಮೂಳೆಚಕ್ಕಳಗಳಷ್ಟೇ ಉಳಿದಿದ್ದ ಅವರನ್ನು ಗೂರಲು ತುಂಬಾ ಪೀಡಿಸುತ್ತಿದ್ದುದರಿಂದ ಅವರು ಮಾತಾಡುವಾಗ ಮೇಲುಸಿರು ಬಿಡುತಿದ್ದರು.

"ಇವರು ನಮ್ಮ ತಂದೆಯ ಸ್ನೇಹಿತರು, ಕುಶಾಲಪ್ಪನವರು. ಇವರು ಬೊಜವ್ವ ಆಂಟಿ. " ಮುತಣ್ಣನವರಿಗೆ ಪರಿಚಯಿಸಿ "ಅಂಕಲ್ ಇವರು ಮುತ್ತಣ್ಣ ಮಾವ". ಕುಶಾಲಪ್ಪನವರತ್ತ ತಿರುಗಿ ಹೇಳಿದ ರಘು.

ಇಬ್ಬರು ಕೂಡವ ಪದ್ಧತಿಯಂತೆ ಅವರ ಪಾದ ಸ್ಪರ್ಶಮಾಡಿ ನಮಸ್ಕರಿಸಿದರು.

"ಸ್ವಾಮಿ ಇಗ್ಗುತಪ್ಪ ... ಒಳ್ಳೆಯದಾಗಲಿ" ಮುತ್ತಣ್ಣನವರು ಅವರ ತಲೆಯ ಮೇಲೆ ಕೈ ಇಟ್ಟು ಹರಸಿದರು.

"ಅಂದಾಗೆ ನಾನೇ ನಿಮಗೆ ನಮಸ್ಕರಿಸಲಿಲ್ಲ. " ತಟ್ಟನೆ ಬಾಗಿ ಅವರ ಕಾಲು ಮುಟ್ಟಿ ನಮಸ್ಕರಿಸಿದ ರಘು.

"ದೇವರು ನಿನ್ನ ಚೆನ್ನಾಗಿಟ್ಟಿರಲಪ್ಪ" ಅವನನ್ನು ಅಕ್ಕರೆಯಿಂದ ಹಿಡಿದೆತ್ತಿದರು ಕುಶಾಲಪ್ಪನವರು.

ಇವರು ಬಂದದನ್ನು ಕಿಟಕಿಯಿಂದಲೇ ಗಮನಿಸಿದ ಮುತ್ತಣ್ಣನವರ ಪತ್ನಿ ಅಕ್ಕಮ್ಮನವರು ಬಂದವರಿಗೆ ಕಾಫಿಯ ತಯಾರಿಕೆಯಲ್ಲಿದ್ದರು. ಅವರು ಮನೆಯನ್ನು ತಲುಪಿದಾಗ ತಾವು ಮಾಡುತ್ತಿದ್ದ ಕೆಲಸವನ್ನು ಮಗಳಿಗೆ ಒಪ್ಪಿಸಿ ಹೊರಬಂದರು.

"ಇವಳು ನನ್ನ ಧರ್ಮ ಪತ್ನಿ."ಒಳಗಿನಿಂದ ಬಂದ ಅಕ್ಕಮ್ಮನವರನ್ನು ಪರಿಚಯಿಸಿದರು ಮುತ್ತಣ್ಣನವರು. ಉಭಯ ಕುಶಲೋಪಚರಿಯಾಯಿತು.

"ಧರಣಿ ಏನು ಮಾಡ್ತಾ ಇದ್ದಾಳೆ?" ತಾನು ತೊಟ್ಟಿದ್ದ ಗಮ್ ಬೂಟ್ ಬಿಚ್ಚಿ ಒಳನಡೆದ ರಘು. ಅವನು ಬಂದಾಗ ಧರಣಿ ತಟ್ಟೆಗಳಲ್ಲಿ ತಿಂಡಿ ಜೋಡಿಸುತಿದ್ದಳು.

"ದಡ್ಡಿ ಬಂದವರಿಗೆ ಮೊದಲು ಕಾಲು ತೊಳೆಯೋಕೆ ನೀರು ಕೊಡಬಾರದ? ಅಷ್ಟು ದೂರದಿಂದ ಬಂದಿದ್ದಾರೆ... ಮೊದಲು ಮುಖ ತೊಳೆಯೋಕೆ ನೀರು ಕೊಡು.. ಆಮೇಲೆ ಕಾಫಿ ಕೊಡುವೆಯಂತ" ಅವಳಿಗೆ ಹೇಳಿದರೂ ತಾನೇ ಪಾತ್ರೆಗಳ ಸಾಲಿನಿಂದ ಹಿತ್ತಾಳೆಯ ಚೊಂಬನ್ನು ತೆಗೆದು ಮೂಗೊಲೆಯಲ್ಲಿ ಕಾಯುತಿದ್ದ ಬಿಸಿನೀರಿಗೆ ತಣ್ಣೀರು ಬೆರೆಸಿ ತೆಗೆದುಕೊಂಡು ಬಂದ. ಅವರಿಗೆ ನೀರು ಕೊಡುವಾಗ ನೆನಪಾದಳು ಅನುಪಮಾ .

"ಆಂಟಿ ನೀವು ಕಾಲು ತೊಳ್ಕೊಳ್ಳಿ.. ನಾನು ನಿಮ್ಮ ಮಗಳನ್ನ ಕರ್ಕೊಂಡು ಬರ್ತೀನಿ.." "ಬಬಿತಾ ಅವರಿಗೆ ಟವಲು ಕೊಡು.." ಅಲ್ಲಿಂದಲೇ ಕೂಗಿ ಒಳಗಿದ್ದ ಪುಟ್ಟ ಹುಡುಗಿಗೆ ಹೇಳಿ, ಶೂ ಹಾಕಿಕೊಂಡು ಲಾರಿಯತ್ತ ಬಂದ ರಘು.

ಅವನು ಬಂದಾಗ ಲಾರಿಯಿಂದ ಸಾಮಾನುಗಳನ್ನು ಇಳಿಸುವ ಕೆಲಸ ಭರದಿಂದ ಸಾಗಿತ್ತು. ಆದರೆ ಅನುಪಮಾಳ ಕೆಲಸ ಮುಗಿದು ಅವಳು ಕೆಳಗಿಳಿಯುವ ಬಗ್ಗೆ ಚಿಂತಿಸುತ್ತಿದ್ದಳು.

ಏಕಂದರೆ, ಇದೆ ಮೊದಲ ಬಾರಿ ಅವಳು ಲಾರಿ ಹತ್ತಿದ್ದು. ಬಾಗಿಲು ತೆಗೆದರೆ ಕಾಲಿಡಲು ನಿರ್ಮಿಸಿದ ಮೆಟ್ಟಿಲು ಕಾಣಿಸಿದರೂ ಅಲ್ಲಿಂದ ನೆಲಕ್ಕೆ ಸಾಕಷ್ಟು ದೂರವಿದ್ದುದರಿಂದ ಕೆಳಗಿಳಿಯುವುದು ಪ್ರಯಾಸದ ಕೆಲಸವೇ ಆಗಿತ್ತು. ಕಾರಣ ಲಾರಿ ನಿಂತಿದ್ದ ಜಾಗ ಸಮನಾಗಿರದೆ ಇಳಿಜಾರಿನದಾಗಿತ್ತು. ಆದುದರಿಂದ ಅಲ್ಲಿಂದ ಕೆಳಗೆ ಹಾರುವ ಬಗ್ಗೆಯೂ ಯೋಚಿಸುವಂತಿರಲಿಲ್ಲ. ಅಲ್ಲದೆ ಮಳೆಯಲ್ಲಿ ಕೆಸರಾಗಬಾರದೆಂದು ?.ಗಟ್ಟಾದ ದುಂಡು ಕಲ್ಲುಗಳನ್ನು

ಜೋಡಿಸಿದ್ದ ಜಾಗದಲ್ಲಿ ಆಯಾತಪ್ಪಿ ಬೀಳುವ ಸಂಭವವೇ ಹೆಚ್ಚಿದುದರಿಂದ ಅವಳು ಅಸಹಾಯಕಳಾಗಿ ಕುಳಿತ್ತಿದ್ದಳು.

"ನಿನ್ನ ಕೆಲಸ ಆಯ್ತಾ?"

" ಆಯ್ತು ಆದ್ರೆ ಇಳಿಯೋಕೆ..." ಸಂಕೋಚದಿಂದ ತೊದಲಿದಳು

"ಬಾ, ನಾನು ಹೆಲ್ಪ್ ಮಾಡ್ತೀನಿ.... ಸರಳವಾಗಿ ಅವಳತ್ತ ಕೈ ಚಾಚಿದ ರಘು

"ನೀವಾ?" ಅವಳ ಕಂಗಳು ವಿಶಾಲವಾಗಿ ಅರಳಿದವ್ವು.

ಅವಳ ಉದ್ಗಾರಕ್ಕೆ ಅವನ ಹುಬ್ಬು ಮೇಲೇರಿದವು. ಅವನು ಮುಂದೆ ಚಾಚಿದ ಕೈಯನ್ನು ಕೆಳಗಿಳಿಸಿ ಅವಳ ಅರಳಿದ ಕಂಗಳನ್ನೇ ದಿಟ್ಟಿಸಿದ. ಅವಳ ಕಪ್ಪು ಬೊಗಸೆ ಕಂಗಳು ಜೋಡಿ ಭ್ರಮರಗಳಂತೆ ಹೊಳೆಯುತಿದ್ದವು. ಆ ಕಂಗಳ ಸೆಳೆತದಲ್ಲಿ ತಾನು ಸಿಕ್ಕಿಕೊಳುತ್ತಿರುವ ಭಾವನೆ ಬರುತ್ತಿದ್ದಂತೆ ಬೆಚ್ಚಿ ಅವುಗಳಿಂದ ಬಿಡಿಸಿಕೊಳುವ ಪ್ರಯತ್ನ ಮಾಡುತ್ತ ನೋಟ ಕೆಳಗಿಳಿಸಿದ ರಘು. ಆದರೆ ಅವನ ನೋಟ ಅವಳ ನಯವಾದ ಕದಪುಗಳಿಂದ ಜಾರುವ ಬದಲು ಅವಳ ಕನ್ನೆಯಲ್ಲಿ ಪ್ರತಿಫಲಿಸುತ್ತಿದ್ದ ಹೊಂಗಿರಣದಲ್ಲಿ ಕೇಂದ್ರಿತವಾಯಿತು. ಈಗ ಆಸಕ್ತಿಯಿಂದ ಒಂದುಕ್ಷಣ ಎವೆಯಿಕ್ಕದೆ ಅವಳನ್ನೇ ದಿಟ್ಟಿಸಿದ ರಘು.

ತಾವರೆಯ ಮೈಬಣ್ಣ, ಭ್ರಮರ ಕಂಗಳು, ಕುಡಿ ಹುಬ್ಬು, ಮಾಟವಾದ ಮೂಗು, ಶುಭ್ರವಾದ ತುಂಬುಗೆನ್ನೆ, ಹವಳದ ಹೂವಿನಂಥ ತುಟಿ, ದುಂಡುಗಲ್ಲ, ಆ ಮುದ್ದು ಮುಖದ ಮಾರ್ದವತೆ ಕ್ಷಣಕಾಲ ಅವನ ಮೈಮರೆಸಿತು. ಅವಳು ತೊಟ್ಟಿದ್ದ ತಿಳಿ ಹಳದಿಯ ಬಣ್ಣದ ಚೂಡಿದಾರ್ ಅವಳ ವ್ಯಕ್ತಿತ್ವಕ್ಕೆ ಚಿನ್ನದ ಮೆರುಗನ್ನು ಕೊಟ್ಟಿತು. 'ಸಾಕ್ಷಾತ್ ದೇವಕನ್ನಿಕೆ' ಮನದಲ್ಲೆಂದುಕೊಂಡ.

ಮರುಕ್ಷಣವೇ ಎಚ್ಚೆತ್ತ ರಘು "ನೀನೊಬ್ಬಳೇ ಅಂತೂ ಇಳಿಯೋಕ್ಕಾಗೋಲ್ಲ. " ಅವಳ ತಾವರೆ ಕನ್ನೆಗಳು ದಾಸವಾಳವಾಗುತಿದ್ದದನ್ನು ಗಮನಿಸಿ ನುಡಿದ.

ಅದು ಅವಳಿಗೂ ಗೊತ್ತಿತ್ತು. ಆದರೆ ಓರ್ವ ಅಪರಿಚಿತ ಯುವಕನ ಕೈ ಹಿಡಿದು ಹೇಗೆ ಇಳಿಯುವುದು?.. ವಿಧಿಯಿಲ್ಲದೇ ತಾನು ತೊಟ್ಟಿದ್ದ ಚಪ್ಪಲಿ ಬಿಚ್ಚಿ, ತನ್ನೆರಡು ಕಾಲುಗಳನ್ನು ಲಾರಿಯ ಮೆಟ್ಟಿಲಿನ ಮೇಲಿಟ್ಟು ಒಂದು ಕೈಯಲ್ಲಿ ಬಾಗಿಲು ಹಿಡಿದು ಮುಂದೆ ಬಾಗಿದಳು.

ಈಗ ರಘುವಿಗೆ ಅವಳ ಉದ್ಧಾರ ಸರಿಯೆನಿಸಿತು. ಕುಶಾಲಪ್ಪನವರನ್ನು ಹಾಗು ಬೋಜವ್ವನವರನ್ನು ಸರಾಗವಾಗಿ ಇಳಿಸಿಬಿಟ್ಟಿದ್ದ ರಘು. ಆದರೆ ಈ ಹುಡುಗಿಯನ್ನು ಮುಟ್ಟುವುದು ಹೇಗೆ?

" ಭುಜದ ಮೇಲೆ ಕೈಯಿಟ್ಟು ಇಳಿ". ಕೈ ಹಿಡಿದು ಇಳಿಯಲು ಸಾಧ್ಯವಾಗದಿದ್ದಾಗ ನುಡಿದ.

"ಒಳ್ಳೆ ಕಷ್ಟ ಆಯಿತು" ಮನದಲ್ಲೇ ಮಿಡುಕುತ್ತ ಅವನ ಭುಜ ಹಿಡಿದುಕೊಂಡು ಜಾಗ್ರತೆಯಾಗಿ ಇಳಿಯಲು ಪ್ರಯತ್ನಿಸಿದಳು ಅನುಪಮಾ. ಅವಳೆಷ್ಟೇ ಜಾಗ್ರತೆ ವಹಿಸಿದರು ಕೂಡ ಅವಳ ಹೆಚ್ಚಿನ ಗಮನ ಅವನ ಬುಜದ ಮೇಲಿದ್ದ ತನ್ನ ಕೈಗಳತ್ತಲೇ ಇದ್ದುದರಿಂದ, ಅವಳಿಗೆ ಆಯಾ ತಪ್ಪಿ ಜೋಲಿ

ಹೂಡೆಯುವಂತಾಯಿತು. ಗಾಬರಿಯಿಂದ ಅವನನ್ನು ಅಪ್ಪಿಕೊಂಡುಬಿಟ್ಟಳು ಅನುಪಮಾ .

"ಮೈ ಗಾಡ್" ಉದ್ಗರಿಸಿ ಅವಳನ್ನು ಬೀಳದಂತೆ ಹಿಡಿದುಕೊಂಡ ರಘು. ಪೂರ್ತಿಯಾಗಿ ಅವನಿಗೊರಗಿಯೇ ಜಾರಿದಳು ಅನುಪಮಾ.

ಅತಿಯಾದ ಜಾಗ್ರತೆ ವಹಿಸುವ ಭರದಲ್ಲಿ ಅವನ ಮೇಲೆಯೇ ಬಿದ್ದಿದ್ದಳು. ಮನದಲ್ಲಿ ತನ್ನನ್ನು ತಾನೇ ಹಳಿದುಕೊಂಡಳು ಅನುಪಮ. ಒಂದು ಕ್ಷಣ ಅವಳಿಗೆ ಅವನನ್ನು ನೋಡುವ ಧೈರ್ಯವಾಗಲಿಲ್ಲ. "ಸಾರಿ" ಮೆಲುವಾಗಿ ನುಡಿದಳು.

"ನೋ ಪ್ರಾಬ್ಲಮ್" ಎಂದು ವರ್ಣರಂಜಿತವಾದ ಅವಳ ಮುಖವನ್ನೇ ನೋಡಿದ ರಘು. ಅವನ ತುಟಿಗಳಲ್ಲಿ ನಗುವರಳಿತು. ಅವಳ ಸಂಕೋಚವನ್ನು ಹೋಗಲಾಡಿಸುವ ಸಲುವಾಗಿ ಏನೋ ಹೇಳಲು ಹೋದ ರಘು.

ಅಷ್ಟರಲ್ಲಿ ಅವನ ಮುಖವನ್ನು ನೋಡುವ ಧೈರ್ಯವಾಗದೆ ಚಪ್ಪಲಿಯನ್ನು ತೆಗೆದುಕೊಳ್ಳುವ ನೆಪದಿಂದ ಅವನಿಗೆ ಬೆನ್ನು ಹಾಕಿದಳು ಅನುಪಮಾ. ಈಗವನ ನೋಟ ಅವಳ ಬೆನ್ನ ಮೇಲಿಂದ ಹಾದು ಹೆಚ್ಚು ಕಡಿಮೆ ಮಂಡಿಯನ್ನು ಸೋಕುತ್ತಿದ್ದ ಜಡೆಯಲ್ಲಿ ಕೀಲಿಸಿಹೋಯಿತು. ಕಪ್ಪನೆ ಮಿರಿ ಮಿರಿ ಮಿಂಚುವ ನಿಡುಜಡೆಯನ್ನೇ ನೋಡುತ್ತಾ 'ನಿಜವಾಗಲೂ ಅದ್ಭುತ ಸುಂದರಿ' ಎಂ ದುಕೊಂಡ. ಅವನಿಗೆ ಪದಗಳೆಲ್ಲ ಮರೆತುಹೋದವು

ಚಪ್ಪಲಿಯನ್ನು ತೆಗೆದು ಹಾಕಿಕೊಂಡು ನಿಧಾನವಾಗಿ ಚಪ್ಪಲಿಯ ಬೆಲ್ಟ್ ಕಟ್ಟಿಕೊಂಡಳು ಅನುಪಮಾ .

"ಸ್ಲಿಪ್ಪರ್ಸ್ ಹಾಕದೆ ಹೋಗಿದ್ರೆ ಒಳ್ಳೆದಿತ್ತು." ಒಂದಿಂಚು ಹೀಲ್ಸ್ ಇದ್ದ ಅವಳ ಚಪ್ಪಲಿಯನ್ನು ನೋಡುತ್ತಾ ಹೇಳಿದ.

"ಯಾಕೆ" ಮೆಲ್ಲನೆ ಕೇಳಿದಳು

"ಸಿಟಿಯ ಸಿಮೆಂಟ್ ರೋಡಿನಲ್ಲಿ ಓಡಾಡಿದ ಕಾಲುಗಳಿಗೆ ಇಲ್ಲಿ ಬರಿಗಾಲಲ್ಲಿ ನಡೆಯೋದೆ ಕಷ್ಟ .."

"ಹಾಗಾದ್ರೆ ಬಿದ್ತೀನಿ.." ಅವನು ಹೇಳಿದಂತೆ ಕಾಲು ಜಾರತೊಡಗಿದಾಗ ನುಡಿದಳು

"ಇರಲಿ ಬಿಡು ಎರಡು ಹೆಜ್ಜೆ ತಾನೇ. ಇಷ್ಟು ದಾಟಿದರೆ ಆಯ್ತು" ರಘು ಹೇಳಿದಾಗ ಅವಳಿಗೂ ಹೌದೆನಿಸಿತು. ನೇರವಾಗಿ ನಿಂತು ಸುತ್ತಲೂ ಕಣ್ಣಾಡಿಸಿದಳು.

ಎಡಭಾಗದಲ್ಲಿ ಬೇಲಿಯಿಂದಾವೃತ್ತವಾದ, ಬಾಳೆ ಹಾಗೂ ಅಡಿಕೆಯನ್ನೊಳಗೊಂಡ ತೋಟ, ಬಲಗಡೆ ಕೆಂಪು ಹಾಗು ಕಡುಗಪ್ಪು ಬಣ್ಣದ ಮಣ್ಣು ಹಾಗು ದುಂಡು ಕಲ್ಲುಗಳಿಂದಾದ ದಿಬ್ಬ, ದಿಬ್ಬದ ಅಂಚನ್ನಾವರಿಸಿದ ಗಾಂಧಿ ಗುಲಾಬಿ, ಚಿತ್ರಾಂಗಿ ಫರ್ನ್ ಗಿಡಗಳು, ಗರಿಕೆ ಹಾಗು ಹುಲ್ಲಿನ ಹೊದಿಕೆ. ದಿಬ್ಬದ ಮೇಲಿದ್ದ ಸಮತಟ್ಟು

ಪ್ರದೇಶದಲ್ಲಿ ಸೀಬೆ, ಸಪ್ಪೋಟ, ರಾಮಫಲ ಹಾಗೂ ಹೂವಿನ ಗಿಡಗಳು. ಅದಕ್ಕೆ ಹೊಂದಿಕೊಂಡಂತೆ ಎರಡು ಹೆಂಚಿನ ಮನೆಗಳು.

ತಣ್ಣನೆಯ ಶೀತಲ ಗಾಳಿಯನ್ನು ಧೀರ್ಘವಾಗಿ ಎಳೆದುಕೊಂಡಳು ಅನುಪಮಾ. ಹಿತವೆನಿಸಿತು. ಎಲ್ಲೆಡೆಯೂ ಮರಗಳಿದ್ದುದರಿಂದ ಆ ಜಾಗ ತುಂಬಾ ತಂಪಾಗಿತ್ತು. ನಿರ್ಮಲವಾದ ಆಗಸ. ನೀರಿನ ವಾಸನೆಯನ್ನು ಹೊತ್ತ ಗಾಳಿ, ಮನವರಳಿಸುವ ಹಸಿರು. ಅವಳ ಮುಖವರಳಿ ತುಟಿ ಬಿರಿಯಿತು.

"ಹೇಗಿದೆ ನಮ್ಮೂರು?" ಅರಳಿದ ಅವಳ ಮುಖವನ್ನೇ ನೋಡುತ್ತಾ ಕೇಳಿದ ರಘು

"ಹೇಗಿದೆಂತ ಹೇಳ್ಲಿ?" ನಿಂತಲ್ಲೇ ತಲೆ ಎತ್ತಿ ನೋಡುತ್ತಾ ಒಂದು ಬಾರಿ ತಿರುಗಿದಳು. "ಸ್ವರ್ಗ ಜಸ್ಟ್ ಹೆವನ್" ಅವನೂಹಿಸಿದಕ್ಕಿಂತ ಹೆಚ್ಚಿನ ಉತ್ಸಾಹದ ನುಡಿಗಳು ಪುಟಿದು ಬಂದಾಗ ಕಣ್ಣು ಕಿರಿದುಗೊಳಿಸಿ ಅವಳನ್ನೇ ಅಚ್ಚರಿಯಿಂದ ನೋಡಿದ. ಅವಳ ಕಂಗಳ ಪರವಶತೆ ಅವನನ್ನು ಬಹಳವಾಗಿ ಸೆಳೆಯಿತು.

"ಹಾಂ ಹಾಂ, ಎರಡು ದಿನ ಇದು ಸ್ವರ್ಗಾನೆ..ದಕ್ಷಿಣ ಕಾಶ್ಮೀರಾನೇ. ಆದ್ರೆ ಇಲ್ಲಿನ ಬೋರ್ ಮಾತ್ರ ಯಾರಿಗೂ ಬೇಡ.." ನಗುತ್ತ ನುಡಿದ ರಘು.

"ಉಹುಂ ನಂಗಂತೂ ಬೋರಗೋಲ್ಲ. ನಂಗೆ ಮಲೆನಾಡಾಂದ್ರೆ ತುಂಬಾ ಇಷ್ಟ.." ಅವನ ಮಾತನೊಪ್ಪದೆ ನುಡಿದಳು ಅನುಪಮಾ

"ನೋಡೋಣ ಇನ್ನೆರಡು ತಿಂಗಳಾದ್ಮೇಲೆ ಏನನ್ನಿಸುತೇಂತ.." ಮನೆಯತ್ತ ಹೆಜ್ಜೆ ಹಾಕತೊಡಗಿದ ರಘು.

"ನೋಡಿ ನಿಮಗೆ ಗೊತ್ತಾಗುತ್ತೆ..." ಅವನ ಜೊತೆ ಹೆಜ್ಜೆ ಹಾಕುತ್ತ ನುಡಿದಳು ಅನುಪಮಾ.

ಎರಡು ಹೆಜ್ಜೆ ಮುಂದೆ ನಡೆದಾಗ ಎಡಬದಿಯಲ್ಲಿ ವಿಶಾಲವಾದ ಮಣ್ಣಿನ ದಾರಿ ಕಾಣಿಸಿತು. ಅತ್ತ ನೋಡಿದಾಗ, ಒಂದು ಬಾವಿ, ಬಾವಿಯ ಪಕ್ಕದಲ್ಲಿ ಎರಡು ಹುಲ್ಲಿನ ಮನೆ ಕಾಣಿಸಿತು. ಅವಳ ಕಂಗಳಲ್ಲಿ ಕುತೂಹಲವನ್ನು ಗಮನಿಸಿದ ರಘು...

"ನಾವು ಇಲ್ಲಿಂದಲೇ ನೀರು ತರೋದು ಅಲ್ಲಿ ಕಾಣೋದು ಸ್ನಾನದ ಮನೆ. ಸ್ನಾನದ ಮನೇನ ಬಾವಿಯ ಹತ್ತಿರ ಕಟ್ಟಿಸೋದರಿಂದ ಸ್ನಾನಕ್ಕೆ ನೀರು ಹೊರುವ ಕೆಲಸ ಕಮ್ಮಿಯಾಗುತ್ತೆ.."

"ಅಂದ್ರೆ ನಾವೀಗ ಇಲ್ಲಿಂದ ನೀರು ತಗೊಂಡೋಗ್ಬೇಕಾ?" ಗಾಬರಿಯಿಂದ ಕೇಳಿದಳು ಅನುಪಮಾ.

ಜೋರಾಗಿ ನಕ್ಕ ರಘು "ಇನ್ನೇನು ಅಂದ್ಕೊಂಡೆ? ಮಲೆನಾಡಲ್ಲಿ ಸಿಟಿ ತರ ಓವರ್ ಹೆಡ್ ಟ್ಯಾಂಕ್, ಅಡಿಗೆ ಮನೆಗೊಂದು, ಬಚ್ಚಲು ಮನೆಗೊಂದು ನಲ್ಲಿ ಇರುತ್ತೆ ಅಂದ್ಕೊಂಡ್ಯಾ" .. ಎಂದ.

ಅವನ ಮಾತನ್ನು ಕೇಳಿ ಸುಸ್ತಾದಲು ಅನುಪಮಾ . ಅವಳ ಮಲೆನಾಡಿನ ಮೋಹ ಕೊಂಚ ಕಡಿಮೆಯಾದಂತೆನಿಸಿತು "ಮನೆ ಬಾವಿ ಹತ್ರ ಇದ್ದಿದ್ರೆ?" ಅವಳ ಆಲೋಚನೆ ನುಡಿಗಳಾಗಿ ರೂಪುಗೊಂಡವು

"ಮಳೆಗಾಲದಲ್ಲಿ ನೀರು ನುಗ್ಗಿ ಮನೇಲಿರೋಕಾಗೊಲ್ಲ. ಮನೆ ತುಂಬಾ ನೀರು ತುಂಬಿಕೊಳುತ್ತೆ. ಇಲ್ಲೆಲ್ಲಾ ಕೆಸರಾಗುತ್ತೆ .. ಅದಕ್ಕೆ ಆದಷ್ಟು ಮನೆಗಳನ್ನ ಎತ್ತರದ ಪ್ರದೇಶದಲ್ಲಿ ಕಟ್ಟಿಸ್ತೀವಿ... ಆದರೆ ಎತ್ತರದಲ್ಲಿ ಬಾವಿ ಕೊರೆಸೋಕ್ಕಾಗೋದಿಲ್ಲ..." ವಿವರಿಸಿದ ರಘು

"ಓಹ್.." ನಿರಾಶೆಯಿಂದ ಉದ್ಗರಿಸಿದಲು ಅನುಪಮಾ .

"ಡೋಂಟ್ ವರಿ... ಈಗ ಆ ಚಿಂತೆ ಇಲ್ಲ...ಇಲ್ಲಿಗೆ ಮೋಟಾರ್ ಫಿಟ್ ಮಾಡಿ ಮೇಲೆ ನಮ್ಮನೆಗೆ ಪೈಪ್ ಲೈನ್ ಎಳೆಸಿದ್ದೀವಿ.. ಈಗ ನೀರು ಮೇಲೇನೆ ಬರುತ್ತೆ..."

ಮಾತಿನತ್ತ ಗಮನ ಹರಿದಾಗ ಅನುಪಮಾಳ ಕಾಲು ಸ್ವಲ್ಪ ಜಾರಿತು. ಅವಳು ಸಾವರಿಸಿಕೊಳ್ಳಲು ಪ್ರಯತ್ನಿಸುವಷ್ಟರಲ್ಲೇ ಪಾದದಲ್ಲಿ ಅಸಾಧಾರಣ ನೋವು ಕಾಣಿಸಿಕೊಂಡಿತು ತಟ್ಟನೆ ಕುಸಿದು ಕುಳಿತಲು ಅನುಪಮಾ .

"ಏನಾಯ್ತು?" ಅವಳತ್ತ ನೋಡಿದಾಗ ಅವಳು ಕಾಲು ಹಿಡಿದು ಕುಳಿತ್ತಿದ್ದಲು... ಅವಳ ಕಂಗಳಲ್ಲಿ ನೀರಿತ್ತು.

"ಕಾಲೇನಾಯ್ತು? ಉಳುಕಿತಾ?"

ಅವಳಿಗೆ ಅಳು ಬರುವಂತಾಯ್ತು. ತಾನಾಗಲೇ ಚಪ್ಪಲಿ ಬಿಚ್ಚಿ ಬಿಡಬೇಕಾಗಿತ್ತು. ಕಾಲು ಉಳುಕಿ ಅಸಾಧ್ಯ ನೋವು ಹಿಮ್ಮಡಿಯಲ್ಲಿ ಹರಡಿದಾಗ ಮುಖ ಕಿವುಚಿದಲು ಅನುಪಮಾ. ಹಾಗೆ ಅಲ್ಲಿದ್ದ ಕಲ್ಲಿನ ಮೇಲೆ ಕುಳಿತು ಚಪ್ಪಲ್ಲಿ ಬಿಚ್ಚಿದಲು. ರಘು ಅವಳ ಪಕ್ಕದಲ್ಲಿ ಕುಳಿತು ಅವಳ ಕಾಲ ಮೇಲೆ ಕೈಯಾಡಿಸಿದಾಗ ಅವಳು ಗಡಬಡಿಸಿ ಕಾಲೆಳೆದುಕೊಂಡಲು. ನೋವು ಇನ್ನಷ್ಟು ಹೆಚ್ಚಿತು.

"ಕಾಲು ಉಳುಕಿದೆ ... ಎರಡೇ ಹೆಜ್ಜೆ. ಮೇಲೆ ಹೋಗಿಬಿಟ್ಟೆ ಮಾವಿ ಮನೇಲಿ ಉಳುಕಿನ ಎಣ್ಣೆ ಇದೆ. " ಅವಳ ತೋಳನ್ನಿಡಿದು ಎಬ್ಬಿಸಿದ.

ಬಲಗಾಲಿನ ಮೇಲೆ ಭಾರ ಬಿಡಲಾಗಲಿಲ್ಲ ಅನುಪಮಳಿಗೆ. ಅವಳು ಪಕ್ಕಕ್ಕೆ ತಿರುಗಿ ಮುಖ ಕಿವುಚಿದಾಗ ಅವಳನ್ನು ಅನಾಮತ್ತು ಎತ್ತಿಕೊಂಡು ಹೋಗಿಬಿಡಲೇ ಅಂದುಕೊಂಡ ರಘು. ಅವಳ ಕಂಗಳು ಒದ್ದೆಯಾಗುವುದನ್ನು ಕಂಡಾಗ, ಹಾಗೆ ಮಾಡುವುದೇ ಒಳ್ಳೆಯದೆಂದುಕೊಂಡ.

"ಪ್ಲೀಸ್ ಸ್ವಲ್ಪ ಪ್ರಯತ್ನಪಟ್ಟು ಒಂದೆರಡು ಹೆಜ್ಜೆ ಹಾಕಿಬಿಡು ... ಹಾಂ ಹಾಗೆ.". ಅವನು ಅವಳಿಗೆ ಆಸರೆಯಾಗಿ ಅವಳ ತೋಳನ್ನು ಬಳಸಿದಾಗ ಅವನ ಮುಖವನ್ನು ನೋಡಿದಲು ಅನುಪಮಾ. ಅವನ ಮುಖದಲ್ಲಿ ನಿಜವಾದ ಸ್ನೇಹ ಕಾಳಜಿ ಮನೆಮಾಡಿತು. ಅಲ್ಲಿ ಯಾವುದೇ ಕಪಟವಿರಲಿಲ್ಲ.

ಅವಳ ಸಂಕೋಚ ಮರೆಯಾಯಿತು. ಅವನ ತೋಳನ್ನು ಹಿಡಿದುಕೊಂಡು ಬಲಗಾಲಿನ ಮೇಲೆ ಹೆಚ್ಚು ಭಾರ ಬೀಳದಂತೆ ನಡೆಯುತಲ್ಲ ಮೇಲೆ ಬಂದಲು.

"ಅಂತೂ ನಮ್ಮ ಊರೊಳ್ಳೆ ವೆಲ್ಕಮ್ ಕೂಡ್ತಾ ಇದೆ." ಅವನು, ಪ್ರಯಾಸಪಟ್ಟು ಕಲ್ಲಿನ ಮೆಟ್ಟಿಲು ಹತ್ತಿ ಮೇಲೆ ಬಂದ ಅನುಪಮಾಳತ್ತ ತಿರುಗಿ ನುಡಿದ.

"ಮೊದಲನೇ ದಿನ ನೆನಪಿರಲೀಂತ" ಅನುಪಮಾ ನೋವನ್ನೂ ಮರೆತು ನಕ್ಕಾಗ ಮೆಚ್ಚಿಗೆ ಎನಿಸಿತು ರಘುವಿಗೆ.

"ಏನಾಯ್ತು? ಏನಾಯ್ತು ಅನೂ.. ಕಾಲಿಗೇನು ಮಾಡಿಕೊಂಡೇ" ಮಗಳು ರಘುವಿನ ಸಹಾಯದಿಂದ ಕುಂಟುತ್ತಾ ಬಂದುದನ್ನು ಕಂಡು ಗಾಭರಿಯಿಂದ ಧಾವಿಸಿ ಬಂದರು ಬೋಜವ್ವ.

"ಏನಿಲ್ಲ ಆಂಟಿ, ಸಿಮೆಂಟ್ ನೆಲದ ಮೇಲೆ ಓಡಾಡುತ್ತಿದ್ದ ಕಾಲನ್ನ ನಮ್ಮ ಕಲ್ಲಿನ ನೆಲ ಸ್ವಲ್ಪ ಕಚ್ಚಿ ಬಿಡ್ತು ಅಷ್ಟೆ.." ನಗುತ್ತ ಹೇಳಿದ.

"ತುಂಬಾ ನೋಯ್ತಾ ಇದ್ಯಾ ಅನೂ" ಕಕ್ಕುಲಾತಿಯಿಂದ ಕೇಳಿ ಅವಳ ಪಾದದತ್ತ ನೋಡಿದರು ಬೋಜವ್ವ. ಅನುಪಮಾಳ ಬಲಗಾಲಿನ ಪಾದ ಊದಿಕೊಂಡಿತ್ತು.

"ಉಳುಕಿನ ಎಣ್ಣೆ ಉಜ್ಜಿ ಮೇಲೆ ಬಿಸಿನೀರು ಹಾಕಿದ್ರೆ ಸರಿಹೋಗುತ್ತೆ..ಶ್ಯಾಮ್ ಧರಣಿ ಹತ್ರ ಎಣ್ಣೆ ಇಸ್ಕೊಂಡು ಬಾ.." ಅಲ್ಲಿದ್ದ ಚಿಕ್ಕ ಹುಡುಗನಿಗೆ ಆದೇಶಿಸಿದ ರಘು.

"ನಾನೇ ತರ್ತೀನಿ ಇರು.." ಅಕ್ಕಮ್ಮನವರು ತಾವೇ ಒಳಹೋದರು.

ಪುನಃ ಮುತ್ತಣ್ಣನವರ ಮನೆಯ ಮೆಟ್ಟಿಲು ಹತ್ತಲಾರದೆ ಮೆಟ್ಟಲಿನ ಇಕ್ಕೆಲಗಳಲ್ಲಿದ್ದ ಸಿಮೆಂಟ್ ಕಟ್ಟೆಯ ಮೇಲೆ ಕುಳಿತುಕೊಂಡಳು ಅನುಪಮಾ.

ಎರಡೇ ನಿಮಿಷದಲ್ಲಿ ಉಳುಕಿನ ಎಣ್ಣೆಯೊಂದಿಗೆ ಹಾಜರಾದರು ಅಕ್ಕಮ್ಮನವರು. ಅದನ್ನು ತೆಗೆದುಕೊಂಡು ಕೈಯಲ್ಲಿ ಹಾಕಿಕೊಂಡು ನಿಧಾನವಾಗಿ ಮಗಳ ಕಾಲಿನ ಮೇಲೆ ಹಚ್ಚತೊಡಗಿದರು ಬೋಜವ್ವ.

"ಹಾಗಲ್ಲ ಆಂಟಿ, ಮೇಲಿಂದ ಕೆಳಗೆ ಬರುವಂತೆ ನೀವಬೇಕು.. ಕೂಡಿ ಇಲ್ಲಿ ನಾನು ಹಚ್ತೀನಿ.." ಬೋಜವ್ವನವರನ್ನು ಗಮನಿಸುತ್ತಿದ್ದ ರಘು ಮುಂದೆ ಬಂದಾಗ ತಟ್ಟನೆ ಕಾಲು ಹಿಂದಕೆಳೆದುಕೊಂಡಳು ಅನುಪಮಾ.

"ಇರಲಿ ಬಿಡು ಮೊನೆ ನಾನೆ ಹಚ್ತೀನಿ" ಬೋಜವ್ವನವರು ತಮ್ಮ ಕೆಲಸ ಮುಂದುವರಿಸಿದರು

"ಕೂಡಿ ನಿಮಗೆ ಹಚ್ಚೋಕೆ ಬರೋಲ್ಲ. ನೋಡಿ ನಾನು ಹಚ್ಚಿದ ಎಣ್ಣೆಗೆ ನಾಳೆ ಹೊತ್ತಿಗೆ ಪೂರ್ತಿ ವಾಸಿಯಾಗಿ ಬಿಡ್ಬೇಕು.." ಅವನು ಬಿಡದೆ ಅವರಿಂದ ಎಣ್ಣೆ ತೆಗೆದುಕೊಂಡ.

"ಇರಲಿ ಬಿಡಿ ಈಗ ನೋವ್ರು ಕಡಿಮೆಯಾಗಿದೆ.." ರಘು ಎಣ್ಣೆಯ ಬಾಟಲಿ ತೆಗೆದುಕೊಂಡಾಗ ಕಸಿಮಿಸಿಗೊಂಡು ನುಡಿದಳು ಅನುಪಮಾ.

ರಘು ಮಾತಾಡದೆ ಕೈಗೆ ಎಣ್ಣೆಯನ್ನು ಹಾಕಿಕೊಂಡು ಅವಳ ಕಾಲಿಗೆ ಸವರಿ ಮೇಲಿಂದ ಕೆಳಗೆ ಬರುವಂತೆ ನೀವತೊಡಗಿದ.

ಯಾವುದೇ ಬಿಗುಮಾನವಿಲ್ಲದೆ ಓರ್ವ ಡಾಕ್ಟರಂತೆ ಮೆಟ್ಟಲಿನ ಮೇಲೆ ಕುಳಿತು ತನ್ನ ಕಾಲಿಗೆ ಎಣ್ಣೆ ತಿಕ್ಕುತಿದ್ದ ರಘುವನ್ನೇ ನೋಡಿದಳು ಅನುಪಮಾ.

ತಾನಿಲ್ಲಿ ಬರಲು ಎಷ್ಟು ಹೆದರಿದ್ದೆ. ಒಮ್ಮೆಯೂ ನೋಡದ ಜನರ ಮಧ್ಯದಲ್ಲಿ, ಅದೂ ಅವರು ಕೂಡುವ ಐದೆಕರೆ ತೋಟದಲ್ಲಿ ಇರುವುದು ತುಂಬಾ ಹಿಂಸೆ ಎನಿಸಿತ್ತು. ಅಣ್ಣನಂತೂ ಬೇಡವೇ ಬೇಡವೆಂದಿದ್ದ

ಒಲ್ಲದ ಮನಸ್ಸಿನಿಂದ ಇಲ್ಲಿ ಬಂದವಳಿಗೆ ಎದುರಾದವ ರಘು. ಅವನ ಧೀಮಂತ, ಸ್ನೇಹಮಯ ವ್ಯಕ್ತಿತ್ವ ಅವಳ ಅಳುಕನ್ನು ಸ್ವಲ್ಪಮಟ್ಟಿಗೆ ಕಡಿಮೆಗೊಳಿಸಿತ್ತು. ಆದರೆ ರಘು ತಾನೂಹಿಸಿದ್ದಕ್ಕಿಂತ ಸಹೃದಯಿ. ಅವನ ಗಂಭೀರ ಶಾಂತ ಮುಖವನ್ನೇ ದಿಟ್ಟಿಸಿದಳು. ಅವನೊಂದು ವ್ಯಕ್ತಿಯಾಗದೆ ಶಕ್ತಿಯಾಗಿ ತೋರಿಬಂದ. ಅವಳದೆ ಕೃತಜ್ಞತೆಯಿಂದ ಭಾರವಾಯಿತು.

"ಇನ್ನರ್ಧ ಘಂಟೆ ಬಿಟ್ಟು ಬಿಸಿನೀರು ಹಾಕಿಕೊಂಡ್ರೆ ನೋವು ಪೂರ್ತಿ ಹೊರಟುಹೋಗುತ್ತೆ.. ನಂಗೆ ಇದು ಕಾಮನ್. ಅಪ್ಪಯ್ಯಂಗೆ ಆಗೀಗ ಇಂಥ ತೊಂದ್ರೆ ಇದ್ದೆ ಇರುತ್ತೆ. ಅವರಿಗೂ ವಯಸಾಯ್ತಲ್ಲ.." ಎನ್ನುತ್ತಾ ಅವಳ ಕಾಲನ್ನು ಬಿಟ್ಟ.

"ಥಾಂಕ್ಯೂ" ಅವನ ಭುಜ ಮುಟ್ಟಿ ಕಣ್ಣಿಗೊತ್ತಿಕೊಂಡಳು. ಅವನು ಸುಮ್ಮನೆ ನಕ್ಕು ಕೈತೊಳೆದುಕೊಳ್ಳಲು ಒಳಗೆ ಹೋದ.

"ರಘುದು ಒಳ್ಳೆಯ ಕೈಗುಣ. ಅವನ ಕೈಯಿಂದ ಎಣ್ಣೆ ಹಚ್ಚಿಸಿಕೊಂಡ್ರೆ ಎಂಥ ಉಳುಕಾದ್ರೂ ಮಾಯವಾಗುತ್ತೆ. ಒಂದುಸಾರಿ ನನ್ನ ಸೊಂಟ ಉಳುಕಿತ್ತು. ಅದೇನು ಮೋಡಿಯಿದೆಯೋ ಅವನ ಕೈಯಲ್ಲಿ. ಎರಡೇ ದಿನಕ್ಕೆ ಹುಷಾರಾದೆ.." ಮೇಲುಸಿರುಬಿಡುತ್ತಲೇ ಹೇಳಿದರು ಮುತ್ತಣ್ಣನವರು.

"ಮೆಲ್ಲಗೆ ಒಳಗೆ ಬಾಮ್ಮ ಕಾಫಿ ಕುಡಿಯುವೆಯಂತೆ.." ಅಕ್ಕಮ್ಮನವರು ಸ್ವಾಗತಿಸಿದಾಗ ಅವರತ್ತ ತಿರುಗಿದಳು ಅನುಪಮಾ.

ಹಾಗೆ ನೋಡಿದಾಗ ಅವರ ಹಿಂದೆ ನಿಂತಿದ್ದ ಧರಣಿ, ಅನುಪಮಾಳ ಗಮನ ಸೆಳೆದಳು. ಅವಳ ಇರಿಯುವ ನೋಟ ತನ್ನ ಮೇಲಿದ್ದದನ್ನು ಕಂಡು ಅವಳಿಗೆ ಗೊಂದಲವೆನಿಸಿತು. ಉಗುಲು ನುಂಗಿ ನಿಧಾನವಾಗಿ ಮೇಲೆದ್ದು ಒಳಗೆ ನಡೆದಳು ಅನುಪಮಾ.

"ಅವಳೇಕೆ ನನ್ನನ್ನು ಹಾಗೆ ನೋಡುತ್ತಿದ್ದಾಳೆ? ಇವರಿಗೂ ರಘುವಿಗೂ ಏನು ಸಂಬಂಧ? ಅತ್ತೆ ಎಂದ ನೆನಪು.. ರಘು ತನ್ನ ಕಾಲಿಗೆ ಎಣ್ಣೆ ಹಚ್ಚಿದ್ದು ಅವಳಿಗೆ ಕೋಪ ಬಂದಿರಬಹುದು. ಇದರಲ್ಲಿ ತನ್ನ ತಪ್ಪೇನಿದೆ?" ಚಿಂತಿಸುತ್ತ ಮತ್ತೆ ಅವಳತ್ತ ನೋಡಿದಳು ಅನುಪಮಾ. ಆದರೆ ಅವಳಲ್ಲಿ ಇರಲಿಲ್ಲ.

'ಒಳ್ಳೆ ದಂತದ ಬೊಂಬೆಯಂತಿದ್ದಾಳೆ...' ಆಗಳ ಮನಮೋಹಕ ರೂಪವನ್ನು ನೆನೆಯುತ್ತಾ ಮನದಲ್ಲಂದುಕೊಂಡಳು ಅನುಪಮಾ.

ಅನುಪಮಳಿಗಿಂತ ಒಂದೆರಡು ವರ್ಷ ದೊಡ್ಡವಳಾದ ಧರಣಿ, ಅನುಪಮಳಂತೆ ಎತ್ತರದ ನಿಲುವು, ಆಕರ್ಷಕ ಮೈಮಾಟ, ನಿಂಬೆಯ ಬಣ್ಣವನ್ನು ಹೊಂದಿದ್ದಳು. ಆದರೆ ಆ ನೋಟ ಮಾತ್ರ ಅವಳ ಮೋಹಕ ರೂಪಿಗೆ ತದ್ವಿರುದ್ಧವಾಗಿದ್ದಿತು.

ತಟ್ಟೆಯ ತುಂಬಾ ಕಜ್ಜಾಯ, ಚಕ್ಕುಲಿ, ಬಿಸ್ಕೆಟ್, ಮತ್ತು ಬಾಳೆಹಣ್ಣುಗಳನ್ನು ತಂದರು ಅಕ್ಕಮ್ಮನವರು.

"ನಾನು ರೊಟ್ಟಿ ಮಾಡೋಣಾಂತ ಇದ್ದೆ.. ಆದ್ರೆ ರಘು ಅಮ್ಮ ಕಾಯ್ತಾ ಇರ್ತಾರೇಂತ ಹೇಳಿದ.." ತಿಂಡಿಯ ತಟ್ಟೆ ಅವರ ಮುಂದೆ ಹಿಡಿಯುತ್ತಾ ಹೇಳಿದರು ಅಕ್ಕಮ್ಮ.

"ನಾವು ಇದೇ ಬರುವಾಗ ಊಟ ಮಾಡಿ ಬಂದಿದ್ದು. ಹೊಟ್ಟೆ ತುಂಬಿಯೇ ಇದೆ." ಉತ್ತರಿಸಿದರು ಬೋಜವ್ವ. ಅವರ ಹಿಂದೆಯೇ ಕಾಫಿ ಹಿಡಿದು ಬಂದಳು ಧರಣಿ.

ಕಾಫಿಲೋಟಗಳನ್ನು ನೋಡಿಯೇ ಅನುಪಮಾಳ ಹೊಟ್ಟೆ ತುಂಬಿತು. ನೀರು ಕುಡಿಯುವಂತ ಪಾವು ಲೋಟಗಳು. ಇದು ಮಲೆನಾಡಿನ ಮಾಮೂಲಿ ನೋಟ. ಅದು ಹೆಸರಿಗಷ್ಟೇ ಕಾಫಿ. ಅದರಲ್ಲಿ ಸಕ್ಕರೆಯೂ ಕಡಿಮೆ, ಕಾಫಿಪುಡಿಯೂ ಕಡಿಮೆ. ಅಲ್ಲಿ ತುಂಬಾ ಚಳಿಯಾದುದುದರಿಂದ ನೀರಿನ ಬದಲು ಕಾಫಿಯನ್ನೇ ಬಿಸಿನೀರಿನಂತೆ ಕುಡಿಯುತ್ತಾರೆ.

ಕಜ್ಜಾಯ ಒಂದನ್ನೆತ್ತಿಕೊಂಡು ಕಾಫಿ ಲೋಟವನ್ನು ತೆಗೆದುಕೊಂಡಳು ಅನುಪಮಾ. ಎಲ್ಲರು ತಿಂಡಿ ತೆಗೆದುಕೊಳ್ಳುತ್ತಿದ್ದಂತೆ ಕೈ ತೊಳೆದುಬಂದ ರಘು ತಾನೊಂದು ಲೋಟ ಕಾಫಿ ತೆಗೆದುಕೊಂಡು *ಐಮರದ² ಮೇಲೆ ಕುಳಿತ.

ಬೆಚ್ಚಗಿನ, ಸ್ವಲ್ಪ ಹೊಗೆ ವಾಸನೆಯನ್ನು ಹೊತ್ತ ಅಚ್ಚ ಮಲೆನಾಡಿನ ಬಿಸಿನೀರಿನಂತ ಕಾಫಿ, ದೊಡ್ಡ ಲೋಟಗಳಾದರೂ ಪೂರ್ತಿ ಬರಿದಾಯಿತು.

ತಿಂಡಿಯ ಮದ್ಯ ತಾವು ವಾಸಿಸುತಿದ್ದ ಊರುಗಳ ಬಗ್ಗೆ, ಅಲ್ಲಿನ ವಾತಾವರಣ, ಪರಿಸರದ ಬಗ್ಗೆ ಮಾತನಾಡಿದರು ಕುಶಾಲಪ್ಪ ದಂಪತಿಗಳು. .

"ಬನ್ನಿ ಮನೆ ನೋಡಿಬಿಟ್ಟು ಹೊರಟುಬಿಡೋಣ. ಅಮ್ಮ ಅಪ್ಪಯ್ಯ ತುಂಬಾ ಕಾಯ್ತಾ ಇರ್ತಾರೆ... ಬರಿದಾದ ಲೋಟ ಇಡುತ್ತ ಎದ್ದ ರಘು.

ಅವನ ಮಾತು ಕೇಳಿ ಬೋಜವ್ವ ಹಾಗು ಕುಶಾಲಪ್ಪನವರು ಮೇಲೆದ್ದರು. ಅನುಪಮಳಿಗೂ ಮನೆ ನೋಡುವ ಕುತೂಹಲವಿದ್ದುದರಿಂದ ಅವಳೂ ಸಹ ಮೇಲೆದ್ದಳು.

"ನಿಂಗೆ ನಡೆಯೋಕಾಗುತ್ತಾ ಅನೂ ?" ತಂದೆ ಕೇಳಿದಾಗ

---

² ಪಡಸಾಲೆಯ ಕಂಬಗಳ ಮಧ್ಯದಲ್ಲಿ ಎರಡಡಿ ಎತ್ತರದ ಕಟ್ಟೆಯನ್ನು ಕಟ್ಟಿ ಅದಕ್ಕೆ ಮರದ ಹಲಗೆಯನ್ನು ಅಳವಡಿಸಿರುತ್ತಾರೆ. ಅದಕ್ಕೆ ಐಮರ ಎನ್ನುತ್ತಾರೆ.

"ಆಗುತ್ತೆ ಪಪ್ಪಾ ಈಗ ನೋವು ಪೂರ್ತಿ ಕಡಿಮೆಯಾಗಿದೆ" ಕಾಲೆಪ್ಪೋಟ ಸುಧಾರಿಸಿದ್ದನ್ನು ಗಮನಿಸಿ ನುಡಿದಳು ಅನುಪಮಾ.

"ಇಲ್ಲದಿದ್ರೆ ನೀನಿಲ್ಲಿ ರೆಸ್ಟ್ ತಗೋ. ಹೇಗಿದ್ದರೂ ನಾಳೆಯಿಂದ ಇದೇ ಮನೆಯಲ್ಲಿರಬೇಕು. ನಿಧಾನವಾಗಿ ನೋಡಿದ್ರಾಯ್ತು" ಎಂದ ರಘು.

"ಇಲ್ಲ ನಾನೀಗ ಸರಿಯಾಗಿದ್ವೀನಿ" ತಾನು ಧರಿಸಿದ ಚೂಡಿದಾರಿನ ದುಪ್ಪಟ್ಟಾವನ್ನು ಬುಜದ ಮೇಲೆ ಹಾಕಿಕೊಳುತ್ತಾ ನಿಧಾನವಾಗಿ ಹೆಜ್ಜೆ ಹಾಕಿದಳು ಅನುಪಮಾ. ಆದರೆ ಚಪ್ಪಲಿ ಹಾಕಿಕೊಳ್ಳಲಿಲ್ಲ.

"ಗುಡ್" ಅವಳ ಪ್ರಯತ್ನವನ್ನು ನೋಡುತ್ತಾ ನುಡಿದ ರಘು.

ಮುತ್ತಣ್ಣನವರ ಮನೆಯ ಎದುರಿಗಿದ್ದ ರಘುವಿನ ಮನೆಯನ್ನು ಮುತ್ತಣ್ಣನವರ ಮನೆಗಿಂತ ನಾಲ್ಕಡಿ ಎತ್ತರದಲ್ಲಿ ಕಟ್ಟಲಾಗಿತ್ತು. ಮನೆಯ ಎದುರಿಗೆ ಎರಡಡಿಯ ಜಗುಲಿಯಿದ್ದು, ಮನೆಯ ಸುತ್ತಲೂ ಅರ್ಧ ಅಡಿ ಎತ್ತರದ ಸೀಮೆಂಟಿನ ಜಗುಲಿಯನ್ನು ಕಟ್ಟಲಾಗಿತ್ತು. ಅದರ ಮುಂದೆ ಸಾಲಾಗಿ ಕ್ರೋಟನ್, ಹೈಡ್ರಾನ್ಸಿಯ, ಜೆರೇನಿಯಂ, ಒಂದು ತುಳಸಿ, ಕಾಮಕಸ್ತೂರಿ ಗಿಡ ಹಾಗು ಪಾರಿಜಾತದ ಮರಮರವನ್ನು ಹಾಕಲಾಗಿತ್ತು. ಮಳೆಯ ಹೊಡೆತದಿಂದ ಹಂಚುಗಳು ಕಪ್ಪು ಬಣ್ಣಕ್ಕೆ ತಿರುಗಿದ್ದವು.

ಮನೆಯ ಇನ್ನೊಂದು ಪಾರ್ಶ್ವದಲ್ಲಿ ಎರಡು ದನದ ಕೊಟ್ಟಿಗೆ, ಅದರ ಪಕ್ಕದಲ್ಲಿ ವರ್ಷಕ್ಕಾಗುವಷ್ಟು ಸೌದೆಯನ್ನು ಪೇರಿಸಿದ ಹುಲ್ಲಿನ ಮಾಡು. ಅಲ್ಲಿಂದಾಚೆ ಮತ್ತೆ ಕಾಫಿ ತೋಟ ಪ್ರಾರಂಭವಾಗುತ್ತಿತ್ತು. ಆ ಕಡೆಯಿಂದ ಮನೆಯವರೆಗೂ ಜೀಪ್ ಬರುವಂತೆ ಕಿರಿದಾದ ಟಾರು ರಸ್ತೆಯಿತ್ತು.

ಎರಡು ಮನೆಗಳ ಮಧ್ಯದಲ್ಲಿ ಕಾಫಿ ಹಾಗು ಭತ್ತ ಒಣಗಿ ಹಾಕಲು ಅನುಕೂಲವಾಗುವಂತೆ ಮಾಡಲಾಗಿದ್ದ ವಿಶಾಲವಾದ ಅಂಗಳ. ಅಂಗಳದ ಒಂದು ಬದಿಯಲ್ಲಿ ಮೊದಲೇ ಹೇಳಿದಂತೆ ಸಪ್ಪೋಟ, ಸೀಬೆ ಹಾಗು ಬಟರ್ ಫ್ರೂಟ್ ಮರಗಳಿದ್ದವು. ಮುತ್ತಣ್ಣನವರ ಮನೆಯ ಎಡಭಾಗದಲ್ಲಿ ಬಟ್ಟೆ ಒಗೆಯುವ ಕಲ್ಲನ್ನು ಹಾಕಲಾಗಿತ್ತು. ಪಕ್ಕದಲ್ಲಿ ಒಂದು ಕಿತ್ತಳೆ ಮರ. ಸಾಲಾಗಿ ಹಾಕಿದ್ದ ಕನಕಾಂಬರ, ಸೇವಂತಿಗೆ, ನಿತ್ಯಪುಷ್ಪ, , ಸ್ಫಟಿಕ ಹೂವಿನ ಗಿಡಗಳು. ಹಂಚಿಗೆ ಹಬ್ಬಿಸಿದ್ದ ಮಲ್ಲಿಗೆ ಬಳ್ಳಿಯೊಂದು.

೨೦-೨೫ ಅಡಿ ಎತ್ತರಕ್ಕೆ ಬೆಳೆದ್ದಿದ್ದ ವಿಶಾಲವಾದ ಸೀಬೆ ಮರವನ್ನು ತಲೆಯೆತ್ತಿ ನೋಡಿದಳು ಅನುಪಮಾ. "ಅಬ್ಬಾ ಎಷ್ಟು ದೊಡ್ಡ ಮರ." ೧೦-೧೨ ಅಡಿ ಸುತ್ತಳತೆಯಿದ್ದ ನುಣುಪ್ಪು ಮೈಯ ಸೀಬೆಮರವನ್ನು ನೋಡುತ್ತಾ ನುಡಿದಳು.

"ಇದು ನಮ್ಮಮ್ಮ ಹತ್ತು ವರ್ಷದ ಹಿಂದೆ ಹಾಕಿದ್ದು. ಇದು ಹಣ್ಣು ಬಿಡಬೇಕಾದ್ರೆ ನೋಡ್ಬೇಕು. ಒಂದೊಂದು ಗೊಂಚಲಿನಲ್ಲೂ ನಾಲ್ಕೈದು ಹಣ್ಣು ಬಿಡುತ್ತೆ. ಇಷ್ಟು ದೊಡ್ಡ ಮರದ ಕೊಂಬೆಗಳು ಕೂಡ ಪೂರ್ತಿ ಜಗ್ಗಿ ಹೋಗುತ್ತೆ. ಇದರ ಹಣ್ಣು ಈ ನಾಲ್ಕು ಮನೆಯವರು ತಿಂದು ಮುಗಿಸೋಕಾಗಲ. ಕೆಂಪು ಬಣ್ಣದ ಹಣ್ಣು ಕ್ರಿಕೆಟ್

ಬಾಲ್ಮಪ್ಪ ದೊಡ್ಡದಾಗಿರುತ್ತೆ. ರುಚಿನೂ ಅಷ್ಟೇ.. ತುಂಬಾ ಸ್ವೀಟು" ಅನುಪಮಾ ಆಸಕ್ತಿಯಿಂದ ಆ ಮರವನ್ನು ನೋಡುತ್ತಾ ನಿಂತಾಗ ವಿವರಿಸಿದ ರಘು.

"ನಾಲ್ಕು ಮನೆ ಅಂದ್ರೆ.." ಎರಡೇ ಮನೆ ಕಾಣುತಿದ್ದುದರಿಂದ ಕೇಳಿದಳು ಅನುಪಮಾ'.

"ಈ ಮನೆ ಹಿಂದೆ ಆ ಕಡೆ ಎರಡು ಮನೆಗಳಿವೆ. ಒಂದು ಮನೆಯಲ್ಲಿ ಈಗ ಒಬ್ಬರು ಅಜ್ಜಿ ಮಾತ್ರ ಇದ್ದಾರೆ. ನಮ್ಮ ಹಿಂದಿನ ಮನೆಯಲ್ಲಿ ಚೆಂದವ್ವ ಫ್ಯಾಮಿಲಿ ಇದೆ. ಅವರಿಗೆ ಒಬ್ಬಳು ಮಗಳು ಮೂರು ಗಂಡು ಮಕ್ಕಳಿದ್ದಾರೆ ಮಹಾ ಪ್ರಚಂಡರು..." ಹೇಳಿದ ರಘು.

ಮಾತಾಡುತ್ತ ಎಲ್ಲರು ಮನೆಗೆ ಬಂದರು. ಮನೆಯ ಮುಂದಿದ್ದ ಜಗುಲಿಯಲ್ಲಿ ನಾಲ್ಕು ಕುರ್ಚಿಗಳನ್ನು ಹಾಕಲಾಗಿತ್ತು. ಐಳು ಅಡಿ ಎತ್ತರ ನಾಲ್ಕಡಿ ಅಗಲದ ಮುಂಬಾಗಿಲು. ಭಾರವಾದ ಮರದ ಬಾಗಿಲಿಗೆ ಮರದ ಅಗುಳಿಯನ್ನು ಅಳವಡಿಸಲಾಗಿತ್ತು. ಪಕ್ಕದಲ್ಲಿ ಎರಡು ಕಿಟಕಿಗಳು. ಮಲೆನಾಡಾದರಿಂದ ಕಿಟಕಿಗಳು ತುಂಬಾ ಚಿಕ್ಕದಾಗಿದ್ದವು. ಬಾಗಿಲು ಕಿಟಕಿಗಳಿಗೆ ಸಿಲ್ವರ್ ಬಣ್ಣದ ಪೈಂಟ್ ಹಾಕಲಾಗಿತ್ತು. ಆಳುಗಳು ಸಾಮಾನುಗಳನ್ನು ಒಳಗಿರಿಸಿದ್ದರಿಂದ ಮನೆಯ ಎರಡು ಬಾಗಿಲು ತೆರೆಯಲಾಗಿತ್ತು.

ಅರ್ಧಅಡಿ ಅಗಲದ ಹೊಸಿಲನ್ನು ದಾಟಿದರೆ ವಿಶಾಲವಾದ ಹಜಾರ. ಬಲಭಾಗದಲ್ಲಿ ಎರಡು ವಿಶಾಲವಾದ ಕೋಣೆಗಳು. ಗೋಡೆಗೆ ಹತ್ತಿರವಿದ್ದ ದೊಡ್ಡ ಹಲಗೆಯ ಏಣಿ. ಮರದ ಅಟ್ಟ. ಕೋಣೆಗಳ ಗೋಡೆಗೊರಗಿಸಿ ಹಾಕಿದ್ದ ಆರು ಮರದ ಕುರ್ಚಿಗಳು. ಅದರ ಎದುರಿಗೆ ಹಾಕಿದ್ದ ೧೨ ಜನ ಆರಾಮವಾಗಿ ಕುಳಿತು ಊಟ ಮಾಡಬಹುದಾದಂಥ ಮರದ ಮೇಜು. ಅದರ ಸುತ್ತಲೂ ಜೋಡಿಸಿದ್ದ ಹತ್ತು ಮರದ ಕುರ್ಚಿಗಳು. ಪಕ್ಕದಲ್ಲೊಂದು ಮಂಚ. ಉತ್ತರಕ್ಕೆ ಅಡಿಗೆಮನೆ. ಅಡಿಗೆಮನೆಯ ಒಂದು ಮೂಲೆಯಲ್ಲಿ ನಿಂತು ಅರೆಯುವ ಕಲ್ಲು. ಪಕ್ಕದಲ್ಲಿ ಕೆಳಗೆ ಎರಡು ಒಲೆ. ಎರಡು ಒಲೆಗಳ ಮಧ್ಯೆ ಬರುವಂತೆ ಒಂದು ಮೂಗೊಲೆ. ಮುಂದುವರೆದು ಆ ಒಲೆಯ ಎತ್ತರಕ್ಕೆ ಪೂರ್ತಿ ಸಿಮೆಂಟ್ ಕಟ್ಟೆಯನ್ನು ಕಟ್ಟಲಾಗಿತ್ತು. ಆ ಮೂಲೆಯಲ್ಲಿ ಕೈತೊಳೆಯಲು, ನೀರು ಚೆಲ್ಲಲು ಚಿಕ್ಕ ಬಚ್ಚಲಿತ್ತು. ಮತ್ತು ಅದಕೊಂದು ನಲ್ಲಿಯನ್ನು ಅಳವಡಿಸಲಾಗಿತ್ತು. ಇನ್ನೊಂದು ಭಾಗದಲ್ಲಿ ಪಾತ್ರೆಗಳನ್ನು ಜೋಡಿಸಲು ಮರದ ಸೆಲ್ವುಗಳು ಹಾಗು ರುಬ್ಬುವ ಕಲ್ಲಿತ್ತು.

ಪಟ್ಟಣದಲ್ಲಿ ಚಿಕ್ಕ ಚಿಕ್ಕ ಮನೆಗಳನ್ನು ನೋಡಿದ್ದ ಅವರಿಗೆ ಈ ಮನೆ ತುಂಬಾ ದೊಡ್ಡದೆನಿಸಿತು.

"ಸಿಟಿಯವರಿಗೆ ನಿಂತು ಅಡುಗೆ ಮಾಡಿ ರೂಢಿ. ಆದ್ರೆ ಇಲ್ಲೆಲ್ಲಾ ಹೀಗೆ ಅಭ್ಯಾಸ. ಬೇಕಿದ್ರೆ ಇದನ್ನು ತೆಗೆಸಿ ಎರಡು ದಿನಗಳಲ್ಲಿ ಸಿಮೆಂಟ್ ಸ್ಟ್ಯಾಂಡ್ ಕಟ್ಟಿಸಿ ಕೂಡ್ತೀವಿ.." ರಘು ಹೇಳಿದ.

"ಇಲ್ಲಪ್ಪ, ಹೀಗೆ ಇರಲಿ. ಅಲ್ಲಿ ನಿಂತುಕೊಂಡು ಅಡಿಗೆ ಮಾಡಿ ನಂಗೆ ವಿಪರೀತ ಮಂಡಿನೋವು. ಹೀಗಿರೋದೇ ವಾಸಿ. ನಿಂತು ಅಡಿಗೆಮಾಡುವಲ್ಲಿ

ಸಾಕಾಗಿ ಹೋಗುತ್ತೆ. " ಇಲ್ಲಿ ಕುಳಿತು ಅಡಿಗೆ ಮಾಡುವುದು ಬೋಜವ್ವನವರಿಗೆ ಖುಷಿ ಕೊಟ್ಟಿತು.

"ಈ ಟೇಬಲ್ ನಿಮಗೆ ಯೂಸಾಗಬಹುದು ಅಂತ ಇಲ್ಲಿಟ್ಟಿದೀವಿ. ನಿಮಗೆ ತೊಂದ್ರೆ ಆಗೋದಾದ್ರೆ ತೆಗೆಸಿಬಿಡ್ತೀವಿ" ಊಟದ ಟೇಬಲ್ಲನ್ನು ಉದ್ದೇಶಿಸಿ ನುಡಿದ ರಘು.

"ನಿಮಗೆ ಇದು ಬೇಡದೆ ಹೋದ್ರೆ ಇಲ್ಲಿ ಇರಲಿ ಬಿಡು ರಘು. ನಾವು ಟ್ರಾನ್ಸ್‌ಫರ್ ಗಲಾಟೆಲಿ ಹೆಚ್ಚು ಫರ್ನೀಚರ್ ಮಾಡಿಕೊಂಡಿಲ್ಲ." ಕುಶಾಲಪ್ಪನವರು ನುಡಿದರು.

ನಂತರ ಏಣಿಯ ಕಡೆಗೆ ನಡೆದ ರಘು. ಹತ್ತುವಾಗ ಒಂದೆರಡು ಮೆಟ್ಟಿಲು ಕಿರುಗುಟ್ಟಿತು. ಬೋಜವ್ವ ಹಾಗು ಕುಶಾಲಪ್ಪನವರು ಅವನನ್ನು ಹಿಂಬಾಲಿಸಿದರು.

ಅನುಪಮಾ ಮೇಲೆ ಹತ್ತುವ ಸಾಹಸಕ್ಕೆ ಹೋಗಲಿಲ್ಲ. ಪಕ್ಕದಲ್ಲಿದ್ದ ಕೋಣೆಗಳಲ್ಲಿ ಇಣುಕಿದಳು. ಎರಡು ದೊಡ್ಡ ದೊಡ್ಡ ಮಂಚ ಹಾಕಿದರೂ ಸಹ ಸಾಕಷ್ಟು ಜಾಗ ಉಳಿಯುವ ಆ ಕೋಣೆಯೊಂದರಲ್ಲಿ ಒಂದು ದೊಡ್ಡ ಮಂಚವಿತ್ತು. ಅದಕ್ಕೆ ಹೊಂದಿಕೊಂಡಂತೆ ಎರಡು ಡ್ರಾಗಳಿದ್ದ ಓದುವ ಮೇಜು, ಅದರ ಪಕ್ಕದಲ್ಲೊಂದು ಮರದ ಕುರ್ಚಿಯನ್ನು ಹಾಕಲಾಗಿತ್ತು.

ಕೋಣೆಯೊಳಗೆ ಬಂದು ಆ ಕುರ್ಚಿಯಲ್ಲಿ ಕುಳಿತುಕೊಂಡಳು ಅನುಪಮಾ. ಆ ಕುರ್ಚಿಗೆದುರಾಗಿದ್ದ ಮರದ ಕಿಟಕಿಯ ಮೂಲಕ ಅವಳ ನೋಟ ಹರಿಯಿತು. ಅಲ್ಲಿಂದ ಕಾಣಬಂದ ದೃಶ್ಯದಿಂದ ಅವಳ ಕಣ್ಣರಳಿದವು. ಕಿಟಕಿಯಿಂದ ನೋಡಿದರೆ ತೋಟದಲ್ಲಿ ಅಡಿಕೆಯ ಮರಗಳು, ಅಲ್ಲಿಂದ ಆಚೆಗಿದ್ದ ವಿಶಾಲವಾದ ಗದ್ದೆಗಳು, ಗದ್ದೆಯ ಆ ಬದಿಯಲ್ಲಿದ್ದ ಟಾರು ರಸ್ತೆ, ಚಿತ್ರದಲ್ಲಿ ಬರೆದಂತೆ ಸೇತುವೆ. ಅಲ್ಲಿಂದಾಚೆ ಕಾಡು, ಬೆಟ್ಟಗಳು ಬಹಳ ಸುಂದರವಾಗಿ ಕಾಣುತಿದ್ದವು. ಸಂಜೆಯ ಹೊಂಗಿರಣಗಳು ಅಲ್ಲಿನ ಚೆಲುವಿಗೆ ಇನ್ನಷ್ಟು ಮೆರಗನ್ನು ಕೊಟ್ಟಿತು

ಕಾಲು ನೀಡಿ ಕುರ್ಚಿಗೊರಗಿ ಆರಾಮವಾಗಿ ಕುಳಿತಳು ಅನುಪಮಾ. ಕಿಟಕಿಯಿಂದ ಬೀಸುತ್ತಿದ್ದ ಸಂಜೆಯ ಶೀತಲಗಾಳಿ ನವಿರಾದ ಕಂಪನವನ್ನು ತರಿಸಿದಾಗ ದುಪ್ಪಟ್ಟಿಯನ್ನು ಮೈತುಂಬ ಹೊದ್ದು ಕಿಟಕಿಯಿಂದ ಹೊರನೋಡುತ್ತ ಕುಳಿತಳು. ಅವಳ ನೋಟ ಪ್ರಕೃತಿಯಲ್ಲಿ ಕೀಲಿಸಿ ಹೋಯಿತು

ಕುಶಾಲಪ್ಪನವರಿಗೆ ಅಟ್ಟವನ್ನು ತೋರಿಸಿ ಕೆಳಗಿಳಿದು ಬಂದ ರಘು ಅನುಪಮಳತ್ತ ನೋಡಿದ. ಅವಳು ಕಿಟಕಿಯಿಂದ ನೋಟ ಹಾಯಿಸಿ ಕುಳಿತ ಬಂಗಿ, ಅವಳ ಮುಖದಲ್ಲಿ ನೆಲಸಿದ ನಿರ್ಮಲ ಪ್ರಸನ್ನತೆ ಅವನಿಗೆ ಮುದ ತಂದಿತು.

"ಇಲ್ಲಿ ಕೂತ್ಕೊಂಡು ಬೆಳಗಿನ ಹೊತ್ತು ನೋಡಬೇಕು. ಸೂರ್ಯೋದಯ ಆ ಕಡೆನೇ ಆಗೋದು. ಬೆಳಗಿನ ಹೊತ್ತು ಪೂರ್ತಿ ಎಲಬು ಮುಸುಕಿರುತ್ತದೆ. ಆ

ಮಂಜಿನಲ್ಲಿ ಮೂಡಿಬರೊ ಸೂರ್ಯಕಿರಣಗಳು ಒಳ್ಳೆಯ ಬೆಳ್ಳಿಯ ಕೋಟೆ ಕಟ್ಟಿದ ಹಾಗೆ ಕಾಣುತ್ತೆ." ತನ್ನದೇ ಲೋಕದಲ್ಲಿ ಮೈಮರೆತಿದ್ದ ಅನುಪಮಾ ರಘುವಿನ ದನಿ ಕೇಳಿ ಬೆಚ್ಚಿ ನೆಟ್ಟಗೆ ಕುಳಿತಳು.

"ಇದೇನು ಎಲ್ಲಿ ಕಳೆದು ಹೋಗಿದ್ದೆ?" ಬೆಚ್ಚಿದ ಅವಳನ್ನು ನೋಡಿ ಕೇಳಿದ ರಘು.

" ಉಂ ಹುಂ ಎಲ್ಲೂ ಇಲ್ಲ. ಸುಮ್ಮೆ ಹೊರಗೆ ನೋಡ್ತಾ ಇದ್ದೆ. ನೀವು ಬಂದಿದ್ದು ಗೊತ್ತಾಗಲಿಲ್ಲ.

"ಇದು ನನ್ನ ರೂಮ್. ನಾನು ಓದೋಕೆ ಯಾವಾಗ್ಲೂ ಇಲ್ಲೇ ಕೂರ್ತಾ ಇದ್ದುದ್ದು. ಓದುವುದಕ್ಕಿಂತ ಹೊರಗೆ ನೋಡ್ತಾ ಇದ್ದದ್ದೇ ಹೆಚ್ಚು. "

"ಹೌದು ತುಂಬಾ ಲವ್ಲಿ ಸೈಟ್ ನೋಡಿದ್ರೆ ನೋಡ್ತಾ ಇರೋಣ ಅನ್ನಿಸುತ್ತೆ. " ಅವಳ ಕಂಗಳ ತನ್ಮಯತೆ ಅವನಿಗೆ ಅಪರಿಮಿತ ತೃಪ್ತಿಯನ್ನು ಕೊಟ್ಟಿತು.

ಅಷ್ಟರಲ್ಲಿ ಬೋಜವ್ವ ಹಾಗು ಕುಶಾಲಪ್ಪನವರು ಕೆಳಗಿಳಿದು ಬಂದದ್ದರಿಂದ ಮಾತನ್ನು ನಿಲ್ಲಿಸಿ ಹಿಂಬಾಗಿಲಿನತ್ತ ನಡೆದ ರಘು.

"ಈ ಕಡೆ ನೋಡಿ ವರ್ಷಕ್ಕಾಗುವಷ್ಟು ಸೌದೆ ಇದೆ. ಬೇಸಿಗೆಯಲ್ಲಿ ಕತ್ತರಿಸಿದ್ದು". ಸೌದೆ ಪೇರಿಸಿದ್ದ ಹುಲ್ಲಿನ ಗುಡಿಸಿಲುಗಳನ್ನು ತೋರಿಸುತ್ತ ನುಡಿದ. "ಇದು ಬಚ್ಚಲು. " ಪಕ್ಕದಲ್ಲಿದ್ದ ಇನ್ನೊಂದು ಹುಲ್ಲಿನ ಕೋಣೆಯ ಬಾಗಿಲನ್ನು ತೆರೆಯುತ್ತಾ ನುಡಿದ. ದೊಡ್ಡದಾದ ಬಚ್ಚಲಿನಲ್ಲಿ ದೊಡ್ಡದೊಡ್ಡ ಚಪ್ಪಡಿಗಳನ್ನು ಹಾಸಿ ಬಟ್ಟೆ ಒಗೆಯಲು ಅನುಕೂಲವಾಗುವಂತೆ ಕಟ್ಟೆಯನ್ನು ಕಟ್ಟಲಾಗಿತ್ತು. ಬಚ್ಚಲಿನ ಮೂಲೆಯಲ್ಲಿ ದೊಡ್ಡ ಒಲೆ. ಅದರ ಮೇಲೆ ಸುಮಾರು ೧೫ ಕೊಡಪಾನ ನೀರು ಹಿಡಿಯುತ್ತಿದ ದೊಡ್ಡ ತಾಮ್ರದ ಹಂಡೆ ಪೂರ್ತಿ ಕಪ್ಪಾಗಿತ್ತು. ಹುಲ್ಲಿನ ಮಾಡಿಗೂ ಗೋಡೆಗೂ ಮಧ್ಯದಲ್ಲಿ ಅರ್ಧ ಅಡಿ ಅಂತರವಿದ್ದುದರಿಂದ ಬಚ್ಚಲಿನಲ್ಲಿ ಧಾರಾಳವಾಗಿ ಗಾಳಿ ಬೆಳಕಿನ ಸಂಚಾರವಾಗುವುದಷ್ಟೇ ಅಲ್ಲದೆ ಹೊಗೆ ಕೂಡ ಹೊರಹೋಗಲು ಸಹಾಯಕವಾಗಿತ್ತು. ಬಚ್ಚಲಿಗೊಂದು ಚಿಕ್ಕ ಕಿಟಕಿಯನ್ನು, ಮತ್ತು ನೀರಿನ ಅಗತ್ಯ ಪೂರ್ಯಕೆಗೆ ಎರಡು ನಲ್ಲಿಗಳನ್ನು ಅಳವಡಿಸಲಾಗಿತ್ತು..

"ಈ ರೂಮು." ಸ್ವಲ್ಪ ಧೂಳುಧೂಳಾಗಿದ್ದ ಚಿಕ್ಕ ಕೋಣೆಯ ಬಾಗಿಲನ್ನುತೆರೆಯುತ್ತಾ ನುಡಿದ "ಅಮ್ಮ ಮೊದಲು ಇಲ್ಲೇ ಭತ್ತ ಕುಟ್ಟುತ್ತಿದ್ದುದು. ತಿಂಗಳಿಗೊಮ್ಮೆ ಅವರಿಗೆ ಅದೇ ದೊಡ್ಡ ಕೆಲಸವಾಗಿತ್ತು ಈಗೆಲ್ಲ ಮಿಲ್ ಮಾಡಿಸ್ತೇವಿ. ಆಗಿನಿಂದ ಈ ಕೋಣ ಕೋಳಿ ಸಾಕೋದಕ್ಕೆ ಉಪಯೋಗಿಸ್ತಿದ್ವಿ".

ಆ ಕೋಣೆಯಲ್ಲಿ ದೊಡ್ಡದಾದ ಏತವಿತ್ತು. ಅದರ ಬಾಯಿಯ ಕಡೆ ಒನಕೆಯ ವಿನ್ಯಾಸದಲ್ಲಿ ಮಾಡಲಾಗಿತ್ತು. ಮರದ ಏತದ ಬಾಯಿಯ ಕಡೆ ನೆಲದಲ್ಲಿ ದೊಡ್ಡದಾದ ಒರಳಿತ್ತು. ಏತದ ಇನ್ನೊಂದು ಬದಿಯನ್ನು ತುಳಿದರೆ ಬಾಯಿಯ ಭಾಗ ಮೇಲೇಳುತಿತ್ತು. ಕಾಲು ಬಿಟ್ಟಾಗ ಅದು ನೆಲಸೇರಿ

ಒರಳಿನಲ್ಲಿರುವ ಭತ್ತವನ್ನು ಕುಟ್ಟುತಿತ್ತು. ಏತವನ್ನು ತುಳಿಯಲು ಸಹಾಯವಾಗುವಂತೆ ಮೇಲಿನ ಜಂತೆಗೆ ಹಗ್ಗವನ್ನು ಕಟ್ಟಲಾಗಿತ್ತು. ಅದನ್ನು ಹಿಡಿದು ಹೆಚ್ಚಿನ ಒತ್ತಡದಿಂದ ಏತವನ್ನು ತುಳಿಯುವುದರಿಂದ ಭತ್ತ ಬೇಗ ಅಕ್ಕಿಯಾಗುತಿತ್ತು. ಮೊದಲೆಲ್ಲ ಹೀಗೆ ಭತ್ತದಿಂದ ಅಕ್ಕಿ ಹಾಗು ಕಾಫಿಯಿಂದ ಬೀಜವನ್ನು ಬೇರೆ ಮಾಡುತ್ತಿದ್ದುದ್ದು.

"ಈ ಮನೆ ೧೫ ವರ್ಷದ ಹಿಂದೆ ಕಟ್ಟಿಸಿದ್ದು. ಆಗ ಸಿಮೆಂಟ್ ಹಾಕಿಸಿರಲಿಲ್ಲ, ಸೆಗಣಿಯ ನೆಲವಾಗಿತ್ತು. ನಾಲ್ಕು ವರ್ಷದ ಹಿಂದೆಯಷ್ಟೇ ಸಿಮೆಂಟ್ ಹಾಕಿಸಿದ್ದಿ.." "ನೀವು ಟೌನಿನಲ್ಲಿದ್ದವರು ಏನಾದರು ಬದಲಾವಣೆ ಬೇಕಿದ್ದರೆ ನಿಸ್ಸಂಕೋಚವಾಗಿ ಹೇಳಿ ಎರಡು ದಿನದಲ್ಲಿ ಸರಿ ಸರಿಮಾಡಿಸಿ ಕೊಡ್ತೀವಿ.." ಹಿಂಬಾಗಿಲು ಮುಚ್ಚುತ್ತಾ ನುಡಿದ. ರಘು.

"ಇದಕ್ಕಿಂತ ಹೆಚ್ಚಿನದಾ? ಏನೂ ಬೇಡ ರಘು ಎಲ್ಲ, ಧಾರಾಳವಾಗಿದೆ.. ಸಿಟಿಯಲ್ಲಿ ಇಷ್ಟು ದೊಡ್ಡ ಮನೆಗೆ ಕಡಿಮೆಯೆಂದ್ರೆ ಹತ್ತುಸಾವಿರ ಬಾಡಿಗೆ ಕೊಡಬೇಕಾಗುತ್ತದೆ. ಎಂದರು ಕುಶಾಲಪ್ಪ.

"ಹಾಲು ತರಕಾರಿಗೇನೂ ಯೋಚನೆ ಮಾಡ್ಬೇಡಿ. ನಮ್ಮ ಮಾದ ಬೆಳಿಗ್ಗೆ ಮತ್ತು ಸಂಜೆ ಒಂದೊಂದು ಲೀಟರ್ ಹಾಲು ತಂದುಕೊಡ್ತಾನೆ.. ಹಾಗೆ ತರಕಾರಿನೂ ಅಷ್ಟೇ ಎರಡು ದಿನಕ್ಕೊಂದು ಸಲ ಕಳಿಸಿಕೊಡ್ತೀನಿ" ಎಂದ ರಘು.

"ಬೇಡಪ್ಪ ರಘು. ಈಗ ಮಾಡ್ತಾ ಇರೋದೆ ಸಾಕಷ್ಟಾಯ್ತು. ಹಾಲು ತರಕಾರಿ ವ್ಯವಸ್ಥೆ ನಾವೇ ಮಾಡ್ಕೋತೀವಿ?" ಉದ್ಗರಿಸಿದರು ಬೋಜವ್ವ.

"ಆಂಟಿ ನಮ್ಮ ಮನೆಯಲ್ಲಿ ೧೦ ಕರೆಯೋ ಹಸುಗಳಿವೆ. ಡೈರಿಗೆ ಹಾಲು ಕಳಿಸೋ ಅಭ್ಯಾಸವಿಲ್ಲ. ಅಷ್ಟೆಲ್ಲ ಹಾಲು ಇಟ್ಟುಕೊಂಡು ಏನು ಮಾಡೋದು? ಅದಕ್ಕೆ ಎಲ್ಲ ಮನೆಗಳಿಗೂ ನಾವೇ ಹಾಲು ಕೊಡ್ತೀವಿ. ಇನ್ನು ಅವರವರು ತರಕಾರಿ ಬೆಳ್ಕೋತಾರೆ. ನಮ್ಮ ತೋಟದಲ್ಲಿ ಬೆಳೆಯೋ ತರಕಾರಿ ನಿಮಗೂ ಸ್ವಲ್ಪ ಕಳಿಸಿದ್ರೆ ಅದರಲ್ಲಿ ತೊಂದ್ರೆ ಏನಿದೆ." ರಘು ವಿವರಿಸಿದಾಗ ಧರಣಿಯ ಮನೆಯಲ್ಲಿ ಹಾಲಿದ್ದದ್ದನು ನೆನೆಸಿಕೊಂಡಳು ಅನುಪಮಾ"

ಮಲೆನಾಡಿನಲ್ಲಿ ಹಾಲಿಗೆ ತುಂಬಾ ಬರ. ಹಸು ಕಟ್ಟಿರುವವರು ಮಾತ್ರ ಹಾಲಿರುವ ಸಮಯದಲ್ಲಿ ಕಾಫಿಗೆ ಹಾಲು ಉಪಯೋಗಿಸುತ್ತಾರೆ. ಇಲ್ಲದವರು ಬರಿ ಕಪ್ಪು ಕಾಫಿಯನ್ನೇ ಕುಡಿಯುತ್ತಾರೆ. ರುಚಿಗಾಗಿ ಕೆಲವೊಮ್ಮೆ ತೆಂಗಿನಕಾಯಿ ತುರಿ ಹಾಕಿಕೊಳ್ಳುವುದೂ ಇದೆ.

"ಇನ್ನು ನಮ್ಮನೆಗೆ ಹೊರಡೋಣ. ನೀವಿವತ್ತು ಅಲ್ಲೇ ಸ್ನಾನ ಮುಗಿಸಿ ರೆಸ್ಟ್ ತಗೊಳ್ಳಿ. ನಾಳೆ ಸಾಮಾನು ಜೋಡಿಸಿಕೊಂಡರಾಯಿತು.."

"ನಿಮಗ್ಯಾಕೆ ತೊಂದ್ರೆ ರಘು. ಎಲ್ಲ ಸಾಮಾನು ಇದೆ. ಅರ್ಧ ಘಂಟೇಲಿ ಅಡಿಗೆ ಮಾಡಿಕೊಂಡು ಬಿಡಬಹುದು.." ಬೋಜವ್ವನವರಿಗೆ ಸೋಮಯ್ಯನವರ ಪರಿಚಯವೂ ಇಲ್ಲ. ಅಂಥದರಲ್ಲಿ ಇಷ್ಟೊಂದು ತೊಂದರೆ ಕೊಡುವುದು ಅವರಿಗೆ ಬೇಕಿರಲಿಲ್ಲ. "ನೋಡು ನೀನು ಅವರನ್ನು ಕರೆದುಕೊಂಡು ಹೋಗು.

ನಾನು, ಅನೂ ನಾಳೆ ಬರ್ತೀವಿ. ಅಲ್ಲವೇನ್ರಿ?" ಪತಿಯತ್ತ ತಿರುಗಿ ಕೇಳಿದರು ಬೋಜವ್ವ.

"ಹೌದು, ನಾನು ಅಮ್ಮ ಮನೇಲಿ ಸ್ವಲ್ಪ ಅರೇಂಜ್ ಮಾಡ್ಕೋತೀವಿ. ನೀವು ಪಪ್ಪನ ಕರ್ಕೊಂಡು ಹೋಗಿ..." ದನಿಗೂಡಿಸಿದಳು ಅನುಪಮಾ.

"ಹೌದು..." ಮುಂದೇನೋ ಹೇಳುವುದರಲ್ಲಿದ್ದರು ಕುಶಾಲಪ್ಪ.

"ಆಂಟಿ ನೀವಪ್ಪೊಂದು ಸಂಕೋಚ ಪಟ್ರಿ ಹೇಗೆ. ನಾವೆಲ್ಲ ನಿಮ್ಮನ್ನ ನಮ್ಮ ಮನೆಯವರೂಂತ ತಿಳ್ಕೊಂಡಿರುವಾಗ ನೀವು ಪೂರ್ತಿ ನೆಂಟರಾಗೇ ಉಳಿಯೋದಕ್ಕೆ ನೋಡ್ತಾ ಇದ್ದೀರಾ. ಇಲ್ಲಿ ನಿಮ್ಮ ಸಿಟಿ ಹಾಗೆ ನೀರು ಸೌದೇಗೇನು ಬರ ಇಲ್ಲ. ನಮ್ಮಲ್ಲಿ ೨೪ ಗಂಟೇನೂ ಬಿಸಿ ನೀರಿರುತ್ತೆ. ಅಂಕಲ್ ನೀವಾದ್ರೂ ಹೇಳ್ಬಾರ್ದ? ನಮ್ಮ ಅಪ್ಪಯ್ಯ ಎಂಥವರೂಂತ ನಿಮಗೆ ಗೊತ್ತಿಲ್ವ?" ಅನುಮಾನಿಸುತ್ತಿದ ಕುಶಾಲಪ್ಪನವರತ್ತ ತಿರುಗಿ ಹೇಳಿದ ರಘು.

ಕುಶಾಲಪ್ಪ ಹಾಗೂ ಸೋಮ್ಮೆಯ್ಯನವರದು ೨೪ ವರ್ಷಗಳ ಸುಧೀರ್ಘ ಸ್ನೇಹವೇ ಆಗಿತ್ತು. ಚೈನಾ ಯುದ್ದದಲ್ಲಿ ಎಷ್ಟೊಂದು ಕಷ್ಟ ನಷ್ಟಗಳನ್ನು ಒಟ್ಟಿಗೆ ಸಹಿಸಿದ್ದರು. ಆದರೆ ನಂತರ ೨೪ ವರ್ಷಗಳು ಅವರು ಭೇಟಿಯಾಗುವ ಅವಕಾಶವೇ ಆಗಿರಲಿಲ್ಲ. ಕಾರಣ ಕುಶಾಲಪ್ಪನವರ ಹೆಚ್ಚಿನ ಸೇವಾವಧಿ ಕರ್ನಾಟಕದ ಹೊರಗೆ ಕಳೆದುಹೋಗಿತ್ತು. ಸೋಮಯ್ಯನವರದು ಮಡಿಕೇರಿಯಾದರೆ, ಕುಶಾಲಪ್ಪನವರದು ವಿರಾಜಪೇಟೆ. ಅತ್ಯಂತ ಅಗತ್ಯವಿದ್ದಾಗ ಮಾತ್ರ ಕುಶಾಲಪ್ಪನವರು ಒಂದೆರಡು ದಿನಗಳ ಕಾಲ ರಜಾ ತೆಗೆದುಕೊಂಡು ಬಂದು ತಮ್ಮ ಕೆಲಸ ಕಾರ್ಯಗಳನ್ನು ಮುಗಿಸಿಕೊಂಡು ಹೊರಟು ಬಿಡುತ್ತಿದ್ದರು. ಆಗಿನ ಸಮಯದಲ್ಲಿ ಪತ್ರಗಳ ಹೊರತಾಗಿ ಹೆಚ್ಚಿನ ಸಂವಾಹನ ಸೌಲಭ್ಯಗಳೂ ಇರಲಿಲ್ಲ. ವಾಹನಗಳ ಸೌಕರ್ಯವಂತೂ ದೂರವೇ ಉಳಿಯಿತು.

ಬೇಸಿಗೆಯ ರಜಾ ದಿನಗಳಲ್ಲಿ ಮಾತ್ರ ೨-೪ವರ್ಷಗಳಿಗೊಮ್ಮೆ ಅನುಪಮಾ ಹಾಗು ಅನಿಲರನ್ನು ಬೋಜವ್ವನವರೊಂದಿಗೆ ಅವರ ತವರಿಗೆ ಒಂದು ತಿಂಗಳ ಮಟ್ಟಿಗೆ ಕಳಿಸುವುದು ವಾಡಿಕೆಯಾಗಿತ್ತು. ಅದೂ ಕೂಡ ಸಾಹಸದ ವಿಷಯವೇ ಆಗಿತ್ತು.

ರಿಟೈರಾಗಲು ಇನ್ನು ೪ ವರ್ಷಗಳು ಮಾತ್ರ ಉಳಿದಿದೆ ಎನ್ನುವಾಗ ಮನವಿ ಸಲ್ಲಿಸಿ ಬೆಂಗಳೂರಿಗೆ ವರ್ಗಾವಣೆ ಮಾಡಿಸಿಕೊಂಡಿದ್ದರು ಕುಶಾಲಪ್ಪನವರು. ಈ ಅವಧಿಯಲ್ಲೂ ಸಹ ಕುಶಾಲಪ್ಪನವರು ಸೋಮಯ್ಯನವರನ್ನು ಭೇಟಿಯಾಗಿರಲಿಲ್ಲ. ಆಗೊಮ್ಮೆ ಈಗೊಮ್ಮೆ ಪತ್ರ ವಿನಿಮಯ ನಡೆಯುತ್ತಿತ್ತಷ್ಟೇ.

ಆದರೆ ಅವರು ರಿಟೈರಾಗಲು ಇನ್ನು ಮೂರು ತಿಂಗಳಿದೆ ಎಂದಾಗ ಅವರ ಹೆಸರಿಗೆ ಸೋಮಯ್ಯನವರಿಂದ ಸುಧೀರ್ಘ ಪತ್ರ ಬಂದಿತ್ತು. ಅದನ್ನು ಬಿಡಿಸಿ ಓದಿದ ಕುಶಾಲಪ್ಪನವರು ದಂಗಾಗಿದ್ದರು.

ಕಾರಣ ಸೋಮಯ್ಯನವರಿಗೆ, ಕುಶಾಲಪ್ಪನವರ ರಿಟೈರ್ಮೆಂಟ್ ದಿನಾಂಕವೂ ಚೆನ್ನಾಗಿ ನೆನಪಿದ್ದು ತಮ್ಮ ಸ್ನೇಹದ ಮೇಲೆ ಆಣೆ ಇರಿಸಿ ಅವರನ್ನುತಮ್ಮಲ್ಲಿಗೆ ಆಹ್ವಾನಿಸಿದ್ದರು. ಅವರಿಗೆ ಆ ಪತ್ರದಲ್ಲಿದ್ದ ವಿಷಯವನ್ನು ಅರಗಿಸಿಕೊಳ್ಳುವುದೇ ಕಷ್ಟವಾಗಿತ್ತು. ನಂತರ ತ್ವರಿತ ಗತಿಯಲ್ಲಿ ಹಲವಾರು ಪತ್ರಗಳು ಓಡಾಡಿದವು. ನಂತರ ವಿವಶರಾಗಿ ಹೆಂಡತಿ ಹಾಗು ಮಗಳೊಡನೆ ಅಲ್ಲಿಗೆ ಬಂದಿದ್ದರು ಕುಶಾಲಪ್ಪನವರು.

ಆದರೆ ಅಂದಿನ ಸ್ನೇಹವನ್ನು ಪುನಃ ನಿರೀಕ್ಷಿಸುವುದು ಕಷ್ಟ ಸಾಧ್ಯವಾಗಿತ್ತು. ಈ ೨೫ ವರ್ಷಗಳ ಅಂತರ ಅವರನ್ನು ಬಹಳವಾಗಿ ಅಳುಕಿಸಿತ್ತು.

ಅವರ ಹಣೆ ಸುಕ್ಕುಗಟ್ಟಿತು. "ಬೋಜಕ್ಕಿ, ಅನೂ ಹೊರಡಿ. ಎಲ್ಲ ರಘು ಹೇಳಿದ ಹಾಗೆ ಆಗಲಿ. ಇಲ್ಲಿಯವರೆಗೂ ಬಂದದ್ದಾಗಿದೆ . ಮತ್ತೆ ಯಾಕೆ ಸಂಕೋಚ? ಎಲ್ಲ ಅವರ ಮನೆಯಲ್ಲೇ ಆಗಲಿ" ಗಂಡುವಿನ ನುಡಿಗಳಿಂದ ಧೈರ್ಯ ತಂದುಕೊಂಡ ಕುಶಾಲಪ್ಪನವರು ರಘುವನ್ನು ಹಿಂಬಾಲಿಸಿದರು.

"ಸರಿ ಹಾಗಾದ್ರೆ, ನಾನು ಸ್ವಲ್ಪ ಬಟ್ಟೆ ತಗೋಳ್ತೀನಿ.." ತನ್ನ ಪರ್ಸಿನಲ್ಲಿದ್ದ ಕೀ ತೆಗೆದುಕೊಳ್ಳಲು ನಡೆದಳು ಅನುಪಮಾ .

"ಬಟ್ಟೆ ಯಾಕೆ? ಮನೇಲಿ ಅಮ್ಮ, ಅಪ್ಪಯ್ಯಂದು ಇದೆಯಲ್ಲ. ಆಫ್ಕೋರ್ಸ್ ನಮ್ಮನೇಲಿ ನೀನು ಹಾಕೊಳ್ಳುವಂಥ ಬಟ್ಟೆಗಳಿಲ್ಲ. ಅಮ್ಮನ ಸೀರೇನೋ ನನ್ನ ಪ್ಯಾಂಟ್ ಶರ್ಟ್ ತೊಟ್ಟುಕೊಳ್ಳೋದಾದ್ರೆ ಅಡ್ಡಿಯಿಲ್ಲ. " ಅನುಪಮಾ ಗೋಡೆಯ ಪಕ್ಕದಲ್ಲಿದ್ದ ಅಲ್ಮೇರಾ ತೆಗೆಯುತ್ತಿದ್ದದನ್ನು ತಡೆಯಲೆಂದು ನುಡಿದ ರಘು.

"ಪ್ಯಾಂಟ್ ಶರ್ಟ್?" ಉದ್ಗರಿಸಿದಳು ಅನುಪಮಾ .

"ಯಾಕೆ ತೊಟ್ಟುಕೊಳ್ಳೋಲ್ವಾ?'

"ಅದೂ ನಿಮ್ಮದು?" ಉಕ್ಕಿ ಬರುತಿದ್ದ ನಗುವನ್ನು ತಡೆಯುತ್ತ ಕೇಳಿದಳು ಅನುಪಮಾ .

"ಯಾಕೆ? ಏನಾಗುತ್ತೆ?" ಅವನು ಅರ್ಥವಾಗದೇ ಕೇಳಿದ.

"ಏನಿಲ್ಲ.. ಆಮೇಲೆ ಅದನ್ನು ತೊಟ್ಟುಕೊಂಡು ನಾನೆಲ್ಲಿದ್ದೀನೀಂತ ನನ್ನನ್ನ ನಾನೆ ಹುಡುಕ್ಕೋಬೇಕಾಗುತ್ತೆ." ಅಜಾನುಬಾಹುವಾದ ಅವನನ್ನು ನೋಡಿ ನಗುತ್ತ ನುಡಿದಳು.

ಅವಳ ಮಾತನ್ನು ಕೇಳಿ ರಘುವೂ ನಕ್ಕ.

ಎತ್ತರದಲ್ಲಿ ಅವಳು ಅವನಿಗಿಂತ ಕೇವಲ ಅರ್ಧ ಅಡಿ ಕಡಿಮೆ ಇದ್ದರೂ ಅವಳ ಲತೆಯಂತ ಬಳುಕು ಮೈಮಾಟಕ್ಕೂ ಅವನ ಅಘಾದ ಮೈಕಟ್ಟಿಗೂ ಎಲ್ಲಿಂದೆಲ್ಲಿಗೆ ಹೋಲಿಕೆ?

ಎಲ್ಲರು ಹೊರಬಂದಾಗ ಲಾರಿಯ ಡ್ರೈವರ್ ಮತ್ತು ಆಳುಗಳು ಲಾರಿಯ ಹತ್ತಿರ ಕುಳಿತು ಬೀಡಿ ಸೇದುತ್ತಿದ್ದರು. ಅವರನ್ನು ಕಂಡು ಆಳುಗಳು ಎದ್ದು ನಿಂತರು.

"ಈ ನಾಳ ಬೆಳಿಗ್ಗೇ ಇಲ್ಲಿಗೆ ಬಂದುಬಿಡು. ಮನೆಯ ಸಾಮಾನೆಲ್ಲ ಜೋಡಿಸಿಕೊಡಬೇಕು. ಹಾಗೆ ನಿನ್ನ ಹೆಂಡತಿಗೆ ನಾಳೆ ತೋಟಕ್ಕೆ ಹೋಗದೆ ಇಲ್ಲಿಗೆ ಬರೋದಕ್ಕೆ ಹೇಳು" ಎನ್ನುತ್ತಾ ತನ್ನ ಜೇಬಿನಿಂದ ನೂರರ ೨ ನೋಟನ್ನು ಕೊಟ್ಟು "ಎಲ್ಲರೂ ತಗೋಳಿ" ಎಂದ.

"ಸರಿ ಸಾಬ್.. ಹಾಗಾದ್ರೆ ನಾನು ಹೊರಡ್ತೀನಿ..." ಕುಶಾಲಪ್ಪನವರು ಆಗಲೇ ದುಡ್ಡು ಕೊಟ್ಟಿದ್ದರಿಂದ ಎದ್ದ ಡ್ರೈವರ್.

"ಕಾಫಿ ಕುಡಿದೆಯೇನಪ್ಪಾ" ಡ್ರೈವರನ್ನು ಕೇಳಿದ ರಘು.

"ಎಲ್ಲ ಆಯಿತು ಸಾಬ್"

"ಇದನ್ನ ತಗೋ.." ಅವನ ಕೈಗೆ ನೂರರ ನೋಟೊಂದನ್ನು ಹಿಡಿಸುತ್ತ ಹೇಳಿದ ರಘು.

"ಬೇಡ ಸಾಬ್" ಅವರೆಲ್ಲ ಕೊಟ್ಟಿದ್ದಾರೆ.

"ಇರಲಿ ತಗೋಪ್ಪ. ಇವತ್ತು ನೀನು ಮಾಡಿದ್ದು ಬರಿ ಇವರನ್ನ ಇಲ್ಲಿ ತಂದು ಬಿಡೋ ಕೆಲಸ ಅಲ್ಲ. ಎರಡು ಮನೇನ ಒಂದುಗೂಡಿಸುವ ಕೆಲಸ.. ತಗೋ..." ಬಲವಂತವಾಗಿ ನೋಟನ್ನು ಹಿಡಿಸಿ ಜೀಪಿನತ್ತ ನಡೆದ ರಘು.

ಸಂಜೆಯ ತಣ್ಣನೆಯ ಗಾಳಿ ಬೀಸಿ ಮೈ ನಡುಗಿಸುತಿತ್ತು. ಪೂರ್ತಿ ಹೊಗೆಯಂಥ ಮಂಜು ಮುಸುಕಿ, ನಸುಕತ್ತಲಾವರಿಸತೊಡಗಿತು. ಎಲ್ಲರು ಜೀಪಿನಲ್ಲಿ ಕುಳಿತ ನಂತರ ಜೀಪ್ ರಘುವಿನ ಮನೆಯ ಕಡೆ ತಿರುಗಿತು.

"ಅಂಕಲ್ ನಾವು ಕಾಲು ದಾರಿಲಿ ನಡೆದರೆ ಈ ಮನೆಯಿಂದ ನಮ್ಮನೆಗೆ ಬರಿ ೨೦ ನಿಮಿಷದ ನಡಿಗೆ. ಈ ಕಡೆ ಬಳಸಿ ಬಂದ್ರೆ ೫ ಕಿಮೀ. ಅದಕ್ಕೆ ನಾವು ಹೆಚ್ಚು ನಡಕೊಂಡು ಬರ್ತೀವಿ." ದಾರಿಯುದ್ದಕ್ಕೂ ತನ್ನ ಮನೆ, ತನ್ನ ತಂದೆ ತಾಯಿಯ ಬಗ್ಗೆ ವಿವರಿಸುತ್ತಾ ಬಂದ ರಘು.

ಜೀಪಿನಲ್ಲಿ ಕುಳಿತ ಅನುಪಮಾ ಕಿಟಕಿಯಿಂದ ಹೊರಯಿಣುಕಿದಳು. ಪೂರ್ತಿ ಹೊಗೆಯಂತ ಮಂಜು ಮುಸುಕಿ ಏನೂ ಕಾಣಿಸದಂತೆ ಮಂಜಿನ ತೆರೆಯಾವರಿಸಿತು. ಪ್ರಕೃತಿಯ ವಿಸ್ಮಯವನ್ನು ಕಣ್ಣರಳಿಸಿ ನೋಡಿದಳು ಅನುಪಮಾ.

"ಇಲ್ಲಿ ಯಾವಾಗ್ಲೂ ಹೀಗೆ ಇರುತ್ತಾ" ರಘುವನ್ನುದ್ದೇಶಿಸಿ ಕೇಳಿದಳು ಅನುಪಮಾ.

"ಏನು ಅನೂ" ಅವನು ಜೀಪಿನ ಹೆಡ್ಲೈಟ್ ಆನ್ ಮಾಡುತ್ತ ಕೇಳಿದ.

"ಇಲ್ಲಿ ಸಂಜೆ ಯಾವಾಗ್ಲೂ ಹೀಗೆ ಫಾಗ್ ಕವರಾಗಿರುತ್ತಾ?"

"ಇಲ್ಲ ಈಗ ವಿಂಟರಲ್ವ ಅದಕ್ಕೆ ಈ ಸೀಸನ್ನಲ್ಲಿ ಪೂರ್ತಿ ಹೀಗಿರುತ್ತೆ. ಸಮ್ಮರ್ನಲ್ಲಿ ಬೆಳಿಗ್ಗೆ ಮಾತ್ರ ಸ್ವಲ್ಪ ಮಿಸ್ಟ್ ಇರುತ್ತೆ.

"ಹೌ ಸ್ವೀಟ್.. ನಂಗಂತೂ ಈ ಹೊಗೆಯಲ್ಲಿ ಎರಡು ಕೈ ಚಾಚಿ ತಿರುಗಬೇಕನ್ನಿಸುತ್ತೆ."
ಜೀಪಿನಿಂದ ಕೈ ಹೊರ ಚಾಚಿ ಹೊಗೆ ಹಿಡಿಯುವ ಪ್ರಯತ್ನ ಮಾಡಿದಳು.

ರಘುವಿಗೆ ತಿರುಗಿ ಒಮ್ಮೆ ಅವಳ ಮುಖ ನೋಡಬೇಕೆನಿಸಿತು. ಆದರೆ ರಸ್ತೆ ಪೂರ್ತಿ ಮಂಜು ಮುಸುಕಿದ್ದರಿಂದ ಅವನಿಗೆ ಹಾಗೆ ಮಾಡಲಾಗಲಿಲ್ಲ.

"ಆಯ್ತು ಇಲ್ಲೇನಾದ್ರೂ ನಿಂಗೆ ಆಶಾಳಂತ ಫ್ರೆಂಡ್ ಸಿಕ್ಕಿದ್ರೆ ನಿನ್ನ ಹಿಡಿಯೋಕಾಗೋಲ್ಲ.." ಗದರಿಸಿದರು ಬೋಜಮ್ಮನವರು.

"ನಮ್ಮ ಅನೂಗೆ ಮೊದಲಿಂದಲೂ ಕಾಡು ಗಿಡ ಮರಗಳೆಂದರೆ ವಿಪರೀತ ಹುಚ್ಚು. ಅವಕಾಶ ಸಿಕ್ಕಾಗಲೆಲ್ಲ ಅವ್ಳು ಕೂಡಗಿಗೆ ಓಡಿ ಬರ್ತಾಳೆ. ಆಶಾಳ ತಂದೆ ಕೆಎಸ್ಟಿಡಿಸಿ ನಲ್ಲಿರೋದ್ರಿಂದ ಆಶಾಳ ಜೊತೆ ಸಾಕಷ್ಟು ಕಾಡುಗಳನ್ನ ಸುತ್ತಿದ್ದಾಳೆ. ಕಳೆದ ವರ್ಷ ಮಡಿಕೇರಿಗೆ ಬಂದಿದ್ಲ" ಕುಶಾಲಪ್ಪನವರು ಹೇಳಿದರು.

"ಆಶಾಳ ಅಕ್ಕನ್ನ ಮಡಿಕೇರಿಗೆ ಕೊಟ್ಟಿರೋದು. ಹೋದವರ್ಷ ಇಲ್ಲಿಗೆ ಬಂದಿದ್ವಿ, ಆಗ ಒಂದು ಮದುವೆ ಸಹ ಅಟೆಂಡ್ ಮಾಡಿದ್ವಿ. ಆಶಾಗೆ ನಮ್ಮವರನ್ನ ಕಂಡ್ರೆ ಬಹಳ ಇಷ್ಟ. ನಾನೂ ಯಾರಾದ್ರೂ ಕೂರ್ಗಿನ ಮದ್ವೆ ಆಗ್ತೀನಿಂತ ಹೇಳ್ತ ಇರ್ತಾಳೆ. " ವಿವರಿಸಿದಳು ಅನುಪಮಾ.

"ಮಡಿಕೇರಿಲಿ ಅವರಕ್ಕ ಎಲ್ಲಿರೋದು?"

"ಮಡಿಕೇರಿ ಟೌನಲ್ಲೇ ಇರೋದು. ಅವಳ ಹಸ್ಬೆಂಡ್ ಎಸ್.ಬಿ.ಐ. ನಲ್ಲಿ ಮ್ಯಾನೇಜರಾಗಿದ್ದರೆ. ಅವರ ಹೆಸರು ಗೋಪಾಲ್ ಅಂತ.."

"ಓ ಅವರಾ? ಅವರ ಪರಿಚಯ ನಂಗೂ ಇದೆ. ಒಳ್ಳೆ ಮನುಷ್ಯ.."

"ದಸರಾ ಹಾಲಿಡೇಸಲ್ಲಿ ಆಶಾನ ಇಲ್ಲಿಗೆ ಬರೋದಕ್ಕೆ ಹೇಳ್ತಿನಿ. ಅಪ್ಪರಲ್ಲಿ ನನಗೂ ಸ್ವಲ್ಪ ಜಾಗದ ಪರಿಚಯ ಆಗಿರುತ್ತೆ. "

"ದಸರಾ ಹಾಲಿಡೇಸಲ್ಲಿ ಯಾಕೆ? ಈಗಲೇ ಕರಿಸಿಕೋ.." ಹೇಳಿದ ರಘು

"ಇಲ್ಲ ಸಧ್ಯದಲ್ಲೇ ನಮ್ಮ ಎಕ್ಸಾಮ್ಸ್ ಇದೆ. ಆಗ ನಾನೆ ಅಲ್ಲಿಗೆ ಹೋಗ್ತಾ ಇದ್ದೀನಿ.. ಅವಳು ಆಮೇಲೆ ಇಲ್ಲಿಗೆ ಬರ್ತಾಳೆ.."

"ನೀನೇನು ಓದ್ತಾ ಇರೋದು? "

" ಸೆಕೆಂಡ್ ಬಿ.ಕಾಂ."

"ಇವಳ ಎಕ್ಸಾಮ್ಸ್ ಆಗಿ ಬಿಟ್ಟಿದ್ರೆ ಚೆನ್ನಾಗಿರೋದು.. ನಾವು ಎಕ್ಸಾಮ್ ಆದ್ಮೇಲೆ ಇಲ್ಲಿಗೆ ಬರೋಣಾಂತ ಒಂದು ಸಲ ಅಂದ್ಕೊಂಡ್ವಿ.. ಆದ್ರೆ ಅಷ್ಟೊತ್ತಿಗೆ ಮಳೆಗಾಲ ಪ್ರಾರಂಭವಾಗಿಬಿಡುತ್ತೆ. ಅದಕ್ಕೆ ಮುಂಚೆ ನಾವು ಬಂದು ಸ್ವಲ್ಪ ಅಡ್ಜಸ್ಟ್ ಅಂದ್ರೆ, ಆಳು, ಕಾಳುಗಳನ್ನ ನೋಡಿಕೊಂಡ್ರೆ ತೋಟದ ಕೆಲಸಕ್ಕೆ ಇಳಿಯೋದಕ್ಕೆ ಸರಿಹೋಗುತ್ತೆ. ಅದಕ್ಕೆ ನಾವು ಈಗ್ಲೇ ಬಂದ್ಬಿಟ್ಟಿ. ಅಪ್ಪರಲ್ಲಿ

ಸೋಮುದೂ ಲೆಟರ್ ಬಂತು. ಅನೂನು ಸಹ ಪಾಠ ಎಲ್ಲ ಮುಗಿದಿದೆ ಶಿಫ್ಟ್ ಮಾಡಿಬಿಡೋಣಾಂತ ಹೇಳಿದ್ಲು" ಎಂದರು ಕುಶಾಲಪ್ಪ.

"ಮುಂದೆ?" ಕೇಳಿದ ರಘು.

"ನಾವೆಲ್ಲ ಹಾಸ್ಟೆಲಲ್ಲಿ ಓದು ಅಂತ ಹೇಳಿದ್ದೇವಿ. ಒಂದೇ ವರ್ಷ ತಾನೆ... ನೋಡ್ಬೇಕು..ಇವಳಿಗೆ ಹಾಸ್ಟೆಲಲ್ಲಿ ಇರೋಕೆ ಇಷ್ಟ ಇಲ್ಲ" ಎಂದರು ಬೋಜವ್ವ.

"ಹೌದು ನಂಗೆ ಹಾಸ್ಟೆಲ್ ಬೋರ್. ಆಶಾ ಅವಳ ಮನೆಯಲ್ಲೇ ಇರೋದಕ್ಕೆ ಹೇಳ್ತ ಇದ್ದಾಳೆ.. ನೋಡ್ಬೇಕು... ಇಲ್ಲಿನ ಕಾಲೇಜು ಫ್ಯಾಸಿಲಿಟೀಸ್ ನೋಡ್ಕೊಂಡು ಡಿಸೈಡ್ ಮಾಡಬೇಕು.. ಇಲ್ಲಿ ಸರಿಹೋಗದಿದ್ರೆ ಆಶಾಳ ಮನೇಲೆ ಇರಬೇಕಾಗುತ್ತೆ..." ಅನುಪಮಾ ಹೇಳಿದಳು

"ಈಗ ಎಕ್ಸಾಮ್ಸ್ ಮುಗಿಸು.. ಆಮೇಲೆ ಕಾಲೇಜಿನ ಬಗ್ಗೆ ಎಲ್ಲ ತಿಳ್ಕೊಂಡು ಡಿಸೈಡ್ ಮಾಡಬಹುದು.. ಹೇಗೂ ಬೇಕಾದಷ್ಟು ಟೈಮ್ ಇದ್ಯಲ್ಲ." ರಘುವಿನ ಜೀಪ್ ದೊಡ್ಡದಾದ ಗೇಟೊಂದನ್ನು ಪ್ರವೇಶಿಸಿತು. ಈಗಂತೂ ಬೆಳ್ಳನೆಯ ಹಿಮದ ಬದಲು ಏನೂ ಕಾಣುತ್ತಿರಲಿಲ್ಲ.

ಎಲ್ಲರು ಜೀಪಿನಿಂದ ಕೆಳಗಿಳಿದರು. ತಣ್ಣನೆಯ ಕೊರೆಯುವ ಗಾಳಿ, ಸುತ್ತಲೂ ಬೆಳ್ಳನೆಯ ಭಾದರ ಹೊದಿಸಿದ ಮಂಜು, ಎರಡು ಅಡಿ ದೂರ ನಿಂತವರು ಕೂಡ ಮಂಕಾಗಿ ಕಾಣುವಷ್ಟು ಮಂಜು. ಎಲ್ಲರ ಆಕೃತಿಗಳು ಕಾಣುತ್ತಿದ್ದರೂ ಮುಖ ಸ್ಪಷ್ಟವಾಗಿ ಕಾಣಿಸುತ್ತಿರಲಿಲ್ಲ. ಮನೆಯ ಲೈಟುಗಳನ್ನು ಬಿಟ್ಟರೆ, ಮನೆಯಾ ಕಾಣಿಸುತ್ತಿರಲಿಲ್ಲ. ಲೈಟುಗಳೂ ಕೂಡ ಮಂಕಾಗಿ ತಮ್ಮ ಕಿರಣಗಳನ್ನು ಪ್ರತಿಫಲಿಸುವ ಪ್ರಯತ್ನವನ್ನು ಮಾಡುತ್ತಿದ್ದವು. ಆದರೆ ಲೈಟುಗಳ ಸಾಲುಗಳನ್ನು ನೋಡಿದರೆ ಅದು ಎರಡಂತಸ್ತಿನ ವಿಶಾಲವಾದ ಬಂಗಲೆಯೆಂದು ತಿಳಿಯುತ್ತಿತ್ತು.

ಜೀಪಿನ ಶಬ್ದ ಕೇಳಿ ಮನೆಯ ಬಾಗಿಲು ತೆರೆಯಿತು. ಆಗ ಕಂಡು ಬಂದ ದೃಶ್ಯದಿಂದ ಅನುಪಮಾ ಚಕಿತಳಾದಲು. ಎಂಥ ಚಮತ್ಕಾರಿ ನೋಟ. ಮೇಲೊಂದು, ಕೆಳಗೊಂದು ಸಾಲು ದೀಪಗಳು.. ಒಂದು ಬೆಳಕಿನ ಬಾಗಿಲು... ಮತ್ತೆಲ್ಲ ಮಂಜೇ ಮಂಜು. ಅನುಪಮಳಿಗೆ ಆಶಾಳ ನೆನಪಾಯಿತು. ಈಗವಳು ಇರಬಾರದಿತ್ತೇ?

"ಬನ್ನಿ ಅಂಕಲ್, ಒಳಗೆ ಬನ್ನಿ ಅಂಟಿ.." ಜೀಪಿನ ಲೈಟನ್ನು ಆರಿಸದಿದ್ದುದರಿಂದ ಮಸುಕು ದಾರಿ ಕಾಣಿಸಿತು.

"ಮಂಜಿನಲ್ಲಿ ನೆಂದ್ರೆ ನೆಗಡಿ ಜ್ವರ ಬರುತ್ತೆ ಅನೂ. ಅದರಲ್ಲೂ ಇದು ನಿಂಗೆ ಹೊಸ ಜಾಗ ಬೇರೆ. ನಡಿ ಒಳಗೆ.." ಅವಳು ಕೊರೆಯುವ ಮಂಜಿನಲ್ಲಿ ಹಾಗೆ ನಿಂತದ್ದನ್ನು ನೋಡಿ ನುಡಿದ ರಘು.

"ವಾವ್.. ಸೋ ಎಕ್ಸೈಟಿಂಗ್ ..ಇಂಥ ದೃಶ್ಯಾನ ನಾನು ನನ್ನ ಲೈಫಲ್ಲಿ ನೋಡಿರಲಿಲ್ಲ" ಅವನ ಮಾತಿನ ಕಡೆಗೆ ಗಮನ ಕೊಡದೆ ಬಡಬಡಿಸಿದಳು

ಅನುಪಮಾ. ಚಳಿಗೆ ಕೈ ಮಂಜಿನಂತೆ ಕೊರೆಯತೊಡಗಿದಾಗ ಎರಡು ಕೈಗಳನ್ನು ಉಜ್ಜಿಕೊಳ್ಳತೊಡಗಿದಳು.

"ಈ ಮನೆ ಸ್ವಲ್ಪ ಜಾಸ್ತಿ ಎತ್ತರದಲ್ಲಿದೆ. ಅದಕ್ಕೆ ಹೀಗೆ.." ಅವಳೊಂದಿಗೆ ಒಳನಡೆದ ರಘು..

ಅವರನ್ನು ಕಾಯುತ್ತ ಬಾಗಿಲಲ್ಲೇ ನಿಂತಿದ್ದ ಸೋಮಯ್ಯನವರು, ಕುಶಾಲಪ್ಪ, ಬೋಜವ್ವ ಒಳಗೆ ಬರುತ್ತಿದ್ದಂತೆ "ಇಷ್ಟು ಹೊತ್ತಾಗಿ ಹೋಯ್ತು ಕುಶಾಲೂ" ಎನ್ನುತ್ತಾ ಧಾವಿಸಿಬಂದರು. ಹಾಗೆ ಹತ್ತಿರ ಬಂದವರು ಸ್ವಲ್ಪ ಹೊತ್ತು ನಿಂತು ಕುಶಾಲಪ್ಪನವರನ್ನು ಅಡಿಯಿಂದ ಮುಡಿಯವರೆಗೆ ನೋಡಿದರು... "ಎಷ್ಟೊಂದು ಬದಲಾಗಿ ಹೋಗಿದ್ದಿ ..ಕೂದಲು ಮುಕ್ಕಾಲು ಬೆಳ್ಳಗಾಗಿ ಹೋಗಿದೆ .. ಆಫೀಸ್ಗಿರಿ ಮಾಡಿ ಮಾಡಿ ದಪ್ಪಗಾಗಿ ಬಿಟ್ಟಿದೀಯ..." ಎನ್ನುತ್ತಾ ಕುಶಾಲಪ್ಪನವರನ್ನು ಅಪ್ಪಿಕೊಂಡರು ಸೋಮಯ್ಯನವರು.

ಕುಶಾಲಪ್ಪನವರ ಗಂಟಲು ಕಟ್ಟಿ ಹೋಯಿತು.

"ಸೋಮು, ಸೋಮು" ಅವರು ಸ್ನೇಹಿತನ ಆಲಿಂಗನದಲ್ಲಿ ಬಿಕ್ಕಿದರು.

ಬೋಜವ್ವ, ಅನುಪಮಾ, ರಘು ಹಾಗು ರಘುವಿನ ತಾಯಿ ಗಂಗವ್ವ ಆ ಅಪೂರ್ವ ದೃಶ್ಯವನ್ನು ಸ್ವಲ್ಪ ಹೊತ್ತು ಹಾಗೆ ನೋಡುತ್ತಾ ನಿಂತರು. ಎಲ್ಲರ ಕಂಗಳು ಹನಿಗೂಡಿದವು.

ಮೊದಲು ಎಚ್ಚೆತ್ತ ರಘು "ಇವರು ನನ್ನ ತಾಯಿ ಗಂಗವ್ವ" " ಅಮ್ಮ ಇವರು ಬೋಜವ್ವ ಆಂಟಿ... ಇವರ ಮಗಳು ಅನುಪಮಾ " ಎಲ್ಲರನ್ನು ಪರಿಚಯಿಸಿದ

"ಬನ್ನಿ ಬನ್ನಿ ಇವರ ಸಡಗರದಲ್ಲಿ ನಿಮ್ಮನ್ನ ಒಂದು ನಿಮಿಷ ಮರೆತೇಬಿಟ್ಟಿದ್ದೆ.. ಬನ್ನಿ ಬನ್ನಿ" ಎಚ್ಚೆತ್ತು ಇಬ್ಬರನ್ನು ಸ್ವಾಗತಿಸಿದರು ತುಂಬು ವ್ಯಕ್ತಿತ್ವದ ಗೌರವರ್ಣದ ಗಂಗವ್ವನವರು..

ಅನುಪಮಾ ಬಗ್ಗಿ, ಕೂಡವ ಪದ್ಧತಿಯಂತೆ ಅವರ ಪಾದ ಸ್ಪರ್ಶಿಸಿ ನಮಸ್ಕರಿಸಿದಳು. "ದೇವರು ನಿನ್ನ ಚೆನ್ನಾಗಿಟ್ಟಿರಲಿ .. ಬನ್ನಿ ಕೂತ್ಕೊಳ್ಳಿ"

ಒಳಬಂದ ಅನುಪಮಾ ಒಂದು ಕ್ಷಣ ತಡೆದಳು. ವಿಶಾಲವಾದ ಕೋಣೆಗಳು.. ಮಿರಿ ಮಿರಿ ಮಿಂಚುವ ಅಮೃತ ಶಿಲೆಯ ನೆಲ, ನೆಲಕ್ಕೆ ಹಾಸಿದ ಬೆಲೆಬಾಳುವ ರತ್ನಕಂಬಳಿಗಳು, ತೇಗದಿಂದ ಮಾಡಿದ ಸುಂದರವಾದ ಕೆತ್ತನೆಗಳನ್ನೊಳಗೊಂಡ ಭಾರಿ ಪೀಠೋಪಕರಣಗಳು, ಗಂಧದ ವಿಗ್ರಹಗಳು, ಗೋಡೆಯನ್ನಲಂಕರಿಸಿದ್ದ ಮೋಹಕ ತೈಲ ಚಿತ್ರಗಳು ಒಂದೆಡೆಯಾದರೆ, ಇನ್ನೊಂದೆಡೆ ಅಚ್ಚುಕಟ್ಟಾಗಿ ಗೋಡೆಯನ್ನಲಂಕರಿಸಿದ ಕೂಡವರ ಆಯುಧಗಳು. ಮತ್ತೊಂದೆಡೆ ವಿಶಾಲವಾದ ಬಾರ್ ಕೌಂಟರ್, ಚಳಿಗಾಲದಲ್ಲಿ ಬೆಂಕಿ ಹೊತ್ತಿಸಲು ಚಿಮಿಣಿ, ಬೆಲೆಬಾಳುವ ಪರದೆಗಳು, ಹೂದಾನಿಗಳು ಅತ್ಯಂತ ಶ್ರೀಮಂತವಾಗಲಂಕರಿಸಿದ ಆ ಬಂಗಲೆ ಪುಟ್ಟ ಅರಮನೆಯಂತಿತ್ತು.

ಅಷ್ಟೂ ಸಾಲದೆಂಬಂತೆ ಆನೆಯ ಕಾಲಿನಿಂಗ ಮಾಡಿದ ಆಸನಗಳು, ಒಂದು ಕುಳಿತ ಹುಲಿ ಮತ್ತೊಂದು ನಿಂತ ಚಿರತೆ, ಪ್ರತಿಯೊಂದು ಬಾಗಿಲಿನ ಮೇಲೆ

ಜೋಡಿಸಿದ ಜಿಂಕೆ, ಕಡವೆಗಳ ಕೊಂಬುಗಳು ಆ ಮನೆಗೆ ಇನ್ನಷ್ಟು ಮೆರಗು ನೀಡಿತ್ತು. ಅಲ್ಲಿ ನಿಲ್ಲಿಸಿದ್ದ ಕಾಡು ಪ್ರಾಣಿಗಳು, ಬಾಗಿಲುಗಳಿಗೆ ಜೋಡಿಸಿದ ಪ್ರಾಣಿಗಳ ಮುಖ ಮತ್ತು ಕೊಂಬುಗಳು ಆ ಮನೆಗೆ ವಿಶೇಷ ಶೋಭೆಯನ್ನು ಕೊಡುತಿದ್ದರೂ ಅವು ಅನುಪಮಳಲ್ಲೊಂದು ರೀತಿಯ ಅಶಾಂತಿಯನ್ನೆಬ್ಬಿಸಿತು.

ಆ ಪ್ರಾಣಿಗಳನ್ನು ನೋಡಿ ಅನುಪಮಳ ಮುಖದಲ್ಲಿ ಮೂಡಿದ ಅಶಾಂತಿಯನ್ನು ಸೂಕ್ಷ್ಮವಾಗಿ ಗಮನಿಸಿದ ರಘು..

"ನೀವು ಮಧ್ಯಾಹ್ನವೇ ಬರ್ತೀರಿಂತ ಭಾವಿಸಿದ್ದೆ. ತುಂಬಾ ತಡಮಾಡಿಬಿಟ್ರಿ..ತುಂಬಾ ಚಳಿ.. ಮೊದಲು ಬಿಸಿ ಬಿಸಿ ಕಾಫಿ ತಗೊಳ್ಳಿ. ಆಮೇಲೆ ಮಾತಾಡುವ..."ಗಂಗವ್ವನವರು ಅಡುಗೆಮನೆಯತ್ತ ಧಾವಿಸಿದರು.

ಕುಳಿತಲ್ಲಿಂದಲೇ ಮತ್ತೊಮ್ಮೆ ಮನೆಯನ್ನು ಅವಲೋಕಿಸಿದಲು ಅನುಪಮಾ. ಚಲನಚಿತ್ರದ ಬಂಗಲೆಯೊಂದನ್ನು ನೋಡಿದ ಅನುಭವ."ಇವರಿಷ್ಟೊಂದು ಶ್ರೀಮಂತರೆಂದು ಭಾವಿಸಿರಲಿಲ್ಲ.." ಮನದಲೆಂದುಕೊಂಡಲು. ಆ ಶ್ರೀಮಂತಿಕೆ ಉಸಿರುಕಟ್ಟುವಂತಿರಲಿಲ್ಲವಾದರೂ ಆ ಪ್ರಾಣಿಗಳು ಮಾತ್ರ ಸ್ವಲ್ಪ ಕಿರಿ ಕಿರಿಯನ್ನುಂಟು ಮಾಡಿದವು.

"ಬಾ ಕೂತ್ಕೋ. ನಿನ್ನ ನೋಡಬೇಕಂತ ನಾನೆಷ್ಟು ಅಂದುಕೊಂಡೆ. ಆದ್ರೆ ನಿನ್ನ ಸರ್ವೀಸೆಲ್ಲಾ ಹೊರಗೆ ಕಳೆದು ಹೋಯಿತು. ನೀನಂತೂ ನನ್ನ ನೆನಸುತ್ತಲೂ ಇರಲಿಲ್ಲ ಅನ್ನಿಸುತ್ತೆ.." ಸೋಮಯ್ಯನವರು ಆತ್ಮೀಯತೆಯಿಂದ ಸ್ನೇಹಿತನನ್ನು ದೂರಿದರು.

"ಈ ನೌಕರಿನು ಬೇಡ.. ಏನು ಬೇಡಪ್ಪಾ .. ಒಂದು ಕಡೆ ಮೂರು ವರ್ಷ ಆಗೋ ಹಾಗಿಲ್ಲ ಇನ್ನೊಂದೂರು.. ನಂತರ ಮತ್ತೊಂದು. ಅಲ್ಲಿ ಹೊಂದಿಕೊಳ್ಳೋ ಹೊತ್ತಿಗೆ ಇನ್ನೊಂದು. ನಂಗಂತೂ ಸಾಕು ಸಾಕಾಗಿ ಹೋಯಿತು. ಎಷ್ಟೋ ಸಾರಿ ರಾಜೀನಾಮೆ ಕೊಡಬೇಕಂತನೂ ಅಂದುಕೊಂಡಿದ್ದೆ." ಅಲ್ಲಿಂದ ಪ್ರಾರಂಭವಾದ ಮಾತು ನಿರ್ಗಳವಾಗಿ ಹರಿಯಿತು. ಲಘು ಉಪಹಾರದ ಸಮಾರಾಧನೆ ಮುಗಿದರೂ ಮಾತಿನ ಭರತ ಕಡಿಮೆಯಾಗಲಿಲ್ಲ.

"ಅವರು ಮಾತಾಡ್ತಾ ಇರಲಿ, ನೀವು ಹೋಗಿ ಸ್ನಾನ ಮುಗಿಸಿ..." ಗಂಗವ್ವ ಬೋಜವ್ವನತ್ತ ತಿರುಗಿ ನುಡಿದರು.

"ಅನೂ ನಿನ್ನ ಕೂದಲು ಒಣಗೋದು ಕಷ್ಟ. ಮೊದಲು ನೀನು ಸ್ನಾನ ಮಾಡಿಬಿಡು.. ಆಮೇಲೆ ನಾನು ಮಾಡ್ತೀನಿ.." ಬೋಜವ್ವ ಹೇಳಿದರು.

"ಹಾಗಾದ್ರೆ, ನೀವು ಮುಖ ತೊಳೆದು ಅಡುಗೆ ಮನೆಗೆ ಬಂದುಬಿಡಿ . ಮಾತಾಡ್ತಾ ಕೆಲಸ ಮುಗಿಸಬಹುದು.. ಏ ಸಣ್ಣಿ ಅವರಿಗೆ ಸೋಪು ಟವಲ್ ಎಲ್ಲ ಇಟ್ಟಿದ್ದಿಯ? ಇವರಿಗೆ ಬಚ್ಚಲು ತೋರಿಸು.." ಕೆಲಸದವಳಿಗೆ ಹೇಳಿದರು ಗಂಗವ್ವ.

ಬೋಜವ್ವನವರು ಮುಖ ತೊಳೆದು ಬಂದಮೇಲೆ ಅನುಪಮಾ ಸೋಪು, ಟವಲು ಮತ್ತು ಬಟ್ಟೆಗಳನ್ನು ತೆಗೆದುಕೊಂಡು ಅವಳಿಗಾಗಿ ಕಾದು ನಿಂತಿದ್ದ ಸಣ್ಣಿಯನ್ನು ಹಿಂಬಾಲಿಸಿದಳು.

"ಅನೂ, ಬಲಗಾಲ ಮೇಲೆ ಸ್ವಲ್ಪ ಬಿಸಿಬಿಸಿಯಾಗಿ ಒಂದೆರಡು ಬಕ್ಕೆಟ್ ನೀರು ಹಾಕ್ಕೊ.." ಬಟ್ಟೆ ಹಿಡಿದು ಹೋಗುತಿದ್ದ ಅನುಪಮಳಿಗೆ ಹೇಳಿದ ರಘು.

ಅನುಪಮಾ ಸರಿಯೆಂಬಂತೆ ತಲೆಯಾಡಿಸಿದಳು.

ಮನೆಯಿಂದ ನಾಲ್ಕು ಹೆಜ್ಜೆ ದೂರದಲ್ಲಿದ್ದ ಸ್ನಾನದ ಗೃಹ ಪೂರ್ತಿಹಾಲು ಬಿಳುಪಿನ ಟೈಲ್ಸಿಂದ ಮಾಡಲ್ಪಟ್ಟಿತ್ತು. ಆಧುನಿಕ ಷವರ್‌ಗಳು, ನಲ್ಲಿಗಳು, ಪಕ್ಕದಲ್ಲಿ ಒಂದು ದೊಡ್ಡದಾದ ಕಬ್ಬೋರ್ಡು, ಸ್ಟೀಲ್ ರಾಡಿನ ಮೇಲೆ ಹಾಕಿದ್ದ ನಾಲ್ಕು ಟರ್ಕಿ ಟವಲುಗಳು. ಎದಿರು ಬದಿರಾಗಿ ಹಾಕಿದ್ದ ಎರಡು ಕನ್ನಡಿಗಳು.ದೊಡ್ಡದಾದ ಹಂಡೆಯ ತುಂಬಾ ಮರಳುವ ನೀರು. ಹಂಡೆಗೆ ಒಲೆ ಹೊರಗಿನಿಂದ ಅಳವಡಿಸಿದ್ದರಿಂದ   ಒಳಗೆ ಒಂದಿಷ್ಟು ಹೊಗೆಯಾ ಬರುವಂತಿರಲಿಲ್ಲ.

ಬಟ್ಟೆಗಳನ್ನು ರಾಡಿನ ಮೇಲೆ ಹಾಕಿ ಕಿಟಕಿಯಿಂದ ಹೊರನೋಡಿದಳು ಅನುಪಮಾ. ಆಗಲೇ ಪೂರ್ತಿ ಕತ್ತಲಾಗಿತ್ತು. ಗವ್ವನೆ ಮುತ್ತುವ ಕತ್ತಲೆ, ಕತ್ತಲಲ್ಲಿ ವಿಚಿತ್ರ ಶಬ್ದ ಮಾಡುತಿದ್ದ ಕೀಟಗಳು.

ಈಗ ಅನುಪಮಳಿಗೆ ಸ್ವಲ್ಪ ಭಯವೆನಿಸಿತು. ಹಲವಾರು ರಂಗುಗಳಿಂದ ಕಂಗೊಳಿಸುವ ಪ್ರಕೃತಿ ಮಾತ್ರ ಇರುಳಿನಲ್ಲಿ ಕರಾಳ ದೈತ್ಯ ರೂಪವನ್ನು ಹೊತ್ತು ನಿಂತಿದ್ದಳು. ಒಳಗೆ ಹಾಲು ಚೆಲ್ಲಿದ ನಿಯಾನ್ ದೀಪ ಒಂದು ವೇಳೆ ಆರಿಹೋದರೆ? ಆಮೇಲೆ ಅಧೋಗತಿ.

ಮುಂಜಾಗ್ರತೆಯ ಕ್ರಮವಾಗಿ ಪುನಃ ಬಾಗಿಲು ತೆರೆದು ಹೊರ ಇಣುಕಿದಳು. ಹೊರಗೆ ನಿಂತಿದ್ದ ಸಣ್ಣಿಯನ್ನು ನೋಡಿ ಅವಳಿಗೆ ಸ್ವಲ್ಪ ಧೈರ್ಯವೆನಿಸಿತು.

"ಏನಾದ್ರು ಬೇಕಿತ್ತಾಕ್ಕಾ ಸೋಪೆಲ್ಲ ಆ ಬಾಕ್ಸಲ್ಲಿದೆ ನೋಡಿ.." ಅನುಪಮಾ ಬಾಗಿಲು ತೆರೆದದ್ದನು ನೋಡಿ ಹೇಳಿದಳು ಸಣ್ಣಿ.

"ಸಣ್ಣಿ ಒಂದು ಲ್ಯಾಂಪ್ ಅಥವಾ ಕ್ಯಾಂಡಲ್ ಬೇಕಿತ್ತಲ್ಲ"

"ತರ್ತೀನಕ್ಕ.." ಒಳನಡೆದಳು.

ಅನುಪಮಾ ದೊಡ್ಡ ಬಕ್ಕೆಟ್ಟಿಗೆ ನೀರು ತೊಡಿ ಹದನಾಗಿಸಿಕೊಂಡಳು. ಸಣ್ಣಿ ಇನ್ನೂ ಬರದಿದ್ದ ಕಾರಣ ಕನ್ನಡಿಯ ಮುಂದೆ ನಿಂತು ಹಾಡೊಂದನ್ನು ಗುನುಗುನಿಸುತ್ತಾ ಹೆರಳನ್ನು ಬಿಚ್ಚಿ ಬೆನ್ನ ಮೇಲೆ ಹಾಕಿಕೊಂಡಳು. ಹೊರೆಗೂದಲು ಪುಟ್ಟ ಜಲಪಾತದಂತೆ ಬೆನ್ನ ತುಂಬಾ ಹರಡಿತು.

ಅಷ್ಟರಲ್ಲೇ ಬಾಗಿಲ ಬಳಿ ಹೆಜ್ಜೆಯ ಸಪ್ಪಳ ಕೇಳಿಸಿತು.

"ಅಲ್ಲೇ ಕಿಟಕಿಗು ಮೇಲೆ ಇಟ್ಟುಬಿಡು ಸಣ್ಣಿ." ಹಿಂತಿರುಗಿ ನೋಡದೆ ಹೇಳಿದಳು ಅನುಪಮಾ.

ಆದರೆ ಬಂದದ್ದು ಸಣ್ಣಿಯಾಗಿರದೆ ರಘುವಾಗಿದ್ದ. ಕ್ಯಾಂಡಲ್ ಏಕೆಂದು ಕೇಳಲು ಬಂದವ ಮತ್ತೊಮ್ಮೆ ದಂಗಾದ. ಕಪ್ಪು ರೇಶಿಮೆಯ ಜಲಪಾತದಂತೆ ಚೆನ್ನ ಮೇಲಿಂದ ಹರಿದು ಮಂಡಿಯನ್ನು ಸೋಕುತಿದ್ದ ಹೊರೆಗೂದಲು ಮತ್ತು ಆ ಕೂದಲಿನ ಹೊಳಪು, ಸೌಂದರ್ಯ ಅವನ ಕಣ್ಣನರಳಿಸಿತು.

"ಸೋ ಲವ್ಲಿ" ಅವನಿಗರಿವಿಲ್ಲದೆ ಉದ್ಗಾರ ಹೊರಹೊಮ್ಮಿದಾಗ ಬೆಚ್ಚಿ ಅವನತ್ತ ತಿರುಗಿದಳು ಅನುಪಮಾ.

"ನೀವು.." ಗಾಬರಿಯಿಂದ ಕೇಳಿದಳು.

"ಎಂಥ ಸೊಗಸಾದ ಕೂದಲು. ಇಂಥ ಕೂದಲನ್ನು ಈ ಮೊದಲು ನಾನೆಲ್ಲೂ ನೋಡೇ ಇಲ್ಲ. ಇಲ್ಲಿನ ಹುಡುಗಿಯರಿಗೆ ಕೂದಲೆಂದರೆ ಅಲರ್ಜಿ. ಭುಜದವರೆಗೆ ಇರೋದೇ ಕಷ್ಟ. ನಮ್ಮ ಜ್ಯೋತಿ ಇದ್ದಿದ್ರೆ ನಿನ್ನ ಕೂದಲು ನೋಡಿ ಕುಣಿದಾಡ್ತಾ ಇದ್ದು...ಅವಳಿಗೆ ಉದ್ದ ಕೂದಲಂದ್ರೆ ತುಂಬಾ ಇಷ್ಟ" ಅವನು ಮನಸ್ಪಾರೆ ಹೊಗಳಿದಾಗ ಅವಳಿಗೆ ಅತೀವ ಸಂಕೋಚವೆನಿಸಿತು.

"ಥ್ಯಾಂಕ್ಸ್. ನಾನು ಸಣ್ಣಿ ಬಂದ್ಲು ಅಂದ್ಕೊಂಡೆ.." ಅವನ ಬಡಬಡಿಕೆಗೆ ಅವಳಿಗೆ ಏನು ಮಾತಾಡಲು ತೋರಲಿಲ್ಲ.

"ನಾನು ಅದಕ್ಕೆ ಬಂದೆ. ಅಂದಾಗೆ ಇಲ್ಲಿ ಲ್ಯಾಂಪಿನ ಅಗತ್ಯ ಬರೋದಿಲ್ಲ. ಯಾಕಂದ್ರೆ ಇಲ್ಲಿ ಪವರ್ ಕಟ್ ಪ್ರಾಬ್ಲಮ್ ಇಲ್ಲ. ಈ ಲೈಟ್ಸ್ ಎಲ್ಲ ಜನರೇಟರ್ ಸೆಟ್ಟಲ್ಲಿ ಕೆಲಸ ಮಾಡ್ತಾ ಇರೋದು. ಇದು ಒಂಟಿಮನೆಯಾದರಿಂದ. ಇಲ್ಲಿ ಕೆ.ಇ.ಬಿ ಲೈನ್ ಇನ್ನು ಬಂದಿಲ್ಲ. ಅದೆಲ್ಲ ಆಗಬೇಕಂದ್ರೆ ಕನಿಷ್ಟ ಪಕ್ಷ ಇನ್ನೆಡು ವರ್ಷನಾದ್ರು ಬೇಕು... ಏನು ಭಯ ಬೇಡ. ಹಾಗೇನಾದ್ರೂ ಬೇಕಿದ್ರೆ ಸಣ್ಣಿ ಹೊರಗೆ ಇರ್ತಾಳೆ ಅವಳನ್ನ ಕರಿ" ಎನ್ನುತ್ತಾ ತಿರುಗಿದ ರಘು ಪುನಃ ನಿಂತು.. "ಹಾಗೆ, ಷವರ್ನಲ್ಲಿ ಬಿಸಿ ಹಾಗು ತಣ್ಣೀರು ಎರಡೂ ಬರುತ್ತ ಎಂದ.."

ರಘು ಹೊದಮೇಲೆ ಬಾಗಿಲು ಹಾಕಿಕೊಂಡಳು ಅನುಪಮಾ. ಮಂಡಿಯವರೆಗೆ ಇಳಿಬಿದ್ದಿದ್ದ ಕೂದಲನ್ನು ತೆಗೆದು ಎದೆಯಮೇಲೆ ಹಾಕಿಕೊಂಡಳು. ರಘುವಿನ ನುಡಿಗಳು ನೆನಪಾಗಿ ಅವಳ ಪಲುಕುಗಳು ಬಿರಿದವು. ಕೂದಲಲ್ಲಿ ನವಿರಾಗಿ ಕೈಯಾಡಿಸಿ ಕನ್ನಡಿಯಲ್ಲಿ ಮೂಡಿದ್ದ ತನ್ನ ಪ್ರತಿಬಿಂಬವನ್ನು ನಿರುಕಿಸಿದಳು ಅನುಪಮಾ. ಮೊದಲ ಬಾರಿಗೆ ತನ್ನ ಸೌಂದರ್ಯ ಸಾರ್ಥಕವಾದಂತೆನಿಸಿತು.

"ಹೃದಯ ಚೋರರಿರಬಹುದು ಎಚ್ಚರಿಕೆ.." ಬೀಳ್ಕೊಡುವ ಸಮಯದಲ್ಲಿ ಕಿವಿಯ ಬಳಿ ಪಿಸುಗುಟ್ಟಿದ ಆಶಾಳ ನುಡಿಗಳ ನೆನಪಾದಾಗ ಬೆಚ್ಚಿದಳು. " ಎಂಥಾ ಯೋಚನೆ?" ಅನಿರೀಕ್ಷಿತವಾಗಿ ಮನದಲ್ಲಿ ನುಸುಳಿದ ಪದಗಳನ್ನು ಹೊರದಬ್ಬುವ ಪ್ರಯತ್ನ ಮಾಡುತ್ತ ತಲೆಯಮೇಲೆ ನೀರು ಸುರಿದುಕೊಂಡಳು.

ಪೂರ್ತಿ ಒಂದು ಘಂಟೆ ಮನದಣಿಯ ಮಿಂದಳು ಅನುಪಮಾ. ಎಷ್ಟು ಸುರಿದುಕೊಂಡರೂ ತಣಿಯದ ಮನ, ಖಾಲಿಯಾಗದ ಹಂಡೆ. ನಲ್ಲಿ ತಿರುಗಿಸಿದರೆ ಸುರಿಯುವ ತಣ್ಣೀರು. ಎಷ್ಟು ದಿನಗಳಾಗಿತ್ತು ಈ ರೀತಿ ಸ್ನಾನ

ಮಾಡಿ. ಪಟ್ಟಣದ ದುಬಾರಿ ಜೀವನದಲ್ಲಿ ಸೌದೆ, ಸೀಮೆ ಎಣ್ಣೆ ದರ ಕೇಳಿದರೆ ಸ್ನಾನದ ಆಸೆ ಹಿಂಗಿ ಹೋಗುತಿತ್ತು.

ಹೊರೆಗೂದಲನ್ನು ಟವಲಿನಲ್ಲಿ ಸುತ್ತಿ ಗಂಟು ಹಾಕಿಕೊಂಡು ಹೊರಬಂದಳು ಅನುಪಮಾ.

"ಮಮ್ಮಿ ನೀನು ಸ್ನಾನ ಮಾಡಿ ಬಂದುಬಿಡು. ಅಷ್ಟುಹೊತ್ತಿಗೆ ಪಪ್ಪನ ಮಾತು ಮುಗಿಯಬಹುದು." ಅಡುಗೆ ಮನೆಯಲ್ಲಿ ಗಂಗವ್ವನೊಡನೆ ಹರಟುತ್ತಿದ್ದ ಬೋಜವ್ವನವರಿಗೆ ಹೇಳಿದಳು ಅನುಪಮಾ.

"ಸ್ನಾನ ಆಯ್ತುಮ್ಮಾ? ಕುಡಿಯಲಿಕ್ಕೆ ಸ್ವಲ್ಪ ಕಾಫಿ ಕೊಡ್ಲಾ?" ಬಿಸಿನೀರಿನ ತಾಪಕ್ಕೆ ಕೆಂಪೇರಿ ಮಿರಿಮಿರಿ ಮಿಂಚುತ್ತಿದ್ದ ಅವಳ ಮುದ್ದು ಮುಖವನ್ನೇ ನೋಡುತ್ತಾ ಕೇಳಿದರು ಗಂಗವ್ವ.

"ಬೇಡಮ್ಮ.. ದೇವರ ಕೋಣೆ ಎಲ್ಲಿದೇಂತ ಹೇಳಿದ್ರೆ ದೇವರಿಗೆ ಕ್ಕೆ ಮುಗಿದು ಬರ್ತೀನಿ.."

"ಹಾಲಿನ ಬಲಗಡೆ ಮೂರನೇ ಕೋಣೆ ಇದೆ ನೋಡು ಅದೇ ದೇವರ ಮನೆ. ಹೋಗಿ ಕ್ಕೆಮುಗಿದು ಬಾ.. " ಎಂದರು ಗಂಗವ್ವ. "ನಿಮ್ಮ ಮಗಳು ತುಂಬಾ ಮುದ್ದಾಗಿದ್ದಾಳೆ ... ಈಗೇನು ಮಾಡ್ತಾ ಇದ್ದಾಳೆ? .." ಅವರ ಮಾತು ಅನುಪಮಳತ್ತ ಹರಿಯಿತು.

ಅನುಪಮಾ ದೇವರ ಕೋಣೆಯ ಹತ್ತಿರ ಬಂದಾಗ ರಘು ಅದೇತಾನೆ ಕೋಣೆಯ ಬಾಗಿಲು ತೆರೆಯುತ್ತಿದ್ದ.

"ಸ್ನಾನ ಆಯ್ತಾ?"

"ಹುಂ" ತಲೆತಗ್ಗಿಸಿ ನುಡಿದಳು. ಅವಳು ಸ್ನಾನಕ್ಕೆ ಪೂರ್ತಿ ಒಂದು ಘಂಟೆ ತೆಗೆದುಕೊಂಡಿದ್ದಳು.

"ನೀನು ಬಂದದ್ದು ಒಳ್ಳೆದೇ ಆಯಿತು ನೋಡು. ಅಮ್ಮ ಯಾವಾಗಲು ಆರೂವರೆಗೆಲ್ಲ ದೀಪ ಹಚ್ಚಿಬಿಡ್ತಾರೆ. ಆದ್ರೆ ಇವತ್ತು ನೀವು ಬಂದ ಗಡಿಬಿಡಿಲಿ ಅವರಿಗೆ ದೀಪ ಹಚ್ಚಲಿಕ್ಕೆ ಆಗಲಿಲ್ಲ. ಹೇಗೂ ಬಂದಿದ್ದೀಯಲ್ಲ ನೀನೇ ದೀಪ ಹಚ್ಚಿಬಿಡು".

ಬೆಳ್ಳಿಯ ಮಂಟಪದಲ್ಲಿ ಬಂಗಾರದ ಐದೆಡೆಯ ಸರ್ಪವನ್ನು ಹೊಂದಿದ್ದ ಶಿವಲಿಂಗ, ಕೊಡವರ ಕುಲದೇವತೆ ಕಾವೇರಿ ಮಾತೆಯ ಬೆಳ್ಳಿಯ ವಿಗ್ರಹ, ಆ ವಿಗ್ರಹವನ್ನು ಅಲಂಕರಿಸಿದ್ದ ವಿವಿಧ ಆಭರಣಗಳು. ಇಗ್ಗುತಪ್ಪ, ಧರ್ಮಸ್ಥಳದ ಮಂಜುನಾಥ, ಸತ್ಯನಾರಾಯಣ ಹಾಗು ವಿವಿಧ ದೇವರ ದೊಡ್ಡ ದೊಡ್ಡ ಫೋಟೋಗಳು, ವಿವಿಧ ತೀರ್ಥಗಳಿಂದ ತುಂಬಿದ ತಾಮ್ರದ ಚೊಂಬುಗಳು, ಒಂದು ಪುಟ್ಟಹುಂಡಿ, ದೊಡ್ಡ ದೊಡ್ಡ ಬೆಳ್ಳಿಯ ದೀಪಗಳು ಒಂದು ಕಡೆ ಜೋಡಿಸಿದ ಬೆಳ್ಳಿಯ ಹರಿವಾಣಗಳು, ತಟ್ಟೆಗಳು, ಕಲಶಗಳು, ಪಂಚಪಾತ್ರೆಗಳು ...ಆ ದೇವರಕೋಣೆ ಆ ಮನೆಯ ತಿಜೋರಿಯಂತೆ ಕಾಣಿಸಿತು.

ವಿವಿಧ ವರ್ಣ ಹಾಗು ವಿನ್ಯಾಸದ ಹೂಗಳಿಂದ ಅಲಂಕೃತವಾದ ಮಂಟಪ, ಊದುಬತ್ತಿ ಹಾಗು ಗಂಧದ ಪರಿಮಳಯುಕ್ತ ದೇವರ ಮನೆ ಪ್ರಶಾಂತವಾಗಿತ್ತು.

"ನಾನು ದೀಪ ಹಚ್ಚೋದಾ?" ರಘು ದೇವರ ಪಕ್ಕದಲ್ಲಿದ್ದ ಬೆಂಕಿಪೊಟ್ಟಣವನ್ನು ತೆಗೆದು ಕೊಟ್ಟಾಗ ಅನುಮಾನಿಸಿದಳು ಅನುಪಮಾ.

"ಯಾಕೆ ಹಚ್ಚಬಾರದೇನು?" ಅಚ್ಚರಿಯಿಂದ ಕೇಳಿದ.

"ಹಾಗೇನಿಲ್ಲ..." ಪಕ್ಕದಲ್ಲಿದ್ದ ತುಪ್ಪದ ಬಟ್ಟಲಿನಿಂದ ದೀಪಗಳಿಗೆ ತುಪ್ಪ ಹಾಕಿ ಬತ್ತಿಯನ್ನು ತೀಡಿ ದೀಪ ಹಚ್ಚಿದಳು ಅನುಪಮಾ. ಕುಂಕುಮ ಹಾಗು ಅರಿಶಿಣಗಳಿಂದ ದೇವರನ್ನು ಅರ್ಚಿಸಿ "ಭಗವಂತ ಈ ಮನೆಯ ದೀಪ ಸದಾ ಬೆಳಗುತ್ತಿರಲಿ. ತಾಯಿ ಜಗನ್ಮಾತೆ ನನ್ನಿಂದ ಯಾವುದೇ ತಪ್ಪಾಗದಂತೆ ನೋಡಿಕೋ. ಇವರು ನಮ್ಮ ಮೇಲೆ ಇಟ್ಟಿರುವ ವಿಶ್ವಾಸಕ್ಕೆ ಕುಂದುಬರದಂತೆ ಅನುಗ್ರಹಿಸು.. ತಾಯಿ.." ಕಣ್ಣು ಮುಚ್ಚಿ ಭಕ್ತಿಯಿಂದ ಪ್ರಾರ್ಥಿಸಿದಳು ಅನುಪಮಾ.

ದೇವರ ಮುಂದೆ ಅಂಜಲೀಬದ್ದಳಾಗಿ ಕಣ್ಣುಮುಚ್ಚಿ ಕುಳಿತಿದ್ದ ಅನುಪಮಳನ್ನೇ ನೋಡಿದ ರಘು. ಕನ್ನಡಿಯಂಥಾ ಅವಳ ಕನ್ನೆಗಳಲ್ಲಿ ಪ್ರತಿಫಲಿಸುತ್ತಿದ ದೀಪದ ಬೆಳಕು, ಬಾಗಿದ ದಟ್ಟ ನೀಳೆಪ್ಪೆ, ಶಾಂತ ಮುದ್ರೆಯಲ್ಲಿದ್ದ ಹುಬ್ಬು, ಮಂದಹಾಸಯುಕ್ತ ಕೆಂದುಟಿಗಳು, ಅವಳ ಸಾತ್ವಿಕ ಸ್ನಿಗ್ಧ ಸೌಂದರ್ಯ, ಅವನನ್ನು ಬಹುವಾಗಿ ಸೆರೆ ಹಿಡಿಯಿತು. ಪುನಃ ತಾನು ಸೋಲುತ್ತಿರುವ ಅನುಭವವಾಯಿತು ರಘುವಿಗೆ.

ಮೈಮರೆತು ಅವಳನ್ನೇ ನೋಡುತ್ತಾ ನಿಂತ.

ಎರಡು ನಿಮಿಷದ ಪ್ರಾರ್ಥನೆಯ ನಂತರ ಕುಂಕುಮ ಹಚ್ಚಿಕೊಂಡು, ಕಾವೇರಮ್ಮನ ವಿಗ್ರಹದ ಪಕ್ಕದಲ್ಲಿದ್ದ ದಾಸವಾಳವನ್ನೆತ್ತಿ ಕಣ್ಣಿಗೊತ್ತಿಕೊಂಡು ಮುಡಿದುಕೊಂಡಳು.

ಇಬ್ಬರು ಹೊರಬರುವುದನ್ನೇ ಕಾಯುತ್ತಿದ್ದ ಕುಶಾಲಪ್ಪನವರು ಮಗಳನ್ನು ಕರೆದರು.

"ಅನೂ, ಪರ್ಸ್ ತಗೊಂಡು ಬಾ ಮೊಳೆ"

"ಬಂದೆ ಪಪ್ಪಾ.. " ತನ್ನ ಬ್ಯಾಗಿನಲ್ಲಿದ್ದ ದೊಡ್ಡ ಪರ್ಸನ್ನು ತಂದು ಕೊಟ್ಟಳು ಅನುಪಮ.

ಅದೇ ಸಮಯಕ್ಕೆ ಸೋಮಯ್ಯನವರು ಡ್ರಿಂಕ್ಸ್ ರೆಡಿ ಮಾಡಲು ಹೇಳಿದ್ದರಿಂದ, ವಿವಿಧ ರೀತಿಯ ಪಾನೀಯಗಳನ್ನು ಜೋಡಿಸಿಟ್ಟಿದ್ದ ಬಾರ್ ಕೌಂಟರ್ನತ್ತ ನಡೆದ ರಘು.

ಇಷ್ಟುಹೊತ್ತು ಹಳೆಯದನ್ನು ಮೆಲುಕು ಹಾಕುತ್ತಿದ್ದ ಕುಶಾಲಪ್ಪನವರು ಈಗ ಸಂದಿಗ್ಧಕ್ಕೆ ಸಿಲುಕಿದಂತೆ ತೋರಿದರು. ಹಿಂಜರಿಯುತ್ತಲೇ ಮಾತು ತೆಗೆದರು ಕುಶಾಲಪ್ಪ.

"ಸೋಮು.. ನಾನು ಹೀಗಂತೀನೀಂತ ತಪ್ಪು ತಿಳಿಬೇಡ. ದಯವಿಟ್ಟು ನನ್ನ ಮಾತನ್ನು ಕೇಳು..." ತಮ್ಮ ಕೈಯಲ್ಲಿದ್ದ ಪರ್ಸನ್ನು ಹಿಸುಕುತ್ತ ನೇರವಾಗಿ ಕುಳಿತು ಮಾತು ಪ್ರಾರಂಭಿಸಿದರು ಕುಶಾಲಪ್ಪ.

ಹಳೆಯದನ್ನು ನೆನೆಸಿಕೊಳುತ್ತಾ ಆನಂದ ಪಡುತಿದ್ದ ಸೋಮಯ್ಯನವರು, ಕುಶಾಲಪ್ಪ ಮೆಲ್ಲನೆ ಮಾತು ಪ್ರಾರಂಭಿಸಿದಾಗ ಗಂಭೀರವಾಗಿ ಹುಬ್ಬೇರಿಸಿದರು.

"ಇಪ್ಪತ್ತೈದು ವರ್ಷದ ಹಿಂದೆ ನಾವಿಬ್ಬರು ಒಟ್ಟಿಗೆ ರಿಟೈರಾದ್ವಿ.. ಅದರಿಂದ ಬಂದ ಹಣಾನ ತಗೊಂಡು ನಾನು ಬೇರೆ ಕೆಲಸ ಹುಡುಕಿಕೊಂಡೆ. ಆದ್ರೆ.. ನೀನಿಲ್ಲಿ ನಿಂತು, ನಿನ್ನ ರಿಟೈರ್‌ಮೆಂಟಿಂದ ಬಂದ ಹಣ... ಅಂದ್ರೆ ೧೩ ವರ್ಷದ ನಿನ್ನ ಸರ್ವೀಸಿನ ಹಣವನ್ನೆಲ್ಲ ಪೂರ್ತಿ ಹಾಕಿ, ನೀನು, ನಿನ್ನ ಹೆಂಡತಿ ಮಕ್ಕಳು ಒಟ್ಟಿಗೆ ಸೇರಿ, ವರ್ಷಾನುಗಟ್ಟಲೆ ಕಷ್ಟ ಪಟ್ಟು ಆ ಕಾಡು ಜಮೀನನ್ನು ಈ ಮಟ್ಟಕ್ಕೆ ಉಳಿಸಿ ಬೆಳೆಸಿದ್ದೀರ. ನಾನು ಬಿಟ್ಟು ಹೋದದ್ದು ಕಾಡು ಜಾಗ. ಆದ್ರೆ, ನೀನೀಗ ನಂಗೆ ಕೊಡ್ತಾ ಇರೋದು ಐದೇಕ್ರೆ ನಂದನವನವನ್ನ. ಸೋಮು, ನೀನು ಹೇಳಿದಾಗೆ ನಿನ್ನ ಮನೆಯಲ್ಲಿ ನಾವೆಲ್ಲ ಇತೀ೯ವಿ. ಆದ್ರೆ ನೋಡು.. " ಎನ್ನುತ್ತಾ.. ೫ಂರ ನಾಲ್ಕು ಕಟ್ಟನ್ನು ಅವರ ಮುಂದಿರಿಸಿದರು. "ನೋಡು ಇದನ್ನ...ನಾನು ನಿನ್ನ..." ಮುಂದೆ ಏನೋ ಹೇಳುವುದರಲ್ಲಿದ್ದರು ಕುಶಾಲಪ್ಪ.

"ರಘು..." ಪೆಟ್ಟು ತಿಂದ ವ್ಯಾಘ್ರದಂತೆ ಅಬ್ಬರಿಸಿದರು ಸೋಮಯ್ಯ.. ಬೆಚ್ಚಿದರು ಕುಶಾಲಪ್ಪ.

"ಏನಪ್ಪಯ್ಯ.." ಅವರ ಗರ್ಜನೆಗೆ ಧಾವಿಸಿ ಬಂದ ರಘು.

"ರಘು ಈ ಕ್ಷಣ ಇವರನ್ನ ಹೊರಗೆ ಕಳಿಸು.. ಈಗ್ಲೇ ಇವರನ್ನೆಲ್ಲ ಕರ್ಕೊಂಡು ಹೋಗಿ ಟೌನಲ್ಲಿ ಯಾವದಾದ್ರು ಹೋಟೆಲಲ್ಲಿ ರೂಮ್ ಮಾಡಿ, ಬಿಟ್ಟು ಬಂದುಬಿಡು. ನಾಳೆ ಲಾರಿಗೇನು ಕೆಲಸ ಇದ್ರೂ ನಿಲ್ಲಿಸಿ ಇವರ ಸಾಮಾನೆಲ್ಲ ತಗೊಂಡು ಹೋಗಿ ಇವರು ಹೇಳಿದ ಕಡೆ ಇಳಿಸಿಬಿಡು..."ಅವರು ಆವೇಶದಿಂದ ಮೇಲುಸಿರು ಬಿಡತೊಡಗಿದರು.

"ಅಪ್ಪಯ್ಯ ನೀವ್ವು ಸಮಾಧಾನ ಮಾಡ್ಕೊಳ್ಳಿ. ಹೀಗೆ ಬಿಪಿ ಜಾಸ್ತಿ ಮಾಡ್ಕೊಂಡ್ರೆ ಹೇಗೆ?" ಮೇಲುಸಿರು ಬಿಡುತಿದ್ದ ತಂದೆಯನ್ನು ಸಂತೈಸಲು ಪ್ರಯತ್ನ ಪಡುತ್ತಾ ನುಡಿದ ರಘು.

"ಇವತ್ತೇ ಅಕೌಂಟೆಲ್ಲಾ ನೋಡು. ಈ ಹತ್ತು ವರ್ಷದಿಂದ ಇವರ ಜಮೀನಿನಿಂದ ಬಂದ ಲಾಭನೆಲ್ಲ ಲೆಕ್ಕ ಹಾಕಿ ಇವರ ಮುಖಕ್ಕೆ ಎಸೆದುಬಿಡಬೇಕು. ಹಾಗೆ ಪೇಪರ್ಸೆಲ್ಲ ರೆಡಿಮಾಡಿಸಿಬಿಡು. ಇವತ್ತಿನ ರೇಟೇನು ನಡಿತಿದೆ, ಆ ರೇಟ್ಗೊತ್ತು ಇವನ ಜಮೀನನ್ನು ನಾವೇ ತೆಗೆದುಕೊಂಡು ಬಿಡೋಣ. ಇವತ್ತಿಗೆ ನನ್ನ ಇವನ ಋಣ ಹರಿದುಹೋಗಲಿ.." ಅವರ ಕಂಗಳು ಕಿಡಿಕಾರಿದವ್ವು.

ಪತಿಯ ಹಾರಾಟಕ್ಕೆ ಅಡಿಗೆಮನೆಯಿಂದ ಧಾವಿಸಿಬಂದರು ಗಂಗವ್ವನವರು.."ಪಸಿಟ್ಟು ಹೀಗೆ ಹಾರಾಡ್ತಾ ಇಗ್ಗಿಗ..ನಿಮ್ಮ ಆರೋಗ್ಯದ

ಗತಿಯೇನು. ಕೂತ್ಕೊಳ್ಳಿ ..ಸಮಾಧಾನ ಮಾಡ್ಕೊಳ್ಳಿ" ರೋಷಾವೇಶದಿಂದ ನಡುಗುತಿದ್ದ ಪತಿಯನ್ನು ಹಿಡಿದುಕೊಂಡರು ಗಂಗವ್ವ.

"ಅಮ್ಮ ನಾನು ಟ್ಯಾಬ್ಲೆಟ್ ತರ್ತೀನಿ...ನೀನವರನ್ನು ನೋಡ್ಕೊ.." ತಂದೆಯ ಕೋಣೆಯತ್ತ ಓಡಿದ ರಘು.

ಕುಶಾಲಪ್ಪನವರಂತು ಬಿಳಿಚಿ ಹೋಗಿದ್ದರು. ಎಂಥ ಅಪಚಾರವಾಗಿ ಹೋಯಿತು ತನ್ನಿಂದ. ತಾನವರನ್ನು ಅಥವಾ ಅವರ ಸ್ನೇಹವನ್ನು ಅವಮಾನಿಸಬೇಕೆಂದಿರಲಿಲ್ಲ. ಆದರೆ ಅವನ ಹೆಂಡತಿ ಮಕ್ಕಳು ತನ್ನನ್ನು ತಪ್ಪು ತಿಳಿಯಲಾರರೇ?"

"ಸ್ನೇಹಿತ, ಗೆಳೆಯಾಂತ ಭಾರಿ ಅಸೆ ಇಟ್ಟುಕೊಂಡಿದ್ದೆ. ನನಗೆ ಕೂಲಿ ಕೊಡ್ತಾ ಇದ್ದಾನೆ ಇವನ ಜಮೀನು ನೋಡಿಕೊಂಡಿದ್ದಕ್ಕೆ

"ಸೋಮು, ಸೋಮು.. " ಗಡಬಡಿಸಿ ಎದ್ದು ಗೆಳೆಯನ್ನನ್ನು ಹಿಡಿದುಕೊಂಡು.. "ನಾನು ಹಾಗೆ ಹೇಳ್ಲಿಲ್ಲ.." ಎಂದರು ಕುಶಾಲಪ್ಪ

"ಮುಟ್ಟಬೇಡ ನನ್ನ... ಹೊರಟುಹೋಗು. ನಿನ್ನ ಮುಖ ನೋಡೋಕೂ ನಂಗೆ..." ಮುಂದೆ ನುಡಿಯಲಾರದೆ ಕುಸಿದರು.

"ನೀವು ಸ್ವಲ್ಪ ಹೊತ್ತು ಅವರನ್ನ ಮಾತಾಡಿಸಬೇಡಿ.. ಸ್ವಲ್ಪ ಹೊತ್ತು ಕೂತ್ಕೊಳ್ಳಿ.. ರಘು.. ಬೇಗ ಬಾ ಮೊನೆ.." ಗಂಗವ್ವನವರು ಕೂಗಿಕೊಂಡರು.

"ಬಂದೇಮ ..." ಮಾತ್ರ ಹಿಡಿದು ಓಡಿಬಂದ ರಘು, ಮೇಲುಸಿರು ಬಿಡುತ್ತಿದ್ದ ತಂದೆಗೆ ಮಾತ್ರೆ ನುಂಗಿಸಿದ.

"ಸಮಾಧಾನ ಮಾಡ್ಕೊಳ್ಳಿ ಅಪ್ಪಯ್ಯ. ಸಮಾಧಾನ, ಅಂಕಲ್ ಏನೋ ಒಂದು ಮಾತಂದಿದಕ್ಕೆ ನೀವು ಹೀಗೆ ಹಾರಾಡಿದ್ರೆ ಹೇಗೆ. ಪಾಪ ಅವರೇನು ಮಾಡ್ತಾರೆ? ಅವರಿಗೆ ನಿಮ್ಮ ಮೇಲೆ ಪ್ರೀತಿ ವಿಶ್ವಾಸ ಇಲ್ಲದೆ ಹೋಗಿದ್ರೆ ನಿಮ್ಮ ಮಾತಿಗೆ ಬೆಲೆಕೊಟ್ಟು ಇಷ್ಟು ದೂರ ಬರ್ತಾ ಇದ್ರೇನು? ಅವರಿಗೆ ನಿಮ್ಮ ಮೇಲೆ ತುಂಬಾ ವಿಶ್ವಾಸ ಇದೆ. ಆದ್ರೆ ಈ ಸ್ನೇಹದಲ್ಲಿ ಕೂಡೋ ತಗೋಳ್ಳೋ ವಿಷ್ಯ ಬಂದಾಗ ಸ್ವಲ್ಪ ಹಿಂಸೆಯಾಗೋದು ಸಹಜ. ನಿಜವಾದ ಸ್ನೇಹಿತರು, ಸ್ನೇಹದ ಹೆಸರಲ್ಲಿ ದುರ್ಲಾಭ ಪಡೆಯೋಕೆ ಇಷ್ಟ ಪಡೋದಿಲ್ಲ ಅಪ್ಪಯ್ಯ. ಅವರನ್ನ ಅರ್ಥ ಮಾಡ್ಕೊಳ್ಳಿ. ಕೂಡೋಷ್ಟು ಸುಲಭವಾಗಿ ಇಸ್ಕೊಳ್ಳೋಕಾಗೋದಿಲ್ಲ." ಎಂದು ಕುಶಾಲಪ್ಪನವರ ಕಡೆ ತಿರುಗಿ "ಅಂಕಲ್ ನಿಮಗಷ್ಟು ಹಿಂಸೆ ಆಗೋದಾದ್ರೆ ಈಗಲೂ ಹೇಳಿ, ನಿಮ್ಮ ಜಾಗಕ್ಕೆ ಸರಿಯಾದ ಬೆಲೆಯನ್ನು ಕೊಟ್ಟು ನಾವೇ ಕೊಂಡುಕೊಳ್ಳೀವಿ. ನೀವಿಷ್ಟೊಂದು ಕಷ್ಟಪಟ್ಟೊಂದು ಇಲ್ಲಿರೋದು ಬೇಡ." ಎಂದ.

"ಹಾಗಲ್ಲಪ್ಪ ರಘು... ಸೋಮು ಎಂಥವನೊಂತ ನಂಗೆ ಗೊತ್ತು. ಅದು ಚೀನವಾರಿನ ಸಮಯ.. ನಾವಿಬ್ಬರು ಕೂರ್ಗ್ ರೆಜಿಮೆಂಟಿನಲ್ಲಿದ್ವಿ. ಆ ಯುದ್ದದಲ್ಲಿ ಪಾಲ್ಗೊಂಡಾಗ ಎಂಥೆಂಥಾ ಕ್ಷಣಗಳನ್ನು ಎದುರಿಸಿದ್ದೇವೆ.. ಬದುಕಿ ಬರುವುದೇ ದುಸ್ತರವಾಗಿತ್ತು .. ಎಲ್ಲ ಕಷ್ಟ ನಷ್ಟಗಳನ್ನು ಒಟ್ಟಿಗೆ

ಜೊತೆಯಾಗಿ ಕಳೆದಿದ್ದೇವೆ.. ನಿಜ.. ಅಲ್ಲದೆ ಅಂದು ಅವನದಾಗಿದ್ದ ಪ್ರತಿಯೊಂದು ವಸ್ತುವನ್ನು ನನ್ನದೇ ಅನ್ನುವಷ್ಟು ಅಧಿಕಾರದಿಂದ ಉಪಯೋಗಿಸ್ತಾ ಇದ್ದೆ. ಆದರೆ ಅವನಿಗೆ ಈಗ ಹೆಂಡತಿಯಿದ್ದಾಳೆ, ಇಬ್ಬರು ಗಂಡುಮಕ್ಕಳಿದ್ದಾರೆ.. ನ್ಯಾಯವಾಗಿ ಇದು ನಿಮಗೆ ಸೇರಬೇಕಾದ ಆಸ್ತಿ..." ಭಾವುಕತೆಯಿಂದ ಅವರ ಗಂಟಲುಬ್ಬಿ ಬಂತು . ಮಾತು ನಿಲ್ಲಿಸಿ ಸುಧಾರಿಸಿಕೊಳ್ಳುತೊಡಗಿದರು.

"ಏ ಕುಶಾಲೂ, ನನ್ನ ಗಂಗೆ ದೇವತೆ ಕಣೋ... ನೀನು ನನ್ನ ಇಲ್ಲಿ ಒಬ್ಬನ್ನೇ ಬಿಟ್ಟು ಹೋದೆ .. ಆದ್ರೆ ಇವಳು ತನ್ನ ಮಕ್ಕಳನ್ನ ತವರಿನಲ್ಲಿ ಬಿಟ್ಟು, ನನ್ನ ಜೊತೆ ಇಲ್ಲಿ ಬಂದ್ಲು.. ನನಗೆ ಹೆಂಡತಿಯಾಗಲ್ಲ... ತಾಯಿಯಾಗಿದ್ದಾಳೆ ಕಣೋ...ಅಂಥವಳು ತಪ್ಪು ತಿಳೀತಾಳ? ಕುಶಾಲೂ, ನನ್ನ ಸಂತೋಷಾನೆ ಅವಳ ಸಂತೋಷ ಕಣೋ...ಇನ್ನು ನನ್ನ ರಘು, ಅವನು ರಘುರಾಮನೇ ಕಣೋ.. ಇಷ್ಟು ಹೊತ್ತು ಅವನ ಜೊತೆಯಲ್ಲಿದ್ದು ನೀನವನ್ನ ಅರ್ಥ ಮಾಡಿಕೊಂಡಿಲ್ವಾ ಕುಶಾಲೂ" ಅವರು ಮಕಮಲ್ಲಿನ ಸೋಫಾದ ತೋಳಿಗೊರಗಿ ಮೆಲ್ಲನೆ ನುಡಿದಾಗ ಕುಶಾಲಪ್ಪ ಬಂದು ಸೋಮಯ್ಯನವರ ಪಕ್ಕದಲ್ಲಿ ಕುಳಿತುಕೊಂಡರು.

"ನನ್ನ ಕ್ಷಮಿಸಿಬಿಡು ಸೋಮು. ಇದು ಕೊನೆ. ಇನ್ನೆಂದೂ ನಾನಿಂಥ ಮಾತಾಡೋದಿಲ್ಲ. ನನ್ನಾಣೆ.. ನಾನು ನಿನ್ನ ಮೊದಲಿನ ಕುಶಾಲುನೇ. ಆದ್ರೆ ಈ ೨೩ ವರ್ಷದ ದೂರದಿಂದ ನಂಗೆ ಸ್ವಲ್ಪ ವರೀಸ್ ಆಗಿತ್ತು. ಇನ್ನು ನೋಡು ನಾನು ಹೇಗಿರ್ತೀನಂತ. ಎಲ್ಲಿ ಇನ್ನು ಅಡಿಗೆ ಆಗಿಲ್ವಾ? ನಂಗೆ ಹಸಿವಾಗಿದೆ. ಏನು ಹಂಗಸರಮ್ಮ ನೀವು." ಗಂಗವ್ವನವರತ್ತ ತಿರುಗಿ ಕೇಳಿದರು. ಗಂಭೀರವಾಗಿದ್ದ ಪರಿಸ್ಥಿತಿ ಸ್ವಲ್ಪ ಹಗುರವಾದಂತೆನಿಸಿತು.

"ನೀವಿಲ್ಲಿ ಕುರುಕ್ಷೇತ್ರ ಶುರುಮಾಡಿದ್ರಲ್ಲಾ. ನಾನು ಗಾಭರಿಯಾಗಿ ಬಂದೆ.. ನೋಡಿ ಇನ್ನೊಂದು ಅರ್ಧ ಘಂಟೆಯಲ್ಲಿ ಎಲ್ಲ ಮುಗಿಸಿಬಿಡ್ತೀನಿ..." ಗಡಿಬಿಡಿಯಿಂದ ಮೇಲೆದ್ದರು ಗಂಗವ್ವ.

"ನೀನು ಹೋಗು. ನಾನಿವನ್ನ ನೋಡ್ಕೋತೀನಿ. ಮೊದಲಿನ ರೋಷ ಒಂದಿಷ್ಟು ಕಡಿಮೆಯಾಗಿಲ್ಲ ಇವನಿಗೆ. ನೀವೆಲ್ಲ ಇವನ್ನ ತಲೆಮೇಲೆ ಕೂರಿಸಿಕೊಂಡಿದ್ದೀರಿ. ನಾನವನ್ನ ರಿಪೇರಿ ಮಾಡ್ತೀನಿ.." ಅವರು ತೋಳು ಮಡಿಸುತ್ತ ಸೋಮಯ್ಯನವರ ಭುಜದ ಮೇಲೆ ಲಘುವಾದ ಪೆಟ್ಟುಕೊಟ್ಟಾಗ ಹಗುರವಾಗಿ ನಕ್ಕ ರಘು. ದೊಡ್ಡ ಗಂಡಾತರವೊಂದು ತಪ್ಪಿದಂತೆ ನಿಟ್ಟುಸಿರಿಟ್ಟಳು ಅನುಪಮಾ .

****

ಎರಡು ದಪ್ಪ ದಪ್ಪ ರಗ್ಗು ಹೊದ್ದುಕೊಂಡರೂ ಕೈಕಾಲು ತಣ್ಣಗಾಗ ತೊಡಗಿದಾಗ ರಗ್ಗನ್ನು ಇನ್ನಷ್ಟು ಗಟ್ಟಿಯಾಗಿ ಸುತ್ತಿಕೊಂಡಳು ಅನುಪಮಾ. ವಿಧಾನವಾಗಿ ನಿದ್ದೆಯ ಮಂಗಳು ಕಡಿಮೆಯಾಗತೊಡಗಿದಾಗ ಮುಂಜಾವಿನ

ಮಂಜಿನಲ್ಲಿ ಮುಲುಗುತ್ತಿದ್ದ ಹಕ್ಕಿಗಳ ದನಿ ಕೇಳಿಬಂತು ಮಂದಾನಿಲದೊಡನೆ ಬೆರೆತ ರಾತ್ರಿ ರಾಣಿಯ ಪರಿಮಳ ಮುದ ತಂದಿತು.

ಈಗವಳಿಗೆ ಪೂರ್ತಿ ಎಚ್ಚರವಾಯಿತು. ಮಂದವಾದ ನೀಲಿಯ ಬೆಳಕನ್ನು ಬೀರುತ್ತಿದ್ದ ಬೆಡ್ ಲೈಟ್ ಕೂಡ ತೂಕಡಿಸುತ್ತಿರುವಂತೆ ತೋರಿದಾಗ ಗೋಡೆಗಡಿಯಾರದತ್ತ ನೋಟ ಹರಿಸಿದಳು ಅನುಪಮಾ. ರೇಡಿಯಂ ಅಳವಡಿಸಿದ್ದ ಗಡಿಯಾರದ ಅಂಕಿಗಳು ಹಸಿರುಬಣ್ಣದಲ್ಲಿ ಹೊಳೆಯುತ್ತಿದ್ದವು. ಸಮಯ ಆರೂಕಾಲು ತೋರಿಸುತಿತ್ತು.

ದೂರದ ಪ್ರಯಾಣ, ಘಂಟೆಗಟ್ಟಲೆ ಮಾಡಿದ್ದ ಬಿಸಿನೀರಿನ ಸ್ನಾನದಿಂದ ಹೊಸ ಜಾಗವಾದರೂ ಒಳ್ಳೆಯ ನಿದ್ದೆ ಹತ್ತಿತ್ತು. ಮನೆಯವರ ಸ್ನೇಹಪೂರ್ಣ ಆತ್ಮೀಯ ನಡವಳಿಕೆ ಮನಸಿಗೆ ನೆಮ್ಮದಿ ತರುವ ಜೊತೆಗೆ ಹೊರಗಿನ ಚಳಿ ಬೆಚ್ಚಗೆ ಹೊದ್ದು ಮಲಗಲು ಇನ್ನಷ್ಟು ಒತ್ತಾಸೆಯಾಗಿ ನಿಂತಿತ್ತು.

ನಿಧಾನವಾಗಿ ಎದ್ದು ಕುಳಿತ ಅನುಪಮಾ ಪಕ್ಕದಲ್ಲಿದ್ದ ಕಿಟಕಿಯ ಪರದೆ ಸರಿಸಿದಳು. ಹೊರಗಿನ್ನೂ ಕತ್ತಲೆಯಿದ್ದು ಏನು ಕಾಣಿಸಲಿಲ್ಲ. ನಿಧಾನವಾಗಿ ಕಿಟಕಿ ತೆರೆದಾಗ ಸುಯ್ಯನೆ ತಣ್ಣನೆ ಗಾಳಿ ಒಳ ನುಗ್ಗಿ, ಒಂದುಕ್ಷಣ ಗಡಗಡ ನಡುಗುವಂತಾಯಿತು. ರಗ್ಗನ್ನು ಪೂರ್ತಿ ಹೊದ್ದುಕೊಂಡು ಹೊರ ಇಣುಕಿದಳು.

ಹೆಪ್ಪುಗಟ್ಟಿದ ಮಂಜು ಭೂಮಿಯಿಂದ ಆಗಸದೆಡೆ ದೊಡ್ಡದಾದ ಸೇತುವೆ ಕಟ್ಟಿದಂತೆ ತೋರಿತು. ಹೊರಗೇನೂ ಕಾಣಿಸದಿದ್ದರೂ, ಎಲ್ಲೋ ದೂರದಲ್ಲಿ ಅಂಗಳವನ್ನು ಗುಡಿಸುವ ಸದ್ದು ಕ್ಷೀಣವಾಗಿ ಕೇಳಿ ಬರುತಿತ್ತು.

ಕಿಟಕಿಯ ಬಾಗಿಲು ಮುಚ್ಚಿದ ಅನುಪಮಾ ಎದ್ದು ಪಕ್ಕದಲ್ಲಿದ್ದ ಅಟ್ಯಾಚ್ಡ್ ಬಾತ್ ರೂಮಿನಲ್ಲಿ ಮುಖ ತೊಳೆದು ಚಪ್ಪಲಿ ಮೆಟ್ಟಿ ಹೊರಬಂದಳು. ಮನೆಯಲ್ಲಿನ್ನೂ ಯಾವುದೇ ಸಂಚಾರ ಕಾಣಿಸಲಿಲ್ಲ. ಸರಸರನೆ ಮಹಡಿಯ ಮೆಟ್ಟಲಿಳಿದು ಕೆಳಗೆ ಬರುವಷ್ಟರಲ್ಲಿ ಹಿಂದಿನ ಬಾಗಿಲಿಂದ ಎರಡು ಬಕೆಟ್ ತುಂಬಾ ಹಾಲು ಹೊತ್ತು ಬರುತ್ತಿದ್ದ ಮುದುಕನೊಬ್ಬ ಕಾಣಿಸಿದ. ಮುದುಕನಾದರೂ ಗಟ್ಟಿ ಮುಟ್ಟಾದ ಆಸಾಮಿ. ಕೂದಲೆಲ್ಲ ನೆರೆತು ಹೋಗಿತ್ತು. ಆತ ಒಳಬಂದು ಅಡಿಗೆ ಮನೆಯ ಬೀಗ ತೆರೆದು ಹಾಲಿನ ಬಕೆಟ್ ಗಳನ್ನು ಒಳಗಿರಿಸಿ ಪುನಃ ಅಡಿಗೆ ಮನೆಯ ಬೀಗ ಹಾಕಿದ.

"ನಿದ್ದೆ ಆಯ್ತಾ ಮೊಳ" ಅದೇ ತಾನೇ ಕೆಳಗಿಳಿದ ಅನುಪಮಾಳನ್ನು ಕೇಳಿದ ಚೆನ್ನಜ್ಜಿ.

ಆತ ಅಡಿಗೆಮನೆಯ ಬೀಗತೆರೆದು ಹಾಲು ತುಂಬಿದ ಬಕೆಟ್ ಒಳಗಿಟ್ಟಿದ್ದನ್ನು ನೋಡಿ, ಆತ ಆ ಮನೆಗೆ ತುಂಬಾ ಬೇಕಾದವನೆಂದು ತಿಳಿದುಕೊಂಡಳು ಅನುಪಮಾ .

"ಆಯ್ತು ತಾತ." ತಲೆಯಾಡಿಸಿ ನುಡಿದಳು.

"ಇಷ್ಟು ಬೇಗ ಏಕೆ ಎದ್ದೆ ಮೊಳೆ? ಅಮ್ಮ ಏಳೋದು ಏಳು ಘಂಟೆಗೇನೇ. ಈಗ ತುಂಬಾ ಚಳಿ ಬೇರೆ, ಸ್ವಲ್ಪ ಹೊತ್ತಾದರೂ ಆಗಬಹುದು.."

"ಇರಲಿ ಬಿಡಿ, ನಂಗೆ ಬೇಗ ಎದ್ದೆ ಅಭ್ಯಾಸ. ಹಾಗೆ ಹೊರಗೆ ನೋಡೋಣಾಂತ."

"ಹೊರಗೆ ತುಂಬಾ ಚಳಿ ಮೊಳೆ, ನೆಗಡಿ ಆದ್ರೆ ಕಷ್ಟ." ಕಾಳಜಿಯಿಂದ ನುಡಿದ ಚೆನ್ನಜ್ಜಿ.

"ಪರವಾಗಿಲ್ಲ.. ಹಾಗೇನಾದ್ರೂ ಆದ್ರೆ ನೀವೇ ಔಷಧಿ ಕೊಡಿ .. ಈಗಂತೂ ನಾನು ಹೊರಗೆ ಹೋಗ್ತೀನಿ..." ಅವಳು ಮುಂಬಾಗಿಲಿನತ್ತ ನಡೆದು ಮನೆಯ ಬಾಗಿಲು ತೆರೆದಳು.

ಹೊರಗಡೆ ದಟ್ಟವಾದ ಹೊಗೆಯಂತಿದ್ದ ಮಂಜಿನಲ್ಲಿ ಹೆಜ್ಜೆ ಹಾಕಿದಳು ಅನುಪಮಾ. ತಣ್ಣನೆಯ ಗಾಳಿ ಮುಖಕ್ಕೆ ರಾಚಿ ಕಿವಿಯೊಳಗೆ ನುಸುಳಿ ಮೈನಡುಗಿಸಿತು. ಹೊರಗಿನ ಚಳಿಗೆ ಮೈಮೇಲೆ ಚಳಿಗುಳ್ಳಗಳೆದ್ದು ಹಲ್ಲು ಕಟ ಕಟ ಸದ್ದು ಮಾಡಿದವು.

ಒಂದುಕ್ಷಣ ಕಣ್ಣು ಮುಚ್ಚಿ ಎರಡು ಕೈಗಳನ್ನು ಕಟ್ಟಿಕೊಂಡು ಮುದುಡಿಕೊಂಡಳು. ಚಳಿ ಇನ್ನೂ ಹೆಚ್ಚಾದಂತೆನಿಸಿದಾಗ ಸಟೆದು ಮೈಕೈ ಸಡಿಲಿಸಿ ಆರಾಮವಾಗಿ ನಡೆಯ ತೊಡಗಿದಳು. ಆಗ ಚಳಿ ಕಡಿಮೆಯಾದಂತೆನಿಸಿ ಅಸ್ಪಷ್ಟ ದಾರಿ ಕಾಣಿಸಿತು. ಅದೇ ದಾರಿಯಲ್ಲಿ ನಿಧಾನವಾಗಿ ಮುನ್ನಡೆದಳು. ಮರದ ಮೇಲೆ ಬಿದ್ದಿದ್ದ ಮಂಜಿನ ಹನಿಗಳು ಕರಗಿ ನೀರಾಗಿ ಟಪ್ ಟಪ್ ಎಂದು ಸದ್ದು ಮಾಡುತಿದ್ದವು, ಸುಯ್ಯನೆ ಬೀಸುವ ಗಾಳಿಯ ಸದ್ದು, ಈಗೀಗ ಹೆಚ್ಚುತ್ತಿರುವ ಹಕ್ಕಿಗಳ ಸದ್ದಿನ ಹೊರತು ಮಿಕ್ಕೆಲ್ಲ ಮೌನ.

ಕಣ್ಣುಕಟ್ಟಿ ಕಾಡಿಗೆ ಬಿಟ್ಟಂತಾಯಿತು ಅನುಪಮಳಿಗೆ. ಏನೇನೂ ಕಾಣದು. ಕಣ್ಣಿದ್ದು ಏನು ಪ್ರಯೋಜನ, ಈಗ ಕಿವಿಗಳೇ ಕಣ್ಣಿನ ಕೆಲಸ ಮಾಡಬೇಕು. ಕೇವಲ ಸಪ್ಪಳದಿಂದ ಮಾತ್ರ ಏನನ್ನಾದರೂ ಅರಿಯುವ ಸಾಧ್ಯತೆಯಿತ್ತು.

ಸುಮ್ಮನೆ ನೇರವಾಗಿ ನಡೆಯುವ ಪ್ರಯತ್ನ ಮಾಡಿದಳು ಅನುಪಮ. ಹಿಂದೆಂದೂ ಅನುಭವಿಸದಂತ ವಿಚಿತ್ರವಾದ ಅನುಭವ.

ಸುತ್ತಲೂ ಶೂನ್ಯ, ಶೂನ್ಯದಲ್ಲಿ ತಾನೆಲ್ಲೋ ಕರಗಿಹೋಗುತ್ತಿರುವ ಭಾವನೆ. ಕಣ್ಣುಮುಚ್ಚಿ ಪ್ರಕೃತಿಯ ಅದ್ಭುತ ಚಮತ್ಕಾರಕ್ಕೆ ನಮಿಸಿದಳು. ನಂತರ ಎರಡು ಕೈಗಳನ್ನು ಚಾಚಿ ನಿಂತಳು ಅನುಪಮಾ. ಮೈಮನವೆಲ್ಲ ಅಸೀಮ ಹಗುರದಂತ ಅನುಭವ

ಹಾಗೆ ಸ್ವಲ್ಪ ಹೊತ್ತು ನಿಂತಿದ್ದ ಅನುಪಮಳಿಗೆ ಸ್ವಲ್ಪ ದೂರದಲ್ಲಿ ನಾಯೊಂದು ಕುಂಯ್ ಗುಟ್ಟಿದ ಸದ್ದು ಕೇಳಿಸಿತು. ಹಿಂದೆಯೇ ಭಾರವಾದ ಹೆಜ್ಜೆಗಳ ಸಪ್ಪಳ ತನ್ನತ್ತ ಬರುತ್ತಿರುವ ಭಾವನೆ.

ಅನುಪಮಳಿಗೆ ತಟ್ಟನೆ ಹಿಂದೆಂದೋ ಓದಿದ ಪತ್ತೇದಾರಿ ಕಾದಂಬರಿಯ ನೆನಪಾಯಿತು. ಕಣ್ಣಿಗೆ ಏನೇನೂ ಕಾಣಿಸದ ಮಸುಕು, ಭಾರವಾದ ಹೆಜ್ಜೆಗಳ ಸಪ್ಪಳ. ಆ ಸಪ್ಪಳ ಅವಳಿಗೆ ಹತ್ತಿರವಾಗುತ್ತಿದೆ. ಯಾವುದೋ ಬಲಿಷ್ಠ ಹಸ್ತ

ಅವಳನ್ನು ಸಮೀಪಿಸಿದಂತೆ, ಆ ಹಸ್ತ ಅವಳ ಬಾಯದುಮಿ ಕತ್ತು ಹಿಸುಕುತ್ತಿರುವ ಭಾವನೆಯಿಂದ, ಆ ಚಳಿಯಲ್ಲೂ ಚಿಲ್ಲನೆ ಬೆವರಿದಳು ಅನುಪಮಾ.

ಹಿಂದಿರುಗಿ ಓಡಿಹೋಗಲು ಪ್ರಯತ್ನಿಸಿ ತಿರುಗಿ ನೋಡಿದಳು. ಆದರೆ ಏನೇನೂ ಕಾಣಿಸದಪ್ಪ. ದಟ್ಟವಾದ ಬೆಳ್ಳಂಬೆಳ್ಳನೆಯ ಮಂಜು, ಉಕ್ಕಿನ ಕೋಟೆ ಕಟ್ಟಿದಂತೆ ತೋರಿತು. ಎತ್ತ ಹೋಗಬೇಕೆಂಬುದೇ ತಿಳಿಯದೆ ಹಾಗೆ ನಿಂತುಬಿಟ್ಟಳು.

ಕ್ಷಣ ಕ್ಷಣಕ್ಕೂ ಹೆಜ್ಜೆ ಹತ್ತಿರವಾಗುತ್ತಿರುವ ಅನುಭವ ಅವಳನ್ನು ತಲ್ಲಣಗೊಳಿಸುತಿತ್ತು. ಯಾರೋ ತನ್ನ ಹತ್ತಿರ ಬರುತ್ತಿದ್ದಾರೆ. ಹೌದು ತನಗೆ ಹೆಜ್ಜೆ ಎತ್ತಿಡಲೂ ಸಾಧ್ಯವಾಗುತ್ತಿಲ್ಲ. ಮುಂದೇನಾಗಬಹುದು?

ಚಿಂತಿಸುತಿದ್ದಂತೆ ಯಾರೋ, ಅವಳತ್ತ ನುಗ್ಗಿದ ಪರಿಣಾಮವಾಗಿ ಎರಡು ಹೆಜ್ಜೆ ಹಿಮ್ಮೆಟ್ಟಿದ ಅನುಪಮಾ ಕಾಲಿಗೆ ಗಿಡವೊಂದು ತೊಡರಿದಂತಾಗಿ ಆಯಾತಪ್ಪಿ ಕೆಳಗೆ ಬಿದ್ದುಬಿಟ್ಟಳು. ಅವಳ ಬಾಯಿಂದ ಸಣ್ಣ ಚೀತ್ಕಾರವೊಂದು ಹೊರ ಹೊಮ್ಮಿತು.

"ಯಾರದು? ಅನೂ?" ರಘುವಿನ ದನಿಯ ಹಿಂದೆಯೇ ಅವನ ಅಸ್ಪಷ್ಟ ಆಕೃತಿ ಕಾಣಿಸಿದಾಗ, ತಾನು ಬಿದ್ದದ್ದನ್ನು ಮರೆತು ನಿರಾಳವಾಗಿ ಉಸಿರುಬಿಟ್ಟಳು ಅನುಪಮಾ.

"ಅನೂ ನೀನಾ? ನಂಗೆ ನೀನು ಕಾಣಿಸಲೇ ಇಲ್ಲ. ಸುಮ್ಮನೆ ನಿಂತಿದ್ಯಾ? ಅದಕ್ಕೆ ಗೊತ್ತಾಗ್ಲಿಲ್ಲ.. ಪೆಟ್ಟುಬಿತ್ತಾ" ? ಕೆಳಗೆ ಬಿದ್ದವಳನ್ನು ನೋಡಿ ಗಾಭರಿಯಿಂದ ಒಂದೇ ಉಸುರಿಗೆ ಬಡಬಡಿಸಿದ ರಘು.

ರಘುವನ್ನು ನೋಡಿದ ಅನುಪಮಾ ತನ್ನ ಮಾನಸಿಕ ಭ್ರಮೆಗಳನ್ನು ನೆನೆದು ನಗತೊಡಗಿದಳು. ಮೊದಲು ಮೆಲ್ಲನೆ ಪ್ರಾರಂಭವಾದ ನಗು ಹೆಚ್ಚಾಗಿ ಬಿದ್ದೂ ಬಿದ್ದೂ ನಗತೊಡಗಿದಳು ಅನುಪಮಾ. ನಕ್ಕೂ, ನಕ್ಕೂ ಅವಳ ಕಣ್ಣಲ್ಲಿ ನೀರುಕ್ಕುವಂತಾದಾಗ ಅತೀವ ಅಚ್ಚರಿಗೊಂಡ ರಘು. ನಗುತಿದ್ದ ಅವಳ ಪಕ್ಕದಲ್ಲಿ ಕುಳಿತು ಅವಳು ನಗುವುದನ್ನೇ ನೋಡಿದ.

" ನಾನು ಪೆಟ್ಟಾಯ್ತಾ ಅಂತ ಕೇಳಿದ್ರೆ ನಗ್ತಾ ಇದ್ದೀಯ. ಬಿದ್ದವರು ಅಳೋದನ್ನ ನೋಡಿದೀನಿ.. ಬಿದ್ದೂ ನಗ್ತಾ ಇರೋದು ನೀನೆ ಮೊದಲು... ಇಷ್ಟೊಂದು ನಗುವಂಥದೇನಾಯ್ತು?"

" ಮೈ ಗಾಡ್... ಸೋ ಎಕ್ಸ್ಯೈಟಿಂಗ್..." ನಗುವಿನ ಮಧ್ಯದಲ್ಲೇ ಹೇಳಿದಳು

"ಹೇಳು.. ಏನಾಯ್ತು? " ಅವಳ ತೋಳು ಹಿಡಿದು ಕುಲುಕಿದ ರಘು...

"ಹೇಳ್ತಿನಿ... ಹೇಳ್ತಿನಿ..." ಸವಾರಿಸಿಕೊಳುತ್ತ ಪ್ರಾರಂಭಿಸಿದಳು ಅನುಪಮಾ .. "ನಾನು ಹೊರಬಂದಾಗ ಪೂರ್ತಿ ಮಂಜಿದ್ದು ಏನೇನೂ ಕಾಣ್ಮಾ ಇರಲಿಲ್ಲ. ನಾನು ನಡೀತಾ, ನಡೀತಾ ಮಂಜಿನ ಕೊಟೊಯೊಳಗೆ ಬಂದು ಬಿಟ್ಟಿದೀನಿ ಅನ್ನಿಸ್ತಾ ಇತ್ತು. ಪೂರ್ತಿ ಶೂನ್ಯ..ಏನೇನೂ ಕಾಣ್ಮಾ ಇರಲಿಲ್ಲ.. ನಾನಾ

ಶೂನ್ಯದಲ್ಲಿ ಕರಗಿಹೋಗುತಿದ್ದೀನೀಂತ ಅನ್ನಿಸಿತ್ತು. ಅಷ್ಟರಲ್ಲಿ ಭಾರವಾದ ಹೆಜ್ಜೆಯ ಸಪ್ಪಳ ಕೇಳಿಸ್ತಾ ಇದೆ. ಯಾರೋ ಬರ್ತಾ ಇದ್ದಾರೆ ... ಯಾವುದೋ ಕೊಲೆಗಾರ ನನ್ನ ಹುಡುಕಿಕೊಂಡು ಬರ್ತಾ ಇದ್ದಾನೆ .. ನಾನವನಿಗೆ ಕಾಣ್ತಾ ಇದ್ದೀನಿ.. ಆದ್ರೆ ನಂಗವನು ಕಾಣ್ತಾ ಇಲ್ಲ. ನಂಗೆ ಓಡಿಹೋಗಬೇಕನ್ನಿಸ್ತಾ ಇದೆ. ಆದ್ರೆ ನಂಗೆ ಹೆಜ್ಜೆ ಎತ್ತಿಡೋಕೆ ಆಗ್ತಾ ಇಲ್ಲ. ದಾರಿನೂ ಕಾಣಿಸ್ತಾ ಇಲ್ಲ. ಇನ್ನೇನು ಆ ಕೊಲೆಗಾರ ನನ್ನ ಹತ್ತಿರ ಬಂದೆ ಬಿಟ್ಟ... ಇನ್ನೇನು ಅವನು ನನ್ನ ಕತ್ತು ಹಿಸುಕಿ ಕೊಂದೆ ಬಿಡ್ತಾನೆ...ಅಷ್ಟರಲ್ಲಿ..." ಎಂದು ನಿಲ್ಲಿಸಿ ಅವನತ್ತ ನೋಡಿದಳು.

"ಅಷ್ಟರಲ್ಲಿ?" ಕುತೂಹಲದಿಂದ ಕೇಳಿದ ರಘು..

"ಅಷ್ಟರಲ್ಲೇನು? ನೀವು ನುಗ್ಗಿದ್ರಿ.. ನಾನು ಬಿದ್ದೆ.." ಅವಳು ಹೇಳಿದ ಧಾಟಿಗೆ ಮನಸ್ಸಾರೆ ನಕ್ಕು ಬಿಟ್ಟ ರಘು.

"ಪತ್ತೇದಾರಿ ಕಾದಂಬರಿ ಜಾಸ್ತಿ ಓದುತ್ತಿಯ? " ನಗುತ್ತಲೇ ಕೇಳಿದ.

"ಹಾಗೇನಿಲ್ಲ. ಸ್ಕೂಲ್ ಡೇಸಲ್ಲಿ ಒಂದೆರಡು ಓದಿದಪ್ಪೇ. ಆದರೆ ಈ ವಾತಾವರಣ ಆ ನೆನಪು ತಂತಪ್ಪೆ. "

"ನೀನು ನಿಂತಿದ್ದರಿಂದ ನಂಗೆ ನೀನಿಲ್ಲಿದ್ದದು ಗೊತ್ತಾಗಲಿಲ್ಲ.. ನಡೀತಿದ್ದಿದ್ವೆ ಹೆಜ್ಜೆ ಸದ್ದಿನಿಂದ ಗೊತ್ತಾಗ್ತಿತ್ತು.. ಅಲ್ಲದೆ ನಾನೂ ಸ್ವಲ್ಪ ಕೇರ್ ಲೆಸ್ಸಾಗಿ ನಡಿತಿದ್ದೆ..."

"ಅಬ್ಬಾ ಮಂಜು ಇಷ್ಟು ಗಾಢವಾಗಿರುತ್ತಂತ ನಂಗೆ ಗೊತ್ತೇ ಇರಲಿಲ್ಲ..."

"ನಮ್ಮನೆ ತುಂಬಾ ಎತ್ತರದಲ್ಲಿದೆ .. ಅದರಲ್ಲೂ ಈ ಹೊತ್ತಿನಲ್ಲಿ ಹೊಗೆ ಜಾಸ್ತಿ.. ಇನ್ನು ಸ್ವಲ್ಪ ಹೊತ್ತಿನಲ್ಲಿ ಎಲ್ಲ ಕ್ಲಿಯರಾಗಿ ಬಿಡುತ್ತೆ. ನೋಡು ಬೇಕಾದ್ರೆ..."

ಅಷ್ಟರಲ್ಲೇ ಮಂಜುಕಡಿಮೆಯಾಗಿ ರಘು ಹೇಳಿದಂತೆ ಎಲ್ಲ ಮಸುಕು ಮಸುಕಾಗಿ ಕಾಣತೊಡಗಿತು.

"ಒಟ್ಟಿನಲ್ಲಿ ನಿಂಗೊಂದು ಸಲ ನೆಗಡಿಯಾಗುವವರೆಗೆ ಬುದ್ಧಿ ಬರೋಲ್ಲ... ಇಷ್ಟುಬೇಗ ಯಾಕೆ ಎದ್ದು ಬಂದೆ? " ಅವಳ ತಲೆಯಮೇಲೆ ತುಂತುರು ಹಿಮದ ಮಣಿಗಳು ಕಾಣಿಸಿದಾಗ ರೇಗಿದ ರಘು.

"ಇಂಥ ಎಕ್ಸಾಯಿಟ್ಮೆಂಟ್ ಒಳಗಿದ್ರೆ ಸಿಕ್ತಾ ಇತ್ತಾ? " ಪ್ರಕೃತಿಯ ಶೀತಲತೆಯನ್ನು ಆಸ್ವಾದಿಸುತ್ತ ನುಡಿದಳು ಅನುಪಮಾ .

"ಒಳಗಿರೂಂತ ಯಾರು ಹೇಳಿದ್ದು? ಆದ್ರೆ ತಲೆಗೇನಾದ್ರು ಕಟ್ಟೋಬಾರ್ದ ? ಸ್ವೆಟರ್ ಹಾಕ್ಕೋಬಾರ್ದ? ಆ ಮನೆ ಹತ್ರ ಆದ್ರೆ ಪರವಾಗಿಲ್ಲ, ಇಷ್ಟು ಇಬ್ಬನಿ ಇರೋಲ್ಲ. ನೋಡು.. ಈ ಹೊತ್ತಿನಲ್ಲಿ ನಾನೂ ಸಹ ಸ್ವೆಟರ್ ಟೋಪಿ ಇಲ್ಲದೆ ಹೊರಗೆ ಬರೋದಿಲ್ಲ... ಏಳು ಮೇಲೆ... ಗೆಟ್ ಅಪ್..." ಕುಕ್ಕರಗಾಲಿನಲ್ಲಿ ಕೂಳಿತಿದ್ದ ರಘು ಮೇಲೆಳುತ್ತ ನುಡಿದ.

"ಈ ದೊಡ್ಡವರದ್ದೇ ಕಾಟ ಜಾಸ್ತಿ ಅದ್ರೊಳಗೊಂದಿದ್ದೆ.. ನಿಮ್ಮ ಕಾಟಾನೂ ಯಾವ ಅಡುಗೋಲಜ್ಜಿಗೆ ಕಡಿಮೆ ಇಲ್ಲ." ಬೇಸರದಿಂದ ಮೇಲೇಳುತ್ತ ನುಡಿದಳು ಅನುಪಮಾ .

ಅವಳು ಮುಖ ಮಾಡಿದ ರೀತಿ ಅವನಲ್ಲಿ ನಗು ತರಿಸಿತು. "ನಂಗೇನು ಮೆಣಸಿನ ಸಾರಲ್ಲಿ ಊಟ ಮಾಡೋಕೆ ರೆಡಿಯಾಗಿದ್ರೆ... ಐ ಹ್ಯಾವ್ ನೋ ಅಬ್ಜೆಕ್ಷನ್.."

"ಬೈ ಆಲ್ ಮೀನ್ಸ್ .. ನೀವು ಹೋಗಿ.. ನಾನಿನ್ನೊಂದು ಹತ್ತು ನಿಮಿಷ ಕಳೆದು ಬರ್ತೀನಿ..." ಸಂತೋಷದಿಂದ ಹೇಳಿದಳು ಅನುಪಮಾ

ರಘುವಿಗೂ ಅವಳೊಡನೆ ಹೆಜ್ಜೆ ಹಾಕುವ ಆಸೆಯಾಯಿತು. ಆದರೆ ತನಗಿದ್ದ ಕೆಲಸದ ನೆನಪಾಗಿ ಮನೆಯತ್ತ ನಡೆದ ರಘು..

ಮಂಜು ಕರಗಿ ಗಿಡಮರಗಳಿಂದ ಬೀಳುವ ಹನಿಗಳ ಸದ್ದು ಹೆಚ್ಚಾಗ ತೊಡಗಿದವು. ಹೊಗೆಯ ಮೂಲಕ ತೂರಿ ಬರುತ್ತಿದ್ದ ರವಿಕಿರಣ ಬೆಳ್ಳಿ ಪರದೆಯನ್ನು ಹಾಸಿತು. ಮುಸುಕಿದ್ದ ಹೊಗೆ ನಿಧಾನವಾಗಿ ಕರಗುತ್ತಾ ಗಾಳಿಯೊಡನೆ ಚಲಿಸತೊಡಗಿತು. ಆಗ ಪ್ರತ್ಯಕ್ಷವಾಯಿತು ರಂಗು ರಂಗಿನ ಪುಷ್ಪಲೋಕ. ಕಣ್ಣು ಹಾಯಿಸುವಷ್ಟು ದೂರವೂ ಹೂವೇ ಹೂವು. ರೋಮಾಂಚಿತಳಾದಳು ಅನುಪಮಾ .

ಗಂಗಾ ಕಾಟೇಜಿನೆದುರು ದೊಡ್ಡದಾದ ಹೂವನವಿತ್ತು. ತೋಟದ ಎರಡು ಭಾಗದಲ್ಲೂ, ನೀಲಿ, ಗುಲಾಬಿ, ಕೆಂಪು ಹಳದಿ ಹಾಗು ಬಿಳಿ ಹೂಗಳಿಂದಾವೃತ್ತವಾದ ಬೋಗನ್ವಿಲ್ಲಾ ಗಿಡಗಳನ್ನು ಆ ತೋಟಕ್ಕೆ ಬೇಲಿಯಂತೆ ಬೆಳೆಸಲಾಗಿತ್ತು. ಸುಮಾರು ಎರಡಾಳು ಎತ್ತರದಲ್ಲಿ ಮಾಟವಾಗಿ ಬೆಳೆಸಿದ ಗಿಡಗಳು ಒತ್ತಾಗಿ ಹಸಿರುಬಣ್ಣದಲ್ಲಿ ಹೊಳೆಯುತ್ತಿದುದರಿಂದ ಅದೇ ಒಂದು ಪುಟ್ಟ ಪರ್ವತ ಶ್ರೇಣಿಯಂತೆ ಕಾಣುತಿತ್ತು. ಆ ಗಿಡಗಳನ್ನು ನೇರವಾಗಿ ಹಾಕದೆ ಸ್ವಲ್ಪ ಅಂಕುಡೊಂಕಾಗಿ ಹಾಕಿದ್ದರಿಂದ, ಅದು ಕೃತಕವಾಗಿರದೆ ಬಣ್ಣವನ್ನು ಬಳಿದುಕೊಂಡ ನೈಸರ್ಗಿಕ ಗಿರಿಸಾಲಿನಂತೆ ಕಾಣುತಿತ್ತು. ನಂತರದ ಒಂದು ಸಾಲು ಪೂರ್ತಿ ದಾಸವಾಳದ ಗಿಡಗಳನ್ನು ಹಾಕಲಾಗಿತ್ತು. ವಿವಿಧ ರಂಗಿನ, ಆಕಾರ, ಗಾತ್ರದ ದಾಸವಾಳದ ಹೂಗಳನ್ನು ನೋಡಿ ದಂಗಾಗಿ ಹೋದಳು ಅನುಪಮಾ . "ವಾವ್ .. ಅಮೇಜಿಂಗ್..." ಅವಳಿಗರಿವಿಲ್ಲದೆ ಉದ್ಗಾರ ಹೊರಟಿತು.

ಚಿಟ್ಟೆ ಗಾತ್ರದ ಕಡುಕೆಂಪು ದಾಸವಾಳದಿಂದ ಹಿಡಿದು ಬಂಗಾರದ ತಟ್ಟೆಯಂತೆ ಹೊಳೆಯುವ ಕೇಸರಿ ಹಳದಿ ಬಣ್ಣದ ದಾಸವಾಳದವರೆಗೂ ಸುಮಾರು ೧೦-೧೫ ತರಹದ ದಾಸವಾಳದ ಗಿಡಗಳನ್ನು ಒಂದಾಳೆತ್ತರದಲ್ಲಿ ಬೆಳೆಸಲಾಗಿತ್ತು. ಅಲ್ಲಲ್ಲಿ ಅಲಂಕಾರಿಕ ಕಂಬಗಳಿಗೆ ಹಬ್ಬಿಸಿದ ಮಲ್ಲಿಗೆಯನ್ನೊಳಗೊಂಡು, ವಿವಿಧ ಲತೆಗಳು, ಹೂಬನದ ಮಧ್ಯದಲ್ಲಿ ಟೈಲ್ಸ್ಇಂದ ಮಾಡಿದ್ದ ಕಾಲು ಹಾದಿಗಳು, ಇಕ್ಕೆಲಗಳಲ್ಲಿ ಹಾಕಿದ್ದ ಜರ್ಬೇರಾಗಳು, ದೊಡ್ಡ ಹೂವಿನ ಕುಂಡದಂತೆ ಬೆಳೆಸಿದ್ದ ಹೈಡ್ರಾನ್ಜಿಯಂ, ವಿವಿಧ ಬಣ್ಣಗಳಲ್ಲಿ ಶೋಭಿಸುತಿದ್ದವು. ಆಂಥೊರಿಯಂ ಮತ್ತು ಗ್ಲಾಡಿಯೋಲಸ್ ಹೂಗಳ

ವರ್ಣಮೇಳಗಳು ಹೂವಿನ ಸ್ಪರ್ಧೆಗೆ ನಿಲ್ಲಿಸಿದಂತಿತ್ತು. ಗುಲಾಬಿ ಹೂಗಳಂತೂ ಸೂರೆಹೋಗಿದ್ದವು.

ಇಬ್ಬನಿಯಲ್ಲಿ ನೆಂದ ಹೊಚ್ಚ ಹೊಸ ಹೂಗಳು ತಮ್ಮೆಲ್ಲ ಅಂದ ಚಂದ, ಬೆಡಗು ಬಿನ್ನಾಣಗಳಿಂದ ಶೋಭಿಸುತ್ತಿದ್ದವು. ಹೂವಿನ ಕೇಸರಗಳು, ದಳಗಳು, ಎಲೆಗಳು ಹಿಮಮಣಿಗಳನ್ನು ಸಿಂಗರಿಸಿಕೊಂಡು ವಜ್ರದ ಆಭರಣಗಳನ್ನು ತೊಟ್ಟ ನವವಧುವಿನಂತೆ ಕಂಗೊಳಿಸುತ್ತಿದ್ದವು. ಹೂಗಿಡಗಳ ಸುತ್ತಲೂ ಬೆಳೆದಿದ್ದ ಹುಲ್ಲಿನ ಮೇಲೆಯೂ ಹಿಮಮಣಿಗಳು ವಿರಮಿಸಿಕೊಳ್ಳುತ್ತಾ ಕಣ್ಣುಮಿಟುಕಿಸುತ್ತಿದ್ದವು. ಕೆಂಡಸಂಪಿಗೆ ಮರಗಳು ಹೂದೋಟದ ಅಂದಕ್ಕೆ ತನ್ನ ಪರಿಮಳದ ಕಾಣಿಕೆಯನ್ನು ನೀಡಿದ್ದವು. ಅಲ್ಲಲ್ಲಿ ಕ್ರಮಬದ್ಧವಾಗಿ ಹಾಕಿದ್ದ ವಿವಿಧ ವರ್ಣದ ಅಲಂಕಾರಿಕ ಗಿಡಗಳು ಆಕರ್ಷಕವಾಗಿದ್ದವು. ತೋಟದ ಮಧ್ಯಭಾಗದಲ್ಲೊಂದು ಸಾಕಷ್ಟು ದೊಡ್ಡದಾದ ಕೊಳವಿದ್ದು, ಅದರಲ್ಲಿ ಬಿಳಿ ಹಾಗು ತಾಮ್ರವರ್ಣದ ತಾವರೆ ಹೂಗಳು ಅರಳಿ ನಗುತಿದ್ದವು. ಕೊಳದ ಸುತ್ತಲೂ ದೊಡ್ಡದಾದ ಲಾನನ್ನು ಬೆಳೆಸಿ ಕುರ್ಚಿಗಳನ್ನು ಹಾಕಲಾಗಿತ್ತು,

"ಅಕ್ಕ" ಹಿಂದಿನಿಂದ ದನಿ ಕೇಳಿದಾಗ ಪುಷ್ಪಲೋಕದಲ್ಲಿ ವಿಹರಿಸುತ್ತಿದ್ದ ಅನುಪಮಾ ಎಚ್ಚೆತ್ತಳು.

"ಇದನ್ನ ಹಾಕೋಬೇಕಂತೆ.." ಕೈಯಲ್ಲಿ ಸ್ವೇಟರ್ ಹಾಗು ಟೋಪಿಯನ್ನು ಹಿಡಿದಿದ್ದ ಸಣ್ಣಿ ಕಾಣಿಸಿದಳು.

ಅನುಪಮಳಿಗೆ ಸಣ್ಣಿ ತನ್ನನ್ನು ಎಚ್ಚರಿಸಿದ್ದು ಪ್ರಿಯವಾಗಲಿಲ್ಲವಾದರೂ, ರಘುವಿನ ಕಾಳಜಿಗೆ ಮನ ತುಂಬಿ ಬಂತು. "ಥ್ಯಾಂಕ್ಸ್" ತೆಗೆದುಕೊಂಡಳಾದರೂ ತೊಟ್ಟುಕೊಳುವ ಪ್ರಯತ್ನ ಮಾಡಲಿಲ್ಲ. ಅವಳ ಗಮನ ಪೂರ್ತಿ ಹೂಗಳ ಕಡೆಗೆ ಇತ್ತು.

ಪ್ರತಿಯೊಂದು ಗಿಡದ ಹತ್ತಿರ ಹೋಗಿ ಆಸಕ್ತಿಯಿಂದ ನಿಂತುಕೊಂಡಳು ಅನುಪಮಾ . "ಭಗವಂತನ ಅತ್ಯದ್ಭುತ ಮತ್ತು ಸುಂದರ ಸೃಷ್ಟಿಗಳು ಎರಡು. ಒಂದು ಮಗು, ಮತ್ತೊಂದು ಹೂವು. ಎಂಥ ಸುಂದರವಾದ ಹೂಗಳು. ಅಬ್ಬಬಾ ಎಷ್ಟೊಂದು ಮೃದು, ಮಧುರವಾದ ಪರಿಮಳಯುಕ್ತ ಹೂಗಳು. ಚಿಟ್ಟೆಗಳು ಹಾರಾಡುವ ಹೂಗಳಾದರೆ, ಹೂಗಳು ಸ್ತಬ್ಧ ಚಿಟ್ಟೆಗಳು. ಪ್ರಕೃತಿ ಮಾತೆಯ ಮಡಿಲಲ್ಲಿ ಅರಳಿ, ದೇವರ ಪಾದಗಳನ್ನು ಸೇರುವ ಈ ಹೂವುಗಳೇ ಧನ್ಯ. ಪ್ರಕೃತಿಯ ಚೆಲುವಿಗೆ ಗರಿಮೂಡಿಸಿ, ನೋಡುಗರ ಕಣ್ಣನಗಳನ್ನರಳಿಸಿ ಅವರನ್ನು ಎಲ್ಲ ಚಿಂತೆಗಳಿಂದ ಮುಕ್ತಗೊಳಿಸಿ, ಅವರ ತುಟಿಗಳಲ್ಲಿ ನಗೆಯರಳಿಸುವ ಶಕ್ತಿ ಇರುವುದು ಈ ಹೂಗಳಿಗೆ.

ಮಾಲೆಯಾಗಿ, ಗುಚ್ಛವಾಗಿ, ಗೊಂಚಲಾಗಿ, ಸ್ತ್ರೀಯರ ಮುಡಿ, ಭಗವಂತನ ಪಾದ, ಪ್ರೇಮಿಗಳೆದೆಯನ್ನು ಸೋಕುವ ಹೂಗಳೇ ಧನ್ಯ. ಅದಕ್ಕಲ್ಲವೇ ಹೂವಿಗಪ್ಪ ಪ್ರಧಾನ್ಯತೆ ಎಲ್ಲೇ ಹೋದರೂ ಹೂವಿಲ್ಲದ ಯಾವುದೇ ಸಮಾರಂಭವೂ ಅಪೂರ್ಣ. ಸಾವಿರ ಒಡವೆಗಳು ಕೊಡದ ಪರಿಪೂರ್ಣತೆಯನ್ನು ಹೂಗಳು

ಕೊಡುತ್ತವೆ. ಹಿಂದಿನ ಕಾಲದವರು ಎಂಥಹ ಕಲಾವಿಧರಿರಬೇಕು. ತಮ್ಮೆಲ್ಲ ಅಲಂಕಾರವನ್ನು ಹೂವಿನಿಂದಲೇ ಮಾಡಿಕೊಳುತ್ತಿದ್ದರು.

"ಕಾಫಿ ಪ್ಲೀಸ್" ಫಮಫಮಿಸುವ ಕಾಫಿಯ ಮಗ್ಗೊಂದು ಎದಿರಾದಾಗ ತನ್ನ ವಿಚಾರ ಲಹರಿಯಿಂದ ಹೊರಬಂದಳು ಅನುಪಮಾ. ಎದುರಿಗಿದ್ದವ ರಘು.

"ನೀವು ಯಾವಾಗ ಬಂದ್ರಿ?" ಕಾಫಿ ಮಗ್ಗನು ತೆಗೆದುಕೊಳುತ್ತಾ ಕೇಳಿದಳು ಅನುಪಮಾ.

"ನೀನು ಈ ಗಿಡಗಳ ಮುಂದೆ ನಿಂತು ಧ್ಯಾನ ಮಾಡೋಕೆ ಶುರುಮಾಡಿದಾಗಲೇ ಬಂದೆ" ಅವಳ ಮುಖದ ಭಾವವನ್ನು ನೋಡಿ ಹೇಳಿದ ರಘು. ನಿಜವಾಗಲೂ ಅವಳು ಧ್ಯಾನದಲ್ಲಿದ್ದಂತೆ ತೋರಿಬಂದಳು.

"ಸೊ ಲವ್ಲಿ ಪ್ಲೇಸ್. ಈ ಜಾಗ ನಿಜವಾಗೂ ಸ್ವರ್ಗದ ತರ ಇದೆ. ನೋಡ್ತಾ ಇದ್ರೆ ಪ್ರಪಂಚಾನೇ ಮರೆತು ಹೋಗುತ್ತೆ. ನೀವು ಈ ತೋಟ ಮಾಡ್ಲಿಕ್ಕೆ ಎಷ್ಟು ಟೈಮ್ ತಗೊಂದ್ರಿ?' ಹಬೆಯಾಡುತ್ತಿದ ಕಾಫಿಯ ಮಗ್ಗನು ತುಟಿಗಿಟ್ಟುಕೊಂಡಳು.

"ಎಷ್ಟೊಂತ ಗೊತ್ತಿಲ್ಲ. ಆದ್ರೆ ಪ್ರತಿದಿನದ ಒಂದೂವರೆ ಘಂಟೆ ಇದಕ್ಕೆ ಮೀಸಲು.." ತಾನೂ ಕಾಫಿ ಗುಟುಕರಿಸುತ್ತ ಹೇಳಿದ ರಘು.

"ಸತ್ಯ ಹೇಳ್ಳಾ.. ಇದನ್ನ ನೋಡ್ತಾ ಇದ್ರೆ ಇವುಗಳ ಜೊತೆ ನಾನೊಂದು ಹೂವಾಗಿ ಸೇರಿಹೋಗಬೇಕನ್ನಿಸುತ್ತೆ.." ಅವಳು ಭಾವುಕತೆಯಿಂದ ಉದ್ಗರಿಸಿದಾಗ ಅಚ್ಚರಿಯಿಂದ ಹುಬ್ಬೇರಿಸಿದ ರಘು.

'ತುಂಬಾ ಭಾವಜೀವಿ..' ಮನದಲ್ಲೆಂದುಕೊಂಡ.

"ಮೈ ಗುಡ್ನೆಸ್, ದಾಸವಾಳಗಳಲ್ಲಿ ಇಷ್ಟೊಂದು ವೆರೈಟಿಸ್ ಇದೆಂತ ನಂಗೆ ಗೊತ್ತೇ ಇರಲಿಲ್ಲ. " ಮಧ್ಯದಲ್ಲಿ ನೀಲಿ ಇದ್ದು ಸುತ್ತಲೂ ಗುಲಾಬಿ ಬಣ್ಣದ ದಳಗಳಿದ್ದ ದಾಸವಾಳವನ್ನು ನವಿರಾಗಿ ಸವರಿದಳು. ಆ ಗಿಡ ಅವಳ ಸ್ಪರ್ಶಕ್ಕೆ ಮುದಗೊಂಡು ಜೋರಾಗಿ ನಕ್ಕಂತೆ ತೂಗಿ ಅವಳ ಮೇಲೆ ನೀರೆರಚಿತು. ಅಕ್ಕರೆಯಿಂದ ಆ ಗಿಡವನ್ನು ಮತ್ತೊಮ್ಮೆ ಸವರಿದಳು ಅನುಪಮಾ.

"ಸಾಧಾರಣವಾಗಿ ಗ್ಲಾಡಿಯೋಲಸ್ ಮತ್ತು ಗುಲಾಬಿ ಹೂಗಳಿಗೆ ಹೆಚ್ಚು ಇಂಪಾರ್ಟೆನ್ಸ್ ಕೊಡ್ತಾರೆ, ... ಆದ್ರೆ ಇಲ್ಲಿ ದಾಸವಾಳದ ಹೂ.. ಸೂಪರ್ಬ್..." ಕಣ್ಣರಳಿಸಿ ನುಡಿದಳು.

ಹೂವಿಗಿಂತ ಸುಂದರವಾಗರಳಿದ ಅವಳ ಮುಖದ ಸೌಂದರ್ಯ, ಕಂಗಳ ಪರವಶತೆ ರಘುವನ್ನು ಬಹಳವಾಗಿ ಸೂರೆಗೊಂಡವು. ಆದರೆ ಅದರ ಕಡೆ ಅವಳ ಗಮನವಿರಲಿಲ್ಲ. ಅವಳ ಗಮನವೆಲ್ಲ ಹೂಗಳ ಕಡೆಗೆ ಇತ್ತು.

"ಇಲ್ಲಿ ಎಷ್ಟು ತರದ ಗಿಡಗಳಿವೆ?"

" ೫೫ ವೆರೈಟಿ ಇದೆ. ಆದ್ರೆ ಬಣ್ಣಗಳನ್ನ ಲೆಕ್ಕಕೆ ತಗೊಂದ್ರೆ ೫೫೦ ಆಗುತ್ತೆ."

ಒಂದಾಳೆತ್ತರದ ಮರದಲ್ಲಿ ಸುಂದರವಾಗಿದ್ದ, ವಿಶೇಷ ರೀತಿಯ ಹೂವು ಅವಳ ಗಮನ ಸೆಳೆಯಿತು. ಅದನ್ನು ಹಿಡಿದು ನೋಡಿದಳು.

"ಇದರ ಹೆಸರು ಮೇಲುಲುಕ ಸಿಟ್ರಿನಾ. ಕಾಮನ್ನಾಗಿ ಇದನ್ನ ಬಾಟಲ್ ಬ್ರಶ್ ಅಂತಾನೋ ಕರೀತಾರೆ. ನೋಡು ಇದರ ಕೇಸರಗಳು ಬಾಟಲ್ ತೊಳಿಯೋ ಬ್ರಷ್ ವಿನ್ಯಾಸದಲ್ಲಿ ಇರೋದರಿಂದ ಇದನ್ನ ಬಾಟಲ್ ಬ್ರಷ್ ಅಂತಾರೆ."

"ವಂಡರ್ಫುಲ್" ಕಡುಗೆಂಪು ರೇಷ್ಮೆದಾರದಂತ ಕೇಸರಗಳಿದ್ದ ಆ ಹೂವಿನ ಜೋಡಣೆ ವಿಶೇಷವಾಗಿತ್ತು. ಮಧ್ಯದಲ್ಲಿ ಹಸಿರು ಕಡ್ಡಿಯಿದ್ದು ಆ ಕಡ್ಡಿಯ ಸುತ್ತಲೂ ವೃತ್ತಾಕಾರದಲ್ಲಿ ಕೇಸರಗಳು ಜೋಡಿಸಲ್ಪಟ್ಟಿದ್ದವು. ಕೇಸರಗಳಲ್ಲಿ ಹೊಳೆಯುತ್ತಿದ್ದ ಮುತ್ತಿನ ಬಿಂದು.

ಇಬ್ಬರೂ ಮಾತಾಡುತ್ತ ಮುನ್ನಡೆದರು. ಈಗವಳ ನೋಟ ಕ್ಯಾನ ಗುಂಪಿಗೆ ಸೇರಿದ ಒಂದು ಗಿಡದ ಮೇಲೆ ನಿಂತಿತು. ಅದರಲ್ಲಿದ್ದ ಹೂವು ರೆಕ್ಕೆ ಬಿಚ್ಚಿ ಹಾರಲು ಸಿದ್ಧವಾಗಿದ್ದ ಹಕ್ಕಿಯಂತೆ ತೋರುತಿತ್ತು.

" ಇದರ ಹೆಸರು ಬರ್ಡ್ ಆಫ್ ಪ್ಯಾರಡೈಸ್ ಅಂತ. ಇದು ನೋಡು ಹಕ್ಕಿಯನ್ನ ಹೋಲುತ್ತಲ್ವಾ..." ಅವಳ ನೋಟವನ್ನನುಸರಿಸಿ ಹೇಳಿದ ರಘು.

"ಇದೇನು ಒಂದೇ ಹೂವಿನಲ್ಲಿ ಎರಡು ಬಣ್ಣ ಇದೆ. ಇದು ಗ್ರಾಫ್ಟಾ?" ಚಿಕ್ಕ ಚಿಕ್ಕ ಹೂಗಳಿದ್ದ ದೊಡ್ಡ ಚೆಂಡಿನಾಕಾರದ ಹೂವಿನ ಗೊಂಚಲನ್ನು ನೋಡುತ್ತಾ ಕೇಳಿದಳು ಅನುಪಮಾ.

" ಇಲ್ಲ. ಇದು ಹೈಡ್ರಾನ್ನಿಯ, ಸಿಕ್ಸ್ ಮಂತ್ಸ್ ಫ್ಲವರ್ ಅಂತಾನೋ ಕರೀತಾರೆ. ಇದರ ವಿಶೇಷವೇನಂದ್ರೆ ಒಂದೇ ಹೂವು ನಾಲ್ಕು ಬಣ್ಣಗಳನ್ನ ಬದಲಾಯಿಸುತ್ತೆ. ಹಳದಿ, ಗುಲಾಬಿ, ನೀಲಿ ಮತ್ತು ಹಸಿರು." ರಘು ಅನುಪಮಾ ಕೇಳಿದ ಪ್ರಶ್ನೆಗಳಿಗೆ ಆಸಕ್ತಿಯಿಂದ ಉತ್ತರಿಸುತ್ತಾ ನಡೆದ. ಆದರೆ ಅವಳ ಪ್ರಶ್ನೆಗಳ ಸಂಖ್ಯೆ ಹೆಚ್ಚಾಗ ತೊಡಗಿದಾಗ ನುಡಿದ.

"ಹೋಲ್ಡಾನ್, ಹೋಲ್ಡಾನ್, ನಿಂಗೆ ಗಿಡಗಳ ಬಗ್ಗೆ ಅಪ್ಪೊಂದು ಆಸಕ್ತಿ ಇದ್ರೆ, ಇವತ್ತು ಸಂಜೆ ನಾನು ತೋಟದಲ್ಲಿ ಕೆಲಸ ಮಾಡುವಾಗ ನನ್ನ ಜೊತೆಗಿರು. ನಿನ್ನೆಲ್ಲ ಪ್ರಶ್ನೆಗಳಿಗೆ ಉತ್ತರ ಹೇಳ್ತಿನಿ. ಈಗ ಹೇಳ್ತಾ ನಿಂತ್ರೂ ಪೂರ್ತಿ ಮೂರು ಘಂಟೆ ಹಿಡಿಯುತ್ತೆ. ಸಂಜೆ ಕೆಲಸಾನೂ ಮಾಡಬಹುದು, ವಿಷಯಾನು ತಿಳ್ಕೊಬಹುದು.."

"ಸರಿ.."

"ಹಾಂ. ಇನ್ನೊಂದು ವಿಷ್ಯ. ನಮ್ಮ ಬಾಲ್ಕನಿಲಿ ನಿಂತು ನೀನು ಹೊರಗೆ ನೋಡಿಲ್ಲ ಅಲ್ವಾ? ಹೋಗಿ ನೋಡು, ಅಲ್ಲಿ ಇನ್ನೊಂದು ಸ್ವರ್ಗ ಎದುರಾಗುತ್ತೆ.."

"ಹೌದ? ಇದೋ ಹೊರಟೆ..."

ಕುತೂಹಲದಿಂದ ಅತ್ತ ಓಡಿದಳು ಅನುಪಮಾ.

ರಘುವಿನ ತೋಟವನ್ನು ಎಲ್ಲರೂ ಮೆಚ್ಚಿಕೊಳ್ಳುತಿದ್ದರು. ಆದರೆ ಅನುಪಮಾಳ ಪ್ರತಿಕ್ರಿಯೆ ಅಪೂರ್ವವಾಗಿತ್ತು. ಅವಳ ನುಡಿಗಳು ಅವನ ಎದೆಯನ್ನರಳಿಸಿತ್ತು. "ಇದನ್ನ ನೋಡ್ತಾ ಇದ್ರೆ, ಇದರ ಜೊತೆ ನಾನೊಂದು ಹೂವಾಗಿ ಸೇರಿಹೋಗಬೇಕನ್ನಿಸುತ್ತೆ." ಮನದಲ್ಲೇ ನಕ್ಕ ರಘು. "ನೀನು ಹೂವಲ್ಲಾಂತ ಯಾರು ಹೇಳಿದ್ದು ಅನೂ? ನೀನು ಇವುಗಳನ್ನೆಲ್ಲ ಮೀರಿಸುವ ಸ್ವರ್ಣಕಮಲ.." ಮನದಾಳದಿಂದ ನುಡಿಗಳು ಅವನಿಗರಿವಿಲ್ಲದೆ ಪುಟಿದಾಗ ತನ್ನ ವಿಚಾರಧಾರೆಗೆ ತಾನೇ ಚಕಿತನಾದ ರಘು.

ರಘು ಹೇಳಿದ ಮಾತನ್ನು ಕೇಳಿದ ಅನುಪಮ ಸರಸರ ಮಹಡಿಯೇರಿದಳು. ತಾನು ಮಲಗಿದ್ದ ಕೋಣೆಗೆ ನಡೆದು ತೋಟದ ಕಡೆಗೆ ಮುಖ ಮಾಡಿದ್ದ ಬಾಗಿಲನ್ನು ತೆರೆದು ಬಿದಿರಿನ ಉಯ್ಯಾಲೆಯನ್ನಳವಡಿಸಿದ ಬಾಲ್ಕನಿಯಲ್ಲಿ ಬಂದು ನಿಂತುಕೊಂಡಳು.

ಅಲ್ಲಿನ ನೋಟಕ್ಕೆ ಅವಳು ಬೆರಗಾಗಿ ಹೋದಳು. "ಮಿರಾಕಲ್" ಅನಿರೀಕ್ಷಿತ ಉದ್ಗಾರ ಅವಳಿಂದ ಹೊರಹೊಮ್ಮಿತು.

ಹೂತೋಟದ ಎರಡು ಪಕ್ಕಗಳಲ್ಲೂ ಬೋಗನ್ವಿಲ್ಲಾವನ್ನು ಪರ್ವತದಂತೆ ಬೆಳೆಸಿದ್ದರಿಂದ ಗೊಂಚಲು ಗೊಂಚಲಾಗಿ ಹೂವನ್ನರಳಿಸಿದ್ದ ಕಾಗದದ ಹೂವಿನ ಗಿಡಗಳು, ದೊಡ್ಡ ಹೂವಿನ ಕಣಿವೆಯಂತೆ ತೋರುತ್ತಿದ್ದವು. ಮನೆಯ ಮುಂದಿನ ಎರಡೆಕರೆ ಜಾಗದ ಹೂದೋಟ, ಅದರಿಂದ ಮುಂದೆ ಹಂತ ಹಂತವಾಗಿ ಕೆಳಗಿಳಿದ ಕಾಫಿತೋಟಗಳು.

ಮನೆ ಎತ್ತರದಲ್ಲಿದ್ದುದರಿಂದ ಕಾಫಿತೋಟಗಳು, ಹಂತ ಹಂತವಾಗಿ ಕೆಳಗಿಳಿದಿದ್ದವು. ಅದರ ಮಧ್ಯೆ ಅಂಕುಡೊಂಕಾಗಿ ಹರಿದ ಟಾರುರಸ್ತೆ. ಕಾಫಿ ಗಿಡಗಳ ಮೇಲೆ ಅಲ್ಲಲ್ಲಿ ವಿರಮಿಸುತಿದ್ದ ಮಂಜಿನ ಹೊಗೆ, ಮುಂದುವರೆದು ಕಣ್ಣು ಹಾಯಿಸುವಷ್ಟು ದೂರಕ್ಕೂ ಕಾಣುವ ಭತ್ತದ ಗದ್ದೆಗಳು. ಅದರ ಅಂಚಿನಲ್ಲಿ ಮಿಂಚಿನಂತೆ ಬೆಳಕನ್ನು ಪ್ರತಿಫಲಿಸುತಿದ್ದ ನದಿಯ ನೀರು. ಅಲ್ಲಿಂದ ಪುನಃ ಆ ಕಡೆ ಕಾಣುತಿದ್ದ ದಟ್ಟವಾದ ಹಸಿರು ಕಾಡು.

ಅವಳಿಗೆ ಎಲ್ಲೋ ಓದಿದ್ದ ಹಿಮಾಲಯದ ಹೂವಿನ ಕಣಿವೆಯ ನೆನಪಾಯಿತು. ಎಂಥ ರಮ್ಯಲೋಕ! ಎಂಥಾ ಜಾಗದಲ್ಲಿದೆ ಈ ಮನೆ! ಸ್ವರ್ಗ ಬೇರೆ ಎಂದರೆ ಖಂಡಿತಾ ಸಾಧ್ಯವಿಲ್ಲ. ಕಣ್ಣು ತಣಿಯುವವರೆಗೂ ನೋಡಿದಳು ಅನುಪಮಾ. ಅವಳಿಗೆ ಅಲ್ಲಿಂದ ಅಲ್ಲಾಡಲು ಮನಸ್ಸೇ ಬರಲಿಲ್ಲ.

"ಅನೂ .. ಅನೂ ... ಏನು ಮಾಡ್ತಾ ಇದ್ದೀಯ? " ತಾಯಿಯ ದನಿ ಕೇಳಿದಾಗ ಕೂಗಿಕೊಂಡಳು ಅನುಪಮಾ.

"ಮಮ್ಮಿ ಬಾ ಇಲ್ಲಿ. ಇಲ್ಲಿ ನೋಡು... ಈ ಜಾಗ ನೋಡಿದ್ಯಾ ಎಷ್ಟು ಚೆನ್ನಾಗಿದೆ.." ತಾಯಿಯ ಧನಿ ಕೇಳಿ ಒಂದೇ ಉಸುರಿಗೆ ಬಡಬಡಿಸಿದಳು ಅನುಪಮಾ.

"ಹೌದು ತುಂಬಾ ಚೆನ್ನಾಗಿದೆ .. ಹಾಗಂತ ನೀ ಹೀಗೆ ಮೈಮರೆತು ನಿಂತು ಬಿಟ್ಟಿ ಹೇಗೆ? ಕೆಳಗೆ ಹೋಗಿ ಗಂಗೆಗೇನಾದ್ರು ಸಹಾಯ ಮಾಡಬಾರದ?" ಗದರಿದರು ಬೋಜವ್ವನವರು.

" ಓ ಸಾರೀಮಾ .. ನಂಗೆ ಮರೆತೇ ಹೋಯ್ತು. ಈ ಹೂಗಳ ರಾಶಿಯಲ್ಲಿ ನಂಗೆ ಎಲ್ಲ ಮರ್ತು ಹೋಯ್ತು. ಈಗ ಹೋಗ್ತೀನಿ.."

ಬ್ರಶ್ ಮಾಡಿ, ಬಟ್ಟೆ ಬದಲಿಸಿ ಕೆಳಗೆ ಬಂದಳು ಅನುಪಮಾ.

ಗಂಗವ್ವನವರು ಒಲೆಯ ಮುಂದೆ ನಿಂತು ಕೆಲಸದಲ್ಲಿ ತೊಡಗಿದ್ದರು. ಅವರು ಅಡಿಗೆಮನೆಯಲ್ಲಿದ್ದರೂ, ಸ್ವೇಟರ್, ಮಫ್ಲರ್, ಸಾಕ್ಸ್ ಮತ್ತು ಶೂಪನ್ನು ಧರಿಸಿದ್ದರು.

"ಬಾಮ್ಮ. ಬಾ ನಿದ್ದೆ ಆಯ್ತಾ?.."ಅದೇ ತಾನೇ ಒಳ ಬಂದ ಅನುಪಮಾಳನ್ನು ಕೇಳಿದರು ಗಂಗವ್ವನವರು.

"ಆಯ್ತು ಆಂಟಿ"

"ಅಮ್ಮ ಅವಳು ಆರು ಘಂಟೆಗೆ ಎದ್ದು ಬಿಟ್ಲು" ಅಲ್ಲೇ ತಟ್ಟೆಗೆ ಅನ್ನ ಮತ್ತು ಅಕ್ಕಿಯಹಿಟ್ಟನ್ನು ಹಾಕಿಕೊಳುತಿದ್ದ ರಘು ನುಡಿದ.

" ಮತ್ತೆ ಇಷ್ಟೊತ್ತು ಎಲ್ಲಿದ್ದೆ?" ದೊಡ್ಡ ಲೋಟಕ್ಕೆ ತುಂಬಾ ಹಬೆಯಾಡುತ್ತಿದ್ದ ಕಾಫಿ ಬಗ್ಗಿಸಿ ಅವಳಿಗೆ ಕೊಡುತ್ತ ಕೇಳಿದರು ಗಂಗವ್ವ.

"ಹೂರಗೆ ತೋಟದಲ್ಲಿ ಅಡ್ಡಾಡ್ತಾ ಇದ್ಲು"

"ಅಲ್ಲಮ್ಮ ಸ್ವೇಟರ್ ಹಾಕದೆ ಹೊರಗೆ ಹೋಗಿದ್ದೀಯ? ನೆಗಡಿ ಜ್ವರ ಬಂದ್ರೆ?". ಒಲೆಯಲ್ಲಿ ಬೇಯುತ್ತಿದ್ದ ಕೋಳಿಸಾರಿಗೆ ಮಸಾಲೆಯನ್ನು ಸೇರಿಸುತ್ತಾ ಕೇಳಿದರು ಗಂಗವ್ವ.

ಅನುಪಮಾ ಮಾತಾಡದೆ ಕಾಫಿ ಗುಟುಕರಿಸಿದಳು.

"ನಿಮ್ಮನೆ ಒಳ್ಳೆ ಸ್ವರ್ಗದ ಮಧ್ಯೆ ಇರೋ ಹಾಗಿದೆ. ನಿಮ್ಮ ಬಾಲ್ಕನಿಲಿ ನಿಂತರಂತೂ ಒಳಗೆ ಬರೋಕೆ ಮನಸ್ಸೇ ಬರೋಲ್ಲ." ಹಬೆಯಾಡುತಿದ್ದ ಕಾಫಿಕೂಡ ತಣ್ಣಗನಿಸಿದಾಗ, ಆರಿಹೋಗಬಹುದೆಂದು ಬೇಗ ಬೇಗ ಕುಡಿದಳು ಅನುಪಮಾ.

"ಇದು ನಮ್ಮ ರಘು ಸೆಲೆಕ್ಟ್ ಮಾಡಿದ ಜಾಗ. ಮನೆ ಕಟ್ಟೋಕೆ ಮುಂಚೆ ಅವ್ನು ಇಲ್ಲೆ ಓದೋಕೆ ಬರ್ತಿದ್ದ. ಅಗಿನಿಂದ್ಲು ಅವನಿಗೆ ಇಲ್ಲೆ ಮನೆ ಕಟ್ಟಬೇಕಂತ ಹುಚ್ಚಿತ್ತು. ಆದ್ರೆ ಇಲ್ಲಿ ವಿಪರೀತ ಚಳಿ."

ಅನುಪಮಾ ಕಾಫಿ ಮುಗಿಸಿ ಸಿಂಕಿನಲ್ಲಿ ಲೋಟ ತೊಳೆಯಲು ಹೋದಳು. ಮಂಜುಗಡ್ಡೆಯಂಥ ನೀರು ಕೈಮೇಲೆ ಬಿದ್ದಾಗ ಕೈ ಒಂದು ಕ್ಷಣ ಮರಗಟ್ಟಿ ಹೋದ ಅನುಭವ. ಲೋಟ ಪಕ್ಕಕ್ಕಿಟ್ಟು ಕೈಯುಜ್ಜಿಕೊಂಡಳು.

"ನೋಡು ಈ ಲೋಟ ಗೀಟ ತೊಳೆಯೋ ಕೆಲಸಕ್ಕೆ ನೀನು ಹೋಗ್ಬೇಡ. ಅದಕ್ಕೆಲ್ಲ ಕೆಲ್ಸದವರಿದ್ದಾರೆ. " ಗಂಗವ್ವನವರು ಗದರಿದರು.

"ಸರಿ ಬಿಡಿ ನಾನು ರೊಟ್ಟಿ ಮಾಡ್ತೀನಿ..." ರಘುವಿನ ಹತ್ತಿರ ಬಂದಳು.

"ಪರವಾಗಿಲ್ಲ ಬಿಡು ಅನೂ .. ಅಮ್ಮಂದೆಲ್ಲ ಕೆಲಸ ಮುಗೀತು. ಅವರು ಮಾಡ್ತಾರೆ.."

"ಯಾಕೆ? ನಾನು ಕೆಲಸ ಮಾಡಬಾರದ?"

"ಮಾಡಬಾರದೂಂತ ಯಾರು ಹೇಳಿದ್ದು. ಆದ್ರೆ ಇದೆ ತಾನೇ ಬಂದಿದ್ದೀರಾ.. ಒಂದೆರಡು ದಿನ ಸುಧಾರಿಸಿಕೊಳ್ಳಿ." ಜಾಗ ಬಿಡಲಿಲ್ಲ ರಘು.

"ರಾತ್ರಿಯೆಲ್ಲಾ ರೆಸ್ಟ್ ತಗೊಂಡಿದ್ದಾಗಿದೆ ಈ ಕಡೆ ಬನ್ನಿ." ತಾನು ತೊಟ್ಟಿದ್ದ ಬಳೆಗಳನ್ನ ಹಿಂದಕ್ಕೆ ಸರಿಸುತ್ತ ನುಡಿದಳು ಅನುಪಮಾ .

"ಇನ್ನೂ ನಿಂಗೆ ತುಂಬಾ ಕೆಲಸ ಇದೆ. ಈಗಲೇ ಆಯಾಸ ಮಾಡ್ಕೊಂಡ್ರೆ ಹೇಗೆ?" ತನ್ನ ಕೆಲಸ ಮುಂದುವರಿಸುತ್ತಾ ನುಡಿದ ರಘು.

"ಬಿಡು ರಘು ಅವಳೇ ರೊಟ್ಟಿ ಸುಡ್ಲಿ. ನೀನು ಹಿಟ್ಟು ನಾದಿಕೊಟ್ಟು ಈ ಕಡೆ ಬಂದುಬಿಡು.." ಗಂಗವ್ವನವರು ನುಡಿದಾಗ ಅಚ್ಚರಿಯಿಂದ ಅವರತ್ತ ನೋಡಿದ ರಘು. ಅವರು ಹೌದೆನ್ನುವಂತೆ ಸನ್ನೆ ಮಾಡಿದರು

"ಇರು ಇದನ್ನ ನಾದಿ ಬಿಡ್ತೀನಿ." ಅನ್ನಕ್ಕೆ ಬೇಕಾದಷ್ಟು ಅಕ್ಕಿ ಹಿಟ್ಟನ್ನು ಬೆರೆಸಿ ನುಣ್ಣಗೆ ನಾದಿ ಅಲ್ಲಿಂದ ಸರಿದ ರಘು.

ರಘುವಿಗೆ ತಾಯಿಯ ಮಾತಿನಿಂದ ತುಂಬಾ ಅಚ್ಚರಿಯಾಗಿತ್ತು. ಇಲ್ಲಿಯವರೆಗೆ ಯಾರನ್ನು ಅಡಿಗೆಯ ಸಹಾಯಕ್ಕೆ ಮಾತ್ರ ತೆಗೆದುಕೊಳ್ಳುತ್ತಿರಲಿಲ್ಲ ಗಂಗವ್ವನವರು. ಬರಿ ಕೆಲವರಿಗೆ ಮಾತ್ರ ಅವರ ಅಡಿಗೆ ಮನೆಗೆ ಪ್ರವೇಶವಿತ್ತು. ಅದಕ್ಕೆ ಪ್ರಬಲ ಕಾರಣವೂ ಇತ್ತು.

ಗಂಗವ್ವನವರ ದೊಡ್ಡಪ್ಪನ ಒಬ್ಬಳೇ ಮಗಳಾದ ಸೀತೆಯನ್ನು ತುಂಬಾ ಅನುಕೂಲಸ್ಥರ ಕುಟುಂಬಕ್ಕೆ ಮದುವೆ ಮಾಡಿ ಕೊಟ್ಟಿದ್ದರು. ಅವರ ಮನೆಯಲ್ಲಿ ಅಷ್ಟೈಶ್ವರ್ಯಗಳು ಸೂರೆ ಹೋಗಿದ್ದವು. ಆಕೆಗಿದ್ದದ್ದು ಈ ಹೆಣ್ಣು ಹಾಗು ಒಬ್ಬನೇ ಮಗ.

ತುಂಬಾ ದಿನಗಳ ಕಾಲ ಹೊರಗಿನ ಕೆಲಸಗಳಿಗೆ ಸಹಾಯಕಳಾಗಿದ್ದ ಚಿಟ್ಟೆ ದಿನಗಳೆದಂತೆ ಮನೆಯ ಒಳಗಿನ ಕೆಲಸಗಳಿಗೆ ಕೈಬೆರೆಸಿ ಕ್ರಮೇಣ ಅಡಿಗೆಯ ಮನೆಯನ್ನು ಹೊಕ್ಕಳು.

ಒಮ್ಮೆ ಸೀತೆ, ಚಿಟ್ಟೆಗೆ ಮನೆಯ ಜವಾಬ್ದಾರಿಯನ್ನು ವಹಿಸಿ, ತನ್ನ ಪತಿ ಹಾಗು ಇಬ್ಬರು ಹೆಣ್ಣುಮಕ್ಕಳೊಡನೆ, ಸಂಬಂಧಿಕರ ಮದುವೆಗೆ ಹೋಗಿದ್ದಳು. ಆ ರಾತ್ರಿಯ ಊಟ ಮಾಡಿ ಮಲಗಿದ ಎರಡು ಹೆಣ್ಣುಮಕ್ಕಳು ಮತ್ತು ಮಗ ಮೇಲೇಳಲಿಲ್ಲ. ಚಿಟ್ಟೆ ನಾಪತ್ತೆಯಾಗಿದ್ದಳು. ಮೂರು ಮಕ್ಕಳ ಅನಿರೀಕ್ಷಿತ ಸಾವನ್ನು ಕಂಡ ಸೀತೆ ಹುಚ್ಚಿಯಾಗಿದ್ದಳು.

ಇದು ದಾಯಾದಿಗಳ ಕುತಂತ್ರ ಹಾಗು ಚಿಟ್ಟೆ ಕೂಡ ಅವರ ಕಡೆಯವಳೆಂದು ನಂತರ ತಿಳಿದು ಬಂದಿತ್ತು ಗಂಗವ್ವನವರಿಗೆ.

ಅಂದಿನಿಂದ ಅಡಿಗೆಮನೆಯ ವಿಷಯದಲ್ಲಿ ತುಂಬಾ ಜಾಗರೂಕರಾಗಿದ್ದರು ಗಂಗವ್ವ. ಅಡಿಗೆ ಮನೆಗೆ ಯಾರನ್ನೂ ಸೇರಿಸುತ್ತಿರಲಿಲ್ಲ. ಊರಿನಿಂದ ಬರುತಿದ್ದ ಅವರ ಅಣ್ಣತಮಂದಿರ ಮಕ್ಕಳಿಗೂ ಸಹ ಅವರು ಅಡಿಗೆ ಮನೆಯ ಕೆಲಸ ಕೊಡುತ್ತಿರಲಿಲ್ಲ. ಹಾಗೆ ಕೊಟ್ಟರೂ ಅವರು ಜೊತೆಯಲ್ಲೇ ಇರುತ್ತಿದ್ದರು. ಅಷ್ಟೇಕೆ ಬಾಲ್ಯದಿಂದಲೂ ತಮ್ಮ ಮನೆ ಮಗಳಂತೆಯೇ ಬೆಳೆದಿದ್ದ ಧರಣಿಯನ್ನು ಸಹ ಅವರು ಅಡಿಗೆ ಕೆಲಸಕ್ಕೆ ಸೇರಿಸುತ್ತಿರಲಿಲ್ಲ. ಏನಾದರು ನೆಪ ಮಾಡಿ ಹೊರಗೆ ಕಳಿಸಿಬಿಡುತ್ತಿದ್ದರು "

ಆಳುಗಳಲ್ಲಿ ಚೆನ್ನಜ್ಜನಿಗೆ ಮಾತ್ರ ಆ ಮನೆಯ ಅಡಿಗೆಮನೆಗೆ ಪ್ರವೇಶವಿತ್ತು. ಆತನೇ ಹಾಲು ಕರೆದು ತಂದು ಅಡಿಗೆ ಮನೆಯಲ್ಲಿಡುತ್ತಿದ್ದುದು. ಮಿಕ್ಕೆಲ್ಲ ವೇಳೆಯಲ್ಲಿ ಅಡಿಗೆಮನೆಗೆ ಚಿಲಕ ರಾತ್ರಿಯ ವೇಳೆ ಬೀಗ ಹಾಕಿಯೇ ಇರುತಿತ್ತು.

ಕೆಲವೊಮ್ಮೆ ಸಾಕಾದ ಗಂಗವ್ವನವರು ಗೊಣಗುತ್ತಿದ್ದರು. "ರಘು ನನಗೆ ಕೆಲಸ ಆಗೋಲ್ಲಪ್ಪ. ಮಲ್ಲಿಗೆ ಇದ್ದಾಗ ಎಷ್ಟೋ ಹಗೂರಾಗ್ತಾ ಇತ್ತು. ಆ ಪುಣ್ಯಾತಗಿತ್ತಿ ಸತ್ತು ಎರಡು ವರ್ಷ ಆಯ್ತು. ಈಗಲಾದರೂ ಮದುವೆ ಆಗಬಾರ್ದ ರಘು?"

"ಅಮ್ಮ ಅಷ್ಟು ಕಷ್ಟ ಆಗೋದಾದ್ರೆ ನಮ್ಮ ರತಿಮಾವಿಯ ಮಗಳನ್ನು ಕರ್ಕೊಂಡು ಇಟ್ಟುಕೊಳ್ಳಾರ್ದ?" ರಘು ಸಲಹೆ ನೀಡುತಿದ್ದ.

"ಸೀತೆ ಮನೇಲಿ ನಡೆದ ಘಟನೆ ನೋಡಿನೂ ಹೀಗಂತಿಯ ರಘು. .. ವಿಷ ಹಾಕಿದ್ದು ಚಿಟ್ಟೆನೆ ಇರಬಹುದು, ಆದರೆ ಹಾಕಿಸಿದ್ದು ಅವರ ದಾಯಾದಿ ತಾನೇ. ನಂಗೀಗ ಯಾರ ಮೇಲೂ ಭರವಸೆ ಇಲ್ಲಪ್ಪ. ಸೊಸೇಂತ ಒಬ್ಬಳು ಬಂದುಬಿಟ್ಟ ಮನೆ ಜವಾಬ್ದಾರಿಯೆಲ್ಲ ಅವಳಿಗೆ ವಹಿಸಿ ಬಿಡಬಹುದು." ನಿಡುಸುಯ್ಯುತ್ತಿದ್ದರು.

ಅಂದಿನಿಂದ ಆ ಮನೆಯಲ್ಲಿ ಚೆನ್ನಜ್ಜ ಮತ್ತು ಸಣ್ಣಿಗೆ ಮಾತ್ರ ಊಟವಿಡುತ್ತಿದ್ದರು. ಮಿಕ್ಕೆಲ್ಲ ಆಳುಗಳ ಸಂಬಳವನ್ನು ಹೆಚ್ಚಿಸಿ ಊಟದ ವ್ಯವಸ್ಥೆ ಅವರವರೇ ಮಾಡಿಕೊಳ್ಳುವಂತೆ ಹೇಳಿದ್ದ ರಘು. ಇದರಿಂದ ಅವರಿಗೆ ಸ್ವಲ್ಪ ಆರಾಮ ಸಿಕ್ಕಿತ್ತು. ಅದಲ್ಲದೆ ಸಾಧ್ಯವಾದಾಗಲೆಲ್ಲ ರಘು ಮತ್ತು ಸುದೀಪ ತಾಯಿಗೆ ಅಡಿಗೆ ಕೆಲಸದಲ್ಲಿ ಸಹಾಯ ಮಾಡುತಿದ್ದರು

"ಅನೂ, ಸಾರು ಕುದ್ದ ಮೇಲೆ ಇಳಿಸಿಬಿಡ್ತೀಯಾ? ಮತ್ತೆ ನೋಡು ರಾತ್ರಿ ಫ್ರೈ ನು ಸ್ವಲ್ಪ ಬಿಸಿ ಮಾಡಿಬಿಡು. ನಂಗೆ ಸ್ವಲ್ಪ ಕೆಲಸ ಇದೆ. ಹೋಗ್ತೀನಿ..." ಗಂಗವ್ವನವರು ಹೇಳಿದಾಗ

"ಬಿಡಿ ಆಂಟಿ, ನಾನೆಲ್ಲ ನೋಡ್ಕೋತೀನಿ. ಇಷ್ಟು ಕೆಲಸಕ್ಕೆ ಇಬ್ಬರೇಕೆ? " ಎಂದು ಅವರನ್ನು ಹೊರಕಳಿಸಿದಳು ಅನುಪಮಾ.

"ಅಮ್ಮ, ಆ ಹುಡುಗೀನ ಅಡಿಗೆ ಮನೆಗೆ ಸೇರಿಸಿದ್ದು ಅಲ್ದೆ ಅಡಿಗೆ ಮನೆನೇ ಅವಳಿಗೆ ಬಿಟ್ಟು ಬಂದುಬಿಟ್ಟಾ?" ತೋಟಕ್ಕೆ ಹೋಗುವ ಕೆಲಸವಿದ್ದರೂ, ತಾಯಿ ಹೊರಬರುವುದನ್ನೇ ಕಾಯುತಿದ್ದ ರಘು ಕೇಳಿದ.

"ಯಾಕೋ ರಘು, ನನವಳನ್ನ ಅಡಿಗೆ ಮನೆಯಲ್ಲಿ ಬಿಡಬಾರದಿತ್ತಾ?"

"ಹಾಗಲ್ಲಮ್ಮಾ. ಹೊಸ ಹುಡುಗಿ. ನೀನು ಯಾರನ್ನು ಒಳಗೆ ಸೇರಿಸೋದಿಲ್ವಲ್ಲ."

"ಹೌದು ರಘು. ಆದ್ರೆ ಆ ಹುಡುಗಿ ಕಣ್ಣು ನೋಡಿದ್ಯಾ? ಅವಳ ಕಣ್ಣಲ್ಲಿ ಎಂಥಾ ಬೆಳಕಿದೆ. ಶುದ್ಧ ಮನಸಿದ್ದ ಕಡೆನೇ ಮುಖದಲ್ಲಿ ಅಂಥ ತೇಜಸಿರೋದಕ್ಕೆ ಸಾಧ್ಯ. ಒಳ್ಳೆ ಮಹಾಲಕ್ಷ್ಮಿ ತರಹ ಇದ್ದಾಳೆ ಆ ಹುಡುಗಿ.." ಗಂಗವ್ವನವರು ಎದೆ ತುಂಬಿ ಹೇಳಿದಾಗ ಮೂಕದ ರಘು.

ತನ್ನ ಹೃದಯವೇಕೋ ತುಂಬಿ ಬರುತ್ತಿದೆ ಎನ್ನಿಸಿತು ರಘುವಿಗೆ. ತಾಯಿ ಅನುಪಮಾಳನ್ನು ಹೊಗಳಿದರೆ ತನ್ನ ಹೃದಯವೇಕೆ ಹಿಗ್ಗುತಿದೆ? ಉಕ್ಕುತಿದ್ದ ಎದೆಯನ್ನು ನೀವಿಕೊಂಡು ತೋಟದತ್ತ ಹೆಜ್ಜೆ ಹಾಕಿದ ರಘು

"ರೊಟ್ಟಿ ಒಲೆಯಲ್ಲಿ ಮಾಡಿದ್ದ ಗಂಗೆ? ಇವತ್ತು ರೊಟ್ಟಿ ತುಂಬಾ ಚೆನ್ನಾಗಿದೆ." ತೆಳ್ಳಗೆ ಉಬ್ಬಿದ ಗರಿಗರಿಯಾದ ರೊಟ್ಟಿಯನ್ನು ಬಾಯಲ್ಲಿಟ್ಟಿಕೊಳ್ಳುತ್ತಾ ಕೇಳಿದರು ಸೋಮಯ್ಯನವರು.

"ಇಲ್ಲ... ಇವತ್ತು ರೊಟ್ಟಿ ಮಾಡಿದ್ದು ಅನೂ "

"ಅನೂನ? ಅವಳೂ ಗ್ಯಾಸಲ್ಲೆ ಮಾಡಿದ್ದ?" ಅಚ್ಚರಿಯಿಂದ ಕೇಳಿದರು ಸೋಮಯ್ಯ.

"ಹೌದು ಕೆಂಡದ ಮೇಲೆ ಮಾಡಿದ ಹಾಗಿದೆಯಲ್ವಾ?" ತಟ್ಟೆಯ ಮೇಲೆ ಇನ್ನೆರಡು ರೊಟ್ಟಿಗಳನ್ನು ಇಡುತ್ತ ಕೇಳಿದರು ಗಂಗವ್ವ.

"ಓಹೋ.. ಅವಳು ಅಡಿಗೆ ಮನೆ ಸೇರಿಬಿಟ್ಟಿದ್ದಾಳಾ? ಅನೂ.. ಬಾ ಮೊಳೆ ಇಲ್ಲಿ.. ಮನೆಯವರನ್ನ ತಿಂಡಿಗೆ ಕೂರಿಸಿ, ನಂತರ ಹುಡುಗಿ ಅಡಿಗೆಮನೆ ಸೇರಿಬಿಟ್ಟಿದ್ದೀಯ?" ಸೋಮಯ್ಯನವರು ಪ್ರೀತಿಯಿಂದ ಕರೆದರು.

ರಘು ತೋಟಕ್ಕೆ ಹೋಗಿದ್ದರಿಂದ, ರಘುವನ್ನು ಬಿಟ್ಟು ಎಲ್ಲರು ತಿಂಡಿಗೆ ಕುಳಿತಿದ್ದರು..

"ನಾನು ನಂತರವಳು ಯಾವಾಗಾಗಿದ್ದು ಅಂಕಲ್?" ಅಡಿಗೆಮನೆಯಿಂದ ಇಣುಕಿ ಅವರನ್ನೇ ಪ್ರಶ್ನಿಸಿದಳು ಅನುಪಮಾ .

"ಈಗಿನ ಮಕ್ಕಳು ತುಂಬಾ ಹುಷಾರು.. ನೀವು ತಿಂಡಿ ತಿನ್ನಿ. ನಾನೂ ಇವತ್ತು ಆರಾಮಾಗಿ ಎಲ್ಲರ ಜೊತೆ ತಿಂಡಿ ತಿಂತೀನಿ." ಗಂಗವ್ವನವರೂ ಅವರ ಜೊತೆ ಕೂರುತ್ತಾ ಹೇಳಿದರು.

"ಅನೂ ಒಬ್ಬಳೇ ಆಗಿ ಹೋಗ್ತಾಳಲ್ಲ.." ಸೋಮಯ್ಯನವರು ಕೇಳಿದರು.

"ಇವತ್ತು ರಘು ಬೇಗನೆ ಬರ್ತಾನಂತೆ. ಇಬ್ಬರು ಒಟ್ಟಿಗೆ ಕೂತ್ಕೊಳ್ಳಿ ಬಿಡಿ.."

"ನಾವು ತಿಂಡಿ ಮುಗಿಸಿ ಮೊದಲು ಹಾಲುಕ್ಕಿಸಿಬಿಡ್ತೀವಿ...ಆಮೇಲೆ ಪಾತ್ರ ಜೋಡಿಸಿಕೊಳ್ಳೋಕೆ ಸರಿಹೋಗುತ್ತೆ." ತಿಂಡಿಗೆ ಕೈ ಹಚ್ಚುತ್ತಾ ಹೇಳಿದರು ಬೋಜವ್ವ.

"ಇವತ್ತು ದಿನ ಚೆನ್ನಾಗಿಲ್ಲವಂತೆ. ನಮ್ಮ ಜೋಯಿಸರು ನಾಳೆ ದಿನ ಚೆನ್ನಾಗಿದೆಂತ.. ಹೇಳಿದರು. ಅಲ್ಲದೆ ಸತ್ಯನಾರಾಯಣ ಪೂಜೆಗೂ ಅರ್ಚಕರಿಗೆ ಹೇಳಿದ್ದೇನೆ. ಹೇಗೂ ಮನೆಗೆ ಸುಣ್ಣ ಬಣ್ಣ ಹೊಡಿಸಿ ತೊಳೆಸಿದ್ದೀವಿ.. ಪೂಜೇನೂ ಮಾಡಿಬಿಟ್ರೆ ಚೆನ್ನಾಗಿರುತ್ತೆ. ಇವತ್ತು ಬರಿ ಪಾತ್ರ ಜೋಡಿಸಿಕೊಂಡುಬಿಡಿ" ನುಡಿದರು ಗಂಗವ್ವನವರು.

"ನೀನು ಜೋಯಿಸರನ್ನ ಕೇಳಿದೆಯಾ? ಒಳ್ಳೆ ಕೆಲಸ ಮಾಡಿದೆ. ನಂಗಿದೆಲ್ಲ ನೆನಪಾಗೊಲ್ಲ.. ನೋಡು." ಮೆಚ್ಚಿಗೆಯಿಂದ ಮಡದಿಯನ್ನು ನೋಡಿದರು ಸೋಮಯ್ಯನವರು.

ತಿಂಡಿ ಮುಗಿಯುವವರೆಗೂ ಮಾರನೆಯ ದಿನದ್ದೇ ಮಾತಾಯಿತು. ಅವರ ತಿಂಡಿ ಕೊನೆ ಹಂತಕ್ಕೆ ಬಂದಾಗ ರಘು ಒಳಬಂದ. ಹಿರಿಯರ ತಿಂಡಿ ಮುಗಿದಿದ್ದರಿಂದ ಕಿರಿಯರಿಬ್ಬರೇ ತಿಂಡಿಗೆ ಕುಳಿತರು.

"ಚಳಿ ಕಡಿಮೆಯಾದಮೇಲೆ ಅವರೆಲ್ಲ ಹೊರಗೆ ಹೋಗ್ತಾ ಇದ್ದಾರೆ..." ನಗುತ್ತ ಅನುಪಮಾಳ ಮುಂದಿದ್ದ ತಟ್ಟೆಗೆ ತಿಂಡಿ ಬಡಿಸಿದ ರಘು.

ಅವನು ಬಡಿಸಿದ ರೀತಿ ನೋಡಿಯೇ ಅವಳ ಹೊಟ್ಟೆ ತುಂಬಿ ಹೋಯಿತು. ಅವನು ಬಡಿಸುವವರೆಗೂ ಸುಮ್ಮನಿದ್ದ ಅನುಪಮಾ ಅವನ ಮುಂದೆ ಆ ತಟ್ಟೆಯನ್ನಿರಿಸಿ ಅವನ ಮುಂದಿದ್ದ ಖಾಲಿ ತಟ್ಟೆಯನ್ನು ತನ್ನ ಮುಂದಿಟ್ಟುಕೊಂಡಳು.

"ಇದನ್ನ ನೀವು ಮುಗಿಸಿ. ನನಗೆ ಬೇಕಾದಷ್ಟು ನಾನು ಹಾಕ್ಕೊತೀನಿ." ಅವಳು ನಗು ತಡೆದು ಹೇಳಿದಳು.

"ಇಷ್ಟಕ್ಕೆ ಜಾಸ್ತಿಯಾಯ್ತಾ? ನಮಗಿಷ್ಟೆಲ್ಲಾ ಸಾಕಾಗೋಲಮ್ಮ.." ಎನ್ನುತ್ತಾ ತನ್ನ ಮುಂದಿದ್ದ ತಟ್ಟೆಗೆ ಮತ್ತಷ್ಟು ಸುರಿದುಕೊಂಡಾಗ ಅವನೊಂದು ಕ್ಷಣ ಅಪಾದಮಸ್ತಕ ನೋಡಿದಳು ಅನುಪಮಾ. ಅವನ ಅಗಾಧ ವ್ಯಕ್ತಿತ್ವವನ್ನು ನೋಡುತ ಒಳ್ಳೆ ಹರ್ಕ್ಯೂಲ್ಯುಸ್ ನಂತಿದ್ದಾನೆ. ಎಂದುಕೊಂಡಳು.

"ಇಲ್ಲಿಯ ಚಳಿ ಮತ್ತೆ ತೋಟದ ಕೆಲಸಕ್ಕೆ ಊಟ ಚನ್ನಾಗಿ ಸೇರುತ್ತೆ. ನಮ್ಮ ತೋಟಕ್ಕೆ ಒಂದು ರೌಂಡ್ ಹಾಕಿಬಂದ್ರೆ ಸಾಕು ಹೊಟ್ಟೆ ಹಸಿದು ಬಿಡುತ್ತೆ.. ದಿನಕ್ಕೆ ಕಡಿಮೆ ಅಂದ್ರು ೧೦ ಕಿ.ಮೀ. ನಡೀಬೇಕು. ಇನ್ನು ಸ್ವಲ್ಪ ದಿನದಲ್ಲೇ ನಿಂಗೆ ಗೊತ್ತಾಗುತ್ತೆ..."

ಅನುಪಮಾ ತನಗೆ ಬೇಕಾದಷ್ಟು ಹಾಕಿಕೊಂಡಳು.

"ಹೂಂ.. ರೊಟ್ಟಿ ತುಂಬಾ ಚೆನ್ನಾಗಿದೆ.. ಒಂದು ಕೆಲಸ ಮಾಡ್ತಿಯಾ. ನಿಮ್ಮನೇಲಿ ರೊಟ್ಟಿ ಮಾಡಿಗಾಗ ಮಿಸ್ ಮಾಡ್ದೆ ನಂಗೆ ಹೇಳಿ ಕಳಿಸು...ತಪ್ಪದೆ ಬಂದು ಬಿಡ್ತೇನಿ..." ರೊಟ್ಟಿಯನ್ನು ಸವಿಯುತ್ತ ನುಡಿದ ರಘು.

"ರೊಟ್ಟಿ ಮಾಡಿದ ದಿನ ಯಾಕೆ, ನಿಮಗೆಷ್ಟು ಇಷ್ಟ ಆದ್ರೆ ದಿನಾ ಮಾಡ್ತೀನಿ.. ತಿಂಡಿಗೆ ನಮ್ಮನೆಗೆ ಬಂದುಬಿಡಿ"

"ನಾಟ್ ಎ ಬ್ಯಾಡ್ ಐಡಿಯಾ... ಆದ್ರೆ ನೀನು ತಿಂತಾನೆ ಇಲ್ಲವಲ್ಲ. ಇನ್ನೊಂದು ರೊಟ್ಟಿ ತಗೋ..." ಮಾತಿನ ನಡುವೆ ಅವಳನ್ನು ಉಪಚರಿಸುತ್ತಾ ಪೂರ್ತಿ ಹತ್ತು ರೊಟ್ಟಿ ಮುಗಿಸಿದಾಗ ಸುಸ್ತಾದಳು ಅನುಪಮಾ. "ಒಳ್ಳೆ ಹೊಟ್ಟೆಬಾಕ" ಮನದಲೆಂದುಕೊಂಡಳು.

"ನಿನ್ನ ಇರಾದೆ ಬದಲಾಗಿಲ್ಲ ತಾನೇ?" ಲೋಟಕ್ಕೆ ಕಾಫಿ ಬಗ್ಗಿಸಿಕೊಳ್ಳುತ್ತಾ ಕೇಳಿದ ರಘು. ಅವನ ತುಟಿಯಂಚಿನಲ್ಲಿ ತುಂಟ ನಗುವಿತ್ತು.

"ಯಾವ ಇರಾದೆ?" ಅರ್ಥವಾಗದೆ ಕೇಳಿದಳು ಅನುಪಮಾ ..

"ಅದೇ ನನ್ನ ತಿಂಡಿಗೆ ಕರೆಯೋ ಇರಾದೆ. ದಿನಾ ರೊಟ್ಟಿ ಮಾಡಿ ಈ ಹೊಟ್ಟೆಬಾಕನ್ನ ಹೇಗೆ ತೃಪ್ತಿಪಡಿಸೋದಪ್ಪಾಂತ" ಈಗವನ ಮುಖದಲ್ಲಿ ದೊಡ್ಡ ನಗುವಿತ್ತು.

ತನ್ನ ಮನಸಿನ ಮಾತು ರಘುವಿನ ನಾಲಿಗೆಯ ಮೇಲೆ ಬಂದಾಗ ಕಂಪಾದಳು ಅನುಪಮಾ .. ಅವಳೊಂದುಕ್ಷಣ ತಡಬಡಿಸಿದಳು.

"ನೋಡಿದ್ಯಾ? ನಿನ್ನ ಹೇಗೆ ಹಿಡಿದುಬಿಟ್ಟೆ..? ಒಳ್ಳೆ ಇಂಪ್ರೆಸ್ಸಿವ್ ಐಸ್. ನಿನ್ನ ಮನದಲ್ಲೇನಿದೆಂತ ನಿನ್ನ ಕಣ್ಣು ನೋಡೀನೇ ತಿಳ್ಕೊಂಡು ಬಿಡಬಹುದು..."ಜೋರಾಗಿ ನಗುತ್ತ ನುಡಿದಾಗ ತಾನೂ ಮೆಲ್ಲನೆ ನಕ್ಕಳು ಅನುಪಮಾ.

"ಥೆ ಥೆ... ನೀವು ತಪ್ಪು ತಿಳ್ಕೊಂಡ್ರಿ. ಅಡಿಗೆ ಮಾಡಿದ ತೃಪ್ತಿ ಸಿಗೋದು ಅದನ್ನ ಯಾರಾದ್ರೂ ಇಷ್ಟಪಟ್ಟು ತಿಂದಾಗ ಮಾತ್ರ. ನಾವು ಪ್ರೀತಿಯಿಂದ ಮಾಡಿದ ಅಡಿಗೇನ ಇಷ್ಟಪಟ್ಟು ತಿನ್ನೋರಿದ್ದಾಗ ನಮಗೂ ಅಡಿಗೆ ಮಾಡೋಕೆ ಆಸಕ್ತಿ ಇರುತ್ತೆ. ಇನ್ನೂ ಖುಷಿಯಾಗಿ ಅಡಿಗೆ ಮಾಡ್ತೀವಿ. ಮಾಡಿದ್ದೆಲ್ಲ ಹಾಗೆ ಉಳಿದ್ಬಿಟ್ರೆ ತುಂಬಾ ಬೇಜಾರಾಗುತ್ತೆ...ನಂಗೆ ಅಡಿಗೆ ಮಾಡೋದಂದ್ರೆ ತುಂಬಾ ಇಷ್ಟ...ಏನಾದ್ರು ಹೊಸದನ್ನ ಟ್ರೈ ಮಾಡ್ತಾನೆ ಇರ್ತೀನಿ..."

ನಿಜವಾಗಲೂ ರೊಟ್ಟಿಗಳ ಸಂಖ್ಯೆಯನ್ನು ನೋಡಿ ಹೆದರಿಬಿಟ್ಟಿದ್ದಳು ಅನುಪಮಾ. ಇಷ್ಟೊಂದು ರೊಟ್ಟಿ ಮಾಡಿದರೆ ತಂಗಳಾಗುತ್ತೆ ಎನ್ನುವ ಬೇಸರವಿತ್ತು. ಆದರೆ ರೊಟ್ಟಿ ಇನ್ನೊಂದೆರಡು ಇದ್ದಿದ್ದರೆ ಚೆನ್ನಾಗಿತ್ತು ಎನ್ನುವ ಮಟ್ಟಿಗೆ ಖಾಲಿಯಾಗಿದ್ದು ಅವಳಿಗೆ ಸಮಾಧಾನ ತಂದಿತ್ತು.

"ಇಸಿಟ್? ಹಾಗಾದ್ರೆ ಸರಿ. " ನಗುತ್ತ ಕೈತೊಳೆದುಕೊಳ್ಳಲು ಮೇಲೆದ್ದ ರಘು.

ಇಬ್ಬರು ಹೊರಬಂದಾಗ ಹಿರಿಯರೆಲ್ಲ ಬೆಳಗಿನ ಎಳೆಬಿಸಿಲಲ್ಲಿ, ಲಾನಿನಲ್ಲಿ ಕುಳಿತ್ತದ್ದು ಕಾಣಿಸಿತು.

ಅವರನ್ನು ನೋಡಿ "ಇನ್ನು ಹೊರಡೋಣ್ಲ? " ಎಂದರು ಕುಶಾಲಪ್ಪ.

"ಆಂಟಿ ನೀವು ಅಮ್ಮನ ಜೊತೆಗಿರಿ. ನಾವು ನಾಲ್ಕು ಜನ ಹೋಗ್ತಿವಿ. ಇಲ್ಲಿ ಅಮ್ಮನಿಗೆ ಒಬ್ಬಳೇ ಬೇಜಾರು. ಅಡಿಗೆ ಮನೆ ವಿಷ್ಯ ಅನೂಗೆ ಗೊತ್ತಲ್ಲ... ಅವಳು ಹೇಳಿದಂತೆ ನಮ್ಮ ಈರಿಯ ಹೆಂಡತಿ ಜೋಡಿಸಿ ಕೊಡ್ತಾಳೆ. ನೀವು ಮಾಡೋ ಕೆಲಸ ಏನು ಇಲ್ಲ.. ಏನಂತೀರಿ?"

"ಹೌದು.. ನಾನೂ ಕುಶಾಲು ಜೊತೆ ಹೋಗ್ತೇನಿ.. ಅಲ್ಲಿ ಕೆಲಸದವರೆಲ್ಲ ಇತ್ತಾರೆ. ಸುಮ್ಮನೆ ಮೇಲ್ವಿಚಾರಣೆ ಅಷ್ಟೇ ತಾನೇ? ಮಕ್ಕಳು ನೋಡ್ಕೊತಾರೆ.." ಸೋಮಯ್ಯನವರು ಹೇಳಿದಾಗ ತಲೆಯಾಡಿಸಿದರು ಬೋಜವ್ವ.

ನಾಲ್ವರೂ ಮನೆಯ ಹತ್ತಿರ ಬಂದಾಗ ಈರಿಯ ಹೆಂಡತಿ ಕಾಳಿ ಅಕ್ಕಮ್ಮನವರೊಡನೆ ಹರಟುತ್ತಾ ಎಲೆ ಅಡಿಕೆ ಮೆಲ್ಲುತ್ತಿದ್ದಳು. ಆಚಾರಿ ಅವರಿಗಾಗಿ ಕಾಯುತ್ತ ಸಿಮೆಂಟ್ ಜಗುಲಿಯ ಮೇಲೆ ಕುಳಿತಿದ್ದ. ಈರಿ ಜೀಪಿನ ಶಬ್ದ ಕೇಳಿ ತೋಟದಿಂದ ಬಂದ.

ನಂತರ ಭರದಿಂದ ಕೆಲಸ ಪ್ರಾರಂಭವಾಯಿತು. ರಘು ಹೊರಗಿನ ಸಾಮಾನುಗಳ ಕೆಲಸ ವಹಿಸಿಕೊಂಡಾಗ ಅನುಪಮಾ ಅಡಿಗೆಯ ಮನೆಯತ್ತ ಗಮನ ಹರಿಸಿದಳು.

ಅನುಪಮಾ ಹೇಳಿದಂತೆ ಪಾತ್ರೆಗಳನ್ನೆತ್ತಿ ಅವುಗಳನ್ನು ತೊಳೆದು ಚೆನ್ನಾಗಿ ಒರೆಸಿ ಜೋಡಿಸುತ್ತಿದ್ದಳು ಕಾಳಿ. ಸ್ವಲ್ಪ ಹೊತ್ತು ಕೆಲಸವನ್ನು ನಿರ್ದೇಶಿಸುತಿದ್ದರು ಕುಶಾಲಪ್ಪನವರು. ಆದರೆ ಅದಕ್ಕೆ ಅವಕಾಶವಾಗದಂತೆ ರಘು ಎಲ್ಲ ಕೆಲಸಗಳನ್ನು ನೋಡಿಕೊಳ್ಳತೊಡಗಿದಾಗ, ತಾವು ಅಲ್ಲಿರುವುದು ಅನಾವಶ್ಯವೆನಿಸಿತವರಿಗೆ.

"ಅಪ್ಪಯ್ಯ, ನೀವು, ಅಂಕಲ್ ಎದುರು ಮನೇಲಿ ಕೂತ್ಕೊಳ್ಳಿ. ಸುಮ್ಮನೆ ಇಲ್ಲಿ ನಿಂತೇನು ಮಾಡ್ತೀರಿ? ಆಮೇಲೆ ಧೂಳೇನಾದ್ರೂ ಸೇರಿ ನಿಮಗೆ ಕೆಮ್ಮು ಬಂದ್ರೆ ತುಂಬ ಕಷ್ಟಪಡಬೇಕಾಗುತ್ತೆ. ಅಂಕಲ್ ಅಪ್ಪಯ್ಯಂಗೆ ವ್ಹೀಸಿಂಗ್ ಇದೆ. ನೀವು ಹೋಗಿ ನಾನೆಲ್ಲ ನೋಡ್ಕೋತೀನಿ. " ರಘು ಅವರನ್ನು ಅಲ್ಲಿಂದ ಕಳುಹಿಸಿದ.

ರಘುವಿನ ಉಪಸ್ಥಿತಿ ಅನುಪಮಳಿಗೆ ಒಂದಿನಿತು ಸಂಕೋಚ ತರಿಸಲಿಲ್ಲ. ಆಗಲೇ ಅವರಿಬ್ಬರೂ ಸಾಕಷ್ಟು ಹತ್ತಿರವಾಗಿದ್ದರು. ಅರ್ಧ ಘಂಟೆ ತೋಟದಲ್ಲಿ ಮಾತಾಡಿದ್ದು ಅಲ್ಲದೆ ಒಟ್ಟಿಗೆ ತಿಂಡಿಯನ್ನೂ ಮುಗಿಸಿದ್ದರಿಂದ ಅವರಲ್ಲಿ ಒಳ್ಳೆಯ ಗೆಳೆತನ ಚಿಗುರೊಡೆದಿತ್ತು.

ಸ್ವಲ್ಪ ಹೊತ್ತಿನಲ್ಲೇ ಪಕ್ಕದ ಮನೆಯ ಮಕ್ಕಳಾದ ಬಬಿತಾ ಹಾಗು ಶ್ಯಾಮ್ ಒಳಗೆ ಇಣುಕಿದರು.

"ಎನ್ನರೇ, ಕ್ಲಾಸಿಗೆ ಹೋಗಿಲ್ವಾ ಇವತ್ತು?"ಶ್ಯಾಮನನ್ನು ಕೇಳಿದ ರಘು.

"ಇವತ್ತು ಮಾರ್ನಿಂಗ್ ಕ್ಲಾಸ್ ಮುಗಿತು.." ಉತ್ತರಿಸಿದಳು ಬಬಿತಾ.

ಮಕ್ಕಳ ದನಿ ಕೇಳಿ ಹೊರಬಂದಳು ಅನುಪಮಾ.

"ಹಾಯ್ ಕಿಡ್ಸ್ ನನ್ನೆಸರು ಅನುಪಮಾ .. ನಿಮ್ಮೆಸರು ತಿಳ್ಕೊಬಹುದಾ?" ಎನ್ನುತ್ತಾ ದೊಡ್ಡವನ ಮುಂದೆ ಕೈ ಚಾಚಿದಳು. ಅವನು ತಟ್ಟನೆ ಮುಖ ತಿರುಗಿಸಿ ಧಡಧಡನೆ ಓಡಿ ಹೋದ.

"ಅವನಿಗೆ ಹುಡುಗಿಯರೆಂದರೆ ನಾಚಿಕೆ..."ರಘು ಹೇಳಿದ.

"ಏನೂ ಹುಡುಗಿರೆಂದರೆ ನಾಚಿಕನಾ?" ಉದ್ಗರಿಸಿದಳು ಅನುಪಮಾ .

"ಹೂಂ. ಅವನು ಬೆಳ್ಗಿರೋದಕ್ಕೆ ಹುಡುಗೀರೆಲ್ಲ ಅವನನ್ನೇ ನೋಡ್ತಾರಂತೆ. ಅದಕ್ಕೆ ಅವನು ಹುಡುಗಿಯರನ್ನ ಪರಿಚಯ ಮಾಡಿಕೊಳ್ಳೋಲ್ಲ"

"ಓ ಹೋ.. " ಜೋರಾಗಿ ನಕ್ಕಳು ಅನುಪಮಾ . "ನೀನು?" ಬಬಿತಾಳತ್ತ ತಿರುಗಿ ಕೇಳಿದಳು.

"ನನ್ನೆಸರು ಬಬಿತಾ..." ಬೆಣ್ಣೆಯ ಮುದ್ದೆಯಂತಿದ್ದ ಬಾಲೆ ನುಡಿದಳು.

"ವೆರಿಗುಡ್ . ಏನು ಓದ್ತಾ ಇದ್ದೀಯ?"

"ಸೆಕೆಂಡ್ ಸ್ಟ್ಯಾಂಡರ್ಡ್..."

"ನಿಮಣ್ಣ"

"ಫಿಫ್ತ್ ಸ್ಟ್ಯಾಂಡರ್ಡ್"

"ನಿಮ್ಮ ಪಪ್ಪಾ ಮಮ್ಮಿ, "

"ಅವರು ಬಿಟ್ಟಂಗಾಲದಲ್ಲಿರೋದು. ಅಲ್ಲಿ ಸ್ಕೂಲ್ ಚೆನ್ನಾಗಿಲ್ಲಾಂತ ಮಕ್ಕಳಿಬ್ಬರನ್ನ ಇಲ್ಲೇ ಬಿಟ್ಟಿದ್ದಾರೆ.." ರಘುವೇ ಅವಳ ಪ್ರಶ್ನೆಗೆ ಉತ್ತರಿಸಿದ.

"ಇವಳು ಯಾರ ಮಗಳು?"

"ಅಕ್ಕಿ ಅತ್ತೆಯ ಮೊದಲನೇ ಮಗಳು, ರಾಣಿಯ ಮಕ್ಕಳು.."

"ನಿಂಗೆ ಚಾಕೊಲೇಟ್ ಇಷ್ಟಾನಾ?" ಅವಳ ಕೆನ್ನೆ ಸವರಿ ಕೇಳಿದಳು ಅನುಪಮಾ .

"ಹುಂ ನಂಗೆ ರಘು ಅಂಕಲ್ ತುಂಬಾ ಸ್ವೀಟ್ಸ್ ತಂದು ಕೊಡ್ತಾರೆ. " ಕಣ್ಣರಳಿಸಿ ನುಡಿದಳು ಬಬಿತಾ.

"ಇರು, ನಾನೂ ಕೊಡ್ತೀನಿ. "ಎದ್ದು ಹೋಗಿ ತನ್ನ ಬ್ಯಾಗಿನಿಂದ ಒಂದು ಹಿಡಿ ಚಾಕೊಲೇಟ್ ತೆಗೆದು ಅವಳ ಕೈಯಲ್ಲಿಟ್ಟಳು.

"ಶ್ಯಾಂಗೆರಡು ಕೊಡು.." ಆ ಬಾಲಕಿ ಸಂತೋಷದಿಂದ ಹೊರಗೋಡಿದಳು.

"ನಿಮಗೆ ಚಾಕೂಲೇಟ್?" ಈರಿ ಮತ್ತು ಮಾದನ ಕೈಯಲ್ಲಿ ಬೀರುವನ್ನು ಸರಿಯಾಗಿಡಿಸುತ್ತಿದ್ದ ರಘುವಿನ ಮುಂದೆ ಚಾಕೂಲೇಟ್ ಹಿಡಿದಳು ಅನುಪಮಾ .

"ಒಂದು ಸಾಕು.. ಏನು ಪರ್ಸ್ ತುಂಬಾ ಚಾಕೂಲೇಟೆ ಇದ್ಯಾ?" ಅವಳ ಕೈಯಿಂದ ಚಾಕೂಲೇಟೊಂದನ್ನು ತೆಗೆದುಕೊಳುತ್ತ ಕೇಳಿದ ರಘು.

"ಇದೊಂದು ದುರಭ್ಯಾಸ ನಂಗೆ.. ಚಾಕೊಲೇಟ್ ಅಂದ್ರೆ ತುಂಬಾ ಇಷ್ಟ."
ತಾನೊಂದು ಚಾಕೊಲೇಟ್ ಬಾಯಿಗೆ ಹಾಕಿಕೊಳುತ್ತಾ ಒಳ ನಡೆದಳು.

ಸಾಮಾನು ಜೋಡಿಸುವ ಕೆಲಸ ಭರದಿಂದ ಮುನ್ನಡೆಯಿತು.
ಎದುರುಮನೆಯಿಂದ ಕುಶಾಲಪ್ಪ, ಸೋಮಯ್ಯ ಹಾಗು ಮುತ್ತಣ್ಣನವರ
ಮಾತುಗಳು ಜೋರಾಗಿ ಕೇಳಿ ಬರುತಿತ್ತು. ಎಲ್ಲೆಡೆ ತುಂಬಾ ನಿಶಬ್ದವಿದ್ದುದರಿಂದ
ಅವರ ನುಡಿಗಳು ಸ್ಪಷ್ಟವಾಗಿ ಕೇಳಿ ಬರುತಿತ್ತು.

"ರಘು... ರಘು..." ಧರಣಿಯ ದನಿ ಕೇಳಿಬಂದಾಗ ಅಡಿಗೆಯ ಮನೆಯಲ್ಲಿದ್ದ
ಅನುಪಮಾ ಕಿಟಕಿಯಿಂದ ಹೊರ ಇಣುಕಿದಳು.

ಗಿಣಿ ಹಸಿರು ಬಣ್ಣದ ಸೀರೆ ಉಟ್ಟುಕೊಂಡಿದ್ದ ಧರಣಿ ಬಹಳ ಅಂದವಾಗಿ
ಕಾಣುತ್ತಿದ್ದಳು. ಅವಳು ಅದೇ ತಾನೇ ಅಲಂಕರಿಸಿಕೊಂಡಿದ್ದರಿಂದ ತುಂಬಾ
ಫ್ರೆಶಾಗಿ ಕಾಣುತ್ತಿದ್ದಳು.

"ಒಳ್ಳೆ ರೂಪ, ಅದಕ್ಕೆ ಸರಿಯಾಗಿ ಚೆನ್ನಾಗಿ ಡ್ರೆಸ್ ಮಾಡ್ಕೊತಾಳ... ಪ್ರೆಟಿ ಗರ್ಲ್"
ಮನದಲ್ಲೆಂದುಕೊಂಡಳು ಅನುಪಮಾ. ಹೊರಗೆ ಹೋಗಿ ಮಾತಾಡಿಸಬೇಕೇ?
ಬೇಡವೇ? ಅನುಮಾನಿಸುತ್ತಲೇ ಹೊರ ಬಂದು "ಹಲೋ" ಎಂದಳು
ಅನುಪಮಾ.

ಅದರವಳು ಅದಕ್ಕೆ ಪ್ರತಿಕ್ರಿಯಿಸದೆ "ರಘು ಇಲ್ವಾ?" ತುಟಿ ಕೊಂಕಿಸಿ ಕೇಳಿದಳು.

"ರೂಮಲ್ಲಿ ಕಾಟ್ ಫಿಕ್ಸ್ ಮಾಡಿಸ್ತಿದ್ದಾರೆ.."ಅನುಪಮಾ ಹೇಳಿದಾಗ ಅವಳ
ಮುಖದಲ್ಲಿ ನೆಮ್ಮದಿ ಮೂಡಿದ್ದನ್ನು ಸೂಕ್ಷ್ಮವಾಗಿ ಗಮನಿಸಿದಳು ಅನುಪಮಾ.

"ಓ ಇಲ್ಲಿದ್ದಾನಾ?" ಅವಳು ಸೀದಾ ಕೋಣೆಯೊಳಗೆ ನಡೆದಾಗ ಅನುಪಮಳಿಗೆ
ಪಿಚ್ಚೆನಿಸಿತು.

ಧರಣಿ ಹಲೋ ಎನ್ನುವ ಸೌಜನ್ಯವನ್ನು ತೋರಿರಲಿಲ್ಲ. ಸುಮ್ಮನೆ ತನ್ನ
ಕೆಲಸದತ್ತ ಗಮನ ಹರಿಸಿದಳು ಅನುಪಮಾ.

"ರಘು ..ನಾ ಕೂಗಿದ್ದು ಕೇಳಿಸ್ಲಿಲ್ವಾ?"ಅವಳ ದ್ವನಿ ಅನುಪಮಳಿಗೆ
ಕೇಳಿಸಲೆಂಬಂತೆ ಜೋರಾಗಿತ್ತು.

"ಬಾ ಧರಣಿ... ಈ ಮಂಚ ಫಿಟ್ ಮಾಡೋ ಶಬ್ದದಲ್ಲಿ ನೀ ಕರೆದದ್ದು ನಂಗೆ
ಕೇಳಿಸ್ಲಿಲ್ಲ. ಕೆಲಸ ಎಲ್ಲ ಆಯ್ತಾ?"

" ಓ ಆಯ್ತು. ನೀನು ನಮ್ಮನೆಗೆ ಬರ್ತೀಯಾಂತ ಕಾಯ್ತಾ ಇದ್ದೆ. " ಅಸಹಜ
ದರ್ಪವಿತ್ತವಳ ದನಿಯಲ್ಲಿ.

"ಇಲ್ಲಿ ಕೆಲಸ ಇದ್ಯಲ್ಲ "

"ಆದ್ರೂ ನೀನು ನನ್ನ ಕೈ ಕಾಫಿ ಕುಡಿದನೇ ಇರಲ್ವಲ್ಲ, ಅದಕ್ಕೆ ನಾನೆ ಬಂದೆ. "

"ಹೌದು ಇನ್ನು ಸ್ವಲ್ಪ ಹೊತ್ತಿನಲ್ಲಿ ನಾನೆ ಬರ್ತಾ ಇದ್ದೆ. " ಸಹಜವಾಗೆ ಹೇಳಿದ
ರಘು.

"ಈ ಮಂಚ, ಕುರ್ಚಿ ಜೋಡಿಸೋಕೆ ನೀನಿಲ್ಲಿ ಇರ್ಬೇಕಾ? ಆಳುಗಳಿಗೆ ಹೇಳಿದ್ರೆ ಅವರು ನೋಡ್ಕೋತಾರೆ". ಅಸಡ್ಡೆಯಿಂದ ನುಡಿದಳು ಧರಣಿ.

"ಇರಲಿ ಬಿಡು.. ನಾನು ಯಾವುದೇ ಕೆಲಸಾನ ಆಳುಗಳ ಜವಾಬ್ದಾರಿಗೆ ಬಿಡೋದಿಲ್ಲಾಂತ ನಿಂಗೆ ಗೊತ್ತಲ್ಲ.."

"ಯಾಕ ಮನೆವ್ರು ಇದ್ದರಲ್ಲ.. ಬೇಕಾದಾಗ ಬಂದು ಕರೀತಾರೆ. ಇಲ್ಲಿ ಸುಮ್ಮೆ ಏನು ಮಾಡ್ತಿಯಾ.. ಒಂದು ಗೇಮ್ ಚೆಸ್ ಆಡೋಣ... ತುಂಬಾ ದಿವ್ಸ ಆಯ್ತು ಆಡಿ."

ಅನುಪಮಳಿಗೆ ಧರಣಿಯ ಪ್ರತಿಯೊಂದು ನುಡಿಯಾ ಕೇಳಿಸುತಿತ್ತು. ಧರಣಿಯ ಉದ್ದೇಶವು ಅದೆಯೆಂದು ಅವಳಿಗೆ ತಿಳಿದಿತ್ತು. ತಾನು ರಘುವಿಗೆ ಎಷ್ಟು ಹತ್ತಿರದವಳೆಂದು ತೋರಿಸುವುದು ಅವಳ ಉದ್ದೇಶವಾಗಿತ್ತು. "ಲವ್ ದಯ್ ಅದರ್ ನೇಮ್ ಈಸ್ ಜಲಸ್" ಮನದಲ್ಲೆ ನಕ್ಕಳು.

"ಇವತ್ತಾಗೋಲ್ಲ ಇನ್ಯಾವತ್ತಾದ್ರು ಆಡೋಣ. ಅಮೇಲಿವರು ಏನಾದ್ರು ಹೆಚ್ಚು ಕಡಿಮೆ ಮಾಡಿದ್ರೆ ಕಷ್ಟ.. ಇವರಿಗೆ ಒಂದು ಸಲ ಹೇಳಿದ ಕೆಲಸ ನೆನಪಿರೋಲ್ಲ.. ಪದೇ ಪದೇ ಹೇಳ್ಬೇಕು. " ರಘು ಹೇಳಿದ್ದರಿಂದ ಅವಳು ಸುಮ್ಮನಾಗಬೇಕಾಯಿತು.

"ಹೋಗ್ಲಿ.. ನಾಳೆ ಟೌನ್ ಹೋಗೋಣ್ಮಾ? " ಸ್ವಲ್ಪ ಹೊತ್ತಿನ ನಂತರ ಕೇಳಿದಳು ಧರಣಿ.

"ಹೋಗಬೇಕು. ಲಾಸ್ಟ್‌ವೀಕ್ ಹೋಗಿಲ್ಲವಲ್ಲ..."

"ಹೂಂ ನಾನೂ ಹೋದ್ವಾರ ಎಷ್ಟು ಕಾದೆ ಗೊತ್ತಾ? ನೀನು ಬರ್ಲೆ ಇಲ್ಲ. ಬರೋಕಾಗದ ಮೇಲೆ ಮೊದ್ಲೆ ಹೇಳಬಾರದಿತ್ತಾ?"

ಈಗ ಧರಣಿಯ ನುಡಿಗಳು ತುಂಬಾ ಅಸಹಜವಾಗಿರುವಂತೆ ತೋರಿತು ರಘುವಿಗೆ. ಅವಳಿಂದು ತನ್ನ ಮೇಲೆ ಅಧಿಕಾರ ಚಲಾಯಿಸುತ್ತಿರುವಂತೆನಿಸಿದಾಗ ಅವಳನ್ನೇ ಆಳವಾಗಿ ದಿಟ್ಟಿಸಿದ ರಘು. ಅವಳ ಕಂಗಳಲ್ಲಿ ಎಂದಿನ ಆಲಸ್ಯವಿರದೆ ಯಾವುದೋ ವಿಶೇಷ ಹೊಳಪಿದ್ದಂತೆ ತೋರಿತು. ಅವಳು ಯುದ್ಧಕ್ಕೆ ಸಜ್ಜಾಗಿ ಯಾರನ್ನೋ ಗೆಲ್ಲು ಬಂದಂತಿತ್ತು.

ರಘು ತನ್ನನ್ನೇ ಆಳವಾಗಿ ದಿಟ್ಟಿಸಿದ್ದು ಧರಣಿಗೆ ಹೆಮ್ಮೆ ಎನಿಸಿತು.

"ಈ ಸೀರೆ ನೆನಪಿದ್ಯಾ. ಹೋದ ವರ್ಷ ನೀನು ಕೊಡಿಸಿದ್ದು.. " ಅವಳು ಬಿಂಕವಾಗಿ ನುಡಿದಾಗ ಹುಬ್ಬು ಗಂಟಿಕ್ಕಿದ ರಘು.

"ನಾನ್ಯಾವಾಗ ಕೊಡಿಸಿದೆ? ನಿನ್ನತ್ರ ದುಡ್ಡು ಕಡಿಮೆಯಿದೇಂತ ೨೦೦ ರುಪಾಯಿ ಇಸ್ಕೊಂಡಿದ್ದೆ ಅಷ್ಟೇ.." ಇಲ್ಲದನ್ನು ಅವಳು ಹೇಳ ಹೊರಟಾಗ ಗಡುಸಾಗಿ ಹೇಳಿದ ರಘು.

"ಸರಿ.. ಆದ್ರೆ ಈ ಕಲರ್ ನಂಗೆ ತುಂಬಾ ಚೆನ್ನಾಗಿ ಕಾಣುತ್ತೆಂತ ಹೇಳಿದ್ದೆ.. " ಅವನ ಕೋಪಕ್ಕೆ ತಲೆ ಕೆಡಿಸಿಕೊಳ್ಳದೆ, ಧರಣಿ ವೈಯಾರವಾಗಿ ಹೇಳಿದಾಗ ನಕ್ಕು ಬಿಟ್ಟ ರಘು.

"ಮುದ್ದು ಹುಡುಗಿ... ನಿಂಗೆ ಇದೊಂದೇ ಸೀರೆ ಯಾಕೆ.. ನೀನು ಯಾವ ಸೀರೆ ಉಟ್ಟರೂ ಚೆನ್ನಾಗಿ ಕಾಣ್ತೀಯ. ನಿಂಗೇನು ಕಡಿಮೆಯಾಗಿರೋದು.. ಒಳ್ಳೆ ಬೊಂಬೆ ಹಾಗಿದ್ದೀಯ.." ಅವಳ ತಲೆಯ ಮೇಲೆ ಮೊಟಕಿದ ರಘು.

ಅವಳ ಮುಖ ಊರಗಲವಾಯಿತು.

"ರಘು ನಾಳೆ ನನ್ನ ಟೌನ್ಗೆ ಕರ್ಕೊಂಡು ಹೋಗ್ತಿಯ ತಾನೇ?" ಮುದ್ದಾಗಿ ಉಲಿದಳು

"ಖಂಡಿತ.. ೨ ಘಂಟೆಗೆ ಸರಿಯಾಗಿ ರೆಡಿಯಾಗಿರು. ಹೋಗೋಣ...ನೀನೇನು ಕೊಂಡ್ಕೊಬೇಕೋ ಈಗ್ಲೇ ಲಿಸ್ಟ್ ಮಾಡ್ಕೊಂದುಬಿಡು ಲಯ್ಯಾ?"

"ರಘು.." ಮೆಲ್ಲನೆ ಕರೆದಳು ಧರಣಿ.."

"ದುಡ್ಡು ಬೇಕಿತ್ತಾ? " ಅವಳು ಕರೆದ ಧಾಟಿಗೆ ಕೇಳಿದ ರಘು.

"ಅದೇನೂಂದ್ರೆ" ಅವಳು ವಿವರಿಸಲು ಕಷ್ಟ ಪಟ್ಟಾಗ..

"ಎಷ್ಟು ಬೇಕಿತ್ತು ಹೇಳು.." ವಿವರ ಕೇಳದೆ ಜೇಬಿಗೆ ಕೈಹಾಕಿ ತನ್ನ ಪರ್ಸ್ ಹೊರತೆಗೆದ ರಘು.

"ಒಂದ್ಯೆನೂರು. ಮುಂದಿನ ತಿಂಗಳು ಕೊಟ್ಟು ಬಿಡ್ತೀನಿ..." ಅದು ಸುಳ್ಳೆಂದು ಅವಳಿಗೂ ಗೊತ್ತು ರಘುವಿಗೂ ಗೊತ್ತಿತ್ತು.

"ಸರಿ ತಗೋ.. ನಿಧಾನವಾಗಿ ಕೊಡು..."

"ಥಾಂಕ್ಸ್ .. ಸ್ವಲ್ಪ ಕಾಫಿ ಮಾಡ್ಕೊಂಡು ಬರ್ತೀನಿ..."

"ಹಾಂ ಎಲ್ಲರಿಗೂ ಕಳಿಸು..."

"ಸರಿ.." ದುಡ್ಡನ್ನು ರವಿಕೆಯೊಳಗೆ ತೂರಿಸಿ ನವಿಲಿನ ನಡಿಗೆ ಹಾಕುತ್ತ ಹೊರಟುಹೋದಳು ಧರಣಿ..

ಅವಳು ಹೋದ ಸ್ವಲ್ಪ ಹೊತ್ತಿನಲ್ಲೇ ಟ್ರೇನಲ್ಲಿ ಕಾಫಿ ಹಿಡಿದು ಬಂದಳು ದೇಚಿ ಉರುಫ್ ದೇಚಮ್ಮ, ಧರಣಿಯ ತಂಗಿ.

"ಇಷ್ಟು ಬೇಗ ಕಾಫಿ ಆಯ್ತಾ? ವೆರಿಗುಡ್.....ಅನೂ" ಎಂದು ಕೂಗಿ ಅವಳ ಕೈಯಿಂದ ಎರಡು ಕಪ್ ಕಾಫಿ ತೆಗೆದುಕೊಂಡ ರಘು ಉಳಿದದ್ದನ್ನು ಆಳುಗಳಿಗೆ ಕೊಡಲು ಹೇಳಿದ.

ಅನುಪಮಾ ಬರದಿದ್ದಾಗ ಪುನಃ " ಅನೂ" ಎಂದು ಕೂಗಿದ.

ರಘುವಿನ ಕರೆಕೇಳಿ ತಾನು ಮಾಡುತ್ತಿದ್ದ ಕೆಲಸ ನಿಲ್ಲಿಸಿ ಹೊರಬಂದಳು ಅನುಪಮಾ. ಅವಳ ಮುಖ ಪೂರ್ತಿ ಬೆವರಿ ಹೋಗಿತ್ತು.

"ಕೆಲಸ ಕಾಳಿನೇ ಮಾಡ್ತಾ ಇದ್ದಾಳ, ಇಲ್ಲ ನೀನು ಮಾಡ್ತಾ ಇದ್ದೀಯ?" ಬೆವರಿದ ಅವಳ ಮುಖವನ್ನ ನೋಡುತ್ತ ಕೇಳಿದ ರಘು.

"ಕಾಳಿನೇ ಮಾಡ್ತಾ ಇರೋದು.." ಭುಜದ ಮೇಲಿಂದ ಹಾಕಿ ಸೊಂಟಕ್ಕೆ ಕಟ್ಟಿಕೊಂಡಿದ್ದ ದುಪ್ಪಟ್ಟಾದಿಂದ ಮುಖ ಒರೆಸಿಕೊಳ್ತ ನುಡಿದಳು. "ಒಂದು ಬಾಕ್ಸ್ ಮೇಲೆ ವೇಯ್ತ ಬಿದ್ದು ಗಟ್ಟಿಯಾಗಿ ಹಿಡಿದುಕೊಂಡು ಬಿಟ್ಟಿದೆ. ಎಷ್ಟು ಎಳೆದರು ಬರ್ತಾ ಇಲ್ಲ..." ಕಾಫಿ ಕಪ್ ತೆಗೆದುಕೊಂಡು ಅಡಿಗೆಯ ಮನೆಯ ಹೊಸಿಲಿನ ಮೇಲೆ ಕುಳಿತುಕೊಂಡಳು.

"ನನ್ನ ಕರೀಬಹುದಿತ್ತಲ್ಲ..."

"ಕರೀಬಹುದಿತ್ತು. ಆದ್ರೆ.." ಅವಳ ಕಾಮನ ಬಿಲ್ಲಿನಂತ ಹುಬ್ಬು ಸಂಕುಚಿಸಿತು.

"ಆದ್ರೆ?"

"ನಿಮ್ಮನ್ನ ಏನಂತ ಕರೆಯೋದಂತ ಗೊತ್ತಾಗ್ಲಿಲ್ಲ..." ಕಣ್ಣು ಕಿರಿದುಗೊಳಿಸಿ ನುಡಿದಳು ಅನುಪಮಾ.

"ಸೊ ಸ್ಯಾಡ್. ನನ್ನೆಸರು ರಘು..." ಆಶ್ಚರ್ಯವೆಂಬಂತೆ ಅವಳನ್ನು ನೋಡುತ್ತ ಹೇಳಿದ ರಘು.

"ನಂಗೊತ್ತು. ಆದ್ರೆ ನೀವು ನಂಗಿಂತ ತುಂಬಾ ದೊಡ್ಡವರು. " ಹೌದು ರಘು ಅನುಪಮಾಳಿಗಿಂತ ಕಡಿಮೆಯೆಂದರೆ ೮-೯ ವರ್ಷ ದೊಡ್ಡವನು.

"ಹಾಗಿದ್ದಮೇಲೆ ಯೋಚಿಸೋದೇನು.. ತಾತಾಂತ ಕೂಗಬಹುದಿತ್ತು..." ಅವನು ಸರಾಗವಾಗಿ ಹೇಳಿದಾಗ ಅವಳ ಗಂಟಲಿನಲ್ಲಿದ್ದ ಕಾಫಿ ನೆತ್ತಿಗೆಹತ್ತಿತು. ಬಿಸಿ ಕಾಫಿ ನೆತ್ತಿಹತ್ತಿದಾಗ ಉಸಿರು ಸಿಕ್ಕಿಕೊಂಡಿತು. ಉಸಿರುಕಟ್ಟಿ ಅವಳು ಕೆಮ್ಮಲುತೊಡಗಿದಳು. ಅವಳ ಕೈಯಲ್ಲಿದ್ದ ಕಾಫಿ ತುಳುಕಿತು. ಕಾಫಿ ಕಪ್ ಪಕ್ಕಕ್ಕಿಟ್ಟು ಮುಖ ಮುಚ್ಚಿಕೊಂಡು ಕೆಮ್ಮತೊಡಗಿದಳು ಅನುಪಮಾ.

"ಸಾರಿ" ಅವಳ ಕಂಗಳಲ್ಲಿ ಕಂಬನಿಯುಕ್ಕಿದಾಗ ಪಶ್ಚಾತ್ತಾಪದಿಂದ ನುಡಿದ ರಘು. "ಸ್ವಲ್ಪ ಮೇಲೆ ನೋಡು.." ಅವಳ ನೆತ್ತಿಯ ಮೇಲೆ ಲಘುವಾಗಿ ತಟ್ಟಿದ ರಘು.

ಸ್ವಲ್ಪ ಹೊತ್ತು ಕೆಮ್ಮಿದ ಮೇಲೆ ಅವಳಿಗೆ ಉಸಿರಾಡುವಂತಾಯಿತು.

"ಕಾಫಿ ಕುಡಿ ಆರಿಹೋಗುತ್ತೆ."

ಅವಳ ಕಂಗಳಲ್ಲಿ ನೀರಿದ್ದರೂ ತುಟಿಗಳಲ್ಲಿ ನಗುವಿತ್ತು. "ಏನು ಅಷ್ಟು ಕೆಮ್ಮಿದ್ರು ನಗ್ತಿಯಲ್ಲ..." ಅವಳ ನಗುವನ್ನು ನೋಡಿ ಕೇಳಿದ ರಘು.

" ನೀವು ಆ ತರ ಹೇಳಿದ್ರೆ ಮತ್ತೇನು ಮಾಡ್ಲಿ "

"ನಾನೆಲ್ಲಿ ಹೇಳಿದೆ, ನೀನೆ ಹೇಳಿದ್ದು ನಾನು ನಿಂಗಿಂತ ತುಂಬಾ ದೊಡ್ಡವನೂಂತ. ಅನೂ ನೋ ಫಾರ್ಮಾಲಿಟಿಸ್. ನೀನು ನನ್ನ ಹೆಸರಿಡಿದೇ

ಕೂಗು. ನಂಗೆ ಹಾಗೆ ಇಷ್ಟ. ಎಲ್ಲದಕ್ಕಿಂತ ಸ್ನೇಹ ದೊಡ್ಡದು.. ಅದಕ್ಕೆ ನಮ್ಮ ಅಪ್ಪಯ್ಯನೇ ಸಾಕ್ಷಿ."

ಮಾತಾಡಲಿಲ್ಲ ಅನುಪಮಾ. ಹೌದು ತಾವು ಬಂದಿದ್ದು ಸೋಮಯ್ಯನವರಿಗೆ ತುಂಬಾ ಆನಂದವನ್ನು ತಂದಿತು. ಅಗಲಿಹೋದ ಸಹೋದರ ಮರಳಿ ದೊರೆತಂತೆ ಹಿಗ್ಗಿದರು.

ಗಂಗವ್ವನವರದು ಮಾತ್ರ ಸ್ವಭಾವ.. ರಘುವಂತೂ ಅಪರಂಜಿ.

ಒಂದಕ್ಕೊಂದು ಕಚ್ಚಿಕೊಂಡಿದ್ದ ಪೆಟ್ಟಿಗೆಯ ಮುಚ್ಚಳವನ್ನು ತೆರೆಯುವ ಪ್ರಯತ್ನದಲಿದ್ದ ಅವನ ಸುಂದರ ಗಂಭೀರ ಮುಖವನ್ನೇ ನೋಡುತ್ತಾ ಯೋಚಿಸಿದಳು ಅನುಪಮಾ ..

"ಧರಣಿ ಯು ಆರ್ ಲಕ್ಕಿ.."

ಮೈಮರೆತು ಅವನನ್ನು ಹಾಗೆ ನೋಡುತ್ತಾ ನಿಂತಳು ಅನುಪಮಾ. ಕಬ್ಬಿಣದ ಪೆಟ್ಟಿಗೆಯ ಚಿಲಕ ಹಿಡಿದು ಸ್ವಲ್ಪ ಬಲ ಬಿಟ್ಟು ಎತ್ತಿದಾಗ ಪೆಟ್ಟಿಗೆಯ ಮುಚ್ಚಳ ತೆಗೆದುಕೊಂಡಿತು.

"ಸರಿಯಾದ ಭಾರನೇ ಬಿದ್ದಿದೆ ಅದಕ್ಕೆ ಟೈಟಾಗಿದೆ. " ಎನ್ನುತ್ತಾ ರಘು ಅವಳತ್ತ ನೋಡಿದಾಗ ಬೆಚ್ಚಿ ಸರಿಯಾಗಿ ನಿಂತುಕೊಂಡಳು ಅನುಪಮಾ. ಆದರೆ ರಘು ಅದನ್ನು ಗಮನಿಸಲಿಲ್ಲ. ಉಳಿದಿದ್ದ ಕೆಲಸವನ್ನು ಮುಗಿಸಲು ಹೊರನಡೆದ.

ಅವನು ಹೊರನಡೆದಾಗ ನಿಡಿದಾದ ಉಸಿರುಬಿಟ್ಟಳು ಅನುಪಮ. 'ಏಕೆ ಹಾಗಾಯಿತು? ತಾನೆಲ್ಲಿ ಕಳೆದುಹೋಗಿದ್ದೆ?' ಡವಡವಿಸುತ್ತಿದ್ದ ಎದೆಯನ್ನು ಒತ್ತಿ ಹಿಡಿದಳು. ಹಣೆಯಲ್ಲಿ ಬೆವರು ಹನಿಗಳ ಅನುಭವದಿಂದ ಮುಖ ಒರೆಸಿಕೊಂಡಳು. 'ತಾನೇಕೆ ಹಾಗೆ ಮೈಮರೆತು ನಿಂತೆ? ರಘು ತಾನು ಹಾಗೆ ನಿಂತದ್ದನು ನೋಡಿದ್ದರೆ? ಛೆ ಇನ್ನೆಂದೂ ಹಾಗಾಗಬಾರದು.'

ಹಾಗಾಗಬಾರದು ನಿಜ. ಆದರೆ ಹಾಗಾಗಿದ್ದೇಕೆ? ಉತ್ತರ ಹುಡುಕುವ ಪ್ರಯತ್ನದಲ್ಲಿ ಮತ್ತೊಮ್ಮೆ ಬೆಚ್ಚಿದಳು ಅನುಪಮಾ.

ರಘು ಹೊರಗೆ ಬಂದಾಗ ದೇಚಿ ಹಾಗೆ ನಿಂತದ್ದನ್ನು ನೋಡಿ "ಏನು ದೇಚೀ ಹಾಗೆ ನಿಂತೆ. ಏನಾದ್ರು ಹೇಳೋದಿತ್ತಾ?" ಎಂದ.

"ಎಗ್ಸ್ಯಾಮ್ ಹತ್ರ ಬರ್ತಾ ಇದೆ. ಇನ್ನು ಹದಿನೈದೇ ದಿನ ಇರೋದು. ಕಾಲೇಜ್ ಲೈಬ್ರರಿನಲ್ಲಿ ಎಷ್ಟು ಹುಡುಕಿದ್ರೂ ಒಂದು ಬುಕ್ ಸಿಕ್ತಿಲ್ಲ. ಇರೋದೇ ಎರಡು ಕಾಪಿ ಯಂತೆ..." ಸಂಕೋಚದಿಂದ ಮೆಲ್ಲನೆ ಹೇಳಿದಳು.

"ಅದಕ್ಯಾಕಪ್ಪೊಂದು ಬೇಜಾರು ಮಾಡಿಕೊಳ್ತಿಯಾ. ಓದೋ ಹುಡುಗಿ ನೀನು. ನಿಂಗೆ ಯಾವ ಬುಕ್ ಬೇಕು ಹೇಳು, ನಾನು ತಂದು ಕೊಡ್ತೀನಿ.."

"ಹೇಗೆ ಎಷ್ಟೊಂತ ತಂದುಕೂಡ್ತಿಯಾ ಭಾವ. ಪ್ರತಿ ಸಲನೂ ಒಂದಲ್ಲ ಒಂದು ಬುಕ್.."

" ದೇಚಿ, ನಿಮ್ಮನೇಲಿ ಶ್ರದ್ದೆಯಿಂದ ಓದೋ ಹುಡುಗಿ ಅಂದ್ರೆ ನೀನೊಬ್ಬಳೇ. ಹೇಳು ಯಾವ ಬುಕ್ ಬೇಕು?"

"ಆದರೂ" ಅನುಮಾನಿಸಿದಳು ದೇಚಮ್ಮ.

"ಇರಲಿ ಕೊಡು ದೇಚಿ. ನೀನು ಓದಿ ದೊಡ್ಡ ಕೆಲಸಕ್ಕೆ ಸೇರಿದ ಮೇಲೆ ಎಲ್ಲಾ ಹಣ ವಸೂಲಿ ಮಾಡ್ತೀನಿ. ಈಗ ಬುಕ್ಕಿನ ಹೆಸರು ಹೇಳು" ಸ್ನೇಹದಿಂದ ಹೇಳಿದ ರಘು ಅವಳ ಕೈಯಿಂದ ಪುಸ್ತಕದ ಹೆಸರಿದ್ದ ಚೀಟಿಯನ್ನು ಪಡೆದುಕೊಂಡ.

ಸಮಯ ಒಂದು ಘಂಟೆಯಾಗುತ್ತಿದ್ದಂತೆ ಕೆಲಸವನ್ನು ನಿಲ್ಲಿಸಿದ ರಘು.

"ಅನೂ ಇನ್ನು ಹೊರಡೋಣವಾ? ಉಳಿದ ಕೆಲಸವನ್ನ ಮಧ್ಯಾಹ್ನ ಬಂದು ಮುಗಿಸೋಣ..." ಆಗಲೇ ಮುಕ್ಕಾಲು ಪಾಲು ಕೆಲಸ ಮುಗಿದಿತ್ತು. ಇನ್ನು ಉಳಿದಿದ್ದು ಸಣ್ಣ ಪುಟ್ಟ ಕೆಲಸ ಮಾತ್ರ.

"ಸರಿ ನನ್ನ ಕೆಲಸಾನೂ ನಿಯರ್ಲೀ ಮುಗಿತಾ ಬಂತು. ಇನ್ನೊಂದು ಘಂಟೆ ಬೇಕಾಗಬಹುದು. ಮಧ್ಯಾಹ್ನ ಮುಗಿಸಿಬಿಡಬಹುದು..." ಅಷ್ಟು ಹೊತ್ತಿಗೆ ಅವಳಿಗೂ ಹೊಟ್ಟೆ ಚುರುಗುಟ್ಟತೊಡಗಿತು.

ಇಬ್ಬರು ಎದಿರು ಮನೆಗೆ ಬಂದಾಗ ಪಡಸಾಲೆಯಲ್ಲಿ ಕುಶಾಲಪ್ಪ, ಮುತ್ತಣ್ಣ ಹಾಗು ಸೋಮಯ್ಯನವರ ನಗು ಅವಿರತವಾಗಿ ಸಾಗಿತ್ತು.

"ಅಪ್ಪಯ್ಯ, ಅಮ್ಮ ಕಾಯ್ತಾ ಇತ್ತಾರೆ ಹೊರಡೋಣ? ಅಂಕಲ್ ನೀವೂಮ್ಮೆ ಮನೆ ನೋಡಿಬಿಡಿ. ಮತ್ತೆ ಮಧ್ಯಾಹ್ನ ಬರೋ ತೊಂದ್ರೆ ತಗೋಬೇಡಿ. ನಾವಿಬ್ಬರು ಬಂದು ಉಳಿದಿರೋ ಕೆಲಸ ಮುಗಿಸ್ತೀವಿ" ರಘು ಹೇಳಿದಾಗ ಕುಶಾಲಪ್ಪನವರಿಗೂ ಸರಿ ಎನ್ನಿಸಿತು

ಕುಶಾಲಪ್ಪನವರು ಮನೆಯೊಳಗೆ ಬಂದು ಮನೆಯನ್ನೊಮ್ಮೆ ಅವಲೋಕಿಸಿದರು. ಎಲ್ಲ ಕೆಲಸಗಳು ಅವರೋಹಿಸಿದಕ್ಕಿಂತ ಸಮರ್ಪಕವಾಗಿತ್ತು. ಅವರು ತೃಪ್ತಿಯಿಂದ ತಲೆಯಾಡಿಸಿದರು.

****

ಊಟ ಮುಗಿದ ಮೇಲೆ ರಘು ಮತ್ತು ಅನುಪಮಾ ಇಬ್ಬರೇ, ಉಳಿದಿದ್ದ ಕೆಲಸ ಮುಗಿಸಲು ಹೊರಟರು. ರಘು ತನ್ನ ಕಮಾಂಡರ್ ತರಲು ಹೊರಟಾಗ ಅವನನ್ನು ತಡೆದಳು ಅನುಪಮಾ.

"ಕಾಲು ದಾರಿಲಿ ಹೋದ್ರೆ ೨೦ನಿಮಿಷದಲ್ಲಿ ನಡಕೊಂಡು ಹೋಗಬಹುದೂಂತ ಹೇಳಿದ್ರಿ. ನಡೆಯೋಣ್ವಾ?" ತೋಟ ನೋಡುವಾಸೆಯಿಂದ ಕೇಳಿದಳು ಅನುಪಮಾ.

"ಬೆಳಿಗ್ಗೆಯಿಂದ ಕೆಲಸ ಮಾಡಿದ್ದಿಯ. ಸುಸ್ತಾಗೋದಿಲ್ಲವಾ?"

"ಮ್ಯಾಕ್ಸಿಮಮ್ ಕೆಲಸನೆಲ್ಲ ಕಾಳಿನೇ ಮಾಡಿದ್ದು. ಅಲ್ಲದೆ ತೋಟದಲ್ಲಿ ನಡೆಯೋ ಅವಕಾಶನೇ ಸಿಕ್ಕಿಲ್ಲ. ನೆರಳಿರೋದ್ರಿಂದ ತೊಂದ್ರೆ ಇಲ್ಲ.."

"ಹಾಗಿದ್ರೆ ಸರಿ. ನಂಗಂತೂ ನಡಿಯೋದೇ ಇಷ್ಟ... ಆದ್ರೆ ಕಾಲು ಜೋಪಾನ.."

"ಇವತ್ತು ಹವಾಯ್ ಹಾಕಿದ್ದೇನಿ ತೊಂದರೆ ಇಲ್ಲ..."

"ಸಣ್ಣಿ ಜೀಪ್ ಕೀ ಒಳಗಿದು." ಸಣ್ಣಿಯತ್ತ ಜೀಪ್ ಕೀ ಎಸೆಯುತ್ತಾ ಹೇಳಿದ ರಘು.

ಮುಂಬಾಗಿಲಿನಿಂದ ಹೊರಟಿದ್ದವರು, ಮನೆಯನ್ನು ಹಾದು ಹಿಂಭಾಗಕ್ಕೆ ಬಂದರು. ಮನೆಗೆ ಹೊಂದಿಕೊಂಡಂತಿದ್ದ ಬಚ್ಚಲಿನ ಪಕ್ಕದಲ್ಲಿ ದೊಡ್ಡ ಶೆಡ್ ಕಾಣಿಸಿತು. ಶೆಡ್ಡಿನಲ್ಲಿ ಕಮಾಂಡರ್, ಒಂದು ಎಸ್ಟೀಮ್, ಒಂದು ಟ್ರ್ಯಾಕ್ಟರ್ ಇದ್ದು, ವ್ಯವಸಾಯಕ್ಕೆ ಬೇಕಾಗುವ ವಿಧದ ದೊಡ್ಡ ದೊಡ್ಡ ಕಬ್ಬಿಣದ ಉಪಕರಣವಷ್ಟೇ ಅಲ್ಲದೆ ಇನ್ನಷ್ಟು ವಾಹನಗಳನ್ನು ಅಲ್ಲಿ ನಿಲ್ಲಿಸಲು ಸ್ಥಳವಿದ್ದದನ್ನು ಗಮನಿಸಿದಳು ಅನುಪಮಾ .

ಶೆಡ್ಡನ್ನು ದಾಟಿದರೆ ಅದರ ಮುಂದೆ ವಿಶಾಲವಾದ ಅಂಗಳವಿತ್ತು. ಅದಕ್ಕೆ ಹೊಂದಿಕೊಂಡಂತಿದ್ದ ಕಟ್ಟಡವನ್ನು ನೋಡಿ "ಇದೇನು ಇಷ್ಟು ದೊಡ್ಡ ಬಿಲ್ಡಿಂಗ್?" ಎಂದು ಕೇಳಿದಳು ಅನುಪಮಾ .

"ಇದು ಗೋಡೌನ್. ನಾವ್ರು ಬೆಳೆದ ಕಾಫಿ, ಭತ್ತ, ಕರಿಮೆಣಸು, ಎಲಕ್ಕಿಗೆಲ್ಲ ಒಳ್ಳೆ ಬೆಲೆ ಬರುವವರೆಗೆ ಇಲ್ಲಿ ಸ್ಟೋರ್ ಮಾಡ್ತೀವಿ. ಅಕ್ಕುವಲ್ಲಿ ನಾವ್ರು ಕಾಫಿ ಪಲ್ಪಿಂಗ್ ಸ್ಟಾರ್ಟ್ ಮಾಡ್ಬೇಕಂತ ಇದ್ವಿ. ಆದ್ರೆ ಅಕ್ಕಪಕ್ಕದ ತೋಟದವರು ಕಾಫಿ ಮತ್ತು ಭತ್ತದ ಸೀಸನ್ನಲ್ಲಿ ನಮ್ಮ ಗೋಡೌನ್ ಬಾಡಿಗೆ ತಗೋತಾರೆ. ಅದರಿಂದ ನಾವ್ರು ಆ ಪ್ರಾಜೆಕ್ಟ್ ಡ್ರಾಪ್ ಮಾಡಬೇಕಾಯ್ತು.."

ಇಬ್ಬರು ಮಾತಾಡುತ್ತ ವಿಶಾಲವಾದ ರಸ್ತೆ ಬಿಟ್ಟು ಅದರ ಎಡಭಾಗದಲ್ಲಿದ ಕಾಲುದಾರಿಯನ್ನು ಹಿಡಿದರು.

"ನಿಮ್ಮದು ಗೊಬ್ಬರದ ಗ್ಯಾಸ, ಎಲ್ಪಿಜಿನ?"

"ಗೊಬ್ಬರ ಗ್ಯಾಸ್. ನಮ್ಮಲ್ಲೇ ಅಷ್ಟೊಂದು ಹಸುಕರುಗಳಿರುವಾಗ ಎಲ್ಪಿಜಿ ಯಾಕೆ?"

"ಹಾಗಲ್ಲ. ಗೊಬ್ಬರ ಗ್ಯಾಸಾದ್ರೆ ಅದರ ಸಿಲಿಂಡರ್ ಇರಬೇಕಲ್ಲ. ಅದು ಕಾಣಲಿಲ್ಲ ಅದಕ್ಕೆ ಕೇಳಿದೆ."

"ಇಲ್ಲಿ ತುಂಬಾ ಜನ ಗೊಬ್ಬರ ಗ್ಯಾಸ್ ಯೂಸ್ ಮಾಡ್ತಾರೆ. ಆದ್ರೆ ಮನೆ ಹತ್ರ ಗೊಬ್ಬರ ಗುಂಡಿ ಇದ್ರೆ ವಾಸನೆ ಬರುತ್ತೆ, ನೊಣಗಳೂ ಜಾಸ್ತಿ. ಅದಕ್ಕೆ ಗೊಬ್ಬರ ಗುಂಡಿಯನ್ನು ಕೊಟ್ಟಿಗೆ ಹತ್ರ ಮಾಡಿಸಿ ಮನೆಗೆ ಪೈಪ್ ಲೈನ್ ತಗೊಂಡಿದ್ದೀವಿ. ಹೀಗೆ ಮಾಡೋದರಿಂದ ಅಲ್ಲೇ ಸಗಣಿ ನೀರು ಹಾಕೋದು ಸುಲಭ. ಮನೆ ಹತ್ರ ನೀಟಾಗೂ ಇರುತ್ತೆ "

"ನಿಮ್ಮ ಕೊಟ್ಟಿಗೆ ಎಲ್ಲಿದೆ?"

"ಕೊಟ್ಟಿಗೆ ತೋಟದಲ್ಲೇ ಇದೆ. ಆ ರೋಡಲ್ಲಿ ಹೋದ್ರೆ ಇದೆ ನೇರದಲ್ಲಿ ಮೇಲೆ ಕೊಟ್ಟಿಗೆ ಇದೆ. ನಾವೀಗ ಆ ಮನೆ ಕಡೆ ಹೋಗೋದ್ರಿಂದ, ಈ ರೋಡಲ್ಲಿ ಹೋಗ್ಬೇಕು.. ನಮ್ಮಲ್ಲಿ ೧೦ ಹಸು ೧೨ ಎತ್ತುಗಳಿವೆ.."

ಇಬ್ಬರೂ ಕಾಫಿ ತೋಟದ ತಂಪಾದ ನೆರಳಿನಲ್ಲಿ ನಡೆಯುತಿದ್ದರು. ಮಾತಿನತ್ತ ಹೆಚ್ಚಿನ ಗಮನವಿದ್ದುದರಿಂದ ಅವರ ನಡಿಗೆಯ ವೇಗ ಕಮ್ಮಿಯಾಗಿತ್ತು. ಅಷ್ಟೇ ಅಲ್ಲದೆ ಅದು ಏರಿಳಿತದ ಹಾದಿಯಾದ್ದರಿಂದ ಅನುಪಮಳಿಗೆ ಬೇಗ ನಡೆಯಲು ಸಾಧ್ಯವಾಗುತ್ತಿರಲಿಲ್ಲ. ಅವರು ನಡೆಯುತ್ತಿದ್ದುದು ಕಾಲು ದಾರಿಯಾದರಿಂದ ಇಬ್ಬರಿಗೂ ಜೊತೆಯಲ್ಲಿ ನಡೆಯಲು ಸಾಧ್ಯವಾಗದೆ, ಒಬ್ಬರ ಹಿಂದೊಬ್ಬರು ನಡೆಯುತಿದ್ದರು. ಒಂದು ಹೆಜ್ಜೆ ಮುಂದೆ ಹೋಗುತಿದ್ದ ರಘುವನ್ನು ಹಿಂಬಾಲಿಸುತ್ತಿದ್ದಳು ಅನುಪಮಾ. ಮುಂದಿದ್ದ ರಘು ಆಗಾಗ ಅಡ್ಡವಾಗುತಿದ್ದ ಮರದ ಕೊಂಬೆಗಳನ್ನು ಮೇಲೆತ್ತಿ ಅವಳಿಗೆ ನಡೆಯಲು ಅನುವು ಮಾಡಿ ಕೊಡುತಿದ್ದ.

"ವ್ಯವಸಾಯಕ್ಕೆ ಎಷ್ಟು ಹಸುಗಳಿದ್ದರೂ ಸಾಕಾಗೋಲ್ಲ..."

"ನೀವು ಎತ್ತುಗಳಿಂದಲೇ ಉಳೋದಾ?" ಶೆಡ್ಡಿನಲ್ಲಿ ಟ್ಯಾಕ್ಟರ್ ಇದ್ದದನ್ನು ಗಮನಿಸಿದ್ದ ಅನುಪಮಾ ಅನುಮಾನಿಸುತ್ತ ಕೇಳಿದಳು .

"ಇಲ್ಲ ಉಳೋದಕ್ಕೆಲ್ಲ ನಾವು ಟ್ಯಾಕ್ಟರನ್ನೇ ಯೂಸ್ ಮಾಡೋದು.. ಆದ್ರೆ ನಾವು ಗೊಬ್ಬರಕ್ಕೋಸ್ಕರ ಹಸುಗಳನ್ನ ಸಾಕ್ತೇವೆ.."

"ಊಹುಂ?"

"ಹೌದು. ಸಗಣಿ ಗ್ಯಾಸ್ಗೂ ಯುಸಾಗುತ್ತೆ, ಮತ್ತೆ ಗ್ಯಾಸಿಗೆ ಬಳಸಿದ ಸೆಗಣಿ ತುಂಬಾ ಒಳ್ಳೆಯ ಗೊಬ್ಬರ. ಮತ್ತೆ ಇನ್ನೊಂದು ವಿಷಯಾಂದ್ರೆ, ನಾವು ನಮ್ಮ ತೋಟಕ್ಕೆ ಕೆಮಿಕಲ್ ಫರ್ಟಿಲೈಝರ್ ಹಾಕೋದಿಲ್ಲ. ಎಲ್ಲ ಬಯೋ ಫರ್ಟಿಲೈಝುಸ್ರ್ ಉಪಯೋಗಿಸೋದು. ಕೊಟ್ಟಿಗೆ ಗೊಬ್ಬರ, ಎಲೆ ಗೊಬ್ಬರದ ಜೊತೆ ನಾವು ಎರೆಹುಳಗಳನ್ನ ಸಾಕ್ತಿವಿ. ಅದೆಲ್ಲಾ ಸೇರಿ ನಮ್ಮ ತೋಟಕ್ಕೆ ಸಾಕಾಗೋಷ್ಟು ಗೊಬ್ಬರ ಸಿಗುತ್ತೆ... ನಾವು ಇಷ್ಟು ಮುಂದೆ ಬರೋದಕ್ಕೆ ಇದೂ ಒಂದು ಕಾರಣ"

"ಲುಕ್.." ಭರದಲ್ಲಿ ವಿವರಿಸುತಿದ್ದವನು ತಟ್ಟನೆ ನಿಲ್ಲಿಸಿ ಅವಳ ಮುಖವನ್ನು ನೋಡಿದ. ಅವಳು ಆಸಕ್ತಿಯಿಂದ ಕೇಳಿಸಿಕೊಳುತ್ತಿದ್ದಳು.

"ಐ ಥಿಂಕ್, ನಿಂಗೆ ಬೋರಾಗೋದಿಲ್ಲ ತಾನೇ?"

"ಖಂಡಿತ ಇಲ್ಲ ಹೇಳಿ.."

"ನಾನು ಹೇಳ್ತಾ ಇರೋದು ಯಾವುದೋ ಸಿನಿಮಾ ಅಥವಾ ಫ್ಯಾಷನ್ ವಿಷಯ ಅಲ್ಲ...ಅಗ್ರಿಕಲ್ಚರ್ ವಿಷ್ಯ.."

"ನಂಗೆ ಫ್ಯಾಷನ್, ಸಿನಿಮಾದಲ್ಲೇನೂ ಆಸಕ್ತಿ ಇಲ್ಲ. ನೀವು ಹೇಳ್ತಾ ಇರೋದು ಗಿಡ ಮರಗಳ ವಿಷಯ, ಐ ಮೀನ್ ಪ್ರಕೃತಿಯ ವಿಷಯ... ಇಂಥ ಜಾಗಕ್ಕೆ ಬರ್ಬೇಕೂಂತ ನಂಗೆಷ್ಟೋ ದಿನಗಳಿಂದ ಆಸೆ ಇತ್ತು.."

"ಸರ್ಪ್ರೈಸಿಂಗ್.. ಹಾಗಾದ್ರೆ ಕೇಳು.. ನಮಗೆ ೨೫ ಎಕರೆ ಗದ್ದೆ ಇದೆ. ಸಾಕಷ್ಟು ಭತ್ತ ಬರುತ್ತೆ. ಭತ್ತದಿಂದ ಹೆಚ್ಚು ಲಾಭ ಬರ್ದೇ ಹೋದ್ರೂ, ಹಸುಗಳಿಗೆ ಹುಲ್ಲು ಬೇಕಾಗುತ್ತೆ. ಹಸುಗಳಿಂದ ಒಂದು ಕಡೆ ಹಾಲು ಇನ್ನೊಂದೆದೆ ಒಳ್ಳೆ ಗೊಬ್ಬರ

ಸಿಗುತ್ತೆ. ಗೊಬ್ಬರ ಗ್ಯಾಸಿಗೂ ಯೂಸ್ ಮಾಡ್ತೀವಿ. ಅದರಿಂದ ಉಳಿದ ಗೊಬ್ಬರದಲ್ಲಿ ಎರೆ ಹುಳ ಚೆನ್ನಾಗಿ ಬೆಳೆಯುತ್ತೆ. ಅವುಗಳನ್ನ ಸುಮ್ಮನೆ ಮರದ ಬುಡಗಳಿಗೆ ಸೇರಿಸಿಬಿಟ್ಟೆ ಸಾಕು ತೋಟದ ಎಷ್ಟೋ ಕೆಲಸಗಳನ್ನ ಅವೇ ಮಾಡಿ ಮುಗಿಸುತ್ತೆ. ಮತ್ತೆ ನಾವು ತರಗೆಲೆಗಳನ್ನ ಯಾವತ್ತೂ ಸುಡೋದಿಲ್ಲ. ಅದನ್ನ ಆಯಾ ತೋಟದ ಹತ್ತಿರ ಗುಂಡಿಮಾಡಿ ಫಲವತ್ತಾದ ಗೊಬ್ಬರ ಮಾಡ್ತೀವಿ. ಇದರಿಂದ ನಮಗೆ ಲೇಬರ್ ಕಾಸ್ಟ್ ಬಿಟ್ಟು, ಮಿಕ್ಕೆಲ್ಲ ತುಂಬಾ ಚೀಪಾಗಿ ವರ್ಕಾಗುತ್ತೆ. ಯುನೋ ಕೊಟ್ಟಿಗೆ ಗೊಬ್ಬರ ಹಾಕಿ ಬೆಳೆಸಿದ ಗಿಡಗಳಲ್ಲಿ ಇಳುವರಿ ಜಾಸ್ತಿ ಹಾಗು ಕ್ವಾಲಿಟಿನೂ ಚೆನ್ನಾಗಿರುತ್ತೆ. ಜೊತೆಗವಕ್ಕೆ ರೋಗಾನೂ ಕಡಿಮೆ.. ಹಾಗೆ ರೋಗಗಳಿಗೂ ಬಯೋ ಟೆಕ್ನಿಕ್ ರೂಢಿಸಿಕೊಳ್ತೀವಿ.

"ಹೂಂ"

"ಮತ್ತೆ ಮಣ್ಣು ಪರೀಕ್ಷೆ ತುಂಬಾ ಮುಖ್ಯ. ಪ್ರತಿಯೊಂದು ಬೆಳೆಗೂ ಬೇರೆ ಬೇರೆ ರೀತಿಯ ಪೋಷಕಾಂಶ ಬೇಕಾಗುತ್ತೆ. ಅದನ್ನ ಗಮನದಲ್ಲಿಟುಕೊಳ್ಳಬೇಕು. ಆಯಾ ಮಣ್ಣಿಗೆ ತಕ್ಕಂತೆ ಬೆಳೆ ಇಡೋದ್ರಿಂದ ಅಥವಾ ಮಣ್ಣಿನಲ್ಲಿರೋ ಕೊರತೇನ ತುಂಬಿ ಕೊಡೋದರಿಂದ ಫಸಲು ಚೆನ್ನಾಗಿ ಬರುತ್ತೆ. ಮತ್ತೆ ಗಿಡಗಳನ್ನ ಆದಷ್ಟು ಸಹಜವಾಗಿ ಬೆಳೆಯೋದಕ್ಕೆ ಬಿಡಬೇಕು. ನಾವು ಗಿಡಗಳಿಗೆ ಸುಮ್ಮನೆ ಗೊಬ್ಬರಗಳನ್ನ ಸುರಿಯೋ ಬದಲು ಅವಕ್ಕೆ ಅನುಕೂಲಕರ ವಾತಾವರಣ ಸೃಷ್ಟಿಸಿ ಕೊಡೋದರಿಂದ ಗಿಡಗಳು ಆರೋಗ್ಯಕರವಾಗಿ ಬೆಳೆಯುತ್ತೆ.

"ನಿಮ್ಮ ಕ್ವಾಲಿಫಿಕೇಷನ್ ಏನು?" ಅನಾಯಾಸವಾಗಿ ಹೊರಬಿದ್ದ ಪ್ರಶ್ನೆಗೆ ನಾಲಿಗೆ ಕಚ್ಚಿಕೊಂಡಳು ಅನುಪಮಾ.

ಏಕೆಂದರೆ ಅಲ್ಲಿನವರ ಹೆಚ್ಚಿನ ಆಸಕ್ತಿ ತೋಟ ಗದ್ದೆಗಳಲ್ಲೇ ಇರುವುದರಿಂದ ವಿದ್ಯಾಭ್ಯಾಸದ ಕಡೆ ಯಾರು ಹೆಚ್ಚಿಗೆ ತಲೆ ಕೆಡಿಸಿಕೊಳ್ಳುವುದಿಲ್ಲ. ಅದರಲ್ಲೂ ರಘುವಿನಂತ ಶ್ರೀಮಂತ ಕುಟುಂಬದ ಮಕ್ಕಳಂತೂ ತಮ್ಮ ತಾತಂದಿರು ಮಾಡಿದ ಆಸ್ತಿಯನ್ನು ಅನುಭವಿಸುವತ್ತ ತೋರಿಸುವ ಆಸಕ್ತಿ ಅದರ ಪೋಷಣೆಯತ್ತಲೂ ತೋರಿಸುವುದಿಲ್ಲ. ಹೀಗಿರುವಾಗ ತಾನಾ ಪ್ರಶ್ನೆ ಕೇಳಬಾರದಿತ್ತು.

"ಬಿ.ಎಸ್ಸಿ.ಎಜಿ. " ಬಂತು ಉತ್ತರ. ಅಚ್ಚರಿಗೊಂಡು ನಿಡಿದಾದ ಉಸಿರು ಬಿಟ್ಟಳು ಅನುಪಮಾ.

"ಅದಕ್ಕೆ ಮತ್ತೆ ನಿಮ್ಮ ತೋಟ ನಂದನವನದ ಹಾಗಿರೋದು.."

"ಯು ಆರ್ ರಾಂಗ್. ನಾನು ಬಿ.ಎಸ್ಸಿ.ಎಜಿ ಓದಿದರಿಂದ ಇಂಪ್ರೂವ್ಡ್ ಇಕ್ವಿಪ್ಮೆಂಟ್ ಬಗ್ಗೆ, ಕ್ರಾಪ್ ವೆರೈಟಿ ಬಗ್ಗೆ, ಸಾಕಷ್ಟು ತಿಳ್ಕೊಂಡಿದ್ದೀನಿ. ವ್ಯವಸಾಯನ ಸಾಕಷ್ಟು ಹಗೂರ ಮಾಡ್ಕೊಂಡಿದ್ದೀನಿ ನಿಜ. ಆದ್ರೆ, ನಾನು ನಿಜವಾದ ವ್ಯವಸಾಯ ಕಲಿತದ್ದು ನಮ್ಮ ತಂದೆಯಿಂದ. ಅವರಿಂದ ಗಿಡಗಳು ಹೇಗೆ ಬೆಳೆಯುತ್ತೆ? ಅವುಗಳನ್ನ ಹೇಗೆ ನೋಡ್ಕೋಬೇಕು, ಐ ಮೀನ್ ಅವುಗಳ ಪಲ್ಸ್..ಚೆನ್ನಾಗಿ ತಿಳ್ಕೊಂಡಿದ್ದೀನಿ. ಇಂಥ ಶ್ರದ್ಧ ಬಂದಿರೋದು ನಮ್ಮ

ಅಮ್ಮನಿಂದ. ಯು ನೋ, ದೇ ಆರ್ ಮೈ ಐಡಿಯಲ್ಸ್. ನೀನು ಇಲ್ಲಿನ ಕಾಡುಗಳನ್ನ ನೋಡಿಲ್ಲ. ಫ್ರೀ ಆದಾಗ ಕರ್ಕೊಂಡು ಹೋಗ್ತೀನಿ. ಈಗಿನ ಕಾಡು ನೋಡಿದ್ರೆ ಹೆದರಿಕೆಯಾಗುತ್ತೆ. ಅಂಥದರಲ್ಲಿ ೭೫ ವರ್ಷದ ಹಿಂದಿನ ಕಾಡು ಹೇಗಿದ್ದಿರಬೇಡ? ಅದನ್ನ ನಮ್ಮ ತಂದೆ ಕೇವಲ ಚೆನ್ನಜ್ಜನ ಸಹಾಯದಿಂದ ತೋಟ ಮಾಡೋದಂದ್ರೇನು. ಅವರಿಗೆ ಹೆಗಲಾಗಿ ನಮ್ಮ ತಾಯಿ ನಮ್ಮನೆಲ್ಲ ತವರಲ್ಲಿ ಬಿಟ್ಟು ಇಲ್ಲಿ ನೆಲೆಸೋದಂದ್ರೇನು. ಅವರು ಪೂರ್ತಿ ತಳಪಾಯ ಹಾಕಿ ಕೊಟ್ಟು, ನಾನು ಕಟ್ಟಡ ಕಟ್ಟಿದ್ದೀನಿ. ಅವರ ಆತ್ಮ ಶ್ರದ್ಧೆ, ಆತ್ಮ ವಿಶ್ವಾಸ, ದುಡಿಮೆಯ ಮುಂದೆ ನನ್ನದು ಏನೇನು ಅಲ್ಲ" ತಂದೆ ತಾಯಿಯರ ಬಗ್ಗೆ ಅಪಾರ ಗೌರವಾಭಿಮಾನ ರಘುವಿನ ದನಿಯಲ್ಲಿ ಉಕ್ಕಿ ಹರಿಯುತಿತ್ತು.

"ನಿಮ್ಮ ಸಾಧನೇನು ಕಡಿಮೆ ಇಲ್ಲ ರಘು. ತಂದೆ ತಾಯಿಯರ ಶ್ರದ್ಧೆ ಭಕ್ತಿನ ಕಣ್ಣಿಗೊತ್ತಿಕೊಂಡು ಮುನ್ನಡೆಸ್ತಾ ಇದ್ದೀರಿ. ಅಂಕಲ್ ಹೇಳ್ತ ಇದ್ರು. ನೀವು ಅವರದಾಗಿದ್ದ ೭೫ಎಕರೆ ಆಸ್ತಿಗೆ ೨೨೫ ಎಕರೆ ಸೇರಿಸಿದ್ರಿಂತ. ನೀವು ಬೆಳೆಸಿದ ಮನೆ ಮುಂದಿನ ತೋಟವೊಂದೇ ಸಾಕು ನಿಮ್ಮ ಸಾಮರ್ಥ್ಯದ ಬಗ್ಗೆ ಮಾತಾಡೋದಕ್ಕೆ." ಅನುಪಮಾ ಅವನ ಬಗ್ಗೆ ತುಂಬು ಮೆಚ್ಚಿಗೆ ವ್ಯಕ್ತ ಪಡಿಸಿದಳು.

ಮಾತಿನ ನಡುವೆ ಅನುಪಮಾ ತನ್ನನು ರಘುವೆಂದು ಸಂಬೋಧಿಸಿದನ್ನು ಗಮನಿಸಿದ ರಘು. ತನ್ನೆಲ್ಲ ನುಡಿಗಳನ್ನು ತನಗೆ ಮಾತ್ರ ಆಸಕ್ತಿಕರವೆನಿಸುವ ವಿಷಯವನ್ನು ಅವಳೂ ಸಹ ಆಸಕ್ತಿಯಿಂದ ಕೇಳಿದ್ದಳು. ಅದಲ್ಲದೆ ವಾಹನವಿದ್ದರೂ ಸಹ ಅವಳು ನಡೆದು ಬರುವ ಆಸಕ್ತಿ ತೋರಿ ಅವನ ತೋಟಕ್ಕೆ ಗೌರವ ಸಲ್ಲಿಸಿದ್ದು ಅವನಿಗೆ ತುಂಬಾ ಖುಷಿ ಕೊಟ್ಟಿತು.

"ನಾನು ಅಪ್ಪಯ್ಯನಷ್ಟು ಕಷ್ಟ ಪಟ್ಟಿಲ್ಲ. ನನ್ನ ಓದು ಮುಗಿಯೋ ಹೊತ್ತಿಗೆ ಸಾಕಷ್ಟು ದುಡ್ಡು ಇತ್ತು. ಬುಲ್ಡೋಜರ್ ತರಿಸಿ ಕಾಡುಮೇಡುಗಳನ್ನ ನೆಲ ಸಮ ಮಾಡಿಬಿಟ್ಟೆ. ನೆಲ ಸಮ ಆದ್ಮೇಲೆ ಫಸಲಿಡೋದು ದೊಡ್ಡ ಕೆಲಸ ಅಲ್ಲ." ಮಾತಾಡುತ್ತ ದಾರಿ ಸವೆದದ್ದೇ ತಿಳಿಯಲಿಲ್ಲ.

ಇಬ್ಬರು ಮನೆಯ ಹತ್ತಿರ ಬಂದಾಗ ಅಯ್ಯಪ್ಪನವರ ಮಗ ಶಂಬು ಕಾಯುತಿದ್ದದ್ದು ಕಾಣಿಸಿತು.

"ಓ ಎನ್ನರೇ ಶಂಬು ಇಲ್ಲಿದ್ದೀಯ. ಏನಾದ್ರು ಕೆಲಸ ಇತ್ತೇನು?"

"ಬೆಳಿಗ್ಗೆ ಮನೆ ಹತ್ರ ಹೋಗಿದ್ದಾಗ ನೀನು ಇಲ್ಲಿ ಸಿಕ್ತಿಯಾಂತ ಆಂಟಿ ಹೇಳಿದ್ರು. ಅದಕ್ಕೆ ಇಲ್ಲಿಗೆ ಬಂದೆ." ತನ್ನ ಜೇಬಿನಿಂದ ನೂರರ ಐದು ನೋಟನ್ನು ತೆಗೆದು ರಘುವಿನ ಮುಂದೆ ಹಿಡಿದ. "ನಮ್ಮ ಕಾಫಿ ಲೋಡ್ ಹೋಯ್ತಲ್ಲ ಬಾಡಿಗೆ ಕೊಟ್ಟು ಹೋಗೋಣಾಂತ ಬಂದೆ"

"ಬಾಡಿಗೆ ಏಕೆ? ಲಾರಿಯೇನು ನಿನ್ನ ಕೆಲಸಕ್ಕೋಸ್ಕರ ಬಂದದ್ದಲ್ಲ. ಕುಶಾಲನಗರದಲ್ಲಿ ನಂಗೂ ಕೆಲಸ ಇತ್ತು. ಅಲ್ಲಿಂದ ಅಡಿಕೆ ಸಸಿ ತರಿಸಬೇಕ್ಕಿದ್ದುದರಿಂದ ಲಾರಿ ಹೋಗಿದ್ದು. ನಿನ್ನ ಕೆಲಸಕ್ಕೆಂತ ಕಳಿಸಿದ್ರೆ ಬಾಡಿಗೆ ಕೊಡಬೇಕು.."

"ಇಲ್ಲ ರಾಘಣ್ಣ. ನೀನು ತಗೋಳ್ಳೋದೇ ಕಡಿಮೆ. ಅದನ್ನು ಬೇಡಾಂದ್ರೆ ಹೇಗೆ?"

"ಇರಲಿ ಬಿಡು ಶಂಬು. ಇಷ್ಟು ಚಿಕ್ಕ ವಿಷಯನೆಲ್ಲ ಯಾಕೆ ಲೆಕ್ಕಕ್ಕೆ ತಗೋಳ್ತೀಯಾ. ನಿಮಗೋಸ್ಕರ ಲಾರಿ ಹೋದಾಗ ಪ್ರತಿಯೊಂದು ಲೆಕ್ಕ ಹಾಕಿ ವಸೂಲಿ ಮಾಡ್ತಿನಲ್ಲಾ..."ಅವನ ಕೈಯಿಂದ ದುಡ್ಡು ತೆಗೆದು ಅವನ ಜೇಬಿಗೆ ಹಾಕಿದ ರಘು.

"ರಾಘಣ್ಣ ನಿನ್ನ ಉಪಕಾರನ ಈ ಜನ್ಮದಲ್ಲಿ..."

"ಅಷ್ಟು ದೊಡ್ಡ ಮಾತೆಲ್ಲ ಬೇಡ. ಇನ್ನು ನೀನು ಹೊರಡು. ಮನೇಲಿ ಎಲ್ಲ ಚೆನ್ನಾಗಿದ್ದಾರೆ ತಾನೇ?"ಎನ್ನುತ್ತಾ ಮನೆಯ ಮೆಟ್ಟಲೇರಿದ ರಘು.

"ನೀವು ಲಾರಿನೂ ಬಾಡಿಗೆಗೆ ಕೊಡ್ತೀರಾ?"

"ಲಾರಿ ಒಂದೇ ಅಲ್ಲ, ಅನೂ, ನನ್ನ ಹತ್ರ ವ್ಯವಸಾಯಕ್ಕೆ ಬೇಕಾದ ಎಲ್ಲ ಉಪಕರಣಗಳು ಅಂದ್ರೆ ಟ್ರ್ಯಾಕ್ಟರ್ ನಿಂದ ಹಿಡಿದು ಸ್ಪ್ರಿಂಕ್ಲೇರ್ ಸಟ್ಟರಿಗೆ ಎಲ್ಲ ಇದೆ. ಅದನ್ನೆಲ್ಲಾ ತುಂಬಾ ಕಡಿಮೆ ರೇಟಿಗೆ ಬಾಡಿಗೆಗೆ ಕೊಡ್ತೀನಿ. ಕೊಡಗು ತುಂಬಾ ಶ್ರೀಮಂತ ಜಿಲ್ಲೆಂತ ಎಲ್ಲರು ಅಂದ್ಕೊಂಡಿದ್ದಾರೆ. ಆದ್ರೆ ಇಲ್ಲಿ ನಾವು ಪಡೋ ಕಷ್ಟ ಆ ದೇವರಿಗೆ ಮಾತ್ರ ಗೊತ್ತು".

"ಆದ್ರೆ ಈಗ ತುಂಬಾ ಜನ ವೆಹಿಕಲ್ ಇಟ್ಟುಕೊಂಡಿದ್ದಾರಲ್ಲ.?." ಕೊಡಗಿನಲ್ಲಿ ಕಾರುಜೀಪುಗಳಿಗೇನು ಬರವಿರಲಿಲ್ಲ. ಆದುದರಿಂದ ಕೇಳಿದಳು ಅನುಪಮಾ .

"ವಿಧಿನೇ ಇಲ್ಲ. ಜೀಪ್ ನಮ್ಮ ಡೈಲಿ ನೀಡ್ಸ್ನಲ್ಲಿ ಒಂದಾಗಿದೆ. ಒಂದು ವೆಹಿಕಲ್ ಇದ್ರೆ, ತೋಟದ ಅರ್ಧ ಸಮಸ್ಯೆ ಕಡಿಮೆಯಾಗುತ್ತೆ. ಆದ್ರಿಂದ ಸ್ವಲ್ಪ ದುಡ್ಡಿರೋರೆಲ್ಲ ಮೊದಲು ವೆಹಿಕಲ್ ತಗೋಳೋಕೆ ಪ್ರಯತ್ನ ಪಡ್ತಾರೆ. ಫಾರ್ ಎಕ್ಸಾಂಪಲ್ ನಾವು ಬಸ್ ಹಿಡಿಬೇಕಾದ್ರೆ ಅಲ್ಲಿ ಕಾಣುತ್ತಲ್ಲ ಸೇತುವೆ," ಅಡಿಗೆಯ ಮನೆಯ ಕಿಟಕಿಯಿಂದ ಕಾಣುತಿದ್ದ ಸೇತುವೆಯತ್ತ ಕೈತೋರಿದ.

"ಹೂಂ "

"ಅಲ್ಲಿಗೆ ಹೋಗ್ಬೇಕು. ಅಲ್ಲಿಗೆ ಹೋಗಬೇಕಂದ್ರೆ, ಈ ತೋಟಗಳನ್ನು ಹಾದು, ಆ ಗದ್ದೆಗಳನ್ನ ದಾಟಿ, ಆ ಕಡೆ ಕಾಣೋ ಕಾಡನ್ನ ದಾಟಿ ಹೋಗಬೇಕು. ಅಂದ್ರೆ ಸರಿ ಸುಮಾರು ಮೂರು ಕಿ.ಮೀ. ನಮ್ಮಂಥವರಿಗೆ ಪರವಾಗಿಲ್ಲ, ಆದ್ರೆ ಇಂಥ ಕಡೆಗಳಲ್ಲಿ ವಯಸ್ಸಾದವರು, ಕೈಲಾಗದವರು ಏನು ಮಾಡಬೇಕು?" ಅವನ ದನಿಯಲ್ಲಿ ಅಲ್ಲಿನ ಜನರಬಗ್ಗೆ ಇದ್ದ ಕಾಳಜಿ ಎದ್ದು ಕಾಣುತಿತ್ತು.

"ಅಷ್ಟೇ ಅಲ್ಲ, ಈ ಜಾಗ ಟೌನ್ನಿಂದ ಬರಿ ಲ ಕಿ.ಮೀ. ದೂರ ಇದೆ. ಇಲ್ಲೇ ಹೀಗಾದ್ರೆ, ಇದಕ್ಕಿಂತ ದೂರ ಇರೋರ ಪಾಡೇನು? ಅದಕ್ಕೆ ನಾನು ನನ್ನ ಹತ್ತಿರ ಇರೋ ಮಿಷನರಿಸ್ನೆಲ್ಲ ತುಂಬಾ ಕಡಿಮೆ ರೇಟಿಗೆ ಬಾಡಿಗೆಗೆ ಕೊಡ್ತೀನಿ. ಅಲ್ಲದೆ ನನಗೆ ಟೌನಲ್ಲಿ ಕೆಲಸ ಇದ್ರೆ ಈ ಮೂರು ಮನೆಗೂ ಬಂದು ಅವರಿಗೇನಾದ್ರು ಬೇಕಿದ್ರೆ ತಂದು ಕೊಡ್ತೀನಿ. ಹಾಗೆ ಜೊತೇಲಿ ಯಾರಾದ್ರೂ ಬರೋರಿದ್ರೂ ಸರಿ ಕರ್ಕೊಂಡು ಹೋಗ್ತೀನಿ..." ವಿವರಿಸಿದ ರಘು.

"ಅಂತೂ ನಿಮ್ಮದು ತುಂಬಾ ದೊಡ್ಡ ಮನಸ್ಸು" ಹಾರ್ದಿಕವಾಗಿ ನುಡಿದಳು ಅನುಪಮಾ .

"ಛೆ ಛೆ ಖಂಡಿತಾ ಹಾಗೇನಿಲ್ಲ. ನಾನು ಹಿಂದಿನ ದಿನಗಳನ್ನು ಮರೆತಿಲ್ಲ ಅಷ್ಟೇ."

ಅವನೊಂದಿಗೆ ಸಹಮತಿಯ ತಲೆಯಾಡಿಸಿದಳು ಅನುಪಮಾ

"ಅಯ್ಯ ನನ್ನ ಕೆಲಸ ಎಲ್ಲ ಆಗಿದೆ. ಇನ್ನ ನಾನು ಹೊರಡ್ಲಾ? " ಆಚಾರಿ ಬಂದು ಕೇಳಿದಾಗ

"ಬರಿ ಮಾತಲ್ಲಿ ಕೆಲಸಾನೇ ಮರೆತು ಹೋಯಿತು. ಬೇಗ ಉಳಿದ ಕೆಲಸ ಮುಗಿಸಿಬಿಡು. ಮನೆಗೆ ಹೋಗಿ ಹೂಗಿಡಗಳ ಜೊತೆ ಒಂದು ಘಂಟೆ ಕಳೆಯೋಣ " ಎನ್ನುತ್ತಾ ಆಚಾರಿಯತ್ತ ನಡೆದ ರಘು.

ರಘು ಹೋದತ್ತಲೇ ನೋಡಿದಳು ಅನುಪಮಾ. ಒಂದೇ ದಿನದಲ್ಲಿ ಅವಳು ಮೂರು ಘಟನೆಗಳನು ನೋಡಿದ್ದಳು. ಧರಣಿ, ದೇಚೀ ಮತ್ತು ಶಂಬು ಒಂದಲ್ಲ ಒಂದು ರೀತಿಯಿಂದ ಅವನ ಸಹಾಯ ಪಡೆದಿದ್ದರು.

"ಈತ ನೋಡಲು ಮಾತ್ರ ಹರ್ಕ್ಯೂಲಸ್ನಂತಿಲ್ಲ ನಿಜವಾದ ಹರ್ಕ್ಯೂಲಸ್ಸೇ. ಗ್ರೀಸರ ಕಾಲದಲ್ಲಿ ಹರ್ಕ್ಯೂಲಸ್ ಜನರನ್ನು ಹಲವಾರು ಆಪತ್ತುಗಳಿಂದ ಪಾರು ಮಾಡುತ್ತಿದ್ದನಂತೆ. ಈ ಹರ್ಕ್ಯೂಲಸ್, ಇಲ್ಲಿನ ಜನರಿಗೆ ಉಪಕಾರಿಯಾಗಿದ್ದಾನೆ. "ಹ್ಯಾಟ್ಸ್ಆಫ್ ಹರ್ಕ್ಯೂಲಸ್" ಮನದಲ್ಲೇ ವಂದಿಸಿದಳು ಅನುಪಮಾ.

****

"ಹಲೋ ರಘು ಹಿಯರ್." ಅದೇತಾನೆ ರಿಂಗುಣಿಸಿದ ಫೋನನ್ನೆತ್ತಿಕೊಂಡು ಮಾತಾಡಿದ ರಘು.

"ನಾನು, ಸುದೀಪ ಮಾತಾಡ್ತಾಯಿರೋದು" ಆ ಕಡೆಯಿಂದ ದನಿ ಕೇಳಿಸಿದಾಗ ಅಲ್ಲೇ ಕುಳಿತು ಊಟಮಾಡುತ್ತಿದ್ದವರತ್ತ ನೋಟ ಹರಿಸಿದ ರಘು.

ಎರಡು ಮನೆಯವರು ಒಂದೇ ಕುಟುಂಬದವರಂತೆ ಅನ್ಯೋನ್ಯವಾಗಿ ಒಬ್ಬರನ್ನೊಬ್ಬರು ಉಪಚರಿಸುತ್ತ ಊಟಮಾಡುತಿದ್ದರು. ಅಲ್ಲಿ ಮಾತಾಡುವುದು ಸೂಕ್ತವಲ್ಲವೆನಿಸಿ ಎಂಜಿಲಾದ ಕೈತೊಳೆದುಕೊಂಡು ಹೊರನಡೆದ ರಘು.

"ಹೇಳು ಸುಧಿ ಏನು ವಿಷ್ಯ.." ಅವರಿಬ್ಬರ ಸಂಭಾಷಣೆ ಅಲ್ಲಿದ್ದವರ ಕಿವಿಗೆ ಬೀಳದಂತೆ ತನ್ನ ಕೋಣೆಗೆ ನಡೆದ.

"ಒಹೋ.. ಅವರಿನ್ನೂ ಮನೆ ಬಿಟ್ಟಿಲ್ಲ್ವಾ" ಅತ್ತಲಿಂದ ಅಸಹನೀಯ ಧ್ವನಿ ಕೇಳಿಸಿತು.

"ಸುಧಿ, ಅವರು ಇವತ್ತು ಬೆಳಿಗ್ಗೆ ಹೊರಟು ನಿಂತಿದ್ದರು. ಆದ್ರೆ ಅಮ್ಮಾನೆ ಇವತ್ತು ದಿನ ಚೆನ್ನಾಗಿಲ್ಲಾಂತ ಮನೇಲಿ ಉಳಿಸಿಕೊಂಡರು" ಅವನ ಅಸಹನೀಯ ನುಡಿಗೆ ನಿಧಾನವಾಗಿ ಹೇಳಿದ ರಘು.

"ಅಮ್ಮ ಹೇಳಿದ್ರು, ಇವರು ಉಳ್ಕೊಂಡು ಬಿಟ್ರು. ತೀರಾ ನಾಚಿಗೆಟ್ಟ ಜನ.."

"ಸುಧಿ, ಅವರು ನೀನು ಅದ್ಕೊಂಡ ಹಾಗಿಲ್ಲ. ತುಂಬಾ ಕಲ್ಚರ್ಡ್ ಫ್ಯಾಮಿಲಿ. ಅವರಿಗೆ ಇಲ್ಲಿ ಬರೋದಕ್ಕೆ ಖಂಡಿತಾ ಇಷ್ಟ ಇರಲಿಲ್ಲ...:

"ಮನಸ್ಸಿರಲಿಲ್ಲ ಆದ್ರೂ ಬಂದುಬಿಟ್ಟರು.. ಸೊ ಫನ್ನಿ. ನೀನೇನು ಹೋಗಿ ಬಾಂತ ಅವರ ಕಾಲು ಹಿಡ್ಕೊಂಡಿದಿಯೇನು? ಅಪ್ಪಯ್ಯ ಸೆಂಟಿಮೆಂಟಲ್ ಫೂಲ್. ನಿಂಗಾದ್ರು ಬುದ್ಧಿ ಬೇಡವಾ? ದಾನಶೂರ ಕರ್ಣ ಆಗಬೇಕಂತ ಇದ್ದೀಯ. ಹೀಗೆ ಮಾಡ್ತಾ ಇರು. ಒಂದಲ್ಲ ಒಂದು ದಿನ ನೀನು, ನಾವೆಲ್ಲ ಬೀದೀಲಿ ನಿಲ್ಲೋ ಹಾಗೆ ಮಾಡ್ತಿಯಾ..."

"ನೀನು ಇದೆ ಮಾತನ್ನ ಐದು ವರ್ಷದಿಂದ ಹೇಳ್ತ ಇದ್ದೀಯ... ನಾನು ಕೇಳ್ತಾನೆ ಇದ್ದೀನಿ..." ಬೇಸರದಿಂದ ಹೇಳಿದ ರಘು.

"ಹೌದು ಇಷ್ಟುದಿನ ನಿಮ್ಮ ದಾನಬುದ್ಧಿ ಹಣಕಾಸು, ವೆಹಿಕಲ್ವರೆಗೆ ಮಾತ್ರ ಸೀಮಿತವಾಗಿತ್ತು. ಆಟ್ರು ಈಗ ಭೂಮಿನೇ ದಾನ ಮಾಡೋಕೆ ಹೊರಟ್ಟಿದ್ದೀರಿ.".

"ಓಹ್, ಕಮಾನ್ ಸುಧಿ. ಅದು ಅವರದ್ದೇ ಜಾಗ. ಇದರಲ್ಲಿ ಕೊಡೋ ಪ್ರಶ್ನೆ ಏನಿದೆ?"

"ರಘು, ನಾನು ನಿಂಗಿಂತ ೨ ವರ್ಷ ಚಿಕ್ಕವನಿರಬಹುದು. ಆದ್ರೆ ನೀನು ನನ್ನ ಹತ್ರ ವ್ಯವಹಾರ ಕಲಿಯೋದು ತುಂಬಾ ಇದೆ."

"ಹೌದಪ್ಪ ಮಾರಾಯ, ಅದಕ್ಕೆ ನಿನ್ನನ ಎಲ್.ಎಲ್.ಬಿ ಓದಿಸಿದ್ದು. ನಾಳೆಯಿಂದ ದಿನಾ ನಂಗೊಂದರ್ಧ ಘಂಟೆ ವ್ಯವಹಾರ ಹೇಳಿಕೊಡುವೆಯಂತೆ. ಈಗ ಹೇಳು ನೀನು ಹೇಗಿದ್ದೀಯ?"

"ನಂಗೇನು, ನಾನು ಚೆನ್ನೆಗಿದ್ದೆನೆ. ನಮ್ಮ ಫಾರಂಹೌಸಲ್ಲಿ ನಂಗೇನು ತೊಂದ್ರೆ?"

"ಇಷ್ಟು ದೊಡ್ಡ ಮನೇಲಿ ಅವರೊಂದೆರಡು ದಿನಾ ಉಳಿದ್ರೇನು ತೊಂದ್ರೆ?" ಎಂದು ಕೇಳಬೇಕೆಂದುಕೊಂಡ ರಘು. ಆದರೆ ಈ ಪ್ರಶ್ನೆಯಿಂದ ಸುದೀಪನ ಪಿತ್ತ ನೆತ್ತಿಗೇರುತ್ತದೆಂದು ಗೊತ್ತಿದ್ದರಿಂದ ಹಾಗೆ ಕೇಳಲಿಲ್ಲ ರಘು.

"ಇನ್ನೆಷ್ಟು ದಿನ ಅವರು ನಮ್ಮನೇಲಿ ಠಿಕಾಣಿ ಹೂಡ್ತಾರೆ?" ಕಹಿಯಾಗಿ ರಾಚಿತವನ ದನಿ.

"ಸಾಮಾನೆಲ್ಲ ಆಗಲೇ ಶಿಫ್ಟ್ಆಗಿದೆ. ನಾಳೆ ಅವರ ಮನೇಲಿ ಚಿಕ್ಕದೊಂದು ಸತ್ಯನಾರಾಯಣ ಪೂಜೆ ಇಟ್ಟೊಂಡಿದ್ದಾರೆ. ಪೂಜೆ ಆದಮೇಲೆ ಅವರಲ್ಲೇ ಉಳಿತಾರೆ.."

"ಮನೆ ಅವರದು? ರಿಡಿಕ್ಯುಲಸ್ .. ನಾವು ಆಡಿ ಬೆಳೆದ ಮನೆ ಅವರದಾಗಿ ಹೋಯ್ತಾ? ಸಧ್ಯ ಅಪ್ಪಯ್ಯ ನಮ್ಮನೇಲೇ ಉಳಿರೀಂತ ಹೇಳ್ಳಿಲ್ಲವಲ್ಲ. ಹಾಗೇನಾದ್ರೂ ಆಗಿದ್ರೆ ನಾನು ಮಾತ್ರ ಸುಮ್ಮನಿರ್ತಾ ಇರಲಿಲ್ಲ. ಊರಿಗೆ ಕರೆಸಿಕೊಂಡಂತೆ ಮನೆಯೊಳಗೂ ಕರೆಸಿಕೊಂಡಿಲ್ಲ ಸಧ್ಯ. ಏನೋ ಅಪ್ಪಯ್ಯಂಗೆ ನೋವಾಗಬಾರದಂತ ಸುಮ್ಮನಿದ್ದೆನಪ್ಪ."

"ಹಾಗಾದ್ರೆ, ನೀನು ನಾಳೆ ಸಂಜೆ ಬರ್ತೀಯ?"

"ಅವರು ಖಂಡಿತ ಹೋಗಿರ್ತಾರೆ ತಾನೇ?"

"ಒಂದು ವೇಳೆ ಹೋಗಿರದಿದ್ದರೆ?"

"ನೋಡು ಅದೆಲ್ಲ ಬೇಡ. ನಾಳೆ ನಾನು ಮನೆಗೆ ಬರುವಷ್ಟರಲ್ಲಿ ಅವರು ಜಾಗ ಖಾಲಿ ಮಾಡಿರಬೇಕು. ಆಮೇಲೆ ನಾನವರನ್ನ ಅವಮಾನ ಮಾಡಿದೆ, ನಾನು ಶುದ್ಧ ಒರಟ ಅಂತೆಲ್ಲ ನಂಗೆ ಟೈಟಲ್ ಬೇಡ. ಅಮ್ಮ ಅಪ್ಪಯ್ಯನ್ನ ಕೇಳಿದೇಂತ ಹೇಳಿಬಿಡು.. ಗುಡ್ನೈಟ್." ಫೋನ್ ಇರಿಸಿದ ಸದ್ದಾಯಿತು.

ವಿಷಾದದಿಂದ ಫೋನ್ ಇರಿಸಿದ ರಘು.

"ಸುದೀಪನದು ತಾನೇ ಫೋನು?" ರಘುವಿನ ಕೋಣೆಯ ಬಾಗಿಲಲ್ಲಿ ನಿಂತು ಅವನ ಮಾತುಗಳನ್ನು ಕೇಳುತಿದ್ದ ಗಂಗವ್ವ ಕೇಳಿದರು.

"ಹೌದಮ್ಮ. ಅವನದೇ ಫೋನ್" ಬೇಸರದಿಂದ ಕುರ್ಚಿಯ ಮೇಲೆ ಕುಳಿತ ರಘು.

" ಅವನ್ನ ನಾಳೆ ಪೂಜೆಗೆ ಬರೋದಕ್ಕ ಹೇಳಬೇಕಿತ್ತು." ಗಂಗವ್ವ ಹೇಳಿದರು

"ಸಧ್ಯ! ಅದನ್ನ ಬೇರೆ ಹೇಳಿ ಅವನ ಕೋಪಕ್ಕೆ ತುಪ್ಪ ಸುರಿಬೇಕಿತ್ತಾ? ಅವನು ನಾಳೆ ಸಂಜೆ ಬರೋದ್ರೊಳಗೆ ಮನೆ ಖಾಲಿಯಾಗಿರಬೇಕಂತೆ."

"ಕೋರ್ಟು ಕಛೇರಿ ಕೆಲಸ ಮಾಡಿ, ಮಾಡಿ ಅವನ ಬುದ್ಧಿಯೆಲ್ಲಾ ವಕ್ರವಾಗಿ ಹೋಗಿದೆ. ಅವನಿಗ್ಯಾಕಿಷ್ಟು ರೊಷಾನೋ ನಂಗಂತೂ ಗೊತ್ತಿಲ್ಲ. ಬಂದು, ಬಂದೂ ಅವನಿಗೆ ಯಾರ ಮೇಲೂ ನಂಬಿಕೆ ಇಲ್ಲದ ಹಾಗಾಗಿ ಹೋಗಿದೆ. ಅಕ್ಕರೆ ವಿಶ್ವಾಸಕ್ಕೆ ಅವನ ಬದುಕಲ್ಲಿ ಜಾಗ ಇಲ್ಲದಂತಾಗಿದೆ." ನಿಡುಸುಯ್ದರು ಗಂಗವ್ವ.

"ಏನು ಮಾಡೋಕಾಗುತಮ್ಮ, ಅವನಿರೋದು ಅಂಥಾ ಪರಿಸರದಲ್ಲಿ. ದಿನದಿನಕ್ಕ ಅನ್ಯಾಯ ಜಾಸ್ತಿಯಾಗ್ತಾ ಇದೆ. ಅದರಲ್ಲೇ ಇರೋ ಅವನಿಗೆ ಜನರ ಮೇಲಿನ ವಿಶ್ವಾಸಾನೂ ಕಡಿಮೆಯಾಗ್ತಾ ಇದೆ."

"ಹಾಗಂತ ಮನುಷತ್ವ ಕಳ್ಕೊಳ್ಳೋಕ್ಯಾಗುತ್ತೇನು? ಬರ್ಲಿ ಅವನು ಮನೆಗೆ... ಮಾಡ್ತೀನಿ."

"ಅಮ್ಮ ಪ್ಲೀಸ್. ಈ ಸರಿ ಸುಮ್ಮನಿದ್ದುಬಿಡು. ಮೊದಲೇ ಕುಶಾಲು ಅಂಕಲ್ ಅಷ್ಟು ತಲೆಕೆಡಿಸಿಕೊಂಡಿದ್ದಾರೆ. ಮತ್ತೆ ಅವರ ವಿಷಯಕ್ಕೆ ಈ ಮನೆಲೊಂದು ಜಗಳ ಅಯ್ತೂಂತ ಅವರಿಗೆ ಗೊತ್ತಾದ್ರೆ, ಅವರು ತುಂಬಾ ನೊಂದುಕೊಳ್ಳಾರೆ."

"ನೀನು ಹೇಳೋದು ಸರೀನೇ..." ಚಿಂತೆಯಿಂದ ಹೇಳಿದರು ಗಂಗವ್ವ.

"ಅವನಿಲ್ಲಿಗೆ ಬರ್ಲಿ, ಅವರನ್ನ ನೋಡಿ ಅವರ ಜೊತೆ ಒಂದೆರಡು ದಿನ ಓಡಾಡಿದ್ರೆ ಅವನೇ ಸರಿ ಹೋಗ್ತಾನೆ..." ಹೇಳಿದ ರಘು.

"ಹೌದು ಅವರನ್ನೆಲ್ಲ ನೋಡಿದ ಮೇಲಾದ್ರು ಅವನ ಮನಸು ಬದಲಾಗಬಹುದು. ಬಾ ಕೆಳಗೆ ಅವರೆಲ್ಲ ಕಾಯ್ತಾ ಇದ್ದಾರೆ. ಇನ್ನು ಅವರೆಲ್ಲ ನಾಳೆ ಹೊರಟುಹೋದ್ರೆ ಮತ್ಯಾವಾಗ ಬರ್ತಾರೋ. ಇವನ ದೆಸೆಯಿಂದ

ನಾವವರನ್ನ ಪದೇ ಪದೇ ಕರೆಯೋಕು ಆಗೋಲ್ಲ." ತಾಯಿ ಹೇಳಿದಾಗ ಎದ್ದ ರಘು.

"ಅವನಿಲ್ಲಿದ್ದು ಅವರಿಗೆ ಬೇಜಾರು ಮಾಡೋದಕ್ಕಿಂತ ಫಾರ್ಮ್ ಹೌಸಿಗೆ ಹೋಗಿದ್ದೆ ಒಳ್ಳೆದಾಯ್ತು. ಇಲ್ಲದೆ ಹೋಗಿದ್ರೆ ಏನಾದ್ರು ನೆಪ ಮಾಡಿ ಅವರನ್ನ ನೋಯಿಸ್ತಿದ್ದ. " ನುಡಿದರು ಗಂಗವ್ವ. ಹೌದೆಂದುಕೊಂಡ ರಘು.

ಸುದೀಪ್ ರಘುವಿನ ತಮ್ಮ. ಇಬ್ಬರು ಉತ್ತರ-ದಕ್ಷಿಣ ದ್ರುವಗಳು.

ರಘು ಶಾಂತ ಮನಸಿನ ವಿಶಾಲ ಹೃದಯಿಯಾದರೆ, ಸುದೀಪ್ ಚಂಚಲ ಮನಸಿನ, ಶೀಘ್ರ ಕೋಪದ ಒರಟ.

ಸದಾ ಕೋರ್ಟು ಕಛೇರಿಯ ವಲಯದಲ್ಲಿ ಅನ್ಯಾಯ, ಅಕ್ರಮ, ಹಿಂಸೆ ದೌರ್ಜನ್ಯಗಳ ನಡುವೆ ಇರುತಿದ್ದ ಅವನಿಗೆ ಎಲ್ಲರು ಸ್ವಾರ್ಥಿಗಳಂತೆ ಕಾಣುತ್ತಿದ್ದರು. ಮಾನವ ಸಂಬಂಧಗಳು ಸ್ವಾರ್ಥಕ್ಕಾಗಿಯೇ ಇದೆ. ಸ್ವಾರ್ಥ ಇಲ್ಲದಲ್ಲಿ ಸ್ನೇಹ ವಿಶ್ವಾಸ ಎಲ್ಲ ಸುಳ್ಳು ಎಂದೇ ಅವನ ಭಾವನೆ.

ಬಹುಶ ಇದಕ್ಕೆ ಅವನು ಬಾಲ್ಯದಲ್ಲಿ ಸಹಿಸಿದ ಬಡತನದ ಅಪಮಾನಗಳು ಕೆಲಮಟ್ಟಿಗೆ ಕಾರಣವಿರಬಹುದು.

ರಘು ಎಲ್ಲವನ್ನು ನಂಜುಂಡನಂತೆ ನುಂಗಿ ತನ್ನ ಅಕ್ಕಪಕ್ಕದಲಿದ್ದವರಿಗೆ ಅಮೃತದ ಧಾರೆಯನ್ನೆರೆಯುತಿದ್ದ. ಆದರೆ ಸುದೀಪ್ ಮಾತ್ರ ವಿರುದ್ಧವಾಗಿದ್ದ.

ಬಡತನದಲ್ಲಿ ತಮ್ಮನ್ನು ಕಾಲ ಕಸದಂತೆ ಕಡೆಗಣಿಸಿ ಈಗ ತನ್ನ ಕಾಲಸ್ನಿಡಿಯಲು ಮುಂದಾಗುತಿದ್ದ ಬಂಧುಗಳನ್ನು ಕಂಡಾಗಲೆಲ್ಲ ಅವನ ಮೈಯುರಿದುಹೋಗುತಿತ್ತು. ಸ್ವಾರ್ಥರಹಿತ ಬಾಂಧವ್ಯವೇ ಸುಳ್ಳು ಎಂಬ ತೀರ್ಮಾನಕ್ಕೆ ಬಂದುಬಿಟ್ಟಿದ್ದ ಸುದೀಪ. ಅದಕ್ಕೆ ದಿನದಿನವೂ ಅವನಲ್ಲಿಗೆ ಬರುತಿದ್ದ ವ್ಯಾಜ್ಯ, ಗಲಭೆಗಳೂ ಸಾಕಷ್ಟು ಪುಷ್ಟಿ ನೀಡುತ್ತಿದ್ದವು.

ತಮ್ಮನ ಮನಸ್ಥಿತಿಯ ಬಗ್ಗೆಯೇ ಯೋಚಿಸುತ್ತಿದ್ದ ರಘು. ಇಂಥ ನೆಗೆಟಿವ್ ಫೀಲಿಂಗ್ ಒಳ್ಳೆದಲ್ಲವೆಂದು ಅವನಿಗೆ ಗೊತ್ತು. ಆದರೆ ಅವನೇನೂ ಮಾಡುವಂತಿರಲಿಲ್ಲ.

"ಯಾರದು ಫೋನ್? " ಸೋಮಯ್ಯನವರು ಕೇಳಿದರು.

"ಸುದೀಪನದು" ಚುಟುಕಾಗಿ ಉತ್ತರಿಸಿದ ರಘು.

"ಏನಂತೆ?"

"ನಾಳೆ ಸಂಜೆ ಬರ್ತಾನಂತೆ" ಎನ್ನುತ್ತ ಬಂದು ಅನುಪಮಾಳ ಪಕ್ಕದಲ್ಲಿದ್ದ ಕುರ್ಚಿಯಲ್ಲಿ ಕುಳಿತುಕೊಂಡ. ಸೋಮಯ್ಯನವರ ಮುಖ ಗಂಭೀರವಾಯಿತು.

"ಸುದೀಪ ಅಂದ್ರೆ ನಿನ್ನ ಕಿರಿ ಮಗ ತಾನೇ? " ವೀಳೆದೆಲೆಗೆ ಸುಣ್ಣ ತೀಡುತಿದ್ದ ಕುಶಾಲಪ್ಪನವರು ಕೇಳಿದರು.

"ಹೆಬ್ಬೆಟ್ಟು ಗಾತ್ರದ ದೊಡ್ಡ ದೊಡ್ಡ ತೊಳೆಗಳು ತುಂಬಿದ್ದ ಕಿತ್ತಳೆ ಹಣ್ಣಿನ ತಟ್ಟೆಯನ್ನು ರಘುವಿನ ಮುಂದೆ ಹಿಡಿದಳು ಅನುಪಮಾ.

"ಇನ್ನೊಂದೆರಡು ತಗೊಳ್ಳಿ.." ರಘು ಒಂದೇಒಂದು ತೊಳೆಯನ್ನು ತೆಗೆದುಕೊಂಡದ್ದನ್ನು ನೋಡಿ ಹೇಳಿದಳು ಅನುಪಮಾ .

"ಅವನಿಗೆ ತೊಳೆಗಳನ್ನ ಬಿಡಿಸೋಕೆ ಬೇಜಾರು. ಅದಕ್ಕೆ ಅವನು ಕಿತ್ತಳೆ ಹಣ್ಣೇ ತಿನ್ನೋದಿಲ್ಲ. ಬರಿ ಜ್ಯೂಸು ಕುಡಿತಾನಪ್ಪೆ.." ಗಂಗವ್ವ ನುಡಿದರು.

"ಇರಿ ಹಾಗಾದ್ರೆ, ನಾನೆ ಬಿಡಿಸಿಕೊಡ್ತೀನಿ..." ತಟ್ಟೆ ಟೇಬಲ್ಲಿನ ಮೇಲಿಟ್ಟು ಹಣ್ಣುಬಿಡಿಸತೊಡಗಿದಳು ಅನುಪಮಾ.

"ಬಿಡು ಅನೂ. ಈ ಹೊತ್ತಾಲ್ಯಾಕೆ ತೊಂದ್ರೆ.." ಬಾಯಲ್ಲಿ ಹೇಳಿದರೂ ಅವಳು ಬಿಡಿಸಿದ ಹಣ್ಣನ್ನೆತ್ತಿ ಬಾಯಿಗೆ ಹಾಕಿಕೊಂಡ. ತುಂಬಾ ರುಚಿಯೆನಿಸಿತು.

ಇತ್ತ ಸೋಮಯ್ಯ ಹಾಗು ಕುಶಾಲಪ್ಪನವರ ಸಂಭಾಷಣೆ ಮುಂದುವರೆದಿತ್ತು..

"ಹಾಂ ಹಾಂ .. ನನ್ನ ಎರಡನೇ ಮಗನೆ ಸುದೀಪ. ಲಾ ಮಾಡಿದ್ದಾನೆಂತ ಹೇಳಿದ್ದಲ್ಲ. ಯಾವುದೋ ಕೇಸ್ ವಿಚಾರಕ್ಕಾಗಿ ಶಿಂರಿಕೊಪ್ಪಕೆ ಹೋಗಿದ್ದಾನೆ." ನಿಧಾನವಾಗಿ ಹೇಳಿದರು ಸೋಮಯ್ಯನವರು.

"ಆತನೂ ಇದ್ದಿದ್ರೆ ಚೆನ್ನಾಗಿತ್ತು...."

"ಅಯ್ಯೋ ಅದಕ್ಕೇನು... ನಾಳೆ ಸಂಜೆ ಬಂದು ಬಿಡ್ತಾನಲ್ಲ. ಅವನಿಗೂ ನಿಮ್ಮನೆಲ್ಲ ಪರಿಚಯ ಮಾಡ್ಕೋಬೇಕಂತ ತುಂಬಾ ಆಸೆ ಇದೆ. ಆದ್ರೇನು ಮಾಡೋದು ಲಾಯರ್ ಅಂದ್ಮೇಲೆ ಜವಾಬ್ದಾರಿ ಇರುತ್ತಲ್ಲ.." ಗೆಳೆಯನನ್ನು ಸಂತ್ಯೆಸಿದರು ಸೋಮಯ್ಯನವರು.

ಸಮಯ ಹತ್ತಾಗತೊಡಗಿದಾಗ ಗಂಗವ್ವನವರು ಎಚ್ಚರಿಸಿದರು.

"ಇನ್ನು ಸಾಕು ಅನೂ ಮಲಕ್ಕೋ. ನಾಳೆ ಹತ್ತು ಘಂಟೆಗೆ ಪೂಜೆ ಪ್ರಾರಂಭವಾಗುತ್ತೆ. ಅಷ್ಟರಲ್ಲಿ ಸ್ನಾನ ಅಡಿಗೆ ಎಲ್ಲ ಮುಗಿಸಿಬಿಡಬೇಕು. ಈ ಗಂಡಸರೇನು ಆರಾಮಾಗಿ ಪೂಜಿಗೆ ಕೂತುಬಿಡ್ತಾರೆ.. ನಮಗೆ ತಾನೇ ಕಷ್ಟ.."

"ಯಾಕೆ ಸುಮ್ಮನೆ ನಮ್ಮನ್ನ ದೂರ್ತೀಯ ಗಂಗೆ. ಈಗೇನು ಮಾಡಬೇಕು? ನಾಳೆಗೆ ಕೋಳಿ ಕುಯ್ಬೇಕಾ? ಕುರಿ ಕಡಿಬೇಕಾ?" ಸೋಮಯ್ಯನವರು ಕೇಳಿದರು.

"ಅಲ್ಲ ಕೋಣ ಕತ್ತರಿಸಿ ಕೊಡ್ಬೇಕು.... ನಾಳೆ ನಡೀತಾ ಇರೋದು ಸತ್ಯನಾರಾಯಣ ಪೂಜೆ, ನಿಮ್ಮ ಬ್ಯಾಂಡಿ ಪೂಜೆಯಲ್ಲ...." ಹುಸಿಮುನಿಸು ತೋರಿದರು ಗಂಗವ್ವ.

"ಅಮ್ಮ ನಿನ್ನ ಬೂದುಕುಂಬಳಕಾಯಿ ಹೆಚ್ಚೋದು ಕೋಣ ಕತ್ತರಿಸುವುದಕ್ಕಿಂತ ಏನು ಸುಲಭ ಅಲ್ಲ ಬಿಡು. ಪೂಜೆ ಜವಾಬ್ದಾರಿ ಜೋಯೀಸರದು. ಮನೆ ಕ್ಲೀನ್ ಆಗಿದೆ. ಇನ್ನು ನಮಗೆ ಮಾತ್ರ ಊಟ ತಾನೇ?"

"ಇಲ್ಲ ಮೋನೆ ಪೂಜೆ ಅಂದ್ಮೇಲೆ ಅಕ್ಕಪಕ್ಕದವರನ್ನು ಕರೆಯದೆ ಇರೋದಕ್ಕಾಗುತ್ತೇನು? ಆಳು ಬಾಳಲ್ಲ ಸೇರಿ ಮೂವತ್ತು ಮೂವತ್ತೈದು ಜನರಿಗಾದ್ರು ಊಟ ಆಗುತ್ತೆ.."

"ಹಾಗಾದ್ರೆ? ಅಡಿಗೆಯವರಿಗೆ ಹೇಳಿದ್ದೀರಾ ?"

"ನಾನು ಹೇಳೋಣಾಂತನೇ ಇದ್ದೆ. ಆದ್ರೆ ಅನೂ, ಬೇಡ ನಾವು ಮೂವರು ಸೇರಿ ಮಾಡಬಹುದೊಂತ ಹೇಳ್ತ ಇದ್ದಾಳೆ..." ಸಂಶಯದಿಂದ ಹೇಳಿದರು ಗಂಗವ್ವ. ಕಣ್ಣರಳಿಸಿದ ರಘು.

"ಇಸಿಟ್" ನಂಬದೆ ಅವಳನ್ನ ಕೇಳಿದ.

"ಅದರಲ್ಲೇನು ಆಶ್ಚರ್ಯ? ಈಗಿನ ಕುಕ್ಕರ್, ಮಿಕ್ಸಿ ಕಾಲದಲ್ಲಿ ಅಡಿಗೆಯಂದ್ರೆ ಚಿಟಿಕೆ ಹೊಡೆಯೋದರಲ್ಲಿ ಮುಗಿಸಿಬಿಡಬಹುದು. ಸ್ವಲ್ಪ ಬೇಗ ಪ್ರಾರಂಭಿಸಿದರೆ ಪೂಜೆ ಹೊತ್ತಿಗೆ ಮುಗಿಯುತ್ತೆ. ಅಮ್ಮ, ಅಂಟಿ ಸ್ವಲ್ಪ ತರಕಾರಿ ಹೆಚ್ಚಿಕೊಟ್ರೆ ಸಾಕು. ಹಾಗೆ ಸಾಕಾಗದೆ ಹೋದ್ರೆ ಕೋಣ ಕತ್ತರಿಸೋಕೆ ನೀವು ಇರ್ತೀರಲ್ಲ..." ನಗುತ್ತ ಕೇಳಿದಳು ಅನುಪಮಾ .

"ಆಫ್ ಕೋರ್ಸ್ ನಾನೇನೋ ಸಿದ್ದ.. ಆದರೂ"

"ಡೋಂಟ್ ವರಿ ಬಿ ಹ್ಯಾಪ್ಪಿ. ಗುಡ್ ನೈಟ್ ." ಅವಳು ಅವನಿಗೆ ಶುಭರಾತ್ರಿ ಕೋರಿ ಹೊರಟಾಗ ಅವನಿಗೆ ಹಿಂಬದಿಯಿಂದ ಟಾಟಾ ಹೇಳಿದ ನೀಡು ಜಡೆಯನ್ನೇ ನೋಡುತ್ತಾ ಗುಡ್ ನೈಟ್ ಎಂದ ರಘು.

****

ಮಾರನೆ ದಿನ ಬ್ರಾಹ್ಮೀ ಮುಹೂರ್ತದಲ್ಲಿಯೇ ಹಾಲುಕ್ಕಿಸಿಬಿಟ್ಟರು ಬೋಜವ್ವನವರು. ಗಂಗವ್ವನವರ ಕೈಯಿಂದಲ್ಲೇ ಹಾಲನ್ನು ಉಕ್ಕಿಸಿದರು ಅನುಪಮಾ ಮತ್ತು ಬೋಜವ್ವನವರು. ನಂತರ ಅಡಿಗೆಯ ಕೆಲಸ ಪ್ರಾರಂಭವಾಯಿತು.

ಅಡಿಗೆಯ ಕೆಲಸ ರಘು ಊಹಿಸಿದಷ್ಟು ದೊಡ್ಡದಾಗಿರಲಿಲ್ಲ. ಹುಳಿಯನ್ನ, ದಂ ರೂಟ್, ಬೂದುಗುಂಬಳ ಮಜ್ಜಿಗೆ ಹುಳಿ, ಅನ್ನ, ಸಾರು, ಪಾಯಸ, ಕೋಸಂಬರಿ, ಬೀನ್ಸ್ ಪಲ್ಯ, ಬೇಳೆ ವಡೆ, ಪೂಜೆಗೆ ಕಾಲು ಘಂಟೆಗೆ ಮುಂಚೆಯೇ ಅನುಪಮಾಳ ಮುಂದಾಳತ್ವದಲ್ಲಿ ಘಮಘಮಿಸುತ್ತ ಸಿದ್ದವಾಯಿತು. ಹಪ್ಪಳ ಸಂಡಿಗೆಯನ್ನು ಊಟಕ್ಕೆ ಕೂರುವ ಮುನ್ನ ಕರಿಯುವುದೆಂದು ತೀರ್ಮಾನಿಸಲಾಗಿತ್ತು.

ಗಂಗವ್ವ, ಅನುಪಮಾ ಮತ್ತು ಬೋಜವ್ವನವರನ್ನು ಮನೆಯ ಹತ್ತಿರ ಇಳಿಸಿ ತೋಟದತ್ತ ಹೋಗಿದ್ದ ರಘು. ಅವನು ಎಂದಿನಂತೆ ತೋಟದಲ್ಲಿ ಒಂದು ಸುತ್ತು ಹಾಕಿ ಸ್ನಾನ ಮುಗಿಸಿ ತಂದೆ ಹಾಗು ಕುಶಾಲಪ್ಪನವರನ್ನು ಕರೆದುಕೊಂಡು ಮನೆಯ ಹತ್ತಿರ ಬಂದಾಗ ಮಾರು ದೂರಕ್ಕೆ ಬರುತ್ತಿದ್ದ ಹಿಂಗ, ಕರಿಬೇವಿನ ಪರಿಮಳ ಅವನ ಮೂಗನ್ನರಳಿಸಿತು.

"ಅಮ್ಮ ಇದೇನಮ್ಮ ಅಡಿಗೆ ಇಷ್ಟು ಘಮಘಮಾಂತಿದೆ. ನಮ್ಮ ನಾಣಿ ಮನೆ ಅಡಿಗೆ ನೆನಪಾಗಿದೆ. " ನೇರವಾಗಿ ಅಡಿಗೆಮನೆಗೆ ಬಂದ ರಘು. "ಸೊ ಅಡಿಗೆ ರೆಡಿಯಾ?" ಅಡಿಗೆ ಪಾತ್ರೆಗಳನ್ನು ಎತ್ತಿತು ಎಲ್ಲಿ ಸ್ವಚ್ಛಗೊಳಿಸುತ್ತಿದ್ದ ಅನುಪಮಾಳನ್ನು ಕೇಳಿದ ರಘು.

"ಹಾಂ ರೆಡಿಯಾಗಿದೆ. ಈಗ ಎಲ್ಲರು ಒಂದು ಲೋಟ ಹಾಲು ಕುಡಿದು ಪೂಜೆಗೆ ಕುಳಿತುಬಿಡಿ. ಜೋಯಿಸರದು ಮಂಟಪದ ಅಲಂಕಾರ ಮುಗಿದಿರಬಹುದು." ಬೋಜವ್ವ ನವರು ದೊಡ್ಡ ದೊಡ್ಡ ಲೋಟಕ್ಕೆ ಕೆಂಪಗೆ ಕಾಯಿಸಿದ ಹಾಲನ್ನು ಬಗ್ಗಿಸಿಕೊಟ್ಟರು.

"ಈ ಹುಡುಗಿ ಅಸಾಧ್ಯನಪ್ಪ ರಘು. ಇಷ್ಟು ದೊಡ್ಡ ಅಡಿಗೇನ ಒಂದಿಷ್ಟು ಗೊಂದಲ ಮಾಡಿಕೊಳ್ಳದೆ ಮುಗಿಸಿಬಿಟ್ಟು. ನನಗೆ ಬರಿ ತರಕಾರಿ ಹೆಚ್ಚುವಲ್ಲೇ ಸಾಕಾಯ್ತು.." ಸೊಂಟಹಿಡಿದು ಮೇಲೇಳುತ್ತ ನುಡಿದರು ಗಂಗವ್ವನವರು.

"ಆಶಾ ಮನೇಲಿ ವರ್ಷಕ್ಕೆ ಕಡಿಮೆ ಅಂದ್ರೆ ಒಂದತ್ತು ಪೂಜೆ ಇರ್ತ ಇತ್ತು. ಊಟಕ್ಕೆ ೫೦ ಜನರಂತೂ ಗ್ಯಾರೆಂಟಿ. ಆಗೆಲ್ಲ ನಾವು ನಾವೇ ಅಡಿಗೆ ಮುಗಿಸಿ ಬಿಡ್ತಾ ಇದ್ವಿ. ಅವರು ಅಷ್ಟೆ. ಹೆಚ್ಚು ಮಡಿ ಮೈಲಿಗೇಂತ ಹಾರಾಡ್ತಾ ಇರಲಿಲ್ಲ. ಅದ್ರಿಂದ ಈ ತರ ಅಡಿಗೆಯೆಲ್ಲ ಪ್ರಾಕ್ಟಿಸಾಗಿಬಿಟ್ಟಿದೆ.." ತಾಯಿಕೊಟ್ಟ ಹಾಲಿನ ಲೋಟ ಕೈಗೆತ್ತಿಕೊಂಡಳು ಅನುಪಮಾ.

"ನಾನು ಬೆಂಗಳೂರಿನಲ್ಲಿದ್ದಾಗ ವಾರಕ್ಕೊಂದು ದಿನ ನನ್ನ ಫ್ರೆಂಡ್ ನಾರಾಯಣನ ಮನೆಗೆ ಊಟಕ್ಕೆ ಹೋಗ್ತಾ ಇದ್ದೆ. ಅವರಮ್ಮನೂ ಅಷ್ಟೇ ನಾನು ಹೋಗ್ತಿನೀಂದ್ರೆ ಏನಾದ್ರು ವಿಶೇಷ ಮಾಡಿರೋರು. " ಹಾಲು ಗುಟುಕರಿಸುತ್ತ ನುಡಿದ ರಘು.

ಅಷ್ಟುಹೊತ್ತಿಗೆ ಪೂಜೆಗೆ ಕರೆ ಬಂತು. ಹಾಲಿನಲ್ಲಿ ಪೂಜೆಗೆ ಎಲ್ಲ ಸಿದ್ಧತೆ ಮಾಡಲಾಗಿತ್ತು. ವಿವಿಧ ರಂಗಿನ ವಿಶೇಷವಾದ ಹೂಗಳಿದ್ದುದ್ದರಿಂದ ಅತ್ಯಂತ ಆಸಕ್ತಿಯಿಂದ ಮಂಟಪವನ್ನು ಅಲಂಕರಿಸಿದ್ದರು ಜೋಯಿಸರು.

ಪೂಜೆಗೆ ಯಾರು ಕೂರಬೇಕೆಂಬುದರ ಬಗ್ಗೆ ಸ್ವಲ್ಪ ಹೊತ್ತು ಚರ್ಚೆಯಾಯಿತು. ಗಂಗವ್ವ ಸೋಮಯ್ಯನವರು ಕೂರಲೆಂದು ಬೋಜವ್ವನವರು, ಬೋಜವ್ವ ಹಾಗು ಕುಶಾಲಪ್ಪನವರು ಕೂರಲೆಂದು ಗಂಗವ್ವನವರು.

"ಅರೆ ಭಗವಂತನ ಪೂಜೆ ಮಾಡೋದಕ್ಕೆ ಚರ್ಚೆ ಯಾಕೆ? ಬನ್ನಿ ನಾಲ್ಕು ಜನರೂ ಕೂತ್ಕೊಳ್ಳಿ. ಭಗವಂತ ಎಲ್ಲರಿಗು ಸುಖಾಯಸ್ಸು, ಸಂಪತ್ತು ಕೊಡ್ತಾನೆ" ಚರ್ಚೆಗೆ ಮಂಗಳವನ್ನು ಹಾಡುತ್ತ ನಾಲ್ವರನ್ನು ಪೂಜೆಗೆ ಕೂರಿಸಿದರು ಜೋಯಿಸರು.

ಅಷ್ಟರಲ್ಲಿ ಧರಣಿ, ಹಾಗು ಅಕ್ಕಮ್ಮನವರು ಬಂದರು. ದೇಚೀ ಬೇಗನೆ ಬಂದು ಅನುಪಮಳಿಗೆ ಅಡಿಗೆಯಲ್ಲಿ ಸಹಾಯ ಮಾಡಿದ್ದಳು.

"ಅಣ್ಣಯ್ಯ ಬರಲಿಲ್ವ?" ಮುತ್ತಣ್ಣನವರನ್ನು ಉದ್ದೇಶಿಸಿ ಕೇಳಿದರು ಗಂಗವ್ವ.

"ಇಲ್ಲ ಅವರಿಗೆ ಕೂರೋಕೆ ಆಗೋಲ್ಲ. ಪೂಜೆ ಮಧ್ಯ ಕೆಮ್ಮುತ್ತ ಇದ್ರೆ ಚೆನ್ನಾಗಿರೋಲ್ಲ. ಮಂಗಳಾರತಿಯ ಹೊತ್ತಿಗೆ ಬರ್ತಾರೆ."

"ಸುರೇಶ, ರಾಜ, ಬೊಳ್ಳು?"

"ತೋಟಕ್ಕೆ ಹೋಗಿದ್ದಾರೆ. ಅವರೂ ಮಂಗಳಾರತಿ ಹೊತ್ತಿಗೆ ಬರ್ತಾರೆ." ಹಣ್ಣು ಕಾಯಿಯ ಬುಟ್ಟಿಯನ್ನು ಜೋಯಿಸರ ಕೈಗೆ ಕೊಡುತ್ತ ಹೇಳಿದರು ಅಕ್ಕಮ್ಮ.

ಶ್ಯಾಮ್, ಬಬಿತಾ ಮೊದಲೇ ಬಂದು ಜೋಯಿಸರಿಗೆ ಸಣ್ಣ ಪುಟ್ಟ ಸಹಾಯ ಮಾಡುತಿದ್ದರು.."

ಅದೇ ಹೊತ್ತಿಗೆ ಪಕ್ಕದ ಮನೆಯ ಪೊನ್ನಮ್ಮ, ಸುಜಾತ ಹಾಗು ಪೊನ್ನಮ್ಮನವರ ಮೂವರು ಮಕ್ಕಳು, ಅಯ್ಯಪ್ಪನವರ ಮನೆಯಿಂದ ಅವರ ಪತ್ನಿ ಹಾಗು ಶಂಭುವಿನ ಹೆಂಡತಿ ಮಕ್ಕಳು, ಅವರ ಪಕ್ಕದ ಮನೆಯವರಾದ ಚೋದಮ್ಮ ಮತ್ತವರ ಮಕ್ಕಳು ಬಂದರು. ಎಲ್ಲರು ಕುಳಿತ ಮೇಲೆ ಪೂಜೆ ಪ್ರಾರಂಭವಾಯಿತು.

ಪೂಜೆ ಪ್ರಾರಂಭವಾದರೂ, ಅನುಪಮಾಳನ್ನು ಕಾಣದೆ, ಅವಳನ್ನರಸುತ್ತ ಬಂದ ರಘು. ಅವಳು ಅಡಿಗೆಮನೆಯಲ್ಲಿ ವಿಪರೀತ ಬೆವೆತು ಹೋಗಿದ್ದರಿಂದ ಮುಖ ತೊಳೆದು ಬಟ್ಟೆ ಬದಲಾಯಿಸಲು ಹೋಗಿದ್ದಳು.

"ಅನೂ ಪೂಜೆ ಪ್ರಾರಂಭವಾಗ್ತಾ ಇದೆ. " ಮುಚ್ಚಿದ ಕೋಣೆಯ ಬಾಗಿಲ ಮೇಲೆ ಲಘುವಾಗಿ ಬಡಿದ ರಘು.

"ಒಂದು ನಿಮಿಷ ಬಂದುಬಿಟ್ಟೆ.." ಕೋಣೆಯ ಬಾಗಿಲು ತೆರೆಯಿತು.

ಅವಳು ತೊಟ್ಟಿದು ಸುಂದರವಾದ ಕುಸರಿ ಕೆಲಸವಿದ್ದ ಮುತ್ತಿನ ಬಣ್ಣದ ಚೂಡಿದಾರ್. ಅದು ಅವಳ ಸೌಮ್ಯ ರೂಪಕ್ಕೆ ಇನ್ನಷ್ಟು ಪ್ರಶಾಂತತೆಯನ್ನು ನೀಡಿ ಅವಳು ಪೂರ್ಣ ಚಂದ್ರಬಿಂಬದಂತೆ ಶೋಭಿಸಿದಳು.

"ಬ್ಯೂಟಿಫುಲ್ ..." ಮನದಲ್ಲೆಂದುಕೊಂಡ ರಘು.

"ನಡೀರಿ" ದುಪ್ಪಟ್ಟಾವನ್ನು ಹೆಗಲಮೇಲೆ ಹಾಕಿಕೊಳ್ಳುತ್ತಾ ನುಡಿದಳು ಅನುಪಮಾ.

"ಒಂದು ನಿಮಿಷ ಎಚ್ಚೆತ್ತು" ಹೊರನಡೆದ. ಅವನು ಹಿಂತಿರುಗಿದಾಗ ಅವನ ಕೈಯಲ್ಲೊಂದು ಬಾಳೆಎಲೆಯ ಗಂಟಿತ್ತು. "ತಗೋ" ಅವಳ ಕೈಯಲ್ಲಿರಿಸಿದ.

ನಾರಿನಿಂದ ಸುತ್ತಿದ ಬಾಳೆಯ ಎಲೆಯನ್ನು ಬಿಡಿಸಿದಳು ಅನುಪಮಾ. ಬೊಗಸೆ ತುಂಬಿ ಹೆಚ್ಚಾಗುವಷ್ಟಿದ್ದ, ಬೆಳ್ಳನೆಯ ಹಿಮದಂತೆ ಹೊಳೆಯುತ್ತಿದ್ದ, ಇಬ್ಬನಿಯಿಂದ ತೊಯ್ದಿದ್ದ ಅರೆಬಿರಿದ ಮಲ್ಲಿಗೆ ಹೂಗಳು ಘಮಘಮಿಸುತಿದ್ದವು.

"ಇಷ್ಟುದಿನ ಹೂವೆಲ್ಲ ಸುರಿದು ಹೋಗ್ತಾ ಇತ್ತು. ಇವತ್ತು ವಾಕಿಂಗ್ ಹೋದಾಗ ಆಚಾನಕ್ ನೆನಪಾಯ್ತು, ಸಣ್ಣಿಗೆ ಹೇಳಿ ಕಟ್ಟಿಸಿಕೊಂಡು ಬಂದೆ." ಹೂಗಳನ್ನು

ನೋಡಿ ಹೂವಿಗಿಂತ ಸೊಗಸಾಗಿ ಬಿರಿದ ಅವಳ ಮುಖವನ್ನು ನೋಡುತ್ತಾ ಹೇಳಿದ.

"ಥ್ಯಾಂಕ್ ಯು ಸೊ ಮಚ್. ನಂಗೆ ಹೂವಂದ್ರೆ ತುಂಬಾ ಇಷ್ಟ.." ಮಲ್ಲಿಗೆ ಮಾಲೆಯನ್ನು ತೆಗೆದು ಜೋಡಿಸಿ ಕನ್ನಡಿಯ ಮುಂದೆ ನಿಂತು ಮುಡಿದು ಕೊಂಡಳು.

"ಅದು ನಿನ್ನೇನೆ ಗೊತ್ತಾಯ್ತಲ್ಲ. " ಅವಳ ಮುಡಿಯನ್ನು ತುಂಬಿ ನಾಲ್ಕು ಎಳೆಯಲ್ಲಿ ಅವಳ ಕೊರಳನ್ನು ಹಾದು ಬುಜದ ಮೇಲೆ ಹರಡಿ ಅವಳ ಮುಖಕ್ಕೆ ಅಪೂರ್ವ ಶೋಭೆಯನ್ನು ನೀಡಿದ ಹೂ ಮಾಲೆಯನ್ನು ತೃಪ್ತಿಯಿಂದ ನೋಡುತ್ತಾ ಹೇಳಿದ ರಘು. ಅವಳು ಸುಮ್ಮನೆ ನಕ್ಕಳು.

ಇಬ್ಬರು ಬಂದು ಪೂಜೆಗೆ ಅಕ್ಕಪಕ್ಕದಲ್ಲಿ ಕುಳಿತರು. ಲಕ್ಷ್ಮಿ ನಾರಾಯಣರಂತೆ ಮನೋಹರವಾಗಿ ಕಾಣುತಿದ್ದ ಅವರನ್ನು ಮೆಚ್ಚಿಗೆಯಿಂದ ನೋಡಿದರು ಜೋಯಿಸರು. ಈ ಎರಡು ದಂಪತಿಗಳ ಜೊತೆಗೆ ಅವರಿಬ್ಬರೂ ಕುಳಿತಿದ್ದರೆ ಚೆನ್ನಾಗಿತ್ತೆನಿಸಿತವರಿಗೆ.

ರಘು ತನ್ನ ಪಕ್ಕದಲ್ಲೇ ಬಂದು ಕುಳಿತಾಗ ಅನುಪಮಾಳಲ್ಲಿ ಒಂದು ರೀತಿಯ ಕಸಿವಿಸಿಯುಂಟಾಯಿತು. ರಘು ತನ್ನ ಪಕ್ಕ ಕುಳಿತದ್ದು ಹಿತವೇ ಎನಿಸಿದರೂ ಧರಣಿಯ ಉರಿನೋಟ ತನ್ನ ಮೇಲಿರುವುದು ಅಸಹನೀಯವೆನಿಸಿತ. ಅವಳ ನೋಟ ತನ್ನನು ಸುಡುತಿರುವ ಭಾವದಿಂದ ಚಡಪಡಿಸಿದಳು ಅನುಪಮಾ.

ಪೂಜೆಯ ಮಧ್ಯದಲ್ಲಿ ಎರಡು ಮೂರು ಬಾರಿ ತಮ್ಮೆದುರು ಕುಳಿತಿದ್ದ ಸುಂದರ ಜೋಡಿಯನ್ನು ನೋಡಿದರು ಗಂಗವ್ವ. ಅವರ ಹೃದಯ ಮುದದಿಂದ ಅರಳಿತು.

ನಿಜ, ಅನುಪಮಾ ತಮ್ಮ ಮನೆಯ ಸೊಸೆಯಾಗಿ ಬಂದರೆ, ಮೃದು ಮನಸಿನ ಮಗನಿಗೆ ಒಳ್ಳೆಯ ಜೋಡಿಯಾಗುತ್ತಾಳೆ. ಕಣ್ಣಿಗೊತ್ತಿಕೊಳುವ ರೂಪ, ಸದಾ ನಗುವರಳಿಸುವ ತುಟಿಗಳು, ಮಧುರವಾದ ನಡೆನುಡಿ. ಉತ್ತಮ ಗೃಹಿಣಿಗಿರಬೇಕಾದ ಎಲ್ಲ ಗುಣಗಳನ್ನು ಹೊಂದಿರುವ ಹುಡುಗಿ. ಮನೆಕೆಲಸ, ಅಡಿಗೆಯ ವಿಷಯದಲ್ಲಿ ಸ್ವತಃ ದಂಗಾಗಿ ಹೋಗಿದ್ದರು. ಪಟ್ಟಣದ ಹುಡುಗಿಯರು ಇಷ್ಟು ಸಲೀಸಾಗಿ ಮನೆಗೆಲಸಗಳಲ್ಲಿ ತಮ್ಮನ್ನು ತಾವು ತೊಡಗಿಸಿಕೊಳುವುದು ತುಂಬಾ ಅಪರೂಪ.

ಪೂಜೆ ನಡೆಯುತ್ತಿದ್ದರೂ ಅವರ ಮನದಲ್ಲಿ ಇದೆ ವಿಚಾರ ಪದೇ ಪದೇ ಎಳುತಿತ್ತು. ಪೂಜೆ ಮುಗಿದು ಮಹಾಮಂಗಳಾರತಿಯ ಹೊತ್ತಿಗೆ ಮುತ್ತಣ್ಣ, ಬೊಳ್ಳು, ಶಂಬು ಅಯ್ಯಪ್ಪ, ಹಾಗು ರಾಜ ಒಳಗೆ ಬಂದರು. ಪ್ರಸಾದ ವಿನಿಮಯವಾಯಿತು.

ಬೋಜವ್ವನವರು ಕೊಟ್ಟ ದಕ್ಷಿಣೆಯನ್ನು ಗಂಟು ಹಾಕಿಕೊಳುತಿದ್ದ ರಾಮ ಜೋಯಿಸರು ಗಂಗವ್ವನನ್ನು ಉದ್ದೇಶಿಸಿ ಕೇಳಿದರು.

"ಅಲ್ಲ ತಾಯಿ ಪ್ರತಿವರ್ಷ ಪೂಜೆಗೆ ಕೂರುವಾಗ ನಿಮ್ಮ ಜೊತೇಲಿ ಮಗಸೊಸೆನೂ ಕೂರಿಸಿಕೊಳ್ಳಬೇಕಂತ ಅನ್ನಿಸೋದಿಲ್ವೇ?"

"ಅನ್ನಿಸದೆ ಏನು ಪಂಡಿತರೇ, ಎಷ್ಟೋ ವರ್ಷದಿಂದ ಅನ್ನಿಸ್ತಿದೆ. ಆದ್ರೆ ಈಗಿನ ಕಾಲದ ಮಕ್ಕಳು ನಮ್ಮ ಮಾತೆಲ್ಲಿ ಕೇಳ್ತಾರೆ? ಅವರದ್ದೇ ಅವರಿಗಾಗಿದೆ."

"ಹಾಗಂತ ನೀವು ಸುಮ್ಮನಿದ್ರೆ ಹೇಗೆ ತಾಯಿ? ನೀವು ಸ್ವಲ್ಪ ಬುದ್ಧಿ ಹೇಳ್ಬೇಕು.."

"ಕೇಳಿತೇನೋ ರಘು, ಪಂಡಿತರು ಏನು ಹೇಳ್ತಾ ಇದ್ದಾರೇಂತ. ಜೋಯಿಸರಿಗೆ ನಿನ್ನ ಹೆಂಡತಿ ಜೊತೆ ನಿನ್ನ ಕೈಲಿ ಪೂಜೆ ಮಾಡಿಸೋ ಆಸೆ ಆಗ್ತಾ ಇದೆಯಂತೆ."

"ಅವರಿಗೆ ಹೇಳಮ್ಮ. ಮುಂದಿನ ವರ್ಷ ಅವರಾಸೇನೂ ಪೂರೈಸಿಬಿಡೋಣ.." ನಗುತ್ತ ಹೇಳಿದ ರಘು.

ಮಗನ ಮಾತು ಕೇಳಿ ಸೋಮಯ್ಯ ಹಾಗು ಗಂಗವ್ವನವರ ಮುಖವರಳಿತು. ರಘುವಿನ ಬಾಯಿಂದ ಇದೆ ಮೊದಲ ಬಾರಿಗೆ ಮದುವೆಯ ಬಗ್ಗೆ ಸಕಾರಾತ್ಮಕ ಉತ್ತರ ಬಂದಿತ್ತು.

"ಕೇಳಿದಿರಾ ಜೋಯಿಸರೇ, ನಿಮ್ಮ ಬಾಯಿಗೆ ತುಪ್ಪ ಸಕ್ಕರೆ ಹಾಕಬೇಕು. ನೀವು ಕೇಳಿದ ಘಳಿಗೆ ಶುಭ ಘಳಿಗೆ. ನಮ್ಮ ರಘು ಅಸ್ತು ಅಂದುಬಿಟ್ಟ. ಇನ್ನೇನು ಚಿಂತೆ ಇಲ್ಲ ಬಿಡಿ. ಮುಂದಿನ ವರ್ಷದೊಳಗೆ ಮದುವೆ ಮುಗಿಸಿ ಮಗಸೊಸೆ ಕೈಲೇ ಪೂಜೆ ಮಾಡಿಸೋಣ" ಸೋಮಯ್ಯನವರು ಸಡಗರದಿಂದ ನುಡಿದರು.

"ಅಲ್ಲ ಅಲ್ಲ, ನಮ್ಮ ಅನೂ ಕಾಲುಗುಣ ಒಳ್ಳೆದು. ಅವಳು ನಮ್ಮ ಮನೆಗೆ ಹೆಜ್ಜೆ ಇಟ್ಟದ್ದೇ ಇಟ್ಟದ್ದು ನೋಡಿ ಒಳ್ಳೆ ಒಳ್ಳೆ ಸಮಾಚಾರಗಳು ಕೇಳಿ ಬತ್ರಾ ಇದೆ. " ಉದ್ದೇಶಪೂರ್ವಕವಾಗಿ ನುಡಿದರು ಗಂಗವ್ವ.

ಗಂಗವ್ವನವರ ಮಾತು ಕೇಳಿ ಕುಶಾಲಪ್ಪ ಹಾಗು ಬೋಜವ್ವನವರು ಮುಖ ಮುಖ ನೋಡಿಕೊಂಡರೆ ಗಲಿಬಿಲಿಗೊಂಡಳು ಅನುಪಮಾ. ಅನಿರೀಕ್ಷಿತವಾಗಿ ಅವಳ ನೋಟ ರಘುವಿನತ್ತ ಹರಿಯಿತು. ಅವನು ಅವಳನ್ನೇ ನೋಡುತಿದ್ದ. ಅವನ ಕಂಗಳಲ್ಲಿನ ಹೊಳಪು, ಮುಖದಲ್ಲಿನ ಪ್ರಸನ್ನತೆ ಅವಳೆದೆಯನ್ನು ಮೀಟಿತು. ಅವಳು ಚಿಲ್ಲನೆ ಬೆವರಿ ತಲೆ ತಗ್ಗಿಸಿದಳು. ರಘು ನೀಡಿದ ಹೂವು ಮೆಲ್ಲನೆ ಅವಳ ಕದಪುಗಳನ್ನು ನೇವರಿಸಿತು. ತಾನು ಸೋಲುತ್ತಿರುವ ಭಾವನೆಯಿಂದ ತಲ್ಲಣಿಸಿದಳು ಅನುಪಮಾ.

ಆದರೆ ಅದರಿಂದ ಅವಳ ಮನವರಳಲಿಲ್ಲ. ಕಾರಣ ಎದುರಿಗೆ ನಿಂತಿದ್ದಾಳೆ ಬಂಗಾರದ ಬೊಂಬೆ ಧರಣಿ. ತಾನು ಬಂದ ಘಳಿಗೆ ಶುಭವೆಂಬುದು ಅವರ ಭಾವನೆ. ತಾನಿಲ್ಲಿ ಬಂದು ಮೂರು ದಿನಗಳು ಕೂಡ ಆಗಿಲ್ಲ. ಅಷ್ಟರಲ್ಲಿ ತಾನು ಏನೇನೋ ಯೋಚಿಸುತ್ತಿದ್ದೇನೆ. ನಾನೇಕಿಷ್ಟು ದುರ್ಬಲಳಾದೆ? ರಘು ಸ್ನೇಹಮಯಿ. ಅವರ ಸ್ನೇಹವನ್ನು ನಾನು ತಪ್ಪು ತಿಳಿದುಕೊಂಡು ಹಾಳಾಗುತ್ತಿದ್ದೇನೆ. ಅಲ್ಲದೆ ಅವರಿಂದ ತಾವು ಪಡೆದ ಋಣವೇ ಸಾಕಷ್ಟಿದೆ. ಅದಕ್ಕೆ ನಿಷ್ಠೆಯುಂದಿರಬೇಕೆ ಹೊರತು ಬೇಡದ್ದನ್ನು ಯೋಚಿಸಬಾರದು. "ರಿಲ್ಯಾಕ್ಸ್ ಅನೂ ರಿಲ್ಯಾಕ್ಸ್" ರಘು ಧರಣಿಯ ಬಾಂಧವ್ಯ ಎಂಥದ್ದೋ

ಜಾಗ್ರತೆ..."ಮನಸ್ಸನ್ನು ಬಿಗಿ ಹಿಡಿದು ಮುಂದಿನ ಕೆಲಸದ ಕಡೆ ಗಮನ ಹರಿಸಿದಳು ಅನುಪಮಾ.

ವಯಸ್ಸಾದವರಿಗೆ ಮೇಜಿನ ಮೇಲೆ ಬಾಳೆ ಎಲೆಯನ್ನು ಹಾಕಲಾಗಿತ್ತು. ಮಕ್ಕಳಿಗೆ ಹಾಲಿನಲ್ಲಿ ಚಾಪೆಯನ್ನು ಹಾಸಿ ಬಾಳೆಎಲೆಯನ್ನು ಹಾಕಿ ಊಟಕ್ಕೆ ಕೂರಿಸಲಾಯಿತು. ಊಟ ಬಡಿಸಲು ಅನುಪಮಳಿಗೆ ರಘು ಸಹಾಯಕನಾಗಿ ನಿಂತದ್ದನು ಕಂಡು ಅವನನ್ನು ಮೆಚ್ಚಿಸುವ ಸಲುವಾಗಿ ಅವರಿಗೆ ಸಹಾಯಕಳಾಗಿ ನಿಂತಳು ಧರಣಿ. ಸುಜಾತ ಮತ್ತು ದೇಚೀ ಪಾತ್ರೆಗಳಿಗೆ ಪದಾರ್ಥಗಳನ್ನು ಬಗ್ಗಿಸುತ್ತಿದ್ದರು.

ಮೊದಲನೇ ಸುತ್ತಿನಲ್ಲಿ ಗಂಡಸರು ಹಾಗು ಮಕ್ಕಳ ಊಟವಾಯಿತು. ಎರಡನೇ ಸುತ್ತಿನಲ್ಲಿ ಹೆಂಗಸರು ಕುಳಿತುಕೊಂಡರು. ಕೊನೆಯದಾಗಿ ಅನುಪಮಾ, ರಘು, ಧರಣಿ, ದೇಚೀ ಹಾಗು ಸುಜಾತ ಉಳಿದುಕೊಂಡರು. ಈ ಬಾರಿ ದೇಚೀಯ ಪಕ್ಕದಲ್ಲಿ ಊಟಕ್ಕೆ ಕುಳಿತು ಬಿಟ್ಟಳು ಅನುಪಮಾ. ರಘು ತಲೆಕೆಡಿಸಿಕೊಳ್ಳದೆ ಧರಣಿಯ ಪಕ್ಕದಲ್ಲಿ ಊಟಕ್ಕೆ ಕುಳಿತಾಗ ಅವಳು ನಿರಾಳವಾಗಿ ಉಸಿರಾಡಿದಳು.

ಶಂಬು, ಬೊಳ್ಳು ಹಾಗು ಶಂಭುವಿನ ಹೆಂಡತಿ ಜಾಜಿ ಬಡಿಸಲು ನಿಂತರು.

ರಘು ಅಡಿಗೆಯನ್ನು ಬಾಯಿತುಂಬ ಹೊಗಳುತ್ತಾ ಕಂಠಪೂರ್ತಿ ಊಟ ಮಾಡಿದಾಗ ಧರಣಿಯ ಹೊಟ್ಟೆಯಲ್ಲಿ ಖಾರ ಕಿವುಚಿದಂತಾಯಿತು. ಅಡಿಗೆ ತುಂಬಾ ರುಚಿಯಾಗಿದ್ದುದರಿಂದ ಅವಳಿಗೆ ಅನುಪಮಾಳ ಮೇಲೆ ಅಸಮಾಧಾನ ತೋರುವ ಅವಕಾಶವೇ ಒದಗಿಬರಲಿಲ್ಲ. ಎಲ್ಲರು ಚೆನ್ನಾಗಿ ಊಟ ಮಾಡಿದ್ದರಿಂದ ಅವಳೂ ಸುಮ್ಮನೆ ತಿನ್ನಬೇಕಾಯಿತು.

"ಧರಣಿ ಬರಿ ಕಾಫಿ ಮಾಡೋದು ಚೆನ್ನಾಗಿ ಕಲಿತರೆ ಸಾಕ? ಅಡಿಗೇನು ಸ್ವಲ್ಪ ಕಲಿಬಾರ್ದ? ನೋಡು ಅನೂ ಎಷ್ಟು ಚೆನ್ನಾಗಿ ಅಡಿಗೆ ಮಾಡಿದ್ದಾಳೆ. ಇನ್ನೊಂದು ಸಲ ದಂರೂಟ್ ಹಾಕಿಸ್ಕೊ." ರಘು ಹೇಳಿದಾಗ ಕಷ್ಟದಿಂದಲೇ ಕೆಳಗಿಳಿಯುತ್ತಿದ್ದ ದಂರೂಟ್ ಗಂಟಲಲ್ಲೇ ಸಿಕ್ಕಿಕೊಂಡಿತು.

"ನಂಗೆ ಸಿಹಿ ಸೇರೋಲ್ಲ..." ಎಲೆಯಲ್ಲಿದ್ದ ಸಿಹಿಯನ್ನು ಪಕ್ಕಕ್ಕೆ ತಳ್ಳಿದಳು.

"ನಂಗೂ ಸಿಹಿ ಕಷ್ಟಾನೇ..." ಆದ್ರೆ ದಂರೂಟ್ ಚೆನ್ನಾಗಿದೆ. ಅವನು ಇನ್ನಷ್ಟು ಹಾಕಿಸಿಕೊಂಡಾಗ ಅವಡುಗಚ್ಚಿದಳು ಧರಣಿ.

ಕೊನೆಯದಾಗಿ ಆಳುಗಳಿಗೆ ಜಗುಲಿಯ ಮೇಲೆ ಬಡಿಸಲಾಯಿತು. ಊಟದ ನಂತರ ಈರಿಯ ಹೆಂಡತಿ ಕಾಳಿ ಮನೆಯನ್ನೆಲ್ಲ ಸ್ವಚ್ಛಗೊಳಿಸಿದಳು.

"ರಘು.." ಮುತ್ತಣ್ಣನವರ ಪಡಸಾಲೆಯಲ್ಲಿ ಎಲ್ಲರು ಮಾತಾಡುತ್ತ ಕುಳಿತಿದ್ದಾಗ ರಘುವಿನ ಹತ್ತಿರ ಬಂದಳು ಧರಣಿ.

"ಏನು ಧರಣಿ?" ಬಾಯಲ್ಲಿ ಹಾಕಿಕೊಂಡಿದ್ದ ಅಡಿಕೆಯನ್ನು ಸವಿಯುತ್ತ ಕೇಳಿದ ರಘು.

"ಆಗಲೇ ಎರಡು ಘಂಟೆ ಆಯ್ತು, ಟೌನಿಗೆ ಹೊರಡೋಣವಾ?"

"ಇವತ್ತಾ? ಖಂಡಿತ ಸಾಧ್ಯವಿಲ್ಲ. ನಾನು ಇವತ್ತು ಎರಡು ದಿನದ ಊಟ ಒಟ್ಟಿಗೆ ಮಾಡಿದ್ದೇನಿ. ಹೊಟ್ಟೆ ತುಂಬಾ ಭಾರವಾಗಿದೆ. ನಿದ್ದೇನೂ ಬರ್ತಾ ಇದೆ." ಬಾಯಿಗೆ ಕೈ ಅಡ್ಡ ಇಟ್ಟು ಆಕಳಿಸಿದ ರಘು.

"ಇವತ್ತು ಹೋಗೋಣಾಂತ ಹೇಳಿದ್ದೆ. "

"ಹಾಂ ನಂಗೆ ಇವತ್ತು ಪೂಜೆ ಇರೋದೆ ಮರೆತು ಹೋಗಿತ್ತು. ನಾಳೆ ಹೋಗೋಣ ಬಿಡು. ಟೌನಲ್ಲಿ ಅಂಥ ರಾಜ್ಯಕಾರ್ಯ ಏನಿದೆ. ಬರಿ ಪಾರ್ಚಸಿಂಗ್ಸ್ ತಾನೇ?" ಸಹಜವಾಗಿ ನುಡಿದಾಗ ಕೋಪ ಉಕ್ಕಿತಾದರೂ, ಮೆತ್ತಗಾದಳು ಧರಣಿ.

ರಘು ತನ್ನನ್ನು ಟೌನಿಗೆ ಕರೆದುಕೊಂಡು ಹೋಗುವುದೇ ಅವನ ದೊಡ್ಡತನ ಇದರಲ್ಲಿ ತನ್ನದೇನೂ ಇಲ್ಲವೆಂದು ಗೊತ್ತಿತ್ತು. ಮಾತನಾಡದೆ ಒಳನಡೆದಳು.

"ಅಪ್ಪಯ್ಯ ಈಗಲೇ ಮನೆಗೆ ಹೋಗೋದಾ? ಇಲ್ಲ ಲೇಟಾಗುತ್ತಾ ?"

"ಯಾಕೆ ರಘು ನಿಂಗೇನಾದ್ರು ಕೆಲಸ ಇತ್ತಾ ?"ಕೇಳಿದರು ಸೋಮಯ್ಯ.

"ಎಲ್ಲರೂ ಅಪರೂಪಕ್ಕೆ ಸೇರಿದ್ದಾರೆ. ಸಂಜೆ ಕಾಫಿ ಮುಗಿಸಿ ಹೋಗಬಹುದಲ್ಲ ರಘು.?" ಅಕ್ಕಮ್ಮನವರು ಕೇಳಿದರು.

"ನಂಗೇನು ತೊಂದ್ರೆಯಿಲ್ಲ ಮಾವಿ. ನೀವು ಮಾತಾಡೋದಾದ್ರೆ ನಂಗೆ ಹೊಟ್ಟೆ ಭಾರ ಆಗಿದೆ. ನಾನು ಒಂದರ್ಧ ಘಂಟೆ ನಿದ್ದೆ ಮಾಡಿ ಬರ್ತೀನಿ.."ಐಮರದ ಮೇಲೆ ಕುಳಿತ್ತಿದ್ದವ ಎದ್ದು ನಿಂತ.

"ಧಾರಾಳವಾಗಿ ಮಲಕ್ಕೋ... ಧರಣಿ, ರಘು ಮಲಗ್ತಾನಂತೆ ಹಾಸಿಗೆ ರೆಡಿಮಾಡು.." ಅಕ್ಕಮ್ಮನವರು ಮಗಳನ್ನ ಕೂಗಿದರು.

"ಇಲ್ಲ ಮಾವಿ ನೀವು ಮಾತಾಡಿ. ನಾನು ಆ ಮನೇಲಿ ಮಲ್ಕೋತೀನಿ" ಅವನು ಆ ಮನೆಯತ್ತ ಹೆಜ್ಜೆ ಹಾಕಿದಾಗ ನಿರಾಸೆಯಿಂದ ಅತ್ತ ನೋಡಿದರು ಅಕ್ಕಮ್ಮ.

ರಘು ಮನೆಗೆ ಬಂದಾಗ ಕಪಾಟಿನಲ್ಲಿ ಪುಸ್ತಕ ಜೋಡಿಸುತಿದ್ದಳು ಅನುಪಮಾ .

"ಅನೂ ಬೆಳಿಗ್ಗೆಯಿಂದ ಒಂದೇಸಮನೆ ಕೆಲಸ ಮಾಡಿದ್ದಿಯ ಸ್ವಲ್ಪ ರೆಸ್ಟ್ ತಗೋಬಾರ್ದ?" ಅಷ್ಟು ದುಡಿದರೂ ಬಾಡದ ಅವಳ ಮುಖವನ್ನು ನೋಡುತ್ತಾ ಕೇಳಿದ ರಘು.

ಅವನ ದನಿಗೆ ಪುಸ್ತಕ ಜೋಡಿಸುತ್ತಿದ್ದ ಅನುಪಮಾ ತಲೆ ಎತ್ತಿದಳು.

"ಆಯಿತು. ಬುಕ್ಸ್ ಜೋಡಿಸಿಕೊಂಡು ಬಿಟ್ಟ್ರೆ ಎಲ್ಲ ಕೆಲಸ ಮುಗಿದ ಹಾಗೆ. ಎಕ್ಸಾಮ್ಸ್ ಹತ್ರ ಬರ್ತಿದೆ. ನಾಳೆಯಿಂದ ಸೀರಿಯಸ್ಸಾಗಿ ಓದಬೇಕು."

ರಘು ಕೋಣೆಯೊಳಗೆ ಬಂದು ಮಂಚದ ಮೇಲೆ ಕುಳಿತುಕೊಂಡ.

"ಬೈ ದ ಬೈ. ನಾನಿಲ್ಲಿ ಮಲಗಿದ್ರೆ ನಿಂಗೆ ತೊಂದರೆ ಆಗುತ್ತೇನೋ, ನಾನಾ ರೂಮಲ್ಲಿ ಮಲಗಲಾ?"

"ಛೆ ಛೆ. ಖಂಡಿತ ಇಲ್ಲ. ನೀವಿಲ್ಲಿ ಮಲಗಿ. ಇನ್ನೊಂದೆರಡು ಬುಕ್ಕಿದೆ ಜೋಡಿಸಿಬಿಡ್ತೀನಪ್ಪೇ..."

"ನೀನು ಮಲಗೋಲ್ವ?"

"ಉಂಹೂ. ನನಗೆ ಬೆಳಿಗ್ಗೆ ಮಲಗಿ ಅಭ್ಯಾಸವಿಲ್ಲ, ನೀವು ಮಲಗಿ.." ಬೆಳಗಿನಿಂದ ಒಂದೇ ಸಮ ದುಡಿದು ಧಣಿವಿನಿಂದ ಅವಳಿಗೆ ಸ್ವಲ್ಪ ಹೊತ್ತು ಮಲಗಬೇಕೆನಿಸುತಿತ್ತು. ಆದರೆ ರಘುವಿಗೆ ತೊಂದರೆಯಾಗಬಾರದೆಂದು ಸುಳ್ಳು ಹೇಳಿದಳು ಅನುಪಮಾ.

ಹಾಗೆ ಮಂಚದ ಮೇಲೆ ಅಡ್ಡಾದ ರಘು. ಮುಂದಿನ ಐದು ನಿಮಿಷದಲ್ಲೇ ಅನುಪಮಾಳ ಕೆಲಸ ಮುಗಿಯಿತು.

ಅವಳು ತನ್ನ ಕೆಲಸ ಮುಗಿಸಿ ರಘುವಿನತ್ತ ನೋಡಿದಾಗ ಅವನು ಅವಳನ್ನೇ ದಿಟ್ಟಿಸುತ್ತಿದ್ದ. ಅವನ ನೋಟದಲ್ಲಿ ತುಂಬಿತುಳುಕುತ್ತಿದ್ದ ಮೆಚ್ಚುಗೆಯಿಂದ ಮೂಡಬಹುದಾದ ಭಾವನೆಯನ್ನು ತಡೆಯುತ್ತ..

"ಓ ನಾನು ಬ್ಲಾಂಕೆಟ್ ಕೊಡೋದೇ ಮರೆತುಬಿಟ್ಟೆ..." ಪೆಟ್ಟಿಗೆಯಿಂದ ಮೃದುವಾದ ಕಂಬಳಿಯನ್ನು ತೆಗೆದು ಅವನು ಮಲಗಿದ್ದರಿಂದ ಅವಳೇ ಹೊದಿಸಿದಳು.

ಬೇಡವೆನ್ನಬೇಕೆಂದುಕೊಂಡ ರಘು, ಅವಳೇ ಕಂಬಳಿ ಹೊದಿಸಿದ್ದರಿಂದ ಸುಮ್ಮನಾದ. ಅವನಿಗೆ ಕಂಬಳಿ ಹೊದಿಸಿ ಅನುಪಮಾ ಕೋಣೆಯಿಂದ ಹೊರನಡೆದಾಗ ಅವಳಿನೊಂದಷ್ಟು ಹೊತ್ತು ಅಲ್ಲೇ ಇದ್ದಿದ್ದರೆ ಚೆನ್ನಾಗಿತ್ತೆಂದುಕೊಂಡ ರಘು..

"ರಘು ಯು ಆರ್ ಇನ್ ಲವ್.." ಎದೆಯಾಳದಿಂದ ಧ್ವನಿಯೊಂದು ಮೊಳಗಿದಾಗ ಸಲೀಸಾಗಿ ಒಪ್ಪಿಕೊಂಡು ಕಂಬಳಿಯನ್ನು ಗಟ್ಟಿಯಾಗಿ ಹೊದ್ದುಕೊಂಡು ಕಣ್ಣು ಮುಚ್ಚಿದ. ಮುಚ್ಚಿದ ಕಂಗಳಲ್ಲೂ ನಿಚ್ಚಳವಾಗಿ ತೋರಿಬಂದಳು ಅನುಪಮಾ.

****

ರಘು, ಗಂಗವ್ವ ಮತ್ತು ಸೋಮಯ್ಯನವರು ಮನೆ ಸೇರಿದಾಗ ಆಗಲೇ ಇಬ್ಬನಿ ಆವರಿಸುತ್ತಿತ್ತು. ಸುದೀಪ ಹಾಲಿನಲ್ಲಿ ಪುಸ್ತಕ ಹಿಡಿದು ಬುಸುಗುಡುತ್ತ ಕುಳಿತದ್ದು ಕಾಣಿಸಿತು. ಬಂದವನು ಬಟ್ಟೆಯನ್ನು ಬದಲಿಸದೆ ಹಾಗೆ ಕುಳಿತಿದ್ದ. ಅವನು ಕುಳಿತ ರೀತಿಯಿಂದಲೇ ಅವನು ಜಗಳವಾಡಲು ಸಿದ್ದನಾಗಿ ಕುಳಿತಿದ್ದಾನೆಂದು ತಿಳಿದು ಬರುತಿತ್ತು.

ಪ್ರತಿಬಾರಿಯೂ ಮಗ ಹೊರಗಿನಿಂದ ಬಂದಾಗ ತುಂಬಾ ಅಕ್ಕರೆಯಿಂದ ಆದರಿಸುತಿದ್ದರು ಗಂಗವ್ವನವರು. ಆದರೆ ಈ ಬಾರಿ ಗಂಗವ್ವ ಹಾಗು ಸೋಮಯ್ಯನವರಿಗೆ ಮಗನ ಒರಟುತನದ ಬಗ್ಗೆ ತುಂಬಾ ಕೋಪ

ಬಂದಿದ್ದರಿಂದ ಅವನನ್ನು ನೋಡಿಯಾ ನೋಡದಂತೆ ಸುಮ್ಮನೆ ಒಳನಡೆದಾಗ ಸುದೀಪನಿಗೆ ರೇಗಿಹೋಯಿತು.

"ಇದೇನು ಮನೆನೋ, ಸುಡುಗಾಡೋ? ಇಲ್ಲಿ ಸತ್ತಿದ್ದಾರಾ, ಬದುಕಿದ್ದಾರಾ ಕೇಳೋಕೂ ಯಾರು ಇಲ್ಲ..." ತಾರಕ ಸ್ವರದಲ್ಲಿ ಕಿರುಚಿದ ಸುದೀಪ.

"ದೀಪ ಹಚ್ಚೋ ಹೊತ್ತಲ್ಲಿ ಅನಿಷ್ಟ ಮಾತಾಡಬೇಡ ಸುದೀ. ಈಗೇನು ಅಂಥದ್ದು ಆಗಿಹೋಗಿರೋದು?" ಸೋಮಯ್ಯನವರು ಗಂಭೀರವಾಗಿ ಕೇಳಿದರು.

"ಮತ್ತೆ ನಾನು ಮನೆ ಬಿಟ್ಟು ಮೂರು ದಿನ ಆಯ್ತು. ಇಲ್ಲಿ ಬಂದ್ರೆ ಹೇಳೋರು, ಕೇಳೋರು ಯಾರು ಇಲ್ಲ. ಮನೇಲಿ ಅಡಿಗೇನು ಮಾಡಿಲ್ಲ.." ಹೆಚ್ಚು ಕಡಿಮೆ ಅರಚಿದ.

"ನೋಡು ನೀನಿನ್ನೂ ಕೈಕೂಸಲ್ಲ. ನಂಗೆ ದಿನೇ ದಿನೇ ಪ್ರಾಯಾನು ಬರ್ತಿಲ್ಲ. ನಿಮ್ಮನ್ನ ನೀವೇ ನೋಡ್ಕೋಬೇಕು. ಹಾಗೆ ನಿಮನ್ನ ನೋಡ್ಕೊಳ್ಳೋಕೊಬ್ಬಳು ಬೇಕಿದ್ರೆ ಮದ್ವೆ ಮಾಡ್ಕೊಂಡು ಅವರವರ ಹೆಂಡತಿರನ್ನ ಕರ್ಕೊಂಡು ಬಂದು ಇಟ್ಕೊಳ್ಳಿ. ನಿಮ್ಮನ್ನ ಇಷ್ಟು ದಿನ ನೋಡ್ಕೊಂಡಿದ್ದೆ ಹೆಚ್ಚು" ರೇಗಿದರು ಗಂಗವ್ವನವರು.

"ಒಹೋ..ಇದೇನು ಇದ್ದಕಿದ್ದಾಗೆ ಹೊಸ ವರಸೆ. ಮೊದಲೇ ಹೇಳಬೇಕಿತ್ತು. ಬೆಳಿಗ್ಗೆಯಿಂದ ಒಲೇನು ಹಚ್ಚಿಲ್ಲವಲ್ಲ ಏನು ಮಾಡಬೇಕು?"

"ಅಂಥವನು ಆ ಮನೆಗೆ ಬರಬೇಕಿತ್ತು. ದೇವರ ಪ್ರಸಾದ ಬಿಟ್ಟವನಿಗೆ ಊಟ ಯಾರು ಹಾಕ್ತಾರೆ? ಪ್ರಸಾದ ಬೇಡದ ಮೇಲೆ ಅಲ್ಲೇ ಹೋಟಲಲ್ಲಿ ತಿಂದು ಬರಬೇಕಿತ್ತು.. " ತಾಯಿಯೂ ತನ್ನ ಸಮಕ್ಕಿ ಹರಿಹಾಯ್ದಾಗ ಅವಕ್ಕಾದ ಸುದೀಪ.

ಗಂಗವ್ವನವರು ಎಂದೂ ಮಗನ ಮೇಲೆ ರೇಗಾಡುತಿರಲಿಲ್ಲ. ಅಂಥದರಲ್ಲಿ ತಾಯಿ ಅಷ್ಟೊಂದು ರೇಗಾಡಿದಾಗ ಅವರಿಗೆ ನಿಜವಾಗಲೂ ಕೋಪ ಬಂದಿದೆ ಎಂದುಕೊಂಡ ಸುದೀಪ. ಈಗವನ ಕೋಪ ಕುಶಾಲಪ್ಪನವರ ಸಂಸಾರದ ಮೇಲೆ ತಿರುಗುವುದರಲ್ಲಿತ್ತು. ಆದರೆ ಅದನ್ನು ತಂದೆ ಸಹಿಸರು. ಉಕ್ಕಿದ ರೋಷದಿಂದ ಪುಸ್ತಕವನ್ನು ತೆಗೆದೆಸೆದು ಮುಂಬಾಗಿಲಿನತ್ತ ಧಾವಿಸುತಿದ್ದ ಸುದೀಪನಿಗೆ ಅದೇತಾನೆ ಜೀಪ್ ನಿಲ್ಲಿಸಿ ಒಳಬಂದ ರಘು ಎದುರಾದ. ತಮ್ಮನ ಉಗ್ರವಾದ ಮುಖವನ್ನು ನೋಡಿಯೆ ವಿಷಯವನ್ನು ಅರಿತುಕೊಂಡ ರಘು ಅವನ ತೋಳನ್ನು ಹಿಡಿದು ನಿಲ್ಲಿಸಿದ.

"ಏ ಸುಧಿ ಎಲ್ಲಿಗೆ ಹೋಗ್ತಾ ಇದ್ದೀಯ?"

"ಮನೆ ಇದ್ದು ಹೋಟಲಲ್ಲಿ ತಿನ್ನಬೇಕಂತ ನಂಗೆ ಗೊತ್ತಿರಲಿಲ್ಲ..." ಅವನ ಕೈ ಕೊಡಹಿಕೊಂಡ ಸುದೀಪ.

"ಹೋಟಲಿನಲ್ಲಿ ಊಟ ಮಾಡ್ಕೊಂತ ಯಾರು ಹೇಳಿದ್ದು?"

"ಮನೆಲೇನಿದೆ ತಿನ್ನೋಕೆ. ಎಲ್ಲ ತಂಗಳು. ಬರ್ತಾ ಬರ್ತಾ ಈ ಮನೆ ತುಂಬಾ ಹದಗೆಡ್ತ ಇದೆ."

"ನಿಂಗೆ ಹಸಿವಾಗ್ತಿದೆ, ಊಟ ಮಾಡಬೇಕು ಅಷ್ಟೇ ತಾನೇ? ಅದಕ್ಯಾಕಷ್ಟು ರಂಪ ಮಾಡ್ತಿಯಾ..ಒಳಗೆನಡಿ"

"ನೀನು ಅಡಿಗೆ ಮಾಡೋವರೆಗೆ ನಂಗೆ ಕಾಯೋಕಾಗೋಲ್ಲ."

"ನೀನು ಟೌನಿಗೆ ಹೋಗಿ ಊಟ ಮಾಡೋ ಹೊತ್ತಿಗೆ ಇಲ್ಲಿ ಎರಡು ಸಲ ಅಡಿಗೆ ಮಾಡಬಹುದು..."

"ಅದೆಲ್ಲ ನಿಂಗ್ಯಾಕೆ, ನಾನು ಏನಾದ್ರು ಮಾಡ್ಕೋತೀನಿ." ಮುಖ ಗಂಟಿಕ್ಕಿ ನುಡಿದ ಸುದೀಪ.

"ಸಾಕು ಒಳಗೆ ನಡಿಯೋ.." ಅವನ ತೋಳು ಜಗ್ಗಿ ಒಳತಳ್ಳಿದ ರಘು.

ಸುದೀಪ ಬುಸುಗುಡುತ್ತಲೇ ಬಂದು ಒಳಗೆ ಕುಳಿತುಕೊಂಡ.

ಇಲ್ಲ್ಯಾಕೆ ಕೂತಿದ್ದೀಯಾ? ಬಟ್ಟೆ ಬದಲಿಸಿ ಮುಖ ತೊಳೆದು ಬಾ."

ಮಗನ ಮೇಲೆ ರೇಗಿದ ಗಂಗವ್ವನವರು ಸುದೀಪ ಮನೆಯಿಂದ ಹೋಟೆಲಿಗೆ ಹೊರಟಾಗ ಗಾಬರಿಗೊಂಡಿದ್ದರು. ಆದರೆ ರಘು ಅವನನ್ನು ಒಳಕರೆತಂದದ್ದು ಅವರಿಗೆ ಸಮಾಧಾನ ತಂದಿತು.

ಹಿಂದಿನ ಬಾಗಿಲನ್ನು ತೆರೆದು ಜೀಪಿನಲ್ಲಿದ್ದ ಡಬ್ಬಿಗಳನ್ನು ಚೆನ್ನಜ್ಜನ ಸಹಾಯದಿಂದ ಒಳಗೆತ್ತಿಕೊಂಡು ಬಂದ ರಘು.

ರಾತ್ರಿ ಅವರಿಗೆ ಅಡಿಗೆ ಮಾಡುವ ತಾಪತ್ರಯ ಬೇಡವೆಂದು ಎಲ್ಲ ಅಡಿಗೆಗಳನ್ನು ತುಂಬಿಕೊಟ್ಟಿದ್ದರು ಬೋಜವ್ವ. ತಣ್ಣಗಾಗಿದ್ದ ಸಾಂಬಾರ್ ಬಿಸಿಗಿಟ್ಟು, ಹಾಟ್ಕೇಸಿಗೆ ಅನ್ನ ತುಂಬಿ ಪ್ಲಗ್ ಸಿಕ್ಕಿಸಿದ ರಘು. ಸುದೀಪ ಬಟ್ಟೆಬದಲಿಸಿ ಬರುವಷ್ಟರಲ್ಲಿ ಟೇಬಲ್ಲಿನ ಮೇಲೆ ಬಾಳೆ ಎಲೆಯನ್ನು ಹಾಕಿದ್ದ ರಘು.

"ಏನಿದು ಎಲೆ ಹಾಕಿದ್ದಿಯ" ಟೇಬಲ್ ಮೇಲಿದ್ದ ಎಲೆಯನ್ನು ನೋಡಿ ಅವನ ಕೋಪ ಕೊಂಚ ಆರಿತು.

"ದೇವರ ಪ್ರಸಾದ ಎಲೆಯಲ್ಲಿ ಉಂಡರೇನೇ ಒಳ್ಳೆಯದು." ಎಲೆಯ ತುದಿಗೆ ಉಪ್ಪು, ಉಪ್ಪಿನಕಾಯಿ, ಬೇಳೆವಡೆ, ಹಪ್ಪಳ ಸಂಡಿಗೆ, ದಂ ರೂಟ್, ಪಲ್ಯ ಕೋಸುಂಬರಿ, ಪಾಯಸ ಬಡಿಸಿದ ರಘು.

"ನಂಗೆ ಹಪ್ಪಳ, ಸಂಡಿಗೆ ಬೇಡ..." ಪಕ್ಕದಲ್ಲಿ ತೆಗೆದಿಟ್ಟ ಸುದೀಪ.

ಸುದೀಪ ಎಲೆಗೆ ಕೈ ಹಚ್ಚಿದಾಗ, ಅವನಿಗೆ ಹುಳಿಯನ್ನ ಬಡಿಸಿ, ಅನ್ನ ಸಾಂಬಾರಿನ ಪತ್ರ ಟೇಬಲ್ಲಿನ ಮೇಲಿಟ್ಟು ತಾನೊಂದು ತಟ್ಟೆಗೆ ಹುಳಿಯನ್ನ ಬೇಳೆವಡೆ ಮತ್ತು ಕೋಸುಂಬರಿ ಬಡಿಸಿಕೊಂಡು ಅವನೆದುರು ಕುಳಿತ.

"ಅಡಿಗೆ ರುಚಿಯಾಗಿದೆಯಲ್ವಾ?" ನೆಮ್ಮದಿಯಾಗಿ ಊಟ ಮಾಡುತ್ತಿದ್ದ ತಮ್ಮನನ್ನು ಕೇಳಿದ ರಘು.

"ಏನು ರುಚಿನೋ .. ಒಂದು ಗಾದೆಯಿದೆಯಲ್ಲ. "ಕಣ್ಣು ಕಾಣದ ಹೊಟ್ಟೆಗೆ ಮಣ್ಣು ಮಸಿನೋಂತ...ಹಾಗೆ.. ಹಸಿದಾಗ ಎಲ್ಲ ಸೇರುತ್ತೆ." ಅಸಮಾಧಾನದಿಂದ ನುಡಿದ ಸುದೀಪ. ತಮ್ಮನ ಅಸಮಾಧಾನಕ್ಕೆ ಕಾರಣ ಅಡಿಗೆ ಮಾಡಿದ ಕೈಯೆಂದು ಅವನಿಗೆ ತಿಳಿದಿದ್ದರಿಂದ ಆ ವಿಷಯವನ್ನು ಮುಂದುವರಿಸಲು ಹೋಗಲಿಲ್ಲ ರಘು.

"ಅಂದ ಹಾಗೆ, ನೀನು ಹೋದ ಕೆಲಸ ಏನಾಯ್ತು? ಹಣ್ಣೋ ಕಾಯೋ?" ವಿಷಯಾಂತರಗೊಳಿಸಿದ ರಘು.

ಜಗ್ಗನೆ ಅವನ ಮುಖ ಬೆಳಗಿತು. "ಅರ್ಧ ಹಣ್ಣು.. ಅರ್ಧ ಕಾಯಿ"

"ಹಾಗಂದ್ರೆ?"

"ಕೊನೆಗೂ ಆ ಹುಡುಗಿನ ಗೊತ್ತಿರೋರು ಒಬ್ಬರು ಸಿಕ್ಕಿದ್ರು.."

"ಅಂದ್ರೆ ರೇಖಾಗೆ ಅವಳು ಗೊತ್ತಿಲ್ಲ.. "

"ಅವತ್ತೇ ಹೇಳಿದ್ನಲ್ಲ ಅವಳಿಗೆ ಗೊತ್ತಿಲ್ಲಾಂತ. ರೇಖಾ ಫ್ರೆಂಡೊಬ್ಬ ಮಾಧುರಿಂತ ಮಡಿಕೇರಿಯಲ್ಲಿದ್ದಾಳೆ. ಅವಳ ಜೊತೇಲೆ ಆ ಹುಡುಗಿ ಬಂದದ್ದು. ನಾನಿವತ್ತು ಬೆಳ್ಳಿಗೆ ಏಳು ಘಂಟೆಗೆ ಮಾಧುರಿ ಮನೆಗೆ ಹೋಗಿದ್ದೆ. ಅವಳು ಫೋಟೋದಲ್ಲಿ ಪ್ರತಿಮಾನ ಐಡೆಂಟಿಫೈ ಮಾಡಿದ್ಲು. "

"ಐಸಿ. ಅಂತೂ ಇಷ್ಟು ಅಲೆದದ್ದಕ್ಕೂ ಸಾರ್ಥಕ ಆಯಿತು ಬಿಡು. " ತಮ್ಮನ ಎಲೆಗೆ ಎರಡನೇ ಬಾರಿ ಅನ್ನ ಬಡಿಸುತ್ತಾ ನುಡಿದ ರಘು.

"ಏನು ಸಾರ್ಥಕ ಆಗಿದ್ದು ಮಣ್ಣು. ಆ ಮಾಧುರಿಗೂ ಅವಳ ಬಗ್ಗೆ ಹೆಚ್ಚು ಗೊತ್ತಿಲ್ಲವಂತೆ. ಪ್ರತಿಮಾ ಅವಳ ತಂಗಿಯ ಫ್ರೆಂಡಂತೆ. ಸಮ್ಮರ್ ಹಾಲಿಡೇಸ್ಗ ಒಂದುವಾರದ ಮಟ್ಟಿಗೆ ಬಂದಿದ್ಯಂತೆ."

"ಅಂತೂ ಯಂಡಮೂರಿ ವೀರೇಂದ್ರನಾಥ್ರವರ 'ಬೆಳದಿಂಗಳ ಬಾಲೇ'ನ ಹುಡುಕಿದ ಹಾಗಾಯ್ತು."

"ಇವಳೂ ಯಾವ ಬೆಳದಿಂಗಳ ಬಾಲೆಗಿಂತ ಕಡಿಮೆಯಿಲ್ಲ ಬಿಡು..."

"ನಿನಂಥ ಹುಚ್ಚು ಕುದುರೇನ ಪಳಗಿಸಿರಬೇಕೆಂದ್ರೆ ಅವಳು ಅಸಾಮಾನ್ಯ ಸುಂದರೀನೆ ಇರಬೇಕು.." ನಕ್ಕ ರಘು.

"ನಾನೇನು, ನೀನು ಕೂಡ ಅವಳನ್ನ ನೋಡಿದ್ರೆ ಫಸ್ಟ್ ಸೈಟ್ಗ ಕ್ಲೀನ್ ಬೋಲ್ಡ್ ಆಗ್ತೀಯಾ...ಬೇಕಾದ್ರೆ ಚಾಲೆಂಜ್..." ಟೇಬಲಿನ ಮೇಲೆ ಕೈತಟ್ಟಿ ಹೇಳಿದ ಸುದೀಪ.

ತಟ್ಟನೆ ನೆನಪಾದಳು ಅನುಪಮಾ ... ಎಂಥ ಮನಮೋಹಕ ಸೌಂದರ್ಯ, ಅವನ ತುಟಿಯಲ್ಲಿ ಮಧುರವಾದ ನಗೆಯರಳಿತು. ಅವಳನ್ನು ನೋಡಿದರೆ ಏನು ಹೇಳಿಯಾನು ಸುದೀಪ.

"ನಗಬೇಡ ರಘು. ನಿಂಗೆ ಅಂಥ ಹುಡುಗಿ ಸಿಕ್ಕಿಲ್ಲ ಅದಕ್ಕೆ ನೀನು ನಂಬೋದಿಲ್ಲ. ಬಟ್ ನೋಡು ಆದಷ್ಟು ಬೇಗ ನೀನು ನನ್ನ ಲೈನ್ ಕ್ಲಿಯರ್ ಮಾಡಿದ್ರೆ ಸರಿ. ಇಲ್ಲದಿದ್ರೆ...?"

"ಇಲ್ಲದಿದ್ರೆ ನೀನು ನನ್ನ ಓವರ್ ಟೇಕ್ ಮಾಡ್ತಿಯಾ. ರೈಟ್? ಅಂಥ ಪ್ರಮೇಯ ಬರೋದಿಲ್ಲ ಬಿಡು.."

"ಹೌದೇನು? ಹಾಗಾದ್ರೆ ತುಂಬಾ ಒಳ್ಳೇದು..."

"ನಿನ್ನ ಮುಂದಿನ ಪ್ರೋಗ್ರಾಮ್ ಏನು?"

"ಮಾಧುರಿ ಅವಳ ತಂಗಿಯ ಅಡ್ರೆಸ್ಸ್ ಕೊಟ್ಟಿದ್ದಾಳೆ. ಮುಂದಿನ ವಾರ ಅವಳನ್ನ ನೋಡೋಕೆ ಹೋಗ್ತೀನಿ..."

"ನಾನೊಂದು ಸಜೆಷನ್ ಕೊಡ್ಲಾ?"

"ಏನು?" ಮತ್ತೊಮ್ಮೆ ಸ್ವಲ್ಪ ಅನ್ನ ಬಡಿಸಿಕೊಳುತ್ತ ಕೇಳಿದ ಸುದೀಪ.

"ಒಂದು ಕೆಲಸ ಮಾಡು. ನೀನು ಅಲ್ಲಿ ಇಲ್ಲಿ ಅಲೆಯೋ ಬದಲು ನಮ್ಮ ಕುಶಾಲು ಅಂಕಲ್ ಮಗಳನ್ನ ಒಂದುಸಲ ನೋಡಿ ಬಾ. ನಿನ್ನ ಬೆಳದಿಂಗಳ ಬಾಲೆ, ಪ್ರತಿಮಾ ಎಲ್ಲ ಮರೆತು ಹೋಗ್ತಾರೆ.."

ತಟ್ಟನೆ ರೇಗಿದ ಸುದೀಪ. "ಮತ್ತೆ ಮತ್ತೆ ಆ ನಾಚಿಗೆಟ್ಟ ಜನರನ್ನ ನೆನಪಿಸಬೇಡ ರಘು. ಅಪ್ಪಯ್ಯನ ಸ್ನೇಹಾನಾ ಈ ಮಟ್ಟದಲ್ಲಿ ಉಪಯೋಗಿಸಿಕೊಳ್ಳೋ ಆ ಹಾಳು ಜನರಲ್ಲಿ ನಿಂಗಷ್ಟೊಂದು ಆಸಕ್ತಿ ಇದೆಯಲ್ಲ ಮೆಚ್ಚ ಬೇಕಾದ್ದದ್ದೇ. ಅವರು ಇಲ್ಲಿ ಬಂದು ಜಾಂಡಾ ಊರಿದ್ದು ಸಾಲದು ಅಂತ ಅವರ ಮಗಳನ್ನ ಈ ಮನೆ ಸೊಸೆ ಮಾಡೋ ಕನಸು ಕಾಣ್ತಾ ಇದ್ದಾರಾ? ಶಿಟ್.. ನಿಂಗವಳು ಅಷ್ಟು ಇಷ್ಟ ಆಗಿದ್ರೆ ನೀನೆ ಕಟ್ಟಿಕೋ ಅವಳನ್ನ. ಇನ್ನೊಂದು ಸಲ ನನ್ನ ಮುಂದೆ ಅವಳ ಹೆಸರೆತ್ತಬೇಡ..." ಎಲೆಬಿಟ್ಟು ಎದ್ದುಬಿಟ್ಟ ಸುದೀಪ.

ರಘು ಅನುಪಮಳ ವಿಷಯ ತೆಗೆದ ಉದ್ದೇಶವೇ ಬೇರೆಯಾಗಿತ್ತು. ಅಣ್ಣ ತಮ್ಮಂದಿರ ಸ್ವಭಾವದಲ್ಲಿ ಅಜಗಜಾಂತರವಿದ್ದರೂ ಅವರಿಬ್ಬರೂ ಒಳ್ಳೆಯ ಸ್ನೇಹಿತರಾಗಿದ್ದರು. ರಘುವಿನ ಮೇಲೆ ಅಮಿತ ಗೌರವವಿದ್ದ ಸುದೀಪ, ರಘುವಿನ ಯಾವುದೇ ಮಾತಿಗೂ ಎದುರಾಡುತಿರಲಿಲ್ಲ. ಎಲ್ಲರೊಡನೆ ಒರಟೊರಟಾಗಿ ನಡೆದುಕೊಳುತ್ತಿದ್ದ ಸುದೀಪ ರಘುವಿನೊಡನೆ ಮಾತ್ರ ಸ್ವಲ್ಪ ಮೆತ್ತಗಿರುತಿದ್ದ. ಆದರೆ ಆಗಾಗ ಅಣ್ಣ ತಮ್ಮಂದಿರ ನಡುವೆ ರಘುವಿನ ವಿಪರೀತ ಸಹಾಯ ಬುದ್ದಿಯ ಬಗ್ಗೆ ವಿವಾದ ನಡೆಯುತಿತ್ತು.

ಒಂದುದಿನ ತನ್ನ ಸ್ನೇಹಿತನ ತಂಗಿಯ ಮದುವೆ ಮುಗಿಸಿ ಬಂದಿದ್ದ ಸುದೀಪ ಅತೀವ ಉದ್ವಿಗ್ನನಾಗಿದ್ದ. ಬಂದವನೇ ರಘುವಿನೊಡನೆ ಪ್ರತಿಮಾ ಎನ್ನುವ ಹುಡುಗಿಯ ಬಗ್ಗೆ ಅವನ ಕಿವಿ ತೂತಾಗುವಷ್ಟು ಕೊರೆದಿದ್ದ.

ಇಂದು ರಘು ಕೂಡ ತಮ್ಮನೊಡನೆ, ಪ್ರಥಮ ಬಾರಿಗೆ ತನ್ನಂತರಂಗದಲ್ಲೆದ್ದ ಮಧುರಾಲೆಗಳ ಬಗ್ಗೆ ಹೇಳಲು ಬಂದಿದ್ದ. ಆದರೆ ಆ ಒರಟ ಕುಶಾಲಪ್ಪನವರ ಹೆಸರು ಕೇಳುತ್ತಲೇ ಕಿಡಿಕಿಡಿಯಾಗಿದ್ದ.

ಛೆ ಪಾಪ, ಅವನ ಹುಡುಗಿಯ ಬಗ್ಗೆ ಹೇಳುತಿದ್ದ. ನಾನೆ ಅವನ ಉತ್ಸಹವನ್ನ ಹಾಳು ಮಾಡಿಬಿಟ್ಟೆ. ತಮ್ಮ ಊಟಬಿಟ್ಟು ಎದ್ದುರಘುವಿಗೆ ಬೇಸರವೆನಿಸಿತು.

"ಸಣ್ಣಿ ಎಲೆತೆಗಿ." ತಾನು ಕೈತೊಳೆದು ಪಾತ್ರೆಗಳನ್ನು ಎತ್ತಿಡಲು ಹೋದ. 'ಕತ್ತೆ ಬಡವ, ಅಡಿಗೆ ಚೆನ್ನಾಗಿಲ್ಲಾಂತ ಅರ್ಧ ಪಾತ್ರೆ ಮುಗಿಸಿದ್ದಾನೆ., ಅರ್ಧಕ್ಕಿಳಿದ ಪುಟ್ಟರ್ಥಗಳನ್ನು ನೋಡಿ ಅಂದುಕೊಂಡ ರಘು.

ತನ್ನ ಕೋಣೆಗೆ ಬಂದ ಸುದೀಪ ಅಸಹನೆಯಿಂದ ಸೋಫಾದ ಮೇಲೆ ಕುಳಿತ. "ಮಹಾ ದೇವಲೋಕದ ಅಪ್ಸರೆ ಇವಳು. ಇವಳನ್ನ ನೋಡಿದ್ರೆ ನನ್ನ ಪ್ರತಿಮಾ, ಬೆಳದಿಂಗಳ ಬಾಲೆ ಎಲ್ಲಾ ಮರೆತು ಹೋಗ್ತಾರಂತೆ. ಪ್ರತಿಮಾ.. ಎಂಥಾ ಹೆಸರು.. ಅವಳ ಹೆಸರೇ ಎಷ್ಟು ಮಧುರವಾಗಿದೆ. ಪ್ರತಿಮಾ ಅಂದ್ರೇನಂಥ ಅಂದ್ಕೊಂಡಿದ್ದಾನೆ ಈ ರಘು. ಹುಡುಗಿಯರನ್ನೇ ಕಣ್ಣೆತ್ತಿ ನೋಡದವನಿಗೆ ಹುಡುಗಿಯರ ಬಗ್ಗೆ ಏನು ಗೊತ್ತು. ಹೆಚ್ಚೆಂದರೆ, ನಮ್ಮ ಧರಣೀನ, ಸುಜಾತಾನ್ನ ನೋಡಿರಬಹುದು. ಇವನ ಟೈಮ್, ಇಂಟ್ರೆಸ್ಟ್ ಎಲ್ಲ ತೋಟ, ಗಿಡಗಳ ಎಕ್ಸ್ಪರಿಮೆಂಟ್ಸಲ್ಲೇ ಕಳೆದು ಹೋಗುತ್ತೆ. ಆದರೆ ನನ್ನ ಪ್ರತಿಮಾ..." ಅವಳ ನೆನಪಿನಿಂದಲೇ ಅವನ ಅಸಹನೆ ಕಡಿಮೆಯಾಗಿ ಮನಸ್ಸು ಶಾಂತವಾಯಿತು. ಹಾಗೆ ಮಂಚದಲ್ಲುರುಳಿದ ಸುದೀಪ.

"ಎಷ್ಟು ಹುಡುಕೋದೇ ಹುಡುಗಿ ನಿನ್ನ. ಇರುಳಿನಲ್ಲಿ ಸೂರ್ಯನ ಹುಡುಕಿದ ಹಾಗಾಯಿತು. ಆದ್ರೆ ನಾನು ಖಂಡಿತ ಸೋಲೊದಿಲ್ಲ. ನೀನು ಪಾತಾಳದಲ್ಲಿದ್ದರೂ ನಿನ್ನ ಹುಡುಕಿ ತೆಗಿತೀನಿ." ಕಣ್ಣು ಮುಚ್ಚಿಕೊಂಡು ಮಗುಲಾದ.

"ಕೇಳಿರಿ ನಿಂಗೆಲ್ಲ ಕೂಡಗ್ ರ ಮಕ್ಕಳೇ ಕಾವೇರಿರ ಕೇಳಿನ,

ಕಟ್ಟಂಡ್ ಪಡ್ಮೊಳಿ ಪಡ್ಮಂಡ್ ಬೋಳ್ಮೊಳಿ ಕಾವೇರಿರ ಗುಣತ್ನ"

ಕೊಡಗು ನಾಡು ನೆಲದ ಹಿರಿಮೆಯನ್ನು ಸಾರುವ ಹಾಡು ಮದುವೆಯ ಒಳಗದಲ್ಲಿ ಸಂಗೀತವಾಗಿ ಲಯಬದ್ಧವಾಗಿ ಹರಿದುಬರುತಿತ್ತು. ಅದನ್ನು ಮೀರಿದಂತೆ ಚಿಕ್ಕಮಕ್ಕಳ ಉತ್ಸಾಹ, ಕೇಕೆ ಕಲರವ ಮಡಿಕೇರಿಯ ಕೂಡವ ಸಮಾಜದಲ್ಲಿ ತುಂಬಿ ಹರಿದಿತ್ತು.

ತಮ್ಮದೇ ಆದ ವಿಶಿಷ್ಟ ಮಾದರಿಯಲ್ಲಿ ರೇಷ್ಮೆ ಸೀರೆಯನ್ನು ಉಟ್ಟಿದ್ದ ಕೊಡಗಿನ ಕೋಮಲೆಯರು ಭರದಿಂದ ಅತ್ತಿತ್ತ ಓಡಾಡುತ್ತಿದ್ದರು. ಗಂಡಸರು ಸಹ ಸೂಟುಬೂಟನ್ನು ಧರಿಸಿ ತಮ್ಮ ತಮ್ಮ ಕೆಲಸದಲ್ಲಿ ನಿರತರಾಗಿದ್ದರು.

ಸುದೀಪನ ಸ್ನೇಹಿತ ಬೆಳ್ಳಿಯಪ್ಪನ ತಂಗಿ ಪೊನ್ನಮ್ಮ ಉರುಫ್ ರೇಖಾಳ ಮದುವೆಯಲ್ಲಿ ಅರ್ಧ ಓಡಾಟ ಸುದೀಪನದೇ ಆಗಿತ್ತು. ಹುಡುಗ ಮಿಲಿಟರಿಯಲ್ಲಿದ್ದು ಅವನ ಮನೆಯವರೆಲ್ಲ ಮೈಸೂರಲ್ಲಿದ್ದುದರಿಂದ ಮದುವೆಯ ಸಮಸ್ತ ಜವಾಬ್ದಾರಿಯನ್ನು ಹೆಣ್ಣಿನವರೇ ವಹಿಸಿಕೊಂಡಿದ್ದರು.

ಹೆಣ್ಣಿನವರೆಂದು ವಿಶೇಷವಾಗಿ ಇಲ್ಲಿ ನಮೂದಿಸಿದಕ್ಕೆ ಕಾರಣವಿದೆ. ಕೊಡವರಲ್ಲಿ ಮದುವೆಯ ಜವಾಬ್ದಾರಿಯನ್ನು ಗಂಡು ಹಾಗು ಹೆಣ್ಣಿನ ಮನೆಯವರಿಬ್ಬರೂ ಸಮಾನವಾಗಿ ಹೊರುತ್ತಾರೆ. ಅಂದರೆ, ಪೂರ್ತಿ ಮದುವೆಯ ಖರ್ಚು ವೆಚ್ಚದಿಂದ ಹಿಡಿದು, ಮೇಲ್ವಿಚಾರಣೆಯ ಜವಾಬ್ದಾರಿಯನ್ನು ಸಹ ಶೇಖುಡಾ ೩೦ ರಷ್ಟು ಇಬ್ಬರೂ ವಹಿಸಿಕೊಳುತ್ತಾರೆ. ಒಬ್ಬರು ಮಾತ್ರ ವಹಿಸಿಕೊಂಡಲ್ಲಿ ಅರ್ಧ ಖರ್ಚನ್ನು ಕೊಟ್ಟುಬಿಡುವವರೂ ಇದ್ದಾರೆ.

ಮದುವೆಯ ಹಿಂದಿನ ದಿನದ ಸಮಾರಂಭಕ್ಕೆ 'ಊರುಕೂಡುವದ್' ಎನ್ನುತ್ತಾರೆ. ಈ ಸಮಾರಂಭಕ್ಕೆ ತುಂಬಾ ಹತ್ತಿರದ ಬಂಧು ಮಿತ್ರರು ಮಾತ್ರ ಹಾಜರಿರುತ್ತಾರೆ. ಮಿಕ್ಕ ಅತಿಥಿಗಳು ಮಾರನೆಯ ದಿನ ಮಹೂರ್ತಕ್ಕೆ ಬರುತ್ತಾರೆ.

ಮದುವೆಯ ಹೆಚ್ಚಿನ ಜವಾಬ್ದಾರಿಯು ಸುದೀಪನದಾಗಿದ್ದರಿಂದ, ಅವನಿಗೆ ಓಡಾಟವೂ ಹೆಚ್ಚಿತ್ತು. ಮಹೂರ್ತದ ದಿನಕ್ಕಿಂತ ಹಿಂದಿನ ದಿನದಂದು ಸಹಜವಾಗಿಯೇ ಕೆಲಸ ಹೆಚ್ಚಿದ್ದುದರಿಂದ ಅವನು ತುಂಬಾ ವ್ಯಸ್ತನಾಗಿದ್ದ.

ಯಾವುದೊ ವಿಷಯಕ್ಕಾಗಿ ಗಂಡಿನ ಕೋಣೆಗೆ ಹೋಗಿದ್ದ ಸುದೀಪ ಅದೇ ಗುಂಗಿನಲ್ಲಿ ಏನನ್ನೋ ಯೋಚಿಸುತ್ತಾ ಹೊರಬರುವುದಕ್ಕೂ, ಅದೇ ಸಮಯದಲ್ಲಿ ಆ ಕೋಣೆಯ ಬಾಗಿಲನ್ನು ಹಾದು ಒರ್ವ ಯುವತಿ ಮುಂದೆ ಸರಿಯುವುದಕ್ಕೂ ತಾಳೆಯಾಯಿತು. ತತ್ಪರಿಣಾಮವಾಗಿ ನೇರವಾಗಿ ಆ ಯುವತಿಯ ಮೇಲೆ ನುಗ್ಗಿದ ಸುದೀಪ. ಅವನು ನುಗ್ಗಿದ ರಭಸಕ್ಕೆ ಮುಗ್ಗರಿಸಿದ ಆ ಯುವತಿ ಎದುರಿಗಿದ್ದ ಕಂಬವನ್ನು ಹಿಡಿದು ಸಾವರಿಸಿಕೊಂಡಳು. ಬೆಚ್ಚಿದ ಸುದೀಪ ಗಕ್ಕನೆ ನಿಂತ.

"ಸ್ವಲ್ಪ ನೆಲ ನೋಡ್ಕೊಂಡು ನಡಿಬಾರ್ದ? ಮೈಮೇಲೆ ಪ್ರಜ್ಞೆ ಇಲ್ಲದೆ ನಡೆದ್ರೆ ಹೀಗೆ ಆಗೋದು." ಅವನತ್ತ ತಿರುಗಿದ ಆ ಯುವತಿ ಕನಲಿ ನುಡಿದಳು.

ತಪ್ಪು ಒಪ್ಪಿಕೊಳುವ ಜಾಯಮಾನ ಸುದೀಪನದಲ್ಲ. ನೆಟ್ಟಗೆ ನಿಂತು ಅವಳನ್ನೇ ನೋಡಿದ ಸುದೀಪ. ಉಕ್ಕಿ ಬರಬಹುದಾದ ನುಡಿಸಾಲುಗಳೆಲ್ಲಾ ಗಂಟಲಲ್ಲಿ ಹಾಗೆ ಉಳಿದವು. ಮೂಕಾಗಿ ಅವಳನ್ನೇ ನೋಡುತ್ತಾ ನಿಂತುಬಿಟ್ಟ.

ಎತ್ತರದ ನಿಲುವು, ಸಂಪಿಗೆಯ ಮೈಬಣ್ಣ, ವಜ್ರದಂತೆ ಕೋರೈಸುವ ಕಂಗಳು, ಸೇಬಿನಂತೆ ಹೊಳೆಯುವ ಗಲ್ಲ, ಜೇನು ತುಟಿಗಳು. ತೀಡಿ ಬರೆದಂತ ಅವಯವಗಳು, ಅವಳು ಧರಿಸಿದ ಚಿಗುರುಗೆಂಪಿನ ಸೀರೆ, ಮದುವೆಗೆಂದು ಮಾಡಿಕೊಂಡಿದ್ದ ನವಿರಾದ ಅಲಂಕಾರದಲ್ಲಿ ಕಿನ್ನರಿಯೊಬ್ಬಳು ತೋರಿಬಂದಾಗ ಮೈಮರೆತ ಸುದೀಪ.

"ಐಯಾಮ್ ಸಾರಿ" ಅವನಿಗರಿವಿಲ್ಲದೆ ನುಡಿಗಳು ಹೊರಬಿದ್ದವು. ಕೋಪದಿಂದ ಕಿಡಿಕಾರುತ್ತಿದ್ದ ಆ ಕಂಗಳನ್ನೇ ನೋಡಿದ.

"ಅಬ್ಬಬ್ಬಾ ಎಂಥ ನೋಟ." ಮನದಲ್ಲಂದುಕೊಂಡ. ಕೋಪದಿಂದ ಅವಳ ಕೆನ್ನೆ ತುಟಿಗಳು ನವಿರಾಗಿ ಕೆಂಪೇರಿದ್ದವು.

"ಏನು ಸಾರಿ?" ಅವಳು ಬೇಸರದಿಂದ ಕಂಬ ತಗುಲಿ ಬಿರುಕುಬಿಟ್ಟ ಬಳೆಗಳನ್ನು ತೆಗೆದು ಹಾಕುತ್ತ ಕೇಳಿದಳು.

"ಐಯಾಮ್ ರಿಯಲ್ಲಿ ಸಾರಿ. ನಿನ್ನಂಥ ಸುಂದರ ಹುಡುಗಿಯನ್ನು ನೋಡದೆ ಹೋಗಿದ್ದು... ತಪ್ಪು ನಂದೇ." ಅವಳ ಕಣ್ ಸೆರೆ ಹಿಡಿದು ನಕ್ಕ ಸುದೀಪ.

"ಇದಕ್ಕೇನು ಕಡಿಮೆಯಿಲ್ಲ... " ಅವಳು ಕನಲಿ ಮುನ್ನಡೆದಳು.

"ಎಕ್ಸ್ ಕ್ಯೂಸ್ಮಿ ..ಯುವರ್ ಗುಡ್ ನೇಮ್ ಪ್ಲೀಸ್ ..." ಅವಳ ಹೆಸರನ್ನು ತಿಳಿದುಕೊಳ್ಳುವ ಕುತೂಹಲದಿಂದ ಅವಳನ್ನ ಕೇಳಿದ ಸುದೀಪ. ಅವಳು ಉತ್ತರಿಸದೆ ಮುಂದಡಿ ಇಟ್ಟಾಗ ಅವಳ ಬೆನ್ನ ಮೇಲೆ ಕರಿನಾಗರದಂತೆ ಮಲಗಿದ್ದ ನೀಡು ಜಡೆ ಅವನ ಗಮನ ಸೆಳೆಯಿತು. ಮತ್ತೊಮ್ಮೆ ರೋಮಾಂಚಿತನಾದ ಸುದೀಪ ತಟ್ಟನೆ ಎಚ್ಚೆತ್ತು ಅವಳ ತೋಳು ಹಿಡಿದು ನಿಲ್ಲಿಸಿದ.

"ಈಗ ಹೇಳದೆ ಹೋದ್ರೂ, ಇಲ್ಲಿಂದ ಹೋಗೋದ್ರೊಳಗೆ ಹೇಳಲೇಬೇಕಾಗುತ್ತೆ..." ಖಂಡಿತವೆಂಬಂತೆ ಹೇಳಿದ ಸುದೀಪ.

ಅವಳು ಅವನನ್ನೊಮ್ಮೆ ದುರುದುರು ನೋಡಿ ಕೈ ಕೊಡಹಿಕೊಂಡು ಹೊರಟು ಹೋದಳು.

"ಹಾಯ್ ಹಾಯ್.." ತನ್ನ ಮುಂದಿದ್ದ ಕೆಲಸದ ಹೊರೆಯನ್ನು ಮರೆತು ಅವಳನ್ನೇ ನೋಡಿದ ಸುದೀಪ.

ನಂತರ ಅವನಿಗೆ ಕೆಲಸದ ಮೇಲೆ ಆಸಕ್ತಿ ಉಳಿಯಲಿಲ್ಲ. ಆದರೆ ಮದುವೆಯ ಪೂರ್ಣ ಜವಾಬ್ದಾರಿಯನ್ನು ಅವನೇ ಹೊತ್ತುಕೊಂಡಿದ್ದರಿಂದ ವಿಧಿ ಇಲ್ಲದೆ ಅವನು ಅತ್ತ ಗಮನಹರಿಸಲೇ ಬೇಕಾಗಿತ್ತು. ಎಷ್ಟೇ ಪ್ರಯತ್ನ ಪಟ್ಟು ಕೆಲಸದಲ್ಲಿ ತೊಡಗಿದ್ದರೂ, ಏನೇ ಕೆಲಸ ಮಾಡುತ್ತಿದ್ದರೂ ಅವನ ನೋಟ 'ಅವಳನ್ನೇ' ಅರಸುತಿತ್ತು.

ಆದಷ್ಟು ಕೆಲಸಗಳನ್ನು ಬೇರೆಯವರಿಗೆ ವಹಿಸಿದ ಸುದೀಪ ಆ ಹುಡುಗಿಯ ಬೆನ್ನು ಬಿದ್ದ.

"ಹಾಯ್ ..." ಗೆಳತಿಯೊಡನೆ ಹೊರಗೆ ನಿಂತಿದ್ದ 'ಅವಳತ್ತ' ಸಾಗಿದ ಸುದೀಪ.

"ನಿನ್ನ ಮನೆ ಹೆಸರೇನು?" ಕೊಡವರಲ್ಲಿ ಪ್ರತಿಯೊಬ್ಬರಿಗೂ ಕುಟುಂಬದ ಹೆಸರಿರುತ್ತದೆ. ಅದನ್ನು ಸರ್ ನೇಮ್ ಎಂದೂ ಕರೆಯುತ್ತಾರೆ.

ಅವಳು ಮಾತಾಡದೆ ಅವನನ್ನೇ ನೋಡಿದಳು. ಅವನು ಅವಳೆದಿರು ಗರುಡ ಗಂಬದಂತೆ ತೋರಿಬಂದಾಗ ತಾನು ಮನೆ ಹೆಸರು ಹೇಳದೆ ಅವನು ಅಲ್ಲಾಡುವುದಿಲ್ಲವೆಂದರಿತ "ಅವಳು' ಕ್ಷಣ ತಡೆದು ಮನೆ ಹೆಸರನ್ನು ಹೇಳಿದಳು.

ಅದನ್ನು ಕೇಳಿ ಅವನ ಹುಬ್ಬೇರಿತು. ತುಟಿ ಕಚ್ಚಿ ನಗುಮರೆಸಿ ಮುಂದುವರೆದ. "ಅಂದ್ರೆ, ನೀನು ಮದುವೆ ಹುಡಿಗಿ ರಿಲೇಟಿವಾ?"

"ಹೌದು. ನಾನವಳ ತಂಗಿ." ತುಟಿ ಕೊಂಕಿಸಿ ನುಡಿದಳು

"ಐ ಸಿ. ದೊಡ್ಡ ತಂಗಿನಾ, ಚಿಕ್ಕ ತಂಗಿನಾ?" ಅವನು ಅವಳ ಕಂಗಳಲ್ಲಿ ನೋಟ ನೆಟ್ಟು ಕೇಳಿದಾಗ ಅವಳು ಕಸಿಮಿಸಿಕೊಂಡಳು.

"ಚಿಕ್ಕ ತಂಗಿ..." ತಡೆದು ಬಂದವು ನುಡಿಗಳು

"ನಿನ್ನ ಅವರಮ್ಮ ಉಪ್ಪು ಕೊಟ್ಟು ತಗೊಂಡ್ರಾ? ಅಕ್ಕಿ ಕೊಟ್ಟು ತಗೊಂಡ್ರಾ?" ಈಗ ಸುದೀಪನ ತುಟಿಗಳಲ್ಲಿ ತುಂಟ ನಗೆ ಸ್ಪಷ್ಟವಾಗಿ ಚಿಮ್ಮಿದಾಗ ತಾನು ಸಿಕ್ಕಿಬಿದ್ದೆನೆಂದುಕೊಂಡಳಾಕೆ. ಅವಳ ಮುಖ ಕೆಂಪಾಗಿ ಹಣೆ ಬೆವರಿತು.

"ಯಾಕೆ ಕೇಳಿದ್ದೆನೆಂದ್ರೆ, ರೇಖಾ ಅವರಪ್ಪ ಅಮ್ಮಂಗೆ ಒಬ್ಬಳೇ ಮಗಳು. ನಂಗೆ ಗೊತ್ತಿಲ್ಲದೇ ನೀನನ್ನ ಅವರು ಯಾವಾಗ ದತ್ತು ತಗೊಂಡ್ರುಂತ?" ಅವನು ಕಾಂಪ್ರೊಂಡಿಗೊರಗಿ ಕೇಳಿದಾಗ ಅಲ್ಲಿಂದ ಮೆಲ್ಲನೆ ಜಾರಿಕೊಂಡಳವಳು.

ಸುದೀಪ ಗಂಡಿನ ಕೋಣೆಯಿಂದ ಬಂದದನ್ನು ಗಮನಿಸಿದ "ಅವಳು" ಅವನನ್ನು ಗಂಡಿನ ಕಡೆಯವನೆಂದು ಭಾವಿಸಿ ತಾನು ಬಾಯಿಗೆ ಬಂದಿದ್ದ ಹೆಣ್ಣಿನ ಮನೆ ಹೆಸರನ್ನು ಹೇಳಿಬಿಟ್ಟಿದ್ದಳು. ಅದು ಅವಳಿಗೆ ತಿರುಗೇಟು ಹಾಕಿತ್ತು.

ಚಪ್ಪರದ ದಿನ ಹೆಚ್ಚಿನ ಶಾಸ್ತ್ರಗಳೇನು ಇರುವುದಿಲ್ಲ. ಮದುಮಕ್ಕಳಿಬ್ಬರು ಬಂದು ತೂಗುದೀಪವನ್ನು ಪೂಜಿಸಿ ಆರಾಧಿಸುತ್ತಾರೆ. ನಂತರ ಮದುಮಕ್ಕಳ ತಾಯಿ ಮದುಮಕ್ಕಳಿಗಾಗಿಯೇ ಇರುವ ಸಾಂಪ್ರದಾಯಿಕ ಒಡವೆಯನ್ನು ತೊಡಿಸುತ್ತಾರೆ. ಹೆಣ್ಣಿಗೆ ಸಾಂಪ್ರದಾಯಿಕವಾದ ತಾಳಿಯನ್ನೊಳಗೊಂಡ ಕರಿಮಣಿಯನ್ನು ಸಹ ತಾಯಿಯೇ ಮದುಮಗಳ ಕೊರಳಿಗೆ ಹಾಕುತ್ತಾಳೆ ನಂತರ ಮದುಮಕ್ಕಳು ಹಿರಿಯರ ಆಶೀರ್ವಾದವನ್ನು ಪಡೆಯುತ್ತಾರೆ. ಕೂನೆಯಲ್ಲಿ ಪೊಟ್ಟಿ ನೋಟುವ ಶಾಸ್ತ್ರ ಇರುತ್ತದೆ.

ಪೊಟ್ಟಿ ನೋಟುವ ಶಾಸ್ತ್ರದಲ್ಲಿ ಹುಡುಗಿಯ ಮನೆಯವರು ಹುಡುಗಿಗೆ ಕೊಡುವ ಸೀರೆ ಒಡವೆಗಳನ್ನು ತೋರಿಸುತ್ತಾರೆ. ಆ ಸಮಾರಂಭದಲ್ಲಿ ಪೆಟ್ಟಿಗೆಗೆ ಹಾಕಿದ ಪ್ರತಿಯೊಂದು ಸೀರೆಯನ್ನು, ಅದರ ಗುಣಗಳೊಂದಿಗೆ ವಿವರಿಸಲಾಗುತ್ತದೆ.

ಕೊಡವರಲ್ಲಿ ವರದಕ್ಷಣೆ, ವರೋಪಚಾರದ ಕಿರುಕುಳವಿಲ್ಲದಿದ್ದರೂ, ಮದುವೆ ಹೆಣ್ಣಿಗೆ ಕೊಡುವ ಬಳುವಳಿಯ ಪಟ್ಟಿ ದೊಡ್ಡದಾಗಿರುತ್ತದೆ. ೨ಹಿರಿಂದ ೪ಹಿರವರೆಗೆ ಸೀರೆ. ಅದಕ್ಕೆ ಸರಿಯಾದ ಬೌಸ್ಗಳು. ಕಡಿಮೆಯೆಂದರೆ ತಾಳಿ, ಓಲೆ,

ಒಂದು ಜೊತೆ ಬಳೆಯಷ್ಟಾದರೂ ಚಿನ್ನ ಕೊಡುವುದು ವಾಡಿಕೆ. ಕೊಡವ ಪದ್ಧತಿಯಲ್ಲಿ ಮಾಂಗಲ್ಯಧಾರಣೆ ಇಲ್ಲವಾದರಿಂದ ಗಂಡಿನವರು ಮಾಂಗಲ್ಯವನ್ನು ತರುವಂತಿಲ್ಲ. ಹೆಣ್ಣಿನವರೇ ಮಾಂಗಲ್ಯವನ್ನು ತರುತ್ತಾರೆ. ಜೊತೆಗೆ ಈ ರೀತಿಯ ಕಂಚಿನ ಪಾತ್ರೆ, ಹಾಸಿಗೆ, ದಿಂಬು, ಬೆಡ್ ಶೀಟ್, ರಗ್ಗು, ಆಲ್ಮಿರಾ ಪ್ರಸಾಧನ ಸಾಮಗ್ರಿಗಳು, ಎಲ್ಲವನ್ನು ಬಳುವಳಿಯಾಗಿ ಕೊಡಬೇಕು. ಹಣವಂತರು , , ಫ್ರಿಡ್ಜ್, ವಾಷಿಂಗ್ ಮಿಷನ್ನಹ ಕೊಡುವುದು ವಾಡಿಕೆಯಾಗಿಬಿಟ್ಟಿದೆ.

ಆದರೆ ಇತ್ತೀಚಿಗೆ 'ಪೊಟ್ಟಿ ನೋಟುವ' ಕಾರ್ಯಕ್ರಮವೇನು, ಊರುಕೂಡುವ ಪದ್ಧತಿಯೇ ಕಾಣೆಯಾಗುತ್ತದೆ. ಐದಾರು ದಿನಗಳ ಕಾಲ ನಡೆಯುತಿದ್ದ ಮದುವೆ ಒನ್ನೇ ಸೆರಮನಿಯಿಂದ ಮುಂದುವರೆದು ಕೆಲವು ಕಡೆ ಈವನಿಂಗ್ ಗೆಟ್ ಟುಗೆದರ್ ಮಟ್ಟಕ್ಕೂ ಬಂದುಬಿಟ್ಟಿದೆ.

ಪೊಟ್ಟಿ ನೋಟುವ ಕಾರ್ಯಕ್ರಮ ನಡೆಯುತಿತ್ತು. ಎಲ್ಲಾ ಮಹಿಳೆಯರು ಆಸಕ್ತಿಯುಳ್ಳ ಪುರುಷರೂ ಇದರಲ್ಲಿ ಭಾಗಿಯಾಗಿದ್ದರು. ಅಲ್ಲಿ 'ಆ ಹುಡುಗಿಯಾ, ಅವಳ ಸ್ನೇಹಿತೆಯ ಜೊತೆಯಲ್ಲಿ ಕುಳಿತಿದ್ದಳು. ಹೇಗೋ ಜಾಗ ಮಾಡಿಕೊಂಡು ಆ ಹುಡುಗಿಯ ಹಿಂದಿನ ಚೇರಿನಲ್ಲಿ ಕುಳಿತ ಸುದೀಪ, ಅವರಿಬ್ಬರ ಸಂಭಾಷಣೆಯ ನಡುವೆ ಕೇಳಿ ಬರುತಿದ್ದ "ಪ್ರತಿ" ಎನ್ನುವ ಪದವನ್ನು ಕೇಳಿಸಿಕೊಂಡು ಅವಳ ಹೆಸರು ಪ್ರತಿಮಾ ಎಂದು ತಿಳಿದುಕೊಂಡಿದ್ದ. ಆದರೆ ಮತ್ತೆ ಅವಳನ್ನು ಮಾತಾಡಿಸುವ ಅವಕಾಶವಾಗಿರಲಿಲ್ಲ.

ಊಟದ ವಯ್ಯಸ್ಥೆಯ ಜವಾಬ್ದಾರಿ ಅವನದೇ ಆಗಿದ್ದುದರಿಂದ, ಊಟದ ಸಮದಲ್ಲೂ ಅವಳ ಹತ್ತಿರ ಸುಳಿಯಲಾಗಲಿಲ್ಲ ಸುದೀಪನಿಗೆ. ರಾತ್ರಿ ಊಟದ ನಂತರ ಅವಳು ಮಂಟಪದಲ್ಲಿ ಉಳಿಯದೆ ಕೆಂಪು ಬಣ್ಣದ ಮಾರುತಿಯಲ್ಲಿ, ಅವಳ ಸ್ನೇಹಿತೆಯೊಡನೆ ಹೊರಟುಬಿಟ್ಟಾಗ ಸುದೀಪ ನಿರಾಶನಾದ.

ಮಾರನೆಯ ದಿನ ಪ್ರತಿಮಾಳ ಬರುವಿಕೆಗೆ ಚಾತಕಪಕ್ಷಿಯಂತೆ ಕಾಯುತ್ತಿದ್ದ ಸುದೀಪ. ಆದರೆ ಅವಳು ಅವನೂಹಿಸಿದ್ದಕ್ಕಿಂತ ಹೊತ್ತಾಗಿಯೇ ಬಂದಳು. ಬೆಳಗಿನ ತಿಂಡಿಯ ಹೊತ್ತು ಕಳೆದು, ಮದುಮಕ್ಕಳ ಸ್ನಾನ, ಅಲಂಕಾರ, ಒಂಟಿ ಮುಹೂರ್ತಗಳು, ಮುಗಿಯುವ ಹೊತ್ತಿಗೆ ಎಲ್ಲಾ ನೆಂಟರಂತೆ ಅದೇ ಮಾರುತಿ ಕಾರಿನಲ್ಲಿ ಬಂದಿದ್ದಳು. ಅಲ್ಲಿಯವರೆಗೂ ಆಕೆ ಬರುವುದೇ ಇಲ್ಲವೇನೋ ಎಂದು ಹೆದರಿದ್ದ ಸುದೀಪ ಅವಳನ್ನು ಕಂಡು ಸರಾಗವಾಗಿ ಉಸಿರಾಡಿದ್ದ.

ಪ್ರತಿಮಾ ಬಂದದ್ದು ಅವನಿಗೆ ಸಮಾಧಾವನ್ನು ತಂದಿದ್ದರೂ ಸಹ ಮುಹೂರ್ತಕ್ಕೆ ಸ್ವಲ್ಪವೇ ಮುಂಚೆ ಬಂದ ಅವಳನ್ನು ಮಾತನಾಡಿಸಲಾಗಲಿಲ್ಲ ಸುದೀಪನಿಗೆ. ಬಂದವರಿಗೆ ಉಪಚಾರ, ದಿಬ್ಬಣದ ಸ್ವಾಗತ, ಊಟದ ವ್ಯವಸ್ಥೆಯ ಭರದಲ್ಲಿ, ಆಗೊಮ್ಮೆ, ಈಗೊಮ್ಮೆ ಅವಳತ್ತ ಕಣ್ಣು ಹಾಯಿಸುವ ಹೊರತಾಗಿ ಅವಳ ಸಮೀಪಕ್ಕೂ ಸುಳಿಯಲಾಗಲಿಲ್ಲ ಸುದೀಪನಿಗೆ.

ಕೊಡವರ ಮದುವೆಯಲ್ಲಿ ಶಾಸ್ತ್ರ, ಸಂಪ್ರದಾಯಗಳು ತುಂಬಾ ಕಡಿಮೆ. ಬರಿ ಒಂಟಿ ಮತ್ತು ದಂಪತಿ ಮುಹೂರ್ತಗಳು ಮಾತ್ರ ಇರುತ್ತದೆ. ಮುಹೂರ್ತದಲ್ಲಿ

ಮದುಮಕ್ಕಳನ್ನು ಮಂಟಪದಲ್ಲಿ ಕೂರಿಸಿ ಹಿರಿಯರೆಲ್ಲರೂ ಗಿಂಡಿಗೆಯಲ್ಲಿಯ ಹಾಲನ್ನು ಕೊಟ್ಟು, ಅಕ್ಷತೆಯನ್ನು ಹಾಕಿ ಆಶೀರ್ವದಿಸಿ ಉಡುಗೊರೆಗಳನ್ನು ಕೊಡುತ್ತಾರೆ. ಮದುಮಕ್ಕಳು ಹಿರಿಯರಿಗೆ ನಮಸ್ಕರಿಸಿ ಅವರ ಆಶೀರ್ವಾದವನ್ನು ಪಡೆಯುತ್ತಾರೆ. ಎಲ್ಲರು ಆಶೀರ್ವದಿಸಿದ ನಂತರ ಕೊನೆಯದಾಗಿ ಮದುಮಗ, ಮದುಮಗಳ ತಲೆಯಮೇಲೆ ಅಕ್ಷತೆಯನ್ನು ಹಾಕಿ ಗಿಂಡಿಗೆಯಲಿರುವ ಹಾಲನ್ನು ಕೊಡುತ್ತಾನೆ. ಮದುಮಗಳು ಗಂಡಿನ ಪಾದ ಸ್ಪರ್ಶ ಮಾಡಿ ನಮಸ್ಕರಿಸುತ್ತಾಳೆ. ಕೊನೆಯದಾಗಿ ಮದುಮಕ್ಕಳ ಪಾಣಿಗ್ರಹಣವಾಗುತ್ತದೆ. ನಂತರ ಹಾರಗಳ ವಿನಿಮಯವಾಗುತ್ತದೆ. ಇಲ್ಲಿಗೆ ಮದುವೆಯ ಮುಖ್ಯ ಶಾಸ್ತ್ರಗಳು ಮುಗಿದಂತೆ.

ಅಂದು ಅವನಿಗೆ ಸ್ವತಃ ತನ್ನ ಮೇಲೆ ಅಪಾರ ಕೋಪ ಬರುತಿತ್ತು. ಹೋಗಿ, ಹೋಗಿ ಇದೆ ಮದುವೆಯಲ್ಲಿ ತಾನು ಪೂರ್ತಿ ಜವಾಬ್ದಾರಿಯನ್ನು ಹೊತ್ತುಕೊಳ್ಳ ಬೇಕಿತ್ತೇನು? ಎಷ್ಟುಮಾಡಿದರೂ ಮುಗಿಯದ ಕೆಲಸ. ಸುದೀ ಅದೆಲ್ಲಿ, ಸುದೀ ಇದೆಲ್ಲಿ... ಅವ್ರು ಕರೀತಿದ್ದಾರೆ, ಅಬ್ಬಬಾ ಸಾಕು ಸಾಕಾಗಿ ಹೋಗಿತ್ತು.

"ಸುದೀ *'ಸಂಬಂಧ ಅಡುಕೋಕೆ[3]' ಬರಬೇಕಂತೆ." ಮತ್ತೊಮ್ಮೆ ಕರೆ ಬಂದಾಗ ಗೊಣಗಿಕೊಳ್ಳುತ್ತಲೆ ಬಂದ ಸುದೀಪ, ಅವಕ್ಕಾದ.

ಹೆಣ್ಣಿನ ಕಡೆಯಿಂದ ಸಂಬಂಧ ಅಡಕಲು ಪ್ರತಿಮಾ ನಿಂತಿದ್ದಾಳೆ. ಆ ಶಾಸ್ತ್ರ ಸಾಧಾರಣ ಗಂಡಸರೇ ನಡೆಸುವುದರಿಂದ, ಅವಳು ತಲೆಯಮೇಲೆ *ಮಂಡೆತುಣಿ[4] ತೊಟ್ಟುಕೊಂಡಿದ್ದಳು.

ಅವನ ಬೇಸರ ಹೇಳ ಹೆಸರಿಲ್ಲದೆ ಹಾರಿ ಹೋಯಿತು. ತಾನೊಂದು ಮಂಡೆತುಣಿ ಪಡೆದು ಹಾಕಿಕೊಂಡು ಅವಳೆದುರು ಬಂದು ನಿಂತ. ಇಬ್ಬರ ನೋಟವು ಬೆರೆಯಿತು. 'ಇಲ್ಲಿಯೂ ಬಿಡಬಾರದೇ' ಎಂಬಂತಿತ್ತು ಅವಳ ನೋಟ. 'ಖಂಡಿತ ಇಲ್ಲ ಎಂಬಂತೆ' ನಕ್ಕ ಸುದೀಪ.

ಸುದೀಪ ಹೆಣ್ಣಿನ ಕಡೆಯವನಾದರೂ, ಗಂಡಿನ ಕಡೆಯಿಂದ ಸಂಬಂಧ ಅಡಕಲು ಒಪ್ಪಿಕೊಂಡಿದ್ದ.

ಇಬ್ಬರ ನಡುವೆ ಮಾತಿನ ಚಕಮಕಿ ಪ್ರಾರಂಭವಾಯಿತು.

ಮೊದಲು ಗಂಡು ಹೆಣ್ಣಿನ ಹೆಸರು, ತಂದೆ ತಾಯಿ, ಮನೆತನದ ಪರಿಚಯವಾಯಿತು. ನಂತರ ಜೋತಿಸಾಕ್ಷಿ, ಹಿರಿಯರು ಹಾಗು ಗುರುಗಳನ್ನು ಸಾಕ್ಷಿಯಾಗಿರಿಸಿ ಮಾತುಕತೆ ಮುಂದುವರಿಯಿತು.

---

[3] "ಸಂಬಂಧ ಅಡುಕೋದು" ಮುಹೂರ್ತದ ಪಾಣಿಗ್ರಹಣ ಮತ್ತು ವರಮಾಲೆಯ ನಂತರ ಬರುವ ಹೆಣ್ಣೊಪ್ಪಿಸುವ ಪದ್ಧತಿ
[4] *ಮಂಡೆತುಣಿ - ಕೊಡವರ ಸಾಂಪ್ರದಾಯಿಕ ಪೇಟ

ಪ್ರತಿಮಾಳ ಕೊಡವ ಭಾಷೆಯ ಪ್ರಾವೀಣ್ಯತೆ, ಅವಳ ನೀರ್ಗಳ ಮಾತಿನ ಶೈಲಿ, ಸ್ಪಷ್ಟ ಉಚ್ಚಾರಣೆಗೆ ಅವನು ದಿಗ್ಭ್ಯಾಂತನಾಗಿ ಹೋದ. ಅದರಜೊತೆ ಸುದೀಪನ ಮುಖದಲ್ಲಿ ಮೂಡಿದ ಭಾವನೆಯಿಂದ, ಅವಳ ಕಂಗಳಲ್ಲಿ ತುಳುಕಿದ ಅಣಕದ ನಗೆಯಿಂದ ಅವನ ಬುದ್ಧಿ ಕ್ಷಣಕಾಲ ಮಂಕಾಗಿ ಹೋಯಿತು.

ಅವನಿಗೆ ಸವಾರಿಸಿಕೊಳ್ಳಲು ಕೆಲವು ನಿಮಿಷಗಳೇ ಹಿಡಿದವು.

ಸುಧಾರಿಸಿಕೊಂಡ ಸುದೀಪ ಅವಳನ್ನೆದುರಿಸಲು ಸೆಟೆದು ನಿಂತ. ನಿಧಾನವಾಗಿ ಪರಿಸ್ಥಿತಿಯನ್ನು ಕೈಗೆತ್ತಿಕೊಂಡ ಸುದೀಪ ಅವಳ ಪ್ರಶ್ನೆಗೆ ಉತ್ತರಿಸಲು ಪ್ರಾರಂಭಿಸಿ, ತನ್ನ ಪ್ರಶ್ನೆಗಳನ್ನೆಸೆಯಲು ಪ್ರಾರಂಬಿಸಿದ

"ಅದೆಲ್ಲ ಸರಿ ನೆಂತರೆ, ನಿಮ್ಮ ಹೆಣ್ಣುಮಕ್ಕಳು, ಇಂದಿನಿಂದ ನಮ್ಮ ಮನೆಯ ಹೂಮಕ್ಕಳು, ಹೂಗೆ ಬಂದವರು, ನಿಮ್ಮ ಮನೆ ಚೆನ್ನಾಗಿಲ್ಲ, ಹೆಂಚು ಹಾಕಿಲ್ಲ, ಮನೆ ಸೋರುತ್ತದೆ, ಹಟ್ಟಿ ಜಾರುತ್ತದೆ, ಕೊಟ್ಟಿಗೆ ನಾರುತ್ತದೆ, ತರಕಾರಿ ಹೆಚ್ಚಲಾರೆ, ಅಡಿಗೆ ಮಾಡಲಾರೆ, ಅಡಿಗೆ ಕಹಿ, ಅತ್ತೆ ಬೈತಾರೆ, ಮಾವ ರೇಗ್ತಾರೆ, ಗಂಡನ ಸಂಬಳ ಸಾಲದು ಅಂತೆಲ್ಲ ನೆವನ ಹೇಳಿ ತವರಿಗೆ ಬಂದು ಕುಳಿತರೆ, ಅವಳಿಗೆ ಬುದ್ಧಿ ಹೇಳಿ, ಕಾಗೆ ಪಕ್ಷಿಗೂ ತಿಳಿಯದಂತೆ ಗಂಡನ ಮನೆಗೆ ವಾಪಸು ಕಳಿಸುವಿರೋ? ಹಾಗೆ ಮಾಡುವ ಜವಾಬ್ದಾರಿ ಯಾರದು?'

" ಇಲ್ಲ ಹಾಗಾಗದು, ಅದಕ್ಕೆ ನಾನೆ ಜವಾಬ್ದಾರಿ..." ನುಡಿದಳು ಪ್ರತಿಮಾ.

" ಒಲೆ ಹಚ್ಚಿದರೆ ಕೈ ಮಸಿಯಾಗುತ್ತೆ, ಕೊಟ್ಟಿಗೆಯಲ್ಲಿ ಸೆಗಣಿ ಮುಟ್ಟಲಾರೆ, ಗದ್ದೆಯಲ್ಲಿ ಕೈ ಕೆಸರಾಗುತ್ತದೆ ಎನ್ನೋದು, ಹೆಸರು ಕೇಳಿದರೆ ಸುಳ್ಳು ಹೇಳೋದು, ಮಾತಾಡಿಸಿದರೆ ಉತ್ತರ ಹೇಳದೆ ಹೋಗೋದು ಇದು ನಿಮ್ಮ ಹುಡುಗಿಯ ಲಕ್ಷಣವೇನು?" ಸುದೀಪ ಕೇಳಿದಾಗ ಮಿಕಿ ಮಿಕಿ ನೋಡಿದಳು ಪ್ರತಿಮಾ.

"ಏನೋ ಅಪ್ಪಿ ತಪ್ಪಿ ಮನೆಯಲ್ಲಿ ಯಾರಾದರೂ ಡಿಕ್ಕಿ ಹೊಡೆದರೆ ಅದಕ್ಕೆ ಕೋಪಗೊಳ್ಳೋದು, ಗದರುವುದು, ಜಗಳವಾಡುವುದು ಮಾಡಿದರೆ?" ತಟ್ಟನೆ ಅವಳ ಕನ್ನೆಗಳು ರಂಗೇರಿದವು. ತುಟಿಬಿಗಿದು ತಲೆಯಾಡಿಸಿದಳು

ಆಗ ಅವಳ ಮುಖದಲ್ಲಿ ಮೂಡಿದ ಸಮ್ಮಿಶ್ರ ಭಾವನೆ, ಅವಳ ಕಣ್ಣು ಮತ್ತು ರೆಪ್ಪೆಗಳು ಚಲಿಸಿದ ರೀತಿ, ಜನ್ಮಾಂತರಕ್ಕೂ ಮರೆಯಲಾರ ಸುದೀಪ.

"ಹಾಗಾಗೋದಿಲ್ಲ..." ಪಲುಕಿದಳು ಪ್ರತಿಮಾ.

"ಹಾಗಾದರೆ ಏನು ಮಾಡ್ತೀರಿ? ಹಾಗಾದಾಗ ಕ್ಷಮಿಸಿ ಕೇಳಿದ ಪ್ರಶ್ನೆಗೆ ಉತ್ತರ ಹೇಳಿ ಸ್ನೇಹಾನಾ ಗಟ್ಟಿ ಮಾಡ್ಕೋತೀರಾ?"

"ಖಂಡಿತವಾಗಿ ಮಾಡ್ಕೋತೀವಿ"

"ಹಾಗಾದರೆ ಹೇಳು, ನಿನ್ನ ಹೆಸರೇನು, ನಿನ್ನ ಕುಟುಂಬದ ಹೆಸರೇನು, ನಿನ್ನ ತಂದೆತಾಯಿಗಳ್ಯಾರು, ನೀನು ಯಾರಮಗಳು, ನೀನು ಎಲ್ಲಿರೋದು" ಸುದೀಪ ನೇರವಾಗೇ ಕೇಳಿದಾಗ ಅಲ್ಲಿ ದೊಡ್ಡ ನಗೆಯ ಅಲೆ ಎದ್ದಿತು.

"ಅದೇ, ಈ ಹುಡುಗನ ವರಸೇನೆ ನಂಗೆ ಗೊತ್ತಾಗ್ತಿರಲಿಲ್ಲ. ವಿಷಯ ಹೀಗೆ.. ಎ ಸುದೀ, ನಿನಗೆ ಹುಡುಗಾಟ, ಅವರಿಬ್ಬರೂ ಬೆಳಗಿನಿಂದ ಏನು ತಿಂದಿಲ್ಲ... ಮೊದಲು *ಮೊಂಬಣ⁵ ಇಸ್ಕೊಂಡು ದಾರಿ ಬಿಡು.." ಅಲ್ಲೇ ನಿಂತಿದ್ದ ಹಿರಿಯರಾದ ಕಾರ್ಯಪ್ಪನವರು ಗದರಿದಾಗ ಅವನು ಸುಮ್ಮನಾಗಬೇಕಾಯಿತು.

ಮಾತಿನ ಚಕಮಕಿ ಮುಗಿದು ಪ್ರತಿಮಾ ಅವನಿಗೆ ಮೊಂಬಣ ವೀಳ್ಯ ದೆಲೆಯೊಡನೇ ಕೊಟ್ಟಾಗ ನೇರವಾಗೇ ಅವಳ ಕೈಯನ್ನು ಬಿಗಿಯಾಗಿ ಹಿಡಿದ ಸುದೀಪ. ಮೆಲ್ಲನೆ ಅವನ ಕೈಯಿಂದ ಬಿಡಿಸಿಕೊಂಡ ಪ್ರತಿಮಾ ಅಲ್ಲಿಂದ ಸರಿದುಹೋಗಿದ್ದಳು. ಮತ್ತೆ ಅವಳನ್ನು ಕಂಡಿರಲಿಲ್ಲ ಸುದೀಪ.

ಮದುವೆಯ ಗಲಾಟೆಯೆಲ್ಲಾ ಮುಗಿದ ಮೇಲೆ ಪ್ರತಿಮಾಳ ವಿಷಯವನ್ನು ರೇಖಾಳಲ್ಲಿ ಕೇಳಿದಾಗ, ರೇಖಾಳಿಗೆ ಪ್ರತಿಮಾಳ ವಿಷಯವೇನು ತಿಳಿದಿರಲಿಲ್ಲ. ರೇಖಾಳ ಗಂಡ ಪ್ರಸಾದನಿಗೂ ಅವಳ ಬಗ್ಗೆ ಏನೂ ಗೊತ್ತಿರಲಿಲ್ಲ. ಪ್ರತಿಮಾ ಯಾರಕಡೆಯಿಂದ ಮದುವೆಗೆ ಬಂದಿದ್ದಳೆಂಬುದು ತಿಳಿಯುವುದೇ ಸಮಸ್ಯೆಯಾದಾಗ ಸುದೀಪ ಭುವಿಗಿಳಿದುಹೋಗಿದ್ದ.

ಹೆಚ್ಚಿನ ಮಾಹಿತಿಗೆ ಅವಳು ಯಾರ ಜೊತೆ ಮದುವೆಗೆ ಬಂದಿದ್ದಾಳೆಂದು ತಿಳಿಯುವುದು ಅತಿ ಅಗತ್ಯವಾಗಿತ್ತು. ಅದಕ್ಕೆ ಮದುವೆ ಫೋಟೋಗಳ ಅಗತ್ಯವಿತ್ತು. ಆದರೆ ಅಷ್ಟು ಹೊತ್ತಿಗೆ ರೇಖಾ, ಮೈಸೂರಿನಲ್ಲಿದ್ದ ತನ್ನ ಪತಿಯ ಮನೆಗೆ ಹೊರಟು ಹೋಗಿದ್ದಲ್ಲದೆ, ಅಲ್ಲಿಂದ ಸೀದಾ ನಾಸಿಕಕ್ಕೆ ಹೊರಟುಹೋದಳು.

ಅಲ್ಲಿಂದ ರೇಖಾ ಒಂದು ವರ್ಷದ ನಂತರ, ಅಂದರೆ ಕಳೆದ ವಾರವಷ್ಟೇ ಊರಿಗೆ ಬಂದಿದ್ದಳು.

ತಡಮಾಡಲಿಲ್ಲ ಸುದೀಪ. ಒಂದು ವರ್ಷದಿಂದ ಬೆಂಕಿಯಂತೆ ಸುಡುತಿದ್ದ ಪ್ರತಿಮಾಳ ನೆನಪಿಗೊಂದು ಹೊಸ ಆಯಾಮ ಕೊಡಲು ರೇಖಾಳ ಮನೆಗೆ ಧಾವಿಸಿದ್ದ. ಫೋಟೋಗಳ ಪರಿಶೀಲನೆಯ ನಂತರ ಪ್ರತಿಮಾ, ರೇಖಾಳ ಸ್ನೇಹಿತೆ ಮಾಧುರಿಯ ಜೊತೆಗೆ ಬಂದಿದ್ದಳೆಂದು ತಿಳಿಯಿತು.

ಮಾಧುರಿಯ ವಿಳಾಸ ಹಾಗು ರೇಖಾಳ ಶಿಫಾರಸ್ಸನ್ನು ಪಡೆದು ಮಡಿಕೇರಿಗೆ ಧಾವಿಸಿದ ಸುದೀಪ. ಸುದೀಪನಿಗೆ ನಿರಾಸೆಯಾಗಲಿಲ್ಲವಾದರೂ ಹೆಚ್ಚಿನ ಮಾಹಿತಿ ಸಿಗಲಿಲ್ಲ. ಪ್ರತಿಮಾ ಮಾಧುರಿಯ ತಂಗಿಯ ಸ್ನೇಹಿತೆಯೆಂದು ತಿಳಿದು ಬಂದುದಲ್ಲದೆ ಅವಳೀಗ ಬೆಂಗಳೂರಿನಲ್ಲಿರುವ ವಿಷಯ ತಿಳಿದು ಬಂದಿತು. ಅಲ್ಲಿಂದ ಮಾಧುರಿಯ ತಂಗಿಯ ವಿಳಾಸ ಪಡೆದು ಬಂದಿದ್ದ ಸುದೀಪ.

---

⁵ *ಮೊಂಬಣ ಅದೊಂದು ಹಣಕಾಸು ತುಂಬಿದ ಪುಟ್ಟ ಚೀಲ*

ಬೆಂಗಳೂರಿಗೆ ಹೋಗುವುದೆಂದರೆ ೨ ದಿನದ ಮಟ್ಟಿಗಾದರೂ ರಜಾ ತೆಗೆದುಕೊಳ್ಳಬೇಕು. ಮಲಗಿದ್ದವ ಎದ್ದು ಡೈರಿ ತೆರೆದ. ಆ ವಾರದಲ್ಲಿ ನಡೆಯಬೇಕಿದ್ದ ಕೇಸುಗಳ ವಿವರವನ್ನು ಪರಿಶೀಲಿಸಿದಾಗ ಮುಂದಿನ ಇಪ್ಪತ್ತು ದಿನಗಳ ಕಾಲ ಅವನು ತುಂಬಾ ವ್ಯಸ್ತನಾಗಿದ್ದ. ಯಾವುದೇ ಕಾರಣಕ್ಕೂ ಅವನು ಆ ಕೆಲಸವನ್ನು ಮುಂದೂಡುವಂತಿರಲಿಲ್ಲ. ವಿಧಿಯಿಲ್ಲದೆ ಎಲ್ಲ ಕೆಲಸಗಳು ಮುಗಿದ ನಂತರ ಎರಡು ದಿನ ರಜೆ ತೆಗೆದುಕೊಳ್ಳುವುದೆಂದು ತೀರ್ಮಾನಿಸಿದ.

ಒಂದು ವರ್ಷವೇ ಕಳೆದದ್ದಾಗಿದೆ. ಇನ್ನು ಸ್ವಲ್ಪ ದಿನಗಳಷ್ಟೇ. ಕಳೆದ ಒಂದು ವರ್ಷಕ್ಕಿಂತ ಮುಂದಿನ ದಿನಗಳೆ ಭಾರಿ ಎನಿಸಿದಾಗ ನಿಟ್ಟುಸಿರಿಟ್ಟ ಸುದೀಪ. ಮನಸಿನಲ್ಲೇ ಆ ಮುದ್ದು ಹುಡುಗಿಯನ್ನು ತರಾಟೆಗೆ ತೆಗೆದುಕೊಂಡ ಸುದೀಪ ಮುಖದ ತುಂಬಾ ಕಂಬಳಿ ಹೊದ್ದು ಮಲಗಿದ .

****

ಎಲ್ಲೆಲ್ಲೂ ಚುಮುಚುಮು ಬೆಳಕು ಮೂಡತೊಡಗಿದಾಗ ಹೆಜ್ಜೆಯ ಗತಿಯನ್ನು ಚುರುಕು ಗೊಳಿಸಿದ ರಘು.

"ಬೆಳ್ಳ ಹೂವು " ಎಂದಿನಂತೆ ಅನುಪಮಾ, ಧರಣಿ, ಮತ್ತು ಸುಜಾತರ ಮನೆಗೆ ಹಾಲು ಕೊಡುವ ಮಾದ ಬುಟ್ಟಿಯಲ್ಲಿ ಹಾಲಿನ ಪಾತ್ರೆಯನ್ನು ಹಿಡಿದು ಎದುರಾದಾಗ ತಾನು ಕೈಯಲ್ಲಿ ಹಿಡಿದಿದ್ದ ಬಾಳೆಎಲೆಯ ಗಂಟನ್ನು ಅವನಿಗೆ ನೀಡಿದ ರಘು.

"ಬರ್ತೀನಿ" ಮಾದ ಆ ಮನೆಗಳತ್ತ ಹೆಜ್ಜೆ ಹಾಕಿದ. ದಿನಾ ಹಾಲಿನ ಜೊತೆಗೆ ಅನುಪಮಳಿಗೆ ಮರೆಯದೆ ಹೂವನ್ನು ಕಳಿಸಿಕೊಡುತಿದ್ದ ರಘು.

ಮಾದ ಹಾಲು ತೆಗೆದುಕೊಂಡು ಹೋದ ಮೇಲೆ ಎಂದಿನಂತೆ ತೋಟದತ್ತ ಹೆಜ್ಜೆ ಹಾಕಿದ ರಘು.

ಮೈಕೊರೆಯುವ ಚಳಿ ಅವನ ಬೀಸು ನಡಿಗೆಗೆ ಹೆದರಿ ಹಿಮ್ಮೆಟ್ಟಿತು. ಹಕ್ಕಿಗಳ ಕೂಗು ಇಂಪಾಗಿ ಕೇಳಿ ಬರುತಿತ್ತು. ಸ್ವಲ್ಪ ಇಳಿಜಾರಾಗಿದ್ದ ತೋಟದಲ್ಲಿ ಅವನು ಹೆಜ್ಜೆ ಇಟ್ಟಂತೆಲ್ಲ ತರಗೆಲೆಗಳ ಸದ್ದು ಕೇಳಿ ಬರುತಿತ್ತು. ಕಾಫಿ ಮರಗಳಲ್ಲಿ ಹೆಪ್ಪುಗಟ್ಟಿದ ಹಿಮದ ಬಿಂದು ನಿಧಾನವಾಗಿ ಕರಗಿ ಟಪಟಪನೆ ಸದ್ದು ಮಾಡುತ್ತ ಕೆಳಗೆ ಬೀಳುತ್ತಿದ್ದವು. ಕಾಫಿಗಿಡಗಳಿಗೆ ನೆರಳಿಗೆಂದು ಹಾಕಿದ್ದ ಎತ್ತರದ ತೇಗ, ನೇರಳೆ, ಕಿತ್ತಳೆ, ಹಲಸು, ಬಿಲ್ವಾರ, ಕಾಡು ಬೇವು, ಹೊಂಗೆ ಮರಗಳು ಸುಯ್ಯನೆ ಗಾಳಿಯೊಡನೆ ತೊನೆದಾಡುತಿದ್ದವು. ಆ ಮರಗಳಿಗೆ ಹಬ್ಬಿಸಿದ ವೀಳ್ಯದೆಲೆ ಮತ್ತು ಕರಿಮೆಣಸಿನ ಬಳ್ಳಿಗಳೂ ಸಹ ಮರಗಳೊಡನೆ ತೂಗಿ ತಮ್ಮ ಮೈಮೇಲಿದ್ದ ಹಿಮದ ಮಣಿಗಳನ್ನು ಕೊಡಹಿಕೊಳ್ಳುತಿದ್ದವು. ಈರಿಯ ಹೆಂಡತಿ ಕಾಳಿ ತೋಟದಲ್ಲಿ ಬಿದ್ದಿದ್ದ ಪುರಲೆಗಳನ್ನು ಹಕ್ಕಿ ಗಂಟು ಹಾಕಿಕೊಳ್ಳುತಿದ್ದಳು.

ರಘು ತೋಟದ ಎಲ್ಲ ಭಾಗಗಳನ್ನು ಎಂದಿನಂತೆ ಆಸಕ್ತಿಯಿಂದ ವೀಕ್ಷಿಸುತ್ತ ನಡೆದ. ಹಾಗೆ ನಡೆದಾಗ ಅಚಾನಕ್ ಮೈ ನವಿರೇಳಿಸುವ ಓಂಕಾರದ ರ್ಝೇಂಕಾರ ಮೊಳಗಿದಾಗ ಕ್ಷಣ ತಡೆದ. ಇದೇನು ತನ್ನ ಭ್ರಮೆಯೇ? ಒಂದು ಕ್ಷಣ ನಂಬಲಾರದೆ ಹಾಗೆ ನಿಂತ.

ಮತ್ತೊಮ್ಮೆ ಮೊಳಗಿತು ದೀರ್ಘವಾದ ಓಂಕಾರದ ರ್ಝೇಂಕಾರ.

ಅಚ್ಚರಿಗೊಂಡು ತಾನು ಹೋಗುತಿದ್ದ ದಿಕ್ಕನ್ನು ಬದಲಿಸಿ ಆ ದನಿ ಬಂದತ್ತ ಹೆಜ್ಜೆ ಹಾಕಿದ ರಘು. ಮತ್ತೊಂದು ಬಾರಿ ಕೇಳಿಸಿತಾ ರ್ಝೇಂಕಾರ. ನಂತರ ಮತ್ತೆ ನಿಶಬ್ದ. ಅವನು ಅದೇ ದಿಕ್ಕಿನಲ್ಲಿ ನಡೆದು ತೋಟದ ಅಂಚಿಗೆ ಬಂದಾಗ ಅಲ್ಲಿ ಕಂಡು ಬಂದ ದೃಶ್ಯದಿಂದ ಅವನ ಮನವರಳಿತು.

ತೋಟದ ಅಂಚಿಗೆ ಅಂಟಿಕೊಂಡಿದ್ದ ಗದ್ದೆಯ ಮಧ್ಯದಲ್ಲಿದ್ದ ಹೆಬ್ಬಂಡೆಯ ಮೇಲೆ ಪದ್ಮಾಸನ ಹಾಕಿ ಧ್ಯಾನ ಮುದ್ರೆಯಲ್ಲಿ ಕುಳಿತಿದ್ದಳು ಅನುಪಮಾ. ಅವಳು ಕಣ್ಣುಮುಚ್ಚಿ ಪೂರ್ತಿ ಧ್ಯಾನಮಗ್ನಳಾಗಿ ನಿಶ್ಚಲವಾಗಿ ಕುಳಿತಿದ್ದಳು. ಮೊದಲೇ ಶಾಂತವಾಗಿದ್ದ ಅವಳ ಮುಖ ಇನ್ನಷ್ಟು ಕಾಂತಿಯುತವಾಗಿ ಶೋಭಿಸುತ್ತಿತ್ತು.

ನೋಡಿದಷ್ಟು ತಣಿಯಲಿಲ್ಲ ರಘುವಿನ ಮನಸ್ಸು. ಅವಳ ಧ್ಯಾನಕ್ಕೆ ಭಂಗಬಾರದಂತೆ ಅವಳಿಂದ ಸ್ವಲ್ಪ ದೂರದಲ್ಲಿದ್ದ ಮರಕ್ಕೊರಗಿ ಅವಳನ್ನೇ ನೋಡುತ್ತಾ ನಿಂತ. ಈಗವನಿಗೆ ಅನುಪಮಾಳ ಪ್ರಕೃತಿ ಪ್ರೇಮದ ಮೂಲ ತಿಳಿಯಿತು.

ಪೂರ್ಣ ೨೦ ನಿಮಿಷದನಂತರ ಬಾಹ್ಯ ಪ್ರಪಂಚಕ್ಕೆ ಬಂದ ಅನುಪಮಾ ನಾಡಿಶೋಧ ಪ್ರಾಣಾಯಾಮ ಮುಗಿಸಿದಳು. ನಂತರ ತನ್ನೆರಡು ಕೈಗಳನ್ನು ಉಜ್ಜಿಕೊಡು ಮುಖದ ಮೇಲಿರಿಸಿ ನಿಧಾನವಾಗಿ ಕಣ್ಣು ತೆರೆದಳು. ಅವಳ ಮುಖದಲ್ಲಿ ಧನ್ಯತೆಯ ನಗುವರಳಿತು. ಅಗಸಕ ಬಾಗಿ ನಮಿಸಿ ಎದ್ದು ನಿಂತಾಗ ರಘು ಅವಳ ಕಣ್ಣಿಗೆ ಬಿದ್ದ.

"ಗುಡ್ ಮಾರ್ನಿಂಗ್" ಅವಳು ತನ್ನತ್ತ ತಿರುಗಿದಾಗ ನುಡಿದ ರಘು.

"ವೆರಿ ಗುಡ್ ಮಾರ್ನಿಂಗ್..ನೀವು... ನೀವಿಲ್ಲಿ ಯಾವಾಗ ಬಂದ್ರಿ?"

"ನೀನು ಓಂ ಹೇಳಿದಾಗ..."

"ಮೈ ಗಾಡ್.. ಆಲ್ ಮೋಸ್ಟ ೨೦ ನಿಮಿಷ.. ನಂಗೆ ಗೊತ್ತೇ ಆಗ್ಲಿಲ್ಲ... "

"ಹೂಂ, ನೀನು ಧ್ಯಾನದಲ್ಲಿದ್ದೆ..." ಅವಳನ್ನೇ ಅಭಿಮಾನದಿಂದ ನೋಡುತ್ತಾ ಹೇಳಿದ.

ರಘುವಿನ ಅಭಿಮಾನದ ನೋಟ ಮತ್ತು ಅವನು ಅಷ್ಟು ಹೊತ್ತಿನಿಂದ ಅಲ್ಲೇ ನಿಂತಿದ್ದನೆಂಬ ಸತ್ಯ ಅವಳ ಹೃದಯದ ಗತಿಯನ್ನು ಹೆಚ್ಚಿಸಿತು. ಆದಷ್ಟು ಸಹಜವಾಗಿರಲು ಪ್ರಯತ್ನಿಸುತ್ತಾ ಸುಮ್ಮನೆ ನಕ್ಕಳು ಅನುಪಮಾ.

"ದಿನಾ ಇಲ್ಲಿಗೆ ಬರ್ತೀಯೇನು...?" ಕುತೂಹಲದಿಂದ ಕೇಳಿದ ರಘು.

"ಇಲ್ಲ...ಇದೆ ಮೊದಲು ಬಂದದ್ದು. ಈ ಥರ ಜಾಗ ಹುಡುಕ್ತಾ ಇದ್ದೆ. ನಿನ್ನೆ ಸಂಜೆ ವಾಕ್ ಬಂದಾಗ ಈ ಜಾಗ ಕಣ್ಣಿಗೆ ಬಿತ್ತು. ವಾಟ ವಂಡರ್‌ಫುಲ್ ಪ್ಲೇಸ್ .. ಮನೆಗೂ ಹತ್ತಿರ ಇದೆ..."ಎರಡು ಕೈಗಳನ್ನು ಚಾಚಿ, ಮುಖ ಮೇಲೆತ್ತಿ ಕಣ್ಣು ಮುಚ್ಚಿ ಧೀರ್ಘವಾದ ಉಸಿರೆಳೆದುಕೊಂಡಳು. ಎಲ್ಲರಿಗಿಂತ ತುಂಬಾ ಭಿನ್ನವಾಗಿ ತೋರಿಬಂದಳು ಅನುಪಮಾ.

"ಅಲ್ಲ ಅನೂ, ಹೀಗೆ ಮಂಜಿನಲ್ಲಿ ಘಂಟೆಗಟ್ಟಲೆ ಕೂತ್ರೆ ನೆಗಡಿ ಆಗೋಲ್ವೆ?"

"ಗೊತ್ತಿಲ್ಲ" ಕಣ್ಣರಳಿಸಿ ನುಡಿದಳು. "ಬೆಂಗಳೂರಿನಲ್ಲಿದ್ದಾಗ ಭಾನುವಾರ ಬೆಳಿಗ್ಗೆ ಲಾಲ್ ಬಾಗಿಗೆ ಹೋಗ್ತಿದ್ದೆ... ಅಲ್ಲೂ ಆಲ್ಮೋಸ್ಟ್ ಇದೆ ಥರ ವೆದರ್" ಬಗ್ಗಿ ಬಂಡೆಯ ಮೇಲಿದ್ದ ಯೋಗಮ್ಯಾಟನ್ನು ಎತ್ತಿಕೊಳುತ್ತ ಹೇಳಿದಳು.."ಹಾಗೇನಾದ್ರೂ ಆದ್ರೂ... ಒಂದೆರಡು ದಿನಗಳಲ್ಲಿ ಸರಿಹೋಗುತ್ತೆ."

"ಆಗು ಸಗಿ.. ಆದ್ರೂ ಜೋಪಾನ.." ಕಾಳಜಿಯಿಂದ ನುಡಿದ. ಅವಳು ನಕ್ಕು ತಲೆಯಾಡಿಸಿದಳು.

"ಇನ್ನು ಮನೆಗಾ?" ಕೇಳಿದ ರಘು.

"ಹೌದು..." ಇಬ್ಬರು ಮನೆಯತ್ತ ಹೆಜ್ಜೆ ಹಾಕತೊಡಗಿದರು. ತೋಟದ ಅಂಚಿಗೆ ಬರುತ್ತಿದ್ದಂತೆ ರಘು,

"ಒಂದು ನಿಮಿಷ ಇರು..." ಎಂದು ಎರಡು ಹೆಜ್ಜೆ ತೋಟದ ಕಡೆ ನಡೆದು ಜೋರಾಗಿ ಶಿಳ್ಳೆ ಹಾಕಿದ. ಸ್ವಲ್ಪ ಹೊತ್ತಿನಲ್ಲೇ ಹಾಜರಾದ ಒಬ್ಬ ಆಳು.

"ಕೆಂಪ ಎರಡು ಎಳನೀರು ಕೊಚ್ಚಿಕೊಂಡು ಬಾ.." ಬಂದವನಿಗೆ ಆದೇಶ ನೀಡಿ, ಅನುಪಮಳತ್ತ ತಿರುಗಿದ ರಘು... "ಎಳನೀರು ಕುಡಿದು ಹೋಗೋಣ.."

ಇಬ್ಬರು ಅಲ್ಲೇ ಇದ್ದ ದೊಡ್ಡ ನೆರಳೆ ಮರದ ಕೆಳಗೆ ಬಂದು ಕುಳಿತುಕೊಂಡರು. ಧ್ಯಾನವಾದ ನಂತರ ಹೆಚ್ಚು ಕಡಿಮೆ ಅರ್ಧ ಘಂಟೆಯ ಕಾಲ ಮೌನವಾಗಿರುತ್ತಿದ್ದಳು ಅನುಪಮಾ. ಆ ಸಮಯದಲ್ಲಿ ಅವಳು ಯಾರೊಂದಿಗೂ ಮಾತಾಡಲು ಬಯಸುತ್ತಿರಲಿಲ್ಲ. ಆದರೆ ಇಂದವಳಿಗೆ ರಘುವಿನ ಮಾತು ಬೇಡವೆನಿಸಲಿಲ್ಲ. ಅವನ ಸನಿಹ ಅವಳಿಗೆ ಇನ್ನಷ್ಟು ನೆಮ್ಮದಿಯನ್ನು ತಂದಿತು.

"ನೀನು ದಿನಾಲೂ ಧ್ಯಾನ ಮಾಡ್ತಿಯಾ?"

"ಹೌದು ಸುಮಾರು ೩ ವರ್ಷದಿಂದ ನಾನು ಪ್ರಾಣಾಯಾಮ ಮತ್ತು ಮೆಡಿಟೇಶನ್ ಮಾಡ್ತಿದ್ವೇನಿ. ತುಂಬಾ ಖುಷಿ ಕೊಡುತ್ತೆ. ಆರೋಗ್ಯಕ್ಕೂ ಒಳ್ಳೆದು.."

"ಹೂಂ"

ಅಷ್ಟರಲ್ಲಿ ಕೆಂಪ ಎಳನೀರು ತಂದ. ಅನುಪಮಳಿಗೊಂದು ಕೊಟ್ಟು ತಾನೊಂದು ತೆಗೆದುಕೊಂಡ ರಘು.

ತಣ್ಣನೆಯ ಅಮೃತದಂತೆ ಸಿಹಿಯಾಗಿದ್ದ ಎಳನೀರು ತುಂಬಾ ರುಚಿಯಾಗಿತ್ತು. ಬೆಳಗಿನ ಹೊತ್ತಾಗಿದ್ದು, ಅದೇ ತಾನೇ ಮರದಿಂದ ಕೆಳಗಿಳಿಸಿದ್ದ ಎಳನೀರು ಒಳ್ಳೆಯ ಸುವಾಸನೆಯಿಂದ ಕೂಡಿ ಸಿಹಿಯಾಗಿತ್ತು. ಎಳನೀರು ಖಾಲಿಯಾದಾಗ ಹೊಟ್ಟೆ ಪೂರ್ತಿ ತುಂಬಿತ್ತು.

"ಇಷ್ಟು ಸಿಹಿಯಾದ ಎಳನೀರನ್ನು ನಾನ್ಯಾವತ್ತೂ ಕುಡಿದಿರಲಿಲ್ಲ. ಒಳ್ಳೆ ಅಮೃತದ ಹಾಗಿದೆ ." ತೃಪ್ತಿಯಿಂದ ಹೇಳಿದಳು ಅನುಪಮಾ.

"ಬೆಳಗಿನ ಹೊತ್ತು ಎಳನೀರು ತುಂಬಾ ತಣ್ಣಗಿರುತ್ತೆ. ನಾನು ಪ್ರತಿ ತೋಟದಲ್ಲೂ ಎಂಟತ್ತು ತೆಂಗಿನ ಮರಗಳನ್ನ ಹಾಕಿಸಿದ್ದೇನಿ. ಯಾವ ತೋಟಕ್ಕೆ ಹೋದ್ರು ಎಳನೀರಿಗೆ ಮಾತ್ರ ಬರ ಇರಬಾರದು..."

ರಘು ಖಾಲಿಯಾಗಿದ್ದ ಎಳನೀರನ್ನು ತಾನು ಸೊಂಟದಲ್ಲಿ ಸಿಕ್ಕಿಸಿಕೊಂಡಿದ್ದ ಮಚ್ಚಿನಿಂದ ಒಡೆದುಕೊಟ್ಟ.

ಗಂಜಿಯಂಥ ಬಂಬಲು ಕಾಯಿ ರುಚಿಯಾಗಿತ್ತು.

"ನಿಮ್ಮ ತೋಟಗಳ ಬೆಳೆಗಳ ರುಚಿನೇ ರುಚಿ... ನಂಗೂ ಎಳನೀರೆಂದ್ರೆ ತುಂಬಾ ಇಷ್ಟ..."

"ಹಾಗಾದ್ರೆ, ನಾಳೆಯಿಂದ ಇದೆ ಹೊತ್ತಿಗೆ ಇಲ್ಲೇ ಸಿಕ್ಕೋಣ.. ನಂಗೂ ಎಳನೀರು ಕುಡಿಯೋಕೆ ಒಳ್ಳೆ ಕಂಪನಿ ಸಿಕ್ಕ ಹಾಗಾಗುತ್ತೆ..." ಉತ್ಸಾಹದಿಂದ ಹೇಳಿದ ರಘು..

"100%.." ಅವನಷ್ಟೇ ಉತ್ಸಾಹದಿಂದ ಹೇಳಿದಳು ಅನುಪಮಾ.

ಎಳನೀರು ಮುಗಿದ ಮೇಲೆ ಇಬ್ಬರು ಮೇಲೆದ್ದರು.

"ಅಂದ್ಹಾಗೆ , ಮಧ್ಯಾಹ್ನ ಮನೇಲಿ ಒಬ್ಬಳೇ ಏನು ಮಾಡ್ತಿಯಾ?"

"ಈ ಸಲ ಪಪ್ಪಂದು ರಿಟೈರ್ಮೆಂಟ್, ಮತ್ತೆ ಶಿಫ್ಟಿಂಗ್ ಟೆನ್ಶನ್ನಲ್ಲಿ ಓದೋಕೆ ಆಗಲಿಲ್ಲ. ಸಾಕಷ್ಟು ಓದೋಕಿದೆ.. ಪರೀಕ್ಷೆಗೆ ಬರಿ ಎರಡೇ ತಿಂಗಳಿರೋದು..."

"ಇಲ್ಲೇನು ತೊಂದರೆ ಇಲ್ಲ ತಾನೇ?'

"ಖಂಡಿತ ಇಲ್ಲ...ಎಲ್ಲ ಆರಾಮಾಗಿದೆ... ಆದ್ರೆ.. ಒಳ್ಳೆ ಕಂಪನಿ ಸಿಕ್ಕಿದ್ರೆ ಚೆನ್ನಾಗಿರೋದು..."

"ಕಂಪನಿಗೇನು ಬರ...ದೇವಿ ಬುಕ್ ವರ್ಮ್ ಆದ್ಲು.. ಧರಣಿ ಇದ್ದಳಲ್ಲ. ನಿನ್ನತ್ರ ಏನಾದ್ರು ಹೊಸ ಮೇಕಪ್ ಸೆಟ್ ಇದ್ರೆ ತೋರಿಸು.. ನಿನ್ನ ಜೊತೆ ಓಡಿ ಬರ್ತಾಳೆ..." ಅವನು ಧರಣಿಯನ್ನು ಅಣಕಿಸಿದಾಗ ಅವನ ಮುಖವನ್ನೇ ನೋಡಿದಳು ಅನುಪಮಾ.

"ಹೌದು, ಅವಳು ಮೇಕಪ್ ಮಾಡೋದು ನೀನು ನೋಡಿಲ್ವಾ? ಒಂದು ಘಂಟೆ ಕನ್ನಡಿ ಮುಂದೆ ಕೂತ್ಕೋತಾಳೆ. ಅವಳ ಜೊತೆ ಇದ್ದು ಇದ್ದು ನಮ್ಮ ಜ್ಯೋತಿನೂ ಸ್ವಲ್ಪ ಅವಳ ಹಾಗೆ ಆಗ್ಬಿಟ್ಟಿದ್ದಾಳೆ."

"ಏನೋ ನಂಗೀಗ ಅಷ್ಟೊಂದು ಟ್ಯೆಂ ಇಲ್ಲ...ಎಕ್ಸಾಮ್ ಮುಗಿದ ಮೇಲೆ ನೋಡಬೇಕಷ್ಟೆ..." ಧರಣಿಯ ಬಗ್ಗೆ ಟೀಕಿಸಲಿಲ್ಲ ಅನುಪಮಾ. ಅದು ಅವಳ ಜಾಯಮಾನವೂ ಅಲ್ಲ.

ಆದನ್ನು ಸೂಕ್ಷ್ಮವಾಗಿ ಗಮನಿಸಿದ ರಘು. ಅದೇ ಧರಣಿ ವಿನಾಕಾರಣ ಅನುಪಮಾಳನ್ನು ಬಾಯಿಗೆ ಬಂದಂತೆ ರಘುವಿನ ಮುಂದೆ ಹೀಯಾಳಿಸಿದ್ದಳು. ಸಿಟಿ ಹುಡುಗಿಯರು ಬಣ್ಣದ ಚಿಟ್ಟೆಗಳಂತೆ ನಂಬಿಕೆಗೆ ಅರ್ಹರಲ್ಲ ಎನ್ನುವವರೆಗೂ ಮಾತಾಡಿದ್ದಳು.

"ಡೋಂಟ್ ವರಿ. ನಿಂಗೆ ಯಾರೂ ಸಿಗಲಿಲ್ಲಾಂದ್ರೆ, ಐ ಆಮ್ ಆಲ್ವೇಸ್ ಅಟ್ ಯುವರ್ ಸರ್ವೀಸ್. ನಾನು ಮಧ್ಯಾಹ್ನ ೧ ರಿಂದ ೩ ರರವರೆಗೆ ಫ್ರೀ ಯಾಗಿರ್ತೀನಿ. ನಿಂಗೆ ತೋಟ ನೋಡೋ ಇಂಟ್ರಸ್ಟ್ ಇದ್ರೆ, ಸಂಜೆ ೫ರವರೆಗೆ ನೀನು ನನ್ನ ಜೊತೆಗಿರಬಹುದು..."

"ಹೌ ಮೈ ಪ್ಲೆಶ್ಯುರ್, ಥ್ಯಾಂಕ್ಸ್... ನಂಗೂ ನಿಮ್ಮ ತೋಟಗಳನ್ನ ನೋಡೋಕೆ ತುಂಬಾ ಆಸೆ ಇದೆ.."

ಇಬ್ಬರು ಮಾತಾಡುತ್ತಾ ಮನೆಯ ಹತ್ತಿರ ಬಂದಾಗ ದೇಚೀ ಕೊಟ್ಟಿಗೆಯಲ್ಲಿದ್ದ ಹಸುಗಳಿಗೆ ಹುಲ್ಲು ಹಾಕುತ್ತಿದ್ದಳು. ಒಟ್ಟಿಗೆ ಬಂದ ಇಬ್ಬರನ್ನು ನೋಡಿ ಮುಗುಳುನಕ್ಕು "ಗುಡ್ ಮಾರ್ನಿಂಗ್" ಎಂದಳು.

ಪ್ರತಿಯಾಗಿ ವಂದಿಸಿ ಮನೆಯನ್ನು ತಲುಪಿದಾಗ ಡೈನಿಂಗ್ ಟೇಬಲ್ ಮೇಲೆ ಪರಿಮಳಿಸುತ್ತಿದ್ದ ಮಲ್ಲಿಗೆ ದಂಡೆ ಕಾಣಿಸಿತು. ಹೂಗಳನ್ನೆತ್ತಿ ಆಘ್ರಾಣಿಸಿದ ಅನುಪಮಾ ಮತ್ತೆ ಅದನ್ನು ಮೃದುವಾಗಿ ನೇವರಿಸಿ ಟೇಬಲಿನ ಮೇಲಿರಿಸಿದಳು.

ಬೋಜವ್ವನವರು ಅದೇ ತಾನೇ ಒಲೆ ಹಚ್ಚುತ್ತಿದ್ದರು. ಶೂ ಬಿಚ್ಚಿ ನೇರವಾಗಿ ಅಡಿಗೆಮನೆಗೆ ಬಂದ ರಘು. "ಅನೂ ಬೇಗ ಕಾಫಿ.. ಹೊರಗೆ ಓಡಾಡಿ ತುಂಬಾ ತಣ್ಣಗಾಗ್ತಾ ಇದೆ.."

"ಐದು ನಿಮಿಷ ರೆಡಿ ಮಾಡಿಬಿಡ್ತೀನಿ... " ಹಾಲು ಕಾಯಲು ಇಡುತ್ತ ನುಡಿದಳು ಅನುಪಮಾ.

"ನಿಮ್ಮನೆ ಕಾಫಿ ಕುಡಿದ ಮೇಲೆ, ನಂಗೆ ಬೇರೆಲ್ಲೂ ಕಾಫಿ ಕುಡಿಯೋಕೆ ಮನಸ್ಸಾಗೋದಿಲ್ಲ."

"ನಮ್ಮನೆ ಕಾಫಿ ನೀವು ಕುಡಿಯೋ ಅಳ್ತಲಿ ಕುಡಿದ್ರೆ ಕಥೆ ಮುಗಿದ ಹಾಗೆ. ನೀವು ಅರ್ಧ ಘಂಟೆಗೊಂದು ಸಲ ನೀರು ಕುಡಿಯೋ ಹಾಗೆ ಕಾಫಿ ಕುಡಿತೀರಿ. ಬೆಲ್ಲದ ಕಾಫಿ, ಕಾಫಿ ಪುಡಿಗೆ ಚಿಕೋರಿನೂ ಬೆರೆಸಿರೋದಿಲ್ಲ. ಅದರಿಂದ ಅರೋಗ್ಯ ಕೆಡೋದಿಲ್ಲ. ಫಿಲ್ಟರ್ ಕಾಫಿಗೆ ಸಕ್ಕರೆ ಬೆರೆಸಿತೀವಿ, ತುಂಬಾ ಸ್ಟ್ರಾಂಗ್ ಬೇರೆ ... ದಿನಕ್ಕೆರಡು ಸಲ ಮಾತ್ರ ಕುಡೀಬಹುದು..."

"ನೋಡಿ ಆಂಟಿ ನಿಮ್ಮಗಳು ಎಷ್ಟು ಚೌಕಾಸಿ ಮಾಡ್ತಾಳೆ. ಎಲ್ಲಿ ಪದೇ ಪದೇ ಕಾಫಿಗೆ ಹಾಜರಾಗ್ನೋಂತ ಎರಡೇ ಸಲ ಸಾಕುಂತ ಸೂಕ್ಷ್ಮವಾಗಿ ಹೇಳ್ತ ಇದ್ದಾಳೆ." ಬೋಜವ್ವನವರ ಹತ್ತಿರ ದೂರಿದ ರಘು.

"ಹಾಲು ಕಾಯಿಸಿ ಡಿಕಾಕ್ಷನ್ ಹಾಕೋಕೆ ನಾನು ಚೌಕಾಶಿ ಮಾಡ್ಬೇಕಾ? ಹಾಲು ನಿಮ್ಮದೇ, ಕಾಫಿ ಪುಡಿನೂ ನಿಮ್ಮದೇ.." ವಿನೋದವಾಗಿ ಹೇಳಿದಳು ಅನುಪಮಾ.

"ಅನೂ ಪದೇ ಪದೇ ಯಾಕೆ ಹಾಗೆ ಹೇಳ್ತಿಯ. ಯು ಮೀನ್ ನಮ್ಮದಲ್ಲದೆ ಹೋಗಿದ್ರೆ ನೀನು ಮಾಡೋದಿಲ್ಲಾಂತನ? " ಗಂಭೀರವಾಗಿ ಕೇಳಿದ ರಘು.

"ಭೆ ಭೆ ನಾನೆಲ್ಲಿ ಹಾಗೆ ಹೇಳಿದೆ? ನೀವೂ ತಮಾಷೆ ಮಾಡಿದ್ರಿ. ನಾನು ಹೇಳಿದೆ ಅಷ್ಟೇ. ಈಗ ನೀವು ಎಳನೀರು ಕುಡಿಯೋ ಬಗ್ಗೆ ಹೇಳಿದ್ರಿ ನಾನು ಬೇಡಾಂದ್ನ"

"ಸೊ, ನಾಳೆಯಿಂದ ನೀನು ನನ್ನ ಎಳನೀರು ಪಾರ್ಟ್ನರಾ? " ತಟ್ಟನೆ ಕೇಳಿದ ರಘು..

ಅವನು ಕೇಳಿದ ರೀತಿಗೆ ಅಚ್ಚರಿಯಿಂದ ಅವನತ್ತ ನೋಡಿದಳು ಅನುಪಮಾ. ಅವನ ಕಂಗಳಲ್ಲಿ ತುಂಬಿ ತುಳುಕುತ್ತಿದ್ದ ಭಾವನೆಗೆ ಅವಳು ರೋಮಾಂಚನಗೊಂಡಳು. ತಟ್ಟನೆ ಅವನ ಕಣ್ಣು ತಪ್ಪಿಸಿ ಒಲೆಯತ್ತ ನೋಡಿದಳು. ಒಲೆಯ ಮೇಲಿದ್ದ ಹಾಲು ಕೂಡ ಅವಳ ಹೃದಯದಂತೆ ಉಕ್ಕುತ್ತಿತ್ತು.

"ಖಂಡಿತವಾಗಿ, ನಾನು ನಿಮ್ಮ ಎಳನೀರು ಪಾರ್ಟ್ನರ್, ನೀವು ನನ್ನ ಕಾಫಿ ಪಾರ್ಟ್ನರ್." ತನ್ನನ್ನು ತಾನು ಸವಾರಿಸಿಕೊಳ್ಳುತ್ತ ನುಡಿದಳು ಅನುಪಮಾ .

ಪ್ರತಿದಿನ ಹಾಲಿನ ಜೊತೆಗೆ ಹೂವನ್ನು ಕಳಿಸುವ ಪ್ರತೀತಿಯನ್ನಿಟ್ಟುಕೊಂಡಿದ್ದ ರಘು. ಹೂವಿನೊಡನೆ ಪರಿಮಳವಾಗಿ ಬರುತಿದ್ದ ರಘುವನ್ನು ಒಲವಿನಿಂದ ಮುಡಿದುಕೊಳ್ಳುತ್ತಿದ್ದಳು ಅನುಪಮಾ. ಅದೀಗ ಅವಳ ಬಾಳಿನ ಅವಿಭಾಜ್ಯ ಅಂಗವಾಗಿ ಹೋಗಿತ್ತು.

ಈಗ ಪುನಃ ಪ್ರತಿದಿನ ರಘುವಿನೊಂದಿಗೆ ಎಳನೀರು ಕುಡಿಯುವುದೆಂದರೆ? .. ಅದು ತನಗೆ ಸಂತೋಷ, ನೆಮ್ಮದಿ ಕೊಡುವ ವಿಷಯವೇ ನಿಜ. ಆದರೆ ಇದರಿಂದ ನಾನು ರಘುವನ್ನು ಇನ್ನಷ್ಟು ಹಚ್ಚಿಕೊಳ್ಳುತ್ತೇನೆ. ಹಾಗೆಂದು ತಾನು ರಘುವನ್ನು ಪಡೆಯಲು ಸಾಧ್ಯವೇ? ಈಗಾಗಲೇ ತಾನವರ ತುಂಬು ವ್ಯಕ್ತಿತ್ವಕ್ಕೆ ಪೂರ್ತಿ ಸೋತು ಹೋಗಿದ್ದೇನೆ. ಎಂದುಕೊಳ್ಳುತ್ತ ರಘುವಿನತ್ತ ನೋಡಿದಳು ಅನುಪಮಾ.

ಅವನೂ ಸಹ ಮುಂಜಾವಿನ ಮಲ್ಲಿಗೆಯಂತೆ ನಿಷ್ಕಳಂಕವಾಗಿ ಮಧುರವಾಗಿದ್ದ ಅವಳನ್ನೇ ನೋಡುತಿದ್ದ.

"ಏನು ತುಂಬಾ ಡೀಪಾಗಿ ಯೋಚ್ನೆ ಮಾಡ್ತಾ ಇದ್ದೀಯ.."

"ಇಲ್ಲಲ್ಲ..."

"ಇಲ್ಲದೆ ಏನು? ನಿನ್ನೆದ್ರು ಇನ್ನೊಬ್ಬ ಮುಟ್ಟಾಳ ಕೂತಿದಾನೆ ಅನ್ನೋದೇ ಮರೆತು ಬಿಟ್ಟಿದಿಯಲ್ಲ..."

"ಸಂಬೋಧನೆ ಚೆನ್ನಾಗಿದೆ .. ಅಂದರೆ, ಒಬ್ಬಳು ನಾನೂಂತ ಅರ್ಥಾನ?"

"ನಾನೆಲ್ಲಿ ಹಾಗೆ ಹೇಳಿದೆ ?"

"ಇನ್ನೊಬ್ಬ ನೀವಾಗಿದ್ರೆ, ಒಬ್ಬಳು ನಾನಾಗಿರಲೇ ಬೇಕಲ್ಲ." ನಗುತ್ತ ಕೇಳಿದಳು. ರಘುವೂ ನಕ್ಕು ಬಿಟ್ಟ.

ಕಾಫಿ ಮುಗಿಸಿ ರಘು ಹೊರಟಾಗ ಅವನನ್ನು ಬಾಗಿಲವರೆಗೆ ಬಂದು ಬೀಳ್ಕೊಟ್ಟಳು ಅನುಪಮಾ. ಅವನು ಕಣ್ಮರೆಯಾದ ಮೇಲೆ ಒಳಬಂದು ಕುರ್ಚಿಯಲ್ಲಿ ಕುಳಿತಳು.

"ರಘು ಏಕೆ ನನ್ನನ್ನು ಹಾಗೆ ನೋಡುತ್ತಾರೆ? ಅವರ ನೋಟದಲ್ಲಿ ಎಂಥಾ ಮಾರ್ದವತೆಯಿದೆ. ಅವರು ನಗುತಿದ್ದರೆ ಎಷ್ಟು ಸೊಗಸಾಗಿ ಕಾಣುತ್ತಾರೆ. ಅವರು ನನ್ನನು ಪ್ರೀತಿಸುತಿರಬಹುದೇ? ... ಛೆ ಛೆ... ಎಂಥಾ ಯೋಚನೆ.. ಅವರ ಸ್ನೇಹವನ್ನು ಅಪಾರ್ಥ ಮಾಡಿಕೊಂಡರೆ ಪಶ್ಚಾತ್ತಾಪ ಪಡಬೇಕಾಗಬಹುದು. ಆದರೆ ಆ ನೋಟ, ಆ ನಗು, ಆ ಮೆಚ್ಚಿಗೆ? ನನ್ನ ಭ್ರಮೆಯಿರಬಹುದೆ?... ನನ್ನ ಮನದಲ್ಲೆಳುತಿರುವ ಪ್ರೇಮದಲೆಗಳೇ ನನಗೆ ಮೋಸ ಮಾಡುತ್ತಿರಬಹುದೆ? " ತೀರ್ಮಾನಕ್ಕೆ ಬರಲಾರದೆ ನಿಟ್ಟುಸಿರಿಟ್ಟಳು ಅನುಪಮಾ. ಏಕೋ ತೀವ್ರ ಅಸಹಾಯಕತೆ ಅವರಿಕೊಂಡಂತಾಗಿ ಜೋರಾಗಿ ಅಳಬೇಕೆನಿಸಿತು.

"ಅನೂ ... ಅನೂ ... ಓ ಸುಮ್ಮ ಕೂತಿದ್ದೀಯಾ? ಈ ನುಚ್ಚ ತಗೊಂಡು ಕೊಟ್ಟಿಗೆಯಲ್ಲಿರೋ ಕೋಳಿ ಮರಿಗಳಿಗೆ ಹಾಕಿ ಬಿಡ್ತೀಯ?" ಭೋಜವ್ವನವರು ನುಚ್ಚನ್ನು ಹಿಡಿದು ಬಂದಾಗ ಬೆಚ್ಚಿ ಎಚ್ಚೆತ್ತಳು.

"ಏನಾಯ್ತು ಅನೂ ? ಅಳ್ತಾ ಇದ್ದೀಯ?" ಮಗಳ ನೀರಾಡಿದ ಕಂಗಳನ್ನು ನೋಡಿ ಕೇಳಿದರು.

"ಏನೀಲಮ್ಮ... ಕಿಟಕಿ ಎದುರು ಕೂತಿದ್ದೀನಲ್ಲಾ ಗಾಳಿ ಜೋರಾಗಿದೆ .." ಭಟ್ಟನೆ ಎದ್ದು ಮೊರವನ್ನು ತೆಗೆದುಕೊಂಡು ಹೊರನಡೆದಳು ಅನುಪಮಾ.

*****

ಪ್ರತಿದಿನ ಧ್ಯಾನದ ನಂತರ ರಘುವಿನೊಂದಿಗೆ ಮನೆಗೆ ಬರುತ್ತಿದ್ದಳು ಅನುಪಮಾ. ದಿನಕಳೆದಂತೆ ಅವರ ಸ್ನೇಹ ಗಾಢವಾಗುತ್ತ ಹೋಯಿತು. ಇಬ್ಬರದೂ ಸರಳ, ಸ್ನೇಹ ವ್ಯಕ್ತಿತ್ವವಾದರಿಂದ ಅವರಿಗರಿವಿಲ್ಲದೆ ಅವರಿಬ್ಬರೂ ಹಾಲು ನೀರಿನಂತೆ ಬೆರೆತು ಹೋದರು.

ಅವರಿಗೆ ಮಾತಾಡಲು ಹಲವಾರು ವಿಷಯಗಳಿರುತ್ತಿದ್ದವು. ಅದು ಅವಳ ಧ್ಯಾನ, ಆಸಕ್ತಿ, ವಿದ್ಯಾಭ್ಯಾಸ ಮತ್ತು ಪ್ರಮುಖವಾಗಿ ತೋಟದ ವಿಷಯವೇ ಆಗಿರುತ್ತಿತ್ತು.

ಅನುಪಮಳಿಗೂ ಪ್ರಕೃತಿಯೊಡನೆ ಅವಿನಾಭಾವ ಬಾಂಧವ್ಯವಿದ್ದುದರಿಂದ ಅವಳಿಗೆ ತೋಟದ ವಿಷಯದಲ್ಲಿ ಅಪರಿಮಿತ ಒಲವಿತ್ತು. ಎಷ್ಟೋಬಾರಿ ಮರಗಳ ತಣ್ಣೆಲಲ್ಲಿ ನೀಲಿ ಆಗಸವನ್ನು, ಅಥವಾ ವಿಶಾಲ ಬಯಲನ್ನು, ಅವಲೋಕಿಸುತ್ತ ಸಮಯ ಕಳೆದು ಬಿಡುತಿದ್ದಳು. ಅದು ಅವಳಿಗೆ ಅತ್ಯಂತ ಪ್ರಿಯ ಹವ್ಯಾಸವಾಗಿತ್ತು.

ರಘು, ಸೋಮಯ್ಯನವರು ಕಾಡಾಗಿದ್ದ ಆ ಜಾಗವನ್ನು ಯಾವರೀತಿ ನಂದನವನವಾಗಿ ಪರಿವರ್ತಿಸಿದ್ದರು ಎಂಬುದನ್ನು ವಿವರವಾಗಿ ಹೇಳಿದ್ದ.

ಅವರಿದ್ದ ಮನೆಯಿಂದ ಆ ತೋಟದ ಜಾಗಕ್ಕೆ ೧೦ ಕಿ. ಮೀ. ದೂರವಿತ್ತು. ಚೆನ್ನಪ್ಪ ಆ ಹಳ್ಳಿಯಲ್ಲೇ ಇದ್ದ ಬಡ ಯುವಕ. ಕಟ್ಟು ಮಸ್ತಾಗಿದ್ದ ಆತ ಯಾವುದೇ ಕೆಲಸಕ್ಕಾದರೂ ಸೈಯೆನ್ನುವ ಶ್ರಮ ಜೀವಿ.

ತಮ್ಮ ಕೆಲಸದ ಬಗ್ಗೆ ರೂಪು ರೇಖೆಯನ್ನು ಹಾಕಿಕೊಂಡಿದ್ದ ಸೋಮಯ್ಯನವರು ಚೆನ್ನಪ್ಪನನ್ನು ಖಾಯಂ ಆಳನ್ನಾಗಿ ಮಾಡಿಕೊಂಡಿದ್ದರು. ಅವನ ಶ್ರದ್ದೆಯನ್ನು ಮೊದಲಿನಿಂದಲೂ ಮೆಚ್ಚಿಕೊಂಡಿದ್ದ ಸೋಮಯ್ಯನವರು ಅವನ್ನನ್ನು ತಮ್ಮ ಆಳಿಗಿಂತ ಹೆಚ್ಚಾಗಿ ಜೊತೆಗಾರನನ್ನಾಗಿ ಮಾಡಿಕೊಂಡರು.

ಮುಂಜಾನೆ ಗಂಗವ್ವ ಮಾಡಿ ಕೊಡುತಿದ್ದ ಬುತ್ತಿಯನ್ನು ಬಾಳೆಲೆಯಲ್ಲಿ ಕಟ್ಟಿಕೊಂಡು ಚೆನ್ನಪ್ಪನೊಂದಿಗೆ ಕಾಲುದಾರಿಯಲ್ಲಿ ಹೊರಟರೆ ೭೫ ನಿಮಿಷದಲ್ಲಿ ೩ ಕಿ.ಮೀ. ಸವೆಸಿ ಬಸ್ಸು ಹಿಡಿಯುತಿದ್ದರು. ಆ ಊರಿಗಿದ್ದುದು ಒಂದೇ ಬಸ್ಸು. ಆ ಬಸ್ ಹಿಡಿದು ಅದರಲ್ಲಿ ೧೫ ಕಿ.ಮೀ. ಪಯಣಿಸಿದ ನಂತರ ಮತ್ತೆ ೩ ಕಿ.ಮೀ. ಕಾಡು ಹಾದಿಯನ್ನು ಸವೆಸಬೇಕಾಗುತಿತ್ತು. ಹೆಗಲಿಗೊಂದು ಕೊಡ್ಲಿ, ಸೊಂಟದಲ್ಲೊಂದು ಮಚ್ಚು.

ಒತ್ತಾದ ಕಾಡಾದರಿಂದ ತಣ್ಣನೆ ಕೊರೆವ ಜೌಗು ನೆಲ. ನೆಲದಮೇಲೆ ಒಂದಿಂಚು ಕೊಳೆಯುವ ತರಗೆಲೆಗಳು. ಮರದ ಕಡ್ಡಿಗಳು, ಅದರಲ್ಲಡಗಿರಬಹುದಾದ, ಜಿಗಣೆ, ವಿಷ ಜಂತುಗಳು, ಹುಳ ಹುಪ್ಪಟ್ಟೆಗಳು. ಪೊದೆಯಲ್ಲಡಗಿರಬಹುದಾದ ಕಾಡು ಪ್ರಾಣಿಗಳು, ಆಳೆತ್ತರದ ಹುತ್ತಗಳು. ಮರದ ಬಿಳಲಂತೆ ತೂಗಾಡುವ ಹಾವುಗಳು.

ಎಲ್ಲೆಲ್ಲೂ ತುಂಬಿಕೊಂಡ ಪೊದೆ, ಮುಳ್ಳು ಗಿಡಗಳನ್ನು, ಮಿರುಗುವ ಮಚ್ಚಿನಿಂದ ಕತ್ತರಿಸುತ್ತಾ ಮುನ್ನಡೆದರೆ ತಮ್ಮ ಜಾಗ ಸೇರುವಷ್ಟರಲ್ಲೇ ಸಾಕಾಗಿ ಹೋಗುತಿತ್ತು.

ಒಂದು ದಿನ ಜಾಗ ನೋಡಿದ ಗಂಗವ್ವನವರು ಬಹಳ ಹೆದರಿದ್ದರು. ಅದರ ಸಹವಾಸವೇ ಬೇಡವೆಂದು ಹಠ ಹಿಡಿದಿದ್ದರು. ಆದರೆ ಸೋಮಯ್ಯನವರು "ಸೈನ್ಯದಲ್ಲಿ ಯಾವಾಗ ಯುದ್ಧಕ್ಕೆ ಕರೆ ಬರುತ್ತಂತ ತಿಳಿಯದು ಗಂಗೆ. ಅಲ್ಲಿ ಜೀವವನ್ನು ಪಣವಾಗಿಟ್ಟೇ ಹೋರಾಡುವುದು. ಯಾರಾದರೂ ತಾನು ಬದುಕಬೇಕೆಂದು ಯುದ್ಧಕ್ಕೆ ಹೋಗುವರೇ? ಹಾಗೆಂದೇ ತಿಳಿದುಕೋ. ನಾನೊಬ್ಬ ಸೈನಿಕ. ನನ್ನ ಬಾಳಿನ ಯುದ್ಧಕ್ಕೆ ಹೊರಟಿದ್ದೇನೆ. ಏನಾಗುವುದೋ ನೋಡೇ ಬಿಡೋಣ. ಗೆದ್ದರೆ ಗೆದ್ದೆ. ಇಲ್ಲವಾದರೆ ಚೀನವಾರಿನಲ್ಲಿ ಸತ್ತುಹೋದ ಎಂದು ಭಾವಿಸು. ನೀನು ವೀರ ಕ್ಷತ್ರಿಯ ವನಿತೆ. ಯುದ್ಧ ರಂಗಕ್ಕೆ ಕಳಿಸಿಕೊಟ್ಟ ನೀನು ಭೂದೇವಿಯೆತ್ತ ಕಳಿಸಿಕೊಡೋಕ್ಕಾಕೆ ಹೆದರ್ತೀಯ?"ಎಂದು ಮಡದಿಯನ್ನು ಕೇಳಿದ್ದರು.

ರಘು,ಸುದೀಪನ ಮಾತೆಯಾಗಿದ್ದ ಗಂಗವ್ವನವರು ದಿಟ್ಟರಾಗಿ ಕಣ್ಣೊರೆಸಿಕೊಂಡಿದ್ದರು.

ಪ್ರತಿಯೊಂದು ಕರಾರುವಕ್ಕಾಗಿ ಚಿಂತಿಸಿದ್ದರು ಸೋಮಯ್ಯನವರು. ಇದ್ದದರಲ್ಲಿ ಪರವಾಗಿಲ್ಲವೆನ್ನುವಂತಿದ್ದ ಜಾಗವನ್ನು ಆರಿಸಿ ಬರಿ ಒಂದು ಎಕರೆಯಷ್ಟು ಜಾಗವನ್ನು ಸ್ವಚ್ಛಗೊಳಿಸಲು ಪ್ರಾರಂಭಿಸಿದ್ದರು. ಚಿಕ್ಕ ಪುಟ್ಟ ಗಿಡ ಕತ್ತರಿಸುವುದು ಸುಲಭವಾದರೂ, ಆ ದೈತ್ಯ ಮರಗಳನ್ನು ಉರುಳಿಸುವಲ್ಲಿ ಚೆನ್ನಪ್ಪ ಮತ್ತು ಸೋಮಯ್ಯನವರು ಪಟ್ಟ ಕಷ್ಟ ಅಷ್ಟಿಷ್ಟಲ್ಲ. ದುರದೃಷ್ಟವಶಾತ್ ಮರಬಿದ್ದೋ, ಅಥವಾ ಯಾವುದಾದರೂ ಕಾಡು ಪ್ರಾಣಿಗಳ ಆಕ್ರಮಣಕ್ಕೆ ಸಿಕ್ಕಿದ್ದರೆ ಚೆನ್ನಪ್ಪ, ಸೋಮಯ್ಯನವರಿಗೂ, ಸೋಮಯ್ಯ ಚೆನ್ನಪ್ಪನಿಗೂ ಬಂಧುವೇ ಹೊರತು ಇಬ್ಬರಿಗೂ ಏನಾದರೂ ಆಗಿಹೋಗಿದ್ದರೆ ಅವರ ಅರಣ್ಯ ರೋಧನ ಕೇಳುವವರ್ಯಾರು ಇರಲಿಲ್ಲ. ಎಷ್ಟೋ ಬಾರಿ ತಮ್ಮ ಶಕ್ತಿಯ ಬಗ್ಗೆ ತಾವೇ ಅನುಮಾನಪಟ್ಟದುಂಟು ಸೋಮಯ್ಯನವರು.

ಒಂದು ಎಕರೆ ಕಾಡನ್ನು ಕತ್ತರಿಸಿ ಅಲ್ಲಿದ್ದ ಕಲ್ಲು ಬಂಡೆಗಳನ್ನು, ಬೇರುಗಳನ್ನು ಆಗಡು, ನೆಲವನ್ನು ಹಸನು ಮಾಡುವಲ್ಲಿ ಒಂದು ವರ್ಷವೇ ಹಿಡಿಗಿತ್ತು.

ಒಂದು ಎಕರೆ ಜಾಗ ಸಿದ್ಧವಾಗಿದೆ ಎಂಬುದನ್ನು ತಿಳಿದದ್ದೇ ಸರಿ ತಾವೂ ಅಲ್ಲಿಗೆ ಬರುವುದಾಗಿ ಹಠ ಹಿಡಿದರು ಗಂಗವ್ವ. ಸೋಮಯ್ಯನವರು ಎಷ್ಟು ಬೇಡವೆಂದರೂ ಕೇಳದೆ ತಮ್ಮಿಬ್ಬರು ಮಕ್ಕಳನ್ನು ತಮ್ಮ ತವರಿನಲ್ಲಿ ಬಿಟ್ಟು ಪತಿಯೊಡನೆ ಹೊರಟು ನಿಂತರು.

ಗಂಗವ್ವನವರ ಹಠವನ್ನು ತಡೆಯಲಾಗದ ಸೋಮಯ್ಯನವರು ಕಾಡಿನಲ್ಲಿ ಅಲೆದು ದೊಡ್ಡ ಬಂಡೆಗಳ ಹಿನ್ನೆಲೆಯಲ್ಲಿ ಸುರಕ್ಷಿತವೆನಿಸುವ ಜಾಗದಲ್ಲಿ ಕಲ್ಲಿನಿಂದ ದೊಡ್ಡ ಕೋಣೆಯೊಂದನ್ನು ಕಟ್ಟಿ ಮೇಲೆ ಹುಲ್ಲು ಹೊದಿಸಿದರು. ಗಂಗವ್ವನವರು ನೆಲವನ್ನು ಸಗಣಿಯಿಂದ ಸಾರಿಸಿ, ಒಂದು ಒಳ್ಳೆಯ ದಿನವನ್ನು ನೋಡಿ ಒಲೆ ಹೂಡಿಯೇ ಬಿಟ್ಟರು.

ಗಂಗವ್ವನವರ ಬರುವನ್ನು ಸೋಮಯ್ಯನವರು ತೀವ್ರವಾಗಿ ವಿರೋಧಿಸಿದ್ದರೂ, ಅವರು ಬಂದಮೇಲೆ ಸೋಮಯ್ಯನವರಿಗೆ ಹತ್ತು ಆನೆಯ ಬಲಬಂದಂತಾಯಿಯು. ಈ ಮೊದಲು ಹೆಚ್ಚಿನ ಸಮಯ ಮತ್ತು ಶ್ರಮ ನಡೆಯುವುದರಲ್ಲೇ ಕಳೆದು ಹೋಗುತಿತ್ತು. ಆದರೆ ಈಗ ಮನೆ ಅಲ್ಲಿಯೇ ಇದ್ದುದುದರಿಂದ ನಡೆಯುವ ತಾಪತ್ರಯವಿರಲಿಲ್ಲ. ಬೆಳಿಗ್ಗೆ ಆರು ಘಂಟೆಯಿಂದ ಸಂಜೆ ಆರುಘಂಟೆಯವರೆಗೆ ಸಮಯ ಸಿಗುತಿತ್ತು. ಗಂಜಿಯಾದರೂರೂ ಹೊತ್ತು ಹೊತ್ತಿಗೆ ಬಿಸಿಬಿಸಿಯಾಗಿ ಸಿಗುತ್ತಿದುದಲ್ಲದೆ, ಮಡದಿಯ ಸಹಕಾರ ಆತ್ಮವಿಶ್ವಾಸ ಮತ್ತು ಅವರ ಆರೋಗ್ಯವನ್ನು ಸುಧಾರಿಸಿ ನವ ಚೈತನ್ಯವನ್ನು ತಂದುಕೊಟ್ಟಿತು.

ಕಾಡಿನಲ್ಲಿ ಸಿಗುತ್ತಿದ್ದ ಸೊಪ್ಪು, ಸದೆ, ಗೆಡ್ಡೆ ಗೆಣಸು, ಮೊಲ, ಕಾಡುಕೋಳಿ, ಕೆಲವೊಮ್ಮೆ ಕಡವೆ, ಜಿಂಕೆಗಳು ಬಹುಮಟ್ಟಿಗೆ ಆಹಾರದ ಕೊರತೆಯನ್ನು ನೀಗಿಸಿದ್ದವು. ಅದರೊಂದಿಗೆ ಮನೆಯ ಮುಂದಿನ ಅಂಗಳವನ್ನು ಹಸನು ಮಾಡಿಕೊಂಡಿದ್ದ ಗಂಗವ್ವನವರು, ಮನೆಯ ಸುತ್ತಲೂ ಕಲ್ಲಿನ ಗೋಡೆಯನ್ನು

ಕಟ್ಟಿಕೊಂಡು ಮನೆಗೆ ಬೇಕಾದ ತರಕಾರಿಗಳನ್ನು ಬೆಳಸುವುದರ ಜೊತೆಗೆ ಕೋಳಿ, ಹಂದಿ ಮತ್ತು ಬೇಟೆನಾಯಿಗಳನ್ನು ಸಾಕತೊಡಗಿದರು.

ಬೇಟೆನಾಯಿಗಳ ಆಗಮನದಿಂದ ಅವರಿಗೆ ಬಹಳಷ್ಟು ಧೈರ್ಯ ಬಂದಿತ್ತು. ಎಷ್ಟೋ ಕ್ರೂರ ಮೃಗಗಳು ಸಂಜೆಯಹೊತ್ತು ಉರಿವ ಬೆಂಕಿ, ಆಗಾಗ ಕೇಳುವ ಗುಂಡಿನ ಶಬ್ದ, ಸತತವಾಗಿ ಉರುಳುವ ಮರಗಳ ಸದ್ದಿಗೆ ಬೆದರಿ ದೂರಹೋಗತೊಡಗಿದವು.

ಆದರೆ ಮಳೆಗಾಲದಲ್ಲಿ ಅವರು ಪಟ್ಟ ಪಾಡಂತೂ ವರ್ಣಿಸಲಸದಳ. ಕಿವಿಗಡಚಿಕುವ ಗುಡುಗು, ಕಣ್ಣುಕೋರೈಸುವ ಸಿಡಿಲು, ಆಕಾಶವೇ ಕುಸಿದುಹೋಗುತಿದೆ ಎನ್ನುವಂತೆ, ಕಣ್ಣಿಗೇನೂ ಕಾಣಿಸದಂತೆ ಧೋ ಎಂದು ಸುರಿವ ಮಳೆ. ಆ ಮಳೆಯ ಆರ್ಭಟಕ, ಸಿಡಿಲು ಗುಡುಗಿನ ಚೆಲ್ಲಾಟಕ್ಕ ಮುರಿದು ಬೀಳುವ ಮರಗಳು. ದಿಕ್ಕೆಟ್ಟು ಓಡುವ ಪಶು ಪಕ್ಷಿಗಳು, ಮನೆಯೊಳಗೇ ನುಗ್ಗಿಬಿಡುವ ಹಾವುಗಳು, ಪ್ರಳಯವೇ ಬಂತೆಂಬಂತೆ ಬೆದರಿಸುವ ನೀರಿನ ಭರತ ಒಂದೇ ಎರಡೇ. ಎಷ್ಟೋ ರಾತ್ರಿಗಳನ್ನು ಜೀವ ಕೈಯಲ್ಲಿ ಹಿಡಿದೇ ಕಳೆದದುಂಟು.

ಬಹಳ ಜತನದಿಂದ ಉಳಿಸಿದ ಹಣದಿಂದ ಒಂದು ಜೊತೆ ಎತ್ತನ್ನು ಕೊಂಡು ಕೊಂಡ ಸೋಮಯ್ಯನವರು ವ್ಯವಸಾಯಕ್ಕಿಳಿದರು.

ಪ್ರತಿ ವರ್ಷವೂ ಒಂದೊಂದು ಎಕರೆ ಜಾಗವನ್ನು ಹಸನುಗೊಳಿಸಿದ ಸೋಮಯ್ಯನವರು ಐದು ಎಕರೆ ಜಾಗ ಹಸನಾದ ಮೇಲೆ ಕಾಡು ಕಡಿಯುವ ಕೆಲಸವನ್ನು ನಿಲ್ಲಿಸಿ ಹಸನಾದ ಜಾಗದಲ್ಲಿ ತೋಟ ಮಾಡುವತ್ತ ಗಮನ ಹರಿಸಿದರು.

ಅಷ್ಟುಹೊತ್ತಿಗೆ ಮಲ್ಲಿಗೆಯನ್ನು ಮಾಡುವೆ ಮಾಡಿಕೊಂಡಿದ್ದ ಚೆನ್ನಪ್ಪ ತನ್ನ ಸಂಸಾರವನ್ನು ಪಕ್ಕದಲ್ಲೇ ಹೂಡಿದ್ದ. ಮಲ್ಲಿಗೆ, ಗಂಗವ್ವನವರಿಗೆ ಜೊತೆಯಾಗಿ ಹಲವಾರು ಕೆಲಸಗಳಲ್ಲಿ ತೊಡಗಿಸಿಕೊಂಡಳು. ಅವರಿಬ್ಬರೂ ಕಾಡುಗಳಲ್ಲಿ ಸಿಗುತ್ತಿದ್ದ ವಿಶೇಷವಾದ ಗೆಡ್ಡೆ ಗೆಣಸುಗಳನ್ನು, ಗಿಡಮೂಲಿಕೆಗಳಿಂದ ವಿವಿಧ ಔಷಧಿಗಳನ್ನು, ಎಣ್ಣೆಗಳನ್ನು ತಯಾರಿಸಿ ಸೋಮಯ್ಯ ಹಾಗು ಚೆನ್ನಪ್ಪನವರು ಟೌನಿಗೆ ಹೋಗುವಾಗ, ಕೋಳಿ ಮತ್ತು ಮೊಟ್ಟೆಗಳೊಂದಿಗೆ ಕಳುಹಿಸಿಕೊಡುತಿದ್ದರು. ಅದರಿಂದ ಅವರಿಗೆ ಖರ್ಚಿಗೆ ಸ್ವಲ್ಪ ಪುಡಿಗಾಸು ಸಿಕ್ಕುತ್ತಿತ್ತು.

ಈಗ ಧೈರ್ಯ ಮಾಡಿ ಮಕ್ಕಳನ್ನು ಕರೆದುಕೊಂಡು ಬಂದರು ಗಂಗವ್ವನವರು. ಬದುಕಿನಲ್ಲಿ ನೆಮ್ಮದಿ, ವಿಶ್ವಾಸ ಮೂಡತೊಡಗಿತು.

ಇದೆ ಸಮಯದಲ್ಲಿ ಸೋಮಯ್ಯನವರ ಸಾಹಸದಿಂದ ಸ್ಫೂರ್ತಿಗೊಂಡ ಮುತ್ತಣ್ಣನವರು ಆದೇ ಪ್ರದೇಶದಲ್ಲಿ ಅವರಿಗಿದ್ದ ಮೂರು ಎಕರೆ ಜಾಗದಲ್ಲಿ ತೋಟ ಮಾಡುವ ಮನಸ್ಸು ಮಾಡಿದರು. ತಮ್ಮ ಹಿರಿಯ ಮಗ ಸುರೇಶನ ಸಹಾಯದಿಂದ ಅಲ್ಲಿ ಕೆಲಸ ಪ್ರಾರಂಭಿಸಿದ ಮುತ್ತಣ್ಣನವರು ಮೂರು ವರ್ಷದ ನಂತರ ತಮ್ಮ ಸಂಸಾರವನ್ನು ಅಲ್ಲಿಗೆ ಸಾಗಿಸಿದ್ದರು.

ಜಾಗ ಹಸನು ಮಾಡಿದರೂ ದಿನಗಳೇನು ಸಂತಸದಾಯಕವಾಗಿರಲಿಲ್ಲ. ಜಾಗ ಹಸನು ಮಾಡುವಷ್ಟೇ ಶ್ರಮ ತೋಟ ಮಾಡುವುದಾಗಿತ್ತು. ಏಕೆಂದರೆ ಭತ್ತದ ಹೊರತು ಬೇರಾವ ಫಸಲು ತಟ್ಟನೆ ಕೈಗೆ ಬರುವುದಿಲ್ಲ. ಕಾಫಿತೋಟಗಳ ಫಸಲು ಪ್ರಾರಂಭವಾಗುವುದೇ ಐದು ವರ್ಷಗಳ ನಂತರ. ಜಾಗ ಹಸನು ಮಾಡಲು ಶ್ರಮ ಪಟ್ಟರೆ ಸಾಕಿತ್ತು. ಆದರೆ ತೋಟ ಮಾಡಲು ಹಣದ ಅಗತ್ಯತುಂಬಾ ಇತ್ತು. ಸಸಿಗಳನ್ನು ಕೊಳ್ಳುವುದು, ಅವುಗಳಿಗೆ ಬೇಕಾದ ಗೊಬ್ಬರ, ಔಷಧಿ, ಮರಗಳ ಆರೈಕೆ, ಹಣವಿಲ್ಲದೆ ಆಗುತಿರಲಿಲ್ಲ. ಗೊಬ್ಬರದ ಅಗತ್ಯವನ್ನು ಸಗಣಿ ಹಾಗು ತರಗೆಲೆಗಳಿಂದ ಪೂರೈಸಿಕೊಂಡರು ಸೋಮಯ್ಯನವರು. ಯಾವುದೇ ರಾಸಾಯನಿಕ ಗೊಬ್ಬರದ ಧಾಳಿಗೆ ಸಿಕ್ಕದ ಕಾಡಿನ ನೆಲ ಫಲವತ್ತಾಗಿದ್ದುದರಿಂದ ಭೂತಾಯಿ ಸೋಮಯ್ಯನವರ ಶ್ರಮಕ್ಕೆ ಒಳ್ಳೆಯ ಪ್ರತಿಫಲವನ್ನು ಕೊಡತೊಡಗಿದಳು.

ಐದಾರು ವರ್ಷಗಳ ನಿರಂತ ಶ್ರಮದ ನಂತರ, ಕಾಫಿಗಿಡಗಳು ಫಸಲು ಕೊಡಲು ಪ್ರಾರಂಭಿಸಿದ ಮೇಲೆ ಅವರದೂ ಒಂದು ಬದುಕು, ಒಂದು ಜೀವನ ಎನಿಸಿಕೊಂಡಿತು. ವರ್ಷ ಪೂರ್ತಿ ಹೊಟ್ಟೆ ತುಂಬಾ ಊಟವಲ್ಲದಿದ್ದರು ನೆಮ್ಮದಿಯಾಗಿ ಗಂಜಿ ಕುಡಿಯುವಂತಾಯಿತು.

ತಂದೆಯೊಡನೆ ರಘು ಹಾಗು ಸುದೀಪ ಪ್ರತಿ ಹಂತದಲ್ಲೂ ಹೆಗಲು ಕೊಡುತಿದ್ದರು. ತಮ್ಮ ಪುಟ್ಟ ವಯಸ್ಸಿಗೆ ಮೀರಿದ ಆಸಕ್ತಿ ಶ್ರದ್ದೆಯಿಂದ ತಂದೆಗೆ ಮಕ್ಕಳು ಜೊತೆಗೂಡಿದಾಗ ಸೋಮಯ್ಯ ಹಾಗು ಗಂಗವ್ವನವರ ಉತ್ಸಾಹಕ್ಕೆ ರೆಕ್ಕೆ ಮೂಡಿದಂತಾಯಿತು. ಹೈಸ್ಕೂಲಿನವರೆಗೆ ಅವರು ವಿದ್ಯಾಭ್ಯಾಸದ ಬಗ್ಗೆ ಹೆಚ್ಚಿನ ಗಮನವನ್ನೇ ಕೊಟ್ಟಿರಲಿಲ್ಲ.

ಈಗ ಹುಷಾರಾದರು ಸೋಮಯ್ಯನವರು. ೧೦ ಎಕರೆ ಜಾಗ ಹಸನಾಗಿ ತೋಟವಾಗಿತ್ತು. ಊಟಕ್ಕೂ ಬಟ್ಟೆಗೂ ಕೊರತೆಯಿರಲಿಲ್ಲ. ಕೂಲಿಯವರನ್ನು ತಂದಿರಿಸಿಕೊಳ್ಳುವಷ್ಟು ಅನುಕೂಲ ಅವರದ್ದಾಗಿದುದರಿಂದ ಮಕ್ಕಳನ್ನು ವ್ಯವಸಾಯದಿಂದ ವಿದ್ಯಾಭ್ಯಾಸದತ್ತ ತಳ್ಳಿದರು ಸೋಮಯ್ಯನವರು. ವಿದ್ಯಾಭ್ಯಾಸದ ಮೌಲ್ಯದ ಬಗ್ಗೆ ಅರಿವಿದ್ದ ಅವರು ಮಕ್ಕಳು ಕನಿಷ್ಟ ಪಕ್ಷ ಪದವಿಯನ್ನಾದರೂ ಪಡೆಯಲೆಂದು ಆಶಿಸಿದ್ದರು.

ಇಲ್ಲಿಯೂ ಅವರ ಕನಸು ನನಸಾಯಿತು. ಅರೆಹೊಟ್ಟೆ ಊಟ, ಹರಕು ಬಟ್ಟೆ ತೊಟ್ಟು ತಂದೆಗೆ ಹೆಗಲು ಕೊಟ್ಟು ನಿಂತಿದ್ದ ಮಕ್ಕಳು ಈಗ ನೆಮ್ಮದಿಯಿಂದ ಪುಸ್ತಕ ಹಿಡಿದು ಕುಳಿತರು. ಭೂತಾಯಿ ಒಲಿದಂತೆ, ವಿದ್ಯಾಧಾತೆಯೂ ಅವರನ್ನು ಹರಸಿದಳು. ಪರಿಣಾಮವಾಗಿ ಎಸ್. ಎಸ್. ಎಲ್. ಸಿ ಯನ್ನು ಪ್ರಥಮ ದರ್ಜೆಯಲ್ಲಿ ಮುಗಿಸಿದ ರಘು.

ವ್ಯವಸಾಯದ ಬಗ್ಗೆ ಅತೀವ ಆಸಕ್ತಿ ಹೊಂದಿದ್ದ ರಘು, ಮುಂದೆ ತಾನು ಓದಿದರೆ ತನ್ನ ತೋಟಕ್ಕೆ ಉಪಯೋಗವಾಗುವ ವಿದ್ಯಾಭ್ಯಾಸವನ್ನೇ ಮಾಡಬೇಕೆಂದು ತೀರ್ಮಾನಿಸಿ ಮೈಸೂರಿನಲ್ಲಿ ಪಿ.ಯು.ಸಿ ಮುಗಿಸಿ ಬಂಗಳೂರಿನಲ್ಲಿ ಬಿ.ಎಸ್ಸಿ.ಎಜಿ. ಮುಗಿಸಿದ.

ಇತ್ತ ಸುದೀಪ ಹತ್ತನೆಯ ತರಗತಿಯ ನಂತರ, ಕೊಡಗಿನಲ್ಲೇ ಕಾಲೇಜು ಸೇರಿ ಪಧವಿಯನ್ನು ಪಡೆದು ಎಲ್.ಎಲ್.ಬಿ ಮಾಡಿಕೊಂಡಿದ್ದ. ಕೊನೆಯವಳಾದ ಪೂವಮ್ಮ, ಉರುಫ್, ಜ್ಯೋತಿ ಯಾವುದೇ ಚಿಂತೆಯಿಲ್ಲದೆ ಎಸ್. ಎಸ್. ಎಲ್. ಸಿ ಮುಗಿಸಿ ಮನೆಯಲ್ಲುಳಿದಳು.

ಓದು ಮುಗಿಸಿ ಬಂದ ರಘು ಅಪ್ಪಟ ರೈತನಾದ. ಆಗ ಜಮೀನನ್ನು ಕೊಳ್ಳುವವರು ಯಾರೂ ಇರಲಿಲ್ಲ. ಸರ್ಕಾರೀ ಜಮೀನು. ಅರ್ಜಿ ಹಾಕಿದವರಿಗೆಲ್ಲ ತೀರಾ ಕಡಿಮೆ ದರಕ್ಕೆ ಸಿಕ್ಕುತ್ತಿತ್ತು. ಆ ಅವಕಾಶವನ್ನು ಉಪಯೋಗಿಸಿಕೊಂಡಿದ್ದ ಸೋಮಯ್ಯನವರು ಇನ್ನೂ ೭೫ ಎಕರೆ ಜಾಗವನ್ನು ಕೊಂಡಿದ್ದರು.

ಈ ಜಾಗವನ್ನು ತೋಟ ಮಾಡಲು ಯೋಜನೆ ಹಾಕಿಕೊಂಡ ರಘು, ತಾಂತ್ರಿಕ ಉಪಕರಣಗಳ ಸೌಲಭ್ಯ ಹಾಗು ಸರಕಾರದಿಂದ ರೈತರಿಗಿರುವ ಎಲ್ಲ ಸವಲತ್ತುಗಳ ಪ್ರಯೋಜನವನ್ನು ಪಡೆದುಕೊಂಡ. ಬುಲ್ಡೋಜರ್ ಗಳಿಂದ ಮರಗಳುರುಳಿ ನೆಲಸಮವಾದವು. ಮರಗಳನ್ನು ಮಾರಿ ಬಂದ ಹಣದಿಂದ ರಿಗ್ ತರಿಸಿ ಬೋರೆವೆಲ್ ಕೊರೆಸಿ ಮೋಟಾರ್ ಅಳವಡಿಸಿ ಶಾಶ್ವತ ನೀರಿನ ಸೌಕರ್ಯ ಮಾಡಿಕೊಂಡ. ಅತ್ಯಂತ ಸುಲಭ ಹಾಗು ಸಹಜ ವ್ಯವಸಾಯ ನೀತಿಗಳನ್ನು ಅನುಸರಿಸಿ ಸ್ವತಃ ಗೊಬ್ಬರದ ಪೂರೈಕೆ, ನೈಸರ್ಗಿಕ ಹಾಗೂ ಸಾವಯವ ಕೃಷಿ ವಿಧಾನಗಳನ್ನು ಒಳಗೊಂಡ ರೂಪುರೇಖೆಗಳನ್ನು ಹಾಕಿಕೊಂಡು ಕಾರ್ಯಕ್ಕಿಳಿದ.

ತನ್ನ ವಿಧ್ಯಾಭ್ಯಾಸದಿಂದ ಮತ್ತು ತಿಳುವಳಿಕೆಯಿಂದ ತಾನೊಬ್ಬನೇ ಬೆಳೆಯದೆ, ತನ್ನ ಸುತ್ತ ಮುತ್ತಲಿದ್ದವರಿಗೆಲ್ಲ ಅದರಿಂದ ಪ್ರಯೋಜನವಾಗುವಂತೆ ಮಣ್ಣು ಪರೀಕ್ಷೆ, ಸಾವಯವ ಗೊಬ್ಬರದ ಉಪಯುಕ್ತತೆ, ಅದನ್ನು ತಯಾರಿಸುವ ವಿಧಾನ, ಸಹಜ ಕೃಷಿ ಪದ್ಧತಿ, ಮುಂತಾದ ವಿಷಯಗಳ ಮಾಹಿತಿಯನ್ನು ಕೊಡುವುದೇ ಅಲ್ಲದೆ, ತನ್ನಿಂದಾಗುವ ಎಲ್ಲ ಸಹಾಯವನ್ನು ಮಾಡ ಹತ್ತಿದ. ಇಡೀ ಹಳ್ಳಿಯೇ ಅವನ ಮಾರ್ಗದರ್ಶನದಿಂದ ಸಾಕಷ್ಟು ಸುಧಾರಿಸಿಕೊಂಡಿತು.

ನಂತರ ೮ ವರ್ಷಗಳ ಅವನ ಸಾಧನೆ ಗಣನೀಯ. ಅವನ ಮೇಲ್ವಿಚಾರಣೆಯಲ್ಲಿ ೧೦ ಎಕರೆ ಗಂಗಾ ನರ್ಸರಿ, ೧೫೦ ಎಕರೆ ಕಾಫಿ ತೋಟ - ಗಂಗಾ ಎಸ್ಟೇಟ್, ೭೫ ಎಕರೆ ಗಂಗಾ ಟೀ ಎಸ್ಟೇಟ್, ಗಂಗಾ ಕಾಟೇಜ್, ಗಂಗಾ ಬಂಗ್ಲೊ, ಅಲ್ಲದೆ ೭೫ ಎಕರೆ ಗದ್ದೆ ಅವನದಾಯಿತು.

ಎಲ್ಲರಿಗೂ ಶಕ್ತಿ ಸ್ವರೂಪಿಣಿಯಾಗಿ, ಆತ್ಮ ವಿಶ್ವಾಸವಾಗಿ ನಿಂತ ಗಂಗವ್ವನವರಿಗೆ ಸೋಮಯ್ಯನವರು ಮತ್ತು ಮಕ್ಕಳು ನೀಡಿದ ಗೌರವವದು.

****

ಇಂದಿನ ಮುಂಜಾನೆ ಎಂದಿಗಿಂತ ವಿಶೇಷವಾಗಿದ್ದಂತೆ ತೋರಿತು ಅನುಪಮಳಿಗೆ. ಮಂದಮಾರುತ ಯಾವುದೋ ಹೂವಿನ ನರುಗಂಪನ್ನು ಹೊತ್ತು ಎಲ್ಲೆಡೆ ಸೂರೆ ಮಾಡುತಿತ್ತು. 'ಎಂಥ ಮಧುರ ಸುವಾಸನೆ. ಯಾವ

ಹೂವಿನ ಪರಿಮಳವಿರಬಹುದು?' ಅಚ್ಚರಿಗೊಳ್ಳುತ್ತಲೇ ಮುಖ ತೊಳೆದಳು ಅನುಪಮಾ. 'ಇಂಥ ಪರಿಮಳ ಬೀರುವ ಹೂ ಯಾವುದೆಂದು ಹುಡುಕಬೇಕು..' ಎಂದುಕೊಳ್ಳುತ್ತಿರುವಾಗ ರಾಘವಿನ ಜೀಪ್ ಬಂದ ಸದ್ದಾಯಿತು.

"ಇಷ್ಟು ಬೇಗ ರಘು?" ಅನುಮಾನಿಸುತ್ತಲೇ ವಾಚಿನತ್ತ ನೋಟ ಹರಿಸಿದಳು ಅನುಪಮಾ. ಸಮಯವಿನ್ನೂ ಆರು ಘಂಟೆ. ಈ ಹೊತ್ತಿನಲ್ಲಿ ರಘು ಏಕೆ ಬಂದಿರಬಹುದು? ಚಪ್ಪಲಿ ಮೆಟ್ಟಿಕೊಂಡು ಅವಳು ಬಾಗಿಲ ಹತ್ತಿರ ಬರುವುದಕ್ಕೂ, ಹಿಂಬಾಗಿಲ ಮೇಲೆ ಮೂಡಿದ ಲಘುವಾದ ಸದ್ದಿಗೂ ತಾಳೆಯಾಯಿತು.

ಬಾಗಿಲನ್ನು ತೆರೆದ ಅನುಪಮಾಳನ್ನು ನೋಡಿ "ಗುಡ್ ಮಾರ್ನಿಂಗ್" ಎಂದ ರಘು.

"ವೆರಿ ಗುಡ್ ಮಾರ್ನಿಂಗ್... ಇದೇನು ಇಷ್ಟು ಬೇಗ? " ಅಚ್ಚರಿಯಿಂದ ಅವನನ್ನು ನೋಡುತ್ತಾ ಕೇಳಿದಳು.

ಅವನ ಮುಖ ಅತೀವ ಆನಂದದಿಂದ ಅರಳಿತ್ತು. ಅವನು ಸ್ವಲ್ಪ ಉದ್ವಿಗ್ನಗೊಂಡಂತೆ ತೋರಿತು.

"ಇಷ್ಟು ಬೇಗಾನೆ. ನೀನು ರೆಡಿನಾ ಹಾಗಾದ್ರೆ?" ಅವಳು ಸಿದ್ಧಳಾಗಿದ್ದನ್ನು ನೋಡಿ ಕೇಳಿದ.

"ರೆಡಿನೇ.."

"ಹಾಗಾದ್ರೆ ಹೊರಡು "

"ನನ್ನ ಕರ್ಕೊಂಡು ಹೋಗೋಕೆ ಬಂದ್ರ? ಏನಿವತ್ತು ವಿಶೇಷ? " ಅಚ್ಚರಿಯಿಂದ ಕೇಳಿದಳು ಅನುಪಮಾ.

"ಅದೆಲ್ಲ ಹೇಳ್ತಿನಿ, ಎಲ್ಲಿ ಕಣ್ಣು ಮುಚ್ಕೋ."

"ಕಣ್ಣು ಮುಚ್ಕೋದಾ? ಯಾಕೆ?"

"ಹೇಳ್ತಿನಿ, ಮೊದ್ಲು ಕಣ್ಣು ಮುಚ್ಕೋ.." ರಘು ಅತೀವ ಉತ್ಸಾಹದಿಂದ ಹೇಳಿದಾಗ ಅರ್ಥವಾಗದೇ ಕಣ್ಣು ಮುಚ್ಚಿದಳು ಅನುಪಮಾ. ರಘು ತನ್ನ ಜೇಬಿನಿಂದ ಕರವಸ್ತ್ರವನ್ನು ತೆಗೆದು ಅವಳ ಕಣ್ಣು ಕಟ್ಟಿದ.

"ಇದೇನು ಕಣ್ಣಿಗೆ ಬಟ್ಟೆ ಬೇರೆ ಕಟ್ತಾ ಇದ್ದೀರಿ..."

"ಹಾಂ, ಹಾಂ ನಿನ್ನ ಕಿಡ್ನಾಪ್ ಮಾಡ್ತಾ ಇದ್ದೀನಿ..." ಅವಳ ಕಣ್ಣಿಗೆ ಬಟ್ಟೆಯನ್ನು ಕಟ್ಟುತ್ತಾ ತಮಾಷೆಗಾಗಿ ಹೇಳಿದರೂ, ಅವಳ ಹೃದಯ ಒಂದು ಕ್ಷಣ ಸ್ತಬ್ಧವಾಯಿತು..

"ಕಿಡ್ನಾಪ್ ಏಕೆ ರಘು... ನೀವು ಕರೆದ್ರೆ ನಾನು ನರಕಕ್ಕೆ ಬೇಕಾದ್ರೂ ಬಂದು ಬಿಡ್ತೀನಿ..." ಅವಳ ಅಂತರಾಳದಿಂದ ದನಿಯೊಂದು ಮೊಳಗಿತು.

"ಅದೆಲ್ಲ ಸಸ್ಪೆನ್ಸ್.. ಸರಿ ಬಾ ಹೋಗೋಣ..."ಅವಳ ಕೈ ಹಿಡಿದುಕೊಂಡು ಮುಂದಡಿಯಿಟ್ಟ, ರಘು. ಕ್ಷಣ ಸಪಾರಿಸಿಕೊಂಡಳು ಅನುಪಮಾ. "ಆಂಟಿ ಅನೂನ ಕರ್ಕೊಂಡು ಹೋಗ್ತಾ ಇದ್ದೀನಿ. ಬರೋದು ಲೇಟಾಗಬಹುದು. " ಬಾಗಿಲನ್ನು ಎಳೆದುಕೊಳುತ್ತಾ ಮುಂದಡಿಯಿಟ್ಟ.

ಮೂವತ್ತು ವರ್ಷದ ಗಂಭೀರ ರಘುವಿನ ನಡುವಳಿಕೆ ಇಂದು ಚಿಕ್ಕ ಹುಡುಗನಂತೆ ತೋರಿ ಬಂದಿತು ಅನುಪಮಳಿಗೆ.

"ಒಹೋ, ತುಂಬಾ ಸಿರಿಯಸ್ ಮ್ಯಾಟರ್ ಅನ್ನಿಸುತ್ತೆ. " ಅವನ ತೋಳು ಹಿಡಿದು ಅವನನ್ನು ಹಿಂಬಾಲಿಸಿದಳು ಅನುಪಮ.

"ಎಗ್ಸ್ಯಾಕ್ಟ್ಲಿ"

ಮನೆಯಿಂದ ಹೊರಬಂದಾಗ ಹೂವಿನ ಕಂಪು ಹೆಚ್ಚಿ ಮನಸ್ಸನ್ನು ಇನ್ನಷ್ಟು ಮುದಗೊಳಿಸಿತು.

"ರಘು.. ಇದು ಯಾವ ಹೂವಿನ ಸುವಾಸನೆ... ಇಷ್ಟು ಚೆನ್ನಾಗಿದೆ." ಎಂದಳು..

ಅದಕ್ಕವನು ಉತ್ತರಿಸದೆ ಮುನ್ನಡೆದ.

"ಈಗ ನಿಧಾನವಾಗಿ ಜೀಪ್ ಹತ್ತು."

"ಈಗಲೂ ಕಣ್ಣಿನ ಬಟ್ಟೆ ಬಿಚ್ಚೋದಿಲ್ವಾ?"

"ನೋ ವೇ.. ಮೊದಲು ಜೀಪ್ ಹತ್ತು"

"ರಿಯಲ್ಲಿ ಗ್ರೇಟ್ ಫನ್" ಉದ್ಗರಿಸಿ ರಘುವಿನ ಸಹಾಯದಿಂದ ಜೀಪ್ ಹತ್ತಿ ಕುಳಿತಳು ಅನುಪಮಾ.

ಜೀಪ್ ಹೊರಟಂತೆಲ್ಲ ಹೂವಿನ ಪರಿಮಳ ಫಾಡವಾಗ ತೊಡಗಿತು. ಜೊತೆಗೆ ದುಂಬಿಗಳ ಝೇಂಕಾರವೂ ಸೇರಿಕೊಂಡಾಗ ತಡೆಯಲಾಗಲಿಲ್ಲ ಅನುಪಮಳಿಗೆ.

"ರಘು ಒಂದು ಸಾರಿ ಕಣ್ಣು ಬಿಟ್ಟು ನೋಡ್ಲಾ... ಇದೆಂಥ ಫಮ.."

"ನೋ ನೋ... ನಾನೆ ಕಣ್ಣು ಬಿಚ್ಚೋವರೆಗೂ ನೀನು ಸುಮ್ಮನೆ ಕೂತಿರಬೇಕು." ಅವನು ಖಂಡಿತವಾಗಿ ಹೇಳಿದ.

ಮನದಲ್ಲೇ ನಕ್ಕಳು ಅನುಪಮಾ. ರಘುವನ್ನು ಇಂಥ ಮನಸ್ಥಿತಿಗೆಳೆದ ವಿಚಾರ ಏನಿರಬಹುದು? ಊಹಿಸಲು ಪ್ರಯತ್ನಿಸಿ ಸೋತ ಅನುಪಮಾ ಸುಮ್ಮನಾದಳು.

ರಘು ಹಾಯಾಗಿ "ಜಿಂದಗಿ ಎ ಸಫರ್ ಹೈ ಸುಹಾನಾ" ಹಾಡಿನ ಶಿಳ್ಳೆ ಹಾಕುತ್ತ ಡ್ರೈವ್ ಮಾಡುತಿದ್ದ. ತಣ್ಣನೆಯ ಗಾಳಿ ಮೈ ನಡುಗಿಸುತಿತ್ತು. ಜೀಪಿನಲ್ಲಿ ಹೋಗುತ್ತಿದುದರಿಂದ ಚಳಿ ಇಮ್ಮಡಿಸಿತ್ತು. ಜೀಪ್ ಎತ್ತರದ ಪ್ರದೇಶದತ್ತ ಸಾಗುತ್ತಿರುವುದು, ಅನುಭವದಿಂದ ತಿಳಿಯುತ್ತಿತ್ತು.

ಪೂರ್ಣ ಹತ್ತು ನಿಮಿಷದ ಪ್ರಯಾಣದ ನಂತರ ಜೀಪ್ ನಿಲ್ಲಿಸಿದ ರಘು..

"ಈಗ ಇಳಿ."

ಪುನಃ ಕಣ್ಣು ಬಿಚ್ಚಲೇ ಎಂದು ಕೇಳದ ಅನುಪಮಾ ಜೀಪಿನಿಂದ ಕೆಳಗಿಳಿದು, "ಏನು ಮ್ಯಾಜಿಕ್ ತೋರಿಸ್ತೀರಾ?" ಎಂದಳು..

"ಹಾಂ ಹಾಂ!! ಪವಾಡನೆ... ಒನ್ ಆಫ್ ದಿ ಗ್ರೇಟ್ ಮಿರಾಕಲ್ಸ್ ಆಫ್ ದಿ ನೇಚರ್..." ಪುನಃ ಅವಳನ್ನು ಲ-೧೦ ಹೆಜ್ಜೆ ಕರೆದುಕೊಂಡು ಹೋದ ನಂತರ ಅವಳನ್ನು ನೇರವಾಗಿ ನಿಲ್ಲಿಸಿ ಅವಳ ಕಣ್ಣಿಗೆ ಕಟ್ಟಿದ್ದ ಕರವಸ್ತ್ರವನ್ನು ಬಿಚ್ಚಿದ.

" ನೌ ಓಪನ್ ಯುವರ್ ಐಸ್" ಎಂದ.

ಕಣ್ಣಿಗೆ ಬಟ್ಟೆಯನ್ನು ಹಗೂರವಾಗಿ ಕಟ್ಟಿದ್ದರಿಂದ ಅವಳು ಸಲೀಸಾಗಿ ಕಣ್ಣು ತೆರೆದಳು. ನಂತರ ಕಂಡ ದೃಶ್ಯದಿಂದ ದಂಗಾಗಿ ಹೋದಳು.

" ಓ ಮೈ ಗಾಡ್.. ಐ ಕಾಂಟ್ ಬಿಲೀವ್ ದಿಸ್..." ಅವಳು ಉದ್ಗರಿಸಿದಳು.

ಅವಳ ಮುಖದಲ್ಲಾಗುವ ಬದಲಾವಣೆ ಒಂದಿನಿತು ಮರೆಯಾಗದಂತೆ ಚಕಚಕನೆ ತನ್ನ ಕ್ಯಾಮರಾದಿಂದ ಅವಳ ಭಾವ ಚಿತ್ರಗಳನ್ನು ಸೆರೆ ಹಿಡಿದ ರಘು.. ಅವಳ ಕಂಗಳು ವಿಶಾಲವಾಗಿ ಅರಳಿ, ಹುಬ್ಬುಗಳು ಮೇಲೇರಿ ರೆಪ್ಪೆಯಲುಗಿಸುವುದನ್ನೂ ಮರೆತು ಚಿತ್ರ ಪ್ರತಿಮೆಯಂತೆ ನಿಂತು ಬಿಟ್ಟಳು ಅನುಪಮಾ.

"ಏನಂತೀರಿ ಮೇಡಂ ಈಗ..ಇಸಿಟ್ ನಾಟ್ ಮಿರಾಕಲ್.." ತನ್ನ ಶ್ರಮ ಸಾರ್ಥಕವಾಗಿದ್ದಕ್ಕೆ ತೃಪ್ತಿಗೊಂಡು ಅವಳ ಮುಖದತ್ತ ಬಗ್ಗಿ ಕೇಳಿದ ರಘು..

"ಓ ರಘು... ಐ ಲವ್ ಯು.. ಐ ಲವ್ ಯು ಸೋ ಮಚ್ " ತಾನೇನು ಮಾಡುತ್ತಿದೆನೆಂಬ ಅರಿವು ಇಲ್ಲದೆ ಅವನ ಕೊರಳು ಬಳಸಿ ಅವನ ಕೆನ್ನೆಗೆ ತುಟಿಯೊತ್ತಿಬಿಟ್ಟಳು ಅನುಪಮಾ. ಅಪ್ರತಿಭನಾದ ರಘು ಹಾಗೆ ನಿಂತು ಬಿಟ್ಟ. ಆದರೆ ಅವಳಿಗೆ ತನ್ನ ವರ್ತನೆಯ ಅರಿವಿರಲಿಲ್ಲ. ಮರುಕ್ಷಣವೇ ಅವನನ್ನು ಬಿಟ್ಟು ತಾನು ನಿಂತಿದ್ದ ಗುಡ್ಡದ ತುದಿಗೆ ಓಡಿದಳು ಅನುಪಮಾ.

ಅವಳು ನಿಂತಿದ್ದ ಗುಡ್ಡದ ಇಳಿಜಾರಿನಿಂದ ಪ್ರಾರಂಭವಾದ ಕಾಫಿ ಗಿಡಗಳು ಕಣ್ಣು ಹಾಯುವಷ್ಟು ದೂರವು ಮೈತುಂಬ ಹೂಗಳನ್ನರಳಿಸಿ ನಿಂತಿದ್ದವು. ಕಾಫಿ ಗಿಡದ ಪ್ರತಿಯೊಂದು ಗಿಣ್ಣಿನಲ್ಲೂ ಜೊಂಪೆ ಜೊಂಪೆಯಾಗಿ ಅರಳಿದ ಬೆಳ್ಳನೆಯ ಹಿಮದಂತ ಹೂಗಳು ಪೂರ್ತಿ ಧರೆಯನ್ನೇ ಹೂವಿನಿಂದ ಮುಚ್ಚಿಬಿಟ್ಟಿತು. ಹಸಿರು ಕಾಫಿಗಿಡದ ಹಿನ್ನಲೆಯಲ್ಲಿ ಅರಳಿದ ಹೂಗಳು, ಆಗಸದ ಚುಕ್ಕಿಗಳೆಲ್ಲ ನೆಲಕ್ಕೆ ಸುರಿದು ಸೂರೆ ಹೋಗುತ್ತಿವೆಯೇನೋ ಎಂಬಂತೆ ತೋರುತಿತ್ತು. ಆ ಹೂವಿನಿಂದ ಹೊರಹೊಮ್ಮುತ್ತಿದ್ದ ಸಿಹಿಯಾದ ಪರಿಮಳ ಇಡೀ ವಾತಾವರಣವನ್ನು ಸ್ವರ್ಗಕ್ಕೇರಿಸಿತು.

"ಮೈ ಗಾಡ್.. ಹೂ.." ಹಚ್ಚ ಕಡಿಮೆ ಕಿರುಚಿದಳು. "ಥ್ಯಾಂಕ್ಸ್ ರಘು... ನಂಗೆ ನಿಜವಾಗ್ಲೂ ಇದನ್ನ ನಂಬೋದಕ್ಕೆ ಆಗ್ತಾ ಇಲ್ಲ.. ಈ ಪಾಟಿ ಹೂಗಳು ... ಇದು ಕಸಸಲ್ಲ ತಾನೇ... ಕಾಫಿ ಹೂಗಳ ಬಗ್ಗೆ ಕೇಳಿದ್ದೆ.... ಇದೆ ಮೊದಲನೇ ಸಲ

ನೋಡ್ತಾ ಇರೋದು... ನಂಗೆ ಭೂಮಿ ಮೇಲೆ ಕಾಲು ನಿಲ್ತಾ ಇಲ್ಲ ಅನ್ನಿಸ್ತಿದೆ... ಹೌ ಬ್ಯೂಟಿಫುಲ್..." ಚಿಕ್ಕ ಹುಡುಗಿಯಂತೆ ಜಿಗಿಯುತಿದ್ದ ಅನುಪಮಳನ್ನೇ ನೋಡುತ್ತಾ ತನ್ನ ಕೆನ್ನೆ ಸವರಿಕೊಂಡ ರಘು. ಅವಳ ತುಟಿಗಳ ಮಾರ್ದವತೆಯ ಅನುಭವ ಅವನ ತುಟಿಯನ್ನರಳಿಸಿತು.

"ರಘು ತೋಟದ ಒಳಗೆ ಹೋಗೋಣ್ಮಾ?" ಹೂವನ್ನು ಹತ್ತಿರದಿಂದ ನೋಡಬಯಸಿದ ಅನುಪಮಾ ಅವನ ಉತ್ತರಕ್ಕೂ ಕಾಯದೆ ತೋಟದೊಳಗೆ ಓಡಿದಳು. ರಘು ಅವಳ ಸಂಭ್ರಮವನ್ನೇ ನೋಡುತ್ತಾ ಅಲ್ಲೇ ಇದ್ದ ಕಲ್ಲಿನ ಮೇಲೆ ಕುಳಿತುಕೊಂಡ.

"ರಘು ಹತ್ತಿರ ಬಂದು ನೋಡಿ... ಈ ಹೂವು ಎಷ್ಟು ಚೆನ್ನಾಗಿದೆ.. ಇದೆ ಫಮ ಬೆಳಗಿನಿಂದ ಬರ್ತಾ ಇದ್ದದ್ದು. ಹತ್ತಿರದಿಂದ ನೋಡಿದ್ರೆ ಬಿಳಿ ಸೇವಂತಿಗೆ ತರ ಕಾಣ್ತಾ ಇದೆ. "ಬಾಯಿಗೆ ಬಂದದ್ದನ್ನ ಬಡಬಡಿಸಿದಳು ಅನುಪಮಾ.

ನೆಲಕ್ಕೆಸೆದ ಚೆಂಡಿನಂತೆ ಪುಟಿಯುತ್ತಿದ್ದ ಅನುಪಮಳನ್ನು ನೋಡಿ, ಮತ್ತೊಮ್ಮೆ ತನ್ನ ಶ್ರಮ ಸಾರ್ಥಕವಾಯಿತೆಂದುಕೊಂಡ. ಚಿಗರೆಯಂತೆ ಜಿಗಿಯುತಿದ್ದ ಅವಳನೆತ್ತಿಕೊಂಡು ಗಿರಗಿರ ತಿರುಗ ಬೇಕೆನಿಸಿತವನಿಗೆ. ತುಟಿ ಬಿಗಿದು ಉಕ್ಕುತಿದ್ದ ಭಾವನೆಗೆ ಕಡಿವಾಣ ಹಾಕುವ ಪ್ರಯತ್ನ ಮಾಡುತ್ತ ಅವಳನ್ನೇ ನೋಡುತ್ತಾ ಕುಳಿತುಕೊಂಡ.

ಮೊದಲ ಮುಂಗಾರು ಕಳೆದು ಒಂಭತ್ತು ದಿನಕ್ಕೆ ಸರಿಯಾಗಿ ಎಲ್ಲ ಕಾಫಿ ಗಿಡಗಳು ಒಂದೇ ಸಮಯಕ್ಕೆ ಹೂವರಳಿಸಿ ನಿಲ್ಲುತ್ತದೆ. ಎಕ್ಕರೆಗೆ ಹೆಚ್ಚು ಕಡಿಮೆ ಯಂಂ ಗಿಡಗಳು, ಅದರಲ್ಲಿ ಗಿಡವೇ ಮುಚ್ಚಿ ಹೋಗುವಂತೆ ಬಿರಿದ ಹೂಗಳು. ಆ ನೋಟವನ್ನು, ಇಬ್ಬನಿಯಲ್ಲಿ ನೆನೆದ ಹೂಗಳನ್ನು ಮುಂಜಾವಿನಲ್ಲಿ ಗುಡ್ಡದ ಮೇಲೆ ನಿಂತು ನೋಡಿದರೆ ಅದರ ಅನುಭವವೇ ಅಪೂರ್ವ ವರ್ಣಾತೀತ. ಎಂಥ ಭಾವರಹಿತ ಜೀವಿಯೂ ಒಂದು ಕ್ಷಣ ಭಾವುಕನಾಗುತ್ತಾನೆ. ಅಂಥದರಲ್ಲಿ ಭಾವ ಜೀವಿ ಅನುಪಮಾ ಪೂರ್ಣ ಉದ್ವಿಗ್ನಗೊಂಡಿದ್ದಳು.

ಈ ಭಾರಿ ಮುಂಗಾರು ಚೆನ್ನಾಗಿಯೇ ಆಗಿತ್ತು. ಆದುದರಿಂದ ಕಾಫಿ ಗಿಡಗಳಲ್ಲಿ, ಗಿಡಗಳೇ ಮುಚ್ಚಿ ಹೋಗುವಂತೆ ಮೊಗ್ಗುಗಳು ಮೂಡಿದ್ದವು. ಅನುಪಮಾಳ ಪ್ರಕೃತಿ ಪ್ರೇಮದ ಬಗ್ಗೆ ಚೆನ್ನಾಗಿ ತಿಳಿದಿದ್ದ ರಘು ಈ ದಿನದ ಬಗ್ಗೆ ತುಂಬಾ ಜಾಗರೂಕನಾಗಿದ್ದ. ಮೊಗ್ಗಿನ ಪ್ರಮಾಣವನ್ನು ಅಳೆದಿದ್ದ ರಘು ಅನುಪಮಾಳನ್ನು ಬೆಚ್ಚಿ ಬೀಳಿಸುವ ಸಂಭ್ರಮದಿಂದ ಅವಳನ್ನು ತೋಟಕ್ಕೆ ಕರೆತರುವ ಬಗ್ಗೆ ಚಿಂತಿಸಿದ. ಎಂದಿಗಿಂತ ಬೇಗನೆ ತೋಟದಲ್ಲಿ ಒಂದು ಚಿಕ್ಕ ಸುತ್ತು ಹಾಕಿ ಹೂಗಳ ಪ್ರಮಾಣವನ್ನು ನೋಡಿ ಅನುಪಮಳಲ್ಲಿಗೆ ಧಾವಿಸಿದ್ದ ರಘು. ಹಾಗೆ ಬರುವಾಗ ಆ ಅಪೂರ್ವ ಕ್ಷಣಗಳನ್ನು ಸೆರೆಹಿಡಿಯಲು ತನ್ನ ಕ್ಯಾಮರಾ ತರಲು ಮರೆಯಲಿಲ್ಲ ಆತ.

ತೋಟದ ಪೂರ್ತಿ ಮನಸೋಯಿಚ್ಛೆ ಓಡಾಡಿದಳು ಅನುಪಮಾ. ಅವಳ ಆನಂದಕ್ಕೆ ಪಾರವೇ ಇರಲಿಲ್ಲ. ತನಗೆ ಬೇಕೆನಿಸಿದಲೆಲ್ಲ ಹೋಗಿ ನಿಂತು ಹೂಗಳ ಸೊಬಗನ್ನು ಆಸ್ವಾದಿಸಿದಳು.

ಕುಣಿದು ಕುಪ್ಪಳಿಸಿ ಸಾಕಾದ ಅನುಪಮಾ ರಘುವಿದ್ದಲ್ಲಿಗೆ ಬಂದಳು. ಅವನು ಅವಳನ್ನೇ ನೋಡುತಿದ್ದ. ಈಗವಳಿಗೆ ಸ್ವಲ್ಪ ಸಂಕೋಚವೆನಿಸಿತು.

'ಛೆ.. ರಘುವಿರೋದನ್ನ ಮರೆತು ಕುಣಿದು ಕುಪ್ಪಳಿಸಿಬಿಟ್ಟೆ... ಪರವಾಗಿಲ್ಲ ರಘು ತಾನೇ?.," ಮನದಲ್ಲೇ ಅಂದುಕೊಳ್ಳುತ್ತ ಅವನ ಪಕ್ಕ ಬಂದು ಕುಳಿತುಕೊಂಡಳು. ಅವನ ಮುಂದೇನೂ ಪರದೆ ಹಾಕಬೇಕೆನಿಸಲಿಲ್ಲ ಅನುಪಮಳಿಗೆ....

"ಥಾಂಕ್ಯೂ ವೆರಿಮಚ್. ನಾನೇ ದಿನಾನ ಎಂದೂ ಮರೆಯೋದಿಲ್ಲ..."

"ನಾನು ಅಷ್ಟೇ. ಈ ದಿನಾನ ಎಂದೂ ಮರೆಯೋದಿಲ್ಲ ...ಅಂಡ್ ಆಲ್ಸೋ ಥಾಂಕ್ಯೂ.. ವೆರಿಮಚ್.." ಅವನ ದನಿಯಲ್ಲಿ ಕಂಡೂ ಕಾಣದ ತುಂಟತನ ಮಿಂಚಿತು.

"ನಂಗ್ಯಾಕೆ ಥ್ಯಾಂಕ್ಸ್ ಹೇಳ್ತಾ ಇದ್ದೀರಿ?" ಅಚ್ಚರಿಯಿಂದ ಕೇಳಿದಳು ಅನುಪಮಾ .

ಅವನ ಕೈ ಅನಾಯಾಸವಾಗಿ ತನ್ನ ಕೆನ್ನೆಯ ಮೇಲಾಡಿತು. ಅವಳ ಕೋಮಲ ಕರಗಳ ಹಾಗು ತುಟಿಯ ಮಾರ್ದವತೆ ಇನ್ನೂ ಅವನ ಕೆನ್ನೆಗಳ ಮೇಲೆ ಹಸಿಯಾಗೆ ಇತ್ತು. ಆದರೆ ಅದು ಅವಳಿಗೆ ನೆನಪಿದ್ದಂತೆ ಕಾಣಲಿಲ್ಲ.

ಅಂದರೆ ತನ್ನನ್ನು ಚುಂಬಿಸಿದನ್ನು ಆ ಆನಂದೋತ್ಸಾಹದಲ್ಲಿ ಮರೆತು ಬಿಟ್ಟಳೇ ಅನುಪಮಾ? "ಐ ಲವ್ ಯು ರಘು" ಎಂದ ನುಡಿಗಳನ್ನು ಸಹ?

ತಟ್ಟನೆ ತಲೆ ಕೊಡಹಿ ನಕ್ಕ ರಘು. ಅದು ಅವಳು ಅಮಿತಾನಂದದಲ್ಲಿ ನುಡಿದ ಸ್ವಚ್ಛ, ನಿರ್ಮಲ, ನಿಷ್ಕಳಂಕ ನುಡಿಗಳು. ಅದನ್ನು ಅವಳ ನೆನಪಿಗೆ ತಂದು ಅವಳ ಆನಂದಕ್ಕೆ ಭಂಗ ತರುವುದು ಅವನಿಗೆ ಬೇಕಿರಲಿಲ್ಲ.

"ಯಾಕಂದ್ರೆ, ನಾನು ಅಷ್ಟೊಂದು ಡ್ರಾಮ್ಯಾಟಿಕಲ್ಲಾಗಿ ನಿನ್ನ ಕಣ್ಣಿಗೆ ಬಟ್ಟೆ ಕಟ್ಟಿ ಇಲ್ಲಿಗೆ ಕರ್ಕೊಂಡು ಬಂದ್ರೆಲೆ ನೀನಿದನ್ನು ನೋಡಿ ಸಂತೋಷ ಪಡೋ ಬದ್ನು, ಇಷ್ಟೇನಾ ಅಂದುಬಿಟ್ಟಿದ್ನು.." ಎಂದ.

"ಅಂಥವರು ಇದ್ದಾರಾ?" ಕಣ್ಣರಳಿಸಿ ಕೇಳಿದಳು.

"ಯಾಕಿಲ್ಲ? ಬೇಕಾದಷ್ಟು ಜನರಿದ್ದಾರೆ. ಆದರೆ ನಿನಂಥ ಹುಡುಗಿ ಮಾತ್ರ ಅಪರೂಪ...ಹೀಗೆ ಚಿಕ್ಕ ಹುಡುಗಿ ತರ"

"ಇಲ್ಲಿ ನಿಮ್ಮ ಬದಲು ಬೇರೆಯವರಿದ್ದಿದ್ರೆ ಬಹುಶಃ ನಾನೂ ಸ್ವಲ್ಪ ...ಅಟ್ ಲೀಸ್ಟ್ ಸ್ವಲ್ಪನಾದ್ರು ಗಂಭೀರವಾಗಿರ್ತಿದ್ದೆ. ನೀವು.. ನಂಗೇನೂ ವ್ಯತ್ಯಾಸ ಅನ್ನಿಸೊಲ್ಲ.."ಪದಗಳು ಅರ್ಥ ಹೇಳುವಲ್ಲಿ ವಿಫಲವಾದರೂ ಭಾವ ಮಾತ್ರ ಸ್ಪಷ್ಟವಾಗಿತ್ತು.

"ಥ್ಯಾಂಕ್ಯೂ... ಈ ಸಮಯದಲ್ಲಿ ಕಾಫಿ?"

"ಇಲ್ಲಿ?"

"ವೈ ನಾಟ್" ನಗುತ್ತ ಎದ್ದು ಜೀಪಿನಿಂದ ಫ್ಲಾಸ್ಕ ಮತ್ತು ಬಿಸ್ಕೆಟ್ಟುಗಳನ್ನ ತಂದು ಕಪ್ಪಿಗೆ ಕಾಫಿ ಬಗ್ಗಿಸಿ ಅವಳಿಗೊಂದು ಕೊಟ್ಟು ತಾನೊಂದು ತೆಗೆದುಕೊಂಡ.

ಪುನಃ ಹೂಗಳತ್ತ ನೋಟ ಹರಿಸಿದಳು ಅನುಪಮಾ.

"ನಂಗೆ ಹೂಗಳನ್ನ ನೋಡ್ತಾ ಇದ್ರೆ ಪ್ರಪಂಚಾನೇ ಮರೆತು ಹೋಗತ್ತೆ. ಬೇರೇನೂ ಬೇಡವೆನಿಸುತ್ತೆ.." ಭಾವುಕಳಾಗಿ ನುಡಿದಳು.

"ನಂಗೂ ಅಷ್ಟೇ. ನಿನ್ನನ್ನು ನೋಡ್ತಾ ಇದ್ರೆ ಪ್ರಪಂಚಾನೇ ಮರೆತು ಹೋಗುತ್ತೆ." ನುಡಿದು ಬಿಟ್ಟ ರಘು.

ತಟ್ಟನೆ ಬೆಚ್ಚಿದ ಅನುಪಮಾ ಅವನತ್ತ ನೋಡಿದಳು. ತಾನು ಕೇಳಿದ್ದು ನಿಜವೇ? ಅವನ ಕಂಗಳಂತೂ ನಿಜವೆನ್ನುತಿದ್ದವು.

ಅವಳ ಗೊಂದಲಕ್ಕ ಸ್ವಲ್ಪವೇ ನಕ್ಕ ರಘು.. "ಕಾಫಿ.." ಎಚ್ಚರಿಸಿದ.

"ಹಾಂ ಹುಂ.."ತಲೆ ತಗ್ಗಿಸಿ ಕಾಫಿಯತ್ತ ಗಮನ ಹರಿಸಿದರೂ ರಘುವಿನ ನುಡಿಗಳೇ ಅವಳ ಕಿವಿಗಳಲ್ಲಿ ಝೇಂಕರಿಸುತಿದ್ದವು.

****

ಕಮಾಂಡರ್ ಗೇಟಿನ ಹತ್ತಿರ ಬರುತ್ತಿದ್ದಂತೆ ಗೇಟನ್ನು ತೆರೆದ ರಂಗಣ್ಣ. ಜೀಪನ್ನು ಶೆಡ್ಡಿನಲ್ಲಿ ನಿಲ್ಲಿಸಿ ಬಚ್ಚಲಿನಲ್ಲಿ ಕಾಲು ತೊಳೆದುಕೊಂಡು ಒಳಬಂದ ರಘು ತನ್ನ ಕೋಣೆಗೆ ಹೋಗಿ ಬಟ್ಟೆ ಬದಲಾಯಿಸಿ ಬಂದ.

ಅಷ್ಟು ಹೊತ್ತಿಗೆ ಮೇಜಿನ ಮೇಲೆ ರೊಟ್ಟಿ ಹಾಗು ಮೀನುಸಾರನ್ನು ಅಣೆಗೊಳಿಸಿದ್ದರು ಗಂಗವ್ವ. ಕೆಟಲಿನಿಂದ ಲೋಟಕ್ಕೆ ಕಾಫಿ ಬಗ್ಗಿಸಿಕೊಳ್ಳುವಾಗ ನೆನಪಾದ ಸುದೀಪ.

"ಅಮ್ಮ ಸುದಿ ಬಂದ್ನಾಮ್ಮ?"

"ಮೂರು ಘಂಟೆಗೆ ಬಂದಾಪ್ಪ.. ಅದ್ಯಾಕೋ ಮುಖ ಸಪ್ಪಗೆ ಮಾಡ್ಕೊಂಡು ಕೋಣೆ ಸೇರ್ಕೊಂಡಿದ್ದಾನೆ. " ತಾಯಿ ಹೇಳಿದಾಗ ಅವನ ಹುಬ್ಬೇರಿತು.

"ಒಂದು ವರ್ಷದಿಂದ ಆ ಹುಡುಗಿ ಜಪ ಮಾಡ್ತಾ ಇದ್ದಾನೆ.. ಆ ಮಾರಾಯ್ತಿ ಎಲ್ಲಿದ್ದಾಳೋ ಏನೋ.." ನಿಟ್ಟುಸಿರಿಟ್ಟರು ಗಂಗವ್ವ.

"ಅಂದ್ರೆ... ಈ ಸಾರಿನೂ ಸಿಕ್ಕಿಲ್ವಂತ?"

"ಏನೋಪ್ಪ. ಅವನ ಮುಖ ನೋಡಿದ್ರೆ ಹಾಗೆ ಅನ್ನಿಸುತ್ತೆ... ಅವನ್ನ ಮಾತಾಡಿಸೋ ಧೈರ್ಯಾನೆ ಆಗ್ಲಿಲ್ಲ..."

"ಸಣ್ಣಿ ಸುದೀಪನ್ನ ತಿಂಡಿಗೆ ಬರೋದಕ್ಕೆ ಹೇಳು.."

"ನಾನು ಆಗ್ಲೇ ಹೇಳಿ ಕಳಿಸಿದೆ ರಘು... ಆದ್ರೆ ಅವನು ಏನಾ ಕಾರಣ ಆ ಹುಡುಗಿ ಮೇಲೆ ರೇಗಿದ..." ತಾಯಿ ಚಿಂತೆಯಿಂದ ಹೇಳಿದಾಗ ಸಮಸ್ಯೆ ಗಂಭೀರವಾಗಿರುವಂತೆ ತೋರಿತು ರಘುವಿಗೆ.

"ನಾನು ನೋಡ್ತೀನಿ..."

"ರೊಟ್ಟಿ ಆರಿಹೋಗುತ್ತೆ..."

"ಬೇಗ ಬರ್ತೀನಿ..."

ರಘು ಸುದೀಪನ ಕೋಣೆಗೆ ಬಂದಾಗ ಕೋಣೆಯಲ್ಲಿ ಲೈಟ್ ಹಾಕಿರಲಿಲ್ಲ. ತಾನೇ ದೀಪದ ಗುಂಡಿಯೊತ್ತಿದ ರಘು.. ನಿಯಾನ್ ಬಲ್ಬುಗಳು ಹಾಲಿನ ಬೆಳಕು ಚೆಲ್ಲಿದವು.

ತಟ್ಟನೆ ಅಸಹನೆಯಿಂದ ಮಲಗಿದ್ದಲ್ಲಿಂದ ಮೇಲೆದ್ದ ಸುದೀಪ, ರಘುವನ್ನು ನೋಡಿ ಸುಮ್ಮನಾದ.

"ಏನಾಯ್ತು ಸುದಿ.. ಯಾಕಿಷ್ಟು ಅಪ್ಸೆಟ್ ಆಗಿದ್ದೀಯಾ?"ತೀರಾ ಸಪ್ಪಗಾಗಿದ್ದ ತಮ್ಮನ ಮುಖ ನೋಡುತ್ತಾ ಅವನ ಪಕ್ಕ ಬಂದು ಕುಳಿತುಕೊಂಡ.

"ಏನಾಗೋಕಿದೆ..ಆಗಬಾರದ್ದೆಲ್ಲ ಆಗಿಹೋಯ್ತಿ..." ಅವನು ಭಾರವಾಗಿ ನುಡಿದಾಗ ಬೆಚ್ಚಿದ ರಘು..

"ಅಂದ್ರೆ... ಆ ಹುಡುಗಿ ಮದುವೆ ಆಗಿ ಹೋಯ್ತೆನು?"ಗಾಬರಿಯಿಂದ ಕೇಳಿದ ರಘು..

"ಮದ್ವೆ? ಹಾಗೇನಾದ್ರೂ ಆಗಿದ್ರೆ... ಅವಳ ಹಸ್ಬೆಂಡ್ ಮರ್ಡರ್ ಮಾಡಿ ಅವಳನ್ನ ಹೊತ್ತುಕೊಂಡು ಬರ್ತಿದ್ದೆ..." ಅವನು ತೀಕ್ಷ್ಣವಾಗಿ ನುಡಿದಾಗ, ಸುದೀಪನ ಧ್ವನಿಯಲ್ಲಿ ಮಿನುಗಿದ ಕಾಠಿಣ್ಯಕ್ಕೆ ಕ್ಷಣ ಸ್ತಬ್ಧನಾದ ರಘು, ದೀರ್ಘವಾಗಿ ಅವನನ್ನೇ ನೋಡಿದ.

ಕೆದರಿದ ಕ್ರಾಪು, ಕೆಂಪಡರಿದ ಕಣ್ಣು, ಬಿಗಿದ ಮುಷ್ಟಿ, ಮಲೀನವಾದ ಮುಖ. ಮುಖದಲ್ಲಿದ್ದ ಕಾಠಿಣ್ಯತೆ, ಅಗತ್ಯ ಬಿದ್ದರೆ ಹಾಗೆ ಮಾಡುವವನೇ ಎನಿಸಿತು.

ಇದು ಒಳ್ಳೆಯ ಲಕ್ಷಣವಲ್ಲ. ದಿನದಿನಕ್ಕೂ ಸುದೀಪ ತೀರಾ ಒರಟಾಗುತ್ತಿದ್ದಾನೆ. ಬರಿ ಕೆಟ್ಟದ್ದನ್ನೇ ನೋಡಿ, ಕೇಳಿ, ಅವನಲ್ಲಿಯೂ ರಾಕ್ಷಸಿ ಗುಣಗಳು ತಲೆದೋರುತ್ತಿದೆಯೆನಿಸಿತು. ನಿಧಾನವಾಗಿ ಉಸಿರೆಳೆದುಕೊಂಡ ರಘು.

"ಸುದಿ ಆಗಿದ್ದಾದ್ರೂ ಏನು... ಸರಿಯಾಗಿ ಹೇಳ್ಬಾರ್ದ?" ಅವನ ಕೈಯ ಮೇಲೆ ಸ್ನೇಹದಿಂದ ಕೈ ಹಾಕಿದ.

ಈಗವನು ಸ್ವಲ್ಪ ಅಧೀರನಾದಂತೆ ತೋರಿತು. " ಈಗವಳು ಅಲ್ಲಿಲ್ಲ" ಮೆಲ್ಲನೆ ಉಸುರಿದ.

"ಅಂದ್ರೆ?"

"ನಾನು ಬೆಂಗಳೂರಿನ ಆ ಅಡ್ರಸ್ಗೆ ಹುಡುಕಿಕೊಂಡು ಹೋಗಿದ್ದೆ. ಆ ಮನೆಯೇನೋ ಸುಲಭವಾಗಿ ಸಿಕ್ತು. ಅಲ್ಲಿ ಅವಳ ಫ್ರೆಂಡ್, ಅದೇ ಮದುವೆಗೆ ಅವಳ ಜೊತೆ ಬಂದಿದ್ದಲ್ಲ.. ಅವಳು ಸಿಕ್ದಳು. ಆದ್ರೆ ಪ್ರತಿಮಾ ಅಲ್ಲಿರಲಿಲ್ಲ ಅವಳು ಊರು ಬಿಟ್ಟು ೨ ತಿಂಗಳಾಯಿತಂತೆ.."

"ಎಲ್ಲಿಗೆ ಹೋದ್ಯಂತೆ?"

"ಕೊಡಗಿಗೆ ಬಂದಿದ್ದಾಳಂತೆ.. ಆದ್ರೆ ಅವಳ ಅಡ್ರೆಸ್ ಇಲ್ವಂತೆ..."

"ಅಷ್ಟೇನಾ? ಓಹ್ ನಿನ್ನನ್ನ ನೋಡಿ ನಾನು ಏನೇನೋ ಅದ್ಕೊಂಡೆ. ಸರಿಯಾಗಿ ಹೇಳು.. ನಿನ್ನ ಬಗ್ಗೆ ಆ ಹುಡುಗಿಗೆ ವಿಶ್ವಾಸ ಬಂತಾ? ಯಾವುದೋ ಗಂಡಸು ತನ್ನ ಗೆಳತಿಯನ್ನ ಹುಡುಕ್ಕೊಂಡು ಬಂದಿರೋದು ಅವಳಿಗೆ ಸಹನೆಯಾಗಿರಲಿಕ್ಕಿಲ್ಲ. ಅವಳು ಸುಳ್ಳು ಹೇಳಿರಬಹುದು..."

"ಇಲ್ಲ. ಅವಳು ನನ್ನನ್ನ ಮದುವೇಲಿ ನೋಡಿದ್ದಾಳೆ. ಅವಳಿಗೆ ನನ್ನ ನೆನಪು ಚೆನ್ನಾಗಿತ್ತು. ಅಲ್ಲದೆ ಅವಳಕ್ಕ ಮಾಧುರಿ ನನ್ನ ಬಗ್ಗೆ, ಲೆಟರ್‌ನಲ್ಲಿ ಬರೆದಿದ್ದಳಂತೆ. ನನ್ನ ಜೊತೆ ತುಂಬಾ ಸೌಜನ್ಯವಾಗಿ ನಡಕೊಂಡ್ಲು. ನಾನು ಒಂದು ವರ್ಷದ ಹಿಂದೆ ಅವಳ ಫ್ರೆಂಡನ್ನು ನೋಡಿದ್ದೂ ಪ್ರತಿಮಾನ ಮರೆಯದೆ ಇರೋದು ಅವಳಿಗೆ ಬಹಳ ಸಂತೋಷವನ್ನು ಕೊಟ್ಟಿದೆಯಂತೆ. ಬೈ ದಿ ವೆ ಅವಳ ಹೆಸರು ಪ್ರತಿಮಾ ಅಲ್ಲ, ಪ್ರಗತಿಯಂತೆ.'ನೀವು ಒಂದು ವರ್ಷದಿಂದ ಪ್ರಗತಿಯನ್ನ ಹುಡುಕ್ತಾ ಇರೋ ವಿಷ್ಯ ನಮ್ಮಕ್ಕ ಲಾಸ್ಟ್ ವೀಕ್ ಲೆಟರ್‌ನಲ್ಲಿ ಬರೆದಿದ್ಲು. ನೀವವಳನ್ನ ಅಷ್ಟೊಂದು ಹಚ್ಕೊಂಡಿರುವಾಗ ನಾನು ಸುಮ್ಮನೆ ನಿಮ್ಮನ್ನ ಹೇಗೆ ಅಂಡರ್ ಎಸ್ಟಿಮೇಟ್ ಮಾಡ್ಲಿ? ಬಟ್ ನೀವು ಸ್ವಲ್ಪ ತಡವಾಗಿ ಬಂದ್ರಿ... ಅವಳೀಗ ಇಲ್ಲಿಲ್ಲ. ಊರುಬಿಟ್ಟು ಹೋಗಿದ್ದಾಳಂತ ಹೇಳಿದ್ಲು..."

"ನೀನವಳ ಮನೆ ಅಡ್ರೆಸ್ ಇಸ್ಕೊಬೇಕಿತ್ತು. " ರಘು ಹೇಳಿದ.

"ನಾನೇನು ಅಷ್ಟು ಸುಲಭವಾಗಿ ಬಿಟ್ಟು ಬಿಡ್ತೀನಾ? ಮನೆ ಅಡ್ರೆಸ್ ಇಸ್ಕೊಂಡು ಮನೆವರೆಗೂ ಹೋಗಿದ್ದೆ. ಅವಳು ಹೇಳಿದ್ದು ನಿಜ. ಅವರು ಊರು ಬಿಟ್ಟು 2 ತಿಂಗಳಾಯ್ತಂತೆ..."

"ಅಷ್ಟು ಕ್ಲೋಸ್ ಫ್ರೆಂಡಾದಮೇಲೆ ಅವಳ ಹೊಸ ಅಡ್ರೆಸ್ ಇರಲೇಬೇಕಲ್ಲ..."

"ನಾನು ಅದನ್ನೇ ಕೇಳಿದೆ. ಅದಕ್ಕವಳು "ಇಲ್ಲ, ನನಗವಳಿಂದ ಬಂದಿರೋದು ಒಂದೇ ಲೆಟ್ಟರು. ಅದರಲ್ಲಿ ಅವಳ ಹೊಸ ಅಡ್ರೆಸ್ ಕೊಟ್ಟಿಲ್ಲ. ನೆಕ್ಸ್ಟ ಲೆಟರ್‌ನಲ್ಲಿ ಕೊಡ್ತೀನೀಂತ ಹೇಳಿದ್ದಾಳೆ ಅಂತ ಹೇಳಿದ್ಲು..."

"ಲೆಟರ್ ಎಲ್ಲಿಂದ ಬಂದಿದೇಂತಾ ನೋಡಿದ್ಯಾ?"

"ಮಡಿಕೇರಿ ಸೀಲಿದೆ"

"ಇರಲಿ ಬಿಡು. ಇನ್ನೂ ಸ್ವಲ್ಪ ದಿನದ ಮೇಲೆ ಮತ್ತೆ ಟ್ರೈ ಮಾಡಿದ್ರ್ಯಾಯ್ತು. ನೆಕ್ಸ್ಟ ಲೆಟರ್‌ನಲ್ಲಿ ಅವಳು ಅಡ್ರೆಸ್ ಕೊಡ್ತಾಳೆ ತಾನೇ?"

"ನನ್ನ ಕಾಂಟ್ಯಾಕ್ಟ್ ನಂಬರ್ ಕೊಟ್ಟಿದ್ದೇನೆ. ಅಲ್ಲದೆ ಅವಳ ಫೋನ್ ನಂಬರ್ ಸಹ ಇಸ್ಕೊಂಡು ಬಂದಿದ್ದೀನಿ. ಪ್ರಗತಿ ಅಡ್ರೆಸ್ ಸಿಕ್ಕಿದ ತಕ್ಷಣ ಫೋನ್ ಮಾಡ್ತಾಳಂತೆ. ನನ್ನ ಬಗ್ಗೆ ಅವಳಿಗೆ ನಂಬಿಕೆ ಇದೆ."

"ಮತ್ತೆ ಈ ಗೋಳು ಮುಖ ಯಾಕೆ. ಸಂತೋಷ ಪಡೋ ಬದ್ಲು?"

"ಏನಂತ ಸಂತೋಷ ಪಡ್ಲಿ? ಒಳ್ಳೆ ಬಿಸಿಲುಕುದುರೆ ಬೆನ್ನಟ್ಟಿದ ಹಾಗಾಯ್ತು. ಇನ್ನೇನು ಸಿಕ್ಕಿ ಬಿಟ್ಟಂತ ಅನ್ನಿಸುತ್ತೆ. ಮರುಕ್ಷಣವೇ ಎಷ್ಟೋ ದೂರ. ಹೀಗೆ ಆದ್ರೆ, ನಾನು ಖಂಡಿತ ಹುಚ್ಚನಾಗಿ ಹೋಗ್ತೀನಿ..."ಮುಖ ಮುಚ್ಚಿ ಕುಳಿತು ಬಿಟ್ಟ ಸುದೀಪ.

ರಘುವಿನ ತುಟಿಗಳಲ್ಲಿ ನಗುವರಳಿತು. "ಯಾರಾ ಹುಡುಗಿ? ಯಾರೇ ಆಗಲಿ. ದೇವಕುವರಿಯೇ ಇರಬೇಕು. ಇಂಥ ಒರಟನ ಹೃದಯದಲ್ಲಿಯೂ ಇಷ್ಟೊಂದು ಮಿಡಿತವನ್ನು ಹುಟ್ಟು ಹಾಕಿರಬೇಕಾದರೆ?.. ಖಂಡಿತ ಅವಳಿಂದಲೇ ಸುದೀಪ ಬದಲಾಗಲು ಸಾಧ್ಯ. ದೇವರೇ ಸುದೀಪನ ಹಾರ್ಯೆಕೆ ಶೀಘ್ರದಲ್ಲೇ ನೆರವೇರಿಸು... ಆ ಹುಡುಗಿಯನ್ನೊಮ್ಮೆ ತೋರಿಸಿಕೊಡು... ಮನದಲ್ಲೇ ಬೇಡಿಕೊಂಡ ರಘು..

ಅಸ್ತುವೆಂಬಂತೆ ದೂರದ ಗುಡಿಯಲ್ಲಿ ಘಂಟೆ ಮೊಳಗಿತು..

****

ಗೋಡೆಯ ಪಕ್ಕಕ್ಕೆ ಮಣೆಯನ್ನು ಎಳೆದುಕೊಂಡ ಅನುಪಮಾ, ಎದುರಿಗೆ ನ್ಯೂಸ್ ಪೇಪರೊಂದನ್ನು ಬಿಡಿಸಿ ಹಾಸಿಕೊಂಡಳು. ಶೆಲ್ಫಿನ ಕೆಳಗೆ ಪರಿಮಳ ಬೀರುತ್ತಿದ್ದ ದೊಡ್ಡ ಹಲಸಿನ ಹಣ್ಣನ್ನು ಎತ್ತಿಕೊಂಡು ಪೇಪರಿನ ಮೇಲಿಟ್ಟು ಅದನ್ನು ಅದುಮಿ ನೋಡಿದಳು. ಹಣ್ಣು ಪೂರ್ತಿ ಮೆತ್ತಗಿತ್ತು. ನಿಧಾನವಾಗಿ ಅದನ್ನು ಸೀಳಿದಳು ಅನುಪಮಾ. ಕೇಸರಿ ಬಣ್ಣದ ದಪ್ಪ ದಪ್ಪ ತೊಳೆಗಳು ಮಿರಿಮಿರಿ ಮಿಂಚುತ್ತಾ ಮಧ್ಯದ ಕಾಂಡದಿಂದ ಬೇರ್ಪಟ್ಟು ಹೊರಗಿನ ಸಿಪ್ಪೆಯೊಡನೆ ತೂಗಾಡಿತ. ಪಕ್ಕದಲ್ಲಿಟ್ಟುಕೊಂಡಿದ್ದ ಕೊಬರಿ ಎಣ್ಣೆ ಡಬ್ಬದಿಂದ ಸ್ವಲ್ಪ ಎಣ್ಣೆಯನ್ನು ಕೈಗೆ ಹಚ್ಚಿಕೊಂಡ ಅನುಪಮಾ ತೊಳೆಯೊಂದನ್ನು ಎತ್ತಿ ಬಾಯಿಗೆ ಹಾಕಿಕೊಂಡಳು. ಜೀನಿನಪ್ಪು ಸಿಹಿಯಾಗಿದ್ದ ಅಂಬಲಿ ಹಲಸಿನ ಹಣ್ಣು ನಾಲಿಗೆಯ ಒತ್ತಡದಿಂದಲೇ ಬೀಜದಿಂದ ಬೇರ್ಪಟ್ಟಿತು.

"ಮಮ್ಮಿ ಹಣ್ಣೆಷ್ಟು ಸ್ವೀಟಾಗಿದೆ ನೋಡು." ಸಂಜೆಯ ತಿಂಡಿಗೆಂದು ಉಪ್ಪಿಟ್ಟು ಸಿದ್ಧಪಡಿಸುತಿದ್ದ ತಾಯಿಗೆ ಹೇಳಿದಳು.

"ಹಾಗಂತ ಹಣ್ಣಲ್ಲ ತಿಂದೇ ಮುಗಿಸಿ ಬಿಡಬೇಡ.. ಆಮೇಲೆ *ಕುವಲೆಪುಟ್ಟಿಗೆ[6] ಸಾಕಾಗೋದಿಲ್ಲ" ಮಗಳ ಹಲಸಿನ ಹಣ್ಣಿನ ಮೋಹ ತಿಳಿದಿದ್ದ ಬೋಜವ್ವ ಹೇಳಿದರು.

"ಇರಲಿ ಬಿಡು ಮಮ್ಮಿ. ಎರಡು ಹಣ್ಣಿದೆಯಲ್ಲ ಸಾಕಾಗುತ್ತೆ..." ಮತ್ತೊಂದು ತೊಳೆಯನ್ನು ಬಾಯಿಗೆ ಹಾಕಿಕೊಂಡು ಸಾಸರಿಗೆ ಆರು ತೊಳೆಗಳನ್ನು ಹಾಕಿ ಹಾಲಿನಲ್ಲಿ ಕುಳಿತು ಟಿ.ವಿ. ನೋಡುತಿದ್ದ ತಂದೆಗೆ ಕೊಟ್ಟಳು. "ಪಪ್ಪಾ ಹಣ್ಣೆಷ್ಟು ಸ್ವೀಟಾಗಿದೆ ನೋಡಿ.."

---

[6] ಕುವಲೆ ಪುಟ್ಟೆಂದ್ರೆ; ಹಲಸಿನ ಇಡ್ಲಿ

"ಎಲ್ಲಾದ್ರೂ ಜಾಸ್ತಿ ತಿಂದು ಬಿಟ್ಟೀರಿ.. ಆಮೇಲೆ ರಾತ್ರಿಯಲ್ಲ ನರಳಬೇಕಾಗುತ್ತೆ..." ಅಡಿಗೆ ಮನೆಯಿಂದಲೇ ಗಂಡನಿಗೂ ತಾಕೀತು ಮಾಡಿದರು ಬೋಜವ್ವ.

"ನಿಂಗೆ ಇಷ್ಟ ಇಲ್ಲದಿದ್ದರೆ ನೀನು ತಿನ್ನಬೇಡ. ಸುಮ್ಮ ಬೇರೆಯವರ ಬಾಯೇಕೆ ಕಟ್ಟುತ್ತಿಯ" ಪತ್ನಿಯನ್ನು ಗದರಿದರು ಕುಶಾಲಪ್ಪ.

"ನಂಗೇನು, ರಾತ್ರಿ ನರಳೋರು ನೀವು ತಾನೇ..." ಗೊಣಗಿಕೊಳುತ್ತ ತಮ್ಮ ಕೆಲಸದಲ್ಲಿ ನಿರತರಾದರು ಬೋಜವ್ವ.

ತನಗೆ ಸಾಕೆನಿಸುವಷ್ಟು ಹಣ್ಣು ತಿಂದ ಮೇಲೆಯೇ ತನ್ನ ಕೆಲಸ ಮುಂದುವರೆಸಿದ್ದು ಅನುಪಮಾ. "ಅಮ್ಮ ನಂಗೆ ರಾತ್ರಿ ಊಟ ಬೇಡ..." ಹಣ್ಣುಗಳನ್ನು ಬಿಡಿಸುತ್ತ ಹೇಳಿದಲು ಅನುಪಮ.

"ಅದೇನು ನಂಗೆ ಹೊಸದೇ? " ಮೊದಲಿಸಿದರು ಬೋಜವ್ವ

ಎರಡು ಹಣ್ಣುಗಳನ್ನು ಪೂರ್ತಿ ಬಿಡಿಸಿದ ಮೇಲೆ ಹಣ್ಣಿನ ಸಿಪ್ಪೆಯನ್ನು ತೆಗೆದುಕೊಂಡು ಹೋಗಿ ಧರಣಿಯ ಕೊಟ್ಟಿಗೆಗೆ ಹಾಕಿ ಬಂದಲು ಅನುಪಮಾ. ನಂತರ ಕೈತೊಳೆದುಕೊಂಡು ಮೊದಲೇ ತೊಳೆದಿಟ್ಟಿದ್ದ ಅಕ್ಕಿಯ ಜರಡಿಗೆ ೧೦-೧೫ ತೊಳೆಗಳನ್ನು ಹಾಕಿಕೊಂಡು ದೊಡ್ಡ ಪಾತ್ರೆಯ ಮೇಲಿಟ್ಟು ಉಜ್ಜತೊಡಗಿದಲು. ಜರಡಿಯಿಂದ ಕೇಸರಿ ಬಣ್ಣದ ಹಣ್ಣಿನ ರಸ ತೊಟ್ಟು ತೊಟ್ಟಾಗಿ ಕೆಳಗಿನ ಪಾತ್ರೆಗಳಿದು, ಮೇಲೆ ಬೀಜ ಹಾಗು ನಾರು ಉಳಿಯಿತು. ಹೀಗೆ ಪೂರ್ತಿ ಹಣ್ಣಿನ ರಸ ತೆಗೆಯುವಷ್ಟರಲ್ಲಿ ಬಂದ ರಘು.

"ಬಾ ಮೋನೆ " ರಘುವನ್ನು ಕಂಡು ಟಿ.ವಿ. ಆಫ್ ಮಾಡಿದರು ಕುಶಾಲಪ್ಪನವರು.

"ಆರಾಮ ಅಂಕಲ್.."

"ಆರಾಮೆ. ಇಲ್ಲೇನು ಕೆಲಸ ನಂಗೆ. ಎಲ್ಲ ನೀನೆ ವಹಿಸಿಕೊಂಡಿದ್ದೀಯಲ್ಲ. ಇನ್ನೇನು ಕಾಫಿ ಕುಡಿದು ವಾಕಿಂಗ್ ಹೊರಡಬೇಕಪ್ಪ.. ಸೋಮು ಬರಲಿಲ್ಲವಾ?"

"ಇಲ್ಲ ಅಂಕಲ್. ನಾನು ತೋಟದಿಂದ ಹೀಗೆ ಬಂದೆ. ಮನೆಗೆ ಹೋಗಿಲ್ಲ..." ಶೂ ಬಿಚ್ಚುತ್ತಾ ಹೇಳಿದ.

"ಹಾಗಾದ್ರೆ ಮುಖ ತೊಳೆದುಕೊ. ಕಾಫಿ ಕುಡಿಯುವೆಯಂತೆ. ಅನೂ ರಘುಗೆ ಬಿಸಿನೀರು ಕೊಡು..." ಮಗಳನ್ನು ಕೂಗಿದರು ಕುಶಾಲಪ್ಪ.

"ಇರಲಿ ಅಂಕಲ್, ನಾನೆ ತಗೋತೀನಿ..." ಅವನು ಶೂ ಬಿಚ್ಚಿ ಹವಾಯಿ ಮೆಟ್ಟಿಕೊಂಡು ಬರುವಷ್ಟರಲ್ಲಿ ಹದನಾದ ಬಿಸಿನೀರು ಹಿಡಿದು ಬಂದಲು ಅನುಪಮಾ.

"ನೀನ್ಯಾಕೆ ತರೋಕೆ ಹೋದೆ.. ನಾನೆ ತಗೋತಿದ್ದೆ..."

"ಯಾಕೆ ತರಬಾರದೇನು?" ನಗುತ್ತ ಕೇಳಿದಳು ಅನುಪಮಾ .

"ಹಾಗಲ್ಲ... ನಾಳೆ ಎಕ್ಸಾಮ್ಮೆ ಓದೋದು ಬಿಟ್ಟು..."

"ಅವಳು ಓದ್ತಾ ಇಲ್ಲ ರಘು... ಫ್ರೆಂಡ್ಸ್ ತಿಂಡಿ ಮಾಡ್ತಾ ಇದ್ದಾಳೆ..." ಅಡಿಗೆ ಮನೆಯಿಂದ ಹೊರಬರುತ್ತ ಹೇಳಿದರು ಬೋಜವ್ವ.

"ನಾನು ಬಂದ್ರೆ ನಿಂಗೆ ಡಿಸ್ಟರ್ಬ್ ಆಗುತ್ತಂತ ಅಂದ್ಕೊಂಡೆ... ಇಲ್ಲಿ ನೋಡಿದ್ರೆ ನೀನು ಅಡಿಗೆ ಮನೆ ಸೇರಿದ್ದೀಯಾ..." ನೀರಿನ ತಂಬಿಗೆ ತೆಗೆದುಕೊಳ್ಳುತ್ತಾ ಕೇಳಿದ.

"ಆಶಂಗೆ ಕುವಲೆ ಪುಟ್ಟಂದ್ರೆ ತುಂಬಾ ಇಷ್ಟ.. ಹೇಗೂ ನೀವು ಕಳಿಸಿದ ಹಣ್ಣಿತ್ತಲ್ಲ. "

"ಹಾಗಿದ್ರೆ ಇನ್ನೊಂದೆರಡು ಕಳಿಸ್ತಿದ್ದೆ..."

"ಬೇಡಪ್ಪ... ಇದೆ ಬೇಕಾದಷ್ಟಾಯ್ತು. ನಡೀರಿ ಮುಖ ತೊಳೆದು ಬನ್ನಿ... ಅಷ್ಟರಲ್ಲಿ ಕಾಫಿ ಮಾಡ್ತೀನಿ..." ರಘುವಿಗೆ ಟವಲೊಂದನ್ನು ಕೊಡುತ್ತ ಹೇಳಿದಳು...

ಕಾಫಿ ತಿಂಡಿ ಮುಗಿಸಿದ ಕುಶಾಲಪ್ಪನವರು ವಾಕಿಂಗ್ ಹೊರಟರು. ನಂತರ ಅರ್ಧಕ್ಕೆ ಮುಗಿಸಿದ ತನ್ನ ಕೆಲಸದತ್ತ ಗಮನ ಹರಿಸಿದಳು ಅನುಪಮಾ..

ಹಣ್ಣಿನಿಂದ ತೆಗೆದ ರಸಕ್ಕೆ ಏಲಕ್ಕಿ ಪುಡಿ ಹಾಗು ತುರಿದ ಮತ್ತು ಸಣ್ಣಗೆ ಹೆಚ್ಚಿದ್ದ ತೆಂಗಿನ ಕಾಯನ್ನು ಹಾಕಿದಳು. ನಂತರ ಅದಕ್ಕೆ ತೊಳೆದ ಅಕ್ಕಿಯಿಂದ ಮಾಡಿದ ದಪ್ಪ ತರಿಯನ್ನು ಹಾಕಿ ಹದನಾಗಿ ಬೆರೆಸಿದಳು.

ಇತ್ತ ಅಡಿಗೆ ಮನೆಯಲ್ಲಿ ತೊಳೆದು ಒರೆಸಿ ಇಟ್ಟಿದ್ದ ಬಾಳೆ ಎಲೆಯನ್ನು ಹರಿಯ ತೊಡಗಿದ ರಘು.

"ಅಯ್ಯೋ .. ನೀವ್ಯಾಕೆ ಅದಕ್ಕೆ ಕೈ ಹಾಕ್ತಿರಿ ಕೈಯೆಲ್ಲ ಕರೆಯಾಗುತ್ತೆ..." ರಘುವನ್ನು ತಡೆದಳು ಅನುಪಮಾ .

"ನಿನ್ನ ಮಾತು ಹೆಗಿದೆಂದ್ರೆ. ನೀರಿಗಿಳಿಬೇಡ ನೆಗಡಿಯಾಗುತ್ತೆಂತ ಮೀನಿಗೆ ಹೇಳಿದ ಹಾಗಾಯ್ತು. " ಅವನು ನಗುತ್ತ ಎಲೆಯನ್ನು ಸೀಳತೊಡಗಿದಾಗ ಅವಳು ಸುಮ್ಮನಾಗಬೇಕಾಯಿತು.

ಇಡ್ಲಿಯ ಹದಕ್ಕೆ ಅಕ್ಕಿ ತರಿಯನ್ನು ಬೆರೆಸಿದ ಅನುಪಮಾ ರಘು ಹರಿದಿಟ್ಟಿದ್ದ ಎಲೆಗಳಿಗೆ ಒಂದು ಸೌಟಿನಷ್ಟು ಹಿಟ್ಟನ್ನು ಹಾಕಿ ಚತುರ್ಭುಜಾಕಾರದಲ್ಲಿ ಮಡಿಸತೊಡಗಿದಳು. ಅಷ್ಟರಲ್ಲಿ ತಾಮ್ರದ ದೊಡ್ಡ ಇಡ್ಲಿ ಪಾತ್ರೆಯನ್ನು ತೊಳೆದುಕೊಂಡು ಬಂದ ಬೋಜವ್ವನವರು ಇಡ್ಲಿ ಪಾತ್ರೆಯಲ್ಲಿ ಒಲೆಯ ಮೇಲೆ ನೀರಿಟ್ಟರು. ನಂತರ ತಾವೂ ಸಹ ಬಾಳೆಯ ಎಲೆಗೆ ಹಿಟ್ಟನ್ನು ಹಾಕಿ ಮಡಿಸತೊಡಗಿದರು.

"ಮೊದಲು ಅಮ್ಮ ಇದನ್ನೆಲ್ಲಾ ಮಾಡ್ತಾ ಇದ್ರು. ಈಗ ಅವರಿಗೆ ಅಡಿಗೆ ಮಾಡುವಲ್ಲೇ ಸಾಕಾಗುತ್ತೆ."

"ನಮ್ಮ ಅನೂಗೆ ಅಡಿಗೆ ಮಾಡೋದ್ರಲ್ಲಿ ತುಂಬಾ ಇಂಟ್ರೆಸ್ಟ್. ಆಗಾಗ ಏನಾದ್ರು ಸ್ಪೆಷಲ್ ಮಾಡ್ತಾನೆ ಇರ್ತಾಳೆ." ಬೋಜವ್ವನವರು ಹೇಳಿದರು.

ಮಾತಿನ ನಡುವೆ ಕೆಲಸ ಸಾಗಿತು. ಎಲ್ಲ ಹಿಟ್ಟನ್ನು ಬಾಳೆ ಎಲೆಯಲ್ಲಿ ಹಾಕಿ ಮಡಿಸಿದ ಮೇಲೆ ಅದನ್ನು ಇಡ್ಲಿ ಪಾತ್ರೆಯಲ್ಲಿ ಹಾಕಿ ಮುಚ್ಚಿದಳು ಅನುಪಮಾ.

"ನಾಳೆ ಎಷ್ಟು ಹೊತ್ತಿಗೆ ಹೊರಡ್ತೀಯಾ ಅನೂ?" ಹಾಲಿನಲ್ಲಿ ಕುಳಿತುಕೊಳ್ಳುತ್ತ ಕೇಳಿದ ರಘು.

"ಹತ್ತುವರೆಗೆ ಬಸ್ಸಂದ್ರೆ ೯ ಘಂಟೆಗಾದ್ರು ಹೊರಡಬೇಕು.."

"ಅಷ್ಟು ಬೇಗ ಯಾಕೆ?"

"ಇಲ್ಲಿಂದ ಹೊರಟು ಎರಡು ಬಸ್ ಚೇಂಜ್ ಮಾಡಿ ಹೋಗಬೇಕಂದ್ರೆ ಆಗುತ್ತಲ್ಲ.."

"ಬಸ್ ಸ್ಯಾಂಡ್ಗೆ ನಮ್ಮ ಕಾರಲ್ಲಿ ಡ್ರಾಪ್ ಮಾಡ್ತೀವಿ... ಹೇಗೂ ಸುದೀಪ ದಿನಾ ಟೌನಿಗೆ ಹೋಗ್ತಾನಲ್ಲ, ನಾಳೆ ಹೋಗಬೇಕಾದ್ರೆ ನಿನ್ನ ಕರ್ಕೊಂಡು ಹೋಗ್ತಾನೆ..."

ಸುದೀಪನ ಹೆಸರು ಕೇಳುತಿದ್ದಂತೆ ಅವಳಿಗೆ ಕಿರಿಕಿರಿಯೆನಿಸಿತು. ಲಘುವಾಗಿ ನಕ್ಕಳು ಅನುಪಮಾ.

"ನಾನೇನು ರಾಜಕುಮಾರಿ ಅಂದುಕೊಂಡ್ರಾ? ನೀವೇನು ತೊಂದ್ರೆ ತಗೋಬೇಡಿ. ನಿಮ್ಮ ಈರಿಗೆ ಹೇಳಿದ್ದೀನಿ. ಅವನು ಲಗ್ಗೆಜ್ ತಗೊಂಡು ಬರ್ತಾನೆ. ನಂದು ಹೆಚ್ಚು ಲಗ್ಗೇಜೂ ಇಲ್ಲ. ಒಂದು ಸೂಟ್ಕೇಸ್ ಒಂದು ಬ್ಯಾಗಷ್ಟೆ"

"ನೋಡು ಲಗ್ಗೇಜ್ ಬಗ್ಗೆ ನೀನೇನು ತಲೆ ಕೆಡಿಸಿಕೊಳ್ಳಬೇಡ. ನಾಳೆ ೯-೨೦ಗೆ ಕಾರ್ ಬರುತ್ತೆ ರೆಡಿಯಾಗಿರು..."ಎಂದ.

ಅನುಪಮಳಿಗೆ ಏನೂ ಹೇಳಲಾಗಲಿಲ್ಲ.

ಪುಟ್ಟು ಬೆಂದ ಮೇಲೆ ರಘುವಿನ ಮನೆಗೂ ಒಂದಷ್ಟು ಪುಟ್ಟುಗಳನ್ನು ಪ್ಯಾಕ್ ಮಾಡಿ ಕೊಟ್ಟಳು ಅನುಪಮ.

ರಘು ಮನೆಗೆ ಬಂದಾಗ ಎಲ್ಲರೂ ಅವನಿಗಾಗಿ ಊಟಕ್ಕೆ ಕಾಯುತಿದ್ದರು. ರಘುವಿಗೆ ಹೊಟ್ಟೆ ತುಂಬಿದ್ದರೂ ಸುಮ್ಮನೆ ಬಂದು ಅವರ ಜೊತೆ ಕುಳಿತುಕೊಂಡ. ಊಟದ ನಡುವೆ ಕೇಳಲೋ ಬೇಡವೋ ಎಂದುಕೊಳ್ಳುತ್ತಲೇ ಸುದೀಪನನ್ನು ಕೇಳಿದ ರಘು.

"ಸುಧಿ, ನಿಂಗೊಂದು ಕೆಲಸ ಹೇಳ್ಲಾ ?"

"ಏನು " ಎಂಬಂತೆ ನೋಡಿದ ಸುದೀಪ.

"ನಾಳೆ ನಿಂಗೆ ಹತ್ತು ಘಂಟೆಗೆ ತಾನೇ ಕೋರ್ಟು, ಹೋಗುವಾಗ ಸ್ವಲ್ಪ ಅನೂನ ಕರ್ಕೊಂಡು ಹೋಗಿ ಬಸ್ ಸ್ಟ್ಯಾಂಡಿಗೆ ಡ್ರಾಪ್ ಮಾಡಿ ಬಿಡ್ತೀಯ?'

"ನಂಗೇನು ಬೇರೆ ಕೆಲ್ಸ ಇಲ್ಲ ಅಂದ್ಕೊಂಡ್ಯಾ?"

"ನೀನು ಮನೆಯಿಂದ ಹೊರಡೋದು ೯ಳ಼ಿಕ್ಕೆ. ನಾಳೆ ಒಂದತ್ತು ನಿಮಿಷ ಮುಂಚೆ ಹೊರಟು ಅವಳನ್ನ ಕರ್ಕೊಂಡ್ಹೋಗಿ ಬಿಟ್ರೆ ಏನಾಗುತ್ತೆ?"

"ಯಾಕೆ? ಅವಳೇನು ಮಹಾರಾಣೀನ, ಬಸ್ಸಲ್ಲಿ ಹೋಗೋಕಾಗೋಲ್ಲವಂತಾ?" ತಿರಸ್ಕಾರದಿಂದ ಕೇಳಿದ.

"ಅವಳು ಪಾಪ ಬಸ್ಸಲ್ಲೇ ಹೋಗ್ತೀನಿಂದ್ಲು. ನಾನೆ ಬೇಡಾಂತ ಹೇಳಿದೆ..."

"ಹಾಗಿದ್ಮೇಲೆ ನೀನೆ ಕರ್ಕೊಂಡೊೀಗಬಹುದಲ್ಲ" ವ್ಯಂಗ್ಯವಾಗಿ ಕೇಳಿದ.

"ಧಾರಾಳವಾಗಿ ಕರ್ಕೊಂಡು ಹೋಗಬಹುದು... ಆದ್ರೆ ಕೂಡಿಗೆಯಿಂದ ಒಂದು ಪಾರ್ಟಿ ಬರ್ತಾ ಇದೆ... ನಾನು ನಾಳೆ ತುಂಬಾ ಬ್ಯುಸಿಯಾಗಿರ್ತೀನಿ..."

"ನೋಡು ನಿಂದೇನಾದ್ರು ಸ್ವಂತ ಕೆಲಸ ಇದ್ರೆ ಹೇಳು. ಬೇಕಾದ್ರೆ ನಮ್ಮ ಸಣ್ಣಿನ ಕರ್ಕೊಂಡು ಹೋಗ್ತೀನಿ. ಆದ್ರೆ ಆ ಮನೆಯವರ ಸಹವಾಸ ನಂಗೆ ಬೇಡ..." ಅವನು ಕಡ್ಡಿ ತುಂಡು ಮಾಡಿದಂತೆ ಹೇಳಿದಾಗ ಬೇಸರದಿಂದ ಮುಖ ಕಿವುಚಿದ ರಘು. ಅನುಪಮಾ ಕಳುಹಿಸಿದ ತಿಂಡಿಯನ್ನು ಸಹ ಮುಟ್ಟಲಿಲ್ಲ ಸುದೀಪ.

"ಸುದಿ, ಸ್ವಲ್ಪ ಮರ್ಯಾದೆ ಕೊಟ್ಟು ಮಾತಾಡು. ಏನವಳನ್ನ ಕೆಲಸದವಳಿಗಿಂತ ಕಡೆ ಮಾಡಿ ಮಾತಾಡ್ತೀಯಾ.." ರೇಗಿದರು ಸೋಮಯ್ಯನವರು.

"ಇನ್ನೇನು ಅವಳನ್ನ ಈ ಮನೆ ಸೊಸೆ ಮಾಡ್ಕೋಬೇಕಂತ ಇದ್ದಿರೇನು" ಕನಲಿ ಕೇಳಿದ ಸುದೀಪ.

"ಯಾಕಾಗಬಾರದು?" ತಟ್ಟನೆ ಕೇಳಿದರು ಗಂಗವ್ವ. "ಅವಳನ್ನ ಮಾದುವೆಯಾಗುವವನು ಪುಣ್ಯ ಮಾಡಿರಬೇಕು.."

ತಟ್ಟನೆ ತಾಯಿಯತ್ತ ನೋಡಿದ ರಘು. ಅವರ ಮುಖದಲ್ಲೂ ಅದೇ ಭಾವ ಮೂಡಿ ನಿಂತಿತ್ತು.

"ಪುಣ್ಯ... ಆ ಪುಣ್ಯ ನಿಮಗೆ ಇಟ್ಕೊಳ್ಳಿ... ಇದ್ದಾನಲ್ಲ ನಿಮ್ಮ ಹಿರಿಮಗ ಅವನಿಗೆ ಇರಲಿ ಆ ಪುಣ್ಯ. ನನ್ನ ವಿಷಯಕ್ಕೆ ಮಾತ್ರ ಬರಬೇಡಿ. ನಾನು, ನಾನು ಮೆಚ್ಚಿರೋ ಹುಡುಗೀನೇ ಮದ್ವೆ ಆಗೋದು. ಈ ವರ್ಷ ಅಪ್ಪಯ್ಯ ಕರೆಸಿಕೊಂಡ ಹಾಗೆ ಮುಂದಿನ ವರ್ಷ ನಿನ್ನ ಫ್ರೆಂಡ್ನ ಕರ್ಕೊಂಡು ಬರೋದು, ಅವರಿಗೊಂದು ಐದೇಕರೆ ಜಾಗ ಕೊಟ್ಟು ಅವಳನ್ನೂ ಸೊಸೆ ಮಾಡಿಕೊಳ್ಳೋ ಹೊಂಚಂತು ಬೇಡ. ನಮಗೆ ಐವತ್ತೆಕರೆ ಬಳುವಳಿ ಕೊಟ್ಟು ಹೆಣ್ಣು ಕೊಡುವವರಿದ್ದಾರೆ." ಧೀರ್ಘವಾಗಿ ಒದರಿದ ಸುದೀಪ.

"ಅವರೇನು ತಿನ್ನೋಕೆ ಗತಿ ಇಲ್ಲದೆ ಇಲ್ಲಿಗೆ ಬಂದಿಲ್ಲ. ಅವರಿಗೆ ತೋಟ ತೆಗೆದುಕೊಳ್ಳೋಕು ಇಷ್ಟ ಇರಲಿಲ್ಲ. ಕುಶಾಲು ಬಂದವನೇ ಎರಡು ಲಕ್ಷ ನನ್ನ ಮುಂದೆ ಇಟ್ಟ ಗೊತ್ತಾ?" ಹತ್ತನೇ ಬಾರಿ ಹೇಳಿದರು ಸೊಮ್ಮಯ್ಯನವರು.

"ಅಲ್ಲವೇ ಮತ್ತೆ.. ಎರಡು ಲಕ್ಷ ದೊಡ್ಡ ಗಂಟೇ. ಈಗ ಮಾಮೂಲಿ ತೋಟಕ್ಕೆ ಎಕರೆಗೆ ಒಂದು ಲಕ್ಷ ಇದೆ. ಅದರಲ್ಲಿ ನಮ್ಮಂಥ ಒಳ್ಳೆ ತೋಟಕ್ಕೆ ಎಕರೆಗೆ ಎರಡು ಲಕ್ಷದ ವರೆಗೂ ಇದೆ. ೧೧ ಲಕ್ಷದ ತೋಟಕ್ಕೆ ಎರಡು ಲಕ್ಷ ಕೊಟ್ಟದ್ದು ದೊಡ್ಡದೇನೆ..." ಹಂಗಿಸಿದ ಸುದೀಪ.

"೧೧ ಲಕ್ಷ ನೋ. ೧೫ ಲಕ್ಷನೋ. ಅವರಂತೂ ಬರಲಿಲ್ಲ ನಾನೆ ತಾನೆ ಕರೆಸಿಕೊಂಡದ್ದು" ಮಗನ ಆಪಾದನೆಯನ್ನು ಸಹಿಸದೆ ಸಿಡುಕಿದರು ಸೋಮಯ್ಯನವರು.

"ಓಕೆ. ಅವರಿಗಿಲ್ಲಿ ಬರೋದಕ್ಕೆ ಇಷ್ಟ ಇರಲಿಲ್ಲ. ಅದು ನಿಜಾಂತನೇ ಇಟ್ಟುಕೊಳ್ಳೋಣ. ಅಪ್ಪಯ್ಯ, ಇದೆ ರೀತಿ ೧೫ ವರ್ಷದ ಹಿಂದೆಯೂ ನೀವವರನ್ನ ಇಲ್ಲೆ ಉಳಿಯೋದಕ್ಕೆ ತುಂಬಾ ಒತ್ತಾಯಿಸಿರಬೇಕಲ್ಲ. ತೊದಲು ಮಾತಾಡೋ ಮಕ್ಕಳು, ಬರಿಗ್ಗೆ, ದೈತ್ಯ ಕಾಡು ದುಡಿಯೋದಕ್ಕೆ ನಿನ್ನ ಮತ್ತು ಚೆನ್ನಜ್ಜನ ಎರಡೆರಡು ಕೈಗಳ ಹೊರತಾಗಿ ನಿಮಗೇನಿತ್ತು?. ಆ ದಿನ, ಆ ಕಾಲದಲ್ಲಿ ಇದೆ ನಿಮ್ಮ ಸ್ನೇಹಿತ ನಿಮ್ಮ ಜೊತೆಯಲ್ಲಿದ್ದಿದ್ರು ಒಪ್ಪಿದ್ದೆ. ಹಾಗಾಗಿದ್ದಿದ್ರೆ ನಿಮಗೆಷ್ಟು ಧೈರ್ಯ ಇರೋದು. ಅವರ ಬಗ್ಗೆ ಅಷ್ಟೊಂದು ಆಸೆ ಇಟ್ಟುಕೊಂಡಿದೀರಲ್ಲ, ಆ ವ್ಯಕ್ತಿನೂ ನಿಮ್ಮ ಹೆಗಲಿಗೆ ಹೆಗಲು ಕೊಟ್ಟು ನಿಮ್ಮೆಲ್ಲ ಕಷ್ಟಗಳಲ್ಲಿ ಪಾಲುದಾರರಾಗಿದ್ದಿದ್ದರೆ ಇವತ್ತು ನಿಮ್ಮ ಸುಖದಲ್ಲಿ ಪಾಲು ಪಡೆಯುವ ಹಕ್ಕು ಅವರಿಗಿರುತ್ತಿತ್ತು. ಆದ್ರೆ ಈಗಲ್ಲ...".

"ಸುದಿ, ನೀನು ಅಪ್ಪಯ್ಯನನ್ನು ಉದಾಹರಿಸೋದೇ ಬೇಡ. ಅಪ್ಪಯ್ಯ ವ್ಯಕ್ತಿಯಲ್ಲ ಒಂದು ಮಹಾನ್ ಶಕ್ತಿ.. ಆ ರೀತಿ ಎಲ್ಲರು ಇರೋಕೆ ಸಾಧ್ಯ ಇಲ್ಲ." ತಂದೆಯ ಸಹಾಯಕ್ಕೆ ಬಂದ ರಘು.

"ಸರಿ. ನಿನ್ನ ಮಾತನ್ನ ಒಪ್ಪಿಕೊಳ್ಳೋಣ. ಹಾಗಂತ ಏನಾದ್ರು ಅನಾಹುತ ಆಗಿ ಅಪ್ಪಯ್ಯಂಗೇನಾದ್ರು ಆಗಿದ್ದಿದ್ದರೆ ಅಮ್ಮ ಮತ್ತೆ ನಾವಿಬ್ಬರು ಇವತ್ತು ಏನಾಗ್ತಾ ಇದ್ವಿ? ಆ ನಿನ್ನ ಕುಶಾಲು ಅಂಕಲ್ ನಮ್ಮನ್ನ ಸಾಕ್ತಾ ಇದ್ಯಾ?"

"ನಿನ್ನದು ವಿತಂಡ ವಾದ ಕಣೋ... ಹಾಗಾಗಿದ್ರು, ಹೀಗಾಗಿದ್ರು ಮಣ್ಣು ಮಸೀಂತ. ಅವರು ನಮ್ಮ ಮಾತಿಗೆ ಬೆಲೆಕೊಟ್ಟು ಐದೇಕರೆ ಜಾಮೀನು ನಮಗೆ ಬಿಟ್ಟು ಹೋದ್ರು.." ಗಂಗವ್ವನವರು ಸಿಡುಕಿದರು.

"ಐದೇಕರೆ ಜಾಗ... ಪಾಪ ಕಷ್ಟ ಪಟ್ಟು ಕೊಂಡುಕೊಂಡಿದ್ದು. ಆಗೆಲ್ಲ ನೂರು ರುಪಾಯಿಗೆ ಒಂದು ಎಕರೆ ಜಾಗ ಸಿಗ್ತಾ ಇತ್ತು..."

"ಆದೇ ನೂರು ರೂಪಾಯಿ ನಮ್ಮ ಹತ್ತಿರ ಇರಲಿಲ್ಲ.."

"ಅಪ್ಪಯ್ಯ ನೀವೇನೇ ಹೇಳಿ, ಮನುಷ್ಯ ತನಗೆ ಲಾಭವಿರೋ ಕಡೆ ಮಾತ್ರ ಹೊಗ್ತಾನೆ ಹೊರತು ಸ್ನೇಹ ಸಂಬಂಧಾಂತ ಯಾರು ಸಮಸ್ಯೆಯನ್ನ ಕುತ್ತಿಗೆ

ಗಂಟು ಹಾಕೊಲ್ಲೋದಿಲ್ಲ. ಇದು ನಿಮಗೂ ಗೊತ್ತು. ಆದ್ರೆ ನೀವೇನೋ ಆದರ್ಶ ಇಟ್ಟೊಂದಿದ್ದೀರಿ. ಅದು ಬರಿ ಮೂರ್ಖತನದ ಹೊರತು ಬೇರೇನೂ ಅಲ್ಲ. ನೀವೇನು ಬೇಕೋ ಅದನ್ನ ಮಾಡಿ, ಆದ್ರೆ ನನ್ನಿಂದ ಅದನ್ನ ನಿರೀಕ್ಷಿಸಬೇಡಿ. ನೀವು ಹೇಳೋಹಾಗೆ ನಿಷ್ಕಳಂಕವಾದ ಪ್ರೀತಿ, ಪ್ರೇಮ, ಸ್ನೇಹ ಪುಸ್ತಕದ ಸಾಲಿನಿಂದ ಹೊರಬಂದು ಜೀವನದಲ್ಲಿ ಕಾಣ ಸಿಗಲಿ. ಆಗ ನಾನೂ ನಿಮ್ಮ ತತ್ವನಾ ಒಪ್ಪಿಕೊಳ್ತೇನೆ. ಅಲ್ಲಿಯವರೆಗೆ ನನ್ನ ದಾರಿ ನಂಗೆ ನಿಮ್ಮ ದಾರಿ ನಿಮಗೆ." ಸುದೀಪ ಮಾತು ಮುಗಿಯಿತೆಂಬಂತೆ ಊಟದತ್ತ ಗಮನ ಹರಿಸಿದಾಗ ಜಡಿ ಮಳೆ ಹೊಡೆದು ನಿಂತಂತಾಯಿತು. ಮತ್ತೆ ಯಾರು ಮಾತಾಡಲು ಹೋಗಲಿಲ್ಲ. ಮೌನವಾಗಿ ಊಟದತ್ತ ಗಮನ ಹರಿಸಿದರು.

****

ಸುದೀಪನ ಬರುವಿಕೆಯನ್ನು ಉದ್ವೇಗದಿಂದ ಎದುಗು ನೋಡುತಿದ್ದ ಅನುಪಮಾ ರಘು ತನ್ನ ಕಾಮಾಂಡರಿನಲ್ಲಿ ಬಂದಿಳಿದಾಗ ನೆಮ್ಮದಿಯ ಉಸಿರುಬಿಟ್ಟಳು.

"ಇದೇನು ನೀವೇ ಬಂದುಬಿಟ್ಟಿ.." ತನಗಾದ ಆನಂದವನ್ನು ಅಡಗಿಸಿಕೊಳ್ಳಲು ಪ್ರಯತ್ನಿಸುತ್ತಾ ಕೇಳಿದಳು ಅನುಪಮಾ.

"ಸುದೀಪನಿಗೆ ಬೇರೇನೋ ಅರ್ಜೆಂಟ್ ಕೆಲಸ ಇತ್ತು..ಅವನು ಆರು ಘಂಟೆಗೆ ಹೊರಟುಹೋದ. ಅದಕ್ಕೆ ನಾನೆ ಬಂದೆ. " ರಘು ನುಡಿದ.

ಅದು ಸುಳ್ಳೆಂದು ಅವಳಿಗೆ ಚೆನ್ನಾಗಿ ಗೊತ್ತಿತ್ತು. ಅವಳು ಬಂದಾಗಿನಿಂದ ಸುದೀಪನನ್ನು ನೋಡಿರಲಿಲ್ಲ. ಸುದೀಪ ಇವರ ಮನೆಗೆ ಬಂದು ಮಾತಾಡಿಸುವ ಸೌಜನ್ಯವನ್ನು ತೋರಿರಲಿಲ್ಲ. ಅನುಪಮಾಳ ಪರೀಕ್ಷೆ ಹತ್ತಿರವಿದ್ದು ಅವಳು ಹೆಚ್ಚು ಗಂಗಾ ಕಾಟೇಜಿಗೆ ಹೋಗುತಿರಲಿಲ್ಲವಾದ್ದರಿಂದ ಅವರಿಬ್ಬರ ಭೇಟಿಯೇ ಆಗಿರಲಿಲ್ಲ.

ಅಲ್ಲದೆ, ಅವನಿಗೆ ತಾವಲ್ಲಿ ಬಂದಿರುವುದು ಇಷ್ಟವಿಲ್ಲವೆಂದು ಕುಶಾಲಪ್ಪನವರಿಂದ ತಿಳಿದು ಬಂದಿತ್ತು. ಒಂದೆರಡು ಬಾರಿ ಕುಶಾಲಪ್ಪನವರು ಅವನನ್ನು ಭೇಟಿ ಮಾಡಿದಾಗ ಅವನ ಅನಾದರ ಅವರ ಅನುಭವಕ್ಕೆ ಚೆನ್ನಾಗಿ ಬಂದಿದ್ದರಿಂದ, ಕುಶಾಲಪ್ಪನವರೂ ಸಹ ಆದಷ್ಟು ಸುದೀಪ ಮನೆಯಲ್ಲಿಲ್ಲದ ಸಮಯದಲ್ಲೇ ಗಂಗಾ ಕಾಟೇಜಿಗೆ ಹೋಗುತಿದ್ದರು.

ರಘು ಮತ್ತು ಅನುಪಮಾ ಬಸ್ಸ್ಟ್ಯಾಂಡನ್ನು ತಲುಪಿದಾಗ ಸಮಯ ಹತ್ತು ಘಂಟೆಯಾಗಿತ್ತು. ಜೀಪ್ ಪಾರ್ಕ್ ಮಾಡಿ ಕೆಳಗಿಳಿದ ರಘು ಹಿಂದಿನಿಂದ ಒಂದು ಬಾಳೆಗೊನೆ, ಹಲಸಿನ ಹಣ್ಣು, ಒಂದು ಬುಟ್ಟಿ ಕಿತ್ತಳೆ ಹಣ್ಣು, ಒಂದು ಬುಟ್ಟಿ ವಿವಿಧ ಬಗೆಯ ತರಕಾರಿಗಳು, ಮತ್ತೊಂದು ಚೀಲವನ್ನು ಕೆಳಗಿಳಿಸಿದಾಗ ಹುಬ್ಬೇರಿಸಿದಳು ಅನುಪಮಾ.

"ಇದೇನು ಇಷ್ಟೊಂದು?"

"ನಿಮ್ಮ ಫ್ರೆಂಡ್ ಮನೆಗೆ ಹೋಗ್ತಾ ಇದ್ದೀಯ, ನಮ್ಮ ತೋಟದ ಬೆಳೆಗಳನ್ನ ತೆಗೆದುಕೊಂಡು ಹೋಗು. ಅವರೂ ಸ್ವಲ್ಪ ರುಚಿ ನೋಡಲಿ. ಈ ಚೀಲದಲ್ಲಿ ಸ್ವಲ್ಪ ಅಡಿಕೆ, ಕೊಬರಿ, ಈ ಬ್ಯಾಗಲ್ಲಿ ಸ್ವಲ್ಪ ಏಲಕ್ಕಿ, ಕರಿಮೆಣಸು, ಕಾಫಿಪುಡಿ ಮತ್ತೆ ಸ್ವಲ್ಪ ತುಪ್ಪ ಇದೆ." ಎನ್ನುತ್ತಾ ಇನ್ನೊಂದು ವಯರ್ ಬುಟ್ಟಿ ತೆಗೆದಾಗ ಸುಸ್ತಾದಳು ಅನುಪಮಾ.

"ಇನ್ನೊಂದು ಚಿಕ್ಕ ಹೆಲ್ಪ್ ಮಾಡ್ತೀರಾ " ಅವನನ್ನು ನೋಡುತ್ತಾ ಕೇಳಿದಳು.

"ಏನು?"

"ಇದನೆಲ್ಲ ನೋಡಿದ್ರೆ ನಂಗೆ ಭಯವಾಗುತ್ತೆ. ನಿಮ್ಮ ಜೀಪಿನಲ್ಲಿ ನನ್ನ ಬೆಂಗಳೂರಿನವರೆಗೆ ಡ್ರಾಪ್ ಮಾಡಿಬಿಡ್ತೀರಾ? ಅಲ್ಲ...ಇದನ್ನೆಲ್ಲ ನಾನು ಹೇಗೆ ತಗೊಂಡು ಹೋಗ್ಲಿ?" ಚಿಂತಿಸುತ್ತ ಕೇಳಿದಳು ಅನುಪಮಾ.

"ಅಲ್ಲಿ ಅವರ ತಂದೆ ರಿಸೀವ್ ಮಾಡಿಕೊಳ್ತಾರೇಂತ ಹೇಳಿದ್ದೆ.."

"ಹಾಂ ಅಲ್ಲೇನೋ ರಿಸೀವ್ ಮಾಡ್ಕೋತಾರೆ.."

"ಮತ್ತೆ ವರಿ ಮಾಡ್ಕೋಬೇಡ. ನಾನು ಡ್ರೈವರಿಗೆ ಹೇಳ್ತಿನಿ..." ಎನ್ನುತ ಕೊನೆಯದಾಗಿ ಒಂದು ಕೆಸುವಿನೆಲೆಯ ಗಂಟನ್ನು ತೆಗೆದ.

"ಇದರಲ್ಲಿ ಹೂವಿದೆ. ನಂಗೆ ಹೂಗಳನ್ನ ನೋಡಿದ್ರೆ ನಿನ್ನ ನೆನಪೇ ಬರುತ್ತೆ..."ಎನ್ನುತ್ತಾ ಅವಳ ಕೈಯಲಿಟ್ಟ.

ಅವನ ನುಡಿಗಳನ್ನು ಕೇಳಿ ಅವನ ಮುಖ ನೋಡಿದಳು ಅನುಪಮಾ. ಅವನ ಕಂಗಳಲ್ಲಿ ಮೂಡಿದ್ದ ಭಾವನೆಗೆ ಅವಳು ರೋಮಾಂಚನಗೊಂಡಳು.

"ಥಾಂಕ್ಯೂ ವೆರಿಮಚ್." ಮೃದುವಾಗಿ ಗಂಟು ಬಿಡಿಸಿ ನೋಡಿದಳು. ಮಾರನೇ ದಿನಕ್ಕೆ ಅರಳುವ ಮಲ್ಲಿಗೆ ಮೊಗ್ಗು. ಹಾಗು ಹತ್ತಿಪ್ಪತ್ತು ವಿವಿಧ ರಂಗಿನ ಅರೆಬಿರಿದ ಗುಲಾಬಿ ಹೂಗಳು ಪರಿಮಳಿಸುತಿದ್ದವು. ಅವುಗಳ ಸುವಾಸನೆಯನ್ನು ಉಸಿರು ತುಂಬಾ ಎಳೆದುಕೊಂಡಳು ಅನುಪಮಾ ..

"ಅಯ್ಯೋ ಎಷ್ಟೊಂದು ಹೂಗಳನ್ನ ಕಿತ್ತು ಬಿಟ್ಟಿದ್ದೀರಿ.. ನಂಗೆ ಹೊಟ್ಟೆ ಉರಿತಾ ಇದೆ."

"ನಾನೇನು ಕೀಳೋಕೆ ಹೋಗ್ಲಿಲ್ಲ .. ಅವೇ ನಿನ್ನ ನೋಡ್ಬೇಕೂಂತ ನನ್ನ ಜೊತೆ ಬಂದ್ವು "

"ಹೌದೇನು? ಹಾಗಾದ್ರೆ ಸರಿ" ಇಬ್ಬರು ನಕ್ಕರು. ಅಷ್ಟರಲ್ಲಿ ಬಸ್ ಬಂದುದರಿಂದ ಮಾತು ನಿಂತಿತು .

ರಘು ಕೂಲಿಯವನ ಸಹಾಯದಿಂದ ಎಲ್ಲ ಸಾಮಾನುಗಳನ್ನು ಡ್ರೈವರಿನ ಕ್ಯಾಬಿನಿನಲ್ಲಿರಿಸಿ, ಡ್ರೈವರಿಗೆ ೧೦೦ರ ಒಂದು ನೋಟನ್ನು ಕೊಟ್ಟು ಅನುಪಮಾಳ ಬಗ್ಗೆ ಕಾಳಜಿ ವಹಿಸುವಂತೆ ಹೇಳಿದ.

ಬಸ್ಸಿಗೆ ಜನರು ಕಡಿಮೆಯಿದ್ದುದರಿಂದ ಕಿಟಕಿಯ ಹತ್ತಿರದ ಸೀಟೇ ಸಿಕ್ಕಿತು ಅನುಪಮಳಿಗೆ.

"ತಗೋ ಅನೂ. ನಿಂಗ್ಯಾವ ಮ್ಯಾಗಜಿನ್ ಇಷ್ಟಾಂತ ನಂಗೆ ಗೊತ್ತಿಲ್ಲ. ಬಸ್ಸಲ್ಲಿ ಟೈಂಪಾಸಿಗಿರಲೀಂತ " ನಾಲ್ಕು ಮ್ಯಾಗಜಿನ್ ಅವಳ ಕೈಯಲ್ಲಿರಿಸಿದ.

"ಮತ್ತೆ, ಇದು, ನಿಂಗೆ ಸ್ವೀಟ್ಸ್ ಇಷ್ಟ ಅಲ್ಲ..." ಒಂದು ಡಬ್ಬಿ, ಎಲ್ಲ ತರಹದ ಚಾಕೊಲೇಟುಗಳನ್ನು ಅವಳ ಮುಂದೆ ಹಿಡಿದಾಗ ಪೂರ್ತಿ ಸುಸ್ತಾದಳು ಅನುಪಮಾ ..

"ಅಂದ್ರೆ ಬೆಂಗಳೂರಿನಿಂದ ಬರೋವರೆಗೂ ಆಗಲಿ ಅಂತ ...ಥ್ಯಾಂಕ್ಯೂ... ತಗೊಳ್ಳಿ, ಶುರು ಮಾಡಿ.."ಅವನ ಮುಂದೆ ಡಬ್ಬಿಯನ್ನು ಹಿಡಿದು, ಅವನು ಚಾಕೊಲೇಟ್ ತೆಗೆದುಕೊಂಡ ಮೇಲೆ, ತಾನೊಂದನ್ನು ಬಿಡಿಸಿ ಬಾಯಲ್ಲಿ ಹಾಕಿಕೊಂಡಳು.

"ಅಲ್ಲಿ ಫ್ರೆಂಡ್ ಸಿಕ್ಕಿದ್ದೂಂತ ನಮ್ಮನೆಲ್ಲ ಮರೆತು ಬಿಡಬೇಡ..."

"ಹೇಗೆ ಮರೆಯೋಕೆ ಸಾಧ್ಯ. ತಿಂಗಳಿಗಾಗೋಷ್ಟು ಚಾಕೊಲೇಟ್ ಕೊಟ್ಟಿದ್ದೀರಲ್ಲ. ಅದು ಮುಗಿಯೋ ಹೊತ್ತಿಗೆ ನಾನಿಲ್ಲಿ ಬಂದಿರ್ತೀನಿ.. " ನಗುತ್ತ ಅವನತ್ತ ನೋಡಿದಳು. ಆದರೆ ಅವನು ಸ್ವಲ್ಪ ಉದಾಸೀನನಾದಂತೆ ತೋರಿತು.

ಅಷ್ಟರಲ್ಲಿ ಡ್ರೈವರ್ ಬಸ್ ಹತ್ತಿ ತನ್ನ ಸೀಟಿನಲ್ಲಿ ಕುಳಿತ.

"ಸರಿ ಹಾಗಾದ್ರೆ... ಆಲ್ ದಿ ಬೆಸ್ಟ್.." ಅವಳ ಮುಂದೆ ಕೈಚಾಚಿದ. ಅವನನ್ನೇ ನೋಡುತ್ತಾ ಕಿಟಕಿಯಿಂದ ಕೈ ನೀಡಿದಳು ಅನುಪಮಾ. ಅವಳ ಕೈಯನ್ನಿಡಿದು ಮೃದುವಾಗಿ ಒತ್ತಿದ ರಘು..

"ನನ್ನ ವಿಸಿಟಿಂಗ್ ಕಾರ್ಡ್ ಇದೆಯಲ್ಲ?"

"ಹುಂ" ಅವಳ ಗಮನ ಅವನ ಬೆಚ್ಚಗಿನ ಹಿಡಿತದಲ್ಲಿದ್ದ ತನ್ನ ಕೈಯತ್ತಲೇ ಇತ್ತು.

"ಟೈಮ್ ಆದಾಗ ಫೋನ್ ಮಾಡು. ಸಂಜೆ ಏಳು ಘಂಟೆ ಮೇಲೆ ಯಾವಾಗ್ಲೂ ಮನೇಲೆ ಇರ್ತೀನಿ. ಬೆಳಿಗಾದ್ರೆ ನನ್ನ ಮೊಬೈಲ್ಗೆ ಮಾಡು..."

"ಹುಂ"

"ಆಂಟಿ ಅಂಕಲ್ ಬಗ್ಗೆ ಏನು ವರಿ ಮಾಡ್ಬೇಡ. ನಾನು ದಿನಾ ಹೋಗಿ ಬರ್ತೀನಿ. ನಿನ್ನ ಆರೋಗ್ಯ ನೋಡಿಕೋ.."

ಈ ಬಾರಿ ಸುಮ್ಮನೆ ತಲೆಯಾಡಿಸಿದಳು ಅನುಪಮಾ.

"ರೈಟ್.." ಕಂಡಕ್ಟರ್ ಧ್ವನಿ ಕೇಳಿದಾಗ ಮೆಲ್ಲನೆ ಹೊರಟಿತು ಬಸ್.

"ದೆನ್ ಸಿ ಯು." ಕೈ ಬಿಟ್ಟ ರಘು. ಶುಷ್ಕವಾಗಿ ತಲೆಯಾಡಿಸಿದಳು ಅನುಪಮಾ .

ಇಷ್ಟು ಹೊತ್ತು ರಘುವಿನ ಹಿಡಿತದಲ್ಲಿದ್ದ ತನ್ನ ಕೈಯನ್ನು ನೋಡಿಕೊಂಡಳು ಅನುಪಮಾ. ವಿಚಿತ್ರ ಅನುಭವದಿಂದ ಅವಳೆದೆ ತಲ್ಲಣಿಸಿತು. ಹೃದಯ ಉಕ್ಕಿದಂತೆನಿಸಿ ಕಂಗಳು ಒದ್ದೆಯಾದವು. ಕ್ಷಣ ಮುಖ ಮುಚ್ಚಿ ಕುಳಿತಳು..

"ರಘು ನೀವೆಷ್ಟು ಒಳ್ಳೆಯವರು ರಘು... " ಅವಳೆದೆ ಹೊಯ್ದಾದಿತು. "ಇನ್ನತ್ತು ನಿಮಿಷ ಲೇಟಾಗಿ ಹೊರಟಿದ್ರೆ ಗಂಟೇನು ಹೋಗ್ತಿತ್ತು." ಮನಸಿನಲ್ಲೇ ಡ್ರೈವರನ್ನು ಶಪಿಸಿದಳು ಅನುಪಮಾ.

ಇತ್ತ ಬಸ್ಸು ಹೊರಟುಹೋದ ಮೇಲೆ ರಘುವಿನ ಮನಸ್ಸಿಗೆ ಪಿಚ್ಚೆನಿಸತು. ಏನೋ ಕಳೆದುಕೊಂಡಂತೆ, ಮನಸ್ಸೆಲ್ಲ ಬಣಬಣವೆನಿಸತೊಡಗಿತು. ಒಂದು ಘಳಿಗೆ ಜೀಪಿನಲ್ಲಿ ಸುಮ್ಮನೆ ಕುಳಿತುಕೊಂಡ.

"ಟೈಮ್ ಆದಾಗ ಫೋನ್ ಮಾಡು ಅನ್ನೋ ಬದಲು, ಹೋದ ತಕ್ಷಣ ಫೋನ್ ಮಾಡು ಅನ್ನಬೇಕಿತ್ತು. ಹಾಳು ಬುದ್ದಿಗೆ ಹೊಳೆಯಲೇ ಇಲ್ಲ. " ತನ್ನನ್ನೇ ಹಳಿದುಕೊಂಡ ರಘು.

"ಎಂಥ ಮುದ್ದು ಹುಡುಗಿ. ಅವಳು ಜೊತೆಗಿದ್ದರೆ ಒಳ್ಳೆ ಬೆಳದಿಂಗಳಿನಲ್ಲಿ ಮಿಂದ ಹಾಗಿರುತ್ತದೆ. ಅವಳ ಮಾತು, ನಗು, ನಡೆ, ನುಡಿಯೆಲ್ಲಾ ಎಂಥ ಸೊಗಸು. ಎಂಥ ಸೌಮ್ಯತೆ ಇದೆ ಅವಳ ಮುಖದಲ್ಲಿ. ಸಾಕ್ಷಾತ್ ಸರಸ್ವತಿ.."

"ಆ ಕಣ್ಣು ನೋಡಿದ್ಯಾ ರಘು... ಅವಳ ಕಣ್ಣಲ್ಲಿ ಎಂಥಾ ಬೆಳಕಿದೆ.. ಶುದ್ದ ಮನಸಿದ್ದ ಕಡೆನೇ ಕಣ್ಣಲಿ ಅಂಥ ಬೆಳಕಿರೋದಕ್ಕೆ ಸಾಧ್ಯ. ಹುಡುಗಿ ಒಳ್ಳೆ ಮಹಾಲಕ್ಷ್ಮಿ ಹಾಗಿದ್ದಾಳೆ..." ತಾಯಿಯ ನುಡಿಗಳು ನೆನಪಾದವು...

"ಅವಳೇ ಮನೆ ಸೊಸೆ ಯಾಕಾಗಬಾರದು? ಅವಳನ್ನ ಮಾಡುವೆಯಾಗುವವನು ಪುಣ್ಯ ಮಾಡಿರಬೇಕು.." ಪುನಃ ತಾಯಿಯ ಮಾತು ನೆನಪಾದಾಗ ಅವನ ಮುಖದಲ್ಲಿ ದೊಡ್ಡದಾದ ನಗೆಯರಳಿತು.

"ಹೌದು ಅನುಪಮಾ ನಾನೊಬ್ಬನೇ ಅಲ್ಲ, ಅಮ್ಮನೂ ಮೆಚ್ಚಿದ ಹುಡುಗಿ.." ದೀರ್ಘವಾದ ಉಸಿರೆಳೆದುಕೊಂಡ ರಘು.

ತಾನು ಇಷ್ಟು ವರ್ಷ ಮದುವೆಯಾಗದೆ ಉಳಿದದಕ್ಕೂ ಸಾರ್ಥಕವಾಯಿತು. ಒಳ್ಳೆ ಸ್ವರ್ಣ ಕಮಲವೇ ತನ್ನ ಪಾಲಿಗೆ ದಕ್ಕಿದೆ. ನೆಮ್ಮದಿಯೆನಿಸಿ ಜೀಪನ್ನು ಮನೆಯತ್ತ ತಿರುಗಿಸಿದ ರಘು...

****

"ಹಲೋ" ಫೋನಿನಲ್ಲಿ ಗಡಸು ಧ್ವನಿ ಹರಿದು ಬಂದಾಗ ಕ್ಷಣ ಅನುಮಾನಿಸಿದಳು ಅನುಪಮಾ.

"ಹಲೋ. ರಘು ಇದ್ದಾರಾ?" ಮೆಲ್ಲನೆ ಕೇಳಿದಳು.

"ನೀವ್ಯಾರು ಮಾತಾಡ್ತಾ ಇರೋದು?" ಗಡುಸಾಗಿ ಕೇಳಿದ ಸುದೀಪ.

"ನಾನು ಅನುಪಮಾ" ಮುಂದೇನು ಹೇಳಬೇಕೆಂದು ತೋಚದೆ ಸುಮ್ಮನಾದಳು ಅನುಪಮಾ.

"ರಘು ಕಾಲ್ ಫಾರ್ ಯು" ಅಲ್ಲಿಂದಲೇ ಅಣ್ಣನನ್ನು ಕೂಗಿಕೊಂಡ ಸುದೀಪ.

"ಯಾರಂತೆ" ತಂದೆಯೊಡನೆ ಆಫೀಸ್ ರೂಮಿನಲ್ಲಿ ಲೆಕ್ಕ ಪತ್ರ ನೋಡುತಿದ್ದ ರಘು ಕೇಳಿದ.

"ಅದೇ... ಆ ನಿನ್ನ ಅ..ನು..ಪ..ಮಾ.. ಮಹಾರಾಣಿಯ ಪರೀಕ್ಷೆ ಮುಗಿದಿರಬೇಕು. ನಾಳೆ ಜೀಪ್ ತಗೊಂಡು ಬಾ ಅಂತ ಹೇಳೋಕೆ ಫೋನ್ ಮಾಡಿರಬೇಕು..." ಮೂತಿ ಸೊಟ್ಟ ಮಾಡಿ ಹೇಳಿದ.

ಅನುಪಮಾಳ ಫೋನ್ ಎನ್ನುತ್ತಿದ್ದಂತೆ ರಘುವಿನ ಮನವರಳಿತು. ಸುದೀಪನ ವ್ಯಂಗ್ಯ ಅವನ ಮನ ಮುಟ್ಟುವುದಿರಲಿ, ಕಿವಿಯನ್ನೂ ಸಹ ತಲುಪಲಿಲ್ಲ. ಆದರೆ ಕಾರ್ಡ್‌ಲೆಸ್ ರೂಮಿನಲ್ಲಿದುದರಿಂದ ಎದ್ದು ಹಾಲಿಗೆ ಬಂದು ಫೋನೆತ್ತಿಕೊಂಡ.

" ಹಲೋ".

" ಹಲೋ ನಾನು ಅನುಪಮಾ ಮಾತಾಡ್ತಾ ಇರೋದು". ಅತ್ತಲಿಂದ ಕೋಮಲ ದನಿ ಹರಿದು ಬಂದಾಗ ಅವನ ಮುಖ ಬೆಳಗಿತು.

"ಹುಂ.. ಹುಂ.. ನಾವೆಲ್ಲ ನಿಂಗೆ ಈಗ ನೆನಪಿಗೆ ಬರ್ತಾ ಇದ್ದೀವಲ್ಲ..?" ಅಪಾದಿಸಿದ ರಘು.

"ಇಲ್ಲ... ಹಾಗಲ್ಲ..." ತೊದಲಿದಳು ಅನುಪಮಾ.

"ಮತ್ತೇನು ಹೋಗಿ ೧೦ ದಿವಸದ ಮೇಲೆ ಫೋನ್ ಮಾಡ್ತಾ ಇದ್ದೀಯಲ್ಲ..."

"ಸಾರಿ" ಮೆಲ್ಲನೆ ಉಸುರಿದಳು. "ಸುಮಾರು ಸಲ ಟ್ರೈ ಮಾಡಿದೆ.. ಲೈನ್ ಸಿಕ್ಕಲಿಲ್ಲ..."

"ಓಕೆ.. ಹೇಗಿದ್ದೀಯ?"

"ಚೆನ್ನಾಗಿದ್ದೀನಿ... ನೀವು ಹೇಗಿದ್ದೀರಿ?" ಅವಳ ಧ್ವನಿ ತುಂಬಾ ಮಧುರವಾಗಿತ್ತು.

"ಒಂದು ಚೂರು ಚೆನ್ನಾಗಿಲ್ಲ... ನೀ ಹೋದ ಮೇಲೆ ನಂಗಿಲ್ಲಿ ಮನಸ್ಸೇ ನಿಲ್ಲಿಲ್ಲ..." ಎನ್ನಬೇಕೆಂದುಕೊಂಡ ರಘು.. ಆದರೆ ತಾನು ಮಾತಾಡುವುದು ಸುದೀಪನಿಗೆ ಕೇಳುತ್ತದೆಂಬ ಅರಿವಿದ್ದ ರಘು "ಫೈನ್ ಥಾಂಕ್ಯೂ... ಎಕ್ಸಾಮ್ಸ್ ಹೇಗೆ ಮಾಡಿದ್ದಿಯ?" ಎಂದ.

"ಪರವಾಗಿಲ್ಲ ಚೆನ್ನಾಗಿ ಮಾಡಿದೇನಿ..." ಮಾತು ಮುಂದುವರಿಯಿತು.

ಏನೇನೋ ಪದಗಳು ಎದೆಯಿಂದ ಚಿಮ್ಮಿ ತುಟಿಯ ಮೇಲೆ ಬರಲು ಹವಣಿಸಿದಾಗ ತುಟಿ ಬಿಗಿ ಹಿಡಿದ ರಘು. ತಾನು ರೂಮಲ್ಲೇ ಫೋನ್ ತೆಗೆದುಕೊಂಡಿದ್ದರೆ ಚೆನ್ನಾಗಿತ್ತು.

ಎಂಟು ದಿನಗಳ ಕಾಲ ಅವಳ ಫೋನಿಗೆ ಕಾದು ಕಾದು ಬೇಸತ್ತು ಹೋಗಿದ್ದ ರಘು. ಅವನ ಹತ್ತಿರ ಅವಳ ನಂಬರೂ ಇರಲಿಲ್ಲ. ಈಗ ತಾನು ಯಾವುದೋ ಕೆಲಸದಲ್ಲಿರಬೇಕಾದರೆ ಬರಬೇಕಿತ್ತೇ ಈ ಫೋನು..? ಬರಿ ಕುಶಲೋಪಚರಿಗಳಾದವು.

"ಮತ್ತೆ ನೀನು ಯಾವಾಗ ಬರ್ತೀಯ?"

"ಇನ್ನೊಂದೆರೆಡು ಎಕ್ಸಾಮ್ಸ್ ಇದೆ. ಆಮೇಲೆ ನೋಡ್ಬೇಕು... ಈ ಆಶಾ ಸ್ವಲ್ಪ ದಿನ ಇರೋಕೆ ಹೇಳ್ತಾ ಇದ್ದಾಳೆ... " ಎಂದಾಗ ಅವನ ಹುಬ್ಬು ಗಂಟಾಯಿತು.

"ಯಾವಾಗ ಬರ್ತೀಯಾಂತ ಹೇಳಿದ್ರೆ ನಾನು ನಿನ್ನ ರಿಸೀವ್ ಮಾಡ್ಕೋತೀನಿ..."ರಘುವೇ ಹೇಳಿದಾಗ ಸುದೀಪ ಅವನನ್ನು ದುರುದುರು ನೋಡಿದ.

"ಬೇಡ ಬೇಡ.. ನಾನೆ ಬರ್ತೀನಿ. ಯಾವಾಗ ಇಲ್ಲಿಂದ ಹೊರಡ್ತೀನೆಂತ ನಂಗೆ ಗೊತ್ತಿಲ್ಲ". ಅವಳೇ ಮುಂದುವರಿಸಿದಳು. "ಮತ್ತೆ ನೀವು ಅಲ್ಲಿ ತುಂಬಿಕೊಟ್ಟ ಹಾಗೆ ಇಲ್ಲಿಂದ ತರೋದಕ್ಕೇನು ಲಗ್ಗೇಜ್ ಇಲ್ಲ" ಎಂದು " ಒಂದು ನಿಮಿಷ. ಆಶಾ ಮಾತಾಡ್ತಾಳಂತೆ.."ಆಶಾಳಿಗೆ ಫೋನ್ ಕೊಟ್ಟಳು ಅನುಪಮಾ .

"ಹಲೋ ನಾನು ಆಶಾ.. ಅನುಪಮಾ ಫ್ರೆಂಡ್ ಮಾತಾಡ್ತಾ ಇರೋದು.. ಚೆನ್ನಾಗಿದ್ದೀರಾ?" ಎಂದು ಪುನಃ ಅವಳೇ ಮುಂದುವರಿಸಿದಳು. "ಚೆನ್ನಾಗಿರಲೇ ಬೇಕು ಯಾಕಂದ್ರೆ ನಮ್ಮ ಹುಡುಗಿ ಅಲ್ಲಿ ಬಂದ ಎರಡೇ ತಿಂಗಳಿಗೆ ನಾಲ್ಕು ಸುತ್ತು ದಪ್ಪಗಾಗಿದ್ದಾಳೆ. ನಿಮ್ಮ ತೋಟದ ಗುಲಾಬಿ ಹೂಗಳನ್ನು ಮುಡಿದು ಮುಡಿದು ಅವಳೂ ಒಳ್ಳೆ ಗುಲಾಬಿ ಹೂವಿನಂತಾಗಿದ್ದಾಳೆ. ಅಂಥದರಲ್ಲಿ ನೀವು ಮೊದಲಿನಿಂದ ಅಲ್ಲೇ ಇರೋದು. ಹಾಗಿದ್ದ್ಮೇಲೆ ಚೆನ್ನಾಗೆ ಇರಬೇಕು.." ಪಟಪಟನೆ ನುಡಿಗಳು ಸಿಡಿದಾಗ ಸಶಬ್ದವಾಗಿ ನಕ್ಕ ರಘು.

"ನಿಮ್ಮ ಲಾಜಿಕ್ ಚೆನ್ನಾಗಿದೆ..."

"ಅಲ್ಲದೆ ಅನೂನು ಹೇಳ್ತಾ ಇರ್ತಾಳೆ "

"ಏನಂಥ? ನಾನು ಚೆನ್ನಾಗಿದ್ದೀನೀಂತನಾ?" ಕೇಳಿ ಬಿಟ್ಟ ರಘು.

ಆ ಕಡೆ ಕ್ಷಣ ಮೌನ ಆವರಿಸಿತು. "ಹಾಂ ಹಾಂ .. ನಿಮ್ಮ ಬಗ್ಗೆನೇ ಮಾತಾಡ್ತಾ ಇರ್ತಾಳೆ. ನೀವು ಕಳಿಸಿದ ತರಕಾರಿ, ಹಣ್ಣು ಹೂಗಳಿಗೆ ತುಂಬಾ ಥ್ಯಾಂಕ್ಸ್. ನಂಗಂತೂ ನಿಮ್ಮ ತೋಟ ನೋಡಬೇಕಂತ ತುಂಬಾ ಆಸೆ ಆಗ್ತಾ ಇದೆ..."

"ಓ ಶೂರ್. ಖಂಡಿತ ಬನ್ನಿ. ಎಕ್ಸಾಮ್ಸ್ ಆದ್ಮೇಲೆ ಅನೂ ಜೊತೆ ನೀವೂ ಬನ್ನಿ." ರಘು ಹಾರ್ದಿಕವಾಗಿ ಆಹ್ವಾನಿಸಿದಾಗ, ಅವನನ್ನೇ ದುರುದುರು ನೋಡಿ ಮುಖ ಗಂಟು ಹಾಕಿಕೊಂಡು ಎದ್ದು ಹೋದ ಸುದೀಪ.

"ಥ್ಯಾಂಕ್ಯೂ... ಅಕ್ಟೋಬರ್ ಹಾಲಿಡೇಸ್ಕಲ್ಲಿ ಖಂಡಿತ ಬರ್ತೀನಿ..." ಇನ್ನು ಏನೇನೋ ಮಾತಾಡಿದ ಆಶಾ ಕೊನೆಗೆ "ಸರಿ ಅನೂಗೆ ಕೊಡ್ತೀನಿ..." ಎಂದಳು

"ಹಲೋ..." ಅನುಪಮಾಳ ದನಿ ಕೇಳಿಸಿದಾಗ...

"ಸಿನಗಿಂತ ನಿನ್ನ ಫ್ರೆಂಡೇ ಚನ್ನಾಗಿ ಮಾತಾಡ್ತಾಳೆ... ನೀನು ಬರಿ ಹಾಂ ಹುಂನಲ್ಲೆ ಮುಗಿಸಿಬಿಡ್ತೀಯಾ..." ಎಂದ ರಘು.

"ಅವಳಿಗೇನು ಬಿಡಿ ಮೂಗರನ್ನು ಮಾತಾಡಿಸಿ ಬಿಡ್ತಾಳೆ..ಇನ್ನು ನಿಮ್ಮನ್ನ ಬಿಡ್ತಾಳ?"

"ಸರಿ ಇನ್ನೇನು ವಿಷ್ಯ?"

"ಫೋನೆತ್ತಿಕೊಂಡು ಅರ್ಧ ಘಂಟೆ ಆಯಿತು...ಅದೇ ವಿಷ್ಯ..." ಅತ್ತಲಿಂದ ನಗು ಕೇಳಿಸಿತು.

"ಸರಿ ಹಾಗಾದ್ರೆ ಫೋನ್ ಇಡ್ಲಾ? ಅನೂ... ಐ ಮಿಸ್ ಯು.." ಮೆಲ್ಲಗೆ ಹೇಳಿದರೂ ದೃಢವಾಗಿ ಹೇಳಿದ.

ಬರಿ ತಮಾಷೆಯಾಗಿ ಮಾತಾಡುತಿದ್ದ ಅನುಪಮಾ ನೆಟ್ಟಗೆ ಕುಳಿತಳು. ತಾನು ಕೇಳಿದ್ದು ನಿಜವೇ?

"ಅನೂ.." ರಘುವಿನ ಅನುರಾಗದ ಕರೆ ಹರಿದು ಬಂದಾಗ ಬೆಚ್ಚಿದಳು ಅನುಪಮಾ ..

"ನಾ ಹೇಳಿದ್ದು ಕೇಳಿಸಿತಾ? ರಿಯಲ್ಲಿ ಐ ಮಿಸ್ ಯು ಸೊ ಮಚ್ .." ಸ್ವಲ್ಪ ಹೊತ್ತು ಮೌನ " ಎಕ್ಸಾಮ್ಸ್ ಚನ್ನಾಗಿ ಮಾಡು. ಮತ್ತೆ ಆದಷ್ಟು ಬೇಗ ಬಾ"

"ಸರಿ."

" ಗುಡ್ ನೈಟ್.."

"ಗುಡ್ ನೈಟ್" ಇಬ್ಬರು ಸ್ವಲ್ಪ ಹೊತ್ತು ಫೋನ್ ಹಾಗೆ ಹಿಡಿದುಕೊಂಡಿದ್ದರು. ನಂತರ ಫೋನ್ ಇಟ್ಟಳು ಅನುಪಮಾ.

"ಅನೂ.... ಐ ಮಿಸ್ ಯು..." ರಘುವಿನ ಮಲು ನುಡಿಗಳು ನೆನಪಾದಾಗ ಅವಳ ಪಲುಕುಗಳು ಬೀರಿದವ್ವು.

"ಏಯ್ ಪ್ರತಿ ಯಾವ ಕನಸಿನ ಲೋಕಕ್ಕೆ ಹೋದೆ?"ತನ್ನಲ್ಲೇ ನಗುತಿದ್ದ ಗೆಳತಿಯನ್ನು ಎಚ್ಚರಿಸಿದಳು ಆಶಾ...

"ನೋ.. ನನ್ನ ಡಿಸ್ಟರ್ಬ್ ಮಾಡ್ಬೇಡ..." ಪಕ್ಕದಲ್ಲಿದ್ದ ದಿಂಬನಪ್ಪಿ ಕಣ್ಣು ಮುಚ್ಚಿದಳು ಅನುಪಮಾ... ಅವಳಾ ಮಧುರಾನುಭೂತಿಯಲ್ಲಿನೊಂದಪ್ಪು ಹೊತ್ತು ಇರಲು ಬಯಸಿದಳು...

"ಹೇಳಮ್ಮ ಪ್ಲೀಸ್ ಪ್ಲೀಸ್... ಯಾಕೆ ನಿನ್ನ ಮುಖದಲ್ಲಿ ಚಂದ್ರೋದಯ ಆಗಿದೆ. ಅವರು ಏನು ಹೇಳಿದ್ದು? ಐ ಲವ್ ಯು ಅಂದ್ರಾ?" ಕುತೂಹಲ ತಡೆಯಲಾರದೆ ಅವಳ ಪಕ್ಕದಲ್ಲಿ ಕೂರುತ್ತ ಅವಳ ಮಡಿಲ ಮೇಲೆ ಬಾಗಿದಳು ಆಶಾ.

"ನಿಂಗದೆ ಜ್ಞಾನ ಸುಮ್ಮನಿರು..." ಗೆಳತಿಯನ್ನು ನಯವಾಗಿ ಗದರಿದಳು..

"ನಿಜ ಹೇಳಿ ಬಿಡು ಪ್ರತಿ ಆವರೇನು ಹೇಳಿದ್ರೂಂತ " ಬಿಡದೆ ಕಾಡಿದಳು ಆಶಾ.

ಅನುಪಮಾ ಕಣ್ಣು ಮುಚ್ಚಿ ಗೋಡೆಗೊರಗಿದಳು...

"ಕಾಮನ್ ಹೇಳಿಬಿಡು...ಏನು ಹೇಳಿದ್ರೂಂತ" ಅವಳ ತೋಳು ಹಿಡಿದು ಕುಲುಕಿದಳು ಆಶಾ.

"ಅನೂ ಐ ಮಿಸ್ ಯು... ಐ ರಿಯಲ್ಲಿ ಮಿಸ್ ಯು ಸೊ ಮಚ್ ಅಂತ..."ಸದಾ ಮಿಂಚುತಿದ್ದ ಅವಳ ಕಂಗಳು ವಜ್ರದಂತೆ ಕೋರೈಸಿದವು

"ಇಂಟ್ರಸ್ಟಿಂಗ್... ನಿಂಗೇನನ್ನಿಸುತ್ತೆ..." ರಘುವಿನ ನುಡಿಗಳಿಂದ ಇನ್ನಷ್ಟು ಅಂದವಾದ ಅವಳ ಮೊಗವನ್ನೇ ಆಸಕ್ತಿಯಿಂದ ನೋಡುತ್ತಾ ಕೇಳಿದಳು ಆಶಾ.

ಗೆಳತಿಯ ಪ್ರಶ್ನೆಯಿಂದ ಅವಳ ಕೆನ್ನೆ ಕೆಂಪಾಗಿ ಅವಳ ತುಟಿ ನಡುಗಲಿಲ್ಲ. ಬದಲಾಗಿ ಅವರ್ಣನೀಯ ಬೆಳಕು ಅವಳ ಮುಖದಲಿ ಉದಯವಾಯಿತು..

"ನಂಗೇನನ್ನಿಸುತೆ..." ಕ್ಷಣ ಯೋಚಿಸಿ ಮುಂದುವರಿಸಿದಳು " ಉಹೂ. ನಂಗೆ ಹಾಗನಿಸ್ತ ಇಲ್ಲ...ಯಾಕಂದ್ರೆ ಹೀಗೆ ಕಣ್ಣು ಮುಚ್ಚಿಕೊಂಡು ಕೂತ್ಕೊಂಡ್ರೆ ಸಾಕು, ಅವರು ನನ್ನೆದುರಲ್ಲೇ ಇದ್ದಾರೇಂತ ಅನ್ನಿಸುತ್ತೆ. ಅವರ ಮಾತು ನಗು ಎಲ್ಲ ನನ್ನದೆಲೆ ತುಂಬ್ಕೊಂಡಿದೇಂತ ಅನ್ನಿಸುತ್ತೆ. ಅವರು ಸದಾ ನನ್ನ ಜೊತೇಲೆ ಇದ್ದಾರೇಂತ ಅನ್ನಿಸುತ್ತೆ..." ಅವಳು ಕಣ್ಣು ಮುಚ್ಚಿ ಕನವರಿಸಿದಾಗ

"ಮೈ ಗಾಡ್. ನೀನ್ಯಾವಾಗಲಿಂದ ಹೀಗಾದೆ ಪ್ರತಿ...ಪರವಾಗಿಲ್ಲೇ...ನೀನು ನಾನೂಹಿಸಿದಕ್ಕಿಂತ ತುಂಬಾ ಮುಂದೆ ಹೋಗಿಬಿಟ್ಟಿದ್ದೀಯ.. ಕಂಟಿನ್ಯೂ ಕಂಟಿನ್ಯೂ... ಇನ್ನೇನನ್ನಿಸುತೆ? ಇನ್ನೂ ಹೀಗೆ ಕೂತಿದ್ರೆ ಅವರು ನಿನ್ನನ್ನ ಬಳಸಿ, ನಿನ್ನ ಗುಲಾಬಿ ಕೆನ್ನೆಗೆ ತುಟಿಯೊತ್ತಿ ಈ ಜೇನು ತುಟಿಗಳನ್ನ...."

"ಓ ಶಟಪ್ಪ್ ಆಶಾ .." ಸಿಡುಕಿದಳು ಅನುಪಮಾ "ಏನು ಹುಚ್ಚು ಕಲ್ಪನೆಗಳು ನಿಂದು..."

"ಯಾಕೆ... ಇದರಲ್ಲೇನು ತಪ್ಪು... ನಿನ್ನ ನೋಡಿದ್ರೆ ನಂಗೆ ಹಾಗೇನಿಸುತ್ತೆ .. ಅಂಥದ್ರಲ್ಲಿ... ದಿನ ಬೆಳಿಗ್ಗೆ ಕಾಡುದಾರಿಯಲ್ಲಿ ಇಬ್ಬರೇ ಜೊತೆ ಜೊತೆಯಲ್ಲಿ ನಡಿಬೇಕಾದ್ರೆ... ಹಾಗೇನೂ ಆಗೆ ಇಲ್ಲಾ?" ಪ್ರಶ್ನಿಸಿದಳು ಆಶಾ..

ಆಶಾಳ ಪ್ರಶ್ನೆಗೆ ತಲೆ ಹಿಡಿದು ಕುಳಿತು ಬಿಟ್ಟಳು ಅನುಪಮಾ. ಅನುಪಮಳಿಗೆ ಕೋಪ ಬಂದಿದೆ ಎಂದರಿತ ಆಶಾ ಸುಮ್ಮನಾದಳು..

"ಆಶಾ... ಪ್ರೀತಿ ಅಂದಾಕ್ಷಣ ಇದೆಲ್ಲ ಇರಲೇಬೇಕಾ?"

"ಪ್ರೀತಿ ಅಂದಾಕ್ಷಣ ಅಲ್ಲದಿದ್ರೂ.. ಪ್ರೀತಿ ಪ್ರೇಮ ಅಂದ್ರೆಲೆ ಇದೆಲ್ಲ ಇದ್ದೆ ಇರುತ್ತೆ..."

"ಆಶಾ.. ನನ್ನ ಪ್ರೀತಿ ಇದಕ್ಕಿಂತ ಉನ್ನತ ಮಟ್ಟದದ್ದನ್ನಿಸುತ್ತೆ.. ನನ್ನದು ಪ್ರೀತಿಗಿಂತ ಆರಾಧನೆ ಅನ್ನಬಹುದೇನೋ..ಭಗವಂತನನ್ನು ನೋಡಿದಾಗ ಭಕ್ತಳಲ್ಲಿ ಉಕ್ಕುವ ಭಾವನೆ ...ನನಗೆ ಅವರನ್ನ ಪಡೆದುಕೊಳ್ಳೋದಕ್ಕಿಂತ ಅವರಲ್ಲಿ ಕರಗಿ ಹೋಗಬೇಕನ್ನಿಸುತ್ತೆ..." ಅವಳ ಕಂಗಳಲ್ಲಿ ಹನಿಗಳೆರಡು ಮೂಡಿ ನಿಂತವು..

ಗೆಳತಿಯ ನುಡಿಗಳನ್ನು ಅರ್ಥೈಸಿಕೊಳ್ಳಲು ಪ್ರಯತ್ನಿಸಿದಲು ಆಶಾ...

"ಹಾಗಾದ್ರೆ... ಮುಂದೆ ನೀನು ಸ್ಟಡೀಸ್ ಕಂಟಿನ್ಯೂ ಮಾಡೋದಿಲ್ಲಾನ್ನು..."ಸ್ವಲ್ಪ ಹೊತ್ತಿನ ನಂತರ ಕೇಳಿದಲು ಆಶಾ.

"ಯಾಕೆ?" ಅಚ್ಚರಿಯಿಂದ ಕೇಳಿದಲು ಅನುಪಮಾ.

"ಇನ್ನೇನಮ್ಮ, ಇವತ್ತೋ ನಾಳೆನೋ ಮದ್ವೆ ಫಿಕ್ಸ್ ಆದ್ರೆ, ನೀನು ಮುಂದೆ ಓದಿದ ಹಾಗೆ..."

"ಮದುವೆನಾ? ಯಾರದ್ದು?" ನಗುತ್ತ ಕೇಳಿದಲು ಅನುಪಮಾ.

ವಿಚಿತ್ರವಾಗಿ ಅವಳನ್ನೇ ನೋಡಿದ ಆಶಾ.. "ನಿನ್ನ ಮತ್ತು ರಘುದು.." ಎಂದಲು

"ನಾನು, ರಾಘುನ ಮದ್ವೆ ಆಗೋದಾ?"

ಅನುಪಮಾಳ ಮಾತು ಇನ್ನಷ್ಟು ವಿಚಿತ್ರವೆನಿಸಿತು ಆಶಾಳಿಗೆ..."ಅಂದ್ರೆ.. ಏನು ನಿನ್ನ ಮಾತಿನ ಅರ್ಥ? ನೀನವರನ್ನ ಪ್ರೀತಿಸ್ತಿಯಾಂತನೂ ಹೇಳ್ತಿಯ... ಮದುವೆ ಆಗೊಲ್ಲಾಂತನೂ ಹೇಳ್ತಿಯ... ಏನು ಹಾಗಂದ್ರೆ?" ಗದರಿದಲು.

ತಾನು ಕುಳಿತಿದ್ದ ಮಂಚಕ್ಕೆ ಹೊಂದಿಕೊಂಡಂತಿದ್ದ ಕಿಟಕಿಯಿಂದ ಆಗಸದತ್ತ ನೋಟ ಹರಿಸಿದಲು ಅನುಪಮಾ. ನೂರಾರು ತಾರೆಯರು ಪ್ರೇಮದಿಂದ ನಗುತ್ತ ಕಣ್ಣು ಮಿಟುಕಿಸುತಿದ್ದರೂ ಪೌರ್ಣಮಿಯ ಚಂದ್ರ ಮಾತ್ರ ಅವುಗಳನ್ನು ಲೆಕ್ಕಿಸದೆ ಶಾಂತನಾಗಿ ಬೆಳಗುತಿದ್ದ.. ಆ ಚಂದ್ರನ ರೋಹಿಣಿ ಯಾರೋ..

"ಸಾವಿರಾರು ನಕ್ಷತ್ರಗಳಿದ್ದರೂ ಚಂದ್ರ ಇರೋದು ಒಂದೇ ಅಲ್ವ ಆಶಾ? ನಾವು ಕಾಣದ ದೇವರನ್ನೇ ಇದ್ದಾನೇಂತ ಭಾವಿಸಿ ನಮ್ಮ ಮನಸಿಗೆ ತೃಪ್ತಿ ಕೊಡೊ ರೂಪದಲ್ಲಿ ಅವನನ್ನ ಪೂಜಿಸ್ತೀವಿ, ಆರಾಧಿಸ್ತೀವಿ. ಅಂಥದ್ರಲ್ಲಿ ದೇವ ಮಾನವನೊಬ್ಬ ನಿನ್ನ ಕಣ್ಣೆದುರಿಗಿದ್ರೆ ನಿನವನ್ನ ಪ್ರೀತಿಸೋದಿಲ್ವ? ಹಾಗೆ.. ರಘು ಒಬ್ಬ ದೇವಪುರುಷ. ಅವನನ್ನ ಎಲ್ಲಾರು ಪ್ರೀತಿಸ್ತಾರೆ... ಆದರೆ, ಆ ದೇವರ ಕರುಣೆ, ಪ್ರೀತಿ ಯಾರ ಮೇಲಿದೆಯೋ..." ಚಿಂತೆಯ ನೋಟ ಹರಿಸಿದಲು ಅನುಪಮಾ .

"ನಿಂಗೇನನ್ನಿಸುತ್ತೆ? ಅವರ ನಡುವಳಿಕೆ ಬಗ್ಗೆ, ನಿನ್ನ ಅಭಿಪ್ರಾಯವೇನು?"

"ಹೇಗಂದುಕೊಳ್ಳಿ? ಅವರಿಗೆ ಎಲ್ಲರ ಬಗ್ಗೆ ಕನಿಕರ, ಅನುಕಂಪ ಇದೆ. ಅವರು ಟೌನ್ಗೆ ಹೋಗುವಾಗ ಮೂರು ಮನೆಗೂ ಹೇಳಿ ಅವರಿಗೆ ಬೇಕಾದ ಸಾಮಾನೆಲ್ಲ ತಂದು ಕೊಡ್ತಾರೆ. ಜೀಪಲ್ಲಿ ಹೋಗುವಾಗ ದಾರಿಲಿ ಸಿಕ್ಕವರನ್ನೆಲ್ಲ ಹತ್ತಿಸಿಕೊಂಡು ಹೋಗಿ ಅವರ ಮನೆಗೆ ಬಿಟ್ಟು ಬರ್ತಾರೆ... ಕೇಳಿದವರಿಗೆಲ್ಲ ತುಂಬಾ ಕಡಿಮೆ ರೇಟಿಗೆ ವೆಹಿಕಲ್ಸ್ ಬಾಡಿಗೆ ಕೊಡ್ತಾರೆ.. ಧರಣಿ ಕೇಳಿದ್ರೆ ಶಾಪಿಂಗ್, ದೇಚಿ ಕೇಳಿದ್ರೆ ಬುಕ್ಕಿಗೆ ದುಡ್ಡು ಕೊಡ್ತಾರೆ. ಹಾಲು ವೆಸ್ಟಾಗುತ್ತಂತ ಎಲ್ಲ ಮನೆಗಳಿಗೆ ಹಂಚ್ತಾರೆ.. ಹಾಗೆ.. ಅವರ ಬಳ್ಳಿಯ ಹೂವೆಸ್ಟಾಗುತ್ತಂತ ನನಗೆ ಮಾಲೆ ಮಾಡಿ ಕಳಿಸ್ತಾರೆ.. ಹೀಗಿರುವಾಗ ಏನಂತ ಅಂದ್ಕೊಳ್ಳಿ? ಅವರ

ಸ್ನೇಹಕೆ ಅರ್ಥ ಕೊಟ್ಟು ನಿರಾಸೆ ಪಟ್ಟುಕೊಳ್ಳೋದಕ್ಕಿಂತ ನನ್ನ ಆನಂದದಲ್ಲಿ ನಾನಿರೋದೇ ಒಳ್ಳೇದು.." ಕಣ್ಣು ಮಿಟುಕಿಸಿ ನಕ್ಕಳು ಅನುಪಮಾ ..

"ಪ್ರತಿ.. ನಿನಂಥ ಹುಡುಗಿ ಕೈ ಹಿಡಿಯೋದಕ್ಕೆ ರಘು ಪುಣ್ಯ ಮಾಡಿರಬೇಕು..."ಗೆಳತಿಯ ಬುಜದ ಮೇಲೆ ಸ್ನೇಹದಿಂದ ಕೈ ಹಾಕಿದಳು ಆಶಾ..

"ಅಲ್ಲವೇ ಮತ್ತೆ.. ಆಶಾ.. ಅವರ ಅಸ್ತಿ ಎಸ್ತಿದೆಂತ ನಿಂಗೆ ಗೊತ್ತಾ? ಹತ್ತಿರ ಹತ್ತಿರ... ೨೦೦ ಎಕರೆ. ಅಂದ್ರೆ.. ೨೦-೨೧ಕೋಟಿ. ನೋಡೋಕು ಒಳ್ಳೆ ಮುಂಜಾವಿನ ಸೂರ್ಯನ ತರ ಇದ್ದಾರೆ.. ಅವರು ಮದುವೆಯಾಗೋಕೆ ಬಯಸಿದ್ದರೆ, ಊರಿಗೆ ಊರೇ ಎದ್ದು ಅವರ ಮನೆ ಮುಂದೆ ದೊಂಬಾಲು ಬಿದ್ದು ನಿಲ್ಲುತ್ತೆ. ಕೋಟ್ಯಂತರ ರೂಪಾಯಿ ಆಸ್ತಿ.. ಇಬ್ಬರೇ ಗಂಡು ಮಕ್ಕಳು, ಚಿನ್ನದಂತ ತಂದೆ ತಾಯಿ... ದೇವರಂಥ ರಘು... ಸುಮ್ಮನೆ ಹೊಸಿಲಲ್ಲಿ ನಿಂತು ದೂರದಿಂದ ಕೈಮುಗಿದು ಕಣ್ಣಿಗೊತ್ತಿಕೊಳ್ಳೋದೇ ಕ್ಷೇಮ..." ತಲೆಹೊಡಹಿ ನಿರಾಳವಾಗಿ ನಕ್ಕಳು ಅನುಪಮಾ .

ಅಲ್ಲಿ ಸ್ವಲ್ಪ ಹೊತ್ತು ಮೌನ ಆವರಿಸಿತು. ಕಷ್ಟಕರ ಪರೀಕ್ಷೆಗಳಲ್ಲ ಮುಗಿದಿದ್ದರಿಂದ ಗೆಳತಿಯರಿಬ್ಬರು ಸಾವಧಾನವಾಗಿ ಮಾತಾಡುತ್ತಿದ್ದರು...

"ಹಾಗಾದ್ರೆ.. ಕೇಳು... ನೀನು ರಾಘುನ ಮರೆತುಬಿಡು.." ತಾನು ಕುಳಿತಲ್ಲಿಂದ ಎದ್ದು ಟೇಬಲ್ಲಿನ ಹತ್ತಿರ ನಡೆಯುತ್ತಾ ಹೇಳಿದಳು ಆಶಾ.

"ಏನಂದೆ...?" ಅವಳಿಗೆ ಅರಿವಿಲ್ಲದೆ ಭೀರಿದಳು ಅನುಪಮಾ ..

"ಮೀ. ಸುದೀಪ್... ಯು ಆರ್ ಲಕ್ಕಿ..." ಟೇಬಲ್ಲಿನ ಮೇಲಿಂದ ವಿಸಿಟಿಂಗ್ ಕಾರ್ಡೊಂದನ್ನು ಎತ್ತಿಕೊಳುತ್ತಾ ನುಡಿದಳು ಆಶಾ...

ಅನುಪಮಾ ಅರ್ಥವಾಗದೇ ಅವಳತ್ತ ನೋಡಿದಳು.

"ತಗೋ ಈ ವಿಸಿಟಿಂಗ್ ಕಾರ್ಡ್. ನೋಡು ಇಲ್ಲೊಬ್ಬ ಪ್ರೇಮಿ ನಿನಗೋಸ್ಕರ ಜೀವ ಬಿಡ್ತಾ ಇದ್ದಾನೆ... ಸ್ವಲ್ಪ ಆ ಕಡೆ ನಿನ್ನ ಕೃಪಾ ಕಟಾಕ್ಷವನ್ನು ಹರಿಸು... ಎ.ಎಸ್. ತಿಮ್ಮಯ್ಯ, ಉರುಫ್ ಸುದೀಪ್, ಅಡ್ವೋಕೇಟ್, ಮುನ್ಸಿಪಲ್ ಕ್ರಿಮಿನಲ್ ಕೋರ್ಟ್..." ಆಶಾ ವಿಸಿಟಿಂಗ್ ಕಾರ್ಡ್ ನಲ್ಲಿದ್ದ ವಿಳಾಸವನ್ನು ಓದ ತೊಡಗಿದಾಗ ಎದ್ದು ಅದನ್ನು ಕಸಿದುಕೊಂಡಳು ಅನುಪಮಾ .

"ಏನಿದು ನಿನ್ನ ತಲೆಹರಟೆ?" ವಿಸಿಟಿಂಗ್ ಕಾರ್ಡನ್ನು ಮುಷ್ಟಿಯಲ್ಲಿ ಮುದುರುತ್ತ ಕೇಳಿದಳು ಅನುಪಮಾ.

"ನಾನ್ಯಾಕೆ ತಲೆಹರಟೆ ಆಗಲಿ.. ಇದು ನಿನ್ನ ಚೆಲುವಿನ ಬಲೆಯಲ್ಲಿ ಸಿಕ್ಕಿ ಕೊಂಡಿರುವವನ ಪ್ರೇಮಾಯಣ...ಕೂತ್ಕೋ ಹೇಳ್ತಿನಿ..." ಅವಳ ಕೈ ಜಗ್ಗಿ, ತಾನು ಮಂಚದ ಮೇಲೆ ಕುಳಿತುಕೊಳುತ್ತ ಹೇಳಿದಳು ಆಶಾ.

"ಹೋದ ವರ್ಷ ನಾವೊಂದು ಮದುವೆ ಹೋಗಿದ್ವಲ್ಲ...ಮಡಿಕೇರೀಲಿ... ಅಲ್ಲೊಬ್ಬ ನಿನ್ನ ತುಂಬಾ ಪೀಡಿಸಿದ ನೋಡು..."

"ಹಾಂ.. ಪೂರ್ತಿ ನೆನಪಿಲ್ಲ... ಸ್ವಲ್ಪ..ಸ್ವಲ್ಪ.." ನೆನಪಿಸಿಕೊಳ್ಳಲು ಪ್ರಯತ್ನಿಸಿದಳು ಅನುಪಮಾ ..

"ಅದೇಮಾ ಆ ಹ್ಯಾಂಡ್ಸಂ ಎತ್ತರದ.. ಬ್ಲೂ ಐಸ್ ..ನೆನಪಿಲ್ವಾ?"

"ಸರಿಯಾಗಿ ನೆನಪಿಗೆ ಬರ್ತಾ ಇಲ್ಲ..." ಹುಬ್ಬು ಸಂಕುಚಿಸಿ ಜ್ಞಾಪಿಸಿಕೊಳ್ಳಲು ಪ್ರಯತ್ನಿಸಿದಳು ಅನುಪಮಾ .

"ಎಲ್ಲಿ ಕೈಕೊಡು... ಈ ನಿನ್ನ ಬಳೆಗಳನ್ನ ಒಡೆದು ಹಾಕಿದ ಮಹಾನುಭಾವ..." ಅವಳ ಬಲಗೈಯಲ್ಲಿದ್ದ ಮಸುಕು ಕಲೆಯನ್ನು ತೋರುತ್ತ ನುಡಿದಳು..

"ಹಾಂ ಹಾಂ... ಆ ಮನುಷ್ಯ... ಅವನು..." ಈಗ ನೆನಪಾಯಿತು ಅನುಪಮಳಿಗೆ.

"ಹಾಂ ... ಅವನೇ ಪಾಪ ಹುಚ್ಚಾಪಟ್ಟೆ ತಲೆ ಕೆಡಿಸಿಕೊಂಡು ನಿನ್ನ ಅಡ್ರೆಸ್ ಹುಡುಕೊಂಡು ಇಲ್ಲಿಗೆ ಬಂದಿದ್ದ. "

"ಈಗ.. ಇಲ್ಲಿಗೆ?... ಅದೂ ಒಂದು ವರ್ಷದ ಮೇಲೆ..?." ಅಚ್ಚರಿಯಿಂದ ಉದ್ಗರಿಸಿದಳು ಅನುಪಮಾ ..."

"ಪೂರ್ ಫೆಲೋ.. ನಿನ್ನನ್ನ ಒಂದು ವರ್ಷದಿಂದ ಹುಡುಕೋದಕ್ಕೆ ಪ್ರಯತ್ನ ಪಡ್ತಾ ಇದ್ದಾನೆ. ಪಾಪ ಅವನಿಗೆ ನಿನ್ನ ಹೆಸರು ಕೂಡ ಗೊತ್ತಿಲ್ಲ. ಏನು ಮಾಡ್ತಾನೆ ಹೇಳು. ಏನೇನೋ ಕಸರತ್ತು ಮಾಡಿ ನಮ್ಮ ಮಾಧುರಿ ಅಡ್ರೆಸ್ ಹುಡುಕಿದನಂತೆ. ಅಕ್ಕ ನನ್ನ ಅಡ್ರೆಸ್ ಕೊಟ್ಟಿದ್ದೆ ತಡ ಇಲ್ಲಿಗೆ ಓಡಿ ಬಂದಿದ್ದಾನೆ..."ವಿವರಿಸಿದಳು ಆಶಾ ..

"ಆಶ್ಚರ್ಯವಾಗಿದೆ..."

"ಹೌದು.. ಒಂದು ವರ್ಷದಿಂದ ನಿನಗೋಸ್ಕರ ಅಲೆದು ಇಲ್ಲಿಗೆ ಓಡಿ ಬಂದ್ರೆ, ಇಲ್ಲಿ ನೀನಿಲ್ಲ. ಪಾಪ ಅವನ ಪರದಾಟ ನೋಡೋಕಾಗ್ಲಿಲ್ಲ."

"ನೀನೇನು ಹೇಳಿದೆ?"

"ಹೇಳೋದೇನು, ನಿನ್ನ ಅಡ್ರೆಸ್ ನನ್ನ ಹತ್ರ ಇಲ್ಲೀಲ್ವಲ್ಲ. ನಿನ್ನ ಅಡ್ರೆಸ್ ಸಿಕ್ಕಿದ ತಕ್ಷಣ ತಿಳಿಸ್ತಿನಂತ ಹೇಳಿದೆ. ನೀನು ಬಂದ ದಿನಾನೇ ಈ ವಿಷ್ಯ ನಿಂಗೆ ಹೇಳ್ಬೇಕಂತ ಇದ್ದೆ. ಆದ್ರೆ ನೀನು ನಿನ್ನ ರಘು ಧ್ಯಾನದಿಂದ ಹೊರ ಬರ್ಲೆ ಇಲ್ಲ ನೋಡು..."

ಮಾತಾಡಲಿಲ್ಲ ಅನುಪಮಾ .

"ಪ್ರತಿ ಒಂದು ಗಾದೆ ಇದೆ... ಹೆಣ್ಣು ತಾನು ಪ್ರೀತಿಸಿದವನಿಗಿಂತ, ತನನ್ನ ಪ್ರೀತಿಸುವವನ ಕೈ ಹಿಡಿದರೆ ಒಳ್ಳೆದಂತೆ... ಸೋ.. ನೀನು ಹುಂ ಆದ್ರೆ ಈಗ್ಲೇ ಅವನಿಗೆ ಫೋನ್ ಮಾಡಿ ತಿಳಿಸ್ತೇನಿ..."

"ವೆರಿ ಗುಡ್ ಐಡಿಯಾ... ಕ್ಯಾರಿ ಆನ್ ..ನೀನೀಗಲೇ ಅವನಿಗೆ ಫೋನ್ ಮಾಡಿ ಅವನ್ನ ನಾಳೆ ಬರೋದಕ್ಕೆ ಹೇಳು. ಅಷ್ಟರಲ್ಲಿ ನಾನು ನಿಮ್ಮ ವೆಂಕಟೇಶ್ಗೆ ಒಂದು ಲೆಟರ್ ಬರೆದು ಮುಗಿಸ್ತೇನೆ. ಇಬ್ಬರು ಒಂದೇ ಮುಹೂರ್ತದಲ್ಲಿ ನಮ್ಮ ನಮ್ಮನ್ನ ಪ್ರೀತಿಸಿದವರನ್ನ ಮದುವೆಯಾಗಿಬಿಡ್ಟೋಣ..." ಅನುಪಮಾ

ಹೇಳಿದಾಗ ಆಶಾಳ ಮುಖ ಬಣ್ಣಗೆಟ್ಟು ಹೋಯಿತು. ಅವಳು ಪೆಚ್ಚಾಗಿ ಅನುಪಮಾಳ ಮುಖ ನೋಡಿದಳು...

"ಇದೇನೇ ಮಂಕಾಗಿ ಕೂತುಬಿಟ್ಟೆ. ತಗೋ ಫೋನ್. ನಂಬರ್ ಹೇಳು ನಾನೆ ಡಯಲ್ ಮಾಡ್ತೀನಿ..." ಅನುಪಮಾ ಉತ್ಸಾಹ ತೋರಿದಾಗ ಅವಳ ಕೈ ಹಿಡಿದುಕೊಂಡಳು ಆಶಾ.

"ಸಾರಿ ಪ್ರತಿ.. ಐಯಾಮ್ ರಿಯಲ್ಲಿ ಸಾರಿ. ಆದರ್ಶಗಳನ್ನು ನಿನ್ನಿಂದ ಕಲಿತವಳು ನಾನು. ಅಂಥದರಲ್ಲಿ ನಿಂಗೆ ಬುದ್ಧಿ ಹೇಳೋಕೆ ಬರ್ತಾ ಇದ್ದೀನಿ..." ತಲೆ ತಗ್ಗಿಸಿದಳು ಆಶಾ.

"ಇದು ಆದರ್ಶದ ಪ್ರಶ್ನೆ ಅಲ್ಲ ಆಶಾ.. ಇದು ಹೃದಯದ ಪ್ರಶ್ನೆ... ನಿಂಗೆ ನಮ್ಮ ಅನಿಲ್ ಪರಿಚಯ ಕೂಡ ಸರಿಯಾಗಿಲ್ಲ...ಅವನು ಮಿಲಿಟರಿಯಿಂದ ಬರೋದೇ ವರ್ಷಕೊಂದು ಸಲ, ಒಂದು ತಿಂಗಳು.. ಜೊತೆಗೆ ಅವನು ಪೈಲೆಟ್. ಆದ್ರೂ ನೀನವನ್ನ ಎಷ್ಟು ಪ್ರೀತಿಸ್ತಿಯಾ. ನಮ್ಮ ಜಾತಿ, ಸಂಪ್ರದಾಯ ಆಚಾರ ವಿಚಾರ... ಅಷ್ಟೇ ಏನು, ಆಹಾರ ಕೂಡ ಬೇರೆ.. ನೀನು ಅಪ್ಪಟ ಸಸ್ಯಾಹಾರಿ... ಜೀವನ ಶೈಲಿಗೂ ಅಜಗಜಾಂತರವಿದೆ. ನಮ್ಮಣ್ಣನ ಮನಸಿನ ಬಗ್ಗೆ, ನಿಂಗೇನು ಗೊತ್ತಿಲ್ಲ. ಆದ್ರೂ ನೀನು ನಮ್ಮ ಭಾಷೆ, ನಡತೆ, ಪದ್ಧತಿ ಕಲಿತುಕೊಳ್ತಿರೋದು ಏಕೆ? ನಿನಗಾಗಿ ಅಷ್ಟೊಂದು ಒದ್ದಾಡ್ತೋ, ಆ ನಿನ್ನ ಅತ್ತೆಮಗ, ವೆಂಕಟೇಶನ್ನ ಕಣ್ಣೆತ್ತಿ ಸಹ ನೀನು ನೋಡ್ತಾ ಇಲ್ಲ. ನಾಳೆ ನಿಮ್ಮನೇಲಿ ಕುರುಕ್ಷೇತ್ರಾನೂ ನಡೀಬಹುದು.. ಅದಕ್ಕೆಲ್ಲ ಮಾನಸಿಕವಾಗಿ ಯಾಕೆ ಸಿದ್ಧಳಾಗ್ತಾ ಇದ್ದೀಯ?" ಗೆಳತಿಯನ್ನು ಕೇಳಿದಳು ಅನುಪಮಾ. ಆಶಾ ಮಾತಾಡದೆ ತಲೆ ತಗ್ಗಿಸಿದಳು .

"ಆಶಾ.. ನಾನು ರಾಘುನ ಬರಿ ಎರಡು ತಿಂಗಳಿಂದ ನೋಡ್ತಾ ಇದ್ದೀನಿ ನಿಜ. ಆದ್ರೆ ಈ ಎರಡು ತಿಂಗಳಲ್ಲಿ ಅವರನ್ನ ಪ್ರತಿದಿನ ಭೇಟಿಯಾಗಿದ್ದೀನಿ...ಅವರ ಜೊತೆ ಬೇರೆಯಾರ ಜೊತೆಯೂ ಮಾತಾಡದಷ್ಟು ಮಾತಾಡಿದ್ದೀನಿ.. ಅವರ ಜೊತೆ ಎಷ್ಟೋ ಮೈಲಿಗಳನ್ನ ನಡೆದಿದ್ದೀನಿ.. ನಿಜ ಅದು ಬಾಳಪಥ ಅಲ್ಲದೆ ಇರಬಹುದು. ಆದರೆ ಅವರ ಜೊತೆಗಿದ್ದ ಪ್ರತಿಕ್ಷಣ, ಅವರ ಹೃದಯದ ಪ್ರತಿಯೊಂದು ಬಡಿತ, ಮನಸ್ಸಿನ ಮಿಡಿತ ನಾನು ಅರ್ಥ ಮಾಡಿಕೊಂಡಿದ್ದೀನಿ. ಅಂತ ಸಹೃದಯ ವ್ಯಕ್ತಿಯನ್ನ ನಾನು ಇದುವರೆಗೂ ನೋಡಿಲ್ಲ. ಸತ್ಯವಾಗಿ ಹೇಳ್ತಿನಿ. ನನವರನ್ನ ಮದುವೆಯಾಗಬೇಕಂತ ಖಂಡಿತ ಬಯಸೋದಿಲ್ಲ... ನಾನವರಿಗೆ ಗೆಳತಿಯಾಗಿದ್ದುಬಿಟ್ರೆ ಅದೇ ನನ್ನ ಭಾಗ್ಯ... ಅವರು ನನ್ನ ಕಣ್ಣ ಮುಂದೆ ಇದ್ರೆ ಸಾಕು. ನನ್ನ ಜೀವನ ನೆಮ್ಮದಿಯಾಗಿ ನಡೆದು ಹೋಗುತ್ತೆ. ಅಂಥ ಅಗಾಧ ವ್ಯಕ್ತಿತ್ವವನ್ನ ತುಂಬಿಕೊಂಡಿರೋ ನನ್ನ ಹೃದಯದಲ್ಲಿ ಬೇರಾರಿಗೂ ಜಾಗ ಇಲ್ಲ. ಆಶಾ.. ಡೋಂಟ್ ವರಿ. ನಿನ್ನ ಪ್ರೀತಿನ ಫಲಿಸಿಕೊಡೋದು ನನ್ನ ಕೈಲಿದೆ. ಸಾಧ್ಯವಾದ್ರೆ ನನ್ನ ಪ್ರೀತಿಗೋಸ್ಕರ ಆ ದೇವರಲ್ಲಿ ಪ್ರಾರ್ಥಿಸು.." ಎನ್ನುತ್ತಾ ಕೈಯಲ್ಲಿದ್ದ ವಿಸಿಟಿಂಗ್ ಕಾರ್ಡನ್ನು ಕಸದ ಬುಟ್ಟಿಗೆ ಹಾಕಿದಳು ಅನುಪಮಾ.

****

ಅಂದು ಅನುಪಮಾ ಹಿಂದಿರುಗುವ ವಿಷಯ ತಿಳಿದಿದ್ದರಿಂದ ಎಂದಿನಂತೆ ತೋಟದಿಂದ ಮನೆಗೆ ಹೋಗದೆ ಹಳೆಯ ಮನೆಯತ್ತ ಜೀಪು ತಿರುಗಿಸಿದ ರಘು. ಅವಳನ್ನು ನೋಡಲು, ಅವಳೊಡನೆ ಮಾತಾಡಲು ಅವನ ಮನಸ್ಸು ಪರಿತಪಿಸುತಿತ್ತು.

ಅನುಪಮಾ ಬೆಂಗಳೂರಿಗೆ ಹೋದ ಮೇಲೆಯೇ ರಘುವಿಗೆ ತಾನು ಅನುಪಮಾಳನ್ನು ಎಷ್ಟೊಂದು ಹಚ್ಚಿಕೊಂಡಿದ್ದೇನೆಂಬುದು ಅರ್ಥವಾಗಿದ್ದು.

ಪ್ರತಿ ದಿನ ಬೆಳಿಗ್ಗೆ, ಅದೇತಾನೆ ಬಿರಿದ ಸ್ವರ್ಣಕಮಲದಂತೆ ಆಹ್ಲಾದವನ್ನು ಕೂಡುತಿದ್ದ ಅವಳನ್ನು ಕಾಣಲು ಅವನ ಮನಸ್ಸು ಪರಿತಪಿಸುತಿತ್ತು. ಅವಳನ್ನು ಕಾಣದೆ ಅದೇನೋ ಕಳೆದುಕೊಂಡಂತೆ ಚಡಪಡಿಸುತ್ತಿದ್ದ. ಅವರಿವರನ್ನು ಕರೆಯುವಾಗ ಅನಾಯಾಸವಾಗಿ ಅನುಪಮಾಳ ಹೆಸರು ನುಸುಳಿಬಿಡುತಿತ್ತು. ತೋಟದಲ್ಲರಳಿದ ಪ್ರತಿಯೊಂದು ಹೂವಿನಲ್ಲೂ ಅವಳ ಮೊಗವೆ ಅವನಿಗೆ ಕಾಣ ಬರುತಿತ್ತು. ಪೂಜೆಗೆ ಮಲ್ಲಿಗೆ ಹೂಗಳನ್ನು ಕೀಳುವಂತೆ ತಾಕೀತು ಮಾಡಿದ್ದರಿಂದ ಮಲ್ಲಿಗೆ ಹೂಗಳೆಲ್ಲ ಸುರಿದು ಹೋಗುತಿತ್ತು. ರಾಶಿ ರಾಶಿ ಸುರಿವ ಆ ಹೂಗಳನ್ನು ನೋಡಿದಾಗಲೆಲ್ಲ ಮನದಲ್ಲೇ ಮಿಡುಕುತಿದ್ದ ರಘು. ಬರಿ ಇಪ್ಪತ್ತು ದಿನಗಳಲ್ಲಿ ಅವನು ಅವಳಿಗಾಗಿ ತುಂಬಾ ಚಡಪಡಿಸಿದ್ದ.

ಇಂದವಳು ಬರುವ ವಿಷಯ ಅವನಿಗೆ ತುಂಬಾ ಆನಂದವನ್ನು ತಂದಿತ್ತು. ತಾನೇ ಅವಳನ್ನು ಕರೆದುತರಲು ಮಡಿಕೇರಿಗೆ ಹೋಗಬೇಕೆಂದುಕೊಂಡಿದ್ದ. ಆದರೆ ಅನುಪಮಾ ನಿರ್ದಿಷ್ಟ ಸಮಯವನ್ನು ಹೇಳಿರದ ಕಾರಣ ಅವನಿಗೆ ಹೋಗಲಾಗಲಿಲ್ಲ.

ಇತ್ತ ಅನುಪಮಳಿಗೂ ಅಷ್ಟೇ.. ತಾನು ರಘುವನ್ನು ಯಾವಾಗ ನೋಡುತ್ತೇನೋ ಅನ್ನಿಸಿಬಿಟ್ಟಿತು. ರಘು ಜೀಪಿನಲ್ಲೇ ಬರುವುದೆಂಬ ಸತ್ಯ ತಿಳಿದಿದ್ದರೂ ಒಳಗಿಂದ ಹೊರಗೆ ನೂರು ಬಾರಿ ಓಡಾಡಿದಳು. ಕ್ಷಣಕ್ಕೊಂದು ಬಾರಿ ಗಡಿಯಾರದತ್ತಲೇ ಅವಳ ನೋಟ ಹರಿಯುತಿತ್ತು. ಹಾಳು ಸಮಯವೇ ಹೋಗುತ್ತಿಲ್ಲ. ಇನ್ನೂ ಐದು ಘಂಟೆ... ವಿನಾಕಾರಣ ಸಮಯವನ್ನು ದೋಷಿಸಿದಳು ಅನುಪಮಾ

ಮನೆಯ ತಿರುವಿನಲ್ಲಿ ಕಮಾಂಡರ್ ಸದ್ದಾದಾಗ ಬಾಗಿಲಿನತ್ತ ಧಾವಿಸಿದಳು ಅನುಪಮಾ. ಅವಳು ಹಿಂಬಾಗಿಲನ್ನು ದಾಟಿ ಜಗುಲಿಯ ಮೂಲೆಗೆ ಬರುವಲ್ಲಿ ರಘುವೂ ಅಲ್ಲಿಗೆ ಬಂದ.

"ಹಲೋ" ಎದುರಿಗೆ ಬಂದ ರಘುವನ್ನು ನೋಡುತ್ತಾ ಹೇಳಿದಳು..

ಆದರೆ ರಘು ಮಾತಾಡದೆ ಒಂದುಕ್ಷಣ ಅವಳನ್ನೇ ನೋಡುತಿದ್ದುಬಿಟ್ಟ. ಅವನ ಕಂಗಳು ಆನಂದದಿಂದ ಹೊಳೆದವು. ಅವನ ನೇರ ನೋಟವನ್ನು ಎದುರಿಸಲಾರದೆ ತಲೆ ತಗ್ಗಿಸಿದಳು ಅನುಪಮಾ. ಅವಳ ಮೈ ರೋಮಾಂಚನಗೊಂಡಿತು.

"ಬನ್ನಿ ಒಳಗೆ ಹೋಗೋಣ..." ಮನೆಯತ್ತ ತಿರುಗುತ್ತಿದ್ದ ಅವಳ ತೋಳು ಹಿಡಿದು ನಿಲ್ಲಿಸಿದ ರಘು..

"ಇರು ಒಂದು ಸ್ವಲ್ಪ, ನಿನ್ನ ಕಣ್ಣು ತುಂಬಾ ನೋಡಿಬಿಡ್ತೀನಿ.. ಎಷ್ಟು ದಿನ ಆಯ್ತು ನಿನ್ನ ನೋಡಿ.." ಅವನು ಮೈಮರೆತು ಎದೆಯಲಿದ್ದದನ್ನು ಹೇಳಿಬಿಟ್ಟಾಗ ಅವಳ ಕೊರಳು ಇನ್ನಷ್ಟು ತಗ್ಗಿತು.

"ಅಂತೂ ಅಮ್ಮಾವರಿಗೆ ಈಗ ನಮ್ಮ ನೆನಪಾಯಿತೇನೋ.." ಅವಳಿಂದ ಕಣ್ಣು ತೆಗೆಯದೆ ನುಡಿದ ರಘು...

ಅವನ ತೀವ್ರ ನೋಟಕ್ಕ ಅವಳೆದೆ ನಡುಗಿತು. "ಆಶಾ .. ನಾನು ಗೆದ್ದೇ..."ಅವಳ ಮನ ಉಲಿಯಿತು

ಅವಳೇನು ಹೇಳುತಿದ್ದಳೋ. ಅಷ್ಟರಲ್ಲಿ... "ಇಲ್ಲ ಮೊನೆ, ಅವಳು ನಾಲ್ಕು ದಿನದ ಹಿಂದೇನೆ ಬರಬೇಕಿತ್ತು. ಆದ್ರೆ ಆಶಾಳ ತಾತಂಗೆ ಲಂ ವರ್ಷ ತುಂಬಿದ್ದಕ್ಕೆ ಸಹಸ್ರ ಚಂದ್ರದರ್ಶನ ಶಾಂತಿ ಇತ್ತಂತೆ. ಅದಕ್ಕೆ ಇವಳು ಬರೋದು ಲೇಟಾಯಿತು..." ಅದೇ ತಾನೇ ಕೊಟ್ಟಿಗೆಯಿಂದ ಹೊರಬಂದ ಬೋಜವ್ವ ನುಡಿದಾಗ ಬೆಚ್ಚಿ ನಾಲಿಗೆ ಕಚ್ಚಿಕೊಂಡ ರಘು.

"ಬಾ ಒಳಗೆ " ಎಂದ ಬೋಜವ್ವನವರನ್ನು ಇಬ್ಬರು ಹಿಂಬಾಲಿಸಿದರು.

ಮನೆಯೊಳಗೆ ಬಂದೊಡನೆ "ಕೂತ್ಕೊಳ್ಳಿ ಒಂದ್ನಿಮಿಷ ಕಾಫಿ ತಂದು ಬಿಡ್ತೀನಿ..." ಎನ್ನುತ್ತ ಒಳಗೋಡಿದಳು ಅನುಪಮಾ. ಅವಳಿಗೆ ಸುಧಾರಿಸಿಕೊಳ್ಳಬೇಕಿತ್ತು.

೨೦ ದಿನಗಳ ನಂತರ ರಘುವನ್ನು ನೋಡಿದಾಗ ಅವಳೆದೆ ಹುಣ್ಣಿಮೆಯ ಸಾಗರದಂತೆ ಉಕ್ಕುತಿತ್ತು. ಜೊತೆಗೆ ರಘುವೂ ಕೂಡ ತನ್ನ ಬರುವಿಕೆಯನ್ನು ಎದುರುನೋಡುತಿದ್ದನೆಂಬ ಸತ್ಯ ಮತ್ತವನ ನುಡಿಗಳು ಅವಳ ಉದ್ವೇಗವನ್ನು ಇಮ್ಮಡಿಸಿದ್ದವು. ಹೃದಯದಲ್ಲಿ ಭೋರ್ಗರೆಯುತ್ತಿದ್ದ ಭಾವನೆಗಳನ್ನು ನಿಯಂತ್ರಿಸಲಾಗದೆ ಅವನ ಉತ್ತರಕ್ಕೂ ಕಾಯದೆ ಒಳಗೋಡಿದಳು ಅನುಪಮಾ. ರಘುವಿಗೆ ಕಾಫಿಗಿಂತ ಅನುಪಮಳೊಡನೆ ಮಾತಾಡುವುದು ಅವಶ್ಯಕವಾಗಿತ್ತು. ಆದರೆ ಬೋಜವ್ವನವರು ಅಲ್ಲಿಯೇ ಇದ್ದುದರಿಂದ ಸುಮ್ಮನೆ ಬಂದು ಟೇಬಲ್ಲಿನ ಮುಂದೆ ಕುಳಿತ ರಘು..

ಒಳನಡೆದು ಒಂದು ಲೋಟ ನೀರು ಕುಡಿದ ಮೇಲೆ ಅನುಪಮಾಳಿಗೆ ಸ್ವಲ್ಪ ಸಮಾಧಾನವೆನಿಸಿತು. ಬದುಕಿನಲ್ಲಿ ಪ್ರಥಮ ಭಾರಿಗೆ ಇಷ್ಟೊಂದು ಭಾವನೆಗಳ ಅಲೆಯಲ್ಲಿ ಕೊಚ್ಚಿ ಹೋಗಿದ್ದಳು ಅನುಪಮಾ. ಸುಧಾರಿಸಿಕೊಳುತ್ತ ಸಾವಧಾನವಾಗಿ ಕಾಫಿ ಮಾಡಿ ತಂದಳು. ಬರುವಾಗ ಅವಳ ಕೈಯಲ್ಲೊಂದು ದೊಡ್ಡ ಸ್ಟೀಲ್ ಡಬ್ಬಿಯಿತ್ತು.

"ಎಕ್ಸಾಮ್ಸ್ ಎಲ್ಲ ಹೇಗೆ ಮಾಡಿದ್ದಿಯ?" ಹೊರಬಂದ ಅವಳನ್ನ ಕೇಳಿದ ರಘು..

"ಚೆನ್ನಾಗಿ ಮಾಡಿದ್ದೇನಿ.. ಅಂದ ಹಾಗೆ ಇದು ಸ್ವೀಟ್ಸ್.. ಆಶಾ ನಿಮಗೆ ತಿಂದಿ ಕಳಿಸಿದ್ದಾಳೆ..." ಅವನ ಮುಂದೆ ಸ್ಟೀಲ್ ಡಬ್ಬಿ ಇರಿಸಿದಳು..

ಡಬ್ಬಿಯ ತುಂಬಾ ಉತ್ಸವದ ವಿವಿಧ ಸಿಹಿಗಳನ್ನು ಕಳಿಸಿಕೊಟ್ಟಿದ್ದರು ಆಶಾಳ ತಾಯಿ ಪದ್ಮಾವತಿ..

"ಇಷ್ಟು ಸಾಕಂತ?"

"ನೀವು ಕಳಿಸಿದರ ಮುಂದೆ ಇದು ಏನೇನು ಅಲ್ಲ ಬಿಡಿ.." ಎನ್ನುತ್ತಾ ಅವನ ಮುಂದಿದ್ದ ಕುರ್ಚಿಯಲ್ಲಿ ಕುಳಿತಳುಟದರೆ ಬೋಜವ್ವನವರು ಅಲ್ಲಿಯೇ ಇದ್ದುದರಿಂದ ಇಬ್ಬರಿಗೂ ಏನೂ ಮಾತಾಡಲೂ ತೋಚದೆ ಸುಮ್ಮನೆ ಕುಳಿತರು.

ಅಷ್ಟರಲ್ಲಿ, ಅಕ್ಕಮ್ಮನವರ ಕರೆ ಬಂದುದರಿಂದ ಬೋಜವ್ವನವರು ಅತ್ತ ಹೊರಟು ಹೋದಾಗ ಇಬ್ಬರಿಗೂ ಸ್ವಲ್ಪ ನಿರಾಳವೆನಿಸಿತು. "ನಂಗಂತೂ ನೀನಿಲ್ಲದೆ ತುಂಬಾ ಬೇಜಾರಾಗ್ತಾ ಇತ್ತು. ನೀನು ಬೆಂಗಳೂರಿಗೆ ಹೊದ್ಕೇಲೇನೆ ನಂಗೆ ಗೊತ್ತಾಗಿದ್ದು ನಾನು ನಿನ್ನ ಎಷ್ಟು ಹಚ್ಚಿಕೊಂಡು ಬಿಟ್ಟಿದ್ದೀನೀಂತ.." ಒಂದಿನಿತೂ ಹಿಂಜರಿಕೆ ಇಲ್ಲದೆ ಅವನು ಸರಾಗವಾಗಿ ತನ್ನ ಭಾವನೆಗಳನ್ನು ಬಿಂಬಿಸಿದಾಗ ಉಸಿರು ಬಿಗಿ ಹಿಡಿದಳು ಅನುಪಮಾ.

"ತೋಟದ ಹತ್ತಿರ ಹೋದ್ರೂ ನೀನೆ, ಇಲ್ಲಿ ಬಂದ್ರೂ ನೀನೆ, ಮನೆ ಮುಂದಿನ ಹೂಗಳಲ್ಲಂತೂ ನೀನೇ ನೀನು..." ರಘು ಬಡಬಡಿಸಿದಾಗ ಅನುಪಮಳಿಗೆ ಮುಖ ಮುಚ್ಚಿಕೊಳ್ಳಬೇಕೆನಿಸಿತು. ಅವಳ ತಲೆ ಇನ್ನಷ್ಟು ತಗ್ಗಿತು.

ಅವಳ ರಂಗೇರಿದ ಕೆನ್ನೆ ಮತ್ತು ಸಂಕೋಚವನ್ನು ಗಮನಿಸಿದ ರಘು ಮಾತು ನಿಲ್ಲಿಸಿದ. ಅಲ್ಲಿ ಸ್ವಲ್ಪ ಹೊತ್ತು ಮೌನ ಆವರಿಸಿತು.

ತಟ್ಟನೆ ಏನೋ ನೆನಪಿಸಿಕೊಂಡ ಅನುಪಮಾ "ಒಂದು ನಿಮಿಷ ಬಂದೆ" ಎನ್ನುತ್ತಾ ತನ್ನ ಕೋಣೆಗೆ ಓಡಿದಳು. ಎರಡು ನಿಮಿಷದ ನಂತರ ಅವಳು ಬಂದಾಗ ಅವಳ ಕೈಯಲ್ಲೊಂದು ಪೆನ್ನಿನ ಬಾಕ್ಸ್ ಇತ್ತು.

"ಇದು ಒಂದು ಚಿಕ್ಕ ಗಿಫ್ಟ್ ನನ್ನ ನೆನಪಿಗೆ.."

"ನಿನ್ನ ನೆನಪಿಗೆ ಗಿಫ್ಟ್ ಅಗತ್ಯ ಇಲ್ಲ. ಬಟ್ ಥ್ಯಾಂಕ್ಸ್ ಫಾರ್ ಯುವರ್ ಗಿಫ್ಟ್. ನಿಜ ಹೇಳ್ಬಾ. ಇದು ನನ್ನ ಲೈಫಲ್ಲಿ ಸಿಗ್ತಾ ಇರೋ ಮೊದಲನೇ ಗಿಫ್ಟ್. " ಪೆನ್ ಬಾಕ್ಸ್ ನಿಂದ ಬೆಲೆಬಾಳುವ ಪೆನ್ ಹೊರತೆಗೆಯುತ್ತ ನುಡಿದ ರಘು.

"ನಿಜವಾಗ್ಲೂ" ಅಚ್ಚರಿಯಿಂದ ಕಣ್ಣರಳಿಸಿದಳು ಅನುಪಮಾ.

"ಸತ್ಯವಾಗ್ಲೂ...ನಂಗೆ ಉಡುಗೊರೆ ಕೊಡಬೇಕಂತ ಯಾರೂ ಅಂದ್ಕೊಳ್ಳೋದೆ ಇಲ್ಲ. ನೀನು ಶ್ರೀಮಂತ ನಿಂಗೇನು ಕಡಿಮೆ.. ನಿಂಗೆ ಎಲ್ಲ ಇದೆ.. ನಾವು ನಿಂಗ ಏನು ತಾನೆ ಕೊಡೋದಕ್ಕೆ ಸಾಧ್ಯಂತ ಎಲ್ಲರೂ ಅದೇ ಪಲ್ಲವಿನ ಹಾಡ್ತಾರೆ ಹೊರತು ಗಿಫ್ಟಿನ ಬೆಲೆ ಏನೂಂತ ಯಾರಿಗೂ ಗೊತ್ತಿಲ್ಲ..." ಎನ್ನುತ್ತ ಅಲ್ಲೆ ಟೀಪಾಯಿಯ ಮೇಲಿದ್ದ ಮ್ಯಾಗರ್ಝಿನ್ ತೆಗೆದುಕೊಂಡು "ಅನುಪಮಾ " ಎಂದು ಬರೆದ "ಲವ್ಲ್ಲ ಪೆನ್.. ಚೆನ್ನಾಗಿದೆ..."ಪುನಃ ಮುಂದುವರಿಸಿ ಅವಳ ಹೆಸರಿನ ಊಲಡೆ ರಘು ಎಂದು ಬಗೆಗ..

"ಥ್ಯಾಂಕ್ಯೂ ಅನೂ" ಪುಸ್ತಕ ಟೀಪಾಯಿಯ ಮೇಲೆ ಹಾಕಿ ಅವಳತ್ತ ತಿರುಗಿ "ಹೃದಯಕ್ಕೆ ತುಂಬಾ ಹತ್ತಿರವಾಗಿರುತ್ತೆ." ಎನ್ನುತ್ತಾ ಪರ್ಟಿನ ಎಡ ಜೇಬಿನಲ್ಲಿ ಸಿಕ್ಕಿಸಿಕೊಂಡ.

ಆದರೆ ಅವಳ ನೋಟ ಅವನು ಬರೆದ ಹೆಸರುಗಳ ಮೇಲೆ ಕೀಲಿಸಿಹೋಗಿತ್ತು. ಬೆಚ್ಚಿ "ಹಾಂ" ಎಂದಳು

"ಏನು ಯೋಚ್ನೆ ಮಾಡ್ತಿದ್ದೆ.."

"ಏನೂ ಇಲ್ಲ" ತಲೆಯಾಡಿಸಿದಳು ಅನುಪಮಾ.

ಇಂದಿನ ಅನುಭೂತಿ ಇಬ್ಬರಿಗೂ ಹೊಸತೆನಿಸುತಿತ್ತು. ಮಾತಿಗಾಗಿ ತಡಕಾಡುವಂತಾಯಿತು.

"ಮತ್ತೆ.. ಚಾಕೋಲೇಟ್ಸ್ ಎಲ್ಲ ಖಾಲಿಯಾಯ್ತಾ?" ಲಘುವಾಗಿ ಭೇದಿಸಿದ ರಘು.

"ಓ ಆಗಲೇ ಖಾಲಿಯಾಗಿ ಹೋಯ್ತು. ನಾನದು ಕಡೇಪಕ್ಷ ೧೫ ದಿನ ಬರುತ್ತಂತ ಅಂದ್ಕೊಂಡಿದ್ದೆ ಆದ್ರೆ ಅದು ಒಂದು ವಾರದಲ್ಲೇ ಮುಗಿದು ಹೋಯ್ತು.."

"ಅವರ ಮನೇಲಿ ತುಂಬಾ ಮಕ್ಕಳಿದ್ದವೇನೋ..."

"ಹಾಗೇನು ಇಲ್ಲ..."

"ಮತ್ತೆ, ಎಲ್ಲ ನೀವೇ ಮುಗಿಸಿ ಬಿಟ್ರಾ" ಅಚ್ಚರಿಯಿಂದ ಕೇಳಿದ ರಘು.

"ನಾವೇ ಏನು...ಆಲ್ಮೋಸ್ಟ್ ನಾನೆ ಎಲ್ಲ ಮುಗಿಸಿಬಿಟ್ಟೆ..." ಅವನ ಆಶ್ಚರ್ಯಕ್ಕೆ ದೊಡ್ಡದಾಗಿ ನಗುತ್ತ ನುಡಿದಳು ಅನುಪಮಾ .

"ಅದಕ್ಕೆ ನೀನು ಸ್ವಲ್ಪ ಜಾಸ್ತಿನೇ ಸ್ವೀಟು..." ಅವನೂ ಅವಳೊಡನೆ ನಕ್ಕ.

"ಜಾಸ್ತಿ ಅಂದ್ರೆ... ಹೊಟ್ಟೆ ತೊಳೆಸೋಷ್ಟಾ? ಹುಬ್ಬೇರಿಸಿ ಕೇಳಿದಳು ಅನುಪಮಾ .

"ಭೆ ಭೆ... ಖಂಡಿತ ಅಲ್ಲ. ಯಾವಾಗಲು ನೆನಪಿರೋಷ್ಟು..." ಅವಳತ್ತ ಕಣ್ಣು ಮಿಟುಕಿಸಿ ನಕ್ಕ.

ಜೋರಾಗಿ ನಗುತಿದ್ದವಳು ಹಾಗೆ ಅವನನ್ನು ನೋಡಿದಳು ಅನುಪಮಾ. ಇಂದು ತಾನು ಕುಸಿದು ಬೀಳೋವರೆಗೆ ರಘು ತನ್ನನು ಬಿಡುವಿದಿಲ್ಲವೆನಿಸಿತವಳಿಗೆ. ಅವಳ ಕದುಪುಗಳು ಬೆಚ್ಚಗಾದವು.

ನಗುತ್ತ ಹೌದೆನ್ನುವಂತೆ ಕಣ್ಣಲ್ಲೇ ಸೂಚಿಸಿದ ರಘು..

"ಥ್ಯಾಂಕ್ಯೂ" ಪುನಃ ತಲೆತಗ್ಗಿಸಿದಳು ಅನುಪಮಾ ..

ಸಂಕೋಚದಿಂದ ತಲೆತಗ್ಗಿಸಿದ ಅವಳನ್ನೇ ನೋಡಿದ ರಘು. ಅವಳ ದಿಟ್ಟವಾದ ಅರಳು ಕಂಗಳು ಇಂದವನ ನೋಟವನ್ನು ಎದುರಿಸಲು ಹಿಂಜರಿಯುತ್ತಿದ್ದವು. ಅವಳ ಸೌಮ್ಯ ರೂಪ ನವಿರಾದ ನಾಚಿಕೆಯ ಭಾದರದಲ್ಲಿ ಅತ್ಯಂತ ಮೋಹಕವಾಗಿ ಶೋಭಿಸಿತು. ಅವಳನ್ನು ಹಾಗೆ ನೋಡುತ್ತ

ಕುಳಿತುಕೊಳ್ಳಬೇಕೆನಿಸಿತು. ಅದರ ಹಿಂದೆಯೇ ನೂರಾರು ಬಯಕೆಗಳು ಅಂತರಾಳದಿಂದ ಪುಟಿದು ಬಂದಾಗ ಗಾಭರಿಗೊಂಡ ರಘು.

ರಘುವೂ ಮಾತಾಡುವುದನ್ನು ನಿಲ್ಲಿಸಿದಾಗ ಏನು ಮಾಡಲು ತೋಚದೆ ಅವನತ್ತ ನೋಡಿದಳು ಅನುಪಮಾ. ಇಬ್ಬರ ನೋಟವು ಬೆರೆಯಿತು. ಅವನ ಕಣ್ಣಲಲಿದ್ದ ಪರವಶತೆ, ತನ್ಮಯತೆ ನಿಚ್ಚಳವಾಗಿ ತೋರಿಬಂತು. ಅವಳೆದೆ ಝೇಂಕರಿಸಿತು.

"ಮಮ್ಮಿ ಏನು ಮಾಡ್ತಾ ಇದ್ದಾರೆ ನೋಡ್ತೀನಿ..." ಅವನೆದಿರು ಕೂರಲಾರದೆ ಎದ್ದಳು ಅನುಪಮಾ. ತಟ್ಟನೆ ಅವಳ ಕೈ ಹಿಡಿದುಕೊಂಡ ರಘು "ಕೂತ್ಕೋ ಅನೂ .." ಎಂದ.

" ಊ ಹುಂ." ಅವನತ್ತ ನೋಡದೆ ತಲೆಯಾಡಿಸಿದಳು..

"ನನ್ನೆದುರು ಕೂರೋಕೆ ಹಿಂಸೆ ಆಗ್ತಾ ಇದ್ಯ?"ಅವಳ ಚಿ/ುರು ಬೆರಳುಗಳನ್ನು ನೇವರಿಸುತ್ತಾ ಕೇಳಿದ ರಘು. ಆದರೆ ಅವಳ ಬೆರಳುಗಳಲ್ಲಿ ನಿರಾಕರಣ ಇರದೇ ಅವು ಲಘುವಾಗಿ ಕಂಪಿಸುತಿದ್ದವು. ಕಂಪಿಸುತ್ತಿದ್ದ ಬೆರಳುಗಳನ್ನು ಇನ್ನಷ್ಟು ಬಿಗಿಯಾಗಿ ಹಿಡಿದ ರಘು. ಕಂಡು ಕಾಣದ ನಗು ಅವಳ ತುಟಿಯಲ್ಲಿ ಅರಳಿತು.

"ನಿನ್ನ ದಾರಿ ಕಾದು ಕಾದು ನನ್ನ ಕಣ್ಣು ಬಿದ್ದು ಹೋಯ್ತು ಗೊತ್ತಾ?" ತಾನೆಲ್ಲಿದ್ದೇನೆಂಬುದನ್ನು ಮರೆತು ಅವಳ ಮುಂಗೈಯನ್ನು ಕನ್ನೆಗೊತ್ತಿಕೊಂಡ.

ಇನ್ನೊಂದು ಕ್ಷಣ ಹೀಗೆ ಇದ್ದರೆ ತಾನು ಸ್ಮೃತಿ ತಪ್ಪಿ ರಘುವಿನ ತೋಳುಗಳಲ್ಲಿ ಕುಸಿಯುವುದು ಖಂಡಿತ. ಕಣ್ಣುಮುಚ್ಚಿ ಎದೆಯೊತ್ತಿಕೊಂಡಳು ಅನುಪಮಾ.

"ಪ್ಲೀಸ್ ನನ್ನ ಕೈ ಬಿಡಿ ರಘು.." ಅವನ ಹಿಡಿತದಿಂದ ಕೈ ಬಿಡಿಸಿಕೊಳ್ಳುವ ತ್ರಾಣವಿಲ್ಲದೆ ಕಂಪಿಸುವ ದನಿಯಲ್ಲಿ ನುಡಿದಳು ಅನುಪಮಾ .

ತಟ್ಟನೆ ಅವಳ ಕೈಬಿಟ್ಟ ರಘು ಅವಳ ಮುಖ ನೋಡಿದ. ಅವಳ ಕಂಗಳಲ್ಲಿ ಹನಿಗಳು ತುಳುಕಲು ಸಿದ್ಧವಾಗಿರುವುದನ್ನು ಕಂಡು ಗಾಭರಿಗೊಂಡ. "ಅನೂ ನಿನ್ನ ಕಣ್ಣಲ್ಲಿ ನೀರು? ನಾನು ತಪ್ಪು ಮಾಡಿದ್ನ?" ಧಡಕ್ಕನೆದು ಕೇಳಿದ.

ಭಾವುಕತೆಯಿಂದ ಅವಳ ಗಂಟಲು ಕಟ್ಟಿ ಹೋಗಿತ್ತು. ಇಲ್ಲವೆಂಬಂತೆ ತಲೆಯಾಡಿಸಿದಳು...

"ಮತ್ತೆ..." ಸಮಾಧಾನಗೊಂಡರೂ ಅಚ್ಚರಿಯಿಂದ ಕೇಳಿದ ರಘು..

ಉತ್ತರಿಸಲಾರದ ಅನುಪಮಾ ಎದೆಯೊತ್ತಿಕೊಂಡಳು. ಕಂಬನಿ ತುಳುಕಿ ಕನ್ನೆಗಳ ಮೇಲುರುಳಿದವು.. ಅವನತ್ತ ತಿರುಗಿ ಅವನ ಸುರುಳಿಗೂದಲಿನಲ್ಲಿ ಕೈಯಾಡಿಸಿ ಅವನ ಕ್ಯಾಪನ್ನು ಕೆದರಿ ಹೊರಗೋಡಿದಳು ಅನುಪಮಾ ...

****

ಮಾರನೇ ದಿನ ಬೇಗ ಏಳಬೇಕೆಂದುಕೊಂಡಿದ್ದಳು ಅನುಪಮ. ಹಿಂದಿನ ದಿನ ರಘುವಿನೊಂದಿಗೆ ಮಾತಾಡಲಾಗಿರಲಿಲ್ಲ. ಹಾಲು ಎದೆ ಒಡೆದು ಹೋಗುತ್ತದೇನೋ ಎನ್ನಿಸಿ ಅವರನ್ನು ಕಣ್ಣು ತುಂಬಾ ನೋಡಲೂ ಸಾಧ್ಯವಾಗಿರಲಿಲ್ಲ.

ಆದರೆ ಪರೀಕ್ಷೆಗೆ ನಿದ್ದೆ ಕೆಟ್ಟಿದ್ದು, ಬೆಂಗಳೂರಿನಲ್ಲಿ ಗೆಳತಿಯೊಡನೆ ಸುತ್ತಾಟ ಹಾಗೂ ಅವಳ ಮನೆಯ ಉತ್ಸವದಿಂದ ಅವಳಿಗೆ ವಿಪರೀತ ಆಯಾಸವಾಗಿತ್ತು. ಅವಳು ಬೆಂಗಳೂರಿಗೆ ಹೋಗಿ ಇಪ್ಪತ್ತು ದಿನಗಳಿದ್ದರೂ ಅವರ ಮಾತು ಮುಗಿಯುತ್ತಲೇ ಇರಲಿಲ್ಲ. ನಿದ್ದೆ ಮಾಡಲು ರಾತ್ರಿ ಒಂದು ಘಂಟೆಯ ಮೇಲಾಗಿ ಬಿಡುತಿತ್ತು.

ಅದಲ್ಲದೆ ಹಿಂದಿನ ರಾತ್ರಿಯ ರಘುವಿನ ನಡವಳಿಕೆ ಅವಳ ಹೃದಯವನ್ನು ಹಿಗ್ಗಿಸಿತ್ತು. ತಾನು ಗಗನ ಕುಸುಮವೆಂದು ಭಾವಿಸಿದ ರಘುವಿನ ಒಲವು ತನ್ನ ಕೈಗೆಟುಕುವ ಅಂತರದಲ್ಲೇ ಇದೆ ಎಂದು ತಿಳಿದಾಗ ಅವಳೆದೆ ಉಲ್ಲಾಸದಿಂದ ಬಿರಿದಿತ್ತು. ಅವಳ ಮನಸ್ಸು ಬೆಳ್ಳಿ ಮೋಡಗಳ ಜೊತೆ ತೇಲಿ ಆಗಸದ ಉದ್ದಗಲಕ್ಕೂ ಹಾರಾಡಿತ್ತು. ಇದೆ ಸಂಭ್ರಮದಲ್ಲಿ ಅವಳಿಗೆ ನಿದ್ದೆ ಬೇಗ ಬಂದಿರಲಿಲ್ಲ. ನಿದ್ದೆ ಹತ್ತಿದಾಗ ಮಾತ್ರ ಗಡದ್ದಾಗೆ ಹತ್ತಿತು. ಯಾರಾದರೂ ಹೊತ್ತುಕೊಂಡು ಹೋದರೂ ತಿಳಿಯದಂತ ಗಾಢ ನಿದ್ದೆ ಅವಳನ್ನು ಆವರಿಸಿ ಎಂಟು ಘಂಟೆಯಾದರೂ ಅವಳಿಗೆ ಎಚ್ಚರವಾಗಲಿಲ್ಲ.

ಅವಳಿಗೆ ಎಚ್ಚರವಾದಾಗ ಕಿಟಕಿಯಿಂದ ತೂರಿಬಂದ ಬಿಸಿಲು ಗೋಡೆಯಿಂದ ತುಂಬಾ ಕೆಳಗೆ ಇಳಿದಿತ್ತು. ಗಡಬಡಿಸಿ ಅನುಪಮಾ ವಾಚಿನತ್ತ ನೋಡಿದಳು. ಒಂಭತ್ತಕ್ಕೆ ಐದು ನಿಮಿಷ ಮಾತ್ರವಿತ್ತು.

"ಅಬ್ಬಾ ಎಂಥ ನಿದ್ದೆ. ಬೆಳಗಾದದ್ದೇ ತಿಳಿಯಲಿಲ್ಲ." ಹೊದಿಕೆ ಸರಿಸಿ ಎದ್ದು ಕುಳಿತು ಮೈಮುರಿದಳು. ಮೈಮನವೆಲ್ಲ ಹತ್ತಿಯಂತೆ ಹಗುರಾದ ಅನುಭವ.

ಅವಳು ಕೋಣೆಯಿಂದ ಹೊರಬಂದಾಗ ರಘುವಾಗಲೇ ಬಂದು ಹೋದದ್ದನ್ನು ಬೋಜವ್ವನವರು ಅವಳಿಗೆ ತಿಳಿಸಿದರು. ತನ್ನ ಹಾಳು ನಿದ್ದೆಗೆ ತನ್ನನು ತಾನೇ ಶಪಿಸಿಕೊಂಡಳು ಅನುಪಮಾ. ಮತ್ತವರನ್ನು ಕಾಣುವುದು ಸಂಜೆಯೇ.. ನಿರಾಸೆಯಿಂದ ತನ್ನ ಕೆಲಸದ ಕಡೆ ಗಮನ ಹರಿಸಿದಳು.

ಆಳುಗಳ ಕೈಯಲ್ಲಿ ಕಾಫಿ ಪ್ರೂನಿಂಗ್ ಮಾಡಿಸುತ್ತಿದ್ದ ರಘು. ಎಲ್ಲ ಖಾಯಂ ಆಳುಗಳಾದುದರಿಂದ ಅವರು ತೋಟದ ಕೆಲಸದಲ್ಲಿ ಚೆನ್ನಾಗಿ ಪಳಗಿದ್ದರು. ಅವರಿಗೇನೂ ಹೇಳಿಕೊಡುವ ಅಗತ್ಯವಿರಲಿಲ್ಲ. ರಘು ಆಳುಗಳ ಕಷ್ಟ ಸುಖಗಳಿಗೆ ಹಾರ್ದಿಕವಾಗಿ ಸ್ಪಂದಿಸುತ್ತಿದ್ದುದಷ್ಟೇ ಅಲ್ಲದೆ ಅವರಿಗೆ ಎಲ್ಲಾ ವ್ಯವಸ್ಥೆ ಮಾಡಿ ಹೆಚ್ಚಿನ ಸಂಭಾವನೆ ಕೊಡುತ್ತಿದ್ದುದರಿಂದ ಅವನ ಆಳುಗಳಲ್ಲ ಶ್ರದ್ದೆಯಿಂದ ಕೆಲಸ ಮಾಡುತಿದ್ದರು. ಆದರೂ ದಿನಕೊಮ್ಮೆಯಾದರೂ ಎಲ್ಲಾ ತೋಟಗಳಿಗೆ ಭೇಟಿ ಕೊಡುತಿದ್ದ ರಘು.

ಎಲ್ಲಾ ಕಡೆ ಸುತ್ತು ಹಾಕಿದ ರಘು ಹಾಗೆ ತೋಟದ ಅಂಚಿಗೆ ಬಂದು ನಿಂತುಕೊಂಡ. ಆ ತೋಟದ ಇನ್ನೊಂದು ಕಡೆಗೆ ಗದ್ದೆಯಿತ್ತು. ಗದ್ದೆಯಿಂದ

ಮುಂದಕ್ಕೆ ದಿಬ್ಬವಿದ್ದು, ಆ ದಿಬ್ಬದ ಮೇಲೊಂದು ಹಳೆ ಮಂಟಪವಿತ್ತು. ಆಕಸ್ಮಿಕವಾಗಿ ಅತ್ತ ನೋಟ ಹರಿಸಿದಾಗ ಯಾವುದೋ ಸ್ತ್ರೀ ಅಲ್ಲಿ ಕುಳಿತಿರುವಂತೆನಿಸಿತು. ಮತ್ತೊಮ್ಮೆ ಸರಿಯಾಗಿ ನೋಡಿದ ರಘು. ಅನುಮಾನದಿಂದ ಕೊರಳಿಗೆ ಹಾಕಿಕೊಂಡಿದ್ದ ಬೈನೋಕ್ಯುಲರ್ ಹಿಡಿದು ನೋಡಿದ ರಘು. ಅವಾನೂಹೆ ನಿಜವಾಗಿತ್ತು.

ಅವಳು ಅನುಪಮಾ.

ಅವನ ಉತ್ಸಾಹಕ್ಕೆ ಗರಿ ಮೂಡಿತು. ಆಳುಗಳಿಗೆ ಉಳಿದಿದ್ದ ಸಲಹೆ ಕೊಟ್ಟು ತನ್ನ ಜೀಪಿನಲ್ಲಿ ಅತ್ತ ಹೊರಟ ರಘು.

ಆ ದಿಬ್ಬದ ಬುಡದವರಗೆ ಮಾತ್ರ ಗದ್ದೆಯ ಅಂಚಿನಲ್ಲಿ ರಸ್ತೆಯಿತ್ತು. ಆ ಗುಡ್ಡವನ್ನು ಕಾಲುನಡಿಗೆಯಲ್ಲೇ ಹತ್ತಬೇಕಿತ್ತು. ಅವನು ಹಾಗೆ ಹತ್ತಿ ಮೇಲೆ ಬಂದಾಗ ಅನುಪಮಾ ಯಾವುದೋ ಪುಸ್ತಕ ಕೈಯಲ್ಲಿ ಹಿಡಿದು ಗಹನವಾದ ಚಿಂತನೆಯಲ್ಲಿರುವಂತೆ ತೋರಿತು. ಅವನು ಅವಳ ಹತ್ತಿರ ಬಂದದ್ದು ಸಹ ಅವಳಿಗೆ ತಿಳಿಯಲಿಲ್ಲ.. ಹಿಂದಿನಿದ ಅವಳನ್ನು ಹೆದರಿಸಲೇ ಎಂದುಕೊಂಡ, ಆದರೆ ಹಾಗೆ ಮಾಡದೆ ಅವಳನ್ನೇ ಒಂದು ಕ್ಷಣ ನೋಡುತ್ತಾ ನಿಂತ.

ತಲೆಗೆ ಸ್ನಾನ ಮಾಡಿದ್ದರಿಂದ ಅವಳು ತುಂಬಾ ಫ್ರೆಷಾಗಿ ಕಾಣುತ್ತಿದ್ದಳು. ಅವಳೇಕೆ ಹಾಗೆ ಮೈಮರೆತು ಕುಳಿತಿರಬಹುದು? ಅವಳ ಕಂಗಳನ್ನು ಗಮನಿಸಿದಾಗ ಅವಳು, ಅವನೂಹಿಸಿದಕ್ಕಿಂತ ಗಂಭೀರವಾದ ಚಿಂತನೆಯಲ್ಲಿ ತೊಡಗಿರುವಂತೆ ತೋರಿತು. ಮುಖದಲ್ಲಿ ಎಂದಿನ ಮಾರ್ದವತೆಯ ಬದಲಿಗೆ ಗಂಭೀರತೆ ನೆಲೆಸಿದ್ದರಿಂದ ಅತ್ತ ನಡೆದ ರಘು.

"ಹಾಯ್..." ಅವಳ ಪಕ್ಕದಲ್ಲಿ ಅವಳಿಗೆ ಭುಜ ಸೋಕುವಂತೆ ಕುಳಿದಾಗ ಬೆಚ್ಚಿದಳು ಅನುಪಮಾ.

"ಓ ನೀವಾ.. ಒಂದುಕ್ಷಣ ನಾನು ಹೆದರಿಬಿಟ್ಟೆ..." ಮಂಟಪದ ಮುಂದಿನ ಬಯಲಿನಲ್ಲಿದ್ದ ದೇವಕಣಗಿಲೆ ಮರದ ಕೆಳಗೆ ಕುಳಿತಿದ್ದ ಅನುಪಮಾ ಆ ಮರದ ಕಾಂಡಕ್ಕೆ ಒರಗುತ್ತಾ ಹೇಳಿದಳು..

"ಏನು ಪುಸ್ತಕ ಹಿಡಿದು ಕನಸು ಕಾಣ್ತಾ ಇದ್ದೀಯ..."ಅವಳ ಕೈಯಲ್ಲಿದ್ದ ಪುಸ್ತಕವನ್ನು ತೆಗೆದುಕೊಂಡು ಅದರ ಶೀರ್ಷಿಕೆಯನ್ನು ನೋಡಿದ. ಪೂರ್ಣಾನಂದರವರ "ಬದುಕಲು ಕಲಿಯಿರಿ.."

"ಕನಸ್ಸು ಕಾಣ್ತಾ ಇರಲಿಲ್ಲ. ಯೋಚನೆ ಮಾಡ್ತಾ ಇದ್ದೆ..."

"ಯಾವ ಬಗ್ಗೆ?" ಹಾಳೆ ತಿರುಗಿಸುತ್ತಾ ಕೇಳಿದ

"ಸಾವಿನ ಬಗ್ಗೆ.."

"ವ್ಹಾಟ್?" ಬೆಚ್ಚಿ ಅವಳತ್ತ ತಿರುಗಿದ ರಘು..."ಏನೆಂದೇ ನೀನು? ಸಾವಿನ ಬಗ್ಗೆ?"

"ಸಾವು ಹಾಗು ಮನಸ್ಥಿತಿಗಿರುವ ಬಾಂಧವ್ಯದ ಬಗ್ಗೆ..." ಅವಳು ಸರಾಗವಾಗಿ ಹೇಳಿದಾಗ, ಬಿಟ್ಟ ಕಂಗಳಿಂದ ಅವಳನ್ನೇ ನೋಡಿದ ರಘು.

"ಅದಕ್ಯಾಕಷ್ಟೊಂದು ಗಾಭರಿಯಾಗ್ತೀರಿ? ಸಾವು ಅನಿವಾರ್ಯ ಅಲ್ವಿ?" ಅವಳು ಸಹಜವಾಗಿ ಕೇಳಿದಾಗ ಇನ್ನಷ್ಟು ವಿಚಲಿತನಾದ ರಘು.

"ಪ್ಲೀಸ್ ಅನೂ. ಯಾಕೆ ಏನೇನೋ ಮಾತಾಡ್ತ ಇದ್ದೀಯ..." ಅವನು ಗಾಭರಿಯಿಂದ ಕೇಳಿದಾಗ ನಕ್ಕಳು ಅನುಪಮಾ.

"ಸ್ವಲ್ಪ ಸುಮ್ಮನೆ ನಾನು ಹೇಳೋದನ್ನ ಕೇಳಿ. ನಾನು ಈ ಪುಸ್ತಕದಲ್ಲಿ ಸಾವು ಮತ್ತು ಮಾನಸಿಕ ಶಕ್ತಿಯ ಬಗ್ಗೆ ಓದ್ತಾ ಇದ್ದೆ ಅಷ್ಟೇ.."

ಅವನು ಮಾತಾಡದಾಗ ಮುಂದುವರಿಸಿದಲು ಅನುಪಮಾ. "ಮಾನವ, ದೇಹ, ಮನಸ್ಸು, ಹಾಗು ಆತ್ಮಗಳ ಸಂಗಮ. ಆತ್ಮ ಶಾಶ್ವತ. ಆದ್ರೆ, ಅದು ಪ್ರಕಟವಾಗೋದಕ್ಕೆ ದೇಹ ಇರಲೇಬೇಕು. ದೇಹ ಇಲ್ಲದೆ ಆತ್ಮ ಏನು ಮಾಡೋದಕ್ಕೆ ಆಗೋದಿಲ್ಲ. ಆತ್ಮ ತಾನು ಪೂರ್ವಜನ್ಮದಲ್ಲಿ ಮಾಡಿದ ಕರ್ಮಕ್ಕನುಸಾರವಾಗಿ ಪ್ರತಿಫಲ ಸಿಕ್ಕುವ ದೇಹವನ್ನು ಹುಡುಕಿ ಪ್ರವೇಶ ಮಾಡುತ್ತದೆ. ಆದರೆ ಒಂದು ಆತ್ಮ ಒಂದೇ ದೇಹದಲ್ಲಿ ಶಾಶ್ವತವಾಗಿರೋದಕ್ಕೆ ಸಾಧ್ಯವಿಲ್ಲ. ಯಾಕಂದ್ರೆ, ದೇಹ ಅವಿಕಾರಿಯಲ್ಲ. ಅದು ಪ್ರತಿ ಕ್ಷಣ, ಪ್ರತಿ ಘಳಿಗೆ ಪ್ರಕೃತಿ ನಿಯಮಕ್ಕನುಸಾರವಾಗಿ ಬದಲಾಗುತ್ತಲೇ ಇರುತ್ತದೆ. ಪರಿಣಾಮವಾಗಿ, ದೇಹಕ್ಕೆ ವಯಸ್ಸಾಗುತ್ತದೆ, ಸವಿಯುತ್ತದೆ, ಝುರ್ಝುರಿತವಾಗುತ್ತದೆ. ಮುಂದುವರಿದು ಅದು ಆತ್ಮನ ವಾಸಸ್ಥಾನಕ್ಕೆ ಅಯೋಗ್ಯವಾಗುತ್ತದೆ. ಆ ಸಮಯದಲ್ಲಿ ಆತ್ಮ ಆ ದೇಹವನ್ನು ವರ್ಜಿಸಿ ಮತ್ತೊಂದು ಹೊಸ ದೇಹದ ಅನ್ವೇಷಣೆಯಲ್ಲಿ ಹೊರಾಡುತ್ತದೆ. ಇದನ್ನೇ ನಾವು ಸಾವು ಅಂತೀವಿ..."ಅನುಪಮಾ ಧೀರ್ಘವಾಗಿ ವಿವರಿಸಿದಾಗ ಸುಸ್ತಾದ ರಘು..

"ಅನೂ, ನೀನೇನೇನೋ ತತ್ವವನ್ನು ಹೇಳೋಕೆ ಹೊರಟಿದ್ದೀಯಲ್ಲ.." ಉದ್ಗರಿಸಿದ ರಘು.

"ತತ್ವಾನು ಅಲ್ಲ, ಏನು ಇಲ್ಲ... ಸ್ವಲ್ಪ ಕೇಳಿ. ಈ ಪುಸ್ತಕದಲ್ಲಿ ಏನು ಹೇಳ್ತಾರಂದ್ರೆ...ವಯಸ್ಸಾದಮೇಲೆ, ದೇಹ ತೀವ್ರವಾಗಿ ಹಾಳಾದಾಗ ಬರುವ ಸಾವು ಸಹಜ. ಆದರೆ ಎಷ್ಟೋ ಜನರು ಚಿಕ್ಕ ವಯಸ್ಸಿನಲ್ಲೇ ಸತ್ತು ಹೋಗ್ತಾರೆ. ಅಂಥ ಸಾವಿಗೆ ಅವರ ಮನಸ್ಥಿತಿನೇ ಕಾರಣಾಂತ ಹೇಳ್ತಾರೆ. ಅಂದರೆ, ಒಬ್ಬ ವ್ಯಕ್ತಿಗೆ ಜೀವನದಲ್ಲಿ ನಿರಾಸಕ್ತಿ, ನಿರಾದರ ಮುತ್ತಿಕೊಳ್ಳತೊಡಗಿದಾಗ ಅವನು, ಅವನಿಗರಿವಿಲ್ಲದೆ ಬದುಕಿನಿಂದ ದೂರ ಸರಿಯೋದಕ್ಕೆ ಪ್ರಾರಂಭಿಸುತ್ತಾನೆ. ಅವನ ಆರೋಗ್ಯ ನಿಧಾನವವಾಗಿ ಹಾಳಾಗೋಕೆ ಶುರುವಾಗುತ್ತೆ, ಶಕ್ತಿ ಕುಂದುತ್ತದೆ... ಮತ್ತೆ ಅವನು ಬೇಗ ಸಾಯ್ತಾನೆ. ನೀವು ಕೇಳಿರಬಹುದು. ಎಷ್ಟೋ ಸಲ ಹೇಳ್ತಿವಿ.. 'ಪಾಪ ಅವನು ಕೊರಗಿ, ಕೊರಗಿ ಸತ್ತಾಂತ'. ಈ ಕೊರಗು ಅಂದ್ರೆ, ಅವನಿಗೆ ಸಾವಿನ ಕಡೆಯ ಒಲವು. ಅವನಿಗರಿವಿಲ್ಲದೆ ತಾನು ಸಾಯಬೇಕೆನ್ನುವ ಹಂಬಲ ಬೆಳೆದು ಅವನು ಸಾವಿನ ಅಂಚಿಗೆ ಜಾರುತ್ತಾನೆ.."

"ಒಬ್ಬ ವ್ಯಕ್ತಿ ತನ್ನ ಬದುಕಿನ ಯಾವುದೋ ಹಂತದಲ್ಲಿ ಸಹಿಸಲಾರದ ನಿರಾಶೆಯನ್ನ ಅನುಭವಿಸುತ್ತಾನೆ. ಸೋಲು, ಅಪಮಾನವೂ ಆಗಿರಬಹುದು. ಅದು ಅವನಿಗೆ ಮಾನಸಿಕ ಆಘಾತವನ್ನು ಒದಗಿಸುತ್ತದೆ. ಅಂಥ ಸಮಯದಲ್ಲಿ

ಅವನಿಗೆ ಜೀವನದ ಬಗ್ಗೆ ಆಸಕ್ತಿ ಹೊರಟುಹೋಗಿ ತಾನು ಯಾರಿಗೂ ಬೇಡವಾದವನು, ತಾನು ಬದುಕುವುದು ಯಾರಿಗೂ ಬೇಕಾಗಿಲ್ಲ, ಅಥವಾ ನನ್ನ ಬದುಕು ನಿರರ್ಥಕ ಎನ್ನುವ ಫೀಲಿಂಗ್ ಅವನಲ್ಲಿ ಬೆಳೆಯಬಹುದು. ಅಥವಾ ಇನ್ನು ತಾನು ಬದುಕಿ ಏನು ಪ್ರಯೋಜನ ಎನ್ನುವ ನಿರಾಶಾವಾದವೂ ಬೆಳೆಯ ಬಹುದು. ಈ ತರಹದ ಭಾವನೆಗಳು, ಅವನಿಗೆ ತಿಳಿಯದೇ ಅವನು ಸಾವಿಗಾಗಿ ಹಂಬಲಿಸುವಂತೆ ಮಾಡುತ್ತದೆ. ಅದಕ್ಕೆ ದೇಹ ಕೂಡ ಸೆಂಟ್ ಪರ್ಸೆಂಟ್ ರೆಸ್ಪಾಂಡ್ ಮಾಡುತ್ತೆ. ಅವನಿಗೆ ಹಲವಾರು ಖಾಯಿಲೆಗಳು ಹುಟ್ಟಿ ಕೊಳ್ಳಬಹುದು. ಅಥವಾ ಅವನ ದೇಹ ಯಾವುದಕ್ಕೂ ಸ್ಪಂದಿಸದೆ ಹೋಗಬಹುದು. ಎಷ್ಟೋಸಲ ಡಾಕ್ಟರ್ ಹೇಳೋದುಂಟು 'ಪೇಶೆಂಟ್ ಕೂಪರೇಟ್ ಮಾಡ್ತಾ ಇಲ್ಲಾಂತ...' ಅಂದರೆ ಆ ಮನುಷ್ಯನಿಗೆ ತಾನು ಬದುಕಬೇಕುಂತ ಆಸೆ ಇರದ ಹೊರತು ಡಾಕ್ಟರ್ ಮತ್ತು ಮೆಡಿಸಿನ್ಸ್ ಏನೂ ಉಪಯೋಗಕ್ಕೆ ಬರೋದಿಲ್ಲ..."

ಈಗ ಅವಳ ಮಾತನ್ನು ಸ್ವಲ್ಪ ಅರಗಿಸಿಕೊಳ್ಳುವ ಸ್ಥಿತಿಗೆ ಬಂದ ರಘು.

"ಹೌದು ದೊಡ್ಡವರು ಹೇಳ್ತಾರೆ, ಅವನು ಆಸೆ ಇಟ್ಟುಕೊಂಡು ಸತ್ತ, ಅದಕ್ಕೆ ಅವನು ದೆವ್ವ ಆಗಿದ್ದಾನೆಂತ. ಅದರರ್ಥ ಅವನಿಗೆ ಬದುಕಲು ಆಸೆ ಇತ್ತು, ಆದ್ರೆ ಅನಿರೀಕ್ಷಿತವಾಗಿ ಅವನ ದೇಹ ಹಾಳಾಯಿತು. ಆಗ ಆ ಆತ್ಮ ಆಸೆಗಳ ಮೂಲಕ್ಕೆ ಕಟ್ಟುಬಿದ್ದು ಪ್ರೇತಾತ್ಮ ಅಯಿತೂಂತ"

"ಹೌದು... ಇದು ರಿವರ್ಸ್ ಥಿಯರಿ.. ಒಂದು ಸಲ ದೇಹದಿಂದ ಬೇರ್ಪಟ್ಟ ಆತ್ಮಕ್ಕೆ ಮತ್ತೆ ದೇಹದೊಳಗೆ ಸೇರೋದಕ್ಕೆ ಆಗೋದಿಲ್ಲ. ಉದಾಹರಣೆಗೆ ಒಬ್ಬ ಅನಿರೀಕ್ಷಿತವಾಗಿ ಆಕ್ಸಿಡೆಂಟಲ್ಲಿ ತೀರಿಹೋಗ್ತಾನೆಂತ ಇಟ್ಟುಕೊಳ್ಳೋಣ, ಆದರೆ, ಆ ವ್ಯಕ್ತಿಗೆ ಬದುಕುವ ಆಸೆ ತೀವ್ರವಾಗಿದ್ದರೂ, ದೇಹ ಸಂಪೂರ್ಣ ಹಾಳಾದ್ದರಿಂದ ಆ ಆತ್ಮ ತನ್ನ ದೇಹಕ್ಕೆ ಸೇರೋದಕ್ಕೆ ಆಗೋದಿಲ್ಲ. ಅಂಥ ಸಮಯದಲ್ಲಿ ಆ ಆತ್ಮ ಪ್ರೇತಾತ್ಮವಾಗಿ ಬೇರೆಯವರ ದೇಹದೊಳಗೆ ಪ್ರವೇಶಿಸೋದಕ್ಕೆ ಸಾಕಷ್ಟು ಪ್ರಯತ್ನ ಮಾಡಬಹುದು... ಅದರಲ್ಲಿ ಅದು ಸಫಲವಾಗಲೂ ಬಹುದು. ಹಾಗೆ ಎಷ್ಟೋ ಜನರಲ್ಲಿ ಖಾಯಿಲೆಗಳು ಪವಾಡ ಸದೃಶ್ಯವಾಗಿ ಕಾಣೆಯಾಗುತ್ತದೆ. ಅದಕ್ಕೆ ಆ ಮನುಷ್ಯನಲ್ಲಿರೋ ಜೀವನದ ಬಗ್ಗೆ ಆಸಕ್ತಿನೇ ಕಾರಣ.. ಅಂಥವರಿಗೆ ಡಾಕ್ಟರ್ಸ್ ಹೇಳ್ತಾರೆ... ಅವರ ವಿಲ್ ಪವರ್ ಚೆನ್ನಾಗಿದೆಂತ..."

ಇಬ್ಬರು ಸ್ವಲ್ಪ ಹೊತ್ತು ಮೌನವಾದರು..

"ನೋಡಿ, ಈ ಬುಕ್ಕಲ್ಲಿ ಒಂದು ಸ್ವಾರಸ್ಯಕರ ಉದಾಹರಣೆಯನ್ನ ಕೊಡ್ತಾರೆ... ಮನಸ್ಸು ಸಾವನ್ನು ಎಷ್ಟು ಬಲಯುತವಾಗಿ ನಿಯಂತ್ರಿಸುತ್ತದೆ ಎಂದು. 'ಒಮ್ಮೆ ರಾಶಿಯನ್ ವಿಜ್ಞಾನಿಗಳು ಸಾವಿನಲ್ಲಿ ಮನಸ್ಸಿನ ಪಾತ್ರ ಎಷ್ಟೊಂತ ತಿಳಿದುಕೊಳ್ಳೋದಕ್ಕೆ ಜೈಲೊಂದಕ್ಕೆ ಹೋಗಿ, ಅಲ್ಲಿ ಗಲ್ಲು ಶಿಕ್ಷೆಗೊಳಗಾಗಿರೋ ವ್ಯಕ್ತಿಯೊಬ್ಬನನ್ನು ಕರೆದುಕೊಂಡು ಬಂದರಂತೆ. ಅವನನ್ನು ಪ್ರಯೋಗಾಲಯದಲ್ಲಿ ಕೂರಿಸಿ, ಆನೆಗುರು ಡಾಕ್ಟರ್ ಮತ್ತು

ವಿಜ್ಞಾನಿಗಳಲ್ಲ ಸೇರಿ, ಮನುಷ್ಯನ ದೇಹದಿಂದ ಎಷ್ಟು ಲೀಟರ್ ರಕ್ತ ಹೊರಬಂದಾಗ ಸಾವು ಸಂಭವಿಸುತ್ತದೆ, ಅದರ ಲಕ್ಷಣಗಳೇನು, ಅನ್ನುವುದರ ಬಗ್ಗೆ ಕೂಲಂಕುಷವಾಗಿ ಚರ್ಚೆ ನಡೆಸಿದರಂತೆ. ಅಂದರೆ ಒಬ್ಬ ವ್ಯಕ್ತಿಯ ದೇಹದಿಂದ ಮೂರು ಲೀಟರ್ ರಕ್ತ ಹೊರಬಂದಾಗ ಅವನಲ್ಲಿ ಸಾವಿನ ಲಕ್ಷಣಗಳು ಕಾಣಿಸಿಕೊಂಡು, ಮೂರುವರೆ ಲೀಟರ್ ರಕ್ತ ಅವನ ದೇಹದಿಂದ ಹೊರಬಂದಾಗ ಆ ವ್ಯಕ್ತಿ ಸಾಯ್ತಾನೆಂತ ಆ ಖೈದಿಗೆ ಕೇಳುವ ರೀತಿಯಲ್ಲಿ ಮಾತಾಡಿಕೊಂಡರಂತೆ.

ಆಮೇಲೆ ಆ ಖೈದಿಯ ಕಣ್ಣನ್ನು ಕಪ್ಪು ಬಟ್ಟೆಯಿಂದ ಕಟ್ಟಿ ಅವನನ್ನು ಟೇಬಲ್ ಮೇಲೆ ಮಲಗಿಸಿದ್ರಂತೆ. ನಂತರ ಒಂದು ಬ್ಲೇಡನ್ನು ತೆಗೆದು ಅವನ ಕೊರಳಿನ ಹತ್ತಿರದಲ್ಲಿ ಒಂದು ರಕ್ತನಾಳವನ್ನು ಕತ್ತರಿಸಿ, ಆ ನಾಳದಿಂದ ರಕ್ತ ಸಲೀಸಾಗಿ ಹೊರ ಹರಿಯುವಂತೆ ಒಂದು ಪೈಪನ್ನು ಅಳವಡಿಸಿದ್ರಂತೆ. ಖೈದಿಯ ಕಣ್ಣು ಕಟ್ಟಿದ್ರೂ ಅವನಿಗೆ ಕೆಳಗೆ ರಕ್ತ ಬೀಳೋ ಶಬ್ದ ಸ್ಪಷ್ಟವಾಗಿ ಕೇಳಿಸುತಿತ್ತಂತೆ. ಕೆಳಗಿನ ರಕ್ತ ಒಂದು ಮೇಜರಿಂಗ್ ಜಾರ್ ನಲ್ಲಿ ಬಿಳೋ ಹಾಗೆ ಅಳವಡಿಸಿ, ಹತ್ತು ನಿಮಿಷಕೊಂಡು ಸಲ ಆ ಕೆಳಗಿನ ಬಟ್ಟಲಲ್ಲಿ ರಕ್ತ ಎಷ್ಟು ಸಂಗ್ರಹ ಆಗಿದೆ ಎನ್ನುವ ಬಗ್ಗೆ ಖೈದಿಗೆ ಕೇಳುವ ಹಾಗೆ ವಿಜ್ಞಾನಿಗಳಲ್ಲ ಮಾತಾಡಿಕೊಳ್ಳುತ್ತಿದ್ದರಂತೆ.

ಆ ಖೈದಿಯ ದೇಹದಿಂದ ಸರಿಯಾಗಿ ಮೂರು ಲೀಟರ್ ರಕ್ತ ಹೊರಹರಿದಾಗ ಅವನಲ್ಲಿ ಸಾವಿನ ಎಲ್ಲಾ ಲಕ್ಷಣಗಳು ಕಾಣಿಸಿಕೊಂಡವಂತೆ. ಅಂದರೆ, ಮೈ ನಡುಗುವುದು, ಮೇಲುಸಿರು ಬರುವುದು, ಬಿಕ್ಕಳಿಕೆ ಮುಂತಾದವು...ನಂತರ ಅವನ ದೇಹದಿಂದ ಸರಿಯಾಗಿ ಮೂರುವರೆ ಲೀಟರ್ ರಕ್ತ ಹೊರಬಂದಾಗ ಅವನ ಹೃದಯ ಕ್ರಿಯೆ ನಿಂತು ಅವನು ಸತ್ತು ಹೋದನಂತೆ..." ಉತ್ಸಾಹದಿಂದ ಹೇಳಿದಳು ಅನುಪಮಾ.

"ಹಾರ್ಬಿಬಲ್. ಖೈದಿ ಅಂದ ಮಾತ್ರಕ್ಕೆ, ಅವನಿಗಂಥ ದಾರುಣವಾದ ಸಾವನ್ನ ಕೊಡಬಾರದಿತ್ತು" ಮರುಕದಿಂದ ಹೇಳಿದ ರಘು.

"ಇಲ್ಲೇ ಇರೋದು ನೋಡಿ ಸ್ವಾರಸ್ಯ...ಸತ್ಯ ಏನಂದ್ರೆ ಅವನ ದೇಹದಿಂದ ಒಂದು ತೊಟ್ಟು ರಕ್ತನೂ ಹೊರಗೆ ಬಂದಿರಲಿಲ್ಲ. ಅಂದರೆ, ವಿಜ್ಞಾನಿಗಳು ಅವನ ಕೊರಳಿನ ಹತ್ತಿರ ರಕ್ತನಾಳವನ್ನು ಕತ್ತರಿಸಿಯೇ ಇರಲಿಲ್ಲವಂತೆ. ಅವನಿಗೆ ಕತ್ತರಿಸಿದ ಫೀಲಿಂಗ್ ತರಿಸೋದಕ್ಕೆ ಅವನ ಕುತ್ತಿಗೆಯ ಹತ್ತಿರ ಚಿಕ್ಕದೊಂದು ಗಾಯವನ್ನು ಮಾಡಿ ಸುಮ್ಮನೆ ಪೈಪೊಂದನ್ನು ಕೊರಳಿಗೆ ಅಳವಡಿಸಿ, ಆ ಪೈಪಿನಿಂದ ನೀರು ಹರಿದು ಕೆಳಗಿನ ಅಳತೆಯ ಪಾತ್ರದೊಳಗೆ ಬೀಳುವ ಹಾಗೆ ಮಾಡಿ, ಆ ನೀರು ಬೀಳುವ ಶಬ್ದ ಖೈದಿಗೆ ಕೇಳುವ ಹಾಗೆ ಮಾಡಿದರಂತೆ. ಖೈದಿಯ ಕಣ್ಣಿಗೆ ಬಟ್ಟೆ ಕಟ್ಟಿದ್ದರಿಂದ ಅವನಿಗೆ ಇದೇನೂ ತಿಳಿಯದೆ, ಅವನು ನಿಜವಾಗಿಯೂ ತನ್ನ ದೇಹದಿಂದ ರಕ್ತ ಹರಿದು ಹೋಗುತ್ತಿದೆಯೆಂದೇ ಭಾವಿಸಿದ್ದ. ಅಲ್ಲದೆ ಇಷ್ಟೇ ರಕ್ತ ತನ್ನ ದೇಹದಿಂದ ಹೊರಹರಿದರೆ ತನ್ನ ಸಾವು ನಿಶ್ಚಿತವೆಂದು ವಿಜ್ಞಾನಿಗಳ ಚರ್ಚೆಯಿಂದ ತಿಳಿದಿದ್ದ. ಅದಕ್ಕೆ ಸರಿಯಾಗಿ ವಿಜ್ಞಾನಿಗಳು ಸಹ ಅವನ ದೇಹದಿಂದ ಹೊರಹರಿಯುತ್ತಿದ್ದ ರಕ್ತದ ಪ್ರಮಾಣದ

ಬಗ್ಗೆ ಆಗಾಗ್ಗೆ ಮಾತನಾಡಿಕೊಳ್ಳುತ್ತಿದ್ದದ್ದು ಅವನಿಗೆ ಕೇಳಿಸುತ್ತಿದ್ದುದರಿಂದ, ಅದನ್ನು ಅವನು ನಿಜವೆಂದೇ ನಂಬಿದ್ದ.

ಅವನ ಮನಸ್ಸು, ತನ್ನ ದೇಹದಿಂದ ಈಗ ರಕ್ತ ಹೊರಗೆ ಹರಿಯುತ್ತಿದೆ, ಮತ್ತು ದೇಹದಿಂದ ಮೂರುವರೆ ಲೀಟರ್ ರಕ್ತ ಹೊರ ಹರಿದರೆ ತಾನು ಸಾಯುವೆನೆಂದು ಪ್ರಭಲವಾಗಿ ನಂಬಿದ್ದರಿಂದ, ಅವನ ದೇಹಕ್ಕೆ ಒಂದಿಷ್ಟು ತೊಂದರೆಯಾಗದಿದ್ದರೂ ಸಹ ಅವನು ಸತ್ತುಹೋದ. ಅಂದರೆ, ಅವನನ್ನು ಸಾವಿಗೆ ತಳ್ಳಿದ್ದು ಅವನ ಮನಸ್ಥಿತಿಯೇ ಹೊರತು, ಅಂದರೆ, ಅವನ ಮನಸಿನಲ್ಲಿದ್ದ ನಂಬಿಕೆಯೇ ಹೊರತು ದೇಹ ಸ್ಥಿತಿಯಲ್ಲ. ಆ ಮನಸ್ಸು ಅವನ ಸಾವನ್ನು ನಿಯಂತ್ರಿಸುತ್ತಿತ್ತು ಅನ್ನೋದು ಪ್ರೂಫ್ ಆಗುತ್ತೆ..." ಅನುಪಮಾ ಧೀರ್ಘವಾಗಿ ವಿವರಿಸಿದಾಗ ಅಲ್ಲಿ ಮತ್ತೊಮ್ಮೆ ಸ್ವಲ್ಪ ಹೊತ್ತು ಮೌನ ನೆಲೆಸಿತು

"ಹಾಗಾದರೆ ಭಾರತೀಯರೇನು ಇದರಿಂದ ಹೊರಗುಳಿದಿಲ್ಲ. ಮಹಾಭಾರತದಲ್ಲಿ ಭೀಷ್ಮನ ಪಾತ್ರ ಇದ್ದಕ್ಕೆ ಹೊರತಾಗಿಲ್ಲ. ಭೀಷ್ಮ ಇಚ್ಛಾಮರಣಿ... ಅಂದರೆ, ಅವನ ಸಾವನ್ನು ಅವನ ಮನಸ್ಸು ನಿಯಂತ್ರಿಸುತ್ತಿತ್ತು. ಹಾಗಾದರೆ ಎಲ್ಲರಲ್ಲೂ ಅಲ್ಪ ಸ್ವಲ್ಪ ಆ ಶಕ್ತಿ ಇರಲೇ ಬೇಕು. " ರಘು ಹೇಳಿದಾಗ ಅಚ್ಚರಿಗೊಳ್ಳುವ ಸರದಿ ಅನುಪಮಾಳದಾಯಿತು.

"ಎಕ್ಸಾಕ್ಟ್ಲಿ, ಮನುಷ್ಯ ತನಗೆ ಕಾಣುವ ಬೌತಿಕ ಪ್ರಪಂಚದ ಅಬ್ಬರದಲ್ಲಿ ತನ್ನ ಅಂತಶ್ಶಕ್ತಿಯನ್ನ ಮರೆತೇಬಿಟ್ಟಿದ್ದಾನೆ. ಅದಕ್ಕೆ ನಮ್ಮವರು ಹೊರಗಿನ ಶಕ್ತಿಗೆ ಮಹತ್ವ ಕೊಡುವ ಬದಲು ಅಂತರಾತ್ಮ, ಅಂತಶ್ಶಕ್ತಿಯ ವಿಕಾಸದ ಬಗ್ಗೆ ಹೆಚ್ಚಿನ ಗಮನ ಹರಿಸಿದ್ದಾರೆ." ಇದೆ ವಿಷಯದ ಬಗ್ಗೆ ಇಬ್ಬರು ಸುಮಾರು ಹೊತ್ತು ಚರ್ಚಿಸಿದರು.

ಸೂರ್ಯನ ಬೆಳ್ಳಿಕಿರಣಗಳು ಕಂಪೇರಿತು. ಗೋಪಾಲಕರ ಧ್ವನಿ, ಹಸುಕರುಗಳ ಕೊರಳಿನ ಘಂಟೆಗಳ ಕಿಂಕಿಣಿ ಹೆಚ್ಚಾಗತೊಡಗಿದಾಗ ಅವರ ಗಮನ ಸಮಯದತ್ತ ಹರಿಯಿತು.

"ಅಂತೂ ನನ್ನ ಇಷ್ಟುಹೊತ್ತು ಈ ಲೋಕದಿಂದ ಯಾವುದೋ ಲೋಕಕ್ಕೆ ಕರೆದುಕೊಂಡು ಹೋದೆ. ನೀನು ಹೀಗೆ ಓದ್ತಾ ಇದ್ದ, ಒಂದು ದಿನ ನೀನೂ ಸಹ ಆ ಬುದ್ಧನ ಹಾಗೆ, ಈ ಸಂಸಾರ ಮಿಥ್ಯೆ, ಮಾಯೆ ಅಂತ ಎಲ್ಲ ಬಿಟ್ಟು ಹೊರಟುಹೋಗ್ತೀಯಾಂತ ಅನ್ನಿಸುತ್ತೆ. ನನ್ನ ಚಿಕ್ಕ ಅಡ್ವೈಸ್ ಕೇಳ್ತಿಯಾ? ಈ ಥರ ಬುಕ್ಸ್ ಓದೋದು ಬಿಟ್ಟು ಸ್ವಲ್ಪ ನನ್ನ ಕಡೆ ಗಮನ ಹರಿಸು. ಇದು ಈಗ ಓದುವಂತ ಬುಕ್ ಅಲ್ಲ... ಏನು? " ಎಂದ ರಘು.

"ನಿಮ್ಮ ಪ್ರೀತಿಯ ಮುಂದೆ ನನಗೆ ಸ್ವರ್ಗಾನೂ ಮಿಥ್ಯೆ ರಘು. ನಿಮ್ಮ ಪ್ರೀತಿ ನನ್ನದಾಗಿರುವಾಗ ಹಾಗಾಗೋಕೆ ಸಾಧ್ಯ ಇಲ್ಲ..." ಎಂದುಕೊಳ್ಳುತ್ತ ಸುಮ್ಮನೆ ನಕ್ಕಳು ಅನುಪಮಾ .

******

"ಏನಮ್ಮ ಅನೂ, ಎಷ್ಟು ದಿನ ಆಯ್ತು ನಿನ್ನ ನೋಡಿ. ಚೆನ್ನಾಗಿದ್ದೀಯ?" ಬೋಜವ್ವನವರೊಡನೆ ಬಂದ ಅನುಪಮಳನ್ನು ಕೇಳಿದರು ಗಂಗವ್ವ.

"ಏನು ಮಾಡೋದು ಆಂಟಿ. ಇಷ್ಟು ದಿನ ಎಕ್ಸಾಮ್ಸ್ ಇತ್ತಲ್ಲ. ಎಲ್ಲಿಗೂ ಹೋಗ್ಲಿಕ್ಕೆ ಆಗಲಿಲ್ಲ.."

"ಬನ್ನಿ ಕೈತೊಳಿರಿ. ಮೊದಲು ಊಟ ಮಾಡಿಬಿಡಿ.. ಆಮೇಲೆ ಮಾತಾಡಬಹುದು..."

"ನಮ್ಮ ಊಟ ಆಯ್ತು. ನೀವು ಮಾಡಿ ಆಂಟಿ."

"ನಂದು ಆಯ್ತಮ್ಮಾ.. ಆದ್ರೆ ರಘು ನೀನು ಬರ್ತೀಯಾಂತ ಊಟ ಮಾಡದೇ ಕಾಯ್ತಾ ಇದ್ದಾನೆ.. " ಎಂದಾಗ ಅವಳಿಗೆ ನೋವಾಯಿತು.

"ಎಲ್ಲಿ ಅವರು?"

"ರೂಮಲ್ಲಿ ಯಾರಿಗೋ ಫೋನ್ ಮಾಡ್ತಾ ಇದ್ದಾನೆ..." ಗಂಗವ್ವನವರು ಹೇಳುವಷ್ಟರಲ್ಲಿ ರಘು ಬಂದ.

"ಹಲೋ ಅನೂ, ಚೆನ್ನಾಗಿದ್ದೀರ ಆಂಟಿ?" ನೆಂಟರನ್ನು ಕೇಳುವಂತೆ ಕೇಳಿದಾಗ ಗದರಿದರು ಬೋಜವ್ವನವರು.

"ಏನು ನೆಂಟರನ್ನು ಕೇಳೋ ರೀತಿ ಕೇಳ್ತಾ ಇದ್ದೀಯ..."

"ನಾನು ನಿಮ್ಮ ಮನೆಯವನೇ ಆದ್ರೂ, ನೀವು ನಮ್ಮ ಮನೆಗೆ ನೆಂಟರೆ ತಾನೇ ಸರಿ ಬನ್ನಿ ನನಗೆ ಹಸಿವಾಗ್ತಾ ಇದೆ"

"ನಮ್ಮದಾಯ್ತು ರಘು.. ನೀನು ಊಟ ಮಾಡು."

"ನಾನು ನಿಮ್ಮ ಜೊತೆ ಮಾಡೋಣಾಂತ ಇದ್ದೆ.. "

"ಅದಕ್ಕೇನಂತೆ, ಅನೂ , ಏಳು ರಘು ಜೊತೆ ಕೂತ್ಕೊಂಡು ಸೇರಿದಷ್ಟು ತಿನ್ನು.." ಮಗನ ಮನವರಿತ ಗಂಗವ್ವನವರು ಅನುಪಮಳಿಗೆ ಆದೇಶಿಸಿದರು.

ಅನುಪಮಾ ತಾನು ತಂದ ಬ್ಯಾಗಿನಿಂದ ಎರಡು ಡಬ್ಬಿಗಳನ್ನು ತೆಗೆದು ಡೈನಿಂಗ್ ಟೇಬಲ್ಲಿನ ಮೇಲಿರಿಸಿದಲು.

"ಸಧ್ಯ ನನ್ನ ಬಿಟ್ಟು ಊಟ ಮಾಡಿದ್ರೂ ನನ್ನ ನೆನಪಿದೆಯಲ್ಲ." ಡಬ್ಬಿಗಳ ಮುಚ್ಚಳವನ್ನು ತೆಗೆದು ಅಡಿಗೆಯ ರುಚಿನೋಡುತ್ತ "ಫಸ್ಟ್ ಕ್ಲಾಸ್" ಎನ್ನುತ್ತಾ ತಟ್ಟೆಯ ಮುಂದೆ ಕುಳಿತುಕೊಂಡ ರಘು.

ರಘುವಿಗೆ ಬೇಜಾರಾಗಬಾರದೆಂದು ತಾನೊಂದು ತಟ್ಟೆಯನ್ನಿಟ್ಟುಕೊಂಡಳು ಅನುಪಮಾ.

"ನೀವು ದಿನಾ ಊಟಕ್ಕೆ ಮನೆಗೆ ಬರ್ತೀರಾ?"

"ಇಲ್ಲ ಚೆನ್ನಜ್ಜ ದಿನಾ ಫಾರಂ ಹೌಸಿಗೆ ಊಟ ತಂದುಬಿಡ್ತಾರೆ. ಇವತ್ತು ನೀನು ಬರೋದು ಗೊತ್ತಿತ್ತಲ್ಲ ಅದಕ್ಕೆ ಬಂದೆ. ಬೈ ದಿ ವೆ ನೀನು ರಜದಲ್ಲೇನು ಮಾಡ್ತಿಯಾ?"

"ಅಂಥ ವಿಶೇಷವಾದ್ದೇನಿಲ್ಲ. ಮಮ್ಮಿಗೆ ಹೆಲ್ಪ್ ಮಾಡೋದು, ಹೊಸ ಅಡಿಗೆ ಟ್ರೈ ಮಾಡೋದು, ಪುಸ್ತಕ ಓದೋದು.."

"ಇಲ್ಲಿನ ಜಾಗ ನೋಡೋದರಲ್ಲಿ ಇಂಟ್ರೆಸ್ಟ್ ಇಲ್ಲವೇನು?"

"ಯಾಕಿಲ್ಲ, ಆದ್ರೆ ಜೊತೆಗ್ಯಾರು ಇಲ್ಲ. ಶ್ಯಾಮ್ ತನ್ನ ವಯಸ್ಸಿನ ಹುಡುಗರ ಗುಂಪು ಕಟ್ಟಿಕೊಂಡು ಸುತ್ತೋದು ಬಿಟ್ರೆ ಮತ್ಯಾರಿಗೂ ಇಲ್ಲಿ ಕಾಡಿನಲ್ಲಿ ತಿರುಗೋದಕ್ಕೆ ಆಸಕ್ತಿ ಇಲ್ಲ. ಅದಕ್ಕೆ ನನಗೆ ಗೊತ್ತಾದಷ್ಟು ದೂರ ನಾನೆ ಓಡಾಡ್ಕೊತೀನಿ...ನಿನ್ನೆ ಹೋಗಿದ್ನಲ್ಲ.. ಹಾಗೆ.."

"ನೀನು ಫ್ರೀಯಾಗಿದ್ರೆ ನಮ್ಮ ತೋಟಾಕ್ಕ್ಯಾಕೆ ಬರಬಾರದು?"

"ನಿಮ್ಮ ತೋಟಕ್ಕಾ?" ಅನುಮಾನಿಸಿದಳು ಅನುಪಮಾ.

"ಯಾಕೆ? ನಿಂಗಿಷ್ಟ ಇಲ್ವಾ?"

"ನಾನು ಬಂದ್ರೆ ನಿಮಗೆ ತೊಂದ್ರೆ ಆಗೋದಿಲ್ವ?"

"ನೀನು ಬಂದ್ರೆ ನಂಗೆ ತೊಂದ್ರೆನಾ? ಚೆನ್ನಾಗಿದೆ..." ಅವಳ ಕಣ್ ಸೆರೆ ಹಿಡಿದು ನಕ್ಕ... "ನಿಂಗೆ ಇಂಟ್ರೆಸ್ಟ್ ಇದ್ರೆ ಮಧ್ಯಾಹ್ನ ೧.೩೦ಕ್ಕೆ ನಮ್ಮ ತೋಟಕ್ಕೆ ಬಂದುಬಿಡು. ನಂಗೂ ಒಬ್ಬನೇ ಊಟ ಮಾಡೋಕೆ ಬೇಜಾರು. ಊಟ ಆದ್ಮೇಲೆ, ನಿಂಗೆ ನಮ್ಮ ತೋಟನೆಲ್ಲ ತೋರಿಸ್ತೀನಿ. ಐಯಾಮ್ ಶೂರ್ ಯು ವಿಲ್ ಲೈಕ್ ಇಟ್. ಹಾಗೆ ಇಲ್ಲಿರೋ ಒಳ್ಳೆ ಜಾಗಗಳಿಗೂ ಕರ್ಕೊಂಡು ಹೋಗ್ತೀನಿ." ರಘು ಉತ್ಸಾಹದಿಂದ ಹೇಳಿದಾಗ ಒಪ್ಪಿಕೊಂಡಳು ಅನುಪಮಾ.

ಇಬ್ಬರು ಊಟ ಮುಗಿಸಿ ಗಂಗವ್ವ ಮತ್ತು ಬೋಜವ್ವನವರಿಗೆ ಹೇಳಿ ತೋಟದತ್ತ ಹೊರಟರು.

ಪೂರ್ತಿ ಕಟ್ಟಿಂಗ್ಸ್ ಗಿಡಗಳಿಂದ ಹಾಕಿದ ಬೇಲಿ ನಾಲ್ಕಡಿ ಎತ್ತರಕ್ಕೆ ಬೆಳೆದಿತ್ತು. ೪ ರಿಂದ ೬ ಅಡಿ ಎತ್ತರಕ್ಕೆ ಬೆಳೆದ ಕಾಫೀಮರಗಳು, ಕಾಫಿಗಿಡಗಳಿಗೆ ನೆರಳಾಗಲೆಂದು ಹಾಕಿದ್ದ ಸಾಗುವಾನಿ, ನಂದಿ, ಹೊನ್ನೆ, ಕಾಡುಮಾವು, ಹಲಸು, ನೇರಳೆ, ಬಿಲ್ವಾರ, ಹಾಲುವಾಣದ ಮರಗಳು. ಆ ಮರಗಳಿಗೆ ಹಬ್ಬಿಸಿದ ಕರಿಮೆಣಸಿನ ಬಳ್ಳಿ ರಘುವಿನ ಆರೈಕೆಯಲ್ಲಿನ ಆರೋಗ್ಯವಾಗಿ ನಳಿನಳಿಸುತ್ತಿದ್ದವು. ಪ್ರತಿವರ್ಷವೂ ಹಳೆಯದಾದ ಮರಗಳ ಜಾಗದಲ್ಲಿ ಹೊಸ ಗಿಡಗಳನ್ನು ಹಾಕುತ್ತಿದ್ದುದರಿಂದ, ಪ್ರತಿಯೊಂದು ಗಿಡವೂ ಹೊಚ್ಚ ಹೊಸದರ ಮೆರಗನ್ನು ಪಡೆದಿದ್ದವು.

ಜೀಪು, ಗಂಗಾ ಫಾರಂನಲ್ಲಿದ್ದ ಪುಟ್ಟ ಮನೆಯ ಮುಂದೆ ನಿಂತಿತು. ಜೀಪು ನಿಂತಲ್ಲಿಂದ ಕಾಣುತಿದ್ದ ಗುಲಾಬಿ ತೋಟವನ್ನು ನೋಡಿದ ಅನುಪಮಾ

ಒಂದೇ ಜಿಗಿತಕ್ಕೆ ಜೀಪಿನಿಂದ ಹಾರಿ ತೋಟದ ಹತ್ತಿರ ಓಡಿದಳು. ಹಿಂದೆಂದೂ ಅಷ್ಟು ದೊಡ್ಡ ಗುಲಾಬಿ ತೋಟವನ್ನು ಅವಳು ನೋಡಿರಲಿಲ್ಲ.

"ಹೇಗಿದೆ ಗುಲಾಬಿ ಹೂಗಳು?" ಹಿಂದಿನಿಂದ ಬಂದ ರಘು ಕೇಳಿದ.

"ಗ್ರೇಟ್" ಉದ್ಗರಿಸಿದಳು ಅನುಪಮಾ.

"ಇದು ನನ್ನ ಫೆವರೇಟ್ ಪ್ಲೇಸ್... ಯಾಕಂದ್ರೆ ನನ್ನೆಲ್ಲಾ ಎಕ್ಸ್‌ಪರಿಮೆಂಟ್ಸ್ ನಡೆಯೋದು ಇಲ್ಲೆನೆ... ಸರಿ, ಇದರಲ್ಲಿ ಯಾವ ಹೂಬೇಕು ನಿಂಗೆ?"

"ನಿಮಗಿಷ್ಟವಾದದ್ದು... " ಹೂಗಳಿಂದ ಕಣ್ಣು ತೆಗೆಯದೆ ಹೇಳಿದಳು ಅನುಪಮಾ.

"ನನಗಿಷ್ಟವಾದದ್ದು ನಂಗೆ ಬೇಕು... ನಿಂಗೆ ಯಾವುದು ಇಷ್ಟ ಹೇಳು..." ಅವನು ಕಂಗಳಲ್ಲಿ ಮಿಂಚು ತುಳುಕಿಸಿ ಕೇಳಿದ.

"ನಿಮಗೆ ಯಾವ ಹೂವಿಷ್ಟ ತೋರಿಸಿ..."

"ನನ್ನೆದುರಿಗಿರೋ ಹೂವು " ಎಂದ.

"ಯಾವುದು? ಈ ಕೇಸರಿ ಬಣ್ಣದಾ?" ಅವಳು ಹೂವಿನ ಗುಂಗಿನಲ್ಲೇ ಕೇಳಿದಾಗ ಅವನು ಹುಬ್ಬು ಗಂಟಿಕ್ಕಿ ಅವಳ ಕಿವಿ ಹಿಂಡಿದ. ತಟ್ಟನೆ ಅವನತ್ತ ತಿರುಗಿದಳು ಅನುಪಮಾ .

"ನೀನು ಕೆಲವು ವಿಷಯದಲ್ಲಿ ಪೆದ್ದಿ. ನನ್ನ ಕಣ್ಣಲ್ಲಿ ನೋಡಿದ್ರೆ ನಂಗೆ ಯಾವ ಹೂವಿಷ್ಟಾಂತ ನಿಂಗೆ ಗೊತ್ತಾಗುತ್ತೆ. ಹಾಂ, ನಿಂಗೆ ಯಾವ ಹೂವಿಷ್ಟಾಂತ ಡಿಸೈಡ್ ಮಾಡು.. ಅಷ್ಟರಲ್ಲಿ ನಾನು ಬರ್ತೀನಿ, ಸ್ವಲ್ಪ ಕೆಲಸ ಇದೆ..."ಎಂದು ಅಲ್ಲಿಂದ ನಡೆದ ರಘು.

ಒಂದುಕ್ಷಣ ಅವನು ಹೋದತ್ತ ನೋಟ ಹರಿಸಿದ ಅನುಪಮಾ ಕಿವಿಯುಜ್ಜಿಕೊಂಡು ಮನದಲ್ಲೇ ನಗುತ್ತ ತೋಟದಲ್ಲಿ ಹೆಜ್ಜೆ ಹಾಕಿದಳು.

ವಿಶಾಲವಾದ ಹೂದೋಟದಲ್ಲಿ ವಿವಿಧ, ಬಣ್ಣ, ಆಕಾರದ ಗುಲಾಬಿ ಹೂಗಳು ಅರಳಿ ನಗುತಿದ್ದವು. ಗುಲಾಬಿ ಹೂಗಳೆಂದರೆ ಕಣ್ಣಿಗೆ ಹಬ್ಬ. ಅದರಲ್ಲೂ ರಘು ವಿಶೇಷ ವರ್ಣದ, ಗಾತ್ರದ, ಆಕಾರಗಳ, ಹೂಗಳನ್ನು ಬೆಳೆಸಿದ್ದ.

ಒಂದೇ ಗಿಡದಲ್ಲಿ ೨-೩ ವರ್ಣಗಳ ಹೂಗಳಂತೂ ಸರ್ವೇ ಸಾಮಾನ್ಯವಾಗಿತ್ತು. ಆ ಹೂಗಳನ್ನು ಬಳಸಿಬಂದ ಮಾರುತ ಅವುಗಳ ಕಂಪನ್ನು ಎಲ್ಲೆಡೆ ಪಸರಿಸುತಿತ್ತು.

ನಿಧಾನವಾಗಿ ಗುಲಾಬಿ ಗಿಡಗಳ ನಡುವೆ ನಡೆದಳು ಅನುಪಮಾ. ಹಲವಾರು ಹೂಗಳನ್ನು ಮುಟ್ಟುತ್ತಾ, ನೇವರಿಸುತ್ತಾ ಮುನ್ನಡೆದಾಗ ದೊಡ್ಡ ದೊಡ್ಡ ಚಪ್ಪರಗಳ ಕೆಳಗೆ ಅಚ್ಚುಕಟ್ಟಾಗಿ ಪುಟ್ಟ ಪುಟ್ಟ ಪಾಲಿಥಿನ್ ಕವರ್ ಮತ್ತು ಕುಂಡಗಳಲ್ಲಿ ಜೋಡಿಸಿ ಮಾರಾಟಕ್ಕೆ ಸಿದ್ದವಾಗಿದ್ದ ಗುಲಾಬಿ ಮತ್ತು ದಾಸವಾಳದ ಸಸಿಗಳು ಕಾಣಿಸಿದವು. ಅದನ್ನು ದಾಟಿ ಮುಂದೆ ಹೋದಾಗ

ಕಾಫಿ ಹಾಗು ಕರಿಮೆಣಸಿನ ನರ್ಸರಿ ಕಾಣಿಸಿತು. ಅದರಲ್ಲಿ ಬೆಳವಣಿಗೆಯ ವಿವಿಧ ಹಂತದಲ್ಲಿದ್ದ ಕಾಫಿ ಹಾಗು ಕರಿಮೆಣಸಿನ ಸಸಿಗಳು ಕಂಡುಬಂದವು. ಅವುಗಳನ್ನು ಆಸಕ್ತಿಯಿಂದ ನೋಡುತ್ತಾ ಮುನ್ನಡೆದಾಗ ಎಲಕ್ಕಿ ಹಾಗು ತೆಂಗಿನ ಸಸಿಗಳನ್ನು ಜೋಡಿಸಿದ್ದು ಕಾಣಬಂತು. ನರ್ಸರಿ ಪೂರ್ತಿ ಅಚ್ಚುಕಟ್ಟಾಗಿ ಅತ್ಯಂತ ಮುತುವರ್ಜಿಯಿಂದ ನೋಡಿಕೊಳ್ಳಲಾಗುತಿತ್ತು. ಕೆಲಸಗಾರರೆಲ್ಲ ಅತ್ಯಂತ ಶ್ರದ್ದೆಯಿಂದ ತಮ್ಮ ತಮ್ಮ ಕೆಲಸಗಳಲ್ಲಿ ನಿರತರಾಗಿದ್ದರು. ಇಪ್ಪತ್ತು ಎಕರೆ ಪೂರ್ತಿ ನರ್ಸರಿಯಾಗಿದ್ದುದರಿಂದ ಹಾದಿತಪ್ಪುವ ತೊಂದರೆಯಿರಲಿಲ್ಲ. ನೆರಳಿಗಾಗಿ ಬೆಳೆಸಿದ ಮರಗಳನ್ನು ಬಿಟ್ಟರೆ ಮತ್ತೆಲ್ಲ ಸಸಿಗಳಾಗಿದ್ದು ಅಲ್ಲಿ ಕೆಲಸ ಮಾಡುತಿದ್ದವರೆಲ್ಲರೂ ಕಾಣುತ್ತಿದ್ದರು.

ನಿಧಾನವಾಗಿ ಫಾರ್ಮ್ ಸುತ್ತಿಬಂದ ಅನುಪಮಾ ಮತ್ತೆ ಗುಲಾಬಿ ತೋಟದ ಹತ್ತಿರ ಬಂದು ನಿಂತುಕೊಂಡಳು.

ಅಷ್ಟರಲ್ಲಿ ಬಂದ ರಘು "ಏನು ಮೇಡಂ ಫಾರ್ಮ್ ಎಲ್ಲ ನೋಡಿ ಆಯ್ತಾ? ಯಾವ ಹೂ ಬೇಕಂತ ಡಿಸೈಡ್ ಮಾಡಿದ್ರಾ?" ಎಂದು ನಾಟಕೀಯವಾಗಿ ಕೇಳಿದ.

"ನನಗೆ ಯಾವುದೂ ಬೇಡ. ಅದು ಗಿಡದಲ್ಲೇ ಚೆನ್ನಾಗಿದೆ. ಅದನ್ನ ಕಿತ್ರೆ ಒಂದೇ ದಿನದಲ್ಲಿ ಬಾಡಿ ಹೋಗುತ್ತೆ.."

"ಆರ್ ಯು ಶೂರ್?" ಮೆಚ್ಚಿಗೆಯಿಂದ ಕೇಳಿದ ರಘು.

"ಶೂರ್. " ಮುಂದುವರಿಸಿದಲು ಅನುಪಮಾ " ಫಾರ್ಮ್ ತುಂಬಾ ಚೆನ್ನಾಗಿದೆ. ಗುಲಾಬಿ ಹೂವಲ್ಲಿ ಇಷ್ಟೊಂದು ಬಣ್ಣಗಳಿರುತ್ತಂತ ನಂಗೆ ಗೊತ್ತೇ ಇರಲಿಲ್ಲ. ಒಂದೇ ಗಿಡದಲ್ಲೂ ೨-೩ ಬಣ್ಣಗಳ ಹೂಗಳಿದೆಯಲ್ಲ, ಅದನ್ನೆಲ್ಲ ಗ್ರಾಫ್ಟ್ ಮಾಡಿದ್ದಾ?"

"ಹೌದು. ಈ ಗುಲಾಬಿ ಹೂಗಳಲ್ಲಿ ನಾನು ೩೦ ಕಿಂತ ಹೆಚ್ಚು ಗಿಡಗಳಿಗೆ ಗ್ರಾಫ್ಟ್ ಮಾಡಿ ಸ್ಪೆಷಲ್ ವೆರೈಟಿಸ್ ನ ಪಡಕೊಂಡಿದ್ದೇನಿ. ಇದನ್ನ ನೋಡು..."

ಅವನು ಕಸಿ ಮಾಡಿದ ಗಿಡಗಳ ಹೂವಿನ ಮೂಲ ಬಣ್ಣ, ಆಕಾರ, ನಂತರ ಗಳಿಸಿದ ವರ್ಣಮೇಳಗಳ ಬಗ್ಗೆ ವಿವರಿಸಿದ ರಘು.

"ಇದು ಆಕ್ಚುವಲ್ಲಿ ದಾಸವಾಳದ ಗಿಡ. ಆದ್ರೆ ಹೂವನ್ನ ನೋಡಿದ್ರೆ ಏನನ್ನಿಸುತ್ತೆ?"

"ಇದು ಗುಲಾಬಿ ಹೂವಿನ ಹಾಗಿದೆ. ಇದರ ದಳಗಳು ಗುಲಾಬಿದಳದ ಹಾಗಿದ್ದರೂ, ಹೂವು ದಾಸವಾಳದ ತರ ಇದೆ."

"ಹೌದು. ಇದು ಗುಲಾಬಿ ಹಾಗು ದಾಸವಾಳದ ಕಸಿ."

"ಒಳ್ಳೆ ಇಂಟರೆಸ್ಟಿಂಗಾಗಿದೆ."

"ಇಂಟರೆಸ್ಟಿಂಗೆ. ರಿಸಲ್ಟ ಹೇಗೆ ಬರುತ್ತೋಂತ ಹೇಳಲಾರದ ಕುತೂಹಲ ಇರುತ್ತೆ. ಒಳ್ಳೆ ರಿಸಲ್ಟ ಬಂದಾಗ ನಮಗೆಷ್ಟು ಖುಷಿಯಾಗುತ್ತದೋ, ಅದೇ ತರ ಫೇಲ್ಯೂರ್ ಆದಾಗ ಅಷ್ಟೇ ದುಃಖವಾಗುತ್ತೆ. " ಇಬ್ಬರು ಮಾತಾಡುತ್ತ ಮನೆಯ ಮುಂದಿದ್ದ ಮರದ ನೆರಳಿನಲ್ಲಿ ಹಾಕಿದ್ದ ಚೇರಿನಲ್ಲಿ ಬಂದು ಕುಳಿತುಕೊಂಡರು.

"ಉಹುಂ?"

"ಯಸ್. ಒಬ್ಬ ವಿಜ್ಞಾನಿ ಮೂಲಂಗಿ ಹಾಗು ಕ್ಯಾಬೇಜಿನ ತಳಿಗಳನ್ನ ತೆಗೆದುಕೊಂಡನಂತೆ. ಮೂಲಂಗಿ ಸೊಪ್ಪು ಹೆಚ್ಚು ಜನ ಇಷ್ಟ ಪಡೋದಿಲ್ಲ. ಅದಕ್ಕೆ ಅವನು ಮೂಲಂಗಿಯ ಬೇರು ಮತ್ತು ಕ್ಯಾಬೇಜಿನ ಎಲೆ ಇರುವ ತರಕಾರಿನ ಬೆಳೆಸಬೇಕೆಂದು ಎರಡು ತಳಿಗಳನ್ನ ಕ್ರಾಸ್ ಮಾಡಿದ್ನಂತೆ. ರಿಸಲ್ಟ ಏನಾಯ್ತು ಗೊತ್ತಾ?"

ಆಸಕ್ತಿಯಿಂದ ಕೇಳಿಸಿಕೊಳ್ಳುತ್ತಿದ್ದ ಅನುಪಮಾ ಪ್ರಶಾರ್ಥಕವಾಗಿ ಅವನತ್ತ ನೋಡಿದಳು.

"ಕ್ಯಾಬೇಜಿನ ಬೇರು, ಮೂಲಂಗಿಯ ಎಲೆ ಸಿಕ್ಕಿತಂತೆ.." ರಘು ವಿವರಿಸಿದಾಗ ಮನಸ್ಪಾರೆ ನಕ್ಕಳು ಅನುಪಮಾ

"ಗೆಲುವನ್ನ ನಿರೀಕ್ಷಿಸುವವರು ಎಡವಿ ಬೀಳುವುದನ್ನು ನೋಡಬಾರದು. ಎದುವುದರ ಭಯ ಇರುವವರು ಯಾವತ್ತೂ ಗೆಲುವನ್ನು ಸಾಧಿಸೋಕೆ ಸಾಧ್ಯವಿಲ್ಲ.."ಅನುಪಮಾ ನುಡಿದಳು.

ಇಬ್ಬರು ಮಾತಾಡುತಿದ್ದಂತೆ ಬಾಳೆ ಎಲೆಯಲ್ಲಿ ಜೇನಿನ ಗೂಡುಗಳ ಎರಡು ತುಂಡುಗಳನ್ನು ತಂದು ಅನುಪಮಾಳ ಎದುರಲ್ಲಿ ಹಿಡಿದ ಮಾದ. ಜೇನುಗೂಡಿನಿಂದ ಬಂಗಾರದ ವರ್ಣದ ಜೇನು ಎಲೆಯ ತುಂಬಾ ಹರಿದಿತ್ತು. ಅದನ್ನು ನೋಡಿದ ಅನುಪಮಾಳ ಹುಬ್ಬೇರಿತು.

"ನಿಂಗೆ ಸಿಹಿ ಇಷ್ಟ ಅಲ್ಲ, ತಗೋ.. ಹೆಲ್ದಿ ಕೂಡ..." ಎಂದ ರಘು.

"ನೀವು ಜೇನು ಬೇರೆ ಸಾಕ್ತಿರಾ? ಎಲೆ ತೆಗೆದುಕೊಳ್ಳುತ್ತಾ ಕೇಳಿದಳು.

"ಇಲ್ಲ... ಹೂದೋಟ ಇದ್ಯಲ್ಲ, ಪೆಟ್ಟಿಗೆ ಇಟ್ಟಿದೀವಿ. ಮನೆಯಳತೆಗೆ ಸಾಕಾಗುತ್ತೆ.."

"ನೀವು ಸ್ವಲ್ಪ ತಗೊಳಿ..." ಜೇನುಗೂಡನ್ನು ಮುರಿದು ಬಾಯಲ್ಲಿ ಹಾಕಿಕೊಳ್ಳುತ್ತಾ ನುಡಿದಳು ಅನುಪಮಾ .

ಮತ್ತೆ ಮಾತು ಮುಂದುವರಿಯಿತು.

"ನಿಮ್ಮ ಹೆಸರು ಕಾವೇರಪ್ಪಾಂತ ನಿಮ್ಮ ವಿಸಿಟಿಂಗ್ ಕಾರ್ಡ್ ನೋಡುವವರೆಗೆ ನಂಗೆ ಗೊತ್ತೇ ಇರಲಿಲ್ಲ. " ಮಾತಿನ ನಡುವೆ ಹೇಳಿದಳು ಅನುಪಮಾ.

"ನನ್ನ ಹೆಸರು ಕಾವೇರಪ್ಪ. ಸುದಿಯ ಹೆಸರು ತಿಮ್ಮಯ್ಯಾಂತ..ಅಂದ ಹಾಗೆ ನಿಂಗೇನೂ ಕೊಡವ ಹೆಸರಿಲ್ಲವಾ? ಪೂವಮ್ಮ, ಪೊನ್ನಮ್ಮ?"

ಇಲ್ಲವೆಂಬಂತೆ ತಲೆಯಾಡಿಸಿದಲು ಅನುಪಮಾ " ನನ್ನ ಹೆಸರು ಪ್ರಗತಿಂತ. ಪಪ್ಪಾ ಇಟ್ಟ ಹೆಸರು. ನನ್ನ ಜೀವನದಲ್ಲಿ ಎಲ್ಲ ಪ್ರಗತಿಪರವಾಗಿರಬೇಕಂತ ಅವರ ಆಸೆ. ಆದ್ರೆ ಮುಮ್ಮಿಗೆ ಆ ಹೆಸರು ಇಷ್ಟ ಇರಲಿಲ್ಲ. ಅದು ಕರೆಯೋಕೆ ಚೆನ್ನಾಗಿಲ್ಲಾಂತ ಅವರು ಅನೂ, ಅನುಪಮಾಂತ ಕರೆಯೋಕೆ ಶುರು ಮಾಡಿದ್ರು ನಂಗೂ ಅದೇ ಇಷ್ಟ. ಆದ್ರೆ ಕಾಲೇಜಿನಲ್ಲಿ ನನ್ನ ಹೆಸರು ಪ್ರಗತಿಂತಾನೇ. " ಅನುಪಮಾ ಹೇಳಿದಾಗ ಅವನು ಸ್ವಲ್ಪ ಚಿಂತಿತನದಂತೆ ತೋರಿತು.

"ಏನು ಯೋಚ್ನೆ ಮಾಡ್ತಾ ಇದ್ದೀರಿ?"

"ನಿನ್ನ ಹೆಸರಿನ ಬಗ್ಗೆ.."

"ಅದರಲ್ಲೇನಿದೆ ಚಿಂತಿಸೋದಕ್ಕೆ?" ಅಚ್ಚರಿಯಿಂದ ಕೇಳಿದಲು.

"ನಿನ್ನ ಹೆಸರನ್ನ ಎಲ್ಲೋ ಕೇಳಿದ ಹಾಗಿದೆ..."

"ನನ್ನ ಹೆಸರು? ಇರಬಹುದು . ಅನುಪಮಾ ಕಾಮನ್ ನೇಮ್. "

"ನಾನು ಹೇಳ್ತ ಇರೋದು ಪ್ರಗತಿಯ ಬಗ್ಗೆ..."

"ಅದೂ ಅಷ್ಟೇ..."

"ಇಲ್ಲ. ಅದು ಸ್ವಲ್ಪ ರೇರ್ ನೇಮ್. ಸಧ್ಯದಲ್ಲೇ ಎಲ್ಲೋ ಕೇಳಿದ ಹಾಗಿದೆ. ಎಲ್ಲಿ..." ಹಣೆಗಟ್ಟಿಸಿಕೊಂಡ . ತಲೆ ಕಡಿಸಿಕೊಳ್ಳಲಿಲ್ಲ ಅನುಪಮಾ.

"ನಮ್ಮಣ್ಣನ ಹೆಸರು ಕಾರ್ಯಪ್ಪ ಉರುಫ್ ಅನಿಲ್... ಪಪ್ಪಾ ಜನರಲ್ ಕಾರ್ಯಪ್ಪನವರ ನೆನಪಾರ್ಥವಾಗಿ ಅವ್ರ ಹೆಸರನ್ನ ಇಟ್ಟಿದ್ದಾರೆ. ಅಷ್ಟೇ ಅಲ್ಲ, ಅವನು ಏರ್ ಫೋರ್ಸ್‌ಲ್ಲಿದ್ದಾನೆ.." ಅವಳು ಮುಂದುವರಿಸಿದರೂ ಅವನು ಪ್ರಗತಿಯ ಬಗ್ಗೆಯೇ ಚಿಂತಿಸುತಿದ್ದ.

****

ಎಲ್ಲೆಡೆ ವಸಂತನಾಗಮನವಾಗಿತ್ತು. ಪ್ರಕೃತಿದೇವಿ ತಾನು ಜೋಪಾನದಿಂದ ಮಡಿಸಿ ಪೆಟ್ಟಿಗೆಯಲ್ಲಿರಿಸಿದ ಸುಂದರವಾದ ವಸ್ತ್ರಗಳನ್ನು ಬಿಡಿಸಿ ಉಟ್ಟು ಸಂಭ್ರಮದಿಂದ ಸಿಂಗರಿಸಿಕೊಂಡಿದ್ದಳು. ಕಣ್ಣ ಹಾಯಿಸಿದಲ್ಲೆಲ್ಲ ಚಿಗುರೆಲೆಗಳ ಮೇಲೆ ಸೂರ್ಯನ ಕಿರಣಗಳು ನರ್ತಿಸುತ್ತಿದ್ದವು. ವಿವಿಧ ಕಾಡು ಮರಗಳು ಹೂಗಳ ಸಿಂಗಾರವನ್ನು ಹೊತ್ತು ನಿಂತಿದ್ದವು. ಜಗತ್ತೇ ಸಂಭ್ರಮದಿಂದ ಉಕ್ಕಿ ಹರಿದಿತ್ತು.

ಆಳುಗಳಿಗೆ ಸಲಹೆಯನ್ನು ಕೊಡುತ್ತಲೇ ದಿಬ್ಬದ ಮೇಲೆ ಕುಳಿತಿದ್ದ ಅನುಪಮಳತ್ತ ಎರಡು ಮೂರು ಬಾರಿ ನೋಡಿದ ರಘು. ಅವಳು ಪ್ರಕೃತಿಯಲ್ಲಿ ಪೂರ್ತಿ ಮೈಮರೆತು ಕುಳಿತಿದ್ದಳು.

147

ತನ್ನ ಕೆಲಸ ಮುಗಿಸಿದ ರಘು ಅತ್ತ ನಡೆದ. ಅವಳಿಗೆ ಎಚ್ಚರವಾಗದಂತೆ ನಿಧಾನವಾಗಿ ಅವಳ ಪಕ್ಕದಲ್ಲಿ ಬಂದು ಕುಳಿತುಕೊಂಡ. ಅವಳ ಹವಳದ ತುಟಿಗಳಲ್ಲಿ ನೆಲೆಸಿದ ಕಿರುನಗುವನ್ನು ದೋಚಬೇಕೆನಿಸಿತವನಿಗೆ. ನೆಲದ ಮೇಲೆ ಹಾವಿನಂತ ಮಲಗಿದ್ದ ಅವಳ ಜಡೆಯನ್ನು ಕೈಯಲ್ಲಿ ಮೃದುವಾಗಿ ಸುತ್ತಿಕೊಂಡ ರಘು. ಎಚ್ಚತ್ತ ಅನುಪಮಾ ಅವನತ್ತ ನೋಡಿದಳು.

"ಏನು ನೋಡ್ತಾ ಇದ್ದೆ?"

"ನೋಡಿ ಅಲ್ಲಿ... ಎಷ್ಟು ದೂರ ನೋಡಿದ್ರೂ ಬರಿ ಹೂವೆ ಹೂವು ಚಿಗುರೆ ಚಿಗುರು... ನೋಡ್ತಾ ಇದ್ರೆ ಎರಡು ಕಣ್ಣು ಸಾಲೋದಿಲ್ಲ ಅನ್ನಿಸುತ್ತೆ. ಇದನ್ನ ನೋಡಿದ್ರೆ ನಿಮಗೇನನ್ನಿಸುತ್ತೆ?" ಅವನ ಕೈಯಿಂದ ಜಡೆ ಬಿಡಿಸಿಕೊಳ್ಳುವ ಪ್ರಯತ್ನ ಮಾಡದೇ ಕೇಳಿದಳು ಅನುಪಮ.

"ನಿಜ ಹೇಳ್ಲಾ?"

"ಖಂಡಿತವಾಗಿ.."

"ಇಷ್ಟು ದಿನ ತನ್ನ ಪ್ರಿಯಕರನ ಆಗಮನಕ್ಕಾಗಿ ಕಾದ ಪ್ರಕೃತಿದೇವಿ, ಆತನ ಬರುವಿಕೆಯ ಸುಳಿವನ್ನು ತಿಳಿದು ಅವನನ್ನು ಸ್ವಾಗತಿಸಲು ಶ್ರದ್ಧೆಯಿಂದ ಅಲಂಕರಿಸಿಕೊಂಡು ಅವನಿಗಾಗಿ ಎದಿರು ನೋಡ್ತಾ ಇದ್ದಾಳೆಂತ ಅನ್ನಿಸುತ್ತೆ..." ಅವಳ ಕಣ್ಣಲ್ಲಿ ಕಣ್ಣಿಟ್ಟು ನುಡಿದ ರಘು...

"ಸುಂದರವಾದ ಕಲ್ಪನೆ.." ಮೆಲ್ಲನೆ ನಕ್ಕಳು ಅನುಪಮಾ.

"ನನ್ನನ್ನ ಕೇಳಿದ್ಯಲ್ಲ... ನಿನಗೇನನ್ನಿಸುತ್ತೆ ಹೇಳು.."

"ನಂಗೆ ಆಕಾಶದತ್ತ ಹೂವರಳಿಸಿ ನಿಂತಿರೋ ಹೂಗಳನ್ನ ನೋಡಿದ್ರೆ ಏನನ್ನಿಸುತ್ತೆ ಗೊತ್ತಾ?" ಅವಳ ಕಂಗಳಲ್ಲಿ ಅದೇ ಶಾಂತ ಬೆಳಕು ತುಳುಕಿತು. "ಪರಮೇಶ್ವರ ಇಲ್ಲಿನ ಜೀವಿಗಳಿಗೋಸ್ಕರ ಸೂರ್ಯ, ಚಂದ್ರ, ತಾರೆಗಳನ್ನ ಸೃಷ್ಟಿಸಿದ್ದಾನೆ. ಗಾಳಿ, ನೀರು ಬೆಳಕು ಕೊಟ್ಟಿದ್ದಾನೆ. ಸಮಯ ಸಮಯಕ್ಕೆ ನಿಯಮಾನುಸಾರವಾಗಿ ಋತುಗಳ ಬದಲಾವಣೆ ಆಗ್ತಾ ಇದೆ. ಆ ಭಗವಂತನಿಂದ ಇಲ್ಲಿನ ಜೀವಿಗಳು ಎಷ್ಟೊಂದು ಪ್ರಯೋಜನವನ್ನು ಪಡೆದಿವೆ," ಅವಳು ತನ್ಮಯತೆಯಿಂದ ಹೇಳ ತೊಡಗಿದಾಗ ಅವನೂ ಅಷ್ಟೇ ಆಸಕ್ತಿಯಿಂದ ಕೇಳುತ್ತ ಕುಳಿತ.

"ನನಗನ್ನಿಸುತ್ತೆ, ಆ ಪರಮೇಶ್ವರನ ಕರುಣಾಮೃತವನ್ನು ಸವಿದ ಈ ಮರಗಳೆಲ್ಲ, ಅದರ ಪ್ರಯೋಜನವನ್ನು ಪಡೆದುಕೊಂಡು ಹೂವರಳಿಸಿ, "ಹೇ ಪರಮೇಶ್ವರ, ನಿನ್ನ ಅನುಗ್ರಹದಿಂದ ನಾವೆಲ್ಲ ನಗುತಿದ್ದೇವೆ.. ಆದರೆ ನಾವೇನೂ ಕಡಿಮೆಯಲ್ಲ. ಇದೋ ತೆಗೆದುಕೋ ನಿನ್ನ ಪಾದಪದ್ಮಗಳಲ್ಲಿ ನಮ್ಮೆಲ್ಲ ಶ್ರದ್ಧಾಭಕ್ತಿಗಳು ಅರ್ಪಣೆಂತ ತಲೆಯ ಮೇಲೆ ಬೊಗಸೆಯಲ್ಲಿ ಹೂಗಳನ್ನು ಹೊತ್ತು ನಿಂತಿದೆಯೇನೋ ಅನ್ನಿಸುತ್ತೆ.." ಎಂದಳು.

"ಅದ್ಭುತ ಕಲ್ಪನೆ..." ಹುಬ್ಬೇರಿಸಿದ ರಘು. "ಬೈ ದಿ ಬೈ ಕಲ್ಪನೆಗಳು ಅವರವರ ಮನಸ್ಥಿತಿಯನ್ನ ಅವಲಂಭಿಸಿರುತ್ತದೆ."

"ಹಾಗಾದ್ರೆ ನಿಮ್ಮ ಮನಸ್ಥಿತಿ ಹೇಗಿದೆ?" ಗಲ್ಲದ ಮೇಲೆ ಕೈಯಿಟ್ಟು ತುಂಟತನದಿಂದ ಕೇಳಿದಳು ಅನುಪಮಾ.

"ನಿನ್ನ ಮನಸ್ಥಿತಿಗಿಂತ ತುಂಬಾ ಭಿನ್ನವಾಗಿದೆ. ನಾನು ಮೊದ್ಲು ಹೇಳಿದ್ನಲ್ಲ ಹಾಗೆ.."

"ಓಹೋ ಹಾಗಾದ್ರೆ ನೀವು ನಿಮ್ಮ ಬಾಳಿನಲ್ಲಿ ವಸಂತನನ್ನು ಎದಿರು ನೋಡ್ತಾ ಇದ್ದೀರೇನು?"

"ನಾನ್ಯಾಕೆ ವಸಂತನ ಆಗಮನವನ್ನು ಎದಿರು ನೋಡ್ಲಿ? ನಾನು ವಾಸಂತಿಯನ್ನ ಎದಿರು ನೋಡ್ತಾ ಇದ್ದೇನಿ. ಎಂಡ್ ಫಾರ್ ಯುವರ್ ಕೈಂಡ್ ಇನ್ಫಾರ್ಮೇಶನ್ ನನ್ನಬಾಳಿನಲ್ಲಿ ಆಗಲೇ ವಾಸಂತಿಯ ಆಗಮನವಾಗಿ ಅದು ಕಾಮನಬಿಲ್ಲಿನ ಸಪ್ತ ವರ್ಣಗಳನ್ನು ಪಡೆದುಕೊಂಡು ಬಿಟ್ಟಿದೆ.." ಉತ್ಸಾಹದಿಂದ ಹೇಳಿಟ.

"ಹೌದೇ?" ಎಂಬಂತೆ ತಲೆಯಾಡಿಸಿದಳು ಅನುಪಮಾ. "ಹೌದು ಎಂಬಂತೆ ಹುಬ್ಬುಕುಣಿಸಿದ ರಘು.

"ಆ ಅದೃಷ್ಟವಂತೆ ಯಾರೂಂತ ತಿಳ್ಕೊಬಹುದಾ?"

"ಆ ಮುದ್ದು ಹುಡುಗಿ ನನ್ನ ಮದುವೆಯಾಗೋಕೆ ಒಪ್ಪಿಕೊಂಡ್ರೆ, ನಿಜವಾದ ಅದೃಷ್ಟವಂತ ನಾನು"

"ಅಂದ್ರೆ ಅವಳು ನಿಮ್ಮನ್ನ ಮದುವೆಯಾಗೋಕೆ ಒಪ್ಪಿಕೊಂಡಿಲ್ಲಾ?" ಅವಳು ಮುಗ್ಧತೆಯನ್ನು ನಟಿಸಿ ಕೇಳಿದಾಗ

"ಫಾಟಿ ಹುಡುಗಿ .. ಎಲ್ಲಾ ನನ್ನಿಂದಲೇ ಬಾಯಿ ಬಿಡಿಸಲು ಪ್ರಯತ್ನಿಸುತಿದ್ದಾಳೆ." ಕಣ್ಣು ಕಿರಿದುಗೊಳಿಸಿ ಅವಳನ್ನೇ ನೋಡಿದ ರಘು. ಮುಗ್ಧತೆಯನ್ನು ನಟಿಸುವ ಅವಳ ತುಟಿಗಳನ್ನು ದಂಡಿಸುವ ಮನಸಾಯಿತು ರಘುವಿಗೆ.

"ಇಲ್ಲ... ನಾನಿನ್ನೂ ಅವಳನ್ನ ಕೇಳಿಲ್ಲ" ಮೆಲ್ಲನೆ ನುಡಿದ

"ಯಾಕೆ?" ಕುತೂಹಲದಿಂದ ಕೇಳಿದಳು ಅನುಪಮಾ

"ಯಾಕೆಂದ್ರೆ, ಆ ಹುಡುಗಿ ನಂಗೆ ತುಂಬಾ ಇಷ್ಟ ಆದ್ರೂ ನಾನವಳನ್ನ ನೋಡ್ತಾ ಇರೋದು ಬರಿ ಮೂರು ತಿಂಗಳಿಂದ ಮಾತ್ರ. ಇದಕ್ಕೆ ಮುಂಚೆ ಅವಳು ಸಿಟಿಯಲ್ಲಿದ್ದಳು. ಯಾರಿಗೆ ಗೊತ್ತು.. ಅಲ್ಲಿ ಅವಳು ಬೇರೆ ಯಾರನ್ನಾದರೂ..." ಅವನಿನ್ನೂ ಮುಗಿಸಿರಲಿಲ್ಲ.

ಥಟ್ಟನೆ "ಛೆ ಛೆ. ಅಂಥದೇನೂ ಇಲ್ಲಪ್ಪ" ಎಂದುಬಿಟ್ಟಳು ಅನುಪಮಾ.

"ಹೌದಾ?" ಜೋರಾಗಿ ನಗುತ್ತ ಕೇಳಿದ ರಘು. ತಾನು ಸಿಕ್ಕಿಬಿದ್ದಾಗ ಅವಳ ಮುಖ ಕುಂಕುಮದಂತೆ ಕೆಂಪಾಯಿತು. ನಾಚಿಕೆಯಿಂದ ಮುಖ ಮುಚ್ಚಿ ಕುಳಿತುಬಿಟ್ಟಳು ಅನುಪಮಾ.

ಅವಳನ್ನು ಹಾಗೆ ಎದೆಗೊರಗಿಸಿಕೊಳ್ಳಬೇಕೆನಿಸಿತು ರಘುವಿಗೆ. ಆದರೆ ಆಳುಗಳು ಅಲ್ಲೇ ಇದ್ದಾರೆ. ಅವರು ಯಾವ ಕ್ಷಣವಾದರೂ ಇತ್ತ ಬರಬಹುದು.

"ಥಾಂಕ್ಯು" ಅವಳತ್ತ ಬಾಗಿ ಅವಳ ಕಿವಿಯ ಹತ್ತಿರ ಮೆಲ್ಲನೆ ಪಿಸುಗುಟ್ಟಿದ. ಅವಳು ಅವನತ್ತ ನೋಡುವ ಸಾಹಸ ಮಾಡದೇ ಬೇರೆ ಕಡೆ ಮುಖ ಮಾಡಿ ಕುಳಿತಳು. ಅವಳ ಮಡಿಲ ಮೇಲಿದ್ದ ಅವಳ ಕೈಯನ್ನು ತನ್ನ ಕೈಯಲ್ಲಿ ತೆಗೆದುಕೊಂಡ ರಘು. ಕಂದಾವರೆಯಂತೆ ಕೋಮಲವಾಗಿದ್ದ ಅಂಗೈಯನ್ನು ನೇವರಿಸಿದ. ಇನ್ನೇನು ಅದನ್ನು ತುಟಿಗೊತ್ತಿಕೊಳ್ಳಬೇಕು.

ಅಪ್ಪರಲ್ಲಿ ಹುಯಿಲಿಡುತ್ತ ಧಬಧಬ ಸದ್ದು ಮಾಡುತ್ತ ಆಳುಗಳು ಅತ್ತ ಧಾವಿಸಿ ಬಂದರು. ಅವಳ ಕೈಬಿಟ್ಟು ಎದ್ದು ನಿಂತ ರಘು.

"ತಿಮ್ಮನಿಗೆ ಹಾವು ಕಚ್ಚಿಬಿಟ್ಟಿದೆ.." ಎಲ್ಲರಿಗಿಂತ ಮುಂಚೆ ಓಡಿಬಂದ ಮಾದ ಏದುಸಿರು ಬಿಡುತ್ತ ಹೇಳಿದ.

"ಓಡು ಔಷಧಿ ಡಬ್ಬಿ ತಗೊಂಡು ಬಾ.." ಷರ್ಟಿನ ತೋಳು ಮಡಿಸುತ್ತ ಹೇಳಿದ ರಘು ಸರಸರನೆ ಆ ಗುಡ್ಡದಿಂದ ಕೆಳಗಿಳಿಯತೊಡಗಿದ.

"ಕೆಂಚ ತರ್ತಿದ್ದಾನೆ.." ಮಾದ ಹೇಳುವಷ್ಟರಲ್ಲಿ ತಿಮ್ಮನನ್ನು ಹೊತ್ತುಕೊಂಡ ಒಂದು ಗುಂಪು ಜನ ಅಲ್ಲಿ ಬಂದು ಸೇರಿದರು. ಅವನ ಹಿಂದೆ ಎದೆಬಡಿದುಕೊಂಡು ಗೋಳಾಡುತ್ತ ಬಂದ ಆಯಮ್ಮ ರಘುವನ್ನು ಕಾಣುತ್ತಿದ್ದಂತೆ ಓಡಿಬಂದು ಅವನ ಕಾಲು ಹಿಡಿದುಕೊಂಡಳು.

"ನನ್ನ ಮಗನ್ನ ಉಳಿಸಿಕೊಡಿ ದ್ಯಾವ್ರು.."

"ನೋಡು ನೀನು ಮೊದಲು ಅಳೋದನ್ನ ನಿಲ್ಲಿಸು. ನೀ ಹೀಗೆ ಕಿರುಚಾಡಿದ್ರೆ ಏನು ಪ್ರಯೋಜನ ಇಲ್ಲ. ಸಾಲದಕ್ಕೆ ಅವನು ಇನ್ನಷ್ಟು ಹೆದರಿಕೊಳ್ತಾನೆ. ತಿಮ್ಮ ಹಾವು ಕಚ್ಚಿ ಎಷ್ಟೊತ್ತಾಯಿತು? ಹಾವು ಹೇಗಿತ್ತು ನೋಡಿದ್ಯಾ?" ಹಾವು ಕಚ್ಚಿದ ಜಾಗವನ್ನು ನೋಡುತ್ತಾ ಕೇಳಿದ ರಘು.

ಹಾವಿನ ಬಗ್ಗೆ ರಘುವಿನಿಂದ ತಿಳುವಳಿಕೆ ಪಡೆದುಕೊಂಡಿದ್ದ ಆ ಜನ ತಿಮ್ಮನ ಬಲಗಾಲಿಗೆ, ಹಾವುಕಚ್ಚಿದ ಜಾಗಕ್ಕಿಂತ ಸ್ವಲ್ಪ ಮೇಲೆ ಬಟ್ಟೆಯನ್ನು ಬಿಗಿಯಾಗಿ ಕಟ್ಟಿದ್ದರಿಂದ ರಘುವಿನ ಅರ್ಧ ಜವಾಬ್ದಾರಿ ಕಡಿಮೆಯಾದಂತಾಗಿತ್ತು.

ರಘು ಹಾವು ಕಚ್ಚಿದ ಜಾಗವನ್ನು ಪರಿಶೀಲಿಸಿ ಹಾವಿನ ಬಗ್ಗೆ ತಿಳಿದುಕೊಳ್ಳುವಷ್ಟರಲ್ಲಿ ಫಸ್ಟ್ ಏಡ್ ಬಾಕ್ಸ್ ಹಿಡಿದು ಓಡಿಬಂದ ಕೆಂಚ. ತಕ್ಷಣ ಕಾರ್ಯ ಪ್ರವೃತ್ತನಾದ ರಘು.

ನುರಿತ ಡಾಕ್ಟರನಂತೆ ಸಲೀಸಾಗಿ ಓಡಾಡುತ್ತಿದ್ದ ಅವನ ಕೈಗಳನ್ನೇ ನೋಡುತ್ತ ನಿಂತಳು ಅನುಪಮಾ. ಅವನ ಕೈಗಳು ಸಲೀಸಾಗಿ ಕೆಲಸ ಮಾಡುತ್ತಿದ್ದರೂ ಅವನ ಮುಖದಲ್ಲಿ ಮಾತ್ರ ದುಗುಡ ಮನೆ ಮಾಡಿತ್ತು.

ಮಾನಸಿಕ ಒತ್ತಡದಿಂದ ಹಣೆಯಲ್ಲಿ ಬೆವರು ಹನಿಗಳು ಮೂಡಿ, ಕೆನ್ನೆಯ ಮೇಲಿಳಿದಾಗ ಹಾಗೆ ಷರ್ಟಿನ ತೋಳಿಗೆ ಮುಖ ಉಜ್ಜಿಕೊಂಡ ರಘು. ತಟ್ಟನೆ ಎಚ್ಚೆತ್ತ ಅನುಪಮಾ ಅವನ ಬಳಿ ಸಾಗಿದಳು. ತಾನು ಹೊದ್ದುಕೊಂಡಿದ್ದ

ಹತ್ತಿಯ ದುಪ್ಪಟಿಯಿಂದ ಅವನ ಹಣೆಯನ್ನು ಒರೆಸಿದಳು. ಅಚ್ಚರಿಗೊಂಡ ರಘು ಅವಳತ್ತ ನೋಡಿ ನಗುಪಿನಲ್ಲೇ ಕೃತಜ್ಞತೆಯನ್ನು ಸೂಚಿಸಿದ. ಅವಳು ಮುಂದುವರಿದು ಅವನ ಕೆನ್ನೆ ಕೊರಳಲ್ಲಿ ಇಳಿದಿದ್ದ ಬೆವರನ್ನು ಒರೆಸಿದಳು.

ಅರ್ಧ ಘಂಟೆಯ ಪರಿಶ್ರಮದ ನಂತರ ಗಾಯಕ್ಕೆ ಔಷಧಿ ಹಚ್ಚಿ ಬ್ಯಾಂಡೇಜ್ ಕಟ್ಟಿದಾಗ ಎಲ್ಲರೊಡನೆ ನೆಮ್ಮದಿಯ ಉಸಿರು ಬಿಟ್ಟಳು ಅನುಪಮಾ. ತಾನು ತೊಟ್ಟಿದ್ದ ಪಾಲಿಥಿನ್ ಗ್ಲೌಸ್ ತೆಗೆದುಹಾಕಿ ಕೃತೊಳೆದುಕೊಂಡು ಆಯಮ್ಮನಿಗೆ ಔಷಧಿಯನ್ನು ಕೊಟ್ಟು ಅದನ್ನು ತೆಗೆದುಕೊಳ್ಳುವ ಕ್ರಮವನ್ನು ವಿವರಿಸಿದ ರಘು.

ಈಗ ಎಲ್ಲರು ನೆಮ್ಮದಿಯಿಂದ ತಮ್ಮ ತಮ್ಮ ಕೆಲಸದತ್ತ ಗಮನ ಹರಿಸಿದರು. ತಿಮ್ಮ ಹಾಗು ಆಯಮ್ಮ ಅವರ ಮನೆಯತ್ತ ನಡೆದಾಗ ರಘು ಹಾಗು ಅನುಪಮ ಫಾರಂ ಹೌಸ್ ನತ್ತ ಹೆಜ್ಜೆ ಹಾಕಿದರು.

ಕಾಡುಮೇಡುಗಳಲ್ಲಿ ಹಾವು ಚೇಳಿನ ಸಂಚಾರ ತೀರಾ ಸಾಮಾನ್ಯ. ಅದಕ್ಕೆಂದೆ ಪ್ರಥಮ ಚಿಕಿತ್ಸೆಯ ತರಬೇತಿ ಪಡೆದಿದ್ದ ರಘು, ವಿಶೇಷವಾಗಿ ಹಾವು ಕಡಿತದ ಬಗ್ಗೆ ಪರಿಣತಿಯನ್ನು ಪಡೆದಿದ್ದ. ಅದಕ್ಕೆ ಸಂಬಂದಿಸಿದ ಔಷಧಿಗಳು ಯಾವಾಗಲು ಅವನ ಬಳಿಯಲ್ಲಿರುತಿದ್ದವು.

ಮರದ ಕೆಳಗಿನ ಕುರ್ಚಿಯಲ್ಲಿ ಬಂದು ಕುಳಿತ ರಘು. ಅವನಿಗೆ ವಿಪರೀತ ಆಯಾಸವಾಗಿತ್ತು.

"ಒಂದು ನಿಮಿಷ ಕೂತಿರಿ .. ನಾನು ಸ್ವಲ್ಪ ಕಾಫಿ ಮಾಡಿಕೊಂಡು ಬಂದುಬಿಡ್ತೀನಿ..." ಬಳಲಿಹೋದ ಅವನ ಮುಖವನ್ನುನೋಡಿ ಅವನಿಗೆ ಹೇಳಿ ಮನೆಯ ಒಳಗೆ ನಡೆದಳು ಅನುಪಮಾ.

ತನ್ನ ಮುಂದಿದ್ದ ಟೀಪಾಯಿಯ ಮೇಲೆ ಕಾಲು ಚಾಚಿ, ನಿರ್ಗಮಿಸುತಿದ್ದ ಅನುಪಮಳನ್ನೇ ನೋಡಿದ ರಘು.

"ಪೇಟೆ ಹುಡುಗಿಯಾದರೂ ಒಂದಿಷ್ಟು ಬಿಂಕ ಬಿಗುಮಾನವಿಲ್ಲ. ತಾನು ಆ ಕೊಳಕು ಮೈಯಿನ ತಿಮ್ಮನನ್ನು ಮುಟ್ಟಿ ಮಾಡಿದ ಶುಶ್ರೂಷೆಯನ್ನು ಕಂಡು ಅವಳು ಮುಖ ಹಿಂಡಲಿಲ್ಲ, ಹುಬ್ಬು ಗಂಟಿಕ್ಕಲಿಲ್ಲ. ಬದಲಾಗಿ ಅವಳ ಮುಖದಲ್ಲಿ ಮುಂದೇನಾಗುವುದೋ ಎಂಬ ಆತಂಕ ನೆಲೆಸಿತ್ತು. ಅಲ್ಲದೆ ತನಗೆ ಸಹಾಯಕಳಾಗಿ ನಿಂತು ತನ್ನ ದುಪ್ಪಟ್ಟಾದಲ್ಲಿ ನನ್ನ ಮುಖ ಒರೆಸಿದ್ದಾಳೆ.

ಇಂಥ ದೊಡ್ಡ ಆಸ್ತಿಯ ಯಜಮಾನಿಯಾಗಿ ಬರುವ ಹೆಣ್ಣಿನ ಎದೆಯಲ್ಲಿ ಮಾತೃಹೃದಯವಿರಬೇಕು. ಸಹನೆ ತಾಳ್ಮೆಗಳಿರಬೇಕು. ಪತಿಯ ಮನಸ್ಸನ್ನರಿತು ಅವನಿಗೆ ಸಹಕರಿಸಿ ಅವನ ಶಕ್ತಿಯಾಗಿ ನಿಲ್ಲುವ ಚೈತನ್ಯವಿರಬೇಕು. ಹಾಗಿದ್ದಾಗಲೇ ಅವನಿಗೆ ಏಳಿಗೆ. ಅವಳು ಹೆಜ್ಜೆ ಇಟ್ಟ ನೆಲವೆಲ್ಲ ನಂದನವನವಾಗುತ್ತದೆ.

"ನನ್ನ ಅನುವಿಗೆ ಅದೆಲ್ಲ ಗುಣಗಳೂ ಇದೆ. ಅನೂ ನಿಜವಾಗಲೂ ಅಪರಂಜಿ.." ಅವನ ಮುಖದಲ್ಲಿ ಅಮಿತ ತೃಪ್ತಿ ನೆಲೆಸಿತು.

****

ಹುಣ್ಣಿಮೆಯ ರಾತ್ರಿ. ಎಲ್ಲೆಲ್ಲೂ ಹಾಲು ಚೆಲ್ಲಿದ ಬೆಳದಿಂಗಳು. ಶುಭ್ರವಾದ ಆಗಸ. ಚಂದಿರನೊಡನೆ ವಿಹಾರಕ್ಕೆ ಹೊರಟ ತಾರೆಯರು. ತಾರೆಯರಿಗೆ ಪ್ರತಿಸ್ಪರ್ಧಿಯಾಗಿ ಎಲ್ಲೆಲ್ಲೂ ಹಾರಾಡುತ್ತಿದ್ದ ಮಿಣುಕು ಹುಳಗಳು. ತಣ್ಣನೆ ಬೀಸುತಿದ್ದ ತಂಗಾಳಿ.

ಈ ಶಾಂತ ಪ್ರಕೃತಿಯಲ್ಲಿ ಗಂಡಸರು ಮತ್ತು ಮಕ್ಕಳ ಅಟ್ಟಹಾಸ, ನಗು, ಕೇಕೆ ಅಂಗಳ ತುಂಬಿತ್ತು. ಧರಣಿ ಹಾಗು ಅನುಪಮಳ ಮನೆಯ ಮಧ್ಯದಲ್ಲಿದ್ದ ಅಂಗಳದಲ್ಲಿ, ಬೆಳದಿಂಗಳ ರಾತ್ರಿಯಲ್ಲಿ, ಆ ಮೂರೂ ಮನೆಯ ಗಂಡಸರು ಹಾಗು ಕೆಲವು ನೆಂಟರು ಕುರ್ಚಿಯಲ್ಲಿ ಕುಳಿತಿದ್ದರೆ, ಮಕ್ಕಳೆಲ್ಲ ಅಲ್ಲಲ್ಲಿ ಜಗುಲಿಯ ಹಾಗೂ ಮೆಟ್ಟಿಲುಗಳ ಮೇಲೆ ಕಲರವ ಮಾಡುತ್ತ ಕುಳಿತಿದ್ದರು. ವಯಸ್ಸಾದ ಹೆಂಗಸರು ಪಡಸಾಲೆಯಲ್ಲಿ ಕುಳಿತಿದ್ದರೆ ಮಿಕ್ಕವರು ಗಡಿಬಿಡಿಯಿಂದ ಅಕ್ಕಮ್ಮನವರ ಅಡಿಗೆ ಮನೆಗೂ ಹೊರಗೂ ಓಡಾಡುತ್ತಿದ್ದರು.

ಅವರ ಉತ್ಸಹಕ್ಕೆ ಕಾರಣ...

ಮುತ್ತಣ್ಣನವರಿಗೆ ಮೂರು ಗಂಡು, ನಾಲ್ಕು ಹೆಣ್ಣು ಮಕ್ಕಳು. ಅವರ ಹಿರಿಯ ಹೆಣ್ಣು ಮಕ್ಕಳಿಬ್ಬರಿಗೂ ಮದುವೆಯಾಗಿದ್ದು, ಧರಣಿ ಹಾಗು ದೇಚಮ್ಮನ ಮದುವೆಯಾಗಬೇಕಿತ್ತು. ಮುತ್ತಣ್ಣನವರ ಹಿರಿಯ ಮಗ ಬೆಳ್ಳಿಯಪ್ಪ. ಎಲ್ಲರು ಅವನನ್ನು ಬೊಳ್ಳು ಎಂದೇ ಕರೆಯುತಿದ್ದರು. ಅವನಿಗೆ ಬೇಟೆಯ ಹುಚ್ಚು. ತಿಂಗಳು, ಎರಡು ತಿಂಗಳಿಗೊಮ್ಮೆಯಾದರೂ ಬೇಟೆಗೆ ಹೋಗುತ್ತಿದ್ದ ಬೊಳ್ಳು ಎಂದೂ ಬರಿಗೈಯಲ್ಲಿ ವಾಪಸಾಗುತಿರಲಿಲ್ಲ.

ತುಂಬಾ ದಿನಗಳಿಂದ ಒಳ್ಳೆಯ ಬೇಟೆಯಾಡದ ಬೊಳ್ಳು, ಅವನ ತಮ್ಮ ರಾಜ ಹಾಗು ನೆರೆಮನೆಯ ಶಂಭುವನ್ನು ಕರೆದುಕೊಂಡು ಸ್ವಲ್ಪ ಹೆಚ್ಚು ದೂರವೇ ಹೋಗಿದ್ದ. ಪರಿಣಾಮವಾಗಿ, ದೊಡ್ಡ ಕಾಡುಹಂದಿಯೇ ಅವನ ಗುಂಡಿಗೆ ಬಲಿಯಾಗಿತ್ತು.

ಬೊಳ್ಳು, ರಾಜ, ಶಂಬು ಮತ್ತು ದೇವಯ್ಯ ಸೇರಿ ಆ ಹಂದಿಯನ್ನು ಹಸನುಮಾಡಿದ್ದರು. ತುಂಬಾ ದೊಡ್ಡ ಹಂದಿಯಾದುದರಿಂದ ನೆರೆಮನೆಗಳಿಗೆ ಎರಡು ಮೂರು ಕೆಜಿ ಮಾಂಸವನ್ನು ಕಳಿಸಿದ್ದರೂ ಕೂಡ ಸಾಕಷ್ಟು ಮಾಂಸ ಉಳಿದಿತ್ತು. ಆದುದರಿಂದ ಆ ಮೂರು ಮನೆಯವರು ಸೇರಿ ಒಂದು ಚಿಕ್ಕ ಔತಣವನ್ನೇರ್ಪಡಿಸಿದ್ದರು. ಆ ಔತಣಕ್ಕೆ ಬೇಕಾದಷ್ಟು ಡ್ರಿಂಕ್ಸ್ ನ ವ್ಯವಸ್ಥೆಯ ಜವಾಬ್ದಾರಿಯನ್ನು ರಘು ಹೊತ್ತುಕೊಂಡಿದ್ದ. ಅದು ಎಲ್ಲರ ಉತ್ಸಾಹಕ್ಕೆ ಇನ್ನೊಂದು ಗರಿಯನ್ನು ಮೂಡಿಸಿತ್ತು.

ಚೋಂದಮ್ಮ ತಮ್ಮ ಮನೆಯಿಂದ *ಕಡುಂಬುಟ್ಟ್[7] ಮಾಡಿಕೊಂಡು ಬಂದಿದ್ದರು. ಅನ್ನ ಸಾರು ಮತ್ತು ಲಿವರ್ ಫ್ರೈ ಜವಾಬ್ದಾರಿಯನ್ನು ಅಕ್ಕಮ್ಮ ಹಾಗು ಧರಣಿಯವರು ವಹಿಸಿಕೊಂಡಿದ್ದರು. ಸೋಮಯ್ಯನವರು ಖುದ್ದಾಗಿ

ಅಳಿಗೆರಡರಂತೆ ರೊಟ್ಟಿ ಮಾಡುವ ಜವಾಬ್ದಾರಿಯನ್ನು ಅನುಪಮಳಿಗೆ ವಹಿಸಿದ್ದರು. ಮಗಳ ಚಿಲ್ಲಿ ಫ್ರೈನ ರುಚಿ ಗೊತ್ತಿದ್ದ ಬೋಜವ್ವನವರು ಫ್ರೈ ಮಾಡುವ ಕೆಲಸವನ್ನೂ ಸಹ ಅವಳಿಗೆ ವಹಿಸಿದ್ದರು.

ಅನುಪಮಾ ತನ್ನ ಮನೆಯಿಂದಲೇ ರೊಟ್ಟಿಗಳನ್ನು ಮಾಡಿ ತಂದಿದ್ದಳು. ಫ್ರೈಯನ್ನು ಧರಣಿಯ ಮನೆಯಲ್ಲೇ ಮಾಡುವುದೆಂದು ನಿರ್ಧರಿಸಿಯಾಗಿತ್ತು.

ಅಂಗಳದಲ್ಲಿ ಒಟ್ಟು ೧೨ ಮಂದಿ ಗಂಡಸರಿದ್ದರು. ವಯಸ್ಸಾದ ಹೆಂಗಸರನ್ನು ಹೊರತಾಗಿ, ಮಿಕ್ಕೆಲ್ಲ ಹೆಂಗಸರು ಅಡಿಗೆಮನೆಯನ್ನು ಸೇರಿದ್ದರು.

ದೊಡ್ಡವರದ್ದೇ ಇಷ್ಟು ಸಂಭ್ರಮವಾದ ಮೇಲೆ ಮಕ್ಕಳನ್ನು ಕೇಳಬೇಕೆ? ಅವರನ್ನ ಹಿಡಿಯುವವರೇ ಇರಲಿಲ್ಲ.

ಅಡಿಗೆಯ ಘಮಲು ಹೊರಗಿನ ಅಂಗಳವನ್ನು ದಾಟಿ ಇನ್ನೂ ಆಚೆ ಹರಡಿತ್ತು.

" ಏ ಅಕ್ಕಿ ಏನು ಹೆಂಗಸರು ನೀವು. ಬರಿ ವಾಸನೆಯಲ್ಲಿ ಹೊಟ್ಟೆ ತುಂಬಿಸ್ತಿರಾ? ಅಥವಾ ಸ್ವಲ್ಪ ರುಚಿನೋಡೋಕು ಕೊಡ್ತೀರಾ?" ಕೊನೆಯ ದಮ್ಮು ಬಿಡಿಯನ್ನು ಎಳೆಯುತ್ತ ಕೂಗಿದರು ಮುತ್ತಣ್ಣ. ಪ್ರತಿದಿನ ಸಾರಾಯಿ ಕುಡಿಕುಡಿದು ಜಡ್ಡಾಗಿದ್ದ ಅವರ ಜೀವ, ರಘು ತಂದಿರಿಸಿದ ವಿವಿಧ ಪಾನೀಯದತ್ತ ಎಳೆಯುತಿತ್ತು.

"ಆಯಿತು.. ಒಂದು ನಿಮಿಷ..." ಒಳಗಿನಿಂದಲೇ ಕೂಗಿ ಕೊಂಡರು ಅಕ್ಕಮ್ಮ.

ಅನುಪಮಾ ಹೆಂಗಸರೊಡನೆ ಒಳಗೆ ಸೇರಿಕೊಂಡಿದ್ದರಿಂದ ರಘುವಿಗೆ ತುಂಬಾ ಬೇಸರವಾಗುತ್ತಿತ್ತು.

"ಶ್ಯಾಮ್, ಅನೂನ ಕರಿ.." ರಘು ಹೇಳಿದ.

"ಸರಿ" ಅವನು ಒಳಗೊಡುವವನಿದ್ದಾಗ "ತಾತ ದೆವ್ವದ ಕಥೆ ಹೇಳ್ತಾರೇಂತ ಹೇಳು.." ಎಂದ.

"ಹೌದಾ? " ಶ್ಯಾಮ್ ಕೇಳಿದ..

"ಹೌದು.." ರಘು ಹೇಳಿದ.

ಅಷ್ಟರಲ್ಲಿ ದೇಖೀ ದೊಡ್ಡ ತಟ್ಟೆಯ ತುಂಬಾ ಅನುಪಮ ಮಾಡಿದ್ದ ಫ್ರೈ, ಇನ್ನೊಂದು ತಟ್ಟೆಯಲ್ಲಿ ಲಿವರನ್ನು ಸುಟ್ಟ ಮಾಡಿದ್ದ ಪಾಕ ಹಿಡಿದು ಬಂದಳು. ಅವಳ ಹಿಂದೆಯೇ ಬಂದ ಸುಜಾತ ಒಂದು ತಟ್ಟೆಯಲ್ಲಿ ಕಾಂಗ್ರೆಸ್ ಕಡ್ಲೆ ಬೀಜ, ಇನ್ನೊಂದು ತಟ್ಟೆಯಲ್ಲಿ ಸೌತೆಕಾಯಿ, ಈರುಳ್ಳಿ ನಿಂಬೆಹಣ್ಣು ಹಿಡಿದು ಬಂದಳು.

"ರಾಜ, ಬಾಟ್ಲ್ಸ್ ಓಪನ್ ಮಾಡು. ವರಿ ಮಾಡ್ಕೋಬೇಡ ಎಲ್ಲಾ ಮುಗಿಸಿ... ಬಿಯರ್ ಮಾತ್ರ ಮಕ್ಕಳು ಮತ್ತು ಕುಡಿಯದವರಿಗಿರಲಿ "

ರಘುವಿನ ಆದೇಶಕ್ಕೆ ಕಾಯುತಿದ್ದ ರಾಜ ಅವನ ಅನುಮತಿ ಸಿಗುತಿದ್ದಂತೆ ಬಾಟಲ್ ಕೇಸ್ಗಳನ್ನು ತರಲು ಓಡಿದ. ದೇವಯ್ಯನೂ ಅವನನ್ನು ಹಿಂಬಾಲಿಸಿದ

ಕ್ಷಣದಲ್ಲೇ ಅಲ್ಲಿ ಚೀಯಸ್ರ್‌ಗಳ ಸುರಿಮಳೆಗಳಾದವು.

ಅಷ್ಟರಲ್ಲಿ ತಮ್ಮ ಕೆಲಸವನ್ನು ಮುಗಿಸಿದ ಹೆಂಗಸರು ಪಡಸಾಲೆಯಲ್ಲಿ ಬಂದು ಕುಳಿತರು.

ರಘು ಅಲ್ಲಿದ್ದ ಹೆಂಗಸರಿಗೆಲ್ಲ ತಾನೇ ಒಂದು ಸುತ್ತು ಪಾನೀಯವನ್ನು ವಿತರಿಸಿದ.. ನಂತರ ಧರಣಿಯ ಮನೆಯ ಮೆಟ್ಟಿಲಿನ ಮೇಲೆ ಬಂದು ಕುಳಿತುಕೊಂಡ

"ಅನೂಕ್ಯ, ತಾತ ದೆವ್ವದ ಕಥೆ ಹೇಳ್ತಾರಂತೆ ಬರಬೇಕಂತೆ." ಅಡಿಗೆ ಮನೆಗೆ ಬಂದ ಶ್ಯಾಮ್ ಹೇಳಿದ್ದೆ ತಡ

"ಹೌದ? ಇರೋ ಹಾಗಾದ್ರೆ ನಾವೂ ಬರ್ತೀವಿ " ಎಂದು ಸುಜಾತಾ ಹಾಗು ಧರಣಿ ಅವನನ್ನ ಹಿಂಬಾಲಿಸಿದರು.

ಉಳಿದ ಕೆಲಸವನ್ನು ಮುಗಿಸಿದ ಅನುಪಮಾ ತಾಯಿಗೆ ಹೇಳಿ ಹೊರಬಂದಳು.

ಹೊರಗಿನ ಅಂಗಳದ ತುಂಬಾ ಗಂಡಸರು ಗ್ಲಾಸುಗಳಲ್ಲಿ ಕೆಂಪು ಪಾನೀಯ ಹಿಡಿದು ಕುಳಿತಿದ್ದರು. ದೇವಯ್ಯನವರ ತಾಯಿ ಚೀತವ್ವ, ಶಂಭುವಿನ ತಾಯಿ ಕಾಮವ್ವ ಹಾಗೂ ಆ ಕಡೆಯ ಮನೆಯ ಒಂಟಿ ಅಜ್ಜಿ ನಂಜವ್ವನವರು ಗ್ಲಾಸಿನಲ್ಲಿ ಬಿಯರ್ ಹಿಡಿದು ಪಡಸಾಲೆಯಲ್ಲಿ ಕುಳಿತಿದ್ದರು.ದೇಚಿ, ಸುಜಾತ ಹಾಗೂ ಧರಣಿ ಅನುಪಮಾಳ ಮನೆಯ ಜಗುಲಿಯ ಮೇಲೆ ಕುಳಿತಿದ್ದರು. ಅವರನ್ನು ನೋಡಿ ಅತ್ತ ಹೆಜ್ಜೆ ಹಾಕಿದಳು ಅನುಪಮಾ.

ಹಾಗೆ ಹೋಗುವಾಗ ಅವಳು ಧರಣಿಯ ಮನೆಯ ಮೆಟ್ಟಿಲಿನಲ್ಲಿ ಬಿಯರ್ ಬಾಟಲ್ ಹಿಡಿದು ಕುಳಿತಿದ್ದ ರಘುವನ್ನು ಹಾದು ಹೋಗಬೇಕಾಗಿತ್ತು.

ತನ್ನನು ದಾಟಿ ಹೋಗುತಿದ್ದ ಅನುಪಮಾಳ ಕೈಯನ್ನು ತಟ್ಟನೆ ಹಿಡಿದುಕೊಂಡ ರಘು.

ಅನುಪಮಾ ನಿಂತು ರಘುವಿನ ನೋಡಿದಳು. ಅಲ್ಲೇ ತನ್ನ ಪಕ್ಕದಲ್ಲಿ ಕೂರುವಂತೆ ಸನ್ನೆ ಮಾಡಿದ ರಘು. ಸುತ್ತೆಲ್ಲ ದೊಡ್ಡವರೇ ಇದ್ದುದರಿಂದ ಅವಳಿಗೆ ಸಂಕೋಚವೆನಿಸಿದರೂ ಬಂದು ಅವನ ಪಕ್ಕದಲ್ಲಿ ಕುಳಿತುಕೊಂಡಳು.

"ಬಿಯರ್?"

ಬೇಡವೆನ್ನುವಂತೆ ತಲೆಯಾಡಿಸಿದಳು ಅನುಪಮಾ.

"ತುಂಬಾ ಚಳಿಯಲ್ವಾ ಸ್ವಲ್ಪ ತೊಗೋ. ಇದು ಆರೋಗ್ಯಕ್ಕೂ ಒಳ್ಳೆಯದು" ಎಂದ.

" ಆದರೂ ನನಗೆ ಅಭ್ಯಾಸ ಇಲ್ಲ" ಎಂದಳು ಅನುಪಮಾ.

"ಇಲ್ಲಿನ ಚಳಿಗೆ ಬಿಯರದ್ದೂ ಕುಡಿಯಲೇಬೇಕು. ಮತ್ತೆ ನೀನೇನು ಕುಡಿತೀಯ?"

"ಏನು ಬೇಡ ಈಗ ತಾನೇ ಬಿಸಿನೀರು ಕುಡಿದು ಬಂದೆ.."

ದೇಚೀ, ಸುಜಾತ ಹಾಗು ಧರಣಿಯ ಕೈಗಳಲ್ಲೂ ಬಿಯರ್ ಗ್ಲಾಸುಗಳಿದ್ದವು. ಎಲ್ಲರಿಗಿಂತ ಕಿರಿಯವನಾದ ಶ್ಯಾಮ್ ಕೂಡ ಬಿಯರ್ ಗ್ಲಾಸ್ ಹಿಡಿದು ಕುಳಿತಿದ್ದ.

"ಅನೂ ಫ್ರೈ ನೀನು ಮಾಡಿದ್ದಾ?"

"ಹೌದು... ಚೆನ್ನಾಗಿದ್ಯಾ?"

"ಫೈವ್ ಸ್ಟಾರ್ ಹೋಟೆಲಲ್ಲಿ ಕೂಡ ಇಂಥ ಫ್ರೈ ಸಿಗೋಲ್ಲ.. ಏನು ಹದ..." ಅವನು ಹಾರ್ದಿಕವಾಗಿ ನುಡಿದಾಗ ಸುಮ್ಮನೆ ನಕ್ಕಳು ಅನುಪಮಾ.

ಎಲ್ಲರೂ ತಮ್ಮೆಲ್ಲಾ ಕೆಲಸ, ಸಮಸ್ಯೆಗಳನ್ನು ಮರೆತು ಅಲ್ಲಿ ಸೇರಿದ್ದರು. ರಾತ್ರಿಯ ಚಳಿಗೆ ಸ್ವಲ್ಪ ಖಾರ ಮುಂದಿದ್ದ ಚಿಲ್ಲಿ ಫ್ರೈ ಮತ್ತು ಗ್ಲಾಸ್ಸಿನಲ್ಲಿದ್ದ ಪಲನೀಯಗಳು ಸ್ವರ್ಗವನ್ನೇ ಭುವಿಗಿಳಿಸಿತು. ಉಳಿದ ಕೆಲಸ ಮುಗಿಸಿದ ಬೋಜವ್ವ ಮತ್ತು ಅಕ್ಕಮ್ಮನವರು ಹೊರಬಂದು ಗ್ಲಾಸುಗಳಿಗೆ ತಮ್ಮ ಮೆಚ್ಚಿನ ಪಾನೀಯವನ್ನು ಹಾಕಿಸಿಕೊಂಡರು.

ಈ ಸಂದರ್ಭದಲ್ಲಿ ಸುದೀಪನ ಹೊರತಾಗಿ ಮತ್ತೆಲ್ಲರೂ ಸಮಾರಂಭದಲ್ಲಿ ಭಾಗಿಯಾಗಿದ್ದರು. ರಘು ಸುದೀಪನನ್ನು ಕರೆದಾಗ, 'ನಾನು ಆಡಿ ಬೆಳೆದ ಮನೆಯಲ್ಲಿ ಯಾವುದೋ ಬಿಕನಾಸಿಗಳು ಇರುವುದು ನೋಡೋಕೆ, ಅವರನ್ನ ಕೊಂಡಾಡೋಕೆ ನನ್ನ ಕೈಲಾಗೋದಿಲ್ಲ' ಎಂದು ಅವನ ಮುಖಕ್ಕೆ ಹೊಡೆಯುವಂತೆ ಹೇಳಿದ್ದ.

"ನಿಮಗೆ ಹಂಟಿಂಗ್ನಲ್ಲಿ ಇಂಟ್ರೆಸ್ಟ್ ಇಲ್ವೇನೋ?" ರಘುವನ್ನುದ್ದೇಶಿಸಿ ಕೇಳಿದಲು ಅನುಪಮ.

"ಮೊದಲಿತ್ತು..."

"ಈಗ?"

"ಉಹುಂ" ಬಿಯರ್ ಗುಟುಕರಿಸಿ, ತುಂಡೊಂದನ್ನು ಬಾಯಿಯೊಳಗೆ ಹಾಕಿಕೊಂಡು ಮುಂದುವರಿಸಿದ. "ನಾವು ಕಾಡಿನಲ್ಲೇ ಬೆಳೆದವರು... ಬೇಟೆ ಅನ್ನೋದು ನಮ್ಮ ಬಾಳಿನಲ್ಲಿ ಹಾಸುಹೊಕ್ಕಾಗಿಬಿಟ್ಟಿತು. ಆಮೇಲೆ ಅದೇ ಕ್ರೇಜಾಗಿತ್ತು. ನಮ್ಮನೇಲಿ ನೋಡಿದ್ಯಲ್ಲ ಎಷ್ಟೊಂದು ಪ್ರಾಣಿಗಳ ಕೊಂಬುಗಳು... ಅದೆಲ್ಲ ನಾನು, ಅಪ್ಪಯ್ಯ ಮತ್ತು ಸುದೀಪ ಬೇಟೆಯಾಡಿದ ಪ್ರಾಣಿಗಳದ್ದೇ. ನಮ್ಮ ಜ್ಯೋತಿಗೆ ನಾವು ಬೇಟೆಯಾಡಿದ ಪ್ರಾಣಿಗಳ ಚರ್ಮದಿಂದ ಬೊಂಬೆಗಳನ್ನ ಮಾಡೋದು, ಅವುಗಳ ಕೊಂಬುಗಳನ್ನ ಅಲಂಕರಿಸೋದು ಅಂದ್ರೆ ಇನ್ನಿಲ್ಲದ ಆಸಕ್ತಿ ನಮಗೂ ಅಷ್ಟೇ. ಆ ಫ್ರಿಲ್ಲೇ ಬೇರೆ ಇತ್ತು. ಆದ್ರೆ ಒಂದು ದಿನ ನಾನು ಕೋವಿ ಕೆಳಗೆ ಹಾಕೋ ದಿನ ಬಂತು..." ಮಾತಾಡುತ್ತ ತಾನು ತಿನಿಸುಗಳನ್ನು ಹಾಕಿಕೊಂಡಿದ್ದ ಪೇಪರ್ ಪ್ಲೇಟನ್ನು ಅವಳ ಮುಂದೆ ಹಿಡಿದ ರಘು.

ಅನುಪಮ ಬರಿ ಸೌತೆಕಾಯಿ ಮತ್ತು ಕಡಲೆ ಬೀಜಗಳನ್ನ ತೆಗೆದುಕೊಂಡಳು.

ಮುಂದುವರಿಸಿದ ರಘು.

"ಒಂದು ದಿನ ನಾನು ಸುದಿ ಹಂಟಿಂಗ್ ಹೋಗಿದ್ದಿ. ಒಂದು ಹಿಂಡು ಜಿಂಕೆಗಳು ನೀರು ಕುಡಿಯೋಕೆ ಬಂದಿದ್ದವು. ಅದರಲ್ಲಿ ಒಂದು ದೊಡ್ಡ ಜಿಂಕೆಗೆ ಗುರಿ ಇಟ್ಟು ಹೊಡೆದೆ. ತಪ್ಪುವ ಚಾನ್ಸೆ ಇರಲಿಲ್ಲ. ಪೆಟ್ಟು ಬಿದ್ದ ಜಿಂಕೆ ದಿಕ್ಕೆಟ್ಟು ಓಡಿತು. ನಾವು ಸಹ ಅದನ್ನ ಹಿಂಬಾಲಿಸಿದ್ದಿ. ಗುಂಡು ಸರಿಯಾಗಿ ಬಿದ್ದಿದ್ದರಿಂದ ಅದು ಹೆಚ್ಚುದೂರ ಓಡೋದಿಲ್ಲಾಂತ ನಮಗೆ ಗೊತ್ತಿತ್ತು. ಅದನ್ನ ಹುಡುಕಿಕೊಂಡು ಹೋದಾಗ ಮಾತ್ರ ಅಲ್ಲಿ ಕಂಡ ದೃಶ್ಯ.." ಕ್ಷಣ ನಿಲ್ಲಿಸಿ ಮಾತು ಮುಂದುವರಿಸಿದ ರಘು. "ನಾನು ಹೊಡೆದ ಜಿಂಕೆ ನೆಲದಮೇಲೆ ಕಂಬನಿ ಸುರಿಸುತ್ತ ಬಿದ್ದಿತ್ತು. ಅದರ ಪಕ್ಕದಲ್ಲಿ ಎರಡು ಮರಿಗಳು ತಾಯಿಯ ಮುಖವನ್ನು ಸವರುತ್ತ ನಿಂತಿದ್ದವು. ನನ್ನೆದೆ ಒಡೆದು ಹೋಯ್ತು. ಅಂದೇ ನಾನು ಬೇಟೆಗೆ ಮುಕ್ತಾಯ ಹಾಡಿಬಿಟ್ಟೆ. ನಂತರ ಆ ಕರುಗಳನ್ನ ತಂದು ಸಾಕುವ ಪ್ರಯತ್ನ ಮಾಡಿದ್ದಿ. ಅದರಲ್ಲಿ ಒಂದು ಸ್ವಲ್ಪ ದಿನದಲ್ಲೇ ಸತ್ತು ಹೋಯ್ತು. ಮತ್ತೊಂದು ದೊಡ್ಡದಾಯ್ತು. ಅದನ್ನ ಕಳೆದ ವರ್ಷವಷ್ಟೇ ಮೈಸೂರ್ ಜೂನಲ್ಲಿ ಬಿಟ್ಟು ಬಂದೆ. ಆಲ್ಲಿಂದೀಚೆ ಒಂದೊಂದುಸಲ ನಮ್ಮನೇಲಿರೋ ಪ್ರಾಣಿಗಳನ್ನ ನೋಡಿದ್ರೆ ಮನಸಿಗೊಂಥರಾ ಸಂಕಟ ಆಗುತ್ತೆ..." ನೋವಿನಿಂದ ಹೇಳಿದ ರಘು.

"ಒಳ್ಳೆ ಕೆಲಸ ಮಾಡಿದ್ದಿ. ನೀವು ಮಾಡೋ ಕೆಲಸ ತಪ್ಪುಂತ ಗೊತ್ತಾದ ತಕ್ಷಣ ಅದನ್ನ ನಿಲ್ಲಿಸಿಬಿಟ್ಟಿ.. ಅದನ್ನ ಮುಂದುವರಿಸೋದಕ್ಕೆ ಹೋಗಲಿಲ್ಲ" ಅವನನ್ನು ಸಂತೈಸುವ ಪ್ರಯತ್ನ ಮಾಡಿದಳು ಅನುಪಮ .

"ಹೂಂ" ಸ್ವಲ್ಪ ಹೊತ್ತು ಸುಮ್ಮನಿದ್ದ ರಘು.

"ತುಂಬಾ ಚಳಿ ಅನೂ .. ಸ್ವಲ್ಪ ವೈನಾದ್ರು ತಗೋ.. ಅದು ಪೂರ್ತಿ ಹಣ್ಣಿನ ರಸ.." ಅದೇ ತಾನೇ ಅತ್ತ ಬಂದ ಅಕ್ಕಮ್ಮನವರು ಹೇಳಿದರು.

"ಖಂಡಿತ ಬೇಡ ಆಂಟಿ ನಂಗದೆಲ್ಲ ಅಭ್ಯಾಸನೆ ಇಲ್ಲ..."

ಬೋಜಮ್ಮನವರೂ ಸಹ ಒಂದು ಗ್ಲಾಸಿನಲ್ಲಿ ಸ್ವಲ್ಪ ಬ್ರಾಂದಿ ಹಾಕಿಸಿಕೊಂಡಿದ್ದರು.

ಕುಶಾಲಪ್ಪನವರು ಮಿಲ್ಟ್ರಿಯಿಂದ ಬಂದಿದ್ದರೂ ಆಗೀಗ ಮನೆಯ ಸಮಾರಂಭಗಳಲ್ಲಿ ಮಾದಕ ಪೇಯಗಳು ಬಳಕೆಯಲ್ಲಿದ್ದರೂ , ಅನುಪಮಳಿಗೆ ಅದರ ಅಭ್ಯಾಸವಾಗಿರಲಿಲ್ಲ.

"ನೀವು ಬರಿ ಬಿಯರ್ ಮಾತ್ರ ಕುಡಿಯೋದಾ?" ಬೇರಾವುದೇ ಪಾನೀಯವನ್ನು ಮುಟ್ಟದೆ ಬರಿ ಬಿಯರನ್ನು ಮಾತ್ರ ಕುಡಿಯುತ್ತಿದ್ದ ರಘುವನ್ನು ನೋಡಿ ಕೇಳಿದಳು ಅನುಪಮ.

"ಸಧ್ಯಕ್ಕೆ ಬಿಯರ್ ಮಾತ್ರ"

"ಅಂದ್ರೆ, ಮುಂದೆ ಕುಡಿಯೋ ಇರಾದೆ ಇದ್ಯಾ?" ಕಂಗಳಲ್ಲಿ ಅಣಕ ತುಂಬಿ ಕೇಳಿದಳು ಅನುಪಮ

"ಅದು ನಿನ್ನ ಮೇಲೆ ಡಿಪೆಂಡ್ ಆಗುತ್ತೆ.. ನೀನೇನಾದ್ರು ನಂಗೆ ಕೈಕೊಟ್ಟರೆ ನಾನು ವಿಸ್ಕಿ, ರಮ್ ಎಲ್ಲರ ಕೈ ಹಿಡಿಯಬೇಕಾಗುತ್ತೆ.." ಮೆಲ್ಲನೆ ಅವಳ ಜಡೆಯನ್ನು ಜಗ್ಗಿದ.

ಅನುಪಮ ತುಟಿ ಬಿಗಿಹಿಡಿದಳು. ಸಮಯ ಸಿಕ್ಕಾಗಲೆಲ್ಲ ಅವಳ ಕಾಲೆಳೆಯುತ್ತಿದ್ದ ರಘು. ಅವನ ನುಡಿಯಿಂದ ಅವಳ ಮುಖದಲ್ಲಾಗುವ ಬದಲಾವಣೆಯನ್ನು ವೀಕ್ಷಿಸುವುದೇ ಅವನಿಗೆ ಆನಂದದ ವಿಷಯವಾಗಿತ್ತು.

"ತಾತ ದೆವ್ವದ ಕಥೆ ಹೇಳ್ತೀನೀಂತ ಹೇಳಿದ್ದು..ಎಲ್ಲಿ...?" ವಿಷಯಾಂತರಗೊಳಿಸುತ್ತ ಕೇಳಿದಳು ಅನುಪಮ.

"ಅವರೇನೂ ಹೇಳಿಲ್ಲ. ನಿಂಗೆ ದೆವ್ವದ ಮೇಲಿರೋ ಪ್ರೀತಿ ನನ್ನ ಮೇಲಿಲ್ಲವಲ್ಲ ಅದಕ್ಕೆ ನಾನೆ ದೆವ್ವದ ಹೆಸರೇಳಿ ನಿನ್ನ ಕರೆಸಬೇಕಾಯಿತು..." ಅವಳ ನಸುಗೆಂಪಾದ ಕೆನ್ನೆಯನ್ನೇ ನೋಡುತ್ತಾ ಹೇಳಿದ.

"ನೀವು ಬರ್ತಾ ಬರ್ತಾ .."ಎನ್ನುತ್ತಾ ಅವನತ್ತ ತಿರುಗಿದಳು ಅನುಪಮ . ಆದರೆ ಅವನ ನೋಟದಲಿದ್ದ ತುಂಟತನ ಅವಳ ಬಾಯನ್ನು ಕಟ್ಟಿತು.

"ಹೇಳು.. ಯಾಕೆ ನಿಲ್ಲಿಸಿಬಿಟ್ಟೆ? ನಾನು ಬರ್ತಾ ಬರ್ತಾ ಏನಾಗ್ತಾ ಇದ್ದೀನಿ?" ಅವಳ ಕಣ್ಣೆರೆ ಹಿಡಿದು ಕೇಳಿದ.

"ನೀವು ಹೀಗೆ ಮಾಡ್ತಾ ಇದ್ರೆ, ಅಂಟಿಗೆ ಹೇಳ್ತಿನಿ..." ಕೆನ್ನೆಯುಬ್ಬಿಸಿ ಹೇಳಿದಳು

"ಅಪ್ಪು ಮಾಡಿ ಪುಣ್ಯ ಕಟ್ಟಿಕೊ. ನನ್ನ ಕೆಲಸ ಕಡಿಮೆಯಾಗುತ್ತೆ. ಹೋಗು ಈಗಲೇ ಹೇಳು. ಆಂಟಿ, ನಿಮ್ಮ ಮಗ ನನ್ನ ತುಂಬಾ ಕಾಡಿಸ್ತಾನೆ. ಅವನಿಗೆ ನನ್ನ ಬಿಟ್ಟು ಇರೋದಕ್ಕೆ ಆಗೋದಿಲ್ವಂತೆ. ಬೇಗ ನನ್ನ ಜೊತೆ ಮದುವೆ ಮಾಡಿಸಿಬಿಡೀಂತಾ." ಅವನು ಮೆಲ್ಲನೆ ಅವಳ ಕಿವಿಯಲ್ಲಿ ಪಿಸುಗುಟ್ಟಿದಾಗ ಆ ಚಳಿಯಲ್ಲೂ ಚಿಲ್ಲನೆ ಬೆವರಿದ್ದಳು ಅನುಪಮ. ಅವಳ ಮುಖ ಪೂರ್ತಿ ದಾಸವಾಳದಂತೆ ಕೆಂಪಾಗಿ ಹೋಯಿತು.

ಇನ್ನು ಕೇಳಲಾರೆ ಎಂಬಂತೆ ಎರಡು ಕಿವಿಗೂ ಕೈಯೊತ್ತಿ ಕತ್ತು ಕೆಳಗೆ ಹಾಕಿ ಕುಳಿತುಬಿಟ್ಟಳು.

ತಾನು ರೇಗಿಸಿದ್ದು ಅತಿಯಾಯಿತೆಂದುಕೊಂಡ ರಘು. ಒಂದೆರಡು ನೋಟಗಳು ಅವರತ್ತ ಕುತೂಹಲ ಬೀರಿದ್ದನ್ನು ಗಮನಿಸಿ ಜಾಗರೂಕನಾದ.

"ಅಂದಾಗೆ ಮಾವ, ನಮ್ಮ ಅನೂಗೆ ದೆವ್ವದ ಕಥೆ ಅಂದ್ರೆ ತುಂಬಾ ಇಷ್ಟವಂತೆ. ನೀವಿವತ್ತು ನಿಮ್ಮ ಸರ್ವೀಸ್‌ನಲ್ಲಿ ನೋಡಿದ ದೆವ್ವಗಳ ಕಥೆಯನ್ನೆಲ್ಲ ಹೇಳ್ಬೇಕು... ಯಾಕಂದ್ರೆ ಇವತ್ತು ಫ್ರೈ ಮಾಡಿದ್ದು ಅವಳೇ ಅದಕ್ಕೆ..." ಮುತ್ತಣ್ಣನವರಿಗೆ ಹೇಳಿದ ರಘು.

" ಫ್ರೈ ಮಾಡಿದ್ದು ಅನೂವೇನು?, ಪರವಾಗಿಲ್ಲ. ಅವತ್ತು ಪೂಜೇಲಿ ಪುಳಿಚಾರು ಹಿಂಡು, ಈ ಹುಡುಗಿ ಅದಕ್ಕೆ ಮಾತ್ರ ಲಾಯಖೇನೋ ಅಂದ್ಕೊಂಡಿದ್ದೆ. ಆದ್ರೆ

ಅನೂ ನಮ್ಮ ಅಡಿಗೇಲೂ ಚೆನ್ನಾಗಿ ಪಳಗಿದ್ದಾಳೆ." ಮೆಚ್ಚಿಗೆ ವ್ಯಕ್ತ ಪಡಿಸಿದರು ಸೋಮಯ್ಯನವರು.

"ಹೌದು ನಾನು ಅದನ್ನೇ ಯೋಚ್ನೆ ಮಾಡ್ತಾ ಇದ್ದೆ. ನಮ್ಮ ಧರಣಿ ಯಾವಾಗ್ಲಿಂದ ಇಷ್ಟು ಒಳ್ಳೆ ಅಡಿಗೆ ಮಾಡೋಕೆ ಕಲಿತಳಾಂತ. ಈಗ ಗೊತ್ತಾಯ್ತು ಇದರ ಹಿಂದಿನ ರುಚಿಯ ವಿಷ್ಯ... ಮೋಳ .. ನಿನಗಾ ಇಗ್ನುತಪ್ಪ ಒಳ್ಳೆದು ಮಾಡಲಿ." ಮತ್ತೊಂದು ಗುಟುಕು ಪಾನೀಯವನ್ನು ಗಂಟಲಿಗೆ ಸುರಿದುಕೊಂಡರು ಮುತ್ತಣ್ಣನವರು.

ಅನಾವಶ್ಯವಾಗಿ ಧರಣಿಯ ಹೆಸರು ಮಧ್ಯ ಬಂದದ್ದು ಅನುಪಮಳಿಗೆ ಇಷ್ಟವಾಗಲಿಲ್ಲ. ಸುಮ್ಮನೆ ಅವಳು ತನನ್ನು ಬೈದುಕೊಳ್ಳುತ್ತಾಳೆ ಎಂದುಕೊಂಡ ಅನುಪಮ ಧರಣಿಯತ್ತ ನೋಡಿದಳು. ಅವಳ ರೋಷಪ್ಪೂರಿತ ನೋಟ ಅನುಪಮಾಳ ಮೇಲೇ ಇತ್ತು.

ಡಬ್ಬಿಯಿಂದ ಚಿಟಕೆ ನಸ್ಯ ಮೂಗಿಗೆ ಸವರಿಕೊಂಡ ಮುತ್ತಣ್ಣನವರು ಎರಡು ಬಾರಿ ಜೋರಾಗಿ ಸೀನಿ ನೇರವಾಗಿ ಕುಳಿತುಕೊಂಡರು. ಎಲ್ಲೆಲ್ಲೋ ಚದುರಿಹೋಗಿದ್ದ ಮಕ್ಕಳು ಮತ್ತು ಹುಡುಗರು ಅವರ ಮಾತು ಕೇಳುವಂತೆ ಹತ್ತಿರ ಬಂದು ಕುಳಿತುಕೊಂಡರು. ಒಳಗಿದ್ದ ಹೆಂಗಸರು ಕೂಡ ಬಂದು ಮನೆಯ ಜಗುಲಿಯ ಮೇಲೆ ಕುಳಿತುಕೊಂಡರು. ಅಲ್ಲಿ ಪೂರ್ಣ ನಿಶಬ್ದ ಆವರಿಸಿತು. ರಾತ್ರಿಯ ಕೀಟಗಳ ಕೂಗಿನ ಹೊರತು ಪೂರ್ತಿ ನಿಶಬ್ದವಾಗಿತ್ತು.

"ಹೀಗೆ ಮೂವತ್ತು ವರ್ಷದ ಹಿಂದಿನ ಮಾತು. ನಾನು ಮಡಿಕೇರಿನಲ್ಲಿರೋ ಥಿಯೇಟರ್‌ನಲ್ಲಿ ಗೆಟ್ ಕೀಪರಾಗಿ ಕೆಲಸ ಮಾಡ್ತಾ ಇದ್ದಾಗಿನ ಮಾತು. ಆಗೆಲ್ಲ ಸೆಕೆಂಡ್ ಷೋ ಈಗಿನಹಾಗೆ ೧೦ ಘಂಟೆಗೆ ಮುಗಿತಾ ಇರಲಿಲ್ಲ. ೧೨ ಘಂಟೆಗೆ ಮುಗಿಯೋದು. ಆಮೇಲೆ, ಎಲ್ಲ ಬೀಗ ಹಾಕಿ ನನ್ನ ಸೈಕಲ್‌ನಲ್ಲಿ ೩ ಕಿಮಿ ದೂರ ಬರಬೇಕಾದ್ರೆ ಹೆಚ್ಚುಕಡಿಮೆ ಒಂದು ಘಂಟೆಯಾಗಿ ಹೋಗೋದು. ಆಗೆಲ್ಲ ದಾರಿಯುದ್ದಕ್ಕೂ ನನಗೆ ದೆವ್ವಗಳು ಕಾಣೋದು.." ಅವರು ಪ್ರಾರಂಭಿಸಿದಾಗ ಆಸಕ್ತಿಯಿಂದ ಕೇಳಿಸಿಕೊಳ್ಳುತೊಡಗಿದಳು ಅನುಪಮ.

"ನಾಯಿ ಕಣ್ಣಿದ್ದೋರಿಗೆ ದೆವ್ವ ಕಾಣುತ್ತಂತೆ. ಹಾಗೆ. ನಂಗಂತೂ ಯಾವಾಗಲು ಕಾಣೋದು..."

"ದೆವ್ವ ನಿಮಗೆ ಯಾವ ರೀತಿ ಕಾಣೋದು?" ಕುತೂಹಲದಿಂದ ಕೇಳಿದಳು ಅನುಪಮ.

"ದೆವ್ವ ಅಂದ್ರೆ ನಾವು ಸಾಧಾರಣವಾಗಿ ಸತ್ತವರನ್ನ ನೋಡೋದು. ಅವರು ನಮ್ಮ ಹಾಗೆ ಇರ್ತಾರೆ, ಆದ್ರೆ ಬಿಳಿಬಟ್ಟೆ ಹಾಕಿರ್ತಾರೆ. ಮಾತು ಕತೆಯೇನು ಆಡೋದಿಲ್ಲ. ಕೂದಲು ಹರಡಿಕೊಂಡು ತಮ್ಮ ಪಾಡಿಗೆ ತಾವು ಒಡಾಡ್ತಾ ಇರ್ತಾರೆ. ಸ್ಪಷ್ಟವಾಗಿ ಕಾಣೋದಿಲ್ಲ... ಒಂಥರಾ ಹೊಗೆ ಹೊಗೆಯಾಗಿ ಮಸುಕು ಮಸುಕಾಗಿ ಕಾಣ್ತಾರೆ.. ಆದರೆ ಕೆಲವು ಪಿಶಾಚಿಗಳು ಮಾತ್ರ ಇದ್ದಕಿದ್ದಹಾಗೆ ಎದುರು ಬಂದು ಬಿಡೋವ್ವು. ಒಮ್ಮೆಲೆ ತೆಂಗಿನ ಮರದಂತೆ ಬೆಳೆದು ಬಿಡೋದು, ಬೆಕ್ಕಿನಂತೆ ತಟ್ಟನೆ ಸಣ್ಣಗಾಗೋದು ಹೀಗೆಲ್ಲ ಆಟಾಡಿಸೋವ್ವು.

ಅದಕ್ಕೆ ನಾನು ಬರುವಾಗಲೆಲ್ಲ ದಾರಿಯುದ್ದಕ್ಕೂ ಆ ದೆವ್ವ-ಪಿಶಾಚಿಗಳ ಕುಲ-ಗೋತ್ರ ಸಂತಾನವನ್ನೆಲ್ಲ ಕಂಡಾಬಟ್ಟೆ ಬೈದುಕೊಂಡು ಬರ್ತಾ ಇದ್ದೆ. ಅವುಗಳು ನನ್ನ ಬೈಗುಳಕ್ಕೆ ಹೆದರಿ ದೂರ ಓಡಿ ಹೋಗ್ತಾ ಇದ್ವು..."

"ನಿಮಗೆ ಅಷ್ಟುದೂರ ಒಬ್ಬರೇ ಬರೋಕೆ ಭಯ ಆಗ್ತಾ ಇರಲಿಲ್ವಾ?" ಸುಜಾತಾ ಕೇಳಿದಳು.

"ಭಯ ಆಗದೆ ಇರುತ್ತಾ? ಆದ್ರೆ ಆ ಕಾಲದಲ್ಲಿ ಬಾರೋ ಒಱ ರೂಪಾಯಿ ಬಿಡೋಕಾಗ್ತಾ ಇತ್ತಾ? ನಂಗೆ ಚಿಕ್ಕಂದಿನಿಂದಲೂ ದೆವ್ವಗಳು ಕಾಣುತಿದ್ದವು. ಮೊದಮೊದಲು ತುಂಬಾ ಭಯ ಆಗ್ತಾ ಇತ್ತು. ಆಮೇಲಾಮೇಲೆ ಸ್ವಲ್ಪ ಕಡಿಮೆಯಾಯ್ತು. ಸತ್ತವರನ್ನ ನೋಡೋಕೆ ಹೋದ್ರೆ ಆ ಹಣದ ಸುತ್ತಲೂ ನಗುತ್ತಲೋ, ಅಳುತ್ತಲೋ, ಸುತ್ತಲೂ ಓಡಾಡುತ್ತಲೂ ಇರುವ ಹತ್ತಾರು ದೆವ್ವಗಳನ್ನ ನೋಡಿದ್ದೀನಿ. ಎಷ್ಟೋ ಸತ್ತವರನ್ನ ನಾನು ನೋಡಿದ್ದೀನಿ.

ಒಂದು ದಿನ ನಾನು ಎಂದಿನಂತೆ ಮನೆಗೆ ಬಂದಾಗ ರಾತ್ರಿ ಒಂದು ಘಂಟೆಯಾಗಿತ್ತು. ಆಗ ಈ ಕಡೆ ದಾರಿ ಇರಲಿಲ್ಲ, ಬಾವಿಕಡೆನೇ ಬರಬೇಕಾಗಿತ್ತು. ಹಾಗೆ ಬಂದಾಗ ಆ ನಂಜವ್ವನ ಮಗಳು ಬಾವಿ ಹತ್ತಿರ ನಿಂತಿದ್ದು. ನಂಗೆ ಆಶ್ಚರ್ಯವಾಗಿ ಅವಳ ಮೇಲೆ ರೇಗಿದೆ. "ಏನಮ್ಮಾ ಇದು ಇಷ್ಟು ಹೊತ್ತಿಗೆ, ವಯಸ್ಸಿಗೆ ಬಂದ ಹೆಣ್ಣುಮಗಳು ಇಲ್ಲಿ ನಿಂತಿದ್ದಿಯ, ಬೇಗ ಮನೆಗೆ ಹೋಗೂಂತ" ಬೈದು ಮನೆಗೆ ಕಳಿಸಿದೆ. ಅವಳು ಮಾತಾಡದೆ ನನ್ನ ಹಿಂದೆ ಬಂದು ಅವಳ ಮನೆ ಕಡೆ ಹೋದ್ಲು. ಆಮೇಲೆ ನಾನು ಮನೆಗೆ ಬಂದು ನೋಡಿದ್ರೆ, ಮನೆಯಲ್ಲಿ ಮಕ್ಕಳು ಬಿಟ್ಟು ಯಾರೂ ಇರಲಿಲ್ಲ.. ಎಲ್ಲರು ನಂಜವ್ವನ ಮನೆಗೆ ಹೋಗಿದ್ರು. ಕಾರಣ ನಂಜವ್ವನ ಮಗಳು ಅಂದು ಬೆಳಿಗ್ಗೆ ವಿಷ ತಿಂದು ಸತ್ತು ಹೋಗಿದ್ದು.... ಎಲ್ಲಾರು ಸಾವಿನ ಮನೆಯಲ್ಲಿದ್ದರು.. ಆಮೇಲೆ ನಂಗೆ ಗೊತ್ತಾಗಿದ್ದು. ನಾನು ನೋಡಿದ್ದು ಅವಳ ದೆವ್ವಾಂತ.."

ಮುತ್ತಣ್ಣನವರು ಸ್ವಲ್ಪ ಹೊತ್ತು ಸುಧಾರಿಸಿಕೊಳ್ಳಲು ನಿಲ್ಲಿಸಿದಾಗ ಅಯ್ಯಪ್ಪನವರು ಮಾತನಾಡಿದರು.

"ಅದಕ್ಕೆ ಹೇಳೋದು ರಾತ್ರಿ ಹೊತ್ತು ಯಾರಾದ್ರೂ ಕರೆದ್ರೆ ನಾಲ್ಕು ಸಲ ಕೂಗೋಕೆ ಮುಂಚೆ ಉತ್ತರಿಸಬಾರದೂಂತ. ದೆವ್ವಗಳು ಬರಿ ಮೂರು ಸಲ ಮಾತ್ರ ಕೂಗೋದು. ನಾಲ್ಕನೇ ಸಲ ಕೂಗೋಲ್ಲ. ಅದಕ್ಕೆ ರಾತ್ರಿ ನಾಲ್ಕನೇ ಸಲಕ್ಕೆ ಬಾಗಿಲು ತೆರಿಬೇಕು.

ಒಮ್ಮೆ ನಮ್ಮ ನೆರೆಮನೆಯಲ್ಲಿ ಮಾಚವ್ವ ಎನ್ನುವ ಒಬ್ಬ ಹೆಂಗಸಿದ್ದು. ಅವಳ ಗಂಡ ಮತ್ತು ಮಗ ನೆಂಟರ ಮನೆಯಲ್ಲಿ ಏನೋ ಕಾರ್ಯಾಂತಾ ಹೋಗಿದ್ರಂತೆ. ರಾತ್ರಿ ನಿದ್ದೆಲಿ ಯಾರೋ "ಮಾಚವ್ವ, ಮಾಚವ್ವ ಬಾಗಿಲು ತೆಗೀಂತ" ಕೂಗಿದ ಹಾಗಾಯ್ತಂತೆ. ತಕ್ಷಣ ಗಂಡ ಮಗ ಬಂದಿದ್ದಾರೇಂತ ಅವಳು ಓಡಿಬಂದು ಬಾಗಿಲು ತೆಗೆದ್ಲಂತೆ. ಆದರೆ ಹೊರಗೆ ನೋಡಿದ್ರೆ ಯಾರೂ ಇರಲಿಲ್ಲವಂತೆ. ಅವಳಿಗೆ ಸ್ವಲ್ಪ ಗಾಭರಿಯಾಗಿ ಬಾಗಿಲು ಹಾಕ್ಕೊಂಡ್ಲಂತೆ. ಅದೇ ಸಮಯಕ್ಕೆ ಸರಿಯಾಗಿ ಯಾರೋ ಜೋರಾಗಿ ಕೇಕೆ ಹಾಕಿ ನಕ್ಕ ಶಬ್ದದ ಜೊತೆಗ ಐಮಲಟ

ಮೇಲೆ ಬಲವಾಗಿ ಹೊಡೆದ ಶಬ್ದವಾಯಿತಂತೆ. ತಕ್ಷಣ ಮಾಚವ್ವ ಅಲ್ಲಿ ಕುಸಿದು ಬಿದ್ದಳಂತೆ. ಮಾರನೇ ಮುಂಜಾವಿನ ಹೊತ್ತಿಗೆ ಅವಳ ಪ್ರಾಣ ಹೋಗಿತ್ತು. ಅವಳ ದೇಹ ನೋಡಿದಾಗ, ಬೆನ್ನ ಮೇಲೆ ಯಾರೋ ಬಲವಾಗಿ ಹೊಡೆದಂತೆ ಹಸಿರು ಬಣ್ಣದಲ್ಲಿ ಎರಡು ಹಸ್ತಗಳ ಗುರುತು ಮೂಡಿತ್ತಂತೆ."

ಮಕ್ಕಳೆಲ್ಲ ಒಬ್ಬರ ಕೈಯನ್ನೊಬ್ಬರು ಹಿಡಿದುಕೊಂಡು ಮುದುರಿ ಕುಳಿತರು. ಅಂದು ಹುಣ್ಣಿಮೆಯಾದರಿಂದ ಭಯ ಸ್ವಲ್ಪ ಹೆಚ್ಚಾಗೇ ಆವರಿಸಿತ್ತು. ದೊಡ್ಡವರು ಸಹ ಬೆದರುತ್ತಲೇ ಆಗೊಮ್ಮೆ, ಈಗೊಮ್ಮೆ ಕಾಫಿಗಿಡಗಳ ಮರೆಯಲ್ಲಿ ಕಾಣಬಹುದಾದ ಬಿಳಿ ಆಕೃತಿಗಳಿಗಾಗಿ ನೋಟ ಹರಿಸಿದರು.

"ಒಂದು ಸಲ ನಾನು ಪಿಚ್ಚರ್ ಮುಗಿಸಿ ವಾಪಸಾಗ್ತಾ ಇದ್ದೆ. ಅವತ್ತು ಹುಣ್ಣಿಮೆ ರಾತ್ರಿ. ಸಾಧಾರಣವಾಗಿ ನಾನು ಮನೆಗೆ ಬರೋದಕ್ಕೆ ಮುಕ್ಕಾಲುಘಂಟೆ ಸಾಕು. ಆದ್ರೆ ಅವತ್ತು ಹನ್ನೆರಡು ಘಂಟೆಗೆ ಹೊರಟು ಒಂದು ಘಂಟೆಯ ನಂತರ ಅರ್ಧ ಘಂಟೆಯಾದರು ಸಹ ಯಾವ ಮನೇನೂ ಸಿಕ್ತ ಇರಲಿಲ್ಲ. ಎತ್ತ ನೋಡಿದ್ರೂ ನಮ್ಮ ಮನೆ ರಸ್ತೇನೆ ಕಾಣಿಸ್ತಾ ಇತ್ತು. ಸೈಕಲ್ ತುಳಿದದ್ದೊಂದೇ ಬಂತು ಯಾವ ಮನೇನು ಸಿಕ್ಕಲಿಲ್ಲ. ನಾನೆಷ್ಟು ದೂರ ಬಂದಿದ್ದೆ ಅಂತಾನೂ ನಂಗೆ ಗೊತ್ತಾಗ್ತಾ ಇರಲಿಲ್ಲ. ಏನು ಮಾಡೋದಂತ ಗೊತ್ತಾಗದೆ ಸುಮ್ಮನೆ ಹೋಗ್ತಾ ಇದ್ದೆ. ಮುಂದೆ ಹೋದ ಹಾಗೆಲ್ಲ ಹಿಂದಿನ ಕ್ಯಾರಿಯರ್ ಮೇಲೆ ಭಾರ ಹೆಚ್ಚಾಗ್ತಾ ಇದೇಂತ ಅನ್ನಿಸ್ತಾ ಇತ್ತು. ಒಬ್ಬ ಮನುಷ್ಯ ಕೂತಿದ್ದಾನೆ ಅನ್ನುವಷ್ಟು ಭಾರ.. ಸೈಕಲ್ ತುಳಿಯೋದೇ ಕಷ್ಟ ಆಗತೊಡಗಿತು. ಮಣಭಾರ ಜಾಸ್ತಿಯಾಗಿ ಹಿಂದೆ ತಿರುಗಿ ನೋಡಿದ್ರೆ ಒಂದು ಹೆಣ್ಣು ದೆವ್ವ ನನ್ನ ಸೈಕಲ್ ಹಿಂದೆ ಕೂತ್ಕೊಂಡು ನಗ್ತಾ ಇದೆ. ನಾನು ಸತ್ತೆ, ಕೆಟ್ಟೆಂತ ಸೈಕಲ್ ಬಿಟ್ಟು ಓಡಿಹೋದೆ. ಹಾಗೆ ಎಷ್ಟು ದೂರ ಓಡಿದ್ದೋ ನಂಗೊತ್ತಿಲ್ಲ. ದೂರದಲ್ಲೆಲ್ಲೋ ನಾಯಿ ಕೂಗೋ ಸದ್ದಿಗೆ ಸ್ವಲ್ಪ ಧೈರ್ಯ ತಂದ್ಕೊಂಡು ಜೋರಾಗಿ ಶಿಳ್ಳೆ ಹಾಕಿ ಕಿರುಚಿದೆ. ಪ್ರತಿಧ್ವನಿಯಾಗಿ ಅತ್ತಲಿಂದಾನೂ ಉತ್ತರ ಬಂದಾಗ ಸ್ವಲ್ಪ ನೆಮ್ಮದಿಯಾಯ್ತು. ಅತ್ತ ನಡೆದರೆ ಪಾಲೆಕಂಡ ಮನೆಯವರು ಹೊರಗೆ ಬಂದು ನಡೆದ ವಿಷಯ ಕೇಳಿ ಅವತ್ತು ನನ್ನನ್ನ ಅಲ್ಲೇ ಉಳಿಸಿಕೊಂಡು ಮಾರನೇ ಬೆಳಿಗ್ಗೆ ಮನೆಗೆ ಕಳಿಸಿದ್ರು. ನಾನು ಮನೆಯ ವಿರುದ್ಧ ದಿಕ್ಕಿಗೆ ೧೦ ಕಿ.ಮೀ. ಹೊರಟುಹೋಗಿದ್ದೆ. ಅವತ್ತೇ ಕಡೆ. ಮನೆಗೆ ಬಂದು ಧರ್ಮಸ್ಥಳ ಮಂಜುನಾಥ ಸ್ವಾಮಿಗೆ ಹರಕೆ ಹೊತ್ತುಕೊಂಡೆ. ನಂಗೆ ಇನ್ನು ಈ ಥರ ದೆವ್ವಗಳ ಉಪದ್ರ ಕಾಣಿಸದೆ ಹೋದ್ರೆ ಸೋಮವಾರ ಸ್ನಾನ ಮಾಡ್ತಿನಂತ. ಅವತ್ತಿನಿಂದ ಈ ದೆವ್ವಗಳ ಉಪದ್ರ ಇಲ್ಲ..."

ಹೀಗೆ ಸ್ವಲ್ಪ ಹೊತ್ತು ದೆವ್ವಗಳ ಮಾತಾಯಿತು. ಕಿರಿಯರಿಗೇನೋ ದೆವ್ವಗಳ ಬಗ್ಗೆ ಆಸಕ್ತಿ. ಆದರೆ ದೊಡ್ಡವರಿಗೆ ಮಾತಾಡಲು ಹಲವಾರು ವಿಷಯಗಳಿದ್ದವು. ಅದಲ್ಲದೆ, ಈ ರೀತಿ ಎಲ್ಲರು ಒಟ್ಟಿಗೆ ಸೇರುವುದು ಅಪರೂಪವೇ. ಆದುದರಿಂದ ಎಲ್ಲರು ತಮ್ಮ ತಮ್ಮ ಆಸಕ್ತಿಯ ವಿಷಯದ ಕಡೆ ಗಮನ ಹರಿಸಿದರು. ಅದಲ್ಲದೆ ಅವರುಗಳು ಕುಡಿದ ಪಾನೀಯಗಳು ಕೂಡ ಅವರ ಮಾತು ಮತ್ತು ನಡುವಳಿಕೆಯಲ್ಲಿ ಸ್ವಲ್ಪ ಅಮಲೇರಿಸಿದಾಗ ಅನುಪಮಾಳನ್ನು ಕೇಳಿದ ರಘು.

"ಹಾಗೆ ಮೂನ್ ಲೈಟಲ್ಲಿ ಒಂದು ವಾಕ್ ಹೋಗಿ ಬರೋಣ?"

"ಹಾಂ ಬೆಟರ್ .. ಎಲ್ಲರಿಗು ತಲೆಗೇರ್ತಾ ಇದೆಂತ ಅನ್ನಿಸುತ್ತೆ.. ನಂಗೆ ಹೆಚ್ಚು ಹೊತ್ತು ಕುಡಿಯೋ ಗಂಡಸರ ಮಧ್ಯ ಇರೋಕೆ ಕಷ್ಟ ಆಗುತ್ತೆ." ಮನಸಿನಲ್ಲಿದ್ದುದ್ದನ್ನು ನುಡಿದಳು ಅನುಪಮಾ

"ಏಳು ಸ್ವೆಟರ್ ಹಾಕ್ಕೊಂಡು ಬಾ. ಇವರದು ಮುಗಿಯೋಕೆ ಕಡಿಮೆ ಅಂದ್ರೆ, ಇನ್ನೆರಡು ಘಂಟೆ ಆಗುತ್ತೆ. ನಾವು ಸ್ವಲ್ಪ ಅಡ್ಡಾಡಿ ಬರೋಣ..." ರಘು ಎದ್ದಾಗ ಅನುಪಮ ಮನೆಗೆ ಹೋಗಿ ಸ್ವೆಟರ್ ಹಾಕಿಕೊಂಡು ಬಂದಳು.

"ಅಮ್ಮ ನಾವು ಸ್ವಲ್ಪ ದೂರ ಹಾಗೆ ಹೋಗಿ ಬರ್ತೀವಿ..."

"ಊಟದ ಹೊತ್ತಿಗೆ ಬಂದುಬಿಡಿ..'

"ಇವರ ಉತ್ಸಾಹ ನೋಡಿದ್ರೆ ಇನ್ನೆರಡು ಘಂಟೆಗೆ ಮುಂಚೆ ಇವರು ಊಟಕ್ಕೆ ಏಳೋ ಹಾಗೆ ಕಾಣ್ತಿಲ್ಲ. ಅಷ್ಟರಲ್ಲಿ ಬಂದು ಬಿಡ್ತಿವಿ..." ರಘು ಹೇಳಿದಾಗ ಜೊತೆಯಾಗಿ ನಡೆದ ಜೋಡಿಯನ್ನೇ ಕಣ್ತುಂಬ ನೋಡಿದರು ಬೋಜವ್ವ.

ಇಬ್ಬರು ಅಂಗಳವನ್ನು ದಾಟಿ ಕಲ್ಲುಮೆಟ್ಟಿಲಿಳಿದು ಗದ್ದೆಯತ್ತ ಹೆಜ್ಜೆ ಹಾಕಿದರು. ದಾರಿಯುದ್ದಕ್ಕೂ ಬೆಳದಿಂಗಳು ರಂಗೋಲಿಯನ್ನು ಹಾಸಿತ್ತು. ತಿಂಗಳ ಬೆಳಕಿನಲ್ಲಿ ಕಾಲುದಾರಿಗಳು ಬೆಳ್ಳಿಯ ಪಥದಂತೆ ಹೊಳೆಯುತ್ತಿದ್ದವು. ಕುಯಿಲಾದ ಭತ್ತದ ಗದ್ದೆಯಲ್ಲಿ ಉಳಿದಿದ್ದ ಹುಲ್ಲಿನ ಬೇರುಗಳು ನೋಟ ಹಾಯಿಸುವಷ್ಟು ದೂರವೂ ಶಶಿಕಿರಣಗಳನ್ನು ಪ್ರತಿಫಲಿಸುತ್ತಿದ್ದವು. ಗದ್ದೆಯ ಅಂಚಿನಲ್ಲಿದ್ದ ನೀರಿನ ಕಾಲುವೆಗಳು ಒಣಗಿ ಅದರಲ್ಲಿ ನಿಂತಿದ್ದ ಮರಳು ಬೆಳ್ಳನೆ ಹೊಳೆಯುತ್ತಿತ್ತು ಆ ಶಾಂತ ವಾತಾವರಣಕ್ಕೆ ಭಂಗ ಬರದಂತೆ ಇಬ್ಬರು ಮೌನವಾಗಿ ಗದ್ದೆಗೆ ಬಂದರು.

ನಾಲ್ಕಾರು ಗದ್ದೆಗಳನ್ನು ದಾಟಿದರೆ ಬರುವ ಗದ್ದೆಯಲ್ಲೊಂದು ಕಾಡಾನೆಯಂಥ ದೊಡ್ಡ ಕಪ್ಪು ಬಂಡೆಯಿತ್ತು. ಸಾಧಾರಣವಾಗಿ ಸಂಜೆಹೊತ್ತು ಅತ್ತ ವಾಕ್ ಬರುವವರೆಲ್ಲರೂ ಆ ಬಂಡೆಯ ಮೇಲೆ ಕುಳಿತುಕೊಳ್ಳುತ್ತಿದ್ದರು. ಅನುಪಮ ಮತ್ತು ರಘು ಸಹ ಬಂದು ಅದೇ ಬಂಡೆಯ ಮೇಲೆ ಕುಳಿತುಕೊಂಡರು.

ಎರಡು ನಿಮಿಷ ಆ ಸುಂದರ ಶಾಂತ ಪ್ರಕೃತಿಯನ್ನು ಆಸ್ವಾದಿಸಿದ ರಘು ತನ್ನ ಪಕ್ಕದಲ್ಲಿ ಅಷ್ಟೇ ಶಾಂತವಾಗಿ ಮತ್ತು ಸೌಮ್ಯವಾಗಿ ಕುಳಿತಿದ್ದ ಅನುಪಮಳತ್ತ ನೋಡಿದ. ಅವಳೂ ಸಹ ನೆಮ್ಮದಿಯಾಗಿ ಬೆಳದಿಂಗಳಿನಲ್ಲಿ ನೋಟ ಚೆಲ್ಲಿ ಕುಳಿತಿದ್ದಳು.

"ಅನೂ ಮುಂದೇನು ಮಾಡ್ತಿಯಾ ಅನೂ?" ಮೆಲ್ಲನೆ ವಿಷಯಕ್ಕೆ ಪೀಠಿಕೆ ಹಾಕಿದ ರಘು..

"ಯಾವ ವಿಷಯ ರಘು?"ಅವನ ಮಾತಿನ ಜಾಡನ್ನರಿಯದೆ ಕೇಳಿದಳು ಅನುಪಮ.

"ಕಾಲೇಜಿನ ವಿಷಯ.. ಕಾಲೇಜಿಗೆ ಎಲ್ಲಿ ಸೇರುತ್ತೀಯ? ಇಲ್ಲೇನಾ? ಅಥವಾ ಬೆಂಗಳೂರಿನಲ್ಲಾ?"

"ನಾನಿನ್ನು ಡಿಸೈಡ್ ಮಾಡಿಲ್ಲ ರಘು..." ಆ ವಿಷಯದ ಬಗ್ಗೆ ಅವಳಾಗಲೇ ತೀರ್ಮಾನ ತೆಗೆದುಕೊಂಡು ಆಶಾಳಿಗೆ ಪತ್ರ ಬರೆದಾಗಿತ್ತು. ಆದರೂ ರಘುವಿನ ಮಾನವನ್ನರಿಯುವ ಸಲುವಾಗಿ ಸುಮ್ಮನೆ ಹೇಳಿದಳು

ಅವಳಿಗೆ ಬೆಂಗಳೂರಿನ ಕಾಲೇಜಿಗೆ ಸೇರಲು ಹಲವಾರು ಕಾರಣಗಳಿದ್ದವು. ಅವಳ ಜೀವದ ಗೆಳತೀ ಆಶಾ ಅಲ್ಲಿಯೇ ಇದ್ದಳು. ನಾಲ್ಕು ವರ್ಷದಿಂದ ಓಡಾಡಿದ ಕಾಲೇಜ್. ಒಳ್ಳೆಯ ಉಪಾಧ್ಯಾಯರು, ನೆಚ್ಚಿನ ಗೆಳತಿಯರು, ಲೈಬ್ರರಿ, ಎಲ್ಲ ಅನುಕೂಲತೆಗಳಿದ್ದ ಆಶಾಳ ಮನೆ, ಕಾಲೇಜಿಗೆ ಹೋಗಲು ಆಶಾಳ ಸ್ಕೂಟರ್ ಎಲ್ಲ ಇದ್ದವು. ಕಾಲೇಜಿನ ಹಾಸ್ಟೆಲ್ ಕೂಡ ಸಾಕಷ್ಟು ಚೆನ್ನಾಗಿತ್ತು.

ಇಲ್ಲದರೆ ಮತ್ತೆ ಹೊಸದಾಗಿ ಎಲ್ಲದಕ್ಕೂ ಹೊಂದಿಕೊಳ್ಳಬೇಕು. ಮನೆಯಿಂದ ಕಾಲೇಜಿಗೆ ೭ ಕಿಮಿ ರಸ್ತೆ. ೨ ಕಿಮಿ ನಡೆದು ೫ ಕಿಮಿ ಬಸ್ಸಲ್ಲಿ ಹೋದರೂ ಸಾಧಾರಣವಾದ ಹಳೆಯ ಕಟ್ಟಡದ, ಹೆಚ್ಚಿನ ಅನುಕೂಲತೆಗಳಿಲ್ಲದ ಕಾಲೇಜು. ಹೊಸ ಮುಖ, ಹೊಸ ಟೀಚೆರ್ಸ್. ಕೇವಲ ಒಂದು ವರ್ಷಕ್ಕಾಗಿ ಇಷ್ಟೆಲ್ಲಾ ಅಭ್ಯಾಸ ಮಾಡಿಕೊಳ್ಳುವುದು ಬೇಸರದ ಸಂಗತಿ.

ಮನೆಯಲ್ಲಿ ಅವಳು ತೀರಾ ಒಂಟಿಯಾಗಿಬಿಡುತಿದ್ದಳು. ತಂದೆಗೆ ಸೋಮಯ್ಯನವರು ಜೊತೆಗಾದರೆ, ತಾಯಿಗೆ ಗಂಗವ್ವನವರು, ಅಕ್ಕಮ್ಮನವರು ಮತ್ತು ಚೋಂದವ್ವನವರು ಇರುತ್ತಿದ್ದರು. ಧಾರಣೆಗವಳ ಮುಖ ಕಂಡರಾಗುತ್ತಿರಲಿಲ್ಲ. ದೇಬೀ ದ್ವಿತೀಯ ಪಿ.ಯು.ಸಿ, ಮೊದಲನೇ ಬಾರಿಗೆ ಪಾಸ್ ಮಾಡಿದ್ದೆ ಮಹಾ ಸಾಧನೆ ಎಂಬಂತೆ ಮೆರೆಯುತಿದ್ದಳು. ಸುತ್ತಮುತ್ತಲಿನ ಹುಡುಗಿಯರ ಪೈಕಿ ಡಿಗ್ರೀ ಮೆಟ್ಟಲು ಹತ್ತಿದ ಮೊದಲನೇ ಹುಡುಗಿ ಅವಳಾದ್ದರಿಂದ ಅವಳ ತಲೆ ತಿರುಗಿ ಹೋಗಿತ್ತು.

ಸುಜಾತ ಪರವಾಗಿಲ್ಲವಾದರೂ ಅವಳ ಮದುವೆ ಇನ್ನಾರು ತಿಂಗಳಲ್ಲಿ ನಡೆದು ಹೋಗುವುದರಲ್ಲಿತ್ತು. ಇದ್ದದರಲ್ಲಿ ಶಾಮ್ ಮಾತ್ರ ಅವಳು ಕೊಡುವ ಚಾಕೂಲೇಟಿನ ಆಸೆಗೆ ಅವಳಿಗೆ ಸ್ವಲ್ಪ ಅಂಟಿಕೊಂಡಿದ್ದ.

ಇನ್ನವಳಿಗೆ ಉಳಿದದ್ದು ಒಂದೇ ಕಾರಣ... "ರಘು"

"ನಿಂಗೆ ಬೆಂಗಳೂರಲ್ಲಿ ತುಂಬಾ ಫೆಸಿಲಿಟೀಸ್ ಇದೆ. " ಅನುಪಮಾಳ ಉತ್ತರವನ್ನು ಕೇಳಿ ಹೇಳಿದ ರಘು.

"ಫೆಸಿಲಿಟೀಸ್ ವಿಷ್ಯ ಬಿಡಿ. ಆದ್ರೆ ನಂಗಲ್ಲಿ ತುಂಬಾ ಒಳ್ಳೆ ಫ್ರೆಂಡ್ಸ್ ಇದ್ದಾರೆ. ಒಳ್ಳೆ ಲೆಕ್ಚರರ್ಸ್, ಕೋಚಿಂಗ್ ಎಲ್ಲ ಇದೆ." ನಿಜವನ್ನೇ ಹೇಳಿದಳು ಅನುಪಮ .

"ಮುಂದೆ ಓದೋ ಅಥವಾ ಕೆಲಸಕ್ಕೆ ಸೇರೋ ಉದ್ದೇಶ ಇದ್ಯಾ?"

"ಹಾಗೇನೂ ಇಲ್ಲ. ಡಿಗ್ರಿ ನಂತ್ರ ಏನೂಂತ ನಂಗಿನ್ನೂ ಗೊತ್ತಿಲ್ಲ..."

"ಹಾಗಾದ್ರೆ, ನೀನಿಲ್ಲೇ ಓದಬಹುದಲ್ಲ ಅನೂ. ನಿಂಗೆ ದೊಡ್ಡ ಎಮ್ ಇದ್ರೆ ಸರಿ. ಬರಿ ಡಿಗ್ರಿಗೋಸ್ಕರವಾದ್ರೆ ಇಲ್ಲೇ ಓದಬಹುದಲ್ಲ ಅನೂ." ಅವಳ ನೋಟದಲ್ಲಿ ನೋಟ ಬೆರೆಸಿ ಹೇಳಿದ. ಅವನ ದನಿಯಲ್ಲಿ ಬೇಡಿಕೆ ಇತ್ತು

ಅವನನ್ನೇ ನೋಡುತಿದ್ದ ಅವಳ ನೋಟ ಕೆಳಗಿಳಿಯಿತು. ಅದನ್ನೇ ಅವಳು ಸಹ ಗೆಳತಿಗೆ ಪತ್ರದಲ್ಲಿ ಬರೆದು ತಿಳಿಸಿದ್ದಳು.

" ಅನೂ .." ಕಲ್ಲಿನ ಮೇಲೆ ವಿರಮಿಸಿದ ಅವಳ ಕೈಯನ್ನು ಹಿಡಿದುಕೊಂಡ. "ನಿಜ ಹೇಳ್ತಾ ಇದ್ದೀನಿ ಅನೂ. ನೀನಿಲ್ಲೆ ಹೋದ್ರೆ ನಂಗೆ ಖಂಡಿತ ಇರೋದಕ್ಕಾಗೋದಿಲ್ಲ" ಅವಳ ಮೃದುವಾದ ಕೈಯನ್ನು ಕೆನ್ನೆಗೊತ್ತಿಕೊಂಡ. "ನೀನು ನಂಗೆ ತುಂಬಾ ಒಗ್ಗಿಹೋಗಿದ್ದೀಯ. ನನ್ನ ಪ್ರತಿಯೊಂದು ಹೆಜ್ಜೆಯಲ್ಲೂ ನೀನು ನಂಗೆ ಬೇಕು ಅನೂ. ನೀನು ನನ್ನ ಶಕ್ತಿಯಾಗಿ, ನನ್ನ ಬಾಳ ಸಂಗಾತಿಯಾಗಿ ನನಗೆ ಬೇಕು. ಅನೂ ರಿಯಲಿ ಐ ನೀಡ್ ಯು.. ನಂಗೋಸ್ಕರ.. ನಂಗೋಸ್ಕರ ನೀನಿಲ್ಲಿ ಇದ್ದುಬಿಡು.." ಅತ್ಯಂತ ಭಾವುಕನಾಗಿ ರಘು ನುಡಿದಾಗ ಅವನಿಗರಿವಿಲ್ಲದೆ ಅವನ ಕಂಗಳಿಂದ ಜಾರಿದ ಜೋಡಿ ಮುತ್ತು ಅವಳ ಮುಂಗೈಮೇಲೆ ಬಿದ್ದವು. ಬೆಚ್ಚಿದ ಅನುಪಮ ತನ್ನ ಕೈಯೆಳೆದುಕೊಂಡಳು. ಅವಳ ಮುಂಗೈಯಮೇಲೆ ಬಿದ್ದ ಕಂಬನಿಯ ಬಿಂದುಗಳು ಮುತ್ತಿನ ಹನಿಗಳಂತೆ ಹೊಳೆಯುತ್ತಿದ್ದವು. ತಲೆಯೆತ್ತಿ ಅವನತ್ತ ನೋಡಿದಳು. ರಘು ಅವಳ ಪ್ರತಿಕ್ರಿಯೆಗಾಗಿ ಕಾತುರದಿಂದ ಎದುರುನೋಡುತಿದ್ದ. ಆ ಕಂಬನಿಯನ್ನು ಕಣ್ಣಿಗೊತ್ತಿಕೊಂಡು ತಲೆಗೆ ಸವರಿಕೊಂಡಳು.

"ಅಬ್ಬಾ ಎಂಥಾ ಪ್ರೀತಿ?" ಇಂಥ ಧೀಮಂತ ರಘು ನನಗಾಗಿ ಕಂಬನಿ ಮಿಡಿಯುತಿದ್ದಾರೆ. ನನ್ನ ರಘು ನನಗೆ ತಮ್ಮ ಹೃದಯವನ್ನು ಕಂಬನಿಯ ರೂಪದಲ್ಲಿ ಧಾರೆಯೆರೆದಿದ್ದಾರೆ.

ಹರ್ಷಾತಿರೇಕಕ್ಕೆ ಅವಳ ತನು ಕಂಪಿಸಿತು. ತನ್ನನು ತಾನು ನಿಗ್ರಹಿಸಿಕೊಳ್ಳಲಾರದೆ ಅವನೆದೆಗೊರಗಿದಳು ಅನುಪಮ.. ಏನು ಹೇಳುವುದಕ್ಕೂ ಅವಳು ಅಸಮರ್ಥಳಾಗಿದ್ದಳು.

ಅವಳ ಉತ್ತರವನ್ನು ನಿರೀಕ್ಷಿಸಿ ಅವಳನ್ನೇ ಕೌತುಕದಿಂದ ನೋಡುತಿದ್ದ ರಘು ತನ್ನೆದೆಗೊರಗಿದ ಅನುಪಮಾಳನ್ನು ಗಾಢವಾಗಿ ಆಲಂಗಿಸಿದ. ಅವನ ಬೆರಳು ಅವಳ ಮುಂಗುರುಳ ಮೇಲಾಡಿದವು. ಅವಳ ಬೆಳ್ಳಿಯ ಬೈತಲೆಗೆ ತುಟಿಯನ್ನೊತ್ತಿ ನೆಮ್ಮದಿಯ ನಿಟ್ಟುಸಿರಿಟ್ಟ ರಘು.

****

ದಿನಗಳು ಕ್ಷಣದಂತೆ ಉರುಳತೊಡಗಿದವು. ಅನುಪಮಾ ಸ್ವರ್ಗದಲ್ಲಿ ವಿಹರಿಸುತಿದ್ದಳು. ಅವಳ ಮನಸ್ಸು ಸದಾ ರಘುವಿನೊಡನೆ ಬೆಳ್ಮೋಡದ ಗಗನಗಳಲಿ ವಿಹರಿಸಿ, ಕಾಮನ ಬಿಲ್ಲಿನಲ್ಲಿ ಉಯ್ಯಾಲೆ ಆಡಿ, ಬೆಳದಿಂಗಳಲ್ಲಿ ತೇಲುತಿತ್ತು. ಅವಳ ನರನಾಡಿಗಳಲ್ಲಿ, ಉಸಿರಲ್ಲಿ ಉಸಿರಾಗಿ ಬೆರೆತು ಹೋಗಿದ್ದ

ರಘು. ಅವಳು ರಘುವಿನ ಹೊರತು ಬೇರೇನನ್ನೂ ಚಿಂತಿಸದಾಗಿದ್ದಳು. ಅದೂ ಅಲ್ಲದೆ ದಿನದ ಹೆಚ್ಚಿನ ಸಮಯವನ್ನು ರಘುವಿನೊಂದಿಗೆ ಕಳೆದು ಬಿಡುತಿದ್ದಳು ಅನುಪಮಾ .

ಹೀಗಿದ್ದರೂ ಸುಲಭವಾಗಿ ಮತ್ತು ಧಾರಾಳವಾಗಿ ಸಿಗುತ್ತಿದ್ದ ಅನುಪಮಾಳ ಸ್ನೇಹವನ್ನು ದುರುಪಯೋಗ ಪಡಿಸಿಕೊಳುತ್ತಿರಲಿಲ್ಲ ರಘು. ಬರಿ ಮಾತಿನಲ್ಲಿ ಅವಳನ್ನು ರೇಗಿಸುತಿದ್ದನೆ ಹೊರತು ಅವಳನ್ನು ಅಪ್ಪಿ ತಪ್ಪಿಯೂ ಮುಟ್ಟುತ್ತಿರಲಿಲ್ಲ. ಒಮ್ಮೊಮ್ಮೆ ಪ್ರೀತಿಗೆ ಅವಳ ಜಡೆಯನ್ನು ಜಗ್ಗುತ್ತಿದ್ದ, ಇಲ್ಲವೇ, ಇಬ್ಬರೇ ಇದ್ದ ಸಮಯದಲ್ಲಿ ಅವಳ ಕೈ ಹಿಡಿದುಕೊಳುವುದು ಬಿಟ್ಟರೆ ಅಪರೂಪಕ್ಕಾದರೂ ಅವಳ ಭುಜವನ್ನು ಸಹ ಬಳಸುತ್ತಿರಲಿಲ್ಲ.

ಅಂದು ಭಾನುವಾರ. ಪೇಟೆಗೆ ಹೋಗಲು ೧೧ಘಂಟೆಗೆ ರಘು ಬರುವುದಾಗಿ ಹೇಳಿದ್ದರಿಂದ ಎಲ್ಲ ಕೆಲಸಗಳನ್ನು ಬೇಗ ಬೇಗ ಮುಗಿಸಿಕೊಂಡಳು ಅನುಪಮಾ. ತನಗೆ ಪ್ರಿಯವಾದ ಒಂದಿಂಚು ಬೆಳ್ಳಿಯ ಅಂಚಿದ್ದ ತಿಳಿ ನೀಲಿ ಬಣ್ಣದ ಶಿಫಾನ್ ಸೀರೆಯನ್ನುಟ್ಟು ಆಸಕ್ತಿಯಿಂದ ಅಲಂಕರಿಸಿಕೊಂಡಳು.

ಅವಳ ತಾವರೆಯ ಮೈಬಣ್ಣಕ್ಕೆ ಆ ಸೀರೆ ಅತ್ಯಂತ ಮೋಹಕವಾಗಿ ಶೋಭಿಸಿತು. ರಘು ಕಳಿಸಿದ ಮಲ್ಲಿಗೆಯ ಮಾಲೆಯನ್ನು ಮುಡಿದು ಕನ್ನಡಿಯೆದುರು ನಿಂತಾಗ, ತನ್ನ ರೂಪದ ಬಗ್ಗೆ ಹೆಮ್ಮೆ ಎನಿಸಿತು ಅನುಪಮಳಿಗೆ.

ಹೇಳಿದ ಸಮಯಕ್ಕೆ ಸರಿಯಾಗಿ ಬಂದ ರಘು ಅನುಪಮಾಳನ್ನು ನೋಡಿ ಹುಬ್ಬೇರಿಸಿದನೇ ಹೊರತು ಮಾತಾಡಲಿಲ್ಲ. ಅವನಿಂದ ಮೆಚ್ಚಿಗೆಯ ನುಡಿಗಳನ್ನು ನಿರೀಕ್ಷಿಸಿದ ಅನುಪಮಳಿಗೆ ಸ್ವಲ್ಪ ನಿರಾಸೆಯಾಯಿತು.

ಇಬ್ಬರು ಬೋಜವ್ವನವರಿಗೆ ಹೇಳಿ ಮನೆಯಿಂದ ಹೊರಟರು. ಜೀಪನ್ನು ಸ್ಟಾರ್ಟ್ ಮಾಡಿದ ರಘು ಸ್ವಲ್ಪ ದೂರ ಹೋಗಿ ನಿರ್ಜನ ಪ್ರದೇಶದಲ್ಲಿ ಜೀಪನ್ನು ನಿಲ್ಲಿಸಿದ.

"ಇದೇನು ಜೀಪ್ ನಿಲ್ಲಿಸಿಬಿಟ್ಟಿ?" ಅಚ್ಚರಿಯಿಂದ ಕೇಳಿದಳು ಅನುಪಮ.

"ಏನು ಮಾಡೋದು. ನಂಗೆ ರಸ್ತೇನೆ ಕಾಣ್ತಾ ಇಲ್ವಲ್ಲ. ಹೇಗೆ ಡ್ರೈವ್ ಮಾಡೋದು... ಎಲ್ಲಿ ನೋಡಿದ್ರೂ ನೀನೆ ಕಾಣ್ತಾ ಇದ್ದೀಯ..."ಅವಳತ್ತ ತಿರುಗಿ ಹೇಳಿದ.

"ನನ್ನ ದಿನ ನೋಡೋದು ಇದ್ದೆ ಇದ್ಯಲ್ಲ.."

"ಆದ್ರೆ... ಈ ರೂಪದಲ್ಲಿ ನಿನ್ನ ನೋಡ್ತಾ ಇರೋದು ಇದೆ ಮೊದಲ ಸಲ.. ಸೀರೇನಲ್ಲಿ ನಿನ್ನ ಚೆಲುವು ಇಮ್ಮಡಿಸುತ್ತೆ.... ನಿಜವಾಗಲೂ ನೀನು ಸೀರೇಯಲ್ಲಿ ಅದ್ಭುತವಾಗಿ ಕಾಣ್ತಿಯ." ತುಂಬು ಮೆಚ್ಚಿಗೆಯಿಂದ ನುಡಿದ ರಘು.

ಅವಳು ನಿರೀಕ್ಷಿಸಿದ್ದಕ್ಕಿಂತ ಹೆಚ್ಚಿನ ಮೆಚ್ಚಿಗೆಯ ಉದ್ಗಾರ ರಘುವಿನಿಂದ ಬಂದಾಗ ಅವಳು ತುಸು ಸಂಕೋಚಗೊಂಡು "ಥಾಂಕ್ಯೂ " ಎಂದಳು.

"ಏನು ಥ್ಯಾಂಕ್ಯೂ? ನೋಡು ನನ್ನ ಬಿ.ಪಿ ಹೇಗೆ ರೈಸ್ ಆಗ್ತಾ ಇದೆ... ಇನ್ನೊಂದು ಘಳಿಗೆಲಿ ಹಾರ್ಟ್ ಅಟ್ಯಾಕ್ ಆದರೂ ಆಗಬಹುದು.." ಎದೆಯೊತ್ತಿಕೊಂಡು ನುಡಿದ ರಘು.

"ಪರವಾಗಿಲ್ಲ. ತುಂಬಾ ಚೆನ್ನಾಗಿ ತಮಾಷೆ ಮಾಡ್ತೀರಿ..." ತುಟಿಕೊಂಕಿಸಿ ನುಡಿದಳು ಅನುಪಮಾ .

"ಮೈ ಡಿಯರ್ ಸ್ವೀಟ್ ಗರ್ಲ್. ಇದರಲ್ಲಿ ತಮಾಷೆ ಏನಿದೆ...ನಿನ್ನ ನೆನೆಸಿಕೊಂಡ್ರೆ ಸಾಕು ನನ್ನೆದೆಯ ಬಡಿತ ಜೋರಾಗುತ್ತೆ... ಅಂಥದರಲ್ಲಿ ನೀನು ಜೊತೆಗಿದ್ರೆ ಹೇಗಾಗಬೇಡ? ನಿನ್ನ ಹೆಸರಿಗೆ ಕೂಡ ಕಳಂಕ ಬರಬಾರದು ಅನ್ನೋ ಒಂದೇ ಕಾರಣಕ್ಕೆ ನಾನು ಗಂಭೀರವಾಗಿರ್ತೀನಿ ಅಷ್ಟೇ. ಹಾಗಂತ ನಾನು ಕಲ್ಲು ಬಂಡೆಂತ ಅಂದ್ಕೊಂಡಿದ್ದೀಯ? ನನ್ನಲ್ಲಿ ಬಯಕೆ, ಆಕಾಂಕ್ಷೆಗಳೇನೂ ಇಲ್ಲ ಅಂದ್ಕೊಂಡಿದ್ದೀಯ? ನನ್ನ ಮೇಲೆ ಯುದ್ಧ ಸಾರ್ತಾ ಇದ್ದೀಯ? ನಾನು ನಿಂಗೆ ಯಾವತ್ತೋ ಸೋತು ಶರಣಾಗಿದ್ದೀನಿ ದೇವಿ. ಇನ್ನು ಈ ಪಾಮರನ ಪರೀಕ್ಷೆ ಮಾಡೋದು ಬೇಡ. ಆಮೇಲೆ ಆ ಹಾಡಿದೆಯಲ್ಲ... ಅದೇನು... ರೂಪ್ ತೇರ ಮಾಸ್ತನ, ಪ್ಯಾರ್ ಮೇರಾ ದೀವಾನಾ.. ಭೂಲ್ ನ ಕೊಹಿ ಹಂಸೆ ಹೊಜಾಯೇಂತ... ನನ್ನ ಬಿಪಿ ನನ್ನ ಕೈ ಮೀರಿ ಹೋದ್ರೆ ನಿನ್ನ ಆರೋಗ್ಯನೂ ಹಾಳಾಗುತ್ತೆ... ಆಮೇಲೆ ನನ್ನ ನಿಷ್ಠೂರ ಮಾಡಬಾರದಪ್ಷೇ.." ರಘು ನೇರವಾಗೇ ಅಪಾದಿಸಿದಾಗ ಅವಳ ಕೊರಳು ಪೂರ್ತಿ ಬಗ್ಗಿತು. ಮುಖ ದಾಸವಾಳದ ಹೂವಿನಂತೆ ಕೆಂಪಾಯಿತು. ಅವಳು ಮೈತುಂಬ ಸೆರಗು ಹೊದ್ದುಕೊಂಡು ಕುಳಿತುಕೊಂಡಳು.

"ಅಪರೂಪಕ್ಕೆ ನಂಗೆ ಸೀರೆ ಉಡಬೇಕೆನ್ನಿಸಿತು.. ಅಷ್ಟೇ..." ಮೆಲ್ಲನೆ ತೊದಲಿದಳು .

"ನಿಂಗೆ ಅಷ್ಟೆಮ್ಮ.. ನಿನ್ನ ನೋಡಿ ನೋಡಿ ನಂಗೆ ಹಾರ್ಟ್ ಅಟ್ಯಾಕ್ ಆದ್ರೆ ಏನು ಗತಿ.."ಅವನು ನಗುತ್ತ ಜೀಪ್ ಸ್ಟಾರ್ಟ್ ಮಾಡಿದ.

"ನಿಮಗೆಲ್ಲಿ ಹಾರ್ಟ್ ಅಟ್ಯಾಕ್ ಆಗುತ್ತೆ? ನಿಮ್ಮಿಂದ ದೂರ ಇದ್ದು ಇದ್ದು ನನ್ನ ಹೃದಯ ಒಡೆದು ಹೋಗುತ್ತಷ್ಟೇ..." ಓರೆಗಣ್ಣಿನಲ್ಲಿ ಅವನನ್ನು ನೋಡುತ್ತ ಮನದಲ್ಲೆಂದುಕೊಂಡಳು ಅನುಪಮಾ. ಅವನ ಮುಖದಲ್ಲಿದ್ದ ಕಿರುನಗೆ ಅವನ ಅಂದವನ್ನು ಇನ್ನಷ್ಟು ಹೆಚ್ಚಿಸಿತು. ಅವಳೆದೆ ಉಬ್ಬಿತು.

"ಆಶಾ ಪ್ರಪಂಚದ ಅತ್ಯಂತ ಅದೃಷ್ಟವಂತೆ ನಾನು ಆಶಾ. ನನ್ನ ರಘು ನಿಜವಾದ ದೇವ ಪುರುಷ..." ಮನದಲ್ಲೇ ಗೆಳತಿಗೆ ಸಂದೇಶ ಕಳಿಸಿದಳು.

ಇಬ್ಬರೂ ಮಾರ್ಕೆಟ್ ಹಾಗು ಅಂಗಡಿಗಳಲ್ಲಿ ತಮಗೆ ಬೇಕಾದದ್ದನ್ನು ಕೊಂಡು ಕೊಂಡರು. ಅನುಪಮಾ ರಘುವಿನ ಗೌರ ವರ್ಣಕ್ಕೆ ಒಪ್ಪುವಂತ ಜೇನಿನ ಬಣ್ಣದ ಉಲ್ಲನ್ ತೆಗೆದುಕೊಂಡಳು. ಬೇಕಾದದ್ದನ್ನೆಲ್ಲ ಕೊಂಡುಕೊಂಡು ಹೋಟೆಲ್ 'ಹಿಲ್ ವ್ಯೂ' ನಲ್ಲಿ ಊಟಕ್ಕೆ ಹೋದರು.

ಹೋಟೆಲಿನಲ್ಲಿ ಹಲವಾರು ಜೊತೆ ಕಂಗಳು ಅವರನ್ನು ಮೆಚ್ಚಿಗೆಯಿಂದ ನೋಡಿದ್ದನ್ನು ಗಮನಿಸಿದಳು ಅನುಪಮಾ. ಅವಳ ಹೃದಯ ಇನ್ನಷ್ಟು ಹಿಗ್ಗಿ ಹೂವಾಯಿತು

ಊಟದ ಆಯ್ಕೆಯಲ್ಲಿ ತಮ್ಮಿಬ್ಬರ ಆಸಕ್ತಿ ತುಂಬಾ ಸಾಮ್ಯವಿದ್ದುದ್ದನ್ನು ಗಮನಿಸಿದಳು ಅನುಪಮಾ. ಅವಳಿಗೆ ಖಾರ ಹಾಗು ಮಸಾಲೆಗಳು ಕಡಿಮೆಯಿದ್ದ ಭೋಜನ ಪ್ರಿಯವಾಗಿದ್ದವು. ರಘುವೂ ಕೂಡ ಅದೇ ರೀತಿಯ ಖಾದ್ಯಗಳನ್ನು ಊಟಕ್ಕೆ ತರಿಸಿದ್ದ.

ಊಟದ ನಡುವೆ ರಘು ಹೇಳಿದ.. "ಅನೂ, ಹಾರ್ಟಿಕಲ್ಚರ್ ಡಿಪಾರ್ಟ್‌ಮೆಂಟಲ್ಲಿ ಜಯರಾಮ್ ಅಂತ ಒಬ್ಬರು ಡೈರೆಕ್ಟರಾಗಿ ಕೆಲಸ ಮಾಡ್ತಾ ಇದ್ದಾರೆ.. ಅವರು ಯಾವಾಗಲು ತೋಟಗಾರಿಕೆ ಬಗ್ಗೆ ತುಂಬಾ ಅಡ್ವೈಸ್ ಮಾಡ್ತಾರೆ.. ನಾನಿಲ್ಲಿಗೆ ಬಂದಾಗ ಅವರನ್ನ ಕಾಣದೆ ಹೋಗೋಲ್ಲ... ಸ್ವಲ್ಪ ಅವರ ಮನೆಗೆ ಹೋಗಿ ಬರೋಣ..?" ಎಂದಾಗ ಒಪ್ಪಿಕೊಂಡಳು ಅನುಪಮಾ.

ರಘು ಜೀಪನ್ನು ಒಂದು ಚಿಕ್ಕ ಮನೆಯ ಮುಂದೆ ನಿಲ್ಲಿಸಿದ. "ಅವರ ಫ್ಯಾಮಿಲಿ ಎಲ್ಲ ಬೆಂಗಳೂರಿನಲ್ಲಿರೋದು.." ಡ್ರೈವಿಂಗ್ ಸೀಟಿನಿಂದ ಕೆಳಗಿಳಿದು ಜೀಪಿನಿಂದ, ಒಂದು ಬಾಟಲ್ ಜೇನುತುಪ್ಪ ಮತ್ತು ಒಂದು ಬುಟ್ಟಿ ಹಣ್ಣುಗಳನ್ನು ತೆಗೆದುಕೊಂಡು ಬಾಗಿಲ ಹತ್ತಿರ ಬರುವಷ್ಟರಲ್ಲೇ ಎದುರಾದರು ಜಯರಾಮ್.

"ಬಾಪ್ಪಾ, ರಘು. ನಿನ್ನೆ ಕಾಯ್ತಾ ಇದ್ದೆ" ಐವತ್ತು ದಾಟಿದ ಧಡೂತಿ ವ್ಯಕ್ತಿಯೊಬ್ಬರು ಅವರನ್ನು ಹಾರ್ದಿಕವಾಗಿ ಸ್ವಾಗತಿಸಿದರು. ರಘುವಿನ ಜೊತೆಯಲ್ಲಿ ನಿಂತಿದ್ದ ಅನುಪಮಾಳನ್ನು ನೋಡಿ ಅವರ ಹುಬ್ಬೇರಿತು..."ಅನುಪಮಾ?" ಅವರು ಕೇಳಿದರು.

ರಘು ಹೌದೆನ್ನುವಂತೆ ತಲೆಯಾಡಿಸಿದ..

"ಅನೂ ಇವರೇ ಜಯರಾಮ್ ಅಂತ. ಗೈಡ್ ಫಾರ್ ಮೈ ಎಕ್ಸ್‌ಪೆರಿಮೆಂಟ್ಸ್.."

"ವೆಲ್ ಕಮ್, ವೆಲ್ ಕಮ್. ಯಂಗ್ ಲೇಡಿ.. ಅನುಪಮಾ .. ಎಂಥ ಅನ್ವಯ ಹೆಸರು.. ಉಪಮಾ ರಹಿತವಾದದ್ದು.. ಬಾಮ ಕೂತ್ಕೋ.. ರಘು ಯಾವಾಗಲು ನಿನ್ನ ಬಗ್ಗೇನೆ ಹೇಳ್ತಾ ಇರ್ತಾನೆ.. ರಘು, ನಿನ್ನ ಸೆಲೆಕ್ಷನ್ ವರ್ಲ್ಡ್ ಕ್ಲಾಸ್.." ಅವರು ದೊಡ್ಡ ದನಿಯಲ್ಲಿ ನಗುತ್ತಾ ಅವಳನ್ನು ಸ್ವಾಗತಿಸಿದರು.

ಅನುಪಮಾ ಸಂಕೋಚದಿಂದ ಬಂದು ಸೋಫಾದಲ್ಲಿ ರಘುವಿನ ಪಕ್ಕದಲ್ಲಿ ಕುಳಿತುಕೊಂಡಳು.

"ಎಂಥಾ ಜೋಡಿ... ನೀನು ಇಷ್ಟುದಿನ ಮದುವೆಯಾಗದೆ ಉಳಿದಾಗಲೇ ಉಂದುಕೊಂಡಿದ್ದೆ. ಒಂದಿಲ್ಲೊಂದು ದಿನ ನಿನ್ನ ತೋಟದಲ್ಲಿ ವಿಹರಿಸೋಕೆ ಬರುವ ಗಂಧರ್ವ ಕನ್ಯೇನ ಬುಟ್ಟಿಗೆ ಹಾಕೊಳ್ತೀಯಾಂತ. ನೋಡು ನನ್ನ ಅನುಮಾನ ನಿಜವಾಯ್ತು. ಯು ಮೇಕ್ ಆ ವಂಡರ್‌ಫುಲ್ ಕಪಲ್.. ಇರಿ ಒಂದು

ಫೋಟೋ ತಗೊಂದು ಬಿಡ್ತೀನಿ..."ಅವರಿಬ್ಬರನ್ನು ಕಣ್ಣು ತುಂಬಾ ನೋಡಿದ ಜಯರಾಮ್, ನಂತರ ಅದೇ ಹಾಲಿಗೆ ಅಂಟಿಕೊಂಡಿದ್ದ ಕೋಣಗೆ ನಡೆದರು.

ಅವರ ಗಂಟಲು ಜೋರಾಗಿದೆ. ಸನ್ನೆ ಮಾಡಿ ಜಯರಾಮರನ್ನು ಅಣಕಿಸಿದಳು ಅನುಪಮಾ . "ಅವರು ಹಾಗೇನೇ.. ಆದ್ರೆ ಒಳ್ಳೆಯವರು.."ಅವನು ಸನ್ನೆಯಲ್ಲೇ ಹೇಳಿದ.

ಪಿಸುಗುಟ್ಟಿದರೂ ಪಕ್ಕದ ಕೋಣೆಗೆ ಕೇಳುವ ಸಾಧ್ಯತೆ ಇದ್ದುದರಿಂದ ಇಬ್ಬರೂ ಸನ್ನೆಯಲ್ಲೇ ಮಾತಾಡಿದರು..

ಜಯರಾಮ್ ಬರುವಾಗ ಅವರ ಕೈಯಲ್ಲೊಂದು ಕ್ಯಾಮರಾವಿತ್ತು.

"ಇಂಥ ಚಾನ್ಸ್ ಮಿಸ್ ಮಾಡ್ಕೊಬಾರದು" ಜಯರಾಮ್ ಅವರಿಬ್ಬರ ಭಾವಚಿತ್ರವನ್ನು ಕ್ಯಾಮರಾದಲ್ಲಿ ಸೆರೆಹಿಡಿದರು.

"ನಮ್ಮ ರಘು ಅಪರಂಜಿಮಾ. ಅವನಿಗೆ ಎಂಥ ಹುಡುಗಿ ಸಿಕ್ತಾಳೋಂತ ನಂಗೆ ತುಂಬಾ ಕುತೂಹಲವಿತ್ತು. ಇವತ್ತು ನನಗೆ ನೆಮ್ಮದಿಯಾಯ್ತು. ನಿಮ್ಮ ಜೋಡಿ ಹಾಲು ಸಕ್ಕರೆಯಂತೆ ಮಧುರವಾಗಿರಲಿ. ಒಂದು ನಿಮಿಷ ಇರಿ.. ಸಕ್ಕರೆ ಹಾಕಿದ ಹಾಲು ತಂದುಬಿಡ್ತೀನಿ.." ಮತ್ತೆ ಒಳಗೋಡಿದರು. ಅವರು ಅನುಪಮಾಳನ್ನು ನೋಡಿ ಅತೀವ ಉತ್ಸಾಹಗೊಂಡಂತೆ ತೋರಿದರು.

"ಏನು, ಇಲ್ಲೇ ನಿಮ್ಮಿಬ್ಬರ ಮದುವೆನೂ ನಡೆಸೋ ಹಾಗೆ ಕಾಣ್ತಿದೆ.." ಅವರು ಹಾಲಿನ ಲೋಟವನ್ನು ಹಿಡಿದು ಬಂದಾಗ ಕೇಳಿದ ರಘು.

"ಇನ್ನು ಯಾಕೆ ಲೇಟು? ಮುಗಿಸಿಬಿಡಬಹುದಲ್ಲ.."

"ಇವಳ ಸ್ಟಡೀಸ್ ಇನ್ನೊಂದು ವರ್ಷ ಇದೆ.. ಆಗಿಬಿಡಲೀಂತ.." ಹೇಳಿದ ರಘು. ಆದರೆ ಅದು ನಿಜವಾಗಿರಲಿಲ್ಲ. ಅವರಿಬ್ಬರ ಪರಿಚಯವಾಗಿ ಕೇವಲ ನಾಲ್ಕು ತಿಂಗಳಾಗಿತ್ತಷ್ಟೆ. ಆದರೆ ಅವರ ಸ್ನೇಹ ತ್ವರಿತ ಗತಿಯಲ್ಲಿ ಮುಂದುವರಿದಿತ್ತು.

"ಅಂದ್ರೆ.. ಇನ್ನೂ ಒಂದು ವರ್ಷ ಲೇಟ್? ಏನಮ್ಮ ಅನೂ ನೀನು ಓದು ಮುಗಿಯದೆ ಮದುವೆ ಆಗೋದಿಲ್ಲವಾ?" ಅನುಪಮಾಳನ್ನು ಕೇಳಿದರು..

ಅನುಪಮಳಿಗೆ ಏನು ಹೇಳಲೂ ತೋಚಲಿಲ್ಲ. ಅವಳು ಮದುವೆಯ ಬಗ್ಗೆ ಯೋಚಿಸಿರಲಿಲ್ಲವಾದರೂ, ಅವಳಿಗೆ ಈಚೀಚೆಗೆ, ರಘುವಿನಿಂದ ದೂರವಿರುವುದು ತುಂಬಾ ಕಷ್ಟವೆನಿಸುತಿತ್ತು. ಸಧ್ಯದ ಪರಿಸ್ಥಿತಿಯಲ್ಲಿ ಅವಳು ರಘುವಿಗೆ ಜೀವ ತೆರಲೂ ಸಿದ್ಧಳಿದ್ದಳು. ಅಂಥದರಲ್ಲಿ ಓದು ಯಾವ ಲೆಕ್ಕ.

"ಹಾಗೇನಿಲ್ಲ...."ಅವಳಿನ್ನೂ ಏನು ಹೇಳುತಿದ್ದಳೋ ಥಟ್ಟನೆ ಹೇಳಿದರು ಜಯರಾಮ್

"ನೋಡು ರಘು..ಅವಳೇನೂ ಹಾಗೆ ಹೇಳ್ತಾ ಇಲ್ಲ. ನೀನೆ ಹಿಂದೆ ಮುಂದೆ ನೋಡ್ತಾ ಇರೋದು.. ಮದುವೆಯಾಗಿಬಿಡಿ. ಆಮೇಲೆ ಬೇಕಾದ್ರೆ ಓದಬಯದು.."

ರಘುವೂ ಇತ್ತೀಚಿಗೆ ಅದನ್ನೇ ಯೋಚಿಸುತಿದ್ದ. ಅವನ ಬದುಕಿನಲ್ಲಿ ಅನುಪಮಾ ಬರುವವರೆಗೆ ಎಲ್ಲಾ ಸಲೀಸಾಗಿತ್ತು. ಅವನ ಮನಸ್ಸು ಸ್ಫಟಿಕದಂತೆ ಶುಭ್ರವಾಗಿತ್ತು. ಕೆಲಸದ ಹೊರತಾಗಿ ಬೇರೆಲ್ಲೂ ಅವನ ಗಮನ ಹರಿಯುತ್ತಿರಲಿಲ್ಲ. ಅವನ ತೋಟಗಳೇ ಅವನ ಕರ್ಮ ಭೂಮಿಯಾಗಿತ್ತು ಆದರೆ ಅನುಪಮಾ ಬಂದಲ್ಲಿಂದ ಅವನ ಜೀವನ ತುಂಬಾ ಬದಲಾಗಿತ್ತು. ಬದುಕು ಸಪ್ತ ವರ್ಣಗಳ ಸಂಗಮವಾಗಿತ್ತು. ಅವನ ಹೃದಯ ಅವಳನ್ನು ತನ್ನವಳನ್ನಾಗಿಸಿಕೊಳ್ಳಲು ಹುಚ್ಚುಕುದುರೆಯಂತೆ ಪರಿತಪಿಸುತಿತ್ತು. ಮ್ಯೆಮನಸು ನೂರಾರು ಬಯಕೆಗಳ ಆಗರವಾಗಿತ್ತು. ಎಷ್ಟು ಬೇಗ ಸಾಧ್ಯವೋ ಅಷ್ಟು ಬೇಗ ಅವಳನ್ನು ತನ್ನ ಮನೆದುಂಬಿಸಿಕೊಳ್ಳಲು ಅವನೆದೆ ತವಕಿಸುತಿತ್ತು.

ಆದರೆ ಸುದೀಪ..? ಅವನಿಗೆ ಕುಶಾಲಪ್ಪನವರ ಮನೆಯವರನ್ನು ಕಂಡರಾಗುತ್ತಿರಲಿಲ್ಲವಾದರೂ, ಅಣ್ಣನ ಸಂತಸದ ಮುಂದೆ ಅವನ ದ್ವೇಷ ದೊಡ್ಡದಲ್ಲ. ಖಂದಿತ ಅವನು ನನ್ನ ನಿರ್ಧಾರದಿಂದ ಅಸಂತೋಷಗೊಂಡರೂ, ನನ್ನ ನಿರ್ಧಾರವನ್ನು ಅವನು ವಿರೋಧಿಸಲಿಕ್ಕಿಲ್ಲ. ಅಲ್ಲದೆ ಆತ ಅತ್ತಿಗೆಯಾಗಿ ಬರುವ ಅನುಪಳನ್ನು ತಿರಸ್ಕರಿಸುವಷ್ಟು ಅನಾಗರೀಕನೂ ಅಲ್ಲ. ಒಮ್ಮೆ ಅನುಪಮಾ ಆ ಮನೆ ಸೇರಿದರೆ ಸಾಕು, ಅವಳ ನಡೆ, ನುಡಿ, ಗುಣಗಳಿಗೆ ಸುದೀಪ ಖಂದಿತ ಸೋಲುತ್ತಾನೆ.

ಇನ್ನು ಅನುಪಮಾಳ ಓದಿನ ವಿಷಯ.. ಬರಿ ಒಂದು ವರ್ಷದ ಓದು ತಾನೇ? ಮದುವೆಯ ನಂತರ ಓದಲಿ. ಇಲ್ಲದಿದ್ದರೆ ನನ್ನೆದೆಯಲ್ಲಿರುವ ಪ್ರೇಮ ಗೀತೆಯನ್ನು ಓದಿ ಅರಗಿಸಿಕೊಳ್ಳಲಿ. ಇಂದು ಎಲ್ಲವನ್ನು ಅನುಪಮಳಲ್ಲಿ ಚರ್ಚಿಸಿ ನಿರ್ಧರಿಸಿಬಿಡಬೇಕು. ನಂತರ ಮನೆಯಲ್ಲಿ ಮಾತಾಡಿ ನವೆಂಬರ್ ತಿಂಗಳಲ್ಲಿ ಮದುವೆಯಾಗಿಬಿಡಬೇಕು. ಮನದಲ್ಲೇ ನಿರ್ಧರಿಸಿದ ರಘು

ನಂತರ ಅವರ ಮಾತು ವೆನಿಲ್ಲಾ ಕೃಷಿಯ ಕಡೆಗೆ ಹರಿಯಿತು. ವೆನಿಲ್ಲಾ ಕೃಷಿಯ ಬಗ್ಗೆ ಮಾಹಿತಿಯನ್ನು ಪಡೆದುಕೊಂಡ ರಘು ಎದ್ದ.

ಅಲ್ಲಿಂದ ಹೊರಟು ರಘು ದೊಡ್ಡ ಆಭರಣದ ಅಂಗಡಿಯ ಮುಂದೆ ಜೀಪನ್ನು ನಿಲ್ಲಿಸಿದ. ಅಂದಿನವರೆಗೆ ಅವನು ಅನುಪಮಳಿಗೆ ಯಾವುದೇ ಉಡುಗೊರೆಯನ್ನು ಕೊಟ್ಟಿರಲಿಲ್ಲ. ಇಂದವಳಿಗೆ ಉಡುಗೊರೆಯನ್ನು ಕೊಟ್ಟು, ಅವಳನ್ನು ಮನದಣಿಯೆ ಮುದ್ದಿಸಿ ಮದುವೆಯ ವಿಷಯದ ಬಗ್ಗೆ ಒಂದು ತೀರ್ಮಾನಕ್ಕೆ ಬರಬೇಕು. ಉತ್ಸಾಹದಿಂದ ಶಿಳ್ಳೆ ಹಾಕುತ್ತ ಜೀಪಿನಿಂದ ಕೆಳಗಿಳಿದ ರಘು.

ಒಡವೆಯನ್ನು ಕೊಳ್ಳಲು ಅನುಪಮಾಳನ್ನು ಕರೆದುಕೊಂಡು ಹೋಗಲಿಲ್ಲ ರಘು. ಅವಳಿಗೆ ಪ್ರಿಯವಾದುದನ್ನು ಮುಂದೆ ಕೊಡಿಸುವುದು ಇದ್ದೆ ಇದೆ. ಇಂದು ತನಗೆ ಪ್ರಿಯವಾದ ಉಡುಗೊರೆಯನ್ನು ಅವಳಿಗೆ ಕೊಡಿಸಬೇಕೆಂದುಕೊಂಡ.

"ಅನೂ .. ಹತ್ತು ನಿಮಿಷ ನೀನಿಲ್ಲೇ ಇರು ಬಂದುಬಿಡ್ತೀನಿ.. ಆಮೇಲೆ ಇಲ್ಲೊಂದು ದೇವಸ್ಥಾನ ಇದೆ. ಇಬ್ಬರು ಹೋಗಿ ಬರೋಣ." ಅವಳನ್ನು ಜೀಪಿನಲ್ಲೇ ಕೂರಿಸಿ ಒಡವೆಯ ಅಂಗಡಿಗೆ ಹೋದ ರಘು.

ಅನುಪಮ ಯಾವುದೊ ವ್ಯವಹಾರದ ವಿಷಯ ಇರಬೇಕೆಂದುಕೊಂಡು ಸರಿಯೆಂಬಂತೆ ತಲೆಯಾಡಿಸಿದಳು

ರಘುವನ್ನು ನೋಡಿದ ಅಂಗಡಿಯ ಮಾಲೀಕ ಉತ್ಸಾಹದಿಂದ ಅವನನ್ನು ಸ್ವಾಗತಿಸಿದ. ರಘುವಿನ ಆಸಕ್ತಿ ಗಮನಿಸಿ ಅವನ ಅಂಗಡಿಯಲ್ಲಿದ್ದ ವಿಶೇಷ ಡಿಸ್ಯೈನ್ ಗಳ ವಜ್ರದ ಹಾರಗಳನ್ನು ಅವನ ಮುಂದಿರಿಸಿದ.

ರಘು ಹಾರಗಳನ್ನು ಪರೀಕ್ಷಿಸಿ ತನಗೆ ಮೆಚ್ಚಿಗೆಯಾದ ವಜ್ರದ ಹಾರ, ಅದಕ್ಕೆ ಹೊಂದುವಂಥ ಓಲೆ ಮತ್ತು ಉಂಗುರವನ್ನು ಕೊಂಡುಕೊಂಡ. ಹತ್ತು ಲಕ್ಷದ ಚೆಕ್ಕು ಕೊಟ್ಟು ಒಡವೆಯ ಪೆಟ್ಟಿಗೆಯನ್ನು ಕೈಗೆತ್ತಿಕೊಂಡಾಗ ಅವನೆದೆಯಲ್ಲಿ ಸಪ್ತಸ್ವರಗಳು, ಮೂರು ಸ್ಥಾಯಿಯಲ್ಲೂ ಮಿಡಿಯುತಿದ್ದವು.

ಸಂಭ್ರಮದಿಂದ ಹೊರಬಂದ ರಘುವಿಗೆ ಅನುಪಮಳೊಡನೆ ನೆರೆಮನೆಯವರಾದ ಕುಟ್ಟಪ್ಪ ಮತ್ತು ಮುತ್ತಮ್ಮ ಮಾತಾಡುತ್ತ ನಿಂತದ್ದು ಕಾಣಿಸಿತು. ಅವರನ್ನು ನೋಡಿ ಅವನ ಉತ್ಸಾಹ ಜರ್ರನೆ ಇಳಿದು ಹೋಯಿತು.

"ರಘು ನೀನು ಸಿಕ್ಕಿದ್ದು ಒಳ್ಳೇದೇ ಆಯ್ತು ನೋಡು. ನಾವು ಬಸ್ಸಿಗೆ ಆರು ಘಂಟೆಯವರೆಗೆ ಕಾಯಬೇಕಿತ್ತು". ಮುಖವರಳಿಸಿ ನುಡಿದರು ಕುಟ್ಟಪ್ಪ. ಅವರಾಗಲೇ ತಮ್ಮ ಚೀಲಗಳನ್ನು ಜೀಪಿನ ಹಿಂಬದಿಗೆ ತುಂಬಿಯಾಗಿತ್ತು.

ಪ್ರಥಮ ಬಾರಿಗೆ ರಘುವಿಗೆ ಬೇಸರವೆನಿಸಿತು. ತಾನು ಕೊಟ್ಟ ಸಲಿಗೆ ಇವರಿಗೆ ಅತಿಯಾಯಿತೆನಿಸಿತು. ತಾನೀಗ ಎಲ್ಲಿಗೆ ಹೋಗುತ್ತಿದ್ದೇನೆ? ತನ್ನ ಮನಸ್ಥಿತಿ ಹೇಗಿದೆ? ಅವರು ಬರುವುದರಿಂದ ತನಗಾಗಬಹುದಾದ ತೊಂದರೆ ಬಗ್ಗೆ ಯಾರು ಯೋಚಿಸುವುದೇ ಇಲ್ಲ. ನನ್ನ ವಾಹನವನ್ನು ಕಂಡರೆ ಸರ್ಕಾರೀ ಬಸ್ಸಿನಂತ ಎಲ್ಲರೂ ತುಂಬಿಕೊಳ್ಳುತ್ತಾರೆ. ಹೋಗಲಿ, ನಿನಗೆ ಬೇರೇನಾದರೂ ಕೆಲಸವಿದೆಯೇ ಎಂದು ಕೇಳುವ ಸೌಜನ್ಯವಾದರೂ ಬೇಡವೇ?

ಅವನಿಗೆ ತನ್ನ ಬದುಕಿನ ಅತ್ಯಂತ ಮಹತ್ವದ ತೀರ್ಮಾನವನ್ನು ತೆಗೆದುಕೊಳ್ಳುವ ಮನಸ್ಥಿತಿಯಲ್ಲಿದ್ದ. ಅವರನ್ನು ಏನಾದರು ಹೇಳಿ ಕೆಳಗಿಳಿಸಬೇಕೆಂದುಕೊಳ್ಳುವಷ್ಟರಲ್ಲೇ ಅವನ ಎದುರು ಬದಿಯಿಂದ ಅಯ್ಯಪ್ಪನವರು ಓಡು ನಡಿಗೆಯಿಂದ ಬರುವುದು ಕಾಣಿಸಿತು.

"ಫೋನೆ ನೀನು ಸಿಕ್ಕಿದೆಯಲ್ಲ. ನಾನು ಫೋನ್ನು ಮನೆಗೆ ಹೋಗಿದ್ದೆ. ಭಾನುವಾರ ನೀನು ಪೇಟೆಗೆ ಬರ್ತಿಯಲ್ಲಾಂತ ಇವತ್ತೇ ಹೊರಟುಬಿಟ್ಟೆ..."ಅವರು ಬೆವರೊರೆಸಿಕೊಳ್ಳುತ್ತ ಧಾವಿಸಿ ಬಂದಾಗ ಪೆಚ್ಚಾದ ರಘು ಬೇಸರದಿಂದ ಅನುಪಮಳತ್ತ ನೋಡಿದ ರಘು. ಅವಳ ಮುಖದಲ್ಲಿ ಯಾವುದೇ ಬಗೆಲಾವಣೆಯಿರಲಿಲ್ಲ. ಅದೇ ಸ್ವಚ್ಛ, ಶುಭ್ರ ಮುಗುಳ್ನಗು.

"ಕೂತ್ಕೊಳ್ಳಿ. ನಾನು ಇದೆ ಹೊರಟಿದ್ದೆ." ಒಡವೆಯ ಪೆಟ್ಟಿಗೆಯನ್ನು ಜೀಪಿನ ಡ್ಯಾಶ್ ಬೋರ್ಡ್ ನಲ್ಲಿರಿಸಿ ಬಂದು ಸ್ಟೇರಿಂಗ್ ಮುಂದೆ ಕುಳಿತುಕೊಂಡ.

ನಂತರ ಮಾತೆಲ್ಲ ಅವರದ್ದೇ ಆಯಿತು. ಕಾಫಿ ಫಸಲಿನ ಬಗ್ಗೆ, ರೇಟಿನ ಬಗ್ಗೆ, ಲಾಭ ನಷ್ಟ, ಮಳೆ ಬೆಳೆ. ಅವರ ಮಾತುಗಳನ್ನು ಕೇಳಿ ಕೇಳಿ, ಅವರ ಪ್ರಶ್ನೆಗೆ ಉತ್ತರ ಹೇಳಿ ಹೇಳಿ ರಘುವಿನ- ತಲೆ ಚಿಟ್ಟು ಹಿಡಿದು ಹೋಯಿತು.

"ಒಳಗೆ ಬನ್ನಿ ರಘು..." ಮನೆ ತಲುಪಿದಾಗ ಆಹ್ವಾನಿಸಿದಳು ಅನುಪಮಾ.

"ಇರಲಿ ಬಿಡು ಅನೂ ... ಆಗಲೇ ಹೊತ್ತಾಯ್ತು. ಅಂದ ಹಾಗೆ ನಾನು ಬರುವಾಗ ನಿನ್ನ ಒಂದು ದೇವಸ್ಥಾನಕ್ಕೆ ಕರ್ಕೊಂಡು ಹೋಗಬೇಕೆಂದುಕೊಂಡಿದ್ದೆ.. ಆದ್ರೆ ನನ್ನ ಜೀಪ್ ಸಂತೆಯಾಗಿತ್ತಲ್ಲ. ಅದಕ್ಕೆ, ನಾಳೆ ತೋಟಕ್ಕೆ ಬರಬೇಡ. ಸೀದಾ ಮನೆಗೆ ಬಂದುಬಿಡು. ನಾನು ಒಂದುವರೆಗೆಲ್ಲ ಮನೆಗೆ ಊಟಕ್ಕೆ ಬಂದುಬಿಡ್ತೀನಿ.. ನಂತರ ದೇವಸ್ಥಾನಕ್ಕೆ ಹೋಗಿ ಬರೋಣ."

"ಸರಿ.." ತಲೆಯಾಡಿಸಿದಳು ಅನುಪಮಾ .

"ಬರ್ತೀನಿ... ಸಿ ಯು ಟುಮಾರೋ..." ಜೀಪನ್ನು ಮನೆಯತ್ತ ತಿರುಗಿಸಿದ ರಘು.

****

ಸರಿಯಾದ ಸಮಯಕ್ಕೆ ಅನುಪಮಾ 'ಗಂಗಾ ಕಾಟೇಜ್' ತಲುಪಿದಾಗ ಗಂಗವ್ವನವರು ಅವಳನ್ನೇ ಎದಿರುನೋಡುತಿದ್ದರು.

" ಬಾಮ್ಮ ಬಾ..ನಿಂಗೇನು ರಘು ಒಬ್ಬ ಇದ್ರೆ ಸಾಕಾ? ನಾವೆಲ್ಲ ನೆನಪಾಗೋದೇ ಇಲ್ವಾ? ನಿಂಗೆ ಅವನೊಬ್ಬ ಇದ್ರೆ ಬೇರಾರೂ ಬೇಡಾನಿಸುತ್ತೆ. ಎಷ್ಟು ದಿನವಾಯ್ತು ನಿನ್ನ ನೋಡಿ?" ಅಕ್ಕರೆಯಿಂದ ಗದರಿಸಿದರು ಗಂಗವ್ವನವರು.

ಅವರ ಮೊದಲಿಕೆಗೆ ಅವಳ ಕನ್ನೆಗಳು ಕೆಂಪಾದವು. " ಹಾಗಲ್ಲ ಆಂಟಿ. ಅಡಿಗೆ ಆದ ತಕ್ಷಣ ಆರಿಹೋಗುತ್ತೆಂತ ತೋಟಕ್ಕೆ ಹೋಗಿಬಿಡ್ತೀನಿ. ಅಲ್ಲಿಂದ ಬರೋದೇ ಹೊತ್ತಾಗುತ್ತೆ. " ಮೆಲ್ಲನೆ ತೊದಲಿದಳು ಅನುಪಮ.

"ಅದೇ ನಾನು ಹೇಳಬೇಕಂತ ಇದ್ದೆ. ನೀನು ನನ್ನ ಮಗನ್ನ ಪೂರ್ತಿ ಕೆಡಿಸಿಬಿಟ್ಟಿದ್ದೀಯ. ಅವನಿಗೆ ಈಗ ನನ್ನ ಅಡುಗೇನೇ ಹಿಡಿಸೋದಿಲ್ಲ. ನಿನ್ನ ಗುಣಗಾನಾನೇ ಮಾಡ್ತಾ ಇರ್ತಾನೆ." ಅವರು ಅವಳನ್ನು ಆರೋಪಿಸಿದಾಗ ತುಸು ಗಾಭರಿಗೊಂಡ ಅನುಪಮ ಬೆದರಿ ಅವರ ಮುಖ ನೋಡಿದಳು.

ಆದರೆ, ಅವರ ದನಿಯಲ್ಲಿ ಆರೋಪವಿದ್ದರೂ, ಮುಖದಲ್ಲಿ ಇದ್ದ ಮೆಚ್ಚುಗೆ ಅವಳಿಗೆ ಸ್ವಲ್ಪ ಸಮಾಧಾನವಾಯಿತು.

"ಗಾಭರಿಯಾಗಿಬಿಟ್ಟೆಯೇನು? ಬಾ ಇಲ್ಲಿ ನನ್ನ ಹತ್ರ ಕೂತ್ಕೊ." ಅವಳನ್ನು ತಮ್ಮ ಪಕ್ಕದಲ್ಲಿ ಕೂರಿಸಿಕೊಂಡರು. "ಅಲ್ಲ ಮೊಳ.. ಮಗ ಸಂತೋಷವಾಗಿದ್ದಾನೆಂದ್ರೆ ಯಾವ ತಾಯಿ ತಾನೇ ಖುಷಿ ಪಡೋದಿಲ್ಲ ಹೇಳು?"

ಅವಳ ತಲೆ ನೇವರಿಸಿದರು. "ದೇವರು ನಿಮ್ಮಿಬ್ಬರನ್ನ ಚೆನ್ನಾಗಿಟ್ಟಿರಲಿ..." ಅವರು ಮನೆದುಂಬಿ ಹರಸಿದಾಗ ಪುಳಕಿತಳಾದಳು ಅನುಪಮ.

"ಒಂದ್ನಿಮಿಷ ಕೂತ್ಕೋ... ಸಾರು ಬಿಸಿಗಿಟ್ಟು ಬರ್ತೀನಿ. ಅದಾಗಲೇ ತಣ್ಣಗಾಗಿರಬೇಕು..."

"ಬಿಡಿ ಆಂಟಿ ನಾನೆ ಇಡ್ತೀನಿ..." ಎದ್ದ ಅನುಪಮಾಳನ್ನು ತಡೆದರು ಗಂಗವ್ವನವರು

"ರಘುವಿನ ಜೊತೆಯಲ್ಲಿ ಹೊರಗೆ ಹೊರಟಿದ್ದೀಯ.. ಪರವಾಗಿಲ್ಲ ಬಿಡು.." ಗಂಗವ್ವನವರು ಅಡಿಗೆ ಮನೆಯನ್ನು ಹೊಕ್ಕರು.

ಗಂಗವ್ವನವರು ಹೇಳಿದ ನುಡಿಗಳನ್ನು ಪುನಃ ನೆನೆಸಿಕೊಂಡಳು ಅನುಪಮ. ಅವಳ ಕನ್ನೆಗಳಲ್ಲಿ ಗುಲಾಬಿ ಮೂಡಿ, ತುಟಿಗಳಲ್ಲಿ ಮಲ್ಲಿಗೆಯರಳಿತು. ಹರ್ಷದ ಕಾರಂಜಿಯೊಂದು ಅವಳ ಹೃದಯದಲ್ಲಿ ಚಿಮ್ಮಿ, ಅವಳ ಕಂಗಳು ಒದ್ದೆಯಾದವು. ಅದೇ ಭಾವನೆಯಲ್ಲಿ ಕೆಲವು ನಿಮಿಷಗಳು ಉರುಳಿಹೋದವು.

ಮನೆಯೆದಿರು ವಾಹನ ನಿಂತ ಶಬ್ದವಾದಾಗ ಎಚ್ಚೆತ್ತಳು ಅನುಪಮ.

"ರಘು ಬಂದಾ ಅನ್ನಿಸುತ್ತೆ.." ಸ್ವಿಚ್ ಆಫ್ ಮಾಡಿ ಬಂದ ಗಂಗವ್ವನವರು ನುಡಿದರು. ಅನುಪಮ ಕೂಡ ತಾನು ಕುಳಿತಿದ್ದ ಸೋಫಾದಿಂದ ಎದ್ದುನಿಂತಳು. ಅವ್ಯಕ್ತ ಹರುಷದ ಅಲೆ ಅವಳನ್ನು ಅಡಿಯಿಂದ ಮುಡಿಯವರೆಗೆ ಆವರಿಸಿ ಅವಳು ತಲ್ಲಣಿಸುವ ಎದೆಯನ್ನು ಒತ್ತಿ ಹಿಡಿದಳು.

ಆದರೆ ಅವರ ಊಹೆ ತಪ್ಪಾಗಿತ್ತು. ಬಂದವ ಸುದೀಪ. ಅನುಪಮಾಳಿಗೆ ನಿರಾಸೆಯಾಯಿತು.

ಆಶಾಳ ಫೋನಿಗಾಗಿ ಕಾದು ಕಾದು ಸಾಕಾಗಿದ್ದ ಸುದೀಪ. ತಾನಾಗೆ ಎರಡು, ಮೂರು ಬಾರಿ ಅವಳ ಮನೆಗೆ ಫೋನ್ ಮಾಡಿದಾಗಲೂ, ಆಶಾ ಅವನ ಫೋನಿಗೆ ಸಿಕ್ಕಿರಲಿಲ್ಲ. ಮನೆಯಿಂದ ಲೈನ್ ಸಿಗುವುದು ಕಷ್ಟವಾದ್ದರಿಂದ ಸಾಕಷ್ಟು ಬಾರಿ ಆಫೀಸಿನಿಂದಲೂ ಪ್ರಯತ್ನಿಸಿದ್ದ ಸುದೀಪ.

ಅಂದೂ ಸಹ ಆಫೀಸಿನಿಂದ ಆಶಾಳಿಗೆ ಫೋನ್ ಮಾಡಿದ್ದ. ಆಗಲೂ ಸಹ ಅವಳಿಲ್ಲವೆಂಬ ಉತ್ತರ ದೊರೆತಿದ್ದರಿಂದ ಸುದೀಪ ವ್ಯಾಕುಲನಾಗಿದ್ದ. ಏನೋ ಕಣ್ಣುಮುಚ್ಚಾಲೆ ಆಟ ನಡೆಯುತಿದೆಯೆನಿಸಿ ತಕ್ಷಣ ಬೆಂಗಳೂರಿಗೆ ಹೊರಡುವ ನಿರ್ಧಾರ ತೆಗೆದುಕೊಂಡು ಮನೆಗೆ ಮರಳಿದ್ದ ಸುದೀಪ.

ಅದೇ ಗುಂಗಿನಲ್ಲಿ ಕಾರುನಿಲ್ಲಿಸಿ ಒಳಬಂದ ಸುದೀಪ ಎದುರಿಗೆ ನಿಂತಿದ್ದ ಅನುಪಮಾಳನ್ನು ಗಮನಿಸದೆ ಮಹಡಿಯ ಮೆಟ್ಟಲಿನತ್ತ ಹೆಜ್ಜೆ ಹಾಕಿದ.

"ಇದೇನು ಸುದೀ ಇಷ್ಟು ಬೇಗ ಬಂದೆ? ಹುಷಾರಿಲ್ಲವೇನೋ?" ಮಧ್ಯಾಹ್ನವೇ ಮನೆಗೆ ಬಂದ ಮಗನನ್ನು ನೋಡಿ ಕಕ್ಕುಲಾತಿಯಿಂದ ಕೇಳಿದರು ಗಂಗವ್ವನವರು

"ಏನು ನನ್ನ ಮನೆಗೆ ನಾನು ಹುಷಾರಿಲ್ಲದಿದ್ರೆ ಮಾತ್ರ ಬರಬೇಕಾ? ಹಾಗೆ ಬರಬಾರದಾ?" ತಾಯಿಯ ಮಾತಿನಿಂದ ಇನ್ನಷ್ಟು ಅಸಹನೆಗೊಂಡ ಸುದೀಪ ಸಿಡಾರನೆ ಸಿಡುಕಿ ತಾಯಿಯತ್ತ ತಿರುಗಿದ. ಹಾಗೆ ತಿರುಗಿದಾಗ, ತಾಯಿಯ ಪಕ್ಕದಲ್ಲೇ ನಿಂತಿದ್ದ ಅನುಪಮಾಳನ್ನು ನೋಡಿ ಅವನು ಷಾಕ್ ತಗುಲಿದಂತೆ ನಿಂತು ಬಿಟ್ಟ.

ತನ್ನ ಕಣ್ಣನ್ನೇ ತನಗೆ ನಂಬಲಾಗಲಿಲ್ಲ ಸುದೀಪನಿಗೆ. ತಾನು ನೋಡಿತ್ತಿರುವುದು ನಿಜವೇ? ಭ್ರಮೆಯೇ? ಕನಸೇ? ಯಾವುದೂ ಅವನಿಗೆ ಅರ್ಥವಾಗಲಿಲ್ಲ. ಅವನ ಕೈಯಲ್ಲಿದ್ದ ಕಡತಗಳೆಲ್ಲ ಬಿದ್ದು ಹೋದವು.

"ಮೈ ಗುಡ್ ನೆಸ್, ನೀನಿಲ್ಲಿ.... ಐ ಕಾಂಟ್ ಬಿಲೀವ್ ಮೈ ಓನ್ ಐಸ್.... ಹ್ಯಾವ್ ಐ ಗಾನ್ ಮ್ಯಾಡ್ " ತಲೆಯಲ್ಲಾಡಿಸಿ ನಿಜಸ್ಥಿತಿಯನ್ನರಿಯುವ ಪ್ರಯತ್ನ ಮಾಡಿದ.

ತಾನು ಕಾಣುತ್ತಿರುವುದು ಕನಸಲ್ಲ... ತಾಯಿಯ ಪಕ್ಕದಲ್ಲೇ ನಿಂತಿದ್ದಾಳೆ ತನ್ನ ಕನಸಿನ ಕನ್ಯೆ 'ಪ್ರಗತಿ'

"ಓ ಮೈ ಗಾಡ್ ... ಓ ಮೈ ಗಾಡ್ ... ನೀನು ನನ್ನ ಮನೆಯಲ್ಲಿ.. ವಾಟೆ ಗ್ರೇಟ್ ಸಪ್ರೈಸ್" ಹುಚ್ಚನಂತೆ ಅವಳತ್ತ ಧಾವಿಸಿ ಬಂದ ಸುದೀಪ ತಾನೇನು ಮಾಡುತಿದ್ದೇನೆಂಬ ಅರಿವೂ ಇಲ್ಲದೆ ಅವಳ ಸೊಂಟಕ್ಕೆ ಕೈಹಾಕಿ ಅವಳನ್ನು ಅನಾಮತ್ತಾಗಿ ಎತ್ತಿಕೊಂಡು ಗಿರಗಿರನೆ ಸುತ್ತಿದ. ಅಲ್ಲೇ ತನ್ನ ತಾಯಿಯಿದ್ದಾರೆ ಎನ್ನುವ ವಿಷಯವೂ ಸಹ ಅವನಿಗೆ ಮರೆತು ಹೋಯಿತು.

ಅಯೋಮಯಗೊಂಡ ಅನುಪಮ, ಸುದೀಪನ ಅಪ್ಪುಗೆಯಲ್ಲಿ ಕೊಸರಾಡಿದಳು. ಆದರೆ ಸುದೀಪ ಇದನ್ನಾಯುವುದನ್ನು ಗಮನಿಸುವ ಸ್ಥಿತಿಯಲ್ಲಿರಲಿಲ್ಲ.

". ನೀನು.. ಇಲ್ಲಿ ಹೇಗೆ...?" ಬಡಬಡಿಸಿದ. "ನಿನ್ನ ಎಷ್ಟು ದಿನದಿಂದ ಹುಡುಕ್ತಿದ್ದೀನಿ ಗೊತ್ತಾ? ಒಂದು ವರ್ಷದಿಂದ ... ಪೂರ್ತಿ ಒಂದು ವರ್ಷದಿಂದ ನಿನ್ನ ಹುಡುಕ್ತಿದ್ದೀನಿ. ಮಡಿಕೇರೀಲಿ, ಬೆಂಗಳೂರಿನಲ್ಲಿ..... ಎಲ್ಲೆಲ್ಲಿ. ಕೂದಲೆಳೆಯಷ್ಟು ಸುಳಿವು ಸಿಕ್ಕಿದ್ರೂ ಬಿಡದೆ ಹುಡುಕಿದ್ದೀನಿ.. ಆ ನಿನ್ನ ಆಶಾಳಿಗಂತೂ ಫೋನ್ ಮಾಡಿ ಮಾಡಿ ಸಾಕಾಗಿ ಹೋಗಿದ್ದೀನಿ..." ಅವನು ಉನ್ಮತ್ತನಾಗಿ ನುಡಿದ.

"ಏ ಸುಧಿ .. ಏನೋ ಇದು.. ಬಿಡೋ ಅವಳನ್ನ ." ಗಂಗವ್ವನವರು ಮಧ್ಯೆ ಬಂದಾಗ ಎಚ್ಚೆತ್ತ ಸುದೀಪ ನಿಂತು ನಿಧಾನವಾಗಿ ತನ್ನ ಹಿಡಿತ ಸಡಿಲಿಸಿದ.

ಇತ್ತ ಹೃದಯದಲ್ಲಿ ಆನಂದದ ಹೊನಲು ಉಕ್ಕಿ ಹರಿಯುತ್ತಿದುದರಿಂದ ತನ್ನ ಮುಂದಿದ್ದ ರಾಶಿ ಕೆಲಸವನ್ನು ಸರಾಗವಾಗಿ ಮುಗಿಸಿಬಿಟ್ಟ ರಘು. ಅವಶ್ಯಕ ಕೆಲಸಗಳನ್ನು ವೀಕ್ಷಿಸಿ, ಆಳುಗಳಿಗೆ ಕೊಡಬೇಕಾದ ಸಲಹೆಗಳನ್ನು ಕೊಟ್ಟ ಸಮಯದತ್ತ ಕಣ್ಣು ಹಾಯಿಸಿದ ಎಲ್ಲ ಕೆಲಸಗಳು ಅವನೂಹಿಸಿದಕ್ಕಿಂತ ಬೇಗ ಮುಗಿದು ಹೋದಾಗ ಅವನ ಉತ್ಸಾಹ ಇನ್ನಷ್ಟು ನೂರ್ಮಡಿಸಿತು.

"ಅನೂ ನಿನ್ನ ಸ್ನೇಹವೇ ನನಗೆಂಥ ಶಕ್ತಿಯನ್ನು ಕೊಟ್ಟಿದೆ ನೋಡು. ಇನ್ನು ನೀನು ನನ್ನವಳಾಗಿ ಹೋದರೆ, ನಾನು ಆಕಾಶವನ್ನೇ ಮುಟ್ಟಬಲ್ಲೆ..." ಉಕ್ಕುತ್ತಿದ್ದ ಹೃದಯವನ್ನು ಒತ್ತಿಕೊಂಡು ಜೀಪನ್ನೇರಿ ವಾಯುವೇಗದಿಂದ ಮನೆಯತ್ತ ಧಾವಿಸಿದ ರಘು. ಹಾದಿಯುದ್ದಕ್ಕೂ ಅವನ ಮನಸ್ಸು ಮುಂದೆ ನಡೆಯ ಬಹುದಾದ ಸುಂದರ ಸನ್ನಿವೇಶಗಳ ಕಲ್ಪನೆಯಲ್ಲಿ ಮುಳುಗಿ ಹೋಯಿತು.

ಅವನು ಮನೆಯ ಹತ್ತಿರ ಬಂದಾಗ, ಮನೆಯ ಮುಂದೆ ನಿಂತಿದ್ದ ಸುದೀಪನ ಕಾರು ಕಾಣಿಸಿತು. ಇನ್ನಷ್ಟು ಸಂತಸಗೊಂಡ ರಘು " ಓ ಇವತ್ತು ಸುದೀಪನೂ ಬಂದುಬಿಟ್ಟಿದ್ದಾನೆ. ಒಳ್ಳೆದೇ ಆಯಿತು. ಅನುಪಮಾಳನ್ನು ಅವನಿಗೆ ಪರಿಚಯಿಸಬೇಕೆಂದು ಎಷ್ಟು ದಿನದಿಂದ ಅಂದುಕೊಂಡಿದ್ದೆ... ಇವತ್ತು ಕಾಲ ಕೂಡಿ ಬಂತು. ಇಂಟವನಿಗೆ ಅನುಪಮಳನ್ನು ಪರಿಚಯಿಸಿ ... ಅವನ ಲೈನ್ ಕ್ಲಿಯರ್ ಆದ ವಿಷಯವನ್ನು ತಿಳಿಸಬೇಕು.." ಉತ್ಸಾಹದಿಂದ ಜೀಪನ್ನಿಳಿದು, ಜೀಪಿನ ಬಾಗಿಲು ಹಾಕಿ ಲಘುವಾದ ಸಿಳ್ಳೆಯನ್ನು ಹಾಕುತ್ತ ಮನೆಯೊಳಗೆ ಬಂದ ರಘು, ಒಳಗಿನ ದೃಶ್ಯವನ್ನು ಕಂಡು ಗರಬಡಿದವನಂತೆ ನಿಂತು ಬಿಟ್ಟ.

ಉದ್ವಿಗ್ನನಾಗಿ ಬಡಬಡಿಸುತ್ತಿರುವ ಸುದೀಪ ಅವನ ಅಪ್ಪುಗೆಯಲ್ಲಿ ಕೂಸರಾಡುತಿರುವ ಅನುಪಮಾ ... ಕಲ್ಲಿನಂತೆ ನಿಂತಿದ್ದ ತಾಯಿ.

"ಅಮ್ಮ ಇವಳೆಮ್ಮ ... ನಾನು ಒಂದು ವರ್ಷದಿಂದ ಹುಡುಕುತ್ತಿರುವ ಹುಡುಗಿ ಇವಳೆ.. ಎಂಥ ಆಶ್ಚರ್ಯ... ನನ್ನ ಕಣ್ಣನ್ನ ನಂಗೆ ನಂಬೋಕಾಗ್ತಾ ಇಲ್ಲ. ಎಲ್ಲೆಲ್ಲೋ ಹುಡುಕಿದ ಪಾರಿಜಾತ ಮನೆಯಂಗಳದಲ್ಲೇ ಇದೆಂತ ನಂಗೆ ಗೊತ್ತೇ ಇರಲಿಲ್ಲಮ್ಮ...." ಸಡಗರದಿಂದ ತಾಯಿಗೆ ಹೇಳುತಿದ್ದ ಸುದೀಪ..

ಅವನ ನುಡಿಗಳನ್ನು ಕೇಳಿದ ರಘು ಸನ್ನಿವೇಶವನ್ನು ಅರ್ಥ ಮಾಡಿಕೊಳ್ಳಲು ಪ್ರಯತ್ನಿಸಿದ.

ಸುದೀಪನ ಹಿಡಿತ ಸ್ವಲ್ಪ ಸಡಿಲಗೊಳುತ್ತಿದ್ದಂತೆ ಕೂಸರಾಡಿ ಅವನಿಂದ ಬಿಡಿಸಿಕೊಂಡಳು ಅನುಪಮಾ. ಗಂಗವ್ವನವರ ಮುಖ ಕಪ್ಪಿಟ್ಟಿತು.

"ನಿಂಗೆಲ್ಲೋ ಹುಚ್ಚು.. ಯಾವಾಗಲೂ ನೀನಾ ಹುಡುಗಿ ಧ್ಯಾನ ಮಾಡ್ತಾ ಇತ್ತೀಯ ನೋಡು, ಅದಕ್ಕೆ ಎಲ್ಲರು ನಿಂಗೆ ಅವಳ ತರಾನೇ ಕಾಣ್ತಾರೆ.. ಇವಳು ನಮ್ಮ ಬೋಜಕ್ಕಿ... ಅಂದ್ರೆ ನಿಮ್ಮ ಅಪ್ಪಯ್ಯನ ಸ್ನೇಹಿತರ ಮಗಳು" ಮಗನ ಮೇಲೆ ಸಿಡುಕಿದರು ಗಂಗವ್ವನವರು.

"ಇರಬಹುದಮ್ಮ, ಇವಳು ಅಪ್ಪಯ್ಯನ ಸ್ನೇಹಿತರ ಮಗಳೇ ಇರಬಹುದು.. ಆದ್ರೆ, ಇವಳು ಮಾತ್ರ ನನ್ನ ಹುಡುಗಿನೇ... ಈ ಕಣ್ಣ... ಈ ಕಣ್ಣ ಹೊಳಪು, ಈ ಕೆನ್ನೆ... ಎಲ್ಲಕಿಂತ ಹೆಚ್ಚಾಗಿ ಈ ಜಡೆ ಯಾವುದನ್ನೂ ನಾನು ಮರೆತಿಲ್ಲ..." ಉದ್ವೇಗದಿಂದ ಭೀರಿದ ಸುದೀಪ...

ಲಘುವಿನ ಕಾಲ್ಗಿಯ ನೆಲವೇ ಸರಿದು ಹೋಯಿತು. ತಾನು ಕುಸಿದು ಬೀಳುತ್ತಿದ್ದೇನೇನೋ ಎಂದೆನಿಸಿ ತಾನು ನಿಂತಿದ್ದ ಎಲಂಡದ ಗೋಡೆಗೊರಗಿದ.

"ನಿಂಗೆ ಗೊತ್ತಾಮ್ಮ. ಈಗ ತಾನೇ ಇವಳನ್ನ ಹುಡುಕೋಕೆ ಬೆಂಗಳೂರಿಗೆ ಹೋಗಬೇಕಂತ ಬೇಗ ಮನೆಗೆ ಬಂದೆ... ಸಧ್ಯ ಅಷ್ಟರಲ್ಲಿ ಎಲ್ಲಾ ಪ್ರಾಬ್ಲಮ್ ಸಾಲ್ವ ಆಯಿತು... ಇಲ್ಲಾಂದ್ರೆ ಸುಮ್ಮೆ ಇವಳ ಫ್ರೆಂಡ್ ಮನೆಗೆ ಹೋಗಿ ಪರದಾಡಬೇಕಿತ್ತು.." ಸುದೀಪ ವಿವರಿಸುತ್ತಿದ್ದ.

ಮುಂದೆ ಕೇಳಲಾರದ ರಘು ಹೊರ ನಡೆದ. ಹುಚ್ಚನಂತೆ ಹೊರನಡೆದ ರಘು ಜೀಪ್ ಸ್ಟಾರ್ಟ್ ಮಾಡಿಕೊಂಡು ಹೊರಟುಬಿಟ್ಟ.

ಸುದೀಪನ ಬಗ್ಗೆ ಒಂದು ರೀತಿಯ ತಾತ್ಸಾರವಿದ್ದ ಅನುಪಮಳಿಗೆ ಪರಿಸ್ಥಿತಿಯ ಗಂಭೀರತೆಯ ಅರಿವಿರದಿದ್ದರೂ ತನ್ನನ್ನು ಬೆಂಗಳೂರಿನವರೆಗೆ ಹುಡುಕಿಕೊಂಡು ಬಂದ ಸುದೀಪ, ರಘುವಿನ ತಮ್ಮ ಎಂಬ ಸತ್ಯ ಅವಳನ್ನು ತಲ್ಲಣಗೊಳಿಸಿತು. ಏನು ಮಾಡಬೇಕೆಂದು ತೋಚದ ಅವಳಿಗೆ ರಘು ಒಮ್ಮೆ ಬಂದರೆ ಸಾಕಾಗಿತ್ತು. ಸುದೀಪ ಹೇಳಿದನ್ನಾಗಲಿ, ಗಂಗವ್ವನವರ ಮುಖ ಮಂಕಾಗಿದ್ದನ್ನಾಗಲಿ ಗಣನೆಗೆ ತಂದುಕೊಳ್ಳದೆ ರಘುವಿನ ಹಾದಿಯನ್ನು ಕಾಯುತ್ತಾ ಕುಳಿತಳು ಅನುಪಮ .

ನಾಚಿಕೆ ಇಲ್ಲದ ಮನುಷ್ಯ ನನ್ನ ತಂದೆಯನ್ನು ಇವರಪ್ಪನ ಆಸ್ತಿಗೆ ಭಿಕ್ಷೆಗೆ ಬಂದಂತೆ ಕಡೆಗಣಿಸಿ ಈಗ ನನ್ನ ಮುಂದೆ ಪ್ರೇಮ ನಿವೇದನೆ ಮಾಡಿಕೊಳ್ಳುತ್ತಿದ್ದಾನೆ. ಅವಳ ತುಟಿಗಳಲ್ಲಿ ತಿರಸ್ಕಾರ ಮಿಂಚಿತು. ರಘು ಒಮ್ಮೆ ಬಂದು ಬಿಡಲಿ ಇಲ್ಲಿಂದ ನನಗೆ ಮುಕ್ತಿಯನ್ನು ಕೊಡಿಸಿ ಬಿಡಲಿ.

ಛೆ..., ಇಂದೇ ಹೀಗಾಗಬೇಕಿತ್ತೇ. ರಘು ತನ್ನನ್ನು ದೇವಸ್ಥಾನಕ್ಕ ಕರೆದುಕೊಂಡು ಹೋಗುವುದಾಗಿ ಹೇಳಿದ್ದರು... ತಾನೆಪ್ಪೊಂದು ಕನಸು ಕಂಡಿದ್ದೆ... ಅವಳ ಮನಸ್ಸು ಕ್ಷೋಭೆ ಕೊಂಡಿತು.

"ಸಾಕು ಸುಮ್ಮನೆ ನೀನವಳ ತಲೆ ಕೆಡಿಸಬೇಡ. ಹೋಗಿ ಮುಖ ತೊಳೆದುಕೊಂಡು ಬಾ. ಊಟ ಮಾಡುವಂತೆ" ನುಡಿದರು ಗಂಗವ್ವನವರು

"ನಿನ್ನ ಊಟ ಯಾರಿಗೆ ಬೇಕಮ್ಮ. ಇವಳು ಸಿಕ್ಕಿದೆ ನನಗೆ ಹಬ್ಬದೂಟ ಮಾಡಿದ ಹಾಗಾಗಿದೆ. ನಿನಗೆ ಒಂದು ವಿಷಯ ಗೊತ್ತಾ ಪ್ರತಿ. ಈ ಸಲ ನಿನ್ನ ಫ್ರೆಂಡ್, ನಿನ್ನ ಅಡ್ರಸ್ ಕೊಡುವವರೆಗೂ ಅವಳನ್ನು ಬಿಡುತ್ತಿರಲಿಲ್ಲ. ಒಟ್ಟಿನಲ್ಲಿ ನೀನು ಪಾತಾಳದಲ್ಲಿದ್ದರೂ ನಿನ್ನನ್ನು ಹುಡುಕಿ ತೆಗೆಯುತ್ತಿದ್ದೆ" ಸುದೀಪ ಖಂಡಿತ ಎಂಬಂತೆ ನುಡಿದ.

ಸುದೀಪನ ಆನಂದಕ್ಕೆ ಪಾರವೇ ಇರಲಿಲ್ಲ. ಅವನು ಅವಳನ್ನು ಹುಡುಕಲು ಮಾಡಿದ ಪ್ರಯತ್ನವನ್ನೆಲ್ಲ ಉತ್ಸಾಹದಿಂದ ವಿವರಿಸುತ್ತಿದ್ದ. ಅವನ ವಿವರಣೆ ಹೆಚ್ಚಾದಂತೆಲ್ಲ, ಅನುಪಮಾಳ ಕ್ಷೋಭೆ ಹೆಚ್ಚತೊಡಗಿ ಅವಳಿಗೆ ಅಲ್ಲಿಂದ ಹೋದರೆ ಸಾಕೆನಿಸತೊಡಗಿದರೆ, ಗಂಗವ್ವನವರು ಒಳಗೊಳಗೆ ಕುಸಿಯತೊಡಗಿದರು.

ಇದೇನಾಗಿ ಹೋಯಿತು. ನಮ್ಮ ಮನೆಯ ಭಾಗ್ಯಲಕ್ಷ್ಮಿ ಎಂದು ನಂಬಿದ ಅನುಪಮಾ ತಮ್ಮ ಮಕ್ಕಳನ್ನು ಬಲಿ ತೆಗೆದುಕೊಳ್ಳಲು ಬಂದ ಮೃತ್ಯು

ದೇವತೆಯ? ಈಗ ರಘು ಬಂದರೆ ಎಂಥ ಅನರ್ಥವಾಗಿ ಹೋಗುತ್ತದೆ. ಸುದೀಪನಿಗೆ ರಘುವಿನ ಮಾತು ಕೇಳುವ ವ್ಯವಧಾನವಿದೆಯೇ? ಮೊದಲೇ ಹಠಮಾರಿ. ತನ್ನ ಪಾಲಿನ ಎಳಚಿ ಹಣ್ಣನ್ನು ಸಹ ಯಾರಿಗೂ ಕೊಡದ ಸ್ವಾರ್ಥಿ ಸುದೀಪ, ಅನುಪಮಾಳನ್ನು ರಘುವಿಗೆ ಬಿಟ್ಟು ಕೊಡುವನೇ? ರಘು..... ಅವರು ನಿಡುಸುಯ್ದರು. ರಘು ಯಾವುದೇ ವಿಷಯವನ್ನು ಬೇಕಾದರೂ ಸಹಿಸಿಯಾನು ಆದರೆ ಪ್ರೀತಿಸಿ ಬಯಸಿದ ಹುಡುಗಿಯನ್ನು ಸುದೀಪನಿಗೆ?... ಓ ದೇವರೇ ಇದೆಂಥ ಅನ್ಯಾಯ ಮಾಡಿದೆ? ಹಾ ವಿಧಿ ಇದೆಂಥಾ ಸಂಚನ್ನು ಹೂಡಿದೆ. ಈ ಮನೆಯ ಸೌಭಾಗ್ಯ ನೋಡಿ ನಿನ್ನ ಕಣ್ಣುರಿಯಿತೇ? ಈ ಮನೆಯಲ್ಲಿ ತುಂಬಿ ತುಳುಕುತ್ತಿದ್ದ ಆನಂದ, ಐಶ್ವರ್ಯವನ್ನು ನೋಡಿ ನಿನಗೆ ಅಸೂಯೆಯಾಯಿತೇ?

ಅಣ್ಣತಮ್ಮಂದಿರಲ್ಲಿ ಅನುಮಾನ, ಅಪನಂಬಿಕೆ ಇರಬಾರದೆಂದು ಯಾವಾಗಲೂ ಹೇಳುತ್ತಿದ್ದ ರಘುವನ್ನು ಯಾವುದೇ ಅಮಿಷಾ ಅಲುಗಿಸದೆಂದು ಈ ಹುಡುಗಿಯನ್ನು ಕಳುಹಿಸಿದೆಯಾ?. ಇಬ್ಬರು ತನ್ನೆರಡು ಕಣ್ಣುಗಳು. ಈಗ ನಾನು ಯಾರು ಪರ ವಹಿಸಲಿ? ಈಗ ನಾನೇನು ಮಾಡಲಿ? ರಘು ಪ್ರೀತಿಸಿದ ಹುಡುಗಿಯನ್ನು ಸುದೀಪ ಬಯಸಿದರೆ ರಘು ಸುಮ್ಮನಿರುವನೆ? ದೇವರೇ ಇದೆಂಥಾ ಅನ್ಯಾಯ ಮಾಡಿದೆ? ನೀನೇಕಿಷ್ಟು ಕ್ರೂರಿಯಾದೆ? ಮನದಲ್ಲಿ ತಲ್ಲಣಿಸಿದರು ಗಂಗವ್ವನವರು

"ಈಗ ಇಷ್ಟು ಹಾರಾಡುತ್ತಿದ್ದಿಯಲ್ಲ, ಒಂದು ವೇಳೆ ಅವಳ ಮದುವೆಯಾಗಿ ಹೋಗಿದ್ದರೆ ಏನೋ ಮಾಡ್ತಿದ್ದೆ?" ಸಾವರಿಸಿಕೊಂಡು ಕೇಳಿದರು ಗಂಗವ್ವನವರು.

ಸುದೀಪ ಅವರ ಮಾತಿನಲ್ಲಿದ್ದ ವ್ಯಂಗ್ಯವನ್ನು ಗಮನಿಸುವ ಸ್ಥಿತಿಯಲ್ಲಿರಲಿಲ್ಲ. "ಸಧ್ಯ ಹಾಗಾಗಲಿಲ್ಲವಲ್ಲ ಹಾಗಾಗಿದ್ದರೂ ನಾನು ಸುಮ್ಮನಿರುತ್ತಿರಲಿಲ್ಲ. ಇವಳು ನನ್ನ ಮಾಜಿ ಪ್ರೇಯಸಿ ಅಂತ ಸಾಕ್ಷಿ ಸಮೇತ ಪ್ರೂ ಮಾಡಿ, ಇವಳ ಗಂಡನ ಕೈಲಿ ಇವಳಿಗೆ ಡೈವರ್ಸ್ ಕೊಡಿಸಿ ಇವಳನ್ನ ಹೊತ್ತುಕೊಂಡು ಬರ್ತಿದ್ದೆ" ಸುದೀಪ ಹೇಳಿದಾಗ ಅವನ ದನಿಯಲ್ಲಿದ್ದ ದೃಢತೆಗೆ ಬೆಚ್ಚಿದಳು ಅನುಪಮಾ.

"ಏನು ಮನೆಹಾಳು ಮಾತಾಡ್ತೀಯಾ? ಅನೂ ರಘು ಬಂದ್ಮಾಂತ. ನೋಡು" ಅನುಪಮಳಿಗೆ ಸುದೀಪನ ಕೈಯಿಂದ ಮುಕ್ತಿ ಕೊಡಿಸುವ ಸಲುವಾಗಿ ಹೇಳಿದರು ಗಂಗವ್ವನವರು.

ಆದರೆ ಅವಳನ್ನು ಬಿಡಲಿಲ್ಲ ಸುದೀಪ. "ಅವನು ಬಂದರೆ ಒಳಗೆ ಬರದೆ ಎಲ್ಲಿಗಮ್ಮ ಹೋಗ್ತಾನೆ? ನೀನು ಕೂತ್ಕೋ ಪ್ರತಿ. ಅವನಿಗೆ ನಾನು ಹುಡುಕ್ತಿದ್ದ ಹುಡುಗಿ ನೀನೇಂತ ತೋರಿಸ್ಬೇಕು" ಅವನು ಅದೇ ದಿಕ್ಕಿನಲ್ಲಿ ಮಾತಾಡಿದಾಗ ಅನುಪಮಳಿಗೆ ತಲೆ ಹಿಡಿದುಕೊಳ್ಳುವಂತಾಯಿತು.

"ಆಂಟಿ ಆಗಲೇ ಎರಡು ಘಂಟೆ ಆಗೋಯ್ತು. ಇಷ್ಟೊತ್ತಿಗೆಲ್ಲ ರಘು ಬಂದಿರಬೇಕಿತ್ತು." ಚಿಂತೆಯಿಂದ ಹೇಳಿದಳು ಅನುಪಮಾ.

ಸುದೀಪನ ಅವಾಂತರದಲ್ಲಿ ರಘು ಬಂದದನ್ನಾಗಲಿ ಅಥವಾ ತಿರುಗಿ ಹೋದದನ್ನಾಗಲಿ ಯಾರೂ ಗಮನಿಸಿರಲಿಲ್ಲ.

"ಅವನು ನಿಧಾನವಾಗಿ ಬರಲಿ ಬಿಡು. ಈಗೇನವಸರ" ಅವಳು ಪದೇ ಪದೇ ತನ್ನಿಂದ ಕೂಸರಿಕೊಳ್ಳುವುದನ್ನು ನೋಡಿ ಸುದೀಪನ ಹುಬ್ಬು ಗಂಟಾಯಿತು.

"ನಾನೇನೋ ನಿಮ್ಮಪ್ಪಯ್ಯನ ಜೊತೆ ಆಗಲೇ ಊಟ ಮಾಡಿಬಿಟ್ಟೆ. ಆದ್ರೆ ಅವಳಿನ್ನೂ ರಘುಗೆ ಕಾಯಾ ಇದ್ದಾಳೆ" ಗಂಗವ್ವ ಹೇಳಿದಾಗ ಸುದೀಪನಿಗೆ ಕಸಿವಿಸಿಯಾಯಿತು. ಕಣ್ಣು ಕಿರಿದುಗೊಳಿಸಿ ಅನುಪಮಳನ್ನೇ ದಿಟ್ಟಿಸಿ ನೋಡಿದ.

ಅವಳ ಮುಖದಲ್ಲಿದ್ದ ಅಶಾಂತಿಯನ್ನು ಅವನು ಗಮನಿಸದೆ ಹೋಗಲಿಲ್ಲ. ಪಿಚ್ಚೆನಿಸಿದರೂ ರಘು ಕುಶಾಲಪ್ಪನವರ ಕುಟುಂಬಕ್ಕೆ ತೋರಿದ ವಿಶ್ವಾಸ ಹಾಗು ನಾಲ್ಕು ತಿಂಗಳ ಬಾಂಧವ್ಯವನ್ನು ನೆನೆದು ತನ್ನನ್ನು ತಾನೇ ಸಂತೈಸಿಕೊಂಡ ಸುದೀಪ.

" ಓ ಹಾಗಾ? ಅದಕ್ಕೇನಂತೆ.. ರಘು ಬರೋದು ಲೇಟಾಗೋದಾದ್ರೆ ಪರವಾಗಿಲ್ಲ. ಇವತ್ತು ನೀನು ನನ್ನ ಜೊತೆ ಊಟ ಮಾಡು. ಐದು ನಿಮಿಷ ಬಟ್ಟೆ ಬದಲಿಸಿ ಬಂದು ಬಿಡ್ತೀನಿ." ಅವನು ಉತ್ಸಾಹದಿಂದ ಮಹಡಿಯೇರಿದಾಗ ಬಿಡುಗಡೆಯ ಉಸಿರು ಬಿಟ್ಟ ಅನುಪಮ, ಹೊರಬಂದು ರಘುವಿಗಾಗಿ ಗೇಟಿನವರೆಗೂ ನಡೆದಳು. ಕಣ್ಣುಹಾಯಿಸುವಷ್ಟು ದೂರಕ್ಕೆ ನೋಟ ಹರಿಸಿದಾಗ ಬರಿದಾದ ರಸ್ತೆ ಅವಳ ಮನಸ್ಸನ್ನು ಮುದುಡಿಸಿತು.

"ಯಾವಾಗಲೂ ಹೇಳಿದ ಸಮಯಕ್ಕೆ ಸರಿಯಾಗಿ ಬಂದುಬಿಡುತಿದ್ದರು. ಇಂದೇಕೆ ಇಷ್ಟು ಹೊತ್ತಾದ್ರೂ ಬಂದಿಲ್ಲ" ಆಳೆತ್ತರದ ಗೇಟಿನ ಸರಳುಗಳನ್ನು ಹಿಡಿದು ಹಾಗೆ ನಿಂತಳು.

"ಸುದೀಪ, ರಘುವಿನ ತಮ್ಮ. ಎಂಥ ಅಪ್ರಿಯ ಸತ್ಯ" ಸಹಿಸಲಾರದ ತಳಮಳದಿಂದ ತಲ್ಲಣಿಸಿದಳು ಅನುಪಮಾ. ನಿಟುಸಿರಿಟ್ಟು ಆಗಸದತ್ತ ನೋಟ ಹರಿಸಿದಾಗ, ಆಗಸ ಚೈತ್ರದ ಹೊಳಪನ್ನು ಕಳೆದುಕೊಂಡು ಮುಂಬರುವ ಮಳೆಗಾಲದ ಮುನ್ಸೂಚನೆಯನ್ನು ನೀಡುತಿರುವಂತೆ ತೋರಿತು. ಪ್ರಕೃತಿ ಮೂಡದ ಮುಸುಕನ್ನು ಹೊದೆಯುತ್ತಿದೆ ಎನಿಸಿತು.

ಇತ್ತ, ಹುಚ್ಚನಂತೆ ಹಾದಿ ಕಂಡ ಕಡೆ ಜೀಪ್ ನಡೆಸಿದ ರಘು. ಹೊತ್ತು-ಗೊತ್ತು ಕಾಲಮಿತಿಯ ಪರಿವೇ ಇಲ್ಲದೆ ಜೀಪನ್ನು ನಡೆಸಿದ ರಘು, ಇನ್ನು ಮುಂದೆ ತನ್ನ ಕೈಯಲ್ಲಿ ಡ್ರೈವಿಂಗ್ ಸಾಧ್ಯವೇ ಇಲ್ಲ ಎನ್ನಿಸಿದಾಗ ಜೀಪನ್ನು ಮುಖ್ಯ ರಸ್ತೆಯಿಂದ ತಿರುಗಿಸಿ ಬಲಗಡೆಗೆ ಕಂಡ ಕಿರುದಾರಿಯಲ್ಲಿ ಸ್ವಲ್ಪ ದೂರ ನಡೆಸಿ ಒಂದು ನಿರ್ಜನ ಪ್ರದೇಶದಲ್ಲಿ ನಿಲ್ಲಿಸಿದ.

ಏನಾಯ್ತು? ಇದೇನಾಗಿ ಹೋಯಿತು? ತಾನು ನೋಡಿದ್ದು ನಿಜವೆ? ಅಥವಾ ಹಗಲು ಕನಸೇನಾದರೂ ಕಂಡು ಬೆಚ್ಚಿಬಿದ್ದೆನೇ? ಅನುಪಮಾ ಸುದೀಪನ

ಹುಡುಗಿ. ಇದು ಹೇಗೆ ಸಾಧ್ಯ? ಪ್ರತಿಮಾ ಅಲ್ಲ ಪ್ರಗತಿ, ಹೌದು ಅನುಪಮಳ ಹೆಸರು ಪ್ರಗತಿ. ಎದೆಯಲ್ಲಿ ಸ್ಫೋಟಗೊಂಡಂತೆ ನೆಲದಲ್ಲಿ ಕುಸಿದ ರಘು

ಅನುಪಮಾ - ಪ್ರಗತಿ.....ಹೃದಯ ಹರಿದು ಭಿದ್ರ ಭಿದ್ರವಾದಂತೆ ತಲ್ಲಣಿಸಿದ ರಘು. ಸುದೀಪ ಒಂದು ವರ್ಷದಿಂದ ಹುಡುಕುತ್ತಿದ್ದುದು ನನ್ನ ಅನುಪಮ ಳಿಗಾಗಿ. ಅವಳ ಹೆಸರು ತಿಳಿಯದೆ, ವಿಳಾಸವೂ ತಿಳಿಯದೆ ಒಂದು ವರ್ಷದಿಂದ ಹುಚ್ಚನಂತೆ ಅಲೆಯುತ್ತಿದ್ದುದು ಪ್ರಗತಿಗಾಗಿ. ಅದೇ ಸಮಯದಲ್ಲಿ ಅದೇ ಹುಡುಗಿ ಅನುಪಮಳಾಗಿ ನನಗೆ ಸಿಕ್ಕಿದ್ದಾಳೆ. ನನ್ನ ಕನಸಿನ ಕನ್ಯೆಯಾಗಿ, ಒಲುಮೆಯ ಸಂಗಾತಿಯಾಗಿ, ನನ್ನದೆ ತುಂಬಿದ್ದಾಳೆ. ನಾನು ನನ್ನ ಸರ್ವಸ್ವವನ್ನೂ ಅವಳಿಗರ್ಪಿಸಿ ಬಿಟ್ಟಿದ್ದೇನೆ. ನನ್ನ ಹೃದಯದ ಪ್ರತಿಯೊಂದು ಬಡಿತವೂ ಅವಳ ಹೆಸರನ್ನೇ ಜಪಿಸುತ್ತಿದೆ. ನನ್ನ ನರನಾಡಿಗಳಲ್ಲಿ ಚೈತನ್ಯವಾಗಿ ಬೆರೆತುಹೋಗಿದ್ದಾಳೆ ಆ ಹುಡುಗಿ. ಹೀಗಿರುವಾಗ ನಾನೇನು ಮಾಡಲಿ? ದುಃಖದ ಒತ್ತಡ ತಡೆಯಲಾರದೆ ತಲೆಚಚ್ಚಿಕೊಂಡು ರಘು.

ಇಷ್ಟು ಸಾಲದೆಂಬಂತೆ ಅವಳೂ ಸಹ ನನ್ನನ್ನು ಪ್ರೀತಿಸುತ್ತಿದ್ದಾಳೆ. ಮಾತುಮಾತಿಗೂ ನಾನು ಅವಳನ್ನು ಅಣಕಿಸಿ, ರೇಗಿಸಿ ಪೂರ್ತಿಯಾಗಿ ಅವಳನ್ನು ನನ್ನ ಪ್ರೀತಿಯ ಬಲೆಯಲ್ಲಿ ಬಂಧಿಸಿ ಬಿಟ್ಟಿದ್ದೇನೆ. ನಿನ್ನೆ ತಾನೇ ಜಯರಾಮ್ ನಮ್ಮ ಮದುವೆಯ ಬಗ್ಗೆ ಪ್ರಸ್ತಾಪಿಸಿದ್ದಾರೆ. ಇದಕ್ಕೆ ಅನುಪಮ ಸಹ ಸಕಾರಾತ್ಮಕವಾಗಿ ಸ್ಪಂದಿಸಿದ್ದಾಳೆ. ಈ ಹಂತದಲ್ಲಿ ನಾನೇನು ಮಾಡಲಿ?

ಮಾಡುವುದೇನಿದೆ? ಅನುಪಮಾ ನಾನು ಪ್ರೀತಿಸಿದ ಹುಡುಗಿ. ಅವಳು ಎಂದೆಂದಿಗೂ ನನ್ನವಳು. ನನಗೆ ಸೇರಬೇಕಾದವಳು. ಸುದೀಪ ಅವಳನ್ನು ಪ್ರೀತಿಸುವ ವಿಷಯ ನನಗೆ ತಿಳಿದಿಲ್ಲ. ಅಲ್ಲದೆ ನಾನೇನು ಅವಳನ್ನು ಸುದೀಪನಿಂದ ಕಸಿದುಕೊಂಡೂ ಇಲ್ಲವಲ್ಲ? ಅವನೇನಾದರೂ ಅಪ್ಪಯ್ಯನ ಸ್ನೇಹಿತರನ್ನು ಗೌರವಿಸಿ ಅವರನ್ನು ಸ್ವಾಗತಿಸಿದ್ದರೆ ಅನುಪಮಾ ಅಂದೆ, ಅಲ್ಲ ಅವನ ಪ್ರಗತಿ ಅಂದೆ ಅವನಿಗೆ ದಕ್ಕುತ್ತಿದ್ದಳು. ವಿಪರೀತ ದುರಹಂಕಾರ ಮಾಡಿ ಅವಳನ್ನು ಕಳೆದುಕೊಂಡ. ಇದರಲ್ಲಿ ನನ್ನ ತಪ್ಪೇನಿದೆ. ನಾನು ಅವರನ್ನು ಕೇವಲ ನನ್ನ ತಂದೆಯ ಸ್ನೇಹಿತರೆಂದು ಸ್ವಾಗತಿಸಲು ಹೋದೆ. ಅವರಿಗೆ ಒಬ್ಬಳು ಮಗಳಿರುವ ವಿಷಯವೂ ಕೂಡ ನನಗೆ ಸರಿಯಾಗಿ ತಿಳಿದಿರಲಿಲ್ಲ. ಅದೃಷ್ಟ ನನ್ನ ಪಾಲಿನದಾದರೆ ನಾನೇನು ಮಾಡಲು ಸಾಧ್ಯ? ಅನುಪಮಾ ಎಂದೆಂದಿಗೂ ನನ್ನವಳು .

ಮನಸ್ಸು ಗಟ್ಟಿ ಮಾಡಿಕೊಂಡ ರಘು. ಮರುಕ್ಷಣವೇ ಇನ್ನೊಂದು ಮನಸ್ಸು ಹೇಳಿತು

ಆದರೆ ಅವಳಿಗಾಗಿ ಸುದೀಪ ಹುಚ್ಚನಂತೆ ಅಲೆಯುತ್ತಿದ್ದ. ಅವಳಿಗಾಗಿ ಅವನು ಏನೇನು ಪ್ರಯತ್ನಪಟ್ಟಿದ್ದಾನೆ ಅವಳನ್ನು ಹುಡುಕಲು ಎಲ್ಲೆಲ್ಲಿ ಅಲೆದಿದ್ದಾನೆ, ಅವಳ ವಿಳಾಸ ಹುಡುಕಲು ಪ್ರಯತ್ನಿಸಿ ಸೋತ ಪ್ರತಿಯೊಂದು ಸಾರಿಯೂ ಅದೆಷ್ಟು ನೊಂದಿದ್ದಾನೆ ಎಂಬುದು ನನಗೆ ಮಾತ್ರ ತಿಳಿದಿದೆ. ಈಗ ಅವಳು ಸಿಕ್ಕಿರುವಾಗ ಅವನು ಬಿಡುವನೆ? ತಾನು ಹುಚ್ಚನಂತೆ ಪ್ರೀತಿಸುತ್ತಿರುವ

ಹುಡುಗಿಯನ್ನು ಅತ್ತಿಗೆಯಾಗಿ ಸ್ವೀಕರಿಸುವನೆ? ಸ್ವೀಕರಿಸುವುದು ಹಾಗಿರಲಿ, ಅವಳನ್ನು ನಾನು ಪ್ರೀತಿಸುತ್ತಿರುವ ಸತ್ಯ ಗೊತ್ತಾದರೆ ಅವನ ಪ್ರತಿಕ್ರಿಯೆ ಹೇಗಿರಬಹುದು? ನನ್ನನ್ನು ಅವನು ತನ್ನ ಶತ್ರುವೆಂದು ಭಾವಿಸಬಹುದು. ಸ್ಪರ್ಧಿಯಾಗಿ ಕಾಣಬಹುದು. ಅಷ್ಟೇಕೆ ನನ್ನ ಮೇಲೆ ಅವನು ಯುದ್ಧಕ್ಕೂ ನಿಲ್ಲಬಹುದು. ಇದರ ಪರಿಣಾಮ????

ಚಿಂತಿಸಿದಷ್ಟೂ ಚಿಂತೆ ಹೆಚ್ಚಾಯಿತೆ ಹೊರತು ಕಡಿಮೆಯಾಗಲಿಲ್ಲ.

ಸುದೀಪ ಬಟ್ಟೆ ಬದಲಿಸಿ ಬಂದಾಗ ಅನುಪಮಾ ಗೇಟಿನ ಹತ್ತಿರ ನಿಂತದ್ದು ಕಾಣಿಸಿತು.

"ಪುತ್ತೀ, ರಾಘುನ ಕಾಯ್ತಾ ಇದ್ದೀಯ? ಅವನು ಬರ್ತಾನೆ ಬಾ ನಾವು ಊಟ ಮಾಡೋಣ" ಅವಳಿದ್ದಲ್ಲಿಗೇ ಬಂದ ಸುದೀಪ

"೨ ಘಂಟೆಯಾಯ್ತು ಅವರಿನ್ನೂ ಬಂದಿಲ್ಲ, ಅಲ್ಲದೆ ಅವರಿಗೆ ಊಟಾನೂ ಕಳಿಸಿಲ್ಲ" ಅವಳು ಅತೀವ ಕಾಳಜಿಯಿಂದ ಅಲವತ್ತುಕೊಂಡಾಗ ಅವನಿಗೆ ಅಸೂಯೆಯೆನಿಸಿತು.

"ನಾನೂ ಅಷ್ಟೇ. ಇನ್ನೂ ಊಟ ಮಾಡಿಲ್ಲ. ನಂಗೂ ಹಸಿವಾಗ್ತಾ ಇದೆ. ಬಾ ಊಟ ಮಾಡೋಣ" ಅವನ ದನಿಯಲ್ಲಿ ಕಂಡೂ ಕಾಣದ ಒರಟುತನ ಇಣುಕಿತು.

"ನೀವು ಊಟ ಮಾಡಿ. ನಾನವರಿಗೆ ಕಾಯ್ತಿನಿ." ಗೇಟಿನಿಂದ ಒಂದು ಒಂದಿಂಚೂ ಕದಲದೆ ನುಡಿದಳು ಅನುಪಮ.

" ಇಲ್ಲ ಇವತ್ತು ನಾನು ನಿನ್ನ ಜೊತೇನೆ ಊಟಮಾಡಬೇಕು. ಅದರಲ್ಲೂ ನೀನೆ ಬಡಿಸಬೇಕು" ಈ ಬಾರಿ ಅವನ ದನಿ ಇನ್ನೂ ಗಡುಸಾಯಿತು.

ತಟ್ಟನೆ ಅವನ ಕಂಗಳಲ್ಲಿ ಇಣುಕಿದಳು ಅನುಪಮಾ. ಅವನ ಕಂಗಳಲ್ಲಿ ಹಠ, ಅಧಿಕಾರ ಸ್ಪಷ್ಟವಾಗಿತ್ತು. ಅವನ ಮುಖದ ಮೇಲೆ ರಾಚಿಬಿಡಬೇಕೆನಿಸಿತು. ಬೇರೆ ಸಂದರ್ಭವಾಗಿದ್ದರೆ ಹಾಗೆ ಮಾಡುತಿದ್ದಳು ಕೂಡ. ಆದರೆ ಅವನೆಷ್ಟಿದ್ದರೂ ರಘುವಿನ ತಮ್ಮ, ಈ ಮನೆಯ ಮಗ. ನಾಳೆ ತಾನಿ ಮನೆಯ ಸೊಸೆಯಾಗುವವಳು.

ತಾಳ್ಮೆ ತಂದುಕೊಂದು "ಸರಿ ಬನ್ನಿ" ಎಂದಳು.

ಅವಳು ಸುದೀಪನಿಗೆ ಬೆನ್ನು ಹಾಕಿ ನಡೆದಾಗ ಅವಳ ನಡಿಗೆ ಲಾಸ್ಯವಾಡಿದ ನೀಳ ಜಡೆ ಅವನನ್ನು ಬಹಳವಾಗಿ ಸೂರೆಗೊಂಡಿತು. ತಟ್ಟನೆ ಆ ನೀಳ ಜಡೆಯನ್ನು ಹಿಡಿದು ಮೃದುವಾಗಿ ಜಗ್ಗಿದ. ಅವನು ಮೆಲ್ಲನೆ ಜಗ್ಗಿದರೂ, ಅವಳು ಮುನ್ನಡೆಯುತ್ತಿದ್ದುದರಿಂದ ಅದರ ರಭಸ ಹೆಚ್ಚಾಗಿ ಹಿಂದ ವಾಲಿದಳು. ತಟ್ಟನೆ ಅವಳನ್ನು ತನ್ನ ತೋಳಿನಲ್ಲಿ ತುಂಬಿಕೊಂಡ ಸುದೀಪ.

"ನಿನ್ನ ಮೊದಲನೇ ಸಲ ನೋಡಿದಾಗ ನೀನು ತುಂಬಾ ಜೋರು ಹುಡುಗಿ ಅಂದ್ಕೊಂಡಿದ್ದೆ. ಬಟ್ ಯು ಆರ್ ವೆರಿ ಸ್ವೀಟ್" ಅವಳ ಮೃದು ಕನ್ನೆಯನ್ನು

ಸವರಿದ. ಅವನ ತುಟಿಗಳು ಅವಳ ಕೆನ್ನೆಯನ್ನು ಸೋಕಲು ಹಾತೊರೆದಾಗ ಬೆಂಕಿಯಾದಳು ಅನುಪಮಾ .

ಒರಟಾಗಿ ಅವನನ್ನು ಕೊಡಗಿ ಅವನಿಂದ ಬಿಡಿಸಿಕೊಂಡು "ನೋಡಿ ಇನ್ನೊಂದು ಸಲ ನನ್ನ ಜೊತೆ ಹೀಗೆ ನಡ್ಕೊಬೇಡಿ ನಾನು ಸುಮ್ಮನಿರೋಲ್ಲ" ಅವನನ್ನು ಒರಟಾಗಿ ತಳ್ಳಿ ಸರಸರನೆ ಅಲ್ಲಿಂದ ಹೊರಟು ಹೋದಳು.

ಪ್ರಥಮ ಬಾರಿಗೆ ಅವಮಾನವನ್ನು ಅನುಭವಿಸಿದ ಸುದೀಪ ದಿಗ್ಭ್ರಾಂತನಾದ.

ಶ್ರೀಮಂತ, ಸುಂದರ, ಯಶಸ್ವಿ, ವಕೀಲ, ಸುದೀಪನ ಒಂದೇ ಒಂದು ನೋಟಕ್ಕಾಗಿ ನೂರಾರು ಹುಡುಗಿಯರು ಪರಿತಪಿಸುತ್ತಿದ್ದರು. ಅವನು ಮನಸ್ಸು ಮಾಡಿದರೆ ಕನ್ಯಾಪಿತೃಗಳು ಸಾಲುಸಾಲಾಗಿ ಅವನ ಮನೆಯ ಮುಂದೆ ನಿಲ್ಲುತ್ತಿದ್ದರು. ಅವನು ಸುಮ್ಮನೆ ಟೈಮ್ ಪಾಸ್ಗಿಂದು ಬಯಸಿದ್ದರೂ ಸಹ ಹತ್ತಾರು ಚೆಲುವೆಯರು ಅವನಿಗೆ ದೊಂಬಾಲು ಬೀಳುತ್ತಿದ್ದರು. ಅಂಥದರಲ್ಲಿ ಯಕಶ್ಚಿತ್ ತಾವು ದಾನಮಾಡಿದ ಆಸ್ತಿಯಲ್ಲಿ ಬದುಕುತ್ತಿರುವ ಇವಳಿಗೆ ಎಂಥಾ ದುರಹಂಕಾರ.

ಅವನು ಉಕ್ಕಿಬಂದ ರೋಷವನ್ನು ಹತ್ತಿಕ್ಕುತ್ತಾ ಒಳಬಂದಾಗ ಅನುಪಮಾ ಫೋನ್ ಮಾಡುತ್ತಿರುವುದು ಕಾಣಿಸಿತು.

"ಲೈನ್ ಸಿಕ್ತಾ ಇಲ್ವಾ ಮೋಳೆ?" ಅಲ್ಲೇ ಕುಳಿತಿದ್ದ ಗಂಗವ್ವನವರು ಕೇಳಿದರು.

"ಲೈನ್ ಸಿಕ್ತಾ ಇದೇಮಾ, ಆದ್ರೆ ರೆಸ್ಪಾನ್ಸ್ ಬರ್ತಾಯಿಲ್ಲ" ರಘುವಿನ ಮೊಬೈಲ್ ನಂಬರಿಗೆ ಫೋನ್ ಮಾಡಿದ ಅನುಪಮಾ ಉತ್ತರಿಸಿದಳು. ನಾಲ್ಕಾರು ಬಾರಿ ರಿಡಯಲ್ ಮಾಡಿದರೂ ಪ್ರಯೋಜನವಾಗಲಿಲ್ಲ. ಸೋತ ಅನುಪಮಾ ಫೋನಿರಿಸಿದಳು.

ಸುದೀಪ ಊಟದ ಟೇಬಲಿನ ಮುಂದೆ ಕುಳಿತಿದ್ದರಿಂದ ಅವನಿಗೆ ಬಡಿಸಲು ಬಂದರು ಗಂಗವ್ವನವರು .

"ಅಮ್ಮ ಪ್ರತಿಗೆ ಬಡಿಸೋಕೆ ಹೇಳು" ಅವನ ದನಿಯಲ್ಲಿ ಅದೇ ದರ್ಪ, ಅಧಿಕಾರ ಅವರಿಗೆ ರುಚಿಸಲಿಲ್ಲ.

"ನೋಡು ನೀನವಳ ಮೇಲೆ ಅಧಿಕಾರ ಚಲಾಯಿಸೋಕೆ ಹೋಗಬೇಡ. ಅವಳೇನೂ ಈ ಮನೆಯ ಆಳಲ್ಲ". ಅವನ ತಟ್ಟೆಗೆ ಅನ್ನ ಬಡಿಸಿದರು ಗಂಗವ್ವ.

"ಆದ್ರೆ ಅವಳೀ ಮನೆ ಸೊಸೆಯಾಗುವವಳು. ಈ ಮನೆ ರೀತಿ-ನೀತಿ ಕಲಿತುಕೊಂಡು ಈ ಮನೆಗೆ ಹೊಂದಿಕೊಂಡು ಹೋಗಬೇಕಾದವಳು. ಮತ್ತೆ ಹೇಳ್ತಾ ಇದ್ದೀನಿ ಸರಿಯಾಗಿ ಕೇಳಿಸಿಕೋ. ಅವಳೇ ಈ ಮನೆ ಕಿರಿಯ ಸೊಸೆ. ನಾನವಳನ್ನೇ ಮದುವೆ ಆಗೋದು. ಅವಳಿಗೆ ಬುದ್ಧಿ ಹೇಳಿ ನನ್ನ ಜೊತೆ ಸರಿಯಾಗಿ ನಡ್ಕೊಳ್ಳೋಕೆ ಹೇಳು. ನನ್ನ ಹಠ ನಿಮಗೆಲ್ಲಾ ಗೊತ್ತೇ ಇದೆ. ಅವಳಿಗಾ ಬಿಸಿ ಮುಟ್ಟೋದು ಬೇಡ." ಅವನು ತಟ್ಟೆಯನ್ನು ತಳ್ಳಿ ದಡದಡನೆ ಎದ್ದು ಹೋಗಿಬಿಟ್ಟ.

ಗಂಗವ್ವನವರು ಹತಾಶರಾದರು. ಪಾತ್ರೆಗಳನ್ನು ಮುಚ್ಚಿಡುವ ವ್ಯವಧಾನವೂ ಇಲ್ಲದೆ ಅನುಪಮಾ ಕುಳಿತಿದ್ದಲ್ಲಿಗೆ ಬಂದರು. ಅವಳ ಮುಖ ಕಳೆಗುಂದಿದನ್ನು ನೋಡಿ ಅವಳಿಗೆ ಅವನ ಮಾತೆಲ್ಲ ಕೇಳಿಸಿದೆ ಎಂಬುದು ಅವರಿಗೆ ತಿಳಿಯಿತು. ಅವರಿಗೇನೂ ಮಾತಾಡಲು ತೋಚದೆ ಅನುಪಮಾಳ ಎದುರು ಕುಳಿತುಕೊಂಡರು.

"ಆಂಟಿ ನೀವು ಸ್ವಲ್ಪ ರೆಸ್ಟ್ ತಗೊಳ್ಳಿ. ನಾನಿಲ್ಲೆ ಮ್ಯಾಗಝಿನ್ ನೋಡ್ತಾ ಇರ್ತಿನಿ" ಮಧ್ಯಾಹ್ನ ಎರಡರಿಂದ ನಾಲ್ಕು ಅವರ ನಿದ್ದೆಯ ಸಮಯವಾದ್ದರಿಂದ ನುಡಿದಳು ಅನುಪಮಾ. ಇಬ್ಬರಿಗೂ ಸುದೀಪನ ಬಗ್ಗೆ ಚರ್ಚೆ ಮಾಡುವುದು ಬೇಕಿರಲಿಲ್ಲ. ರಘುವಿನ ಬರುವಿಕೆ ಒಂದೇ ಇದಕ್ಕೆ ಪರಿಹಾರವಾಗಿ ತೋರಿತು.

"ಬೇಕಾದರೆ ರಘುವಿನ ರೂಮಲ್ಲಿ ಬುಕ್ಸ್ ಇದೆ ನೋಡ್ತಾ ಇರು" ಗಂಗವ್ವನವರಿಗೂ ವಿಶ್ರಾಂತಿಯ ಅಗತ್ಯವಿತ್ತು

"ಸರಿಯಾಂಟಿ" ಎದ್ದು ರಘುವಿನ ಕೋಣೆಯತ್ತ ನಡೆದಳು ಅನುಪಮಾ.

ಅವಳು ಆ ಮನೆಗೆ ಹಲವಾರು ಬಾರಿ ಬಂದಿದ್ದರೂ ರಘುವಿನ ಕೋಣೆಗೆ ಹೋಗಿರಲಿಲ್ಲ. ಹೋಗುವ ಅಗತ್ಯವೂ ಬಂದಿರಲಿಲ್ಲ. ಅವನು ಯಾವಾಗಲೂ ಅವಳ ಜೊತೆಯಲ್ಲೇ ಇರುತ್ತಿದ್ದ. ಅವಳು ಅವನನ್ನು ನೆನೆಯುವ ಮುನ್ನವೇ ದೇವರಂತೆ ಅವನು ಅವಳೆದುರು ಪ್ರತ್ಯಕ್ಷವಾಗುತ್ತಿದ್ದ

ಅನುಪಮಾ ಮಹಡಿಯ ಮೇಲಿದ್ದ ರಘುವಿನ ಕೋಣೆಗೆ ಬಂದಳು. ಅಗಾಧವಾದ ತೇಗದ ಬಾಗಿಲನ್ನು ತೆರೆದು ಒಳ ಬಂದಾಗ, ಹೊರಗೆ ಹೋಗುವಾಗ ರಘು ಉಪಯೋಗಿಸುತ್ತಿದ್ದ ಪರಿಮಳ, ನವಿರಾಗಿ ಅವಳನ್ನು ಆವರಿಸಿಕೊಂಡು, ಅವಳ ಮನವನ್ನು ಅರಳಿಸಿತು. ಉಸಿರಿನ ತುಂಬಾ ಆ ಪರಿಮಳವನ್ನು ಎಳೆದುಕೊಂಡು ಒಳಗೆ ಹೆಜ್ಜೆ ಹಾಕಿದಳು ಅನುಪಮಾ.

ನೆಲಕ್ಕೆ ಬೆಲೆಬಾಳುವ ವಾಲ್ ಟು ವಾಲ್ ಕಾರ್ಪೆಟ್ಟನ್ನು ಹಾಸಲಾಗಿತ್ತು. ಬಲಬದಿಯ ಗೋಡೆಗೆ ಪೂರ್ತಿ ಗಾಜನ್ನು ಅಳವಡಿಸಿ ದೊಡ್ಡ ಶೋಕೇಸನ್ನು ಮಾಡಲಾಗಿತ್ತು. ಅದರ ತುಂಬ ಸುಂದರವಾದ ಕಲಾಕೃತಿಗಳನ್ನು ಜೋಡಿಸಿದ್ದ ರಘು. ಶೋಕೇಸಿನ ಪಕ್ಕದಲ್ಲಿ ಬೀಟೆ ಮರದ ಸೋಫಾ ಸೆಟ್ ಹಾಗೂ ಟೀಪಾಯಿಯಿದ್ದು ಅದರಮೇಲೆ ಸುಂದರವಾದ ಹೂದಾನಿಯನ್ನಿಡಲಾಗಿತ್ತು. ಸೋಫಾ ಸೆಟ್ಟಿಗೆ ಎದಿರಾಗಿ ಬಣ್ಣದ ಟಿವಿ, ಸಿಡಿ ಪ್ಲೇಯರ್ ಮತ್ತು ಡಿವಿಡಿಗಳಿದ್ದ ಗಾಜಿನ ಕಪಾಟನ್ನು ಇಡಲಾಗಿತ್ತು. ಕೋಣೆಯ ಮಧ್ಯದಲ್ಲಿ ದೊಡ್ಡದಾದ ಬೀಟೆ ಮರದ ಮಂಚವನ್ನಿಡಲಾಗಿತ್ತು. ಅದರ ಮೇಲೆ ಬೆಲೆಬಾಳುವ ಹಾಸು ಹೊದಿಕೆಗಳಿದ್ದವು. ಆ ಕಡೆಯ ಗೋಡೆಗೆ ದೊಡ್ಡದಾದ ವಾರ್ಡ್ರೋಬನ್ನು ಅಳವಡಿಸಲಾಗಿದ್ದು, ಮಂಚ ಮತ್ತು ವಾರ್ಡ್ರೋಬ್ ಮಧ್ಯದಲ್ಲಿ ಡ್ರೆಸ್ಸಿಂಗ್ ಟೇಬಲನ್ನು ಇಡಲಾಗಿತ್ತು

ಕೋಣೆಗೆ ಹೊಂದಿಕೊಂಡಂತಿದ್ದ ಇನ್ನೊಂದು ಕೋಣೆಯನ್ನು ನೋಡಿ ಅದರ ಬಾಗಿಲನ್ನು ತೆರೆದಳು ಅನುಪಮ. ಅದು ವ್ಯಾಸಂಗದ ಕೊಠಡಿಯಾಗಿತ್ತು.

ಅದರಲ್ಲಿ ಗಾಜಿನ ಬಾಗಿಲುಗಳನ್ನೊಳಗೊಂಡ ೩ ದೊಡ್ಡ ಆಲ್ಮಿರಾಗಳಿದ್ದವು. ಆದರಲ್ಲಿ ತುಂಬಾ ಪುಸ್ತಕಗಳನ್ನು ಜೋಡಿಸಲಾಗಿತ್ತು. ಕಿಟಕಿಯ ಪಕ್ಕದಲ್ಲೊಂದು ಟೇಬಲಿತ್ತು. ಆದರ ಮೇಲೆ ರೀಡಿಂಗ್ ಲ್ಯಾಂಪ್ ಪಕ್ಕದಲ್ಲೊಂದು ಮೈಕ್ರೋಸ್ಕೋಪು. ಟೇಬಲಿನ ಇನ್ನೊಂದು ಬದಿಯಲ್ಲಿ ಟಿನ್ನಿನ ಟ್ರೇ, ಅದರಲ್ಲೊಂದು ಸ್ಲೈಡ್ ಬಾಕ್ಸ್, ದಿಸ್ಸೆಕ್ಷನ್ ಬಾಕ್ಸ್, ವಿವಿಧ ಬಣ್ಣದ ದ್ರವ್ಯಗಳಿಂದ ತುಂಬಿದ ಚಿಕ್ಕ ಚಿಕ್ಕ ಬಾಟಲಿಗಳಿದ್ದವು. ಬೆಡ್ರೂಮಿನ ಇನ್ನೊಂದು ಪಕ್ಕದಲ್ಲಿ ಎಲ್ಲಾ ಅನುಕೂಲತೆಗಳನ್ನು ಒಳಗೊಂಡ ಸಿರಾಮಿಕ್ ಟಾಯ್ಲೆಟ್ ಇತ್ತು.

ಆ ಕೋಣೆಯನ್ನು ಸುತ್ತಿ ಬರುವಷ್ಟರಲ್ಲಿ ಅನುಪಮಾಳ ಮನಸ್ಸಿನಲ್ಲಿದ್ದ ಗೊಂದಲ ಚಿಂತೆ ಮರೆಯಾಗಿ ಹೋಗಿ ರಘುವಿನ ಸನಿಹದ ನೆಮ್ಮದಿಯನ್ನು ತಂದಿತು. ಅವಳಿಗೆ ಓದಲು ಮನಸ್ಸಾಗಲಿಲ್ಲ. ಬಂದು ರಘುವಿನ ಮಂಚದ ಮೇಲೆ ಕುಳಿತುಕೊಂಡಳು.

ಆಕಸ್ಮಿಕವಾಗಿ ಅವಳ ನೋಟ ಪಕ್ಕದಲ್ಲಿದ್ದ ಡ್ರೆಸ್ಸಿಂಗ್ ಟೇಬಲ್ಲಿನ ಮೇಲಿದ್ದ ಕೆಂಪು ಒಡವೆಯ ಪೆಟ್ಟಿಗೆಯ ಮೇಲೆ ಹರಿಯಿತು. ತಟ್ಟನೆ ಅವಳಿಗೆ ಹಿಂದಿನ ದಿನ ರಘು ಒಡವೆಯ ಅಂಗಡಿಗೆ ಹೋಗಿದ್ದು, ಹಿಂದಿರುಗಿ ಬರುವಾಗ ಅವನ ಕೈಯಲ್ಲಿ ಒಡವೆಯ ಪೆಟ್ಟಿಗೆ ಇದ್ದುದ್ದು ನೆನಪಾಯಿತು.

ಕುತೂಹಲದಿಂದ ಆ ಪೆಟ್ಟಿಗೆಯನ್ನು ತೆರೆದಳು ಅನುಪಮ. ಮೂರು ಸಾಲಿನಲ್ಲಿ ಕೂರಿಸಿದ ವಜ್ರದ ಹರಳುಗಳನ್ನೊಳಗೊಂಡ ನೆಕ್ಲೆಸ್ ಝುಗಝುಗಿಸುತಿತ್ತು. ಅದನ್ನು ಕೈಯಲ್ಲಿ ತೆಗೆದುಕೊಂಡು ನೋಡಿದಳು. ಹಾರ ಬಹಳ ಸುಂದರವಾಗಿತ್ತು. ಜೊತೆಯಲ್ಲಿ ಅದಕ್ಕೆ ಹೊಂದುವ ಓಲೆ ಮತ್ತು ಉಂಗುರವಿತ್ತು. ಉಂಗುರವನ್ನು ತೊಟ್ಟುಕೊಂಡು ನೋಡಿದಳು ಅನುಪಮಾ. ಅವಳ ಚಿಗುರು ಬೆರಳುಗಳಿಗೆ ಆ ಉಂಗುರ ಸೊಗಸಾಗಿ ಒಪ್ಪಿತ್ತು. ಮತ್ತೆ ಅದನ್ನು ಬಿಚ್ಚಿ ಮೊದಲಿನಂತೆ ಅದೇ ಪೆಟ್ಟಿಗೆಯಲ್ಲಿಯಲ್ಲಿರಿಸಿದಳು.

ರಘು ಈ ಒಡವೆಗಳನ್ನು ನನಗಾಗಿ ತಂದಿರಬಹುದುದೇ? ಇರಬಹುದು. ನಿನ್ನೆ ಅವರ ಕಣ್ಣಲ್ಲಿ ಎಂಥಾ ಹೊಳಪಿತ್ತು. ಯಾರಿಗೆ ತಂದರೇನು? ದೇವರು ನನಗೆ ಜಗತ್ತಿನ ಅತ್ಯಂತ ಶ್ರೇಷ್ಠ ಕಾಣಿಕೆಯನ್ನು ದಯಪಾಲಿಸಿದ್ದಾನೆ. ಅದಕ್ಕಿಂತ ಇನ್ನೇನು ಬೇಕು.

ಮನದಲ್ಲಿದ್ದ ಎಲ್ಲಾ ದುಗುಡವನ್ನು ಮರೆತು ಒಡವೆಯ ಪೆಟ್ಟಿಗೆಯನ್ನು ಮೊದಲಿನಂತೆ ಇಟ್ಟು ಮಂಚದಲ್ಲಿ ಅಡ್ಡಾದಳು ಅನುಪಮ. ಕಾಲಬಳಿ ಒರಣವಾಗಿ ಮಡಿಸಿಟ್ಟಿದ್ದ ಹೊದಿಕೆಯನ್ನು ಹೊದ್ದುಕೊಂಡಳು. ಅವರ್ಚನೀಯ ಆನಂದ ಅವಳನ್ನು ಆವರಿಸಿತು. ಹೊದಿಕೆಯನ್ನು ಬಿಗಿಯಾಗಿ ಹೊದ್ದುಕೊಂಡು ಮಲಗಿದ ಅನುಪಮಳಿಗೆ ನಿದ್ದೆ ಹತ್ತಿದ್ದೇ ತಿಳಿಯಲಿಲ್ಲ.

ಓಹೋ.. ಹೊಯ್ ಬ್ಯಾ .. ಬ್ಯಾ .. ದನಗಾಹಿ ಮಕ್ಕಳ ದನಿ ಸಂಜೆಯ ಗಾಳಿಯೊಡನೆ ತುರಿ ಬಂದಾಗ ಅನುಪಮಳಿಗೆ ಎಚ್ಚರವಾಯಿತು. ಬೆಚ್ಚಿ ಎದ್ದು ಕುಳಿತುಕೊಂಡಳು. ಗಡಬಡಿಸಿ ಗಡಿಯಾರದತ್ತ ನೋಟ ಹರಿಸಿದಾಗ

ಸಮಯ ವಾಗಲೇ ೭-೭೦ ತೋರಿಸುತ್ತಿತ್ತು. ಇಷ್ಟು ಹೊತ್ತಾದರೂ ರಘು ಬಂದಿಲ್ಲವೇ? ಒಂದು ವೇಳ ಬಂದು ತಾನು ಮಲಗಿದ್ದನ್ನು ನೋಡಿ ಹಾಗೆ ಹಿಂದಿರುಗಿದರೆ? ಎಂಥಾ ಹಾಳು ನಿದ್ದೆ ಎಂದುಕೊಳುತ್ತಾ ಎದ್ದು ಹಾಸಿಗೆ ಹೊದಿಕೆಯನ್ನು ಸರಿಪಡಿಸಿ ಬಚ್ಚಲಿಗೆ ಓಡಿದಳು

ಅನುಪಮಾ ಕೆಳಗಿಳಿದು ಬಂದಾಗ ಸುದೀಪ ಹಾಗೂ ಸೋಮಯ್ಯನವರು ಮಾತನಾಡುತ್ತ ಕಾಫಿ ಹೀರುತ್ತಿದ್ದರು

"ಬಾ ಮೊಳ... ನಿದ್ದೆ ಆಯ್ತಾ?" ಸೋಮಯ್ಯನವರು ಕೇಳಿದಾಗ , ಸಂಕೋಚದಿಂದ ತಲೆಯಾಡಿಸಿದಳು ಅನುಪಮ .

ಅವಳ ನೆಮ್ಮದಿಯನ್ನು ನೋಡಿ ಸುದೀಪನ ಮುಖ ಬಿಗಿಯಿತು. ಅವಳ ಕಂಗಳ ಹೊಳಪು ಅವನೆದೆಗೆ ಬೆಂಕಿಯಯನ್ನಿಟ್ಟಿತು. ಅವಳನ್ನೇ ದುರುಗುಟ್ಟಿ ನೋಡಿದ.

ಅವಳು ಅದನ್ನು ಲೆಕ್ಕಿಸದೆ ರಘುವಿನ ವಿಷಯ ತಿಳಿಯಲು ಅಡುಗೆಮನೆ ಹೊಕ್ಕಳು. ಗಂಗವ್ವನವರು ಸಂಜೆಗೆ ಪಾಪುಟ್ಟು ಮಾಡುತ್ತಿದ್ದರು.

"ಬಿಡಿ ಆಂಟಿ ನಾನು ಮಾಡ್ತೀನಿ..." ಮುಂದಾದಳು ಅನುಪಮ.

"ನೀನು ಸ್ವಲ್ಪ ತೆಂಗಿನಕಾಯಿ ತುರಿದು ಕೊಡು, ಅಷ್ಟರಲ್ಲಿ ನಾನು ರವೆ ನೆನೆ ಹಾಕ್ತೀನಿ" ಅಕ್ಕಿ ರವೆಯ ಡಬ್ಬವನ್ನು ತೆಗೆಯುತ್ತ ನುಡಿದರು ಗಂಗವ್ವನವರು.

ಎಲ್ಲಾ ಆಧುನಿಕ ಉಪಕರಣವಿದ್ದುದರಿಂದ ಅನುಪಮಳಿಗೆ ಈಳಿಗೆ ಮಣೆಯ ಅಗತ್ಯವಿರಲಿಲ್ಲ. ಗ್ರೈಂಡರಿಗೆ ಹೊಂದಿಕೊಂಡಿದ್ದ ಕಾಯಿ ತುರಿಯುವ ಯಂತ್ರಕ್ಕೆ ತೆಂಗಿನ ಹೋಳನ್ನು ಒತ್ತಿಹಿಡಿದು ಅದರ ಹಿಡಿ ತಿರುಗಿಸಿದಾಗ ಬೆಣ್ಣೆಯಂತ ತೆಂಗಿನತುರಿ ಸಿದ್ದವಾಯಿತು.

"ಆಂಟಿ ರಘು ಇನ್ನೂ ಬಂದಿಲ್ವಾ?" ತಡೆಯದೆ ಕೇಳಿದಳು ಅನುಪಮ .

"ಇಲ್ಲಮ್ಮ ಅವನಿನ್ನೂ ಬಂದಿಲ್ಲ. ಏನೋ ಕೆಲಸ ಬಿದ್ದಿರಬೇಕು. ಆರು ಘಂಟೆಗೆ ಬಂದ್ಬಿಡ್ತಾನೆ ಬಿಡು." ಗಂಗವ್ವನವರು ಹೇಳಿದಾಗ ಇರಬಹುದೆಂದುಕೊಂಡಳು ಅನುಪಮ .

ಗಂಗಾ ಫಾರಂನ ಸಸಿಗಳಿಗೆ ಬಹಳ ಬೇಡಿಕೆ ಇತ್ತು. ಕೇವಲ ಕಾಫಿ, ಕರಿಮೆಣಸು, ತೇಗ, ತೆಂಗು, ಗುಲಾಬಿ ಮತ್ತು ದಾಸವಾಳ ಸಸಿಗಳನ್ನು ಮಾತ್ರ ಗಂಗಾ ಫಾರಂನಲ್ಲಿ ಬೆಳೆಸುತ್ತಿದ್ದರು. ಎಷ್ಟೋ ಸಲ ಅವುಗಳ ಬೇಡಿಕೆಯನ್ನೆ ಪೂರೈಸಲು ಸಾಧ್ಯವಾಗುತ್ತಿರಲಿಲ್ಲ.

ಅನುಪಮಾ, ತೆಂಗಿನ ತುರಿಯನ್ನು ನೆನೆಯಲು ಹಾಕಿದ್ದ ಅಕ್ಕಿಯ ರವೆಗೆ ಹಾಕಿ ಬೇಕಾದಷ್ಟು ಉಪ್ಪನ್ನು ಸೇರಿಸಿ ಚೆನ್ನಾಗಿ ಬೆರೆಸಿದಳು. ನಂತರ ಊಟದ ತಟ್ಟೆಗಳಿಗೆ ೪ ಸೌಟಿನಂತೆ ಹಾಕಿ ಇಡ್ಲಿಯ ಪಾತ್ರೆಯಲ್ಲಿ, ತಟ್ಟೆ ಇಡ್ಲಿಯಂತೆ ಬೇಯಲು ಇಟ್ಟಳು.

ಅಷ್ಟರಲ್ಲಿ ಗಂಗವ್ವನವರು ಒಂದು ಚಿಕ್ಕ ಬಟ್ಟಲಿಗೆ ನಿಪ್ಪಟ್ಟು, ಚಕ್ಕುಲಿ ಹಾಗೂ ಬಿಸ್ಕೀಟುಗಳನ್ನು ಹಾಕಿ ಅವಳ ಮುಂದೆ ಹಿಡಿದರು.

"ಇದೆಲ್ಲ ಬೇಡ ಆಂಟಿ ಬರೀ ಕಾಫಿ ಸಾಕು"

"ನೀನು ಮಧ್ಯಾಹ್ನ ಊಟ ಮಾಡಿಲ್ಲ, ಇದನ್ನಾದರೂ ತಿನ್ನು" ಬಲವಂತಪಡಿಸಿದರು

"ರಘುವೂ ಊಟ ಮಾಡಿಲ್ಲ" ಅವಳ ಮನಸ್ಸು ರೋಧಿಸಿತು. ಪುನಃ ರಘುವಿಗೆ ಫೋನ್ ಮಾಡಬೇಕೆಂದುಕೊಂಡಳು. ಆದರೆ ಸುದೀಪ ಹಾಗೂ ಸೋಮಯ್ಯನವರು ಡೈನಿಂಗ್ ಟೇಬಲ್ ಹತ್ತಿರ ಕುಳಿತಿದ್ದುದರಿಂದ ಸುಮ್ಮನಾದಳು ಅನುಪಮಾ.

"ಆಂಟಿ ತೋಟಕ್ಕೆ ಊಟನಾದರೂ ಕಳಿಸಬೇಕಿತ್ತು"

"ಫಾರಂಗೂ ಫೋನ್ ಮಾಡಿದ್ದೆ. ರಘು ಮಧ್ಯಾಹ್ನವೇ ಅಲ್ಲಿಂದ ಹೋದ್ನಂತೆ" ಗಂಗವ್ವನವರು ಹೇಳಿದಾಗ ಅವಳ ಎದೆಯಲ್ಲಿ ತುಮುಲವೆದ್ದಿತು. ಅವಳು ಬರೀ ಕಾಫಿ ಮುಗಿಸಿದಳು.

ಘಂಟೆ ೬ ಕಳೆದು ೯-೩೦ಯಾದರು ಬರಲಿಲ್ಲ ರಘು. ಅನುಪಮಳ ಚಡಪಡಿಕೆ ಹೆಚ್ಚಾಯಿತು.

"ಏನಾಯಿತು ರಘು ಬರ್ಲಿಲ್ಲ" ಗಂಗವ್ವನವರು ನಾಲ್ಕಾರು ಬಾರಿ ಒಳಹೊರಗೆ ಓಡಾಡಿದರು.

"ಅದಕ್ಯಾಕೆ ಅಷ್ಟು ಗಾಬರಿಯಾಗ್ತಿಯ? ಏನಾದರೂ ಕೆಲಸವಿರಬಹುದು, ಬತ್ರಾನೆ ಬಿಡು" ಸಂತೈಸಿದರು ಸೋಮಯ್ಯ ನವರು

"ಅವನು ಹೇಳದೆ ಎಲ್ಲಿಗೂ ಹೋಗುವುದಿಲ್ಲ.. ಇಷ್ಟು ಹೊತ್ತಿಗೆ ಅವನ ಫೋನಾದರೂ ಬರಬೇಕಾಗಿತ್ತು" ಗಂಗವ್ವನವರಿಗೆ ಗಂಡನ ಸಾಂತ್ವನ ಕಿವಿಗೆ ಬೀಳಲಿಲ್ಲ.

ಗಂಗವ್ವನವರೂ ಚಡಪಡಿಸುತ್ತಿದ್ದರಿಂದ ತನ್ನೆದೆಯ ತುಮುಲವನ್ನು ಒತ್ತಿ ಹಿಡಿದಳು ಅನುಪಮ.

ಮಧ್ಯಾಹ್ನದ ರಂಪದ ನೆನಪಿದ್ದ ಅನುಪಮಾ ಈ ಬಾರಿ ತಾನೇ ಎಲ್ಲರಿಗೂ ಬಡಿಸಿದಳು. ಸುದೀಪ ಈಗ ಪ್ರಸನ್ನನಾದ.

ಆದರೆ ಅನುಪಮ ಮಾತ್ರ ಕ್ಷಣಕ್ಷಣಕ್ಕೂ ವಿಚಿತ್ರ ತಳಮಳದಿಂದ ಚಡಪಡಿಸಿದಳು

ರಘು ಎಲ್ಲಿಗೆ ಹೋದರು? ಭೆ ಯಾರಿಗೂ ಅವರ ಚಿಂತೆಯೇ ಇಲ್ಲ. ಇವರೇನಾದರೂ ಅಂದುಕೊಳ್ಳಲಿ ತೋಟಕ್ಕೆ ಫೋನ್ ಮಾಡಿಬಿಡೋಣ ಎಂಗುಕೊಂಡಳು ಅನುಪಮ. ಆದರೆ ಆತ ಅಲ್ಲಿಲ್ಲವೆಂಬ ಗಂಗವ್ವನವರ ನುಡಿಗಳ ನೆನಪಾಗಿ, ಅಲ್ಲದೆ ಕತ್ತಲುೞ ಆಗಿ ಹೋಗಿಗುನ್ನುದರಿಂದ ಆ

ಪ್ರಯತ್ನವನ್ನು ಬಿಟ್ಟು ಪುನಃ ರಘುವಿನ ಮೊಬ್ಯೆಲಿಗೆ ಫೋನ್ ಮಾಡಿದಳು. ಆದರೆ ಈ ಬಾರಿ ಅತ್ತ ಕಡೆ ರಿಂಗೋ ಆಗಲಿಲ್ಲ. ಪೂರ್ತಿ ನಿರಾಶಳಾದಳು ಅನುಪಮ .

"ರಘು ನಂಬರಿಗೆ ಫೋನ್ ಮಾಡಿದ್ಯಾ ಮೊಳೆ..." ಸೋಮಯ್ಯ ನವರು ಕೇಳಿದರು.

" ಹೌದು ಅಂಕಲ್ ಲೈನ್ ಡೆಡ್ ಆಗಿದೆ ". ಅವಳ ದನಿಯಲ್ಲಿದ್ದ ತೀವ್ರ ನಿರಾಶೆ ಚಾಣಾಕ್ಷ ಸುದೀಪ ತಿಳಿಯದೆ ಹೋಗಲಿಲ್ಲ.

"ಮೊಳೆ ಒಂದೊಂದುಸಲ ರಘುವಿಗೆ ಎಷ್ಟು ಕೆಲಸ ಇರುತ್ತೆ ಅಂದ್ರೆ ಅವನು ಫೋನ್ ಮಾಡೋದು ಮರೆತು ಬಿಡುತ್ತಾನೆ." ಸಂತ್ಯೆಸಿದರು ಸೋಮಯ್ಯ ನವರು

"ಫೋನ್ ಮಾಡಿ ಊಟನಾದರೂ ತರಿಸಿಕೊಳ್ಳಬಹುದಿತ್ತು" ಅವಳು ಮನದಲೆಂದುಕೊಂಡಳು.

"ಅನೂ ನೀನು ಸ್ವಲ್ಪ ತಿಂಡಿ ತಿನ್ನು, ಮಧ್ಯಾಹ್ನದಿಂದ ಉಪವಾಸವೇ ಇದ್ದೀಯ" ಗಂಗವ್ವನವರು ಪುನಃ ಕರೆದಾಗ ಹೆಚ್ಚು ಹೇಳಿಸಿಕೊಳ್ಳುವುದು ಸರಿಯಿಲ್ಲವೆಂದೆನಿಸಿ ಸುಮ್ಮನೆ ತಟ್ಟೆ ಎದುರು ಬಂದು ಕುಳಿತುಕೊಂಡಳು ಅನುಪಮ. ಗಂಗವ್ವನವರು ಬಡಿಸಿದ್ದನ್ನೆಲ್ಲ ವಾಪಸ್ಸು ಹಾಕಿ ಒಂದೇ ಒಂದು ತುಂಡು ಪಾಪುಟನ್ನು ಉಳಿಸಿಕೊಂಡಾಗ ರೇಗಿದ ಸುದೀಪ.

"ಈ ಚಂದಕ್ಕೆ ತಿಂದ್ರೇನು ಗತಿ ಮಧ್ಯಾಹ್ನ ಬೇರೆ ಊಟ ಮಾಡಿಲ್ಲ. ರಘು ಮನೆಗೆ ಬರದೆ ಎಲ್ಲಿಗೆ ಹೋಗ್ತಾನೆ ಅವನೇನು ಚಿಕ್ಕ ಮಗುವೇನು? ಅವನು ಊಟಕ್ಕೆ ಬರದಿದ್ರೆ ನಿನಗ್ಯಾಕಿಷ್ಟು ಸಂಕಟ. ಅಮ್ಮ ಇಲ್ವಾ ಅವನನ್ನ ನೋಡಿಕೊಳ್ಳೋಕೆ? ಸುಮ್ಮನೆ ಇಷ್ಟನ್ನು ತಿನ್ನು. ನೀನು ಊಟಬಿಟ್ಟು ಆರೋಗ್ಯ ಹಾಳು ಮಾಡಿಕೊಳ್ಳುವುದು ನಂಗೆ ಬೇಕಿಲ್ಲ". ನಾಲ್ಕಾರು ತುಂಡು ಪುಟ್ಟನ್ನು ಅವಳ ತಟ್ಟೆಗೆ ಹಾಕುತ್ತಾ ಸುದೀಪ ರೇಗಿದಾಗ ಮನೆಯಲ್ಲಿ ಕುರುಕ್ಷೇತ್ರದ ನಾಂದಿ ಹಾಡಿದೆ ಎಂದುಕೊಂಡರು ಗಂಗವ್ವನವರು .

ಅನುಪಮಾ ಅವನ ಅಸಹನೆಯನ್ನು ಸೋತವಳಂತೆ ನೋಡಿದಳು. 'ದೇವರೇ ಇದೇನಾಗುತ್ತಿದೆ?' ತನ್ನ ತಟ್ಟೆಯಲ್ಲಿ ಬಿದ್ದ ಚೂರುಗಳನ್ನು ನೋಡುತ್ತ ನಿಟ್ಟುಸಿರಿಟ್ಟಳು. ತಟ್ಟೆಯಲ್ಲಿ ಬೀಳಬಹುದಾದ ಕಂಬನಿಯನ್ನು ಕಷ್ಟಪಟ್ಟು ತಡೆದಳು ಅನುಪಮ.

ಮಗ ಅನುಪಮಳ ಬಗ್ಗೆ ತೋರಿದ ಕಾಳಜಿಯನ್ನು ನೋಡಿ ಸೋಮಯ್ಯನವರಿಗೆ ಆನಂದಾಶ್ಚರ್ಯಗಳು ಒಟ್ಟಿಗೆ ಆದವು. "ಇದೀಗ ಸರಿಯಾದ ಮಾತು ಇನ್ನೊಂದು ಸಲ ಹೇಳು ಅವಳಿಗೆ. ಈ ವಯಸ್ಸಿನಲ್ಲಿ ಹೀಗೆ ತಿಂದ್ರೇನು ಗತಿ?. ಹೊಟ್ಟೆ ತುಂಬಾ ತಿಂದು ಕಣ್ಣು ತುಂಬಾ ನಿದ್ದೆ ಮಾಡಬೇಕು. ಅದು ಬಿಟ್ಟು ಇದೇನು ಗುಬ್ಬಿಮರಿ ಹಾಗೆ? ಸುದೀ ಅವಳ ತಟ್ಟೆಗೆ ಇನ್ನಷ್ಟು ತುಪ್ಪ ಸಾರು ಹಾಕು" ಮಗನನ್ನು ಪ್ರೋತ್ಸಾಹಿಸಿದರು ಸೋಮಯ್ಯನವರು

ಉಸಿರೆತ್ತಲಿಲ್ಲ ಅನುಪಮ. ಗಂಟಲುಬ್ಬಿ ಬಂದುದರಿಂದ ಅವಳಿಗೆ ಮಾತನಾಡಲಾಗಲಿಲ್ಲ. ಕಂಗಳಲ್ಲಿ ಕಂಬನಿ ಇದ್ದುದರಿಂದ ಅವರತ್ತ ನೋಡಲೂ ಆಗದೇ ಸುಮ್ಮನೆ ತಲೆ ತಗ್ಗಿಸಿ ಕುಳಿತಳು.

"ನಿಧಾನವಾಗಿ ಮುಗಿಸು. ತಿನ್ನೋದು ಕಷ್ಟ ಆದ್ರೆ ಬೇಕಾದ್ರೆ ನಾನು ಹೆಲ್ಪ್ ಮಾಡ್ತೀನಿ" ಅನುಪಮ ತನ್ನನ್ನು ವಿರೋಧಿಸದೆ ಸುಮ್ಮನೆ ಕುಳಿತದ್ದು ಸುದೀಪನಿಗೆ ಸಂತಸ ತಂದಿತ್ತು.

ತಿನ್ನದ ಹೊರತು ತನಗೆ ಮುಕ್ತಿ ಇಲ್ಲವೆಂಬುದನ್ನರಿತ ಅನುಪಮಾ ಬೇಗಬೇಗನೆ ತಿಂಡಿ ಮುಗಿಸಿದಳು

" ದಟ್ಸ್ ಲೈಕ ಗುಡ್ ಗರ್ಲ್" ಅವಳ ತಟ್ಟೆ ಖಾಲಿಯಾಗಿದ್ದನು ನೋಡಿ ಹೇಳಿದ ಸುದೀಪ .

ಅನುಪಮಾ ಮಾತಾಡದೆ ಎದ್ದು ಸಿಂಕಿನಲ್ಲಿ ಕೈತೊಳೆದುಕೂಂಡಳು "ಆಂಟಿ ನಾನಿನ್ನು ಬರ್ತೀನಿ" ಇನ್ನಲ್ಲಿ ಇರಲಾರದೆ ಹೊರಟು ನಿಲ್ಲುವುದರಲ್ಲಿ ಫೋನ್ ರಿಂಗಾಯಿತು. ಸೋಮಯ್ಯನವರು ಫೋನೆತ್ತಿಕೊಂಡರು.

"ರಘು ಎಲ್ಲಿಂದ ಮಾತಾಡ್ತಾ ಇದ್ದೀಯಾ ಯಾಕೆ ಊಟಕ್ಕೆ ಬರಲಿಲ್ಲ?" ಸೋಮಯ್ಯನವರ ದನಿ ಕೇಳಿ ಚಟ್ಟನೆ ಅವರತ್ತ ತಿರುಗಿದಳು ಅನುಪಮಾ .

"ಅಂದ್ರೆ ನೀನು ಕುಟ್ಟಾಕೆ ಹೋಗಿದ್ದೀಯಾ? ಬರೋಕೆ ೧೫ ದಿನ ಆಗಬಹುದಾ? ಸರಿ ಬಿಡು ನಾನೆಲ್ಲ ನೋಡ್ಕೋತೀನಿ. ಕಾಡಾನೆ ಸಾವಾಸ ಕಷ್ಟ ಜೋಪಾನ. ಬೇಕಿದ್ರೆ ಫಾರೆಸ್ಟ್ ಡಿಪಾರ್ಟ್‌ಮೆಂಟ್ಗೆ ಫೋನ್ ಮಾಡು. ಸರಿ ಆಗಾಗ ಫೋನ್ ಮಾಡ್ತಾ ಇರು...... ನಾನು ಬರೋದು ಬೇಡವಾ..... ಹೇಳ್ತೀನಿ.... ಗುಡ್ ನೈಟ್" ಸೋಮಯ್ಯನವರು ಫೋನ್ ಇರಿಸಿದಾಗ ಅನುಪಮಾ, ಗಂಗವ್ವ ಅವರನ್ನೇ ನೋಡುತ್ತಿದ್ದರು .

"ಕುಟ್ಟಾದ ಎಸ್ಟೇಟಿಗೆ ಕಾಡಾನೆ ನುಗ್ಗಿ, ತೋಟವನ್ನೆಲ್ಲಾ ತುಂಬಾ ಹಾಳುಮಾಡಿ ಬಿಟ್ಟಿದೆಯಂತೆ ಅದಕ್ಕೆ ಅಲ್ಲಿಗೆ ಹೋಗಿದ್ದಾನಂತೆ ಬರೋದು ಹತ್ತು-ಹದಿನೈದು ದಿನ ಆಗುತ್ತಂತ ಹೇಳೋಕೆ ಫೋನ್ ಮಾಡಿದ್ದ".

"ಹೌದಾ? ಕಾಡಾನೆ ಸಹವಾಸ ಕಷ್ಟ" ಗಂಗವ್ವ ಹೇಳಿದರು

"ಏನು ಕಷ್ಟ ಬಿಡು. ಇದೆಲ್ಲಾ ಅವನಿಗೆ ಹೊಸದೇನು? ಇಂಥದ್ದು ಆಗಾಗ ನಡೀತಾನೇ ಇರುತ್ತಲ್ಲ" ಸೋಮಯ್ಯನವರು ಹಗುರಾಗಿ ಹೇಳಿದರು.

"ಹೌದು, ಆದರೆ ಪ್ರತಿಬಾರಿಯೂ ನಂಗೆ ಭಯ ಇದ್ದದ್ದೆ" . ಗಂಗವ್ವನವರು ತಮ್ಮ ಚಿಂತೆ ವ್ಯಕ್ತಪಡಿಸಿದರು

ಸಧ್ಯ ನಿರಾಳವಾಗಿ ಉಸಿರಾಡಿದಳು ಅನುಪಮಾ. "ಆಂಟಿ ಆಗ್ಲೇ ಹೊತ್ತಾಯ್ತು ನಾನು ಹೊರಡ್ತೀನಿ" ಎಂದು "ರಂಗಣ್ಣ" ಎನ್ನುತ್ತಾ ಡ್ರೈವರನ್ನು ಕೂಗಲು ಹಿಂದೆ ಶೆಡ್ಡಿನತ್ತ ನಡೆದಳು.

"ನಾನು ನಿನ್ನ ಡ್ರಾಪ್ ಮಾಡ್ತೀನಿ" ಮಾರುತಿಯ ಕೀ ಹಿಡಿದು ಬಂದ ಸುದೀಪ.

"ನೀವ್ಯೊಂದು ಸಲ ಯಾಕೆ ತೊಂದ್ರೆ ತಗೊಳ್ತೀರಿ, ನಾನು ರಂಗಣ್ಣನ ಜೊತೆಗೆ ಹೋಗ್ತೀನಿ" ಅವಳು ಅವನನ್ನು ನಿರಾಕರಿಸಿದಾಗ, ಮಾತಾಡದೆ ಕಾರನ್ನು ತೆರಲು ಹೋದ ಸುದೀಪ. ವಿಧಿಯಿಲ್ಲದೆ ಅವನೊಡನೆ ಕಾರನ್ನೇರಿದಳು ಅನುಪಮಾ.

ಆಗಲೇ ಪೂರ್ತಿ ಕತ್ತಲಾಗಿತ್ತು. ಮನೆಯ ಆವರಣವನ್ನು ದಾಟಿದರೆ ಒಂದಿಷ್ಟೂ ಬೆಳಕಿರಲಿಲ್ಲ. ಮನೆಯಿಂದ ಸ್ವಲ್ಪ ದೂರ ಬಂದಮೇಲೆ ಕಾರನ್ನು ಒಂದು ಪಕ್ಕಕ್ಕೆ ನಿಲ್ಲಿಸಿದ ಸುದೀಪ ಕಾರಿನ ಒಳಗಿನ ಲೈಟನ್ನು ಹಾಕಿದ.

ಅವನು ಕಾರನ್ನು ನಿಲ್ಲಿಸಿದ್ದು ನೋಡಿ ಅನುಪಮಳಿಗೆ ಭಯವಾಯಿತು.

"ಕಾರ್ ಯಾಕೆ ನಿಲ್ಸಿದ್ರು" ಅಳುಕಿನಿಂದಲೇ ಕೇಳಿದಳು ಅನುಪಮಾ.

"ನಿನ್ನ ನೋಡೋಕೆ" ದೀರ್ಘವಾಗಿ ಅವಳನ್ನೇ ನೋಡುತ್ತಾ ಹೇಳಿದಾಗ ಅವಳ ಮೈಮೇಲೆ ಮುಳ್ಳೆದಿತ್ತು.

"ನನ್ನ ನೋಡೋಕ್ಕೇನಿದೆ?" ಅಸಹನೆಯಿಂದ ಕೇಳಿದಳು.

"ಅದೇ ನೋಡ್ತಾ ಇದೀನಿ. ಯಾವುದು ನನ್ನ ಹೆಚ್ಚು ಮೋಡಿ ಮಾಡಿತೂ? ಈ ಕಣ್ಣಾ? ಈ ತುಟಿನಾಂತ" ಅವನ ಧ್ವನಿ ಈಗ ಮೃದುವಾಗಿತ್ತು.

"ನೋಡಿ ಆಗಲೇ ಕತ್ತಲಾಗಿದೆ. ಮನೇಲಿ ಮಮ್ಮಿ ಕಾಯ್ತಾ ಇತ್ತಾರೆ" ಅವನ ನೋಟ ಸಹಿಸಲಾರದೆ ಪಕ್ಕಕ್ಕೆ ಮುಖ ತಿರುಗಿಸಿದಳು ಅನುಪಮ.

ಶಂಖದಂತೆ ಶುಭ್ರವಾದ ಕೊರಳು, ಕೊರಳನ್ನು ಆವರಿಸಿದ ರೇಶಿಮೆಯ ಕೂದಲು, ತುಂಬಿದ ಎದೆ, ಕಿರಿದಾದ ಸೊಂಟ.

ಅವಳನ್ನು ಅಷ್ಟು ಸಮೀಪದಲ್ಲಿ ನೋಡಿ ಮತ್ತನಾದ ಸುದೀಪ, ಅವಳ ಪಕ್ಕಕ್ಕೆ ಸರಿದು ಅವಳ ಸೊಂಟದ ಸುತ್ತಲೂ ಕೈ ಹಾಕಿ ಅವಳ ಕೊರಳನ್ನು ಚುಂಬಿಸಿದ. ಬೆದರಿದ ಅನುಪಮಾ ಅವನಿಂದ ಬಿಡಿಸಿಕೊಳ್ಳಲು ಕೊಸರಾಡಿದಳು.

"ಬಿಡಿ ನನ್ನ... ನಾನಾಗ್ಲೇ ಹೇಳಿದ್ದೀನಿ.. ನೀವ್ರು ಈ ರೀತಿ ನಡೆದುಕೊಂಡರೆ.. ನಾನು... ಅಯ್ಯೋ ಬಿಡಿ ನನ್ನ" ಅವನ ಸುಡುವ ತುಟಿಗಳು ಅವಳ ಕೊರಳಿನಿಂದ ಹರಿದು ಕೆನ್ನೆಯನ್ನು ಸವರಿ ತುಟಿಗಳತ್ತ ಧಾವಿಸಿದಾಗ ಹುಚ್ಚಿಯಂತೆ ಅವನೆದೆಗೆ ಗುದ್ದಿ ಅವನಿಂದ ಬಿಡಿಸಿ ಕೊಂಡಳು ಅನುಪಮ. ಅವಳು ಮರುಕ್ಷಣವೇ ಕಾರಿನ ಬಾಗಿಲು ತೆರೆದು ಕೆಳಗಿಳಿದಾಗ ಗಾಬರಿಗೊಂಡ ಸುದೀಪ.

" ಪ್ರತಿ.. ಪ್ರತಿ" ಧಾವಿಸಿಬಂದು ಅವಳನ್ನು ಹಿಡಿದುಕೊಂಡ.

"ಬಿಟ್ಟುಬಿಡಿ ನನ್ನ ..." ಅವಳು ರೋಷದಿಂದ ಅವನಿಂದ ಕೊಸರಿಕೊಂಡಾಗ ಅವಕ್ಕಾಗಿ ಹೋದ ಸುದೀಪ. ಇಷ್ಟೊಂದು ಕೋಮಲವಾಗಿ ಕಾಣುವ ಇವಳಲ್ಲಿ ಇಂಥ ದೈತ್ಯ ಶಕ್ತಿ ಎಲ್ಲಿಂದ ಬಂತೆಂದು ಅಚ್ಚರಿಗೊಂಡ ಸುದೀಪ. ಈಗವನು ನಿಜವಾಗಲೂ ಹೆದರಿದ

"ಸಾರಿ ಐಯಾಮ್ ರಿಯಲಿ ಸಾರಿ ಇನ್ನೆಂದೂ ನಾನು ಹಾಗೆ ನಡೆದುಕೊಳ್ಳುವುದಿಲ್ಲ ಕತ್ತಲಲ್ಲಿ ಒಬ್ಬಳೇ ಹೋಗೋಕಾಗೋದಿಲ್ಲ" ಅವಳ ತೋಳನ್ನು ಹಿಡಿದು ನಿಲ್ಲಿಸಿದ.

"ಮೊದಲು ನೀವು ನನ್ನನ್ನು ಬಿಡಿ. ಐ ಸೆಡ್ ಡೋಂಟ್ ಟಚ್ ಮೀ" ಅವಳ ದನಿಯಲ್ಲಿದ್ದ ಕಾಠಿಣ್ಯಕ್ಕೆ ಅವಳ ಕೈಯನ್ನು ಬಿಟ್ಟುಬಿಟ್ಟ ಸುದೀಪ.

ಅವಳು ಪುನಃ ಮುಂದಡಿ ಇರಿಸಿದಾಗ ಅವಳಿಗೆ ಅಡ್ಡ ಬಂದು ನಿಂತ ಸುದೀಪ "ನಾನಾಗಲೇ ಸಾರಿ ಹೇಳಿದ್ದಲ್ಲ. ನಾನೀಗ ಮಾಡಬಾರದ್ದೇನು ಮಾಡಿದ್ದು? ಬಾ ಕತ್ತಲಲ್ಲಿ ಒಬ್ಬಳೇ ಹೋಗಬೇಡ. ಆಮೇಲೆ ನಮ್ಮಮ್ಮ ನನ್ನ ಉಳಿಸೋಲ್ಲ.." ಅವನು ಅವಳಿಗೆ ದಾರಿಗಡ್ಡವಾಗಿ ನಿಂತಾಗ ಒರಟಾಗಿ ಅವನನ್ನು ತಳ್ಳಿ ಸರಸರನೆ ಕತ್ತಲಲ್ಲಿ ಕರಗಿಹೋದಳು ಅನುಪಮ.

ಡ್ರೈವಿಂಗ್ ಸೀಟಿನಲ್ಲಿ ಬಂದು ಕುಳಿತ ಸುದೀಪ ತೀವ್ರ ಪೆಚ್ಚಾದ. ಎಷ್ಟು ಹುಡುಕಿದ್ದವಳನ್ನ. ಪೂರ್ತಿ ಒಂದುವರ್ಷ.. ಆದರೆ ಹೀಗೆ..? ತನ್ನ ದೀರ್ಘ ಅನ್ವೇಷಣೆಯ ಫಲಿತಾಂಶ ಈ ರೀತಿಯಾಗಿ ಎದಿರು ನಿಲ್ಲಬಹುದೆಂದು ಭಾವಿಸಿರಲಿಲ್ಲ. ಅತಿಯಾದ ನಿರಾಶೆ ಅವನನ್ನು ಆವರಿಸಿಕೊಂಡು ಸ್ವಲ್ಪ ಹೊತ್ತು ಮಂಕನಂತೆ ಹಾಗೆ ಕುಳಿತ ಸುದೀಪ. ಆ ನಿರಾಶೆಯ ನೋವು ನಿಧಾನವಾಗಿ ಕೆಳಗಿಳಿದು ಬೆಂಕಿಯ ರೂಪತಾಳಿ ಅವನೆದೆ ಸುಡತೊಡಗಿದಾಗ, ಅದಕ್ಕೆ ಪರಿಹಾರ ಹುಡುಕುವ ಹಾದಿಯಲ್ಲಿ ಕಾರನ್ನು ಸ್ಟಾರ್ಟ್ ಮಾಡಿದ ಸುದೀಪ.

****

"ಓಹೋ ..ಬನ್ನಿ ಬನ್ನಿ. ನಮ್ಮ ಭಾಗ್ಯವೇ ಭಾಗ್ಯ ಕುತ್ಕೊಳ್ಳಿ ಸರ್. ಏನು ತೋರಿಸ್ಲಿ?" ಸುದೀಪ ಅಂಗಡಿಯನ್ನು ಪ್ರವೇಶಿಸುತ್ತಿದ್ದಂತೆ ಉತ್ಸಾಹದಿಂದ ಸ್ವಾಗತಿಸಿದ ಸೇಠ್.

"ಒಳ್ಳೆ ಕಂಪಿನ ನೆಕ್ಲೆಸ್ ತೋರಿಸು" ಅನುಪಮಾಳ ಬೆಳದಿಂಗಳ ಮೈಬಣ್ಣವನ್ನು ನೆನೆಯುತ್ತ ಹೇಳಿದ ಸುದೀಪ.

"ಒಂದೇ ನಿಮಿಷ" ಆತ ಪಕ್ಕದ ಕೋಣೆಯ ಬಾಗಿಲನ್ನು ತೆರೆದು ಕೋಣೆಯೊಳಗೆ ಹೋಗಿ ಐ ನಿಮಿಷದಲ್ಲಿ ಹಿಂದಿರುಗಿದ. ಆತ ಹಿಂದಿರುಗುವಾಗ ಅವನ ಕೈಯಲ್ಲಿ ಎಂಟತ್ತು ಪೆಟ್ಟಿಗೆಗಳಿದ್ದವು. ಅದನ್ನು ತೆರೆದು ಸಾಲಾಗಿ ಸುದೀಪನ ಮುಂದಿರಿಸಿದ ಸೇಠ್'

"ಏನು ಸರ್ ನಿಮ್ಮದೂ ಎಂಗೇಜ್ಮೆಂಟಾ?" ಹಲ್ಲು ಗಿಂಜುತ್ತ ಕೇಳಿದ.

"ನಿಮ್ಮದೂ ಅಂದ್ರೆ ಮತ್ತೆ ಯಾರದು?" ಅಚ್ಚರಿಯಿಂದ ಕೇಳಿದ ಸುದೀಪ.

"ಮೊನ್ನೆ ತಾನೆ ನಿಮ್ಮಣ್ಣ ಬಂದಿದ್ದು. ಅವರು ಒಂದು ವಜ್ರದ ಸೆಟ್ ತಕ್ಕೊಂಡು ಹೋದರು. ಈಗ ನೀವು ಬಂದಿದ್ದೀರಲ್ಲ ಅದಕ್ಕೆ ಕೇಳಿದೆ."

"ವಜ್ರದ ಸೆಟ್ಟಾ?" ಅವನೆದೆಯಲ್ಲಿ ಚಂಡಮಾರುತವೆದ್ದಿತು. ಹಾಗಾದರೆ ತನ್ನ ಅನುಮಾನ ನಿಜ. ರಘು, ಪ್ರಗತಿ ಪರಸ್ಪರ ಪ್ರೀತಿಸುತ್ತಿದ್ದಾರೆ. ಅದಕ್ಕೆ ಪ್ರಗತಿ ನನ್ನನ್ನು ಕಂಡರೆ ಹಾಗಾಡುತ್ತಾಳೆ. "ರಘು ಐ ವಿಲ್ ಕಿಲ್ ಯೂ" ಆಕ್ರೋಶದಿಂದ ಅವನ ನರನಾಡಿಗಳು ಬಿಗಿದವ್ವ.

"ಸರ್ ಯಾವುದಿರಲಿ? ಇದು ನಿಮಗೆ ಇಷ್ಟವಾಗದೇ ಹೋದರೆ ನಾನು ಬೇರೆ ತೋರಿಸ್ತೀನಿ." ಸುದೀಪ ಶಿಲೆಯಂತೆ ಕುಳಿತಿದ್ದನ್ನು ಕಂಡು ಎಚ್ಚರಿಸಿದ ಸೇಲ್.

"ಇದ್ಯಾವುದು ಚೆನ್ನಾಗಿಲ್ಲ ನನಗೂ ವಜ್ರದ ಸೆಟ್ ತೋರಿಸು" ಸೆಟೆದು ಹೇಳಿದ ಸುದೀಪ.

"ಅಲ್ಲವೇ ಮತ್ತೆ, ವಜ್ರ ಇರೋದೇ ನಿಮ್ಮಂಥವರಿಗೆ. ಇದೀಗ ತಂದೆ" ಸಡಗರದಿಂದ ಒಳಗೋಡಿದ ಅಂಗಡಿಯವ ವಜ್ರದ ಸೆಟ್ಟುಗಳನ್ನು ಹಿಡಿದು ಬಂದ.

ಸುದೀಪನ ಎದೆಯಲ್ಲಿ ದಾವಾನಲ ಉಕ್ಕುತ್ತಿದ್ದರೂ ತಾಳ್ಮೆಯಿಂದ ಒಡವೆಯನ್ನು ಆರಿಸಿ ೧೨ ಲಕ್ಷದ ಚೆಕ್ಕನ್ನು ಬರೆದುಕೊಟ್ಟು ಹೊರಬಂದ.

ಕಾರಿನಲ್ಲಿ ಕುಳಿತ ಸುದೀಪ ಗೊಂದಲಕ್ಕೆ ಬಿದ್ದ. ಈಗ ನಾನೇನು ಮಾಡಲಿ? ಪ್ರಗತಿಯನ್ನು ಬಿಡುವ ಪ್ರಶ್ನೆಯೇ ಇಲ್ಲ, ಒಂದು ವರ್ಷದಿಂದ ಅವಳಿಗಾಗಿ ಹುಚ್ಚನಂತೆ ಅಲೆದಿದ್ದೇನೆ. ಆದರೆ ರಘು? ರಘುವನ್ನು ಹೇಗೆ ಎದುರಿಸುವುದು? ಅವನ ತಲೆ ಕಟ್ಟು ರಾಡಿಯಾಯಿತು. ಕರ್ಚೀಫಿನಿಂದ ಬೆವರಿದ ಮುಖವೊರೆಸಿಕೊಂಡ ಸುದೀಪ.

ಹೇಗೂ ರಘು ೧೫ ದಿನ ಬರುವುದಿಲ್ಲ ಅಷ್ಟರಲ್ಲಿ ಪ್ರಗತಿಯನ್ನು ಒಲಿಸಿಕೊಂಡು ಬಿಡಬೇಕು. ಅವಳೊಮ್ಮೆ ತನಗೆ ಒಲಿದು ಬಿಟ್ಟರೆ, ರಘುವನ್ನು ಎದುರಿಸುವುದು ಸುಲಭ. ತಾನೆಂಥ ಮುಟ್ಟಾಳ ಕೆಲಸ ಮಾಡಿದೆ? ಅವರು ಅಪ್ಪಯ್ಯನಿಂದ ೫ ಎಕರೆ ಜಾಗ ತೆಗೆದುಕೊಂಡರೆಂಬ ಒಂದೇ ಕಾರಣಕ್ಕೆ ಅವರನ್ನು ದ್ವೇಷಿಸಿ ನನ್ನ ಕಾಲಮೇಲೆ ನಾನೇ ಕಲ್ಲು ಹಾಕಿಕೊಂಡ.

ರಘು ಅವಳನ್ನು ಅಷ್ಟು ಹೊಗಳಿದಾಗಲಾದರೂ ನಾನವಳನ್ನು ನೋಡಲು ಹೋಗಬೇಕಾಗಿತ್ತು. ಈಗವರ ಸ್ನೇಹ ಎಲ್ಲಿಯವರೆಗೆ ಮುಂದುವರೆದಿದೆಯೋ ಏನೋ?

ಏನಾದರೂ ಸರಿ ಪ್ರಗತಿ ಮಾತ್ರ ನನ್ನ ಕೈತಪ್ಪಿ ಹೋಗಬಾರದು. ಇರಲಿ ಹೆಂಗಸರಿಗೆ ಒಡವೆಗಳೆಂದರೆ ಬಹಳ ಒಲವು. ನೋಡೋಣ ಅವಳ ಬೆಲೆ ಎಷ್ಟೆಂದು.

ಆತ್ಮವಿಶ್ವಾಸದಿಂದ ಅನುಪಮಾಳನ್ನು ಒಲಿಸಿಕೊಳ್ಳಬೇಕಾದ ವಿವಿಧ ದಾರಿಯನ್ನೆರಸುತ್ತ ಅನುಪಮಳ ಮನೆಯತ್ತ ಹೊರಟ ಸುದೀಪ.

ಕಾರನ್ನು ನಿಲ್ಲಿಸಿ ಮನೆಗೆ ಬಂದಾಗ ಬೋಜವ್ವನವರು *ಕಳಲೆಯನ್ನು[8] ಸುಲಿಯುತ್ತಿದ್ದರು. ಅನುಪಮಾ ರಘುವಿಗೆ ಸ್ವೆಟರ್ ಹಣೆಯುತ್ತಾ ಕುಳಿತಿದ್ದಳು.

"ಏನತ್ತೆ ಕಳಲೆ ಸುಲಿತಿದ್ದೀರಾ?" ಸುದೀಪ ದೊಡ್ಡ ಸ್ವೀಟ್ಸ್ ಡಬ್ಬಿಯನ್ನು ಹಿಡಿದು ಬಂದಾಗ ಗಡಬಡಿಸಿದರು ಬೋಜವ್ವ. ಅವರಿಗೆ ಸುದೀಪನನ್ನು ಕಂಡು ಆಶ್ಚರ್ಯವಾಯಿತು.

"ಓ ಸುದೀಪ ಬಾಪ್ಪ ಬಾ" ಕಳಲೆಯ ಸಿಪ್ಪೆಯನ್ನು ಹಾಕ್ಕಿದ್ದ ಮೊರ ಮತ್ತು ಚಾಕನ್ನು ತೆಗೆದುಕೊಂಡು ಲಗುಬಗೆಯಿಂದ ಮೇಲೆದ್ದರು ಬೋಜವ್ವ.

ಸುದೀಪನ ಅತ್ತೆ ಎನ್ನುವ ಸಂಬೋಧನೆ ಅನುಪಮಾಳಿಗೆ ರುಚಿಸಲಿಲ್ಲ. ಅವನನ್ನು ಗಮನಿಸದಂತೆ ತನ್ನ ಹೆಣಿಕೆಯನ್ನು ಮುಂದುವರೆಸಿದಳು.

ಆದೇ ತಾನೆ ಕಾಫಿ ಮುಗಿಸಿ ಕೊರಳಿಗೆ ಮಫ್ಲರ್ ಸುತ್ತಿಕೊಂಡು ಹೊರಗೆ ಹೊರಟಿದ್ದ ಕುಶಾಲಪ್ಪನವರು ಸುದೀಪನನ್ನು ಕಂಡು ಗಾಬರಿಯಾದರು.

ಆದರೆ ಎಂದಿನಂತೆ ಸುದೀಪನ ಹುಬ್ಬು ಗಂಟಾಗಿರದೆ ಅವನು ಪ್ರಸನ್ನನಾಗಿದ್ದು ಅವರಿಗೆ ಸಮಾಧಾನವನ್ನು ತಂದಿತು.

"ಓಹೋ ಬಾ ಮೋನೆ, ಇದೇನಪ್ಪಾ ಈಕಡೆ ನೆನಪಾಗಿದ್ದು?" . ಅವನನ್ನು ಸಂಭ್ರಮದಿಂದ ಸ್ವಾಗತಿಸಿದರು ಕುಶಾಲಪ್ಪನವರು.

"ಇನ್ನುಮೇಲೆ ಹೀಗೇನೆ" ಅವನು ದೊಡ್ಡದಾಗಿ ನಗುತ್ತಾ ನುಡಿದ.

ಇಷ್ಟಾದರೂ ಮಗಳು ಹೆಬ್ಬಂಡೆಯಂತೆ ತನ್ನ ಕೆಲಸವನ್ನು ಮುಂದುವರೆಸುತ್ತಿರುವುದು ನೋಡಿ ಬೋಜವ್ವನವರು ಅಚ್ಚರಿಗೊಂಡರು . "ಅನೂ ..." ಇದೇನು ಹಾಗೆ ಕೂತಿದ್ದೀಯಾ ಎನ್ನುವಂತೆ ಕೂಗಿದರು.

ಬೇಸರದಿಂದಲೇ ನಿಟ್ಟಿಂಗ್ ನಿಲ್ಲಿಸಿ ಎದ್ದಳು ಅನುಪಮಾ .

ಬೇಸರದಿಂದ ಚಲಿಸಿದ ಅವಳ ರೆಪ್ಪೆಗಳನ್ನೇ ನೋಡಿದ ಸುದೀಪ. ಅವಳ ಕಂಗಳ ಭಾವನೆಗೆ ಪಿಚ್ಚೆನಿಸಿದರೂ ಅವುಗಳ ಮೋಹಕತೆಗೆ ಅವನ ತುಟಿಯರಳಿತು.

ಸ್ವೀಟ್ ಡಬ್ಬಿಯನ್ನು ಅವಳ ಮುಂದೆ ಹಿಡಿದ ಸುದೀಪ.

"ಇದೆಲ್ಲಾ ಯಾಕೆ ತರೋಕೆ ಹೋದೆ?" ದೊಡ್ಡದಾದ ಸ್ವೀಟ್ ಡಬ್ಬಿಯನ್ನು ನೋಡಿ ಕೇಳಿದರು ಬೋಜವ್ವನವರು.

"ಇದೇ ಮೊದಲ ಸಲ ನಾನೇ ಮನೆಗೆ ಬರ್ತಾ ಇರೋದು, ಬರಿಗೈಯಲ್ಲಿ ಹೇಗೆ ಬರಲಿ?" ಎಂದಾಗ ತಾಯಿ ಎದುರು ಅವನನ್ನು ಅವಮಾನಿಸಲಿಚ್ಚಿಸದೆ ಡಬ್ಬಿಯನ್ನು ತೆಗೆದುಕೊಂಡಳು ಅನುಪಮಾ.

ಸುದೀಪನಿಗೆ ಅಷ್ಟೇ ಸಾಕಾಯಿತು. ಅವನ ಮುಖ ಊರಗಲವಾಯಿತು.

---

[8] *ಕಳಲೆ ಅಂದರೆ ಬಿದಿರಿನ ಚಿಗುರು

"ಅನೂ ಅವನು ಪೇಟೆಯಿಂದ ಸೀದಾ ಇಲ್ಲಿಗೆ ಬಂದಿದ್ದಾನೆ, ನಾನು ರೊಟ್ಟಿ ಮಾಡ್ತೀನಿ ನೀನು ಅವನಿಗೆ ಮುಖ ತೊಳೆಯೋಕೆ ನೀರು ಕೊಡು" ಸಡಗರದಿಂದ ಹೇಳಿದರು ಬೋಜವ್ವನವರು.

"ಅಮ್ಮ ನಾನೇ ರೊಟ್ಟಿ ಮಾಡ್ತೀನಿ ನೀನು ಅವರಿಗೆ ನೀರು ಕೊಡು" ತಾಯಿಯನ್ನು ಹಿಂಬಾಲಿಸಿ ಬಂದ ಅನುಪಮಾ ಹೇಳಿದಲು.

"ಅತ್ತೆ ಈಗೇನೂ ಮಾಡುವುದಕ್ಕೆ ಹೋಗಬೇಡಿ, ನನಗೆ ಬರೀ ಕಾಫಿ ಸಾಕು" ಸುದೀಪ ಅನುಪಮಳೊಡನೆ ಮಾತನಾಡಲು ಕಾತುರನಾಗಿದ್ದ.

ಅನುಪಮಾ ಮಾತಾಡದೆ ರೊಟ್ಟಿ ಮಾಡಿದಲು. ಅಷ್ಟು ಹೊತ್ತು ಕುಶಾಲಪ್ಪನವರೊಡನೆ ಧಾರಾಳವಾಗಿ ಮಾತಾಡಿದ ಸುದೀಪ. ಅವರಿಗೆ ಸಿಕ್ಕಿರುವ ಅನುಕೂಲತೆ ಮತ್ತು ತೊಂದರೆಗಳ ಬಗ್ಗೆ, ತನ್ನ ಕೆಲಸದ ಬಗ್ಗೆ, ತಾನು ಸಾಧಿಸಿದ ಪ್ರಗತಿಯ ಬಗ್ಗೆ, ಹೀಗೆ ಹತ್ತು ಹಲವಾರು ವಿಷಯಗಳ ಬಗ್ಗೆ ಮಾತಾಡಿದ.

ಕುಶಾಲಪ್ಪನವರಂತೂ ಸುದೀಪನ ಸ್ನೇಹಕ್ಕೆ ಕಕ್ಕಾಬಿಕ್ಕಿಯಾಗಿ ಹೋಗಿದ್ದರು. ಅವರು ಬರಿ ಹಾಂ ಹೂಂ ಎನ್ನುವಲ್ಲೇ ಸಾಕಾದರು. ಅವರಿಗೆ ತಮ್ಮ ಸ್ನೇಹದಲ್ಲಿದ್ದ ಬಹುದೊಡ್ಡ ಆತಂಕ ತೊಲಗಿ ಹೋದಂತೆನಿಸಿತು.

ತಾನು ರೊಟ್ಟಿಯನ್ನು ತಿನ್ನುವಾಗ ಎಲ್ಲರಿಗೂ ಒತ್ತಾಯಿಸಿ ಸ್ವೀಟ್ಸ್ ತೆಗೆದುಕೊಳ್ಳಲು ಹೇಳಿದ ಸುದೀಪ, ಅವರೆಲ್ಲರೂ ಸ್ವೀಟ್ಸ್ ತೆಗೆದುಕೊಳ್ಳುವವರೆಗೆ ಬಿಡಲಿಲ್ಲ. ಬೋಜವ್ವ ಹಾಗೂ ಕುಶಾಲಪ್ಪನವರು ಸುದೀಪನ ವರ್ತನೆಗೆ ಪೂರ್ತಿ ಸೋತುಹೋದರು.

"ಮಾವ ಪ್ರಗತಿನ ವಾಕಿಂಗೆ ಕರ್ಕೊಂಡು ಹೋಗ್ತೀನಿ". ತನ್ನ ಸ್ನೇಹಕ್ಕೆ ಕುಶಾಲಪ್ಪನವರು ಪೂರ್ತಿ ಸೋತು ಹೋಗಿರುವುದನ್ನು ಗಮನಿಸಿ ಕೇಳಿದ ಸುದೀಪ.

"ಓಹೋ ಧಾರಾಳವಾಗಿ ಕರೆದುಕೊಂಡು ಹೋಗು ಅದಕ್ಕೆ ನನ್ನ ಕೇಳಬೇಕೇನು? ಅವಳಿಗೂ ಬೆಳಗಿನಿಂದ ಮನೇಲಿದ್ದು ಬೇಜಾರಾಗಿದೆ" ಕುಶಾಲಪ್ಪನವರು ಹಾರ್ದಿಕವಾಗಿ ನುಡಿದಾಗ ಮನದಲ್ಲೇ ತಂದೆಯನ್ನು ಬೈದುಕೊಂಡಲು ಅನುಪಮ.

ಗೋಧೂಳಿಯ ಸಮಯ. ಅಂಗಳದಲ್ಲಿ ಒಣಗಿ ಹಾಕಿದ್ದ ಕಾಫಿ ಚೆರೀಯನ್ನು ಗುಡಿಸಿ ತೆಗೆಯುತ್ತಿದ್ದರು ರಾಜ ಹಾಗೂ ಬೊಳ್ಳು . ಬಿಸಿಲು ಕಡಿಮೆಯಾಗಿದ್ದುದರಿಂದ ಧರಣಿ, ದೇಚಿ ಹಾಗೂ ಸುಜಾತ, ಬಾವಿಯಿಂದ ತಮ್ಮ ತಮ್ಮ ಮನೆಗಳಿಗೆ ನೀರನ್ನು ಹೊರುತ್ತಿದ್ದರು. ಮಾತಾಡುತ್ತ ನಗುತ್ತ ಬರುತ್ತಿದ್ದ ಹುಡುಗಿಯರು ಎದುರಿಗೆ ಬಂದ ಸುದೀಪನನ್ನು ನೋಡಿ ಗಂಭೀರವಾಗಿ ಪಕ್ಕಕ್ಕೆ ನಿಂತರು. ಅವನು ಅವರನ್ನು ನೋಡಿಯಾ ನೋಡದಂತೆ ಮುನ್ನಡೆದ.

ಶ್ಯಾಮ್, ಬಬಿತಾಳನ್ನು ಅಡಿಕೆಯ ಹಾಳೆಯ ಮೇಲೆ ಕೂರಿಸಿ ಎಳೆದುಕೊಂಡು ಬರುತ್ತಿದ್ದ. ಸುಜಾತಾಳ ಇಬ್ಬರು ತಮ್ಮಂದಿರು ಅವನಿಗೆ ಸಹಾಯ ಮಾಡುತ್ತಿದ್ದರು. ಕೆಲವೊಮ್ಮೆ ಬಬಿತಾಳೊಡನೆ ಅಡಿಕೆಯ ಹಾಳೆಯಲ್ಲಿ ಕೂರುತ್ತಾ, ಕೆಲವೊಮ್ಮೆ ಅವಳನ್ನು ಎಳೆಯುತ್ತ ಬರುತ್ತಿದ್ದರು.

ಕೊರಳಲ್ಲಿ ಕಟ್ಟಿದ ಘಂಟೆಗಳನ್ನು ಕಿಣಿಕಿಣಿಸುತ್ತ ಸಾಲಾಗಿ ದನಕರುಗಳು ಮನೆಯತ್ತ ಹೊರಟಿದ್ದವು. ಅವುಗಳ ನಡಿಗೆಯಿಂದ ಉಂಟಾದಾಗ ಧೂಳು ತೆಳುವಾದ ಮುಸುಕಿನ ಚಾದರವನ್ನು ಹೊದಿಸಿತ್ತು. ಅವುಗಳ ಜೊತೆಯಲ್ಲಿ ಬರುತ್ತಿದ್ದ ಹುಡುಗರು ಅಥವಾ ಆಳುಗಳು, ತಲೆಯಮೇಲೆ ಸೌದೆ ಅಥವಾ ಹಸಿರು ಹುಲ್ಲಿನ ಹೊರೆಯನ್ನು ಹೊತ್ತುಕೊಂಡಿದ್ದರು. ತಮ್ಮ ಗೂಡುಗಳನ್ನು ಸೇರುವ ತವಕದಿಂದ ಹಕ್ಕಿಗಳು ಚಿಲಿಪಿಲಿ ಗುಟ್ಟುತ್ತಾ ಹಾರಾಡುತ್ತಿದ್ದವು. ಗಂಭೀರವಾಗಿ ಬೆಳ್ಳಕ್ಕಿಗಳು ಅಗಸವನ್ನಲಂಕರಿಸುತ್ತ ಹಾರಿದ ರೀತಿ ಮನಮೋಹಕವಾಗಿತ್ತ. ತಂಪಾದ ತಂಗಾಳಿ, ಹಿತವಾದ ಬಿಸಿಲು, ಜೊತೆಗೆ ಮನಮೆಚ್ಚಿದ ಹುಡುಗಿ.

ಆದರೆ ಅನುಪಮ ಮಾತ್ರ ಬೊಂಬೆಯಂತೆ ಅವನೊಡನೆ ಹೆಜ್ಜೆ ಹಾಕುತ್ತಿದ್ದಳು. ಈಗ ರಘು ಅವಳ ಜೊತೆಯಲ್ಲಿದ್ದರೆ, ಅವನೊಡನೆ ಹರಟಲು ಅವಳಿಗೆ ಮೇಲೆ ತಿಳಿಸಿದ ಎಲ್ಲಾ ವಿಷಯಗಳೂ ಸಿಗುತ್ತಿದ್ದವು.

ಇಬ್ಬರೂ ತೋಟಗಳನ್ನು ದಾಟಿ ಬಲಭಾಗಕ್ಕೆ ತಿರುಗಿದರು. ಆ ರಸ್ತೆ ನದಿಯ ಕಡೆಗೆ ಹೋಗುತ್ತಿತ್ತು. ಅಲ್ಲಿಂದ ನದಿ ತುಂಬಾ ಹತ್ತಿರವಿದ್ದುದರಿಂದ ಅಲ್ಲಿ ದೊಡ್ಡ ದೊಡ್ಡ ಕಾಡು ಮರ ಮತ್ತು ಬಿದಿರಿನ ಕುಂಡಗಳನ್ನು ಹೊರತುಪಡಿಸಿ ಮತ್ತೆಲ್ಲ ಹುಲ್ಲುಗಾವಲಾಗಿತ್ತು.

"ಪ್ರತಿ" ಅಲ್ಲಿ ಜನಸಂಚಾರ ಕಮ್ಮಿಯಿದ್ದುದರಿಂದ ಮೆಲ್ಲನೆ ಕರೆದ ಸುದೀಪ. ಅವಳು ಹುಂಗೂಡಲಿಲ್ಲ.

"ಪ್ರತಿ ಫಸ್ಟ್ ಆಫ್ ಆಲ್, ನಿನ್ನೆ ನಾನು ನಡೆದುಕೊಂಡ ರೀತಿಗೆ ಸಾರಿ." ಅವಳು ಮಾತನಾಡದಿದ್ದಾಗ ಪುನಃ ಅವಳ ಕ್ಷಮೆ ಕೇಳಿದ ಸುದೀಪ. ಅದಕ್ಕೂ ಮಾತನಾಡಲಿಲ್ಲ ಅನುಪಮಾ.

"ಪ್ರತಿ" ನಡೆಯುತ್ತಿದ್ದ ಅವಳ ತೋಳ ಹಿಡಿದು ನಿಲ್ಲಿಸಿದ. ಅವಳು ಅವನ ಕೈಯನ್ನೇ ದುರುಗುಟ್ಟಿ ನೋಡಿದಳು. ತಟ್ಟನೆ ಅವನ ಕೈ ಕೆಳಗಿಳಿಯಿತು.

"ನಿಮಗೆ ದೂರನಿಂತು ಮಾತಾಡೋಕೆ ಬರೋದಿಲ್ಲವೇನು?"ಅವನು ಕೈ ತೆಗೆದುಕೊಂಡಿದ್ದರಿಂದ ಅವಳಿಗೆ ಸ್ವಲ್ಪ ಸಮಾಧಾನವಾಯಿತು.

"ನಾನು ಇಲ್ಲಿಯವರೆಗೆ ಯಾರಿಗೂ ಇಷ್ಟು ಹತ್ತಿರ ನಿಂತು ಮಾತನಾಡಿಲ್ಲ"

"ಹೇಳಿ ಯಾಕೆ ಇಷ್ಟು ದೂರ ಕರ್ಕೊಂಡು ಬಂದ್ರಿ?"

"ಪ್ರತಿ ನಿಂಗನ್ನಿಸಬಹುದು ನಾನು ಬಹುದೊಡ್ಡ ಸ್ವಾರ್ಥಿ ಅಂತ. ಇಷ್ಟು ದಿನ ನಿಮ್ಮನ್ನು ಗೌರವದಿಂದಲೂ ಕಾಣದ ನನಗೆ ನಿಮ್ಮ ಮೇಲೆ ಇದ್ದಕಿದ್ದ ಹಾಗೆ ಯಾಕಿಷ್ಟು ಪ್ರೀತಿಂತಾ. ಪ್ರತಿ ನಾನು ಚಿಕ್ಕಂದಿನಲ್ಲಿ ತುಂಬಾ ಬಡತನವನ್ನು

ಅದರ ಅವಮಾನವನ್ನು ಅನುಭವಿಸಿದ್ದೇನೆ. ಆಗ ನಮ್ಮನ್ನು ತುಂಬಾ ಕೀಳಾಗಿ ಕಾಣ್ತಾ ಇದ್ದ ಜನ ಈಗ ನನ್ನನ್ನು ನೋಡಿ ಸಲಾಂ ಹೊಡಿತಾರೆ. ನೀನೇ ನೋಡಿದೆಯಲ್ಲ, ಈಗ ಈ ಜನರು ನಮ್ಮನ್ನು ಎಷ್ಟು ಗೌರವಿಸ್ತಾರಂತ . ಈ ತರದ ಜನರನ್ನ ನಾನೇಕೆ ಗೌರವಿಸಬೇಕು?" ಅವಳ ಮುಖವನ್ನು ನೋಡುತ್ತಾ ಕೇಳಿದ ಸುದೀಪ.

ಅನುಪಮಾ ಅದಕ್ಕೇನೂ ಉತ್ತರಿಸಲಿಲ್ಲ.

"ನಂಗೆ ಗೊತ್ತು ಈಗ ನನಗೆ ಸಿಕ್ತಾ ಇರೋ ಗೌರವಸನ್ಮಾನ ಎಲ್ಲಾ ನನ್ನ ಹಣದಿಂದ. ಈ ಹಣ ನನ್ನಲ್ಲಿ ಇಲ್ಲದಾದಾಗ ಯಾರೂ ನನ್ನ ಗೌರವಿಸುವುದಿಲ್ಲ. ಅದಕ್ಕೆ ನನಗೆ ಈ ಜನರ ಬಗ್ಗೆ ಯಾವುದೇ ತರಹದ ಕಾಳಜಿ, ಅಭಿಮಾನ ಇಲ್ಲ." ಕಟುವಾಗಿ ನುಡಿದ ಸುದೀಪ .

"ಅಂದ್ರೆ ನೀವು.. ಇಡೀ ಸಮಾಜವನ್ನೇ ದ್ವೇಷಿಸ್ತೀರಾ?" ಅಚ್ಚರಿಯಿಂದ ಕೇಳಿದಳು ಅನುಪಮಾ. ಅನುಪಮಾ ತನ್ನ ಮಾತಿಗೆ ಪ್ರತಿಕ್ರಯಿಸಿದ್ದು ಅವನಿಗೆ ಸ್ವಲ್ಪ ಸಮಾಧಾನವೆನಿಸಿತು.

"ನಾನು ಸಮಾಜವನ್ನ ಗೌರವಿಸೋದಿಲ್ಲಾಂತ ಹೇಳಿದೆನೆ ಹೊರತು ದ್ವೇಷಿಸ್ತಿನೀಂತ ಹೇಳಿಲ್ಲ. ನನಗೆ ಯಾರು ಏನಂದುಕೊಳ್ಳುತ್ತಾರೆ ಅನ್ನೋ ಚಿಂತೆ ಇಲ್ಲ. ನನಗೆ ಬೇಕಾದ ಹಾಗೆ ನಾನಿರ್ತೀನಿ. ನನಗೆ ಹಿತವಾದ ಕೆಲಸ ನಾನು ಮಾಡ್ತೀನಿ."

"ನೀವು ಮಾಡೋ ಕೆಲಸ ನಿಮ್ಮ ಎದುರಿಗಿರೋರ ಮೇಲೆ ಯಾವ ರೀತಿ ಪರಿಣಾಮ ಬೀರುತ್ತಂತ ನೀವು ಯೋಚಿಸಬೇಕಲ್ಲಾ?" ಅವನ ವಿಚಾರ ಧಾರೆಯನ್ನೊಪ್ಪದೆ ಕೇಳಿದಳು ಅನುಪಮಾ.

"ನೀನು ಈ ಸಮಾಜದ ತಿರಸ್ಕಾರ, ಅವಮಾನಗಳನ್ನುಭವಿಸಿಲ್ಲ. ಅದಕ್ಕೆ ನೀನೇ ರೀತಿ ಮಾತಾಡ್ತಿದ್ದೀಯಾ. ಇದೇ ಜನರು ಈ ಹಿಂದೆ, ಅವರ ವರ್ತನೆಯಿಂದ ನನ್ನ ಮೇಲಾಗುವ ಪರಿಣಾಮವನ್ನು ಗಮನಿಸಲಿಲ್ಲ. ಈ ಸ್ನೇಹ ವಿಶ್ವಾಸ ಅಭಿಮಾನ ಎಲ್ಲಾ ಬೋಗಸ್. ಒಬ್ಬ ವ್ಯಕ್ತಿಯಿಂದ ಇನ್ನೊಬ್ಬರಿಗೆ ಉಪಕಾರ, ಉಪಯೋಗ ಆದಾಗ ಮಾತ್ರ ಅವರಿಗೆ ಇನ್ನೊಬ್ಬರ ಮೇಲೆ ಪ್ರೀತಿ ವಿಶ್ವಾಸ ಇರುತ್ತೆ ಅಷ್ಟೆ".

"ಅಂದರೆ ನಿಮ್ಮ ಪ್ರಕಾರ ನಿಸ್ವಾರ್ಥ ಪ್ರೀತಿ, ವಿಶ್ವಾಸಕ್ಕೆ ಬೆಲೆನೇ ಇಲ್ಲಾ?" ಅಚ್ಚರಿಯಿಂದ ಕೇಳಿದಳು ಅನುಪಮಾ .

"ಬೆಲೆ ಇದೆ. ಆದ್ರೆ ಆ ನಿಸ್ವಾರ್ಥ ಪ್ರೀತಿ, ವಿಶ್ವಾಸ ನನಗೆ ಕಾಣ್ತಾ ಇಲ್ಲ. ಓಕೆ ನೀನು ಹೇಳಿದ ಹಾಗೆ ನಿಸ್ವಾರ್ಥ ಪ್ರೀತಿಯ ವಿಷಯಕ್ಕೆ ಬರೋಣ. ಒಬ್ಬ ತಾಯಿ ಕೂಡ ಮಗ ತೀರ ಅಪ್ರಯೋಜಕನಾದಾಗ ಅಥವಾ ಮಗಳು ವಿಪರೀತ ಹಾದಿತಪ್ಪಿ ತಮ್ಮ ಗೌರವಕ್ಕೆ ಕಲಂಕವಾದಾಗ ಹಾಳಾದವಳು ಸತ್ತಾದ್ರು ಹೋಗಬಾರದೇ ಅಂತ ಶಪಿಸ್ತಾಳೆ. ಹಾಗಾದ್ರೆ ಆ ಪ್ರೀತಿ ಎಲ್ಲಿದೆ? ಮಗನ ಮೇಲಾ ಅಥವಾ ಅವನಲ್ಲಿರುವ ಒಳ್ಳೆ ಗುಣಗಳ ಮೇಲಾ?" ಸವಾಲೆಸೆದ ಸುದೀಪ .

"ಅಲ್ಲಿ ಮಗ ಅಪ್ರಯೋಜಕನಾದ ಅನ್ನೋ ಕೋಪಕ್ಕಿಂತ ಅಯ್ಯೋ ಅವನು ಹಾಳಾದನಲ್ಲ ಅನ್ನೋ ಸಂಕಟ ಹೆಚ್ಚಾಗಿರುತ್ತದೆ ಅದು ಶಾಪ ಅಲ್ಲ ನೋವು" ನುಡಿದಳು ಅನುಪಮಾ

"ಹೌದು ಮುಂದೆ ತನಗೆ ಆಸರೆಯಾಗ ಬೇಕಾದ ಮಗನೇ ತಮಗೆ ಭಾರವಾದನಲ್ಲ ಅನ್ನೋ ಚಿಂತೆ. ಜೀವನವೂ ಒಂದು ಬಿಸಿನೆಸ್. ನೀನೆಷ್ಟು ಕೊಡ್ತೀಯೋ ಅದಕ್ಕಿಂತ ಸ್ವಲ್ಪ ಹೆಚ್ಚು ಕಡಿಮೆ ನಿನಗೆ ಸಿಗುತ್ತೆ. ನೀನು ಕೊಟ್ಟ ನಿಂಗೇನಾದ್ದು ಸಿಗುತ್ತೆ. ಬರಿಗೈಯವ ಯಾವಾಗಲೂ ಬರಿಗೈಲೆ ಇರಬೇಕು".

"ಅದು ಅವರವರ ದೃಷ್ಟಿಯನ್ನು ಅವಲಂಬಿಸಿರುತ್ತೆ. ಮಹಾಭಾರತದಲ್ಲಿ ಒಂದು ದಿನ ದ್ರೋಣಾಚಾರ್ಯರು ದುರ್ಯೋಧನನನ್ನು ಕರೆದು, ನೀನು ಒಬ್ಬ ಒಳ್ಳೆಯ ವ್ಯಕ್ತಿಯನ್ನು ಹುಡುಕೊಂಡು ಬಾ ಅಂದ್ರಂತೆ. ಹಾಗೆ ಯುಧಿಷ್ಠಿರನನ್ನು ಕರೆದು ಒಬ್ಬ ಕೆಟ್ಟವನನ್ನು ಹುಡುಕೊಂಡು ಬಾ ಅಂದ್ರಂತೆ. ಅವರಿಬ್ಬರೂ ಹಿಂದಿರುಗಿ ಬಂದಾಗ ಇಬ್ಬರ ಜೊತೆಯಲ್ಲಿ ಯಾರು ಇರಲಿಲ್ಲವಂತೆ. ಕಾರಣ ದುರ್ಯೋಧನನಿಗೆ ಯಾರೂ ಒಳ್ಳೆಯವರಂತೆ ಕಾಣಲಿಲ್ಲ, ಹಾಗೆ ಧರ್ಮರಾಯನಿಗೆ ಒಬ್ಬನೂ ಕೆಟ್ಟವನಂತೆ ಕಾಣಲಿಲ್ಲವಂತೆ."ವಿವರಿಸಿದಳು ಅನುಪಮಾ.

"ಸೋ ನಾನೀಗ ಕೆಟ್ಟವನೂಂತ ಹೇಳ್ತಾ ಇದ್ದೀಯಾ?"

"ಅಲ್ಲ ದೃಷ್ಟಿಯಂತೆ ಸೃಷ್ಟಿ ಅಂತ ಹೇಳಿದೆ. ನೀವು ಪ್ರಯತ್ನಪಟ್ಟಿದ್ದರೆ ಹಳೆಯದನ್ನು ಮರೆತು ಮನಸು ಮೃದು ಮಾಡಿಕೊಳ್ಳಬಹುದಾಗಿತ್ತು. ಪ್ರಪಂಚಾನ ಸುಂದರ ಮಾಡಿಕೊಳ್ಳಬಹುದುದಾಗಿತ್ತು. ಆದ್ರೆ ನೀವು ಹಿಂದಿನ ಅವಮಾನಕ್ಕೆ ಪದೇಪದೇ ಎಣ್ಣೆ ಹಾಕಿ ಅದನ್ನು ತೀಕ್ಷ್ಣಗೊಳಿಸ್ತಿದ್ದೀರಾ." ಎಂದಾಗ ಅವಳತ್ತ ದೀರ್ಘವಾಗಿ ನೋಡಿದ ಸುದೀಪ.

ಅದಕ್ಕೆ ರಘು ಈ ಹುಡುಗಿಗೆ ಸೋತಿದ್ದಾನೆ. ತಾನು ಬರಿ ಇವಳ ರೂಪಕ್ಕೆ ಸೋತೆ. ಆದರೆ ಇವಳೆಷ್ಟು ವಿಚಾರ ಪೂರ್ಣವಾಗಿ ಮಾತಾಡುತ್ತಾಳೆ.

"ನನಗದರ ಅಗತ್ಯವಿಲ್ಲ. ನಾನು ಹೇಗಿದ್ದೇನೋ ಹಾಗೆ ಸಂತೋಷವಾಗಿದ್ದೇನೆ" ಒರಟಾಗಿ ಹೇಳಿದ ಸುದೀಪ ಮಾತಾಡಲಿಲ್ಲ ಅನುಪಮಾ.

ಸುದೀಪ ಅಲ್ಲಿದ್ದ ಹುಲ್ಲಿನಿಂದಾವೃತ್ತವಾದ ಏರಿಯ ಮೇಲೆ ಕುಳಿತುಕೊಂಡ. ಅನುಪಮ ಅವನಿಂದ ಸ್ವಲ್ಪದೂರದಲ್ಲಿ ಕುಳಿತುಕೊಂಡಳು.

"ಪ್ರತಿ, ನಂಗೆ ಚಿಕ್ಕಂದಿನಿಂದಲೂ ಒಂದು ರೀತಿಯ ಹಠ ಬೆಳೆದುಬಿಟ್ಟು. ನನ್ನನ್ನ ಅನುಮಾನಿಸಿದವರ ಮುಂದೆ ತಲೆ ಎತ್ತಿ ತಿರುಗಬೇಕು. ನನಗೆ ಬೇಕು ಬೇಡವವಾದದನ್ನೆಲ್ಲ ಪಡೆಬೇಕು. ಏನೇ ಆಗಲಿ ಅದಕ್ಕೆಷ್ಟೇ ಬೆಲೆಯಾಗಲಿ ನಾನು ಆಸೆಪಟ್ಟಿದ್ದು ನಂಗೆ ಬೇಕೆ ಬೇಕು ಅಂತ. ಅದನ್ನ ಇಲ್ಲಿವರೆಗೆ ಸಾಧಿಸ್ತಾ ಬಂದಿದ್ದೇನೆ." ಹೆಮ್ಮೆಯಿಂದ ನುಡಿದ ಸುದೀಪ

"ಬಹುಶಃ ನೀವು ಇಲ್ಲಿಯವರೆಗೆ ಆಸೆಪಟ್ಟಿದ್ದು ಅಂಗಡೀಲ್ಲಿ ಸಿಗೋ ವಸ್ತುಗಳಿರಬಹುದು" ಮೆಲ್ಲನೆ ಮುಟ್ಟಿಸಿದ ಚೀರುಕು ಜೋರಾಗಿಯೇ ಮುಟ್ಟಿತು ಸುದೀಪನಿಗೆ.

ಅವನು ಅವಡುಗಚ್ಚಿದ.

"ಓಕೆ ವಾದವಿವಾದಗಳನ್ನು ಇಲ್ಲಿಗೆ ನಿಲ್ಲಿಸಿಬಿಡೋಣ. "ಲೆಟ್ಸ್ ಬಿ ಫ್ರೆಂಡ್ಸ್" ಬಂದ ಕೋಪವನ್ನು ನುಂಗಿ ಹೇಳಿದ ಸುದೀಪ.

" ವೈ ನಾಟ್ ಖಂಡಿತವಾಗಿ" ಮರುನುಡಿದಳು ಅನುಪಮಾ .

"ದೆನ್ ಗಿವ್ ಮಿ ಯುವರ್ ಹ್ಯಾಂಡ್ ಕೈ ಮುಂದೆ ಚಾಚಿದ

ಅಳುಕುತ್ತಲೇ ಕೈ ನೀಡಿದಳು ಅನುಪಮಾ .

****

ರಘು ಹಿಂದಿರುಗಿ ಬರುವಲ್ಲಿ ಅನುಪಮಳನ್ನು ಪೂರ್ತಿಯಾಗಿ ಒಲಿಸಿಕೊಳ್ಳುವ ಸನ್ನಾಹದಲ್ಲಿ ತೊಡಗಿದ ಸುದೀಪ, ಭಾನುವಾರ ಮನೆಯಲ್ಲಿ ಒಂದು ಸಂತೋಷಕೂಟವನ್ನು ಏರ್ಪಡಿಸಿದ. ಸಮಾರಂಭಕ್ಕೆ ಕುಶಾಲಪ್ಪನವರ ಮನೆಯವರ ಹೊರತಾಗಿ ಬೇರೆ ಯಾರನ್ನೂ ಕರೆದಿರಲಿಲ್ಲ. ಸುದೀಪ ಈ ಸಮಾರಂಭಕ್ಕೆ ರಘುವನ್ನು ಆಹ್ವಾನಿಸಲು ಹೋಗಲಿಲ್ಲ. ಗಂಗವ್ವನವರಿಗೂ ಭಯವಿದ್ದುದರಿಂದ ರಘುವನ್ನು ಕರೆಯಲು ಹೇಳಲಿಲ್ಲ. ಸೋಮಯ್ಯನವರು ರಘುವನ್ನು ಕರೆಯಲು ಹೇಳಿದಾಗ ಫೋನ್ ಮಾಡಿದಂತೆ ನಟಿಸಿ ಲೈನ್ ಡೆಡ್ ಆಗಿದೆ ಎಂದುಬಿಟ್ಟ ಸುದೀಪ.

ಆರು ಜನರಿಗೆ, ೨೫ ಜನರಿಗಾಗುವಷ್ಟು ತಿಂಡಿತಿನಿಸುಗಳನ್ನು ತರಿಸಿದ್ದ ಸುದೀಪ. ಅನುಪಮಳಿಗೆ ಏನು ಇಷ್ಟವೆಂದು ತಿಳಿಯದಿದ್ದುದರಿಂದ, ಎಲ್ಲಾ ವಿಧದ ಸಿಹಿತಿಂಡಿ, ಖಾರ, ತಂಪುಪಾನೀಯಗಳು ಮತ್ತು ಐಸ್ಕ್ರೀಮ್ ಗಳ ಹೊರೆಯನ್ನೇ ತರಿಸಿದ ಸುದೀಪ್.

ಸುದೀಪನ ಈ ಬೆಳವಣಿಗೆಯಿಂದ ಅತ್ಯಂತ ಹರ್ಷಗೊಂಡವರೆಂದರೆ ಕುಶಾಲಪ್ಪ ಹಾಗೂ ಸೋಮಯ್ಯನವರು.

ಡೆಕ್ಕಿನಿಂದ ಲಘುವಾದ ಪಾಶ್ಚಾತ್ಯ ಸಂಗೀತ ಹರಿದುಬರುತ್ತಿತ್ತು. ಮನೆಯ ತುಂಬ ಊದುಬತ್ತಿಯ ಸೊಗಸಾದ ಪರಿಮಳ ಹರಡಿ ಮನಸ್ಸಿಗೆ ಮುದವನ್ನು ತರುತ್ತಿತ್ತು. ಆಳುಗಳಿಗೆ ತಿಂಡಿಗಳನ್ನು ತಟ್ಟೆಗಳಲ್ಲಿ ಜೋಡಿಸಿಕೊಡುವ ಕೆಲಸದ ಹೊರತು ಬೇರೇನೂ ಕೆಲಸವಿರಲಿಲ್ಲ

ಕುಶಾಲಪ್ಪ ಹಾಗು ಸೋಮಯ್ಯನವರು ತಮ್ಮ ಸ್ನೇಹದಲ್ಲಿ ಇದ್ದೊಂದು ಆತಂಕವೂ ತೊಲಗಿ ಹೋದ ಸಂತೋಷದಿಂದ ತಟ್ಟೆಗಳಲ್ಲಿ ಕರಿದ ಗೋಡಂಬಿ ಹಾಗೂ ಸೀಗಡಿಗಳನ್ನು ಹಾಕಿಕೊಂಡು ಸಂಭ್ರಮಿಸುತ್ತಿದ್ದರು. ಅವರ ಜೊತೆಯಲ್ಲಿ ಗಂಗವ್ವ ಹಾಗೂ ಬೋಜವ್ವನವರು ತಮ್ಮ ನೆಚ್ಚಿನ ಪಾನೀಯಗಳನ್ನು ಹಿಡಿದು ಜೊತೆಗೂಡಿದ್ದರು.

ಗಂಗವ್ವನವರು ಅವರ ಜೊತೆಯಲ್ಲಿದ್ದರೂ ಕೂಡ ಅವರ ಹೃದಯದಲ್ಲಿ ಅವರಿಗೇ ಅರಿಯದ ಅಶಾಂತಿ ಮನೆಮಾಡಿತ್ತು. ಸುದೀಪ ಎಲ್ಲರನ್ನೂ ಆಗಾಗ ಉಪಚರಿಸುತ್ತಾ ಬೇಡಬೇಡವೆಂದರೂ ಅವರ ತಟ್ಟೆಗಳಿಗೆ ತಿಂಡಿಗಳನ್ನು ತುಂಬುತ್ತಿದ್ದ.

ಅನುಪಮಳಿಗೆ ಇದಾವುದರಲ್ಲೂ ಆಸಕ್ತಿ ಇರಲಿಲ್ಲ. ಇಲ್ಲಿ ರಘು ಇದ್ದಿದ್ದರೆ ಎಲ್ಲರ ಸಂತೋಷಕ್ಕಿಂತ ಹೆಚ್ಚಿನ ಹರ್ಷ ಅವಳದಾಗಿರುತಿತ್ತು. ಅವಳು ಖಾಲಿ ಮನಸ್ಸಿನಿಂದ ಸೋಫಾದಲ್ಲಿ ಕುಳಿತಿದ್ದಳು

ಅವಳ ಮನಸ್ಸು ರಘುವನ್ನು ನೆನೆಯುತಿತ್ತು. ಅವಳು ರಘುವನ್ನು ನೋಡಿ ಆಗಲೇ ಒಂದು ವಾರವಾಗಿತ್ತು. ಇನ್ನೆಂದು ಅವರನ್ನು ನೋಡುವೆನೋ ಎಂದು ಅವಳ ಮನಸ್ಸು ತಹತಹಿಸುತಿತ್ತು. ಅವಳಿಗೆ ರಘುವಿನ ಕೋಣೆಯಲ್ಲಿ ಕುಳಿತುಕೊಳ್ಳಬೇಕೆನಿಸುತ್ತಿತ್ತು. ಆದರೆ ಎಲ್ಲರೂ ಅಲ್ಲಿಯೇ ಹರಟುತ್ತಾ ಕುಳಿತಿದ್ದರಿಂದ ಅವಳೂ ಸಹ ಅಲ್ಲಿಯೇ ಕುಳಿತಿದ್ದಳು. ಅವಳು ಕೈಯಲ್ಲಿ ಹಿಡಿದಿದ್ದ ಜ್ಯೂಸ್ ಹಾಗೇ ಉಳಿದಿತ್ತು.

ಅಷ್ಟು ಹೊತ್ತು ಅಲ್ಲಿ ಕುಳಿತು ಬೇಸರವಾದ ಅನುಪಮಾ ಹೊರಗೆ ಹೋಗಲು ಎದ್ದಳು. ಅವಳ ಮುಂದೆ ಹುರಿದ ಪಿಸ್ತಾಗಳನ್ನು ಹಿಡಿದು ಬಂದಳು ಸಣ್ಣಿ. ಶಾಸ್ತ್ರಕ್ಕೆ ಒಂದೆರಡು ಪಿಸ್ತಾಗಳನ್ನು ಕೈಗೆತ್ತಿಕೊಂಡು ಹೊರನಡೆದಳು ಅನುಪಮಾ.

'ರಘು ಎಲ್ಲಿ ಹೋಗಿಬಿಟ್ಟಿರಿ ರಘು, ನಿಮ್ಮನ್ನು ನೋಡದೆ ಹೇಗಿರಲಿ?' ಬಿಸಿಯಾದ ನಿಟ್ಟುಸಿರೊಂದು ಹೊರಹೊಮ್ಮಿ ಗಾಳಿಯಲ್ಲಿ ಬೆರೆತು ಹೋಯಿತು.

"ಐಸ್ ಕ್ರೀಂ ಪ್ಲೀಸ್" ಪಕ್ಕದಲ್ಲಿ ದನಿ ಕೇಳಿದಾಗ ಬೆಚ್ಚಿದಳು ಅನುಪಮಾ. ಸುದೀಪ ಟ್ರೇನಲ್ಲಿ ನಾಲ್ಕೈದು ವಿಧದ ಐಸ್ಕ್ರೀಂ ಹಿಡಿದು ನಿಂತಿದ್ದ.

"ನಂಗೆ ಬೇಡ" ನೀರಸವಾಗಿ ಹೇಳಿದಳು.

"ಹುಡುಗಿಯರಿಗೆ ಐಸ್ ಕ್ರೀಂ ಅಂದ್ರೆ ತುಂಬಾ ಇಷ್ಟಾಂತ ಕೇಳಿದ್ದೆ"

"ಈ ಚಳಿಯಲ್ಲಿ?" ಬಾಯಿಗೆ ಬಂದದ್ದು ಹೇಳಿದಳು.

"ನಿನ್ನ ಕೈಲಿರೋ ಜ್ಯೂಸ್ ಬಿಸಿಯಾಗಿದೆಯಾ?" ನಗುತ್ತ ಕೇಳಿದ.

ಇವನ ಜೊತೆ ವಾದಕ್ಕಿಂತ ತೆಗೆದುಕೊಳ್ಳುವುದೇ ಒಳಿತೆನಿಸಿ ಜ್ಯೂಸ್ ಗ್ಲಾಸನ್ನು ಪಕ್ಕದಲ್ಲಿರಿಸಿ ಕೈಗೆ ಸಿಕ್ಕ ಐಸ್ಕ್ರೀಮ್ ಬಟ್ಟಲನ್ನೆತ್ತಿಕೊಂಡಳು.

"ಥ್ಯಾಂಕ್ಯೂ" ಸಣ್ಣಿ ಇದನ್ನು ತಗೊಂಡು ಹೋಗು' ಟ್ರೇಯನ್ನು ಕೊಡುತ್ತ ಹೇಳಿದ ಸುದೀಪ.

ಈತ ಇಲ್ಲಿಗೂ ಬರಬೇಕೆ? ಬೇಸರದಿಂದ ಹೂವಿನ ಗಿಡಗಳತ್ತ ನೋಟ ಹರಿಸಿದಳು.

ರಾಶಿ ರಾಶಿ ಹೂಗಳು ತಲೆದೂಗುತ್ತ ನಗುತ್ತಿದ್ದವು. ತನ್ನ ರಘುವಿನ ಸಂಗಾತಿಗಳು. ಲಘುವಾಗಿ ಅಸೂಯೆ ಎನಿಸಿತು.

ಅವು ಅನುಪಮಳನ್ನು ಲೆಕ್ಕಿಸದೆ ಹೆಮ್ಮೆಯಿಂದ ತೂಗಾಡಿದವು. ಅವುಗಳ ಲಾವಣ್ಯಕ್ಕೆ ಅವಳ ತುಟಿ ಬಿರಿಯಿತು. ಅವುಗಳೊಡನೆ ಮಾತಿಗೆ ನಿಂತಳು ಅನುಪಮಾ.

"ನೀನೆಲ್ಲಿ ಸಿಕ್ಕಿದೆ ನನ್ನ ರಘುವಿಗೆ?" ಕೇಸರಿ ವರ್ಣದ ಗುಲಾಬಿಯನ್ನು ಕೇಳಿದಳು ಅನುಪಮಾ. "ನಿನ್ನ ಹೊಳಪಿನಿಂದ ಅವರನ್ನು ಸೆಳೆದೆ ಏನು?" ಹೌದೆಂಬಂತೆ ತಲೆಯಾಡಿಸಿತಾ ಹೂವು.

"ನೀನು? ನೀನು ನಿನ್ನ ಚೆಲುವಿನಿಂದ ನನ್ನ ರಘುವನ್ನು ಗೆದ್ದಿರಬೇಕು" ಗೊಂಚಲು ಹೂವರಳಿಸಿ ನಿಂತ ಗ್ಲಾಡಿಯೋಲಸನ್ನು ನೋಡಿ ಕೇಳಿದಳು. "ಪ್ರತಿದಿನ ಅವರು ನಿಮ್ಮೊಡನೆ ವಿಹರಿಸುತ್ತಾರೆಯೆ? ಎಂಥಾ ಪುಣ್ಯವಂತರೇ ನೀವ್ವು"

"ಹೌದಮ್ಮಾ ನೀನು ಬಂಗಾರದ ಅಪ್ಸರೆ. ನಿನ್ನ ಚಿನ್ನದ ಪಲುಕುಗಳನ್ನು ನನ್ನ ರಘು ಮುದ್ದಿಸುತ್ತಾರೆಯೆ? ದಿನಕ್ಕೆಷ್ಟು ಬಾರಿ?" ತಟ್ಟೆಯಗಲದ ಚಿನ್ನದ ವರ್ಣದ ದಾಸವಾಳವನ್ನು ಕೇಳಿದಳು ಅನುಪಮಾ.

"ನೀನೇನು ಹೇಳುವೆ ಲತಾಂಗಿ? ನಿನ್ನ ಪರಿಮಳಕ್ಕಾಗಿಯೇ ಅವರು ತಮ್ಮ ಕೋಣೆಗೆ ಈಕಡೆ ಬಾಗಿಲಿಡಿಸಿದ್ದಾರೆಯೇ? ಹೌದಮ್ಮಾ ನೀನು ಭಾಗ್ಯವಂತೆ" ಒಡಲ ತುಂಬಾ ಅರೆಬಿರಿದ ಮೊಗ್ಗುಗಳನ್ನು ಹೊತ್ತು ಫಮ ಫಮಿಸುತಿದ್ದ ಮಲ್ಲಿಗೆಯ ಬಳ್ಳಿಯನ್ನು ಕೇಳಿದಳು ಅನುಪಮಾ.,

"ಏನೆಂದೆ? ನಿನ್ನ ಗುಲಾಬಿ ಬಣ್ಣಕ್ಕಾಗಿ ಅವರು ನನಗೆ ಒಲಿದಿದ್ದಾರೆ? ಇರಬಹುದು.." ತಿಳಿಗುಲಾಬಿ ಬಣ್ಣದ ಜರ್ಬೇರಾಕ್ಕೆ ನುಡಿದಳು

"ಬೆಳದಿಂಗಳ ಇರುಳಲ್ಲಿ ನನ್ನ ರಘು ನಿಮ್ಮ ಕಣ್ಣಲ್ಲಿ ಕಣ್ಣಿಟ್ಟು ನೋಡುವರೆ? ಪ್ರಿಯ ಗೆಳತಿ ನನ್ನನ್ನು ನಿಮ್ಮಂತೆ ಮಾಡಲಾರೆಯ? ನನಗೂ ನಿನ್ನ ಪುಣ್ಯದಲ್ಲಿ ಒಂದು ಭಾಗವನ್ನು ಕೊಡಲಾರೆಯೆ?" ಕೊಳದಲ್ಲಿದ್ದ ಬಿರಿದಿದ್ದ ತಾವರೆ ಹೂವುಗಳ ರಾಶಿಯ ಮುಂದೆ ನಿಂತು ಬೇಡಿದಳು ಅನುಪಮಾ.

"ಐಸ್ಕ್ರೀಮ್ ಕರಗಿ ಕೆಳಗೆ ಬಿಳ್ತಾಯಿದೆ" ತುಂಬಾ ಸನಿಹದಲ್ಲಿ ಗಡುಸುದನಿ ಕೇಳಿದಾಗ ಮಿಡುಕಿದ್ದಳು ಅನುಪಮಾ. ಸುದೀಪ ಅವಳಿಗೆ ತುಂಬಾ ಪಕ್ಕದಲ್ಲಿ ನಿಂತಿದ್ದ.

ಅವನ ನೋಟವನ್ನುಸರಿಸಿ ತನ್ನ ಕೈಯಿತ್ತ ನೋಡಿದಳು ಅನುಪಮಾ. ಬಟ್ಟಲಿನಲ್ಲಿದ್ದ ಐಸ್ಕ್ರೀಮ್ ಕರಗಿ ನೆಲಕ್ಕೆ ತೊಟ್ಟಿಕ್ಕುತ್ತಿತ್ತು. ಪೆಚ್ಚಾಗಿ ಬಟ್ಟಲಿನಲ್ಲಿದ್ದ ಸೂ‍ನ್ನಿಂದ ಸ್ವಲ್ಪ ಐಸ್ ಕ್ರೀಮನ್ನು ಬಾಯಿಗೆ ಹಾಕಿಕೊಂಡಳು

ಸುದೀಪ ಹತ್ತು ನಿಮಿಷದಿಂದ ಅಲ್ಲಿ ನಿಂತಿದ್ದ. ಅವಳು ಅವನ ಇರುವನ್ನು ಮರೆತು ಪ್ರತಿಮೆಯಂತೆ ಹೂಗಳ ಮುಂದೆ ನಿಂತಿದ್ದಳು. ಅವಳ ಮುಖದಲ್ಲಿದ್ದ ಪರವಶತೆ ಮತ್ತು ತುಟಿಗಳಲ್ಲಿ ಮಿಂಚಿದ ಮಾರ್ದವತೆ ಅವನಿಗೆ ಹುಚ್ಚು

ಹಿಡಿಸುತಿತ್ತು. ಉಕ್ಕಿಬಂದ ಅಸೂಯೆಯಿಂದ ಅವಳನ್ನು ನೋಡಲಾರದೆ ಅವಳ ಮೇಲೆ ರೇಗಿದ್ದ ಸುದೀಪ.

ಅವಳು ಪೆಚ್ಚಾಗಿದ್ದು ನೋಡಿ ಅವನಿಗೆ ಬೇಸರವೆನಿಸಿತು.

"ಪುತ್ರಿ, ಅಷ್ಟು ದೀರ್ಘವಾಗಿ ಏನು ಯೋಚನೆ ಮಾಡ್ತಾ ಇದ್ದೆ?" ಮೃದುವಾಗಿ ಕೇಳಿದ

"ಏನೂ ಇಲ್ಲ" ಅವಳು ತಲೆಯಾಡಿಸಿದಳು

"ಅಂದಹಾಗೆ ನಮ್ಮ ಸ್ನೇಹದ ಕುರುಹಾಗಿ ಒಂದು ಚಿಕ್ಕ ಕಾಣಿಕೆ" ತಾನು ಹಿಂದಿನ ದಿನ ತಂದಿದ್ದ ಒಡವೆಯ ಪೆಟ್ಟಿಗೆಯನ್ನು ಅವಳ ಮುಂದೆ ಹಿಡಿದ.

ರಘುವಿನ ಕೋಣೆಯಲ್ಲಿ ನೋಡಿದಂತಹ ಪೆಟ್ಟಿಗೆ. ಅದೇ ಇರಬಹುದೇ? ಕ್ಷಣ ಗೊಂದಲದಲ್ಲಿ ಬಿದ್ದಳು ಅನುಪಮಾ. ಪೆಟ್ಟಿಗೆ ಯಾವುದಾದರೇನು. ಕಾಣಿಕೆ ಕೊಡುತಿರುವವನು ಸುದೀಪ.

"ಸಾರಿ... ಸ್ನೇಹದ ಹೆಸರಲ್ಲಿ ಇಷ್ಟು ದೊಡ್ಡ ಗಿಫ್ಟ್ ನಾನು ತಗೊಳ್ಳೋದಿಲ್ಲ" ಅವಳದನ್ನು ಮುಟ್ಟಲೂ ಹೋಗಲಿಲ್ಲ.

ಸುದೀಪನಿಗೆ ವಿಪರೀತ ನಿರಾಸೆಯಾಯಿತು. ಅದನ್ನು ತೆರೆದಾದರೂ ನೋಡಬಾರದೆ?

"ಅದನ್ನು ನೋಡೇ ಇಲ್ಲ. ಮತ್ತೆ ಹೇಗೆ ದೊಡ್ಡ ಗಿಫ್ಟ್ ಅಂತಿಯ?"

"ಬಾಕ್ಸ್ ನೋಡಿದ್ರೆ ಗೊತ್ತಾಗುತ್ತೆ".

"ಪುತ್ರಿ, ಪ್ರೀತಿಯಿಂದ ಕೊಟ್ಟಿದ್ದನ್ನು ಬೇಡ ಅನ್ನಬಾರದಂತೆ. ಪ್ಲೀಸ್ ನೋಡು ಈ ಹಾರ ಎಷ್ಟು ಚೆನ್ನಾಗಿದೆ. ನಿಂಗೆಂತಾನೆ ತಂದಿದ್ದು". ತಾನೇ ಪೆಟ್ಟಿಗೆಯಲ್ಲಿದ್ದ ವಜ್ರದ ಹಾರವನ್ನು ತೆಗೆದು ಅವಳ ಮುಂದೆ ಹಿಡಿದ

ಪದಕವನ್ನು ಒಳಗೊಂಡ ವಜ್ರದ ನೆಕ್ಲೆಸ್ ಅಮೋಘವಾಗಿತ್ತು.

"ತುಂಬಾ ಬೆಲೆಬಾಳೋದಿರಬೇಕು" ಅದರ ಹೊಳಪನ್ನು ನೋಡಿ ಹೇಳಿದಳು.

"ಹೆಚ್ಚೇನಿಲ್ಲ ಬರೀ ೧೨ ಲಕ್ಷ" ಹೆಮ್ಮೆಯಿಂದ ಹೇಳಿದ ಸುದೀಪ.

"೧೨ಲಕ್ಷ... ಮೈ ಗಾಡ್... ಸಾರಿ ನನ್ನ ಕೊರಳಿಗೆ ೧೨ ಲಕ್ಷದ ಭಾರವನ್ನು ಹೊರುವ ಶಕ್ತಿ ಇಲ್ಲ" ನಯವಾಗಿ ಪೆಟ್ಟಿಗೆಯ ಮುಚ್ಚಳವನ್ನು ಹಾಕಿದಳು ಅನುಪಮಾ.

"ಸ್ನೇಹ ಅದಕ್ಕಿಂತ ದೊಡ್ಡದು. ಸ್ನೇಹಕ್ಕೆ ಯಾವತ್ತು ಬೆಲೆ ಕಟ್ಟಲಾಗುವುದಿಲ್ಲ" ಸೋತು ಹೇಳಿದ ಸುದೀಪ.

"ನಿಮ್ಮ ಪ್ರಕಾರ ಸ್ನೇಹ, ಪ್ರೀತಿ ವಿಶ್ವಾಸ ಎಲ್ಲ ಕೊಟ್ಟುಕೊಳುವ ವಸ್ತು ತಾನೇ? ನಿಮ್ಮ ೧೨ ಲಕ್ಷದ ಹಾರದ ಬದಲಾಗಿ ನಾನು ನಿಮಗೇನೂ ಕೊಡಲಾರೆ..

ಐಯಾಮ್ ಸಾರಿ" ಮೃದುವಾಗಿ ಹೇಳಿದರೂ ದೃಢವಾಗಿ ಹೇಳಿ ಅಲ್ಲಿಂದ ಹೊರಟು ಹೋದಳು ಅನುಪಮಾ.

ದಂಗಾದ ಸುದೀಪ. ಕಂಪಿನ ಸೆಟ್ಟನ್ನು ತರಲು ಹೋಗಿದ್ದವ, ರಘು ವಜ್ರದ ಸೆಟ್ ತೆಗೆದು ಕೊಂಡಿರುವುದನ್ನು ತಿಳಿದು ತಾನೂ ಸಹ ರಘುವಿಗಿಂತ ೨ ಲಕ್ಷ ಹೆಚ್ಚಿಗೆ ತೆತ್ತು ವಜ್ರದ ಸೆಟ್ಟನ್ನು ಕೊಂಡಿದ್ದ. ಬರೀ ದುಡ್ಡಿಗೆ ಎಷ್ಟು ಹುಡುಗಿಯರು ಬಾಯಿ ಬಿಡುತ್ತಾರೆ. ಅಂಥದರಲ್ಲಿ ೧೨ ಲಕ್ಷದ ಹಾರವನ್ನು ಮುಟ್ಟಿಯೂ ನೋಡದೆ ಹೊರಟುಹೋದಳು ಪ್ರಗತಿ. ಅವಳು ಅವನಿಗೆ ಎಂಟನೆಯ ಅದ್ಭುತವಾಗಿ ತೂರಿ ಬಂದಳು.

ಹತಾಶನಾಗಿ ನಿಂತ ಸುದೀಪ ಒಡವೆಯ ಪೆಟ್ಟಿಗೆಯನ್ನು ಕೋಟಿನ ಜೇಬಿಗೆ ಹಾಕಿ ಸಿಗರೇಟ್ ಹೊತ್ತಿಸಿ "ಏ ರಂಗ ವಿಸ್ಕಿ ತಗೊಂಡು ಬಾ" ಎಂದು ಗಡುಸಾಗಿ ಕೂಗಿದ.

ಎಷ್ಟು ಸೊಕ್ಕವಳಿಗೆ. ರಘುವಿನ ಮೇಲೆ ಭರವಸೆಯಿರಬೇಕು. ಈ ಸುದೀಪನ್ನ ಏನೂಂತ ತಿಳ್ಕೊಂಡಿದ್ದಾಳೆ? ರಘು ... ಒಂದಲ್ಲ ಒಂದು ರೀತಿ ಅವನು ನನ್ನನ್ನು ಸೋಲಿಸುತ್ತಲೇ ಬಂದಿದ್ದಾನೆ. ಉಸಿರಿನ ತುಂಬಾ ಸಿಗರೇಟಿನ ಹೊಗೆಯನ್ನೆಳೆದುಕೊಂಡ.

ಅವನ ಮತ್ತು ತಂದೆಯ ವಿಪರೀತ ಧಾರಾಳ ಬುದ್ದಿ, ಅದಕ್ಕೆ ಸರಿಯಾಗಿ ಈ ಜನರ ಸ್ವಾರ್ಥ ಬುದ್ದಿ ನೋಡಿ, ನೋಡಿ ರಘುವಿಗೆ ವಿರುದ್ಧ ದಿಕ್ಕಿನಲ್ಲಿ ನಡೆಯಲಾರಂಭಿಸಿದ ಸುದೀಪ, ತನ್ನ ವಲಯದಲ್ಲಿ ಹಾಗೂ ವೃತ್ತಿಯಲ್ಲಿ ಸಾಕಷ್ಟು ಪ್ರಗತಿಯನ್ನು ಸಾಧಿಸಿದ್ದ. ಆದರೆ ಇಲ್ಲಿಯೂ ಅವನಿಗೆ ಸೋಲು .

'ನೋ ನೋ ಐ ವಾಂಟ್ ಹರ್'. ಅವಳ ಅನುಪಮ ಚೆಲುವು ಅವನ ಕಂಗಳ ಮುಂದೆ ಹೊಯ್ದಾಡಿತು. 'ಅವಳು ನನ್ನನ್ನೇ ಸೇರಬೇಕು.. ಅಟ್ ಎನಿ ಕಾಸ್ಟ್ ಐ ವಿಲ್ ಗೆಟ್ ಹರ್' ಒಂದು ಪ್ಯಾಕ್ ಸಿಗರೇಟು ಸುಟ್ಟ ಮೇಲೆ ಅವನ ತಲೆ ಸ್ವಲ್ಪ ಸ್ಥಿಮಿತಕ್ಕೆ ಬರುತ್ತಿದೆ ಎನಿಸಿತು.

ತಂದೆ ತಾಯಿಯ ಮೂಲಕ ಮಗಳನ್ನು ಸೆಳೆಯುವುದೊಂದೇ ಮಾರ್ಗವೆನಿಸಿದಾಗ, ಒಳಬಂದು ಕುಶಾಲಪ್ಪನವರ ಸೇವೆಗೆ ನಿಂತ ಸುದೀಪ.

ಸುದೀಪನ ಸತ್ಕಾರದಲ್ಲಿ ಎಲ್ಲರೂ ಹೊಟ್ಟೆ ಬಿರಿಯುವಷ್ಟು ತಿಂದರು. ಉಳಿದ ತಿಂಡಿಗಳನ್ನೆಲ್ಲಾ ಅನುಪಮಾಳ ಮನೆಗೆ ಪ್ಯಾಕ್ ಮಾಡಿಸಿದ ಸುದೀಪ. ಕುಶಾಲಪ್ಪನವರಂತೂ ಸ್ವರ್ಗದಲ್ಲಿ ತೇಲುತ್ತಿದ್ದರು. ಬೋಜವ್ವನವರಿಗೂ ಸುದೀಪನ ಸೌಜನ್ಯಪೂರ್ಣ ವರ್ತನೆ ಸಂತಸ ತಂದಿತ್ತು. ಅನುಪಮಾ ಮಾತ್ರ ಅವನ ವಿಪರೀತ ವರ್ತನೆಯಿಂದ ಉಸಿರುಕಟ್ಟಿದಂತೆ ಚಡಪಡಿಸಿದಳು

೧೦ ಘಂಟೆಗೆ ಅವರನ್ನೆಲ್ಲ ತನ್ನ ಕಾರಿನಲ್ಲಿ ಮನೆಗೆ ತಲುಪಿಸಿದ ಸುದೀಪ.

"ಸುದೀಪ ತುಂಬಾ ಒಳ್ಳೆ ಹುಡುಗ ನಾವವನನ್ನ ತುಂಬಾ ತಪ್ಪು ತಿಳ್ಕೊಂಡಿದ್ದಿ" ಸುದೀಪ ಹೊರಟುಹೋದ ಮೇಲೆ ನುಡಿದರು ಕುಶಾಲಪ್ಪನವರು. ಅನುಪಮಾಳಿಗೆ ರೇಗಿದರೂ, ಮಾತಾಡಲು ಹೋಗಲಿಲ್ಲ.

"ಹೌದೌರೀ ನಾನು ಅವನನ್ನ ತುಂಬಾ ತಪ್ಪು ತಿಳ್ಕೊಂಡಿದ್ದೆ. ಅವನು ಬಾಯಿತುಂಬಾ ನನ್ನ, ಅತ್ತೆ, ಅತ್ತಂತ ಕೂಗ್ತಾಯಿದ್ರೆ, ನನ್ನೆ ಹೊಟ್ಟೆ ತುಂಬಿದ ಹಾಗಾಗುತ್ತೆ" ದನಿಗೂಡಿಸಿದರು ಬೋಜಮ್ಮ.

ಅನುಪಮಾ ಏನೂ ಮಾತನಾಡದ್ದು ಅವರಿಗೆ ಅಚ್ಚರಿ ತಂದಿತ್ತು.

"ಏನೋ ಚಿಕ್ಕಂದಿನಲ್ಲಿ ಜನರು ಅವನನ್ನು ಕಡೆಗಣಿಸಿದ್ದಕ್ಕೆ ಅವನಿಗೆ ಜನರ ಬಗ್ಗೆ ಸ್ವಲ್ಪ ಕೋಪ ಅಷ್ಟೇ. ಆದ್ರೆ ಮನಸ್ಸು ಮಾತ್ರ ಚಿನ್ನ." ಕುಶಾಲಪ್ಪನವರು ನುಡಿದಾಗ ಅನುಪಮಾಳ ತುಟಿಗಳಲ್ಲಿ ವ್ಯಂಗ್ಯ ನಗೆ ಚಿಮ್ಮಿತು

"ಈಗ ನೋಡು ರಘುವಿಗೆ ಎಲ್ಲರ ಮೇಲೆ ಒಂದೇ ತರ ಗೌರವ. ಅವನು ಎಲ್ಲರನ್ನೂ ಗೌರವಿಸ್ತಾನೆ. ಎಲ್ಲರೂ ಅವನಿಗೆ ಆಂಟಿ, ಅಂಕಲ್. ಆದರೆ ಯಾರ ಮೇಲೂ ಅವನು ವಿಶೇಷ ಅಕ್ಕರೆ ಇಟ್ಕೊಳ್ಳೋದಿಲ್ಲ . ಆದ್ರೆ ಸುದೀಪ ಯಾರನ್ನೂ ಹತ್ತಿರ ಸೇರಿಸುಪ್ಪುದಿಲ್ಲ. ಆದ್ರೆ ಅವನು ಪ್ರೀತಿಸುವವರಿಗೆ ಜೀವ ಬೇಕಾದರೂ ಕೂಡೋಕೆ ಸಿದ್ದನಿದ್ದಾನೆ" ತಮ್ಮ ಮಾತಿಗೆ ಮಗಳು ಪ್ರತಿಕ್ರಯಿಸದೆ ಇರುವುದನ್ನು ನೋಡಿ ಮುಂದುವರಿಸಿದರು ಕುಶಾಲಪ್ಪನವರು.

ಸುದೀಪ, ಅನುಪಮಳತ್ತ ತೋರಿದ ವಿಶೇಷ ಒಲವನ್ನು ಕುಶಾಲಪ್ಪನವರು ಗಮನಿಸದೆ ಇರಲಿಲ್ಲ. ಅವರಿಗೆ ಮಗಳು ಇದನ್ನರಿಯುವುದು ಬೇಕಿತ್ತು.

ಸುದೀಪನ ಗುಣಗಾನವನ್ನು ಸಹಿಸಿದ್ದಂತೆ ರಘುವಿನ ಅವಹೇಳನವನ್ನು ಸಹಿಸಲಾಗಲಿಲ್ಲ ಅನುಪಮಳಿಗೆ.

"ನೀವು ಏನು ಹೇಳೋದಕ್ಕೆ ಪ್ರಯತ್ನ ಪಡ್ತಾ ಇದ್ದೀರಿ ಪಪ್ಪಾ" ಗಂಭೀರವಾಗಿ ಕೇಳಿದಲು ಅನುಪಮ.

"ನಾನು ಏನು ಹೇಳ್ತಿದ್ದೀನೀಂದ್ರೆ, ಎಲ್ರನ್ನು ಪ್ರೀತ್ಸೋನು ಯಾರನ್ನು ಪ್ರೀತ್ಸೋದಿಲ್ಲಾಂತ. ಅಂದ್ರೆ ರಘು ಎಲ್ಲರನ್ನೂ ಗೌರವಿಸ್ತಾನೆ, ಪ್ರೀತಿಸ್ತಾನೆ ಅವನ ಪ್ರೀತೀನ ನಾವು ನಮ್ಮದು ಅಂತ ಭಾವಿಸೋಕಾಗೊಲ್ಲ. ಆದ್ರೆ ಸುದೀಪ ನಮ್ಮನ್ನ ಮಾತ್ರ ಗೌರವಿಸ್ತಾನೆ ಅವನ ಪ್ರೀತಿನ ನಾವು ನಂಬಬಹುದು". ಅವರು ಇನ್ನಷ್ಟು ವಿವರಿಸಿದಾಗ ಅನುಪಮಾಳ ಮೈಯುರಿದು ಹೋಯಿತು.

"ನಿಮಗೆ ಈ ಜ್ಞಾನೋದಯ ಯಾವಾಗ ಆಯಿತು?" ಅವಳೂಹಿಸಿದ್ದಕ್ಕಿಂತ ಒರಟಾಗಿತ್ತವಳ ಅವಳ ದನಿ. "ಪಪ್ಪ ರಘು ಬಗ್ಗೆ ಟೀಕೆ ಮಾಡೋದಕ್ಕೆ ಮುಂಚೆ ಒಂದು ಮಾತನ್ನು ನೆನಪಿಟ್ಟುಕೊಳ್ಳಿ. ನೀವೇ ಮನೆಯಲ್ಲಿ ಇಷ್ಟು ದಿನದಿಂದ ಇಷ್ಟು ನೆಮ್ಮದಿಯಾಗಿರೋದೇ ರಘುವಿನ ದಯೆಯಿಂದ. ಸುದೀಪನ ಹಾಗೆ ರಘುವಿಗೂ ಅವರಪ್ಪನ ಸ್ನೇಹಿತರನ್ನು ಗೌರವಿಸೋ ದೊಡ್ಡ ಗುಣ ಇರದೇ ಹೋಗಿದ್ದರೆ ನಿಮ್ಮ ಸ್ನೇಹಿತರಿಗೆ ನಿಮ್ಮನ್ನು ಇಲ್ಲಿಗೆ ಕರೆಯೋದಕ್ಕೆ ಧೈರ್ಯ ಇರ್ತ ಇರಲಿಲ್ಲ. ಇಬ್ಬರು ಗಂಡು ಮಕ್ಕಳನ್ನು ಎದುರುಹಾಕಿಕೊಳ್ಳುವ ಶಕ್ತಿ ಅಂಕಲ್ ಸ್ನೇಹಕ್ಕೆ ಇಲ್ಲಪ್ಪ. ರಘುವಿನ ಸಹಕಾರ ಅವರಿಗಾ ಶಕ್ತಿ, ಧೈರ್ಯವನ್ನು ಕೊಟ್ಟಿದೆ. ಮತ್ತೆ 'ಇಷ್ಟು ದಿವ್ಸ ಸಿಮ್ಮ ಮೇಲೆ ಇರದ ಪ್ರೀತಿ

ಇದ್ದಕ್ಕಿದ್ದ ಹಾಗೆ ಸುದೀಪನಿಗೆ ಯಾಕೆ ಉಕ್ಕಿ, ಉಕ್ಕಿ ಹರಿತಿದೆಂತ ಯೋಚನೆ ಮಾಡಿದ್ದೀರಾ?" ತೀಕ್ಷ್ಣವಾಗಿ ಕೇಳಿದಳು ಅನುಪಮ

"ಏನು ತಪ್ಪು? ನೀನವನಿಗೆ ಹಿಡಿಸಿರಬಹುದು. ಅಂಥ ದೊಡ್ಡ ಮನೆಗೆ ಸೊಸೆಯಾಗಿ ಹೋಗೋದಕ್ಕೆ ನೀನು ಪುಣ್ಯ ಮಾಡಿರಬೇಕು" ಕುಶಾಲಪ್ಪನವರು ಸರಳವಾಗಿ ಹೇಳಿದಾಗ ದಂಗಾಗಿ ಹೋದಳು ಅನುಪಮಾ.

ಅಂದರೆ ಮಾತು ಇಲ್ಲಿಯವರೆಗೆ ಬಂದುಬಿಟ್ಟಿದೆಯೇ. ಕ್ಷಣ, ಬಿಟ್ಟ ಕಣ್ಣು ಬಿಟ್ಟಂತೆ ತಂದೆಯನ್ನು ನಿರುಕಿಸಿದಳು ಅನುಪಮಾ. ನಂತರ ಸಾವರಿಸಿಕೊಂಡು

"ಪಪ್ಪಾ ನಾನವರ ಸೊಸೆಯಾಗಿ ಹೋಗೋ ವಿಷಯ ಆಮೇಲೆ. ಆದ್ರೆ ಇನ್ನೊಂದು ಸಲ ರಘು ಬಗ್ಗೆ ಹಗುರಾಗಿ ಮಾತಾಡ್ಬೇಡಿ. ದ್ವೇಷಕ್ಕೆ ದ್ವೇಷ, ಸೇಡಿಗೆ ಸೇಡು ಸಾಧಿಸೊ ಲಕ್ಷಾಂತರ ಜನ ನಮ್ಮಲ್ಲಿ ಸಿಕ್ಕಾರಪ್ಪ. ಎಲ್ಲಾ ತರದ ವಿಷ ಕುಡಿದು ನಂಜುಂಡನಂತ ಅರಗಿಸಿಕೊಳ್ಳುವ ನೂರಾರು ಜನರಿರಬಹುದು. ಆದ್ರೆ ವಿಷ ಕುಡಿದು ಅಮೃತಾನ ಎರೆಯೋ ಜನರು ಕೋಟಿಗೊಬ್ಬರು ಸಿಗಲಪ್ಪಾ. ಅದು ರಘುವಿನಂಥ ಕೆಲವೇ ಮಂದಿಗೆ ಸಾಧ್ಯ. ನಿಮಗೆ ಅವರ ಋಣ ತೀರಿಸೋಕೆ ಆಗದಿದ್ದರೂ ಅವರ ಅವಹೇಳನ ಮಾಡಿ ಪಾಪ ಕಟ್ಕೋಬೇಡಿ. ರಘು ನಿಮ್ಮನ್ನ ಕರ್ಕೊಂಡು ಹೋಗೋಕೆ ಬಂದಾಗ ನಿಮಗೊಬ್ಬಳು ಮದುವೆ ವಯಸ್ಸಿನ ಮಗಳಿದ್ದಾಳ ಅನ್ನೋ ವಿಷ್ಯಾನೂ ಅವರಿಗೆ ಸರಿಯಾಗಿ ಗೊತ್ತಿರಲಿಲ್ಲ. ಆದ್ರೆ ಈ ನಿಮ್ಮ ಸುದೀಪ, ನಿಮ್ಮ ಮಗಳನ್ನು ನೋಡಿದ ನಂತರವೇ ನಿಮ್ಮನ್ನು ಗೌರವಿಸಿದ್ದು. ಹೋಗಿ ಈ ಕ್ಷಣ ನೀವವನಿಗೆ ನಿಮ್ಮ ಮಗಳನ್ನು ಕೊಡೊಲ್ಲಾಂತ ಹೇಳಿ, ನಿಮ್ಮನ್ನ ಸರ್ವನಾಶ ಮಾಡಿಬಿಡುತ್ತಾನೆ." ಒಂದೇ ಸಮನೆ ಬಡಬಡಿಸಿದಳು ಅನುಪಮಾ. ಇಷ್ಟುಹೊತ್ತು ಎದೆಯಲ್ಲಿ ಉಕ್ಕುತಿದ್ದ ಲಾವಾರಸವನ್ನು ಒಮ್ಮೆಗೆ ಹೊರ ಚೆಲ್ಲಿದಂತಾಯಿತು.

ಮಗಳ ರೌದ್ರಾವತಾರಕ್ಕೆ ಬೆಪ್ಪಾದರು ಕುಶಾಲಪ್ಪನವರು. ಅವರೆಂದೂ ಮಗಳು ಕೋಪಗೊಂಡಿದ್ದನ್ನೇ ನೋಡಿರಲಿಲ್ಲ. ಮಾತು ಮಿತಿ ಮೀರುವ ಪ್ರಶ್ನೆಯಂತೂ ಇಲ್ಲವೇ ಇಲ್ಲ. ಅಂಥದರಲ್ಲಿ ಮಗಳು ಚಂಡಿಯಾಗಿದ್ದಾಳೆ. ಅವಳ ಕಂಗಳು ಕೆಂಪಾಗಿ, ಹುಬ್ಬು ಮೇಲೇರಿ ರೋಷದಿಂದ ಮೇಲುಸಿರು ಬಿಡುತ್ತಿದ್ದಾಳೆ. ಅಬ್ಬಾ ಅವಳಿಂದಲೂ ಇಷ್ಟು ಕೋಪ ಸಾಧ್ಯವೇ? ಎನಿಸಿತು.

ತಾಯಿ-ತಂದೆಯರು ಬಿಟ್ಟ ಕಂಗಳಿಂದ ತನ್ನನ್ನೇ ನೋಡಿದಾಗ ನಾಲಿಗೆ ಕಚ್ಚಿಕೊಂಡಳು ಅನುಪಮಾ. ತಾನು ಹೆಚ್ಚು ಮಾತಾಡಿಬಿಟ್ಟ ಎನಿಸಿತು. ಮಾತು ನಿಲ್ಲಿಸಿ ತಲೆ ತಗ್ಗಿಸಿ ನನ್ನ ಕೋಣೆಗೆ ಹೊರಟುಹೋದಳು

****

ಮಾರನೆಯ ದಿನದಿಂದ ಮಧ್ಯಾಹ್ನದ ಹೊತ್ತು ಗಂಗಾ ಕಾಟೇಜಿಗೆ ಹೋಗತೊಡಗಿದಳು ಅನುಪಮ. ರಘು ಇಲ್ಲದಿದ್ದರಿಂದ ಗಂಗವ್ವನವರೊಡನೆ

ಸ್ವಲ್ಪ ಹೊತ್ತು ಮಾತಾಡಿ, ಪುಸ್ತಕ ಓದುವ ನೆಪಮಾಡಿಕೊಂಡು ರಘುವಿನ ಕೋಣೆ ಸೇರುತ್ತಿದ್ದಳು. ಅವನ ಕೋಣೆಯಲ್ಲಿ ಪುಸ್ತಕ ಹಿಡಿದೋ, ಅವನ ಬಗ್ಗೆ ಚಿಂತಿಸುತ್ತಲೋ, ಅಥವಾ ಕೆಲಪೊಮ್ಮೆ ಅವನ ಮಂಚಕ್ಕೊರಗಿಯೋ ಒಂದು ಘಂಟೆಯನ್ನು ಕಳೆಯುತ್ತಿದ್ದಳು. ನಂತರ ಗಂಗವ್ವನವರಿಗೆ ಸಹಾಯವಾಗುವಂತೆ ಸಂಜೆಯ ತಿಂಡಿಗೆ ಅಣಿಗೊಳಿಸುತ್ತಿದ್ದಳು. ಕೊನೆಯದಾಗಿ ಒಂದು ಘಂಟೆ ತೋಟದ ಮಾಲಿಯಾ ಆಗಿದ್ದ ಡ್ರೈವರ್ ರಂಗಣ್ಣನೊಡನೆ ಗಿಡಗಳ ಆರೈಕೆಯಲ್ಲಿ ಕಳೆಯುತ್ತಿದ್ದಳು. ರಘುವಿನ ಗಿಡಗಳನ್ನು ಪೋಷಿಸಿದ ತೃಪ್ತಿ ಅವಳದಾಗುತ್ತಿತ್ತು.

ಅಷ್ಟು ಹೊತ್ತಿಗೆ ಗಂಗವ್ವನವರು ಎಳುತ್ತಿದ್ದರು. ಅವರಿಗೆ ಕಾಫಿ ಮಾಡಿಕೊಟ್ಟು, ತಾನೊಂದು ಲೋಟ ಕುಡಿದು ಸುದೀಪ ಬರುವುದರೊಳಗೆ ಮನೆ ಬಿಟ್ಟುಬಿಡುತ್ತಿದ್ದಳು ಅನುಪಮಾ. ನೇರ ಮನೆಗೆ ಹೋದರೆ ಅಲ್ಲಿಗೆ ಸುದೀಪ ಬರುವ ಸಾಧ್ಯತೆ ಇದ್ದುದರಿಂದ ಅವಳು ಮನೆಗೂ ಹೋಗದೆ ತೋಟ, ಗದ್ದೆಗಳಲ್ಲಿ ಕಾಲ ಹಾಕಿ, ಕತ್ತಲಾಗುವ ಸಮಯಕ್ಕೆ ಮನೆಗೆ ಬರುತ್ತಿದ್ದಳು. ಹಾಗೆ ಬಂದಾಗ, ಪ್ರತೀದಿನ ಸುದೀಪ ಅವಳಿಗಾಗಿ ಕಾದು ಹೋದ ವಿಷಯ ಅವಳಿಗೆ ತಿಳಿಯುತ್ತಿತ್ತು.

ಹೆಚ್ಚು ಕೃಷಿಗೆ ಸಂಬಂಧಿಸಿದ ಪುಸ್ತಕಗಳಿದ್ದ ರಘುವಿನ ಸಂಗ್ರಹಾಲಯದಲ್ಲಿ ಗುಲಾಬಿ ಕೃಷಿಯ ಬಗ್ಗೆ ಓದುತ್ತಿದ್ದಾಗ ಫೋನ್ ರಿಂಗಾಯಿತು. ಎರಡು ಮೂರು ಬಾರಿ ರಿಂಗಾದಾಗ ಅನುಪಮಾ ರಘುವಿನ ಕಾರ್ಡ್‌ಲೆಸ್ ಎತ್ತಿಕೊಂಡು "ಹಲೋ" ಎಂದಳು.

"ಹಲೋ ಅಮ್ಮನ ಕರಿ" ಅನುಪಮಾಳ ದನಿಯನ್ನು ಗುರುತಿಸದೇ ರಘುವಿನ ದನಿ ಹರಿದು ಬಂದಾಗ ದಢಕ್ಕನೆ ಎದ್ದು ಕುಳಿತಳು ಅನುಪಮಾ.

"ರಘೂ..."ಅತ್ತಲಿಂದ ಹರಿದುಬಂದ ಅನುಪಮಾಳ ಭಾವುಕ ದನಿಯ ಬಿಸಿ ನೇರವಾಗಿ ರಘುವಿನ ಎದೆಯನ್ನು ತಟ್ಟಿತು.

" ಅನೂ...." ಅವಳಿಗಿಂತಲೂ ಭಾರವಾಗಿ ಉದ್ಗರಿಸಿದ

"ಹಾಂ...ಹಾಂ .. ನಾನೇ ರಘು. ಹೇಗಿದ್ದೀರಿ? ಎಲ್ಲಿದ್ದೀರಿ? ಎಷ್ಟು ದಿನ ಆಗೋಯ್ತು ನಿಮ್ಮನ್ನು ನೋಡಿ?" ಅವಳ ದನಿ ಬಿಗಿಯಿತು.

ದಾವಾನಲ ಹೊತ್ತಿಕೊಂಡು ಉರಿಯುತ್ತಿದ್ದ ಎದೆಯನ್ನು ಒತ್ತಿಕೊಂಡ ರಘು "ಚೆನ್ನಾಗಿದ್ದೀನಿ.. ನೀನು ಹೇಗಿದ್ದೀಯಾ?" ಎಂದ

"ಉಹುಂ, ನಾನೊಂದು ಚೂರು ಚೆನ್ನಾಗಿಲ್ಲ. ನನ್ನ ದೇವಸ್ಥಾನಕ್ಕೆ ಕರ್ಕೊಂಡು ಹೋಗ್ತೀನೀಂತ ಹೇಳಿ, ನಂಗೆ ಒಂದು ಮಾತು ಹೇಳದೆ ಹೊರಟು ಹೋದ್ರಿ. ನಾನು ನಿಮಗೋಸ್ಕರ ಎಷ್ಟು ಕಾದೆ ಗೊತ್ತಾ? ಆಮೇಲೆ, ನಿಮ್ಮ ಮೊಬೈಲ್ ಗೆ ಒಂದೂರ್ ಸಲ ಫೋನ್ ಮಾಡ್ದೆ. ನಂಗೆ ನಿಮ್ಮನ್ನು ಈಗ್ಲೇ ನೋಡ್ಬೇಕು . ಈ ಕ್ಷಣ ನಿಮ್ಮನ್ನ ನೋಡ್ಬೇಕು. ಈ ಕ್ಷಣ ಬಂದುಬಿಡಿ" ಅನುಪಮಾ ಬಡಬಡನೆ ತನ್ನೆದೆಯಲ್ಲಿ ಇದ್ದುದನ್ನೆಲ್ಲ ಒದರಿಬಿಟ್ಟಾಗ ತಾನು ಬೆಂಕಿಯ ಅಲೆಯಲ್ಲಿ ಕೊಚ್ಚಿಕೊಂಡು ಹೋಗುತ್ತಿರುವಂತೆ ಒದ್ದಾಡಿದ ರಘು.

ಅನುಪಮಾ ಹಿಂದೆಂದೂ ಇಷ್ಟೊಂದು ಮಾತಾಡಿದನ್ನು ಅವನು ಕೇಳಿರಲಿಲ್ಲ. ಅವಳಿಗಿಂತ ಹೆಚ್ಚಾಗಿ ಅವಳ ಕಣ್ಣುಗಳೇ ಮಾತಾಡುತ್ತಿದ್ದವು. ಆದರೆ ಇಂದು ಯಾವುದೇ ಅಂಕೆ ಶಂಕೆ, ಬಿಗುಮಾನವಿಲ್ಲದೆ, ಹೃದಯದ ಒತ್ತಡಕ್ಕೆ ಬಲಿಯಾಗಿ ಬಡ ಬಡಿಸುತ್ತಿದ್ದಳು.

"ಅನೂ, ನಾನಿಲ್ಲಿ ಎಂಥಾ ಪರಿಸ್ಥಿತಿಯಲ್ಲಿದ್ದೇನೆಂತ ನಿಂಗೆ ಗೊತ್ತಾ?" ಭಾರವಾಗಿ ಕೇಳಿದ. ಈ ಹದಿನ್ಮೆದು ದಿನದಲ್ಲಿ ತಾನಿಲ್ಲಿ ಎಂತಹ ನರಕಯಾತನೆಯನ್ನು ಅನುಭವಿಸಿದ್ದೇನೆ ಎಂದು ಭಗವಂತನಿಗೆ ಮಾತ್ರ ಗೊತ್ತು.

ಸುದೀಪನ ಹಠದ ಮುಂದೆ ತನ್ನ ಪ್ರೀತಿಯನ್ನು ಬಲಿಕೊಡಲು ಸಿದ್ದನಾಗಿದ್ದ ರಘು. ತಾನು ಸುದೀಪನ ಸಮಕ್ಕೆ ನಿಂತರೆ ಯಾವ ಯುದ್ದವೂ ಮಾಡದಷ್ಟ ಹಾನಿಯನ್ನು ಅವನ ರೋಷ ಮಾಡುತ್ತದೆಂದು ಅವನಿಗೆ ಗೊತ್ತಿತ್ತು. ಯುದ್ದದಲ್ಲಿ ತಾನು ಗೆದ್ದರೂ ತಾನು ನೆಮ್ಮದಿಯಾಗಿ ಬಾಳಲಾರೆ, ತನ್ನನ್ನು ಮತ್ತು ಅನುಪಮಾಳನ್ನು ಸುದೀಪ ನೆಮ್ಮದಿಯಾಗಿ ಬಾಳಗೊಡಲಾರನೆಂಬ ಸತ್ಯ ಅವನಿಗೆ ವೇದ್ಯವಾವಾಗಿತ್ತು.

ಇನ್ನು ಸುದೀಪನಂತೂ ನನ್ನನ್ನು ನನ್ನ ಭಾವನೆಯನ್ನು ಅರ್ಥ ಮಾಡಿಕೊಳ್ಳಲಾರ. ಇಂಥ ಸಂದರ್ಭದಲ್ಲಿ ಎರಡು ಮನೆಗಳ ಹಿತಕ್ಕಾಗಿ ತನ್ನ ಪ್ರೀತಿಯ ಬಲಿದಾನವೇ ಒಳ್ಳೆಯದೆಂಬ ತೀರ್ಮಾನಕ್ಕೆ ಬಂದಿದ್ದ ರಘು. ಈ ನಿರ್ಧಾರ ತೆಗೆದುಕೊಳ್ಳುವಲ್ಲಿ ಅವನು ಸೋತು ಸೊಪ್ಪಾಗಿ ಹೋಗಿದ್ದ. ಈ ಯಾತನೆಗಿಂತ ಸಾವು ಎಷ್ಟೋ ಮೇಲೆಂದುಕೊಂಡಿದ್ದೂ ಇದೆ.

"ಹಾಂ .. ಹಾಂ ಅಂಕಲ್ ಹೇಳಿದ್ರು; ಅಲ್ಲಿ ಕಾಡಾನೆ ನುಗ್ಗಿ, ನಿಮ್ಮ ತೋಟ ಪೂರ್ತಿ ಹಾಳ್ಮಾಡಿಬಿಟ್ಟಿದೇಂತ" ಮೆಲ್ಲನೆ ಹೇಳಿದಳು ಅನುಪಮಾ.

ತನ್ನ ಭಾವುಕತೆಯ ಬಗ್ಗೆ ನಾಚಿಕೆ ಎನಿಸಿತು. ನಾನೆಂಥ ಕೆಲಸ ಮಾಡುತ್ತಿದ್ದೇನೆ? ತನ್ನ ಭಾವುಕತೆಗೆ ನನ್ನ ರಘುವನ್ನು ಬಲಿ ಕೊಡುತ್ತಿದ್ದೇನೆ. ಪಾಪ ಅವರು ಅಷ್ಟು ಕಷ್ಟಪಟ್ಟು ಬೆಳೆಸಿದ ತೋಟ ಎಷ್ಟು ಹಾಳಾಗಿದೆಯೋ, ಎಷ್ಟು ನಷ್ಟವಾಗಿದೆಯೋ. ಅದನ್ನೆಲ್ಲ ಮೊದಲಿನಂತೆ ಮಾಡಬೇಕಾದರೆ ಅವರೆಷ್ಟು ಕಷ್ಟಪಡಬೇಕಾಗುತ್ತದೋ "ತುಂಬಾ ಹಾಳಾಗಿದೆಯೇನು?" ಚಿಂತಿಸುತ್ತ ಕೇಳಿದಳು

"ಎಲ್ಲ ಪುಡಿಪುಡಿಯಾಗಿ ಹೋಗಿದೆ. ನಾನು ಅಷ್ಟು ಪ್ರೀತಿ-ಅಭಿಮಾನದಿಂದ ಬೆಳೆಸಿದ ಹೂತೋಟವಂತೂ ಪೂರ್ತಿ ನೆಲಸಮವಾಗಿ ಹೋಗಿದೆ" ಇಷ್ಟು ಹೇಳುವಲ್ಲಿ ಅವನ ಗಂಟಲುಬ್ಬಿ ಬಂತು.

"ಹೂ ತೋಟ ಎಲ್ಲಾ ಹಾಳಾಗಿ ಹೋಗಿದೆಯಾ? ಇರಲಿ ಬಿಡಿ, ಹಾಳಾಗದಂತೆ ತಡೆಯೋದು ನಿಮ್ಮ ಕೈಲಿರಲಿಲ್ಲ ಆದ್ರೆ ಅದಕ್ಕೆ ಪುನರ್ಜೀವನ ಕೊಡೋದು ನಿಮ್ಮ ಕೈಲಿದೆ. ರಘು .. ನಿಮ್ಮ ಕೈಯಲ್ಲಿ ಸಂಜೀವಿನಿ ಇದೆ. ನೀವು ಮನಸ್ಸು ಮಾಡಿದ್ರೆ ಅಂಥ ನೂರಾರು ತೋಟ ಮಾಡಬಹುದು. ಹಬ್ಬಂಡೇನ

ಬೃಂದಾವನ ಮಾಡಿದ ಸ್ಫೂರ್ತಿ ನಿಮ್ಮದು ಬರೀ ಹಾಳಾದ ತೋಟಕ್ಕೆ ಚೇತನ ಕೂಡೋದು ನಿಮಗೆ ದೊಡ್ಡ ವಿಷಯವಲ್ಲ ಬಿಡಿ"

ಎಂಥಾ ಚೇತನಪೂರ್ಣ ನುಡಿ ಅವಳದು. ನಿಟ್ಟುಸಿರಿಟ್ಟ ರಘು "ಅದು ಹಾಗಲ್ಲ. ನಾನು ಮೆಚ್ಚಿ ಒಲವಿನಿಂದ ಬೆಳೆಸಿದ ಹೂಗಳು" ರಘುವಿನ ದನಿಯಲ್ಲಿ ಅಪಾರ ವೇದನೆ ಇಣುಕಿದಾಗ ಆ ಭಾವನೆಯ ತೀವ್ರತೆಗೆ ಕರಗಿಹೋದಳು ಅನುಪಮಾ .

"ರಘು ನಿಮ್ಮ ಮಾತು ಕೇಳ್ತಾ ಇದ್ರೆ ನಂಗೇನನ್ನಿಸುತ್ತೆ ಗೊತ್ತಾ? ನಿಮ್ಮ ತೋಟದಲ್ಲಿ ಹಾಳಾದ ಹೂಗಳ ಪೈಕಿ ನಾನೊಂದು ಹೂವಾಗಿದ್ರೆ, ನೀವು ನನ್ನ ಪಕ್ಕದಲ್ಲಿ ಹಾಗೆ ಕೂತ್ಕೊಂಡು, ನನ್ನನ್ನ ನಿಮ್ಮ ಬೊಗಸೆಯಲ್ಲಿ ಎತ್ತಿಕೊಂಡು ನನಗೋಸ್ಕರ ನೀವು ಕಣ್ಣೀರು ಹಾಕಿದರೆ..."

ಅವಳ ಮಾತನ್ನು ಅರ್ಧದಲ್ಲೇ ತುಂಡರಿಸಿದ ರಘು "ಅನೂ ಬೇಡ ಅನೂ ಪ್ಲೀಸ್ ಅಂಥ ಅನಿಷ್ಟದ ಮಾತು .." ಮುಂದೆ ಕೇಳಲಾರದೆ ಉದ್ವಿಗ್ನಗೊಂಡು ಕೂಗಿದ ರಘು.

"ಎಂಥಾ ಹೃದಯ ನಿಮ್ಮದು ರಘು... ನಿಮ್ಮಲ್ಲಿ ಎಂಥಾ ಚೇತನವಿದೆ. ಅದನ್ನ ಉಪಯೋಗಿಸಿಕೊಳ್ಳಿ. ಅದಕ್ಕೆ ಪುನರ್ಜೀವನ ಕೂಡಿ"

ಅಲ್ಲಿ ಸ್ವಲ್ಪ ಹೊತ್ತು ಮೌನ ಆವರಿಸಿತ್ತು

"ಈ ಹೊತ್ತಲ್ಲಿ ನಾನಿನ್ನ ಎಕ್ಸ್ಪೆಕ್ಟ್ ಮಾಡ್ಲಿಲ್ಲ." ಮಾತು ಬದಲಿಸಿದ ರಘು

"ಇನ್ನೇನು ಮಾಡ್ಲಿ? ನಿಮ್ಮನಂತು ನೋಡೋ ಹಾಗಿಲ್ಲ. ಅದಕ್ಕೆ ನಿಮ್ಮನೆಗಾದ್ರೂ ಬಂದ್ರೆ ನಿಮ್ಮ ರೂಮಲ್ಲಿ ಕುತ್ಕೋಬಹುದು. ನಿಮ್ಮ ರೂಮಲ್ಲಿ ನಿಮ್ಮ ಹಾಸಿಗೆ, ಬಟ್ಟೆ.. ಬುಕ್ಸ್, ಕುರ್ಚಿಗಳ ಜೊತೆ ಕೂತ್ಕೊಂಡ್ರೆ ನಂಗೆ ನೆಮ್ಮದಿ ಅನಿಸುತ್ತೆ. ನಿಮ್ಮ ಜೊತೆಯಲ್ಲೇ ಇರೋಷ್ಟು ತೃಪ್ತಿ. ನನ್ನ ದೇವರ ಮನೆಯಲ್ಲಿ ಕೂತ್ಕೊಂಡಷ್ಟು ಸಂತೋಷ..." ಅವಳು ಭಾವುಕಳಾಗಿ ಹೇಳಿದಾಗ ಪಾತಾಳಕ್ಕೆ ಕುಸಿದ ರಘು.

ನಾನವಳಿಂದ ದೂರವಾದಪ್ಪು ಅವಳು ನನ್ನನ್ನು ಮರೆತು ಸುದೀಪನಿಗೆ ಒಲಿಯುತ್ತಾಳೆ ಎಂದು ನಾನು ಭಾವಿಸಿದ್ದೆ. ಆದರೆ ಅವಳು ನನ್ನ ವಸ್ತುಗಳಲ್ಲಿ ನನ್ನನ್ನು ಕಾಣುತ್ತಿದ್ದಾಳೆ. ನನ್ನ ನೆನಪಿನಲ್ಲಿ ದಿನಗಳನ್ನು ಕಳೆಯುತ್ತಿದ್ದಾಳೆ. ದೇವರೇ ಇದೇನಾಗುತ್ತಿದೆ? ತಲ್ಲಣಿಸಿದ ರಘು.

"ಬೈದಿಬ್ಬೆ ನಂಗೂ ನಿಮ್ಮ ಗೆಳತಿಯರಿಗೂ ಮಾರಾಮಾರಿ ಜಗಳ ಆಗ್ತಾ ಇದೆ. ತೋಟದಲ್ಲಿರೋ ನಿಮ್ಮ ಗೆಳತಿಯರು ನನ್ನ ತುಂಬಾ ಅವಮಾಮಾನಿಸಿದ್ದಾರೆ. ಅವರೇನ್ ಹೇಳಿದ್ದಾರೆ ಗೊತ್ತಾ? ನಿಮ್ಮ ನನ್ನಿಂತ ಅವರನ್ನ ಕಂಡ್ರೆ ತುಂಬಾ ಪ್ರೀತಿಯಂತೆ ಅದಕ್ಕೆ ನೀವು ಅವರನ್ನೆಲ್ಲ ನಿಮ್ಮ ಅಂಗಳದಲ್ಲಿ ಇಟ್ಟುಕೊಂಡಿದ್ದರಂತೆ. ನನ್ನನ್ನ ದೂರದಲ್ಲಿ ಇಟ್ಟಿದ್ದೀರಂತೆ" ಮುದ್ದಾಗಿ ಉಳಿದಳು "ನಾನೇನು ಕಮ್ಮಿಯಿಲ್ಲ, ನಾನು ದಿನಾ ಅವರ ಜೊತೆ ಜಗಳ ಮಾಡ್ತಾ ಇದ್ದೇನಿ. ಇತ್ತೀಚೆಗೆ ಅವರನ್ನು ಚೆನ್ನಾಗಿ ಪಳಗಿಸ್ತಾ ಇದ್ಗೀನಿ ರಂಗಣ್ಣನ ಜೊತೆ ಒಂದು ಘಂಟೆ ನಿಮ್ಮ ತೋಟದಲ್ಲಿ ಇರ್ತೀನಿ. ನೀವು

ಬಂದಾಗ ಹೂಗಳು ಎಷ್ಟು ಸೊಗಸಾಗಿದೇಂತ ನಿಮಗೆ ಆಶ್ಚರ್ಯ ಆಗ್ಬೇಕು" ಅನುಪಮಾ ಒಲವಿನಿಂದ ಹೇಳಿದಾಗ ಅವನ ಕಣ್ಣಲ್ಲಿದ್ದ ಕಂಬನಿ ಕೆನ್ನೆಯ ಮೇಲೆ ಜಾರಿತು.

ನನ್ನನ್ನು ಅಪ್ಪೊಂದು ಪ್ರೀತಿಸಬೇಡ ಅನೂ, ಬದಲಾಗಿ ನಾನು ನಿನಗೇನೂ ಕೊಡಲಾರೆ. ನೀನು ನಿನ್ನ ಪ್ರೀತಿಯಿಂದ ನನ್ನನ್ನು ಸುಡಬೇಡ. ನಾನಾಗಲೇ ಬೂದಿಯಾಗಿ ಹೋಗಿದ್ದೇನೆ... ಬೂದಿಯಾಗಿ ಹೋಗಿದ್ದೇನೆ ಅವನ ಮನಸ್ಸು ಬಿಕ್ಕಿತು.

"ನೀವಿಲ್ಲಿಗೆ ಯಾವಾಗ ಬರ್ತೀರಿ? ' ಅವನೇನೂ ಮಾತಾಡದಿದ್ದಾಗ ಕೇಳಿದಳು ಅನುಪಮಾ

"ಎಂಟತ್ತು ದಿವಸದಲ್ಲಿ"

" ಇನ್ನೂ ಎಂಟತ್ತು ದಿವಸನಾ?" ಬೆಚ್ಚಿ ಕೇಳಿದಳು

"ಇನ್ನೂ ಹೆಚ್ಚಾಗಬಹುದು"

"ಮಧ್ಯದಲ್ಲಿ ಸ್ವಲ್ಪ ಟೈಮ್ ಮಾಡ್ಕೊಂಡು ಬರೋಕಾಗೊಲ್ವಾ?"ಅವಳ ದನಿಯಲ್ಲಿ ಅಪಾರ ಬೇಡಿಕೆ ಇತ್ತು.

"ಇಲ್ಲಿ ತುಂಬಾ ತೊಂದರೆ ಇದೆ"

"ಗುರುವಾರದಿಂದ ಕಾಲೇಜ್ ಸ್ಟಾರ್ಟ್ ಆಗುತ್ತೆ" ಅವಳು ಚಿಂತೆಯಿಂದ ಹೇಳಿದಳು.

"ರಂಗಣ್ಣ ನಿನ್ನ ಕಾಲೇಜ್ಗೆ ಬಿಡ್ತಾನೆ" ರಘು ಹೇಳಿದ

"ನಾನು ಅದಕ್ಕಲ್ಲ ಹೇಳಿದ್ದು. ಮತ್ತೆ ಕಾಲೇಜ್ ಸ್ಟಾರ್ಟ್ ಆದ್ರೆ, ನಾನು ಕಾಲೇಜ್, ನೀವು ತೋಟಾಂತ ಬಿಸ್ಸಿಯಾಗಿ ಬಿಡ್ತೀವಿ"

" ಅಮ್ಮ ಮಲಗಿದ್ದಾರ?" ಟವಲಿನಲ್ಲಿ ಮುಖ ಒರೆಸಿಕೊಳ್ಳುತ್ತಾ ಕೇಳಿದ ರಘು

"ಹೌದು ಕರಿಬೇಕಾ ?

" ಬೇಡ ಬೇಡ.. ಇನ್ನೂ ಫೋನ್ ಇದ್ಯಾ?"

"ಇದ್ದೀರಾ? ನಾನೂ ತುಂಬಾ ಹೊತ್ತು ಮಾತಾಡಿಬಿಟ್ಟೆ.." ಸ್ವಲ್ಪ ಹೊತ್ತು ಮೌನವಾದ ಅನುಪಮಾ ಮತ್ತೆ ಮುಂದುವರೆಸಿದಳು " ರಘು ಐ ಲವ್ ಯು ....ನಂಗೆ ನಿಮ್ಮನ್ನ ನೋಡ್ದೆ ಇರೋಕಾಗ್ತಿಲ್ಲ. ಬೇಗ ಬಂದ್ಬಿಡಿ ಪ್ಲೀಸ್. "ಅವಳ ದನಿ ಪೂರ್ತಿಯಾಗಿ ಸೋತಿತು.

ಮುಂದೆ ಕೇಳಲಾರದೆ ಫೋನ್ ಇರಿಸಿದ ರಘು, ಮಂಚದಲ್ಲಿ ಕುಸಿದು ಹೂ ಎಂದು ಅತ್ತ. ಇನ್ನೂ ಹಸಿಯಾಗೇ ಇದ್ದ ಗಾಯದ ಮೇಲೆ ಬರೆ ಎಳೆದಂತಾಯಿತು.

ನಾನೇನು ಮಾಡಲಿ ಈಗ? ಎಲ್ಲಿಗೆ ಹೋಗಲಿ? ನನ್ನ ಕ್ಷಮಿಸಿಬಿಡು ಅನೂ , ನಿನ್ನ ಪ್ರೀತಿನ ಸ್ವೀಕರಿಸೋ ಪುಣ್ಯ ನನ್ನದಲ್ಲ. ನಿನ್ನ ಕೈ ಹಿಡಿದು, ನಿನ್ನ ಹೆಜ್ಜೆಯ

ಜೊತೆ ಹೆಜ್ಜೆ ಹಾಕಿ ನಿನ್ನ ಬಾಳ ಸಂಗಾತಿಯಾಗುವ ಅದೃಷ್ಟ ನನಗಿಲ್ಲ ಅನೂ ನಂಗಿಲ್ಲ. ಅತ್ತಷ್ಟೂ ದುಃಖ ಉಮ್ಮಳಿಸಿ ಬಂದು ಎದೆ ಹಿಂಡಿ ಉಸಿರು ಕಟ್ಟುತ್ತಿತ್ತು.

ಕೋಣೆಯ ಬಾಗಿಲಿನಲ್ಲಿ ನಿಂತಿದ್ದ ಬಸವ ಮಂಚದಲ್ಲಿ ಕುಸಿದು ಮುಖಮುಚ್ಚಿ ರೋಧಿಸುತ್ತಿದ್ದಒಡೆಯನನ್ನೇ ನೋಡಿದ. ೧೦ ನಿಮಿಷ ಕಾದರೂ ರಘುವಿನ ದುಃಖ ಕಡಿಮೆಯಾಗಲಿಲ್ಲ. ಇನ್ನು ತಡೆಯದ ಬಸವ ನಿಧಾನವಾಗಿ ಅತ್ತ ಹೆಜ್ಜೆ ಹಾಕಿ ರಘುವಿನ ಕಾಲಬಳಿ ಕುಳಿತುಕೊಂಡ.

"ದ್ಯಾವ್ರು ಸಮಾಧಾನ ತಂಕಳ್ಳಿ ದ್ಯಾವ್ರು.. ಸಮಾಧಾನ ಮಾಡ್ಕೊಳ್ಳಿ. ಹೀಗೆ ಯಾಪಾಟಿ ಅಳ್ತಿರಾ ನನ್ನೊಡೆಯ.. ಬಂದಾಗಿಂದ ಒಂದೇಸಮ ನೂಂದೊಂಡೆ ಇದ್ದಿರಲ್ಲ ಒಡೆಯ ನಿಮ್ಮ ಮೈಯೇನಾಗಬೇಕು?" ಮೆಲ್ಲನೆ ಕೇಳಿದ ಬಸವ.

ಅವನ ಮಾತುಗಳಿಗೆ ರಘುನಿಂದ ಯುಾವುದೇ ಪ್ರತಿಕ್ರಿಯಯೂ ಬರಲಿಲ್ಲ.

ರಘು ಬರುವುದೆಂದರೆ ಆಳುಗಳಿಗೆ ಹಬ್ಬ. ಯಜಮಾನ ಬಂದರೆ ಏನಾದರೂ ಉಡುಗೊರೆ ಸಿಗುತ್ತದೆ. ಕೈತುಂಬಾ ಭಕ್ಷಿಸು ಸಿಗುತ್ತದೆ. ತಮ್ಮ ಕಷ್ಟ ಕಾರ್ಪಣ್ಯಗಳನ್ನು ಹೇಳಿಕೊಂಡು ಬೇಕಾದ ಸಹಾಯವನ್ನು ಪಡೆದು ತೊಂದರೆಗಳನ್ನು ನೀಗಿಸಿಕೊಳ್ಳಬಹುದು. ಹೀಗೆ ಏನೇನೋ ಆಸೆಯ ಚಪ್ಪರ ಬೆಳೆಯುತ್ತದೆ. ಆದರೆ ಈ ಬಾರಿ ರಘು ಬಂದಿರುವ ವಿಚಾರವನ್ನು ಯಾರಿಗೂ ತಿಳಿಸಕೂಡದೆಂದು ಬಸವನಿಗೆ ತಾಕೀತು ಮಾಡಿದ ರಘು.

ಬಸವ ಚೆನ್ನಜ್ಞನ ಮಗ. ಅಲ್ಲಿಯ ತೋಟದ ಜವಾಬ್ದಾರಿ ಪೂರ್ತಿ ಬಸವನದಾಗಿತ್ತು. ಬಸವ ಚೆನ್ನಜ್ಞನಷ್ಟೇ ದಕ್ಷ, ಪ್ರಾಮಾಣಿಕ. ತೋಟವನ್ನು ತನ್ನ ಸ್ವಂತದೆಂಬಂತೆ ಕಾಪಾಡುತ್ತಿದ್ದ. ಅವನ ಮೇಲೆ ಎಲ್ಲರಿಗೂ ನಂಬಿಕೆ ಅಭಿಮಾನ. ಓದು-ಬರಹ ಬರದಿದ್ದರೂ ಆತ ಕೈಲೆಕ್ಕ ಬಾಯಿಲೆಕ್ಕದಲ್ಲಿ ನಿಪುಣ. ಅವನ ಕಾವಲಿನಲ್ಲಿ ಒಂದು ಹುಲ್ಲು ಕಡ್ಡಿಯೂ ಆಚೀಚೆಯಾಗದು.

ಬಸವನಿಗೆ ರಘುವೆಂದರೆ ಅಪಾರ ಅಭಿಮಾನ. ಹನುಮಂತನಿಗೆ ರಾಮನ ಮೇಲಿದ್ದಷ್ಟು ಭಕ್ತಿ ಗೌರವ. ರಘುವಿನ ಹಿಂದೆ-ಮುಂದೆ ತಿರುಗಿ ಅವನ ಬೇಕು- ಬೇಡಗಳನ್ನು ನೋಡಿಕೊಳುತ್ತಿದ್ದ. ರಘುವೂ ಅಷ್ಟೇ, ಬಸವನನ್ನು ಸ್ವಂತ ಸಹೋದರನಂತೆ ಆದರಿಸುತ್ತಿದ್ದ.

ಪ್ರತಿಬಾರಿಯೂ ಚೈತನ್ಯದ ಚಿಲುಮೆಯಾಗಿ, ಬಡವರ ಶಕ್ತಿಯಾಗಿ ಬರುತ್ತಿದ್ದ ರಘು, ಈ ಬಾರಿ ತಾಯಿಯನ್ನು ಕಳೆದುಕೊಂಡ ತಬ್ಬಲಿ ಮಗುವಿನಂತೆ, ಅನಾಥನಾಗಿ ಬಂದಿದ್ದ. ಬಂದಾಗಿನಿಂದ ಅವನು ಕೋಣೆಯಿಂದ ಹೊರಗೆ ಬಂದಿರಲಿಲ್ಲ. ಅವನ ದುಃಖಕ್ಕೆ ಅಂತ್ಯವೇ ಇರಲಿಲ್ಲ. ಬಸವ ಹಾಗು ಅವನ ಪತ್ನಿ ಗೌರಿ ಇಲ್ಲದಿದ್ದರೆ ರಘು ಏನಾಗುತ್ತಿದ್ದನೋ. ಒಂದು ತಿಂಗಳು ಅವನನ್ನು ಸಂಭಾಳಿಸುವಲ್ಲಿ ಪತಿ-ಪತ್ನಿಯರು ಸಾಕುಸಾಕಾಗಿ ಹೋಗಿದ್ದರು.

"ಧಣಿ ಏಳಿ ಧಣಿ. ನೀವೇ ಹಿಂಗೆ ಅಳ್ತಾ ಕುಂತ್ಕೊಂಡ್ರೆ ಎಂಗೆ ನನ್ನೊಡೆಯ. ಅಂತ ಇಸ್ಕ್ಯಾನಾದ್ರು ಏನಂತ ಎಲ್ಬಾರ್ದ ದುಖ ? ನಿಮ್ಮ ಬುದ್ಧಿ ಯಾಳೋಕೆ ನಂ

ಕೈಲಾಗ್ದು ದಿಟ, ಆದ್ರಿಂಗೆ ಒಂದೇ ಸಮ ಸೌದೋದ್ರೆ ನಿಮ್ಮ ನಂಬಿದೋರ ಗತಿಯೇನು ಧಣಿ" ರಘುವಿನಿಂದ ಪ್ರತಿಕ್ರಿಯೆ ಬರದಿದ್ದಾಗ ನಿಧಾನವಾಗಿ ರಘುವಿನ ಕಾಲೊತ್ತುತ್ತಾ ಕೇಳಿದ ಬಸವ.

ಅದಕ್ಕೂ ಪ್ರತಿಯಾಡಲಿಲ್ಲ ರಘು. ಬೊಗಸೆಯಲ್ಲಿ ಮುಖ ಮುಚ್ಚಿ ಹಾಗೆ ಕುಳಿತಿದ್ದ

"ನೋಡಿ ಧಣಿ ಇದೇ ಕೊನೆ. ನೀವ್ರು ಹೀಗೆ ಅಳೋದ್ದು ನಿಲ್ಲಿಸ್ದೆ ಹೋದರೆ ನಾನು ಈಗ್ಲೇ ಅವ್ಹಾರ ಹತ್ತಿರ ಒಂಟೋಯ್ತಿನಿ. ನೀಪಿಂಗೆ ಕಣ್ಣೀರ್ ಹಾಕೋದ್ದು ನಾನು ನೋಡೋಲ್ಲೆ. ಅವರನ್ನು ಇಲ್ಲಿಗೆ ಕರ್ಕೊಂಡು ಬಂದೇ ತೀರ" ಬಸವ ದೃಢವಾಗಿ ಹೇಳಿದಾಗ

"ನಿನ್ನ ಕೊಂದು ಬಿಡ್ತೀನಿ" ಎನ್ನುತ್ತಾ ದಡಕನೆದ್ದ ರಘು

ಒಡೆಯನ ರೌದ್ರಾವತಾರವನ್ನು ಬಿಟ್ಟ ಕಂಗಳಿಂದ ನೋಡಿದ ಬಸವ. ಕೆಂಡದಂತೆ ಸುಡುತ್ತಿದ್ದ ಕಂಗಳು, ಕೆದರಿದ ತಲೆ ಕೂದಲು ಒಂದಿಂಚು ಬೆಳೆದಿದ್ದ ಗಡ್ಡ ಗುಳಿಬಿದ್ದ ಕೆನ್ನೆಗಳು ರಘು ಒಬ್ಬ ಹುಚ್ಚನಂತೆ ತೋರಿ ಬಂದ

"ಇಕ್ಕಳ್ಳಿ ಧಣಿ ಈಗ್ಲೇ ಕೊಂದ್ರಿಡಿ. ಇಲ್ಲ ನಾನೇ ಈ ತಲೆನ ನಿಮ್ಮ ಪಾದದ ಮೇಲಿಟ್ಟೆನು. ನಾನು ಸಾಯೋದ್ರಿಂದ ನೀವ್ರು ಸಂದಾಕ್ಕಾದ್ರೆ ನಂಗದೇ ಸಾಕು. ಈ ಬಸ್ಮ ಸತ್ರೆ ನೂರು ಬಸ್ಮ ಸಿಕ್ತಾರೆ, ಆದ್ರೆ ನಿಮ್ಮಂಥ ದಾತ ನೊಂದ್ರೆ ನಮ್ಮನೆ ಉದ್ದಾರಕ್ಕಾಗದು ಬುದ್ದಿ. ನಿಮ್ಮ ನಂಬ್ದ ಸಂಸಾರೆಲ್ಲ ಮಣ್ಣಾಗಿ ಒಯ್ತದೆ" ಅವನು ರಘುವಿನ ಪಾದಗಳನ್ನು ಹಿಡಿದು ಬೇಡಿದ.

"ಕಾಲು ಬಿಡು ಬಸ್ಮ. ನನ್ನ ನೋವ್ರು ನಿಂಗೆ ಹೇಗೆ ಹೇಲ್ಲಿ? ಸ್ವಲ್ಪ ದಿನ ನನ್ನ ಒಂಟಿಯಾಗಿರೋಕೆ ಬಿಡು ನನ್ನ ಮನಃಪೂರ್ವಕವಾಗಿ ಅಳೋದಕ್ಕೆ ಬಿಟ್ಟುಬಿಡು. ದಯವಿಟ್ಟು ನೀನು ಇಲ್ಲಿಂದ ಹೋಗು ಬಸ್ಮ ಹೋಗು. " ರಘುವಿನ ನೋವ್ರು ಇನ್ನಷ್ಟು ಹೆಚ್ಚಾದಾಗ ನಿಧಾನವಾಗಿ ಅಲ್ಲಿಂದ ಎದ್ದ ಬಸವ

****

ಕಾಲೇಜು ಪ್ರಾರಂಭವಾಗಿತ್ತು. ಅನುಪಮಾ ಮಡಿಕೇರಿಯಲ್ಲಿ ಕಾಲೇಜಿಗೆ ಸೇರಿಕೊಂಡಳು. ಅವಳು ಬೇಡಬೇಡವೆಂದರೂಪ್ರತಿ ದಿನ ಕಾಲೇಜಿಗೆ ಹೋಗುವಾಗ ಬರುವಾಗ ಸುದೀಪನೇ ಅವಳನ್ನು ಕರೆದುಕೊಂಡು ಹೋಗುತ್ತಿದ್ದ.

ಇದೊಂದು ದೊಡ್ಡ ಹಿಂಸೆಯಾಗಿತ್ತು ಅನುಪಮಳಿಗೆ. ಸುದೀಪನ ನೇರನೋಟ, ಹೊಗಳಿಕೆ, ಪರೋಕ್ಷವಾಗಿ ತೆಗೆಯುವ ಪ್ರೇಮಾಲಾಪನೆ ಅವಳ ಉಸಿರನ್ನು ಕಟ್ಟಿಸುತ್ತಿತ್ತು. ಪಂಜರದೊಳಗಿನ ಗಿಣಿಯಾದಂಥ ಅನುಭವ. ಎಲ್ಲಾ ಹಿಂಸೆಗಳನ್ನು ಸಹಿಸುತ್ತ ರಘುವಿನ ಆಗಮನಕ್ಕಾಗಿ ಹಾತೊರೆಯುತಿದ್ದಳು ಅನುಪಮಾ .

ಗಂಗವ್ವನವರು ಫೋನಿನಲ್ಲೇ ಬಿಸಿ ಮುಟ್ಟಿಸಿ ಮಾರನೇ ದಿನವೇ ಹಿಂದಿರುಗದಿದ್ದರೆ ತಾವೇ ಬಂದು ಬಿಡುವುದಾಗಿ ಹಾರಾಡಿದ್ದರಿಂದ ವಿಧಿಯಿಲ್ಲದೆ ಮನೆಯತ್ತ ಮರಳಿದ ರಘು.

ಎರಡು ತಿಂಗಳ ನಂತರ ಮನೆಗೆ ಹಿಂದಿರುಗಿದ ಮಗನನ್ನೇ ನೋಡಿದರು ಗಂಗವ್ವನವರು. ಅವನ ಕಪ್ಪಿಟ್ಟು ಹೋದ ಮುಖ, ಕೆಂಪು ಕಂಗಳು, ಗುಳಿಬಿದ್ದ ಕೆನ್ನೆ ನೋಡಿ ಹೌಹಾರಿದರು ಗಂಗವ್ವನವರು.

"ರಘು ಯಾಕಪ್ಪ ಹೇಗಿದ್ದೀಯಾ ಹುಷಾರಿರಲಿಲ್ಲವೇನೋ? ಪೂರ್ತಿ ಇಳಿದು ಹೋಗಿದ್ದೀಯಾ" ಒಳಬಂದು ಸೋತವನಂತೆ ಕುಳಿತ ಮಗನನ್ನು ನೋಡಿ ಗಾಬರಿಯಿಂದ ಅವನತ್ತ ಧಾವಿಸಿ ಬಂದು ಅವನ ಕೊರಳು ಮುಟ್ಟಿ ನೋಡಿದರು.

ತಾಯಿಯ ಕಕ್ಕುಲತಿಯ ವರ್ತನೆಗೆ ಎಂದಿನಂತೆ ಸ್ನೇಹದಿಂದ ಸ್ಪಂದಿಸಲಿಲ್ಲ ರಘು. ಸುಮ್ಮನೆ ಅವರ ಮಾತು ಕೇಳಿಸವನಂತೆ ಶೂ ಬಿಚ್ಚತೊಡಗಿದ.

"ಏಕೆ ಮೋನೆ? ಏನಾಯ್ತು? ಏನು ಹೇಳ್ತಾನೆ ಇಲ್ವಲ್ಲ?"

"ಅಮ್ಮ ನಾನು ಹೋಗಿದ್ದು ತೋಟದ ಕೆಲಸಕ್ಕೆ" ಚುಟುಕಾಗಿ ಹೇಳಿದ

"ಆದ್ರೇನು?" ಅಚ್ಚರಿಯಿಂದ ಕೇಳಿದರು

"ಆ ಗಲಾಟೆಯಲ್ಲಿ ನಂಗೆ ಹುಷಾರಿರಲಿಲ್ಲ"

"ಏನಾಗಿತ್ತು? ನಂಗಾದ್ರೂ ಫೋನ್ ಮಾಡಬಾರದಿತ್ತಾ. ಆ ಬಸ್ಯಾನು ಏನು ಹೇಳಿಲ್ಲ." ಆತಂಕದಿಂದ ಕೇಳಿದರು ಗಂಗವ್ವನವರು

"ಈಗೇನು ತಲೆ ಹೊರಟುಹೋಗಿದ್ದು? ನಿಂಗೆ ಫೋನ್ ಮಾಡಿದ್ರೆ ನೀನೇನು ಮಾಡ್ತಿದ್ದೆ? ಡಾಕ್ಟರನ್ನ ಕರ್ಕೊಂಡು ಬರ್ತಿದ್ದೇನು?" ಅವನು ಸಿಡಾರನೇ ಸಿಡುಕಿದಾಗ ಅವಕ್ಕಾದರು ಗಂಗವ್ವ. ಒಂದು ಕ್ಷಣ ರೆಪ್ಪೆಯಲುಗಿಸುವುದನ್ನು ಮರೆತು ಅವನನ್ನೇ ನೋಡಿದರು.

ತಾಯಿಯ ನೋಟದಲ್ಲಿದ್ದ ಭಾವನೆಗೆ ತಲೆತಗ್ಗಿಸಿ ದಡದಡನೆ ತನ್ನ ಕೋಣೆಯತ್ತ ನಡೆದುಬಿಟ್ಟ ರಘು.

ಅಸಹನೆಯಿಂದ ಕೋಣೆಯತ್ತ ನಡೆದ ಮಗನನ್ನೇ ನೋಡಿದರು ಗಂಗವ್ವ.

ಏನಾಯ್ತು ರಘುವಿಗೆ ಎಂಟು ದಿನಗಳಿಗಿಂತ ಹೆಚ್ಚು ಹೊರಗೆ ಹೋದವನಲ್ಲ. ಹಾಗೆ ಹೋದಾಗಲೂ ಕೂಡ, ಪ್ರತಿನಿತ್ಯ ಫೋನ್ ಮಾಡಿ ತಂದೆ-ತಾಯಿಯರ ಕ್ಷೇಮವನ್ನು ಅರಿತು ಬಾಯಿತುಂಬಾ ಮಾತನಾಡುತ್ತಿದ್ದ. ಬರುವಾಗ ಮನೆಗೆ ರಾಶಿರಾಶಿ ಸಾಮಾನುಗಳನ್ನು ಹೊತ್ತು ತರುತ್ತಿದ್ದ. ಅಲ್ಲಿ ನಡೆದ ಸ್ವಾರಸ್ಯಕರ ವಿಷಯಗಳನ್ನು ಚಿಕ್ಕಮಗುವಿನಂತೆ ತಾಯಿಗೆ ವಿವರಿಸಿ ಹೇಳುತ್ತಿದ್ದ. ಅಂಥದರಲ್ಲಿ ಇಂದು ತಾಯಿಯ ಆರೋಗ್ಯವನ್ನು ಸಹ ವಿಚಾರಿಸುವ ತಾಳ್ಮೆಯೂ ಇಲ್ಲ. ಯಾವುದೋ ಅನುಮಾನ ಅವರೆದೆಯನ್ನು ಆಕ್ರಮಿಸಿ ಕೈಕಾಲು ತಣ್ಣಗಾಗುತ್ತಿದೆ ಎನಿಸಿತ್ತು.

ತನ್ನ ಕೋಣೆಗೆ ಬಂದ ರಘು ಅಚೇತನನಾಗಿ ಕುಳಿತ. ತಾನು ವ್ಯಾಘ್ರನಾಗುತ್ತಿದ್ದೇನೆ, ತನ್ನ ಮೈ-ಮನಸ್ಸು ಹಿಡಿತ ತಪ್ಪುತ್ತಿದೆ. ತನ್ನಲ್ಲಿ ಸಹನೆ ಕಳೆದು ಹೋಗುತ್ತಿದೆ, ಎನ್ನಿಸಿ ಚಡಪಡಿಸಿದ. ಇನ್ನೊಂದು ಕ್ಷಣವೂ ತನ್ನಿಂದ ಅನುಪಮಾಳನ್ನು ನೋಡದಿರಲು ಸಾಧ್ಯವೇ ಇಲ್ಲವೆಂದೆನ್ನಿಸಿ ದಢಕ್ಕನೆದ್ದ. ಅನುಪಮಾ ಈ ಹೊತ್ತಿನಲ್ಲಿ ಕಾಲೇಜಿಗೆ ಹೋಗಿರುತ್ತಾಳೆ ಎಂಬ ನೆನಪೂ ಇಲ್ಲದೆ ದಢದಢನೆ ಕೆಳಗಿಳಿದು ಬಂದ.

ಡ್ಯೈನಿಂಗ್ ಟೇಬಲ್ ಮೇಲೆ ಊಟಕ್ಕೆ ಅಣಿಗೊಳಿಸುತ್ತಿದ್ದ ಗಂಗವ್ವ, ರಘು ಬಟ್ಟೆ ಬದಲಿಸದೆ ಹಾಗೆ ಬಂದದ್ದನ್ನು ನೋಡಿ ಅಚ್ಚರಿಗೊಂಡರು. ಆದರೆ ಅವನು ತಾಯಿಯತ್ತ ತಿರುಗದೆ ಬಾಗಿಲಿನತ್ತ ನಡೆದಾಗ ಅವನನ್ನು ಹಿಂಬಾಲಿಸಿದರು ಗಂಗವ್ವ.

" ರಘು... ರಘು ಊಟ ಮಾಡದೆ ಎಲ್ಲಿಗೆ ಹೋಗ್ತಾ ಇದ್ದೀಯ?"

" ಸ್ವಲ್ಪ ಆ ಮನೆಗೆ ಹೋಗಿ ಬರ್ತೀನಿ" ಅವರ ಮುಂದಿನ ಪ್ರತಿಕ್ರಿಯೆಗೆ ಕಾಯದೆ ಜೀಪಿನತ್ತ ನಡೆದ ರಘು.

ರಘು, ಅನುಪಮಾಳ ಮನೆಗೆ ಬಂದಾಗ ಆ ಮನೆಯ ನಕ್ಷೆ ಪೂರ್ತಿ ಬದಲಾಗಿದ್ದು ಕಂಡು ದಂಗಾದ.

ಹಾಲಿನಲ್ಲಿ ಮೊದಲಿದ್ದ ಹಳೆಯ ಮಂಚದ ಬದಲಾಗಿ ದೊಡ್ಡ ಸೋಫಾಸೆಟ್ಟು ಬಂದಿತ್ತು. ತಾವು ಊಟ ಮಾಡುತ್ತಿದ್ದ ಡ್ಯೈನಿಂಗ್ ಟೇಬಲ್ಲಿನ ಬದಲಾಗಿ ತೇಗದ ಆಧುನಿಕ ಡ್ಯೈನಿಂಗ್ ಸೆಟ್. ಅದರ ಎದುರಿಗಿದ್ದ ಬ್ಲ್ಯಾಕ್ ಅಂಡ್ ವೈಟ್ ಟಿವಿಯ ಬದಲು ೨೧ ಇಂಚಿನ ಕಲರ್ ಟಿವಿ ರಾರಾಜಿಸುತ್ತಿತ್ತು.

ಒಂದು ಕ್ಷಣದಲ್ಲಿ ಇಷ್ಟನ್ನು ಅಳೆದ ರಘುವಿಗೆ ಇದು ಅನುಪಮಾಳ ಮನೆಯಲ್ಲವೆನಿಸಿ ಹೊರ ನಡೆಯುವುದಲ್ಲಿದ್ದ. ಅಷ್ಟರಲ್ಲಿ ಅಡುಗೆ ಮನೆಯಿಂದ ಹೊರ ಬಂದ ಬೋಜವ್ವನವರು,

"ರಘು ಯಾವಾಗ ಬಂದೆ ಮೋನೆ? ಬಾ ಕುತ್ಕೋ" ಎಂದು ಸಡಗರದಿಂದ ಸ್ವಾಗತಿಸಿದರು

"ಏನಾಂಟಿ ಮನೆಯ ಲುಕ್ಕೇ ಚೇಂಜಾಗಿ ಹೋಗಿದೆ" ಅವರನ್ನು ಕಂಡು ಸೋಫಾದಲ್ಲಿ ಕುಳಿತುಕೊಳುತ್ತ ಕೇಳಿದ ರಘು.

"ನನ್ನೇನು ಕೇಳ್ತೀಯಾಪ್ಪ, ಇದೆಲ್ಲಾ ನಿಮ್ಮ ಸುದೀಪನ ಮೇಹೆರ್ಬಾನಿ. ಎಷ್ಟು ಬೇಡಾಂದ್ರೂ ಕೇಳದೆ ಎಲ್ಲಾ ತಂದು ತುಂಬಿದ್ದಾನೆ. ಅದೇನು ಅಕ್ಕರೆನೋ ನಮ್ಮೂ ಮೇಲೆ. ಅವಳ ಹಿಂದೆ ಮುಂದೇನೆ ಸುತ್ತಾ ಇರ್ತಾನೆ." ಬೋಜವ್ವ ಕೂಡ ಸುದೀಪನ ಧಾರಾಳತನಕೆ ಪೂರ್ತಿ ಕರಗಿ ಹೋಗಿದ್ದರು. ಸುದೀಪನ ಆಡಂಬರದ ವ್ಯಕ್ತಿತ್ವದ ಮುಂದೆ ರಘುವಿನ ಶಾಂತ ವ್ಯಕ್ತಿತ್ವ ಸಂಪೂರ್ಣ ಕರಗಿಹೋಗಿತ್ತು

ರಘುವಿನ ಮನಸ್ಸಿನಲ್ಲಿದ್ದ ಕಹಿ ನಾಲಿಗೆಯವರೆಗೂ ನುಗ್ಗಿಬಂತು. ಚೆನ್ನಾಗಿ ಬಲೆ ಬೀಸುತ್ತಿದ್ದಾನೆ ದ್ರೋಹಿ. ತಾನು ಕುಳಿತಿದ್ದ ಸೋಫಾ ಬೆಂಕಿಯ ಬಾಣಲೆ ಎನ್ನಿಸಿ ಮೇಲೆದ್ದ.

"ಕುತ್ಕೋ ರಘು. ಊಟದ ಹೊತ್ತಿಗೆ ಬಂದಿದ್ದೀಯಾ. ಊಟ ಮಾಡಿ ಹೋಗು" ಎಂದರು ಬೋಜವ್ವ

"ಇಲ್ಲ ಅಂಟಿ ಹಸಿವಿಲ್ಲ" ಅಲ್ಲೆಯೂ ಕೂರಲಾರದೆ ಹೇಳಿದ ರಘು.

" ಸುದೀಪನಿಗೆ ಇಷ್ಟ್ಮಾಂತ ಅನೂ ಹಾಲುಬಾಯಿ ಮಾಡಿದ್ದಾಳೆ. ನಿನ್ನ ತುಂಬಾ ನೆನೆಸಿಕೊಳ್ಳಾ ಇದ್ದು . ನಿಂಗೆ ಹಾಲುಬಾಯಿ ತುಂಬಾ ಇಷ್ಟ, ನೀನು ಬಂದ ಮೇಲೇನೆ ಮಾಡ್ತೀನಿಂತ ಕೂಸರಾಡ್ತಾ ಇದ್ದು . ನೋಡು ಕೊನೆಗೂ ಅವಳಾಸೆ ನೆರವೇರಿತು. ಸ್ವಲ್ಪ ತಿನ್ನುವಂತೆ" ಎನ್ನುತ್ತಾ ಅವರು ಅಡುಗೆಮನೆಯತ್ತ ನಡೆದಾಗ ಕುತೂಹಲದಿಂದ ಅನುಪಮಾಳ ಕೋಣೆಯತ್ತ ನಡೆದ ರಘು.

ಅವನೂಹಿಸಿದಂತೆ ಅವಳ ಕೋಣೆಯಲ್ಲಿ ಅಂತಹ ಮಹತ್ತರ ಬದಲಾವಣೆಯೇನೂ ಕಾಣಿಸಲಿಲ್ಲ. ಟೇಬಲಿನ ಮೇಲೆ ಟುಇನ್‌ವನ್ ರೇಡಿಯೋ ಬಿಟ್ಟರೆ, ಅದೇ ಅವನ ಮಂಚ, ಟೇಬಲ್ ಮತ್ತು ಕುರ್ಚಿ. ರಘುವಿಗೆ ಸ್ವಲ್ಪ ಸಮಾಧಾನವೆನಿಸಿತು.

ಟೇಬಲಿನ ಮೇಲೆ ಓರಣವಾಗಿ ಜೋಡಿಸಿದ್ದ ಪುಸ್ತಕಗಳು, ಹ್ಯಾಂಗರ್ ಗಳಲ್ಲಿ ತೂಗುಹಾಕಿದ್ದ ಬಟ್ಟೆಗಳು, ಅನುಪಮಾಳ ಹಾಸಿಗೆ ಹೊದಿಕೆ ಅವಳ ಸಾಮೀಪ್ಯದ ನೆಮ್ಮದಿ ತಂದಿತು. ಅವನ ತಪ್ತ ಮನಸ್ಸು ಸ್ವಲ್ಪ ಸಾವರಿಸಿಕೊಂಡಿತು.

ತಟ್ಟನೆ ಅನುಪಮಾ ಹೇಳಿದ ಮಾತು ಅವನಿಗೆ ನೆನಪಾಯಿತು. "ನಿಮ್ಮನಂತು ನೋಡೋ ಹಾಗಿಲ್ಲ. ಅದಕ್ಕೆ ನಿಮ್ಮನೆಗಾದ್ರೂ ಬಂದ್ರೆ ನಿಮ್ಮ ರೂಮಲ್ಲಿ ಕುತ್ಕೋಬಹುದು. ನಿಮ್ಮ ರೂಮಲ್ಲಿ ನಿಮ್ಮ ಹಾಸಿಗೆ, ಬಟ್ಟೆ.. ಬುಕ್ಸ್, ಕುರ್ಚಿಗಳ ಜೊತೆ ಕೂತ್ಕೊಂಡ್ರೆ ನನಗೆ ನೆಮ್ಮದಿ ಅನಿಸುತ್ತೆ." ಅವಳ ಮಾತು ಎಷ್ಟು ಸತ್ಯವೆನಿಸಿತು.

ಅಲ್ಲೇ ಹ್ಯಾಂಗರಿನಲ್ಲಿ ತೂಗಾಡುತ್ತಿದ್ದ ಗಿಳಿ ಹಸಿರು ಬಣ್ಣದ ವೇಯಿಲೂಂದನ್ನು ಕೈಚಾಚಿ ಎಳೆದುಕೊಂಡ ರಘು. ಮೃದುವಾದ ವೇಯಿಲನ್ನು ಕ್ಷಣಕಾಲ ದಿಟ್ಟಿಸಿ ಅದರಲ್ಲಿ ಮುಖ ಒತ್ತಿಕೊಂಡ. ವೇಯಿಲಿನಲ್ಲಿ ಅಡಗಿದ ಅನುಪಮಾ ಉಪಯೋಗಿಸುತ್ತಿದ್ದ ಕ್ರೀಂಪೌಡರ್‌ಗಳ ಪರಿಮಳ ಅವನ ಉಸಿರಲ್ಲಿ ಬೆರೆತು ಅವನೆದೆಯನ್ನು ತಣಿಸಿತು. ಅವಳ ಹೊರಗೂದಲಿನಲ್ಲಿ ಮುಖ ಹುದುಗಿಸಿದ ನೆಮ್ಮದಿ. ಅದನ್ನು ತುಟಿಗೊತ್ತಿಕೊಂಡು ಮಡಿಸಿ ಜೇಬಿಗಿಳಿಸಿದ. ಮನಸ್ಸಿಗೆ ಹಾಯೆನಿಸಿತು. ಅಷ್ಟರಲ್ಲಿ ರಘುವನ್ನು ಊಟಕ್ಕೆ ಕರೆದರು ಬೋಜವ್ವ.

ಅವನಿಗೆ ಪ್ರಿಯವಾದ ಹಾಲುಬಾಯಿ ಕೇಸರಿ ಬಣ್ಣದಲ್ಲಿ ಹೊಳೆಯುತ್ತಿತ್ತು. ಚಿಂತೆಯನ್ನು ಮರೆತು ಬಾಯಲ್ಲಿರಿಸಿಕೊಂಡ ರಘು. ಅನುಪಮಾಳ ಕೈಗಡಿಗೆಯ ರುಚಿ ಪೂರ್ತಿ ತಟ್ಟೆಯನ್ನು ಬರಿದು ಮಾಡಿತ. ಎಷ್ಟೋ ದಿನಗಳ

ನಂತರ ತೃಪ್ತಿಯಿಂದ ಊಟ ಮಾಡಿದ ರಘು. ಹೊಟ್ಟೆ ತುಂಬಿದ ಮೇಲೆ ವಿಶ್ರಾಂತಿ ಬೇಕೆನಿಸಿತ್ತು.

"ಸೇನಿಲ್ಲದೆ ನಮ್ಮ ಅನೂ ತುಂಬಾ ಒದ್ದಾಡ್ತಾ ಇದ್ಲು ರಘು. ದಿನಕ್ಕೆ ಹತ್ತು ಸಲನಾದ್ರೂ ನಿನ್ನ ನೆನೆಸಿಕೊಂಡು ಅವಲತ್ತುಕೊಳ್ಳೋಲು" ಸೇಬಿನ ಹಣ್ಣಿನ ತುಂಡುಗಳನ್ನು ತಟ್ಟೆಯಲ್ಲಿ ಜೋಡಿಸಿ ಅವನ ಮುಂದೆ ಹಿಡಿಯುತ್ತ ನುಡಿದರು ಬೋಜವ್ವ

ಬೋಜವ್ವನವರ ನುಡಿಗಳು ಅವನಿಗೆ ಎಷ್ಟೋ ಸಮಾಧಾನವನ್ನು ತಂದುಕೊಟ್ಟಿತ್ತು. ಹಾಗಾದರೆ ಅನೂ ನನ್ನ ಅನೂ ನನ್ನನ್ನು ಮರೆತಿಲ್ಲ, ಸುದೀಪನ ಆಡಂಬರಕ್ಕೆ ಸೊಪ್ಪು ಹಾಕಿಲ್ಲ.

ನೆಮ್ಮದಿ ಎನ್ನಿಸುವುದರೊಡನೆ ತನ್ನ ಬಗ್ಗೆ ಅವನಿಗೇ ಸಮಸ್ಯೆಯೆನಿಸಿತು. ತಾನು ಬಯಸುತ್ತಿರುವುದಾದರೂ ಏನು? ಎಂಬುದೇ ಅವನಿಗೆ ತಿಳಿಯಲಿಲ್ಲ. ಅನುಪಮಾಳನ್ನು ತಾನು ಮರೆತು ಬಿಡಬೇಕು ಅಲ್ಲ ಅನುಪಮಾಳಿಂದ ತಾನು ದೂರವಾಗಬೇಕೆಂದು ನಿರ್ಧರಿಸಿಯಾಗಿದೆ, ಆದರೂ ಅವಳ ಪ್ರೀತಿಯಲ್ಲಿ ವ್ಯತ್ಯಾಸವಾಗುವುದು ನನಗೆ ಬೇಕಿಲ್ಲ. ಅವಳ ಪ್ರೀತಿ ಸುದೀಪನ ಪಾಲಾಗುವುದು ನನಗೆ ಬೇಕಿಲ್ಲ. ಅದನ್ನು ನಾನು ಸಹಿಸಲಾರೆ. ಇದೆಂಥಾ ಹುಚ್ಚುತನ? ದ್ವಂದ್ವ ಮನಸ್ಥಿತಿಯಲ್ಲಿ ತಹತಹಿಸಿದ ರಘು.

"ತುಂಬಾ ಇಳಿದು ಹೋಗಿದ್ದೀಯ ರಘು ಹುಷಾರಿರಲಿಲ್ವಾ?" ಬೋಜವ್ವನವರು ಕಾಳಜಿಯಿಂದ ಕೇಳಿದರು.

"ಹಾಗೇನಿಲ್ಲ ಆಂಟಿ ಕೆಲಸ ಜಾಸ್ತಿ ಅಷ್ಟೇ." ರಘು ಮಾತನಾಡುವ ಮನಸ್ಥಿತಿಯಲ್ಲಿಲ್ಲದಿರುವುದನ್ನು ಗಮನಿಸಿದ ಬೋಜವ್ವ "ಸ್ವಲ್ಪ ಮಲಗು ಮೋನೆ, ಸಂಜೆ ಅನೂನ ಮಾತಾಡಿಸಿಕೊಂಡು ಹೋಗಬಹುದು" ಎಂದರು.

ಅವನ ಮನಸ್ಸು ಸಹ ಅದನ್ನೇ ಹೇಳುತ್ತಿತ್ತು "ಇಲ್ಲಾ ಆಂಟಿ ಇದೆ ತಾನೇ ಮನೆಗೆ ಬಂದಿದ್ದೇನೆ ಇನ್ನೂ ಅಪ್ಪಯ್ಯನ ಮಾತಾಡಿಸ್ಲಿಲ್ಲ ಸಂಜೆ ಬರ್ತೀನಿ" ಎನ್ನುತ್ತಾ ಎದ್ದ ರಘು.

****

ಸುಂದರವಾದ ಸಂಜೆ, ಅದೇ ಶಾಂತ ವಾತಾವರಣ, ವಿವಿಧ ಹಕ್ಕಿಗಳ ಕೂಗು. ಆದರೆ ಅನುಪಮಾಳ ಜೊತೆಯಲ್ಲಿ ಕುಳಿತಿರುವ ವ್ಯಕ್ತಿಯಿಂದ ಪ್ರಕೃತಿಯ ಸೌಂದರ್ಯವೆಲ್ಲಾ ನಾಶವಾಗಿ ಹೋಗಿದೆ.

"ಪ್ರತಿ ಇವತ್ತೊಂದು ಸ್ವಾರಸ್ಯಕರವಾದ ಕೇಸಿತ್ತು, ಐ ಮೀನ್ ಅದರ ಜಡ್ಮೆಂಟ್.... ನಾಪ್ಪೋಕ್ಲಿನ ಒಬ್ಬ ಸಾಹುಕಾರ ಅವನ ನೆರೆಮನೆ ಹುಡುಗೀನ ತುಂಬಾ ಪ್ರೀತಿಸ್ತಾ ಇದ್ದ. ಆದರೆ ಆ ಹುಡುಗಿ ಅವಳ ಕ್ಲಾಸ್ಮೇಟ್ ಒಬ್ಬನನ್ನ ಲವ್ ಮಾಡ್ತಿದ್ದಳಂತೆ. ಈ ವಿಷಯ ಆ ಸಾಹುಕಾರನಿಗೆ ಗೊತ್ತಾಗಿ ತಕ್ಷಣ ಮದುವೆ ಫಿಕ್ಸ್ ಮಾಡಿದ್ರಂತೆ...."

"ಅವಳು ಬೇರೆಯವನನ್ನು ಪ್ರೀತಿಸುವುದು ಗೊತ್ತಾಗಿನೂ?" ಅಚ್ಚರಿಯಿಂದ ಕೇಳಿದಳು ಅನುಪಮಾ

" ಹೌದು.."

" ಅದೆಂಥ ಹಲ..."ಅವಳ ದನಿಯಲ್ಲಿ ಜಿಗುಪ್ಸೆ ಇತ್ತು

"ಮತ್ತೇನು ಮಾಡಬೇಕಿತ್ತು? ಅವಳ ಕ್ಲಾಸ್ಮೇಟನ್ನ ಕಟ್ಟಿಕೊಳ್ಳೋಕೆ ಬಿಡಬೇಕಿತ್ತೇನು?" ಒರಟಾಗಿ ಕೇಳಿದ ಸುದೀಪ

"ಅಲ್ಲವೆ ಮತ್ತೆ? ಅವಳು ಅವನನ್ನ ಪ್ರೀತಿಸ್ತಿದ್ದಲ್ಲ.."

"ಸಾಧು ಪ್ರಾಣಿಗಿಂತ ಮೊಂದು ಪ್ರಾಣಿಗಳನ್ನ ಪಳಗಿಸೋದ್ರಲ್ಲಿ ಒಂಥರ ಥ್ರಿಲ್ ಇರುತ್ತೆ... ಅದರಲ್ಲೂ ಹುಡುಗೀರು ಪ್ರೀತಿ- ಪ್ರೇಮಾಂತ ಹೋದ್ರೆ ಅವರ ಕಾಲು ಮುರೀಬೇಕು.."

"ಯಾಕೆ ಪ್ರೀತಿಸೋದು ತಪ್ಪೇನು?" ಅವನ ಒರಟು ನುಡಿಗಳಿಗೆ ಬೇಸರದಿಂದ ಕೇಳಿದಳು.

"ಹೌದು. ಮಯಾ೯ದಸ್ತ ಹುಡುಗೀರು ಅವರಪ್ಪಮ್ಮ ಹೇಳಿದವರನ್ನು ಮದುವೆಯಾಗಿ ಗಂಡನ ಮನೆಗೆ ಹೋಗಬೇಕು. ಹಾಗೆಲ್ಲಾ ಪ್ರೀತಿ-ಪ್ರೇಮಾಂತ ಹೋಗ್ಬಾರ್ದು" ಅವನು ಒತ್ತಿ ಹೇಳಿದ.

'ಅಂದರೆ ಪ್ರೀತಿಸುವ ಹುಡುಗಿಯರೆಲ್ಲ ಮಯಾ೯ದೆಗೆಟ್ಟವರೇ? ನಿನ್ನರ್ಥದಲ್ಲಿ ಪ್ರೀತಿ ಎಂದರೇನು?" ಎಂದು ಕೇಳಬೇಕೆಂದುಕೊಂಡಳು ಅನುಪಮಾ . ಆದರೆ ಅವನೊಂದಿಗೆ ವಾದಿಸುವುದು ಅವಳಿಗೆ ಬೇಕಿರಲಿಲ್ಲ.

ಅನುಪಮಾ ಮಾತಾಡದಿದ್ದಾಗ ಸುದೀಪನಿಗೆ ಮಹದಾನಂದವಾಯಿತು.

"ಮುಂದೇನಾಯಿತು ಕೇಳು. ಮದುವೆ ಗೊತ್ತಾಗಿದ್ದೆ ತಡ, ಆ ಮಾನಗೆಟ್ಟವಳು ಮದುವೆಗೆ ವಾರಕ್ಕೆ ಮುಂಚೆಯೆ, ಅವಳ ಪ್ರೇಮಿ ಜೊತೆ ಓಡಿಹೋದ್ಳಂತೆ. ಆದ್ರೆ ಇವನು ಬಿಡ್ತಾನ?. ಅವರೆಲ್ಲಿದ್ದಾರೆಂತ ಹುಡುಕಿ, ಅವರನ್ನು ನಾಯಿ ಬೇಟೆ ಆಡೋ ಹಾಗೆ ಬೇಟೆ ಆಡಿ ಅವಳನ್ನು ಎಳ್ಕೊಂಡು ಬಂದು ಅದೇ ಮುಹೂರ್ತದಲ್ಲಿ ಮದುವೆಯಾಗಿದ್ದಾನೆ" ಅವನ ದನಿಯಲ್ಲಿ ಉಕ್ಕಿದ ಮೆಚ್ಚಿಗೆಗೆ ಅವಳಿಗೆ ತಿರಸ್ಕಾರವೆನಿಸಿತು.

ಪುನಃ ಮುಂದುವರಿಸಿದ ಸುದೀಪ "ಸತ್ತ ಹುಡುಗನ ತಂದೆ, ಸಾಹುಕಾರನ ಮೇಲೆ ಕೇಸ್ ಹಾಕಿದ..ಆದರೆ ಆ ಕೇಸ್ ತಗೊಂಡಿದ್ದು ಯಾರಂದುಕೊಂಡೆ?.... ನಾನೇ. ಅದು ಕೊಲೆಯಲ್ಲ. ಆ ಹುಡುಗಿ ಅವನ್ನ ಮದುವೆಯಾಗುವುದಕ್ಕೆ ಒಪ್ಪಿಕೊಂಡಿಲ್ಲಾಂತ ಸೂಸೈಡ್ ಮಾಡಿಕೊಂಡಿದ್ದಾನೆಂತ ಪ್ರೂವ್ ಮಾಡಿಬಿಟ್ಟೆ." ಹೆಮ್ಮೆಯಿಂದ ಹೇಳಿದ ಸುದೀಪ. "ರಿಯಲ್ಲಿ ಚಾಲೆಂಜಿಂಗ್ ಕೇಸ್ ಯುನೋ? ಅವನು ಕೊಲೆಯಾಗುವುದನ್ನು ಆ ಹುಡುಗಿ ಕಣ್ಣಾರೆ ನೋಡಿದ್ದಳು ಅವರಿಬ್ಬರೂ ಪ್ರೀತಿಸುತ್ತಿದ್ದ ವಿಷಯ ಕಾಲೇಜಲ್ಲಿ ಸುಮಾರು

ಜನರಿಗೆ ಗೊತ್ತಿತ್ತು. ಎಲ್ಲಾ ಸಾಕ್ಷಿಗಳು ನನ್ನ ಕಕ್ಷಿದಾರನ ವಿರುದ್ಧವಾಗಿದ್ದರೂ ನಾನೇ ಗೆದ್ದಿದ್ದು."

ತುಟಿಪಿಟಕ್ಕನ್ನಲಿಲ್ಲ ಅನುಪಮಾ ಅವಳೆದೆಯಲ್ಲಿ ಬೆಂಕಿ ಹತ್ತಿ ಉರಿಯುತ್ತಿತ್ತು... ಎಂಥ ಅಮಾನುಷ ವರ್ತನೆ, ಈ ವ್ಯಕ್ತಿಗೆ ಮನುಷ್ಯತ್ವ, ಆತ್ಮಸಾಕ್ಷಿಯೇ ಇಲ್ಲವೇ?

"ಯಾಕೆ ಏನು ಮಾತಾಡ್ತಿಲ್ಲ? ನಾನು ಗೆದ್ದಿದ್ದು ನಿನಗೆ ಸಂತೋಷವಾಗ್ಲಿಲ್ವೇನೋ?"

"ಆತ್ಮಸಾಕ್ಷಿಯಾಗಿ ಹೇಳಿ. ನಿಮಗೆ ನಿಮ್ಮ ಕ್ಲ್ಯಂಟ್ ಮಾಡಿದ್ದು ಸರಿಯೆನಿಸುತ್ತಾ?" ಕನಲಿ ಕೇಳಿದಳು ಅನುಪಮಾ.

"ಎವರಿಥಿಂಗ್ ಇಸ್ ಫೇರ್ ಇನ್ ಲವ್ ಅಂಡ್ ವಾರ್, ಲವ್ ಇಂದ ಸೆನ್ಸ್, ಅದರಲ್ಲಿ ಸೋತವ ಎಂದೂ ಯಾವುದರಲ್ಲೂ ಗೆಲ್ಲೋದಿಲ್ಲ. ಸೋ, ಅವನ ಪ್ಲೇಸ್ನಲ್ಲಿ ನಾನಿದ್ದಿದ್ದರೂ ಸಹ ಅದನ್ನೇ ಮಾಡ್ತಿದ್ದೆ. ಇನ್ನಷ್ಟು ಜಾಣತನದಿಂದ.." ದೂರ್ತ ನಗೆ ನಕ್ಕ ಸುದೀಪ.

ಬೆನ್ನುಹುರಿಯಲ್ಲಿ ನಡುಕ ಹುಟ್ಟಿದಂತೆ ತಲ್ಲಣಿಸಿದಳು ಅನುಪಮಾ. ಅವನ ನೋಟದಲ್ಲಿದ್ದ ದೃಢತೆ ಅವಳನ್ನು ಬೆಚ್ಚಿಸಿತ್ತು.

ಅಂದರೆ ಈ ಕಥೆ ಹೇಳಿದ್ದು ನನ್ನನ್ನು ಎಚ್ಚರಿಸುವ ಸಲುವಾಗಿ. ಅಂದರೆ ನಾನು ಯಾರನ್ನಾದರೂ ಪ್ರೀತಿಸಿದರೆ ಸುದೀಪ ಅವನನ್ನು ಉಳಿಸಲಾರ.... ರಘು.."

ರಘುವಿನ ಧೀರ ಗಂಭೀರ ವ್ಯಕ್ತಿತ್ವ ಕಣ್ಣುಮುಂದೆ ಮೂಡುತ್ತಿದ್ದಂತೆ ಅವಳ ಉದ್ವಿಗ್ನ ಮನಸ್ಸು ಶಾಂತವಾಯಿತು. ಇಲ್ಲ ನನ್ನ ರಘುವನ್ನು, ಸುದೀಪ ಏನೂ ಮಾಡಲಾರ. ನನ್ನ ರಘುವಿನಿಂದ ನನ್ನನ್ನು ಬೇರ್ಪಡಿಸಲು ಯಾರಿಂದಲೂ ಸಾಧ್ಯವಿಲ್ಲ. ತನ್ನನ್ನು ತಾನೇ ಸಂತೈಸಿಕೊಂಡಳು ಅನುಪಮಾ .

ಇಬ್ಬರೂ ಮನೆಯನ್ನು ತಲುಪಿದಾಗ ಅವಳಿಗೆ ರಘು ಬಂದಿದ್ದಾನೆಂಬ ಸಂತಸದ ಸುದ್ದಿ ಕಾದಿತ್ತು

"ರಘು ಬಂದಿದ್ದಾನೆ ಅನೂ ..." ಅನುಪಮಾ ಒಳಗೆ ಬರುತ್ತಿದ್ದಂತೆ ಹೇಳಿದರು ಬೋಜಮ್ಮ

"ಏನಂದೆ? ರಘು ಬಂದಿದ್ದಾರಾ ಮೈಗಾಡ್ ಮನೆಗೆ ಬಂದಿದ್ರಾ.. ಏನಂದ್ರು ಮತ್ತೆ ಬರ್ತಾರಂತಾ? ಹೇಗಿದ್ದಾರೆ ಚೆನ್ನಾಗಿದ್ದಾರೆ ತಾನೆ? ಬೆಳಿಗ್ಗೆ ಮಾಡಿದ್ನಲ್ಲ ಸ್ವೀಟ್ ಕೊಟ್ಯ?" ಒಂದೇ ಉಸಿರಿನಲ್ಲಿ ಸುದೀಪ ಇರುವುದನ್ನು ಮರೆತು ಅನುಪಮಾ ಬಡಬಡಿಸಿದಾಗ ಸುದೀಪನ ಎದೆಯಲ್ಲಿ ಲಾವರಸ ಉಕ್ಕಿತು. ಅದರೊಡನೆ ಪುನಃ ತಾನು ಸೋಲುತ್ತಿರುವ ಅನುಭವ.

'ತಾನು ರಘುವಿಗಿಂತ ಯಾವುದರಲ್ಲಿ ಕಡಿಮೆ ಇದ್ದೇನೆ? ಇಬ್ಬರೂ ಒಂದೇ ತರಹವಿದ್ದರೂ, ಬಣ್ಣದಲ್ಲಿ ನಾನೇ ರಘುವಿಗಿಂತ ಒಂದು ಕೈ ಮುಂದು. ನನ್ನ ನೀಲಿಕಂಗಳ ಮೋಡಿಗೆ ಸೋಲದವರೇ ಇಲ್ಲ. ಇವಳಿಗೇನಾಗಿದೆ? ಇವಳಿಗಾಗಿ

ನಾನೇನು ಕಡಿಮೆ ಹಣ ಸುರಿದಿರುವೆನೇ?' ಅನುಪಮಾ ಅವನಿಗೊಂದು ಕಗ್ಗಂಟಾಗಿ ತೋರಿ ಬಂದಳು.

"ಮಮ್ಮಿ ರಘು ಎಷ್ಟೊತ್ತಿಗೆ ಬರ್ತಾರಂತೆ?" ಅವಳ ನಡಿಗೆ ರೆಕ್ಕೆ ಮೂಡಿತ್ತು.

"ಸಂಜೆ ಬರ್ತೀನೀಂತ ಹೇಳಿದ್ದಾನೆ"

"ಸಂಜೆನಾ? ಹಾಗಾದ್ರೆ ಅವರ ಬರೋ ಟೈಮಾಯ್ತು.." ಸರಸರನೆ ತನ್ನ ಕೋಣೆಗೆ ಓಡಿದಳು ಅನುಪಮ. ಬಟ್ಟೆ ಬದಲಿಸಿ ಪೆಟ್ಟಿಗೆಯಿಂದ ರಘುವಿಗಾಗಿ ತಾನು ಹಣೆದಿದ್ದ ಸ್ವೆಟರನ್ನು ಹೊರತೆಗೆದಳು.

'ಅವರ ಗೌರವರ್ಣಕ್ಕೆ ಈ ಬಣ್ಣ ಚೆನ್ನಾಗಿ ಕಾಣುತ್ತೆ.' ಅದನ್ನು ಮನದಲ್ಲೇ ರಘುವಿಗೆ ತೊಡಿಸಿ ಮುದಗೊಂದಳು ಅನುಪಮಾ. ಇದನ್ನು ಅವರಿಗೆ ಕೊಟ್ಟು ಇನ್ನೆಂದು ನನ್ನ ಬಿಟ್ಟು ಬಿಟ್ಟುಹೋಗದಂತೆ ಹೇಳಬೇಕು. ಎಷ್ಟು ದಿನಗಳಾಗಿ ಹೋಯ್ತು ಅವರನ್ನು ನೋಡಿ. ಅವರೇನಾದರೂ ಅಂದುಕೊಳ್ಳಲಿ ಅವರ ಎದೆಗೊರಗಿ ನನ್ನ ಹೃದಯವನ್ನು ತೊಡಿಕೊಳ್ಳಬೇಕು. ಅವರ ಭದ್ರ ಆಸರೆಯಲ್ಲಿ ಈ ಹಾಳು ಸುದೀಪನ ಕಿರುಕುಳವನ್ನೆಲ್ಲ ಮರೆತುಬಿಡಬೇಕು.

"ಅನೂ... ಅನೂ" ಮೈಮರೆತು ನಿಂತಿದ್ದವಳನ್ನು ತಾಯಿಯ ಕೂಗು ಎಚ್ಚರಿಸಿತು.

"ಬಂದೇಮಾ.." ಸ್ವೆಟರ್ ಎತ್ತಿಟ್ಟು ಓಡಿಬಂದಳು ಅನುಪಮಾ.

ಸುದೀಪನ ಗಡುಸಾದ ಮುಖವನ್ನು ಗಮನಿಸಿದ ಕುಶಾಲಪ್ಪನವರು "ಅನೂ ..ಮೊದಲು ಕಾಫಿ ಕುಡಿ. ಸುದೀಪ ಹೋದ್ಮೇಲೆ ಅಡಿಗೆಗೆ ಕೈ ಹಚ್ಚುವೆಯಂತೆ" ಎಂದರು

"ಇಲ್ಲಪ್ಪ. ಅವರು ಬರುವಷ್ಟರಲ್ಲಿ ಅಡುಗೆ ಮುಗಿಸಿಬಿಟ್ಟು, ಫ್ರೀಯಾಗಿ ಕೂತ್ಕೊಂಡು ಮಾತಾಡಬಹುದು. ಇಲ್ಲೇ ಹೋದ್ರೂ ಅಡುಗೆನೇ ಆಗಿಹೋಗುತ್ತೆ. ಹೆಚ್ಚೇನಿಲ್ಲ ಸ್ವಲ್ಪ ಗಸಗಸೆ ಪಾಯಸ ಮಾಡಿ ಬೋಂಡ ಮಾಡಿಬಿಡ್ತೀನಿ ನಂಗೂ ಅವರ ಜೊತೆ ತುಂಬಾ ಮಾತಾಡೋದಿದೆ." ಉತ್ಸಾಹದಿಂದ ಅಡುಗೆ ಮನೆಯಿಂದಲೇ ಕೂಗಿದಾಗ ಎದ್ದುಬಿಟ್ಟ ಸುದೀಪ.

"ಕೂತ್ಕೋ ಮೋನೆ ಕಾಫಿ ಕುಡಿದು ಹೋಗುವಂತೆ." ಅವನನ್ನು ಸಂತೈಸುವ ಪ್ರಯತ್ನದಲ್ಲಿ ಹೇಳಿದರು ಕುಶಾಲಪ್ಪ

"ಇರಲಿ ಬಿಡಿ.. ಮಾವ" ಅದರ ಹಿಂದೆಯೇ ಬಂದ ಸಾಲು-ಸಾಲು ಪದಗಳನ್ನು ಬಹು ಕಷ್ಟಪಟ್ಟು ತಡೆಹಿಡಿದ ಸುದೀಪ.

ಸುದೀಪ ಹೋದಮೇಲೆ ಮಗಳನ್ನು ತರಾಟೆಗೆ ತೆಗೆದುಕೊಂಡರು ಕುಶಾಲಪ್ಪನವರು "ನಿಂಗೆ ಸ್ವಲ್ಪನಾದರೂ ಬುದ್ಧಿ ಬೇಡ್ವಾ? ಅವನೇನು ಗತಿಯಿಲ್ಲದೆ ನಮ್ಮನೆಗೆ ಬರ್ತಾನೇನು? ಒಂದು ಲೋಟ ಕಾಫಿ ಕುಡೋ ಯೋಗ್ಯತೆ ಬೇಡ್ವಾ. ಮನೆಗೆ ಬಂದವರನ್ನು ಹೇಗೆ ಉಪಚರಿಸ ಬೇಕನ್ನೋ ಪರಿಜ್ಞಾನನ್ನೂ ಬೇಡ್ವಾ?" ಮಗಳ ಮೇಲೆ ಹರಿಹಾಯ್ದರು

ತಂದೆಯ ಮಾತಿಗೆ ಉಸಿರೆತ್ತಲಿಲ್ಲ ಅನುಪಮ. ತಂದೆಯಲ್ಲಾದ ಮಹತ್ತರ ಬದಲಾವಣೆ ಅವಳಿಗೆ ಅರಿವಾಗಿತ್ತು. ಅವರೊಡನೆ ವಾದಿಸಿ ಅವಳಿಗೆ ಅಭ್ಯಾಸವಿರಲಿಲ್ಲ. ತಂದೆಯನೊಮ್ಮೆ ನೋಡಿದ ಅನುಪಮಾ ಮೌನವಾಗಿ ತನ್ನ ಕೆಲಸ ಮುಂದುವರಿಸಿದಳು.

ತಂದೆಯ ಧೋರಣೆಗೆ ಬೇಸರವೆನಿಸಿದರೂ, ಇನ್ನು ಸ್ವಲ್ಪವೇ ಹೊತ್ತಿನಲ್ಲಿ ಬರಬಹುದಾದ ತನ್ನ ಮನದೇವರ ದರ್ಶನಕ್ಕಾಗಿ ಉತ್ಸಾಹದಿಂದ ಕೆಲಸ ಮುಂದುವರಿಸಿದಳು ಅನುಪಮಾ.

ಅವಳ ಮೈಯೆಲ್ಲ ಕಿವಿಯಾಗಿತ್ತು. ಓಣಿಯ ತಿರುವಿನಲ್ಲಿ ಕೇಳಿ ಬರಬಹುದಾದ ರಘುವಿನ ಜೀಪಿನ ಶಬ್ದಕ್ಕಾಗಿ ಅವಳ ಮನಸ್ಸು ಹಾತೊರೆಯುತ್ತಿತ್ತು.

ಅಡುಗೆ ಕೆಲಸ ಮುಗಿಯುತ್ತಾ ಬಂದರೂ ರಘುವಿನ ಆಗಮನವಾಗಲಿಲ್ಲ. ಅವಳ ಚಡಪಡಿಕೆ ಹೆಚ್ಚಾಯಿತು. ನಿಮಿಷಕ್ಕೊಮ್ಮೆ ಬಾಗಿಲಿಗೂ ಒಳಗೂ ಓಡಾಡಿದ ಅನುಪಮಾ, ಅಡಿಗೆ ಮುಗಿದಮೇಲೆ ರಘುವಿನ ಹಾದಿ ಕಾಣುವ ಹಾಗೆ ಹೊರಗೆ ಬಂದು ಕುಳಿತುಬಿಟ್ಟಳು.

ಆದರೂ ಪ್ರಯೋಜನವಾಗಲಿಲ್ಲ. ಕಾಯುವಪ್ರತಿಯೊಂದು ಕ್ಷಣವೂ ಯುಗವೇ, ಆದರೆ ಅನುಪಮಾ, ರಾತ್ರಿ ಎಂಟೂವರೆಯಾದರೂ ಒಳಗೆ ಬರಲಿಲ್ಲ. ಸುದೀಪ ಇಲ್ಲದೆ ಹೋಗಿದ್ರೆ ನಾನೇ ಅವರ ಮನೆಗೆ ಹೋಗಿ ಬಿಡಬಹುದಿತ್ತು ನೂರನೇ ಬಾರಿ ಯೋಚಿಸಿದಳು.

"ಅನೂ.. ಫಂಟ್ ೯ ಅನೂ. ರಘುವಿಗೆನಾದರೂ ಕೆಲಸ ಬಿದ್ದಿರಬಹುದು.. ಒಳಗೆ ಬಾ ಮೋಳೆ. ಅವನು ನಾಳೆ ಬರಬಹುದು." ಮಗಳು ಮೈ ನಡುಗಿಸುವ ಚಳಿಯಲ್ಲಿ ಹೊರಗೆ ಕುಳಿತಿದ್ದರಿಂದ ಎಂನೇ ಸಾರಿ ಕೂಗಿದರು ಬೋಜವ್ವ.

ಅವಳಿಗೂ ನಿಜವೆನಿಸಿತು. ೯ ಫಂಟೆಯ ನಂತರ ರಘು ಬರುವ ಸಾಧ್ಯತೆ ಇರಲಿಲ್ಲ.

ನಿರಾಶಳಾಗಿ ಎದ್ದಳು ಅನುಪಮ. ಸುತ್ತಲೂ ಗವ್ ಗುಟ್ಟುವ ಕತ್ತಲೆ. ಆಗಲೇ ಎದುರುಮನೆಯ ದೀಪಗಳು ಆರಿ ಹೋಗಿದ್ದವು. ಮುತ್ತಣ್ಣನವರ ಕೆಮ್ಮಿನ ಹೊರತು ಆ ಕಡೆಯಿಂದ ಯಾವ ಶಬ್ದವೂ ಕೇಳಿಬರುತ್ತಿರಲಿಲ್ಲ.

ರಘು ಹೋಗಿ ಎರಡು ತಿಂಗಳಾಯಿತು. ಏನು ಕೆಲಸ ಬಂದಿದೆಯೋ, ಎಲ್ಲಿ ಸಿಕ್ಕಿಹಾಕಿಕೊಂಡಿದ್ದಾರೋ ಏನೋ. ರಘುವನ್ನು ಅನುಮಾನಿಸಲಿಲ್ಲ ಅನುಪಮಾ.

ತಟ್ಟೆಯಲ್ಲಿ ಕೈಯಾಡಿಸಿದ ಶಾಸ್ತ್ರ ಮಾಡಿ ಹಾಸಿಗೆಯಲ್ಲಿ ಉರುಳಿದಳು ಅನುಪಮಾ. ಇರಲಿ ಹೇಗಿದ್ದರೂ ಬೆಳಿಗ್ಗೆ ವಾಕ್ ಹೋದಾಗ ಸಿಕ್ಕಾರಲ್ಲ. ತನ್ನನ್ನು ತಾನೇ ಸಂತ್ಯಸಿಕೊಂಡು ಮಗ್ಗುಲಾದಳು.

****

ಬುಸುಗುಡುತ್ತಲೆ ಮನೆಗೆ ಬಂದ ಸುದೀಪ. ಅವನೆದೆ ರಣರಂಗವಾಗಿತ್ತು. ನೇರವಾಗಿ ರಘುವಿನೊಡನೆ ಕಾದಾಡುವಷ್ಟು ರೋಷ. ಆದರೆ ಲಾನಿನಲ್ಲಿ ಹೂಗಳ ಮೇಲೆ ನೋಟ ಚೆಲ್ಲಿ ಪ್ರತಿಮೆಯಂತೆ ಕುಳಿತಿದ್ದ ರಘುವನ್ನು ನೋಡಿ ಅವನ ಆವೇಶವೆಲ್ಲ ಇಳಿದುಹೋಯಿತು.

ತಪ್ಪೆಲ್ಲಾ ತನ್ನದೆ. ಈಗ ಹಾರಾಡಿದರೆ ಏನು ಪ್ರಯೋಜನ. ಈಗ ತಾನು ಹಾರಾಡಿ ರಘು ನನ್ನ ಸಮ ಕದನಕ್ಕೆ ನಿಂತು, ತಂದೆ ಏನಾದರೂ ರಘುವಿನ ಪರ ವಹಿಸಿದರೆ, ನನಗೆ ಸೋಲು ನಿಶ್ಚಿತ. ಯೋಚಿಸುತ್ತಾ ಮಾರುತಿಯನ್ನು ಪೋರ್ಟಿಕೋದಲ್ಲಿ ನಿಲ್ಲಿಸಿದ ಸುದೀಪ.

ಎಂದಿನಂತೆ ಅವನ ಕಾರಿನ ಶಬ್ದಕ್ಕೆ ತಿರುಗಿ ನೋಡಲಿಲ್ಲ ರಘು. ತಮ್ಮನನ್ನು ಆತ್ಮೀಯವಾಗಿ ಮಾತನಾಡಿಸುವುದಿರಲಿ, ಅತ್ತ ನೋಟವನ್ನು ಸಹ ಹರಿಸಲಿಲ್ಲ. ಸುದೀಪನಿಗೂ, ರಘು ತನ್ನನ್ನು ಮಾತನಾಡಿಸುವುದು ಬೇಕಿರಲಿಲ್ಲ. ಕಾರನ್ನು ನಿಲ್ಲಿಸಿ ಒಳಸೇರಿದ.

ತನ್ನ ಕೋಣೆಗೆ ಬಂದ ಸುದೀಪ ಬಾಲ್ಕನಿಯಿಂದ, ಲಾನಿನಲ್ಲಿ ಪ್ರತಿಮೆಯಂತೆ ಕುಳಿತಿರುವ ರಘುವನ್ನು ನೋಡಿದ. ರಘುವಿನೊಂದಿಗೆ ಘರ್ಷಣೆ ಒಳಿತಲ್ಲವೆನಿಸಿತು. ರಘು ತಾನಾಗೇ ಈ ವಿಷಯದ ಬಗ್ಗೆ ಚರ್ಚಿಸುವವರೆಗೆ ತನಗೇನೂ ಗೊತ್ತಿಲ್ಲದಂತೆ ಇದ್ದುಬಿಡಬೇಕು. ಅವನನ್ನು ಆದಷ್ಟು ನಯವಾಗಿಯೇ ಬಗ್ಗಿಸಬೇಕು. ಅದಕ್ಕೆ ಏನಾದರೂ ಮಾಡಿ ಪ್ರತಿಯನ್ನು ಒಲಿಸಿಕೊಳ್ಳಬೇಕು. ಹೇಗೂ ಅವಳ ತಂದೆ-ತಾಯಿಯರು ಪೂರ್ಣ ನನ್ನ ಕಡೆಗಿದ್ದಾರೆ. ಅವಳೊಮ್ಮೆ ತನಗೆ ಒಲಿದುಬಿಟ್ಟರೆ, ರಘುವೇನೂ ಮಾಡಲಾರ.

ರಘು ಅವನ ಅಣ್ಣನಾದ್ದುದರಿಂದ ಸ್ವಲ್ಪ ವಿವೇಕದಿಂದ ಯೋಚಿಸುತ್ತಿದ್ದ ಸುದೀಪ. ಅವನ ಜಾಗದಲ್ಲಿ ಬೇರೆ ಯಾರಾದರೂ ಇದ್ದಿದ್ದರೆ ಇಷ್ಟು ಹೊತ್ತಿಗಾಗಲೇ ಅವನಿಗೊಂದು ಗತಿ ಕಾಣಿಸಿರುತಿದ್ದ.

ರಘು ಮನೆಗೆ ಹಿಂದಿರುಗಿದಾಗಿನಿಂದ ಗಂಗವ್ವನವರ ಜೀವ ತಲ್ಲಣಿಸುತ್ತಿತ್ತು. ಸುದೀಪ ಬರುವ ಸಮಯ ಹತ್ತಿರವಾದಂತೆ ಅವರು ಇನ್ನಷ್ಟು ಅಸ್ವಸ್ಥರಾದರು. ಈಗ ಸುದೀಪ ತಾನು ಅನುಪಮಳನ್ನು ಮದುವೆಯಾಗುವುದಾಗಿ ಹೇಳಿದರೆ ಪರಿಣಾಮ ಏನಾಗಬಹುದು? ರಘು ಇದಕ್ಕೆ ಹೇಗೆ ಪ್ರತಿಕ್ರಿಯಿಸ ಬಹುದು? ಈ ಮನೆ ಒಡೆದು ಭಾಗವಾಗಬಹುದೆ? ಎಂದೆಲ್ಲಾ ಚಿಂತಿಸುತ್ತಿದಂತೆ, ಅವರಿಗೆ ರಘುವಿನ ಮ್ಲಾನವಾದ ಮುಖ ನೆನಪಾಯಿತು. ರಘು ಏಕಿಷ್ಟು ಸಪ್ಪಗಿದ್ದಾನೆ? ಬಂದಾಗಿನಿಂದ ಎಲ್ಲಾ ಕಳೆದುಕೊಂಡಂತಿದ್ದಾನೆ. ಅವನಿಗಾಗಿರುವುದಾದರು ಏನು? ಮಾತೃ ಹೃದಯ ಮಕ್ಕಳ ಇಬ್ಬದಿಯಲ್ಲಿ ಹೊಯ್ದಾಡಿತು

ರಾತ್ರಿ ೮:೦೦ ಘಂಟೆಗೆ ಮನೆಗೆ ಬಂದ ಸೋಮಯ್ಯನವರಿಗೆ ರಘು ಬೆಳಿಗ್ಗೆಯೇ ಮನೆಗೆ ಬಂದ ವಿಷಯ ತಿಳಿದು ಅಚ್ಚರಿಯಾಯಿತು. ಇಷ್ಟೊತ್ತಾದರೂ ಅವನು ತೋಟದತ್ತ ಸುಳಿಯದಿದ್ದುದು ಅವರ ಅಚ್ಚರಿಗೆ ಕಾರಣವಾಗಿತ್ತು.

"ಬೊಳ್ಳ ದೊಡ್ಡ ಸಾಹೇಬ್ರು ಕರಿತಿದ್ದಾರೆ" ರಂಗಣ್ಣ ಬಂದು ಕರೆದಾಗ ಪ್ರಪಂಚದ ಅರಿವು ಮಾಡಿಕೊಂಡ ರಘು. ಕತ್ತಲಾಗಿ ಎಷ್ಟೋ ಹೊತ್ತಾಗಿತ್ತು. ಆಗಸದಲ್ಲಿ ಮೋಡ ಮುಸುಕಿದ್ದರಿಂದ ಚಂದ್ರ ತಾರೆಯರ ಸುಳಿವಿರಲಿಲ್ಲ.

ಕುಳಿತಲ್ಲೇ ಮೈಮುರಿದ ರಘು. ಛೆ ಅಪ್ಪಯ್ಯ ಬಂದದ್ದೂ ನನಗೆ ತಿಳಿಯಲಿಲ್ಲವಲ್ಲ. ಬಹುಶಃ ತೋಟದಿಂದ ಆಕಡೆ ಬಂದಿರಬೇಕು. ತನ್ನಲ್ಲೇ ಅಂದುಕೊಳ್ಳುತ್ತಾ ಎದ್ದ ರಘು.

ರಂಗಣ್ಣನೂ ಪೆಚ್ಚಾಗಿ ರಘುವಿನತ್ತ ನೋಡಿದ. ಎರಡು ತಿಂಗಳ ನಂತರ ಬಂದ ಧಣಿ ಹೂಗಿಡಗಳ ಕಡೆ ಗಮನವನ್ನೇ ಹರಿಸಿರಲಿಲ್ಲ.

ಹಿಂದೊಮ್ಮೆ ವಿಶೇಷ ರೀತಿಯ ಹೆಲಿಕೋನ್ ಗಿಡಕ್ಕಾಗಿ ತುಂಬಾ ಪ್ರಯತ್ನಿಸಿದ್ದ ರಘು. ಆದರೆ ಆಗ, ಆ ಗಿಡ ಅವನಿಗೆ ಸಿಕ್ಕಿರಲಿಲ್ಲ. ಆ ಗಿಡ ಅಕಸ್ಮಾತ್ತಾಗಿ ರಂಗಣ್ಣನಿಗೆ ಸಿಕ್ಕಿ, ಅದನ್ನು ಬಹಳ ಜತನದಿಂದ ಕಾಪಾಡಿದ್ದ. ರಂಗಣ್ಣ ಆ ಗಿಡವನ್ನು ರಘುವಿಗೆ ತೋರಿಸಿ ಶಹಬಾಷಗಿರಿ ಗಿಟ್ಟಿಸಬೇಕೆಂಬ ಉತ್ಸಾಹದಲ್ಲಿದ್ದ.

ಆದರೆ ರಘು ತೋಟದ ಕೆಲಸಕ್ಕೆ ಬರುವುದಿರಲಿ ಅತ್ತ ಗಮನವನ್ನೇ ಹರಿಸಿರಲಿಲ್ಲ.

" ಚೆನ್ನಾಗಿದ್ದೀರ ಅಪ್ಪಯ್ಯ?" ತಂದೆಯೆದುರು ಕುಳಿತುಕೊಳ್ಳುತ್ತಾ ಯಾಂತ್ರಿಕವಾಗಿ ಕೇಳಿದ ರಘು.

"ಎಂಥ ಮೋನೆ ನೀನು? ಬೆಳ್ಳಿಗ್ಗೆಯೇ ಬಂದು ತೋಟದ ಕಡೆಗೆ ಬರಬಾರದೇ? ನಂಗೆ ನೀ ಬಂದ ವಿಷ್ಯ ಈಗ್ಲೇ ತಿಳಿದದ್ದು"

"ಕುಶಾಲು ಅಂಕಲ್ ಹೇಳ್ಲಿಲ್ವಾ?"

"ಇಲ್ಲ ಮೋನೆ. ನಾನಿವತ್ತು ಅವರ ಮನೆ ಕಡೆಗೆ ಹೋಗಲಿಲ್ಲ. ಸೀತೆ ಹಸು, ಕರು ಹಾಕೋಕೆ ತುಂಬಾ ಸಂಕಟ ಪಡ್ತಿತ್ತು. ಅಲ್ಲೇ ಇದ್ದುಬಿಟ್ಟೆ. ನೀ ಬಂದಿದ್ರೆ ಅದಕ್ಕೂ ಸಹಾಯ ಆಗ್ತಿತ್ತು" ಸೋಮಯ್ಯನವರು ತುಂಬಾ ಬಳಲಿದಂತೆ ಕಂಡರು. ಸ್ವಲ್ಪ ತಡೆದು ಮುಂದುವರೆಸಿದರು "ಇಲ್ಲ ರಘು. ಈಗ ನನ್ನ ಕೈಲಿ ಇಷ್ಟು ದೊಡ್ಡ ತೋಟ ನೋಡಿಕೊಳ್ಳೋಕೆ ಆಗೋಲ್ಲ. ಸಾಕಾಗಿ ಹೋಗುತ್ತೆ. ಆಗಿನ ಶಕ್ತಿ ಎಲ್ಲಿ ಹೋಯ್ತು?"

"ಬಿಡಿ ಅಪ್ಪಯ್ಯ ನಿಮಗೇನು ಕಡಿಮೆ ವಯಸ್ಸಾಯ್ತಾ ನಾನೆಲ್ಲ ನೋಡ್ಕೊತೀನಿ.." ತಂದೆಯ ಸೋತ ಮುಖವನ್ನು ನೋಡಿ ಚೇತರಿಸಿಕೊಂಡು ಅವರನ್ನು ಸಾಂತ್ವನಗೊಳಿಸಿದ ರಘು

ಸೋಮಯ್ಯನವರು ಕುಟ್ಟದಲ್ಲಿನ ತೋಟದ ಬಗ್ಗೆ ವಿಚಾರಿಸಿಕೊಂಡರು. ಅವರ ಪ್ರಶ್ನೆಗಳಿಗೆ ಬಾಯಿಗೆ ಬಂದದ್ದನ್ನು ಹೇಳಿದ ರಘು.

ಅಷ್ಟು ಹೊತ್ತಿಗೆ ಗಂಗವನವರು ಸುದೀಪನನ್ನು ಊಟಕ್ಕೆ ಕರೆದರು. ಸುದೀಪನನ್ನು ಕರೆಯುತ್ತಿದ್ದಂತೆ ಸೋಮಯ್ಯನವರ ಮುಖ ಬೆಳಗಿತು.

"ಅಂದಹಾಗೆ ರಘು... ಇರು... ಗಂಗೆ... ಗಂಗೆ.. ಏನಾದರೂ ಸ್ವೀಟ್ ತಗೊಂಡು ಬಾ" ಉತ್ಸಾಹದಿಂದ ಮಡದಿಯನ್ನು ಕೂಗಿದರು ಸೋಮಯ್ಯ.

"ಯಾಕೇಂತ? ಈಗಂಥ ಸಂತೋಷದ ವಿಷಯ ಏನಾಗಿದೆ?" ಗಂಡನ ಉತ್ಸಾಹಕ್ಕೆ ತಡೆ ಹಾಕುತ್ತಾ ಕೇಳಿದರು ಗಂಗವ್ವ.

"ಅರೆ ಮಾರಾಯ್ತಿ, ಸಂತೋಷದ ಸುದ್ದಿಯಲ್ಲದೆ ಮತ್ತೇನು.. ರಘು, ನಮ್ಮ ಸುದೀಪ ಮದುವೆಗೆ ಒಪ್ಪಿಕೊಂಡಿದಾನಯ್ಯ. ಹೆಣ್ಣು ಕೂಡ ಮೆಚ್ಚಿಕೊಂಡಿದ್ದಾನೆ. ಹುಡುಗಿ ಯಾರೆಂದುಕೊಂಡೆ?" ಉತ್ಸಾಹದಿಂದ ಕೇಳಿದರು ಸೋಮಯ್ಯ.

"ಇರಲಿ ಬಿಡಿ ಅವನು ತುಂಬಾ ಸುಸ್ತಾಗಿದ್ದಾನೆ. ಎಲ್ಲಾ ಇವತ್ತೇ ಆಗ್ಬೇಕಾ? ನಾಳೆಗೂ ಸ್ವಲ್ಪ ಇಡಿ" ಗಾಬರಿಯಿಂದ ಮಧ್ಯ ಬಾಯಿ ಹಾಕಿದರು ಗಂಗವ್ವ.

ಅದೇ ಹೊತ್ತಿಗೆ ಮಹಡಿಯಿಂದ ಇಳಿದು ಬಂದ ಸುದೀಪ ಉಸಿರು ಬಿಗಿಹಿಡಿದ.

ಮುಂದಿನ ಮಾತನ್ನು ಕೇಳುವ ಧೈರ್ಯವಿಲ್ಲದ ರಘು ತಂದೆಯನ್ನು ಪ್ರಶ್ನಿಸಲಿಲ್ಲ. ಆದರೆ ಸೋಮಯ್ಯನವರು ಅಲ್ಲಿಗೇ ಬಿಡಲಿಲ್ಲ.

"ಇದೇನು ಗಂಗ ಹೀಗೆಂದು ಬಿಟ್ಟೆ.. ಮಗನ ಮದುವೆ ಅಂದ್ರೆ ಕಡಿಮೆ ವಿಷಯವಾ? ರಘು, ಅನೂ ಈ ಮನೆ ಸೊಸೆಯಾಗಿ ಬರ್ತಾ ಇದ್ದಾಳೆ. ಸುದೀಪ ಅವಳನ್ನೇ ಅಂತ ಇಷ್ಟು ದಿನ ಹುಡುಕ್ತಾ ಇದ್ದಿದ್ದು... ನಂಗಂತೂ ಈ ವಿಷಯ ಕೇಳಿ ಹಾಲು ಕುಡಿದಷ್ಟು ಸಂತೋಷವಾಯ್ತು."

ಪಕ್ಕದಲ್ಲಿ ಫಳಾರನೆ ಗಾಜು ಬಿದ್ದ ಸದ್ದಿಗೆ ಅತ್ತ ತಿರುಗಿದ ರಘು. ಗಂಗವ್ವನವರು ಹಿಡಿದಿದ್ದ ಗಾಜಿನ ಲೋಟ ನೆಲ ಸೇರಿತ್ತು, ರಘುವಿನ ಹೃದಯದಂತೆ. ಅವರು ಗಡಗಡನೆ ನಡುಗುತ್ತಿದ್ದರು. ಬಲಬದಿಯಲ್ಲಿ ಸುದೀಪ ಎಡಬದಿಯಲ್ಲಿ ರಘು.

"ಯಾಕಮ್ಮಾ ಕೈಜಾರಿ ಹೋಯ್ತೇನು? ಇರಲಿ ಬಿಡು. ನಿನ್ನ ಕೈಲೂ ಈಗ ಕೆಲಸ ಆಗೋದಿಲ್ಲ.. ಇನ್ನೇನು, ಅನೂ ಈ ಮನೆ ಸೊಸೆಯಾಗಿ ಬರ್ತಾಳಲ್ಲ ಅವಳಲ್ಲ ನೋಡ್ಕೋತಾಳೆ.. ಬಾ ಕೂತ್ಕೋ.." ತಾಯಿಯ ಕೈಹಿಡಿದು ಕೂರಿಸಿದ ರಘು.

ಬೆಚ್ಚಿದ ಗಂಗವ್ವ ರಘುವಿನತ್ತ ನೋಡಿದರು. ಸುದೀಪನೂ ಅಷ್ಟೇ.

ಗಂಗವ್ವನವರಿಗೆ ನಂಬಲೇ ಸಾಧ್ಯವಾಗಲಿಲ್ಲ. ತಾನು ನೋಡುತ್ತಿರುವುದು ಕನಸಲ್ಲ ತಾನೆ? ನಮ್ಮ ಮುಂದೇನೂ ನಡೆಯಲೇ ಇಲ್ಲವೇ? ತನ್ನನ್ನು ಬೆದರಿಸಿದ ಚಂಡಮಾರುತ ಬಂದ ದಿಕ್ಕಿನಲ್ಲೇ ಹೊರಟು ಹೋಯಿತೆ? ಹಾಗಾದರೆ ರಘು ಅನುಪಮಳನ್ನು ಪ್ರೀತಿಸಲೇ ಇಲ್ಲವೇ? ಎಲ್ಲರಂತೆ ಅವಳನ್ನು ಬರೀ ಸ್ನೇಹಿತೆಯಂತೆ ಮಾತ್ರ ಆದರಿಸಿದನೆ? ಇದು ಹೇಗೆ ಸಾಧ್ಯ? ಅವನ ನಡೆನುಡಿಗಳಲ್ಲಿ ಹಿಂದೆಂದೂ ಕಾಣದ ಉತ್ಸಾಹ, ಆನಂದವನ್ನು ನಾನು ಗಮನಿಸಿದ್ದೇನೆ. ದಿನಕ್ಕೆ ನೂರು ಬಾರಿಯಾದರೂ ಅನುಪಮಳನ್ನು ನೆನೆಯದಿದ್ದರೆ ಅವನ ಹೊಟ್ಟೆ ತುಂಬುತ್ತಿರಲಿಲ್ಲ. ಅಂಥದರಲ್ಲಿ... ಅಥವಾ..... ಸುದೀಪನಿಗಾಗಿ? ಮಗನನ್ನು ಮತ್ತೊಮ್ಮೆ ಆಪಾದಮಸ್ತಕ ನಿರುಕಿಸಿದರು.

ಹೌದು ಅದೇ ನಿಜವಿರಬೇಕು. ಅದಕ್ಕೆ ರಘು ಇಷ್ಟು ಇಳಿದು ಹೋಗಿದ್ದಾನೆ, ಮಂಕಾಗಿದ್ದಾನೆ, ನಿರ್ಜೀವವಾಗಿದ್ದಾನೆ.. ಕೂಡದು, ಹಾಗಾಗಬಾರದು .. ಅನುಪಮಾ ರಘುವಿನ ಕೈಯನ್ನೆ ಹಿಡಿಯಬೇಕು.. ಆದರೆ ಸುದೀಪ???

"ಏನಾಯ್ತು ಗಂಗೆ.. ಇಂಥ ಸಂತೋಷದ ಸಮಯದಲ್ಲಿ ಗ್ಲಾಸ್ ಬೀಳಿಸಿ ಬಿಟ್ಟೆ.." ಪೆಚ್ಚಾಗಿ ಕೇಳಿದರು ಸೋಮಯ್ಯನವರು.

ಒಂದು ಕ್ಷಣ ಯಾರೂ ಮಾತನಾಡಲಿಲ್ಲ.

"ಅಮ್ಮ ಬಡಿಸಮ್ಮ.." ರಘುವೇ ಎಚ್ಚರಿಸಿದಾಗ

"ಹಾಂ ಸರಿ.... ಸಣ್ಣಿ ಈ ಗ್ಲಾಸ್ ಎತ್ತಿ ಹಾಕು..." ಎನ್ನುತ್ತಾ ಎದ್ದರು ಗಂಗವ್ವ

****

ಮಾರನೇ ದಿನ ವಾಕಿಂಗ್ ಹೋದಾಗಲೂ ಸಹ ಅನುಪಮಳಿಗೆ ರಘುವಿನ ದರ್ಶನವಾಗಲಿಲ್ಲ. ಅಷ್ಟೇ ಅಲ್ಲದೆ ಮುಂದಿನ ಮೂರು ದಿನ ಕಾದರೂ ರಘು ಮನೆಗೆ ಬರಲಿಲ್ಲ.

ಇನ್ನು ಅನುಪಮಳಿಂದ ಸಹಿಸಲಾಗಲಿಲ್ಲ. ಎಂದಿನಂತೆ ಸುದೀಪನ ಜೊತೆ ಕಾಲೇಜಿಗೆ ಹೋದ ಅನುಪಮಾ ಮುಂದಿನ ಪಿರಿಯೆಡ್ಡಿ ಕಾಲೇಜಿಗೆ ಚಕ್ಕರ್ ಹಾಕಿ ಮನೆಯ ಹಾದಿ ಹಿಡಿದಳು.

"ಅಮ್ಮ ಇವತ್ತು ಲೆಕ್ಚರರ್ಸ್ ಬಂದಿರಲಿಲ್ಲ.." ಕುತೂಹಲ ತೋರಿದ ತಾಯಿಗೆ ಉತ್ತರಿಸಿ, ರಘುವಿಗೆ ಪ್ರಿಯವಾದ ಅಡಿಗೆ ಮಾಡಿ ಕ್ಯಾರಿಯರ್ ತುಂಬಿಕೊಂಡು ತೋಟಕ್ಕೆ ಹೊರಟುಬಿಟ್ಟಳು.

ಅನುಪಮ ತೋಟಕ್ಕೆ ಬಂದಾಗ ರಘು ತೇಗದ ಮರಗಳನ್ನು ಕಡಿಸುತ್ತಿದ್ದ. "ಜಾಗ್ರತೆ , ಹಗ್ಗ ಗಟ್ಟಿಯಾಗಿ ಹಿಡಿಯಿರಿ ಹುಷಾರು.." ರಘು ಆ ದೈತ್ಯ ಮರ ಬಿದ್ದರೆ ಆಗಬಹುದಾದ ಅನಾಹುತಗಳನ್ನು ತಡೆಯಲು ಮೈಯೆಲ್ಲ ಕಣ್ಣಾಗಿ ಆಳುಗಳಿಗೆ ಎಚ್ಚರಿಕೆ ನೀಡುತ್ತಿದ್ದ.

ಎರಡು ತಿಂಗಳ ನಂತರ ರಘುವನ್ನು ನೋಡಿದಾಗ ಪೂರ್ತಿ ಪರವಶಳಾದಳು ಅನುಪಮ. ಅವಳ ಗಂಟಲುಬ್ಬಿ ಕಂಗಳು ತೇವವಾಯಿತು. ಇಷ್ಟು ದಿನ ರಘುವನ್ನು ಬಿಟ್ಟು ಹೇಗಿದ್ದೆ ಎಂದವಳಿಗೆ ಅಚ್ಚರಿಯಾಯಿತು.

ತನ್ನ ಕೆಲಸದಲ್ಲಿ ಮುಳುಗಿಹೋಗಿದ್ದ ರಘು ಅನುಪಮಳನ್ನು ನೋಡಲಿಲ್ಲ. ಅನುಪಮಳೂ ಸಹ ಅವನ ಕೆಲಸಕ್ಕೆ ಭಂಗಬಾರದಂತೆ ಮಾವಿನ ಮರಕ್ಕೊರಗಿ ಅವನನ್ನೇ ನೋಡುತ್ತ ನಿಂತಳು.

ಆಳುಗಳು ಜೋರಾಗಿ ಕೂಗುತ್ತಾ ತಮ್ಮ ಉತ್ಸಾಹವನ್ನು ಹೆಚ್ಚಿಸಿಕೊಳುತ್ತಿದ್ದರು. ಇಬ್ಬರೂ ಮರದ ಬುಡವನ್ನು ಕತ್ತರಿಸುತ್ತಿದ್ದರೆ ಮಿಕ್ಕವರು ಹಗ್ಗವನ್ನು ಜಗ್ಗುತ್ತಿದ್ದರು. ಕೊನೆಗೂ ಆ ದೈತ್ಯ ಮರ, ಮಾನವನ ಪ್ರಹಾರಕ್ಕೆ ಮಣಿದು ಸುರಕ್ಷಿತವಾಗಿ ನೆಲ ಸೇರಿತು.

"ಬೇಗ ಬೇಗ ಕೊಂಬೆಗಳನ್ನು ಕತ್ತರಿಸಿ ಬಿಡಿ ನಾಡಿದ್ದು ಲೋಡ್ ಕಳಿಸಿ ಬಿಡೋಣ" ರಘು ಬೆವತಿದ್ದ ಹಣೆಯನ್ನು ಒತ್ತಿಕೊಳುತ್ತ ಹೇಳಿದ.

ಊಟದ ಸಮಯವಾದ್ದರಿಂದ ಎಲ್ಲರೂ ಬುತ್ತಿಯ ಗಂಟನ್ನೆತ್ತಿಕೊಂಡರು. ಆಳುಗಳೆಲ್ಲ ಊಟದ ಕಡೆಗೆ ಗಮನಹರಿಸಿದಾಗ ಫಾರಂಗೆ ಹೋಗಲು ಇತ್ತ ತಿರುಗಿದ ರಘು ಅನುಪಮಳನ್ನು ಕಂಡು ಗಡಗಡಿಸಿದ.

" ಹಲೋ" ಅವಳು ಮಧುರವಾಗಿ ನಕ್ಕು ನುಡಿಗಳು

" ಅನೂ" ಅವನ ಪ್ರಯತ್ನ ಮೀರಿ ಅವಳ ಹೆಸರು ತುಟಿಯ ಮೇಲಾಡಿತು

" ಹೇಗಿದ್ದೀರಿ" ಆತ್ಮೀಯವಾಗಿ ಅವನನ್ನು ಕೇಳಿದಳು

ಅವಳಿಗೆ ಉತ್ತರಿಸದ ರಘು "ನೀನ್ಯಾವಾಗ ಬಂದೆ?" ಎಂದ

"ಒಂದರ್ಧ ಘಂಟೆಯುಯ್ಯು... ತುಂಬಾ ಸೊರಗಿ ಹೋಗಿದ್ದೀರಿ" ಅಪ್ಯಾಯತೆಯಿಂದ ಹೇಳಿದಳು

"ಹಾಗೇನಿಲ್ಲ. ಇವತ್ತು ಕಾಲೇಜು.. ಕಾಲೇಜಿರಲಿಲ್ಲ?" ನಡುಗುವ ಧ್ವನಿಯಿಂದ ಕೇಳಿದ. ತಾನು ತೀರ ಅಸ್ವಸ್ಥನಾಗುತಿದ್ದೆನೆಸಿತು.

"ನಿಮ್ಮನ್ನು ನೋಡಿ ಎಷ್ಟು ದಿನ ಆಯ್ತು.. ನಾಲ್ಕು ದಿನದಿಂದ ನಿಮ್ಮ ದಾರಿ ಕಾದು, ಕಾದು ಸಾಕಾಯ್ತು. ನೀವು ಸಿಕ್ಕಿಲ್ಲ ಅದಕ್ಕೆ ಕಾಲೇಜಿಗೆ ಚಕ್ಕರ್ ಹಾಕಿ ಬಂದುಬಿಟ್ಟೆ". ಅನುಪಮ ಸಹಜವಾಗಿ ಹೇಳಿದಾಗ ಉಸಿರುಬಿಗಿಹಿಡಿದ ರಘು

"ಯಾಕೆ ನೀವು ಮನೆ ಕಡೆ ಬರಲೇ ಇಲ್ಲ. ವಾಕಿಂಗೂ ಬರ್ಲಿಲ್ಲ. "ಅವನ ಮುಖವನ್ನೇ ಒಲವಿನಿಂದ ನೋಡುತ್ತ ಕೇಳಿದಳು.

ರಘು ಅವಳ ನೋಟ ತಪ್ಪಿಸಿ "ತೋಟದ ಕೆಲಸ ತುಂಬಾ ಪೆಂಡಿಂಗ್ ಇದೆ" ಎಂದ

"ಬೆಳ್ಳಿಗೇನೋ ತೋಟದ ಕೆಲಸ ಸರಿ. ಆದ್ರೆ ಸಂಜೆ ಒಂದರ್ಧ ಘಂಟೆ ಬರ್ಲಿಕ್ಕಾಗ್ಲಿಲ್ಲಾ ?" ಅವನ ಮಾತನ್ನು ನಿಜವೆಂದೆ ಭಾವಿಸಿದಳು ಅನುಪಮಾ.

ರಘು ಮಾತಾಡದೆ ಅವಳ ಪಕ್ಕದಿಂದ ಹಾದು ಮುನ್ನಡೆದ. ರಘು ಹಾಗೆ ಸಾಗುವಾಗ ಅವನ ಕೈ ಹಿಡಿದುಕೊಂಡಳು ಅನುಪಮಾ. ತಟ್ಟನೆ ನಿಂತ ರಘು ತನ್ನ ಬೆರಳುಗಳೊಂದಿಗೆ ಬೆಸೆದುಕೊಂಡ ಅವಳ ಮೃದು ಚಿಗುರು ಬೆರಳನ್ನು ನೋಡಿದ. ಅವಳ ಕೈಯಿಂದ ತನ್ನ ಕೈಯನ್ನು ಬಿಡಿಸಿಕೊಳ್ಳಬೇಕೆಂದು ಬಹಳವಾಗಿ ಅಂದುಕೊಂಡ ರಘು. ಆದರೆ ಅವನ ಬೆರಳುಗಳು ಅವನನ್ನು ಧಿಕ್ಕರಿಸಿ ಅವಳ ಬೆರಳುಗಳೊಂದಿಗೆ ಇನ್ನಷ್ಟು ಬೆಸೆದುಕೊಂಡವು.

ಮುಂದೇನೂ ಮಾತಾಡಲಿಲ್ಲ ಅನುಪಮಾ. ಅವಳು ರಘುವಿನ ಸಾಮಿಪ್ಯದ ಆನಂದದ ಅನುಭೂತಿಯನ್ನು ಪಡೆದುಕೊಳ್ಳುತ್ತಿದ್ದಳು. ಇಬ್ಬರ ಹೃದಯವೂ ಸಾಗರದ ಹುಣ್ಣಿಮೆಯಂತೆ ಉಕ್ಕುತ್ತಿದ್ದವು. ಸ್ವಪ್ನದಲ್ಲಿ ನಡೆದಂತೆ ಇಬ್ಬರೂ ಫಾರ್ಮ್ ಹೌಸಿಗೆ ಬಂದಗರು.

ಅನುಪಮಾ, ರಘುವಿನೊಂದಿಗೆ ನೂರಾರು ಮಾತನಾಡಬೇಕೆಂದುಕೊಂಡಿದ್ದಳು. ಅವನ ಎದೆಗೊರಗಿ ತನ್ನೆದೆಯ ತುಮುಲವನ್ನೆಲ್ಲ ಹೇಳಬೇಕೆಂದುಕೊಂಡಿದ್ದಳು. ಆದರೆ ಅವನನ್ನು ಕಂಡ ಆನಂದಕ್ಕೆ ಅವಳಿಗೆ ಮಾತುಗಳೆಲ್ಲ ಮರೆತು ಹೋದವು. ಅವಳ ಮನಸ್ಸು ವೇಣುನಾದದಲೆಯಲಿ ತೇಲುವಂತೆ ಹಗುರವಾಗಿ ತೇಲುತ್ತಿತ್ತು

ಸ್ವಪ್ನಾವಸ್ಥೆಯಲ್ಲಿ ನಡೆದಂತೆ ತನ್ನ ತೋಳಿಗೊರಗಿ ನಡೆಯುತ್ತಿದ್ದ ತನ್ನೊಲುಮೆಯನ್ನು ನೋಡಿದ ರಘು. ತನ್ನ ಭಾಗ್ಯದೇವತೆಯನ್ನು ದೂರ ತಳ್ಳುತ್ತಿದ್ದೇನೆ. ನನ್ನೆದೆಯ ಪ್ರೇಮ ದೇವತೆಯನ್ನು ಒದೆದು ಹಾಕುತ್ತಿದ್ದೇನೆ. ಭಗವಂತ ನನಗೆ ಶಕ್ತಿ ಕೊಡು. ಕಾಣದ ದೇವರಲ್ಲಿ ಮೊರೆಯಿಟ್ಟ ರಘು.

ರಘು ಅವಳ ಕೈಯಿಂದ ತನ್ನ ಕೈಯನ್ನು ಬಿಡಿಸಿಕೊಂಡಾಗ ಎಚ್ಚೆತ್ತಳು ಅನುಪಮಾ. ಅವರು ಫಾರಂ ಹೌಸಿಗೆ ಬಂದಿದ್ದರು.

"ಮನೆ ಬಂದ್ಬಿಡ್ತಾ? ನಂಗೆ ಗೊತ್ತೇ ಆಗ್ಲಿಲ್ಲ. ನಿಮ್ಮ ಜೊತೆ ನಡೀತಿದ್ರೆ ದಾರಿ ಸವೆದಿದೆ ತಿಳಿಯೋದಿಲ್ಲ." ಅನುಪಮ ಲಗುಬಗೆಯಿಂದ ತಾನು ತಂದಿದ್ದ ಬ್ಯಾಗಿನತ್ತ ನಡೆದಳು. ಅದರಲ್ಲಿದ್ದ ನೀಲಿ ಕವರನ್ನು ಹೊರತೆಗೆದು ಅದರಿಂದ ತಾನು ಹೆಣೆದಿದ್ದ ಸ್ವೇಟರನ್ನು ತೆಗೆದವನ ಮುಂದೆ ಹಿಡಿದಳು

"ಇನ್ನೇನು ಮಳೆಗಾಲ ಪ್ರಾರಂಭವಾಗುತ್ತೆ. ನಿಮ್ಮಹತ್ರ ಎಷ್ಟೋ ಸ್ವೇಟರ್ಸ್ ಇರಬಹುದು ಆದರೆ ಅದರ ಜೊತೆಗೆ ಇದೊಂದು ಇರಲೀಂತ. ನೋಡಿ ಅಳತೆ ಸರಿ ಇದೆಯಾಂತ"

ಅದನ್ನು ತೆಗೆದುಕೊಂಡು ಅಪ್ಯಾಯತೆಯಿಂದ ನೇವರಿಸಿದ ರಘು.

"ಹಾಕ್ಕೊಂಡು ನೋಡಿ"

ಅವನಿಗೆ ಅನುಪಮಾಳ ಯಾವುದೇ ಮಾತನ್ನು ವಿರೋಧಿಸಲಾಗಲಿಲ್ಲ. ಮಂತ್ರಮುಗ್ಧನಂತೆ ಅದನ್ನು ಧರಿಸಿದ.

ಅವಳಿಗಾಗಿ ಸುದೀಪ ಅಷ್ಟೊಂದು ಹಣ ಸುರಿದಿದ್ದರೂ, ಅವಳ ಮನೆಯಲ್ಲಿ ಪೂರ್ತಿ ಆಧುನಿಕ ಉಪಕರಣಗಳನ್ನು ತುಂಬಿದ್ದರೂ, ಅವಳು ಅತ್ತ ಗಮನಹರಿಸದೆ ತನಗಾಗಿ ಉಲ್ಲನ್ ಹಾಗೂ ನೀಡಲ್ ಹಿಡಿದು ಕುಳಿತಿರಬಹುದಾದ ಆ ಕ್ಷಣವನ್ನು ನೆನೆದ ರಘು. ಅವನೆದೆ ತುಂಬಿಬಂತು.

ಜೇನು ವರ್ಣದ ಸ್ವೆಟರ್ ಅವನನ್ನು ಮೃದುವಾಗಿ ಆವರಿಸಿಕೊಂಡಾಗ ಅನುಪಮಾಳನ್ನು ಅಪ್ಪಿಕೊಂಡಷ್ಟೇ ಸಂತಸ. ಅವನ ಗೌರ ವರ್ಣಕ್ಕೆ ಆ ಸ್ವೆಟರ್ ಸುಂದರವಾಗಿ ಒಪ್ಪಿತ್ತು.

"ಸಧ್ಯ ಅಳತೆ ಸರಿಯಾಗಿದೆ. ನಂಗದೇ ಯೋಚನೆಯಾಗಿತ್ತು." ಸಂಭ್ರಮದಿಂದ ಉದ್ಗರಿಸಿದಳು ಅನುಪಮಾ.

ಹಿಂದೇನಾದರೂ ಅನುಪಮ ಈ ಮಾತನ್ನಾಡಿದ್ದಿದ್ದರೆ, ಮತ್ತೆ ಅವಳು ತಲೆಯೆತ್ತದಂತೆ ಉತ್ತರಿಸುತ್ತಿದ್ದ ರಘು.

ಅವಳ ನಯನಗಳ ಬಲೆಯಲ್ಲಿ ತಾನು ಸಿಕ್ಕಿಕೊಳ್ಳುತ್ತಿರುವ ಭಯದಿಂದ "ಬಡಿಸಿಬಿಡು ಅನೂ ಇವತ್ತು ನಂಗೆ ತುಂಬಾ ಕೆಲ್ಸ ಇದೆ. ನಾಡಿದ್ದು ತೇಗದ ಲೋಡ್ ಕಳಿಸಬೇಕು" ಎಂದ

ರಘುವಿನ ಶುಷ್ಕ ನಡವಳಿಕೆಯ ಬಗ್ಗೆ ತಲೆಕೆಡಿಸಿಕೊಳ್ಳಲಿಲ್ಲ ಅನುಪಮ. ಅವಳಿಗೆ ಅವನ ಸಾಮಿಪ್ಯವೇ ಸ್ವರ್ಗವಾಗಿತ್ತು. ಅವಳಿಗೆ ಸುದೀಪ ಪೂರ್ತಿ ಮರೆತುಹೋದ. ಸರಳವಾಗಿ ತಾನು ರಘುವಿಲ್ಲದೆ ಕಳೆದ ದಿನಗಳ ಬಗ್ಗೆ ಹೇಳಿದಳು. ಮಾತಾಡುತ್ತಲೇ ಇಬ್ಬರ ತಟ್ಟೆಗೆ ಬಡಿಸಿ, ಅವನಿಗೊಂದು ಕೊಟ್ಟು ತಾನೊಂದು ತೆಗೆದುಕೊಂಡಳು.

ತುತ್ತು ಕೈಗೆತ್ತಿಕೊಂಡಾಗ ಅವಳೆದೆಯಲ್ಲಿ ಅದಮ್ಯ ಆಸೆಯೊಂದು ಉದಯಿಸಿತು. ಅದೇ ಭಾವದಿಂದ ರಘುವಿನತ್ತ ನೋಡಿದಳು ಅನುಪಮಾ. ಆದರೆ ಅವನು ಗಂಭೀರವಾಗಿ ಊಟದ ಕಡೆಗೆ ಗಮನಹರಿಸಿದ್ದ. ಎಂದಿನಂತೆ ಅವನ ಅನುರಾಗದ ನೋಟ ಅವಳ ಮೇಲಿರಲಿಲ್ಲ.

ಒಂದು ಕ್ಷಣ ಅವಳ ಕೈ ತಡೆಯಿತು. ಮರುಕ್ಷಣವೇ ಅವಳು, ಎದೆಯಲುಕ್ಕುತ್ತಿದ್ದ ಭಾವನೆಗೆ ಮಣಿದು ತನ್ನ ಕೈಯಲ್ಲಿದ್ದ ತುತ್ತನ್ನು ರಘುವಿನ ಬಾಯಿಯ ಹತ್ತಿರ ಹಿಡಿದಳು.

ಬೆಚ್ಚಿದ ರಘು ಅವಳತ್ತ ನೋಡಿದ. ಅವಳ ಮುಖದಲ್ಲಿ ಉಕ್ಕುತ್ತಿದ್ದ ಒಲುಮೆಗೆ ಅವನ ಬಾಯಿ ಕಟ್ಟಿತ್ತು. ಅವಳ ಕಂಗಳಲ್ಲಿದ್ದ ಬೆಳಕು, ತುಟಿಗಳಲ್ಲಿದ್ದ ಕಿರುನಗೆ, ಅವಳ ಹೃದಯದಲ್ಲುಡಗಿದ್ದ ಪ್ರೀತಿಯನ್ನು ಪ್ರತಿಫಲಿಸುತ್ತಿತ್ತು. ಅವಳು ದೇವರ ಕೊರಳನ್ನು ಸೇರಲು ಪರಿತಪಿಸುವ ಪುಷ್ಪ ಮಾಲಿಕೆಯಂತೆ ತೋರಿ ಬಂದಳು.

ಮೈಮರೆತು ಬಾಯಿತೆರೆದು ಅವಳು ನೀಡಿದ ತುತ್ತನ್ನು ಸ್ವೀಕರಿಸಿದರು ರಘು. ಅವಳು ಧನ್ಯಳಾಗಿ ನಸುನಕ್ಕು ತನ್ನ ತಟ್ಟೆಗೆ ಕೈ ಹಾಕುವವಳಿದ್ದಳು. ತಟ್ಟನೆ ಎಚ್ಚೆತ್ತ ರಘು ಅವಳ ಕೈ ಹಿಡಿದುಕೊಂಡ.

"ಅನೂ ಎದ್ದು ಕೈ ತೊಳೆದುಕೂ" ಅವನ ಧ್ವನಿ ಗಂಭೀರವಾಗಿತ್ತು.

"ಯಾಕೆ?" ಅಚ್ಚರಿಯಿಂದ ಕೇಳಿದಳು.

"ನಿನ್ನ ಕೈ ಎಂಜಿಲಾಗಿದೆ "

"ಪರವಾಗಿಲ್ಲ.." ಮುಂದೇನೋ ಹೇಳಬೇಕೆಂದುಕೊಂಡಳು. ಆದರೆ ಮನಸ್ಸಿನೊಡನೆ ತುಟಿಗಳು ಸಹಕರಿಸಲಿಲ್ಲ.

" ಅನೂ ಎದ್ದು ಕೈತೊಳೀಂದೆ.." ಈಗವನ ಧ್ವನಿ ವಿಪರೀತ ಗಡುಸಾಗಿತ್ತು.

ಬೆಚ್ಚಿದ ಅನುಪಮ ಅವನ ಮುಖ ನೋಡಿದಳು. ಏಕೋ ಅವನು ರುದ್ರನಾದಂತೆನಿಸಿ ತಲ್ಲಣಿಸಿದಳು. ಕಾರಣವೇನೆಂದು ಮಾತ್ರ ತಿಳಿಯಲಿಲ್ಲ. ಅವನ ಹಿಡಿತವೂ ಅಷ್ಟೇ. ಎಂದಿನಂತೆ ಮೃದುವಾಗಿರದೆ ಕಬ್ಬಿಣದಂತೆ ಕಠಿಣವಾಗಿತ್ತು. ಬೆದರಿದ ಅನುಪಮಾ ಎದ್ದು ಸಿಂಕಿನಲ್ಲಿ ಕೈತೊಳೆದುಕೊಳ್ಳತೊಡಗಿದಳು.

ಯಾಕೋ ರಘು ತುಂಬಾ ಬದಲಾಗಿದ್ದಾರೆನಿಸಿತು. ಮೊದಲಿನ ಸೌಜನ್ಯಪೂರ್ಣ ವರ್ತನೆಯಾಗಲಿ ಸ್ನೇಹವಾಗಲಿ ಕಾಣಲಿಲ್ಲ. ಅಷ್ಟೇಕೆ? ರಘು ಬಂದು ನಾಲ್ಕು ದಿನ ಕಳೆದಿದ್ದರೂ ಸಹ ತನ್ನನ್ನು ನೋಡಲು ಬಂದಿರಲಿಲ್ಲ. ಯಾವುದೋ ಅರಿಯದ ಭೀತಿ ಅವಳನ್ನು ಆವರಿಸಿಕೊಂಡು ಕೊಂಚ ಅಳುಕಿದಳು. ಅದೇ ಚಿಂತೆಯಲ್ಲಿ ಅವಳು ಕೈತೊಳೆದು ಬರುವಲ್ಲಿ ರಘು ಊಟಮುಗಿಸಿ ಎದ್ದುಬಿಟ್ಟಿದ್ದ.

"ನೀನು ಊಟ ಮುಗಿಸಿ ಮನೆಗೆ ಹೋಗು. ಈಗ ಮಳೆಗಾಲ ಹತ್ತಿರ ಬರ್ತಾ ಇದೆ. ಈ ಟೈಮಲ್ಲಿ ದಿನದ ೨೪ ಗಂಟೇನೂ ಸಾಕಾಗೋದಿಲ್ಲ. ಈಗಾಗಲೇ ಆ ತೋಟದಲ್ಲಿ ಸಾಕಷ್ಟು ಲಾಸಾಗಿದೆ. ಅದನ್ನು ಇಲ್ಲಿಯ ಬೆಳೆಗಳಿಂದಲೇ ಸರಿದೂಗಿಸಿಕೊಳ್ಳಬೇಕಾಗಿದೆ. ನಂಗೆ ನಿನ್ನ ಮನೆಗೆ ಡ್ರಾಪ್ ಮಾಡೋಕ್ಕಾಗೋದಿಲ್ಲ" ಅವಳಿನ್ನೂ ತಟ್ಟೆ ಹಿಡಿದಿರಲಿಲ್ಲ ಅವಳ ಮುಂದೆ ರಸಬಾಳೆ ಹಣ್ಣುಗಳನ್ನು ಹಿಡಿದು ನುಡಿದ.

ಈಗಂತೂ ಅನುಪಮಾ ಪೂರ್ತಿ ಪೆಚ್ಚಾದಳು.

ಅವಳ ಮಂಕಾದ ಮುಖ ನೋಡಲಾಗಲಿಲ್ಲ ರಘುವಿಗೆ. "ಡೋಂಟ್ ಮಿಸ್ಟೇಕ್ ಮಿ.. ಮಾನ್ಸೂನ್‌ನಲ್ಲಿ ತುಂಬಾ ಕೆಲಸ ಇರುತ್ತೆ. ಸಮ್ಮರ್‌ನಲ್ಲಿ ಟೈಮ್‌ಪಾಸ್ಟ್ ಮಾಡಿದ ಹಾಗೆ ಮಾಡೋಕ್ಕಾಗೋದಿಲ್ಲ." ಎಂದು ಸ್ವಲ್ಪ ತಡೆದು ಮುಂದುವರೆಸಿದ .. "ಅದಕ್ಕೆ ಇನ್ನು ಮುಂದೆ ನಾನು ನಿಂಗೆ ಕಂಪನಿ ಕೊಡೋಕ್ಕಾಗೋದಿಲ್ಲ.. ಸಾರಿ" ಅವನು ಅವಳಿಗೆ ಬೆನ್ನುಹಾಕಿ ನಡೆದ.

ಅನುಪಮಾಳಿಗೆ ಅಷ್ಟೇ ಸಾಕಾಯಿತು. "ಸಧ್ಯ, ನಾನು ರಘುವನ್ನು ತಪ್ಪು ತಿಳಿದುಬಿಟ್ಟಿದೆ. ಎಂಥ ಹುಚ್ಚಿ ನಾನು. ಗಂಡಸರಿಗೆ ನೂರೆಂಟು ಚಿಂತೆ. ಅದರಲ್ಲೂ ರಘುವಿಗೆ ಈ ಸಮಯದಲ್ಲಿ ಉಸಿರಾಡಲೂ ಪುರುಸೊತ್ತಿರುವುದಿಲ್ಲ. ಆ ತೋಟ ಬೇರೆ ಹಾಳಾಗಿದೆ. ಅಂತಹದರಲ್ಲಿ..." ತನ್ನನ್ನು ತಾನೇ ಸಂತೈಸಿಕೊಂಡಳು ಅನುಪಮಾ.

ಒಂದು ಕ್ಷಣ ರಘುವಿನ ಒರಟುತನಕ್ಕೆ ಪೆಚ್ಚಾಗಿದ್ದ ಮನಸ್ಸು ಪುನಃ ಮೈಕೊಡವಿಕೊಂಡು ಯಥಾಸ್ಥಿತಿಗೆ ಬಂದಿತು. ಬೇಗ ಬೇಗ ಊಟ ಮುಗಿಸಿ ರಘುವಿದ್ದಲ್ಲಿಗೆ ಬಂದಳು .

ಆಳುಗಳಿನ್ನೂ ವಿರಮಿಸಿಕೊಳುತ್ತಿದ್ದರು. ರಘು ಗಿಡಗಳನ್ನು ಪರೀಕ್ಷಿಸುತ್ತಿರುವವನಂತೆ ನಟಿಸುತ್ತಿದ್ದ. ಕಿರುಗಣ್ಣಿನಲ್ಲೇ ಅನುಪಮಾ ಬಂದದ್ದನ್ನು ಗಮನಿಸಿದರೂ ಸಹ ಗಮನಿಸದಂತೆ ತನ್ನ ಕೆಲಸದಲ್ಲಿ ಮುಳುಗಿಹೋದ.

ಅನುಪಮಾ, ರಘು ತನಗೆ ಕಾಣುವಂತೆ ಎತ್ತರದ ಜಾಗದಲ್ಲಿ ಕುಳಿತುಕೊಂಡಳು.

ಸಂಜೆ ೫:00 ಘಂಟೆಯವರೆಗೂ ಕೆಲಸ ನಡೆಯಿತು. ಸಾಧಾರಣವಾಗಿ ರಘು ೩ ಘಂಟೆಗೆಲ್ಲ ಹೊರಟುಬಿಡುವವ ಆದರೆ ಅಂದು ೫ ಘಂಟೆಯಾದರೂ ಆಳುಗಳಿಗೆ ಸಲಹೆ ಕೊಡುತ್ತಲೇ ಇದ್ದ.

ಬೆಳಕು ನಂದಿ ಕತ್ತಲಾವರಿಸತೊಡಗಿದರಿಂದ ಎದ್ದಳು ಅನುಪಮಾ-. ತೋಟದಿಂದ ಅವಳ ಮನೆ ಅರ್ಧ ಘಂಟೆಯ ನಡಿಗೆ. ಅವಳು ಮನೆ ತಲುಪುವಷ್ಟರಲ್ಲಿ ಪೂರ್ತಿ ಕತ್ತಲಾಗಿಬಿಡುತ್ತಿತ್ತು.

"ರಘು ನಾನಿನ್ನು ಬರ್ತೀನಿ. ಮತ್ತೆ ನಾನು ಬಂದು ನಿಮಗೆ ತೊಂದರೆ ಕೊಡೋಲ್ಲ. ನೋಡಿ ನಿಮಗೆ ಟ್ಯೆಮಾದಾಗ ನೀವೇ ಮನೆಗೆ ಬನ್ನಿ. ಅಥವಾ ನೀವು ಫ್ರೀಯಾದಾಗ ಹೇಳಿ ಕಳಿಸಿದ್ರೆ ನಾನೇ ಬರ್ತೀನಿ". ಅವಳು ರಘುವನ್ನು ಸಮೀಪಿಸಿ ಸ್ನೇಹದಿಂದ ಹೇಳಿದಳು.

"ನಿಂಗೆ ಆಗ್ಲೇ ಹೋಗ್ಲಿಕ್ಕೆ ಹೇಳಿದ್ನಲ್ಲ.." ಅವಳ ಸಹನೆಗೆ ಸೋತು ಹೇಳಿದ ರಘು.

ಹೇಗೂ ಬಂದುಬಿಟ್ಟಿದ್ನಲ್ಲ ಹಾಗೆ ಕೂತ್ಕೊಂಡೆ. ಸರಿ ನಾನಿನ್ನು ಬರ್ತೀನಿ" ಅವನಿಗೆ ಬೆನ್ನು ಹಾಕಿದಾಗ ಸಹಿಸಲಾಗಲಿಲ್ಲ ರಘುವಿಗೆ.

" ಇರು ನಿನ್ನ ಮನೆಗ ಡ್ರಾಪ್ ಮಾಡ್ತೀನಿ .."

"ಖಂಡಿತ ಬೇಡ. ನಂಗೇನು ಈ ಜಾಗ ಹೊಸದಾ? ಹತ್ತು ನಿಮಿಷದಲ್ಲಿ ಮನೇಲಿರ್ತೀನಿ... ಸೀ ಯು " ಅವಳು ಮುನ್ನಡೆದಳು

****

ರಘು ನಿರ್ಧಾಕ್ಷಿಣ್ಯವಾಗಿ ಅನುಪಮಳನ್ನು ಹೊರಗಟ್ಟಿದ್ದ, ಆದರೆ ಅವಳು ಅವನಿಗೆ ಬೆನ್ನು ಹಾಕಿ ದೂರ ನಡೆದಂತೆಲ್ಲ ಅವನ ಹೃದಯ ಚೂರುಚೂರಾಗತೊಡಗಿತು. ಬೆಂಕಿಯಲ್ಲಿ ಬಿದ್ದ ಪತಂಗದಂತೆ ಒದ್ದಾಡಿದ ರಘು. ಅವನಲ್ಲಿದ್ದ ಜೀವನೋತ್ಸಾಹ ಬತ್ತಿಹೋಯಿತು. ಅವನಿಗೆ ಯಾವಾಗಲೂ ಹರ್ಷ, ಸಂತೋಷ ಮತ್ತು ಚೈತನ್ಯವನ್ನು ನೀಡುತ್ತಿದ್ದ ಅವನ ಹೂದೋಟಗಳು ನೀರಸವಾದವು. ಅವನ ಸಾಧನೆಯ ಪ್ರತೀಕವಾಗಿದ್ದ ತೋಟಗಳು ಬರಡಾಗಿ ಬಣಬಣಗುಟ್ಟ ತೊಡಗಿದವು. ಎಲ್ಲವೂ ಬರಡೆನಿಸಿ, ಯಾವುದು ಬೇಡ ಎಲ್ಲವನ್ನೂ ಬಿಟ್ಟು ದೂರ ಹೋಗುವ ಹಂಬಲ.

ಮನೆಯಲ್ಲಿ ಇತ್ತೀಚಿಗೆ ಸುದೀಪ ಮತ್ತು ಅನುಪಮಳ ಮಾತೇ ನಡೆಯುತ್ತಿದ್ದುದರಿಂದ ಅವನಿಗೆ ಆ ಮನೆ ನರಕ ಸದೃಶ್ಯವಾಗಿತ್ತು. ಆದ್ದರಿಂದ ಅವನು ಮನೆಯಲ್ಲಿರುವುದನ್ನೇ ಕಡಿಮೆ ಮಾಡಿಬಿಟ್ಟಿದ್ದ.

ರಘು ಬೆಳಗ್ಗೆಯ ತಿಂಡಿಯನ್ನೂ ಸಹ ತೋಟಕ್ಕೆ ತರಿಸಿಕೊಳುತ್ತೊಡಗಿದ. ತಿಂಡಿಯನ್ನು ಮಾತ್ರ ಅವನು ಮುಗಿಸಲೇ ಬೇಕಾಗುತ್ತಿತ್ತು. ಕಾರಣ ತಿಂಡಿಯನ್ನು ತರುತ್ತಿದ್ದವ ಚೆನ್ನಜ್ಜ. ಚೆನ್ನಜ್ಜ ರಘು ತಿಂಡಿ ಮುಗಿಸುವವರೆಗೆ ಅವನೆದುರಿನಿಂದ ಕದಲುತ್ತಿರಲಿಲ್ಲ. ಚೆನ್ನಜ್ಜ ಮನೆಯ ಹಿರಿಯರಲ್ಲೊಬ್ಬನಾದುದರಿಂದ ಅವನಿಗೆ ಎದುರಾಡುತ್ತಿರಲಿಲ್ಲ ರಘು.

ನಂತರ ಬೇಡಬೇಡವೆಂದರೂ ಕೆಲಸದ ಒತ್ತಡದಲ್ಲಿ ಸಿಲುಕಿ ಕೊಳುತ್ತಿದ್ದ ರಘು. ಅವನು ಗಳಿಸಿಕೊಂಡಿದ್ದ ಜನಪ್ರಿಯತೆಯಿಂದ ಅವನಿಗೆ ಉಸಿರಾಡಲು ಕೂಡ ಪುಗುಸೊತ್ತಾಗುತ್ತಿರಲಿಲ್ಲ.

ಮುಂಗಾರು ಪ್ರಾರಂಭವಾದ್ದರಿಂದ ಗಂಗಾ ಫಾರ್ಮ್ ನ ಗಿಡಗಳಿಗೆ ಬಹಳ ಬೇಡಿಕೆ ಇತ್ತು. ದಿನಕ್ಕೊಬ್ಬರಾದರೂ ಬಂದು ಸಾವಿರಗಟ್ಟಲೆ ಸಸಿಗಳನ್ನು ಕೊಳ್ಳುತ್ತಿದ್ದರು. ಸದಾ ಕಿರುಗುಡುತ್ತಿದ್ದ ಮೊಬೈಲ್ ಫೋನ್, ಉಪಕರಣಗಳನ್ನು ಬಾಡಿಗೆಗೆ ಕೊಳ್ಳಲು ಬರುತ್ತಿದ್ದ ನೆರೆಹೊರೆಯವರು, ದಿನಕ್ಕೊಂದು ತೊಂದರೆ ಹೇಳಿಕೊಂಡು ಬರುತ್ತಿದ್ದ ಆಳುಕಾಳುಗಳು, ತೋಟದ ಮೇಲ್ವಿಚಾರಣೆ, ಆಗೊಮ್ಮೆ, ಈಗೊಮ್ಮೆ ಅವನ ತೋಟ ಮತ್ತು ಫಾರಂಗಳನ್ನು ನೋಡಿ ಅವನಿಂದ ಹೆಚ್ಚಿಗೆ ಮಾಹಿತಿಯನ್ನು ಪಡೆದುಕೊಳ್ಳಲು ದೂರದೂರುಗಳಿಂದ ಬರುತ್ತಿದ್ದ ರೈತರು, ಅವನ ಬೆಳಗಿನ ಸಮಯವನ್ನು ಪೂರ್ತಿಯಾಗಿ ಕಬಳಿಸಿ ಬಿಡುತ್ತಿದ್ದರು.

ಆರು ಘಂಟೆಯ ನಂತರ, ಆಳುಗಳು ಮನೆಗಳಿಗೆ ತೆರಳಿದ ಮೇಲೆ, ರಘು ಒಂಟಿಯಾಗಿ ಬಿಡುತ್ತಿದ್ದ. ತನ್ನ ಕೆಲಸ ಮುಗಿಸಿದ ರಘು ಎಲ್ಲ ಜಂಜಾಟದಿಂದ ದೂರಾಗಿ, ಹೊಳೆಯ ತೀರದಲ್ಲೂ, ಕಾಡಿನ ಮೂಲೆಯಲ್ಲಿ ಅಥವಾ ಗುಡ್ಡದಮೇಲೆ ಏಕಾಂಗಿಯಾಗಿ ಕುಳಿತು ಬಿಡುತ್ತಿದ್ದ. ಗಗನದೀಪ ಕರಗುವವರೆಗೂ, ಅನುಪಮಾಳ ಬಗ್ಗೆ ಚಿಂತಿಸುತ್ತಾ, ಅವಳೊಂದಿಗೆ ಕಳೆದ ಸವಿನೆನಪುಗಳ ಮೆಲುಕು ಹಾಕುತ್ತ, ಅವಳಿಂದ ದೂರಾಗುವ ಪರಿಯನ್ನು ಯೋಚಿಸುತ್ತ ಕುಳಿತುಕೊಳ್ಳುತ್ತಿದ್ದ. ಭೂಮಿಯಾಕಾಶದ ವ್ಯತ್ಯಾಸ ಅಳಿದುಹೋದ ಮೇಲೆ ಎದ್ದು ಮನೆಯತ್ತ, ಅದೂ ತಾಯಿ ತನಗಾಗಿ ಊಟಕ್ಕಾಗಿ ಕಾಯುವರೆಂಬ ಅರಿವಿದ್ದರಿಂದ ಮನೆಗೆ ಬರುತ್ತಿದ್ದ ರಘು.

ಮತ್ತೆ ಅನುಪಮಾ, ರಘುವನ್ನು ಹುಡುಕಿಕೊಂಡು ಬರಲಿಲ್ಲವಾದರೂ, ಎರಡು ದಿನಕ್ಕೊಮ್ಮೆಯಾದರೂ ಅವನಿಗೆ ಪ್ರಿಯವಾದ ತಿಂಡಿ ಅಥವಾ ಅಡುಗೆ ಯಾವುದಾದರೂ ಆಳಿನ ಮೂಲಕ ರಘುವನ್ನು ಸೇರುತ್ತಿತ್ತು. ಹಾಗೆ ಅನುಪಮಾ ಪ್ರೀತಿಯಿಂದ ಕಳಿಸಿಕೊಟ್ಟ ಡಬ್ಬಿ ಅವನನ್ನು ಸೇರಿದಾಗ, ಪ್ರತಿ ಬಾರಿಯೂ ಅವನ ಕಂಗಳು ಹನಿಗೂಡುತಿದ್ದವು. ಎದೆಯಲ್ಲಿ ಉರಿಯುವ ದಾವಾನಲ ಇನ್ನಷ್ಟು ಪ್ರಜ್ವಲಿಸುತ್ತಿತ್ತು.

ಹೀಗೆ ಒಳಗೊಳಗೆ ಬೆಂದ ರಘು ಒಮ್ಮೆ ಯೋಚಿಸಿದ. 'ಸುದೀಪ ಎಷ್ಟಿದ್ದರೂ ತನ್ನ ತಮ್ಮ. ಅವನಲ್ಲಿ ನಾನು ಪ್ರೇಮಭಿಕ್ಷೆ ಬೇಡಿದರೇನು ತಪ್ಪು? ಅನುಪಮಳನ್ನು ತಾನೆಷ್ಟು ಪ್ರೀತಿಸುತ್ತಿದ್ದೇನೆ, ಅನುಪಮಳಿಲ್ಲದೆ ನನ್ನುಸಿರು ಬಿದ್ದುಹೋಗುತ್ತದೆ ಎನ್ನುವ ಸತ್ಯವನ್ನು ಅವನಿಗೆ ಮನದಟ್ಟು ಮಾಡಿಕೊಡಬೇಕು. ಅವಳಿಲ್ಲದೆ ತಾನು ಬದುಕುವುದಿಲ್ಲ ಎನ್ನುವ ಸತ್ಯವನ್ನು ಅವನಿಗೆ ವಿವರಿಸಬೇಕು.

ಅನುಪಮಳ ಬದಲಿಗೆ ಅವನು ಏನು ಬೇಕಾದರೂ ತೆಗೆದುಕೊಳ್ಳಲಿ. ಏನು ಏಕೆ, ತನ್ನ ಸಮಸ್ತ ಆಸ್ತಿಯನ್ನು ಬೇಕಾದರೆ ತೆಗೆದುಕೊಂಡು ಬಿಡಲಿ. ತನಗೆ ಅನುಪಮಳನ್ನು ಮಾತ್ರ ಕೊಟ್ಟುಬಿಡಲಿ. ಇಂದವನನ್ನು ಕೇಳಿಯೇ ಬಿಡುತ್ತೇನೆ.

ರಘು ಆ ನಿರ್ಧಾರಕ್ಕೆ ಬಂದಾಗ ಜೋರಾಗಿ ಮಳೆ ಸುರಿಯುತ್ತಿತ್ತು. ಅಸಹನೆಯಿಂದ ಮಳೆ ಕಡಿಮೆಯಾಗುವುದನ್ನು ಕಾಯುತ್ತಿದ್ದ ರಘು, ಮಳೆ ಸ್ವಲ್ಪ ಕಡಿಮೆಯಾಗುತ್ತಿದ್ದಂತೆ ಮನೆಯತ್ತ ಧಾವಿಸಿದ.

ಅಂದು ಭಾನುವಾರವಾದ್ದರಿಂದ ಸುದೀಪ ಮನೆಯಲ್ಲೇ ಇರುವನೆಂಬ ವಿಷಯ ರಘುವಿಗೆ ತಿಳಿದಿತ್ತು.

ಕ್ಷಣವೂ ತಡಮಾಡದೆ ಸುದೀಪನ ಕೋಣೆಯತ್ತ ನಡೆದು ಬಾಗಿಲು ಬಡಿದ. ಒಳಗಿನಿಂದ ಪ್ರತಿಕ್ರಿಯೆ ಬರದಿದ್ದಾಗ ಅವನು ಮಲಗಿರಬಹುದುದೆಂದುಕೊಂಡು ತಾನೆ ಬಾಗಿಲಿನ ಹಿಡಿ ತಿರುಗಿಸಿ ಒಳಗೆ ಬಂದ. ಆದರೆ ಕೋಣೆಯಲ್ಲಿ ಸುದೀಪನಿರಲಿಲ್ಲ. ಬಹುಶ ಓದುವ ಕೋಣೆಯಲ್ಲಿರಬಹುದೆಂದುಕೊಂಡು ಅತ್ತ ನಡೆದ ರಘು.

ಮನಸ್ಸಿನ ಹೋರಾಟಕ್ಕೊಂದು ಕೊನೆಗಾಣಿಸಬೇಕು, ಇಂದು ಏನಾದರೊಂದು ತೀರ್ಮಾನ ಮಾಡಿಬಿಡಬೇಕೆಂದು ಅವನು ನಿರ್ಧರಿಸಿದಂತಿತ್ತು

ಹಾಗೆ ಓದುವ ಕೋಣೆಯತ್ತ ತೆರಳುವಾಗ, ಅಕಸ್ಮಾತಾಗಿ ಅವನ ನೋಟ ಮೇಜಿನ ಮೇಲೆ ಹರಿಯಿತು. ಅದರ ಮೇಲಿದ್ದ ಭಾವಚಿತ್ರ ಅವನನ್ನು ಸೂಜಿಗಲ್ಲಿನಂತೆ ಸೆಳೆಯಿತು. ಮೇಜಿನ ಮೇಲಿದ್ದ ಸುದೀಪನ ಭಾವಚಿತ್ರದ ಜೊತೆಯಲ್ಲಿ ಅನುಪಮಳ ಭಾವಚಿತ್ರ ಹಾಕಲಾಗಿತ್ತು.

ರಘು ಕುಟ್ಮಾದಿಂದ ಬಂದಲ್ಲಿಂದ ಸುದೀಪನ ಕೋಣೆಗೆ ಬಂದಿರದ ಕಾರಣ ಅವನಾ ಭಾವಚಿತ್ರವನ್ನು ನೋಡಿರಲಿಲ್ಲ.

ಕಣ್ಣು ಕಿರಿದುಗೊಳಿಸಿ ಅತ್ತ ನಡೆದ ರಘು. ಮರುಕ್ಷಣ ಅವನ ನೋಟ ಸುದೀಪನ ಹಾಸಿಗೆಯ ತುಂಬಾ ಹರಡಿದ್ದ ಭಾವಚಿತ್ರಗಳಲ್ಲಿ ಕೀಲಿಸಿ ಹೋಯಿತು. ಹೆಚ್ಚುಕಡಿಮೆ ಹದಿನ್ಯೆದಿಪ್ಪತ್ತು ಭಾವಚಿತ್ರ ಪೂರ್ತಿ ಅನುಪಮಳದಾಗಿತ್ತು. ಅದರಲ್ಲಿ ಕೆಲವು ರಘು ಕಾಫಿತೋಟದಲ್ಲಿ ತೆಗೆದ ಫೋಟೋಗಳಿದ್ದವು. ಉಳಿದವನ್ನು, ಹಿಂದೊಮ್ಮೆ ಅನುಪಮಾಳ ಆಲ್ಬಮ್ನಲ್ಲಿ ನೋಡಿದ್ದ ರಘು.

ನಡುಗುವ ಕಾಲುಗಳಿಂದ ಅತ್ತ ನಡೆದ ರಘು. ಸುದೀಪನಿಂದ ಪ್ರೇಮ ಭಿಕ್ಷೆ ಬೇಡುವ ಅವನ ನಿರ್ಧಾರ ಅಲುಗಾಡತೊಡಗಿತು.

ಫೋಟೋಗಳನ್ನು ನೋಡುತ್ತಿದ್ದ ಸುದೀಪ ಅದೇತಾನೆ ಎಲ್ಲಿಗೋ ಹೋದಂತಿತ್ತು. ಆ ಫೋಟೋಗಳನ್ನು ಕೈಯಲೆತ್ತಿಕೊಂಡು ಕ್ಷಣಕಾಲ ನಿರುಕಿಸಿದ ರಘು. ಪ್ರತಿಯೊಂದು ಭಾವಚಿತ್ರ ದ ಹಿಂಬದಿಯಲ್ಲಿ ಸುದೀಪನ ಭಾವನೆಗಳು ಬಿಂಬಿತವಾಗಿದ್ದವು.

ಇನ್ನಲ್ಲಿ ನಿಲ್ಲಲಾರದೆ ಕಾಲೆಳೆದುಕೊಂಡು ಹೊರಬಂದ.

ಹೊರಗಡೆ ಮಳೆಯ ಅಬ್ಬರ ಜೋರಾದಂತೆನಿಸಿ ಸುಮ್ಮನೆ ಹಾಲಿನಲ್ಲಿ ಯಾವುದೋ ಪುಸ್ತಕ ಹಿಡಿದು ಕುಳಿತುಕೊಂಡ. ತಾಯಿಯ ಮಾತಿನಿಂದ ತಪ್ಪಿಸಿಕೊಳ್ಳುವ ಶಸ್ತ್ರ ಅದಾಗಿತ್ತು.

"ಇದೇನು ಸುದೀ ಇಷ್ಟೊಂದು ಬಟ್ಟೆಗಳನ್ನು ತಂದಿದ್ದೀಯಾ?" ಅದೇ ತಾನೆ ಮಾರುತಿಯನ್ನು ನಿಲ್ಲಿಸಿ ನಾಲ್ಕೈದು ದೊಡ್ಡ ದೊಡ್ಡ ಬಟ್ಟೆಯ ಕವರುಗಳನ್ನು ಹಿಡಿದು ಬಂದ ಮಗನನ್ನು ಕೇಳಿದವರು ಗಂಗವ್ವ.

ಅನಿರೀಕ್ಷಿತವಾಗಿ ರಘುವನ್ನು ಹಾಲಿನಲ್ಲಿ ಕಂಡ ಸುದೀಪ ಕ್ಷಣ ತಡವರಿಸಿದ. ಮರುಕ್ಷಣವೇ ಸಾವರಿಸಿಕೊಂಡು ಬಟ್ಟೆಯ ಕವರುಗಳನ್ನು ತಾಯಿಯ ಕೈಗೆ ಹಿಡಿಸಿದ ಸುದೀಪ.

"ಲಾಸ್ಟ್ ವೀಕ್ ಗಣಪತಿ ಬೆಂಗಳೂರಿಗೆ ಹೋಗುವಾಗ ಕೆಲವು ಸೀರೆಗಳ ಡಿಸೈನ್ ಕೊಟ್ಟು ತರೋದಕ್ಕೆ ದುಡ್ಡು ಕೊಟ್ಟಿದೆ. ಇವತ್ತು ಬಂದ್ನಂತೆ, ಫೋನ್ ಮಾಡಿದ್ದ ಹೋಗಿ ತಗೊಂಡು ಬಂದೆ."

"ಈ ಮಳೇಲಿ? ನಾಳೆ ಹೋಗಿದ್ರಾಗ್ತಾ ಇರಲಿಲ್ವಾ?"

"ಮಳೆಯೇನು ಬಂತಮ್ಮ? ಅವಳಿಗೋಸ್ಕರ ನಾನು... ಅದೆಲ್ಲ... ನಿಂಗೆ ಅರ್ಥ ಆಗಲ್ಲ ಬಿಡು." ರಘು ಅಲ್ಲೇ ಇದ್ದುದರಿಂದ ತನ್ನ ಮಾತಿಗೆ ಕಡಿವಾಣ ಹಾಕಿದ ಸುದೀಪ.

"ಅಮ್ಮ ಸೀರೆ ನೋಡ್ತಾ ಇರು. ಅಷ್ಟೊತ್ತಿಗೆ ಬಟ್ಟೆ ಬದಲಾಯಿಸಿ ಬಂದು ಬಿಡ್ತೀನಿ" ಅವನು ಮಹಡಿಯತ್ತ ನಡೆದ.

ಗಂಗವ್ವನವರ ಕೈಯಲ್ಲಲಿಲ್ಲ. ಆದರೆ ರಘುವೇ ಸೀರೆಯ ಪ್ಯಾಕೆಟ್ಟುಗಳನ್ನು ಬಿಡಿಸಿದ. ಅಪರೂಪದ ಡಿಸೈನ್ ಹಾಗೂ ವರ್ಣಮೇಳಗಳನ್ನೊಳಗೊಂಡ ಬೆಲೆ ಬಾಳುವ ರೇಷ್ಮೆ ಸೀರೆಗಳು ಒಂದಕ್ಕೊಂದು ಪೈಪೋಟಿಗೆ ನಿಲ್ಲಿಸಿದಂತಿತ್ತು. ತುಂಬಾ ಒಳ್ಳೆಯ ಸೆಲೆಕ್ಷನ್, ಅನುಪಮಾಳ ತಾವರೆಯ ಮೈ ಬಣ್ಣಕ್ಕೆ ಅದ್ವಿತೀಯವಾಗಿ ಶೋಭಿಸುತ್ತದೆ.

ಅಂದರೆ.... ಅವನೆದೆ ಕುಸಿಯಿತು. ಗಣಪತಿಯ ಫೋನ್ ಬಂದೊಡನೆ ಮಳೆಯನ್ನೂ ಗಣನೆಗೆ ತಂದುಕೊಳ್ಳದೆ ಅನುಪಮಳಿಗಾಗಿ ಸೀರೆ ತರಲು ಓಡಿದ್ದಾನೆ ಸುದೀಪ.

"ಗಣಪತಿ ಕಲರ್ ವಿಷಯದಲ್ಲಿ ತುಂಬಾ ಡಲ್. ಸಧ್ಯ ಗುರುತು ಹಾಕಿಕೊಟ್ಟಿದ್ದನ್ನ ಮರೆಯದೆ ತಂದಿದ್ದಾನೆ ಪುಣ್ಯಾತ್ಮ." ಎನ್ನುತ್ತಾ ಸುದೀಪ ಕೆಳಗೆ ಬಂದಾಗ ರಘುವಿನ ಕೈಯಲ್ಲಿದ್ದ ಮೆಜೆಂಟಾ ವರ್ಣದ ಸೀರೆ ಕೆಳಜಾರಿತು.

ಹೌದು ಸುದೀಪ್ ಒರಟ ನಿಜ. ಆದರೆ ಅವನು ಅನುಪಮಾಳನ್ನು ಪ್ರಾಣದಂತೆ ಪ್ರೀತಿಸುತ್ತಾನೆ. ಅವಳಿಗಾಗಿ ಅವನು ಏನುಮಾಡಲೂ ಸಿದ್ಧನಿದ್ದಾನೆ.

ಅನುಪಮಳನ್ನು ಮದುವೆಯಾದರೆ ಖಂಡಿತ ಸುದೀಪನ ಒರಟು ಗುಣ ಬದಲಾಗುತ್ತದೆ. ಬದಲಾಗಿ ನಾನು ಅನುಪಮಳನ್ನು ಅವನಿಂದ ಬೇಡಿ ಪಡೆದರೆ, ನಂತರ ಅದೇ ನಿರಾಶೆಯಿಂದ ಅವನಿನ್ನಷ್ಟು ಕಲ್ಲಾಗಬಹುದು. ನಂತರ ಅವನು ಕೊಟ್ಟ ವರವೇ, ಪಾಪಪ್ರಜ್ಞೆಯಿಂದ ನನಗೆ ಶಾಪವಾಗಿ ಪರಿಣಮಿಸಬಹುದು.

ಇನ್ನೂ ಅನೂ.. ತನ್ನ ನಿರಾಕರಣೆಯಿಂದ ಅವಳು ನೊಂದುಕೊಳ್ಳುತ್ತಾಳೆ ನಿಜ. ಆದರೆ ಸುದೀಪ ನನಗಿಂತ ಯಾವುದರಲ್ಲೂ ಕಡಿಮೆಯಿಲ್ಲ. ಅಲ್ಲದೆ ಅವನು ಅವಳನ್ನು ನನಗಿಂತ ಸಾವಿರಪಟ್ಟು ಪ್ರೀತಿಸುತ್ತಾನೆ. ನನ್ನ ನಿರಾಕರಣೆಯ ನೋವು, ಸುದೀಪನ ಪ್ರೀತಿಯಲ್ಲಿ ಕರಗಿಹೋಗುತ್ತದೆ. ಅವಳನ್ನು ಮಾತ್ರ ಅವನು ನೋಯಿಸಲಾರ. ನನ್ನ ಅನುಪಮಾ, ಅವನ ಪ್ರಗತಿಯಾಗಿ ಖಂಡಿತ ಸುಖವಾಗಿರುತ್ತಾಳೆ. ದೃಢನಿರ್ಧಾರವನ್ನು ತಳೆದ ರಘು ಕೆಳ ಜಾರಿದ ಸೀರೆಯನೆತ್ತಿಕೊಂಡ

****

ಮಳೆಗಾಲ ಪೂರ್ಣ ತೀವ್ರತೆಗೆ ಬಂದಿತ್ತು. ಧೋ ಎಂದು ಮನೆ, ಮರಗಳು ಕೊಚ್ಚಿ ಹೋಗುವಂತೆ ಸುರಿಯುತ್ತಿದ್ದ ಮಳೆಗೆ, ಹಳ್ಳಕೊಳ್ಳಗಳು ತುಂಬಿ ಕೋಡಿ ಬಿದ್ದವು. ನದಿಯ ನೀರಿನ ಮಟ್ಟ ಕ್ರಮೇಣ ಮೇಲೇರಿ ರಸ್ತೆ ಮತ್ತು ಸೇತುವೆಗಳನ್ನು ಮುಳುಗಿಸಿದವು. ತತ್ಪರಿಣಾಮವಾಗಿ ಸಾರಿಗೆ ಸಂಪರ್ಕಗಳು ಕಡಿದು ಬಿದ್ದವು. ಶಾಲಾ ಕಾಲೇಜುಗಳಿಗೆ ರಜೆ ಘೋಷಿಸಲಾಯಿತು. ಗದ್ದೆ, ತೋಟಗಳ ಕೆಲಸಗಳು ತಟಸ್ಥವಾದವು. ಜಾನುವಾರುಗಳು ಕೊಟ್ಟಿಗೆಯಲ್ಲುಳಿದವು. ಹಳೆಯ ಟೊಳ್ಳು ಮರಗಳು ನೆಲ ಸೇರಿದವು. ಅಲ್ಲಲ್ಲಿ ಕೆಲವು ಆಳುಗಳ ಗುಡಿಸಿಲುಗಳು ಕುಸಿದವು. ಜಿರೋ ಎಂದು ಸುರಿಯುತ್ತಿದ್ದ ಮಳೆ, ಮೈ ನಡುಗಿಸುವ ಚಳಿ, ಪೆಟ್ಟಿಗೆಯಿಂದ ಸ್ವೆಟರ್ ಕಂಬಳಿಗಳನ್ನು ಹೊರಗೆಳೆಸುವುದರ ಜೊತೆಗೆ, ಮನೆಗಳ ಕಿಟಕಿ, ಬಾಗಿಲುಗಳನ್ನು ಮುಚ್ಚಿಸಿದವು. ಜನರು ಎದಿರು ಬದಿರು ಮನೆಗಳಿಗೆ ಓಡಾಡುವುದೇ ಕಷ್ಟಸಾಧ್ಯವಾಯಿತು. ಒಗೆದ ಬಟ್ಟೆಗಳು ಒಣಗದೆ ಮಂಚದ ಕಾಲು, ಕಿಟಕಿ-ಬಾಗಿಲುಗಳನ್ನೇರಿ ತಮ್ಮ ಪಾರುಪತ್ಯ ನಡೆಸಿದವು.

ಬೇಸಿಗೆಗಾಲದಲ್ಲಿ ಮಣ್ಣು ಮೆತ್ತಿ ಒಣಗಿಸಿದ ಹಲಸಿನ ಬೀಜಗಳು, ಉಪ್ಪು ಹಾಕಿ ಒಣಗಿಸಿದ ಮೀನು, ಮಾಂಸದ ತುಂಡುಗಳು ಕೆಲಸಕ್ಕೆ ಬಂದವು. ಕಾಫಿ ಬಿಸಿನೀರಿನ ಸ್ಥಾನವನ್ನು ಪೂರ್ಣವಾಗಿ ಆಕ್ರಮಿಸಿಕೊಂಡಿತ್ತು. ಗದ್ದೆಯಲ್ಲಿ ಸಿಗುತ್ತಿದ್ದ ಏಡಿ ಮತ್ತು ಮೀನು ಸುಡುವ ವಾಸನೆ ಮಾಮೂಲಾಗಿ ಹೋಯಿತು.

ಮಳೆಗಾಲದಲ್ಲಿ ಮಲೆನಾಡಿನ ಸೊಬಗೇ, ಸೊಬಗು. ಕೊಚ್ಚಿ ಹೋಗುವಂತೆ ಒಂದೇಸಮನೆ ಮಳೆ ಸುರಿದರೂ, ಏರು-ತಗ್ಗುಗಳಿಂದ ಕೂಡಿದ ಪ್ರದೇಶವಾದ್ದರಿಂದ ಎಲ್ಲಿಯೂ ನೀರು ನಿಲ್ಲದೆ ಹರಿದುಹೋಗುತ್ತಿತ್ತು. ಪರಿಣಾಮವಾಗಿ ಒಂದಿಷ್ಟೂ ಕೆಸರಿರುವುದಿಲ್ಲ. ಕೆರೆಕೊಳ್ಳಗಳು ತುಂಬಿ, ನದಿಗಳು ಉಕ್ಕಿ ಹರಿಯುತ್ತದೆ. ನೂರಾರು ಝರಿ, ಕಾಲುವೆಗಳು ಜುಳು ಜುಳು ನಿನಾದ ಮಾಡುತ್ತವೆ. ಗಿಡಮರಗಳು ನವ ತಾರುಣ್ಯವನ್ನು ಪಡೆದು ಸೊಕ್ಕಿ ಮೆರೆಯುತ್ತವೆ. ಗದ್ದೆಗಳಲ್ಲಿ ಒಂದಡಿ ಎತ್ತರದ ಪೈರುಗಳು ಮನಸ್ಫೂರ್ತಿ ನೀರನುಂಡು ನಲಿಯುತ್ತವೆ. ಮಳೆ ನಿಂತು ಬಿಸಿಲು ಬಂದರಂತೂ ಅದರ ಸೊಬಗು ನೋರ್ಮಡಿಸುತ್ತದೆ.

ಆದರೆ ಜನಜೀವನ ಅಸ್ತವ್ಯಸ್ತ. ದಿನಗೂಲಿಗಳು ಮನೆಯಲ್ಲುಳಿಯ ಬೇಕಾಗುತ್ತದೆ. ಮನೆಗೆ ಬೇಕಾದ ಸಾಮಾನು, ಪದಾರ್ಥಗಳು ತರುವುದು ಅಸಾಧ್ಯ.

ವಯಸ್ಸಾದವರಿಗಂತೂ ಸ್ವಲ್ಪ ಮೈಬಿಸಿಯೆರಿಸುವ ಪಾನೀಯವನ್ನು ಕುಡಿದು ಕಂಬಳಿ ಹೊದ್ದು ಚೇರಿನಲ್ಲಿ ಅಥವಾ ಒಲೆಯ ಮುಂದೆ ಕೂರದೆ ಗತ್ಯಂತರವೇ ಇರಲಿಲ್ಲ.

"ಅನೂಕ್ಕ ... ಅನೂಕ್ಕ.." ಬೆಳಗ್ಗೆಯೇ ತನ್ನನ್ನು ಶ್ಯಾಮ್ ಕೂಗಿದ್ದರಿಂದ ಒಲೆಯ ಮುಂದೆ ಕುಳಿತು ಕಾಫಿ ಹೀರುತ್ತಿದ್ದಾಗ ಅನುಪಮಾ ಕಾಫಿ ಲೋಟವನ್ನು ಹಿಡಿದೇ ಹೊರಬಂದಳು. ಒಮ್ಮೆಲೇ ಬೀಸಿದ ಕೊರೆಯುವ ಚಳಿಗೆ ಗಡಗಡನೆ ನಡುಗಿ, ಹಲ್ಲುಗಳು ಕಟಕಟ ಸದ್ದು ಮಾಡಿದವು. ಲೋಟದಲ್ಲಿದ್ದ ಕಾಫಿಯನ್ನು ಗಂಟಲಿಗೆ ಸುರಿದುಕೊಂಡಳು ಅನುಪಮಾ.

"ಅನೂಕ್ಕ ಹೊಳೆ ಬಂದಿದೆ ನೋಡೋಕೆ ಬರ್ತಿಯೇನು?"

"ಹೊಳೆ ಬಂದಿದ್ಯಾ? ಎಲ್ಲಿಗೆ? ಹೇಗೆ?" ಅರ್ಥವಾಗದ ಕೇಳಿದಳು ಅನುಪಮ .

" ಇಲ್ಲಮ್ಮಾ ಗದ್ದೆಗೆ ಬಂದಿದೆ. ನೋಡೋಕೆ ಬರ್ತೀಯಾಂತ..?"

"ಹಾಗಂದ್ರೇನು?" ಪುನಃ ಕೇಳಿದಳು.

"ಹಾಗಂದ್ರೆ ನದಿಯ ನೀರು ದಡ ಮೀರಿ ಗದ್ದೆವರೆಗೆ ಬಂದಿದೇಂತ" ಕೆಳಗಿನ ಓಣಿಯಲ್ಲಿ ನಿಂತಿದ್ದ ಸುಜಾತ, ಅನುಪಮಳಿಗೆ ಕೂಗಿ ಹೇಳಿದಳು.

ಅವಳ ದನಿ ಕೇಳಿ ಜಗುಲಿಯ ಕೊನೆಯಲ್ಲಿ ಬಂದು ಇಣುಕಿದಳು ಅನುಪಮಾ. "ಸ್ವೆಟರ್ ತೊಟ್ಟು ತಲೆಗೊಂದು ದಪ್ಪ ಆಯಿಲ್ಕವರ್ ಧರಿಸಿದ ಸುಜಾತ ಕೈಯಲ್ಲೊಂದು ಬಿದಿರಿನ ಕುಕ್ಕೆ ಹಿಡಿದು ಅವಳಿಗಾಗಿ ಕಾದು ನಿಂತಿದ್ದಳು.

" ನಾನು ಗದ್ದೆ ಕಡೆ ಹೋಗ್ತಾ ಇದೀನಿ ನೀನು ಬರ್ತೀಯಾ?."

"ಒಂದು ನಿಮಿಷ ಬಂದೆ.." ಒಳಗೋಡಿದ ಅನುಪಮಾ ಸ್ವೆಟರ್ ತೊಟ್ಟು ಕೈಯಲ್ಲಿ ಥತ್ರಿ ಹಿಡಿದು ರಬ್ಬರ್ ಶೂಸ್ ಹಾಕಿಕೊಂಡು ಬಂದಳು.

ಮಳೆಯ ಭರತ ಕಡಿಮೆಯಾಗಿದ್ದರೂ ಮಳೆ ಪೂರ್ತಿ ನಿಂತಿರಲಿಲ್ಲ. ಸಣ್ಣಗೆ ಇರುಚಲು ಹೊಡೆಯುತ್ತಿತ್ತು. ವಾತಾವರಣ ಪೂರ್ತಿ ಮೋಡ ಮುಸುಕಿ, ಕೈಚಾಚಿದರೆ ಮೋಡ ಸಿಗುವುದೇನೋ ಎನ್ನುವ ಭ್ರಮೆ ಹುಟ್ಟಿಸುತ್ತಿತ್ತು. ಅಂದಿಗೆ ಸೂರ್ಯನ ದರ್ಶನವಾಗಿ ಹತ್ತು ದಿನಗಳು ಕಳೆದು ಹೋಗಿದ್ದವು. ಒ ಘಂಟೆಯಾದರೂ ಆರುಘಂಟೆಯ ಬೆಳಕು.

"ಅಕ್ಕ, ಥತ್ರಿ ಬೇಡಕ್ಕ. ಇಲ್ಲಿನ ಗಾಳಿಗೆ ಕಡ್ಡಿ ಮುರಿದುಹೋಗುತ್ತೆ. ನಮ್ಮ ಹಾಗೆ ಯಾವುದಾದರೂ ಕವರೋ , ಕ್ಯಾಪೋ ಇದ್ದರೆ ಹಾಕ್ಕೋ. " ಶ್ಯಾಮ್ ಹೇಳಿದಾಗ ಪುನಃ ಒಳಗೋಡಿದ ಅನುಪಮ ಥತ್ರಿಯನ್ನಿರಿಸಿ ಅವರಂತೆ ತಾನೊಂದು ಕವರನ್ನು ತಲೆಗೆ ಕಟ್ಟಿಕೊಂಡು ಕೆಳಗಿಳಿದಳು.

ಸತತ ಮಳೆಯಿಂದ ಕಲ್ಲುಗಳು ಜಾರುತ್ತಿದ್ದವು, ಪುಟ್ಟಪುಟ್ಟ ಹೂಗಿಡಗಳು ಕತ್ತು ಮುರಿದಂತೆ ಬಾಗಿ ಅಳತಿದ್ದವು ಎಲೆಗಳುದುರಿ ಕುಳಿತ ಜಾಗದಲ್ಲಿ ಜಿಗಣೆಗಳು ಅಡಗಿ ಮೆಲ್ಲನೆ ಕಾಲಿಟ್ಟವರನ್ನು ಹಿಡಿಯುವ ಸಂಚಿನಲ್ಲಿದ್ದವು. ವಾತಾವರಣ

ಪೂರ್ತಿ ನೀರಿನ ವಾಸನೆಯಿಂದ ತುಂಬಿ ಹೋಗಿತ್ತು. ಮರಗಳಿಂದ ತೊಟಕುತ್ತಿದ್ದ ನೀರು ಟಪಟಪ ಸದ್ದು ಮಾಡುತ್ತಿದ್ದವು.

"ಹೊಳೆ ಬಂದಾಗ, ಹೊಳೆಯಿಂದ ಮೀನೆಲ್ಲ ಗದ್ದೆಗೆ ಹತ್ತಿ ಬಿಡುತ್ತೆ. ಅದರಲ್ಲೂ ಈ ಬಾರಿ ಚೆನ್ನಾಗಿ ಮಳೆಯಾಗಿದೆ ಮೀನುಗಳು ಸೂರೆಹೋಗುತ್ತೆ" ಅನುಪಮಾ ಹತ್ತಿರ ಬಂದಾಗ ಸುಜಾತ ಹೇಳಿದಳು.

"ಹಾಗೇನು?" ಅಚ್ಚರಿಯಿಂದ ಕೇಳಿದಳು ಅನುಪಮಾ.

"ನೀನೆ ನೋಡುವೆಯಂತೆ.." ದೊಡ್ಡವರಿಬ್ಬರು ಜೊತೆಯಾದಾಗ, ಮಕ್ಕಳ ಹಿಂಡು ಕಲರವ ಮಾಡುತ್ತಾ ಮುನ್ನಡೆಯಿತು.

ಅಷ್ಟರಲ್ಲಿ ದೊಡ್ಡದೊಡ್ಡ ನಾಲ್ಕು ಬಾಳ ಮೀನುಗಳನ್ನು ಹಿಡಿದು ಬಂದ ಈರಿ. ಅವನು ದೋಣಿಯಂತೆ ಹೆಣೆದಿದ್ದ ಬಿದಿರಿನ ಭತ್ರಿಯನ್ನು ತಲೆ ಮೇಲೆ ಹಾಕಿಕೊಂಡಿದ್ದರೂ ಪೂರ್ತಿ ಒದ್ದೆಯಾಗಿದ್ದ.

"ರಾಘಣ್ಣೋರು ಕೊಟ್ಟು.." ಮೀನುಗಳನ್ನು ಅನುಪಮಾಳ ಮುಂದೆ ಹಿಡಿಯುತ್ತಾ ನುಡಿದ. ನುಣುಪಾದ ಬಾಳ ಮೀನುಗಳು ಬೆಳ್ಳಿಯಲ್ಲಿ ಮಾಡಿದಂತೆ ಹೊಳೆಯುತ್ತಿದ್ದವು. .

"ಅವರು ಊಟಕ್ಕೆ ಬರ್ತಾರಂತೇನು?" ಆಸಕ್ತಿಯಿಂದ ಕೇಳಿದಳು ಅನುಪಮಾ

"ಗೊತ್ತಿಲ್ಲಮ್ಮ.."

"ಅವರನ್ನು ಊಟಕ್ಕೆ ಬರೋದಕ್ಕೆ ಹೇಳು.." ಮೀನನ್ನು ತೆಗೆದುಕೊಂಡು ಹೋಗಿ ಮನೇಲಿಟ್ಟು ಬಂದಳು ಅನುಪಮ.

ದಾರಿಯುದ್ದಕ್ಕೂ ಮಕ್ಕಳು ಅಲ್ಲಲ್ಲಿ ಕಾಫಿ ಮರದ ಕೆಳಗೆ ನಿಂತು ಮರವನ್ನು ಅಲ್ಲಾಡಿಸುತ್ತಿದ್ದರು. ಎಲೆಗಳ ಸಂದುಗೊಂದಿನಲಿ ಅಡಗಿದ್ದ ನೀರು ಮಳೆಯಂತೆ ಸುರಿದವು.

"ಏ ಮಕ್ಕಳೇ... ಮರ ಕುಲಕಬೇಡಿ ಈಚುಗಳೆಲ್ಲ ಉದುರಿಹೋಗುತ್ತದೆ." ಎದುರುಗಡೆಯಿಂದ ಬಂದ ಮೂಲೆಮನೆಯ ಮಾಚವ್ವ ಕೂಗಿಕೊಂಡರು.

"ಇದೇನು ತಾಯಿ ಚಳಿಯಲ್ಲಿ.." ವಯಸ್ಸಾದ ಹೆಂಗಸರಿಗೆ ತಾಯಿ ಎಂದು ಕರೆಯುವುದು ಅಲ್ಲಿಯ ವಾಡಿಕೆ.

"ಏನು ಮಾಡೋದು ಮೋಳ ಲ ದಿನದಿಂದ ಮಳೆ ನಿಂತೆ ಇಲ್ಲ.. ಮತ್ತೆ ಯಾವಾಗ ಬರುತೇಂತ ಹೇಳೋಕಾಗೋದಿಲ್ಲ. ಹಾಗೆ ತರಕಾರಿ ತೋಟದ ಕಡೆಗೆ ಹೋಗಿದ್ದೆ. ಗಾಳಿಗೆ ಕುಂಬಳ ಚಪ್ಪರ ಬಿದ್ದುಹೋಗಿತ್ತು. ಸರಿ ಮಾಡುವಲ್ಲಿ ಸೊಂಟ ಸೋಬಾನ ಆಯ್ತು." ಅವರು ತಮ್ಮ ಬಿಳಿಸೀರೆ ಹಾಳಾಗದಂತೆ ಪೂಢಲಿಗೆ ಬೇರೆ ಬಟ್ಟೆಯನ್ನು ಹಾಕಿ ಅದರಲ್ಲಿ ತರಕಾರಿಗಳನ್ನು ತುಂಬಿಕೊಂಡು ಸೆರಗನ್ನು ಸೊಂಟಕ್ಕೆ ಸಿಕ್ಕಿಸಿದ್ದರು.

"ಗದ್ದೆಗೆ ಹೊರಟ್ಟಾ? ಹೊಳೆ ಪೂರ್ತಿ ಬಂದಿದೆ. ಹೋಗಿ ಬೇಗ ಬಂದು ಬಿಡಿ ಆಮೇಲೆ ಜ್ವರ ಬಂದೀತು .." ಅವರು ಮುನ್ನಡೆದರು.

ಇಬ್ಬರು ಕಾಫಿ ಮತ್ತು ಅಡಿಕೆ ತೋಟಗಳನ್ನು ದಾಟಿ ಮುನ್ನಡೆದರು. ತೋಟಕ್ಕೆ ಹೊಂದಿಕೊಂಡಂತೆ ಮಣ್ಣಿನ ರಸ್ತೆಯನ್ನು ದಾಟಿದರೆ ಬೇಲಿ ಹಾಕಿದ ಗದ್ದೆ ಪ್ರಾರಂಭವಾಗುತ್ತಿತ್ತು. ಗದ್ದೆಗೆ ಹಾಕಿದ ಬೇಲಿಯನ್ನು ದಾಟುತ್ತಿದ್ದಂತೆ ಅವಕ್ಕಾದಳು ಅನುಪಮಾ .

ಹೊಳೆನೀರು ಪೂರ್ತಿ ಗದ್ದೆಯನ್ನು ಮುಳುಗಿಸಿತ್ತು ಅಲ್ಲಿಂದ ನಿಂತು ನೋಡಿದರೆ ಕಣ್ಣು ಹಾಯುವವರೆಗೂ ನೀರೇ ನೀರು. ಎತ್ತರದಲ್ಲಿದ್ದ ಕೆಲವು ಗದ್ದೆಗಳನ್ನು ಬಿಟ್ಟರೆ ಮಿಕ್ಕೆಲ್ಲ, ನೀರಿನಲ್ಲಿ ಮುಳುಗಿ ಹೋಗಿದ್ದವು. ಹೊಳೆ, ಅವರು ನಿಂತಲ್ಲಿಂದ ಒಂದೂವರೆ ಕಿಲೋಮೀಟರ್ ದೂರದಲ್ಲಿತ್ತು. ಆದರೆ ಈಗ ಆ ಹೊಳೆಯ ನೀರು ಪೂರ್ತಿ ಗದ್ದೆಯನ್ನು ಮುಳುಗಿಸಿತ್ತು.

 ಗದ್ದೆಯ ತುಂಬಾ ಅಲ್ಲಲ್ಲಿ ಜನರು ಭರದಿಂದ ಕೆಲಸಮಾಡುತ್ತಿದ್ದರು. ಮಕ್ಕಳ ಹಿಂಡಂತೂ ಅತೀವ ಉತ್ಸಾಹದಿಂದ ನೀರಿನಲ್ಲಿ ಸಿಗಬಹುದಾದ ಏಡಿಗಳನ್ನು ಹಿಡಿಯುವುದರಲ್ಲಿತ್ತು.

"ಮೈ ಗಾಡ್" ಉದ್ಗರಿಸಿದಳು ಅನುಪಮಾ. ಇಬ್ಬರೂ ನೀರಿನಲ್ಲಿ ಮುಳುಗಿದ್ದ ಗದ್ದೆಯ ಏರಿಗಳ ಮೇಲೆ ಮುನ್ನಡೆದರು.

"ಹುಷಾರು ಏರಿ ತುಂಬ ಮೆತ್ತಗಿದೆ, ಜೋಪಾನವಾಗಿ ಹೆಜ್ಜೆ ಇಡಬೇಕು.." ಸುಜಾತಾಳಿಗೆ ಇದೆಲ್ಲ ಮಾಮೂಲು. ಆದುದರಿಂದ ಅನುಪಮಳನ್ನು ಎಚ್ಚರಿಸಿದಳು.

ಅವರಾಗಲೇ ಸಾಕಷ್ಟು ಒದ್ದೆಯಾಗಿದ್ದರು. ತಲೆಗೆ ಕಟ್ಟಿಕೊಂಡಿದ್ದ ಕವರಿನ ಮೇಲೆ ಬಿದ್ದ ನೀರಿನ ಹನಿಗಳು ಕೆಳಗೆ ಹರಿದು ಮುಖದ ಮೇಲೆ ಬೀಳುತ್ತಿತ್ತು. ಕೈಕಾಲೆಲ್ಲ ತಣ್ಣಗೆ ಕೊರೆಯುತ್ತಿತ್ತು. ಹಾಕಿಕೊಂಡ ಸ್ವೆಟರನ್ನು ಧೂಳಿಪಟಗೊಳಿಸಿದ ಗಾಳಿ ತನ್ನ ಪ್ರಾಧಾನ್ಯತೆಯನ್ನು ಮೆರೆದಿತ್ತು.

"ಅಣ್ಣಯ್ಯ ಇರು ನಾವು ಬರ್ತೀವಿ ಕರ್ಕಾಯಿ ತೆಗಿಬೇಡ." ಗದ್ದೆಯಲ್ಲಿ ಹಿಂಡಾಗಿ ನಿಂತವರಿಗೆ ಕೂಗಿ ಹೇಳಿದಳು ಸುಜಾತ

"ಬಾ ಅವರು ಕರ್ಕಾಯಿ ತೆಗೆದುಬಿಡುತ್ತಾರೆ.." ಅನುಪಮಳನ್ನು ಅವಸರಿಸಿದಳು ಸುಜಾತ.

ಇಬ್ಬರೂ ಜಾರುತ್ತ, ಎಡವುತ್ತ ಬರುವಷ್ಟರಲ್ಲಿ ಹುಡುಗರೆಲ್ಲ ಅಲ್ಲಿ ಬಂದು ಸೇರಿದ್ದರು.

ಗದ್ದೆಗಳನ್ನು ಮೆಟ್ಟಿಲು ಮೆಟ್ಟಿಲಾಗಿ ನಿರ್ಮಿಸಲಾಗುತ್ತದೆ. ಪ್ರತಿಯೊಂದು ಗದ್ದೆಯ ಏರಿಯ ಒಂದು ಭಾಗವನ್ನು ಒಡೆದು ಅದಕ್ಕೆ ಅಡಿಕೆ ಮರಗಳನ್ನು ಜೋಡಿಸಿಟ್ಟು ಗದ್ದೆಯ ಹೆಚ್ಚಿನ ನೀರು ಹರಿದುಹೋಗಲು ಅವಕಾಶ ಮಾಡಿಕೊಟ್ಟಿರುತ್ತಾರೆ.

ಹೊಳೆ ಗದ್ದೆಯೇರಿದಾಗ, ಹೊಳೆಯಲ್ಲಿನ ಮೀನುಗಳು ಕೂಡ ನೀರಿನೊಡನೆ ಗದ್ದೆಯೇರುತ್ತದೆ. ಅಂಥಾ ದಿನಗಳಲ್ಲಿ ಏರಿಯೊಡೆದ ಜಾಗದಲ್ಲಿ ಸಂಜೆಹೊತ್ತು, ಬಿದಿರಿನ ಕೋನಾಕಾರದ ಬುಟ್ಟಿಯನ್ನು ಇಡುತ್ತಾರೆ. ಈ ಕೋನಾಕಾರದ ಬುಟ್ಟಿಗೆ ಕರ್ಕಾಯಿ ಎನ್ನುತ್ತಾರೆ. ಸಂಜೆ ಇಟ್ಟ ಬುಟ್ಟಿಯನ್ನು ಮಾರನೇ ದಿನ ಬೆಳಗ್ಗೆ ಎತ್ತಿದರೆ, ಅದರಲ್ಲಿ ತುಂಬಾ ನಾಲ್ಕೈದು ಬಗೆಯ ಹೊಳೆ ಮೀನುಗಳು ಸಿಕ್ಕಿ ಕೊಂಡಿರುತ್ತವೆ.

ಅನುಪಮಾ ಮೀನಿಗಾಗಿ ಇಟ್ಟಿದ್ದ ಕರ್ಕಾಯಿಯನ್ನು ನೋಡಿದಳು. ಮಣ್ಣು ನೀರಿನ ಮೂಲಕ ಸಾಕಷ್ಟು ಮೀನುಗಳು ತೋರಿಬಂದವು.

"ಈಗ ಎತ್ತಬಹುದಾ?" ಅವರಿಗಾಗಿ ಕಾದು ನಿಂತಿದ್ದ ರಾಜ ಕೇಳಿದ.

" ಹುಂ ಎತ್ತಿ.." ಮಕ್ಕಳೆಲ್ಲ ಹುಯಿಲೆಬ್ಬಿಸಿದ್ದರು

ಆಳೆತ್ತರದ ಕರ್ಕಾಯಿ ಎತ್ತಲು ಪ್ರಯತ್ನಿಸಿ ಸೋತ ರಾಜ " ಇಲ್ಲರೆ ತುಂಬಾ ಮೀನು ಬಿದ್ದಿದೆ.. ಬಾ ಕೈ ಸೇರಿಸು" ಅಣ್ಣನನ್ನು ಕರೆದ.

ಬೊಳ್ಳು ಮಡಿಸಿದ ಪ್ಯಾಂಟನ್ನು ಇನ್ನಷ್ಟು ಮಡಿಸಿ ಗದ್ದೆಯಲ್ಲಿಳಿದ. ಜೊತೆಯಲ್ಲಿದ್ದ ಮಿಕ್ಕ ಗಂಡಸರು ಕೂಡ ಅವರ ಸಹಾಯಕ್ಕೆ ಬಂದರು. ಒಬ್ಬ ಕಂಥವನ್ನು ಇನ್ನಿಬ್ಬರು ಬುಡವನ್ನು ಹಿಡಿದು ಎತ್ತಿದರು. ಆಳುಗಳೂ ಸಹ ಕೈ ಸೇರಿಸಿದಾಗ ಕರ್ಕಾಯಿ ಮೇಲೆ ಬಂದಿತ್ತು.

ಕರ್ಕಾಯಿಯನ್ನು ಮೇಲೆತ್ತಿದಾಗ ಮೀನ ಜೊತೆಯಲ್ಲಿ ಸಿಕ್ಕಿಕೊಂಡಿದ್ದ ನೀರು ಹಾವುಗಳು ಸರಸರನೆ ಮೇಲೇರಿ ಜೀವಭಯದಿಂದ ನಿಂತವರ ಮೇಲೆ ಹಾರಿದವು. ಮಾರುದ್ದದ ಕೇರೆ ಹಾವುಗಳು ಮೈ ಏರಿದಾಗ, ಮಕ್ಕಳು ಅದು ಗದ್ದೆ ಎಂಬುದನ್ನು ಮರೆತು ಚೆಲ್ಲಾಪಿಲ್ಲಿಯಾಗಿ ಹಾರಿದರು. ಪರಿಣಾಮವಾಗಿ ಎಲ್ಲರೂ ಯದ್ವಾತದ್ವಾ ನೀರಿನೊಳಗೆ ಬಿದ್ದರು. ಅವರೊಡನೆ ದೊಡ್ಡವರೂ ಕೂಡ.

ಒಬ್ಬರ ಮೇಲೊಬ್ಬರು, ಕೆಸರಿನ ಗದ್ದೆ, ನಯವಾದ ಮಣ್ಣು, ಕಾಲಕೆಳಗಿದ್ದ ಭತ್ತದ ಪೈರು, ಮಂಡಿಯ ತನಕ ಬರುತಿದ್ದ ನೀರು. ಅಲ್ಲಿ ನಗೆಗಡಲನ್ನು ಎಬ್ಬಿಸಿತು. ಒಬ್ಬರನ್ನೊಬ್ಬರು ಹಿಡಿದು ಮೇಲೇಳುವ ಪ್ರಯತ್ನದಲ್ಲಿ ಅವರು ಇನ್ನಷ್ಟು ಸಂಕಟದಲ್ಲಿ ಬಿದ್ದರು.

"ಎಲ್ಲರೂ ಒಟ್ಟಿಗೆ ಏಳೋಕೆ ಹೋದ್ರೆ ಹೇಗೆ? ಒಬ್ಬೊಬ್ಬರಾಗಿ ಮೇಲೇಳಿ ಒಟ್ಟಿಗೆ ಮೇಲೇಳಲು ಹಣಗಾಡುತ್ತಿದ್ದ ಹುಡುಗರನ್ನು ನೋಡಿ ಕಿರುಚಿಕೊಂಡ ಶಂಭು.

"ಅಲ್ಲಿಯವರೆಗೆ ನಾನೇನಾಗಬೇಕು?" ಧಡೂತಿ ಸರಿಯ ಕೆಳಗೆ ಸಿಕ್ಕಿಕೊಂಡಿದ್ದ ಶ್ಯಾಮ್ ಕೇಳಿದ.

ಅನುಪಮಾಳ ಪರಿಸ್ಥಿತಿಯೂ ಇದಕ್ಕೆ ಹೊರತಾಗಿರಲಿಲ್ಲ. ಬಬಿತ ನೇರವಾಗಿ ಅವಳ ಮೇಲೆ ಬಿದ್ದಿದ್ದಳು. ಕಾಲಿನ ಕೆಳಗೆ ನಯವಾದ ಜೇಡಿಮಣ್ಣು ಕೈಗೆ ಸಿಗುವ ಭತ್ತದ ಪೈರುಗಳು. ಮೇಲೆ ಎದ್ದು ನಿಲ್ಲಲು ಆಸರೆಯೇ ಸಿಕ್ಕುತ್ತಿರಲಿಲ್ಲ. ಪರಿಯನ್ನು ಹಿಡಿದು ಮೇಲೇಳಲು ಪ್ರಯತ್ನಿಸಿದರೆ ಮಣ್ಣೆಲ್ಲ ಕೈಗೆ ಬರುತ್ತಿತ್ತು.

ಅಲ್ಲದೆ ನಗುವಿನ ಅಬ್ಬರ ಮತ್ತು ನೀರಿನ ಭರತ ದೇಹದ ಪೂರ್ತಿ ಸಮತೋಲನವನ್ನು ಕಸಿದುಕೊಂಡಿತ್ತು.

ತಾನು ಸ್ವತಂತ್ರವಾಗಿ ಮೇಲೆಳಲಾರೆ ಎಂಬುದನ್ನರಿತ ಅನುಪಮಾ ತನ್ನ ಸಹಾಯಕ್ಕೆ ಯಾರಾದರೂ ಬರುವುದನ್ನು ಕಾದು ಕುಳಿತಳು. ಆದರೆ ತರಲೆ ಸರಿ ಸಹಾಯ ಮಾಡಲು ಬಂದ ಬೊಳುವನ್ನು ಕೆಸರಿಗೆಳೆದು ಸಮಸ್ಯೆಯನ್ನು ಇನ್ನಷ್ಟು ಹೆಚ್ಚಿಸಿದ್ದ.

ಕರ್ಕಾಯಿಯಯನ್ನು ಹಿಡಿದವರು ಅದನ್ನು ಬಿಡುವಂತಿರಲಿಲ್ಲ. ಬಿಟ್ಟರೆ ಪುನಃ ಮೀನೆಲ್ಲ ನೀರು ಪಾಲಾಗುತ್ತದೆ . ಅವರು ಅದನ್ನು ಹಿಡಿದು ಸುಮ್ಮನೆ ಕಿರುಚಾಡಿದರು ಮಾತ್ರ.

ಇವರ ಪರದಾಟವನ್ನು ತನ್ನ ಗದ್ದೆಯಿಂದ ಗಮನಿಸಿದ ರಘು ಅವರ ಸಹಾಯಕ್ಕಾಗಿ ಅತ್ತ ನಡೆದ.

"ಏನು ಎಲ್ಲರೂ ಕೆಸರೋಟಕ್ಕೆ ಇಳಿದಿದ್ದೀರೇನು?" ಅವನು ಎಲ್ಲರನ್ನುದ್ದೇಶಿಸಿ ಪ್ರಶ್ನಿಸಿದರೂ, ಅವನ ನೋಟ ಮಾತ್ರ ಅನುಪಮಾಳ ಮೇಲಿತ್ತು.

"ಕೆಸರಿನಲ್ಲಿ ನಿಲ್ಲೋಕೂ ಬರೋಲ್ಲ, ಇವರನ್ನ ಕೆಸರೋಟಕ್ಕೆ ಇಳಿಸಿದರೆ ದೇವರಿಗೆ ಪ್ರೀತಿ.." ಗೊಣಗಿದ ರಾಜ

ಬೊಳು, ರಘು ಸೇರಿ ಎಲ್ಲರನ್ನೂ ಗದ್ದೆಯಿಂದ ಎಬ್ಬಿಸಿದರು. ಕೊನೆಯದಾಗಿ ಅನುಪಮಳತ್ತ ಕೈ ನೀಡಿದ ರಘು .

ಅವಳಿಗೆ ರಘುವನ್ನೆಳೆದು ಬೀಳಿಸಿದರೆ ಹೇಗೆ ಎನಿಸಿತು. ಹಾಗೆ ಮಾಡುತ್ತಿದ್ದಳೂ ಕೂಡ. ಆದರೆ ಜೊತೆಯಲ್ಲಿದ್ದವರ ನೆನಪಾಗಿ ಅವಳು ಅವನ ತೋಳನ್ನು ಹಿಡಿದು ಮೇಲೆಳುವ ಪ್ರಯತ್ನ ಮಾಡಿದಳು.

ಊಹುಂ, ಅವಳಿಗೆ ಸಾಧ್ಯವೇ ಆಗಲಿಲ್ಲ. ಕಾಲು ಜಾರುತ್ತಿರುವ ಆತಂಕದಿಂದ ಬಾಗಿದ ರಘುವಿನ ಕೊರಳನ್ನು ಬಳಸಿ ಬಿಟ್ಟಳು ಅನುಪಮ. ಇದನ್ನು ನಿರೀಕ್ಷಿಸದ ರಘು ಮುಗ್ಗರಿಸಿದ. ಕೊನೆಗೂ ಅವಳಾಸೆ ನೆರವೇರಿತು ಅವಳೊಡನೆ ಅವನೂ ನೀರಿಗೆ ಬಿದ್ದ.

ಬೀಳುವಾಗ ಗಾಬರಿಯಿಂದ ಇನ್ನಷ್ಟು ಗಟ್ಟಿಯಾಗಿ ಅವನನ್ನು ಅಪ್ಪಿಕೊಂಡುಬಿಟ್ಟಳು ಅನುಪಮಾ . ರಘುವೂ ಅಷ್ಟೇ ಅವಳನ್ನು ಗಟ್ಟಿಯಾಗಿ ಹಿಡಿದುಕೊಂಡು ಬಿಟ್ಟ.

"ಕಾಲ ಇಲ್ಲಿಯೇ ನಿಂತು ಹೋಗಬಾರದೇ?" ಎಂದುಕೊಂಡ ರಘು. ಅವನ ಕೊರಳನ್ನು ಸೋಕಿದ ಅನುಪಮಳ ಕೊರೆಯುತ್ತಿದ್ದ ಕದಪುಗಳು ನಿಧಾನವಾಗಿ ಬಿಸಿ ಏರುತಿರುವುದು ಅವನ ಗಮನಕ್ಕೆ ಬಂತು.

"ಹೋ.." ತಮ್ಮ ಪರಿಸರವನ್ನು ಮರೆತು ಕನಸಿನ ಲೋಕಕ್ಕೆ ಹಾರಿದ ಪ್ರೇಮಿಗಳನ್ನು, ಮಕ್ಕಳ ಅಬ್ಬರ ಎಚ್ಚರಿಸಿತು. ತಟ್ಟನೆ ಎಚ್ಚೆತ್ತ ರಘು ಅನುಪಮಳನ್ನು ಬಿಟ್ಟ.

"ಅವಳನ್ನು ಎಬ್ಬಿಸೋಕೆ ಹೋಗಿ ನೀನೇ ಕೆಸರೋಟಕ್ಕೆ ಇಳಿದಂತಾಯಿತು.." ನಗುತ್ತಾ ಇಬ್ಬರಿಗೂ ಸಹಾಯ ಮಾಡಿದ ಬೊಳ್ಳು.

ಅನುಪಮಳಿನ್ನೂ ರಘುವಿನ ಅಪ್ಪುಗೆಯ ಮಧುರಾನುಭೂತಿಯಿಂದ ಹೊರಬಂದಿರಲಿಲ್ಲ. ಅವಳು ಸುಮ್ಮನೆ ನಸುನಕ್ಕು ರಘುನತ್ತ ನೋಡಿದಳು. ರಘುವೂ ಅದೇ ಸ್ಥಿತಿಯಲ್ಲಿದ್ದ. ಆದರೆ ಅವಳನ್ನು ನೋಡುವ ಸಾಹಸ ಮಾಡದೇ, ಮೀನಿನ ಕಡೆ ಗಮನಹರಿಸಿದ.

ಮರಳಿ, ಗಂಡೆ, ಗಿರ್ಲು, ಸೀಗಡಿ, ಹೀಗೆ ನಾಲ್ಕಾರು ಬಗೆಯ ಮೀನುಗಳಿಂದ ಕರ್ಕಾಯಿ ತುಂಬಿ ಹೋಗಿತ್ತು.

"ಬಾ ಅನೂ ಇಲ್ಲಿ ನೀರು ಚೆನ್ನಾಗಿದೆ, ಕೆಸರು ತೊಳೆದುಕೋ" ಮೈಕೈಗೆ ಅಂಟಿಕೊಂಡಿದ್ದ ಕೆಸರನ್ನು ತೊಳೆದುಕೊಳ್ಳುತ್ತಿದ್ದ ಸುಜಾತ ಹೇಳಿದಳು.

ಅನುಪಮ ತನ್ನ ಮೈಗೆ ಮೆತ್ತಿಕೊಂಡಿದ್ದ ಕೆಸರನ್ನು ತೊಳೆದುಕೊಂಡಳು. ಬಟ್ಟೆ ನೆನೆಯುವ ಪ್ರಶ್ನೆಯೇ ಇರಲಿಲ್ಲ ಎಲ್ಲರೂ ಪೂರ್ತಿ ನೆನೆದಿದ್ದರು.

ಅವಳು ರಘುವಿನತ್ತ ನೋಡಿದಳು. ಅವನ ಬಟ್ಟೆಯ ಒಂದು ಭಾಗ ಪೂರ್ತಿ ಕೆಸರಾಗಿತ್ತು. ಅವಳಿಗೆ ಪುನಃ ನಡೆದ ಘಟನೆಯ ನೆನಪಾಗಿ ತುಟಿಯಲ್ಲಿ ನಗುವರಳಿತು. 'ಯಾವಾಗ ನನಗೆ ಶಾಶ್ವತವಾಗಿ ನಿಮ್ಮ ತೋಳುಗಳ ಆಸರೆ ದೊರಕುತ್ತದೆ ರಾಘು ' ಅವಳೆದೆ ಬೊಬ್ಬಿಟ್ಟಿತು.

ಅವಳ ನೋಟ ರಘುವನ್ನು ಬಿಟ್ಟು ಅತ್ತಿತ್ತ ಕದಲಲಿಲ್ಲ. ಆದರೆ ರಘು ತಪ್ಪಿಯೂ ಅವಳತ್ತ ತಿರುಗಿ ನೋಡಲಿಲ್ಲ.

"ಅನೂ ಅವರು ಕಪ್ಪೆಚಿಪ್ಪುಗಳನ್ನು ಆರಿಸಿ ಬುಟ್ಟಿಗೆ ಮೀನು ಹಾಕಲಿ, ಅಲ್ಲಿವರೆಗೆ ನಾವು ಹೊಳೆಕಡೆ ಹೋಗಿ ಬರೋಣ ಬಾ" ಕೆಸರು ತೊಳೆದುಕೊಳ್ಳುವ ಕೆಲಸ ಮುಗಿಸಿದ ಸುಜಾತ ಹೇಳಿದಳು

"ಹಾಂ.... ಹುಂ.." ಒಲ್ಲದ ಮನಸ್ಸಿನಿಂದ ಎದ್ದಳು ಅನುಪಮ . ಅವಳಿಗೆ ರಘು ತನ್ನ ಕಣ್ಣಿಂದ ಮರೆಯಾಗುವುದು ಬೇಕಿರಲಿಲ್ಲ.

" ರಘು ಹೊಳೆ ಹತ್ರ ಹೋಗಿ ಬರೋಣ ಬರ್ತೀರಾ?"

"ಇಲ್ಲ ನಾನೀಗ ಆಕಡೆಯಿಂದಾನೆ ಬಂದೆ." ಅವನು ನಿರ್ಧಾಕ್ಷಿಣ್ಯವಾಗಿ ಹೇಳಿ ಮತ್ತೆ ಮೀನುಗಳತ್ತ ಗಮನಹರಿಸಿದಾಗ ಪೆಚ್ಚಾದಳು ಅನುಪಮ.

ಇಲ್ಲಿ ನಿಲ್ಲುವ ಬದಲು ನಾಲ್ಕು ಹೆಜ್ಜೆ ಬಂದಿದ್ದರೇನಾಗುತ್ತಿತ್ತು? ಅವಳಿಗೂ ಹೊಳೆಗೆ ಹೋಗುವ ಮನಸಾಗಲಿಲ್ಲ. ಆದರೆ ಸುಜಾತ ಹೊರಟುನಿಂತರಿಂದ ಅವಳನ್ನು ಹಿಂಬಾಲಿಸಬೇಕಾಯಿತು

ರಘು, ಅನುಪಮಳಿಗೆ ಒರಟಾಗಿ ಉತ್ತರಿಸಿದ್ದು ಅವಳಿಗಿಂತ ಅವನಿಗೇ ಹೆಚ್ಚಿನ ನೋವು ತಂದಿತ್ತು. ಅಲ್ಲದೆ ಅವಳು ಉಡುಪುಗಳು ಪೂರ್ತಿ ಒದ್ದೆಯಾಗಿದ್ದು ಅವನಿಗೆ ಆತಂಕವವೆನಿಸಿತು. ಆದರೆ ಅವರಾಗಲೇ ಮುಂದೆ ಹೋಗಿದ್ದರು.

"ಸುಜಿ, ಹೊಳೆ ಹತ್ತಿರ ನೋಡೋಕ್ಕೇನಿದೆ ?"

"ಅಲ್ಲಿ ಇಲ್ಲಿಗಿಂತ ಹೆಚ್ಚಿನ ಮೀನುಗಳು ಸಿಗುತ್ತೆ. ಇಲ್ಲಿ ಬರಿ ಸಣ್ಣ ಮೀನು ಸಿಕ್ಕಿದ್ರೆ ಅಲ್ಲಿ ದೊಡ್ಡ ದೊಡ್ಡ ಮೀನುಗಳು ಸಿಗುತ್ತೆ."

"ಇಷ್ಟೊಂದು ಮೀನು ಏನು ಮಾಡ್ತೀರಿ?" ಅಚ್ಚರಿಯಿಂದ ಕೇಳಿದಳು ಅನುಪಮ .

"ಹೀಗೆ ಮೀನು ಸಿಗೋದು ವರ್ಷಕ್ಕೊಂದು ಸಾರಿ ಮಾತ್ರ. ಬೇಕಾದಷ್ಟು ಉಪಯೋಗಿಸಿ ಮಿಕ್ಕಿದ್ದನ್ನು ಉಪ್ಪು ಹಚ್ಚಿ *ಉದಿಯಲ್ಲಿ[9] ಬಿದಿರಿನ ತಟ್ಟೆಗಳಿಗೆ ಹಾಕಿ ಒಣಗಿಸಿದರೆ ಒಳ್ಳೆ ಹಪ್ಪಳದ ಹಾಗೆ ಇರುತ್ತೆ. ಬೇಕಾದಾಗ ಉಪಯೋಗಿಸಬಹುದು" ವಿವರಿಸಿದಳು ಸುಜಾತ.

ಹೊಳೆಯಲ್ಲಿ ನೀರಿನ ರಭಸ ಭಯ ಹುಟ್ಟಿಸುವಂತಿತ್ತು. ಆದರೆ ಅದನ್ನು ಗಣನೆಗೆ ತಂದುಕೊಳ್ಳದೆ ಗಂಡಸರು ಬಲೆಯಲ್ಲಿ ಮೀನು ಹಿಡಿಯುವ ಕೆಲಸದಲ್ಲಿ ತೊಡಗಿದ್ದರು. ಹೊಳೆಯ ದಡದಲ್ಲಿದ್ದ ಬಂಡೆಗಳ ಮೇಲೆ ಕುಕ್ಕೆಗಳಲ್ಲಿ ದೊಡ್ಡ ದೊಡ್ಡ ಹೊಳೆ ಮೀನುಗಳು ತುಂಬಿದ್ದವು.

ಸುಜಾತಾಳನ್ನು ನೋಡಿ ಅವಳ ತಂದೆ ಕರುಂಬಯ್ಯ ಬಲೆಯನ್ನು ಪಕ್ಕದಲ್ಲಿದ್ದ ಅಯ್ಯುವಿನ ಕೈಗೆ ಹಿಡಿಸಿ ನೀರಿನಿಂದ ಹೊರಗೆ ಬಂದರು .

"ನೀನು ಬಂದದ್ದು ಒಳ್ಳೆದಾಯಿತು" ಅವರು ಕುಕ್ಕ ಹತ್ತಿರ ನಡೆದು ದೊಡ್ಡದಾದ ಮೀನೊಂದನ್ನು ಒಂದು ಬಳ್ಳಿಯಲ್ಲಿ ಕಟ್ಟಿಕೊಟ್ಟರು "ಪೂರ್ತಿ ಒದ್ದೆಯಾಗಿದ್ದೀರಿ ಬೇಗ ಮನೆ ಸೇರಿ ಬಟ್ಟೆ ಬದಲಿಸಿ. ಸುಜಿ, ಅನೂಗೆ ಇದೆಲ್ಲ ಹೊಸದು. ಆಮೇಲೆ ಹುಷಾರು ತಪ್ಪಿದ್ರೆ ಕಷ್ಟ." ಅನುಪಮಾ ಚಳಿಯಲ್ಲಿ ನಡುಗುತ್ತಿರುವದನ್ನು ನೋಡಿ ಹೇಳಿದರು ಕರುಂಬಯ್ಯನವರು.

ಮಳೆಯ ರಭಸದಿಂದ ಕೆಂಪಾದ ನದಿನೀರು ಭೋರ್ಗರೆಯುತ್ತ ಹರಿಯುತ್ತಿತ್ತು. ಸುತ್ತಮುತ್ತಲಿನ ಗಿಡಮರಗಳು ನೀರಿನಲ್ಲಿ ಮುಳುಗಿದವ್ವು. ಮೀನು ಹಿಡಿಯುವವರನ್ನು ಬಿಟ್ಟರೆ ಮತ್ತ್ಯಾರು ಅಲ್ಲಿರಲಿಲ್ಲ.

ಹೊರಲಾರದ ಮೀನನ್ನು ಹಿಡಿದುಕೊಂಡಳು ಸುಜಾತ "ಮಣಭಾರ ಇದೆ" ಸಂತೋಷದಿಂದ ಎತ್ತಿಕೊಳುತ್ತಾ ನುಡಿದಳು. "ಯಾರಾದರೂ ಹುಡುಗರು ಸಿಕ್ಕಿದರೆ ಅವರಿಗೆ ಹೊರಿಸಬಹುದಿತ್ತು."

ಇಬ್ಬರೂ ಉಕ್ಕುತ್ತಿದ್ದ ಗದ್ದೆಗಳನ್ನು ದಾಟ ತೊಡಗಿದರು. ಅನುಪಮಳಿಗೆ ಇದೊಂದು ಅಪರೂಪದ ದೃಶ್ಯ. "ಎಲ್ಲ ವಿವರಿಸಿ ಆಶಾಗೆ ಲೆಟರ್ ಬರೆಯಬೇಕು" ಮನದಲ್ಲೆಂದುಕೊಂಡಳು.

---

[9] ಉದಿ ಎಂದರೆ ಒಲೆಗೆ ನೇರವಾಗಿ ಹಗ್ಗಗಳನ್ನು ಕಟ್ಟಿ ಪಾತ್ರೆಗಳನ್ನಿಡಲು ಅನುವಾಗುವಂತ ಮಾಡಿರುತ್ತಾರೆ.

ರಘುವಿನ್ನೂ ಅಲ್ಲಿ ನಿಂತದ್ದು ನೋಡಿ ಅನುಪಮಾಳ ಉತ್ಸಾಹ ಇಮ್ಮಡಿಸಿತ್ತು. ರಘುವಿಗೆ ಮೀನಿಂದರೆ ಬಲು ಇಷ್ಟ. ಸ್ವಲ್ಪ ಕಬಾಬ್ ಮಾಡಿ ಮಿಕ್ಕಿದ್ದು ತೆಂಗಿನಕಾಯಿ ಹಾಕದೆ ಸಾರು ಮಾಡಬೇಕು. ಅವಳ ನಡಿಗೆ ಇನ್ನೂ ಚುರುಕಾಯಿತು.

ಆದರೆ ಸ್ವಲ್ಪ ಹೊತ್ತಿನಲ್ಲೆ ಅವಳ ಉತ್ಸಾಹ ಜರ್ನೆ ಇಳಿದು ಹೋಯಿತು. ಕಾರಣ, ಅವರು ರಘುವನ್ನು ತಲುಪಲು ಇನ್ನು ಸ್ವಲ್ಪವೇ ದೂರ ಇದೆ ಎನ್ನುವಾಗ ಅವನು ಅಲ್ಲಿಂದ ಮುನ್ನಡೆದ.

ಅನುಪಮಾಳಿಗೆ ಸಹಿಸಲಾಗದ ಆಘಾತವಾಯಿತು. ತಾನು ಬರುತ್ತಿರುವುದನ್ನು ನೋಡಿಯೂ, ತಾನು ರಘುವನ್ನು ತಲುಪಲು ಇನ್ನು ಕೇವಲ ಐದೇ ನಿಮಿಷ ಇರುವಾಗ ರಘು ಹೊರಟು ಬಿಟ್ಟರಲ್ಲ. ತನ್ನ ಕಣ್ಣನ್ನು ತನಗೇ ನಂಬಲಾಗಲಿಲ್ಲ ಅನುಪಮಳಿಗೆ. ಇದು ನಿಜವೇ? ಎನ್ನುವುದೇ ಅವಳಿಗೆ ಸಮಸ್ಯೆಯಾಯಿತು.

ಅವರು ಹೊಳೆಯ ಹತ್ತಿರ ಹೋಗಿ ಬರಲು ಅರ್ಧ ಘಂಟೆ ತೆಗೆದುಕೊಂಡಿದ್ದರು. ಇಷ್ಟುಹೊತ್ತು ಇಲ್ಲಿ ಮಾತನಾಡುತ್ತ ನಿಂತಿದ್ದ ರಘು ಇನ್ನೊದು ನಿಮಿಷ ನಿಲ್ಲಬಾರದಿತ್ತೇ? ತಾನು ಬರುವುದನ್ನು ನೋಡಿಯಾ ಅವರು ಹೋದರು ಎಂದರೇನರ್ಥ? ಅವಳ ಕಾಲುಗಳು ಕೆಳಗಿನ ಕೆಸರುಗದ್ದೆಯಲ್ಲಿ ಹೂತು ಹೋಗುತ್ತಿದೆ ಎನಿಸಿತು.

ಅವಳು ತಾನು ನಿರ್ಮಿಸಿಕೊಂಡಿದ್ದ ಭ್ರಮಾಲೋಕವನ್ನು ಒಡೆದು ವಾಸ್ತವತೆಯ ಅರಿವು ಮಾಡಿಕೊಳ್ಳತೊಡಗಿದಳು.

ಹೌದು ರಘು ತನ್ನಿಂದ ಉದ್ದೇಶಪೂರ್ವಕವಾಗಿ ದೂರಾಗುತ್ತಿದ್ದಾರೆ. ಸುಳ್ಳು ಹಾಗಾಗಕೂಡದು.... ಆದರೆ ಹಾಗೇ ಆಗಿದೆ. ಆಗುತ್ತಿದೆ..

ಮೊದಲು ಕಡಿಮೆಯೆಂದರೆ ದಿನಕ್ಕೆ ನಾಲ್ಕು ಘಂಟೆಗಳ ಕಾಲ ಅವರು ನನ್ನ ಜೊತೆಯಲ್ಲೇ ಇರುತ್ತಿದ್ದರು. ಬೆಳಿಗ್ಗೆ ವಾಕಿಂಗ್ನಿಂದ ಶುರುವಾದರೆ, ಮಧ್ಯಾಹ್ನ ಊಟ, ನಂತರ ಅವರ ತೋಟದಲ್ಲಿ ಓಡಾಟ ಮತ್ತು ಸಂಜೆಯ ಕಾಫಿಯನ್ನು ಸಹ ನನ್ನ ಜೊತೆಯಲ್ಲೇ ಮುಗಿಸುತ್ತಿದ್ದರು. ತಾನೆಂದೂ ಅವರ ಕೆಲಸಕಾರ್ಯಗಳಿಗೆ ತೊಂದರೆ ಕೊಡುತ್ತಿರಲಿಲ್ಲ. ರಘು ಆಳುಗಳಿಗೆ ಸಲಹೆಯನ್ನು ಕೊಟ್ಟು ಮಿಕ್ಕ ಸಮಯವನ್ನು ತನ್ನೊಡನೆ ಹರಟೆಯಲ್ಲಿ ಕಳೆಯುತ್ತಿದ್ದರು. ಎಷ್ಟೊಂದು ಮಾತುಗಳಿರುತ್ತಿದ್ದವು ನಮಗೆ. ಅವರು ಒಮ್ಮೆಯಾದರೂ ನನ್ನ ಮೇಲೆ ಕೋಪ ಕೊಂಡಿರಲಿಲ್ಲ. ಅವರ ಕಂಗಳ ಪ್ರೀತಿ, ಮೆಚ್ಚಿಗೆಯಲ್ಲಿ ತಾನೆಷ್ಟೋ ಬಾರಿ ಕಳೆದು ಹೋಗಿದ್ದೆ.. ಅವರ ಸನಿಹ ಬೆಳದಿಂಗಳಲ್ಲಿ ಮಿಂದ ಹಾಗಿರುತಿತ್ತು.

ಆದರೆ ಈಗ ರಘು ಬದಲಾಗಿದ್ದಾರೆ. ಹೌದು ಪೂರ್ತಿ ಬದಲಾಗಿದ್ದಾರೆ. ಅವರಲ್ಲಿ ಮುಂಚಿನ ತಾಳ್ಮೆಯಾಗಲೀ ಸಹನೆಯಾಗಲೀ ಇಲ್ಲ. ಯಾವಾಗಲೂ ಹುಬ್ಬುಗಂಟಿಕ್ಕಿಕೊಂಡಿರುತ್ತಾರೆ. ಮೊದಲಿನಂತೆ ಈಗ ಮನೆಗೂ ಬರುತ್ತಿಲ್ಲ.

ಮಳೆಗಾಲದಲ್ಲಿ ಕೆಲಸ ಹೆಚ್ಚು ನಿಜ. ಆದರೆ ಎಂಟು ದಿನದಿಂದ ಧಾರಾಕಾರ ಮಳೆ ಸುರಿಯುತ್ತಿದೆ. ಈ ಸಮಯದಲ್ಲಿ ಹಕ್ಕಿಗಳೂ ಸಹ ತಮ್ಮ ಗೂಡಿನಿಂದ ಹೊರ ಬಂದಿಲ್ಲ. ಇಂಥ ದಿನಗಳಲ್ಲೂ ರಘು ಮನೆಗೆ ಬರಲಿಲ್ಲವೆಂದರೆ ಏನರ್ಥ? ಸುದೀಪ ಇದೆ ಮಳೆಯಲ್ಲಿ ನಾಲ್ಕೈದು ಸಲ ಬಂದು ಹೋಗಿದ್ದಾನೆ.

ಅಂದರೆ ರಘು ನಿಜವಾಗಲೂ ನನ್ನಿಂದ ದೂರಾಗುತ್ತಿದ್ದಾರೆ. ಅಲ್ಲ ದೂರವಾಗಿದ್ದಾರೆ.

"ಏ ಅನೂ ಎಲ್ಲಿ ಕಳೆದುಹೋದೆ? ಬೇಗ ಹೆಜ್ಜೆ ಹಾಕು... ನೀನಂತೂ ಎರಡು ದಿನ ಮಲಗೋದು ಗ್ಯಾರಂಟಿ" ಸುಜಾತ ಅವಸರಿಸಿದಾಗ ಪ್ರಯಾಸದಿಂದ ಹೆಜ್ಜೆ ಎತ್ತಿಡ ತೊಡಗಿದಳು ಅನುಪಮ .

****

ಅನುಪಮಾಳ ಅನುಮಾನ ಇನ್ನಷ್ಟು ಪುಷ್ಟಿಗೊಳ್ಳಲು ಸಾಕಷ್ಟು ಪುರಾವೆ ಸಿಕ್ಕಿತು.

ಇನ್‍ಕಮ್ ಟ್ಯಾಕ್ಸ್ ಅಂಕಿ ಅಂಶದಲ್ಲಿ ಮುಳುಗಿ ಹೋಗಿದ್ದ ಅನುಪಮಾ, ಧರಣಿಯ ದನಿಯಿಂದ ತಲೆ ಎತ್ತಿದಳು

"ಅನೂ ಓದ್ತಾ ಇದ್ದೀಯಾ? ನಾನು ಬರೋದ್ರಿಂದ ತೊಂದರೆಯಾಗುತ್ತೇನೋ?; ಬಾಯಲ್ಲಿ ಹೇಳಿದರೂ ಆವಳು ಒಳಗೆ ಬಂದಳು

ಅಪರೂಪಕ್ಕೆ ಧರಣಿ ತನ್ನನ್ನು ಹುಡುಕಿಕೊಂಡು ಬಂದಾಗ ಅಚ್ಚರಿಗೊಂಡಳು ಅನುಪಮ.

"ಪರವಾಗಿಲ್ಲ ಬಾ.. ನೀನು ಬರೋದೇ ಅಪರೂಪ" ಪ್ರಸನ್ನವಾಗಿ ಅರಳಿದ ಅವಳ ಸುಂದರವಾದ ಮೊಗವನ್ನೇ ನೋಡುತ್ತಾ ನಕ್ಕು ಪುಸ್ತಕ ಮುಚ್ಚಿಟ್ಟಳು

"ಅಪರೂಪ ಏನು ಬಂತು. ಇನ್ನು ಮುಂದೆ ನಾನು ನಿನ್ನ ಮುಖ ನೀನು ನನ್ನ ಮುಖ ನೋಡೋದು ಸಹಜವೇ" ಅವಳು ಸ್ನೇಹದಿಂದ ಹೇಳಿ ಅವಳ ಮಂಚದ ಮೇಲೆ ಕುಳಿತಾಗ ಅವಳ ಮಾತಿನ ಅರ್ಥ ಅನುಪಮಳಿಗಾಗಲಿಲ್ಲ. ಅವಳು ಗೊಂದಲದಿಂದ ಧರಣಿಯನ್ನು ನೋಡಿದಳು

"ಇದೇನು ಇನ್ನು ಮುಂದೆ? ಈಗಲೂ ನೋಡ್ತಾನೆ ಇದ್ದೀವಲ್ಲ" ನಗುತ್ತ ಪೆನ್ನಿಗೆ ಕ್ಯಾಪ್ ಹಾಕಿದಳು.

"ಇಷ್ಟುದಿನ ಎದಿರುಬದಿರು ಮನೆಯಿಂದ ನೆರೆಹೊರೆಯವರಾಗಿ. ಇನ್ನು ಮುಂದೆ ಅಕ್ಕತಂಗಿಯರಾಗಿ ಒಂದೇ ಮನೆಯಲ್ಲಿರ್ತೀವಲ್ಲ"

ಈಗ ಸಮಸ್ಯೆ ಇನ್ನೂ ಹೆಚ್ಚಾದಂತೆನಿಸಿತು ಅನುಪಮಳಿಗೆ "ಎನೋಮ್ಮ ನಿನ್ನ ಮಾತೊಂದೂ ನಂಗರ್ಥ ಆಗ್ತಿಲ್ಲ "

"ನಾನೂ ರಘು ಮೊದಲಿನಿಂದಲೂ ಒಟ್ಟಿಗೆ ಆಡಿ ಬೆಳೆದವರು. ಅವನಂದ್ರೆ ನಂಗೆ ಪಂಚ ಪ್ರಾಣ. ನೀನು ಬಂದಾಗ, ನೀನೆಲ್ಲಿ ನಮ್ಮಿಬ್ಬರ ಮಧ್ಯೆ ಬಂದು

ಬಿಡ್ತಿಯೊಂತ ಹೆದರಿದ್ದೆ. ಆದ್ರೆ ನೀನು ಸುದೀಪನ್ನ ಮದ್ವೆಯಾಗೋ ವಿಷ್ಯ ಗೊತ್ತಾಗಿ ನೆಮ್ಮದಿಯಾಯ್ತು" ಅವಳು ತಲೆ ತಗ್ಗಿಸಿ ಮೆಲ್ಲನೆ ಹೇಳಿದಾಗ ಅನುಪಮಾಳ ಮುಖದ ಬಣ್ಣವೇ ಬದಾಲಾಯಿತು

"ಮೊನ್ನೆ ನಾನೇ ರಾಘುನ ಕೇಳ್ದೆ. ಅವನೇ ನೀನು ಸುದೀಪನ್ನ ಮದುವೆಯಾಗೋ ವಿಷಯ ಹೇಳ್ದ" ಧರಣಿ ಮುಂದುವರಿಸಿದಾಗ ಇನ್ನಷ್ಟು ಬಿಳುಚಿಹೋದಳು ಅನುಪಮ

"ಮೊನ್ನೆ ರಘು ನಿಮ್ಮನೆಗೆ ಬಂದಿದ್ರಾ?" ಅವಳಿಗರಿವಿಲ್ಲದೆ ಉದ್ಗರಿಸಿದಳು

"ಮೊನ್ನೆ ಏನು ಬಂತು? ಅವನು ದಿನಾ ಸಂಜೆ ತೋಟದಿಂದ ನಮ್ಮನೆಗೆ ಬರ್ತಾನೆ. ನಮ್ಮನೇಲಿ ಕಾಫಿ ಕುಡಿದೆ ಅವನು ಮನೆಗೆ ಹೋಗೋದು" ಧರಣಿ ಹೇಳಿದಾಗ ಅನುಪಮಾ ಇನ್ನಷ್ಟು ಕುಸಿದುಹೋದಳು

"ನಿನ್ನೆ ಮಾವಯ್ಯ ಮನೆಗೆ ಬಂದಿದ್ರಲ್ಲ ಆಗ ಅಪ್ಪಯ್ಯ ರಘು ಮದ್ವೆ ವಿಷ್ಯ ಮಾತಾಡಿದ್ರು. ಆಗ ನನ್ನ ವಿಷ್ಯನೂ ಬಂತು. ಮಾವಯ್ಯ ಸಂತೋಷದಿಂದ ಒಪ್ಪಿಕೊಂಡಿದ್ದಾರೆ" ಅವಳು ತಲೆತಗ್ಗಿಸಿ ಸಂಭ್ರಮದಿಂದ ಹೇಳಿದಾಗ ಚೇತನವೆಲ್ಲ ನೆಲಕ್ಕೆ ಬಸಿದು ಹೋಗಿ, ಮೈಕೈ ತಣ್ಣಗಾದ ಅನುಭವ.

"ಅನೂ ಅತ್ತೆಮಾವ ತುಂಬಾ ಒಳ್ಳೆಯವರು. ಅವರಿಗೆ ಮನೆ ಎರಡುಭಾಗ ಆಗಬಾರದೂಂತ ಆಸೆ. ಹಾಗೆ ರಘು, ಸುದೀಪಾನು ತುಂಬಾ ಹೊಂದಿಕೊಂಡಿದ್ದಾರೆ. ಉಳಿದವರು ನಾವಿಬ್ಬರು. ನಾವೂ ಅಷ್ಟೇ ಒಡಹುಟ್ಟಿದವರ ಹಾಗಿದ್ದುಬಿಟ್ಟರೆ...." ಮುಂದೆನೇನು ಬಡಬಡಿಸಿದಳೋ ಧರಣಿ ಅನುಪಮಾಳ ಕಿವಿಗೇನೂ ಬೀಳಲಿಲ್ಲ

ಇದೆಲ್ಲ ಏನಾಗುತ್ತಿದೆ? ನನ್ನ ಮೌನವೇ ಇಷ್ಟೆಲ್ಲಾ ರಾಧಾಂತಕ್ಕೆಡ ಮಾಡಿಕೊಟ್ಟಿದೆ. ತಾನು ರಘುವಿನಲ್ಲಿ ಸುದೀಪನ ವಿಷಯ ಹಲವಾರು ಬಾರಿ ಹೇಳಬೇಕೆಂದುಕೊಂಡಿದ್ದೇನೆ. ಆದರೆ ಸರಿಯಾಗಿ ಅವಕಾಶವಾಗಿರಲಿಲ್ಲ. ರಘು ತನಗೆ ಹೆಚ್ಚು ಕೆಲಸವಿದೆ ಎಂದ ಕಾರಣ ತಾನದನ್ನ ನಿಜವೆಂದೇ ಭಾವಿಸಿ ಅವರು ನೊಂದ ಸಮಯದಲ್ಲಿ ತನ್ನದೊಂದು ಸಮಸ್ಯೆ ಮಾಡಬಾರದೆಂದೇ ಸುದೀಪನ ಒಡನಾಟವನ್ನು ಸಹಿಸುತಿದ್ದೇನೆ.

ಇತ್ತೀಚಿಗೆ ಅವನೂ ಗಂಭೀರವಾಗಿರುವುದಕ್ಕೆ ನನಗೇನೂ ಅವನಿಂದ ಹೆಚ್ಚಿನ ತೊಂದರೆಯಾಗಿಲ್ಲವಾದರೂ, ತಾನೆಂದೂ ಅವನ ಪ್ರೀತಿಗೆ ಸ್ಪಂದಿಸಿಲ್ಲ. ಸೂಕ್ಷ್ಮವಾಗಿ ನನ್ನ ನಕಾರವನ್ನು ತಿಳಿಸುತ್ತಲೇ ಬಂದಿದ್ದೇನೆ ತಾನಾಗೇ ಕಲಹಕ್ಕೆ ನಾಂದಿಯಾಡುವುದು ಬೇಡವೆಂದರೆ, ಪರಿಸ್ಥಿತಿ ಕೈಮೀರಿ ಹೋಗಿದೆ

ಧರಣಿ ಅಲ್ಲಿಂದ ಏಳುವವರೆಗೆ ಮುಳ್ಳಿನ ಮೇಲೆ ಕುಳಿತಂತೆ ಚಡಪಡಿಸಿದ ಅನುಪಮಾ, ಅವಳು ಎದ್ದೊಡನೆ ತಾನೂ ದಢಕ್ಕನೆದ್ದಳು. ಸಮಯ ನೋಡಲು ನಾಲ್ಕು ಘಂಟೆ ತೋರಿಸುತಿತ್ತು. ಇಷ್ಟು ಹೊತ್ತಿಗೆ ರಘು ಫಾರಂನಲ್ಲಿರಬಹುದು. ಪುಸ್ತಕವನ್ನು ಎತ್ತಿಡುವ ವ್ಯವಧಾನವಿಲ್ಲದೆ ಚಪ್ಪಲಿ ಮೆಟ್ಟಿ ಹೊರನಡೆದಳು

ಮಳೆಗಾಲ ಮುಗಿಯುತ್ತಾ ಬಂದಿದ್ದರೂ ಮೋಡಗಳಿನ್ನೂ ತಿಳಿಯಾಗಿರಲಿಲ್ಲ. ರಕ್ತ ಹೆಪ್ಪುಗಟ್ಟಿಸುವ ಚಳಿ, ಮಂಕಾದ ವಾತಾವರಣ, ಸತತ ಮಳೆಯಿಂದ ಬಣ್ಣಗೆಟ್ಟ ಗೋಡೆಗಳು, ಪಾಚಿಗಟ್ಟಿ ಕಪ್ಪು ಬಣ್ಣಕ್ಕೆ ತಿರುಗಿದ ಹೆಂಚುಗಳು ಬೇಸರ ಹುಟ್ಟಿಸುತಿತ್ತು. ಪಶುಪಕ್ಷಿಗಳೂ ಸಹ ಮೈಮುದುರಿ ತಮ್ಮ ಗೂಡುಗಳನ್ನು ಸೇರಿದ್ದವು.

ಇಂಥ ಚಳಿಯಲ್ಲೂ ಅನುಪಮಾ ಫಾರ್ಮ್ ಹೌಸ್ ಸೇರಿದಾಗ ಪೂರ್ತಿ ಬೆವೆತು ಹೋಗಿದ್ದಲು. ಆಲುಗಳು ಗಿಡಗಳ ಪೋಷಣೆಯಲ್ಲಿ ತೊಡಗಿದ್ದರು. ರಘು ಎಂದಿನಂತೆ ಮೇಲ್ವಿಚಾರಣೆಯಲ್ಲಿದ್ದ

ಅನುಪಮಾಳ ಹೆಜ್ಜೆಯ ಸಪ್ಪಳದಿಂದಲೇ ಅವಳ ಆಗಮನವನ್ನು ಅರಿತ ರಘು. ಅವನೆದೆ ಹಾರಿತು. ಬೇಡಬೇಡವೆಂದರೂ ತಡೆಯದೆ ಅವಳತ್ತ ತಿರುಗಿದ.

ಅವಳು ತೀವ್ರ ಗೊಂದಲಕ್ಕೊಳಗಾದಂತೆ ತೋರಿತು. ಸದಾ ದೇವರ ಮುಂದಿನ ನೀಲಾಂಜನದಂತೆ ಶಾಂತವಾಗಿ ಬೆಳಗುತಿದ್ದ ಅವಳಕಂಗಳು ಬಿರುಗಾಳಿಯ ರಭಸಕ್ಕೆ ಸಿಕ್ಕಿ ತತ್ತರಿಸುತ್ತಿರುವಂತೆ ತೋರಿ ಮಿಡುಕಿದ.

ಆದರೆ ರಘುವನ್ನು ಕಾಣುತ್ತಿದ್ದಂತೆ ಅನುಪಮಾಳ ಆವೇಶವೆಲ್ಲ ಇಳಿದುಹೋಯಿತು. ಅವನನ್ನು ನೋಡುತ್ತಿದ್ದಂತೆ ತನ್ನ ಮನದೈವವನ್ನು ಅನುಮಾನಿಸಿದ ಪಾಪಪ್ರಜ್ಞೆ. ಇದೇನು ಹೀಗೆ? ಛೆ.....

ತನ್ನ ದೌರ್ಬಲ್ಯಕ್ಕೆ, ಅವಳಿಗೆ ಅಳು ಬಂದಿತು. ಅವನ ಮಡಿಲಲ್ಲಿ ಕುಸಿದು ಹೃದಯ ಹಗೂರಾಗುವವರೆಗೂ ರೋಧಿಸಬೇಕೆನಿಸಿತು

"ಹಲೋ" ಎಂದಿನಂತೆ ಅವಳ ಮುಖದಲ್ಲಿ ಅರುಣೋದಯವಾಗದೆ ಮೋಡ ಇನ್ನಷ್ಟು ಹೆಪ್ಪುಗಟ್ಟಿದಾಗ ತಾನೇ ಮಾತನಾಡಿಸಿದ ರಘು.

"ಹಾಂ" ಮುಂದೆ ಹೇಳಲಾಗಲಿಲ್ಲ ಅನುಪಮಳಿಗೆ

"ಇದೇನು ಈ ಹೊತ್ತಲ್ಲಿ ಬಂದುಬಿಟ್ಟೆ"

"ಹೀಗೆ ನಿಮ್ಮತ್ರ ಮಾತಾಡಬೇಕಿತ್ತು" ಇಷ್ಟು ಹೇಳುವಲ್ಲಿ ಅನುಪಮಳಿಗೆ ಸಾಕಾಯಿತು

"ಅಷ್ಟೇ.." ನಿರ್ಲಕ್ಷ್ಯವಾಗಿ ನಕ್ಕ ರಘು

ಆ ನಗು ಅವಳನ್ನಿರಿಯಿತು. ಅವಳು ಸರಕ್ಕನೆ ತಲೆಎತ್ತಿ ನೇರವಾಗಿ ಅವನ ಕಂಗಳಲ್ಲಿ ನೋಡಿದಳು. ಅವಳ ನೋಟ ಅಲ್ಲಿಯೇ ಸಿಕ್ಕಿಕೊಂಡು ಹೃದಯ ಕುಸಿಯಿತು.

ತಾನು ರಘುವನ್ನೆದುರಿಸಲಾರೆ. ತಾನು ರಘುವಿನೆದುರು ತೀರಾ ದುರ್ಬಲಳಾಗುತ್ತಿದ್ದೇನೆ. ತಾನು ಅವರೊಂದಿಗೆ ಬೆರೆತು ಹೋಗಿದ್ದೇನೆ. ಅವರಿಗೆದುರಾಗಿ ನಿಂತು ಪ್ರಶ್ನಿಸುವುದೆಂದರೇನು.

"ಹುಂ ಮಾತಾಡು ಏನು ವಿಷ್ಯ?" ಅವನು ಗುಲಾಬಿ ಸಸಿಯೊಂದನ್ನೆತ್ತಿ ಪರೀಕ್ಷಿಸತೊಡಗಿದಾಗ ಅವನ ಮುಖವನ್ನೇ ನೇರವಾಗಿ ನೋಡಿದಳು ಅನುಪಮಾ

'ಎಂಥ ನಿರ್ಲಕ್ಷ್ಯ. ಖಂದಿತ ರಘು ಬದಲಾಗಿದ್ದಾರೆ. ಇಂದು ಎರಡರಲ್ಲೊಂದು ತೀರ್ಮಾನವಾಗಿ ಬಿಡಬೇಕು. ಒಂದೋ ರಘು ಬದಲಾಗಿರಬೇಕು. ಇಲ್ಲ ನನ್ನ ತಲೆ ಕೆಟ್ಟಿರಬೇಕು.'

ದೀರ್ಘವಾಗಿ ಉಸಿರೆಳೆದುಕೊಂಡು ಆತ್ಮಸ್ಥೈರ್ಯವನ್ನು ಒಟ್ಟುಗೂಡಿಸಿಕೊಂಡಳು ಅನುಪಮ

"ಇಲ್ಲಿ ಮಾತಾಡೋಕ್ಕಾಗೋದಿಲ್ಲ ಎಲ್ಲಾದ್ರೂ ಹೋಗೋಣ"

"ನಂಗೀಗ ಟೈಮ್ ಇಲ್ಲ" ಒರಟಾಗಿ ಹೇಳಿದ ರಘು

ಅವಳ ಮನಸ್ಸು ಸ್ವಲ್ಪ ಹಗೂರದಂತೆನಿಸಿ ಅವಳಲ್ಲಿ ಇನ್ನಷ್ಟು ಬಲ ಉದಿಸಿತು. "ನಿಮಗೆ ಟೈಮ್ ಆಗೋವಗೂ ನಾನಿಲ್ಲೇ ಇರ್ತೀನಿ. ರಾತ್ರಿ ಎಂಟು ಘಂಟೆಗಾದ್ರೂ ನಿಮಗೆ ಟೈಮಾಗಬಹುದು"

ಪ್ರಥಮ ಬಾರಿಗೆ ಅವಳ ಧ್ವನಿಯಲ್ಲಿ ಮೂಡಿದ ವ್ಯಂಗ್ಯ, ಮುಂದಿನ ಪ್ರಳಯದ ಸೂಚನೆಯಂತೆ ತೋರಿತು. ತಾನು ಭಯಪಡುತಿರುವ 'ಆ' ಸಮಯ ಇಂದು ತನ್ನೆದುರಿನಲ್ಲಿಯೇ ತೋರಿ ನಡುಗಿದ ರಘು. ಅವಳಿಗೆ ಬೆನ್ನು ಹಾಕಿ ಸ್ವಲ್ಪ ಹೊತ್ತು ತನ್ನನ್ನು ತಾನು ಸಂತೈಸಿಕೊಳುವ ಕಾರ್ಯದಲ್ಲಿ ತೊಡಗಿದ.

ಅನುಪಮಾ ಬಂದು ಫಾರಂಹೌಸಿನ ಜಗುಲಿಯಲ್ಲಿ ಕುಳಿತುಕೊಂಡಳು. ಕಾಲುಘಂಟೆಯನ್ನು ಪ್ರಯಾಸದಿಂದ ತಳ್ಳಿದ ರಘು, ಹೃದಯ ಗಟ್ಟಿಮಾಡಿಕೊಂಡು ಅವಳತ್ತ ಬಂದ.

"ಈಗಲ್ಲಿಗೆ ಹೋಗ್ಬೇಕು?

"ಎಲ್ಲಿಗಾದ್ರೂ ಸರಿ ಯಾರೂ ಇರದ ಕಡೆ"

ರಘು ಮುನ್ನಡೆದಾಗ ಅನುಪಮಾ ಹಿಂಬಾಲಿಸಿದಳು. ಇಬ್ಬರೂ ಬಂದು ಜೀಪಿನಲ್ಲಿ ಕುಳಿತುಕೊಂಡರು. ಆವರನ್ನೊತ್ತ ಕಮಾಂಡರ್ ಉತ್ತರ ದಿಕ್ಕಿಗಿದ್ದ ಮಂಟಪದತ್ತ ಓಡಿತು.

ಭಗವಂತನ ಪ್ರೇಮಾಮೃತವನ್ನು ಸವಿದ ಪ್ರಕೃತಿ ಮಾತೆ ಮೈತುಂಬಿ ನಿಂತಿದ್ದಳು. ಎಲ್ಲೆಲೂ ಹಸಿರೇ ಹಸಿರು. ಮನಃಪೂರ್ತಿ ನೀರನ್ನುಂಡ ಭೂಮಿ ತಣಿದಿತ್ತು

ರಘು ಮತ್ತು ಅನುಪಮಾರ ಹೃದಯವೂ ಅಷ್ಟೇ. ಪರಸ್ಪರ ಪ್ರೇಮಾದರಗಳಿಂದ ಉಕ್ಕಿ ಹರಿದಿತ್ತು. ಹೃದಯವೆಂಬ ಅಂಗಳದಲ್ಲಿ ಪ್ರೇಮವೆಂಬ ಹೂಬನ, ಅಕ್ಕರೆಯ ಮಕರಂದ, ಸ್ನೇಹದ ಸುಗಂಧ, ಕಾಳಜಿಯ ಕಾರಂಜಿ, ಒಲವಿನ ಜಲಪಾತಗಳು, ನಂಬಿಕೆಯ ಮಂಟಪಗಳು, ವಿಶ್ವಾಸದ ಕಾಲುದಾರಿಗಳು, ಈರ್ಷಣೆಯ ದೀಪಸ್ಥಂಬಗಳು ಉರಿಯುತ್ತಿದ್ದವು

ಆದರೆ ಆ ಹೂಬನವೆಂದು ವಿಧಿಯಾಟಕ್ಕೆ ಸಿಕ್ಕಿ ಭಿದ್ರಗೊಳ್ಳುವುದರಲ್ಲಿತ್ತು ಅದಕ್ಕೆ ಕಾಡ್ಗಿಚ್ಚು ಬೀಳುವುದರಲ್ಲಿತ್ತು

ರಘುವಿನೊಂದಿಗೆ ಹೊರಟಾಗ ಇದ್ದ ಧೈರ್ಯ ಅನುಪಮಳಿಗೀಗ ಇಲ್ಲದೆ ಹೋಯಿತು. 'ಭೆ ತಾನೀಗ ಏನು ಮಾಡಲು ಹೋಗುತ್ತಿದ್ದೇನೆ? ಯಕಶ್ಚಿತ್ ನೆರಮನೆಯವಳ ಮಾತು ಕಟ್ಟಿಕೊಂಡು ನನ್ನ ರಘುವಿನೊಂದಿಗೆ ಕಲಹಕ್ಕೆ ಬಂದಿದ್ದೇನೆ. ನನ್ನ ಬುದ್ದಿಗೆ ರಾಹು ಬಡಿದಿಲ್ಲ ತಾನೇ? ತಾನು ರಘುವನ್ನು ನಂಬದೆ ಧರಣಿಯನ್ನು ನಂಬುತ್ತಿದ್ದೇನೆ. ರಘು ಎಂದಾದರು ನಮ್ಮ ಮನೆಗೆ ಬರದೇ ಧರಣಿಯ ಮನೆಗೆ ಹೋಗಲು ಸಾಧ್ಯವೇ? ತನ್ನನ್ನೇ ಹಳಿದುಕೊಂಡ ಅನುಪಮಾ, ಹಾಗೆ ಕಿರುಗಣ್ಣಿನಿಂದ ಅವನತ್ತ ನೋಡಿದಳು.

ರಘು ಅವಳ ಇರುವನ್ನೇ ಮರೆತಂತೆ ತನ್ನ ಪಾಡಿಗೆ ಡ್ರೈವ್ ಮಾಡುತಿದ್ದ. ಅವನ ಮುಖ ಅತೀವ ಗಂಭೀರವಾಗಿ ತುಟಿ ಬಿಗಿದಿತ್ತು. ಇದ್ದಕ್ಕಿದಂತೆ ಅವನು ತೀರಾ ಅಪರಿಚಿತನಂತೆ ತೋರಿಬಂದ

ಅವರು ಹೊರಟು ೨೦ ನಿಮಿಷವಾದರೂ ಇಬ್ಬರೂ ಒಂದು ಮಾತಾಡಿರಲಿಲ್ಲ. ಏಕೆ ಹೀಗೆ? ರಘು ಮಾತಾಡುವುದಿರಲಿ ತನ್ನತ್ತ ನೋಡುತ್ತಲೂ ಇಲ್ಲ. ಈಗೇನು ಮಾಡುವುದು? ವಿಪರೀತ ಗೊಂದಲದಲ್ಲಿ ಬಿದ್ದಳು ಅನುಪಮಾ.

ಹೇಗೂ ಬಂದದ್ದಾಗಿದೆ. ಸುದೀಪನ ವಿಷಯವನ್ನಾದರೂ ರಘುವಿಗೆ ತಿಳಿಸೋಣವೆಂದುಕೊಂಡಳು ಅನುಪಮಾ. ಈಗವಳಿಗೆ ಸ್ವಲ್ಪ ನೆಮ್ಮದಿಯೆನ್ನಿಸಿತು

ಇಬ್ಬರೂ ಗುಡ್ಡವನ್ನು ಹತ್ತಿ ಅದರ ಮೇಲಿದ್ದ ಹಳೆಯ ಮಂಟಪದ ಹತ್ತಿರ ಬಂದರು. ಮಂಟಪದ ಮುಂದಿದ್ದ ಬಯಲು ಪೂರ್ತಿ ಒದ್ದೆಯಾಗಿದ್ದರಿಂದ ಬಯಲಲ್ಲಿ ಕೂರದೆ ಇಬ್ಬರೂ ಮಂಟಪದ ಕಲ್ಲಿನ ಮೇಲೆ ಕುಳಿತರು. ಹಾಗೆ ಕೂರುವಾಗ ರಘು ಎಂದಿನಂತೆ ತನ್ನ ಬುಜಸೋಕುವಂತೆ ಕೂರದೆ ಕಲ್ಲಿನ ಆ ತುದಿಯಲ್ಲಿ ಕುಳಿತದ್ದನ್ನು ಗಮನಿಸಿದಳು ಅನುಪಮಾ.

ಅವನು ಮಾತಾಡುವ ಸೂಚನೆ ಕಾಣಿಸದಿದ್ದಾಗ ತಾನೇ ಮಾತು ಪ್ರಾರಂಭಿಸಿದಳು ."ರಘು ತುಂಬಾ ದಿನದಿಂದ ನಿಮ್ಮ ಹತ್ರ ಒಂದು ವಿಷ್ಯ ಹೇಳ್ಬೇಕಂತ ಇದೆ. ಆದ್ರೆ ನೀವ್ ತುಂಬಾ ಬಿಸ್ಸಿಯಾಗಿದ್ರಿ."ಅವಳು ಉಗುಳು ನುಂಗಿದಳು. ಅನ್ಯೋನ್ಯವಾಗಿರುವ ಸಹೋದರರ ನಡುವೆ ತಾನು ಕಂದರವಾಗುತ್ತಿರುವ ವಿಷಾದ ಅವಳ ದನಿಯಲ್ಲಿ ಸ್ಪಷ್ಟವಾಗಿತ್ತು

ಅದೇನೆಂದು ಕೇಳಲಿಲ್ಲ ರಘು. ತಾನು ಕೇಳದಿದ್ದರೂ ಅವಳು ಹೇಳುತ್ತಾಳೆಂಬ ಸತ್ಯ ಅವನಿಗೆ ಗೊತ್ತಿತ್ತು. ಆದಷ್ಟು ನಿರ್ಲಿಪ್ತವಾಗಿರುವ ಪ್ರಯತ್ನದಲ್ಲಿ ತೊಡಗಿದ್ದ ರಘು

ರಘು ಪ್ರತಿಕ್ರಿಯಿಸದಾಗ ವಿಧಿಯಿಲ್ಲದೇ ತಾನೇ " ರಘು ಈ ವಿಷ್ಯ ನಿಮಗೆ ಹೇಗೆ ಹೇಳ್ಬೇಕಂತಾನೆ ನಂಗೆ ಗೊತ್ತಾಗ್ತಾ ಇಲ್ಲ. ಇಂಥ ಸಮಸ್ಯ ನನ್ನ ಜೀವನದಲ್ಲೇ

ಯಾಕೆ ಬಂತೋ.. ರಘು .... ಅನ್ನಾರ್ಚ್‌ನೇಟ್. ನಿಮ್ಮ ತಮ್ಮ ನನ್ನನ್ನೇ ಮದ್ವೆಯಾಗಬೇಕಂತ ಇದ್ದಾರೆ.." ಬಹಳ ಕಪಟಪಟ್ಟು ನುಡಿದಳು ಅನುಪಮ.

ಬೀಸುತ್ತಿದ್ದ ಗಾಳಿ, ತೇಲುತ್ತಿದ್ದ ಮೋಡ, ಹಾರುತಿದ್ದ ಹಕ್ಕಿಗಳೆಲ್ಲ ಕ್ಷಣ ಸ್ತಬ್ದಗೊಂಡ ಅನುಭವ. ಎಲ್ಲೆಲ್ಲೂ ಸ್ಮಶಾನ ಮೌನ. ತಾನೂಹಿಸಿದ್ದಕ್ಕಿಂತ ಸನ್ನಿವೇಶ ತುಂಬಾ ಗಂಭೀರವಾಗಿರುವಂತೆ ತೋರಿತು ರಘುವಿಗೆ

"ಅವರು ನಾನು ಇಲ್ಲಿಗೆ ಬರೋದಕ್ಕೆ ಮುಂಚೇನೇ ನನ್ನ ನೋಡಿದ್ದಾರಂತೆ. ಆಗಿನಿಂದಲೂ ನನ್ನ ಹುಡುಕ್ತಾ ಇದ್ದರಂತೆ" ಅವನಿಗೆ ಬೆನ್ನು ಹಾಕಿ ನಿಂತು ಹೇಳಿದಳು ಅನುಪಮಾ

ರಘು ನಿರ್ಜೀವವವಾಗಿ ಅವಳ ಬೆನ್ನನ್ನೇ ನೋಡಿದ. ಅವನಿಗೇನೂ ಪ್ರತಿಕ್ರಿಯಿಸಲಾಗಲಿಲ್ಲ

ಆಗಲೂ ರಘುವಿನಿಂದ ಯಾವುದೇ ಪ್ರತಿಕ್ರಿಯೆ ಬರದಿದ್ದಾಗ ಅವನತ್ತ ತಿರುಗಿದಳು ಅನುಪಮಾ. ಅವನ ತಟಸ್ಥ ನೋಟ ಅವಳ ಮೇಲೆ ಇತ್ತು

" ರಘು" ಅವನ ಹತ್ತಿರ ಬಂದು ಕರೆದಳು.. "ನಾನು ಹೇಳಿದ್ದು ಕೇಳಿಸ್ತು ತಾನೇ? "

"ಹಾಂ.. ಆಫ್ಕೋರ್ಸ್.: ಕಂಗ್ರಾಜುಲೇಷನ್ಸ್... ಹುಡುಗ ರೂಪವಂತ, ಗುಣವಂತ ಮೇಲಾಗಿ ಲಾಯರ್... ಯೂ ಆರ್ ಲಕ್ಕಿ.." ನೀರಸ ದನಿಗೆ ಕೃತಕ ಉತ್ಸಾಹ ಬೆರೆಸಿ ರಘು ಹೇಳಿದಾಗ ಬೆಚ್ಚಿ ಬಿದ್ದಳು ಅನುಪಮ.

"ರಘು ಏನು ಹೇಳ್ತಾ ಇದ್ದೀರಿ ? ನೀವು ನನ್ನ ಅಣಕಿಸ್ತಾ ಇಲ್ಲ ತಾನೇ?" ಅವಳ ದನಿಯಲ್ಲಿದ್ದ ಗಾಭರಿಗೆ ಅವನೆದೆ ಬಿರಿಯಿತು

"ನಟೆಟ್ಟಾಲ್ ಇದರಲ್ಲಿ ಅಣಕಿಸೊಕ್ಕೇನಿದೆ? ಇದು ನಿಜಾ ತಾನೆ? ಅದಲ್ಲದೆ ನೀನೂ ಒಳ್ಳೆ ಹುಡುಗಿ. ನಿನ್ನಂಥ ಸೊಸೇನ ಪಡೆಯೋಕೆ ಅಮ್ಮ ಪುಣ್ಯ ಮಾಡಿರಬೇಕು" ಕೊನೆಯ ವಾಕ್ಯ ಹೇಳುವಾಗ ಅವನ ದನಿಯಲ್ಲಿ ಪ್ರಾಮಾಣಿಕತೆ ಇತ್ತು..

"ಆದ್ರೆ ರಘು.. ನಾನು... ನಾನು ಪ್ರೀತಿಸ್ತಾ ಇರೋದು ನಿಮ್ಮನ್ನ" ತೊದಲಿದಳು ಅನುಪಮ

"ಪ್ರೀತಿ ನನ್ನನ್ನ... ನಿಂಗೆ ತಲೆ ಕೆಟ್ಟಿಲ್ಲ ತಾನೇ?" ಗಂಭೀರವಾಗಿ ಕೇಳಿದ ರಘು

"ಅಂದ್ರೆ..." ಅವನ ಮಾತಿನರ್ಥವಾಗದೆ ಕಂಪಿಸಿದಳು ಅನುಪಮಾ

'ಅಂದ್ರೆ ...ನೀನು ನನ್ನ ಪ್ರೀತ್ಯೋದು. ಹಾಗೇನಾದರೂ ಇದ್ದರೆ ಆ ಬಗ್ಗೆ ನಂಗೆ ವಿಷಾದವಿದೆ.. ಬ್ಯೆ ದ ವೇ ಇದರಲ್ಲಿ ನನ್ನ ತಪ್ಪೇನೂ ಇಲ್ಲಾಂತ ಅಂದ್ಕೋತೀನಿ" ಎಂದಾಗ ಅಯೋಮಯಳಾಗಿ ಅವನತ್ತ ನೋಡಿದಳು ಅನುಪಮ

ಆ ದೈನ್ಯ ನೋಟವನ್ನೆದುರಿಸಲಾರದ ರಘು ಅವಳಿಗೆ ಬೆನ್ನು ಹಾಕಿ ಮುಂದುವರಿದ "ನೀನು ನನ್ನ ಪ್ರೀತಿಸ್ತಿಯಾಂತಾಗಲಿ, ಯಾಕೆ ಪ್ರೀತಿಸ್ತಿಯಾಂತಾಗಲಿ ನಂಗೆ ಗೊತ್ತಿಲ್ಲ. ನಾನು ಮೊದಲಿಂದಲೂ ಸ್ನೇಹ ಜೀವಿ.

ನಿಂಗೆ ಗೊತ್ತು. ನಾನು ಎಲ್ಲರ ಜೊತೆಗೂ ಕ್ಲೋಸಾಗ್ತೀನಿ. ನಂಗೆ ಧರಣಿ, ಸುಜಾತ, ದೇಕ್ಷಿ, ಅನುಪಮಾ ಎಲ್ಲರು ಒಂದೇ." ಕ್ಷಣ ತಡೆದ ರಘು "ನಂಗೆ ಎಲ್ಲರು ಬೇಕು. ಅದರಲ್ಲೂ ನೀನು ನಮ್ಮಪ್ಪಯ್ಯನ ಬಾಲ್ಯ ಸ್ನೇಹಿತರ ಮಗಳು. ನಿನ್ನ ಒಂದು ಪಟ್ಟು ಹೆಚ್ಚಾಗಿ ಆದರಿಸೋದು ನನ್ನ ಕರ್ತವ್ಯ. ನೀನು ಅದನ್ನೇ ತಪ್ಪು ತಿಳ್ಕೊಂಡು ನನ್ನ ಪ್ರೀತಿಸಿದ್ರೆ ಅದಕ್ಕೆ ನಾನೇನೂ ಮಾಡೊಕ್ಕಾಗೊಲ್ಲ." ಧೀರ್ಘವಾಗಿ ಹೇಳಿ ನಿಲ್ಲಿಸಿದ ರಘು

ಕ್ಷಣ ಹೊತ್ತು ಅಲ್ಲಿ ಪೂರ್ಣ ಮೌನ. ಸುಯ್ಯೆನ್ನುವ ಗಾಳಿಯ ಸದ್ದಿನ ಹೊರತಾಗಿ ಮತ್ತೆಲ್ಲ ಮೌನ

"ನಾನು ನಿಮ್ಮನ್ನ ಪ್ರೀತಿಸಿದಕ್ಕೆ ಹಲವಾರು ಕಾರಣಗಳಿವೆ ರಘು. ಹಾಗೆ ನಾನು ನಿಮನ್ನ ಪ್ರೀತಿಸಿದ ಮಾತ್ರಕ್ಕೆ ನೀವೂ ನನ್ನನ್ನ ಪ್ರೀತಿಸಬೇಕಂತ ಬಯಸೋದು ಮೂರ್ಖಿತನ" ನಿಟ್ಟುಸಿರಿಟ್ಟಳು ಅನುಪಮಾ " ಆದ್ರೆ ನಿಜ ಹೇಳಿ ನೀವು ನನ್ನ ಪ್ರೀತಿಸ್ತಾ ಇಲ್ಯಾ?"

"ನೋ ವೇ. ಅನೂ ಟ್ರೈ ಟು ಅಂಡಸ್ಯಾಂಡ್... ನೀನು ಸಿಟಿಯಲ್ಲಿದ್ದ ಹುಡುಗಿ. ಅಲ್ಲಿ ಫ್ರೆಂಡ್ಸ್, ಸಿನಿಮಾ, ಕಾಲೇಜಂತ ನೀನು ಬ್ಯುಸಿಯಾಗ್ತಿದ್ದೆ. ಅಂಥವಳು ಇಲ್ಲಿ ಪೂರ್ತಿ ಒಂಟಿಯಾಗಿಬಿಟ್ಟಿದ್ದೆ. ಅದಕ್ಕೆ ನಾನು ನಿಂಗೆ ಒಬ್ಬ ಸ್ನೇಹಿತನಂತೆ ಜೊತೆಯಾಗಿದ್ದೆ. ಒಂದು ಗಂಡು ಹೆಣ್ಣಿನ ಸ್ನೇಹಕ್ಕೆ ನೀನೂ ಈ ರೀತಿ ಅರ್ಥ ಕಟ್ಟುತ್ತಿಯಾಂತ ನಂಗೆ ಗೊತ್ತಿರಲಿಲ್ಲ."

"ಆದ್ರೆ ರಘು ಈ ಹಿಂದೆ ನೀವು ನಿಮ್ಮ ಬಾಳಿನಲ್ಲಿ ಒಬ್ಬ ಹುಡುಗಿಯ ಪ್ರವೇಶ ಆಗಿದೇಂತ ಹೇಳಿದ್ರಿ.. ನೀವವಳನ್ನ ಪ್ರೀತಿಸುವುದಾಗಿಯೂ ಹೇಳಿದ್ರಿ" ಅವನ ಸಮಕ್ಕೆ ಅವಳು ವಾದಕ್ಕಿಳಿದಾಗ ಅವಳ ಹೃದಯ ಹರಿದು ಬರುತಿತ್ತು

"ನಾನು ಸಾವಿರ ಮಾತಾಡಿದ್ದೀನಿ ಅದೆಲ್ಲ ನಂಗೆ ನೆನಪಿಲ್ಲ" ಉದಾಸೀನನನಾಗಿ ಹೇಳಿದ

"ನಾನು ನೆನಪು ಮಾಡಿಕೊಡ್ತೀನಿ"

"ಹಾಗಿದ್ರೂ ಅದು ನೀನೇಂತ ನಾನೆಲ್ಲೂ ಹೇಳ್ಲಿಲ್ಲವಲ್ಲ.."

"ಆದ್ರೆ ನೀವು ನನ್ನ ಜೊತೆ ಕೆಲವು ಸಂಧರ್ಭಗಳಲ್ಲಿ ಸ್ನೇಹದ ಎಲ್ಲೆ ಮೀರಿ ನಡ್ಕೊಂಡಿದ್ದೀರಿಂತ ನನ್ನ ಭಾವನೆ"

"ಸ್ನೇಹದ ಎಲ್ಲೆ... ಯು ಮೀನ್ ಆ ಕಿಸ್? ಎ ಹಗ್? ಹರೆಯದ ಹುಡುಗ ಹುಡುಗಿಯರು ಜೊತೇಲಿ ಓಡಾಡುವಾಗ ಇಂಥವೆಲ್ಲ ಕಾಮನ್. ಈ ಕಾಲದಲ್ಲೂ ಇಂಥದನ್ನೆಲ್ಲ ಸೀರಿಯಸ್ಸಾಗಿ ತಗೊಂಡ್ರೆ ಹೇಗೆ? ದಿನಕ್ಕೆ ನನ್ನ ಜೇಬಿನಿಂದ ಸಾವಿರಾರು ರೂಪಾಯಿ ಖಾಲಿಯಾಗುತ್ತೆ. ಬದಲಾಗಿ ಇಂಥ ಚಿಕ್ಕ ಪುಟ್ಟ ಎಂಟರ್ಟೈನ್ ಮೆಂಟ್ ಬಯಸೋದರಲ್ಲಿ ತಪ್ಪೇನಿದೆ?" ರಘು ಉಡಾಫೆಯ ನಗೆ ನಕ್ಕು ಹೇಳಿದಾಗ ಅವಳ ನಾಲಿಗೆಯ ದ್ರವವೇ ಆರಿಹೋಯಿತು

"ನಾನು ಬೆಂಗಳೂರಿಗೆ ಹೋಗೋದನ್ನ ನೀವೇ ತಡೆದದ್ದು. ಅನೂ ಐ ನೀಡ್ ಯು ಅಂದಿದ್ರಿ.." ದುಃಖದಿಂದ ಅವಳ ಗಂಟಲುಬ್ಬಿ ಸ್ವರ ನಡುಗುತಿತ್ತು ಕೊನೆಯ ಪ್ರಯತ್ನವೆಂಬಂತೆ ನುಡಿದಳು ಅನುಪಮಾ

ಜೋರಾಗಿ ನಕ್ಕುಬಿಟ್ಟ ರಘು "ಸಿಲ್ಲಿ ಗರ್ಲ್.. ಕೆಲ ಹುಡುಗೀರನ್ನ ದುಡ್ಡಿನಿಂದ ಬಗ್ಗಿಸೊಕ್ಕಾಗೋಲ್ಲ. ಅಂಥ ಸೆಂಟಿಮೆಂಟಲ್ ಫೂಲ್ಗಳನ್ನ ಎಮೋಷನಲ್ಲಾಗೆ ಟ್ಯಾಪ್ ಮಾಡ್ಬೇಕಾಗುತ್ತೆ. ಅದರಲ್ಲೂ ನಿನಂಥ ಸುಂದರವಾದ ಹುಡುಗಿ ತಾನಾಗೇ ಮೇಲೆಬಿದ್ದು ಬಂದಾಗ.. ನಾನೂ ಗಂಡಸು ತಾನೇ?"

ಅವನ ನುಡಿಗಳು ಕಾದ ಸೀಸದಂತೆ ಅನುಪಮಾಳ ಕಿವಿಸೇರಿ ಅವಳ ಹೃದಯದಾಳಕ್ಕೆ ಇಳಿಯಿತು. ಅವಳು ಕೇಳಲಾರೆ ಎಂಬಂತೆ ಕತ್ತು ಕೆಳಗೆ ಹಾಕಿ ಕಿವಿ ಮುಚ್ಚಿಕೊಂಡಳು.

ಎಂಥ ನುಡಿಗಳು ತನ್ನದು. ಚೆಲ್ಲು ಹುಡುಗಿಯರೂ ಕೂಡ ಇಂಥ ಮಾತುಗಳನ್ನು ಕೇಳಿದಾಗ ತಮ್ಮ ಕಾಲಲ್ಲಿರುವುದನ್ನು ಬಿಚ್ಚಿಕೊಂಡು ಕಪಾಳಕ್ಕೆ ಬಿಗಿಯುತ್ತಾರೆ. ಅಂಥದರಲ್ಲಿ ಅನುಪಮಳಂತ ಸುಸಂಸ್ಕೃತ ಹುಡುಗಿ.

ಆಯಿತು ಇಂದಿಗೆ ನನ್ನ ಹಾಗೂ ಅನುಪಮಾಳ ಸಂಬಂಧ ಬೂದಿಯಾಗಿ ಹೋಯ್ತು. ಇನ್ನೊಂದು ಕ್ಷಣದಲ್ಲಿ ಅಗ್ನಿ ಪರ್ವತ ಸ್ಫೋಟಗೊಂಡು ತಾನಾ ಬೆಂಕಿಯಲ್ಲಿ ಬೆಂದು ಹೋಗುತ್ತೇನೆ.

ಮುಂದಾಗ ಬಹುದಾದದ್ದನ್ನು ಎದುರಿಸಲು ತನ್ನೆದೆಯನ್ನು ಕಲ್ಲು ಮಾಡಿಕೊಂಡು ಅವಳನ್ನೇ ನೋಡುತ್ತಾ ನಿಂತ ರಘು.

ಕ್ಷಣದಲ್ಲಿ ಸಾವರಿಸಿಕೊಂಡ ಅನುಪಮಾ ತಲೆಯೆತ್ತಿ ನೇರವಾಗಿ ಅವನನ್ನು ನೋಡಿದಳು. ತುಳುಕಲು ಸಿದ್ದವಾಗಿದ್ದ ಕಂಬನಿ ಕಣ್ಣಂಚಿನಲ್ಲಿ ಇಣುಕುತಿತ್ತು. "ನನ್ನಂಥ ಫೂಲ್ನ ಒಲಿಸಿಕೊಳ್ಳೋಕೆ ನೀವಷ್ಟು ಕಷ್ಟ ಪಡಬೇಕಿರಲಿಲ್ಲ ರಘು. ಯಾಕೆಂದ್ರೆ ನಾನು ನಿಮಗೆ ಒಲಿದಿಲ್ಲ ರಘು.. ನನ್ನನ್ನೇ ಯಾವತ್ತೋ ನಿಮಗರ್ಪಿಸಿಕೊಂಡುಬಿಟ್ಟಿದ್ದೇನಿ. ಈಗಲೂ ಈ ಕ್ಷಣನೂ ನಾನು ನಿಮ್ಮ ಎಂಟರ್ಟೈನ್ಮೆಂಟಿಗೆ ಸಿದ್ದಳಿದ್ದೇನೆ. ನೀವೇ ಒಪ್ಪಿಕೊಂಡಿರೋ ಹಾಗೆ ನಾನು ನೋಡೋಕು ಚೆನ್ನಾಗಿದ್ದೇನೆ.. ಅಲ್ಲದೆ ನಾನೇ ಮೇಲೆ ಬಿದ್ದು ಬರ್ತಾ ಇದ್ದೇನಿ. ನೀವು ನನ್ನಿಂದ ಎಂಥಾ ಎಂಟರ್ಟೈನ್ಮೆಂಟ್ ಬೇಕಾದ್ರು ತಗೋಬಹುದು ನಾನು ಉಸಿರೆತ್ತೋದಿಲ್ಲ" ಎನ್ನುತ್ತಾ ಅನುಪಮ ರಘುವಿನತ್ತ ಹೆಜ್ಜೆಹಾಕಿದಾಗ ದಂಗಾಗಿ ಹೋದ ರಘು

ಅನುಪಮಳಿಂದ ಇಂಥ ಪ್ರತಿಕ್ರಿಯೆಯನ್ನು ನಿರೀಕ್ಷಿಸದ ರಘು ಬೆದರಿ ನಾಲ್ಕಡಿ ಹಿಂದಿಟ್ಟ "ನಿಲ್ಲು ಅನೂ ಇನ್ನೊಂದು ಹೆಜ್ಜೆನೂ ಮುಂದಿಡಬೇಡ.." ಅವನ ದನಿಯಲ್ಲಿ ಮೊದಲಿನ ಕಾರಿಣ್ಯತೆ ಮರೆಯಾಗಿ ಗಾಬರಿ ಆರ್ದ್ರತೆ ಸೆಲೆಯೋಡೆಯಿತು

"ಯಾಕೆ ರಘು? ಈ ಕಾಲದಲ್ಲಿ ಇಂಥವೆಲ್ಲ ಕಾಮನ್... ಅದರಲ್ಲೂ ಹೆಣ್ಣಾದ ನಾನೆ ಮುಂದೆ ಬರ್ತಾ ಇದ್ದೀನಲ್ಲ."

"ಹಾಗಂತ ನನ್ನ ತಮ್ಮ ಪ್ರೀತಿಸಿದ ಹುಡುಗೀನ ತಪ್ಪು ದಾರಿಗಳೆಯೋಪ್ಪು ನೀಚ ನಾನಲ್ಲ ಸಾಪರಿಸಿಕೊಂಡು" ಒದರಿದ ರಘು

ನಿರಾಳವಾಗಿ ಉಸಿರೆಳೆದುಕೊಂಡಳು ಅನುಪಮಾ "ಅಂದ್ರೆ ನಾನು ನಿಮ್ಮ ತಮ್ಮ ಪ್ರೀತಿಸಿದ ಹುಡುಗಿಂತ ನಿಮಗೆ ಗೊತ್ತಿದೆ. ಅದಕ್ಕೆ ನೀವು ನನ್ನಿಂದ ದೂರಗ್ಗಾ ಇದ್ದೀರಿ.." ಅವನ ನೋಟದಲ್ಲಿ ತನ್ನ ನೋಟವನ್ನು ನೆಟ್ಟು ಕೇಳಿದಳು

"ಇಲ್ಲ ನಾನು ಯಾರನ್ನೂ ಪ್ರೀತಿಸಿಲ್ಲ" ಅವಳ ಕಣ್ಣು ತಪ್ಪಿಸಿ ನುಡಿದ

"ನಿಜವಾಗ್ಲೂ?"

"ಸತ್ಯವಾಗ್ಲೂ"

ಈಗ ಅನುಪಮಾ ಅವನ ಕೈ ತೆಗೆದುಕೊಂಡು ತನ್ನ ತಲೆಯ ಮೇಲಿಟ್ಟುಕೊಂಡಳು "ನನ್ನಾಣೆಗೂ..."

"ಬಿಡು ಅನೂ ಇದೇನು ಮಕ್ಕಳಾಟ .. ಇನ್ನೆಷ್ಟು ನನ್ನ ಹಿಂಸಿಸ್ತೀಯ? ಯಾಕೆ ನನ್ನ ಕೊಲ್ಲಾ ಇದ್ದೀಯ? ಮೊದಲೇ ಸತ್ತು ಹೋಗಿರುವವನ ಹತ್ರ ನಿನ್ನದೇನು ಹಠ. ಹೋಗು ಈಗಲೇ ಇಲ್ಲಿಂದ ಹೊರಟುಹೋಗು. ಇನ್ನೊಂದು ಕ್ಷಣ ನೀನಿಲ್ಲಿದ್ರೆ ನಾನೇನು ಮಾಡ್ತೀನೋ ನಂಗೆ ಗೊತ್ತಿಲ್ಲ. ನೀನು... ನೀನು ನನ್ನ ನಿಜವಾಗ್ಲೂ ಪ್ರೀತಿಸೋದಾದ್ರೆ ನನ್ನ ನೆಮ್ಮದಿಯಾಗಿರೋಕೆ ಬಿಟ್ಟು ಬಿಡು. ಮತ್ತೆ ಯಾವತ್ತೋ ನನ್ನ ನೋಡೋ ಪ್ರಯತ್ನ ಮಾಡ್ಬೇಡ." ಇಷ್ಟುಹೊತ್ತು ಅಸಭ್ಯನಂತೆ ನಟಿಸುತ್ತಿದ್ದ ರಘುವಿಗೆ ಇನ್ನು ಮುಂದುವರಿಸಲಾಗದೆ ಕಲ್ಲು ಮಂಟಪದ ಗೋಡೆಗೆ ಕೈಗುದ್ದಿ ಮುಖ ಮುಚ್ಚಿಕೊಂಡ

ಅನುಪಮಳಿಗೆಲ್ಲ ಅರ್ಥವಾಗಿ ಹೋಯಿತು. ಸುದೀಪನಿಗಾಗಿ ರಘು ತನ್ನಿಂದ ದೂರಾಗುತಿದ್ದಾರೆ. ಧೀರ್ಘವಾದ ನಿಟ್ಟುಸಿರಿಟ್ಟು ಅವನನ್ನೇ ನೋಡಿದಳು

ಸದಾ ಶಾಂತ ಪನ್ನಿರಕೊಳದಂತಿರುತಿದ್ದ ರಘುವೇಷ್ಟು ವ್ಯಾಘ್ರರಾಗಿದ್ದರೆ. ಇತ್ತೀಚೆಗೆ ಅವರ ನಗುವನ್ನು ನೋಡಿದ ನೆನಪೇ ಇಲ್ಲ. ಅವರಲ್ಲಿ ಸಂಕಟ, ಅಸಮಾಧಾನ, ಅಶಾಂತಿ ಭೋರ್ಗರೆಯುತ್ತಿದೆ. ಅವರಿಗೆ ಸ್ವತಃ ತಮ್ಮನ್ನು ನಿಗ್ರಹಿಸಿಕೊಳ್ಳಲು ಸಾಧ್ಯವಾಗುತ್ತಿಲ್ಲ. ಅದರಲ್ಲಿ ತಾನೂ ಅವರನ್ನು ಹಿಂಸಿಸುತಿದ್ದೇನೆ.

ರಘು ಅತೀವವಾಗಿ ಚಡಪಡಿಸುತ್ತಿದ್ದ. ಅವನೆದೆಯಲ್ಲಿನ ದಳ್ಳುರಿ ಅವನ ಮುಖದಲ್ಲಿ ಸ್ಪಷ್ಟವಾಗಿ ಗೋಚರಿಸುತ್ತಿತ್ತು.

ತಾನು ಸುದೀಪನಿಂದ ಮುಕ್ತಿಪಡೆಯಲು ರಘುವಿನ ನೆರವನ್ನು ಕೇಳಲು ಬಂದಿದ್ದೆ. ಆದರೆ ರಘು....

"ರಘು ನೀವು ನನ್ನ ಪ್ರೀತಿಸ್ಲಿಲ್ಲ.. ಇಟ್ಸ್ ಓಕೆ. ಆದ್ರೆ ನಾನು ನಿಮ್ಮನ್ನ ಪ್ರೀತಿಸಿದೆ ಮತ್ತೆ ನಿಮ್ಮನ್ನ ಮಾತ್ರ ಪ್ರೀತಿಸ್ತೇನೆ ಅಂಡ್ ಫಾರೆವರ್. ಇನ್ನೊಂದು ವಿಷಯ ನಿಮಗೆ ಸ್ಪಷ್ಟವಾಗಿ ತಿಳಿಸ್ತಿದ್ದೀನಿ. ನೀವು ನನ್ನ ತಿರಸ್ಕರಿಸೋದ್ರಿಂದ ನಾನು

ನಿಮ್ಮ ತಮ್ಮನ್ನ ಮದುವೆಯಾಗ್ತೀನೀಂತ ನೀವಂದುಕೊಂಡಿದ್ರೆ, ಅದುನಿಮ್ಮ ಭ್ರಮೆ. ಸೊ ಈ ವಿಷಯಾನ ಇಲ್ಲಿಗೆ ನಾವು ಮರೆತು ಬಿಡೋಣ. ನಾನು ಯಾವಾಗಲು ನಿಮ್ಮ ಸುಖ, ನೆಮ್ಮದಿಯನ್ನ ಮಾತ್ರ ಬಯಸ್ತೀನಿ. ಯಾವುದೇ ಹಂತದಲ್ಲೂ ನಾನು ನಿಮಗೆ ಸಮಸ್ಯೆಯಾಗಯೋದಕ್ಕೆ ಇಷ್ಟ ಪಡೋದಿಲ್ಲ. ನಾನು ನಿಮ್ಮಿಂದ ದೂರ ಇರೋದ್ರಿಂದ ನಿಮಗೆ ನೆಮ್ಮದಿ ಸಿಗೋ ಹಾಗಿದ್ರೆ, ಖಂಡಿತ..... ಖಂಡಿತಾ ನಾನು ನಿಮ್ಮನ್ನ ನೋಡೋಕೆ ಬರೋಲ್ಲ. ಇನ್ನು ನನಗದರ ಅಗತ್ಯ ಇಲ್ಲ... ಯಾಕಂದ್ರೆ ನನ್ನದು ಬಾಹ್ಯ ಪ್ರೀತಿಯಲ್ಲ.. ಅತ್ತದಲ್ಲಿರೋ ಪ್ರೀತಿ. ಎಲ್ಲಿ ಬೇಕಾದ್ರೂ, ಯಾವಹೊತ್ತಿನಲ್ಲಿ ಬೇಕಾದ್ರು ನಾನು ನಿಮ್ಮನ್ನ ನೋಡಬಲ್ಲೆ. ಸೊ ಐ ಪ್ರಾಮಿಸ್ ನೀವ್ರ ನನ್ನಿಂದ ಒಂದುಮೈಲು ದೂರದಲ್ಲಿರೋಕೆ ಬಯಸಿದ್ರೆ, ನಿಮ್ಮ ಪ್ರಯತ್ನಕ್ಕೆ ನಾನೂ ಸಹಕರಿಸ್ತೀನಿ. ನಿಮ್ಮ ನಿರ್ಧಾರಕ್ಕೆ ವಿರುದ್ಧವಾಗಿ ನಾನ್ಯಾವತ್ತೂ ಹೋಗೋದಿಲ್ಲ." ಕೂರೆಯುವ ತಂಗಾಳಿಗಿಂತ ತಣ್ಣಗಿತ್ತವಳ ದನಿ.

"ಆದರೆ ಈಗ ಒಂದು ಮಾತು ಹೇಳಿದ್ರಿ.. ನೀವ್ರ ಎಲ್ಲರನ್ನ ಸ್ನೇಹ ಮತ್ತು ವಿಶ್ವಾಸದಿಂದ ಕಾಣ್ತೀರಿಂತ.. ಹಾಗೆ ನಿಮ್ಮ ಸ್ನೇಹದಲ್ಲಿ ನನಗೂ ಒಂದು ಚಿಕ್ಕ ಪಾಲಿದೆಂತ ತಿಳ್ಕೊಳ್ಳಾ.." ಮೃದುವಾಗಿ ನಕ್ಕು ಕೇಳಿದಳು

ಅವಳ ನಗು ಅವನನ್ನು ಪೂರ್ತಿಯಾಗಿ ಇರಿಯಿತು. ಅವಳು ಶಾಂತವಾಗಿ ಹೇಳಿದ ನುಡಿಗಳನ್ನು ಪುನಃ ಮೆಲುಕು ಹಾಕಿದ. ಎದೆಯೊಡೆದ ಸಂಧರ್ಭದಲ್ಲಿಯೂ ಎಂಥ ಉದ್ದಾತ ನುಡಿಗಳು.. ಅವನ ಗಂಟಲು ಕಟ್ಟಿತು

"ಬನ್ನಿ ಆಗ್ಲೇ ಕತ್ತಲಾಗ್ತಿದೆ ಮನೆಗೆ ಸ್ವಲ್ಪ ಡ್ರಾಪ್ ಮಾಡಿಬಿಡಿ ಇಲ್ಲಿಂದ ಮನೆ ಆರೇಳು ಮೈಲಿ ದೂರದಲ್ಲಿದೆ ಇಲ್ಲೆ ಹೋದ್ರೆ ನಾನೆ ನಡೆದುಬಿಡ್ತಿದ್ದೆ" ಅವಳು ಅವನಿಗೆ ಹೇಳಿ ಗುಡ್ಡವನ್ನಿಳಿಯ ತೊಡಗಿದಲು.

****

ಕೊಡವರಿಗೆ 'ಕೈಲ್ಪೋದ್' ಬಹಳ ಪ್ರಮುಖವಾದ ಹಬ್ಬ. ಸೆಪ್ಟೆಂಬರ್ ಮೂರರಂದು ಈ ಹಬ್ಬವನ್ನು ಆಚರಿಸುತ್ತಾರೆ. ಮಳೆಗಾಲದಲ್ಲಿ ಸತತವಾಗಿ ಗದ್ದೆಯಲ್ಲಿ ಉಳುಮೆ, ಬಿತ್ತನೆ, ನಾಟಿ ಮತ್ತಿತರ ತೋಟದ ಕೆಲಸ ಮುಗಿಸಿ ದಣಿದ ಜನರು ಅಂದು ತಮ್ಮೊದನೆ ದುಡಿದ ಆಯುಧಗಳನ್ನು, ಅಂದರೆ ನೇಗಿಲು, ಹಾರೆ, ಗುದ್ದಲಿ, ಪಿಕಾಸಿ ಹಾಗು ತಮ್ಮನ್ನು ರಕ್ಷಿಸುವ ಬಂದೂಕುಗಳೊದನೆ, ಮಿಕ್ಕಲ್ಲಾ ಆಯುಧಗಳನ್ನು ಇಟ್ಟು ಅದಕ್ಕೆ ಪೂಜೆ ಸಲ್ಲಿಸುತ್ತಾರೆ. ಬಿಸಿಲು-ಮಳೆಯೆನ್ನದೆ ದುಡಿದ ಆಳು ಮಕ್ಕಳಿಗೆ, ಮಾಲೀಕರು ಅಂದು ಅಕ್ಕಿ ಮಾಂಸಗಳೊದನೆ ಭಕ್ಷಿಸು ಕೊಟ್ಟು ಒಳ್ಳೆಯ ಚೈತನ್ಯವನ್ನು ನೀಡುತ್ತಾರೆ. ಎಲ್ಲ ಮನೆಗಳಲ್ಲಿ ಕಡೇಪಕ್ಷ ನಾಲ್ಕೈದು ಕೆಜಿ ಮಾಂಸ ಬೇಯುತ್ತದೆ

ಐನ್ ಮನೆಗಳಲ್ಲಿ ಆಯುಧಗಳನ್ನಿಟ್ಟು ಪೂಜಿಸಿ, ಸುರಗಿ ಮರಕ್ಕೆ ತೆಂಗಿನಕಾಯಿ ಕಟ್ಟಿ ಗುಂಡು ಹೊಡೆಯುತ್ತಾರೆ. ಹಿಂದಿನ ಕಾಲದಲ್ಲಿ ಆಯುಧಪೂಜೆಯ ನಂತರ ಬೇಟೆಗೆ ಹೋಗುವ ಪದ್ಧತಿ ಇತ್ತು. ಈಗದು ಕೇವಲ ತೆಂಗಿನಕಾಯಿಗೆ ಗುಂಡು ಹೊಡೆಯುವಲ್ಲಿಗೆ ಬಂದು ನಿಂತಿದೆ.

ಐನ್ ಮನೆ ಅಂದರೆ ದೊಡ್ಡಮನೆ ಎಂದರ್ಥ. ಒಂದೊಂದು ಕುಟುಂಬದವರಿಗೆ ಒಂದೊಂದು ಐನ್ ಮನೆ ಇರುತ್ತದೆ. ಆ ಕುಟುಂಬದಲ್ಲಿ ಯಾವುದೇ, ಸಾವು, ತಿಥಿ, ಹಬ್ಬ, ಹರಿದಿನ, ನಾಮಕರಣ, ಮುಂತಾದ ಕಾರ್ಯಗಳನ್ನು ಆ ಐನ್ ಮನೆಯಲ್ಲಿಯೇ ನಡೆಸುತ್ತಾರೆ. ತಮ್ಮ ತಮ್ಮ ಮನೆಯಿಂದ ಅಡುಗೆ ಪದಾರ್ಥಗಳನ್ನು ತಂದು, ಐನ್ ಮನೆಯಲ್ಲಿ ಎಲ್ಲರೂ ಒಟ್ಟಿಗೆ ಸೇರಿ ಅಡುಗೆಮಾಡಿ ಉಣ್ಣುತ್ತಾರೆ.

ದೂರದೂರುಗಳಲ್ಲಿ ನೆಲೆಸಿದ ಮಕ್ಕಳು. ಮರಿಗಳು ಸಹ ಹಬ್ಬದ ಸಮಯದಲ್ಲಿ ಐನ್ ಮನೆಗೆ ಬಂದು ಸೇರುತ್ತಾರೆ ಬರಲಾಗದವರು ಮಾತ್ರ ಅವರವರ ಮನೆಯಳತೆಗೆ ಹಬ್ಬವನ್ನು ಮಾಡುತ್ತಾರೆ.

ರಘುವಿನ ನಿರಾಕರಣೆಯಿಂದ ನರಳಿದ ಅನುಪಮ ಈ ಹಬ್ಬಕ್ಕೆ ಬೋಜವ್ವನವರ ತವರುಮನೆಗೆ ಹೊರಟುಹೋದಳು. ಇಷ್ಟು ದಿನ ರಘು ತನ್ನ ಜೊತೆಗಿದ್ದಾರೆ ಎಂಬ ಭರವಸೆಯಿಂದ ಹೇಗೋ ಸುದೀಪನನ್ನು ಸಹಿಸಿಕೊಳ್ಳುತ್ತಿದ್ದಳು ಅನುಪಮಾ. ಆದರೆ ಅವಳ ನಂಬಿಕೆ ಚೂರಾದ ಮೇಲೆ, ಪುನಃ ಹಬ್ಬದ ನೆಪದಲ್ಲಿ ಸೇರಬಹುದಾದ ಅಣ್ಣ-ತಮ್ಮಂದಿರನ್ನು ಎದುರಿಸುವ ಧೈರ್ಯವಿಲ್ಲದೆ, ತಾಯಿಯನ್ನು ಒಪ್ಪಿಸಿ, ಮಡಿಕೇರಿಯಿಂದ ಹತ್ತು ಕಿಲೋಮೀಟರ್ ದೂರದಲ್ಲಿದ್ದ ಮಾವನ ಮನೆಗೆ ಹೊರಟು ಹೋದಳು.

ಆದುದರಿಂದ ಆ ಹಬ್ಬ ಅನುಪಮಾಳ ಅನುಪಸ್ಥಿತಿಯಲ್ಲಿ ನಡೆದುಹೋಯಿತು

****

ಪ್ರಗತಿಯ ನೀರಸ ಪ್ರತಿಕ್ರಿಯೆಗೆ ತೀವ್ರವಾಗಿ ಬಳಲಿ ಹೋದ ಸುದೀಪ . ಸುದೀಪ ಮುಂಗೋಪಿ, ಸ್ವಾರ್ಥಿಯಾದರೂ ಅತಿ ಸಭ್ಯ. ಅವಳನ್ನು ಒಲಿಸಿಕೊಳ್ಳಲು ತನ್ನಿಂದಾದ ಪ್ರಯತ್ನವನೆಲ್ಲಾ ಪಟ್ಟು ಸೋತುಹೋದ. ಅವಳ ಅರಳು ಕಂಗಳಲ್ಲಿ ನಿರ್ಲಿಪ್ತ, ನಿರ್ಲಕ್ಷ್ಯ ಧೋರಣೆಯ ಹೊರತು ಬೇರೇನು ಕಾಣಲಾಗಲಿಲ್ಲ ಸುದೀಪನಿಗೆ.

ಪ್ರತಿ ದಿನ ಕಾಲೇಜಿಗೆ ಹೋಗುವಾಗ ಬರುವಾಗ ಜೊತೆಯಲ್ಲಿದ್ದರೂ ಮಾತೆಲ್ಲ ಅವನದೇ ಆಗಿರುತ್ತಿತ್ತು. ಅವನು ಕೇಳಿದ ಪ್ರಶ್ನೆಗೆ ಉತ್ತರಿಸುವುದನ್ನು ಬಿಟ್ಟರೆ ಅವಳಾಗಿ ಒಂದು ಮಾತನ್ನೂ ಆಡುತ್ತಿರಲಿಲ್ಲ. ಕಾಲೇಜಿನ ಹೊರತಾಗಿ ಅವಳು ಅವನೊಡನೆ ಮತ್ತೆಲ್ಲಿಗೂ ಹೋಗುತ್ತಿರಲಿಲ್ಲ. ಅವನೆಲ್ಲಿಗೇ ಕರೆದರೂ ಏನಾದರು ಕಾರಣ ಹೇಳಿ ತಪ್ಪಿಸಿಕೊಳ್ಳುತ್ತಿದ್ದಳು. ಅದೇಕೋ ಅವಳನ್ನು ಬಲವಂತ ಪಡಿಸಲು ಅವನಿಗೆ ಧೈರ್ಯವಾಗುತ್ತಿರಲಿಲ್ಲ.

ತನ್ನೆಲ್ಲ ಪ್ರಯತ್ನಗಳೂ ನಿಷ್ಫಲವಾದಾಗ ಅವಳನ್ನು ವೈವಾಹಿಕ ಬಂಧನದಲ್ಲಿ ಕಟ್ಟಿ ಹಾಕುವುದೊಂದೇ ಮಾರ್ಗವಾಗಿ ತೋರಿತು ಸುದೀಪನಿಗೆ. ಅವನೂಹಿಸಿದಂತೆ ರಘುವಿನಿಂದ ಯಾವುದೇ ಅಡ್ಡಿ-ಆತಂಕಗಳು ಉಂಟಾಗಿರಲಿಲ್ಲ. ಆದುದರಿಂದ ಅವಳ ಹೃದಯವನ್ನು ಗೆಲ್ಲಲು ಪ್ರಯತ್ನಿಸಿ ಸೋತ ಸುದೀಪ, ಅವಳ ಮೇಲೆ ನೈತಿಕ ಹಕ್ಕನ್ನು ಸ್ಥಾಪಿಸುವತ್ತ ಗಮನಹರಿಸಿದ.

ತಾಯಿ ಈ ವಿಷಯಕ್ಕೆ ಸಹಕರಿಸುವುದಿಲ್ಲವೆಂಬುದನ್ನರಿತಿದ್ದ ಸುದೀಪ ತಂದೆಯತ್ತ ನಡೆದ.

ಸಂಜೆಯ ಕಾಫಿ ಬಟ್ಟಲನ್ನು ಹಿಡಿದಿದ್ದ ಸೋಮಯ್ಯನವರು ಅಲ್ಲೇ *ಅಣಬೆ[10] ಸೋಸುತ್ತಿದ್ದ ಗಂಗವ್ವನೊಡನೆ ಮಾತನಾಡುತ್ತಿದ್ದರು.

ಗೌರಿ ಮಳೆಗೆ ಹಲವಾರು ಬಗೆಯ ಅಣಬೆಗಳು ಹುಟ್ಟುತ್ತವೆ. ಮೊಟ್ಟೆ ಅಣಬೆ, ಹುತ್ತದ ಅಣಬೆ, ಬೇರಣಬೆ, ನುಚ್ಚಣಬೆ, ಹೀಗೆ ವಿವಿಧ ಬಗೆಯ ಅಣಬೆಗಳು ಸಿಗುತ್ತವೆ. ಇಂದವರಿಗೆ ಛತ್ರಿ ಹಣಬೆ ಸಿಕ್ಕಿತ್ತು.

ಅಂಗ್ಯೆಯಗಲದ, ಛತ್ರಿಯಂತೆ, ಬೆಳ್ಳಗೆ ಬುಟ್ಟಿಯ ತುಂಬಾ ತೋಟದಲ್ಲಿ ಸಿಕ್ಕ ಅಣಬೆಯ ಅರ್ಧಭಾಗವನ್ನು ಅನುಪಮಳ ಮನೆಗೆ ಕಳಿಸಿ, ಉಳಿದುದನ್ನು ರಾತ್ರಿಯ ಪಲ್ಯಕ್ಕಾಗಿ ಬಿಡಿಸುತ್ತಿದ್ದರು ಗಂಗವ್ವನವರು.

"ಬಾ ಸುದೀಪ. ಇವತ್ತು ಬೇಗ ಬಂದುಬಿಟ್ಟೆ. ಕೆಲಸ ಹೆಚ್ಚಿರಲಿಲ್ಲವೇನು?" ಬೇಗ ಬಂದ ಮಗನನ್ನು ನೋಡಿ ಕೇಳಿದರು ಸೋಮಯ್ಯನವರು

"ಇಲ್ಲ ಅಪ್ಪಯ್ಯ. ಎಲ್ಲಾ ಬೇಗ ಮುಗೀತು ಅದಕ್ಕೆ ಬಂದೆ" ತಂದೆಯೆದುರು ಕುಳಿತುಕೊಳ್ಳುತ್ತಾ ಹೇಳಿದ ಸುದೀಪ, ಕೆಟಲ್ ನಿಂದ ಕಾಫಿ ಬಗ್ಗಿಸಿಕೊಂಡ.

ಮಗ ತಮ್ಮೊಡನೆ ಮಾತಾಡುವುದಿದೆ ಎಂಬುದನ್ನರಿತ ಸೋಮಯ್ಯನವರು ಮಗನ ನುಡಿಗಳಿಗಾಗಿ ಕಾದು ಕುಳಿತರು.

"ಅಪ್ಪಯ್ಯ, ದಸರಾ ರಜೆಯಲ್ಲಿ ನಾನು ಮದುವೆಯಾಗಬೇಕೆಂದಿದ್ದೇನೆ" ಕಾಫಿ ಗುಟುಕರಿಸುತ್ತಾ ನುಡಿದ ಸುದೀಪ.

ಅಣಬೆ ಸೋಸುತ್ತಿದ್ದ ಗಂಗವ್ವನವರ ಕೈ ತಡೆಯಿತು.

"ಈ ದಸರಾ ರಜೆಯಲ್ಲಿ? ಅನುದಿನ್ನೂ ಓದು ಮುಗಿದಿಲ್ಲ" ಅಚ್ಚರಿಯಿಂದ ಕೇಳಿದರು ಸೋಮಯ್ಯ.

"ಅವಳು ಬೇಕಾದರೆ ಮದುವೆಯಾದಮೇಲೆ ಓದಲಿ. ಬೇಕಾದರೆ, ಎಂ.ಕಾಮೂ ಮಾಡಲಿ."

ಮಗನ ಧ್ವನಿಯಲ್ಲಿದ್ದ ಕಾತುರತೆಗೆ ಮನದಲ್ಲೇ ನಕ್ಕರು ಸೋಮಯ್ಯನವರು.

" ಅನೂ ಏನಂತಾಳೆ?" ನಡುವೆ ಕೇಳಿದರು ಗಂಗವ್ವ.

"ಹೆಣ್ಣುಮಕ್ಕಳು ಮದುವೆಯಾಗ್ತೀನಿ ಅಂತ ಹೇಳ್ತಾರೇನು?" ಮಡದಿಯನ್ನು ಕೇಳಿದರು ಸೋಮಯ್ಯ. "ಅವಳದ್ದು ಫೈನಲ್ ಇಯರ್. ಬರಿ ೨ ತಿಂಗಳು ತಾನೆ? ಮದುವೆ ಆದ್ಮೇಲೆ ಕಾಲೇಜಿಗೆ ಹೋಗ್ತಾಳೆ ಬಿಡು. ನಂಗೂ ಸೊಸೆ ಮೊಮ್ಮಕ್ಕಳು ನೋಡೋ ಆಸೆಯಾಗಿದೆ." ಮಗನ ಮಾತನ್ನು ಅನುಮೋದಿಸಿದರು ಸೋಮಯ್ಯ.

---

[10] ಅಣಬೆ ಮಳೆಗಾಲದಲ್ಲಿ, ಮಲೆನಾಡಿನಲ್ಲಿ ಸಿಗುವ ರುಚಿಕರ ಆಹಾರ.

"ರಘು ಬಗ್ಗೆ ನೆನಪಿದ್ಯಾ ನಿಮಗೆ? ಅವನ ಮದುವೆಗೇನು ಮಾಡ್ತೀರಿ?" ಅಸಹನೆಯಿಂದ ಕೇಳಿದರು ಗಂಗವ್ವ.

"ಅವನ್ನ ಬಿಡೋಕ್ಕಾಗುತ್ತೇನು? ಈ ಬಾರಿ ಮದುವೆಯಾಗ್ತೀನೀಂತ ಅವನು ಒಪ್ಪಿಕೊಂಡಿದ್ದಾನಲ್ಲ. ಇಬ್ಬರ ಮದುವೆನೂ ೧೫ ದಿನಗಳ ಅಂತರದಲ್ಲಿ ಮುಗಿಸಿಬಿಡೋಣ."

" ಹೆಣ್ಣು ನೋಡಿದ್ದೀರೇನು?"

"ನೋಡೋದು. ನಮ್ಮ ರಘು ಮನಸು ಮಾಡಿದ್ರೆ ಅವನಿಗೆ ಹುಡುಗಿ ಸಿಕ್ಕುವುದು ಕಷ್ಟವಾ?"

"ಆದ್ರೆ ರಘು ಮನಸ್ಸು ಮಾಡಬೇಕಲ್ಲ." ಅವರ ದನಿಯಲ್ಲಿ ಕಂಡು ಕಾಣದ ನಿರಾಸೆ ಇಣುಕಿತ್ತು.

"ಅವನಿಗೂ ಮೂವತ್ತು ತುಂಬಿತು. ಇನ್ಯಾವಾಗ ಮದುವೆ ಆಗ್ತಾನಂತೆ. ಈ ಸಾರಿ ಅವನ ಮದುವೆ ಮುಗಿಸಿಬಿಡಬೇಕು. ಮುತ್ತು ಧರಣಿ ಬಗ್ಗೆ ಹೇಳ್ತಾ ಇದ್ದ. ಇತ್ತೀಚಿಗೆ ರಘು ಅವರ ಮನೆಗೆ ಹೆಚ್ಚು ಹೋಗ್ತಾನಂತೆ."

"ಈ ಮೊದಲು ಅವನು ಅನೂ ಮನೆಗೆ ಹೋಗ್ತಾ ಇದ್ದ. ಹಾಗಂತ ಅವನು ಅವಳನ್ನ ಮದುವೆಯಾಗೋಕ್ಕಾಗುತ್ತೇನು?" ಸಿಡುಕಿದರು ಗಂಗವ್ವ.

ಮಡದಿಯ ಅಸಹನೆಗೆ ಕಾರಣವೇನೆಂಬುದು ತಿಳಿಯಲಿಲ್ಲ ಸೋಮಯ್ಯನವರಿಗೆ. "ಯಾಕೆ ಗಂಗೆ? ಅನೂ ಈ ಮನೆ ಸೊಸೆಯಾಗುವುದು ನಿಂಗೆ ಇಷ್ಟ ಇಲ್ವಾ? ಯಾವಾಗಲೂ ಅವಳ ಮಾತು ಬಂದ್ರೆ ಹಾರಾಡ್ತಿಯ?" ಸೋಮಯ್ಯನವರು ಗಂಭೀರವಾಗಿ ಮಡದಿಯನ್ನು ಪ್ರಶ್ನಿಸಿದಾಗ ಪೆಚ್ಚಾದರು ಗಂಗವ್ವ

"ಥೆ, ಥೆ ನಾನೆಲ್ಲಿ ಹಾಗೆ ಹೇಳಿದೆ? ಅವಳು ಬಂಗಾರದಂಥ ಹುಡುಗಿ. ರಘುವಿಗೂ ಅಂಥ ಹುಡುಗಿ ಸಿಕ್ಕಿದ್ರೆ." ತಾಯಿಯ ಕರುಳು ಮಗನ ಒಳಿತಿಗಾಗಿ ಮಿಡುಕಿತು.

"ಅದಕ್ಕೇನಂತೆ ಅಂಥ ಹುಡುಗಿನೇ ಹುಡುಕಿದರಾಯಿತು.."

"ಆದಷ್ಟು ಸುಲಭಾನಾ?"

"ಯಾಕಿಲ್ಲ? ಹೋದ ಸಲ ಪೇಟೆಗೆ ಹೋದಾಗ ದೇವಯ್ಯ ಸಿಕ್ಕಿದ್ರು. ಅವನ ಅಣ್ಣನ ಮಗಳೊಬ್ಬಳು ತುಂಬ ಮುದ್ದಾಗಿದ್ದಾಳೆ. ನಮ್ಮ ಅನೂ ಹಾಗೆ. ನಾನೇ ಅವರ ಮನೆಗೆ ಹೋಗಿ ನೋಡಿಕೊಂಡು ಬಂದೆ. ಈ ಸಲ ದೇವರ ಹಬ್ಬಕ್ಕ ಅವಳನ್ನು ನಮ್ಮ ದೇವಸ್ಥಾನಕ್ಕ ಕರ್ಕೊಂಡು ಬರೋಕೆ ಹೇಳಿದ್ದೀನಿ. ಅಲ್ಲಿ ರಘು ಅವಳನ್ನು ನೋಡಿ ಮೆಚ್ಚಿಕೊಂಡರೆ ಮುಂದಿನ ಕಾರ್ಯ ನೋಡಬಹುದು."

"ಅಪ್ಪಯ್ಯ ನೀವು ಹಾಗಾದ್ರೆ ರಘುಗೆ ಹೆಣ್ಣು ನೋಡಿದ್ದೀರೇನು?" ಸಂಭ್ರಮದಿಂದ ಉದ್ಗರಿಸಿದ ಸುದೀಪ

"ಹಾಂ. ನವೆಂಬರಲ್ಲಿ ಅವನ ಮದುವೆ ಮುಗಿಸಿಬಿಟ್ಟು, ಏಪ್ರಿಲ್ನಲ್ಲಿ ನಿಂದು ಇಟ್ಕೋಳ್ಳೋಣ ಅದ್ಕೊಂಡಿದ್ದೆ. ಆದ್ರೆ, ನೀನು ತುಂಬಾ ಅರ್ಜೆಂಟಲಿದ್ದಿ" ಸೋಮಯ್ಯನವರು ದೊಡ್ಡದಾಗಿ ನಕ್ಕಾಗ ಕೆಂಪಾದ ಸುದೀಪ. ಅವನ ಕಂಗಳ ಮುಂದೆ ಸಪ್ತವರ್ಣದ ಕಾಮನಬಿಲ್ಲು ಮೂಡಿತ್ತು

"ಥ್ಯಾಂಕ್ಯು ಅಪ್ಪಯ್ಯ." ಅವನು ನಗುತ್ತ ಮೇಲೆದ್ದಾಗ ಮಡದಿಯತ್ತ ತಿರುಗಿ ಕಣ್ಣು ಮಿಟುಕಿಸಿದರು ಸೋಮಯ್ಯನವರು.

****

"ಅನೂ, ಧರಣಿ ವಿಷಯ ಗೊತ್ತಾಯ್ತೇನು? ತಾನು ಹೇಳಿದ ಮಾತಿಗೆ ಮಾತ್ರ 'ಹಾಂ ಹುಂ' " ಎನ್ನುತ್ತಾ ನೀರಸವಾಗಿ ಬಸ್ಸಿನಿಂದ ಹೊರಗೆ ನೋಡುತ್ತಿದ್ದ ಅನುಪಮಾಳನ್ನು ಕೇಳಿದಳು ಸುಜಾತ.

ಸುಜಾತ ತುಂಬಾ ಹರ್ಷದಿಂದಿದ್ದಳು. ಅವಳ ಮದುವೆಗಿನ್ನು ಸ್ವಲ್ಪವೇ ಸಮಯ ಉಳಿದಿತ್ತು. ಮುಕ್ಕಾಲು ಭಾಗ ಒಡವೆ, ವಸ್ತುಗಳ ಖರೀದಿಯಾಗಿತ್ತು. ಕಳೆದವಾರ ಕೊಂಡ ಸೀರೆಗಳನ್ನು ಮನೆಯಲ್ಲಿ ಬಿಡಿಸಿ ನೋಡಿದಾಗ 2 ಸೀರೆಗಳಲ್ಲಿ ಡ್ಯಾಮೇಜ್ ಇದ್ದ ಕಾರಣ ಅದನ್ನು ಬದಲಾಯಿಸಬೇಕಿತ್ತು. ಅದಕ್ಕಾಗಿ ಅನುಪಮಳನ್ನು ಜೊತೆಯಲ್ಲಿ ಕರೆದುಕೊಂಡು ಮಡಿಕೇರಿಗೆ ಹೊರಟಿದ್ದಳು ಸುಜಾತ.

ಅವಳು ತನ್ನ ಮದುವೆಯ ಹಾಗು ಭಾವಿ ಪತಿಯ ಬಗ್ಗೆ ಮಾತನಾಡುವುದು ತುಂಬಾ ಇತ್ತು. ಆದರೆ ಅನುಪಮಾ ಎಲ್ಲಾದಕ್ಕೂ ಚುಟುಕಾಗಿ ಉತ್ತರಿಸುತ್ತಿದ್ದುದ್ದರಿಂದ ಅವಳಿಗೆ ನಿರಾಸೆಯಾಯಿತು. ಅವಳ ಮುಖವನ್ನು ಸೂಕ್ಷ್ಮವಾಗಿ ಪರೀಕ್ಷಿಸಿದಾಗ ಅವಳು ತುಂಬಾ ಮಂಕಾಗಿರುವಂತೆ ತೋರಿ ವಿಷಯಾಂತರಗೊಳಿಸಿದಳು.

"ಇಷ್ಟು ದಿನ ರಾಘಣ್ಣ ನನ್ನ ಮದುವೆಯಾಗ್ತಾನೇಂತ ಜಂಬ ಕೊಚ್ಚಿಕೊಳುತ್ತಾ ಇದ್ಲಾ, ಅವಳನ್ನ ಮದುವೆಯಾಗಲ್ಲಾಂತ, ರಾಘಣ್ಣ ಸ್ಪಷ್ಟವಾಗಿ ಹೇಳಿದ್ನಂತೆ"

ರಘುವಿನ ವಿಷಯ ಬಂದಾಗ ನೆಟ್ಟನೆ ಕುಳಿತಳು ಅನುಪಮಾ . "ಯಾರು ಹೇಳಿದ್ದು?"

"ದೇಛೀ. ನಿನ್ನೆ ನಾನು ಸ್ನಾನಕ್ಕೆ ಹೋಗಿದ್ದಾಗ ಅವಳು ನೀರು ತರೋಕ್ಕೆ ಬಾವಿ ಹತ್ತಿರ ಬಂದಿದ್ಲು. ಧರಣಿ ರೂಮು ಬಿಟ್ಟು ಹೊರಗೆ ಬಂದು ಮೂರು ದಿನ ಆಯ್ತಂತೆ..."

ಅರಳಿದ ಗುಲಾಬಿಯಂತೆ ಆಹ್ಲಾದಕರವಾದ ಧರಣಿಯ ಮುಖ ನೆನಪಾಗಿ ಅವಳ ಬಗ್ಗೆ ಕನಿಕರವೆನಿಸಿತು ಅನುಪಮಳಿಗೆ.

"ಪಾಪ ಅವಳು ಅವರನ್ನು ತುಂಬಾ ಇಷ್ಟ ಪಡ್ದಿದ್ಲು." ಸಹನಾಭೂತಿ ವ್ಯಕ್ತಪಡಿಸಿದಳು ಅನುಪಮಾ .

"ಅವನ್ನ ಯಾರು ತಾನೆ ಇಷ್ಟಪಡಲ್ಲ ಹೇಳು. ಹಾಗಂತ? ನೋಡೋಕೆ ಒಂಚೂರು ಚೆನ್ನಾಗಿದ್ದೀನಿಂತ ಅವಳ ತಲೆ ನಿಲ್ತಾ ಇರಲಿಲ್ಲ. ನೀನು ಇತ್ತೀಚೆಗೆ ವಾಕಿಂಗ್ ಬರೋದು ನಿಲ್ಲಿಸಿಬಿಟ್ಟೆ. ಅವಳ ಕೊಬ್ಬು ಆಕಾಶಕ್ಕೇರಿ ಬಿಟ್ಟಿತ್ತು. ಸದ್ಯ ರಾಘಣ್ಣ ಅವಳನ್ನ ಮದುವೆಯಾಗದಿದ್ದದ್ದು ಒಳ್ಳೆದಾಯಿತು. ಈಗ ನೂರಾರು ಜನ್ನು ಅವನ ನೆರಳಲ್ಲಿ ನೆಮ್ಮದಿಯಾಗಿದ್ದಾರೆ. ಇವಳು ಅವನ ಹೆಂಡತಿಯಾಗಿ ಬಿಟ್ರೆ. ಅವರ ಬಾಯಿಗೆಲ್ಲ ಮಣ್ಣು." ಧರಣೆಯ ದುರಹಂಕಾರವನ್ನು ನೆನೆದು ಶಪಿಸಿದಳು ಸುಜಾತ

ಧರಣಿ ರಘುವಿನ ಬಗ್ಗೆ ಹೇಳಿದ್ದರು ಈ ಬಗ್ಗೆ ಅನುಪಮಳಿಗೆ ಅನುಮಾನವಿತ್ತು., ಆದರೂ ವಿವರವನ್ನು ತಿಳಿಯುವ ಸಲುವಾಗಿ "ಅವಯ್ಯಾಕೆ ಧರಣಿನ್ನ ಮದುವೆ ಆಗಲ್ವಂತೆ?" ಎಂದು ಕೇಳಿದಳು.

"ಅವನು ಅವಳನ್ನು ಆ ದೃಷ್ಟಿಯಿಂದ ನೋಡೇ ಇಲ್ಲ. ನಾವೆಲ್ಲ ಒಟ್ಟಿಗೆ ಆಡಿ ಬೆಳೆದವರು; ಸಲಿಗೆ ಹೆಚ್ಚಪ್ಪೇ." ಅನುಪಮ ಮಾತಾಡಲಿಲ್ಲ

"ನೀನು ರಾಘಣ್ಣನ ಜೊತೆ ತುಂಬಾ ಓಡಾಡ್ತಿದ್ಯಲ್ಲಾ, ನೀನು ಅವರನ್ನೇ ಮದುವೆಯಾಗ್ತಿಯಾ ಅದ್ಕೊಂಡಿದ್ದೆ.": ಅಳುಕಿನಿಂದಲೇ ಕೇಳಿದಳು ಸುಜಾತ

"ಅವರ ಜೊತೆ ಓಡಾಡಿದವರಿಗೆಲ್ಲಾ ಅವರನ್ನ ಮದುವೆಯಾಗೋ ಭಾಗ್ಯ ಇದ್ರೆ, ಅವರು ಎರಡನೇ ಕೃಷ್ಣ ಆಗಿಬಿಟ್ಟಾರಪ್ಪೇ." ವಿನೋದವಾಗಿ ಹೇಳಿದರೂ ನಿರಾಸೆಯ ಬಿಸಿಯುಕ್ಕಿತು ದನಿಯಲ್ಲಿ.

"ಅದು ನಿಜಾನ್ನು. ಅವನಿಗೆ ಜನರನ್ನ ಕಂಡ್ರೆ ತುಂಬಾ ಕನಿಕರ." ಬಸ್ಸ್ಟ್ಯಾಂಡಿನಲ್ಲಿ ಬಸ್ಸು ಬಂದು ನಿಂತಾಗ ಇಬ್ಬರು ಮಾತು ನಿಲ್ಲಿಸಿ ಎದ್ದರು.

ಮೊದಲು ಸಿಕ್ಕ ಒಡವೆ ಅಂಗಡಿಗೆ ಹೋಗಿ ಉಳಿದ ಒಡವೆ ಯಾವಾಗ ಸಿದ್ಧವಾಗುತ್ತದೆಂದು ತಿಳಿದುಕೊಂಡು ಮುಂದಿನ ಕೆಲಸಕ್ಕೆ ಹೋಗುವುದೆಂದು ನಿರ್ಧರಿಸಿ, ಒಡವೆಯ ಅಂಗಡಿಗೆ ಹೋದರು. ಅಲ್ಲಿ ಮಾತಾಡಿ ಹೊರಗೆ ಬರುವಷ್ಟರಲ್ಲಿ ರಘು ಯಾರೊಡನೆಯೋ ಮಾತಾಡುತ್ತಿದ್ದುದನ್ನು ಗಮನಿಸಿದಳು ಅನುಪಮಾ. ಒಂದು ಕ್ಷಣ ಅವನನ್ನೇ ಕಣ್ಣಲ್ಲಿ ತುಂಬಿಕೊಂಡು, ಅವನನ್ನು ಗಮನಿಸಿದಂತೆ ರಸ್ತೆಯತ್ತ ನೋಟ ಹರಿಸಿದಳು.

"ಅನೂ ರಾಘಣ್ಣ..." ಅದೇ ತಾನೇ ಅವನನ್ನು ನೋಡಿದ ಸುಜಾತ ಉದ್ಗರಿಸಿದಳು.

"ಅದಕ್ಕೇನಂತೆ...?"

"ಸದ್ಯ... ಹಾಳು ಬಸ್ಸಿಗೆ ಕಾಯುವ ಕೆಲಸ ತಪ್ಪಿತು, ಅವನ ಜೀಪಲ್ಲಿ ಹೋಗಿಬಿಡಬಹುದು."

"ಸುಜಿ ಸ್ವಲ್ಪ ಯೋಚನೆ ಮಾಡು. ರಘು ಎಲ್ಲರ ಬಗ್ಗೆ ಯೋಚನೆ ಮಾಡ್ತಾರೆ, ಆದ್ರೆ ಯಾರಾದ್ರು ರಘು ಬಗ್ಗೆ ಯೋಚನೆ ಮಾಡ್ತಾರಾ? ಅವರಿಗೇನಪ್ಪ ಕಡಿಮೆಂತ, ಎಲ್ಲರೂ ಅಂದ್ಕೋತಾರೆ. ಆದರೆ ಅವರೂ ಒಬ್ಬ ಮನುಷ್ಯ. ಅವರಿಗೂ ತಮ್ಮದೇ ಆದ ಆಸೆ-ಆಕಾಂಕ್ಷೆ, ಕೆಲಸಕಾರ್ಯಗಳು ಇರೋದಿಲ್ವಾ?

ಯಾವಾಗಲೂ, ಯಾರಾದರೊಬ್ಬರು ಅವರಿಗೆ ಗಂಟು ಬೀಳ್ತಾರೆ. ಪರಿಸ್ಥಿತಿಯೂ ಹಾಗೆ ಇದೆ ಅಂತಿಟ್ಕೋ. ಆದ್ರೆ ನಮಗೇನು ಧಾಡಿ? ಅಟ್ ಲಿಸ್ಟ್ ನಮ್ಮಂಥವರಾದ್ರೂ ಅವರಿಗೆ ತೊಂದರೆ ಕೊಡದೆ ಇರಬಹುದಲ್ಲ."

ಹಿಂದೊಮ್ಮೆ ರಘು ತನ್ನನ್ನು ದೇವಸ್ಥಾನಕ್ಕೆ ಕರೆದುಕೊಂಡು ಹೋಗುವುದಾಗಿ ಹೇಳಿದ್ದರು. ಅಂದು ಅವರು ತುಂಬಾ ಸಂತೋಷವಾಗಿದ್ದರು. ಅವರ ಸ್ನೇಹಿತರ ಮನೆಯಲ್ಲಿ ತಮ್ಮ ವಿಷಯ ಮದುವೆಯವರೆಗೂ ಬಂದಿತ್ತು. ಅವರ ಕಂಗಳಲ್ಲಿ ಸಾವಿರಾರು ರಂಗುಗಳ ಕನಸಿತ್ತು. ಅಂದು ಅವರು ತನ್ನಲ್ಲಿ ಏನೋ ಹೇಳುವವರಿದ್ದರು. "ಬಹುಶಃ ನಾನು ನಿನ್ನನ್ನು ಪ್ರೀತಿಸುತ್ತೇನೆ" ಆದರೆ ಈ ಜನಗಳ ಅಬ್ಬರದಲ್ಲಿ ಅದೆಲ್ಲ ಕೊಚ್ಚಿ ಹೋಗಿತ್ತು. ತಾನಂದು ಹೆಚ್ಚು ನೊಂದಿರಲಿಲ್ಲ. ಇಂದಲ್ಲದಿದ್ದರೆ ನಾಳೆ ಎಂದು ಭಾವಿಸಿದ್ದೆ. ಆದರೆ ಆ ನಾಳೆ ತನ್ನ ಪಾಲಿಗೆ ಬರಲೇ ಇಲ್ಲ.

ಈ ದಿಕ್ಕಿನಲ್ಲಿ ಪ್ರಥಮ ಬಾರಿಗೆ ಯೋಚಿಸಿದಳು ಸುಜಾತ.

"ಹೌದಲ್ವಾ? ಛೇ, ನಾನು ಯೋಚನೇನೆ ಮಾಡ್ಲಿಲ್ಲ. ಯಾವಾಗಲೂ ಪಾಪ ರಾಘಣ್ಣ ತಾನು ಹೋಗೋ ಕಡೆ ಜೀಪಲ್ಲಿ ಜನರನ್ನು ತುಂಬಿಕೊಂಡು ಹೋಗ್ತಾನೆ. ಒಂದೊಂದು ಸಲ ತುಂಬಾ ಕಿರಿಕಿರಿಯಾಗುತ್ತೆ." ಇಬ್ಬರು ಮಾತಾಡುತ್ತ ಹೆಜ್ಜೆ ಹಾಕಿದರು.

ಅವರು ಸ್ವಲ್ಪ ದೂರ ಹೋಗುವಲ್ಲಿ ರಘುವಿನ ಜೀಪು ಅವರನ್ನು ಸಮೀಪಿಸಿತು. "ಯಾವಕಡೆ ಹೊರಟಿದ್ದೀರಿ?" ಡ್ರೈವಿಂಗ್ ಸೀಟಿನಲ್ಲಿಕುಳಿತಿದ್ದ ರಘು ಹೊರಗಿಣುಕಿ ಕೇಳಿದ.

ಅನುಪಮ ಉತ್ತರಿಸದೆ ಅವನನ್ನೇ ನೋಡಿದಳು.

"ನಮ್ಮದಿವತ್ತು ಚಿತ್ರ-ವಿಚಿತ್ರ ಪರ್ಚೇಸಿಂಗ್ಗಿದೆ. ಅಲ್ಲದೆ ೩ ಸೀರೆಯನ್ನು ಬೇರೆ ಬದಲಿಸಬೇಕು."

"ಬನ್ನಿ ಜೀಪು ಹತ್ತಿ."

"ಪರವಾಗಿಲ್ಲ ನೀನು ಹೋಗು. ನಾವು ಹೋಗ್ತೀವಿ.." ಅನುಪಮಾಳ ಮಾತು ಸುಜಾತಾಳನ್ನು ತಡೆಯುತ್ತಿತ್ತು.

"ಇರಲಿ ಹತ್ತಿ.."

"ಬೇಡ ನಮ್ಮ ಪರ್ಚೇಸಿಂಗ್ಸ್ ತುಂಬಾ ಇದೆ. ನಿಂಗೆ ಬೋರಾಗುತ್ತೆ"

"ನೀವು ಯಾವ ಶಾಪಲ್ಲಿ ಸೀರೆ ಬದಲಾಯಿಸುವುದು?"

"ಗದ್ದುಗೆ ಹತ್ರ ಇರೋ ಕಾವೇರಿ ಟೆಕ್ಸ್ ಟೈಲ್ಸ್ .."

"ಸರಿ ಇನ್ನೊಂದು ಘಂಟೆ ಬಿಟ್ಟು ನಾನಲ್ಲಿಗೆ ಬರ್ತೀನಿ ಅಷ್ಟೊತ್ತಿಗೆ ನಿಮ್ಮ ಕೆಲಸ ಮುಗಿದಿರುತ್ತಾ?"

"ಇನ್ನೆರಡು ಘಂಟೆ ಬಿಟ್ಟು ಬಾ.."

"ರೈಟ್.." ರಘುವಿನ ಜೀಪು ಮುನ್ನಡೆಯಿತು.

ಚಿಕ್ಕ ಊರಾದ್ದರಿಂದ ಎಲ್ಲಾ ಅಂಗಡಿಗಳು ಅಕ್ಕಪಕ್ಕದಲ್ಲೇ ಇದ್ದು, ಬೇಕಾದ ವಸ್ತುಗಳನ್ನು ಬಹಳ ಬೇಗ ಕೊಂಡುಕೊಂಡರು. ಅಲ್ಲಿಂದ ಅವರು ಬಟ್ಟೆಯ ಅಂಗಡಿಯನ್ನು ಸೇರಿದಾಗ, ಶೋಕೇಸಿನಲ್ಲಿದ್ದ ಒಂದು ಬೊಂಬೆಗೆ ತಾವರೆ ಬಣ್ಣದ ಸೀರೆಯನ್ನು ಉಡಿಸಲಾಗಿತ್ತು.

"ಅನೂ ಸೀರೆ ಎಷ್ಟು ಚೆನ್ನಾಗಿದೆಯಲ್ಲಾ?" ಕಣ್ಣರಳಿಸಿ ಕೇಳಿದಳು ಸುಜಾತ.

ಮನದ ತುಂಬಾ ರಘುವನ್ನೇ ತುಂಬಿಕೊಂಡಿದ್ದ ಅನುಪಮಳಿಗೆ ಏನೂ ಕಾಣಿಸಲಿಲ್ಲ. "ಹಾಂ" ಎಂದಳು

"ನಾವು ಹೋದ ಸಲ ಬಂದಾಗ ಈ ಸೀರೆ ಇರಲಿಲ್ಲ. ಬಾ ರೇಟ್ಟೆಷ್ಟು ನೋಡೋಣ. ೨ ಸೀರೆಯ ಬದಲಿಗೆ ಆ ಸೀರೆ ಸಿಕ್ಕರೆ." ಓಡು ನಡಿಗೆಯಿಂದ ಅಂಗಡಿಯನ್ನು ಪ್ರವೇಶಿಸಿದಳು ಸುಜಾತ.

ಆದರೆ ಅವಳು ಆ ಸೀರೆಯ ಬೆಲೆಯನ್ನು ಕೇಳಿದಾಗ, ಅವಳ ಉತ್ಸಾಹ ಜರ್ರನೆ ಇಳಿದು ಹೋಯಿತು. ಸೀರೆಯ ಬೆಲೆ ೧೨೫೦೦. ಅವಳು ಪೆಚ್ಚಾಗಿ ಬೇರೆ ಸೀರೆಗಳತ್ತ ಗಮನಹರಿಸಿದಳು.

ಅನುಪಮ ಯಾಂತ್ರಿಕವಾಗಿ ಸೀರೆಗಳನ್ನು ನೋಡುತ್ತಿದ್ದಳು. ಅವಳ ಗಮನ ಪೂರ್ತಿ ಬರಬಹುದಾದ ರಘುವಿನತ್ತಲೆ ಇತ್ತು.

ಈ ನಿಮಿಷದಲ್ಲೇ ಬಂದ ರಘು. ಅವನೂ ಸಹ ಆ ಸೀರೆಗೆ ಆಕರ್ಷಿತನಾದಂತೆ ಕಂಡಿತು. ಮೋಹಕವಾದ ಚಿನ್ನದ ಕಸೂತಿಯನ್ನೊಳಗೊಂಡ ನಯವಾದ ರೇಷ್ಮೆ ಸೀರೆ ಅವನಿಗೆ ಬಹು ಮೆಚ್ಚುಗೆಯಾಯಿತು. ಅನಾಯಸವಾಗಿ ಅವನ ನೋಟ ಅಂಗಡಿ ಒಳಗಿದ್ದ ಅನುಪಮಳತ್ತ ಹರಿಯಿತು. ಆದರೆ ಆ ಸೀರೆಯನ್ನು ಅವಳಿಗೆ ಹೇಗೆ ಕೂಡಿಸುವುದೆಂದು ಅವನಿಗೆ ಅರ್ಥವಾಗಲಿಲ್ಲ.

ಸುಜಾತ ತನಗೆ ಬೇಕಾದ ಸೀರೆಗಳನ್ನು ಆರಿಸಿಕೊಂಡಳು. ಅನಂತರ ಅನುಪಮ ತಾನು ಹಿಡಿದಿದ್ದ ಕವರಿನಿಂದ ಚೂಡಿದಾರೊಂದನ್ನು ಹೊರತೆಗೆದು ಅದಕ್ಕೆ ಹೊಂದುವ ದುಪಟ್ಟಿಗಾಗಿ ಕೇಳಿದಳು. ಅದು ರಘು ಹಾರಿಸಿದ್ದ ದುಪ್ಪಟ್ಟಿಯ ಚೂಡಿದಾರಾಗಿತ್ತು. ಅದನ್ನು ಕೊಂಡ ನಂತರ, ಒಂದು ಡಜನ್ ಕರವಸ್ತ್ರಗಳನ್ನು ಕೊಂಡುಕೊಂಡಳು ಅನುಪಮ.

ತಟ್ಟನೆ ರಘುವಿಗೊಂದು ಆಲೋಚನೆ ಹೊಳೆಯಿತು. ಮರುಕ್ಷಣವೇ ಕಾರ್ಯಗತಗೊಳಿಸಿದ.

"ಇದು ನಿಮ್ಮ ಸೀರೆ." ಸೀರೆಯ ಪ್ಯಾಕೆಟನ್ನು ಸುಜಾತಾಳಿಗೆ ನೀಡಿದ ಅಂಗಡಿಯವ ನಂತರ ಅನುಪಮಾಳ ಮುಂದೆ ಅವಳ ಕರವಸ್ತ್ರ ಮತ್ತು ದುಪ್ಪಟ್ಟಿಯ ಕವರ್ ಮತ್ತು ಬಿಲ್ಲನ್ನು ಹಿಡಿದ.

ಅನುಪಮ ಬಿಲ್ಲನ್ನು ಪಾವತಿಸಿದ ಮೇಲೆ, "ಒಳ್ಳೆಯದಾಗಲಿ ತಗೊಳ್ಳಿ ಮೇಡಂ" ಎಂದು ಸೀರೆಯ ಪ್ಯಾಕೆಟನ್ನು ಅವಳ ಮುಂದೆ ಹಿಡಿದ.

"ಇದೇನಿದು?" ಅಚ್ಚರಿಯಿಂದ ಕೇಳಿದಳು ಅನುಪಮಾ

"ನಮ್ಮಲ್ಲಿ ಕೈಲ್ಲೋವದಿಗಾಗಿ ಲಕ್ಕಿ ಪ್ರೈಜಸ್ ಇಟ್ಟಿದ್ದಿ. ನೋಡಿ ನೀವು ಕೊಂಡ ಕರ್ಚಿಫ್‌ಲ್ಲಿ ಆ ಲಕ್ಕಿ ಚಿಟ್ ಇದೆ." ಅವಳು ಕೊಂಡಿದ್ದ ಕರ್ಚಿಫ್ ನ ಒಳಗಿಂದ ಒಂದು ನಂಬರ್ ತೆಗೆದುಕೊಟ್ಟ ಅಂಗಡಿಯವ.

"ಆಶ್ಚರ್ಯ... ಕರ್ಚಿಫ್ಗೆ ಇಷ್ಟು ದೊಡ್ಡ ಪ್ರೈಸ್?"

" ಇದು ಕರ್ಚಿಫ್ ವಿಷಯ ಅಲ್ಲ ಮೇಡಂ. ಅದೃಷ್ಟದ ವಿಷಯ."

"ಅದೃಷ್ಟ..." ವಿಷಾದದಿಂದ ಉದ್ಗರಿಸಿದಳು ಅನುಪಮ . "ಇರಲಿ ಮದುವೆ ಹುಡುಗಿ, ಇದು ನಿನ್ನ ಉಪಯೋಗಕ್ಕೆ ಬರಬಹುದು.." ಪಾಕೆಟಿನಲ್ಲಿ ಏನಿದೆ ಎಂದು ತಿಳಿಯುವ ಪ್ರಯತ್ನವನ್ನೂ ಮಾಡದೆ ಸುಜಾತಾಳ ಕೈಗೆ ಹಿಡಿಸಿದಳು ಅನುಪಮಾ .

ಅಂಗಡಿಯವ ಉಗುಳು ನುಂಗಿದ.

"ಇದರಲ್ಲೇನಿದೆ?" ಕೇಳಿದಳು ಸುಜಾತ.

"ಸೀರೆ ಮೇಡಂ." ಕೈ ಕೈ ಹೊಸಕಿಕೊಳುತ್ತ ನುಡಿದ ಅಂಗಡಿಯವ

"ಸೀರೆ? ತಗೋ ನಿಂಗೆ ಬಂದ ಪ್ರೈಸ್ ನಿನಗೆ ಇರಲಿ." ಅವಳಿಗೆ ಹಿಂದಿರುಗಿಸಿದಳು ಸುಜಾತ

"ಹೌದೌದು ಅವರವರ ಅದೃಷ್ಟ ಅವರವರಿಗೆ. ನೀವು ತಗೊಳ್ಳಿ." ದನಿಗೂಡಿಸಿದ ಅಂಗಡಿಯವ

"ನಾನು ಉಟ್ಟುಕೊಳ್ಳೋದು ಅಷ್ಟರಲ್ಲೇ ಇದೆ. ಇದು ನಿಂಗೇ ಇರಲಿ." ತೆಗೆದುಕೊಳ್ಳಲಿಲ್ಲ ಅನುಪಮ

ಅಷ್ಟರಲ್ಲಿ ಅವರನ್ನು ಸಮೀಪಿಸಿದ ರಘು "ಅವಳಿಗೇನಾದರೂ ಕೊಡಬೇಕನ್ನಿಸಿದರೆ ನೀನೇ ಏನಾದರೂ ಕೊಡು. ನಿನಗೆ ಸಿಕ್ಕಿದ ಗಿಫ್ಟ ನಿನಗೆ ಇರಲಿ." ತಾನೇ ಸುಜಾತಾಳ ಕೈಯಿಂದ ಸೀರೆ ಪ್ಯಾಕೆಟ್ ತೆಗೆದುಕೊಂಡು ಅವಳಿಗೆ ಹಿಡಿಸಿದ.

ಅನುಪಮಾಳಿಗೆ ಅಚ್ಚರಿ ಎನಿಸಿದರೂ, ರಘು ಕೊಟ್ಟಿದ್ದರಿಂದ ನಿರಾಕರಿಸದೆ ಸುಮ್ಮನೆ ತೆಗೆದುಕೊಂಡಳು.

ರಘು ಡ್ರೈವಿಂಗ್ ಸೀಟಿನಲ್ಲಿ ಕುಳಿತಾಗ ಸುಜಾತಾಳನ್ನು ಒಳಗೆ ಕಳಿಸಿದ ಅನುಪಮ ತಾನು ಈ ಕಡೆಯಲ್ಲಿ ಕುಳಿತುಕೊಂಡಳು. ಜೀಪನ್ನು ಹಿಲ್ ವ್ಯೂ ಹೋಟೆಲಿನ ಮುಂದೆ ನಿಲ್ಲಿಸಿದ ರಘು.

ಮೂವರು ಫ್ಯಾಮಿಲಿ ರೂಮಿನತ್ತ ನಡೆಯುತ್ತಿದ್ದಾಗ "ಸುಜಿ" ಎಂಬ ಗಂಡಸಿನ ಕರೆ ಕೇಳಿ ಎಲ್ಲರೂ ನಿಂತರು.

ಸುಜಾತಾಳ ಭಾವಿಪತಿ ವಿಶಾಲ್ ಅಲ್ಲಿ ನಿಂತಿದ್ದ.

"ಹಲೋ" ರಘು ನಗುತ್ತಾ ಅವನಿಗೆ ಹಸ್ತಲಾಘವನಿತ್ತ. ಸುಜಾತಾಳ ಮುಖ ಅರಳಿದ ಗುಲಾಬಿಯಾಯಿತು.

ಸ್ವಲ್ಪಹೊತ್ತು ಅವರೊಡನೆ ಮಾತನಾಡಿದ ವಿಶಾಲ್ ,"ನಾನು ನನ್ನ ಫ್ರೆಂಡ್ಸ್ ಜೊತೆ ಬಂದಿದ್ದೆ. ಇಫ್ ಯೂ ಡೋಂಟ್ ಮೈಂಡ್, ನಮ್ಮ ಹುಡುಗೀನ ಒಂದರ್ಧ ಘಂಟೆ ನನ್ನ ಜೊತೆ ಕಳಿಸ್ತೀರಾ?" ಎಂದ

"ಧಾರಾಳವಾಗಿ ಕರ್ಕೊಂಡು ಹೋಗಿ ಬಾ... ಇಲ್ದೆ ಹೋದ್ರೆ ಆಮೇಲೆ ನಿನ್ನ ಹುಡುಗಿ ಗಂಟಲಲ್ಲಿ ಅನ್ನ ಇಳಿಯೋದಿಲ್ಲ. ನಮಗೂ ಶಾಪ ತಟ್ಟುತ್ತೆ." ನಗುತ್ತ ಹೇಳಿದ ರಘು.

ಸುಜಾತ ಕುಣಿಯುತ್ತಾ ಹೊರಟು ಹೋದಾಗ ರಘು, ಅನುಪಮಾ ಇಬ್ಬರೇ ಉಳಿದರು. ಇಬ್ಬರೂ ಫ್ಯಾಮಿಲಿ ರೂಮಿನ ಮೂಲೆಯಲ್ಲಿ ಖಾಲಿಯಿದ್ದ ಸೋಫಾದಲ್ಲಿ ಎದುರುಬದುರಾಗಿ ಕುಳಿತುಕೊಂಡರು. ಇಷ್ಟು ಹೊತ್ತು ಸುಜಾತ ಇಬ್ಬರ ನಡುವೆ ಇದ್ದುದರಿಂದ ಇಬ್ಬರಿಗೂ ಸ್ವಲ್ಪ ನಿರಾಳವಾಗಿತ್ತು. ಈಗ ಇಬ್ಬರೇ ಉಳಿದಾಗ, ವಾತಾವರಣದಲ್ಲಿ ಅಸಹಜತೆ ತುಂಬಿಕೊಂಡಿತ್ತು.

ಇಬ್ಬರಿಗೂ ಆಡಲು ಸಾವಿರಾರು ಮಾತುಗಳಿವೆ, ಹಂಚಿಕೊಳ್ಳಲು ನೂರಾರು ಭಾವನೆಗಳಿವೆ. ಆದರೆ ಅದನ್ನವರು ಆಡುವಂತಿಲ್ಲ. ಇಬ್ಬರಿಗೂ ಪರಸ್ಪರ ನೋಡುವ ಧೈರ್ಯವೂ ಕೂಡ ಇಲ್ಲ. ನಾಲ್ಕು ಕಣ್ಣುಗಳು ಬೆರೆತರೆ, ಎರಡು ಹೃದಯಗಳು ಬೆರೆತುಹೋಗುತ್ತದೆ.

ಅನುಪಮಾ ತಗ್ಗಿಸಿದ ತಲೆ ಎತ್ತಲಿಲ್ಲ. ರಘು ಸುಮ್ಮನೆ ಮೆನು ಮಗಚ್ಚುತ್ತಿದ್ದ. ವೇಯಿಟರ್ ಬಂದಾಗ, ಒಂದರ ಹಿಂದೊಂದರಂತೆ ಅನುಪಮಳಿಗೆ ಪ್ರಿಯವಾದ ತಿನಿಸುಗಳನ್ನು ಆರ್ಡರ್ ಮಾಡಿದ.

ಅನುಪಮ, ರಘುವಿನೊಂದಿಗೆ ಒಮ್ಮೆ ಮಾತ್ರ ಹೋಟೆಲಿಗೆ ಬಂದಿದ್ದಳು. ಆದರೆ ಅವಳ ಪ್ರಿಯವಾದ ತಿನಿಸುಗಳೆಲ್ಲ ಅವನಿಗೆ ನೆನಪಿತ್ತು.

ವೇಯಿಟರ್ ಹೋದನಂತರ ಅನುಪಮಳತ್ತ ನೋಟ ಹರಿಸಿದ ರಘು. ಅವಳ ಬೆಳ್ಳಿಯ ಬೈತಲೆ, ಬಾಗಿದ ನೀಳ್ಳಪ್ಪ ನೀಳವಾದ ಮೂಗಿನ ಹೊರತು ಬೇರೇನೂ ಕಾಣಲಿಲ್ಲ.

ತಲೆ ತಗ್ಗಿಸಿ ಸಾಕಾದ ಅನುಪಮ ತಲೆಯೆತ್ತಿ ರಘುವಿನತ್ತ ನೋಡಿದಳು. ಅವನ ಅನುರಾಗಪೂರಿತ ನೋಟ ಅವಳ ನೋಟದೊಂದಿಗೆ ಬೆರೆತಾಗ ಗಡಬಡಿಸಿ ನೋಟ ಬದಲಿಸಿದ ರಘು.

"ತುಂಬಾ ಇಳಿದು ಹೋಗಿದ್ದೀರಿ." ಅವನ ಮಂಕಾದ ಮುಖವನ್ನು ನೋಡುತ್ತಾ ಹೇಳಿದಳು ಅನುಪಮ .

ಅವಳ ಸ್ನೇಹದ ನುಡಿಗೆ ಅವನೆದೆ ಉಕ್ಕಿತು. ತನ್ನ ಮುಂದಿದ್ದ ಅವಳ ಕೈಯನ್ನು ಕನ್ನೆಗೊತ್ತಿಕೊಳ್ಳಬೇಕೆನಿಸಿತು. "ಕೆಲಸ ತುಂಬಾ ಜಾಸ್ತಿ." ಮೆಲ್ಲಗೆ ಹೇಳಿದ

"ಹಾಗಂತ ಆರೋಗ್ಯ ಕೆಡಿಸ್ಕೊಬೇಕೇನು?"

ಮಾತಾಡಲಿಲ್ಲ ರಘು "ಅಮ್ಮ ನಿನ್ನ ತುಂಬಾ ಕೇಳ್ತಾ ಇದ್ರು."

"ಬರ್ತೀನಿ.." ಮತ್ತೆ ಮೌನ

"ನಿಮ್ಮ ಹೂದೋಟ ಹೇಗಿದೆ?" ಎಷ್ಟೋ ಹೊತ್ತಿನ ನಂತರ ಮತ್ತೆ ಕೇಳಿದಳು

"ಚೆನ್ನಾಗಿರಬಹುದು. ರಂಗಣ್ಣ ನೋಡ್ತೊತಿದ್ದಾನೆ."

"ನೀವು ನೋಡ್ಲಿಲ್ವಾ?"

"ಮರೆತುಬಿಟ್ಟೆ. ಇವತ್ತು ನೋಡ್ತೀನಿ."

"ನಿಮ್ಮ ಕುಟ್ಟದ ತೋಟ ಹೇಗಿದೆ?"

"ಇಲ್ಲ.. ಇಲ್ಲ.. ಇನ್ನು ಮುಂದೆ ಅಲ್ಲೇನೂ ಬೆಳೆಯೋಕಾಗೋದಿಲ್ಲ."

"ಯಾಕೆ?"

"ತೋಟ ಪೂರ್ತಿ ಹಾಳಾಗಿದೆ."

"ಬರೀ ಆನೆ ನುಗ್ಗಿದ್ದು ತಾನೇ?"

"ಇಲ್ಲ ಭೂಮಿನೇ ಕುಸಿದು ಹೋಗಿದೆ." ನುಡಿಗಳೊಡನೆ ಒಂದೆರಡು ಹನಿಗಳು ಅವಳ ಕೈ ಮೇಲೆ ಬಿದ್ದಾಗ ತಟ್ಟನೆ ತಲೆ ಎತ್ತಿದಳು ಅನುಪಮ. ರಘುವಿನ ಕಂಗಳ ನೀರು ಕೆನ್ನೆಯ ಮೇಲಿಳಿದು ಆವಿಯಾಗುತ್ತಿದ್ದದ್ದು ಅವನಿಗೆ ಅರಿವಾಗಿರಲಿಲ್ಲ.

"ನೀವು ಅಳ್ತಾ ಇದ್ದೀರಿ. ಕಣ್ಣೊರೆಸಿಕೊಳ್ಳಿ. ನಾನು ಮುಖ ತೊಳೆದು ಬರ್ತೀನಿ." ಅವನೆದುರು ಕೂರಲಾರದೆ ಟಾಯ್ಲೆಟ್ಟಿನತ್ತ ಧಾವಿಸಿದಳು ಅನುಪಮ. ಟಾಯ್ಲೆಟ್ಟಿನ ಬಾಗಿಲು ಮುಚ್ಚಿ ಬಿಕ್ಕಿಬಿಕ್ಕಿ ಅತ್ತಳು. ಎಷ್ಟು ಅತ್ತರೂ ಅವಳ ದುಃಖ ಕಡಿಮೆಯಾಗಲಿಲ್ಲ. ಅತ್ತಷ್ಟೂ ಕಣ್ಣೀರು ಹರಿಯಿತೇ ಹೊರತು ನೋವು ಕಡಿಮೆಯಾಗಲಿಲ್ಲ.

ರಘು ಹೊರಗೆ ಕಾಯುತ್ತಿರುವ ನೆನಪಾಗಿ ಅಳುತ್ತಲೇ ಮುಖ ತೊಳೆದುಕೊಂಡು, 'ದೇವರೇ ಇದೆಂಥಾ ಪರೀಕ್ಷೆ' ಎಂದುಕೊಳುತ್ತಾ ಹೊರಬಂದಳು ಅನುಪಮ .

ಸಪ್ಪಯರ್ ಟೇಬಲಿನ ತುಂಬಾ ತಿನಿಸುಗಳನ್ನು ತುಂಬಿ ಬಡಿಸಲು ಸಿದ್ದನಾಗಿ ನಿಂತಿದ್ದ.

ಅನುಪಮ ಅತ್ತಿದ್ದು ರಘುವಿಗೆ ಸ್ಪಷ್ಟವಾಗಿ ಕಾಣುತ್ತಿತ್ತು. ಯಾರ ನಡಿಗೆ ಮಲ್ಲಿಗೆಯನ್ನು ಹಾಸಬೇಕೆಂದುಕೊಂಡಿದ್ದನೋ, ಯಾರ ನಗುವಿನಲ್ಲಿ ಸ್ವರ್ಗ ಕಾಣಬೇಕೆಂದುಕೊಂಡಿದ್ದನೋ ಇಂದವಳ ಕಂಬನಿಗೆ ಅವನೇ ಕಾರಣನಾಗಿದ್ದ.

ಇಬ್ಬರಿಂದಲೂ ಊಟ ಮಾಡಲಾಗಲಿಲ್ಲ. ತರಿಸಿದ ಪದಾರ್ಥಗಳೆಲ್ಲ ಹಾಗೆ ಉಳಿಯಿತು.

ಊಟದ ಶಾಸ್ತ್ರ ಮುಗಿಸಿ ಹೊರಬಂದಾಗ ಸುಜಾತ ಹಾಗು ವಿಶಾಲ್, ರಘುವಿನ ಜೀಪಿನ ಹತ್ತಿರ ಮಾತಾಡುತ್ತ ನಿಂತಿದ್ದರು. ಸುಜಾತಳ ಕಂಗಳು ನೂರು ಫೋಲ್ಟ್

ದೀಪದಂತೆ ಝಗಝಗಿಸುತ್ತಿತ್ತು. ತುಟಿಗಳಲ್ಲಿ ಮಧುರವಾದ ನಗೆ, ರಂಗೇರಿದ ಕದಪುಗಳು ನೂರು ಕಥೆಗಳನ್ನು ಹೇಳಿದವು.

ಪ್ರಥಮ ಬಾರಿಗೆ ಸುಜಾತಾಳ ಅದೃಷ್ಟದ ಬಗ್ಗೆ ಅಸೂಯೆ ಎನಿಸಿತು. ಉಕ್ಕಿಬಂದ ನಿಟ್ಟುಸಿರನ್ನು ಪ್ರಯಾಸದಿಂದ ತಡೆದಳು ಅನುಪಮ. ಹೃದಯ ಚೂರು ಚೂರಾದ ಅನುಭವ.

ಮನೆ ಸೇರುವಲ್ಲಿ ಅನುಪಮಾಳ ತಲೆ ಸಿಡಿಯ ತೊಡಗಿತ್ತು. ಕಣ್ಣೆಲ್ಲಾ ಧಗಧಗಿಸುತಿತ್ತು. ಜ್ವರ ಬರುವಂತೆ ಮೈಕೈ ನೋವ್ರು, ವಿಪರೀತ ಆಯಾಸದಿಂದ ತಲೆಭಾರವೆನಿಸಿತು..

"ಇದೇನು ಅನೂ ಇಷ್ಟು ದೊಡ್ಡ ಪ್ಯಾಕೆಟ್?" ನಿರಾಸಕ್ತಿಯಿಂದ ಸೀರೆಯನ್ನು ಡ್ರೈನಿಂಗ್ ಟೇಬಲ್ಲಿನ ಮೇಲೆಸೆದು ಕುರ್ಚಿಯಲ್ಲಿ ಕುಸಿದ ಮಗಳನ್ನು ನೋಡಿ ಕೇಳಿದರು ಬೋಜವ್ವ.

"ಗೊತ್ತಿಲ್ಲಮ್ಮ ಯಾವುದೋ ಲಕ್ಕಿ ಪ್ರೈಜಂತೆ" ಕಾಲನ್ನು ಟೀಪಾಯಿಯ ಮೇಲೆ ಚಾಚಿ ಹಿಂದಕ್ಕೊರಗಿ ಕಣ್ಣು ಮುಚ್ಚಿದಳು.

ಆಸಕ್ತಿಯಿಂದ ಪ್ಯಾಕೆಟನ್ನು ಬಿಡಿಸಿದರು ಬೋಜವ್ವ. ಅದರಲ್ಲಿದ್ದ ಸೀರೆಯನ್ನು ನೋಡಿ ಅವರ ಕಣ್ಣರಳಿತು.

"ಸೀರೆ ತುಂಬಾ ಚೆನ್ನಾಗಿದೇಮ್ಮ. ನಿಂಗೆ ಚೆನ್ನಾಗಿ ಒಪ್ಪುತ್ತೆ." ಹಿಂದೆ ಮುಂದೆ ತಿರುಗಿಸಿ ಸಂಭ್ರಮದಿಂದ ಹೇಳಿದರು. ಆದರೂ ಕಣ್ಣು ತೆರೆಯಲಿಲ್ಲ ಅನುಪಮಾ. ಅವಳ ಕಣ್ಣೆದುರು ರಘುವಿನ ದೀನ ಮುಖವೇ ತೇಲಿಬರುತ್ತಿತ್ತು. ನಾನವರ ಶಕ್ತಿಯಾಗುವ ಆಸೆ ಇತ್ತು ಆದರೆ ನನ್ನಿಂದ ಅವರೆಷ್ಟು ದುರ್ಬಲರಾಗುತಿದ್ದಾರೆ.

"೧೧ಂ ರೂಪಾಯಿ" ಬೋಜವ್ವ ಉದ್ಗರಿಸಿದಾಗ ಚಟ್ಟನೆ ನೇರವಾಗಿ ಕುಳಿತಳು ಅನುಪಮಾ. ತಾಯಿಯ ಕೈಯಲ್ಲಿದ್ದ ಸೀರೆಯನ್ನು ನೋಡಿ ಅವಳ ಕಣ್ಣರಳಿತು. ದಡಕ್ಕನೆದ್ದು ಆ ಸೀರೆಯನ್ನು ತೆಗೆದುಕೊಂಡಳು.

ರಘು ಆ ಸೀರೆಯನ್ನು ಆಸಕ್ತಿಯಿಂದ ನೋಡಿದ್ದು ಅದರ ಬಗ್ಗೆ ಅಂಗಡಿಯವನಿಗೆ ಏನೋ ಹೇಳಿದನ್ನು ಅವಳು ಕಿರುಗಣ್ಣಿನಿಂದ ಗಮನಿಸಿದ್ದಳು.

"ದೇವರೇ.. ಎಂಥಾ ಕೆಲಸ ಮಾಡಿ ಬಿಡುತ್ತಿದ್ದೆ." ಉದ್ವೇಗದಿಂದ ಅದನ್ನು ಕನ್ನೆಗೊತ್ತಿಕೊಂಡಳು. ರಘು ಸೀರೆಯ ಪ್ಯಾಕೆಟನ್ನು ಸುಜಾತಾಳ ಕೈಯಿಂದ ತೆಗೆದುಕೊಂಡು ಪುನಃ ತನ್ನ ಕೈಗೆ ಹಿಡಿಸಿದ್ದು ನೆನಪಾಯಿತು.

"ಥ್ಯಾಂಕ್ಯೂ ಸುಜಿ. ನನ್ನ ರಘುವಿನ ಕಾಣಿಕೆ ನನಗೆ ಉಳಿಸಿದೆ. ಇಲ್ಲದಿದ್ದರೆ ಎಂಥ ಅನರ್ಥವಾಗಿ ಹೋಗುತ್ತಿತ್ತು." ಸೀರೆಯನ್ನು ಬಿಡಿಸಿ ಬುಜದ ಮೇಲೆ ಹಾಕಿಕೊಂಡು ಕೋಣೆಯಲ್ಲಿದ್ದ ನಿಲುವುಗನ್ನಡಿಯೆದುರು ನಿಂತುಕೊಂಡಳು. ಸೀರೆ ತುಂಬಾ ಸುಂದರವಾಗಿತ್ತು. ಅದನ್ನು ಇನ್ನಷ್ಟು ಎದೆಗೊತ್ತಿಕೊಂಡು "ರಘು ನೀವೆಂಥ ತಪ್ಪು ಮಾಡುತ್ತಿದ್ದೀರಿ ರಘು... ನಿಮ್ಮ ನಿರ್ಧಾರ ಮೂವರ ಬದುಕನ್ನು ಹಾಳುಗೆಡಹುತ್ತಿದೆ. ಇದಕ್ಕೆ ನೀವು ಖಂಡಿತ ಪಶ್ಚಾತಾಪ ಪಡುತ್ತಿರಿ." ಕಂಗಳಿಂದ

ಸುರಿದ ಕಣ್ಣೀರಧಾರೆ, ಸೀರೆಯನ್ನು ಹಾಳುಮಾಡದಂತೆ ಕಣ್ಣೊರೆಸಿಕೊಂಡಳು ಅನುಪಮಾ.

****

"ಅನೂ ಸ್ವಲ್ಪ ಬಾ ಮೋಳೆ..." ಕುಶಾಲಪ್ಪನೊಡನೆ ಮಾತನಾಡುತ್ತಿದ್ದ ಸೋಮಯ್ಯನವರು ಕರೆದಾಗ, ಮಾರನೇ ದಿನದ ಪೂಜೆಗೆ ಹೂ ಕಟ್ಟುತ್ತಿದ್ದ ಅನುಪಮಾ ಕೆಸುವಿನೆಲೆಯಲ್ಲಿದ್ದ ಮೊಗ್ಗಿನ ಮೇಲೆ ಕೈಯಲ್ಲಿದ್ದ ಮಾಲೆಯನ್ನು ಇರಿಸಿ ದೇವರ ಕೋಣೆಯಿಂದ ಹೊರಬಂದಳು.

"ಬಾ ಮೋಳೆ ಕೂತ್ಕೋ. ನಿನ್ನ ಜೊತೆ ಸ್ವಲ್ಪ ಮಾತಾಡೋದಿದೆ" ಅವರು ಅನುಪಮಾಳನ್ನು ತಮ್ಮ ಪಕ್ಕದಲ್ಲಿ ಕೂರಿಸಿಕೊಂಡರು.

"ಅನೂ ನೋಡು ಈ ಫೋಟೋದಲ್ಲಿರೋ ಹುಡುಗಿ ಹೇಗಿದ್ದಾಳೆ?" ಕುಶಾಲಪ್ಪನವರ ಕೈಯಲ್ಲಿದ್ದಭಾವಚಿತ್ರವನ್ನು ತೆಗೆದು ಅವಳ ಕೈಯಲ್ಲಿಟ್ಟರು ಸೋಮಯ್ಯ

ಭಾವಚಿತ್ರವನ್ನು ಎತ್ತಿಕೊಂಡು ನೋಡಿದಳು ಅನುಪಮ. ಅರಳು ಕಂಗಳ, ಗೌರವರ್ಣದ, ಮುದ್ದು ಮುಖದ ಚೆಲುವೆ. ಅವಳ ತುಟಿಯಂಚಲ್ಲಿದ್ದ ಕಿರುನಗೆ ಅತ್ಯಂತ ಮನೋಹರವಾಗಿ ಮೂಡಿಬಂದಿತ್ತು.

"ಸ್ವಲ್ಪ ನಿನ್ನ ಹಾಗೆ ಇದ್ದಾಳಲ್ಲ? ಇಬ್ಬರೂ ಒಟ್ಟಿಗೆ ನಿಂತರೆ ಅಕ್ಕತಂಗಿಯರೆನ್ನಬಹುದು ಅಷ್ಟು ಚೆನ್ನಾಗಿದ್ದಾಳೆ ಹುಡುಗಿ.." ಅವರು ಮುಂದುವರಿಸಿದರು "ಅನೂ, ನಾಳೆ ಈ ಹುಡುಗಿ ದೇವಸ್ಥಾನಕ್ಕೆ ಬರ್ತಾ ಇದ್ದಾಳೆ. ಹೆಸರು ಪ್ರೀತಮ್ ಅಂತ ಬಿ.ಎ ಮಾಡಿದ್ದಾಳೆ. ಅವಳನ್ನ ನಮ್ಮ ರಘು ಮೆಚ್ಚಿಕೊಂಡು ಬಿಟ್ಟೆ ನಾನು ಮುಂದಿನ ವರ್ಷ ದೇವರಿಗೆ ಲಕ್ಷದೀಪೋತ್ಸವ ಮಾಡಿಸ್ತೀನಿ." ಸೋಮಯ್ಯನವರು ಎದೆತುಂಬಿ ಹೇಳಿದಾಗ ಅವರ ಆನಂದವನ್ನೇ ಪೆಚ್ಚಾಗಿ ನೋಡಿದಳು ಅನುಪಮ.

"ಅನೂ ಮೊದಲ ದಿನ ನಿನ್ನ ನೋಡಿದಾಗಲೆ, ನಿನ್ನ ಈ ಮನೆ ಸೊಸೆ ಮಾಡ್ಕೋಬೇಕಂತ ಆಸೆ ಇತ್ತು. ಆ ನನ್ನ ಆಸೆ ನೆರವೇರ್ತಿದೆ. ಆದರೆ ಚಿಕ್ಕವನ ಮದುವೆಗೆ ಮೊದಲು ದೊಡ್ಡವನದಾಗಬೇಕಲ್ಲಾ? ಅದಕ್ಕೆ ಈ ಹುಡುಗೀನ ನಾಳೆ ಪೂಜೆಯ ನೆಪದಲ್ಲಿ ಬರೋದಕ್ಕೆ ಹೇಳಿದೀನಿ. ನಿನ್ನ ಜೊತೆ ಹುಡುಗಿ, ಅವಳಿಗೆ ನಮ್ಮ ರಘು ಪರಿಚಯ ಮಾಡಿಸು. ಮತ್ತೆ ನಮ್ಮ ತೋಟ, ಮನೆಯೆಲ್ಲ ಅವಳಿಗೆ ತೋರಿಸುವುದಕ್ಕೆ ರಘುವಿಗೆ ಹೇಳು. ಆ ನೆಪದಿಂದ ಅವರಿಬ್ಬರೂ ಹತ್ತಿರ ಆದರೆ ಒಳ್ಳೆಯದು, ರಘು ಅದು-ಇದು ಕೆಲಸಾಂತ ತಪ್ಪಿಸಿಕೊಂಡು ಬಿಡ್ತಾನೆ. ನೀನು ಸ್ವಲ್ಪ ಅವನು, ಪ್ರೀತಮ್ ಜೊತೆ ಇರೋ ಹಾಗೆ ನೋಡ್ಕೋ. ಆ ಹುಡುಗಿ ಒಬ್ಬಳೇ ಸಂಕೋಚ ಪಟ್ಟುಕೊಬಹುದು. ನೀನೂ ಅವರ ಜೊತೆಗೆ ಇರು." ಅವರು ವಿವರವಾಗಿ ಹೇಳಿದಾಗ ಇಡೀ ಮನೆಯೇ ಗರಗರನೆ ಸುತ್ತುತ್ತಿರುವ ಭಾವನೆ.

"ಸರಿ ಅಂಕಲ್" ತಲೆತಗ್ಗಿಸಿ ಉಸುರಿದಳು ಅನುಪಮ

"ಮೋಳೆ ನೀನಿ ಮನೆ ಸೊಸೆ. ಯಾಕಮ್ಮ ಅಂಕಲ್ ಅಂತಿಯ.. ಬಾಯಿತುಂಬಾ ಮಾವಯ್ಯ ಅಂತ ಕರಿಬಾರದಾ?" ಎಂದಾಗ ಅವಳು ಅವರನ್ನೇ ಶುಷ್ಕವಾಗಿ ನೋಡಿದಳು.

"ಗಂಗೆ... ಏ ಗಂಗೆ ಬಾಯಿಲ್ಲಿ ... ಇನ್ನು ಮೇಲೆ ನಿನ್ನ ಅತ್ತೆ ನನ್ನ ಮಾವಯ್ಯ ಅಂತ ಕರೆಯೋಕೆ ನಿನ್ನ ಸೊಸೆಗೆ ಹೇಳು", ಅಡಿಗಮನೆಯಲ್ಲಿ ಬೋಜವ್ಮನವರೊಡನಿದ್ದ ಗಂಗವ್ವನವರನ್ನು ಕರೆದರು.

"ನಮ್ಮ ಅನೂ, ನಿಮ್ಮ ಮನೆ ಸೊಸೆಯಾಗುವುದಕ್ಕೆ ಪುಣ್ಯ ಮಾಡಿರಬೇಕು. ತಂದೆತಾಯಿಗಳಂತ ಅತ್ತೆ ಮಾವ ಸಿಗಬೇಕೆಂದರೆ ಹುಡುಗಾಟವೇ? ಮನದುಂಬಿ ಹೇಳಿದರು ಕುಶಾಲಪ್ಪನವರು.

"ಸರಿ ಮಾವಯ್ಯ" ಮೆಲ್ಲನೆ ಹೇಳಿದಳು ಅನುಪಮ

"ಜೋರಾಗಿ ಹೇಳು ನಂಗೂ ಅರವತ್ತು ದಾಟಿ ಹೋಯಿತು. ನನ್ನ ಕಿವಿ ಸರಿಯಾಗಿ ಕೇಳುವುದಿಲ್ಲ." ಆನಂದದಿಂದ ಹೇಳಿದರು ಸೋಮಯ್ಯನವರು.

ಅವಳು ನೀರಸ ನಗೆ ನಕ್ಕಳಷ್ಟೆ.

"ಅನೂ ನನ್ನ ರೂಮಲ್ಲಿ ಕನ್ನಡಕ ಇದೆ ಸ್ವಲ್ಪ ತಂದು ಕೊಡ್ತೀಯಾ?" ಎಂದಾಗ ಅನುಪಮ ಮಹಡಿಯತ್ತ ನಡೆದಳು.

ಅವಳು ಸೋಮಯ್ಯನವರ ಕೊಠಡಿಯನ್ನು ತಲುಪಿದಾಗ ಬಾಗಿಲುದ್ದಕ್ಕೂ ನಿಂತಿದ್ದ ಸುದೀಪ. ಅವನ ಮುಖ ಪ್ರಸನ್ನವಾಗಿ ಕಂಗಳಲ್ಲಿ ಮಿಂಚಿತ್ತು.

"ಥ್ಯಾಂಕ್ಯು" ಮೆಲ್ಲನೆ ನಕ್ಕು ಅವಳ ಕೈ ಹಿಡಿದುಕೊಂಡ

"ಯಾಕೆ?" ಅರ್ಥವಾಗದೆ ಕೇಳಿದಳು

"ನೀನು ಅಪ್ಪಯ್ಯನ್ನ ಮಾವಯ್ಯ ಅಂತ ಕೂಗಿದಕ್ಕೆ" ಅವಳ ಬೆರಳುಗಳಿಗೆ ತನ್ನ ಬೆರಳನ್ನು ಬೆಸೆದು ಒತ್ತಿದ ಸುದೀಪ. ಅವಳ ಕೈಯಲ್ಲಿ ಹಿಂದಿನ ನಿರಾಕರಣೆ ಕಾಣದಿದ್ದಾಗ ಹರ್ಷವೆನಿಸಿತು. "ಐ ಲವ್ ಯು" ಮೆಲ್ಲನೆ ಅವಳ ಕಿವಿಯ ಹತ್ತಿರ ಪಿಸುಗುಟ್ಟಿದ

"ಮಾವಯ್ಯ ಕನ್ನಡಕ ತರೋದಕ್ಕೆ ಹೇಳಿದ್ದಾರೆ.." ನಿರ್ಜೀವ ದನಿ ಹರಿದು ಬಂದಾಗ ಪೆಚ್ಚಾದ

ಪುನಃ ಅವಳ ಕಣ್ಣಲ್ಲಿ ಇಣುಕಿದ. ಹಿಂದಿನ ತಿರಸ್ಕಾರ, ದ್ವೇಷ, ನಿರಾಕರಣೆ, ಇರಲಿಲ್ಲ ನಿಜ. ಆದರೆ ಯಾಕೋ ಆ ನೋಟ ನಿರ್ಜೀವವಾಗಿದೆ ಅನಿಸಿದಾಗ ಅವಳ ಕೈ ಬಿಟ್ಟುಬಿಟ್ಟ.

ಅವನನ್ನು ಹಾದು ಒಳನಡೆದು ಕನ್ನಡಕದೊಡನೆ ಹೊರಟುಹೋದಳು ಅನುಪಮಾ.

ಸೋಮಯ್ಯನವರು ಅಲ್ಲಿಗೆ ಬಂದಾಗ ಕಾಡಿನ ನಡುವೆ ಒಂದು ಹಳೆಯ ದೇವಿಯ ದೇವಾಲಯ ಸಿಕ್ಕಿತು. ತಾವು ಹೊರಟ ಹಾದಿಯಲ್ಲಿ ಯಶಸ್ಸು ಸಿಕ್ಕಿದರೆ ಆ

ದೇವಾಲಯದ ಜೀರ್ಣೋದ್ಧಾರ ನಡೆಸುವುದಾಗಿ ಹರಸಿ ಕೊಂಡಿದ್ದರು ಸೋಮಯ್ಯ. ಅವರ ಶ್ರಮದ ಫಲವೋ, ದೇವರ ಕೃಪೆಯೋ ಮುಟ್ಟಿದ್ದೆಲ್ಲ ಹೊನ್ನಾಯಿತು. ಉತ್ಸಾಹಗೊಂಡ ಸೋಮಯ್ಯನವರು ತಮ್ಮ ಗಳಿಕೆಯ ಒಂದು ಭಾಗವನ್ನು ದೇವಸ್ಥಾನದ ಜೀರ್ಣೋದ್ಧಾರಕ್ಕಾಗಿ ವಿನಿಯೋಗಿಸಿದರು. ಸರ್ವಶಾಸ್ತ್ರ ಪಾರಂಗತರಾದ ಜೋಯಿಸರೊಬ್ಬರನ್ನು ಕೇರಳದಿಂದ ಕರೆಸಿ, ಅಲ್ಲಿನ ಪೂಜಾಕಾರ್ಯಕ್ಕಾಗಿ ನಿಯೋಜಿಸಿದ್ದರು. ಈಗದು ಕೇವಲ ಪುಟ್ಟ ಮಂದಿರವಾಗಿರದೆ, ಈಶ್ವರ, ಗಣಪತಿಯ ಮಂದಿರವನ್ನೊಳಗೊಂಡ ಕೇರಳ ಶೈಲಿಯ ವಿಶಾಲವಾದ ದೇವಾಲಯವಾಗಿತ್ತು. ಅಲ್ಲಿ ವರ್ಷಕ್ಕೊಂದು ಬಾರಿ ಮಹಾಪೂಜೆಯನ್ನು ನಡೆಸುತ್ತಿದ್ದರು ಸೋಮಯ್ಯನವರು.

ಅದೇ ಪೂಜೆಗಾಗಿ ಒಂದು ದಿನ ಮುಂಚೆ ಅನುಪಮ, ಕುಶಾಲಪ್ಪ ಮತ್ತು ಬೋಜವ್ವನವರು, ಗಂಗಾ ಕಾಟೇಜಿಗೆ ಬಂದಿದ್ದರು. ಎಲ್ಲರೂ ಮನೆಯಲ್ಲೇ ಇದ್ದರೂ, ಮಾರನೇದಿನ ಪೂಜೆಗೆ ಬೇಕಾದ ಸಾಮಾನು ಸಲಕರಣೆಗಳನ್ನು ದೇವಸ್ಥಾನಕ್ಕೆ ತಲುಪಿಸಲು ಹೋದ ರಘುವಿನೂ ಬಂದಿರಲಿಲ್ಲ.

ಸಮಯ ಒಂಬತ್ತನ್ನು ಸಮೀಪಿಸಿದರೂ ರಘು ಬರಲಿಲ್ಲ.

"ಬನ್ನಿ ಎಲ್ಲರೂ ಊಟ ಮಾಡಿಬಿಡೋಣ. ರಘು ಎಷ್ಟೊತ್ತಿಗೆ ಬರ್ತಾನೋ ಏನೋ. ಊಟ ಮುಗಿಸಿ ಈ ಹಾಲು ಟ್ಯಾಬ್ಲೆಟ್ ಗಳನ್ನು ಮುಗಿಸೊಕೆ ಒಂದು ಘಂಟೆ ಬೇಕು. ನಾಳೆ ಬೆಳಿಗ್ಗೆ ಐದುವರೆಗೆ ದೇವಸ್ಥಾನದಲ್ಲಿರಬೇಕು" ಎನ್ನುತ್ತಾ ಎದ್ದರು ಗಂಗವ್ವನವರು.

"ಹೌದೌದು ಏಳಿ, ಈಗ ಬೇಗ ಮಲಗದೆ ಹೋದರೆ ಬೆಳಿಗ್ಗೆ, ಏಳೋಕೆ ಕಷ್ಟ ಆಗುತ್ತೆ." ಸೋಮಯ್ಯನವರು ಮಡದಿಯ ಮಾತಿಗೆ ದನಿಗೂಡಿಸಿದರು.

ರಘುವಿಗೆ ಕಾಯದೆ ಎಲ್ಲರೂ ಊಟಕ್ಕೆ ಕುಳಿತುಕೊಂಡಾಗ ಅನುಪಮಳಿಗೆ ಸಂಕಟವಾಯಿತು.

"ರಘು ದಿನಾ ಬರೋಕೆ ಇಷ್ಟೊತ್ತಾಗುತ್ತಾ?" ಬೋಜವ್ವ ಕೇಳಿದರು.

"ಹೌದು ಬೋಜಿ, ಯಾಕೋ ಇತ್ತೀಚೆಗೆ ಮನೆಗೆ ತುಂಬಾ ಹೊತ್ತಾಗಿ ಬರ್ತಾನೆ. ಕೇಳಿದ್ರೆ ಫಾರಂಹೌಸಿನಲ್ಲಿ ಏನೋ ಪ್ರಯೋಗ ಮಾಡ್ತಾ ಇದ್ದೆ ಅಂತ ಹೇಳ್ತಾನೆ. ಅವನಿಗದೊಂದು ಹುಚ್ಚು."

ಅನುಪಮ ಕುಳಿತ ಕುರ್ಚಿಯ ಪಕ್ಕದಲ್ಲಿ ಯಾವುದೇ ಕುರ್ಚಿ ಇರದ ಕಾರಣ ಅವಳಿಗೆ ಎದುರಾಗಿ ಕುಳಿತ ಸುದೀಪ. ಎಲ್ಲರೂ ಸಂತೋಷದಿಂದ ಊಟ ಮಾಡುತ್ತಿದ್ದರು.

ಅನುಪಮಳಿಗೆ ತುತ್ತನೆತ್ತಲಾಗಲಿಲ್ಲ. ಈಗ ರಘು ಎಲ್ಲಿರಬಹುದು? ಏನು ಮಾಡುತ್ತಿರಬಹುದು? ನಾಳೆ ಬರುವ ಹುಡುಗಿಯನ್ನು ರಘು ಒಪ್ಪುವರೆ? ಹುಡುಗಿ ಮುದ್ದಾಗಿದ್ದಾಳೆ. ರಘು ಅವಳನ್ನ ಮದುವೆಯಾದರೆ ಅವಳು ರಘುವನ್ನು ಚೆನ್ನಾಗಿ ನೋಡಿಕೊಳ್ಳುತ್ತಾಳೆ. ಈ ಜನರಿಗೆ ಅವರ ಬಗ್ಗೆ ಒಂದಿಷ್ಟು ಕಾಳಜಿ ಇಲ್ಲ.

ಊಟದ ನಂತರ ಸ್ವಲ್ಪ ಹೊತ್ತು ಮಾತಾಡಿ ಎಲ್ಲರೂ ತಮ್ಮ ತಮ್ಮ ಕೊಠಡಿಯತ್ತ ನಡೆದರು.

"ಗಂಗೆ ನೀನಿವತ್ತು ಅವನಿಗೆ ಕಾಯೋದಕ್ಕೆ ಹೋಗ್ಬೇಡ. ಎಲ್ಲಾ ಟೇಬಲಿನ ಮೇಲೆ ಜೋಡಿಸಿ ಬಿಡು. ನಾಳೆ ಳ: ಘಂಟೆಗೆ ಏಳಬೇಕು." ಸೋಮಯ್ಯನವರು ಹೇಳಿದಾಗ ಅನುಪಮಳಿಗೆ ತಡೆಯಲಾಗಲಿಲ್ಲ.

"ಅತ್ತೆ ನೀವು ಹೋಗಿ ಮಲಗಿ. ರಘು ಬಂದ್ಮೇಲೆ ನಾನು ಬಡಿಸ್ತೀನಿ."

"ಪರವಾಗಿಲ್ಲ ಮೊಳ ಇವತ್ತೊಂದು ದಿನ ಅವನು ಬಡಿಸಿಕೊಳ್ಳಿ. ನಾಳೆ ನೀನು ಬೇಗ ಏಳಬೇಕು." ನುಡಿದರು ಸೋಮಯ್ಯ

"ಬೇಡ ಅನೂ, ನಾಳೆ ನಿಂಗೆ ಕಷ್ಟ ಆಗುತ್ತೆ" ರಘುವಿಗಾಗಿ ಕಾದರೆ ಸುದೀಪ ಏನು ತಿಳಿದುಕೊಳ್ಳುವನೋ ಎಂಬ ಚಿಂತೆ ಕುಶಾಲಪ್ಪನವರದು

ಯಾರು ಎಷ್ಟು ಹೇಳಿದರೂ ಅನುಪಮ ಮಲಗಲು ಒಪ್ಪದಿದ್ದಾಗ ಸುದೀಪನಿಗೆ ರೇಗಿತು. ಆದರೆ ಅವನು ಅದನ್ನು ತೋರಿಸಿಕೊಳ್ಳುವಂತಿರಲಿಲ್ಲ. ಅಷ್ಟರಲ್ಲೇ ಅವನ ತಲೆಯಲ್ಲಿ ಮಿಂಚೊಂದು ಹೊಳೆಯಿತು.

ತನ್ನ ಮುಂದೆ ಸಭ್ಯನಾಗಿರುವ ತನ್ನ ಅಣ್ಣ, ಅನುಪಮಾ ಒಂಟಿಯಾಗ ಸಿಕ್ಕಾಗ ಯಾವ ರೀತಿ ನಡೆದುಕೊಳ್ಳುವ ನೋಡೇಬಿಡೋಣ. ಅವನಲ್ಲಿದ್ದ ಅನುಮಾನ ಅವನ ಮನದಲ್ಲೊಂದು ಸಂಚನ್ನು ಹೂಡಿತು.

ಎಲ್ಲರೂ ಮಲಗಿದ ಮೇಲೆ ಎದ್ದು ಹೊರಗೆ ಬಂದ ಅನುಪಮ ಲಾನಿನ ಮೇಲಿದ್ದ ಕುರ್ಚಿಯಲ್ಲಿ ಕುಳಿತಳು. ಮುರಿದ ಚಂದ್ರನ ಬೆಳಕಲ್ಲಿ ತೋಟದ ಹೂಗಳು ಅರಳಿ ನಗುತ್ತಿದ್ದವು.

ಸುದೀಪನ ಕೋಣೆಯ ಕಿಟಕಿಯಿಂದ ಅವಳು ಕುಳಿತಿದ್ದ ಜಾಗ ನಿಚ್ಚಳವಾಗಿ ಕಾಣುತ್ತಿತ್ತು. ದೀಪವಾರಿಸಿ ಮಂಚದಲ್ಲಿ ಅಡ್ಡಾಗಿ ಅತ್ತ ಗಮನ ಹರಿಸಿದ ಸುದೀಪ.

ತನಗೆ ಈ ಅಪರಿಚಿತ ವಾತಾವರಣದಲ್ಲಿ ಎದುರಾದವರು ರಘು. ನನಗವರು ವ್ಯಕ್ತಿಯಾಗಿ ತೋರಿರಲಿಲ್ಲ ಸ್ನೇಹ, ಕಾಳಜಿ, ಭರವಸೆಯ ಆಗರವಾಗಿ ತೋರಿ ಬಂದಿದ್ದರು. ಹೊಸ ಪರಿಸರದಲ್ಲಿ ಅವರ ಕಂಗಳ ಸ್ನೇಹ, ಮೆಲು ನುಡಿ, ನಗು ನನಗೆ ಅತೀವ ನೆಮ್ಮದಿ, ನಂಬಿಕೆಯನ್ನು ತಂದುಕೊಟ್ಟಿತು. ಆಸರೆಗಾಗಿ ಮರವನ್ನು ಬಳಸಿ ಹಬ್ಬುವ ಲತೆಯಂತೆ, ನಾನು ಮಾನಸಿಕವಾಗಿ ಪೂರ್ತಿಯಾಗಿ ರಘುವಿಗೆ ಅಂಟಿಕೊಂಡು ಬಿಟ್ಟಿದ್ದೇನೆ. ಆ ಮರದ ಆಶ್ರಯದ ಹೊರತಾಗಿ ಆ ಲತೆಗೆ ಬೇರೆ ಬದುಕಿದೆಯೇ?

ರಘು ಸಹ ನನ್ನನ್ನು ತೆರೆದ ಹೃದಯದಿಂದ ಸ್ವಾಗತಿಸಿದರು. ನಾನು ನಿರೀಕ್ಷಿಸಿದ್ದಕ್ಕಿಂತ ಹೆಚ್ಚಿನ ಪ್ರೇಮಾದರಗಳಿಂದ ನನ್ನನ್ನು ಪೋಷಿಸಿದರು. ಈಗ ಆ ಲತೆಯನ್ನು ಕಿತ್ತು ಬಿಸಾಡಿದರೆ ಮರಕ್ಕೇನು ನಷ್ಟವಿಲ್ಲ. ಆದರೆ ಲತೆಯ ಗತಿಯೇನು? ಅವರು ನನ್ನ ಜೀವನದಲ್ಲಿ ಹಾಸುಹೊಕ್ಕಾಗಿ ಹೋಗಿದ್ದಾರೆ. ಅವರನ್ನು ಹೊರತು ನನಗೆ ಪ್ರಪಂಚದಲ್ಲಿ ಏನೂ ಕಾಣುತ್ತಿಲ್ಲ. ಅವರ

ಹೊರತಾಗಿ ನಾನೇನನ್ನು ಚಿಂತಿಸಲಾರೆ. ಆಶಾ ಈ ಸಮಯದಲ್ಲಿ ನೀನಾದರೂ ನನ್ನ ಜೊತೆಗೆ ಇರಬಾರದಿತ್ತೆ? ನನಗೀಗ ಬದುಕು ದುಸ್ತರವೆನಿಸುತ್ತದೆ. ಆತ್ಮಹತ್ಯ ಮಾಡಿಕೊಳ್ಳಬೇಕಿನಿಸುತ್ತಿದೆ ಅಲ್ಲದೆ ಹಾಗೆಲ್ಲಿ ಮಾಡಿಕೊಂಡು ಬಿಡುವೆನೋ ಎಂಬ ಭಯವಾಗುತ್ತದೆ. ಆತ್ಮಹತ್ಯೆಯಿಂದಾಗುವ ಅನರ್ಥ ನನಗೆ ತಿಳಿದಿದೆ. ಬೇಡ ಬೇಡ ನಾನು ಆತ್ಮಹತ್ಯ ಮಾಡಿಕೊಳ್ಳುವುದಿಲ್ಲ. ಆದರೆ ಬದುಕುವ ಶಕ್ತಿಯೂ ನನಗಿಲ್ಲ. ಈ ದ್ವಂದ್ವದಲ್ಲಿ ಹೆಣಗುವ ಶಕ್ತಿ ನನಗಿಲ್ಲ. ನಾ ನಂಬಿದ ದೈವವೇ ನನ್ನ ಕೈ ಬಿಟ್ಟಾಗ ಇನ್ನಾರನ್ನು ಆಶ್ರಯಿಸಲಿ?' ಅನುಪಮಾಳ ಹೃದಯ ನಿರಂತರವಾಗಿ ರೋದಿಸುತ್ತಿತ್ತು.

ಕಣ್ಣುಕೋರೈಸುವ ಜೀಪಿನ ಬೆಳಕು ಮೈಮೇಲೆ ಬಿದ್ದಾಗ ಬಾಹ್ಯ ಪ್ರಪಂಚಕ್ಕೆ ಬಂದಳು ಅನುಪಮ. ರಂಗಣ್ಣ ಬಂದು ಗೇಟು ತೆಗೆದ. ಜೀಪಿನಿಂದ ಇಳಿದ ರಘು, ರಂಗಣ್ಣನಿಗೆ ಜೀಪನ್ನು ಗ್ಯಾರೇಜಿನಲ್ಲಿ ನಿಲ್ಲಿಸಲು ಹೇಳಿದ.

ಅವನನ್ನು ನೋಡುತ್ತಿದ್ದಂತೆ ಅನುಪಮಳಿಗೆ ನೆಮ್ಮದಿ ಎನಿಸಿತ್ತು. ರಘು ನೀವು ನನ್ನ ಕಣ್ಮುದುರಿಗೆ ಇದ್ದುಬಿಟ್ಟರೆ ಸಾಕು ರಘು, ನನ್ನ ಬದುಕನ್ನು ನೆಮ್ಮದಿಯಾಗಿ ಕಳೆದುಬಿಡುತ್ತೇನೆ. ಆದರೆ ದುರಾದೃಷ್ಟ, ನನಗೆ ಆ ಅವಕಾಶವೂ ಇಲ್ಲ. ನಾನು ಸುದೀಪನನ್ನು ಮದುವೆಯಾಗುವ ಶಿಕ್ಷೆ ಬೇರೆ. ಇದನ್ನು ಮಾತ್ರ ನಾನು ಸಹಿಸಲಾರೆ.

"ತುಂಬಾ ಹೊತ್ತು ಮಾಡಿಬಿಟ್ಟಿ" ತನ್ನನ್ನೇ ನೋಡುತ್ತಿದ್ದ ರಘುವನ್ನು ಕೇಳಿದಳು.

"ಏನಿದು ಮಂಜು ಬೀಳೋ ಹೊತ್ತಲ್ಲಿ ಸ್ವೆಟರ್ ಹಾಕದೆ ಹೊರಗೆ ಕೂತಿದ್ದೀಯಾ." ಜರ್ರನೆ ಬೀಸುತ್ತಿದ್ದ ಗಾಳಿಯಲ್ಲಿ ನೈಟಿಯನ್ನು ತೊಟ್ಟು ಕಲ್ಲಿನಂತೆ ಕುಳಿತಿದ್ದವಳನ್ನು ನೋಡಿ ಕೇಳಿದ.

ಉತ್ತರಿಸಲಿಲ್ಲ ಅನುಪಮ

"ಹುಡುಗಾಟ ಆಡ್ತಾ ಇದ್ದೀಯ? ನಾಳೆ ಹುಷಾರು ತಪ್ಪಿದರೆ ಏನು ಗತಿ?" ಅವನ ದನಿಯಲ್ಲಿ ಬೇಡಬೇಡವೆಂದರೂ ಕಾಳಜಿ ಇಣುಕಿತ್ತು.

"ನೀವೇ ನನ್ನ ಡಾಕ್ಟರ್ ಹತ್ತಿರ ಕರ್ಕೊಂಡು ಹೋಗ್ತೀರಿ." ಅವನ ಕಾಳಜಿಯ ನುಡಿಗಳಿಗೆ ಉತ್ಸಾಹಗೊಂಡ ನುಡಿದು ಬಿಟ್ಟಳು ಅನುಪಮ.

ರಘು ಅವಳ ನುಡಿಯಿಂದ ಮೂಡುತಿದ್ದ ಭಾವನೆಯನ್ನು ಬಲವಂತವಾಗಿ ತಡೆದ "ಜಾಗರಣೆ ಮಾಡಬೇಕಂತ ಅದ್ಕೊಂಡಿದ್ದೀಯಾ?" ಅವಳಿನ್ನೂ ಅಲ್ಲಿಂದ ಕದಲದೆ ಇರುವುದನ್ನು ನೋಡಿ ಕೇಳಿದ

"ಖಂಡಿತ... ನೀವು ಹೀಗೆ ನನ್ನೆದುರು ಇದ್ದು ಬಿಟ್ಟ ಇವತ್ತೊಂದಿನ ಯಾಕೆ? ಜೀವನಪೂರ್ತಿ ಜಾಗರಣೆ ಮಾಡ್ತೀನಿ." ಎದ್ದು ಅವನೆದುರು ನಿಂತುಕೊಂಡಳು

ಮತ್ತಷ್ಟು ಉದ್ವೇಗಕ್ಕೆ ಒಳಪಟ್ಟ ರಘು ತನ್ನನು ತಾನು ನಿಗ್ರಹಿಸುವ ಪ್ರಯತ್ನದಲ್ಲಿ ಅವಡುಗಚ್ಚಿದ. ಅವನ ಕೂರಳಲ್ಲಿನ ನರಗಳು ಉಬ್ಬಿ ಕಣ್ಣು ಕೆಂಪಾದವು. ಥಟ್ಟನೆ ಹಿಮ್ಮೆಟ್ಟಿದಳು ಅನುಪಮ.

"ಐ ಯಾಮ್ ಸಾರಿ ಒಳಗೆ ಬನ್ನಿ" ಅವಳು ತಲೆತಗ್ಗಿಸಿ ಸರಸರನೆ ಒಳನಡೆದಳು. ಅವನು ನಿಟ್ಟುಸಿರಿಟ್ಟು ಭಾರವಾದ ಹೃದಯದಿಂದ ಅವಳನ್ನು ಹಿಂಬಾಲಿಸಿದ.

ಇಷ್ಟು ಹೊತ್ತು ಅವರನ್ನು ಕೋಣೆಯಿಂದ ಗಮಸುತ್ತಿದ್ದ ಸುದೀಪ ಈಗ ತನ್ನ ಕೋಣೆಯಿಂದ ಹೊರಬಂದು ಮಹಡಿಯ ಕಂಬದ ಮರೆಯಲ್ಲಿ, ಅವರು ಕಾಣುವಂತೆ ನಿಂತುಕೊಂಡ. ಹಾಲಿನ ದೀಪದ ಹೊರತು ಎಲ್ಲಾ ದೀಪಗಳು ಆರಿದ್ದರಿಂದ, ಅವನಲ್ಲಿ ನಿಂತದ್ದು ಯಾರಿಗೂ ಕಾಣುವಂತಿರಲಿಲ್ಲ.

"ಮುಖ ತೊಳೆದು ಬನ್ನಿ ನಾನು ಊಟ ಬಡಿಸ್ತೀನಿ" ಅಡಿಗೆ ಬಿಸಿ ಇರಲೆಂದು ಸ್ವಿಚ್ಚಿನಲ್ಲಿ ಬಿಟ್ಟಿದ್ದ ಹಾಟ್‌ಕೇಸ್ ಗಳನ್ನು ತಂದು ಮೇಜಿನ ಮೇಲೆ ಜೋಡಿಸತೊಡಗಿದಳು.

"ನೀನು ಹೋಗಿ ಮಲಕ್ಕೋ. ಆಗಲೇ ತುಂಬಾ ಹೊತ್ತಾಗಿದೆ. ನಾನೇ ಬಡಿಸಿಕೊಳ್ತೀನಿ." ಬಚ್ಚಲಿನತ್ತ ನಡೆಯುತ್ತಾ ನುಡಿದ ರಘು.

ಅನುಪಮಾ ಸುಮ್ಮನೆ ತನ್ನ ಕೆಲಸ ಮುಂದುವರಿಸಿದಳು. ರಘು ಸಾಕಷ್ಟು ಹೊತ್ತು ಮಾಡಿಯೇ ಬಚ್ಚಲಿನಿಂದ ಹೊರಬಂದ. ಆದರೆ ಅವಳು ತನಗಾಗಿ ಕಾಯುತ್ತಿರುವುದನ್ನು ನೋಡಿ ಕೆಡುಕೆನಿಸಿತು. ಬಂದು ಟೇಬಲ್ಲಿನ ಮುಂದೆ ಕುಳಿತ.

"ನಿಂದು ಊಟ ಆಯ್ತಾ?" ತಟ್ಟೆಗೆ ಕೈ ಹಚ್ಚುತ್ತ ಕೇಳಿದ

"ಆಯ್ತು" ಮೊಟಕಾಗಿ ಹೇಳಿ ಕಿತ್ತಳೆ ತೊಳೆಗಳನ್ನು ಬಿಡಿಸತೊಡಗಿದಳು. ಇಬ್ಬರ ನಡುವೆ ಮಾತೇ ನಡೆಯಲಿಲ್ಲ. ಅವನ ತಟ್ಟೆಯನ್ನು ಗಮನಿಸುತ್ತಿದ್ದ ಅನುಪಮ ಅವನ ಬೇಕು-ಬೇಡಗಳನ್ನು ನೋಡಿಕೊಂಡಳು.

"ಊಟ ತುಂಬಾ ಕಡಿಮೆ ಮಾಡಿಬಿಟ್ಟಿದ್ದೀರಿ." ಅವನು ಊಟ ಮಾಡಲು ಕೂಸರಾಡುತ್ತಿದ್ದುದ್ದನ್ನು ನೋಡಿ ಹೇಳಿದಳು.

"ಹಾಗೇನಿಲ್ಲ." ಮುಗಿಯಿತು. ಅವನೆದ್ದು ಕೈ ತೊಳೆದುಕೊಂಡಾಗ ಕಿತ್ತಳೆಹಣ್ಣಿನ ತಟ್ಟೆ ಅವನ ಮುಂದೆ ಹಿಡಿದಳು ಅನುಪಮ.

"ಥ್ಯಾಂಕ್ಸ್, ಗುಡ್ ನೈಟ್ ಮಲಗು. ನಾಳೆ ಬೇಗ ದೇವಸ್ಥಾನಕ್ಕ ಹೋಗಬೇಕು." ತಟ್ಟೆ ಎತ್ತಿಕೊಂಡು ಕೋಣೆಯತ್ತ ನಡೆದುಬಿಟ್ಟ

ಇದನ್ನೆಲ್ಲಾ ನಿಂತಲ್ಲಿಂದ ಗಮನಿಸುತ್ತಿದ್ದ ಸುದೀಪನಿಗೆ ನೆಮ್ಮದಿಯೊಂದಿಗೆ ಮಹದಾನಂದವಾಯಿತು. ನಾಳೆ ರಘು ಆ ಹುಡುಗಿಯನ್ನು ಮೆಚ್ಚಿಕೊಂಡು ಬಿಟ್ಟರೆ ನಿಶ್ಚಿಂತ. ಪಾಪದವಳು ಇವನ ಸ್ನೇಹಕ್ಕ ಏನೇನೋ ಅರ್ಥ ಕಲ್ಪಿಸಿಕೊಂಡಿದ್ದಾಳೆ. ಅಲ್ಲದೆ ರಘು ಬುದ್ಧಿವಂತ. ಒಂದು ಹೆಣ್ಣಿಗಾಗಿ ಜಗಳ ಸಲ್ಲದೆಂದು ಅರಿತುಕೊಂಡದ್ದಾನೆ. ಮದುವೆಯೊಂದು ನಡೆದುಬಿಡಲಿ. ಆಮೇಲೆ ಅವಳನ್ನು ನನ್ನ ಕಿರುಬೆರಳಿನಲ್ಲಿ ಆಡಿಸುತ್ತೇನೆ. ಮನದಲ್ಲೆ ಮಂಡಿಗೆ ಮೆಲ್ಲುತ್ತ ತನ್ನ ಕೋಣೆಗೆ ನಡೆದ ಸುದೀಪ

****

ಮುಂಜಾನೆ ಆರು ಘಂಟೆಗೆ ಪ್ರಾರಂಭವಾದ ಅಭಿಷೇಕ ಮುಗಿಯುವಲ್ಲಿ ಏಳು ಘಂಟೆಯಾಯಿತು. ನಂತರ ದೇವರನ್ನು ಅಲಂಕರಿಸಿ ವಿವಿಧ ಹೂಗಳಿಂದ ಅರ್ಚಿಸಲು ತೊಡಗಿದರು ಅರ್ಚಕರು. ಆಗಲೇ ಸಾಕಷ್ಟು ಜನ ಸೇರಿದ್ದರು.

ಸೋಮಯ್ಯನವರ ಕುಟುಂಬದವರು ಒಂದು ಮಗ್ಗುಲಲ್ಲಿ ಇನ್ನೊಂದು ಮಗ್ಗುಲಲ್ಲಿ ಕುಶಾಲಪ್ಪನವರ ಕುಟುಂಬದವರು, ಶುಭ್ರವಾದ ಮನಸ್ಸಿನಿಂದ ಪೂಜೆಗೆ ಕುಳಿತಿದ್ದರು.

"ಸರ್ವಮಂಗಳ ಮಾಂಗಲ್ಯೇ ಶಿವೇ ಸರ್ವಾರ್ಥಸಾಧಿಕೇ: ಶರಣ್ಯೇ ತ್ರ್ಯಂಬಕೇ ದೇವಿ ನಾರಾಯಣಿ ನಮೋಸ್ತುತೇ" ನೂರಾರು ಬಾರಿ ಜಪಿಸಿದಳು ಅನುಪಮ. 'ತಾಯಿ ಜಗಜ್ಜನನಿ, ಕಾವೇರಿ ಮಾತೆ ನನ್ನ ರಘುವನ್ನು ನನಗೆ ಕೊಟ್ಟು ಬಿಡು. ಮಾತೆ ನಾನು ರಘುವಿನ ಮಡದಿಯಾಗುವಂತೆ ಅನುಗ್ರಹಿಸು, ನಾನವರಿಲ್ಲದೆ ಬದುಕಲಾರೆ'. ಪೂಜೆ ಪ್ರಾರಂಭವಾಗದಾಗಿನಿಂದ ಅದನ್ನೇ ಬೇಡಿದಳು ಅನುಪಮಾ.

ದೇವರ ಮುಂದೆ ಭಕ್ತಿಪೂರ್ವಕವಾಗಿ ಅಂಜಲೀಬದ್ಧಳಾಗಿ ಕುಳಿತಿದ್ದ ಅನುಪಮಾಳನ್ನೇ ನೋಡಿದ ರಘು. ಶುಭ್ರವಾದ ಮುಖ, ಹಣೆಯಲ್ಲಿ ಹೊಳೆಯುತ್ತಿದ್ದ ಪುಡಿ ಕುಂಕುಮ, ಹಾರಾಡುತ್ತಿದ್ದ ಮುಂಗುರುಳು, ಕಂಡೂ ಕಾಣದಂತೆ ಚಲಿಸುತ್ತಿದ್ದ ಕೆಂದುಟಿಗಳು, ನಿಷ್ಕಳಂಕ ಕನ್ನೆಯ ಮಾರ್ದವತೆ ಅವನನ್ನು ಸೂಜಿಗಲ್ಲಿನಂತೆ ಸೆರೆ ಹಿಡಿದಿತ್ತು. ಅವಳು ಕಣ್ಣು ಮುಚ್ಚಿ ಕುಳಿತಿದ್ದರಿಂದ ಯಾವುದೇ ಆತಂಕವಿಲ್ಲದೆ ರೆಪ್ಪೆಯಲುಗಿಸದೆ ಅವಳನ್ನೇ ನೋಡುತ್ತಿದ್ದು ಬಿಟ್ಟ ರಘು. ಅವಳ ಮುಖದಿಂದ ಅವನ ನೋಟ ಒಂದಿನಿತೂ ಕದಲಲಿಲ್ಲ.

ಸುದೀಪನಿಗೆ ಪೂಜೆಯ ಬಗ್ಗೆ ಯಾವುದೇ ಆಸಕ್ತಿ ಇಲ್ಲದಿದ್ದರೂ ಅನುಪಮಳಿಗಾಗಿ, ಅವಳೆದುರು ಕುಳಿತಿದ್ದ. ಅವಳ ಸ್ನಿಗ್ಧ ಸೌಂದರ್ಯ ಅವನ ಕಣ್ಣುಗಳಿಗೆ ಹಬ್ಬವನ್ನುಂಟು ಮಾಡುತ್ತಿತ್ತು. ಅವನ ಹಿಂದೆ ರಘು ಕುಳಿತಿದ್ದರಿಂದ, ರಘುವಿನ ನೋಟವೂ ಅನುಪಮಳ ಮೇಲೆ ಇರುವುದು ಅವನಿಗೆ ತಿಳಿದಿರಲಿಲ್ಲ.

"ಅನೂ" ಗಂಗವ್ವನವರು ಅವಳನ್ನು ತಟ್ಟಿ ಎಬ್ಬಿಸಿದಾಗ, ತಪ್ರೋಭಂಗಿತಳಾದಂತೆ ಅವರತ್ತ ತಿರುಗಿದಳು ಅನುಪಮ.

"ನೋಡು ಪ್ರೀತಮ್ ಬಂದ್ಲು. ಅವಳನ್ನು ಕರ್ಕೊಂಡು ಬಾ." ಗಂಗವ್ವನವರು ಆದೇಶಿಸಿದರು

"ಸರಿ ಅತ್ತೆ." ಅವಳು ಎದ್ದಾಗ ಅವಳ ಹಿಂದೆಯೇ ಎದ್ದ ಸುದೀಪ. ಇದನ್ನು ನೋಡಿ ರಘುವಿನ ಮುಷ್ಟಿ ಬಿಗಿಯಿತು. ಅಸಹನೆಯಿಂದ ಸುದೀಪನನ್ನು ನೋಡಿದ ರಘು.

ಸುದೀಪ ಅನುಪಮಳ ಭುಜ ಸೋಕುವಷ್ಟು ಹತ್ತಿರದಲ್ಲಿ ನಡೆಯುತ್ತಿದ್ದದನ್ನು ನೋಡಿ ಅವನ ಮನಸ್ಸು ಅಶಾಂತಿಯ ಬೀಡಾಯಿತು. ಅವನಿಗೂ ಅಲ್ಲಿ ಕೂರಲಾಗದೆ ಎಂದುಬಿಟ್ಟ

ದೇವಸ್ಥಾನದ ನಾಲ್ಕು ಕಡೆಯೂ ಮೆಟ್ಟಿಲನ್ನು ಒಳಗೊಂಡ ದಿಬ್ಬವಿತ್ತು. ದೇವಸ್ಥಾನಕ್ಕೆ ಬಂದವರಿಗೆ ಕೂರಲು ಅನುಕೂಲವಾಗುವಂತೆ ಅದಕ್ಕೆ ಕಲ್ಲಿನ ಚಪ್ಪಡಿಯನ್ನು ಹಾಕಿಸಿದ್ದರು. ದಿಬ್ಬಕ್ಕೆ ಸಿಮೆಂಟ್ ಹಾಕಿಸದ ಕಾರಣ ಅದು ಹುಲ್ಲಿನಿಂದಾವೃತವಾಗಿ ಬಹು ಸುಂದರವಾಗಿ ಕಾಣುತ್ತಿತ್ತು. ಮರದ ನೆರಳಿನಲ್ಲಿದ್ದ ಆ ಮೆಟ್ಟಿಲುಗಳು ತುಂಬಾ ತಂಪಾಗಿದ್ದವು. ಅಲ್ಲಿ ಬಂದು ಕುಳಿತುಕೊಂಡ ರಘು ವಿಚಾರಮಗ್ನನಾದ.

'ತಾನೇನೋ ಅನುಪಮಳನ್ನು ನಿರ್ದಾಕ್ಷಿಣ್ಯವಾಗಿ ತಳ್ಳಿಬಿಟ್ಟ. ಆದರೆ ಅನುಪಮಾ ನಮ್ಮ ಮನೆಯ ಸೊಸೆಯಾಗಿ, ಸುದೀಪನ ಮಡದಿಯಾಗಿ ಬರುತ್ತಾಳೆ. ಇದನ್ನು ನಾನು ಹೇಗೆ ಸಹಿಸಲಿ? ನನ್ನ ಕಣ್ಣದಿರೆ ನಾನು ಪ್ರೀತಿಸಿದ ಹುಡುಗಿ, ನನ್ನ ತಮ್ಮನ ಮಡದಿಯಾಗಿ ಮನೆತುಂಬಿ ಬರುತ್ತಾಳೆ. ನಂತರದ ದಿನಗಳನ್ನು ನಾನು ಆ ಮನೆಯಲ್ಲಿ ಹೇಗೆ ಕಳೆಯಲಿ? ಈಗಲೂ ಇನ್ನೊಂದು ಕ್ಷಣಕ್ಕೂ, ಅವಳನ್ನು ಕಂಡರೆ ನಾನು ಹುಚ್ಚನಾಗುತ್ತೆನೆ. ಅವಳು ನನ್ನ ಜೊತೆಯಲ್ಲಿದ್ದರೆ ತಾನೆಲ್ಲಿ ಸೋತು ಹೋಗುತ್ತೇನೋ, ತನ್ನ ದೌರ್ಬಲ್ಯವಲ್ಲಿ ಹೊರಬೀಳುವುದೋ ಎಂದು ದಿಗಿಲಾಗುತ್ತದೆ. ಹೀಗೆ ಮಡಿಲಲ್ಲಿ ಬೆಂಕಿಯನ್ನು ಕಟ್ಟಿಕೊಂಡು ಹೇಗೆ ಓಡಾಡಲಿ? ಅದು ತನ್ನನ್ನು ಸುಡದೆ ಬಿಡುವುದೇ?

ಅವನ ನೋಟ ಪುನಃ ಅವರಿಬ್ಬರತ್ತ ಹರಿಯಿತು. ಪೂಜೆಯ ಕಾರಣ ಅನುಪಮ ಸೀರೆ ಉಟ್ಟಿದ್ದಳು. ತಿಳಿಗುಲಾಬಿ ಬಣ್ಣದ ಸೀರೆಯಲ್ಲಿ ಅವಳ ಚೆಲುವು ನೊರ್ಮಡಿಸಿತು. ಅವಳು ಅದೇ ತಾನೆ ಬಂದಿದ್ದ ಸುಂದರ ಯುವತಿಯೋರ್ವಳೊಡನೆ ಮಾತನಾಡುತ್ತಿದ್ದಳು. ಆ ಯುವತಿಯ ಜೊತೆಯಲ್ಲಿ ಅವಳ ತಂದೆ-ತಾಯಿಗಳಿದ್ದರು.

ಸುದೀಪ ಅವರನ್ನು ಆದರಿಸುತ್ತಿದ್ದ. ಮಾತಿನ ನಡುವೆ ಅವನು ಅನುಪಮಾಳ ಬಗ್ಗೆ ಏನೋ ಹೇಳಿ, ಅವಳ ಭುಜ ಬಳಸಿದ. ಹುಲ್ಲಿನಲ್ಲಾಡುತ್ತಿದ್ದ ರಘುವಿನ ಕೈಗಳು ರೋಷದಿಂದ ಮಣ್ಣಿನಲ್ಲಿ ಇಳಿಯಿತು. ಅವನ ಉದ್ವೇಗಕ್ಕೆ ಒಂದು ಹಿಡಿ ಹುಲ್ಲು ಬುಡಸಮೇತ ಮೇಲೆ ಬಂದಿತು.

ತನಗೆ ಖಂಡಿತ ಹುಚ್ಚು ಹಿಡಿಯುತ್ತಿದೆ ಎನಿಸಿತು. ಇಲ್ಲ, ಅನುಪಮ ಮನೆ ತುಂಬಿ ಬಂದ ಮೇಲೆ ನಾನು ಕುಟ್ಟದ ಎಸ್ಟೇಟಿಗೆ ಹೊರಟು ಹೋಗಬೇಕು. ಇಲ್ಲಿದ್ದರೆ ಖಂಡಿತ ನಾನು ಮನೋರೋಗಿಯಾಗಿ ಹೋಗುತ್ತೇನೆ.

ಇದೆಂಥ ವಿಪರ್ಯಾಸ ತಾನು ಪ್ರೀತಿಸಿದ ಹುಡುಗಿಯನ್ನೆ ಸುದೀಪನೂ ಪ್ರೀತಿಸಬೇಕೆ?

ಅನುಪಮಾ ಆ ಯುವತಿಯನ್ನು ಕರೆದುಕೊಂಡು ಪೂಜಾಸ್ಥಳಕ್ಕೆ ಹೋದಳು. ಇಬ್ಬರು ಅಕ್ಕಪಕ್ಕದಲ್ಲಿ ಕುಳಿತುಕೊಂಡರು.

ಸ್ವಲ್ಪ ಹೊತ್ತಿನ ನಂತರ "ಅನೂ ಪೂಜೆ ಮುಗಿಯುವುದಕ್ಕೆ ಇನ್ನೂ ಒಂದು ಘಂಟೆ ಆಗುತ್ತೆ. ಪ್ರೀತಮನ ರಘುವಿಗೆ ಪರಿಚಯಿಸು. ಮಂಗಳಾರತಿಯ ಹೊತ್ತಿಗೆ ನೀವು ಬಂದರಾಯಿತು." ಗಂಗವ್ವ, ಅನುಪಮಾಳ ಕಿವಿಯಲ್ಲಿ ಪಿಸುಗುಟ್ಟಿದರು

ಅನುಪಮಾ ಮೂಕಳಾಗಿ ತಲೆದೂಗಿದಳು.

"ಬಾ ನಿನಗೊಬ್ಬರನ್ನು ಪರಿಚಯಿಸುವುದಿದೆ" ಅವಳನ್ನು ಕರೆದುಕೊಂಡು ರಘುವಿದ್ದಲ್ಲಿಗೆ ಬಂದಳು.

ಅವರಿಬ್ಬರೂ ತನ್ನತ್ತಲೇ ಬರುವುದನ್ನು ನೋಡಿ ಚಕಿತನಾದ ರಘು.

"ರಘು ಇವಳು ಪ್ರೀತಮ್. ಮಾವನವರ ಫ್ರೆಂಡ್ ಮಗಳು ಸುಂಟಿಕೊಪ್ಪದಲ್ಲಿರೋದು. ಪ್ರೀತಮ್ ಇವರು ರಘು ಮಾವನವರ ಹಿರಿ ಮಗ."

"ಹಲೋ..." ಸಂಕೋಚದಿಂದ ಕೈ ಮುಂದೆ ಚಾಚಿದಳು ಪ್ರೀತಮ್

ತನ್ನ ಕೈ ನೋಡಿಕೊಂಡ ರಘು. ಅದು ಪೂರ್ತಿ ಮಣ್ಣಾಗಿತ್ತು. ತಟ್ಟನೆ ತಾನು ಹಿಡಿದಿದ್ದ ಕರವಸ್ತ್ರವನ್ನು ಅವನತ್ತ ಚಾಚಿದಳು ಅನುಪಮಾ. ಅದನ್ನು ತೆಗೆದುಕೊಂಡು ಕೈಯೊರೆಸಿಕೊಂಡ ರಘು. ಆದರೆ ಪ್ರೀತಮಳತ್ತ ಕೈಚಾಚಲಿಲ್ಲ

"ಸಾರಿ ಕೈಯಲ್ಲ ಮಣ್ಣಾಗಿದೆ. ಪ್ಲೀಸ್ ಟು ಮೀಟ್ ಯು." ಹಾಗೆ ನಕ್ಕ

"ನಾನು ನಿಮ್ಮನ್ನು ಒಂದೆರಡು ಫಂಕ್ಷನಲ್ಲಿ ನೋಡಿದ್ದೇನೆ."

"ಐಸಿ.." ಎಲ್ಲೆಂದು ಕೇಳಲು ಹೋಗಲಿಲ್ಲ ರಘು

"ಇಲ್ಲಿ ಕುಳಿತುಕೊಳ್ಳೋಣ ಪೂಜೆ ಮುಗಿಯುವುದಕ್ಕೆ ಇನ್ನೂ ತುಂಬಾ ಟೈಮಿದೆ.." ಪ್ರೀತಮಳನ್ನು ರಘುವಿನ ಪಕ್ಕದಲ್ಲಿ ಬಿಟ್ಟು ತಾನು ಆಕಡೆ ಕುಳಿತುಕೊಂಡಳು ಅನುಪಮಾ.

ರಘುವಿಗೆ, ಪ್ರೀತಮ್ ಬಂದ ಉದ್ದೇಶ ತಿಳಿದುಹೋಯಿತು. ಮೊದಲೇ ಜ್ವಲಿಸುತ್ತಿದ್ದ ಬೆಂಕಿಗೆ ತುಪ್ಪ ಸುರಿದಂತಾಯಿತು. ತುಟಿ ಬಿಗಿದು ಕುಳಿತುಕೊಂಡ.

ಸ್ವಲ್ಪ ಹೊತ್ತು ಅವರೊಡನೆ ಕುಳಿತಿದ್ದ ಶಾಸ್ತ್ರ ಮಾಡಿದ ಅನುಪಮಾ "ಪ್ರೀತಮ್ ನೀನಿಲ್ಲಿ ಕೂತಿರು ಅಲ್ಲೇನಾದ್ರೂ ಬೇಕಾಂತ ನೋಡಿ ಬರ್ತೀನಿ. ರಘು ನಮ್ಮ ಗೆಸ್ಟ್ ಚೆನ್ನಾಗಿ ನೋಡಿಕೊಳ್ಳಿ. ಅವಳಿಗೆ ಬೋರ್ ಮಾಡಬೇಡಿ"ಎಂದು ಅಲ್ಲಿಂದ ಹೊರಟು ಹೋದಳು

ರಘು ಸಹಜವಾಗಿ ಅವಳೊಡನೆ ಮಾತಿಗೆ ಕುಳಿತ.

ಮಹಾಮಂಗಳಾರತಿಯ ಹೊತ್ತಿಗೆ ಅಲ್ಲಲ್ಲಿ ಚದುರಿ ಹೋದವರು ಬಂದು ಗುಡಿಯ ಮುಂದೆ ಸೇರಿದರು. ಪ್ರಸಾದ ವಿನಿಯೋಗದ ನಂತರ ಊಟಕಣಿಗೊಳಿಸಲಾಗಿತ್ತು.

ಬಂದವರೆಲ್ಲ ಮದುವೆಯ ಬಗ್ಗೆ ಕೇಳುವವರೇ. ಸೋಮಯ್ಯನವರು ಹೆಮ್ಮೆಯಿಂದ ಅನುಪಮಾಳನ್ನು ಸುದೀಪನ ಹುಡುಗಿಯಿಂದು

ಪರಿಚಯಿಸುವುದನ್ನು ನೋಡಿ, ನೋಡಿ ಕುದ್ದುಹೋದ ರಘು. ಸುದೀಪನೂ ಅಷ್ಟೆ. ಎಲ್ಲರಿಗೂ ಅವಳನ್ನು ಪರಿಚಯಿಸಿದ. ಅವನು ಅಲ್ಲಿ ಪೂರ್ತಿ ಅವಳ ಭುಜಬಳಸಿ ಓಡಾಡುವುದನ್ನು ಬಹಳ ಕಷ್ಟಪಟ್ಟು ಅರಗಿಸಿಕೊಂಡ ರಘು.

"ರಘು, ಸುದೀಪ ಚಿನ್ನದ ಬೊಂಬೇನೆ ಆರಿಸಿಕೊಂಡಿದ್ದಾನೆ. ನಿನ್ನ ಹುಡುಗಿ ಎಲ್ಲಪ್ಪ? ಇಬ್ಬರೂ ಈ ವರ್ಷವೇ ಊಟ ಹಾಕಿಸಿ ಬಿಡಿ." ಹಲವರು ಹೇಳಿದಾಗ ಅವನ ಹೊಟ್ಟೆ ಉರಿದು ಹೋಯಿತು.

"ನಮ್ಮ ರಘುಗೂ ನೋಡ್ತಾ ಇದೀವಿ. ನೋಡೋಣ ಅದೃಷ್ಟ ಚೆನ್ನಾಗಿದ್ರೆ ಇಲ್ಲಿ ಬಂದಿರುವ ಹುಡುಗಿಯರ ಪೈಕಿ ಮತ್ತೊಬ್ಬಳು ನಮ್ಮ ಸೊಸೆಯಾಗೋ ಸಾಧ್ಯತೆ ಇದೆ." ಸೋಮಯ್ಯನವರು ಉತ್ಸಾಹದಿಂದ ಹೇಳಿದಾಗ ಪ್ರೀತಮ್ ಕೆಂಪಾಗಿ ಕತ್ತು ಕೆಳಗೆ ಹಾಕಿದಳು.

ಎಲ್ಲೆಲ್ಲೂ ಉತ್ಸಾಹದ ವಾತಾವರಣ ತುಂಬಿಹೋಯಿತು. ಅಲ್ಲಿ ನಿಲ್ಲಲಾರದ ರಘು ಆ ಹಿಂಡಿನಿಂದ ಹೊರನಡೆದಾಗ ಗಂಗವ್ವ ಹಾಗೂ ಅನುಪಮಳ ಒದ್ದೆ ನೋಟಗಳು ಅವನನ್ನು ಹಿಂಬಾಲಿಸಿದವು

****

"ನನ್ನ ಕೇಳದೆ ಬೇಡದ ವ್ಯವಹಾರ ಮಾಡೋಕೆ ನಿಮಗೆ ಯಾರು ಹೇಳಿದ್ದು?" ವ್ಯಾಘ್ರನಾಗಿ ಘರ್ಜಿಸಿದ ರಘು. ಮಗನ ರೌದ್ರಾವತಾರಕ್ಕೆ ಸೋಮಯ್ಯನವರೂ ಒಂದು ಕ್ಷಣ ಬೆಚ್ಚಿದರು.

"ಈಗ ಆಗಿದ್ದಾದರೂ ಏನು? ಆ ಹುಡುಗಿ ಮುದ್ದಾಗಿದ್ದಾಳೆ, ಒಳ್ಳೆ ಮನೆತನ, ನಿನಗವಳು ಹಿಡಿಸಬಹುದೂಂತ ನಾವವಳನ್ನ ಕರೆಸಿದ್ವಿ. ಅಷ್ಟು ಚೆನ್ನಾಗಿರೋ ಹುಡುಗೀನೂ ನೀನು ಒಪ್ಪಿಕೊಳ್ಳಲ್ಲಾಂತ ನಂಗೇನು ಗೊತ್ತು?" ಸೋಮಯ್ಯನವ ರೂ ರೇಗಿದರು.

"ಸೋಮು ಕುತ್ಕೋ, ಇದರಲ್ಲಿ ಹೀಗೆ ಹಾರಾಡೋಕ್ಕೇನಿದೆ? ನಿಧಾನವಾಗಿ ಕೂತು ಮಾತಾಡೋಣ. ಮೋನೆ ನೀನು ಕೂತ್ಕೋ." ತಂದೆ-ಮಗನ ಜಗಳದ ಮಧ್ಯೆ ಬಾಯಿ ಹಾಕಿದ ಕುಶಾಲಪ್ಪನವರು ಅವರಿಬ್ಬರನ್ನು ಸಂತೈಸಲು ಪ್ರಯತ್ನಿಸಿದರು.

"ರಘು ಬರ್ತಾ ಬರ್ತಾ ನಿಂಗೆ ವಯಸ್ಸು ಕಮ್ಮಿ ಆಗ್ತಾ ಇಲ್ಲ. ನಿಂಗೂ ೩೦ ತುಂಬುತ್ತಿದೆ. ಇಷ್ಟು ವರ್ಷ ತೋಟ, ಮನೇಂತ ಆಯ್ತು. ಇನ್ನಾದ್ರೂ ನೀನು ಮದುವೆಯಾಗಬಾರ್ದ?"

"ಅದಕ್ಕೆ?"

"ಅದಕ್ಕೆ ನಮಗೆ ಉತ್ತಮಳಾಗಿ ತೋರಿದ ಹೆಣ್ಣು ಮಗೂನ ಕರೆಸಿದ್ವಿ ನಿಂಗವಳು ಇಷ್ಟ ಆಗ್ದೇ ಹೋದ್ರೆ ಬೇರೆ ಹುಡುಗಿನ ನೋಡೋಣ." ಸೋಮಯ್ಯನವರ ಹಿಂದೆ ಸೋಫಾಕ್ಕೊರಗಿ ನಿಂತಿದ್ದ ಗಂಗವ್ವ ಹೇಳಿದರು

"ನೀವ್ಯಾರೂ ಆ ತೊಂದ್ರೆ ತೊಗೋಬೇಕಾಗಿಲ್ಲ." ಭೀರಿದ ರಘು

"ಅಂದ್ರೆ ನೀನೇ ಹುಡುಕೊತಿಯೇನು? ಧಾರಾಳವಾಗಿ... ನಮ್ಮದೇನೂ ಅಭ್ಯಂತರವಿಲ್ಲ. ಯಾವ ಹುಡುಗೀನ ಮದುವೆಯಾಗ್ತಿಯಾ ಹೇಳು."

ಅನುಪಮಳತ್ತ ಹರಿಯುತ್ತಿದ್ದ ತನ್ನ ನೋಟವನ್ನು ಪ್ರಯತ್ನಪೂರ್ವಕವಾಗಿ ತಡೆದು "ನಾನೀಗ್ಲೇ ಮದುವೆಯಾಗೋಲ್ಲ." ಎಂದ

ರಘುವಿನ ದೃಢವಾದ ದನಿಗೆ ಎಲ್ಲರೂ ಬಿಚ್ಚಿದರು

"ಇನ್ನು ಯಾವಾಗ ಮದುವೆಯಾಗ್ತಿಯಾ? ಈ ವರ್ಷ ಆಗ್ತೀನೀಂತ ನೀನು ಒಪ್ಪಿಕೊಂಡಿದ್ದೆ. ಇಷ್ಟು ವರ್ಷ ಸುಮ್ಮನಿದ್ದ ಹಾಗೆ ಇನ್ನು ನಾವು ಸುಮ್ಮಿರಕ್ಕಾಗಲ್ಲ. ಈ ಮನೇಲಿ ನೀನೊಬ್ಬನೇ ಅಲ್ಲ ಇರೋದು. ಸುದೀಪನೂ ಇದ್ದಾನೆ. ನಮಗೂ ಸೊಸೆ ಮೊಮ್ಮಕ್ಕಳನ್ನು ನೋಡಬೇಕಂತ ಆಸೆ ಇದೆ." ಕನಲಿ ನುಡಿದರು ಸೋಮಯ್ಯ

"ನೀವು ಸುದೀಪನ ಮದುವೆ ಮಾಡ್ಬೇಡೀಂತ ನಾನೆಲ್ಲೂ ಹೇಳಿಲ್ವಲ್ಲ. ನಾನು ಮದುವೆಯಾಗಲ್ಲ ಅಂತ ಹೇಳಿದೆ. ಅವನ ಮದುವೆ ಧಾರಾಳವಾಗಿ ಮಾಡಿ."

ಮೊದಲಾದರೆ ನಿನ್ನ ಮದುವೆಯ ಹೊರತು ತಾನಾಗಲಾರೆನೆಂದು ಹೇಳಿಬಿಡುತ್ತಿದ್ದ ಸುದೀಪ. ಆದರೆ ಈಗ ಅವನಲ್ಲಿ ಆ ದೊಡ್ಡತನವಿರಲಿಲ್ಲ.

"ಎಂಥ ಮೊನೆ ಇದು. ಅಣ್ಣ ಇದ್ದಾಗ ತಮ್ಮನ ಮದುವೆ. ಇದು ನ್ಯಾಯಾನಾ? ನಿನ್ನ ಬಿಟ್ಟು ಅವನು ಹೇಗೆ ಮದುವೆಯಾಗ್ತಾನೆ. ಈಗ ಮುಂದಕ್ಕೆ ಹಾಕೊ ಕಾರಣವಾದರೂ ಏನು?" ಬೋಜಮ್ಮ ಕೇಳಿದರು

"ಆಂಟಿ, ನಂಗೀಗಲೇ ಮದುವೆ ಆಗೋಕೆ ಮನಸ್ಸಿಲ್ಲ ಅಷ್ಟೇ."

"ಅದಕ್ಕೇನಾದರೂ ಕಾರಣ ಇರಲೇಬೇಕಲ್ಲ?" ನುಡಿದರು ಕುಶಾಲಪ್ಪ

ಸುದೀಪ ಮಾತ್ರ ತುಟಿ ಎರಡು ಮಾಡಲಿಲ್ಲ. ಎಲ್ಲಿ ಒಂದು ಮಾತಾಡಿದರೆ ಪ್ರಮಾದವಾಗುತ್ತದೋ ಎಂದು ಸುಮ್ಮನಿದ್ದುಬಿಟ್ಟ.

"ಕಾರಣ ಏನೂ ಇಲ್ಲ. ನಂಗೆ ಯಾವ ಹುಡುಗಿನೂ ಮೆಚ್ಚಿಗೆಯಾಗಿಲ್ಲ ಅಷ್ಟೇ."

"ಪ್ರೀತಮ್ ಹಿಡಿಸದಿದ್ದರೆ ಬೇಡ. ಬೇರೆ ಹುಡುಕೋಣ. ನೀನು ಹೆಣ್ಣು ನೋಡೋಕೆ ಹೋಗಿಲ್ಲ ಇನ್ನು ಮೆಚ್ಚಿಗೆಯಾಗೋದು ಹೇಗೆ?" ಸೋಮಯ್ಯನವರು ಕೇಳಿದರು

"ಅಪ್ಪಯ್ಯ ಈಗ ಸುದೀಪನ ಮದುವೆಯಾಗಬೇಕು ಅಷ್ಟೇ ತಾನೇ?"

"ಬರಿ ಸುದೀಪನದಲ್ಲ, ನಿನ್ನದೂ ಮದುವೆಯಾಗಬೇಕು. ನೋಡು ರಘು ನೀನು ಈ ವರ್ಷ ಮದುವೆಯಾಗಬೇಕು. ಅದಕ್ಕೆ ಒಪ್ಪಿಕೊಳ್ಳಲೇಬೇಕು. ನೀನು ಮದುವೆಗೆ ಒಪ್ಪುವವರೆಗೂ ನಾನು ಊಟ ಮಾಡೋಲ್ಲ."

ಅನುಪಮಾ ಈ ಮನೆಗೆ ಸೊಸೆಯಾಗಿ ಬರುವಾಗ, ರಘು ಒಂಟಿಯಾಗಿರುವುದು ಗಂಗವ್ವನವರಿಗೆ ಬೇಕಿರಲಿಲ್ಲ. ಅವನನ್ನ ಸಹ ಒಂದು ಹೆಣ್ಣಿನೊಡನೆ

ಬಂದಿಸಿ ಬಿಟ್ಟರೆ, ಗಂಡ ಹೆಂಡತಿ ಹೇಗಾದರೂ ಹೊಂದಿಕೊಳ್ಳುತ್ತಾರೆಂದವರ ಅಭಿಪ್ರಾಯ

"ಅಮ್ಮ" ತಾಯಿಯ ಉದ್ವೇಗಪೂರ್ಣ ಮಾತಿಗೆ ಜೋರಾಗಿ ಅಬ್ಬರಿಸಿದ ರಘು "ಅಮ್ಮ ಈ ಒಂದು ವಿಷಯಕ್ಕೆ ನನ್ನ ಬಲವಂತ ಮಾಡ್ಬೇಡ. ನೀನೇನಾದರೂ ಹಟ ಹಿಡಿದ್ರೆ ನಾ ನೀ ಕ್ಷಣ ಮನೆ ಬಿಟ್ಟು ಹೊರಟು ಹೋಗ್ತೀನಿ." ಅವನು ಅಬ್ಬರಿಸಿದಾಗ ಎಲ್ಲರೂ ದಿಗ್ಭ್ರಮೆಗೊಂಡು, ಉಸಿರಾಡುವುದನ್ನೂ ಮರೆತು ಅವನನ್ನೇ ನೋಡಿದರು.

ಕ್ರೋಧದಿಂದ ಕೈಗೆ ಸಿಕ್ಕ ಹೂದಾನಿಯನ್ನು ನೆಲಕ್ಕೆಸೆದು ದಾಪುಗಾಲನ್ನಿಟ್ಟು ಹೊರನಡೆದು ಬಿಟ್ಟ ರಘು. ಇನ್ನು ನಿಲ್ಲಲಾರದೆ ಕುಸಿದಳು ಅನುಪಮಾ.

"ಸೋಮು, ರಘುವಿನ ಮನಸ್ಸಲ್ಲೇನಿದೆಯೋ ಏನೋ"?

"ಅದೇ ಗೊತ್ತಾಗ್ತಾ ಇಲ್ಲ ಕುಶಾಲು. ಯಾವಾಗಲೂ ಮದುವೆ ಮುಂದೆ ಹಾಕ್ತಾನೆ ಬಂದಿದ್ದಾನೆ. ಆದ್ರೆ ಯಾವತ್ತೂ ಇಷ್ಟೊಂದು ಕೆಟ್ಟದಾಗಿ ಹಟ ಮಾಡಿಲ್ಲ. ನಾವು ಸಹ ಹಿಂದೆಂದು ಇಷ್ಟು ಬಲವಂತ ಮಾಡಿರಲಿಲ್ಲ. ಅವನಿಗೇನು ಮದುವೆ ಅಂದ್ರೆ ಬೇಸರವೂ ಏನೋ ಅರ್ಥನೇ ಆಗ್ತಾಇಲ್ಲ. ಆದ್ರೆ ಇವನ ಹುಚ್ಚಾಟಕ್ಕೆ ಸುದೀಪನ ಮದುವೆ ಹೇಗೆ ಮುಂದೂಡುವುದು?"

"ಇರಲಿಬಿಡು ಸೋಮು. ಅವರ ಮದುವೆ ಒಂದಾರು ತಿಂಗಳು ಮುಂದೆ ಹೋದ್ರೆ ತೊಂದ್ರೆ ಏನಿಲ್ಲ. ಬೇಕಾದ್ರೆ ಎಂಗೇಜ್ಮೆಂಟ್ ಮುಗಿಸಿಬಿಡೋಣ. ಮುಂದಿನ ವರ್ಷ ಮೇನಲ್ಲಿ ಬೇಕಾದ್ರೆ ಮದುವೆ ಇಟ್ಟುಕೊಳ್ಳಬಹುದು. ಅಷ್ಟರಲ್ಲಿ ರಘು ಮನಸು ಬದಲಾಯಿಸಿದರೂ ಬದಲಾಯಿಸಬಹುದು. ನೀವು ನಿಮ್ಮ ಕೈಲಾದ ಪ್ರಯತ್ನ ಮಾಡಿ." ಕುಶಾಲಪ್ಪ ಹೇಳಿದಾಗ ಯಾರೂ ಮಾತಾಡಲಿಲ್ಲ

"ಸರಿ ನಾವಿನ್ನು ಹೊರಡ್ತೀವಿ. ಎಲ್ಲರೂ ಒಟ್ಟಿಗೆ ಕುಳಿತು ಸಿಹಿಯೂಟ ಮಾಡೋ ಆಸೆ ಇತ್ತು. ದೇವರಿಗೆ ಒಪ್ಪಿಗೆಯಿಲ್ಲ ಅನ್ನಿಸುತ್ತೆ." ಎನ್ನುತ್ತಾ ಎದ್ದರು ಕುಶಾಲಪ್ಪ.

"ಬನ್ನಿ ಮಾವಯ್ಯ ನಿಮ್ಮನ್ನ ಮನೆಗೆ ಡ್ರಾಪ್ ಮಾಡ್ತೀನಿ." ಸುದೀಪ ಎದ್ದಾಗ

"ಬೇಡ ಮೊನೆ ನೀನು ಸೋಮು ಜೊತೆಗಿರು. ನಾವು ರಂಗಣ್ಣನ ಜೊತೆ ಹೋಗ್ತೀವಿ." ಎಂದರು ಕುಶಾಲಪ್ಪ

ಮನೆ ಸೇರುವವರೆಗೂ ತುಟಿ ಬಿಗಿದು ಹಿಡಿದಿದ್ದ ಅನುಪಮಾ ಮನೆಯನ್ನು ಸೇರುತ್ತಿದ್ದಂತೆ ತಂದೆಯನ್ನು ಸಮೀಪಿಸಿ "ಪಪ್ಪಾ ನಾನು ಸುದೀಪನ ಮದುವೆಯಾಗೋಲ್ಲ." ಎಂದಳು

"ಅನೂ ನಿನ್ನ ತಲೆ ನೆಟ್ಟಗಿದೆ ತಾನೆ?" ರಘುವಿನ ಸಮಸ್ಯೆಯಿಂದ ಮದುವೆ ಮುಂದೆ ಹೋಗಿದ್ದಕ್ಕೆ ಮೊದಲೇ ಅಸಮಾಧಾನಗೊಂಡಿದ್ದ ಕುಶಾಲಪ್ಪ ಈಗ ಮಗಳು ಅಷ್ಟು ಹೇಳುತ್ತಿದ್ದಂತೆ ಅವಳ ಮೇಲೆ ರೇಗಿದರು.

"ಪಪ್ಪ ನೀವು ಯಾವುದೇ ವಿಷಯವನ್ನೂ ನನ್ನ ಕೇಳದೆ ಮಾಡುತ್ತಿರಲಿಲ್ಲ. ಆದ್ರೆ, ಈಗ ಮದುವೆಯಂಥ ದೊಡ್ಡ ವಿಷಯವನ್ನು ನನ್ನ ಕೇಳದೆ ತೀರ್ಮಾನ ತಗೊಂಡಿದ್ದೀರಿ. ನಂಗೆ ಈ ಮದ್ವೆ ಇಷ್ಟ ಇದ್ಯಾಂತ ನೀವ್ಯಾರು ನನ್ನ ಕೇಳಿಲ್ಲ." ಅವಳ ಗಂಟಲುಬ್ಬಿ ಬರುತ್ತಿತ್ತು

"ಇದರಲ್ಲಿ ಕೇಳೋಕೇನಿದೆ ಅನೂ? ನಾವು ಕನಸಿನಲ್ಲಿ ಕಂಡರಿಯದಷ್ಟು ಸಂಪತ್ತಿಗೆ ನೀನು ಒಡತಿ ಆಗ್ತಾ ಇದ್ದೀಯ. ಸೋಮುಗಂತೂ ನಿನ್ನ ಕಂಡ್ರೆ ಜೀವ. ಸುದೀಪಾನೂ ಯೋಗ್ಯ ಹುಡುಗ. ಅಷ್ಟು ಹಣ ಆಸ್ತಿ ಇದ್ದರೂ ಯಾವುದೇ ದುರಭ್ಯಾಸ ಇಲ್ಲ"

"ಮಮ್ಮಿ ನೀನಾದ್ರೂ ಹೇಳು ಮಮ್ಮಿ. ಸುದೀಪ ಅಂದ್ರೆ ನಂಗೆ ಆಗಲ್ಲ ಮಮ್ಮಿ. ಅವನು ತುಂಬಾ ಸ್ವಾರ್ಥಿ... ನಾ ಬಂದ ಹೊಸದರಲ್ಲಿ ನಮ್ಮನ್ನು ಎಷ್ಟು...."

"ಪದೇಪದೇ ಹಿಂದಿನ ಕಥೆಯನ್ನು ಹೇಳಬೇಡ ಅನೂ. ಹೌದು ಈಗವರು ನಂಗೆ ಜಾಗ ಕೊಟ್ಟು ಬಿಟ್ಟ ಮಾತ್ರಕ್ಕೆ ಅದನ್ನ ಸರಿಂತ ನಾನೊಪ್ಪಿಕೊಳ್ಳಲ್ಲ. ಯಾಕೆ ಗೊತ್ತಾ? ಈ ಥರ ಅವರಿವರಿಗೆ ದಾನ ಮಾಡ್ತಾ ಇದ್ರೆ ಕೊನೆಗೊಂದು ದಿನ ಚಿಪ್ಪಿಡ್ಕೊ ಬೇಕಾಗುತ್ತೆ."

" ಹಾಗಿದ್ದ ಮೇಲೆ ನಾನಿಲ್ಲಿ ಬರೋಕೆ ಆಗ್ತಾ ಇಲ್ಲಿಲ್ಲ. ಆ ವ್ಯಕ್ತಿ ಪುನಃ ನನ್ನ ನೋಡೋಕೆ ಆಗ್ತಾ ಇಲ್ಲಿಲ್ಲ. ಹಾಗಂತ ಭಾವಿಸಿ ಅವನು ನನ್ನ ಮರೆತುಬಿಡ್ಲಿ"

"ಹುಡುಗಾಟ ಸಾಕು ಅನೂ ಅವನೇನೋ ಸ್ವಲ್ಪ ಮುಂಗೋಪೀಂತ ಕೇಳ್ತಾ ಇದ್ದೆ. ಆದ್ರೆ ಅವನ ಜಾಗದಲ್ಲಿ ಬೇರೆ ಯಾರಾದರೂ ಇದ್ದಿದ್ರೆ, ನಿನ್ನ ತಾತ್ಸಾರಕ್ಕೆ ಯಾವಾಗಲೋ ನಿನ್ನ ಬಿಟ್ಟು ಬೇರೆಯವರನ್ನು ನೋಡ್ತೋತಾ ಇದ್ದ. ಅಂಥ ಮುಂಗೋಪಿ ಕೂಡ ಎಷ್ಟು ತಾಳ್ಮೆಯಿಂದ ನಿನ್ನ ಅನಾದರ ಸಹಿಸ್ತ ಇದ್ದಾನೆ." ಇಷ್ಟು ಹೊತ್ತು ಸುಮ್ಮನಿದ್ದ ಬೋಜಮ್ಮ ನುಡಿದರು

"ಮಮ್ಮಿ ನಿಂಗಾದ್ರೂ ನನ್ನ ಸಂಕಟ ಏನೂಂತ ಅರ್ಥ ಆಗಲ್ಲಾ ಮಮ್ಮಿ? ನಾನು ಸುದೀಪನ ಮಾತ್ರ ಅಲ್ಲ ರಘುವಿನ ಹೊರತು ಯಾರನ್ನೂ ಮದುವೆ ಆಗೋಲ್ಲ. ಮಮ್ಮಿ ಪ್ಲೀಸ್ ನೀನಾದ್ರೂ ನನ್ನ ಅರ್ಥ ಮಾಡ್ಕೊ. ಅವರನ್ನು ಬಿಟ್ಟು ನಂಗೆ..." ತಂದೆಯವರು ಮುಂದೆ ಹೇಳಲಾರದೆ ಬಿಕ್ಕಿದಳು ಅನುಪಮಾ.

ಕುಶಾಲಪ್ಪನವರು ಬೆಚ್ಚಿದರು "ಅನೂ ಈಗ ರಘು ಒಂದು ಸಮಸ್ಯೆ ತಂದೊಡ್ಡಿದ್ದಾನೆ. ಅಂಥದರಲ್ಲಿ ನೀಂದೂ ಒಂದು ಸಮಸ್ಯೆ ಮಾಡ್ಬೇಡ".

"ರಘುವಿನ ಸಮಸ್ಯೆ ಪ್ರಾರಂಭವಾಗಿರುವುದು ಇಲ್ಲಿಂದಲೇ ಪಪ್ಪ." ಅವಳು ಬಿಕ್ಕುತ್ತ ಹೇಳಿದಾಗ ಅವಳನ್ನೇ ಬಿಟ್ಟು ಕಂಗಳಿಂದ ನೋಡಿದರು ಕುಶಾಲಪ್ಪ

"ನಂಗೂ ಅದೇ ಅನುಮಾನ ಇತ್ತೂರಿ. ಮೊದಲೆಲ್ಲಾ ಅವನು ದಿನಕ್ಕೊಂದು ಸಲನಾದ್ರೂ ಆಂಟಿ, ಆಂಟಿ ಅಂದ್ಕೊಂಡು ಮನೆಗೆ ಬರ್ತಾ ಇದ್ದ. ಇವಳು ಮಾಡಿದಡಿಗೆನಾ ಬಾಯಿತುಂಬಾ ಹೊಗಳಿ ತಿಂತಿದ್ದ. ಅನೂ ಅನೂಂತ ಇವಳ ಹಿಂದ-ಮುಂದೆ ತಿರುಗ್ತಾ ಯಾವುದಾದರೂ ದೇವಸ್ಥಾನ, ತೋಟ, ಹೊಳೆ ಅಂತೆಲ್ಲ ಕರ್ಕೊಂಡು ಹೋಗ್ತಾ ಇದ್ದ. ಆದ್ರೆ ಸುಗೀಷ ಮನೆಗೆ ಬರೋಕೆ ಶುರು

ಮಾಡಿದ್ದಲ್ಲಿಂದ ಅವನು ಇಲ್ಲಿ ಬರೋದೇ ನಿಲ್ಲಿಸಿಬಿಟ್ಟ. ಅಷ್ಟೇ ಅಲ್ಲ ಹುಡುಗ ತುಂಬಾ ಸಪ್ಪಗಾಗಿದ್ದಾನೆ. ಇತ್ತೀಚೆಗೆ ಕುಡಿಯುವುದಕ್ಕೂ ಶುರು ಮಾಡಿದ್ದಾನಂತೆ" ಚಿಂತೆಯಿಂದ ಹೇಳುತ್ತಾ ಮಗಳ ಪಕ್ಕ ಮಂಚದ ಮೇಲೆ ಕುಳಿತರು ಭೋಜವ್ವ.

ಕುಶಾಲಪ್ಪ ಅಶಾಂತಿಯಿಂದ ಚಡಪಡಿಸಿದರು. ಅವರು ಕೂತಲ್ಲಿ ಕೂರಲಾರದೆ ಶತಪಥ ಹಾಕಿದರು. ಮಡದಿ ಮಗಳ ನುಡಿಗಳನ್ನು ಅಲ್ಲಗಳೆಯಲಾಗಲಿಲ್ಲ. ತಾವು ಆತಂಕಗೊಂಡು ಅಲ್ಲಿಗೆ ಬಂದಾಗ ತಮಗೆ ಆತ್ಮವಿಶ್ವಾಸ ತುಂಬಿ ತಮ್ಮನ್ನು ಮಗನಿಗಿಂತ ಹೆಚ್ಚಾಗಿ ಆದರಿಸಿದ ಸ್ನೇಹ ಮೂರ್ತಿಯನ್ನು ಹೇಗೆ ಮರೆತಾರು ಕುಶಾಲಪ್ಪ. ಆದರೆ ರಘುವಿನ ಸ್ನೇಹ ಪೂರಿತ ಜೇನುಕಣ್ಣುಗಳಿಗಿಂತ ಸುದೀಪನ ತೀಕ್ಷ್ಣ ನೀಲ ನೇತ್ರಗಳು ಅವರನ್ನು ಅಲುಕಿಸುತ್ತಿತ್ತು.

"ರಘು ನಿನ್ನ ಮದುವೆ ಆಗ್ತೀನೀಂತ ಯಾವತ್ತಾದ್ರೂ ಹೇಳಿದ್ದಾನ?" ಅಲುಕುತ್ತಲೇ ಕೇಳಿದರು ಕುಶಾಲಪ್ಪ.

ಅನುಪಮಾ ನಕಾರವಾಗಿ ತಲೆಯಾಡಿಸಿದಳು. ಅವರು ಬಿಡುಗಡೆಯ ಉಸಿರು ದಬ್ಬಿದರು. "ಹಾಗಂದ ಮೇಲೆ ರಘುವಿಗೆ ನಿನ್ನ ಮೇಲೆ ಮನಸಿದೆ ಅಂತ ಹೇಗೆ ಹೇಳ್ತೀಯಾ?"

ಅವಳಿಗೆ ಸತ್ಯದ ಸ್ಪಷ್ಟ ಅರಿವಿತ್ತು. ಆದರೆ ಅದಕ್ಕೆ ಬೇಕಾದ ಸಾಕ್ಷಿ ಅವಳಲ್ಲಿ ಇರಲಿಲ್ಲ. ತಂದೆಯ ಪ್ರಶ್ನೆಗೆ ಅವಳಿಗೆ ಉತ್ತರಿಸಲಾಗಲಿಲ್ಲ. ಅವಳ ದುಃಖ ಇಮ್ಮಡಿಸಿತು.

ಮಗಳ ದುಃಖವನ್ನು ನೋಡಿ ಅವರಿಗೆ ಮರುಕವಾಯಿತು ಅನುಪಮಳ ಬಗ್ಗೆ ಅವರಿಗೆ ಅತೀವ ಹೆಮ್ಮೆ. ಅಂಥಾ ಮಗಳು ದುಃಖಿಸುತ್ತಿರುವುದು ಅವರಿಗೆ ನೋವು ತಂದಿತ್ತು.

"ಅನೂ ನೀನು ಹೇಳೋದು ನಿಜಾಂತಾನೇ ಒಪ್ಪಿಕೊಳ್ಳೋಣ. ರಘು ನಿನ್ನ ಮದುವೆ ಆಗ್ಬೇಕಂತ ಅಂದ್ಕೊಂಡಿದ್ದಿದ್ರೆ ಅವನೇ ಬಂದು ನಮ್ಮನ್ನು ಕೇಳಬಹುದಿತ್ತಲ್ಲ."

"ಅಷ್ಟರಲ್ಲಿ ಸುದೀಪ ಬಂದುಬಿಟ್ಟಲ್ಲ.." ಬೇಸರದಿಂದ ಹೇಳಿದರು ಭೋಜವ್ವ.

"ಆದರೇನಂತೆ. ಸುದೀಪನ ಹಾಗೆ ರಘು ಕೂಡ ತಂದೆ ಹತ್ರ ಈ ಬಗ್ಗೆ ಮಾಡಬಹುದಿತ್ತಲ್ಲ." ಕುಶಾಲಪ್ಪ ಕೇಳಿದರು. ಯಾರು ಮಾತಾಡಲಿಲ್ಲ

"ಅನೂ, ರಘು ವಿವೇಕಿ. ಅವನಿಗೆ ನೀನೇ ಮುಖ್ಯವಾಗಿದ್ದಿದ್ರೆ ಅವನು ತಮ್ಮನ ಜೊತೆ ಜಗಳವಾಡುತ್ತಿದ್ದ. ಆದ್ರೆ ಅವನಿಗೆ, ನಿನಗಿಂತ ಅವನ ತಂದೆ-ತಾಯಿಯ, ಮನೆಯ ನೆಮ್ಮದಿ ಮುಖ್ಯ. ಅದಕ್ಕೆ ನೋಡು ಅವನಿಗೂ, ನಿನ್ನ ಮದುವೆಗೂ ಏನೂ ಸಂಬಂಧವಿಲ್ಲದಂತೆ ಹೊರಗುಳಿದಿದ್ದಾನೆ. ಸುದೀಪ ತುಂಬಾ ಕೋಪಿಷ್ಟ ಅಂತ ಅವನಿಗೆ ಗೊತ್ತು. ಅವನ್ನ ಎದುರು ಹಾಕೊಂಡ್ರೆ ಮನೆ ಒಡೆಯುತ್ತೆ. ತಂದೆ-ತಾಯಿಗಳು ನೋವನ್ನು ಅನುಭವಿಸಬೇಕಾಗುತ್ತೆ. ಇದಲ್ಲ

ತಿಳಿದ ರಘು ಸುಮ್ಮನಿದ್ದಾನೆ. ಹೀಗಿರಬೇಕಾದರೆ ನಾನು ಸೋಮುವಿನ ವಿರುದ್ಧವಾಗಿ ಹೇಗೆ ಹೋಗಲಿ? ನಾನು ನನ್ನ ಮಗಳನ್ನು ಸುದೀಪಂಗೆ ಕೊಡಲ್ಲ, ರಘುಗೆ ಕೊಡ್ತೀನಿಂತ ಹೇಳಿ ನಿಷ್ಠುರವಾಗ್ಲಾ? ನಾವೇ ಬೇಧಭಾವ ಮಾಡಿದ ಹಾಗಲ್ಲಾ. ಅನ್ಯೋನ್ಯವಾಗಿರೋ ಅಣ್ಣ-ತಮ್ಮಂದಿರನ್ನು ಹೊರಗಿನಿಂದ ಬಂದು ನಾವು ಒಡೆದ ಹಾಗಾಗೊಲ್ಲಾ?" ಕುಶಾಲಪ್ಪನವರು ಮಗಳಿಗೆ ಬುದ್ದಿ ಹೇಳತೊಡಗಿದರು ಅನುಪಮಳ ತಳಮಳ ಇನ್ನಷ್ಟು ಹೆಚ್ಚಿತು. ಅವಳು ಮುಖ ಮುಚ್ಚಿ ಅಳತೊಡಗಿದಳು.

"ಅನೂ ನೀನೇ ಯೋಚನೆ ಮಾಡು ಕಂದ. ನಿಮ್ಮಪ್ಪ ಹೇಳೋ ಮಾತಲ್ಲೂ ನ್ಯಾಯ ಇದೆ. ನೀನು ಆ ಮನೆ ಸೊಸೆಯಾಗಿ ಸೇರಬೇಕು ಅಂತ ನಮಗೆಲ್ಲಾ ಆಸೆ ಇದೆ. ನೀನು ರಘು ಕೈ ಹಿಡಿದ್ರೆ ನಮಗೆ ಎರಡು ಪಟ್ಟು ಸಂತೋಷವೇ. ಆದ್ರೆ ಅವರ ಸ್ನೇಹಿತರಾಗಿ ಬಂದ ನಾವು ಅವರಿಗೆ ಎದುರಾಡುವುದು ಹೇಗಮ್ಮ. ನಾವೇ ಬೇಧಭಾವ ಮಾಡಿದ ಹಾಗಲ್ಲಾ? ತಂದೆತಾಯಿಗಳಿಗೆ ಸುದೀಪ, ರಘು ಇಬ್ಬರೂ ಒಂದೇ ಅಲ್ವಾ. ಅವನಿಗೆ ಕೊಡ್ತೀನಿ ಇವನಿಗೆ ಕೊಡಲ್ಲ ಅಂತ ಹೇಗೆ ಹೇಳೋದು. ನಿನ್ನ ಮುಖ ನೋಡಿಕೊಂಡು ಆ ಸುದೀಪ ನಮ್ಮೆರಡು ಕುಟುಂಬ ಒಂದೇ ಕುಟುಂಬದಂತೆ ಇರೋದಕ್ಕೆ ಒಪ್ಪಿಕೊಂಡಿದ್ದಾನೆ. ಅಷ್ಟೇ ಅಲ್ಲದೆ ಇವತ್ತು ಅವರು ದೇವಸ್ಥಾನದಲ್ಲಿ ನೀನೆ ಸುದೀಪನ್ನ ಮದುವೆಯಾಗುವ ಹುಡುಗಿಂತ ಎಲ್ಲರಿಗೂ ಹೇಳ್ಕೊಂಡು ಬಿಟ್ಟಿದ್ದಾರೆ. ಈಗ ನಾವು ಕೂಸರಾಡಿದ್ರೆ ಅವರ ಮಯರ್ಾದೆ ಏನಾಗಬೇಕು. ಅವರು ಮಾಡಿದ ಉಪಕಾರಕ್ಕೆ.."

"ಉಪಕಾರ... ಉಪಕಾರ" ಸರಕ್ಕನೆ ಸಿಡಿದಳು ಅನುಪಮಾ "ಯಾರಿಗೆ ಬೇಕಿತ್ತು ಅವರ ಉಪಕಾರ? ಅವರ ಉಪಕಾರದಿಂದ ನಮ್ಮ ಸಂತೋಷ ಹೆಚ್ಚಿದೆಯೇ? ಇದಕ್ಕೆ ಮುಂಚೆ ನಮಗೇನು ಕಡಿಮೆಯಾಗಿತ್ತು? ಅಣ್ಣಂಗೆ ಈ ಜಾಗದಿಂದೇನು ಉಪಯೋಗ? ನಮ್ಮ ಮೂವರಿಗೆ ಅಪ್ಪನ ಪೆನ್ಷನ್ ಹಣ ಸಾಕಾಗ್ತಾ ಇಲ್ಲೆಲ್ಲಾ? ನನ್ನ ಓದು ಮುಗಿದ ಮೇಲೆ ನಾನೂ ಕೆಲಸಕ್ಕೆ ಸೇರಿಕೊಳ್ಳಾ ಇದ್ದೆ. ನಾವಿಲ್ಲಿ ಬಂದು ಪಟ್ಟ ಸುಖನಾದ್ರೂ ಏನು? ನಾನು ಇಲ್ಲಿವರೆಗೆ ಒಂದು ಸಲನೂ ಸುದೀಪನ್ನ ಮದುವೆಯಾಗೋಕೆ ಒಪ್ಪಿಕೊಂಡಿಲ್ಲ. ನಾನು ರಘುನ ಮದುವೆಯಾಗದಿದ್ದರೂ ಪರವಾಗಿಲ್ಲ. ಆದ್ರೆ ಪ್ಲೀಸ್ ಸುದೀಪನ್ನ ಮಾತ್ರ ನಾನು ಮದುವೆಗೊಳ್ಳಮ್ಮ." ತಾಯಿಯ ಮಡಿಲಲ್ಲಿ ಮುಖವಿರಿಸಿ ಹೃದಯ ಬಿರಿಯುವಂತೆ ರೋಧಿಸಿದಳು ಅನುಪಮ.

ತಂದೆ ತಾಯಿಗಳಿಬ್ಬರೂ ಪೆಚ್ಚಾಗಿ ಮಗಳನ್ನೇ ನೋಡಿದರು.

"ಅನೂ ಎಲ್ಲ ಕಷ್ಟ ಕಳೆದು ಅವರಿಗೆ ಸುಖ ಬಂದಿರುವ ಕಾಲದಲ್ಲಿ ನೀನೊಂದು ಸಮಸ್ಯೆಯಾಗಿ ಅವರ ಮನೆ ಒಡಿಬೇಡ. ಭಾಗ್ಯಲಕ್ಷ್ಮಿಯಾಗಿ ಆ ಮನೆ ಬೆಳಗಬೇಕಾದ ನೀನು ಅವರನ್ನು ಇಕ್ಕಟ್ಟಿನಲ್ಲಿ ಸಿಕ್ಕಿಸಬೇಡ. ವಯಸ್ಸು ಗಾಲದಲ್ಲಿ ಗಂಡ-ಹೆಂಡತಿಯರು ಕೂರಗೋ ತರ ಮಾಡಬೇಡ." ಎಂದರು ಕುಶಾಲಪ್ಪ.

ಆದರೂ ಅವಳ ಅಳು ಕಡಿಮೆಯಾಗಲಿಲ್ಲ. "ನಿನ್ನ ಮಾತಿಗೆ ನಾವು ಬತೀರ್ಿವಿ. ನೋಡು ಏನು ಬೇಕಾದ್ರೂ ಮಾಡು. ರಘು ಬಂದು ನಿನ್ನ ಕೇಳಿದ್ರೆ, ನಿನ್ನ ಮದುವೆ ಅವನ ಜೊತೇನೆ ಮಾಡಿ ಕೊಡೋಕೆ ನಾವು ಸಿದ್ದ. ಆದರೆ ನಾವಾಗಿ ಮಾತ್ರ ಈ ವಿಷಯ ಸೋಮು ಹತ್ರ ಮಾತಾಡಲ್ಲ. ಒಂದುವೇಳೆ ರಘು ಈ ವಿಷಯಕ್ಕೆ ತಲೆ ಹಾಕದಿದ್ದರೆ ನೀನು ಸುದೀಪನ ಮದುವೆಯಾಗಲೇಬೇಕು. ವಿಧಿ ಇಲ್ಲ. ನಂಗೆ ಸುದೀಪನ ಬಗ್ಗೆನೂ ವಿಶ್ವಾಸ ಇದೆ ಅವನೂ ಒಳ್ಳೆ ಹುಡುಗ." ಕುಶಾಲಪ್ಪನವರು ಮಾತು ಮುಗಿಸಿದರು

****

ತನ್ನ ಸುತ್ತಮುತ್ತಲಿದ್ದ ಕಿಟಕಿ-ಬಾಗಿಲುಗಳೆಲ್ಲ ಮುಚ್ಚಿ ಬಿಟ್ಟಿದೆ. ತಾನೊಂದು ಆಳವಾದ ಅಂಧಕಾರದ ಕೂಪದಲ್ಲಿ ಬಿಳುತ್ತಿದ್ದೇನೆ. ತನ್ನ ಉಸಿರು ಕಟ್ಟುತ್ತಿದೆ ಯಾರೋ ತನ್ನ ಕತ್ತನ್ನು ಬಲವಾಗಿ ಹಿಸುಕುತಿದ್ದಾರೆ. ಕೈಕಾಲನ್ನು ಬಡಿದು ಆ ಪೈಶಾಚಿಕ ಶಕ್ತಿಯಿಂದ ಬಿಡಿಸಿಕೊಳ್ಳಲು ಪ್ರಯತ್ನಿಸಿದಳು ಅನುಪಮಾ. ಆದರೆ ಎಲ್ಲಾ ಕೊರಡಾದ ಅನುಭವ. ಜೀವ ಉಳಿಸಿಕೊಳ್ಳಲು ಒಂದಿಷ್ಟೂ ಗಾಳಿ ಸಿಗುತ್ತಿಲ್ಲ. ಅಯ್ಯೋ ದಾಹ ದಬದಬನೆ ಕೈಕಾಲು ಬಡಿದ ಅನುಪಮಾಳಿಗೆ ತಟ್ಟನೆ ಎಚ್ಚರವಾಯಿತು.

ಬೆದರಿದ ಅನುಪಮಾ ದಡಕನೆದ್ದು ಕುಳಿತಳು. ಅವಳ ಮೈಕೈಯೆಲ್ಲಾ ಬೆವರಿನಿಂದ ತೋಯ್ದು ಹೋಗಿತ್ತು. ಬಾಯೋಣಗಿ ನಾಲಿಗೆಯ ದ್ರವ ಆರಿಹೋಗಿತ್ತು. ತೀವ್ರತರ ಆಯಾಸವೆನಿಸಿ ನೀರು ಬೇಕೆನಿಸಿತು. ಮೆಲ್ಲನೆ ಮಂಚದಿಂದ ಇಳಿದು ಟೇಬಲ್ ಮೇಲಿದ್ದ ಗ್ಲಾಸಿಗೆ ಹೂಜಿಯಿಂದ ನೀರು ಸುರಿದುಕೊಂಡು ಗುಟುಕರಿಸಿದಳು. ಗಡಿಯಾರದತ್ತ ನೋಟ ಹರಿಸಿದಾಗ ಮೂರು ಘಂಟೆ ತೋರಿಸುತ್ತಿತ್ತು. ಪುನಃ ಬಂದು ಮಂಚದ ಮೇಲೆ ಒರಗಿದಳು ಅನುಪಮಾ .

ರಘು ತನ್ನ ಬದುಕಿನಿಂದ ಪೂರ್ತಿಯಾಗಿ ನಿರ್ಗಮಿಸಿದ್ದಾರೆ ಎನ್ನುವ ಸತ್ಯವನ್ನು ಅವಳಿಂದ ಅರಗಿಸಿಕೊಳ್ಳಲಾಗುತ್ತಿರಲಿಲ್ಲ. ತಂದೆಯ ನುಡಿಗಳಲ್ಲಿದ್ದ ಕಹಿಸತ್ಯ ಅವಳನ್ನು ಪಾತಾಳಕ್ಕೆ ತಳ್ಳಿತು. ಆದರಿಂದ ಮೇಲೆ ಬರುವ ದಾರಿಯೆ ಅವಳಿಗೆ ತೋರುತ್ತಿರಲಿಲ್ಲ. ಹೇಗೆ ಈ ಗಂಡಾಂತರದಿಂದ ಪಾರಾಗುವುದು?

ಚಿಂತಿಸುತ್ತಿದ್ದಾಗ ದೂರದಲ್ಲೊಂದು ಮಿಣುಕು ದೀಪ ಉರಿದಂತೆ ತೋರಿ ಗಡಬಡಿಸಿದಳು.

ಹೌದು ಗಂಗವ್ವನವರು. ತಾನೇಕೆ ಅವರ ಸಹಾಯ ಕೇಳಬಾರದು? ಅವರೆಂದೂ ತನ್ನನ್ನು ಸುದೀಪನೊಂದಿಗೆ ಬೆಸೆಯಲು ಪ್ರಯತ್ನಿಸಿರಲಿಲ್ಲ. ಹೌದು ಅವರು ಪರೋಕ್ಷವಾಗಿ ಅವನನ್ನು ವಿರೋಧಿಸುತ್ತಲೇ ಬಂದಿದ್ದಾರೆ. ತಾನು ಅವರೊಂದಿಗೆ ಇದ್ದಾಗ ಅವರು ಯಾವಾಗಲೂ ರಘುವಿನ ಬಗ್ಗೆಯೇ ಹೇಳುತ್ತಿರುತ್ತಾರೆ. 'ಅನೂ, ಸುದೀ ಒರಟ. ಬೇಕಾದನ್ನು ಕಿತ್ತುಕೊಳ್ಳೋ ಜಾತಿ ಅವನು. ಆದ್ರೆ ನಮ್ಮ ರಘು ತುಂಬಾ ಸೂಕ್ಷ್ಮ. ಜೋರಾಗಿ ನಡೆದರೆ ನೆಲಕ್ಕಲ್ಲಿ ನೋವಾಗುತ್ತೋ ಅನ್ನೋ

ಹೆಂಗಳವಂದು. ಅವನಿಗೆ ಅವನ ಶ್ರೀಮಂತಿಕೆ ನೋಡಿ ಬರೋ ಹುಡುಗಿಗಿಂತ ನಿನ್ನ ಹಾಗೆ ಅವನ್ನ ಅರ್ಥಮಾಡಿಕೊಳ್ಳೋ ಹುಡುಗಿ ಸಿಗಬೇಕು'.

ತಾನು ಅಡುಗೆಮನೆಯಲ್ಲಿ ಅವರ ಸಹಾಯಕ್ಕೆ ನಿಂತಾಗ ಹೇಳುತ್ತಿದ್ದುದುಂಟು.

ಹೌದು ನಾಳೆ ನಾನವರನ್ನು ಕಾಣಬೇಕು. ತನ್ನೆದೆಯ ತೊಳಲಾಟವನ್ನು ಅವರಿಗೆ ವಿವರಿಸಿ ಅವರ ಕಾಲು ಹಿಡಿದು ಅವರಿಂದ ತಾನು ಜೀವ ಭಿಕ್ಷ ಬೇಡಬೇಕು. ಅವರೇ ನನ್ನನ್ನು ಈ ಸಂಕಟದಿಂದ ಪಾರು ಮಾಡಬಲ್ಲರು.

ಕಾರ್ಮೋಡದ ಅಂಚಿನಲ್ಲೊಂದು ಬೆಳ್ಳಿ ರೇಖೆ ಕಾಣಿಸಿದಾಗ ಕೊಂಚ ನೆಮ್ಮದಿಯೆನಿಸಿತು.

ಕೋಳಿ ಹೊಗುವುದನ್ನೇ ಚಾತಕಪಕ್ಷಿಯಂತೆ ಕಾಯತೊಡಗಿದಲು ಅನುಪಮ. ಪ್ರತಿಯೊಂದು ಕ್ಷಣವೂ ಯುಗವಾದ ಅನುಭವ. ಕೊನೆಗೊಮ್ಮೆ ಬೆಳಕು ಹರಿದಾಗ ಬಿಡುಗಡೆಯ ನಿಟ್ಟುಸಿರು.

ಇಂದು ತಲೆನೋವೆಂದು ಕಾಲೇಜಿಗೆ ಚಕ್ಕರ್ ಹಾಕಿ ಗಂಗವ್ವನವರನ್ನು ಕಾಣಬೇಕು. ಎಂದಿನಂತೆ ಐದೂವರೆಗೆ ಏಳದೆ ಗಡಿಯಾರವನ್ನೇ ದಿಟ್ಟಿಸುತ್ತಾ ಲೆಕ್ಕ ಹಾಕಿದಲು ಅನುಪಮ.

ಸುಮಾರು ಆರೂವರೆ ಸಮೀಪಿಸುತ್ತಿದ್ದಂತೆ ಹಾಲಿನ ತಂಬಿಗೆ ಹಿಡಿದುಬಂದ ಮಾದ.

ಬಂದವನು ಬರೀ ಹಾಲು ಕೊಟ್ಟು ಹೋಗದೆ "ಅಕ್ಕಾವ್ರ ಅಕ್ಕಾವ್ರ" ಎಂದು ಕರೆದ.

ನಿದ್ದೆ ಬಂದಂತೆ ಮಲಗಿದ ಅನುಪಮ ಇನ್ನಷ್ಟು ಅಲುಗದೆ ಮಲಗಿದಲು. ಸ್ವಲ್ಪಹೊತ್ತಿನಲ್ಲೇ ಬಂದ ಬೋಜವ್ವ, "ಅನೂ ... ಅನೂ, ಗಂಗೆ ಬರೋಕೆ ಹೇಳಿದ್ದಾಳೆ. ಅವರ ಕಡೆಯವವಯಾರೋ ತೀರಿ ಹೋಗಿದ್ದಾರಂತೆ ತಕ್ಷಣ ಹೋಗಬೇಕಂತೆ" ಅವರು ಗಾಬರಿಯಿಂದ ಹೇಳಿದಾಗ.

ದಢಕ್ಕನೆದ್ದಲು ಅನುಪಮ. ಮುಖಕ್ಕೆ ತಣ್ಣೀರೆರಚಿಕೊಂಡು ಬಟ್ಟೆ ಬದಲಿಸಿ ಮಾದನೊಂದಿಗೆ ಮನೆಯತ್ತ ಧಾವಿಸಿದಲು. ಅವಳು ಗಂಗಾ ಕಾಟೇಜಿಗೆ ಬಂದು ತಲುಪುವಲ್ಲಿ ಗಂಗವ್ವ ಹಾಗೂ ಸೋಮಯ್ಯನವರು ಅವಳಿಗಾಗಿ ಬಾಗಿಲ ಬಳಿಯೇ ಕಾಯುತ್ತಿದ್ದರು.

"ಅನೂ ನಮ್ಮ ದೊಡ್ಡಪ್ಪನ ಮಗ ಇವತ್ತು ಬೆಳಗ್ಗೆ ತೀರಿಕೊಂಡನಂತೆ. ನಾವು ತಕ್ಷಣ ಹೋಗ್ಬೇಕು. ಸ್ವಲ್ಪ ಮನೆಕಡೆ ನಿಗಾ ಇಟ್ಕೋತಿಯ?" ಸೋಮಯ್ಯನವರು ಕೇಳಿದಾಗ

"ಅಯ್ಯೋ ಹಾಗ್ಯಾಕ ಹೇಳ್ತಿರ ಮಾವಯ್ಯ. ಏನ್ ಮಾಡಬೇಕು ಹೇಳಿ ನಾನೆಲ್ಲಾ ನೋಡ್ಕೋತೀನಿ." . ತನ್ನ ದುಗುಡವನ್ನು ನುಂಗಿ ಹೇಳಿದಳು ಅನುಪಮಾ

"ನೋಡಿದರಲ್ಲಿ ಮನೆಯ ಎಲ್ಲಾ ಬೀಗದ ಕೈಗಳು ಇದೆ. ಇವತ್ತು ೧೧ ಘಂಟೆಗೆ ಸರಿಯಾಗಿ ಕಾವೇರಿ ಎಸ್ಟೇಟ್ ಭೀಮಯ್ಯ ೨ಲಕ್ಷ ತಂದು ಕೊಡ್ತಾರೆ.

ಜೋಪಾನವಾಗಿ ರಘುವಿನ ಬೀರುವಿನಲ್ಲಿಟ್ಟುಬಿಡು. ಹಾಗೆ ಫೋನ್ ಮಾಡಿದವರಿಗೆಲ್ಲಾ ನಾಳೆ ಫೋನ್ ಮಾಡೋಕೆ ಹೇಳು." ದೊಡ್ಡ ಬೆಳ್ಳಿಯ ಬೀಗದಕೈಗೊಂಚಲನ್ನು ಅವಳಿಗೆ ಹಿಡಿಸಿದರು

"ಸರಿ ಮಾವಯ್ಯ." ನಡುಗುವ ಕೈಯಿಂದಲೇ ಅದನ್ನು ತೆಗೆದುಕೊಂಡಳು ಅನುಪಮ .

"ಅನೂ, ರಘು ನೆನ್ನೆ ಮನೆಯಿಂದ ಹೋದವನು ಇನ್ನೂ ಬಂದಿಲ್ಲ. ಫಾರಂ ಹೌಸಲ್ಲಿ ಇದ್ದಾನಂತೆ. ಸ್ವಲ್ಪ ಅವನಿಗೆ ತಿಂಡಿ, ಊಟ ಕಳಿಸಿ ಬಿಡ್ತೀಯಾ ? ನಾವು ಬರೋಕೆ ರಾತ್ರಿ ಆಗಬಹುದು. ರಘು ಬಂದ್ಮೇಲೆ ಬೇಕಾದ್ರೆ ನೀನು ಮನೆಗೆ ಹೋಗು." ಗಂಗವ್ವನವರು ಹೇಳಿದರು.

ಅದಕ್ಕೂ ತಲೆಯಾಡಿಸಿದಳು ಅನುಪಮಾ.

ಅವರು ಇಷ್ಟನ್ನು ವಿವರಿಸುವಲ್ಲಿ ಗ್ಯಾರೇಜಿಂದ ಕಾರನ್ನು ತಂದ ಸುದೀಪ. ಎಲ್ಲರೂ ವಿಪರೀತ ಗಡಿಬಿಡಿಯಲ್ಲಿದ್ದರು. ಅವರು ಹೋದಮೇಲೆ ಸೋತ ಹೆಜ್ಜೆಹಾಕುತ್ತ ಒಳಗೆ ಬಂದ ಅನುಪಮ, ಕುರ್ಚಿಯಲ್ಲಿ ಕುಸಿದಳು.

ನನ್ನ ಅದೃಷ್ಟವೇ ಹಾಳು. ಇಂದೇ ಈ ಅನರ್ಥ ನಡೆಯಬೇಕೆ? ನಿಟ್ಟುಸಿರಿಟ್ಟಳು.

ಅವಳು ಅಡುಗೆ ಮನೆಗೆ ಬಂದಾಗ ತಿಂಡಿಯ ಕೆಲಸವೆಲ್ಲ ಅರ್ಧಂಬರ್ಧವಾಗಿತ್ತು. ರಘುವಿಗೆ ತಿಂಡಿ ಕಳುಹಿಸಬೇಕೆಂಬ ನೆನಪಿನಿಂದ ಕೆಲಸಕ್ಕೆ ಕೈ ಹಚ್ಚಿದಳು ಅನುಪಮ .

ಎಲ್ಲಾ ಕೆಲಸ ಮುಗಿಯುವಲ್ಲಿ ೧೦:೩೦ಯಾಯಿತು. ಅವಳಿಗೇನೂ ತಿನ್ನುವ ಮನಸ್ಸಾಗಲಿಲ್ಲ. ಬರಿ ಒಂದು ಲೋಟ ಹಾಲು ಕುಡಿದು ಹಾಲಿನಲ್ಲಿದ್ದ ಕುರ್ಚಿಯಲ್ಲಿ ಒಂದು ಕುಳಿತುಕೊಂಡಳು.

ಸೋಮಯ್ಯನವರು ಹೇಳಿದಂತೆ ಹನ್ನೊಂದು ಘಂಟೆಗೆ ಸರಿಯಾಗಿ ಭೀಮಯ್ಯನವರು ಬಂದರು. ಸ್ವಲ್ಪಮಟ್ಟಿಗೆ ಅವಳಿಗೂ ಸಹ ಅವರ ಪರಿಚಯವಿದ್ದುದರಿಂದ ಅವಳಿಗೆ ಅವರನ್ನು ಗುರುತಿಸುವುದು ಕಷ್ಟವಾಗಲಿಲ್ಲ. ಬಂದವರನ್ನು ತನ್ನ ಮನೆಯಂತೆಯೇ ಆದರಿಸಿದಳು ಅನುಪಮಾ.

ಅವರು ಪೂರ್ತಿ ಹಣವನ್ನು ಅವಳ ಮುಂದೆ ಎಣಿಸಿಕೊಟ್ಟುದರಿಂದ ಅವಳಿಗೆ ದುಡ್ಡು ಎಣಿಸುವ ಕಷ್ಟ ತಪ್ಪಿತು. ಬಂದವರು ಹಿಂದಿರುಗಿದ ಮೇಲೆ, ಹಣವನ್ನು ತೆಗೆದುಕೊಂಡು ರಘುವಿನ ಕೋಣೆಗೆ ಬಂದಳು ಅನುಪಮಾ.

ಎಂದಿನಂತೆ ಆ ಕೋಣೆ ಅವಳಿಗೆ ನೆಮ್ಮದಿಯ ನೆಲೆಯಾಗದೆ, ಅಶಾಂತಿಯ ಆಗರವಾದಾಗ, ಬೆಂಕಿಯಲ್ಲಿ ಬಿದ್ದ ಪತಂಗದಂತೆ ಚಡಪಡಿಸಿದಳು.

ರಘುವಿನ ವಾರ್ಡ್ರೋಬಿನ ಕೀ ಹುಡುಕುವುದೇ ದೊಡ್ಡ ಸಮಸ್ಯೆಯಾಯಿತು. ಒಂದೇ ತರಹದ ೧೦ ಕೀಗಳು. ಪ್ರತಿಯೊಂದನ್ನು ತಾಳ್ಮೆಯಿಂದ ಹಾಕಿ ಪ್ರಯತ್ನಿಸಿದಳು. ವಾರ್ಡ್ರೋಬಿನ ಬಾಗಿಲನ್ನು ತೆರೆದಾಗ ಹ್ಯಾಂಗರ್ನಲ್ಲಿ

ಓರಣವಾಗಿ ಜೋಡಿಸಿದ ಬಟ್ಟೆಗಳ ಹೊರತು, ಹಣವನ್ನು ಇಡಲು ಯೋಗ್ಯವಾದ ಜಾಗ ಕಾಣಲಿಲ್ಲ. ಬಟ್ಟೆಗಳ ಜೊತೆಯಲ್ಲಿ ಹಣವನ್ನು ಹೇಗೆ ಇರುವುದು ಎಂದುಕೊಳುತ್ತಾ ಬಟ್ಟೆಗಳತ್ತ ಕಣ್ಣು ಹಾಯಿಸಿದಳು. ಪೂರ್ತಿ ರಘುವಿನ ಬಟ್ಟೆಗಳು. ಅದರ ಮೇಲೆ ನವಿರಾಗಿ ಕೈಯಾಡಿಸಿದಳು. ಆ ಬಟ್ಟೆಗಳ ಜೊತೆಯಲ್ಲಿ ಅವಳು ಕೊಟ್ಟಿದ್ದ ಸ್ವೆಟರ್ ಕೂಡ ಇದ್ದುದ್ದು ನೋಡಿ ಅನುಪಮಳಿಗೆ ಸಮಾಧಾನವೆನಿಸಿತು. ಹಾಗೇ ಅವುಗಳ ಮೇಲೆ ಕೈಯಾಡಿಸಿದಾಗ ಮುಗಿಲು ವರ್ಣದ ಸೂಟಿನ ಜೊತೆ ತೂಗಾಡುತ್ತಿದ್ದ ತನ್ನ ಹಸಿರು ಬಣ್ಣದ ದುಪಟ್ಟಾವನ್ನು ನೋಡಿ ಅವಳಿಗೆ ಅಚ್ಚರಿಯೆನಿಸಿತು.

ತಟ್ಟನೆ ಸೂಟನ್ನು ನೇತುಹಾಕಿದ್ದ ಹ್ಯಾಂಗರ್ ಎತ್ತಿಕೊಂಡಳು. ಅದನ್ನು ತೆಗೆದಾಗ ಅದರ ಜೊತೆಯಲ್ಲಿದ್ದ ಒಂದು ಚಿಕ್ಕ ಬಾಕ್ಸ್ ಜಾರಿತು. ಅದು ಅನುಪಮ ಕೊಟ್ಟ ಪೆನ್ನಿನ ಬಾಕ್ಸ್ ಆಗಿತ್ತು.

ತಾಸು ಕಳೆದು ಹೊಗೆಗಿದೆ ಎಂಬುಟ ಭುವಿಸಿದ ತನ್ನ ದುಪಟ್ಟ ರಘುವಿನ ಕಪಾಟಿನಲ್ಲಿ ಸಿಕ್ಕಾಗ ಅವಳದೇ ನಗಾರಿಯಂತೆ ಹೊಡೆದುಕೊಳ್ಳತೊಡಗಿತು. ಅವಳಿಗೆ ತನ್ನನ್ನು ತಾನು ಸಂಭಾಳಿಸಲು ಹತ್ತು ನಿಮಿಷಗಳೆ ಹಿಡಿಯಿತು. ಉದ್ವೇಗದಿಂದ ಉಕ್ಕಿದ ಕಂಬನಿ ಅವಳ ಕೆನ್ನೆಯನ್ನು ತೋಯಿಸಿತು.

'ರಘು... ರಘು.. ಈಗಲಾದರೂ ನೀವು ನನ್ನನ್ನು ಪ್ರೀತಿಸುತ್ತಿರುವುದನ್ನು ಒಪ್ಪಿಕೊಳ್ಳಬೇಕು. ಇಂದು ನಾನು ನಿಮ್ಮ ಬಾಯಿ ಬಿಡಿಸದಿದ್ದರೆ ನನ್ನ ಹೆಸರು ಅನುಪಮಳೆ ಅಲ್ಲ'. ಲಗುಬಗೆಯಿಂದ ಹ್ಯಾಂಗರಿನಲ್ಲಿದ್ದ ಬಟ್ಟೆಯನ್ನು ಬದಿಗೆ ಸರಿಸಿ ಇನ್ನೂ ಸಿಗಬಹುದಾದ ಕುರುಹುಗಳಿಗಾಗಿ ಅರಸಿದಳು. ಆಗ ಗೋಡೆಯಲ್ಲಿದ್ದ ಪುಟ್ಟ ಕಪಾಟು ತೋರಿಬಂತು.

ಕೀಲಿಯನ್ನು ಉಪಯೋಗಿಸಿ ಅದನ್ನು ತೆರೆದಾಗ ಅದರಲ್ಲಿ ಹಣವಿದದ್ದು ಕಾಣಿಸಿತು. ಭೀಮಯ್ಯನವರು ಕೊಟ್ಟಿದ್ದ ಹಣವನ್ನು ಅದರಲ್ಲಿ ಜೋಡಿಸಿ ಮೊದಲಿನಂತೆ ಬೀಗ ಹಾಕಿ ತನ್ನ ಅನ್ವೇಷಣೆಯನ್ನು ಮುಂದುವರೆಸಿದಳು ಅನುಪಮಾ. ಆಗ ಕಂದು ವರ್ಣದ ದೊಡ್ಡದೊಂದು ಡೈರಿ ಅವಳ ಕಣ್ಣಿಗೆ ಬಿತ್ತು

ಅನುಮಾನದಿಂದಲೇ ಅದನ್ನೆತ್ತಿಕೊಂಡಳು ಅನುಪಮಾ.

ಅದನ್ನು ತೆರೆಯಬೇಕೆ, ಬೇಡವೇ ಎನ್ನುವ ಬಗ್ಗೆ ಅವಳಲ್ಲಿ ಕೆಲವು ಹೊತ್ತು ಜಿಜ್ಞಾಸೆ ಉಂಟಾಯಿತು. ಮನಸು ತಡೆಯದೆ ಬಂದು ರಘುವಿನ ಮಂಚದ ಮೇಲೆ ಕುಳಿತು ಡೈರಿಯನ್ನು ತೆರೆದಳು.

ಅವಳ ಮುಂದೆ ಸಾವಿರ ತಾರೆಗಳ ಉದಯವಾಯಿತು.

ಡೈರಿ ತೆರೆಯುತ್ತಿದ್ದಂತೆ ಅನುಪಮಾಳ ಭುಜ ಬಳಸಿ ನಗುತಿರುವ ರಘುವಿನ ಭಾವಚಿತ್ರ ಕಾಣಿಸಿತು. ಅವನ ಮುಖದಲ್ಲಿ ಅತೀವ ಸಂತೋಷ ಹಾಗು ಸಂತೃಪ್ತಿ ಮನೆ ಮಾಡಿತ್ತು 'ಪರ್ಸನಲ್ ರೆಕಾರ್ಡ್'ಗಾಗಿಯೇ ಇದ್ದ ಹಾಳೆಯೊಳಗೆ ಆ ಭಾವಚಿತ್ರ ವನ್ನು ಕೂರಿಸಿದ್ದ ರಘು.

ಅದು ಹಿಂದೊಮ್ಮೆ ಜಯರಾಮ್ ತೆಗೆದ ಭಾವಚಿತ್ರವಾಗಿತ್ತು. ಆ ಭಾವಚಿತ್ರ ಬಹಳ ಸುಂದರವಾಗಿ ಮೂಡಿ ಬಂದಿತ್ತು. ಈ ಮೊದಲು ಆ ಭಾವಚಿತ್ರದ ಬಗ್ಗೆ ಕೇಳಬೇಕೆಂದು ಹಲವಾರು ಬಾರಿ ಅಂದುಕೊಂಡಿದ್ದಳು ಅನುಪಮಾ. ಆದರೆ, ನಂತರ ರಘು ಅವಳಿಗೆ ಸರಿಯಾಗಿ ಸಿಕ್ಕಿರಲೇ ಇಲ್ಲ. ಭಾವಚಿತ್ರ ವನ್ನು ಎದೆಗೊತ್ತಿಕೊಂಡು ತೃಪ್ತಿ ಎನಿಸಿದ ಮೇಲೆ ಡೈರಿಯ ಹಾಳೆ ಮಗುಚತೊಡಗಿದಳು ಅನುಪಮ.

ಆದರಲ್ಲಿ ಅಂಥ ವಿಶೇಷವಾದದ್ದೇನೂ ಕಾಣಿಸಲಿಲ್ಲ. ನೆನಪಿನಲ್ಲಿಟ್ಟುಕೊಳ್ಳಬೇಕಾದ ಮುಖ್ಯ ವ್ಯವಹಾರಿಕ ವಿಷಯಗಳ ಹೊರತು ಬೇರೇನೂ ಕಾಣಿಸಲಿಲ್ಲ.

ರಘುವಿಗೆ ಬರೆಯುವ ಹವ್ಯಾಸವಿಲ್ಲ. ಪಿಚ್ಚೆನಿಸಿತು. ಹಾಗೆ ಯಾಂತ್ರಿಕವಾಗಿ ಪುಟ ತಿರುಗಿಸಿದಾಗ ಒಂದು ಪುಟದಲ್ಲಿದ ಸಾಲುಗಳು ಅವಳ ಗಮನ ಸೆಳೆಯಿತು

"ಐ ಲೈಕ್ ಹರ್ ಐಸ್

ಐ ಲೈಕ್ ಹರ್ ಸ್ಟೈಲ್

ಐ ಲೈಕ್ ಹರ್ ಹೇರ್

ಐ ಲೈಕ್ ಹರ್ ಆಲ್ ಟು ಗೆದರ್"

ನವಿರಾಗಿ ಆ ಸಾಲುಗಳ ಮೇಲೆ ಬೆರಳಾಡಿಸಿದಳು ಅನುಪಮಾ.

ಈಗವಳು ಜಾಗರೂಕಳಾದಳು. ಮತ್ತೆ ಹಾಳೆ ಮಗುಚತೊಡಗಿದಾಗ ಅಲ್ಲೊಂದು, ಇಲ್ಲೊಂದು ಎಂಬಂತೆ ಸಾಲುಗಳು ದೊರೆತವು

"ಒಲವೆಂಬ ಹೂದೋಟದಲ್ಲಿ ಬೀಸಿಬಂದ ತಂಗಾಳಿ ಅನುಪಮ.

ಅನುಪಮಾ ಉಪಮಾತೀತ ಸುಂದರಿ."

"ನೀಲಾಗಸದ ಹುಣ್ಣಿಮೆಯ ಕಂಡು

ಸಾಗರ ಉಕ್ಕಿ ಬೊಬ್ಬಿಟ್ಟರೆ

ನನ್ನ ಮನೆಯಂಗಳದ ಚಂದ್ರಿಕೆಯ ಕಂಡು

ಚಂದ್ರ ತಾನುಕ್ಕಿ ಬೊಬ್ಬಿಟ್ಟ."

"ಕಾರಿರುಳ ನೀಲಾಗಸದಿ ಮಾಸಕ್ಕೊಮ್ಮೆ ಹುಣ್ಣಿಮೆ

ನನ್ನ ಮನದಂಗಳದಿ ಇಣುಕಿ ನೋಡೊಮ್ಮೆ

ದಿನದಿನವೂ ಪೌರ್ಣಿಮೆ"

"ರಘು - ಅನುಪಮ

ರಘು - ಅನೂ

ಅನು ರಾಗ್"

ಅಲ್ಲೊಂದು ಇಲ್ಲೊಂದು ಎಂಬಂತೆ ದೊರೆತ ವಾಕ್ಯಗಳನ್ನು ಓದಿದ ಅನುಪಮಳ ಮನಸೆಲ್ಲಾ ವರ್ಣಾತೀತ ಆನಂದದಿಂದ ತುಂಬಿಹೋಯಿತು.

ಅವಳ ಗಂಟಲುಬ್ಬಿ, ಎದೆಯುಕ್ಕಿ, ಕಂಗಳು ಹನಿಗೂಡಿದವು. ಯಾವುದೋ ಕನಸಿನ ಲೋಕದಲ್ಲಿ ತೇಲುತ್ತಿರುವ ಅನುಭವ. ಹಾಗೆ ಮಂಚಕ್ಕೊರಗಿದಳು ಅನುಪಮಾ. ಹಾಗೆ ಎಷ್ಟೋ ಸಮಯ ಕಳೆದುಹೋಯಿತು.

ಕೆಳಗೆ ಫೋನ್ ಕಿರುಗುಟ್ಟಿದ ಸದ್ದಿಗೆ ಅವಳಿಗೆ ಎಚ್ಚರವಾಯಿತು. ಬಾಹ್ಯ ಪ್ರಪಂಚಕ್ಕೆ ಬಂದ ಅನುಪಮ ಎದ್ದು ಕುಳಿತಳು. ಅಷ್ಟರಲ್ಲಿ ಕೆಳಗೆ ಸಣ್ಣಿ ಫೋನಿಗೆ ಉತ್ತರಿಸಿದರಿಂದ, ಅವಳು ಪುನಃ ಡೈರಿ ಮಗಚತೊಡಗಿದಳು.

"ಸುದೀಪ್ ಐ ಹೇಟ್ ಯು" ಎಂಬಲ್ಲಿಗೆ ಬರಹಗಳು ನಿಂತು ಹೋಗಿದ್ದವು. ಅವಳ ಕನಸು ನೆಲಕ್ಕಪ್ಪಳಿಸಿ ಪುಡಿಪುಡಿಯಾಯಿತು. ಪುನಃ ವಾಸ್ತವಕ್ಕೆ ಬಂದಳು ಅನುಪಮ .

ಈಗ ನಾನೇನು ಮಾಡಲಿ? ಇವುಗಳನ್ನೆಲ್ಲ ರಘುವಿನ ಮುಂದಿಟ್ಟು ಇದರರ್ಥವೇನೆಂದರೆ? ನೀವು ನನ್ನನ್ನು ಪ್ರೀತಿಸದ ಮೇಲೆ ಇದನ್ನೆಲ್ಲ, ಏಕೆ ಬರೆದಿರಿ ಎಂದು ಕೇಳಿದರೆ? ಇದರಿಂದ ಆಗುವ ಪ್ರಯೋಜನವೇನು? ರಘು ತನ್ನನ್ನು ಪ್ರೀತಿಸುವ ವಿಷಯ ಒಪ್ಪಿಕೊಳ್ಳಬಹುದು. ಆದರೆ ಇಲ್ಲಿರುವ ಸಮಸ್ಯೆ ಸುದೀಪನದು.

ಹಿಂದೊಮ್ಮೆ ಅವರೇ ಹೇಳಿದ್ದರು 'ಅನೂ ಐ ನೀಡ್ ಯೂ' ಎಂದು. ಅಂದರೆ 'ನಾನು ನಿನ್ನನ್ನು ಪ್ರೀತಿಸುತ್ತೇನೆ ಎಂದಲ್ಲ. ನನಗೆ ನೀನು ಅಗತ್ಯವೆಂದು'. ಅಂಥವರು ಇಂದು ನನ್ನನ್ನು ದೂರ ತಳುತ್ತಿರುವುದು ಸುದೀಪನಿಗಾಗಿ. ಅವರು ಪ್ರೀತಿಯನ್ನು ಒಪ್ಪಿಕೊಂಡ ಮಾತ್ರಕ್ಕೆ ಸುದೀಪನನ್ನು ಎದುರಿಸುತ್ತಾರೆಯೇ? ಹಾಗಿದಿದ್ದರೆ ಅವರು ನನ್ನ ಹತ್ತಿರ ಸುಳ್ಳು ಹೇಳುತ್ತಲೇ ಇರಲಿಲ್ಲ.

ಇಲ್ಲಿ ಸುಳ್ಳು- ಸತ್ಯದ ಪ್ರಶ್ನೆಯಲ್ಲ. ಅವರು ನನ್ನನ್ನು ಸ್ವೀಕರಿಸಬೇಕು ಇದು ಹೇಗೆ ಸಾಧ್ಯ? ಚಿಂತಿಸುತ್ತಲೇ ರಘುವಿನ ಬಟ್ಟೆಗಳನ್ನು ಮೊದಲಿನಂತೆ ಜೋಡಿಸಿ ದುಪಟ್ಟ ಮತ್ತು ಪೆನ್ ಬಾಕ್ಸ್ ಗಳನ್ನು ಸರಿಯಾಗಿಟ್ಟಳು. ಆದರೆ ಡೈರಿ ಇಡುವಾಗ ಅದರಲ್ಲಿದ್ದ ಭಾವಚಿತ್ರವನ್ನು ತೆಗೆದುಕೊಂಡಳು. ಪುನಃ ಪುನಃ ಅದನ್ನೇ ದಿಟ್ಟಿಸಿ ಭಾವಚಿತ್ರದಲ್ಲಿನ ರಘುವನ್ನು ಮುದ್ದಿಸಿದಳು. 'ನೀವಿಲ್ಲದೆ ನಾನಿಲ್ಲ ರಘು'. ಅವಳ ಮನಸ್ಸು ಬೊಬ್ಬಿಟ್ಟಿತು

ಅವಳ ಉಸಿರಿನ ಬಿಸಿಗೆ ಭಾವಚಿತ್ರ ಕರಗುತ್ತಿದೆ ಎನಿಸಿ ಜೋಪಾನವಾಗಿ ಅದನ್ನೆತ್ತಿ ಇಟ್ಟುಕೊಂಡಳು.

ರಘುವಿಗೆ ಊಟ ಕಳಿಸಿಯಾಗಿತ್ತು. ಮಾಡಲು ಏನೂ ಕೆಲಸವಿರಲಿಲ್ಲ. ಮಧ್ಯಾಹ್ನವಾದ್ದರಿಂದ ರಂಗಣ್ಣ ಮನೆಗೆ ಹೋಗಿದ್ದ. ಸಣ್ಣಿ ಕೆಲಸ ಮುಗಿಸಿ ಒಂದು ಮೂಲೆಯಲ್ಲಿ ಉರುಳಿಕೊಂಡಿದ್ದಳು.

"ಇಂದು ಅತ್ತೆ ಸಿಕ್ಕಿದ್ದರೆ ಚೆನ್ನಾಗಿತ್ತು' ನೂರನೇ ಬಾರಿ ಅಂದುಕೊಂಡಳು ಅನುಪಮಾ. ಹಾಗೇ ಸೋಫಾಕ್ಕೊರಗಿ ಕಿಟಕಿಯಿಂದ ತೋಟದತ್ತ ನೋಟ ಹರಿಸಿದಳು. ಅವುಗಳು ಕೂಡ ಎಂದಿನಂತೆ ಲಕಲಕಿಸದೆ, ಸೊರಗುತ್ತಿರುವಂತೆ ಭಾಸವಾಯಿತು. ಅವಳ ಶೂನ್ಯ ನೋಟ ಅಲ್ಲಿ ನಿಶ್ಚಲವಾಯಿತು.

ನಾಯಿಯ ವಿಚಿತ್ರ ಕೂಗಿನಿಂದ ಎಚ್ಚೆತ್ತ ಅನುಪಮಾ ನೇರವಾಗಿ ಕುಳಿತಳು. ಅವಳ ಅನುಮಾನ ನಿಜವಾಯಿತು. ಹಿಂಬಾಗಿಲಿನಿಂದ ಒಳಬಂದ ರಘು. ಅವನು ಒಂದೇ ದಿನಕ್ಕೆ ತುಂಬಾ ವಿಪರೀತ ಬಳಲಿ ಹೋಗಿದ್ದ.

ಯಾವುದೋ ಗುಂಗಿನಲ್ಲಿ ಹಾಲನ್ನು ಪ್ರವೇಶಿಸಿದ ರಘು, ಅನುಪಮಾಳನ್ನು ಕಂಡು ತಡವರಿಸಿದ. ಇಬ್ಬರೂ ಸಮಾನ ದುಃಖಿಗಳು.

ಆದರೆ ಎಂದಿನಂತೆ ಅವಳನ್ನು ಮಾತನಾಡಿಸುವ ತಾಳ್ಮೆ ಇರದ ರಘು ಮಹಡಿಯತ್ತ ಹೆಜ್ಜೆಹಾಕಿದಾಗ ತಾನೇ ಮಾತನಾಡಿಸಿದಳು ಅನುಪಮಾ .

"ತೋಟಕ್ಕೆ ಊಟ ಕಳಿಸಿದ್ದೆ. ನಿಮ್ಮ ಊಟ ಆಯ್ತಾ?" ಅವಳ ಮಾತು ಕೇಳಿ ನಿಂತ ರಘು ಹಿಂದಿರುಗಿಯೂ ನೋಡದೆ "ಆಯ್ತು" ಎಂದ.

"ಸ್ವಲ್ಪ ಕಾಫಿ ಮಾಡಿ ಕೊಡ್ಲಾ?" ಅನುಪಮಾ ಪುನಃ ಮುಂದುವರೆದಾಗ

"ಸಣ್ಣಿ ಕೈಯಲ್ಲಿ ಕಳಿಸು" ಅವನು ಧಡಧಡ ಮಹಡಿ ಏರಿದಾಗ ನಿಟ್ಟುಸಿರಿಟ್ಟು ಅಡುಗೆಮನೆಯತ್ತ ನಡೆದಳು ಅನುಪಮಾ.

ಕಾಫಿ ಮಾಡಿಕೊಂಡು ತಾನೇ ಅವನ ಕೋಣೆಗೆ ಬಂದಾಗ ರಘು ಸೋತವನಂತೆ ಸೋಫಾದಲ್ಲಿ ಕುಸಿದಿದ್ದ. ಅವನ ಹಸ್ತಗಳು ತಲೆಯ ಹಿಂಭಾಗದಲ್ಲಿದ್ದು ಅವನು ಹಿಂದಕ್ಕೊರಗಿ ಕಣ್ಣುಮುಚ್ಚಿದ್ದ. ಅವನ ಹಣೆಯಲ್ಲಿ ಆಳವಾದ ಸುಕ್ಕುಗಳು ಮೂಡಿ ನಿಂತಿದ್ದವು

"ಕಾಫಿ" ಮೃದುವಾಗಿ ಕರೆದಳು

ತಟ್ಟನೆ ನೆಟ್ಟಗೆ ಕುಳಿತ ರಘು "ಕಾಫೀನ ಸಣ್ಣಿ ಕೈಲಿ ಕಳಿಸೋಕೆ ಹೇಳಿದ್ದೆ" ಸ್ವಲ್ಪ ಒರಟಾಗಿ ಹೇಳಿದ.

ಅವನ ಮಾತನ್ನು ನಿಧಾನವಾಗಿ ಅರಗಿಸಿಕೊಂಡ ಅನುಪಮಾ ಅವನ ಮುಂದೆ ಕಾಫಿ ಹಿಡಿದು "ನನಗೆ ನಿಮ್ಮ ಹತ್ರ ಸ್ವಲ್ಪ ಮಾತಾಡಬೇಕಿತ್ತು" ಎಂದಳು

"ನಂಗೆ ಯಾರ ಜೊತೆನೂ, ಏನೂ ಮಾತಾಡೋದಿಲ್ಲ.. ಪ್ಲೀಸ್ ಗೆಟ್ ಔಟ್." ಅವನ ತಾಳ್ಮೆ ಸತ್ತುಹೋಗಿದೆ ಎನಿಸಿತು.

"ಸರಿ ನೀವು ಕಾಫಿ ಕುಡಿರಿ. ನಾನು ಲೋಟ ತಗೊಂಡು ಹೋಗ್ತೀನಿ." ಅವಳು ತಲೆತಗ್ಗಿಸಿ ಗೋಡೆಗೊರಗಿ ನುಡಿದಾಗ ಅವನಿಗೆ ಅವಳ ಬಗ್ಗೆ ಮರುಕವಾಗಲಿಲ್ಲ. ಎಲ್ಲ ತೊಂದರೆಗಳ ಮೂಲವೇ ಇವಳು. ಮೊದಲು ಇವಳು ಇಲ್ಲಿಂದ ತೊಲಗಿ ಹೋಗಬೇಕು. ಒಂದೇ ಉಸುರಿಗೆ ಕಾಫಿ ಮುಗಿಸಿ ಅವಳ ಮುಂದೆ ಲೋಟ ಹಿಡಿದ

ಅನುಪಮಾ ಲೋಟ ತೆಗೆದುಕೊಂಡು ಪಕ್ಕದಲ್ಲಿದ್ದ ಟೇಬಲ್ಲಿನ ಮೇಲಿಟ್ಟಳು. ರಘು ಸುಟ್ಟು ಬಿಡುವಂತೆ ಅವಳನ್ನೇ ದುರುದುರು ನೋಡಿದ. ನಿರಾಸೆಯನ್ನು ಮೀರಿದ ರೋಷ ಅವನ ಕಂಗಳಲ್ಲಿ ಜ್ವಲಿಸುತ್ತಿತ್ತು.

"ಪ್ಲೀಸ್ ರಘು. ನೀವು ನನ್ನನ್ನು ಹಾಗೆ ನೋಡಬೇಡಿ. ಈ ನಿಮ್ಮ ನೋಟ ಎದುರಿಸಲಾರೆ."

"ನೌ ಗೆಟ್ ಔಟ್" ಮುಷ್ಠಿ ಬಿಗಿದು ಬಾಗಿಲಿನತ್ತ ಕೈತೋರಿಸಿದ.

"ಇಲ್ಲ ನಾನು ಹೋಗೋದಿಲ್ಲ. ಇದು ನನ್ನ ಬಾಳಿನ ಪ್ರಶ್ನೆ. ಇವತ್ತು ನಾನು ಹೇಳೋ ಮಾತುಗಳನ್ನು ನೀವು ಕೇಳಲೇಬೇಕು. ಇದೊಂದು ಸಲ.... ಒಂದೇ ಒಂದು ಸಲ... ಇನ್ಯಾವತ್ತೂ ನಾನು ನಿಮ್ಮನ್ನು ಮಾತಾಡಿಸೋಲ್ಲ... ನಿಮ್ಮಾಣೆಗೂ" ಅವಳು ಅವನ ಮುಂದೆ ಕೈಜೋಡಿಸಿ ಬೇಡಿದಾಗ ಸೋತವನಂತೆ ತಲೆತಗ್ಗಿಸಿದ ರಘು.

"ರಘು ಈ ಆರು ತಿಂಗಳ ಹಿಂದೆ ನೀವ್ಯಾರೂಂತ ನಂಗೆ ಗೊತ್ತಿರಲಿಲ್ಲ. ಯಾರೂ ತಿಳಿಯದ ಈ ಕಾಡಿಗೆ, ಆತಂಕದ ಬೆಟ್ಟವನ್ನು ತಲೆ ಮೇಲೆ ಹೊತ್ತು ಬಂದವರಿಗೆ ಸ್ನೇಹ ಮೂರ್ತಿಯಾಗಿ ಸಿಕ್ಕವರು ನೀವು. ನಿಮ್ಮ ಮಾತಿನ ಆತ್ಮೀಯತೆ, ಸ್ನೇಹ, ವಿಶ್ವಾಸಕ್ಕೆ, ನನ್ನ ಸಂಶಯ, ಆತಂಕಗಳು ಕರಗಿಹೋಗಿ, ಯಾವುದೋ ಕಳೆದುಹೋದ ಗೆಳೆಯನನ್ನ ಮತ್ತೆ ಪಡೆದಷ್ಟು ನೆಮ್ಮದಿ." ತಲೆ ತಗ್ಗಿಸಿ ಹೇಳುತ್ತಿದ್ದವಳು ರಘುವಿನತ್ತ ನೋಡಿದಳು.

ಅವನು ಎರಡು ಕೈಯಲ್ಲಿ ತಲೆ ಹಿಡಿದು, ಮಂಡಿಯ ಮೇಲೆ ಮೊಳಕೈಯೂರಿ ಕುಳಿತಿದ್ದರಿಂದ, ಅವಳಿಗೆ ಅವನ ಮುಖ ಕಾಣಿಸಲಿಲ್ಲ.

"ನಿಮ್ಮ ಸ್ನೇಹ, ವಿಶಾಲ ಮನೋಭಾವ, ಮಾನವೀಯತೆ ಗುಣಗಳನ್ನು ನೋಡಿ ನಿಮ್ಮನ್ನು ಪ್ರೀತಿಸಿ ಆರಾಧಿಸಿದವರಲ್ಲಿ ನಾನೂ ಒಬ್ಬಳು. ಅನ್ಫಾರ್ಚುನೇಟ್, ನಾನು ನಿಮ್ಮನ್ನು ಎಷ್ಟು ಪ್ರೀತಿಸಿಬಿಟ್ಟೆ ಅಂದ್ರೆ, ನಿಮ್ಮ ಸಹಜವಾದ ನಡೆನುಡಿಗಳು ಕೂಡ ನನಗೆ ವಿಶೇಷವಾಗಿ ಕಾಣಿಸ್ತಾ ಇತ್ತು. ಸಾಮಾನ್ಯವಾದ ನಿಮ್ಮ ಸ್ನೇಹ ಕೂಡ ನನಗೆ ತುಂಬಾ ಅರ್ಥಗರ್ಭಿತವಾಗಿ ಕಾಣ್ತಾ ಇತ್ತು. ನೀವು ನನ್ನ ಪ್ರೀತಿಸುತ್ತಿದ್ದೀರಿ, ನಿಮಗೆ ನಾನು ಬೇಕಾದವಳು, ನಿಮ್ಮ ವಿಶಾಲ ಹೃದಯದಲ್ಲಿ ನಂಗೊಂದು ಉನ್ನತ ಸ್ಥಾನವಿದೆ ಅನ್ನೋ ಭ್ರಮೆ." ವಿಷಾದದಿಂದ ನಕ್ಕಳು ಅನುಪಮ

'ಅದು ಭ್ರಮೆಯಲ್ಲ ಅನೂ , ಐ ಲವ್ ಯು ....ಐ ಲವ್ ಯು ಫಾರ್ ಎವರ್' ಭೀರಿ ಹೇಳಬೇಕೆಂದುಕೊಂಡ ರಘು

"ಮನಸಿದ್ದಂತೆ ಮಹಾದೇವ ಅಂತಾರೆ, ನನ್ನ ಬ್ರಮೆ ನನ್ನ ಯಾವ ಮಟ್ಟಕ್ಕೆ ಕಕ್ಕೊಂಡು ಹೋಯಿತಂದ್ರೆ, ನಂಗೆ ನಿಮ್ಮನ್ನು ಬಿಟ್ಟು ಬೇರೆ ಏನು ಚಿಂತಿಸೋಕೂ ತೋರ್ತಾ ಇರಲಿಲ್ಲ. ನೀವು ನನ್ನ ಪ್ರೀತಿಸಿದ್ದೀರಿ ಅಂದ್ಕೊಂಡು, ನಾನು ಭೂಮಿ ಮೇಲೆ ಇರಲಿಲ್ಲ. ನಿಮ್ಮಂಥವರ ಸ್ನೇಹವೇ ಅಮೂಲ್ಯ. ಅಂಥದರಲ್ಲಿ ಪ್ರೀತಿ ನಿಜವಾಗ್ಲೂ ಪವಾಡ ಅದೊಂದ. ಆದರೆ ಪವಾಡ ಸತ್ಯವಾಗೋಕೆ ಸಾಧ್ಯ ಇಲ್ಲ ಅನ್ನೋದು ಮರೆತುಬಿಟ್ಟಿದ್ದೆ." ಅನುಪಮಳ ಒಂದೊಂದು ನುಡಿಗಳು ರಘುವಿನ ಹೃದಯದ ಬುಡಕ್ಕೆ ಕೈ ಹಾಕಿ ಅಲುಗಾಡಿಸುತ್ತಿತ್ತು.

"ನೀವು ನನ್ನ ಪ್ರೀತಿಸಲಿಲ್ಲ ಪರವಾಗಿಲ್ಲ. ಆದ್ರೆ ನಿನ್ನೆ ನೀವು ಇನ್ನೊಂದು ಮಾತು ಹೇಳಿದ್ರಿ. ನೀವು ಯಾರನ್ನೂ ಪ್ರೀತಿಸ್ತ ಇಲ್ಲಾಂತ. ಅದು ನಿಜಾನೆ ಆಗಿದ್ರೆ ನಾನು ಒಂದೇ ಒಂದು ರಿಕ್ವೆಸ್ಟ್ ಮಾಡ್ಕೊಳ್ಳಾ?" ನಿಧಾನವಾಗಿ ಅವನ ಬಳಿಸಾರಿ ಅವನ ಕಾಲುಗಳ ಬುಡದಲ್ಲಿ ಕುಳಿತುಕೊಂಡಳು.

"ರಘು..." ಅವಳ ಕೈ ರಘುವಿನ ಪಾದವನ್ನು ಸೋಕಿತು. ತಟ್ಟನೆ ಕಾಲನ್ನು ಹಿಂದಕ್ಕೆ ಎಳೆದುಕೊಂಡ ರಘು. ಆದರೆ ಸಾಧ್ಯವಾಗಲಿಲ್ಲ "ನೀವು ಕೇಳಿದವರಿಗೆ ನಿಮ್ಮ ಕೈಲಾದ ಸಹಾಯ ಮಾಡ್ತೀದ್ದೀರ. ಅಂತಹದರಲ್ಲಿ ನಾನು ಒಂದೇ ಒಂದು ಬೇಡಿಕೆನಾ ನಿಮ್ಮ ಮುಂದಿಟ್ಟಿದ್ದೀನಿ. ನಿಮ್ಮ ಮುಂದೆ ಕೈಯೊಡ್ಡಿ ಬಂದವರನ್ನು ನೀವು ಬರಿಗೈಲಿ ಕಳಿಸೋದಿಲ್ಲ. ಪ್ಲೀಸ್, ನಿಮಗೆ ಮೆಚ್ಚುಗೆಯಾಗುವ ಹುಡುಗಿ ಸಿಗೋವರೆಗೂ ನನ್ನ ನಿಮ್ಮ ಪತ್ನಿಯಾಗಿ ಸ್ವೀಕರಿಸಿ. ಐ ಪ್ರಾಮಿಸ್. ನಿಮಗೆ ಮೆಚ್ಚಿಗೆಯಾದ ಹುಡುಗಿ ಸಿಕ್ಕಾ ಇದ್ದಹಾಗೆ ನಾನು ನಿಮ್ಮ ಬದುಕಿನಿಂದ ಹೊರಟು ಹೋಗ್ತೀನಿ ವಿದೌಟ್ ಎನಿ ಕಂಡೀಶನ್."

"ಅನೂ.." ಅವನ ದನಿ ತೀವ್ರವಾಗಿ ಕಂಪಿಸಿತು.

"ಹೌದು ರಘು. ನನ್ನ ಬಗ್ಗೆ ಪ್ರೀತಿಗೆ ಅಲ್ಲದಿದ್ದರೂ ಕರುಣೆಗಾದರು ..... ನೀವಿಲ್ಲದೆ ಹೋದ್ರೆ ಈ ಹುಚ್ಚಿ ಸತ್ತುಹೋಗುತ್ತಾಳೆ ಅನ್ನೋ ಕನಿಕರಕ್ಕಾದರೂ..." ನುಡಿಯುತ್ತಾ ಅವನ ಮಡಿಲ ಮೇಲೆ ತಲೆ ಇಟ್ಟಳು ಅನುಪಮಾ

"ಓಹೋ ಸ್ಟಾಪ್ ಇಟ್ ಅನೂ ಸ್ಟಾಪ್ ಇಟ್." ತತ್ತರಿಸಿದ ರಘು ಕಿರುಚಿದ

ಬೆಚ್ಚಿದ ಅನುಪಮಾ ಅವನ ಮುಖ ನೋಡಿದಳು. ಅವನ ಮುಖ ಕೆಂಡದಂತೆ ನಿಗಿನಿಗಿಸುತ್ತಿತ್ತು. ಅವನು ಅವಳಿಂದ ತನ್ನ ಕಾಲುಗಳನ್ನು ಬಿಡಿಸಿಕೊಂಡು ಎದ್ದ.

"ಅನೂ ಬಿಹೇವ್ ಯುವರ್ಸೆಲ್ಫ್. ಸುದೀಪ ಏನಾದ್ರೂ ನೀನೀ ತರ ಮಾತಾಡೋದು ಕೇಳಿದ್ರೆ ಹುಚ್ಚನಾಗಿ ಹೋಗ್ತಾನೆ. ನೀನು ಸುದೀಪ ಪ್ರೀತಿಸಿದ ಹುಡುಗಿ. ನಿನ್ನ ಪ್ರೀತಿಸಿದವನ್ನ ಮದುವೆಯಾಗುವುದು ಬಿಟ್ಟು ಸುಮ್ಮೆ ನನ್ನತ್ರ ಯಾಕೆ ತಲೆ ಚಚ್ಚಿಕೊಳುತ್ತಾ ಇದ್ದೀಯ." ಅವಳಿಗೆ ಬೆನ್ನುಹಾಕಿ ನಿಂತ ಸಿಡುಕಿದ ರಘು.

"ಯಾಕಂದ್ರೆ ನಾನು ಪ್ರೀತಿಸಿದ್ದು ನಿಮ್ಮನ್ನ."

"ಅದು ನಿನ್ನ ದುರಾದೃಷ್ಟ."

"ಇಲ್ಲ ರಘು. ನಿಮ್ಮ ಪರಿಚಯವಾಗಿದ್ದೆ ನನ್ನ ಬಾಳಿನ ದೊಡ್ಡ ಅದೃಷ್ಟ. ನಮ್ಮಿಬ್ಬರ ಮಧ್ಯೆ ಸುದೀಪ ಬಂದದ್ದು ನನ್ನ ದುರಾದೃಷ್ಟ. ಹೋಗ್ಲಿ ಬಿಡಿ. ರಘು ಕೊನೆಯಿದಾಗಿ ಇನ್ನೊಂದೇ ಒಂದು ರಿಕ್ವೆಸ್ಟ್ ಮಾಡಿಕೊಳ್ಳಾ?" ಮುಳುಗುವವನಿಗೆ ಹುಲುಕಡ್ಡಿ ಆಸರೆ ಎಂಬಂತೆ ಕೇಳಿದಳು ಅನುಪಮ.

"ನೋ ಇನ್ನೊಂದು ಮಾತನ್ನು ಕೇಳೋಕೂ ನಾನು ತಯಾರಿಲ್ಲ. ಅಲ್ಲದೆ ನಿನಗೆ ಕೊಡೋಕೆ ನನ್ನತ್ರ ಏನೂ ಇಲ್ಲ. ಯಾಕಂದ್ರೆ ನನ್ನತ್ರ ಇರೋದೆಲ್ಲ ಸುದೀಪನ ಹತ್ರನೂ ಇದೆ."

"ನನಗದೇನೂ ಬೇಡ ರಘು. ನನಗೆ ನಿಮ್ಮದಾಗಿರೊ ಸಾವಿರಾರು ದಿನಗಳ ಪೈಕಿ, ಒಂದೇ ಒಂದು ದಿನಾನ ನಂಗೆ ದಾನ ಮಾಡಿ. ಅಟ್ ಲಿಸ್ಟ್ ಒಂದೇ ಒಂದು ದಿನ, ನಿಮ್ಮ ಜೊತೆ ಬದುಕೋದಕ್ಕೆ ಅವಕಾಶ ಮಾಡಿಕೊಡಿ. ನನ್ನ ಬಾಳಿಗೆ ಅದೊಂದೇ ದಿನ ಸಾಕು. ನಾನು ಇನ್ನೇನೂ ನಿಮ್ಮನ್ನ ಕೇಳೋದಿಲ್ಲ." ಮತ್ತೆ ಅವನ ಕಾಲ ಬಳಿ ಕುಸಿದಳು ಅನುಪಮ

ಇನ್ನು ರಘುವಿನಿಂದ ಸಹಿಸಲಾಗಲಿಲ್ಲ. ಅವಳನ್ನು ತಳ್ಳಿ ಧಡಧಡ ಹೊರಗೆ ನಡೆದುಬಿಟ್ಟ.

"ರಘು" ಜೋರಾಗಿ ಭೀರಿ ಅವನನ್ನು ಹಿಂಬಾಲಿಸಿದಳು ಅನುಪಮಾ. ಅವಳ ಆರ್ತಧ್ವನಿಗೆ ಗಕ್ಕನೆ ನಿಂತ ರಘು.

ಅನುಪಮಳಲ್ಲಿದ್ದ ಚೇತನ ಉಡುಗಿ ಹೋಯಿತು. ಆತ್ಮ ನೆಲ ಸೇರಿ ಚೂರು ಚೂರಾದ ಅನುಭವ. ಬೀಳಬಹುದಾದವಳು ಪ್ರಯಾಸಪಟ್ಟು ನಿಂತುಕೊಂಡಳು.

"ರಘು, ನಾನಿರೋದರಿಂದ ನೀವು ನಿಮ್ಮ ಮನೆ ಬಿಟ್ಟು ಹೋಗಬೇಕಾಗಿಲ್ಲ. ಇದು ನಿಮ್ಮ ಮನೆ..." ತೊದಲಿದಳು. "ಇದು ನಿಮ್ಮನೆ ಕೀ" ಮಹಡಿಯ ಮೆಟ್ಟಲಿನ ಹತ್ತಿರ ನಿಂತವನ ಬಳಿ ನಡೆದು ಕೀ ಅವನಿಗೆ ಹಿಡಿಸಿದಳು. "ನಿಮ್ಮ ಬೀರೂಲಿ ದುಡ್ಡಿಡಿಟ್ಟಿದ್ದೇನೆ." ಮುಂದೆ ಗಂಗವ್ವನವರು ಹೇಳಿದ್ದನ್ನ ಹೇಳಬೇಕೆಂದುಕೊಂಡಳು ಅನುಪಮಾ. ಆದರೆ ಅವಳಿಂದ ಅದು ಸಾಧ್ಯವಾಗಲಿಲ್ಲ. ಹಾಗೆ ಮೆಟ್ಟಿಲಿನ ಮೇಲೆ ಕುಸಿದಳು.

ಬೆಚ್ಚಿದ ರಘು ಅವಳತ್ತ ಬಾಗಿದ.

"ಬೇಡ ಐಯಾಮ್ ಅಲ್ಬೈಟ್... ಸಣ್ಣಿ..... ಸಣ್ಣಿ..." ಮಲಗಿದ್ದ ಸಣ್ಣಿಯನ್ನು ಕೂಗಿದಳು.

ಅನುಪಮಾ ಎರಡು ದಿನದಿಂದ ಊಟ ಮಾಡಿರಲಿಲ್ಲ. ಜೊತೆಗೆ ರಘುವಿನ ನಿರಾಕರಣೆ ಅವಳನ್ನು ನುಚ್ಚು ನೂರಾಗಿಸಿತ್ತು. "ಸಣ್ಣಿ, ನಂಗೆ ತಲೆ ಸುತ್ತಾ ಇದೆ. ಸ್ವಲ್ಪ ರಂಗಣ್ಣಂಗೆ ನನ್ನ ಮನೆಗೆ ಬಿಟ್ಟು ಬಿಡೋಕೆ ಹೇಳು."

ಸಣ್ಣಿಯ ಸಹಾಯದಿಂದ ಕೆಳಗಿಳಿದ ಅನುಪಮಳನ್ನು ನೋಡಿ ತಲೆಚೆಚ್ಚಿಕೊಂಡ ರಘು ತನ್ನ ಕೋಣೆಗೆ ಹೋಗಿ ದಡಾರನೆ ಬಾಗಿಲನ್ನು ಹಾಕಿಕೊಂಡು ಹೋ ಎಂದು ಅತ್ತ.

ಅನುಪಮಾ ಎಂಥಾ ಹೆಣ್ಣು. ನಾನವಳನ್ನು ನೂರು ಬಾರಿ ಪ್ರೀತಿಸುವುದಿಲ್ಲ ಎಂದು ಹೇಳಿದರು ಸಹ ಅವಳು ಒಮ್ಮೆಯಾ ಕೋಪಗೊಳ್ಳಲಿಲ್ಲ, ಅಥವಾ ಅವಮಾನದಿಂದ ತಲೆತಗ್ಗಿಸಲಿಲ್ಲ. ಅವಳು ಹಿಂದಿನದನ್ನೆಲ್ಲ ನೆನೆಸಿಕೊಂಡಿದ್ದಿದ್ದರೆ? ನಾನವಳನ್ನು ಮುಟ್ಟಲು ಹೆದರುತ್ತಿದ್ದೆ ನಿಜ. ಆದರೆ ಮಾತಿಸಲ್ಲ ಅವಳನ್ನು ಗೋಳಾಡಿಸಿ ಬಿಡುತ್ತಿದ್ದೆ. ಎಷ್ಟೋ ಸಾರಿ ನನ್ನ ಮಾತಿನ

ತೀವ್ರತೆಗೆ ಅವಳು ಮುಖ ಮುಚ್ಚಿ ಕುಳಿತದ್ದಿದೆ. ಬೆಳದಿಂಗಳ ರಾತ್ರಿಯಲ್ಲಿ ಅವಳ ಕೈಹಿಡಿದು ಇಲ್ಲೇ ಉಳಿಯುವಂತೆ ಬೇಡಿಕೊಂಡಿದ್ದೇನೆ. ಎದೆಗೊರಗಿದವಳನ್ನು ಬಾಹುಗಳಲ್ಲಿ ಬಂಧಿಸಿ ಮುದ್ದಿಸಿದ್ದೇನೆ. ಜಯರಾಮಂತೂ ತಮ್ಮಿಬ್ಬರ ಎದುರು ಮದುವೆಯ ಮಾತನ್ನು ಸಹ ಆಡಿದ್ದರು.

ನನ್ನ ತಪ್ಪುಗಳನ್ನು ನನ್ನ ಎದುರಿಗಿಟ್ಟು ನ್ಯಾಯ ಕೇಳುವ ಹಕ್ಕು ಅವಳಿಗೆ ಧಾರಾಳವಾಗಿತ್ತು. ಆದರೆ ಅವಳೆಂದೂ ತನ್ನನ್ನು ಅಪಾದಿಸಲಿಲ್ಲ. ಏಕಾಂತದಲ್ಲಿಯೂ ಸಹ ನನ್ನ ತಲೆ ತಗ್ಗುವುದು ಅವಳಿಗೆ ಬೇಕಿಲ್ಲ. ಅಂಥಾ ಪ್ರೇಮಮಯಿಯನ್ನು ತಾನು ಆಪಾದಿಸಿ, ನಿಂದಿಸಿದೆ. ನಿಷ್ಠುರವಾಗಿ ತಳ್ಳಿಬಿಟ್ಟೆ. ಎರಡು ಕೈಯಲ್ಲೂ ಕೂದಲು ಕಿತ್ತುಕೊಂಡ ರಘು.

ತನ್ನ ಮುಂದೆ ಎಂಥಾ ಬೇಡಿಕೆ ಇಟ್ಟಿದ್ದಳು ಅನುಪಮಾ. ನನ್ನ ಜೊತೆ ಒಂದೇ ಒಂದು ದಿನ ಬದುಕುವ ಅವಕಾಶ. ರಘು ನೀನೆಂಥಾ ದುರದೃಷ್ಟವಂತ. ಅಂಥಾ ದೇವತೆಯನ್ನು ಬಾಳಸಂಗಾತಿಯನ್ನಾಗಿ ಪಡೆಯಲಾರದ ನಿನ್ನ ವಿವಶತೆ ಎಂಥಾದ್ದು. "ರಘು ನಿನಗೆ ಧಿಕ್ಕಾರ" ಅವನ ಆತ್ಮವೇ ಅವನನ್ನು ಧಿಕ್ಕರಿಸಿತು.

ಸುದೀ ನಾನು ಯಾವುದರಲ್ಲೂ ನಿನಗೆ ಪ್ರತಿಸ್ಪರ್ಧಿಯಾಗಲಿಲ್ಲ. ನಾನು ಯಾವಾಗಲೂ ನಿನ್ನ ಬಗ್ಗೆ ಚಿಂತಿಸುತಿದ್ದೆ. ಇದೊಂದು ಬಾರಿಯಾದರು ನೀನು ನನ್ನ ಬಗ್ಗೆ ಚಿಂತಿಸಬಾರದಿತ್ತೇ ಸುದೀ? ನಿನ್ನಿಂದ ನಾವಿಬ್ಬರೂ ಭೂದಿಯಾಗುತ್ತಿದ್ದೇವೆ. ಅವನ ಮನಸ್ಸು ಒಂದೇ ಸಮನೆ ಭೀರುತ್ತಿತ್ತು.

****

ಕೊಡವರ ಕುಲದೇವತೆಯಾದ ಕಾವೇರಿ ಮಾತೆಯ ಕಥೆ ಎಲ್ಲರಿಗೂ ತಿಳಿದದ್ದೇ ಆಗಿದೆ. ಕವೇರ ಮಹರ್ಷಿಯ ಕಣ್ಮಣಿಯಾಗಿ, ಅಗಸ್ತ್ಯರ ಮಡದಿಯಾಗಿ, ನಂತರ ಲೋಕ ಕಲ್ಯಾಣಕ್ಕಾಗಿ ನದಿ ರೂಪವನ್ನು ತಾಳಿದ ಲೋಪಮುದ್ರೆಯ ಇತಿಹಾಸ ಪ್ರಸಿದ್ಧವಾದದ್ದು.

ಅಕ್ಟೋಬರ್ ತಿಂಗಳ ೧೭ರಂದು ಅಂದರೆ, ತುಲಾ ಸಂಕ್ರಮಣದಂದು ತಲಕಾವೇರಿಯಲ್ಲಿ ತೀರ್ಥೋದ್ಭವವಾಗುತ್ತದೆ. ಅಂದು ತಲಕಾವೇರಿ ಹಾಗೂ ಭಾಗಮಂಡಲದಲ್ಲಿ ಜಾತ್ರೆ ನಡೆಯುತ್ತದೆ. ಅದಕ್ಕೆ ಕಾವೇರಿ ಸಂಕ್ರಮಣವೆಂದು ಹೇಳುತ್ತಾರೆ.

ಕೊಡವರಿಗೆ ಕಾವೇರಿ ಸಂಕ್ರಮಣ ಪವಿತ್ರವಾದ ಹಬ್ಬ. ಈ ಹಬ್ಬದಲ್ಲಿ ಗಂಡಸರು ನದಿಯಲ್ಲಿ ಸ್ನಾನ ಮಾಡುತ್ತಾರೆ. ಹೆಂಗಸರು ಮನೆಯಲ್ಲಿ ಮಿಂದರೂ ಅಂದು ತಣ್ಣೀರಲ್ಲಿ ಮೀಯುತ್ತಾರೆ. 'ಕಾವೇರಮ್ಮ ಪಾದಾರವಿಂದ ಗೋವಿಂದ.. ಗೋವಿಂದ" ಎನ್ನುತ್ತಾ ಸ್ನಾನ ಮುಗಿಸಿ ಬಾವಿಯಲ್ಲಿ ಕಾವೇರಿ ತಾಯಿಗೆ ಪೂಜೆ ಸಲ್ಲಿಸುತ್ತಾರೆ. ಅಂದರೆ ಪ್ರತಿಯೊಂದು ಬಾವಿಯಲ್ಲೂ ಅಂದು ಕಾವೇರಿ ತಾಯಿ ಉದ್ಭವಿಸಿದ್ದಾಳೆಂಬ ನಂಬಿಕೆ. ಬಾವಿಯಲ್ಲಿ ಉದ್ಭವಿಸಿದ ಹೊಸ ನೀರನ್ನು ತಂದು ಕಳಶ ಪೂಜೆ ಮಾಡುತ್ತಾರೆ.

ಪೂಜಿಗೆ ಮುನ್ನ ಪ್ರತಿಯೊಂದು ಕುಟುಂಬದವರು ತಮ್ಮ, ತಮ್ಮಗದ್ದೆಯಲ್ಲಿ ಒಂದಾಳೆತ್ತರದ ಚಪ್ಪರವನ್ನು ಹಾಕಿ ಅದಕ್ಕೆ "ಚೋತ್ ಬಳ್ಳಿ" ಎಂಬ ವಿಶೇಷವಾದ ಬಳ್ಳಿಯನ್ನು ಕಟ್ಟುತ್ತಾರೆ. ಒಂದು ಬಾಳೆ ಎಲೆಯಲ್ಲಿ ಮೂರು ಅಕ್ಕಿ ದೋಸೆಯನ್ನು ಹಾಕಿ ಅದರ ಮೇಲೆ ಜೇನುತುಪ್ಪ, ಹಾಗೂ ತೆಂಗಿನಕಾಯಿಯ ಚೂರುಗಳು, ಬಾಳೆಹಣ್ಣು, ಹೂಗಳನ್ನು ಜೋಡಿಸಿ ತಂದು ಆ ಚಪ್ಪರದ ಮೇಲೆ ಇರಿಸುತ್ತಾರೆ. ಅಂದು ಬ್ರಹ್ಮಗಿರಿಯಲ್ಲಿ ಉದಿಸಿದ ಕಾವೇರಿ ಮಾತೆ ನಾಡೆಲ್ಲ ಸಂಚರಿಸಿ, ಕೊಡಗಿನ ಮಕ್ಕಳನ್ನು ಹಾಗು ಗದ್ದೆಯ ಫಸಲನ್ನು ನೋಡಿ ಆಶೀರ್ವದಿಸಿ ಸಮೃದ್ಧಿಯನ್ನು ದಯಪಾಲಿಸುತ್ತಾಳೆಂಬ ನಂಬಿಕೆ.

ಪೂಜಾ ಸಮಯದಲ್ಲಿ ತೆಂಗಿನಕಾಯಿ ಅಥವಾ ಸೌತೇಕಾಯನ್ನು ದೇವಿಯ ರೂಪದಲ್ಲಿ ಅಲಂಕರಿಸಿ, ಅದಕ್ಕೆ ಸೀರೆಯನ್ನು ಉಡಿಸಿ ಚಿನ್ನದ ಒಡವೆಗಳನ್ನು ತೊಡಿಸಿ ಪೂಜೆಯನ್ನು ಮಾಡುತ್ತಾರೆ. ದೇವಿಗೆ ಕುಂಬಳಕಾಯಿ ಸಾರು, ಅಕ್ಕಿ ದೋಸೆ ಹಾಗು ಸಿಹಿಯು ನೇವೇದ್ಯವನ್ನು ಮಾಡಲಾಗುತ್ತದೆ

ಕಾವೇರಿ ಸಂಕ್ರಮಣದ ನಂತರ ಒಂದು ಒಳ್ಳೆಯ ದಿನವನ್ನು ನೋಡಿ ಸುದೀಪ ಹಾಗೂ ಅನುಪಮರ ನಿಶ್ಚಿತಾರ್ಥವನ್ನು ನಿರ್ಧರಿಸಿಬಿಟ್ಟರು ಸೋಮಯ್ಯನವರು.

"ರಘು ಮದುವೆಯಾಗದೆ ಚಿಕ್ಕವನ ಮದುವೆ ಏನೇನು ಸರಿಯಲ್ಲ" ನೂರನೇ ಬಾರಿ ಹೇಳಿದರೂ ಗಂಗವ್ವ.

"ಹೇಳಿದ್ದನ್ನೇ ಹೇಳಬೇಡ ಗಂಗೆ. ರಘು ಮದುವೆಯಾಗಲಿಲ್ಲಾಂತ ಸುಮ್ಮನಿರೋಕ್ಕಾಗುತ್ತ? ಸುದೀಗೆ ಹೆಣ್ಣು ಗೊತ್ತಾಗದೆ ಹೋಗಿದ್ದರೆ ಪರವಾಗಿಲ್ಲ. ಪ್ರತಿದಿನ ಇಬ್ಬರೂ ಒಟ್ಟಿಗೆ ಓಡಾಡ್ತಾರೆ. ಆಮೇಲೆ ಏನಾದರೂ ಅನಾಹುತ ಆದ್ರೆ ಆ ಹುಡುಗಿ ಗತಿಯೇನು? ಅದಕ್ಕೆಲ್ಲ ದೊಡ್ಡವರಾದ ನಾವು ಅವಕಾಶ ಕೊಡಬಾರದು." ಮಡದಿಯ ಬಾಯನ್ನು ಮುಚ್ಚಿಸಿದರು

"ನೀವು ನೀವೇ ಒಪ್ಪಿಕೊಂಡಿದ್ದೀರೋ? ಆ ಹುಡುಗಿಯನ್ನೂ ಒಂದು ಮಾತು ಕೇಳಿದ್ದೀರಾ? ಅವಳಿಗೆ ಈ ಮದುವೆ ಇಷ್ಟ ಇದ್ಯಾ?" ಅಲ್ಲಿಗೂ ಬಿಡದ ಕೇಳಿದರು ಗಂಗವ್ವನವರು.

"ಕೇಳಿದೆ ಮಾರಾಯ್ತಿ. ನಿನ್ನ ನಾನೇ ಖುದ್ದಾಗಿ ಕೇಳಿದೆ. ಅನೂ ನಮ್ಮ ಸ್ನೇಹಕ್ಕೆ ಕಟ್ಟುಬಿದ್ದು ಈ ಮದುವೆಗೆ ಒಪ್ಪಿಕೋ ಬೇಡಮ್ಮ. ನಿಂಗೆ ನಮ್ಮ ಸುದೀಪನ್ನ ಮದುವೆಯಾಗೋಕೆ ಇಷ್ಟ ಇದ್ಯಾಂತ ಕೇಳಿದೆ. ಅದಕ್ಕೆ "ಮಾವಯ್ಯ ನಾನಾ ಮನೆ ಸೊಸೆಯಾಗಿ ಬರೋಕೆ ಪುಣ್ಯ ಮಾಡಿದ್ದೀನೀಂತ" ಅವಳೇ ಹೇಳಿದ್ದು. ಈಗಲಾದರೂ ಸಮಾಧಾನ ಆಯ್ತಾ?" ಎಂದರು

ಈಗ ಗಂಗವ್ವನವರ ಕೋಪ ಅನುಪಮಾಳತ್ತ ಹರಿಯಿತು. "ಮಾಯಾಂಗನೆ ನನ್ನ ಮನೆ ಹಾಳು ಮಾಡಲಿಕ್ಕೆ ಅದೆಲ್ಲಿಂದ ಬಂದಳೋ. ನನ್ನ ಮಗನ್ನ ಹಾಳ್ ಮಾಡಿಬಿಟ್ಟು. ಅವಳೆಂದೂ ಉದ್ಧಾರವಾಗೊಲ್ಲ" ಮನಸೋಂದು ಶಪಿಸಿದರು

****

ಮಡಿಕೇರಿಯ ಕೊಡವ ಸಮಾಜದಲ್ಲಿ ನಿಶ್ಚಿತಾರ್ಥವನ್ನು ಏರ್ಪಡಿಸಲಾಗಿತ್ತು. ನಿಶ್ಚಿತಾರ್ಥಕ್ಕೆ ಒಂದು ಮದುವೆಗಾಗುವಷ್ಟು ಜನರನ್ನು ಕರೆದಿದ್ದರು ಸುದೀಪ ಹಾಗೂ ಸೋಮಯ್ಯನವರು. ಕುಶಾಲಪ್ಪನವರ ಕಡೆಯಿಂದ ತುಂಬಾ ಹತ್ತಿರದ ಸಂಬಂಧಿಕರನ್ನು ಮಾತ್ರ ಕರೆಯಲಾಗಿತ್ತು. ನಿಶ್ಚಿತಾರ್ಥಕ್ಕೆ ರಜಾ ಸಿಗದ ಕಾರಣ ಅನಿಲನಿಗೆ ಈ ಸಮಾರಂಭದಲ್ಲಿ ಭಾಗವಹಿಸಲು ಸಾಧ್ಯವಾಗಲಿಲ್ಲ.

ಮದುವೆಯ ವಿಷಯದಲ್ಲಿ ಸಾಕಷ್ಟು ಸಮಸ್ಯೆ ಹಾಗೂ ಗೊಂದಲವಿದ್ದುದರಿಂದ ನಿಶ್ಚಿತಾರ್ಥವನ್ನು ಮುಂದಕ್ಕೆ ಹಾಕಲು ಸಿದ್ದರಿರಲಿಲ್ಲ ಕುಶಾಲಪ್ಪನವರು. ಮದುವೆಯನ್ನು ಅನಿಲನ ರಜಕ್ಕನುಸಾರವಾಗಿ ಮಾಡಿದರಾಯಿತು ಎಂದುಕೊಂಡು ನಿಶ್ಚಿತಾರ್ಥದ ದಿನಾಂಕವನ್ನು ಸಮರ್ಥಿಸಿದರು.

"ಅನೂ, ಆಶಂಗೆ ಫೋನ್ ಮಾಡಿದ್ದಿಯಾ?" ಮಗಳನ್ನು ಕೇಳಿದರು ಬೋಜವ್ವ

"ಎಂಗೇಜ್‌ಮೆಂಟ್ ಯಾವ ದೊಡ್ಡ ವಿಷಯ ಬಿಡಮ್ಮ. ಮದುವೆಗೆ ಕರೆದರಾಯಿತು" ಅವಳು ನಿರಾಸಕ್ತಿ ತೋರಿದಾಗ "ನಾನೇ ಫೋನ್ ಮಾಡಲೇನು" ಎಂದರು

"ಖಂಡಿತ ಬೇಡ" ಎಂದಿದ್ದಳು ಅನುಪಮ

ಭಾನುವಾರದ ದಿನವನ್ನೇ ನಿಶ್ಚಯಿಸಿದ್ದರಿಂದ, ನಿರೀಕ್ಷಿಸಿದ್ದಕ್ಕಿಂತ ಹೆಚ್ಚಿನ ಸಂಖ್ಯೆಯಲ್ಲಿ ಬಂಧು ಬಳಗದವರೆಲ್ಲ ಬಂದು ಸೇರಿದ್ದರು.

ರಘುವಿನ ತಂಗಿ, ಕಾವೇರಮ್ಮ ಉರುಫ್ ಜ್ಯೋತಿ ತನ್ನ ಗಂಡ ಮಗುವಿನೊಂದಿಗೆ ನಾಲ್ಕು ದಿನದ ಮುಂಚೆಯೇ ಧಾವಿಸಿ ಬಂದಳು. ಅವಳಿಗೆ ಸಂತೋಷ-ಬೇಸರ ಎರಡೂ ಒಟ್ಟಿಗೆಯಾಗಿತ್ತು. ಹಿರಿಯಣ್ಣ ರಘು ಇದ್ದಂತೆ ಸುದೀಪನ ನಿಶ್ಚಿತಾರ್ಥ, ಎಲ್ಲರಂತೆ ಅವಳಿಗೂ ಕಗ್ಗಂಟಾಗಿತ್ತು

"ರಾಘಣ್ಣ ಎಲ್ಲಾ ಸರಿ, ನೀನ್ಯಾಕೆ ಮದುವೇನ ಮುಂದಕ್ಕೆ ಹಾಕ್ತಾ ಇದ್ದೀಯಾ? ಇಷ್ಟು ದಿವಸ ತೋಟ ಇಂಪ್ರೂ ಮಾಡುವ ವಿಷಯ ಸರಿ, ಆದರೆ ಈಗೇನು ತೊಂದರೆ? ನಿಂಗೆ ಹೆಂಗಸರನ್ನ ಕಂಡ್ರೆ ದ್ವೇಷ ಇಲ್ಲ ತಾನೇ?" ಯಾರಿಂದಲೂ ರಘುವಿನ ನಿರಾಕರಣೆಗೆ ಸರಿಯಾದ ಉತ್ತರ ದೊರೆಯದೆ ನೇರವಾಗಿ ಅಣ್ಣನನ್ನೇ ಕೇಳಿದಳು.

"ಯಾಕೆ ಜ್ಯೋತಿ ಅಷ್ಟೊಂದು ತಲೆಕೆಡಿಸಿಕೊಳ್ತೀಯಾ? ನಾನೊಬ್ಬ ಮದುವೆಯಾಗದೆ ಹೋದ್ರೆ ಪ್ರಪಂಚ ನಿಂತು ಹೋಗುತ್ತೇನು?"ತಂಗಿಯ ಆತ್ಮೀಯ ನುಡಿಗೆ ನಗುತ್ತಾ ಅವಳು ಕೊಟ್ಟ ಹಾಲಿನ ಲೋಟ ತೆಗೆದುಕೊಂಡ ರಘು.

ಬೆಚ್ಚಿದ ಜ್ಯೋತಿ ಅವನ ಮುಖ ನೋಡಿದಳು.

"ಅಂದ್ರೆ ನೀನು ಮದುವೆನೇ ಆಗಬಾರದು ಅಂತ ತೀರ್ಮಾನಿಸಿದ್ದಿಯಾ?" ಗಾಬರಿಯಿಂದ ಕೇಳಿದಳು

ತಟ್ಟನೆ ನಾಲಿಗೆ ಕಚ್ಚಿಕೊಂಡು ರಘು. "ಈಗ ನಾಳೆ ಇರೋ ಎಂಗೇಜ್‌ಮೆಂಟ್ ಬಗ್ಗೆ ಯೋಚನೆ ಮಾಡು. ಎಲ್ಲರೂ ಮದುವೆಯಾಗಿ ಸಾಧಿಸಿದ್ದಾದರೂ ಏನು?'" ಅವನ ಮಾತು ಅಲೌಕಿಕ ದತ್ತ ಹರಿಯಿತು.

"ಸರಿ ನೀನು ಮದುವೆಯಾಗದೆ ಸಾಧಿಸಬೇಕೆಂದಿರುವದಾದ್ದು ಏನು?" ಸವಾಲು ಹಾಕಿದಳು ಜ್ಯೋತಿ. ರಘುವಿನ ಬಳಿ ಉತ್ತರವಿರಲಿಲ್ಲ.

"ಅಣ್ಣ ಮದ್ವೆ ಮಾಡ್ಕೊಳೋದು ಸಾಧಿಸೋಕಲ್ಲ. ಮನುಷ್ಯನಿಗೆ ಒಂಟಿಯಾಗಿ ಬದುಕೋಕ್ಕಾಗೋದಿಲ್ಲ. ಯಾರಾದರೂ ನಮ್ಮ ಜೊತೆಗಿರಬೇಕು, ನಮಗೆ ಅವರ ಪ್ರೀತಿ ಬೇಕು, ಜೀವನದಲ್ಲಿ ನಮಗೆ ನನ್ನವರು ಅಂತ ಯಾರಾದರೂ ಇರಬೇಕು ಅಂತ ಆಸೆ ಪಡ್ತೀವಿ. ಏನಾದ್ದು ಉದ್ದೇಶ ಅಥವಾ ಗುರಿ ಇಟ್ಟುಕೊಂಡವರಿಗೆ ಸಂಸಾರದ ಬಂಧನ ಬೇಡ ಸರಿ. ಆದರೆ ಈಗಾಗಲೇ ನೀನು ಸಾಕಷ್ಟು ಸಾಧಿಸಿದ್ದೀಯಾ. ಇಲ್ಲಿನವರಿಗೆ ನಿನ್ನ ಕೈಲಾದ ಸಹಾಯ ಮಾಡಿದ್ದೀಯು. 'ಇನ್ನೇನು ಉಳಿದಿದೆ? ನಿನಗೂ ನಿನ್ನ ಪ್ರೀತಿಸೋ ಜೀವ ಬೇಕು ಅಂತ ಅನ್ನಿಸೋಲ್ವ?" ಕೇಳಿದಳು ಜ್ಯೋತಿ,

ತಂಗಿಯ ಕಾಳಜಿಯ ನುಡಿಗಳಿಗೆ ಅವಳ ತಲೆ ಮೇಲೆ ಮಮತೆಯಿಂದ ಕೈಯಾಡಿಸಿದ ರಘು "ಪರವಾಗಿಲ್ಲ ನನ್ನ ಪುಟ್ಟ ತಂಗಿ ಎಷ್ಟೊಂದು ಮಾತಾಡೋದಕ್ಕೆ ಕಲಿತು ಬಿಟ್ಟಿದ್ದೀಯ. ವಿನೋದ್ ಒಳ್ಳೆ ಟ್ರೇನಿಂಗ್ ಕೊಟ್ಟಿದ್ದಾನೆ" ಎಂದ

"ಹೋಗಣ್ಣ... ನಾನೇನೋ ಹೇಳಿದ್ರೆ ನೀನೇನೋ ಹೇಳ್ತಿಯ." ನಾಚಿಕೆಯಿಂದ ತಲೆ ತಗ್ಗಿಸಿದಳು ಜ್ಯೋತಿ.

ಸ್ವಲ್ಪ ಹೊತ್ತು ಅಣ್ಣತಂಗಿಯರು ಅವನ ಮದುವೆಯ ಬಗ್ಗೆಯೇ ಚರ್ಚೆ ನಡೆಸಿದರು. ಎಲ್ಲದಕ್ಕೂ ರಘುವಿನಿಂದ ಹಾರಿಕೆಯ ಉತ್ತರವನ್ನು ಪಡೆದ ಜ್ಯೋತಿ ಬೇಸತ್ತಳು.

"ಸರೀಪ್ಪ ನಿನ್ನ ಮಾತು ಕೇಳಿ ನಂಗೆ ಸಾಕಾಯ್ತು. ಈಗ ಹೇಳು ಸುದೀಪನ ಹುಡುಗಿ ಹೇಗಿದ್ದಾಳೆ? ಸುದಿ ಮತ್ತೆ ಅಪ್ಪಯ್ಯ ಅಂತೂ ಅವಳನ್ನು ಯಾವಾಗಲೂ ಹೊಗಳ್ತಾನೆ ಇರ್ತಾರೆ. ಏನವಳ ಹೆಸರು ಪ್ರತಿಮಾ?" ನೆನಪಿಸಿಕೊಂಡು ಕೇಳಿದಳು ಜ್ಯೋತಿ

"ಅಲ್ಲ ಅನುಪಮ " ಮೆಲ್ಲನೆ ಹೇಳಿದ. ಅವಳ ಹೆಸರು ಹೇಳುವಲ್ಲೆ ಅವನ ದನಿ ನಡುಗಿತ್ತು.

"ಹೌದು ಅನುಪಮ ಹೇಗಿದ್ದಾಳೆ? ಸುದಿಯಂತೂ ಆಕಾಶದಲ್ಲಿ ಹಾರಾಡ್ತಾ ಇದ್ದಾನೆ."

"ಅವಳಿಗೇನು. ಶೀ ಇಸ್ ಆನ್ ಎಂಜಲ್. ಸುದೀಪ ತುಂಬಾ ಲಕ್ಕಿ." ಎದೆತುಂಬಿ ಹೇಳಿದಾಗ ತಟ್ಟನೆ ಅಣ್ಣನ ಮುಖ ನೋಡಿದಳು ಜ್ಯೋತಿ"

ನಾನೂ ನೋಡೇ ಬಿಡ್ತೀನಿ. ಅವಳೆಂಥವಳೂಂತ. ಅಂಥ ಹುಡುಗಿನೇ ಇನ್ನಾರು ತಿಂಗಳಲ್ಲಿ ನಿಂಗೆ ಹುಡುಕಿ ಕೊಡ್ತೀನಿ. ಆಗ ಮಾತಾಡದೆ ನೀನವಳನ್ನ ಮದುವೆಯಾಗ್ಬೇಕು."

"ಸರಿ, ಸರಿ ಈಗ ನೀನು ಹೋಗು. ವಿನೋದ್ ಕೋಪ ಮಾಡ್ಕೋತಾನೆ."

****

ಮಾರನೇದಿನ ೧೧ ಘಂಟೆಗೆ ನಿಶ್ಚಿತಾರ್ಥದ ಸಮಯವನ್ನು ನಿಗದಿಪಡಿಸಲಾಗಿತ್ತು. ಸುದೀಪ ಪ್ರತಿಯೊಂದನ್ನೂ ಆಸಕ್ತಿಯಿಂದ ಗಮನಿಸಿಕೊಂಡಿದ್ದ. ಕಲ್ಯಾಣಮಂಟಪದ ಅಲಂಕಾರದಿಂದ ಹಿಡಿದು, ಸೀರೆ ಬಟ್ಟೆ, ಊಟ, ಅತಿಥಿ ಸತ್ಕಾರ ಹೀಗೆ ಪ್ರತಿಯೊಂದನ್ನು ಖುದ್ದಾಗಿ ಆಯೋಜಿಸಿದ್ದ.

ಆದರೆ ರಘುವಿಗೆ ಏನೂ ತೋಚುತ್ತಿರಲಿಲ್ಲ. ಹೇಳಿದ ಕೆಲಸವನ್ನು ಮಾತ್ರ ಮುಗಿಸುತ್ತಿದ್ದನೆ ಹೊರತು ತಾನಾಗಿ ಮಾಡಲು ಅವನಿಗೇನೂ ಹೊಳೆಯುತ್ತಿರಲಿಲ್ಲ.

ನಾಳೆ ನನ್ನ ಅನುಪಮಾ, ಸುದೀಪನ ಭಾವಿಪತ್ನಿಯಾಗಿ ಹೋಗುತ್ತಾಳೆ. ಶಾಶ್ವತವಾಗಿ ನಾನು ಅನುಪಮಳನ್ನು ಕಳೆದುಕೊಳ್ಳುತ್ತಿದ್ದೇನೆ.

ಎಲ್ಲಿ ನೋಡಿದರೂ ಅವನಿಗೆ ಅನುಪಮಾಳ ದೀನ ಮುಖ, ಬೇಡಿಕೆಯ ನುಡಿಗಳೇ ನೆನಪಾಗಿ ಹುಚ್ಚು ಹಿಡಿಯುವಂತಾಗಿತ್ತು. ಅವನ ಹೃದಯದಲ್ಲಿ ಪ್ರಳಯ ತಾಂಡವ ನಡೆಯುತ್ತಿತ್ತು. ಎಲ್ಲರ ಕೇಕೆ, ನಗು ಅಟ್ಟಹಾಸ ತುಂಬಿದ ಮಂಟಪವನ್ನು ಬಿಟ್ಟು ಓಡಿ ಹೋಗಬೇಕೆನಿಸುತ್ತಿತ್ತು

ಅನುಪಮಾಳನ್ನು ನೋಡಿದ ಜ್ಯೋತಿ ದಂಗಾಗಿ ಹೋಗಿದ್ದಳು. ಅವಳಿಗೆ ರಘು ಪೂರ್ತಿ ಮರೆತುಹೋಗಿದ್ದ. ಅವಳು ಪೂರ್ತಿ ಹೆಣ್ಣಿನ ಕಡೆಯವಳಾಗಿ ಅನುಪಮಾಳ ಜೊತೆಯಲ್ಲೇ ಉಳಿದುಬಿಟ್ಟಳು.

ನಿಗದಿಪಡಿಸಿದ ಸಮಯಕ್ಕೆ ರಘುವಿನ ಕಮಾಂಡರ್, ಸುದೀಪನ ಮಾರುತಿ ಹಾಗೂ ಫೋರ್ಡ್, ಕಾರು ತುಂಬಾ ಜನರನ್ನು ಹೊತ್ತು ಕೊಡುವ ಸಮಾಜವನ್ನು ಸೇರಿತು. ನಿಶ್ಚಿತಾರ್ಥಕ್ಕೆ ಅದ್ದೂರಿಯಾಗಿ ಸಿದ್ಧತೆಗಳು ನಡೆದಿದ್ದವು.

"ಅತ್ತಿಗೆ ಈ ಸಂತೋಷದ ಸಮಾರಂಭಕ್ಕೆ ನಿಮ್ಮ ಫ್ರೆಂಡ್ಸ್ ಯಾರೂ ಬಂದೇ ಇಲ್ಲ.?" ಅಚ್ಚರಿಯಿಂದ ಕೇಳಿದಳು ಜ್ಯೋತಿ

"ಮದುವೆಗೆ ಬರ್ತಾರೆ" ಚುಟುಕಾಗಿ ಉತ್ತರಿಸಿದಳು ಅನುಪಮಾ.

"ಒಳ್ಳೆದಾಯ್ತು ಬಿಡಿ. ಅವರೆಲ್ಲ ಬಂದಿದ್ದರೆ ನೀವು ನನ್ನ ಕೈಗೆ ಸಿಕ್ಕಾ ಇರಲಿಲ್ಲ. ಈಗ ಪೂರ್ತಿ ಅಧಿಕಾರ ನಂದೇ." ಅನುಪಮಾಳ ಮಗ್ಗುಲಲ್ಲಿ ಕುಳಿತಿದ್ದ ಜ್ಯೋತಿ ದಾರಿಯುದ್ದಕ್ಕೂ ಹರಟುತ್ತಲೇ ಬಂದಿದ್ದಳು.

ಬಂದವರಿಗೆಲ್ಲಾ ಕಾಫಿ-ತಿಂಡಿಯ ಸಮಾರಾಧನೆಯಾಯಿತು.

ಅನುಪಮಾ ಜ್ಯೋತಿಯ ಅಣತಿಯಂತೆ ನವಿಲು ಹಸಿರು ರೇಷ್ಮೆ ಸೀರೆಯನ್ನು ಉಟ್ಟುಕೊಂಡಿದ್ದಳು. ಹಿತಮಿತವಾದ ಅಲಂಕಾರದಲ್ಲಿ ಅವಳು ಅದ್ವಿತೀಯಯವಾಗಿ ಶೋಭಿಸುತ್ತಿದ್ದಳು. ಅವಳ ಮುಖದಲ್ಲಿ ಯಾವುದೇ ವಿಕಾರವಿರಲಿಲ್ಲ. ಕಂಗಳಲ್ಲಿ ಅದೇ ಶಾಂತ ಬೆಳಕು

ಹಾಲಿನಲ್ಲಿ ತೂಗುಹಾಕಿದ್ದ ದೀಪವನ್ನು ಹಚ್ಚಿ, ಅಕ್ಕಿಯ ತಟ್ಟೆಯನ್ನು ಇರಿಸಲಾಗಿತ್ತು.

ಹಿರಿಯರ ಅಣತಿಯಂತೆ ತೂಗುದೀಪಕ್ಕೆ ಪೂಜೆ ಸಲ್ಲಿಸಿದಳು ಅನುಪಮಾ. ನಂತರ ಪೂಜೆ ಮುಗಿಸಿದ ಸುದೀಪ ಅನುಪಮಳೆದುರು ಬಂದು ನಿಂತುಕೊಂಡ.

ಜ್ಯೋತಿ ತನ್ನ ಕೈಯಲ್ಲಿದ್ದ ಕೆಂಪು ಪೆಟ್ಟಿಗೆಯನ್ನು ಅವನತ್ತ ಚಾಚಿದಳು. ಅದು ಹಿಂದೊಮ್ಮೆ ಅನುಪಮಾ ತೆಗೆದುಕೊಳ್ಳಲು ನಿರಾಕರಿಸಿದ ವಜ್ರದ ಸೆಟ್.

ಸುದೀಪ ಪೆಟ್ಟಿಗೆಯಲ್ಲಿದ್ದ ವಜ್ರದ ಉಂಗುರ ತೆಗೆದು ಅನುಪಮಾಳ ಎಡಗೈ ಹಿಡಿದು ಬೆರಳಿಗೆ ಉಂಗುರ ತೊಡಿಸಿದ. ಬದಲಾಗಿ ಅನುಪಮಾ ಕುಶಲಪ್ಪನವರು ಮಾಡಿಸಿದ ಒಂದು ತೊಲದ ಚಿನ್ನದ ಉಂಗುರವನ್ನು ಸುದೀಪನಿಗೆ ತೊಡಿಸಿದಳು. ನಂತರ ಸುದೀಪ ಪೆಟ್ಟಿಗೆಯಲ್ಲಿದ್ದ ವಜ್ರದ ಹಾರವನ್ನು ತೆಗೆದು ಅವಳ ಕೊರಳಿಗೆ ತೊಡಿಸಿದ.

ಉಂಗುರ ವಿನಿಮಯದ ನಂತರ ನಿಶ್ಚಿತಾರ್ಥಕ್ಕೆಂದು ವಿಶೇಷವಾಗಿ ತಯಾರಿಸಿದ ಕೇಕನ್ನು ಇಬ್ಬರು ಸೇರಿ ಕತ್ತರಿಸಿದರು. ಶುಭ ಹಾರೈಕೆಯ ಸುರಿಮಳೆಗಳಾದವು

ಇದ್ಯಾವುದನ್ನು ನೋಡುವ ಧೈರ್ಯವಿರದ ರಘು ಏಕಾಂಗಿಯಾಗಿ ಹೊರಗೆ ಬಂದು ನಿಂತಿದ್ದ. ಗಂಗವ್ವನವರ ನೋಟ ಉದಾಸೀನದಿಂದ ಓಡಾಡುತ್ತಿದ್ದ ಮಗನನ್ನೇ ಹಿಂಬಾಲಿಸುತ್ತಿತ್ತು

"ರಾಘಣ್ಣ ಎಲ್ಲಿ?" ಎಲ್ಲಿಯೂ ಅಣ್ಣನನ್ನು ಕಾಣದ ಜ್ಯೋತಿ ರಘುವನ್ನು ಹುಡುಕಿಕೊಂಡು ಅವನಿದ್ದಲ್ಲಿಗೆ ಬಂದಳು

"ರಾಘಣ್ಣ, ಎಲ್ಲರೂ ಒಳಗಿದ್ರೆ ನೀನೇನು ಇಲ್ಲಿದ್ದೀಯ?" ಅಣ್ಣನನ್ನು ಗದರಿಸಿದಳು

ರಘು ತಿರುಗದೆ "ಏನಿಲ್ಲ ಪ್ರೆಸೆಂಟೇಶನ್ ತರೋಕೆ ಬಂದಿದ್ದೆ." ಕರವಸ್ತ್ರದಿಂದ ಕಣ್ಣೊತ್ತಿಕೊಂಡು ಜೀಪಿನಿಂದ ಹೂವಿನ ಬೊಕ್ಕೆ ಹಾಗೂ ಕೆಂಪು ಪೆಟ್ಟಿಗೆಯನ್ನು ಹಿಡಿದು ಬಂದ.

ಅವನು ಹೂವಿನ ಬೊಕ್ಕೆಯೊಂದಿಗೆ ಅನುಪಮಾಳ ಹತ್ತಿರ ಬಂದಾಗ ಅನುಪಮಾ ಟ್ರೇಗೆ ಕೇಕನ್ನು ತುಂಬುತ್ತಿದ್ದಳು

"ಕಂಗ್ರಾಜುಲೇಷನ್ಸ್... ವಿಷಿಂಗ್ ಎ.. ವೇರಿ ಹ್ಯಾಪಿ ಫ್ಯೂಚರ್ ಅಂಡ್ ಸಕ್ಸಸ್.. ಸುದೀಪ ಹಾಗು ಅನುಪಮಳಿಗೊಂದರಂತೆ ಹೂವಿನ ಬೊಕ್ಕೆ ನೀಡಿದ ರಘು

"ಥ್ಯಾಂಕ್ಯೂ." ಬೊಕ್ಕೆ ತೆಗೆದುಕೊಂಡಳು ಅನುಪಮಾ

"ಮತ್ತೆ ಈ ವಿಶೇಷ ಸಂದರ್ಭದಲ್ಲಿ ನನ್ನದೊಂದು ಚಿಕ್ಕ ಕಾಣಿಕೆ." ಒಡವೆಯ ಪೆಟ್ಟಿಗೆಯನ್ನು ಅನುಪಮಾಳ ಮುಂದೆ ಹಿಡಿದ.

ಅದನ್ನು ತೆಗೆದು ನೋಡಿದಳು ಅನುಪಮ. ಅದು ಅವಳು ರಘುವಿನ ಕೋಣೆಯಲ್ಲಿ ನೋಡಿದ್ದ ವಜ್ರದ ಸೆಟ್. ಮೃದುವಾಗಿ ಅದನ್ನು ನೇವರಿಸಿದಳು. ಸುದೀಪನ ಕಣ್ಣುಗಳು ಕೆಂಪಾದವು. ಇನ್ನೇನು ರಘು ಅಲ್ಲಿಂದ ಹೊರಡುವವನಿದ್ದ ಅಷ್ಟರಲ್ಲಿ,

"ಒನ್ ಮಿನಿಟ್." ಅವನನ್ನು ಕರೆದು ನಿಲ್ಲಿಸಿದಳು ಅನುಪಮ "ನಾನು ಯಾರಿಂದಲೂ ಇಷ್ಟೊಂದು ಕಾಸ್ಟ್ಲಿ ಪ್ರೆಸೆಂಟೇಶನ್ ತಗೊಳ್ಳೋದಿಲ್ಲ ಸಾರಿ. ಆದ್ರೂ ನಿಮ್ಮ ಸ್ನೇಹಕ್ಕ ಅವಮಾನ ಮಾಡಬಾರದೂಂತ ಓಲೆಗಳನ್ನು ಮಾತ್ರ ತಗೊಳ್ತೀನಿ." ಒಂದು ದೊಡ್ಡ ವಜ್ರ ಕೂರಿಸಿ ಬಳ್ಳಿಯಂತೆ ಮೇಲೆ ಕವಲಾಗಿ ಚಿನ್ನದ ಹೂವುಗಳಿಂದ ಮಾಡಲ್ಪಟ್ಟ, ಅತ್ಯಂತ ಸುಂದರವಾದ ಓಲೆಯನ್ನು ಎತ್ತಿಕೊಂಡಳು ಅನುಪಮ

"ಥ್ಯಾಂಕ್ಯೂ ವೆರಿ ಮಚ್" ಪೆಟ್ಟಿಗೆಯನ್ನು ರಘುವಿಗೆ ಹಿಂದಿರುಗಿಸಿದಾಗ ಸುದೀಪನಿಗೆ ಹಿಡಿಸಲಾರದ ಆನಂದವಾದರೆ ಭೂಮಿಗಿಳಿದು ಹೋದ ರಘು. ಅನುಪಮಳ ನಿರಾಕರಣೆಯನ್ನು ಅರಗಿಸಿಕೊಳ್ಳಲಾರದ ರಘು ಒಂದೆರಡು ಕ್ಷಣ ಅವಳನ್ನೇ ನೋಡುತ್ತಿದ್ದು ಬಿಟ್ಟ.

"ಪ್ರತಿ, ಮೊದಲ ಕೇಕ್ ಪೀಸ್ ರಘುಗೆ ಕೊಡು." ಅವಳ ಭುಜ ಬಳಸಿ ನುಡಿದ ಸುದೀಪ

"ಕೇಕ್ ತಗೊಳ್ಳಿ" ಅವನ ಮುಂದೆ ಟ್ರೇಹಿಡಿದಳು. ಟ್ರೇಯನ್ನು ಹಾಗೆ ಎತ್ತಿ ಎಸೆಯಬೇಕೆಂದು ಕೊಂಡ ರಘು, ಯಾಂತ್ರಿಕವಾಗಿ ಒಂದು ತುಂಡು ಕೇಕನ್ನು ಎತ್ತಿಕೊಂಡು ಹೊರನಡೆದ. ನಂತರ ಅದನ್ನು ಮಣ್ಣಿನ ಮೇಲೆ ಹಾಕಿ ಗಸಗಸನೆ ಬೂಟುಗಾಲಿನಲ್ಲಿ ಉಜ್ಜಿದ.

"ಅನುಪಮಾ ನನ್ನ ಮೇಲೆ ಸೇಡು ತೀರಿಸಿಕೊಳುತ್ತಿದ್ದಾಳೆ. ನಾನವಳನ್ನು ನಿರಾಕರಿಸಿದಕ್ಕ ಈ ರೀತಿ ನನ್ನನ್ನು ಅವಮಾನಿಸುತ್ತಿದ್ದಾಳೆ. ಹೌದು ಅವಳಿಗೆ ಸಂಪೂರ್ಣ ಆ ಅಧಿಕಾರವಿದೆ. ಇಷ್ಟುದಿನ ನಾನವಳನ್ನು ನೋಯಿಸಿದ್ದಕ್ಕ ಸರಿಯಾದ ಪ್ರತ್ಯುತ್ತರವನ್ನು ಕೊಡುತ್ತಿದ್ದಾಳೆ. ನನ್ನ ಉಡುಗೊರೆಯನ್ನು ನಿರಾಕರಿಸುವುದೆಂದರೇನು?" ಒಡವೆಯ ಪೆಟ್ಟಿಗೆಯನ್ನು ತೆರೆದು ನೋಡಿದ. ವಜ್ರದ ಹರಳುಗಳು ಅವನನ್ನು ಅಣಕಿಸುತ್ತಿರುವಂತೆ ತೋರಿದಾಗ ಪೆಟ್ಟಿಗೆಯನ್ನು ಕಾಂಪೌಂಡಿನ ಹೊರಗೆಸೆದು ಸರಸರನೆ ನಡೆದು ಬಿಟ್ಟ.

ಕೊಡವರ ಪದ್ಧತಿಯಂತೆ ವಿವಿಧ ರೀತಿಯ ಪಾನೀಯ ಮತ್ತು ತಿನಿಸುಗಳ ಸಮಾರಾಧನೆ ಆಯಿತು. ನಂತರ ಸುದೀಪನ ಆದೇಶದ ಮೇರೆಗೆ ಅವನು ಕೊಡಿಸಿದ ತಿಳಿ ನೇರಳೆ ಬಣ್ಣದ ಕಾಂಚೀವರಂ ಸೀರೆ ಉಟ್ಟು ಬಂದಳು ಅನುಪಮಾ.

ಫೋಟೋ ವಿಡಿಯೋಗಳ ಸುರಿಮಳೆಗಳಾದವು. ಸುದೀಪನಂತೂ ಸಮಾರಂಭದ ತುಂಬಾ ಅನುಪಮಳ ಭುಜ ಬಳಸಿಯೇ ಓಡಾಡಿದ. ಪ್ರತಿಯೊಬ್ಬರಿಗೂ ಅವಳನ್ನು ಹೆಮ್ಮೆಯಿಂದ ಪರಿಚಯಿಸಿದ. ಗೆಳೆಯರ ಹುಡುಗಾಟ, ಹಾಸ್ಯ ಚಟಾಕಿಗಳಿಂದ ವಾತಾವರಣ ರಂಗೇರಿತು. ಎಲ್ಲದಕ್ಕೂ ಅನುಪಮಾಳ ನಗುವೊಂದೇ ಉತ್ತರವಾಯಿತು. ಸುದೀಪನಿಗೆ ಅಷ್ಟೇ ಸಾಕಾಯಿತು. ಅವನು ನಿರೀಕ್ಷಿಸಿದ್ದ ಅನಾಹುತ, ಘರ್ಷಣೆಗಳೇನೂ ನಡೆಯದೆ ರಘುವಿನ ಸಮ್ಮುಖದಲ್ಲಿ ನಿರೀಕ್ಷಿಸಿದ್ದಕ್ಕಿಂತ ಅದ್ಧೂರಿಯಾಗಿ ನಿಶ್ಚಿತಾರ್ಥ ನಡೆದದ್ದು ಸಂತೋಷಕರ ವಿಷಯವಾಗಿತ್ತು.

"ಜ್ಯೋತಿ ರಘು ಎಲ್ಲಿ?" ಗಂಗವ್ವನವರು ಅಲವತ್ತುಕೊಂಡರು. "ಅವನು ಊಟ ಮಾಡಿದ್ನ ಹೇಗೆ? ಅವನು ಕಾಣ್ತಾನೆ ಇಲ್ಲ." ಎಲ್ಲಲ್ಲೂ ಅದೇ ಪ್ರಶ್ನೆಗಳಾದವು. ಎಲ್ಲಿ ಹುಡುಕಿದರೂ ಸಿಗಲಿಲ್ಲ ರಘು.

ಗಂಗವ್ವನವರ ಎದೆ ಡವಡವನೇ ಹೊಡೆದುಕೊಳ್ಳುತ್ತಿತ್ತು. ಅವರು ಸುದೀಪನ ಪಕ್ಕದಲ್ಲಿ ಸರ್ವಾಲಂಕಾರ ಭೂಷಿತೆಯಾಗಿ ಕುಳಿತಿದ್ದ ಅನುಪಮಳನ್ನೆ ದುರುದುರು ನೋಡಿದರು. "ನನ್ನ ಹೊಟ್ಟೆ ಉರಿಸೋಕ್ಕೆ ಕೂತಿರೋದು ನೋಡು." ಸಂಕಟ ತಡೆಯಲಾರದೆ ನುಡಿದು ಬಿಟ್ಟರು ಗಂಗವ್ವ

"ಯಾರಿಗೆ ಹೇಳ್ತಾ ಇದ್ದೀಯಾಮ್ಮ?" ಅಚ್ಚರಿಯಿಂದ ಕೇಳಿದಳು ಜ್ಯೋತಿ.

"ಯಾರಿಗೆ ಹೇಳಲಮ್ಮ ಎಲ್ಲಾ ನನ್ನ ಹಣೆಬರಹ " ಗಂಗವ್ವನವರು ನಿಟ್ಟುಸಿರಿಟ್ಟು ಹೇಳಿದಾಗ

"ರಾಘಣ್ಣ ಏನು ಚಿಕ್ಕ ಮಗೂನೇ? ಬರ್ತಾನೆ ಬಿಡು. ಅಷ್ಟಕ್ಕೆ ಒದ್ದಾಡ್ತಿಯ?" ತಾಯಿಯನ್ನು ಸಂತೈಸಲು ಪ್ರಯತ್ನಿಸಿದಳು ಜ್ಯೋತಿ

"ನನ್ನ ಸಂಕಟ ನಿಂಗ್ಯಾಗೆ ಅರ್ಥ ಆಗುತ್ತೆ. ಹೋಗು ನೀನಾ ರಾಣೀನ ಮುದ್ದು ಮಾಡು." ಗೊಣಗುತ್ತ ಹೊರಟು ಹೋದಾಗ ತಾಯಿಯ ಮಾತಿನ ಅರ್ಥವೇ ಆಗಲಿಲ್ಲ ಜ್ಯೋತಿಗೆ.

ಬಂದವರೆಲ್ಲ ಊಟ ಮುಗಿಸಿ ತೆರಳತೊಡಗಿದರೂ ರಘುವಿನ ದರ್ಶನವಾಗಲಿಲ್ಲ. ಮಂಟಪ ಖಾಲಿ ಮಾಡುವ ಸಮಯವಾದ್ದರಿಂದ ಎಲ್ಲರೂ ವಿಧಿಯಿಲ್ಲದೆ ಹೋಗಲೇಬೇಕಾಯಿತು. ಫೋನಿನಲ್ಲಿ ಎಲ್ಲಲ್ಲಿ ಪ್ರಯತ್ನಿಸಿದರೂ ರಘುವಿನ ಸುಳಿವು ಸಿಗಲಿಲ್ಲ.

ಅನುಪಮಳನ್ನು ಮನೆಗೆ ಬಿಡಲಿಲ್ಲ ಜ್ಯೋತಿ. "ಅತ್ತಿಗೆ ಇನ್ನೊಂದೆರಡು ದಿನ ನೀವು ನನ್ನ ಜೊತೆಯಲ್ಲಿರಿ. ನೀವು ಕುಟ್ಟದ ಎಸ್ಟೇಟ್ ನೋಡಿಲ್ಲ ಅಲ್ವಾ? ಒಂದು ರೌಂಡ್ ಹೋಗಿ ಬರೋಣ. ಆಮೇಲೆ ನೀವು ನಿಮ್ಮ ಮನೆಗೆ ಹೋಗಬಹುದು." ಎಂದಿದ್ದರಿಂದ ಅನುಪಮಾ ಅಲ್ಲೆ ಉಳಿಯಬೇಕಾಯಿತು.

ಮನೆ ತುಂಬಾ ನೆಂಟರಿದ್ದರು. ಎಲ್ಲರಿಗೂ ರಘುವಿನದೆ ಚಿಂತೆಯಾಯಿತು. ಸರಿಸುಮಾರು ರಾತ್ರಿ ಹತ್ತು ಘಂಟೆಗೆ ಮನೆಗೆ ಬಂದ ರಘು

"ಯಾಕೆ ಹೀಗೆ ನನ್ನ ಹೊಟ್ಟೆ ಉರಿಸ್ತೀಯೋ? ನಿನ್ನ ಮನಸ್ಸಿನಲ್ಲಿ ಇರುವುದಾದರೂ ಏನು ಹೇಳಬಾರ್ದ? ನಾವೆಲ್ಲಾ ಅಲ್ಲಿ ಸಡಗರದಲ್ಲಿದ್ರೆ ನೀನೆಲ್ಲಿ ಹೊರಟುಹೋಗಿದ್ದೆ? ಎಷ್ಟೊಂದು ಹುಡುಕೋದು ನಿನ್ನ." ಮಗನನ್ನು ನೋಡುತ್ತಿದ್ದಂತೆ ಸಂಕಟ ತಡೆಯಲಾರದ ಗಂಗವ್ವನವರು ನೆಂಟರಿರುವುದನ್ನೂ ಮರೆತು ಅಳತೊಡಗಿದರು. "ಈ ಮನೆಯಲ್ಲಿ ಯಾರಿಗೂ ನಿನ್ನ ಬಗ್ಗೆ ಕಾಳಜಿ ಇಲ್ಲ. ಎಲ್ಲರಿಗೂ ಅವರವರದೇ ಆಗಿದೆ. ಅವರವರ ಸಂತೋಷ ಅವರವರಿಗೆ. ನೀನು ಕಂಡಕಂಡವರಿಗೆ ಮಾಡ್ತಾ ಇರು. ನಿನ್ನ ಮನೆ ಚಿಂತೆ ನಿಂಗೆ ಬೇಡ. ಇದನ್ನೆಲ್ಲಾ ನಾನಿನ್ನೆಷ್ಟು ದಿನ ನೋಡಬೇಕೋ ಏನೋ? ದೇವರೇ ನಂಗೆ ಸಾವಾದರೂ ಕೊಡಬಾರದೇ" ಅವರು ಮುಖ ಮುಚ್ಚಿಕೊಂಡು ಅತ್ತಾಗ ಎಲ್ಲಾರೂ ದಂಗಾದರು.

ಎಂತೆಂಥ ಕಷ್ಟಗಳನ್ನು ಸಹಿಸಿದ ತಾಯಿಯ ಬಾಯಲ್ಲಿ ಸಾವಿನ ಮಾತು ಬಂದಾಗ ಸಹಿಸಲಾಗಲಿಲ್ಲ ರಘುವಿಗೆ.

"ಅಮ್ಮ ಏನು ಮಾತಂತ ಅಡ್ತ ಇದ್ದೀಯಮ್ಮಾ.?" ದುಃಖಿಸುತ್ತಿದ್ದ ತಾಯಿಯತ್ತ ಧಾವಿಸಿ ಬಂದ ರಘು ಭುಜ ಹಿಡಿದು ಕೇಳಿದ.

"ನಿಂಗೇನಾಗಿದೆ? ಯಾಕೀತರ ಆಡ್ತಾ ಇದ್ದೀಯಾ? ಹೋಗಿ ಕನ್ನಡೀಲಿ ನಿನ್ನ ಮುಖ ನೋಡ್ಕೊ. ಇತ್ತೀಚೆಗೆ ನೀನು ಸರಿಯಾಗಿ ಊಟ ತಿಂಡಿನೂ ಮಾಡ್ತಾ ಇಲ್ಲ." ಅವರು ರಘುವಿನ ಎದೆಗೊರಗಿ ಅಳತೊಡಗಿದರು

"ಗಂಗೆ ಸಮಾಧಾನ ಮಾಡ್ಕೊ. ಈಗೇನಾಯ್ತು?" ಪತ್ನಿಯನ್ನು ಸಂತೈಸಲು ಬಂದ ಸೋಮಯ್ಯನವರ ಕೈ ಕೊಡಹಿದರು ಗಂಗವ್ವ.

"ಸಮಾಧಾನ ಇನ್ನೆಲ್ಲಿಯ ಸಮಾಧಾನ? ನನ್ನ ಸಮಾಧಾನಕ್ಕೆ ಬೆಂಕಿ ಬಿತ್ತು. ಅತ್ತ ಮಾಗೂಗೆ ಹಾಲಂತೆ. ಅವನು ಮೊದಲಿನಿಂದಲೂ ಬಾಯಿಬಿಟ್ಟು ಏನೂ ಹೇಳೋದಿಲ್ಲ. ಅವನು ಹೊಟ್ಟೆನಲ್ಲಿ ಏನೋ ಸಂಕಟ ಇಟ್ಟೊಂಡು ಒದ್ದಾಡ್ತಾ ಇದ್ದಾನೆ. ನಿಮಗ್ಯಾರಿಗೂ ಅದರ ಬಗ್ಗೆ ಚಿಂತೆನೇ ಇಲ್ಲ. ನಿಮ್ಮ ಸಡಗರವೇ ನಿಮಗೆ.." ಬಡಬಡಿಸುತ್ತಾ ಗಳಗಳನೆ ಅತ್ತು ಬಿಟ್ಟರು ಗಂಗವ್ವ

ಮಗನ ಸಂಕಟವನ್ನು ನೋಡಿ ನೋಡಿ ಬೆಂದು ಹೋಗಿದ್ದರು ಗಂಗವ್ವ. ಕೊನೆಪಕ್ಷ ಅನುಪಮಾಳಾದರೂ ತಾನು ರಘುವನ್ನೇ ಮದುವೆಯಾಗುವುದಾಗಿ ಹಠ ಹಿಡಿಯಬಹುದೆಂದು ಭಾವಿಸಿದ್ದರು. ಆದರೆ ಅವಳೂ ಸಹ ಯಾವುದೇ ನಿರಾಕರಣೆಯಿಲ್ಲದೆ ಈ ಮದುವೆಗೆ ಒಪ್ಪಿದ್ದು ಅವರಿಗೆ ದಿಕ್ಕೆಡಿಸಿತು

"ಅಮ್ಮ ಕುತ್ಕೊ.. ಅನೂ .." ಅನಾಯಸವಾಗಿ ಅನುಪಮಳ ಹೆಸರು ತುಟಿಯ ಮೇಲೆ ಬಂದುಬಿಟ್ಟಾಗ ತಡವರಿಸಿದ ರಘು. ಅವನ ನೋಟ ಅಪ್ರಯತ್ನವಾಗಿ ಜ್ಯೋತಿಯ ಮಗಳು ಇಂಚರಾಳನ್ನು ಮಡಿಲಲ್ಲಿ ಕೂರಿಸಿಕೊಂಡು ಕುಳಿತಿದ್ದ ಅನುಪಮಳತ್ತ ಹರಿಯಿತು.

ಅವಳು ಅವನನ್ನೇ ನೋಡುತ್ತಿದ್ದಳು. "ಹಾಂ .. ಜ್ಯೋತಿ ಒಂದು ಲೋಟ ನೀರು ತಂದುಕೊಡು." ತಟ್ಟನೆ ಸಾವರಿಸಿಕೊಂಡ ರಘು ತಂಗಿಗೆ ಹೇಳಿದ "ಅಮ್ಮ

ನಂಗೇನಾಗಿದೇಮಾ? ನಾನು ಚೆನ್ನಾಗಿದ್ದೇನೆ. ನೀನೇನೇನೋ ಕಲ್ಪನೆ ಮಾಡ್ತೊಂದಿದ್ದೀಯಾ. ಮಂಟಪದ್ದಲ್ಲಿದ್ದಾಗ, ಜಯರಾಮ್ ಇದ್ದಾರಲ್ಲ ಅವರಿಗೆ ಹಾರ್ಟ್ ಅಟ್ಯಾಕ್ ಅಂತ ಫೋನ್ ಬಂತು. ಅದಕ್ಕ ಹೊರಟುಹೋಗಿದೆ. ಅದಕ್ಕ ಇಷ್ಟು ರಂಪ ಮಾಡ್ತಾರ? ಇವರೆಲ್ಲ ಏನಂದುಕೊಳ್ಬೇಕು." ತಾಯಿಗೆ ನೀರನ್ನ ಕುಡಿಸುತ್ತಾ ಸಂತ್ಯೆಸಿದ ರಘು.

"ನಂಗೆ ಹೇಳಿ ಹೋಗೋಕೇನಾಗಿತ್ತು ?"

"ನೀವೆಲ್ಲಾ ಸಂತೋಷದಲ್ಲಿದ್ದಿ. ಈ ಸಂತೋಷದಲ್ಲಿ ಅದೆಲ್ಲ ಬೇಡಾಂತ ."

"ಬೆಂಕಿ ಬಿತ್ತು ಸಂತೋಷಕ್ಕೆ. ನೋಡು ಮೊದಲಿನ ಹಾಗೆ ನೀನು ನಗ್ತಾ ನಗ್ತಾ ಇರ್ತೀನಿಂತ ಮಾತು ಕೊಡು.. ಹೊತ್ತಿಗೆ ಸರಿಯಾಗಿ ಊಟ ತಿಂಡಿಗೆ ಮನೆಗೆ ಬರ್ತೀನಿ ಅಂತ ಮಾತು ಕೊಡು. ಅಲ್ಲಿವರೆಗೂ ನಾನಿಲ್ಲಿಂದ ಏಳಲ್ಲ" ಅವರು ಪಟ್ಟು ಹಿಡಿದು ಕುಳಿತಾಗ

"ಇಲ್ಲಮ್ಮ ಖಂದಿತ ಮನೆಗೆ ಬರ್ತೀನಿ.." ಅವರ ಬುಜವೊತ್ತಿದ. "ಏಳು ಸ್ವಲ್ಪ ಹೊತ್ತು ಮಲಗಿ ರೆಸ್ಟ್ ತಗೋ ಎಲ್ಲಾ ಸರಿಹೋಗುತ್ತೆ." ತಾಯಿಯನ್ನು ಎಬ್ಬಿಸಿಕೊಂಡು ಕೋಣೆಯತ್ತ ಕರೆದುಕೊಂಡು ನಡೆದ ರಘು

****

ಮಾರನೇ ದಿನ ಮುಂಜಾನೆಯೇ ಬಹಳಷ್ಟು ಮಂದಿ ನೆಂಟರಿಷ್ಟರು ಹೊರಟುಹೋದರು. ಗಂಗವ್ವನವರ ಅಣ್ಣ-ಅತ್ತಿಗೆ, ಜ್ಯೋತಿ ಅವಳ ಗಂಡ ಮಗು ಮಾತ್ರ ಮನೆಯಲ್ಲಿ ಉಳಿದರು.

ಆಯಾಸ ತಡೆಯದ ರಘು, ಎಂದಿಗಿಂತ ಸ್ವಲ್ಪ ಹೆಚ್ಚೇ ವಿಸ್ಕಿಯನ್ನು ಸೇವಿಸಿ ಮಲಗಿದ್ದುದರಿಂದ ಅವನಿಗೆ ಎಂಟು ಘಂಟೆಯಾದರೂ ಎಚ್ಚರವಾಗಲಿಲ್ಲ.

ಆದರೆ ಎಂದಿನಂತೆ ಬೇಗ ಎದ್ದು ಹೊರಗಿನ ಹೂತೋಟಕ್ಕೆ ಬಂದಳು ಅನುಪಮಾ. ಹೂಗಳ ನಡುವೆ ಹೆಜ್ಜೆ ಹಾಕಿ ಬಂದು ಲಾನಿನಲ್ಲಿ ಕುಳಿತುಕೊಂಡಳು. ಅವಳ ಹೃದಯ, ರಮಣೀಯ ಪ್ರಕೃತಿಗಾಗಲಿ, ವರ್ಣರಂಜಿತ ಪುಷ್ಪಗಳಿಗಾಗಲಿ ಸ್ಪಂದಿಸಲಿಲ್ಲ. ಅವಳ ಮನಸ್ಸು ಹೆಬ್ಬಂಡೆಯಂತೆ ತಟಸ್ಥವಾಗಿತ್ತು.

"ಅಕ್ಕ" ಸಣ್ಣಿಯ ಕರೆಯಿಂದ ಕಣ್ಣುಚ್ಚಿ ಕುಳಿತಿದ್ದ ಅನುಪಮಾ ಕಣ್ಣ ತೆರೆದು ಏನು ಎಂಬಂತೆ ಅವಳತ್ತ ನೋಡಿದಳು.

"ಇದನ್ನ ನಿನ್ನ ಭತ್ರದಲ್ಲಿ ರಾಘಣ್ಣನವರು ಹೊರಗೆಸೆದು ಬಿಟ್ಟು. ನಾನು ನೋಡಿ ತಗೊಂಡು ಬಂದೆ." ಒಡವೆ ಪೆಟ್ಟಿಗೆಯನ್ನು ಅವಳ ಮುಂದೆ ಹಿಡಿದಳು ಸಣ್ಣಿ.

ಪೆಟ್ಟಿಗೆಯನ್ನು ತೆಗೆದುಕೊಂಡು ತೆರೆದು ನೋಡಿದಳು ಅನುಪಮ. ವಜ್ರದ ನೆಕ್ಲಸ್ ಮತ್ತು ಉಂಗುರ ಜೋಪಾನವಾಗಿತ್ತು. ಪುನಃ ಸಣ್ಣಿಯನ್ನು ನೋಡಿದಳು ಅನುಪಮಾ. ೧೯-೧೨ ವರ್ಷದ ಹುಡುಗಿ. ಬುದ್ದಿ ತಿಳಿದಾಗಿನಿಂದ

ಮನೆಯ ಉಪ್ಪನ್ನು ಉಂಡು ಬೆಳೆದವಳು. ಗುಂಡು ಮೂಗಿನ, ಎಣ್ಣೆಗಪ್ಪು ಮುಖದಲ್ಲಿ ಒಂದಿನಿತೂ ಕಪಟವಿರಲಿಲ್ಲ.

"ನಿನ್ನೆ ಕೂಡಂಗಿದ್ದೆ ಆದ್ರೆ ಎಲ್ಲ ತುಂಬಾ ಗಲಾಟೆಲಿದ್ದಿ "

"ಸಣ್ಣಿ ಹಾರ ಹೇಗಿದೆ?" ಕೇಳಿದಳು ಅನುಪಮ

"ಬೊ ವೈನಾಗ್ಯೈತ್ರ್ಯಕ್ಕ." ಅವಳ ಮುಖ ಅರಳಿತು.

"ಇದ್ರ ಬೆಲೆ ಎಷ್ಟು ಗೊತ್ತಾ?'

ಇಲ್ಲ ಎಂಬಂತೆ ತಲೆಯಾಡಿಸಿದಳು ಸಣ್ಣಿ

"ಕಡಿಮೆಯೆಂದರೆ ಎಂಟು ಲಕ್ಷ."

"ಆಪಾಟಿ?" ಸಣ್ಣಿ ಬಾಯಿ ಬಿಟ್ಟಳು

"ನೀನೆಷ್ಟು ಅಂದುಕೊಂಡಿದ್ದೆ?"

"ಒಂದೆರಡ್ಲಕ್ಷ."

ಪರವಾಗಿಲ್ಲ ಶ್ರೀಮಂತ ಮನೆಯಲ್ಲಿರುವುದರಿಂದ ಹಣಕಾಸಿನ ಬಗ್ಗೆ ಸ್ವಲ್ಪಮಟ್ಟಿಗೆ ಗೊತ್ತಿದೆ ಎಂದುಕೊಂಡ ಅನುಪಮ "ಮತ್ತೆ ಇದನ್ಯಾಕೆ ತಂದುಕೊಟ್ಟೆ? ಅವರೇ ಎಸೆದಿದ್ದು. ಇದು ನಿಂಗೆ ಸಿಕ್ಕಿದ್ದು ಯಾರಿಗೂ ಗೊತ್ತಿರಲಿಲ್ಲ. ಸಿಕ್ಕ ತಕ್ಷಣ ತಗೊಂಡು ಹೋಗಿ ಮಾರಿದ್ರೆ ಎಷ್ಟೊಂದು ಹಣ ಬತ್ತಿತ್ತು. ಈ ಮನೆ ಮುಸ್ರೆ ತೊಳೆಯೋದು ತಪ್ಪಿತ್ತು." ಎಂದಳು

"ಇಲ್ಲಕ್ಕ ಸುಳ್ಳು, ಮೋಸ ಒಳ್ಳೆದಲ್ಲಂತ ಅವ್ವಯ್ಯ ಹೇಳುತ್ತೆ. ಅದ್ರಲ್ಲೂ ಉಪ್ಪುಂಡ್ ಮನೆಗೆ ವಂಚ್ನೆ ಮಾಡ್ನ ಬಾರ್ದು. ಅವ್ವಾರು ನನ್ನ ಮಗ್ಳಂಗೆ ನೋಡ್ಕೋತಾರೆ. ಒಂದಿಷ್ಟು ಬೈಯಂಗಿಲ್ಲ. ಅಪ್ಪಯ್ಯ, ರಾಘಣ್ಣ ಎಲ್ರು ನನ್ನ ಸಂದಾಗಿ ನೋಡ್ಕೋತಾರೆ. ಅವ್ವ....., ನಂಗೆ ಬೇಕಾದ ಊಟ, ಬಟ್ಟೆ, ಹಬ್ಬಕ್ಕೆ ಕೈತುಂಬಾ ಕಾಸು ಕೂಡ್ತಾರೆ" ಅವಳು ನುಡಿದಾಗ ಪುನಃ ಕುರ್ಚಿ ಗೋರೆಗಿದಳು ಅನುಪಮ.

ಎಂಥಾ ಸರಳ ಸತ್ಯ. ಮನುಷ್ಯನಿಗೆ ಅಗತ್ಯವಾಗಿ ಬೇಕಾಗಿರುವುದು ಊಟ, ಬಟ್ಟೆ, ಇರಲೊಂದು ಮನೆ. ಕೋಟಿ ಕೋಟಿ ಆಸ್ತಿ ಇದೆಯೆಂದು ದಿನಕ್ಕೆ ಹತ್ತು ಬಾರಿ ಊಟ ಮಾಡುವುದಕ್ಕಾಗುತ್ತೇನು? ಹತ್ತು ಪಲ್ಲಂಗದ ಮೇಲೆ ಮಲಗಲು ಸಾಧ್ಯವೇ??

ಸುದೀಪನಿಗೆ ಎಲ್ಲಾ ಸ್ವಾರ್ಥಪರವಾಗಿ ಕಾಣುತ್ತದೆ. ಸಣ್ಣಿಯಂಥ ನಿಸ್ವಾರ್ಥ ಸಾಕ್ಷಿಗಳು ಕಣ್ಣೆದುರು ಎಷ್ಟೊಂದಿವೆ. ಇದೆಲ್ಲಾ ಅವನಿಗೆ ಕಾಣುವಂತಿದ್ದರೆ, ಅದನ್ನೆಲ್ಲಾ ಅವನು ಅರ್ಥೈಸಿಕೊಳ್ಳುವಂತಿದ್ದರೆ.

ಎಡಗೈಯಲ್ಲಿದ್ದ ಸುದೀಪ ತೊಡಿಸಿದ ಉಂಗುರವನ್ನು ಬಿಚ್ಚಿ ಪೆಟ್ಟಿಗೆಯಲ್ಲಿದ್ದ ಉಂಗುರವನ್ನು ತೊಟ್ಟುಕೊಂಡಳು ಅನುಪಮಾ. ನೆಮ್ಮದಿಯೆನಿಸಿತು. ಸ್ವಲ್ಪ

ಹೊತ್ತು ಹಾಗೆ ಕುಳಿತಿದ್ದ ಪುನಃ ಅದನ್ನು ಬಿಚ್ಚಿ ಸುದೀಪನ ಉಂಗುರವನ್ನು ತೊಟ್ಟುಕೊಂಡಳು.

ಎದ್ದು ತಾನು ಮಲಗಿದ್ದ ಕೋಣೆಗೆ ಬಂದ ಅನುಪಮಾ,ರಘು ಕೊಟ್ಟಿದ್ದ ಓಲೆಯೊಂದಿಗೆ, ಉಂಗುರವನ್ನು ಇರಿಸಿ, ಒಡವೆಯ ಪೆಟ್ಟಿಗೆಯನ್ನು ಬದಿಯಲ್ಲಿ ಇರಿಸಿದಳು.

ಲ ಘಂಟೆಯಾದರೂ ರಘು ಏಳದನ್ನು ನೋಡಿ ಅಣ್ಣನ ಕೋಣೆಗೆ ಓಡಿದಳು ಜ್ಯೋತಿ.

"ರಾಘಣ್ಣ ಸೂರ್ಯ ನೆತ್ತಿಮೇಲಿದ್ದಾನೆ ಏಳು ಸಾಕು ಮಲಗಿದ್ದು. ಎಲ್ಲರೂ ಎಸ್ಟೇಟಿಗೆ ಹೋಗೋಕೆ ಕಾಯ್ತಾ ಇದ್ದಾರೆ." ರಘುವನ್ನು ಅಲ್ಲಾಡಿಸಿ ಎಬ್ಬಿಸಿದಳು ಜ್ಯೋತಿ

ರಘು ಎದ್ದಾಗ ಸ್ವಲ್ಪ ತಲೆ ಹಿಡಿದುಕೊಂಡಿತ್ತು. ಅವನಿಗಿನ್ನೂ ಸ್ವಲ್ಪ ಹೊತ್ತು ಮಲಗಬೇಕೆನಿಸುತಿತ್ತು. ಆದರೆ ಜ್ಯೋತಿ ಬಿಡಬೇಕಲ್ಲ. ಬೇಸರದಿಂದ ಮೈಮುರಿದು ಬಾತ್ ರೂಮಿನತ್ತ ನಡೆದ ರಘು.

ಅವನು ಸ್ನಾನ ಮುಗಿಸಿ ಕೆಳಗೆ ಬಂದಾಗ ಸುದೀಪ, ಅನುಪಮ, ಜ್ಯೋತಿ ಹಾಗು ಜ್ಯೋತಿಯ ಪತಿ ವಿನೋದ್ ಡೈನಿಂಗ್ ಟೇಬಲ್ಲಿನ ಸುತ್ತ ಕುಳಿತು ಹರಟುತ್ತಾ ಕಾಫಿ ಕುಡಿಯುತ್ತಿದ್ದರು. ಸೋಮಯ್ಯ ಹಾಗೂ ಗಂಗವ್ವನರ ಅಣ್ಣನಾದ ಬೋಪಯ್ಯನವರು ಲಾನಿನಲ್ಲಿ ಕುಳಿತಿದ್ದರು.

"ಬನ್ನಿ ಭಾವ ಗುಡ್ ಮಾರ್ನಿಂಗ್.. ನಿಮ್ಮನ್ನ ವೇಟ್ ಮಾಡಿ ಸಾಕಾಗಿ ನಾವು ತಿಂಡಿ ಮುಗಿಸಿದ್ವಿ."

"ವೆರಿ ಗುಡ್ ಮಾರ್ನಿಂಗ ಎವರಿಬಡಿ. ನಂಗೆ ಎಚ್ಚರಾನೇ ಆಗ್ಲಿಲ್ಲ." ಎನ್ನುತ್ತಾ ರಘು, ವಿನೋದನ ಪಕ್ಕದಲ್ಲಿ ಕುಳಿತುಕೊಂಡ.

ಬೇಡಬೇಡವೆಂದರೂ ಅವನ ನೋಟ ಅನುಪಮಳ ಮುದ್ದು ಮುಖವನ್ನು ನೇವರಿಸಿದೆ ಹೋಗಲಿಲ್ಲ. ಜ್ಯೋತಿ ರಘುವಿಗೆ ತಿಂಡಿ ಬಡಿಸಿದಳು

"ಅಷ್ಟೊಂದು ಬೇಡ ಅನೂ ..., ಸ್ವಲ್ಪ ತೆಗೆದು ಬಿಡು." ಪುನಃ ಅನುಪಮಳ ಹೆಸರು ನುಸುಳಿತು .

"ರಾಘಣ್ಣ ತಿಂಡಿ ಬಡಿಸಿದ್ದು ನಾನು....ಅತ್ತಿಗೆ ಅಲ್ಲ."

"ಅದಕ್ಕೆ ನಾನೇನ್ ಹೇಳ್ದೆ?"ವಿನೋದನೊಡನೆ ಮಾತಿನ ಭರದಲ್ಲಿ ತನ್ನ ಬಾಯಿಂದ ಹೊರಬಂದ ಹೆಸರನ್ನು ಗಮನಿಸಿರಲಿಲ್ಲ ರಘು.

"ಅಷ್ಟೊಂದು ಬೇಡ ಅನೂ .. ಸ್ವಲ್ಪ ತೆಗೆದು ಬಿಡೂಂತ." ಅವಳು ಅಣಕಿಸಿದಾಗ ಬೆವರಿದ ರಘು. ಸುದೀಪ, ಅನುಪಮ ಇಬ್ಬರೂ ಎದುರಲ್ಲೇ ಇದ್ದಾರೆ.

"ಏನಾಯ್ತೀಗ.. ನೀನೇ ಸ್ವಲ್ಪ ವಾಪಸ್ ಹಾಕಿಬಿಡು.." ಅವನು ಗ್ಲಾಸಿನಲ್ಲಿದ್ದ ನೀರನ್ನು ತೆಗೆದುಕೊಂಡು ಗುಟುಕರಿಸಿದ.

"ಪ್ರತಿ ಹೊರಗೆ ಲಾನ್ನಲ್ಲಿ ಕೂತುಕೊಳ್ಳೋಣ" ಅಸಮಧಾನದಿಂದೆದ್ದ ಸುದೀಪ

"ಸರಿ" ಎಳಲು ಹೋದ ಅನುಪಮಾಳ ಕೈಹಿಡಿದು ಕೂರಿಸಿದಳು ಜ್ಯೋತಿ

"ಸುದೀ ನಾನಿರೋದು ಇನ್ನೆರಡೇ ದಿನ. ಅಲ್ಲಿವರೆಗೆ ಅತ್ತಿಗೆ ನನ್ನ ಹತ್ತಿರ ಇರೋಕೆ ಬಿಡು. ನಿನ್ನ ಅಧಿಕಾರವೆಲ್ಲ ನಾ ಹೋದಮೇಲೆ ಚಲಾಯಿಸುವಂತೆ.. ವಿನೋ ನೀವವನ ಜೊತೆ ಹೋಗಿ ಮಾತಾಡ್ತಾ ಇರಿ ಅಣ್ಣನ ತಿಂಡಿ ಆದ್ಮೇಲೆ ನಾವೆಲ್ಲ ಬರ್ತೀವಿ." ಜ್ಯೋತಿ ಗದರಿಸಿದರಿಂದ ಮನದಲ್ಲಿ ಅವಳನ್ನು ಶಪಿಸುತ್ತ ವಿನೋದನೊಂದಿಗೆ ಹೊರನಡೆದ ಸುದೀಪ

ಅನುಪಮಾ ರಘುವಿಗೆ ಕಾಫಿ ಬೆರೆಸಿಕೊಟ್ಟಳು .

"ಅತ್ತಿಗೆ ನಿಮಗೆ ಅವಳಿ ಅಕ್ಕನೋ - ತಂಗೀನೋ ಇಲ್ವಾ?" ಕೇಳಿದಳು ಜ್ಯೋತಿ

"ಇಲ್ವಲ್ಲ.. ಯಾಕೆ?" ನಸು ನಕ್ಕು ಕೇಳಿದಳು ಅನುಪಮಾ

"ನಮ್ಮ ರಾಘಣ್ಣಂಗೆ. ಮದುವೆ ಮಾಡ್ಬೇಕೆ" ಜ್ಯೋತಿ ನುಡಿದಾಗ ಬೆಚ್ಚಿದ ರಘು ಅವಳನ್ನೇ ದುರುದುರು ನೋಡಿದ.

ತಲೆಕೆಡಿಸಿಕೊಳ್ಳದ ಜ್ಯೋತಿ ಮುಂದುವರಿಸಿದಳು "ನಾನು ಇನ್ನ್ಯಾರು ತಿಂಗಳಲ್ಲಿ ನಿಮ್ಮಂಥ ಹುಡುಗಿನೇ ರಾಘಣ್ಣನಿಗೆ ಹುಡುಕಿ ಕೊಡ್ತೀನಿ ಅಂತ ನಿಮ್ಮನ್ನ ನೋಡೋಕೆ ಮುಂಚೆ ಪ್ರಾಮಿಸ್ ಮಾಡಿಬಿಟ್ಟಿದ್ದೀನಿ. ಆದ್ರೆ ನಿಮ್ಮನ್ನು ನೋಡಿದ ಮೇಲೆ ಅದಪ್ಪು ಸುಲಭ ಅಲ್ಲ ಅಂತ ಅನಿಸುತ್ತೆ. ಆದರೂ ಪ್ರಯತ್ನ ಪಡ್ತೀನಿ.." ಅವಳು ಚಿಂತಿಸುತ್ತ ಹೇಳಿ ರಘುವಿನತ್ತ ನೋಡಿದಾಗ ಅವನು ಅವಳತ್ತ ಉರಿ ನೋಟ ಬೀರಿದ.

ಅಷ್ಟರಲ್ಲಿ ಅಡುಗೆಮನೆಯಲ್ಲಿದ್ದ ಗಂಗವ್ವನವರು ಬಿರುಗಾಳಿಯಂತೆ ನುಗ್ಗಿ ಬಂದು. "ಆಮೇಲವಳಿಗೆ ರಾಶಿರಾಶಿ ಸೀರೆ, ಒಡವೆ ಸುರಿಯೋ, ಇವನಿಗಿಂತ ಕಂಪಗಿರೋ ಗಂಡು ಸಿಗಲಿ, ಆಗ ಇವನ್ನ ಮರೆತು ಅವನ ಹಿಂದೆ ಹೋಗ್ತಾಳ," ಎಂದುಬಿಟ್ಟರು

"ಅಮ್ಮ.." ನೋವಿನಿಂದ ಭೀರಿದ ರಘು "ಎಂಥಾ ಮಾತಾಡಿಬಿಟ್ಟೆಯಮ್ಮ." ಅವನ ದನಿ ನಡುಗಿತು. ತಟ್ಟನೆ ಅವನ ನೋಟ ಅನುಪಮಾಳತ್ತ ಹರಿಯಿತು. ಸೇಬಿನ ಸಿಪ್ಪೆ ತೆಗೆಯುತ್ತಿದ್ದ ಅನುಪಮಳ ಕೈ ತಟಸ್ಥವಾಯಿತು.

"ಹೌದು ಊರಿನವರ ಸಂಕಟವೆಲ್ಲ ನಿನ್ನದೇ.. ಆದ್ರೆ ನಿನ್ನ ಬಗ್ಗೆ ಚಿಂತಿಸೋರು ಯಾರು ಇಲ್ಲ ಕಣೋ... ಎಲ್ಲಾ ನನ್ನ ಗೃಹಚಾರ..." ತಾಯಿ ಗೊಣಗುತ್ತ ಹೋದಾಗ ಅವಕ್ಕಾದಳು ಜ್ಯೋತಿ.

"ಅಣ್ಣ, ಅಮ್ಮ ಯಾರಿಗಾ ಮಾತಂದದ್ದು?" ಅರ್ಥವಾಗದೆ ಕೇಳಿದಳು.

ನಿರ್ವೀರ್ಯನಾಗಿ ಅನುಪಮಳನ್ನೇ ನೋಡಿದ ರಘು. ಅವಳು ಸುಮ್ಮನೆ ತನ್ನ ಕೆಲಸ ಮುಂದುವರಿಸಿದಳು.

"ನೀನು ತಲೆ ಕೆಡಿಸಿಕೊಬೇಡ ಜ್ಯೋತಿ. ನಾನು ನಿನ್ನ ಹೊರಟು ಹೋಗಿದ್ದೆ ಅಮ್ಮನಿಗೆ ದೊಡ್ಡ ವಿಷಯ ಆಗಿದೆ.." ತಿಂಡಿ ಮುಂದುವರಿಸಿದ ರಘು

"ಹಾಂ .. ಹಾಂ ಅಮ್ಮಂಗೆ ಬಿಪಿ ಚೆಕ್ ಮಾಡಿಸಬೇಕು." ಬೇಸರದಿಂದ ಗೊಣಗಿದಳು ಜ್ಯೋತಿ.

"ಅಂದಹಾಗೆ ರಾಘಣ್ಣ.. ಅತ್ತಿಗೆ ಸುದೀಪಂಗೆ ಸಿಗೋದಕ್ಕೆ ಮುಂಚೆ ನಿಂಗೆ ಅಂತೆ ಸಿಕ್ಕಿದ್ದು. ನಾನೇನಾದ್ರೂ ನಿನ್ನ ಜಾಗದಲ್ಲಿದ್ದರೆ ಇವರನ್ನು ನೋಡಿದ ತಕ್ಷಣ ಇವರ ಕೈ ಹಿಡ್ಕೊಂಡು ಬಿಡ್ತಿದ್ದೆ. ಪ್ರಮಾಣ ಮಾಡಿ ಹೇಳು ಇಂಥ ಮುದ್ದು ಮುಖ ನೋಡೀನೂ ನಿಂಗೆ ಮುತ್ತು ಕೊಡಬೇಕನ್ನಿಸಲಿಲ್ವಾ?" ಅನುಪಮಾಳ ಕೊರಳನ್ನು ಬಳಸಿ ಅವಳನ್ನು ಮುದ್ದಿಸಿದಳು ಜ್ಯೋತಿ. ರಘುವಿನ ಉಸಿರು ಸಿಕ್ಕಿಕೊಂಡಿತ್ತು.

"ಜ್ಯೋತಿ..." ಸುದೀಪನ ಅಬ್ಬರಕ್ಕೆ ಬೆಚ್ಚಿಬಿದ್ದಳು ಜ್ಯೋತಿ. ಅವನು ಜ್ಯೋತಿಯ ಹತ್ತಿರ ಧಾವಿಸಿ ಬಂದು "ಮೈಂಡ್ ಯುವರ್ ಟಂಗ್ ಜ್ಯೋತಿ. ನೀನೇನೋ ಚಿಕ್ಕ ಹುಡುಗಿ ಅಲ್ಲ.. ಒಂದು ಮಗುವಿನ ತಾಯಿ. ಸ್ವಲ್ಪ ಮ್ಯಾನರ್ಸ್ ಇರ್ಲಿ ... ಬಾ ಪುತ್ತಿ ..." ಅನುಪಮಳ ಕೈಹಿಡಿದು, ಹೊರಗೆಳೆದುಕೊಂಡು ಹೋದ ಸುದೀಪ.

ಅವರು ಹೋದತ್ತಲೆ ಕ್ಷಣ ದಿಟ್ಟಿಸಿದಳು ಜ್ಯೋತಿ. ಏನೋ ಅಣ್ಣ ಅಂತ ಸ್ವಲ್ಪ ತಮಾಷೆ ಮಾಡಿದ್ದಕ್ಕೆ ಅಷ್ಟೊಂದು ರೇಗುವುದೇನಿತ್ತು? ಎಂದುಕೊಳುತ್ತಾ ರಘುವಿನತ್ತ ನೋಡಿದಳು. ಅವನು ತಟ್ಟೆಯ ಮುಂದಿರುವುದನ್ನು ಮರೆತಂತೆ ತೋರಿತು.

"ಅಣ್ಣಾ.." ಮೃದುವಾಗಿ ಅವನ ಕೈಯೊತ್ತಿದಳು.

"ಹಾಂ.." ಎಚ್ಚೆತ್ತ ರಘು

"ನಿಂದು ಲವ್ ಡಿಸಪಾಯಿಂಟ್ ಅಲ್ಲ ತಾನೇ?" ಮೆಲ್ಲನೆ ಕೇಳಿದಳು ಜ್ಯೋತಿ. ಅದಕ್ಕೂ ಮಾತಾಡದ ರಘು ಅನುಪಮ ಬೆರೆಸಿದ ಕಾಫಿಯನ್ನು ಕೈಗೆತ್ತಿಕೊಂಡ

****

ಸುದೀಪನ ಮಾರುತಿ ಹಾಗೂ ಫೋರ್ಡ್ ಕಾರು ವಿಶಾಲವಾದ ಗೇಟನ್ನು ಪ್ರವೇಶಿಸುತ್ತಿದ್ದಂತೆ ಗಡಿಬಿಡಿಯಿಂದ ಓಡಾಡುತ್ತಿದ್ದ ಬಸವ ಕಾರುಗಳತ್ತ ಓಡಿಬಂದ.

"ನಮಸ್ತೆ ಚಿಕ್ಕವ್ವ.. ಏನವ್ವ ಈಕಡೆ ಬರೋದೆ ಮರ್ತಂಗಾತಲ್ಲ. ಸಂದಾಕಿದ್ದಿಯೇನವ್ವ ಮಗ ಎಲ್ಲವ್ವ. ಅಡ್ಡಿದ್ದೆ ಬುದ್ದಿ.." ಜ್ಯೋತಿ ಹಾಗು ವಿನೋದರನ್ನು ಸಡಗರದಿಂದ ಮಾತಾಡಿಸುತ್ತ ಕಾರಿನ ಬಾಗಿಲು ತೆರೆದ.

ಬಸವನ ಬಗ್ಗೆ ಎಲ್ಲರಿಗೂ ಬಹಳ ವಿಶ್ವಾಸವಿತ್ತು. ಎಲ್ಲರೂ ಅವನನ್ನು ವಿಶ್ವಾಸದಿಂದ ಮಾತನಾಡಿಸಿದರು. ಸುದೀಪನೂ ವಿಶ್ವಾಸದಿಂದ ಅವನ ಕುಶಲೋಪರಿಯನ್ನು ವಿಚಾರಿಸಿ "ನೋಡು ಬಸವ ಇವರೇ ನಿನ್ನ ಹೊಸ ಯಜಮಾನಿ ಹೇಗಿದ್ದಾರೆ?" ಅನುಪಮಳನ್ನು ಪರಿಚಯಿಸುತ್ತಾ ಹೆಮ್ಮೆಯಿಂದ ಕೇಳಿದ.

ಆದರೆ ಅನುಪಮಾಳ ಪರಿಚಯದಿಂದ ಅವನೇನೂ ಸಂತಸಗೊಂಡಂತೆ ಕಾಣಲಿಲ್ಲ. "ಕೈಮುಗಿದೆವ್ವ. ಅದೆಲ್ಲ ನಂಗೇನು ತಿಳಿತದೆ ಬುದ್ದಿ" ಎನ್ನುತ್ತಾ ಸೋಮಯ್ಯನವರನ್ನು ಮಾತಾಡಿಸಲು ರಘುವಿನ ಕಾರಿನತ್ತ ನಡೆದುಬಿಟ್ಟ.

"ವೆಲ್ಕಮ್ ಅತ್ತಿಗೆ ವೆಲ್ಕಮ್ ನೋಡಿ.. ಇದು ನಮ್ಮ ರಾಘಣ್ಣ ಕಟ್ಟಿಸಿದ ಮನೆ. ಆ ಮನೆ ತುಂಬಾ ಕಾಡುಪ್ರಾಣಿಗಳಿದೇಂತ ಅದು ಅವನಿಗೊಂದು ಝ್ಝು ಅನ್ನಿಸುತ್ತಂತೆ. ಅದಕ್ಕೆ ಆ ಮನೆಗಿಂತ ತುಂಬಾ ಡಿಫರೆಂಟಾಗಿ, ತುಂಬಾ ಪೀಸ್ ಫುಲ್ ಆಗಿರಬೇಕಂತಾನೆ ಈ ಮನೆ ಕಟ್ಟಿಸಿದ್ದಾನೆ. ಈ ಜಾಗದ ಆಯ್ಕೆಯಿಂದ ಹಿಡಿದು ಬಣ್ಣಗಳ ಸೆಲೆಕ್ಷನ್ ವರೆಗೂ ಅವನದೇ. ಸುಮಾರು ೨೫ ಪ್ಲಾನ್ ಗಳನ್ನ ರಿಜೆಕ್ಟ್ ಮಾಡಿದ್ದಾನೆ ೫ಂ ಡಿಸೈನರ್ಸ್ ನ ಕನ್ಸಲ್ಟ್ ಮಾಡಿದ್ದಾನೆ." ಅನುಪಮಳ ಕೈಹಿಡಿದು ಬಂಗಲೆಯೊಳಗೆ ಕರೆದುಕೊಂಡುಹೋದಳು ಜ್ಯೋತಿ.

ಜ್ಯೋತಿ ಹೇಳಿದ್ದು ನಿಜವಾಗಿತ್ತು. ಮನೆಯೊಳಗೆ ಕಾಲಿಡುತ್ತಿದ್ದಂತೆ ಉದ್ವಿಗ್ನಗೊಂಡ ಮನಸ್ಸು ಶಾಂತಗೊಳ್ಳುವಂಥ ವಾತಾವರಣ. ಧ್ಯಾನ ಮಂದಿರದಲ್ಲಿರುವಂತ ಪ್ರಶಾಂತತೆ, ಹಗುರವಾದ ಬಣ್ಣಗಳು, ಅದಕ್ಕೆ ಹೊಂದುವಂತಹ ಉಪಕರಣ, ಪರದೆ, ನೆಲಹಾಸುಗಳು ಅಮೋಘವಾಗಿತ್ತು.

"ನಮ್ಮ ರಾಘಣ್ಣ, ಅವನ ಹೆಂಡತಿಗೆ ಈ ಮನೆನಾ ಪ್ರಸೆಂಟ್ ಮಾಡಬೇಕಂತ ಇದ್ದಾನೆ. ಅದಕ್ಕೆ ನೋಡಿ ಮನೆಕಟ್ಟಿ ಎರಡು ವರ್ಷವಾದರೂ ಅದಕ್ಕೇನೂ ಹೆಸರಿಟ್ಟಿಲ್ಲ. ಅವಳ ಹೆಸರನ್ನೇ ಇಡಬೇಕು ಅಂತಿದ್ದಾನೆ." ಉತ್ಸಾಹದಿಂದ ವಿವರಿಸಿದಳು ಜ್ಯೋತಿ

ರಘುವಿನ ಪ್ರೇಮ ಸೌಧವನ್ನು ಆಸಕ್ತಿಯಿಂದ ವೀಕ್ಷಿಸಿದಳು ಅನುಪಮಾ. ಹೌದು ರಘುವಿನ ಪ್ರತಿಯೊಂದು ಆಚಾರ, ವಿಚಾರ, ನಡೆ-ನುಡಿ, ಅಭಿರುಚಿ, ಆಯ್ಕೆ ಎಲ್ಲಾ ಉನ್ನತವೇ.

"ಹೇಗಿದೆ ಮನೆ?" ಅನುಪಮಾಳ ಮುಖವನ್ನೆ ನೋಡುತ್ತ ಕೇಳಿದಳು ಜ್ಯೋತಿ

"ಲವ್ಲೀ ಹೌಸ್.. ಒಳ್ಳೆ ಶಾಂತಿನಿಕೇತನದಂತಿದೆ.. ಮನಸ್ಸಿನಲ್ಲಿ ಎಂಥ ನೋವಿದ್ದರೂ .. ಇಲ್ಲಿಯ ವೆದರ್ಗೆ ಎಲ್ಲ ಮರೆತು ಹೋಗುತ್ತೆ ಅನ್ನುತ್ತೆ.." ವಿಶಾಲವಾದ ಕಿಟಕಿಯ ಪರದೆಯನ್ನು ಸರಿಸುತ್ತ ನುಡಿದಳು ಅನುಪಮ .

ಅದೇ ತಾನೇ ಒಳಬಂದ ರಘು ಅನುಪಮಳ ಉದ್ಗಾರ ಕೇಳಿ ಮನದಲ್ಲೆ ನಕ್ಕ.. ಇದೇ ಮನೆಯಲ್ಲಿ ತಾನೇ ನಾನು ಎರಡು ತಿಂಗಳ ಕಾಲ ನಿರಂತರವಾಗಿ ರೋಧಿಸಿದ್ದು. ಪ್ರೇಮ ಮಂದಿರವೆಂದುಕೊಂಡಿದ್ದ ಈ ಮನೆಯಲ್ಲಿ ನಾನು ಭಗ್ನ ಹೃದಯಿಯಾಗಿ ಬಂದಾಗ, ಇದೆ ಮನೆ ಮಸಣವಾಗಿರಲಿಲ್ಲವೇ? ಎಷ್ಟೋ

ಜಾಗರೂಕತೆಯಿಂದ ಚಿಂತಿಸಿ, ರಚಿಸಿದ ಮನೆಯ ಯಾವ ಮೂಲೆಯಲ್ಲೂ ತನಗೆ ಶಾಂತಿ ಸಿಕ್ಕಿರಲಿಲ್ಲ.

ಅಪ್ಪರಲ್ಲಿ ಇಂಚರ ಕರೆದಿದ್ದರಿಂದ ಜ್ಯೋತಿ, ಅನುಪಮಳನ್ನು ಅಲ್ಲೇಬಿಟ್ಟು ಅತ್ತ ನಡೆದಳು.

ಬಂಗಲೆಯ ಪ್ರತಿಯೊಂದು ಕೋಣೆಯನ್ನು ಆಸಕ್ತಿಯಿಂದ ವೀಕ್ಷಿಸಿದ ಅನುಪಮ ಮಹಡಿಯ ಕೋಣೆಗಳನ್ನು ಹಾದು ಮೇಲೆ ಬಾಲ್ಕನಿಗೆ ಬಂದಳು. ಬಾಲ್ಕನಿಯಲ್ಲಿ ಮೂವರು ಕೂರಬಹುದಾದಂತಹ ಉಯ್ಯಾಲೆಯೊಂದನ್ನು ಹಾಕಲಾಗಿತ್ತು. ಉಯ್ಯಾಲೆಯ ಮೇಲೆ ಬಂದು ಕುಳಿತುಕೊಂಡಳು ಅನುಪಮ. ಆ ಬಂಗಲೆಯ ಮುಂದೆಯೂ ಒಂದೆಕರೆಯಷ್ಟು ಅತ್ಯಂತ ಸುಂದರವಾದ ಹೂದೋಟವನ್ನು ಬೆಳೆಸಲಾಗಿತ್ತು. ಅಲ್ಲಿಂದ ಮುಂದೆ ಕಣ್ಣು ಹಾಯಿಸಿದಷ್ಟು ದೂರವೂ ಟೀ ಎಸ್ಟೇಟುಗಳು.

'ತಾನು ರಘುವಿನ ಕೈ ಹಿಡಿದು ಇಲ್ಲಿ ನೆಲೆಸುವಂತಿದ್ದರೆ.' ಆ ಕಲ್ಪನೆ ಅವಳನ್ನು ಪರವಶಗೊಳಿಸಿತು.

'ಪ್ರತಿದಿನ ಸಂಜೆ ಸೂರ್ಯಾಸ್ತದ.. ಸಮಯದಲ್ಲಿ.. ಈ ಸುಂದರ ಪ್ರಕೃತಿಯಲ್ಲಿ ಅವರ ಎದೆಗೊರಗಿ.. ಅವರ ದೃಢವಾದ ಬಾಹುಬಂಧನದಲ್ಲಿ....' ಕನಸಿನ ಆಳಕ್ಕೆ ಜಾರುತ್ತ ರಘುವಿನ ಎದೆಗೊರಗಿದಳು. ತನ್ನ ಎದೆಗೊರಗಿದ ಅನುಪಮಳನ್ನು ಇನ್ನಷ್ಟು ಬಿಗಿದುಕೊಂಡ ರಘು. ಅವನ ಮೊಗದಲ್ಲಿ ಸುಂದರವಾದ ನಗೆಯರಳಿತು. ಅವನ ತುಟಿಗಳು ನಿಧಾನವಾಗಿ ಅವಳ ಕಿವಿಗಳನ್ನು ಮುದ್ದಿಸಿ ಕದಪುಗಳನ್ನು ಸೋಕಿದಾಗ .. ಆ ಸ್ಪರ್ಶ ಅಸಹನೀಯವೆನಿಸಿ ಅವನನ್ನು ತಳ್ಳಿಬಿಟ್ಟಳು ಅನುಪಮಾ.

ಅವಳು ಬಾಹ್ಯ ಪ್ರಪಂಚಕ್ಕೆ ಬಂದಾಗ ಅಲ್ಲಿದ್ದುದ್ದು ರಘುವಲ್ಲ ಸುದೀಪ. ಅವನನ್ನು ನೋಡಿ ಅವಳು ತಡವರಿಸಿದಳು. "ನೀವು ಇಲ್ಲಿಗೆ ಯಾವಾಗ ಬಂದ್ರಿ?"

"ಯಾಕೆ ಮೇಡಂ ಕನಸು ಕಾಣ್ತಾ ಇದ್ದೀರಾ?" ಅವಳನ್ನೇ ಆಳವಾಗಿ ನೋಡುತ್ತ ಕೇಳಿದ "ಏನಿವತ್ತು ಅಪರೂಪಕ್ಕೆ ತುಂಬಾ ಒಳ್ಳೆ ಮೂಡಲ್ಲಿದ್ದಿರಲ್?" ತಾನು ಹಿಂದಿನಿಂದ ಅನುಪಮಳನ್ನು ಬಳಸುತ್ತಿದಂತೆ ಅವಳು ತನ್ನದೆ ಒರಗಿದ್ದನ್ನು ನೆನೆಸಿಕೊಂಡು ಉತ್ತೇಜಿತನಾಗಿ ಪುನಃ ಅವಳ ಸೊಂಟಕ್ಕೆ ಕೈ ಹಾಕಿ ಹತ್ತಿರ ಎಳೆದುಕೊಂಡ.

"ಪ್ಲೀಸ್ ನೋಡಿ.. ನೀವು ನನ್ನ ತಪ್ಪು ತಿಳ್ಕೊಂಡಿದ್ದೀರಿ.. ಭವಿಷ್ಯ ಬಿಸಿಲಿಗೆ ಇರಬೇಕು ಹಾಗೆ ಸ್ವಲ್ಪ ತಲೆ ಸುತ್ತಾಯಿತು.." ಸುದೀಪ ಪುನಃ ಅವಳನ್ನು ಚುಂಬಿಸಲು ಬಂದಾಗ ಮುಖ ಪಕ್ಕಕ್ಕೆ ತಿರುಗಿಸಿ ಕೈಯನ್ನು ಅಡ್ಡ ಹಿಡಿದಳು ಅನುಪಮ.

"ಇರಲಿಬಿಡು ತಪ್ಪೇನಿಲ್ಲ..." ತನಗೆ ಅಡ್ಡವಾದ ಅವಳ ಮುಂಗೈಯನ್ನು ಚುಂಬಿಸುತ್ತಾ ನುಡಿದ "ಈಗಂತೂ ನನ್ನ ತಲೆ ತಿರುಗ್ಗಾಯಿದೆ. ಬರೀ ಒಂದು

ನಿಮಿಷ ಅವಕಾಶ ಮಾಡಿಕೊಡು ಸಾಕು. ಹೆಚ್ಚೇನಿಲ್ಲ ಒಂದೇ ಗುಟುಕು ." ಅವಳ ತುಟಿಗಳತ್ತ ಬಾಗಿದ ಸುದೀಪ.

ಮುಂದೇನಾಗುತ್ತಿತ್ತೋ "ಸಾರಿ.. ಸಾರಿ ಫಾರ್ ದ ಡಿಸ್ಟರ್ಬೆನ್ಸ್ ಐ... ಐ ಸ್ವೇರ್. ನಿಮ್ಮನ್ನು ಡಿಸ್ಟರ್ಬ್ ಮಾಡಬೇಕಂತ ಉದ್ದೇಶ ಖಂಡಿತ ನನಗಿಲ್ಲ.. ಆದ್ರೇನು ಮಾಡೋದು ಎಲ್ಲರೂ ನಿಮಗೋಸ್ಕರ ಕೆಳಗೆ ಕಾಯ್ತಾ ಇದ್ದಾರೆ.." ಎನ್ನುತ್ತಾ ಜ್ಯೋತಿ ಅವರಿದ್ದಲ್ಲಿಗೆ ಬಂದಾಗ ತಟ್ಟನೆ ಅನುಪಮಳಿಂದ ದೂರಸರಿದ ಸುದೀಪ. ಬದುಕಿದೆಯಾ ಬಡಜೀವವೇ ಎಂಬಂತೆ ನಿಟ್ಟುಸಿರಿಟ್ಟಳು ಅನುಪಮಾ

"ಸಾರಿ ಅತ್ತಿಗೆ.. ಬಟ್ ಒಂದು ಸತ್ಯ ಹೇಳ್ಲಾ? ಇಂಥ ಅಡತಡೆಗಳು ಇದ್ದರೇನೆ ರೊಮ್ಯಾನ್ಸಿಗೆ ಬಣ್ಣ ಬರೋದು ... ವಾಟ್ ಡು ಯು ಸೇ ಬ್ರದರ್?" ಅಣ್ಣನನ್ನು ಅಣಕಿಸಿದಾಗ ನಿರಾಸೆಯಿಂದ ಅವಳನ್ನೇ ದುರುದುರು ನೋಡುತ್ತಾ

"ಗೋ ಟು ಹೆಲ್" ಎಂದು ಕೆಳಗಿಳಿಯತೊಡಗಿದ ಸುದೀಪ.

ಹಾಲಿನಲ್ಲಿ ಎಲ್ಲರೂ ಸೇರಿದ್ದರು. ಬಸವನ ಹೆಂಡತಿ ಅತಿಥಿಗಳ ಬೇಕು-ಬೇಡಗಳನ್ನು ನೋಡಿಕೊಳುತ್ತಿದ್ದಳು. ಲಘು ಉಪಹಾರದ ನಂತರ ಎಲ್ಲರೂ ಎಸ್ಟೇಟ್ ನೋಡಲು ಹೊರಟರು. ಮೊದಲಿನಂತೆ ಸುದೀಪ, ವಿನೋದ್ ಜ್ಯೋತಿ, ಇಂಚರ ಹಾಗೂ ಅನುಪಮಾ ಮಾರುತಿಯಲ್ಲಿ ಹೊರಟರೆ, ರಘು, ಸೋಮಯ್ಯ, ಕುಶಾಲಪ್ಪ ಬೋಜವ್ವ ಹಾಗೂ ಗಂಗವ್ವನವರ ಸಹೋದರ, ಬೋಪಯ್ಯ, ಫೋರ್ಡನಲ್ಲಿ ಕುಳಿತರು.

ಗಂಗವ್ವನವರ ಕೋಪವಿನ್ನೂ ಆರದ ಕಾರಣ ಅವರು ಬಂದಿರಲಿಲ್ಲ. ಅವರಿಗೆ ಜೊತೆಯಾಗಿ ಉಳಿದಿದ್ದರು ಬೋಪಯ್ಯನವರ ಮಡದಿ ರತಿ.

೨೫ ಎಕರೆ ಟೀ ಎಸ್ಟೇಟನ್ನು ಸುತ್ತಿ ಬರುವಲ್ಲಿ ಊಟ ರೆಡಿಯಾಗಿತ್ತು. ಟೀ ಎಸ್ಟೇಟಿನ ನೇರ ಬಿಸಿಲಿನಲ್ಲಿ ಬಳಲಿದ ಹಿರಿಯರು ಊಟ ಮುಗಿಸಿ ವಿಶ್ರಾಂತಿಗೆ ಹೊರಟರು.

ತೂಕಡಿಸುತ್ತಿದ್ದ ಇಂಚರಳನ್ನು ಮಡಿಲಿನಲ್ಲಿ ಹಾಕಿಕೊಂಡು ತಟ್ಟತೊಡಗಿದಳು ಅನುಪಮಾ.

"ಏನತ್ತಿಗೆ ಈಗಿನಿಂದಲೇ ಟ್ರೈನಿಂಗಾ? ಬಹಳ ಒಳ್ಳೆಯದು. ಆದರೆ ಸುದೀ ನನ್ನ ಬೈಕೊತಾನೆ. ಬೆಳಿಗ್ಗೆ ನಿಮ್ಮ ಪ್ರೇಮಪೂಜೆ ಬೇರೆ ಕೆಡಿಸಿದ್ದೀನಿ . ಅವಳನ್ನು ರಾಘಣ್ಣನ ಹತ್ತಿರ ಕೊಡಿ. ಹಾಗೆ ಒಂದು ರೌಂಡ್ ಹೋಗಿ ಬರೋಣ."

"ನೀವು ಹೋಗಿ ಬನ್ನಿ. ನಾನು ಪುಟ್ಟೀನ ಮಲಗಿಸ್ತೇನೆ . " ಅವಳಿಗೆ ಅವರೊಡನೆ ಹೋಗಲು ಸುತರಾಂ ಇಷ್ಟವಿರಲಿಲ್ಲ. ಜೊತೆಗೆ ಅವಳಿಗೆ ಬಸವನೊಡನೆ ಮಾತನಾಡುವುದೂ ಇತ್ತು. ಅವನು ಪದೇಪದೇ ತನ್ನನ್ನು ನಿಲ್ಕಿಸುತ್ತಿರುವುದು ಸೂಕ್ಷ್ಮಮತಿಯಾದ ಅನುಪಮಳಿಗೆ ತಿಳಿಯದೆ ಹೋಗಲಿಲ್ಲ

"ಈಗ ಹೋಗ್ತಾ ಇರೋದು ಎಸ್ಟೇಟ್ ನೋಡೋಕಲ್ಲ.. ಇಲ್ಲಿರೋ ಒಳ್ಳೊಳ್ಳೆ ಲವ್ವರ್ ಸ್ಪಾಟ್ಸ್‌ಗಳನ್ನ ತೋರಿಸ್ತೀನಿ. ನೀವು ಹನಿಮೂನಿಗೆ ಬಂದಾಗ ಒಳ್ಳೆ ಯೂಸ್ ಆಗುತ್ತೆ." ಅವಳು ಕಣ್ಣು ಮಿಟುಕಿಸಿ ನಕ್ಕಳು.

ಅವಳು ಕಣ್ಣು ಮಿಟುಕಿಸಿ ನಕ್ಕ ರೀತಿ ರಘುವನ್ನು ನೆನಪಿಸಿತು. ರಘು ಹೀಗೆ... ಹಿಂದೆಲ್ಲಾ ಪ್ರತಿಯೊಂದು ಮಾತಿಗೂ ಏನಾದರೂ ಜೋಡಿಸಿ ಮಾತನಾಡುತ್ತಿದ್ದ. ಆ ನುಡಿಗಳೆಲ್ಲಾ ಅವಳ ಎದೆಯಲ್ಲಿ ಭದ್ರವಾಗಿ ಕುಳಿತಿದ್ದವು. ಅವಳ ಮುಖವನ್ನೇ ನೋಡಿದಳು.

" ರಾಘಣ್ಣ....." ರಘುವನ್ನು ಕರೆದು ಮತ್ತೆ ಅನುಪಮಳತ್ತ ತಿರುಗಿದಳು. "ನೋಡಿ ಲವರ್ ಸ್ಪಾಟ್ ಅಂದಾಕ್ಷಣ ಸುಮ್ಮನಾಗಿ ಬಿಟ್ರಿ." ಪುನಃ ಅನುಪಮಳನ್ನು ಭೇದಿಸಿದಳು ಜ್ಯೋತಿ.

"ಏನು ಜ್ಯೋತಿ?" ಎನ್ನುತ್ತ ಬಂದ ರಘು

"ಪುಟ್ಟಿ ನಿದ್ದೆ ಮಾಡ್ತಾ ಇದ್ದಾಳೆ. ಸ್ವಲ್ಪ ಎತ್ಕೊಂಡೊಗಿ ಮಲಗಿಸಿಬಿಡ್ತೀಯಾ? ನಾನು ಅತ್ತಿಗೆಗೆ ಇಲ್ಲಿರೋ ಲವ್ವರ್ಸ್ ಸ್ಪಾಟ್ಸ್‌ಗಳನ್ನು ತೋರಿಸಿಕೊಂಡು ಬರ್ತೀನಿ." ಎಂದು ಹೊರಗಡೆ ಸಿಗರೇಟು ಸೇದುತ್ತಿದ್ದ ಸುದೀಪ ಹಾಗೂ ವಿನೋದನ ಹತ್ತಿರ ನಡೆದಳು ಜ್ಯೋತಿ

ಮಾತಾಡದೆ ಮಗುವನ್ನು ಎತ್ತಿಕೊಳ್ಳಲು ಬಾಗಿದ ರಘು. ರಘುವಿನ ಬಿಸಿಯುಸಿರು ಅವಳ ಕೆನ್ನೆಗೆ ಸೋಕಿದಾಗ ತರಗಲೆಯಂತೆ ಕಂಪಿಸಿದಳು ಅನುಪಮಾ. ಮಡಿಲಿನಲ್ಲಿ ಮಲಗಿದ್ದ ಮಗುವನ್ನು ಗಡಿಬಿಡಿಯಿಂದ ಎತ್ತಿಕೊಡಲು ಪ್ರಯತ್ನಿಸಿದಳು. ಅವಳ ಗಡಿಬಿಡಿಗೆ ಮಗು ಜಾರುತಿದೆ ಎನಿಸಿ, ತಟ್ಟನೆ ಅವಳ ತೋಳುಗಳ ಕೆಳಗೆ ಕೈಯನ್ನು ಹಾಕಿ ಮಗುವನ್ನು ಜಾರದಂತೆ ಹಿಡಿದುಕೊಂಡ ರಘು.

"ನೀನವಳನ್ನ ಬಿಡು. ನಾನು ಎತ್ಕೋತೀನಿ." ಅವಳ ಮುಖ ನೋಡದೆ ಹೇಳಿದ.

ಮೂರು ವರ್ಷದ ಮಗು ವಯಸ್ಸಿಗೆ ಮೀರಿದ ಬೆಳವಣಿಗೆಯೊಂದಿಗೆ ಆರೋಗ್ಯವಾಗಿದ್ದು ಬಹಳ ಭಾರವಾಗಿತ್ತು. ಆದರೆ ರಘುವಿಗೆ ಅವಳನ್ನು ಎತ್ತಿಕೊಳ್ಳುವುದು ಕಷ್ಟದ ಕೆಲಸವಲ್ಲದಿದ್ದರೂ ಅನುಪಮಾಳ ಮಡಿಲಿನಿಂದ ಎತ್ತಿಕೊಳ್ಳುವುದು ಪ್ರಯಾಸದ ಕೆಲಸ.

ನಿದ್ರಿಸಿದ ಮಗುವಿನ ತಲೆಯ ಕೆಳಗೆ ಕೈ ಹಾಕಿ ಎತ್ತಿಕೊಳ್ಳತೊಡಗಿದ ರಘು.

ಎಷ್ಟೋ ದಿನಗಳ ನಂತರ ಅತ್ಯಂತ ಸನಿಹದಲ್ಲಿದ್ದ ರಘುವಿನ ಮುಖವನ್ನು ನೋಡಿದಳು ಅನುಪಮಾ. ಮರುಕ್ಷಣ ಅವಳು ಪರವಶಳಾದಳು. ತಾನೇನು ಮಾಡುತ್ತಿದ್ದೇನೆ ಎಂಬುದನ್ನು ಮರೆತು ತನ್ನ ಎಡಗೈಯಿಂದ ಅವನ ಬಲಗೆನ್ನೆ ಹಿಡಿದು ಅವನ ಎಡಗೆನ್ನೆಗೆ ತುಟಿಯನ್ನೊತ್ತಿಬಿಟ್ಟಳು.

ದಿಗ್ಭ್ರಾಂತನಾದ ರಘು ಹಾರಿಬಿದ್ದ. ಬಿಟ್ಟ ಕಂಗಳಿಂದ ಅವಳನ್ನೇ ನೋಡಿದ. ಅವಳ ಕಂಗಳು ಅಪಾರ ಒಲುಮೆಯಿಂದ ಥಳಥಳಿಸುತ್ತಿದ್ದವು. ಅವಳು ಕನಸಿನಲ್ಲದಂತೆ ತೋರಿ ಬಂತು. ಅವನ ಬೆರಳುಗಳು ತನ್ನ ಎಡಗೆನ್ನೆಯ

ಮೇಲಾಡಿದಾಗ, ಕೆನ್ನೆಯ ಮೇಲಿದ್ದ ಅವಳ ತುಟಿಗಳ ಮಾರ್ದವತೆಗೆ ಅವನು ಥರಥರ ಕಂಪಿಸಿದ. ಇನ್ನೊಂದು ಕ್ಷಣವೂ ಅಲ್ಲಿ ನಿಲ್ಲಲಾಗದೆ ದಢದಢ ಹೊರನಡೆದುಬಿಟ್ಟ.

"ಅತ್ತಿಗೆ..... ಅತ್ತಿಗೆ.. ಇದೇನು ಪುಟ್ಟನ ಕೊಟ್ಟು ಬನ್ನಿ ಅಂದ್ರೆ ಹೀಗೆ ಕೂತಿದ್ದೀರಾ?" ಜ್ಯೋತಿ ಅವಳನ್ನು ಅಲ್ಲಾಡಿಸಿದಾಗಲೇ ಅವಳಿಗೆ ಎಚ್ಚರ.

"ಹಾಂ .. ಅವರೆಲ್ಲಿ?" ಅವಳು ಕನವರಿಸಿದಾಗ ತಲೆಚಚ್ಚಿಕೊಂಡಳು ಜ್ಯೋತಿ.

"ಸರಿ ಹೊಯ್ತು... ನಿಮ್ಮ ಈ ಅವಾಂತರ ನೋಡಿನೆ ರಾಘಣ್ಣನಿಗಿಂತ ಮುಂಚೆ ನಿಮ್ಮ ಮದುವೆ ಇಟ್ಟಿದ್ದಾರೆ" ಮಗುವನ್ನು ಎತ್ತಿಕೊಳುತ್ತಾ ಹೇಳಿದಾಗ ಅನುಪಮಾಳ ಮುಖದಲ್ಲಿದ್ದ ಬೆಳಕು ಆರಿ ಹೋಯಿತು.

ಅನುಪಮಾಳ ಚುಂಬನದಿಂದ ರಘುವಿನ ಮನಸ್ಥಿತಿ ಇನ್ನಷ್ಟು ಹದಗೆಟ್ಟು ಹೋಯಿತು. ಹೃದಯದ ದಾವಾನಲದ ಜೊತೆಗೆ ಚಂಡಮಾರುತವೂ ಸೇರಿಕೊಂಡು ಅವನನ್ನು ಝರ್ಜರಿತಗೊಳಿಸಿತು. ಏಕೆ ಹಾಗೆ ಮಾಡಿದಳು ಅನುಪಮಾ? ಅವನ ಕೈ ಮತ್ತೆ ಮತ್ತೆ ಕೆನ್ನೆಯ ಮೇಲೆ ಹರಿಯಿತು.

ಹಿಂದೆಂದೂ ಅವಳು ಹೇಗೆ ವರ್ತಿಸಿರಲಿಲ್ಲ. ಬೇಕೆಂದೇ ನನ್ನನ್ನು ರೊಚ್ಚಿಗೆಬ್ಬಿಸುತಿದ್ದಾಳೆ. ಬೇಕೆಂದೇ ಅವಳು ಹಾಗೆ ಮಾಡಿದ್ದಾಳೆ. ಹೌದು ನಾನವಳನ್ನು ಪ್ರೀತಿಸುತ್ತಿರುವುದು ಅವಳಿಗೆ ಚೆನ್ನಾಗಿ ಗೊತ್ತು. ಅದಕ್ಕೆ ನನ್ನನ್ನು ಆಟವಾಡಿಸುತ್ತಿದ್ದಾಳೆ. ನಾನವಳನ್ನು ನಿರಾಕರಿಸಿದಕ್ಕೆ ನನ್ನ ಚಿತ್ರವಧೆ ಮಾಡುತ್ತಿದ್ದಾಳೆ. ಸುದೀಪನೊಂದಿಗೆ ನಿಶ್ಚಿತಾರ್ಥದ ನಂತರ ನನ್ನನ್ನು ಚುಂಬಿಸುವುದು ಎಂದರೇನು?"

ರಘುವಿನ ಹಾಳಾದ ಮನಸ್ಥಿತಿ ಅನುಪಮಳ ನಿಷ್ಕಳಂಕ ಪ್ರೇಮವನ್ನೂ ಸಹ ದ್ವೇಷಿಸುವಂತೆ ಮಾಡಿತು. ದಾರಿತೋರಿದ ಕಡೆ ಹೆಜ್ಜೆ ಹಾಕಿದ ರಘು. ಎಷ್ಟು ಹೊತ್ತು ಹಾಗೆ ನಡೆದನೋ, ಅವನಿಗೇ ತಿಳಿಯದು. ಹಾಗೆ ನಡೆಯುತ್ತಾ ಇದ್ದಕ್ಕಿದ್ದಂತೆ ತನಗೆದುರಾದ ದೃಶ್ಯವನ್ನು ನೋಡಿ ಕಲ್ಲಾಗಿ ಹೋದ ರಘು.

ಅವನಿಗೆ ಎದುರಾಗಿದ್ದ ವಿಶಾಲವಾದ ಮರದ ಬುಡಕ್ಕೊರಗಿ ಅನುಪಮಾ ಮತ್ತು ಸುದೀಪ ಕುಳಿತಿದ್ದಾರೆ. ಅವಳ ಭುಜದ ಸುತ್ತ ಕೈ ಹಾಕಿದ ಸುದೀಪ ಅವಳ ಚಿಗುರು ಬೆರಳುಗಳಿಗೆ ತನ್ನ ಬೆರಳನ್ನು ಬೆಸೆದು ತುಟಿಗೊತ್ತಿಕೊಳುತ್ತಿದ್ದಾನೆ.

"ಓ ಬನ್ನಿ ಭಾವ." ಪಕ್ಕದಲ್ಲೇ, ಜ್ಯೋತಿಯ ಮಡಿಲಿನಲ್ಲಿ ಪವಡಿಸಿದ್ದ ವಿನೋದ್ ರಘುವನ್ನು ನೋಡಿ ಎದ್ದು ಕುಳಿತ.

ಪರಿಸ್ಥಿತಿಯನ್ನು ಅರಗಿಸಿಕೊಳ್ಳುವ ಪ್ರಯತ್ನದಲ್ಲಿ ರಘು ನಿಧಾನವಾಗಿ ಅವರತ್ತ ತಿರುಗಿದ.

"ಬನ್ನಿ ಕೂತ್ಕೊಳ್ಳಿ, ನೀವು ಯಾವ ಕಡೆ ಹೋಗಿದ್ರಿ? ಕಾಣಲೇ ಇಲ್ವಲ್ಲ?"

"ನಾನು ಸುಮ್ಮನೆ ಹೀಗೆ ..." ಅರ್ಧಂಬರ್ಧ ತೊದಲಿದ ರಘು ಅವನ ನೋಟ ಪುನಃ ಸುದೀಪನತ್ತ ಹರಿಯಿತು.

ರಘು ಬಂದು ಎರಡು ನಿಮಿಷವಾದರೂ ಅನುಪಮಳಿಂದ ದೂರ ಸರಿಯುವ ತೊಂದರೆ ತೆಗೆದುಕೊಳ್ಳಲಿಲ್ಲ ಸುದೀಪ. ಅವನು ಅನುಪಮಾಳ ಚಿಗುರು ಬೆರಳುಗಳ ಸೊಬಗನ್ನು ಆಸ್ವಾದಿಸುತ್ತಿದ್ದ.

"ಬಾ ರಾಘಣ್ಣ ಕುತ್ಕೋ." ಜ್ಯೋತಿಯಾ ಕರೆದಳು

"ಇಲ್ಲ ನಾನ್ಯಾಕಿಲ್ಲ .. ಶಿವಪೂಜೆಯಲ್ಲಿ.. ಎಂಜಾಯ್ ಯುವರ್ಸೇಲ್ಪ.. ಆರು ಘಂಟೆಗೆ ಊರಿಗೆ ಹೋಗಬೇಕು ಇಕ್ಕೆಲ್ಲ ಬಂದುಬಿಡಿ.." ಎನ್ನುತ್ತಾ ದಾಪುಗಾಲು ಹಾಕುತ್ತ ನಡೆದುಬಿಟ್ಟ.

ರಘುವಿನ ಪರಿಸ್ಥಿತಿ ಚಿಂತಾಜನಕವಾಗಿತ್ತು. ನೇರವಾಗಿ ಹೋಗಿ ಯಾವುದಾದರು ಬೆಟ್ಟದಿಂದ ಕೆಳಗೆ ಬಿದ್ದು ಬಿಡಬೇಕೆನಿಸಿತು.

ಬೇಡಬೇಡವೆಂದರೂ ಅನುಪಮಾಳ ಭುಜವನ್ನು ಬಳಸಿದ ಸುದೀಪನೇ ಕಾಣಿಸುತ್ತಿದ್ದ. ಎಂಥ ನಿರ್ಲಕ್ಷ್ಯ ತನ್ನನ್ನು ನೋಡಿಯೂ ಒಂದಿಷ್ಟೂ ಕದಲದೆ ಅನುಪಮಳ ಬೆರಳನ್ನು ತುಟಿಗೊತ್ತಿಕೊಳ್ಳುತ್ತಿದ್ದ. ಏನೆಂದು ಕೊಂಡಿದ್ದಾನವನು? ಅವನ ಮೇಲಿನ ಕನಿಕರದಿಂದ ನಾನವನಿಗೆ ಅನುಪಮಳನ್ನು ದಾನ ಮಾಡಿದ್ದೇನೆ. ಇಲ್ಲದಿದ್ದರೆ ಅನುಪಮ ಇಂದು ನನ್ನ ಬಾಹುಗಳಲ್ಲಿರುತ್ತಿದ್ದಳು. ಎಂಥಾ ಅಯೋಗ್ಯ..... ತಾನೇ ನರಕಯಾತನೆಯನ್ನು ಹೇಗೆ ಸಹಿಸಲಿ?

ತನ್ನಲೇಳುತಿರುವ ಬೆಂಕಿಯಲ್ಲಿ ಉರಿದು ಭಸ್ಮವಾಗಿ ಹೋಗುತ್ತಿದ್ದೇನೆ ಎನಿಸಿತು ರಘುವಿಗೆ. ಬೊಬ್ಬಿಡುತಿದ್ದ ಎದೆಯನ್ನೊತ್ತಿಕೊಂಡು ಸೀದಾ ಬಂಗಲೆಗೆ ಬಂದು ತನ್ನ ಕೋಣೆಯಲ್ಲಿ ಕುಸಿದ.

ಸಮಯ ಐದನ್ನು ಸಮೀಪಿಸಿದಾಗ ಜ್ಯೋತಿ ರಘುವಿನ ಕೋಣೆಯ ಬಾಗಿಲನ್ನು ಬಡಿದಳು.

'ನಾನಿಲ್ಲಿಗೆ ಬರಲೇ ಬಾರದಿತ್ತು. ರಂಗಣ್ಣನ ಜೊತೆಯಲ್ಲಿ ಇವರನ್ನು ಕಳಿಸಿ ಬಿಡಬೇಕಿತ್ತು. ಅಥವಾ ಅವನನ್ನು ಜೊತೆಯಲ್ಲಿ ಕರೆತಂದಿದ್ದರೆ, ನಾನಿಲ್ಲೇ ಒಂದೆರಡು ವಾರ ಉಳಿಯಬಹುದಾಗಿತ್ತು. ಹಾಳಾದವ ಸರಿಯಾದ ಸಮಯಕ್ಕೆ ಎಲ್ಲಿ ಹೊರಟು ಹೋಗಿದ್ದನೋ.. ಸಿಡಿಮಿಡಿಗೊಳ್ಳುತ್ತಲೆ ಬಾಗಿಲು ತೆರೆದ ರಘು.

"ರಾಘಣ್ಣ ಇನ್ನು ಹೊತ್ತಾಗುತ್ತೆ. ಕಾಫಿ ಕುಡಿದು ಹೊರಟು ಬಿಡೋಣ."

"ಸರಿ ನಾನು ಮುಖ ತೊಳೆದು ಬರ್ತೇನಿ. ನೀ ಹೋಗು." ಬಂದವಳನ್ನು ಕಳಿಸಿ ರಘು ಮುಖ ತೊಳೆದು ಬಂದಾಗ ಎಲ್ಲರೂ ಹಾಲಿನಲ್ಲೇ ಇದ್ದರು. ಆದರೆ ಅನುಪಮ ಅಲ್ಲಿ ಇಲ್ಲದ್ದು ಅವನಿಗೆ ಸ್ವಲ್ಪ ಸಮಾಧಾನ ತಂದಿತು.

ಬರೀ ಕಾಫಿ ಮಾತ್ರ ಕುಡಿದ ಅನುಪಮ ಹೂದೋಟದಲ್ಲಿ ಗಿಡಗಳಿಗೆ ನೀರನ್ನುಣಿಸುತ್ತಿದ್ದ ಬಸವನತ್ತ ಹೆಜ್ಜೆ ಹಾಕಿದಳು. ಬಸವ ಅವಳನ್ನು ನೋಡಿಯೂ ನೋಡದವನಂತೆ ತನ್ನ ಕೆಲಸ ಮುಂದುವರಿಸಿದ.

"ಇಲ್ಲಿ ಹೂಗಿಡಗಳನ್ನು ನೀನೇ ನೋಡಿಕೊಳ್ಳೋದ?" ತಾನೇ ಅವನನ್ನು ಮಾತಾಡಿಸಿದಲು ಅನುಪಮ

"ಹೌದು." ಚುಟುಕಾಗಿ ನುಡಿದ ಬಸವ

"ರಘುಗೆ ಹೂಗಳೆಂದ್ರೆ ಪ್ರಾಣ. ಆ ಮನೆ ಮುಂದೆನೂ ಎಷ್ಟೊಂದು ಗಿಡಗಳನ್ನು ಬೆಳೆಸಿದ್ದಾರೆ. ನೀನವರ ಗಿಡಗಳನ್ನು ಚೆನ್ನಾಗಿ ನೋಡಿಕೊಂಡಿದ್ದಿಯ." ಅವಳು ಗುಲಾಬಿಯೊಂದನ್ನು ಸವರುತ್ತ ಹಾರ್ದಿಕವಾಗಿ ನುಡಿದಾಗ, ಮತ್ತೊಮ್ಮೆ ಅನುಪಮಳನ್ನು ಅಡಿಯಿಂದ ಮುಡಿಯವರೆಗೆ ನೋಡಿದ ಬಸವ.

ತಾನು ನಿತ್ಯ ದೀಪ ಹಚ್ಚಿ ಕೈಮುಗಿಯುತ್ತಿದ್ದ ದೇವತೆಯನ್ನು ಸಾಕ್ಷಾತ್ ನೋಡಿದಂತೆನಿಸಿತು. ಮುಖದಲ್ಲಿಯೂ ಅದೇ ನಿರ್ಮಲ, ಶಾಂತ ತೇಜಸ್ಸು. ಅವಳ ಉಡುಗೆ ತೊಡುಗೆಯೂ ಸರಳ ಸೌಮ್ಯವಾಗಿತ್ತು.

ಜ್ಯೋತಿ ಹೊಸಿಲನ್ನು ದಾಟಬೇಕಾದರೆ ತಾನು ಉಟ್ಟಿರುವ ಸೀರೆಗೆ ಸರಿಹೊಂದುವಂತೆ ಅಡಿಯಿಂದ ಮುಡಿಯವರೆಗೆ ಒಡವೆಗಳನ್ನು ತೊಟ್ಟೆ ಹೊರ ಹೋಗುತ್ತಿದ್ದುದು. ಗಂಗವ್ವನವರು, ಮನೆಯಲ್ಲಿರಬೇಕಾದರೂ ಸಹ ಮಾಂಗಲ್ಯದೊಂದಿಗೆ ನಾಲ್ಕೆಳ ಚೈನ್, ವಜ್ರದ ಮೂಗುತಿ, ಓಲೆ, ಎರಡೂ ಕೈಗಳಿಗೂ ನಾಲ್ಕಾರು ಬಂಗಾರದ ಬಳೆಗಳಿಲ್ಲದೆ ಇರುತ್ತಿರಲಿಲ್ಲ.

ಆದರೆ ಇಷ್ಟೊಂದು ಐಶ್ವರ್ಯಕ್ಕೆ ಒಡತಿಯಾಗಿ ಬರುತ್ತಿರುವ ಸಾಧಾರಣ ಕುಟುಂಬದ ಹುಡುಗಿ, ಕೊರಳಲ್ಲಿ ಒಂದೆಳ ಚಿನ್ನದ ಚೈನು, ಓಲೆ, ಸುದೀಪ ತೊಡಿಸಿದ ಉಂಗುರದ ಹೊರತು ಬೇರೆ ಏನೂ ಧರಿಸಿರಲಿಲ್ಲ.

ಸೀರೆಯೂ ಅಷ್ಟೇ. ರೇಷ್ಮೆ ಸೀರೆಯೆ ಆಗಿದ್ದರೂ, ಯಾವುದೇ ಆಡಂಬರವಿಲ್ಲದ ಒಂದಿಚು ಜರಿಯಿದ್ದ ಸರಳವಾದ ಮುಗಿಲು ವರ್ಣದ ಸೀರೆ. ರಾಘಣ್ಣನಿಗೆ ಸರಿಯಾದ ಜೋಡಿ. ಆದರೆ ಸುದೀಪಣ್ಣನ ಮೆಚ್ಚಿದ್ದು ಹೇಗೆ? ಚಿಂತಿಸುತ್ತಲೇ ಅವಳ ಪ್ರಶ್ನೆಗಳಿಗೆ ಉತ್ತರಿಸುತ್ತಿದ್ದ ಬಸವ.

"ಇಲ್ಲಿ ಕಾಡಾನೆಗಳ ಹಾವಳಿ ತುಂಬಾನಾ?" ವಿಷಯಕ್ಕೆ ಬರುತ್ತಾ ಕೇಳಿದಲು ಅನುಪಮಾ

"ಹೌದವ್ವ.. ಆಗಾಗ ನುಗ್ಗಿಬಿಡ್ತಾವೆ. ಈಚೀಚೆ ಕಮ್ಮಿ ಆಗದೆ. ಆಗಾಗ ನಾವು ಸುಮ್ಮೆ ಗುಂಡು ಸಿಡಿಸೋದ್ರಿಂದ ಈ ಕಡೆ ಬರೋಕೆ ಹೆದರ್ತಾವೆ."

"ಈ ಸಲನೂ ಕಾಡಾನೆ ನುಗ್ಗಿತ್ತಾ?"

"ಇಲ್ಲವ್ವ ಈ ಸಲ ಇಲ್ಲ. ಒಂದ್ ವರ್ಷದ ಇಂದ ಅದೂ ಆ ಕೂನೇಲಿ."

"ಹಾಗಾದ್ರೆ ಈ ಸಲ ಹೂವಿನ ತೋಟ ಹಾಳು ಮಾಡಿಲ್ವಾ?"

"ಇಲ್ಲವ್ವ ಈಟೊಂದು ದೂರ ಅವು ಬರಾಂಗಿಲ್ಲ."

ಅನುಪಮಾ ಅವನ ಮಾತನ್ನು ಕೇಳಿ ವಿಚಾರಮಗ್ನಳಾದಲು. ಅವಳನ್ನು ಕುರಿತು ಬಸವ ಮೆಲ್ಲನೆ ಹೇಳಿದ

"ಅವ್ವ ನಮ್ಮ ರಾಘಣ್ಣ ತುಂಬಾ ಒಳ್ಳೆವ್ರು. ದ್ಯಾವರಂತ ಮನುಸ್ಸು."

"ಯಾರಿಲ್ಲಾಂದ್ರು.. ಅವರು ಸಾಕ್ಷಾತ್ ದೇವದೂತನೆ." ಮೆಲುನಕ್ಕಳು ಅನುಪಮ್ಮ

"ಮತ್ತೆ... ಮತ್ತೆ ನೀವ್ ಅವರಿಗೆ ಅನ್ಯಾಯ ಮಾಡಬಾರದಿತ್ತವ್ವ. ಸುದೀಪಣ್ಣನೂ ಒಳ್ಳೆಯವರೇ ಇರಬಹುದು. ಆದರೆ ರಾಘಣ್ಣನಿಗೆ ಈ ಪಾಟಿ ಮೋಸ ಮಾಡ್ಬಾರ್ದಿತ್ತು. ನೀವವರನ್ನ ಲಗ್ನ ಆಗಲ್ಲ ಅಂದಿದ್ದಕ್ಕೆ ಯಾ ಪಾಟಿ ಕಣ್ಣೀರಾಕೋರೆ ಗೊತ್ತಾವ್ವ? ಎರಡು ತಿಂಗ್ಳು, ಇದೇ ಕೈಲಿ ಅವರಿಗೆ ಉಣ್ಣಿಸೋ ಒತ್ತೆ ಸಾಕಾಗಿ ಬಿಟ್ಟೆ. ಆಯಪ್ಪನ ಕೈಕಾಲಿಡಿದು ಉಣ್ಣಿಸೋದ್ರಲ್ಲಿ ನನ್ನ ಜೀವ ಬಿದ್ದೋಗದವ್ವ. ನಾನವರನ್ನು ಉಳಿಸಿಕೊಂಡಿನವ್ವ ... ಉಳಿಸಿಕೊಂಡಿನಿ " ಅವನು ಗದ್ಗದಿತನಾಗಿ ನುಡಿದಾಗ

"ನಾನವರನ್ನು ಮದುವೆಯಾಗೋಕೊಪ್ಪಿಲ್ಲಾಂತ ನಿಂಗೆ ಯಾರು ಹೇಳಿದ್ರು?" ನಡುಗುವ ಸ್ವರದಲ್ಲಿ ಕೇಳಿದಳು ಅನುಪಮ

"ಅಪ್ಪಯ್ಯ.... ನಮ್ಮಪ್ಪಯ್ಯ ಬರೋಕೆ ಮುಂಚೆ ನಂಗಿ ಇಸ್ಯ ಗೊತ್ತಿರ್ನಿಲ್ಲ. ಹೋದ್ ದಪ ನಮ್ಮಪ್ಪಯ್ಯ ಬಂದಾಗ ನಿಮಿಸ್ಯಾನೆಲ್ಲ ಯೋಳಿದ್ರು. ಸುದೀಪಣ್ಣ ಸಿಕ್ತ ಇದ್ದಂಗೆ ನೀವ್ರು ರಾಘಣ್ಣನ ಕೈ ಬಿಟ್ಟು ಬಿಟ್ರಂತೆ. ಸುದೀಪಣ್ಣ, ರಾಘಣ್ಣಂಗಿಂತ ನೋಡೋಕೆ ಸಂದಾಗಿದ್ದಾರೆ ದಿಟ ಆದ್ರೆ. ರಾಘಣ್ಣನ ಗುಣಕ್ಕೆ ಸುದೀಪಣ್ಣ ಗುಲಗಂಜಿ ಸಮಯಿಲ್ಲವ್ವ. ರಾಘಣ್ಣನ ಕಣ್ಣೀರು ನಿಮ್ಮನ್ನ ಸುಮ್ಮೆ ಬಿಡಾಕಿಲ್ಲ. ದೇವ್ಯಾಣೆ ನೀವ್ರು ಉದ್ದಾರಾಗಲ್ಲ ಹಾಳಾಗಿ ಹೋಗ್ತೀರಿ.." ಅವನು ಕಣ್ಣೀರು ಒರೆಸಿಕೊಳ್ಳುತ್ತಾ ನಡೆದು ಬಿಟ್ಟಾಗ ಗುಲಾಬಿಯ ಮುಳ್ಳು ಚುಚ್ಚಿ ರಕ್ತ ಒಸರುತ್ತಿದ್ದ ತನ್ನ ಬೆರಳನ್ನು ಮರೆತು ಶಿಲೆಯಾದಳು ಅನುಪಮಾ.

****

ತಾಯಿಗೆ ಊಟಕ್ಕೆ ಸರಿಯಾಗಿ ಬರುವುದಾಗಿ ರಘು ಹೇಳಿದ್ದರೂ ಅವನು ಮನೆಯತ್ತ ಹೆಜ್ಜೆ ಹಾಕಿದ್ದು ಮೂರು ಘಂಟೆಯ ನಂತರ.

ಊಟಕ್ಕೆ ಸರಿಯಾದ ಸಮಯಕ್ಕೆ ಹೋದರೆ ಮತ್ತೆ ಸುದೀಪ, ಅನುಪಮಳೊಡನೆ ಊಟಕ್ಕೆ ಕೂರಬೇಕೆಂದು ಅವನಿಗೆ ತಿಳಿದಿತ್ತು. ಬೆಳಿಗ್ಗೆಯೇ ತನ್ನ ಮನೆಗೆ ಹೊರಟಿದ್ದ ಅನುಪಮಳನ್ನು ಜ್ಯೋತಿ ಅಷ್ಟೇ ಅಲ್ಲದೆ ಸೋಮಯ್ಯನವರೂ ಸಹ ಅಂದು ದಿನ ಚೆನ್ನಾಗಿದೆ ಎಂದು, ಸಂಜೆ ಅವಳ ಕೈಯಲ್ಲೊಂದು ಚಿಕ್ಕ ಪೂಜೆ ಮಾಡಿಸಬೇಕೆಂದು ಹೇಳಿದ್ದರಿಂದ ಅವಳಲ್ಲೇ ಉಳಿದಿದ್ದಳು.

ಈ ಹೊತ್ತಿಗೆ ಎಲ್ಲರೂ ಊಟ ಮುಗಿಸಿ ತಮ್ಮ ಕೋಣೆಯನ್ನು ಸೇರಿರುತ್ತಾರೆ ಎಂದುಕೊಳುತ್ತ ಮನೆಯತ್ತ ಹೊರಟ ರಘು.

ಅವನು ಎಣಿಸಿದಂತೆ ಊಟ ಮುಗಿಸಿ ಎಲ್ಲರೂ ಮಧ್ಯಾಹ್ನ ವಿಶ್ರಾಂತಿಗಾಗಿ ತಮ್ಮ ಕೋಣೆಗೆ ನಡೆದಿದ್ದು ನಿಜ. ಆದರೆ ಅವನು ಯಾರನ್ನು ನೋಡಬಾರದೆಂದುಕೊಂಡಿದ್ದನೋ, ಅವಳೇ ಹಾಲಿನಲ್ಲಿ ಮ್ಯಾಗಜಿನೊಂದನ್ನು ಹಿಡಿದು ಕುಳಿತಿದ್ದಳು. ಅಲ್ಲದ ಟೇಪಿಯೂ ತನ್ನಪಾಡಿಗೆ ಹಾಡಕೊಳ್ಳುತ್ತಿತ್ತು.

ಬೆಳಿಗ್ಗೆ ಹನ್ನೊಂದು ಘಂಟೆಗೆ ಯಾವುದೋ ಮುಖ್ಯವಾದ ಫೋನ್ ಬಂದಿದ್ದರಿಂದ ಸುದೀಪ ಮಡಿಕೇರಿಗೆ ಹೊರಟುಹೋಗಿದ್ದ. ಊಟದ ನಂತರ ಅನುಪಮಳಿಗೆ ಮಲಗುವ ಅಭ್ಯಾಸವಿಲ್ಲದಿದ್ದರಿಂದ ಟಿವಿ ಆನ್ ಆಗಿದ್ದರೂ ಕೈಯಲ್ಲೊಂದು ಪತ್ರಿಕೆ ಹಿಡಿದು ಕುಳಿತಿದ್ದಳು. ಅವಳ ಮನಸ್ಸು ಹಿಂದಿನ ದಿನ ಬಸವ ಹೇಳಿದ ನುಡಿಗಳನ್ನೇ ಮೆಲುಕು ಹಾಕುತಿತ್ತು. ಅವಳಿಗೆ ರಘು ಊಟಕ್ಕೆ ಬರಬಹುದೆನ್ನುವ ಕಲ್ಪನೆಯಿರಲಿಲ್ಲ.

ಟಿವಿಯಲ್ಲಿ ಕಾರ್ಯಕ್ರಮವಿದ್ದರೂ ಕೈಯಲ್ಲಿ ಪತ್ರಿಕೆ ಹಿಡಿದು ಕುಳಿತಿದ್ದ ಅನುಪಮಳನ್ನು ನೋಡಿ ಸಿಡಿಮಿಡಿಗೊಳುತ್ತ ಟಿವಿ ಆಫ್ ಮಾಡಿದ ರಘು.

"ಮ್ಯಾಗಸಿನ್ ಓದಬೇಕಾದರೆ ಟಿವಿ ಆಫ್ ಮಾಡಕಾಗಲ್ವಾ? ನಿದ್ದೆ ಬಂದರೆ ರೂಮಲ್ಲಿ ಹೋಗಿ ಮಲ್ಕೊಬೇಕು.. ನಾನ್ಸೆನ್ಸ್..." ರಘು ಗದರಿದಾಗ ಬೆಚ್ಚಿ ಅವನತ್ತ ನೋಡಿದಳು ಅನುಪಮಾ

ಅವನು ಶೂ ಬಿಚ್ಚಿ ದುಮುಗುಡುತ್ತಾ ಬಚ್ಚಲಿನತ್ತ ನಡೆದಾಗ ಗಡಬಡಿಸಿ ಎದ್ದ ಅನುಪಮಾ, ಗಂಗವ್ವನವರನ್ನು ಎಚ್ಚರಿಸುವುದು ಬೇಡವೆಂದುಕೊಳುತ್ತಾ ಜ್ಯೋತಿಯ ಕೋಣೆಯತ್ತ ನಡೆದಳು.

"ಏನತ್ತಿಗೆ..." ಬೇಸರದಿಂದಲೇ ಬಂದು ಬಾಗಿಲು ತೆರೆದಳು ಜ್ಯೋತಿ.

"ಜ್ಯೋತಿ ನಿಮ್ಮ ರಾಘಣ್ಣ ಬಂದಿದ್ದಾರೆ. ಅವರಿಗೆ ಸ್ವಲ್ಪ ಬಡಿಸಿ ಬಿಡ್ತೀಯಾ?"

"ಊಟ ಬಡಿಸೋಕೆ ನನ್ನ ಎಬ್ಬಿದ್ರಾ? ಏನತ್ತಿಗೆ ನೀವು. ಎಂಥಾ ನಿದ್ದೆ ಹಾಳು ಮಾಡಿ ಬಿಟ್ರಿ. ಮುಂದೆ ನೀವೇ ಆ ಕೆಲಸ ಮಾಡಬೇಕಲ್ವಾ? ಈಗ್ಲಿಂದನೆ ಪ್ರಾಕ್ಟೀಸ್ ಮಾಡ್ಕೊಳ್ಳಿ". ಅವಳು ಆಕಳಿಸುತ್ತಾ ಒಳನಡೆದು ಬಾಗಿಲು ಹಾಕಿಕೊಂಕೊಂಡಾಗ ವಿಧಿ ಇಲ್ಲದೆ ಕೆಳಗೆ ಬಂದಳು ಅನುಪಮ

ಮುಖ ತೊಳೆದುಬಂದ ರಘುವಿಗೆ ಟೇಬಲ್ ಮುಂದೆ ನಿಂತಿದ್ದ ಅನುಪಮಳನ್ನು ಕಾಣುತ್ತಿದ್ದಂತೆ ವಿನಾಕಾರಣ ಕೋಪ ಉಕ್ಕಿತು. ಅವಳ ಭುಜ ಬಳಸಿದ ಸುದೀಪನ ಚಿತ್ರ ಕಣ್ಮುಂದೆ ಬರುತ್ತಿದ್ದಂತೆ ಅವಳನ್ನು ಇಡಿಯಾಗಿ ಹಿಂಡಿ ಹೀರಿ ಹಿಪ್ಪೆ ಮಾಡಿಬಿಡಬೇಕೆನಿಸಿತು.

ಇದ್ಯಾವುದನ್ನೂ ಅರಿಯದ ಅನುಪಮಾ ಸುಮ್ಮನೆ ಅವನ ತಟ್ಟೆಗೆ ಅನ್ನ ಬಡಿಸಿದಳು.

"ಎಲ್ಲದಕ್ಕೂ ನೀನ್ಯಾಕೆ ಮೂಗು ತೂರಿಸಿಕೊಂಡು ಬರ್ತೀಯಾ? ನಾನೇನು ಸುದೀಪನಾ ನೀನು ನಂಗೆ ಬಡಿಸೋಕೆ?" ವಿನಾಕಾರಣ ರೇಗಿದ

"ಅತ್ತೆ, ಜ್ಯೋತಿ ಎಲ್ಲರೂ ಮಲಗಿದ್ದರು." ಮೆಲ್ಲನೆ ನುಡಿದಳು

"ಅದಕ್ಕೆ ನಂಗೆ ಕೈ ಇಲ್ವೇನೋ.. ನನ್ನ ಕೈಯೇನು ಬಿದ್ದು ಹೋಗಿದ್ಯಾ? ನಂಗೆ ಬಡಿಸಿಕೊಳ್ಳೋಕ್ಕಾಗೊಲ್ವಾ?" ರೇಗಿದ

"ಸಾರಿ.. ನನಗೆ ಗೊತ್ತಾಗ್ಲಿಲ್ಲ" ಮೆಲ್ಲನೆ ಉಸುರಿದಳು

"ನೀನೇನಿಲ್ಲಿ ಇರಬೇಕಾಗಿಲ್ಲ.." ಪುನಃ ಕಿರುಚಿ ಕುರ್ಚಿಯಲ್ಲಿ ಕುಕ್ಕರಿಸಿದ

ಮಾತಾಡದೆ ಅವಳು ತಲೆ ತಗ್ಗಿಸಿ ಹೋಗುವುದರಲ್ಲಿದ್ದಳು

"ಉಪ್ಪಿನಕಾಯಿ ಎಲ್ಲಿ?" ಹೋಗುತ್ತಿದ್ದವಳನ್ನು ಪುನಃ ಕೇಳಿದರು ರಘು

"ಒಳಗಿದೆ ತರಲೇನು?" ರಘುವಿಗೆ ಅದು ಪ್ರಿಯವಲ್ಲವೆಂದು ತಂದಿರಲಿಲ್ಲ ಅನುಪಮಾ

"ಊಟದ ಜೊತೆ ಉಪ್ಪಿನಕಾಯಿ ಇಡಬೇಕಂತಾನೂ ನಿಂಗೆ ಗೊತ್ತಿಲ್ಲಾ? ಅದನ್ನು ನಾನೇ ಹೇಳ್ಬೇಕಾ?" ಪುನಃ ಸಿಡುಕಿದಾಗ ಮಾತಾಡದೆ ಹೋಗಿ ಉಪ್ಪಿನಕಾಯಿ ಭರಣಿಯನ್ನು ತಂದು ಅವನ ಮುಂದಿಟ್ಟಳು.

"ನಾನು ಊಟ ಮಾಡ್ತಾ ಇರೋದು ಕಾಣ್ತಾ ಇಲ್ವಾ? ಎಂಜಲು ಕೈಯಲ್ಲಿ ಹೇಗೆ ಹಾಕ್ಕೋಳ್ಳೋದು?"

ಏಕಿಷ್ಟು ಅಸಹನೆ ರಘು. ನಿಮ್ಮ ತಪ್ಪಿಗೆ ನನಗ್ಯಾಕೆ ಶಿಕ್ಷೆ? ಮನದಲಂದುಕೊಂಡರೂ ತುಟಿಪಿಟಕ್ಕನ್ನದೆ ಎರಡು ಹೋಳು ಉಪ್ಪಿನಕಾಯಿ ಅವನ ತಟ್ಟೆಯ ಅಂಚಿನಲ್ಲಿ ಹಾಕಿದ್ದಳು ಅನುಪಮಾ.

"ಎಷ್ಟೊಂದು ಬಡಿಸಿ ಬಿಟ್ಟಿದ್ದೀಯ. ನಿನ್ನ ಮುಖ ನೋಡಿದ್ರೆ ತಟ್ಟೆಲಿರೋದೆಲ್ಲ ನಿನ್ನ ತಲೆ ಮೇಲೆ ಸುರಿಬೇಕೆನಿಸುತ್ತೆ. ನಿನ್ನ ಆಟನ್ನೆಲ್ಲಾ ಸುದೀಪನ ಹತ್ತ.. ಆ ಸುದೀಪನ ಹತ್ತ ಇಟ್ಟೋ.. ನನ್ನತ್ರ ಏನಾದ್ರೂ ಮತ್ತೊಂದ್ಸಲ ತೋರಿಸಿದ್ರೆ ನಿನ್ನ ಕೊಂದು ಬಿಡ್ತೀನಿ.." ರಘು ಹುಚ್ಚನಂತೆ ಅಬ್ಬರಿಸಿದಾಗ ಅವನು ಕೊನೆಯ ವಾಕ್ಯವನ್ನು ಹೇಳಿದ ಉದ್ದೇಶವೇನೆಂದು ತಿಳಿಯಲಿಲ್ಲ ಅನುಪಮಳಿಗೆ.

ಏಕೆಂದರೆ ಹಿಂದಿನ ದಿನ ಅವಳು ರಘುವನ್ನು ಚುಂಬಿಸಿದ್ದನ್ನು ಮರೆತುಬಿಟ್ಟಿದ್ದಳು. ಕಾರಣ ಅವಳು ಯಾವಾಗಲೂ ರಘುವಿನ ಧ್ಯಾನದಲ್ಲೇ ಇರುತ್ತಿದ್ದುದರಿಂದ ಅವಳು ಅವನನ್ನು ಚುಂಬಿಸಿದ್ದು ವಾಸ್ತವವೇ ಆಗಿದ್ದರು, ಅವಳದನ್ನು ತಾನು ಕಾಣುವ ಸಾವಿರಾರು ಮಧುರ ಕನಸುಗಳಲ್ಲಿ ಒಂದು ಎಂದು ಭಾವಿಸಿದ್ದಳು.

ಅವನ ನುಡಿಗಳನ್ನು ಅಮೃತದಂತೆ ಸ್ವೀಕರಿಸಿದ ಅನುಪಮಾ ಮೆಲು ನಕ್ಕು " ನಂಗದಕ್ಕಿಂತ ಭಾಗ್ಯ ಬೇರೇನಿದೆ ರಘು." ಎಂದಾಗ ಅವನ ಆವೇಶವಿಲ್ಲ ಇಳಿದುಹೋಯಿತು

ನಂತರ ಉಪ್ಪಿನಕಾಯಿ ಭರಣಿಯ ಮುಚ್ಚಳವನ್ನು ಮುಚ್ಚಿ ಹೊರಟುಹೋದಳು ಅನುಪಮಾ.

ತನ್ನ ಅನಾಗರಿಕ ವರ್ತನೆಯ ಬಗ್ಗೆ ಕೆಡುಕೆನಿಸಿತು ರಘುವಿಗೆ. ಸಂಕಟ ತಡೆಯಲಾರದೆ ತಲೆಮೇಲೆ ಕೈಹೊತ್ತು ಕುಳಿತ.

"ಎಕ್ಸ್ಕ್ಯೂಸ್ಮಿ.. ಮತ್ತೆ ನಿಮಗೆ ತೊಂದರೆ ಕೊಡ್ತಾ ಇದೀನಿ..." ಸನಿಹದಲ್ಲಿ ಅನುಪಮಳ ದನಿ ಕೇಳಿಸಿದಾಗ ಹಾಗೆ ಪಕ್ಕಕ್ಕೆ ತಿರುಗಿ ಕುರ್ಚಿಯ ಮೇಲಿದ್ದ

ನ್ಯಾಪ್ಕಿನಿಂದ ಮುಖ ಒರೆಸಿಕೊಂಡ ರಘು. ಅವನು ಅನುಪಮಳತ್ತ ತಿರುಗಿದಾಗ ಅವಳ ಕೈಯಲ್ಲಿ ಒಡವೆಯ ಪೆಟ್ಟಿಗೆ ಇತ್ತು

"ಮೊನ್ನೆ ಮಂಟಪದ ಕಾಂಪೌಂಡ್ ಹೊರಗೆ ಇದು ಸಣ್ಣಿಗೆ ಸಿಕ್ಕಿತಂತೆ. ನೆನ್ನೆ ನಂಗೆ ತಂದುಕೊಟ್ಟು." ಅವನ ಮುಂದೆ ಪೆಟ್ಟಿಗೆ ಇರಿಸಿದಳು. "ನೆಕ್ಲೆಸ್ ಇದೆ ಭವಿಷ್ಯ ಉಂಗುರ ಕಳೆದು ಹೋಗಿರಬೇಕು".

ಅವನು ಮಾತಾಡದೆ ಊಟ ಮುಂದುವರಿಸಿದಾಗ ಅನುಪಮ ಅಲ್ಲಿಂದ ಹೊರಟು ಹೋದಳು

****

ಸೋಮಯ್ಯನವರ ಅಣತಿಯಂತೆ ದೇವರ ಮುಂದೆ ತುಪ್ಪದ ದೀಪ ಹಚ್ಚಿ ನಮಸ್ಕರಿಸಿದ ಅನುಪಮ, ನಂತರ ಸೋಮಯ್ಯನವರಿಗೆ ನಮಸ್ಕರಿಸಿದಳು

"ಗಂಗೆ ತಗೋ ಈ ಹಾರನ ನಿನ್ನ ಕೈಯ್ಯಾರೆ ನಿನ್ನ ಸೊಸೆ ಕೊರಳಿಗೆ ಹಾಕು." ಅನುಪಮಾ ಗಂಗವ್ವನವರಿಗೆ ನಮಸ್ಕರಿಸಲು ಬಗ್ಗಿದಾಗ ತಮ್ಮ ಕೈಯಲ್ಲಿದ್ದ ದೊಡ್ಡ ಚಿನ್ನದ ಕಾಸಿನ ಸರವನ್ನು ಗಂಗವ್ವನವರಿಗೆ ಹಿಡಿಸಿದರು.

"ಇದು ಈ ಮನೆ ಹಿರಿಸೊಸೆಗೆ ಸೇರಬೇಕಾದ್ದು. ಅಂದ್ರೆ ರಘು ಹೆಂಡತಿಗೆ....."

"ಸೊಸೆ ಅಂದ್ಮೇಲೆ ಹಿರಿಸೊಸೆ-ಕಿರಿಸೊಸೆ ಎಂಥದ್ದು. ಈಗ ರಘು ಹಿರಿಯವನಾದ್ರೂ, ಅನೂ ಈ ಮನೆಯ ಮೊದಲ ಸೊಸೆಯಾಗಿರೋದ್ರಿಂದ. ಅನೂನೆ ಈ ಮನೆ ಹಿರಿಸೊಸೆ."

"ಚೆನ್ನಾಗಿದೆ ನೀವು ಹೇಳೋದು. ಅವಳು ಈ ಮನೆ ಮೊದಲ ಸೊಸೆ ಆದ್ರೆ, ರಘು ಹೆಂಡತಿಯಾಗೋಕ್ಯಾಗುತ್ತೇನು? ಈ ಹಾರ ರಘುವಿನ ಹೆಂಡತಿಗೇ ಸೇರಬೇಕು." ಗಂಗವ್ವನವರು ಹಠ ಹಿಡಿದರು

"ಇದೇನು ಗಂಗೆ? ಈ ಮನೆ ಸೊಸೆ ಮೊದಲಬಾರಿಗೆ ಮನೆ ದೀಪ ಹಚ್ಚಾ ಇದ್ದಾಳೆ. ಅವಳನ್ನು ಆಶೀರ್ವದಿಸಿ ಒಡವೆ ತೊಡಿಸುವುದು ಬಿಟ್ಟು." ಹೆಂಡತಿಯ ಹಠಕ್ಕೆ ಸೋಮಯ್ಯನವರಿಗೂ ರೇಗಿತ್ತು. ಜ್ಯೋತಿ ತಾಯಿಯನ್ನು ಮಿಕಿಮಿಕಿ ನೋಡಿದಳು.

"ಅವಳಿಗೆ ಬೇರೆ ಒಡವೆ ಕೊಡಿ. ಇದರಮೇಲೆ ರಘುವಿನ ಹೆಂಡತಿಗೇ ಅಧಿಕಾರ ಇರೋದು" ಜಗ್ಗಲಿಲ್ಲ ಗಂಗವ್ವ

"ಬೇಡ ಬಿಡಮ್ಮ. ನಿನ್ನ ಒಡವೆ ತಕ್ಕೊಂಡು ಅವಳೇನೂ ಉದ್ಧಾರವಾಗಬೇಕಾಗಿಲ್ಲ." ರೇಗಿದ ಸುದೀಪ

"ಇದು ಬಹಳ ಅದೃಷ್ಟದ ಒಡವೆ ಕಣೋ. ಈ ಒಡವೆ ತೊಡುವವಳು, ಈ ಮನೆ ಶಾಂತಿ ನೆಮ್ಮದಿಗೆ ಭಂಗ ಬರದಂತೆ ನೋಡ್ಕೋಬೇಕು. ಮನೆ ಒಡಿಬಾರದು."

ತಾಯಿಯ ಹಾರಾಟಕ್ಕೆ ದ್ರವಿಸಿ ಹೋದ ರಘು. "ಅಮ್ಮ ಯಾಕಮ್ಮ ಹೀಗಾಡ್ತಾ ಇದ್ದೀಯಾ? ನಿನಗೇನಾಗಿದೆ?" ಭೀರಿದ ರಘು.

"ಅವನ್ನ ಮದುವೆಯಾಗಬೇಡಾಂತ ಯಾರು ಹೇಳಿದ್ದು? ಯಾವಾಗ ಕೇಳಿದರೂ ಈಗ ಬೇಡ, ಆಗಬೇಡ ಅಂತ ರಾಗ ಎಳಿತಾನೇ ಇದ್ದಾನೆ. ಅದಕ್ಕೆ ನಾನೇನು ಮಾಡ್ಲಿ?" ರೇಗಿದ ಸುದೀಪ

"ಅದಕ್ಕೆ ಅಣ್ಣನ ಬಿಟ್ಟು ತಮ್ಮ ಮದುವೆಯಾಗ್ತಾರೇನು? ನಿಂಗೇನು ಮೂವತ್ತು ತುಂಬಿತೇನು? ಇನ್ನೂ ಇಪ್ಪತೆಂಟು ವರ್ಷ. ಇನ್ನೊಂದೆರಡು ವರ್ಷ ಕಳೆದಿದ್ದರೆ ಗಂಟೇನು ಹೋಗುತ್ತಿತ್ತು?"

"ಅವನ ಮುಖ ನೋಡಿಕೊಂಡೆ ನಾನು ಮದುವೆ ಆರು ತಿಂಗಳು ಮುಂದೆ ಹಾಕಿದ್ದು. ಇಲ್ಲದೆ ಹೋಗಿದ್ರೆ ನಿನ್ನ ಎಂಗೇಜ್‌ಮೆಂಟ್, ಇವತ್ತು ಮದುವೆ ಮುಗಿಸಿಕೊಳ್ಳಾ ಇದ್ದೆ."

"ನನ್ನೋಸ್ಕರ ನೀನಿಷ್ಟೊಂದು ದೊಡ್ಡ ತ್ಯಾಗ ಮಾಡಬೇಕಾಗಿಲ್ಲ.. ನಾಳೇನೇ ಮದುವೆ ಮಾಡ್ಕೊ ಯಾರು ಬೇಡಾಂದ್ರು?" ತಾಯಿ ಮಕ್ಕಳ ನಡುವೆ ಜೋರು ಗಲಾಟೆ ಪ್ರಾರಂಭವಾದಾಗ ಸೋತವಳಂತೆ ಗೋಡೆಗೊರಗಿದಳು ಅನುಪಮ .

"ಸದ್ದು ಯಾರೂ ಒಂದು ಮಾತಾಡೋದು ಬೇಡ. ಇನ್ನೊಂದು ಮಾತಾಡಿದ್ರೂ ನಾನು ಸುಮ್ಮನಿರೋಲ್ಲ." ಏರುದನಿಯಲ್ಲಿ ಅಬ್ಬರಿಸಿದರು ಸೋಮಯ್ಯ. ಅಲ್ಲಿ ಸೂಜಿ ಬಿದ್ದರೂ ಕೇಳಿಸುವಷ್ಟು ನಿಶಬ್ದ ಆವರಿಸಿತು.

"ಗಂಗೆ, ಹಾರ ಅನುಪಮಾಳ ಕೊರಳಿಗೆ ಹಾಕು," ಆದೇಶಿಸಿದರು ಸೋಮಯ್ಯನವರು

"ಅತ್ತೆ ನಾನಿ ಮನೆ ಶಾಂತೀನ ಎಷ್ಟರಮಟ್ಟಿಗೆ ಕಾಪಾಡ್ತೀನಿ ಅಂತ ನಂಗೆ ಗೊತ್ತಿಲ್ಲ. ಆದರೆ ನಿಮ್ಮಾಣೆಗೂ ನಾನಿ ಮನೆ ಒಡಿಯೊ ಕೆಲಸ ಮಾಡೋದಿಲ್ಲ. ನನ್ನ ಕೊನೆಯುಸಿರಿರುವವರೆಗೂ." ಇಷ್ಟೊತ್ತು ಮೂಕಳಾಗಿ ನಿಂತಿದ್ದ ಅನುಪಮಾ ನುಡಿದು ಅವರ ಕಾಲಿಗೆ ನಮಸ್ಕರಿಸಿದರು. ಗಂಗವ್ವನವರು ಅಸಮಾಧಾನದಿಂದಲೇ ತಮ್ಮ ಕೈಯಲ್ಲಿದ್ದ ಹಾರವನ್ನು ಅವಳ ಕೊರಳಿಗೆ ಹಾಕಿ ಸರಸರನೆ ಅಲ್ಲಿಂದ ಹೊರನಡೆದರು.

ತಾಯಿಯನ್ನು ಹಿಂಬಾಲಿಸಿ ಹೊರಟಳು ಜ್ಯೋತಿ. ಗಂಗವ್ವ ಸೀದಾ ಹಿತ್ತಲಿಗೆ ಬಂದು ಕಾಫಿ ಒಣಗಿಸುವ ಅಂಗಳದ ಕಟ್ಟೆಯಲ್ಲಿ ಕುಳಿತುಕೊಂಡರು. ಅವರು ಆವೇಶದಿಂದ ನಡುಗುತ್ತಿದ್ದರು.

"ಅಮ್ಮ ನಾನು ನೋಡ್ತಾ ಇರೋದು ನಿಜಾನಾ? ಇಷ್ಟು ಹೊತ್ತು ರಂಪ ಮಾಡಿದ್ದು ನೀನೇನಾ? ನೀನು. ನಮ್ಮನ್ನು ಸಾಕಿ ದೊಡ್ಡವರನ್ನಾಗಿ ಮಾಡೋದಕ್ಕೆ ನೀನೆಷ್ಟು ಕಷ್ಟಪಟ್ಟಿದ್ದೀಯ ಅನ್ನೋದು ನಮಗೆ ಗೊತ್ತು. ನಿನ್ನ ಮನಸ್ಸು ಹೂವಿನಷ್ಟು ಮೃದು. ನಿನ್ನ ಹೃದಯ ಬೆಣ್ಣೆಯ ಹಾಗೆ. ಅಷ್ಟೆಕೆ ನೀನೆ ಈ ಮನೆದೇವತೆ. ನಿನ್ನಂಥ ಅತ್ತೆನ ಪಡಿಬೇಕಾದ್ರೆ ಅತ್ತಿಗೆ ನಿಜವಾಗ್ಲೂ ಪುಣ್ಯ ಮಾಡಿದ್ದಾರೆ ಅಂತ ಅಂದ್ಕೊಂಡಿದ್ದೆ ಆದ್ರೆ ಇವತ್ತು ನಿನ್ನ ನೋಡಿ ನಂಗೆ ಆಶ್ಚರ್ಯ, ಭಯ ಮತ್ತೆ ಅತ್ತಿಗೇನ ನೆನೆದು ಕನಿಕರ ಎಲ್ಲಾ ಆಗ್ತಾ ಇದೆ." ಕೋಪದಿಂದ ನುಡಿದಳು ಜ್ಯೋತಿ

"ಹೌದೇ ಹೌದು. ಅವಳನ್ನು ನೋಡಿದ್ರೆ ನಿಂಗೆ ಕನಿಕರ ಆಗುತ್ತೆ. ನನ್ನ ನೋಡಿದ್ರೆ ನಿಂಗೆ ಬೇಜಾರಾಗುತ್ತೆ. ಅನ್ನು ಅದೇನೇನಂತೀಯ ಅನ್ನು. ಅದೇನು ಮೋಡಿ ಮಾಡಿದ್ದಾಳೆ ಆ ಮಾಯಾಂಗನೆ. ಎಲ್ಲರೂ ಅವಳ ಕಡೆನೇ ಮಾತಾಡಿ. ನನ್ನ ಹೊಟ್ಟೆ ಉರಿದು ಹೋಗ್ತಾ ಇದೆ." ಎದೆಯಲ್ಲಿದ್ದ ನಂಜನ್ನೆಲ್ಲಾ ಕಕ್ಕಿದರು ಗಂಗವ್ವ.

"ಅಮ್ಮ ಸುಮ್ಮನಿರಮ್ಮ ಸಾಕು. ಏನಾಗಿದೆ ನಿಂಗೆ? ಯಾಕೆ ಹೀಗೆಲ್ಲಾ ಆಡ್ತಿಯ? ನಿನ್ನ ಬಾಯಲ್ಲೂ ಇಂಥಾ ಮಾತಾ? ಯಾಕಮ್ಮ.. ಅತ್ತಿಗೆ ಬಂದ್ರೆ ಮಗ ಎಲ್ಲಿ ದೂರವಾಗಿ ಹೋಗ್ತಾನೆ ಅಂತ ಹೆದರಿಕೇನಾ? ಮನೆ ಯಜಮಾನಿಕೆ ಅವಳಿಗೆ ಹೋಗುತ್ತೆ ಅಂತ ಭಯಾನಾ?"

"ಅಯ್ಯೋ ಅವಳ ಗಂಡನ ಜೊತೆಗೆ ಅವಳು ನಗ್ ನಗ್ತಾ ಇದ್ರೆ ನನಗ್ಯಾಕೆ ಹೊಟ್ಟೆ ಉರಿ. ನನಗೂ ಒಬ್ಬಳು ಮಗಳಿದ್ದಾಳೆ.. ನಾನು ಒಬ್ಬ ಮಗಳನ್ನು ಹೆತ್ತಿದ್ದೀನಿ ಕಣೆ. ಅವಳೂ ಹಾಗೆ ತಾನೆ? ಗಂಡುಮಕ್ಕಳು ಮದುವೆಯಾಗುವವರೆಗೆ ತಂದೆ ತಾಯಿಯ ಆಸ್ತಿ. ಮದುವೆಯಾದ ಮೇಲೆ ಅವರು, ಅವರ ಹೆಂಡತಿಯರ ಆಸ್ತಿ. ತಂದೆ-ತಾಯಿ, ಬಳಗದವರನ್ನೆಲ್ಲ ಬಿಟ್ಟು, ಬರೀ ನನ್ನ ಮಗನ ನೆಚ್ಚಿಕೊಂಡು ಬರೋ ಹೆಣ್ಣು ಜೀವಕ್ಕೆ, ಗಂಡನ ಪ್ರೀತಿ, ಅತ್ತೆ ಮಾವಂದಿರ ವಿಶ್ವಾಸ ಎಷ್ಟು ಮುಖ್ಯ ಅಂತ ನಂಗೆ ಚೆನ್ನಾಗಿ ಗೊತ್ತು."

"ಮತ್ಯಾಕಮ್ಮ ಈ ರೋಷ? ಬರಿ ಒಂದು ಹಾರದ ವಿಷಯಕ್ಕೆ ಅತ್ತಿಗೆ ಮನಸನ್ನ ಅಷ್ಟೊಂದು ನೋಯಿಸಬೇಕಿತ್ತೇನು? ನೀನು ಮನಸ್ಸು ಮಾಡಿದರೆ ಅಂಥ ನೂರು ಹಾರ ಮಾಡಿಸಬಹುದು. ರಾಘಣ್ಣ ಮದುವೆಯಾಗಿಲ್ಲ ಅಂತ ಸುದಿನ ಯಾಕಮ್ಮ ಅಂತಿಯಾ?" ತಾಯಿಯ ಪಕ್ಕದಲ್ಲಿ ಬಂದು ಕೂರುತ್ತ ಕೇಳಿದಳು ಜ್ಯೋತಿ

"ಅದೇ ಕಣೆ.. ರಘು ಯಾಕೆ ಮದುವೆಯಾಗ್ತಿಲ್ಲಾಂತ ಯಾರಾದ್ರೂ ಯೋಚನೆ ಮಾಡಿದ್ದಿರೇನು?" ಅವರ ಕಂಗಳಲ್ಲಿ ನೀರುಕ್ಕಿತ್ತು. ಉತ್ತರಿಸದೆ ತಾಯಿಯತ್ತ ನೋಡಿದಳು ಜ್ಯೋತಿ.

"ಅವನಿಗೆ ಆ ಹುಡುಗೀನ ಕಂಡ್ರೆ ಪ್ರಾಣ ಕಣೆ... ಪಂಚಪ್ರಾಣ." ಬಿಕ್ಕಿದರು ಗಂಗವ್ವ

"ಇರಬಹುದಮ್ಮ ಆದ್ರೆ ಅತ್ತಿಗೆ ರಾಘಣ್ಣಗಿಂತ ಸುದೀಪ ಇಷ್ಟ ಆದ್ರೆ ಅವರೇನು ಮಾಡಕ್ಕಾಗುತ್ತೆ?" ನಿಟ್ಟುಸಿರಿಟ್ಟು ಕೇಳಿದಳು ಜ್ಯೋತಿ.

"ಮೊದಲಿನಿಂದಲೂ ಅವಳಿಗೆ ಸುದೀಪನ್ನ ಇಷ್ಟ ಇದ್ದಿದ್ರೆ ನಾನು ಬೇಡ ಅಂತಿರಲಿಲ್ಲ. ಆದ್ರೆ ಅವ್ಳು ಈ ಮುಂಚೆ ಪ್ರತಿ ದಿನ ಈ ಮನೆಗೆ ಬಂದು ರಘು... ರಘುಂತ ಅವನ ಹಿಂದೆ ಮುಂದೆ ಸುತ್ತಾ ಇದ್ಲು. ಅವನಿಗೆ ಬೇಕು ಬೇಡವಾದದ್ದನ್ನೆಲ್ಲ ಮಾಡಿ ಹಾಕ್ತಾ, ಅವನಲ್ಲಿ ಇಲ್ಲಸಲ್ಲದ ಆಸೆಗಳನ್ನು ಹುಟ್ಟಿಸಿ, ಈಗ ಮಣಗಟ್ಟಲೆ ಸೀರೆ, ಒಡವೆ ಸುರಿಯೋ ಸುದೀಪ ಸಿಕ್ಕ ತಕ್ಷಣ ರಘುನ ಪೂರ್ತಿ ಮರೆತುಬಿಟ್ಟು ಜ್ಯೋತಿ. ಮರೆತುಬಿಟ್ಟು."

ಬಿಚ್ಚಿದ ಜ್ಯೋತಿ "ನೀನು ನಿಜ ಹೇಳ್ತಾ ಇದ್ದೀಯಾಮ್ಮ?" ಎಂದಳು

"ಸತ್ಯವಾಗಲೂ ನಿಜಾನೇಮಾ. ಈ ಸುದೀಪಂಗೆ ಆ ಮನೆಯವರನ್ನ ಕಂಡ್ರೆ ಆಗ್ತಾ ಇಲ್ರ್ಲ್ಲ. ಆ ಮನೆಗೆ ಹೋಗ್ತಾನೂ ಇರಲಿಲ್ಲ. ಆಗೆಲ್ಲಾ ಇವಳೇ ಇಲ್ಲಿಗೆ ಬರ್ತಾ ಇದ್ಲು. ರಘು ಜೊತೆ ಏನು ಮಾತು, ಏನು ಕಥೆ ಒಂದಿನಾನೂ ಅವನ್ನ ಬಿಟ್ಟಿರ್ತಾ ಇರಲಿಲ್ಲ. ಆದ್ರೆ ಇವನ್ಯಾವಾಗ ಅವಳ ಹಿಂದೆ ಬಿದ್ನೋ, ಅವಳ ಮನೆಗೆ ಬೇಕುಬೇಕಾದ ಸಾಮಾನು, ಸೀರೆ ಒಡವೆಗಳನ್ನ ಸುದ್ರೋರ್ಗೆ, ಇವಳು ರಘುನ ಮರೆತು ಬಿಟ್ಲು."

"ಸುದೀಗೆ, ರಾಘಣ್ಣನ ವಿಷಯ ಗೊತ್ತಿರಲಿಲ್ವಾ?"

"ಸುದೀಪ ಇವಳನ್ನ ಒಂದು ವರ್ಷದಿಂದಲೇ ಹುಡುಕ್ತಾ ಇದ್ದಾನೆ. ಇಬ್ಬರೂ ನನ್ನ ಮಕ್ಕಳೇ. ಇಂಥ ಸಮಯದಲ್ಲಿ ನಾನು ಯಾರ ಪರ ಮಾತಾಡ್ಲಿ? ಏನೇ ಆದರೂ ಅವಳು ರಘುನೇ ಮದುವೆ ಮಾಡ್ಕೋತೀನೀಂತ ಹಠ ಹಿಡಿದ್ರೆ ಎಲ್ಲಾ ಸಲೀಸಾಗುತೇಂತ ಯೋಚನೆ ಮಾಡಿದ್ದೆ. ಆದ್ರೆ ಚಿತ್ರ್ಯಾಂಗದೆ, ಉಸಿರೆತ್ತದೆ ಸುದೀಪನ್ನ ಮದುವೆಯಾಗ್ತಿದ್ದಾಳೆ." ನಿಡುಸುಯ್ದರು ಗಂಗವ್ವ

ಅಂಥ ಮುದ್ದು ಮುಖದ ಹಿಂದೆ ಇಂಥ ದ್ರೋಹ ಅಡಗಿದೆಯೆ? ಜ್ಯೋತಿಗೆ ಅನುಪಮಾಳ ಬಗ್ಗೆ ಅಸಹ್ಯವೆನಿಸಿತು.

ತನ್ನ ರಾಘಣ್ಣನೇನು ಕಡಿಮೆಯೆ? ಅವಳಂಥ ಸಾವಿರ ಹುಡುಗಿಯರನ್ನ ನಿವಾಳಿಸಿ ಎಸೆಯಬಹುದು, ಬಹುದೇನು? ಖಂಡಿತಾ. ಇನ್ನೊಂದು ತಿಂಗಳಲ್ಲಿ ಅವಳಿಗಿಂತ ಚೆಲುವೆಯನ್ನು ನಾನು ಹುಡುಕಿ ತೆಗೆಯಲಿಲ್ಲ, ನನ್ನ ಹೆಸರು ಜ್ಯೋತಿ ಅಲ್ಲ. ಮನದಲ್ಲೇ ಪಣ ತೊಟ್ಟಳು.

ಎಷ್ಟೋ ಹೊತ್ತು ಹಾಗೆ ಕುಳಿತಳು ಜ್ಯೋತಿ. ಅವಳ ಕಣ್ಣ ಮುಂದೆ ಮೃದುಸ್ವಭಾವದ ಅಣ್ಣನ ದೀನ ಮುಖವೇ ತೇಲುತ್ತಿತ್ತು. ಹಿಂದಿನ ದಿನ ತಿಂಡಿಯ ಸಮಯದಲ್ಲಿ ತಾನಾಡಿದ ಮಾತುಗಳ ನೆನಪಾಗಿ ಪಿಚ್ಚೆನಿಸಿತು.

"ಏಳು ಜ್ಯೋತಿ... ಹಣೆಯಲ್ಲಿ ಬರೆದದ್ದನ್ನು ತಪ್ಪಿಸೋಕೆ ಯಾರಿಂದಲೂ ಸಾಧ್ಯವಿಲ್ಲ. ಎಲ್ಲಾ ನಾವೇ ಅನುಭವಿಸಬೇಕು" ನಿಟ್ಟುಸಿರಿಟ್ಟು ಎದ್ದರು ಗಂಗವ್ವ

ಮ್ಲಾನಳಾಗಿ ತಾಯಿಯನ್ನು ಹಿಂಬಾಲಿಸಿ ಮನೆಯೊಳಗೆ ಬಂದಾಗ ಅನುಪಮ ಇಂಚರಳನ್ನು ಮಡಿಲಿನಲ್ಲಿ ಕೂರಿಸಿಕೊಂಡು ರಾಜ-ರಾಣಿಯ ಕಥೆಯನ್ನು ಹೇಳುತ್ತಾ ಅವಳಿಗೆ ಊಟ ಮಾಡಿಸುತ್ತಿದ್ದದ್ದು ಕಾಣಿಸಿತು ಜ್ಯೋತಿಗೆ.

"ಆ ರಾಜಕುಮಾರನಿಗೆ ಯಾವಾಗಲೂ ಆ ರಾಜಕುಮಾರಿದೇ ಕನಸಂತೆ. ಎಲ್ಲಿ ಹೋದ್ರೂ, ಎಲ್ಲಿ ಬಂದ್ರೂ ಅವನಿಗೆ ಆ ರಾಜಕುಮಾರೀನೇ ಕಾಣಿಸ್ತಿದ್ದಳಂತೆ" ವಿವರಿಸುತ್ತಿದ್ದಳು ಅನುಪಮ

ಜ್ಯೋತಿಗೆ ಸರ್ರನೆ ನೆತ್ತಿಯವರೆಗೆ ಕ್ರೋಧ ಉಕ್ಕಿತ್ತು. ದಡದಡನೆ ಧಾವಿಸಿದ ಜ್ಯೋತಿ ಪೂರ್ತಿ ತಾಳ್ಮೆ ಕಳೆದುಕೊಂಡು ಅನುಪಮಾಳ ಮಡಿಲಿನಲ್ಲಿದ್ದ

ಮಗಳನ್ನು ಜಗ್ಗಿ ಕೆಳಗಿಳಿಸಿದ್ದೂ ಅಲ್ಲದೆ ಅವಳ ಬೆನ್ನ ಮೇಲೊಂದು ಗುದ್ದಿದಳು.

"ಏನೇ ಕತ್ತೆ. ಮೂರು ತುಂಬಿತು. ಇನ್ನೂ ನಿಂಗೆ ಊಟ ಮಾಡಿಸಬೇಕೇನು. ನೆಟ್ಟಗೆ ಒಂದು ಕಡೆ ಕೂತ್ಕೊಂಡು ತಿನ್ನೋಕಾಗಲ್ಲ?" ಎಂದಳು

ಜ್ಯೋತಿ, ಇಂಚರಳನ್ನು ಜಗ್ಗಿದ ರಭಸಕ್ಕೆ ಅನುಪಮಳ ಕೈಯಲ್ಲಿದ್ದ ತಟ್ಟೆ ಕೆಳ ಜಾರಿ ಅದರಲ್ಲಿದ್ದ ಅನ್ನವೆಲ್ಲ ಚೆಲ್ಲಿಹೋಯಿತು. ಮೌನ ವಾತಾವರಣದಲ್ಲಿ ತಟ್ಟೆ ಬಿದ್ದ ಶಬ್ದ ಜೋರಾಗಿ ಕೇಳಿಸಿತು. ಬೆಚ್ಚಿದ ರಘು ಓಳಬಂದ. ಅಲ್ಲೇ ಇದ್ದ ಸುದೀಪನಿಗೆ ತಂಗಿಯ ಧೋರಣೆಗೆ ರೇಗಿತು.

"ನಿನ್ನ ತಲೆ ನೆಟ್ಟಗಿದೆ ತಾನೇ? ಯಾಕೆ ಹೊಡಿತಿಯ ಆ ಮಗೂನ? ಪಾಪ ಮಗು ಅವಳ ಕೈಯಲ್ಲಿ ಊಟ ಮಾಡಿದ್ರೆ ಏನಾಯ್ತಿಗ? ಅನ್ನವೆಲ್ಲ ಚೆಲ್ಲಿಹೋಯಿತು.."

"ಚೆಲ್ಲಿ ಬಿಡು. ಬತರ್ಾ, ಬತರ್ಾ ಅವಳ ಕೊಬ್ಬು ಹೆಚ್ಚಾಗ್ತಿದೆ." ಜೋರಾಗಿ ನುಡಿದ ಜ್ಯೋತಿ ನಂತರ "ಇಂಥ ನೀತಿಗೆಟ್ಟವರ ಕೈಯಲ್ಲಿ ತಿನ್ನೋ ಬದಲು ಅವಳು ಉಪವಾಸವಿರೋದೇ ವಾಸಿ." ಮೆಲ್ಲನೆ ನುಡಿದರೂ ಅನುಪಮಳಿಗೆ ಕೇಳುವಷ್ಟು ಸ್ಪಷ್ಟವಾಗಿ ಹೇಳಿದಳು.

ಅದೇ ತಾನೇ ಅಲ್ಲಿಗೆ ರಘು ಬಂದಿದ್ದರಿಂದ ಅವಳ ನುಡಿಗಳು ಅವನ ಕಿವಿಗೂ ನೇರವಾಗಿ ಬಡಿಯಿತು.

"ಅಳಬೇಡ ಬಾಯ್ಮುಚ್ಚು.. ಉಸಿರೆತ್ತಿದ್ರೆ ಹಲ್ಲುದುರಿಸಿ ಬಿಡ್ತೀನಿ." ಮತ್ತೆ ಮಗುವಿಗೆ ಗುದ್ದಿದಳು ಜ್ಯೋತಿ

ಮೊದಲೇ ರಾಧಾಂತವಾಗಿದ್ದ ಕಾರಣ ತಾನು ಹೆಚ್ಚು ಮಾತಾಡಿದರೆ ಆಭಾಸವಾಗುತ್ತದೆ ಎಂದರಿತ ಸುದೀಪ ಬಹಳ ಪ್ರಯತ್ನಪಟ್ಟು ತಾಳ್ಮೆ ತಂದುಕೊಂಡ.

"ಜ್ಯೋತಿ" ಅಪ್ಪರಲ್ಲೇ ಅಬ್ಬರಿಸಿದ ರಘು ಇಂಚರಳನ್ನು ಎತ್ತಿಕೊಂಡ "ನಿನ್ನ ತಲೆ ಕೆಟ್ಟಿದ್ರೆ ಆ ಮಗುನ್ಯಾಕೆ ಹೊಡಿತಿಯ? ಯಾವುದಾದರೂ ಕಲ್ಲಿಗೆ ನಿನ್ನ ತಲೆ ಚಚ್ಚಿಕೋ.. ಬಾಯಿಗೆ ಬಂದ ಹಾಗೆ ಬೊಗಳಬೇಡ." ಮಗುವನ್ನು ಎದೆಗೊತ್ತಿಕೊಂಡು ಸಂತೈಸಿದ ರಘು. ಆದರೆ ಅನುಪಮಳನ್ನು ಹಾಗೆ ಸಂತೈಸುವ ಅವಕಾಶವಿರಲಿಲ್ಲ.

ಅಣ್ಣನ ಕರ್ಕಶ ದನಿಗೆ ಅವಾಕ್ಕಾದಳು ಜ್ಯೋತಿ. "ನಂಗೇನೂ ತಲೆ ಕೆಟ್ಟಿಲ್ಲ. ನೀನೆ ತಲೆ ಕೆಡಿಸಿಕೊಂಡು ಎಲ್ಲರ ತಲೆ ಕೆಡಿಸ್ತಿರೋದು. ನೀನು ಸರಿ ಇದ್ದಿದ್ದರೆ ನಮ್ಮ ತಲೆ ಯಾಕೆ ಕೆಡ್ತಾ ಇತ್ತು?" ಸಿಡುಕಿದಳು ಜ್ಯೋತಿ

ಅವಳಿಗೆ ಉತ್ತರಿಸುವ ಗೋಜಿಗೆ ಹೋಗದ ರಘು ಅನ್ನವನ್ನು ತೆಗೆಯುತ್ತಿದ್ದ ಅನುಪಮಳತ್ತ ತಿರುಗಿ "ಬಿಡು ಅನೂ ಸಣ್ಣಿ ತೆಗಿತಾಳ ನೀ ಹೋಗಿ ಕೈ ತೊಳ್ಕೊ." ಎಂದ

"ಪರವಾಗಿಲ್ಲ ಬಿಡಿ." ತನ್ನ ಕೆಲಸ ಮುಂದುವರಿಸಿದಳು ಅನುಪಮ

"ಅಮ್ಮ ಅಮ್ಮ.. ನಾನು ನಾಳೆನೇ ಊರಿಗೆ ಹೊರಟು ಹೋಗ್ತೀನಿ. ನಂಗಿಲ್ಲಿ ಇರೋಕ್ಕಾಗ್ತ ಇಲ್ಲ. ಬೆಳಿಗ್ಗೆ ಐದು ಘಂಟೆಗೆ ಹೊರಟುಬಿಡ್ತೀನಿ." ರಘು, ಅನುಪಮಳೊಡನೆ ಅಷ್ಟು ಸೌಜನ್ಯದಿಂದ ನಡೆದುಕೊಂಡದ್ದು ಅವಳಿಗೆ ಸಹಿಸಲಾಗಲಿಲ್ಲ.

" ಜ್ಯೋತಿ..." ತಂಗಿಯನ್ನು ಸಂತೈಸಲು ಅವಳ ಕೈ ಹಿಡಿದುಕೊಂಡ ರಘು.

"ಸಾಕು ಬಿಡಣ್ಣ ತಲೆ ಕೆಟ್ಟವರ ಜೊತೆ ನಿಂದೇನು ಮಾತು .." ಕೈ ಕೊಡಹಿ ದಢ ದಢನೆ ಮಹಡಿಯ ಮೆಟ್ಟಿಲನ್ನೇರಿದಳು ಜ್ಯೋತಿ

****

ಗದ್ದೆಗಳಲ್ಲಿ ಭತ್ತದ ತೆನೆಗಳು ಗಾಳಿಗೆ ತಲೆದೂಗಿ ಅಲೆಯನ್ನೆಬ್ಬಿಸುತ್ತಿದ್ದವು. ಚಿನ್ನದ ಬಣ್ಣಕ್ಕೆ ತಿರುಗುತ್ತಿದ್ದ ಹಸಿರು ತೆನೆಗಳು ಹುತ್ತರಿ ಹಬ್ಬದ ಬರುವನ್ನು ಸೂಚಿಸುತ್ತಿದ್ದವು.

ಗಾಳಿ ಬೀಸಿದಾಗ ಬಾಗಿ ಮೈಗೆ ತಾಕಿದ ಭತ್ತದ ತೆನೆಗಳನ್ನು ತಳುತ್ತಾ ಗದ್ದೆಗಳನ್ನು ದಾಟಿ ನದಿಯತ್ತ ಹೆಜ್ಜೆಹಾಕಿದ ರಘು.

ಅವನ ಅಂದಿನ ತೋಟದ ಕೆಲಸ ಮುಗಿದುಹೋಗಿತ್ತು. ಎಂದಿನಂತೆ ಮನೆಗೆ ಹೋಗುವ ಮನಸ್ಸಾಗದೆ ಅಲೆಮಾರಿಯಂತೆ ತಿರುಗುತ್ತಿದ್ದ. ಹಾಗೆ ಬಿದಿರು ಮಳೆಯಿಂದಾವೃತ್ತವಾದ ಬಯಲನ್ನು ದಾಟಿ ಹೊಳೆಯತ್ತ ನಡೆದಾಗ, ಕೆಂಪೇರುತ್ತಿದ್ದ ಸೂರ್ಯನಿಗೆ ಮುಖ ಮಾಡಿ ಕುಳಿತಿದ್ದ ಅನುಪಮ ಕಾಣಿಸಿದಳು. ಅವಳು ಎರಡು ತೋಳಿನಿಂದಲೂ ಮಂಡಿಯನ್ನು ಬಳಸಿ, ಮಂಡಿಗೆ ಗದ್ದ ಊರಿ ಕುಳಿತಿದ್ದಳು. ಅವಳ ನೋಟ ಶೂನ್ಯದಲ್ಲಿ ತಟಸ್ಥವಾಗಿತ್ತು.

ಅವಳನ್ನು ನೋಡುತ್ತಿದ್ದಂತೆ ರಘುವಿನ ಹೃದಯ ಸ್ತಬ್ಧವಾಯಿತು. ಒಂದು ಕ್ಷಣ ಅವನಿಗೆ ಏನು ಮಾಡಬೇಕೆಂದು ತಿಳಿಯಲಿಲ್ಲ. ಅವನಿಗೆ ಅವಳನ್ನು ಮಾತನಾಡಿಸದೆ ಹಾಗೆ ಹೋಗಲು ಮನಸ್ಸಾಗಲಿಲ್ಲ. ತಾನವಳನ್ನು ತುಂಬಾ ನೋಯಿಸಿ ಬಿಟ್ಟಿದ್ದೇನೆ ಎನ್ನುವ ಪಾಪಪ್ರಜ್ಞೆ ಅವನನ್ನು ಕಾಡುತ್ತಿತ್ತು.

" ಹಲೋ" ತಾನು ಪಕ್ಕ ಬಂದು ನಿಂತು ಐದು ನಿಮಿಷವಾದರೂ ಅನುಪಮಾ ತನ್ನನ್ನು ಗಮನಿಸದಿದ್ದಾಗ ನುಡಿದ ರಘು.

ಎಲ್ಲಿಯೋ ಹೊರಟುಹೋಗಿದ್ದ ಜೀವ ಮತ್ತೆ ದೇಹ ಪ್ರವೇಶಿಸಿದಂತೆ ನಿಧಾನವಾಗಿ ಬಾಹ್ಯ ಪ್ರಪಂಚಕ್ಕೆ ಬಂದಳು ಅನುಪಮಾ .

"ನೀವು... ಯಾವಾಗ ಬಂದ್ರಿ?" ಮೃದುವಾಗಿ ಕೇಳಿದಳು

ಅವಳ ಮೃದು ನುಡಿಗೆ ಹಣೆಯುಜ್ಜಿಕೊಂಡ ರಘು. ತಾನೀವಳಿಗೆಂಥಾ ಅನ್ಯಾಯ ಮಾಡಿದ್ದೇನೆ. ಆದರೂ ಅವಳಲ್ಲಿ ಒಂದಿಷ್ಟೂ ಕೋಪವಿಲ್ಲ. ಹುಬ್ಬಾದರೂ ಗಂಟಿಕ್ಕಬಾರದೇ?

"ನಾನಿಲ್ಲಿ ಕೂರಬಹುದೇ?" ಅವಳ ಪ್ರಶ್ನೆಗೆ ಉತ್ತರಿಸದ ರಘು ಕೇಳಿದ.

ಅವಳು ಉತ್ತರಿಸುವ ಮುನ್ನವೇ ಅವನು ಅವಳ ಪಕ್ಕದಲ್ಲಿ ಕುಳಿತುಕೊಂಡಾಗ ಅವಳಿಗೆ ಉತ್ತರಿಸುವ ಪ್ರಮೇಯ ಬರಲಿಲ್ಲ. ಅನುಪಮಳಿಂದ ಅರ್ಧ ಅಡಿ ದೂರದಲ್ಲಿ ಕುಳಿತ ರಘು.

"ಅನೂ... ಐ ಯಾಮ್ ಸಾರಿ ಅನೂ. ನಾನು ಮಾಡಿದ ತಪ್ಪಿನಿಂದ, ಅಮ್ಮ ಮತ್ತ ಜ್ಯೋತಿ ಹತ್ರ ನೀನು ಕಟ್ಟ ಮಾತು ಕೇಳಬೇಕಾಗಿ ಬಂತು." ತಲೆತಗ್ಗಿಸಿ ಹೇಳಿದ ರಘು.

"ಇದರಲ್ಲಿ ನಿಮ್ಮ ತಪ್ಪೇನಿದೆ?"

"ಮೊದಮೊದಲು ಈ ಜಾಗ ನಿಂಗೆ ಹೊಸದೂಂತ ನಿನ್ನ ಜೊತೆ ತುಂಬಾ ಓಡಾಡಿ ಬಿಟ್ಟೆ.." ಎನ್ನುತ್ತಾ ಅವಳತ್ತ ನೋಡಿದ ರಘು. ಅವನ ನೋಟ ಅವಳ ಕಿವಿಯ ಮೇಲೆ ಕೀಲಿಸಿ ಹೋಯಿತು.

ಅನುಪಮಾ, ರಘು ಉಡುಗೊರೆಯಾಗಿ ಕೊಟ್ಟಿದ್ದ ವಜ್ರದ ಓಲೆ ಧರಿಸಿದ್ದಳು.

ಅವನ ನೋಟ ಸರಸರನೆ ಅವಳ ಕೊರಳು ಹಾಗೂ ಬೆರಳಿನ ಮೇಲಾಡಿತು. ಕೊರಳಿನಲ್ಲಿ ಅವಳು ಯಾವಾಗಲೂ ಧರಿಸುತ್ತಿದ್ದ ಚಿನ್ನದ ಚೈನಿತ್ತು. ಆದರೆ ಬೆರಳುಗಳು ಬರಿದಾಗಿದ್ದವು. ಅವನೆದೆ ಹಿಂಡಿತು.

"ಏನೋ ಹೇಳ್ತಾ ಇದ್ರಿ.." ರಘುವಿನ ನುಡಿಗಳು ಸ್ಥಗಿತವಾದಾಗ ತಾನೇ ಕೇಳಿದಳು ಅನುಪಮ

"ಏನು ಹೇಳ್ತಿದ್ದೆ?" ಗಡಬಡಿಸಿದ. "ಹಾಂ ... ಹಾಂ ನಿಂಗೆ ಈ ಜಾಗ ಹೊಸದು. ಊರಿನ ಪರಿಚಯ ಚೆನ್ನಾಗಿ ಆಗ್ಲಿಂತ ನಿನ್ನ ಜೊತೆ ತುಂಬಾ ಓಡಾಡಿ ಬಿಟ್ಟೆ. ಅಮ್ಮ ಅಷ್ಟಕ್ಕೆ ಏನೇನೋ ಅಂದುಕೊಂಡು ಬಿಟ್ಟಿದ್ದಾಳೆ. ಆದರೆ ನಮ್ಮ ನಡುವೆ ಅಂಥದ್ದೇನೂ ಆಗಿಲ್ಲ ಅಂತ ಅವಳಿಗೆ ಗೊತ್ತಿಲ್ಲ.." ತಾನು ಏನು ಸಾಧಿಸಲು ಹೋಗುತ್ತಿದ್ದೇನೆ ಎನ್ನುವುದು ಒಂದುಕ್ಷಣ ರಘುವಿಗೇ ಅರ್ಥವಾಗಲಿಲ್ಲ.

ಅದಕ್ಕೂ ಏನು ಮಾತನಾಡಲಿಲ್ಲ ಅನುಪಮಾ. ಸುಮ್ಮನೆ ನೀರಲ್ಲೇಳುತ್ತಿದ್ದ ಚಿಕ್ಕ ಚಿಕ್ಕ ಅಲೆಗಳನ್ನು ನೋಡುತ್ತಿದ್ದಳು.

"ಅನೂ, ಅಮ್ಮನ ಮಾತನ್ನು ಮರೆತು ಬಿಡು."

"ಅವರಂಥ ಮಾತು ಏನಾದಿದ್ರು?" ಪುನಃ ತಣ್ಣನೆ ಕೇಳಿದಳು "ನಾನೇ ಯಾವುದೋ ಭ್ರಮಾಲೋಕದಲ್ಲಿದ್ದೆ. ಅಂತಹದರಲ್ಲಿ ಅವರು ತಪ್ಪು ತಿಳಿದಿದ್ದು ಸಹಜವೇ." ಎಂದಳು ಅನುಪಮಾ

ತಾಳ್ಮೆಯ ಪರಮಾವಧಿ. ಇಷ್ಟೊಂದು ತಾಳ್ಮೆ ಹೇಗಿದೆ ಇವಳಲ್ಲಿ. ಈಗ ನಡೆಯುತ್ತಿರುವ ಸನ್ನಿವೇಶದಲ್ಲಿ ನಾನೇ ಅಲ್ಲಾಡಿ ಹೋಗುತ್ತಿದ್ದೇನೆ. ಅವಳ ತಪ್ಪು ಒಂದಿನಿತು ಇಲದಿದ್ದರೂ ಅವಳ ಮೇಲೆ ಹರಿಹಾಯುತ್ತೇನೆ. ಅಂತಹದರಲ್ಲಿ ನಾನವಳ ಹಿಂದೆ-ಮುಂದೆ ಸುತ್ತಿ ಅವಳಲ್ಲಿ ಮೊಗ್ಗಾಗಿ ಮಲಗಿದ್ದ ಭಾವನೆಗಳನ್ನು ಬಡಿದೆಬ್ಬಿಸಿ, ಅದಕ್ಕೆ ನೀರು-ಗೊಬ್ಬರ ಹಾಕಿ

ಹೆಮ್ಮರವಾಗಿ ಬೆಳೆಸಿ, ಅದು ಹೂಬಿಟ್ಟು, ಕಾಯಾಗಿ, ಹಣ್ಣಾಗಲು ತವಕಿಸಿದಾಗ ನಿರ್ಧಾಕ್ಷಿಣ್ಯವಾಗಿ ಬುಡಮೇಲು ಮಾಡಿದ ನನ್ನ ಬಗ್ಗೆ, ಒಂದಿನಿತೂ ಕೋಪ ಬೇಡವೇ?

"ಏನಾದ್ರೂ ಮಾತಾಡು ಅನೂ." ಮೌನ ಕೊಲ್ಲಲು ಬಂದಾಗ ತಲ್ಲಣಿಸಿ ನುಡಿದ ರಘು.

ಅವಳು ಅವನನ್ನು ಆಳವಾಗಿ ನೋಡಿದಳು. ಅವಳ ನೋಟವನ್ನು ಎದುರಿಸುವ ಶಕ್ತಿ ಇಲ್ಲದೆ ನೋಟ ಬದಲಿಸಿದ ರಘು.

"ಏನು ಮಾತಾಡ್ಲಿ?" ಸೋತು ಕೇಳಿದಳು

"ಅನೂ ನೀನಾಮನೆ ಸೊಸೆಯಾಗಿ ಬರೋದಕ್ಕೆ ಸ್ವಲ್ಪಾನೂ ಯೋಚಿಸಬೇಕಾಗಿಲ್ಲ. ಇಬ್ಬರ ನಡುವೆ ಹೇಗಪ್ಪ ಇರೋದು ಅಂತೆಲ್ಲ ಚಿಂತೆ ಮಾಡಬೇಡ. ಯಾಕಂದ್ರೆ ನಿಮ್ಮ ಮದುವೆ ಆದ ತಕ್ಷಣ ನಾನು ಕುಟ್ಮಾದ ಬಂಗ್ಲೆಗೆ ಹೊರಟು ಹೋಗ್ಬೇಕಂತ ಇದ್ದೆ. ಆದ್ರೆ ಸುದೀಪಂಗೆ ಇಲ್ಲಿ ಇರೋಕೆ ಇಷ್ಟ ಇಲ್ಲ. ಮದುವೆಯಾದ ಮೇಲೆ ನೀವಿಬ್ರು ಯಾವ ತಾಪತ್ರಯವೂ ಇಲ್ಲದಂತೆ ಕುಟ್ಮಾದ ಬಂಗ್ಲೆಗೆ ಹೋಗ್ತೀರಂತೆ. ಆಗ ನೀನು ನೆಮ್ಮದಿಯಾಗಿರಬಹುದು. ಮಾತುಮಾತಿಗೆ ಕುಟುಕೋ ಅತ್ತೆ, ಯಾವುದೋ ನೆವನ ತೆಗೆದು ಪರೋಕ್ಷವಾಗಿ ಬಯ್ಯೋ ನಾದಿನಿ, ಹುಚ್ಚುಚ್ಚಾಗಿ ನಿನ್ನನ್ನು ಹಿಂಸಿಸೋ ರಘು...." ಒಂದು ಕ್ಷಣ ನಿಲ್ಲಿಸಿ ಪುನಃ ಮುಂದುವರೆದ "ಯಾರ ಕಾಟಾನೂ ನಿನಗಿರೋದಿಲ್ಲ. ನೀನು, ಸುದೀಪ ಇಬ್ಬರೇ. ಆಗ ನೀವಾಗಿ ಕರೆದಾಗ ಮಾತ್ರ ನಾವು ನಿಮ್ಮಲ್ಲಿಗೆ ಬರ್ತೀವಿ. ನೀನು ನಮ್ಮ ಕಡೆ ತಲೆ ಇಟ್ಟು ಮಲಗೋದೂ ಬೇಡ." ನಗುತ್ತ ಹೇಳಿದರೂ ಅವನ ದನಿಯಲ್ಲಿ ಅಪಾರ ವಿಷಾದವಿತ್ತು.

ಅವಳು ಸುಮ್ಮನೆ ಒಂದು ಕಡ್ಡಿಯಿಂದ ಮರಳಲ್ಲಿ ಗೀರುತ್ತ ಕುಳಿತಳು. ಅದಕ್ಕೂ ಅವಳು ಮಾತನಾಡಲಿಲ್ಲ.

"ಅನೂ ಏನೂ ಹೇಳ್ತಾನೆ ಇಲ್ಲ." ಅಧೀರನಾಗಿ ಕೇಳಿದ.

"ಅತ್ತೆ-ಮಾವ ಎಲ್ಲರೂ ಚೆನ್ನಾಗಿದ್ದಾರ?"

"ಚೆನ್ನಾಗಿದ್ದಾರೆ. ನೀನು ಇತ್ತೀಚಿಗೆ ಮನೆಗೆ ಬರೋದು ನಿಲ್ಲಿಸಿಬಿಟ್ಟೆ. ಯಾಕೆ ಅದೂ ನಿನ್ನ ಮನೇನೆ."

"ಇತ್ತೀಚೆಗೆ ಚಳಿ ಜಾಸ್ತಿ ಆಗ್ತಾ ಇದೆ. ಕತ್ತಲು ಬಹಳ ಬೇಗ ಆಗುತ್ತೆ. ನೀವ್ರು ಹೊರಡೋದು ಲೇಟಾ? ನಂಗೆ ಮನೆಗೆ ಹೋಗಬೇಕು." ಅವಳು, ಅವನ ಮಾತಿನ ಜಾಡಿಗೆ ಬರದೆ ತುಂಬಾ ಅಪರಿಚಿತಳಂತೆ ವರ್ತಿಸಿದಾಗ ಎದೆಯೆಲ್ಲ ಫಾರುಫಾರಾದ ಅನುಭವ.

"ಇಲ್ಲ ನಾನೂ ಹೊರಟೆ." ನಿಟ್ಟುಸಿರಿಟ್ಟು ಎದ್ದ ರಘು.

ಅನುಪಮಾ ಬಟ್ಟೆಗಂಟಿಕೊಂಡಿದ್ದ ಮರಳನ್ನು ಕೂಡಹಿ ಎದ್ದು ನಡೆಯತೊಡಗಿದಳು.

ಏಕಾಂತದ ಸಂಜೆಯ ಹಾದಿ ಇಬ್ಬರೂ ಮಾತಾಡಲಿಲ್ಲ. ರಘುವಿಗೆ ಏನು ಮಾಡಲೂ ತೋಚಲಿಲ್ಲ. ಅನುಪಮಾ ರಘುವಿನ ಇರುವಿಕೆಯನ್ನೇ ಮರೆತಂತಿತ್ತು.

ಎಡಕ್ಕೆ ತಿರುಗಿ ನಾಲ್ಕು ಮಾರು ಹಾದಿ ಸವೆಸಿದರೆ ಮನೆಗಳು ಕಾಣುತ್ತವೆ ಎನ್ನುವಾಗ ತಟ್ಟನೆ ಅನುಪಮಾಳ ಕೈ ಹಿಡಿದುಕೊಂಡ ರಘು. ಬೆಚ್ಚಿದ ಅನುಪಮ ನಿಂತಳು.

"ನನ್ನ ಕ್ಷಮಿಸಿಬಿಡು ಅನೂ. ನಾನು ಕನಸಿನಲ್ಲಿಯೂ ನಿನ್ನ ನೋಯಿಸೋಕೆ ಇಷ್ಟಪಡೊಲ್ಲ ಹಾಗೇನಾದರೂ ನಾನು ನಿನ್ನ ನೋಯಿಸಿದ್ದರೆ ಅದು ನನ್ನ ವಿವಶತೆ. ನೀನು ನನ್ನ ಅರ್ಥ ಮಾಡ್ಕೊಂಡಿದ್ದೀಯಾಂತ ನಂಗೊತ್ತಿದೆ. ಈ ಜನ್ಮದಲ್ಲಿ ನಾನು ನಿನಗೆ ನೋವಿನ ಹೊರತು ಮತ್ತೇನು ಕೂಡಲಿಲ್ಲ. ಮುಂದಿನ ಜನ್ಮ ಅನ್ನೋದು ಇದ್ರೆ..." ಧ್ವನಿ ವಿಪರೀತ ಭಾರವಾದಾಗ ನಿಲ್ಲಿಸಿದ ರಘು ಬಾಗಿ ಅವಳ ಮುಂಗೈಯನ್ನು ಚುಂಬಿಸಿದ. ಹಿಂದಿನಂತೆ ಎರಡು ಅಶ್ರು ಬಿಂದುಗಳು ಅವಳ ಮುಂಗೈಯನ್ನು ಅಲಂಕರಿಸಿದವು.

"ಐಯಾಮ್ ಸಾರಿ.." ಅವಳ ಕೈಬಿಟ್ಟು ಕರವಸ್ತ್ರ ತೆಗೆದುಕೊಂಡು ಮುಖ ಒರೆಸಿಕೊಂಡ.

"ಗುಡ್ ನೈಟ್ ಬರ್ತೀನಿ." ಯಾಂತ್ರಿಕವಾಗಿ ಹೆಜ್ಜೆ ಮುಂದುವರಿಸಿದಳು ಅನುಪಮಾ. ಕ್ಷಣ ತಡೆದು ಮತ್ತೆ ಅವನತ್ತ ನೋಡಿದಳು. ಅಶ್ರು ಪೂರಿತ ನೇತ್ರಗಳಿಂದ ಅವಳನ್ನೇ ನೋಡುತ್ತಿದ್ದ ರಘು.

ಮತ್ತೆ ಅವನತ್ತ ನಡೆದು ಅವನೆದುರು ನಿಂತುಕೊಂಡಳು ಅನುಪಮ. ತನ್ನೆರಡು ಬೊಗಸೆಯಲ್ಲಿ ಅವನ ಮುಖ ಹಿಡಿದುಕೊಂಡಳು. ಅವಳ ಕೈಗಳು ಅವನ ಕನ್ನೆಯನ್ನು ನೇವರಿಸಿ ಮುಂಗುರುಳಿನ ಮೇಲಾಡಿತು. ನಿಧಾನವಾಗಿ ಅವನ ಹಣೆಯನ್ನು ಮುದ್ದಿಸಿದಳು ಅನುಪಮ.

ರಘುವಿನ ತೋಳಗಳು ಅವಳನ್ನು ಎದೆಗೊತ್ತಿಕೊಳ್ಳಲು ತವಕಿಸಿದವು

"ಬಾಯ್ ಆರೋಗ್ಯ ಚೆನ್ನಾಗಿ ನೋಡ್ಕೊಳಿ." ಅವನ ಸುಂದರ ಕನಸು ಮುರಿದು ಬೀಳುವ ಮುನ್ನವೇ ಸರಿದು ಹೋದಳು ಅನುಪಮ.

****

"ಪ್ರತಿ ನಿಂಗೇನಾಗಿದೆ? ಏನಾಗಿದೆ ಪ್ರತಿ ನಿಂಗೆ. ನನ್ನ ಕಂಡ್ರೆ ನಿಂಗ್ಯಾಕಿಷ್ಟು ತಾತ್ಸಾರ?" ತನ್ನ ಬಾಹುಗಳಲ್ಲಿದ್ದ ಅನುಪಮಳನ್ನು ಮುಕ್ತಗೊಳಿಸಿ ಕೇಳಿದ ಸುದೀಪ.

ಸುದೀಪನಿಂದ ಬಿಡುಗಡೆ ಹೊಂದಿದ ಅನುಪಮ ಅವನಿಂದ ಸ್ವಲ್ಪದೂರ ನಿರಾತಂಕವಾಗಿ ಕುಳಿತುಕೊಂಡಳು.

"ಹೇಳು ಪುತ್ತಿ, ಯಾಕೆ ಪ್ರತಿಸಾರಿ ನನಗಿಷ್ಟು ನಿರಾಸೆ ಮಾಡ್ತಾ ಇದ್ದೀಯಾ?" ವ್ಯಾಕುಲನಾಗಿ ಕೇಳಿದ

"ನಾನು ನಿಮ್ಮನ್ನು ನಿರಾಕರಿಸಲಿಲ್ಲ..." ಮೆಲ್ಲನೆ ನುಡಿದಳು ಅನುಪಮಾ

"ಹಾಂ ... ಹಾಂ ...ನೀನು ನನ್ನ ನಿರಾಕರಿಸಿದ್ದರೆ, ನಾನು ನಿನ್ನ ಒಲಿಸಿಕೊಳ್ತಿದ್ದೆ. ಸಾಧ್ಯವಾಗದಿದ್ದರೆ ಬಲವಂತಪಡಿಸ್ತಿದ್ದೆ. ನನಗೆ ಬೇಕಾದದ್ದನ್ನ ನಿನ್ನಿಂದ ದೋಚಿಕೊಳ್ತಿದ್ದೆ. ಆದ್ರೆ .... ನೀನು... ನೀನು." ಸೋತವನಂತೆ ಅವಳತ್ತ ನೋಡಿದ.

ಅನುಪಮಾ ನಿರ್ಲಿಪ್ತಳಾಗಿ ಅವನನ್ನೇ ನೋಡುತ್ತಿದ್ದಳು

ಪುನಃ ಅವಳತ್ತ ಸರಿದ ಸುದೀಪ ಅವಳ ಮುಖವನ್ನು ತನ್ನ ಬೊಗಸೆಯಲ್ಲಿ ತುಂಬಿಕೊಂಡ. ಭ್ರಮರ ಕಂಗಳು, ತಾವರೆ ಪತ್ರದಂತೆ ಕನ್ನೆಗಳು, ಅಶೋಕ ಪುಷ್ಪದಂತ ತುಟಿಗಳು.

ಅವಳನ್ನು ಕಂಡಾಗಲೆಲ್ಲ ಆ ತುಟಿಗಳಲ್ಲಿರುವ ಮಧುಪಾನವನ್ನು ಮನಸೋಯಿಚ್ಛೆ ಮಾಡಬೇಕೆಂದು ಕಾತುರದಿಂದ ಅವಳನ್ನು ಸಮೀಪಿಸುತ್ತಾನೆ ಸುದೀಪ.... ಆದರೆ

"ಪುತ್ತಿ ಇದೇ ನೋಟ... ನೋಡು.. ಈ ನೋಟದಲ್ಲಿ ಜೀವಾನೇ ಇಲ್ಲ ಅನಿಸ್ತಿದೆ. ನಿನ್ನ ತಬ್ಬಿಕೊಂಡರೆ ಒಂದು ನಿರ್ಜೀವ ಗೊಂಬೆನ ಅಪ್ಪಿಕೊಳ್ತಾ ಇದ್ದೀನಿ ಅನಿಸ್ತಾ ಇದೆ. ನಿನ್ನ ಮೈಕೈಯೆಲ್ಲಾ ತಣ್ಣಗೆ ಹೆಪ್ಪುಗಟ್ಟುತ್ತಿದೆ." ಅತೀವ ತಳಮಳದಿಂದ ಬಡಬಡಿಸಿದ ಸುದೀಪ

ಅವಳು ಮಾತಾಡದೆ ದಿಬ್ಬದ ಮೇಲಿದ್ದ ಹುಲ್ಲನ್ನು ಬೆರಳಿಗೆ ಸುತ್ತಿಕೊಂಡು ಕಿತ್ತಳು.

"ಪುತ್ತಿ ನಾನು ನಿನ್ನ ತುಂಬಾ ಪ್ರೀತಿಸ್ತಿದ್ದೀನಿ. ಪ್ಲೀಸ್ ನನ್ನ ಅರ್ಥ ಮಾಡ್ಕೊಳ್ಳೋ ಪ್ರಯತ್ನ ಮಾಡು. ನೀನು ಅಂದ್ಕೊಂಡಿರೋ ಹಾಗೆ ನಾನು ಸ್ವಲ್ಪ ಒರಟನೆ ಇರಬಹುದು, ಸ್ವಾರ್ಥಿಯೂ ಹೌದು. ನನ್ನೆಲ್ಲ ತಪ್ಪುಗಳನ್ನು ನಾನು ಒಪ್ಪಿಕೊಳ್ತೀನಿ. ಹಾಗೆ ಮುಂದೆಂದೂ ನನ್ನಿಂದ ಯಾವುದೇ ತಪ್ಪುಗಳ ಗೋದಿಲ್ಲಾಂತನೂ ನಾನು ನಿಂಗೆ ಮಾತು ಕೊಡ್ತೀನಿ. ಪ್ಲೀಸ್ ಒಂದು ಸಲ.... ಒಂದೇ ಒಂದು ಸಲ ನನ್ನ ಮೇಲೆ ಸ್ವಲ್ಪ ವಿಶ್ವಾಸ ಇಟ್ಟು ನೋಡು. ನಿನ್ನ ಮನಸ್ಸು, ನೋಯಿಸೊ ಒಂದೇ ಒಂದು ಕೆಲಸಾನೂ ನಾನು ಮಾಡೋಲ್ಲ. ಐಸ್ವೇರ್." ಆವೇಶದಿಂದ ಹೇಳಿದ ಸುದೀಪ

"ಇಷ್ಟೊಂದು ಆವೇಶ ಯಾವತ್ತು ಒಳ್ಳೆಯದಲ್ಲ."

"ಇಷ್ಟೊಂದು ಜಡತನ? ಹೇಳು ಇದು ಒಳ್ಳೆಯದಾ? ನಿಂಗೆ ನನ್ನಲ್ಲಿ ತಪ್ಪು ಕಾಣಿಸಿದಾಗ ಹೇಳು.. ಮೊದಲಿನ ಹಾಗೆ ಜಗಳ ಮಾಡು. ಅಟ್ಲೀಸ್ಟ್ ನನ್ನನ್ನು ದ್ವೇಷಿಸು..... ಎಲ್ಲಾ ಸರಿ ...ಆದ್ರೆ ನೀನೀತರ ಕಲ್ಲಾಗೋದನ್ನ ನನ್ನ ಕೈಲಿ ನೋಡಕ್ಕಾಗ್ತಿಲ್ಲ... ಪುತ್ತಿ ಅವತ್ತು ನಂಗೆ ಮೋಡಿ ಮಾಡಿದ ಈ ಕಂಗಳು ಇವತ್ತು ಪೂರ್ತಿ ಜಡವಾಗಿದೆ.. ಹೇಳು ಪುತ್ತಿ ನಿಂಗೆ ನನ್ನ ನೋಡಿದ್ರೆ... ಏನೂ

ಅನ್ನಿಸೋದೇ ಇಲ್ವಾ? ನಿಂಗೆ ನನ್ನ ಪ್ರೀತಿಸೋಕ್ಕಾಗದೆ ಇದ್ದರೆ ಅಟ್ಲೀಸ್ಟ್ ದ್ವೇಷಿಸು.. ಆದರಿಂದನಾದ್ರೂ ನಂಗೆ ಒಂಥರಾ ತೃಪ್ತಿ ಸಿಗುತ್ತೆ... ಆದರೆ ಈ ತರ ನಿನ್ನ ನೋಡೋಕ ನನಗೆ ಭಯ ಆಗುತ್ತೆ..."

ಅದಕ್ಕೂ ಮಾತಾಡಲಿಲ್ಲ ಅನುಪಮ. ಸುದೀಪನ ತಾಳ್ಮೆ ಸತ್ತುಹೋಯಿತು

"ಪ್ರತಿ ಇವತ್ತು ನೀನು ಹೇಳ್ಬೇಕು... ಹೇಳು ನಿನಗೇನಾಗಿದೆ? ನಿಂಗೆ ನನ್ನ ನೋಡಿದ್ರೆ ಏನನ್ನಿಸುತ್ತೆ?" ಅವಳ ಭುಜ ಹಿಡಿದು ಕುಲುಕಿದ ಸುದೀಪ

"ನಿಮ್ಮನ್ನ ನೋಡಿದ್ರೆ ನಂಗನ್ನಿಸೋದು ಒಂದೇ. ನೀವು ನನ್ನ ಪ್ರೀತಿಸಬಾರದಿತ್ತು ಕಾರಣ ನಾನು ನಿಮಗೇನೂ ಕೊಡಲಾರೆ." ಅವಳ ತಣ್ಣನೆಯ ಉತ್ತರ ಮಂಜಿನಂತೆ ಅವನನ್ನು ರಾಚಿತು

ಉತ್ತರಿಸಿ ಹೊರಡುವವಳಿದ್ದವಳನ್ನು ತೋಳು ಹಿಡಿದು ನಿಲ್ಲಿಸಿದ ಸುದೀಪ. "ನೀನು ಯಾರನ್ನಾದರೂ ಪ್ರೀತಿಸ್ತಾ ಇದ್ದಿಯೇನು?" ಕಠಿಣವಾಗಿ ಕೇಳಿದ

"ತುಂಬಾ ತಡವಾಗಿ ಕೇಳ್ತಾ ಇದ್ದೀರಿ."

"ಪರವಾಗಿಲ್ಲ ಹೇಳು ಇನ್ನೂ ಸಾಕಷ್ಟು ಟೈಮ್ ಇದೆ."

"ಹೌದು." ಅವನ ಮುಖ ನೋಡುತ್ತಾ ಹೇಳಿದಳು

ಅವನ ಕಂಗಳು ಕೆಂಪಾಗಿ ರಕ್ತಕಾರಿದವ್ವು. ಅವಡುಗಚ್ಚಿ ಕಟಕಟನೆ ಹಲ್ಲು ಕಡಿದ. ಅವನ ಕೊರಳಿನ ನರಗಳು ಉಬ್ಬಿದ್ದವ್ವು.

"ಯಾರನ್ನ?" ಬೆಂಕಿಯಾಗಿ ಕೇಳಿದ

"ಸಾವನ್ನ." ಮೃದುವಾಗಿ ಹೇಳಿ ಮನೆಯತ್ತ ಹೆಜ್ಜೆ ಹಾಕಿದಳು ಅನುಪಮಾ

****

ಕೊಡವರ ಸುಗ್ಗಿ ಹಬ್ಬವನ್ನು 'ಪುತ್ತರಿ ನಮ್ಮೆ' ಅರ್ಥಾತ್ ಹುತ್ತರಿ ಹಬ್ಬವೆಂದು ಕರೆಯಲಾಗುತ್ತದೆ. ಪುತ್ತರಿ ಎಂದರೆ ಕೊಡವ ಭಾಷೆಯಲ್ಲಿ ಪುದಿಯ ಅರಿ ಅಂದರೆ ಹೊಸ ಅಕ್ಕಿ ಎಂದರ್ಥ. ಈ ಹಬ್ಬದಲ್ಲಿ ಕುಯಿಲಿಗೆ ಬಂದ ಗದ್ದೆಯಿಂದ ಹೊಸ ಅಕ್ಕಿ ತಂದು ಅದರಲ್ಲಿ ಪಾಯಸ ಮಾಡಿ ಸವಿಯುವ ಸಂಪ್ರದಾಯವಿದೆ.

ಇದನ್ನು ಎರಡು ದಿನಗಳಲ್ಲಿ ಆಚರಿಸಲಾಗುತದೆ. ಮೊದಲನೆಯದು ಇಗುತ್ತಪ್ಪ ದೇವಸ್ಥಾನದ ಗದ್ದೆಯಿಂದ ಕದಿರು ತರುವ ಹಬ್ಬ. ಇನ್ನೊಂದು, ಇದರ ಮರುದಿನ, ಕೊಡಗಿನಲ್ಲೆಲ್ಲಾ ಕೊಡವರು ಕದಿರನ್ನು ಮನೆಗೆ ತರುವ ನಾಡ ಹಬ್ಬ.

ರೋಹಿಣಿ ನಕ್ಷತ್ರದಂದು ಬರುವ ಈ ಹಬ್ಬದಂದು ಯಾವ ಯಾವ ಸಮಯಕ್ಕೆ ಏನೆಲ್ಲಾ ಆಚರಣೆಗಳನ್ನು ಮಾಡಬೇಕೆಂಬುದನ್ನು ಇಗುತ್ತಪ್ಪ ದೇವಾಲಯದಲ್ಲಿ ಎರಡು ಮೂರು ವಾರಗಳ ಮುನ್ನವೇ ತೀರ್ಮಾನ ಮಾಡಲಾಗುತ್ತದೆ

ಅಂದು ಮನೆಯನ್ನು ಶುದ್ಧಗೊಳಿಸಿ ಮನೆಯ ವಿಶಾಲವಾದ ಹಜಾರದಲ್ಲಿರುವ ತೂಗುದೀಪವನ್ನು ಹಚ್ಚಿ, ಅದರ ಕೆಳಗೆ ತಾಳೆಯೋಲೆಯ ಚಾಪೆಯನ್ನು ಹಾಸಿ, ಅದರ ಮೇಲೆ ಹುತ್ತರಿಗಾಗಿ ನೆಯ್ದ ಬಿದಿರಿನ ಕುಕ್ಕೆಯನ್ನಿಟ್ಟು, ಅದರಲ್ಲಿ ಮಾವಿನೆಲೆ, ಅಶ್ವತ್ಥದೆಲೆ ಮತ್ತು 'ಪುತ್ತರಿ ನಾರ್' ಇಡುವರು. ಇನ್ನೊಂದು ಕುಕ್ಕೆಯಲ್ಲಿ ಹಳೆಯ ಭತ್ತವನ್ನು ತುಂಬಿ, ಸ್ವಲ್ಪ ಹಾಲು, ಜೇನು, ತುಪ್ಪ, ಎಳ್ಳು, ಶುಂಠಿ, ತೆಂಗಿನಕಾಯಿಯ ಚೂರು, ಇತ್ಯಾದಿಗಳನ್ನು ಹಾಕಿ ಚಾಪೆಯ ಮೇಲಿಡುವರು. ಪಕ್ಕದಲ್ಲೇ ಕುಡುಗೋಲನ್ನಿಡುವರು. ಇನ್ನೊಂದು ಮೂರುಕಾಲಿನ ಮಣೆಯ ಮೇಲೆ ಕಂಚಿನ ಒಂದು ತಳಿಗೆಯಲ್ಲಿ ಅಕ್ಕಿಯನ್ನು ತುಂಬಿಸಿ, ಹಚ್ಚಿದ ಹಣತೆಯೊಂದನ್ನು ಅದರ ಮೇಲಿಟ್ಟು, ಪಕ್ಕದಲ್ಲಿ ವೀಳ್ಯದೆಲೆ-ಅಡಕೆಗಳನ್ನಿಡುವರು. ಇದಕ್ಕೆ 'ತಳಿಯತಕ್ಕಿ ಬೊಳಕ್' ಎನ್ನುವರು.

ನಿಶ್ಚಿತವಾದ ಸಮಯದಲ್ಲಿ ಎಲ್ಲರೂ ಸಾಂಪ್ರದಾಯಿಕ ಉಡುಗೆಯನ್ನು ತೊಟ್ಟು ಒಟ್ಟಾಗಿ ಗದ್ದೆಗೆ ಹೋಗುತ್ತಾರೆ. ಒಬ್ಬ ಕತ್ತಿ, ಮತ್ತೊಬ್ಬ ಕೋವಿ ಹಿಡಿದಿರುತ್ತಾನೆ. ಕತ್ತಿ ಹಿಡಿದವ ಭೂತಾಯಿಯನ್ನು ಪೂಜಿಸಿ "ಪೊಲಿ ಪೊಲಿ ದೇವಾ" ಎಂದು ಗಟ್ಟಿಯಾಗಿ ಹೇಳುತ್ತಾ ಕದಿರು ತೆಗೆಯುತ್ತಾನೆ. ಆಗ ಎಲ್ಲರೂ ಒಟ್ಟಾಗಿ ಪೊಲಿ-ಪೊಲಿ ದೇವಾ ಎಂದು ಹೇಳುತ್ತಾರೆ. ಕೋವಿ ಹಿಡಿದವ ಆಕಾಶಕ್ಕೆ ಗುಂಡು ಹಾರಿಸುತ್ತಾನೆ. ಕದಿರನ್ನು ತೆಗೆದ ನಂತರ ಅದನ್ನು ಭಕ್ತಿಯಿಂದ ಪೂಜಿಸುತ್ತಾರೆ. ನಂತರ ಮುತ್ತೈದೆಯರು ದೀಪ ಹಿಡಿದು ಮುಂದೆ ಸಾಗಿದಂತೆ ಹಿಂದಿನಿಂದ ಸಾಂಪ್ರದಾಯಿಕ ಹಾಡಾದ, 'ದುಡಿಕೊಟ್ಟ ಪಾಟ್' ಹಾಡಿಕೊಂಡು ಕತ್ತಿ, ಕೋವಿಗಳೊಂದಿಗೆ ಕದಿರನ್ನು ಮೆರವಣಿಗೆಯಲ್ಲಿ ಐನ್ಮನೆಗೆ ತರುತ್ತಾರೆ. ಅಲ್ಲಿಂದ ಎಲ್ಲರೂ ಸೇರಿ ತಂದ ಕದಿರನ್ನು ದೀಪದ ಕೆಳಗಿರುವ ಚಾಪೆಯಲ್ಲಿ ಇಟ್ಟು "ಪೊಲಿ ಪೊಲಿ ಪೊಲಿ ದೇವಾ" ಎನ್ನುತ್ತಾ ಕದಿರಿನ ಒಂದೊಂದು ಎಳೆಯನ್ನು ಅಶ್ವತ್ಥದೆಲೆಯಲ್ಲಿ ಸುತ್ತಿ ಪುತ್ತರಿ ನಾರಿನಿಂದ ಕಟ್ಟುವರು. ನಂತರ ಅದನ್ನು ಮನೆಯ ಮುಂಬಾಗಿಲಿಗೆ ಕಲಾತ್ಮಕವಾಗಿ ನೇಯ್ದು, ಮನೆಯ ಎಲ್ಲಾ ಕಿಟಕಿ-ಬಾಗಿಲುಗಳಿಗೆ, ಬಾವಿ, ಕೊಟ್ಟಿಗೆ, ಕಣಜಕ್ಕೆ, ಮನೆಯ ದೈನಂದಿನ ಉಪಯೋಗದ ವಸ್ತುಗಳಿಗೆ, ಇತ್ಯಾದಿಗಳಿಗೆ ತೋರಣ ಕಟ್ಟುವರು.

ಬೆಲ್ಲ ಸೇರಿಸಿ ಅಕ್ಕಿಯ ಪಾಯಸವನ್ನು ಮಾಡುವಾಗ ತಂದ ಹೊಸ ಕದಿರಿನಿಂದ ಕೆಲವು ಭತ್ತದ ಕಾಳುಗಳನ್ನು ಸುಲಿದು ಅಕ್ಕಿಯನ್ನು ಸೇರಿಸುವರು. ಬಾಳೆ ಹಣ್ಣುಗಳೊಡನೆ ಹುರಿದಕ್ಕಿ ಹಿಟ್ಟನ್ನು ಕಲಸಿ ತಂಬುಟ್ಟನ್ನು ತಯಾರಿಸುವರು. ಜೊತೆಗೆ ಹುತ್ತರಿ ಗೆಣಸಿನೊಂದಿಗೆ ಸವಿಯುವರು

"ಅನೂ ಯಾವುದಕ್ಕೂ ಬೇಡ. ಕಡೇಪಕ್ಷ ಪೂಜೆಗಾದ್ರು ಬರ್ಬಾರ್ದೇ?" ಹುತ್ತರಿ ಹಬ್ಬದ ಯಾವುದೇ ಕಾರ್ಯಗಳಲ್ಲಿ ತೊಡಗಿಸಿಕೊಳ್ಳದ ಮಗಳನ್ನು ಹತ್ತನೆಯ ಬಾರಿ ಕೇಳಿದರು ಬೋಜವ್ವ.

ಅನುಪಮಾ ಆ ಮಾತು ತನಗೆ ಕೇಳಿಸಲೇ ಇಲ್ಲವೆಂಬಂತೆ ಮೇಜಿನ ಮೇಲೆ ಗದ್ದ ಊರಿ ಶೂನ್ಯದಲ್ಲಿ ನೋಟನೆಟ್ಟು ಕುಳಿತಿದ್ದಳು.

ಸುಜಾತಾಳ ಮದುವೆಗೂ ಹೋಗಿರಲಿಲ್ಲ ಅನುಪಮಾ. "ಮಮ್ಮಿ ನೀವು ಹೇಳಿದ ಹಾಗೆ ಮಾತಾಡದೆ ನಿಶ್ಚಿತಾರ್ಥಕ್ಕೆ ಕೈಯೊಡ್ಡಿದ್ದೇನೆ. ಇನ್ನಾದರೂ ನನ್ನ ಪಾಡಿಗೆ ನನ್ನನ್ನ ಬಿಟ್ಟುಬಿಡಿ ಬಲವಂತ ಮಾಡ್ಬೇಡಿ... ಪ್ಲೀಸ್." ಅವಳು ಗೋಗರೆದಾಗ ಅವಳ ಮನಸ್ಥಿತಿಯನ್ನರಿತ ಬೋಜವ್ವನವರು ವಿಧಿಯಿಲ್ಲದೇ ಸುಮ್ಮನಾಗಿದ್ದರು.

ಈಗ ಹಬ್ಬದಲ್ಲೂ ಯಾವುದೇ ಆಸಕ್ತಿ ತೋರಿರಲಿಲ್ಲ ಅನುಪಮಾ. ಅಷ್ಟೇ ಏಕೆ? ತಾಯಿ ಒಂದೇಸಮನೆ ಎರಡು ದಿನದಿಂದ ದುಡಿಯುತಿದ್ದರೂ ಅದು ತನಗೆ ಸಂಬಂಧಿಸಿಯೇ ಇಲ್ಲವೆಂಬಂತೆ ಕೋಣೆಯಲ್ಲಿ ಸೇರಿದ್ದಳು. ತಾಯಿಯ ಬಲವಂತಕ್ಕೆ ಒಂದಿಷ್ಟು ತಿನ್ನುವುದನ್ನು ಬಿಟ್ಟರೆ ಇತ್ತೀಚಿಗೆ ಅವಳೇನೂ ಮಾಡುತ್ತಿರಲಿಲ್ಲ.

ನಿಟ್ಟುಸಿರಿಟ್ಟ ಬೋಜವ್ವ ಹಬ್ಬಕ್ಕೆಂದು ಮಾಡಿದ ಅಡಿಗೆಗಳನ್ನು ಪಾತ್ರೆಗಳಲ್ಲಿ ತುಂಬಿ ಮುತ್ತಣ್ಣನವರ ಮನೆಗೆ ಕೊಂಡೊಯ್ಯಲು ಜಗುಲಿಯ ಮೇಲೆ ಜೋಡಿಸತೊಡಗಿದರು

ಮುತ್ತಣ್ಣನವರ ಮನೆಯಲ್ಲಿ 'ಕದ್'. ತರಲು ಎಲ್ಲಾ ಏರ್ಪಾಡುಗಳು ನಡೆಯುತಿತ್ತು. ಅಲ್ಲಿಗಾಗಲೇ ನೆರೆಮನೆಯವರೆಲ್ಲ ಬಂದು ಸೇರಿದ್ದರು.

ಸೋಮಯ್ಯನವರ ಸಂಸಾರವೂ ಅಲ್ಲಿ ಸೇರಿತು. ಸುದೀಪ ಹಾಗು ರಘುವಿನ ನೋಟಗಳು ಆಗಾಗ ಮನೆಯಿಂದ ಹೊರಗೆ ಬರಬಹುದಾದ ಅನುಪಮಾಳನ್ನು ನೋಡಲು ತವಕಿಸುತಿದ್ದವು.

ಅಂದಿನ ಸಂಭಾಷಣೆಯ ನಂತರ ಸುದೀಪನಿಗೇಕೋ ಅನುಪಮಾಳನ್ನು ಮಾತಾಡಿಸುವ ಧೈರ್ಯ ಬಂದಿರಲಿಲ್ಲ. ಸುದೀಪ ಮತ್ತು ಮನೆಯವರೆಲ್ಲ ಅಲ್ಲೇ ಇದ್ದುದರಿಂದ ರಘು ಅತ್ತ ಹೋಗುವ ಸಾಹಸಕ್ಕೆ ಕೈ ಹಾಕಲಿಲ್ಲ.

ಬೋಜವ್ವನವರೊಬ್ಬರೇ ಪಾತ್ರೆಗಳನ್ನು ತಂದಿಡಲು ಕೂಸರಾಡುತ್ತಿರುವುದನ್ನು ನೋಡಿ "ದೇಚೀ ಹೋಗಿ ಬೋಜಿಗೆ ಸಹಾಯ ಮಾಡು" ಎಂದರು ಅಕ್ಕಮ್ಮನವರು

ಅವರನ್ನು ಗಮನಿಸುತ್ತಿದ್ದ ರಘು ಸಹ ದೇಚೀಯ ಹಿಂದೆ ಹೊರಟ. "ಬಿಡಿ ಆಂಟಿ ನಾನು ತಗೋತೀನಿ" ಬೋಜವ್ವನವರಿಗೆ ನುಡಿದರೂ ಅವನ ನೋಟ ಅಲ್ಲಿಂದಲೇ ಕಾಣಬಹುದಾದ ಅನುಪಮಳಿಗಾಗಿ ಅರಸಿತು.

ಅನುಪಮಾ ಎಲ್ಲಿ? ಅವಳೇಕೆ ಹೊರಗೆ ಬರುತ್ತಿಲ್ಲ? ನೂರನೇ ಬಾರಿ ಪುಟಿದ ಪ್ರಶ್ನೆಯನ್ನು ತುಟಿಬಿಗಿದು ತಡೆದ ರಘು.

ಅನುಪಮಾಳನ್ನು ನೋಡುವ ರಘುವಿನ ಪ್ರಯತ್ನ ಸಫಲವಾಗಲಿಲ್ಲ. ನಿರಾಶನಾಗಿ ದೇಚೀಯೊಂದಿಗೆ ಪಾತ್ರೆಗಳನ್ನೆತ್ತಿಕೊಂಡು ಮುತ್ತಣ್ಣನವರ ಮನೆಯತ್ತ ನಡೆದ.

"ಅನು ಎಲ್ಲಿ?" ಬೋಜವ್ವನವರೊಬ್ಬರೇ ಬಂದಾಗ ಕೇಳಿದರು ಅಕ್ಕಮ್ಮನವರು

"ಅವಳಿಗೆ ಮೈ ಹುಷಾರಿಲ್ಲ.. ತಲೆನೋವಂತೆ."

ರಘುವಿನ ಉಸಿರು ಸಿಕ್ಕಿಕೊಂಡಿತು.

"ಏನಾಗಿದೆ ಅನೂಗೆ?" ಧರಣಿಯ ಪಕ್ಕದಲ್ಲಿ ನಿಂತಿದ್ದ ನವವಧು ಸುಜಾತ ಕೇಳಿದಳು.

ಅವಳಿಗೆ ಅನುಪಮಳ ಮೇಲೆ ಇನ್ನಿಲ್ಲದ ಕೋಪ ಬಂದಿತ್ತು. ತನ್ನ ಮದುವೆಯಲ್ಲಿ ಅಲಂಕಾರ, ಒಡವೆ-ವಸ್ತ್ರಗಳ ಜವಾಬ್ದಾರಿ ಹೊತ್ತುಕೊಳ್ಳುವುದಾಗಿ ಒಪ್ಪಿಕೊಂಡಿದ್ದ ಅನುಪಮಾ ಅವಳ ಮದುವೆಗೆ ಬರುವುದಿರಲಿ ಅವಳತ್ತ ಸುಳಿದೂ ಇರಲಿಲ್ಲ. ನಂತರವೂ ಅವಳನ್ನು ಮಾತನಾಡಿಸುವ ಗೋಜಿಗೆ ಹೋಗಿರಲಿಲ್ಲ.

ಆದುದರಿಂದ ಸುಜಾತ ಹಬ್ಬಕ್ಕಾಗಿ ಗಂಡನೊಂದಿಗೆ ಮೂರು ದಿನ ಮೊದಲೇ ಬಂದಿದ್ದರೂ ಅವಳು ಅನುಪಮಾಳನ್ನು ಮಾತನಾಡಿಸಲು ಹೋಗಿರಲಿಲ್ಲ

"ಅವಳಿಗೇನಾಗುತ್ತೆ? ಶ್ರೀಮಂತರ ಮನೆ ಸೊಸೆಯಾಗಿದ್ದಾಳಲ್ಲ ಮಹಾರಾಣಿ ಘೋಷ ಹಾಕ್ಕೊಂಡಿದ್ದಾಳೆ. ನಮ್ಮನೆಗೆಲ್ಲ ಎಲ್ಲಿ ಬರ್ತಾಳೆ? ಹೊರಡು ಗದ್ದೆಗೆ." ತನ್ನೆದೆಯಲ್ಲಿದ್ದ ನಂಜನ್ನು ಕಕ್ಕಿದಳು ಧರಣಿ.

ಸುಜಾತಾಳಿಗೆ ಅನುಪಮಾಳ ಬಗ್ಗೆ ಕೋಪವಿದ್ದರೂ ಧರಣಿಯ ಮಾತನ್ನು ನಂಬಲಾಗಲಿಲ್ಲ.

"ನೀವು ಗದ್ದೆಗೆ ಹೋಗಿ ನಾನು ಅನೂನ ಮಾತಾಡಿಸಿ ಬರ್ತೀನಿ"

ಸುಜಾತ, ಅನುಪಮಾಳ ಕೋಣೆಯ ಹತ್ತಿರ ಬಂದು ಹೊಸಿಲಿನಲ್ಲಿ ನಿಂತುಕೊಂಡಳು. ಅನುಪಮಾ ಟೇಬಲ್ಲಿನ ಮೇಲೆ ಗದ್ದಲೂರಿ ಹಾಗೆ ಕುಳಿತಿದ್ದಳು. ಅವಳು ತಲೆಯನ್ನು ಸಹ ಬಾಚಿರಲಿಲ್ಲ. ಅವಳಲ್ಲಿ ಶ್ರೀಮಂತರ ಮನೆಯ ಸೊಸೆಯಾಗುವ ಯಾವ ಸಡಗರವೂ ಕಾಣ ಬರಲಿಲ್ಲ.

"ಅನೂ.." ಕೋಣೆಯೊಳಗೆ ನಡೆದು ಮೆಲುವಾಗಿ ಕರೆದಳು ಸುಜಾತ. ಎರಡು ಬಾರಿ ಕೂಗಿದರೂ ಅವಳಿಗೆ ಸ್ಪಂದಿಸಲಿಲ್ಲ ಅನುಪಮಾ. ಮೆಲ್ಲನೆ ಬುಜ ಹಿಡಿದು ಅಲುಗಾಡಿಸಿದಾಗ ನಿಧಾನವಾಗಿ ವಾಸ್ತವಕ್ಕೆ ಮರಳಿದಳು ಅನುಪಮಾ.

"ಓ ಸುಜಿ.. ಯಾವಾಗ ಬಂದೆ.. ಚೆನ್ನಾಗಿದ್ದೀಯ?" ಅವಳು ಮೆಲ್ಲನೆ ಕೇಳಿದಾಗ ಅವಳನ್ನೇ ಆಳವಾಗಿ ದಿಟ್ಟಿಸಿದಳು ಸುಜಾತ.

"ತುಂಬಾ ಸೊರಗಿ ಹೋಗಿದ್ದೀಯ ಅನೂ." ಅವಳೆದುರಿಗಿದ್ದ ಮಂಚದಲ್ಲಿ ಕೂರುತ್ತಾ ಹೇಳಿದಳು ಸುಜಾತ

"ಹಾಗೇನಿಲ್ಲ.." ಒಣನಗೆ ನಕ್ಕಳು ಅನುಪಮಾ

"ಏಳು ಎಲ್ಲರೂ ಕದ್ ತರೋಕೆ ಹೊರಾಡ್ತಾ ಇದ್ದಾರೆ ... ಬೇಗಹೊರಡು.."

"ಕದ್ ತರೋಕೆ? "

"ಹಾಂಗ ಇವತ್ತು ಹುತ್ತರಿ ಹಬ್ಬ.... "ಅಚ್ಚರಿಯಿಂದ ಹೇಳಿದಳು ಸುಜಾತ

" ಹೌದಾ? ನಂಗೆ ಗೊತ್ತೇ ಆಗಲಿಲ್ಲ. ಸುಜಿ ನೀ ಹೋಗು, ನಂಗೆ ಮನಸಿಲ್ಲ .."

"ಎಲ್ಲರೂ ನಿನ್ನ ಬಗ್ಗೆ ತಪ್ಪು ತಿಳ್ಕೊಳ್ಳಿದ್ದಾರೆ ಸ್ವಲ್ಪ ಹೊತ್ತು ಬಾ" ಆತ್ಮೀಯವಾಗಿ ಕರೆದಳು

"ನಮ್ಮವರೇ ನನ್ನನ್ನ ಅರ್ಥ ಮಾಡ್ಕೊಳ್ಳಿಲ್ಲ ಇನ್ನು ಬೇರೆಯವರದ್ದೇನು ಬಿಡು ಸುಜಿ" ತಟಸ್ಥಳಾಗಿ ನುಡಿದಳು ಅನುಪಮಾ

"ನನಗೋಸ್ಕರ ಅಟ್ ಲೀಸ್ಟ ನಂಗೋಸ್ಕರ ಬಾ ಅನೂ..." ಅವಳು ಕನ್ನಡಿಯ ಪಕ್ಕದಲ್ಲಿದ್ದ ಬಾಚಣಿಗೆಯನ್ನು ತೆಗೆದುಕೊಂಡು ಅವಳ ಮುಂದಿರಿಸಿದಳು.

ತಾನವಳ ಮದುವೆಗೆ ಹೋಗದಿದ್ದರೂ, ಬೇಸರಿಸಿಕೊಳ್ಳದೆ ಅವಳು ತೋರುತ್ತಿದ್ದ ಕಾಳಜಿಯನ್ನು ನೋಡಿ ಅನುಪಮಾಳ ಬಾಯಿ ಕಟ್ಟಿತು. ನಿರಾಕರಿಸಲಾಗದೆ ಬಾಚಣಿಗೆಯನ್ನು ತೆಗೆದುಕೊಂಡಳು. ಗಂಟುಗಂಟಾದ ಹೂರೆಗೂದಲನ್ನು ನೋಡಿದಾಗ ಸಮಸ್ಯೆಯೆನಿಸಿತು. ನಿರ್ಲಕ್ಷ್ಯದಿಂದ ಸಿಕ್ಕುಬಿಡಿಸತೊಡಗಿದ ಅನುಪಮಾ, ಕೈ ಸೋಲುತ್ತಿರುವ ಅನುಭವದಿಂದ ಮತ್ತೆ ಹಾಗೆ ನಿಲ್ಲಿಸಿದಳು.

"ಬಾ ನಾನೆ ನಿನ್ನ ತಲೆ ಬಾಚ್ತೀನಿ.." ಅವಳ ಹೆರಳಿಗೆ ಕೈ ಹಾಕಿದಳು ಸುಜಾತ

"ಪರವಾಗಿಲ್ಲ ಬಿಡು ಸುಜಿ.."

ಸುಜಾತ ಮಾತಾಡದೆ ಅವಳ ಕೂದಲನ್ನು ಬಾಚತೊಡಗಿದಳು. ಅನುಪಮಳ ಹೂರೆಗೂದಲಲ್ಲಿದ್ದ ಸಿಕ್ಕನ್ನು ಬಿಡಿಸುವಷ್ಟರಲ್ಲಿ ಸುಜಾತ ಬೆವೆತು ಹೋದಳು. ಅವಳು ಕಡಿಮೆಯೆಂದರೆ ನಾಲ್ಕು ದಿನದಿಂದ ತಲೆ ಬಾಚಿದಂತೆ ಕಾಣಲಿಲ್ಲ

"ಅನೂ... ನಾನೊಂದು ಮಾತು ಕೇಳಲಾ?" ಜಡೆಯನ್ನು ಹೆಣೆದು ಪೂರ್ತಿಗೊಳಿಸಿದ ಸುಜಾತ ಕೇಳಿದಳು

ಅನುಪಮಾ ಏನು ಎಂಬಂತೆ ಅವಳತ್ತ ನೋಟ ಹರಿಸಿದಾಗ "ನಿಂಗೀ ಮದ್ವೆ ಇಷ್ಟ ಇಲ್ವಾ?" ಎಂದಳು

ಉತ್ತರಿಸಲಿಲ್ಲ ಅನುಪಮಾ. ಕೆಲವು ಕ್ಷಣದ ನಂತರ "ಸುಜಿ ನಾನು ಮುಖ ತೊಳ್ಕೊಂಡು ಬರ್ತೀನಿ" ಎಂದಳು .

"ಸರಿ ನಾನು ಅಷ್ಟರಲ್ಲಿ ಸೀರೆಯೆತ್ತಿಡ್ತಿನಿ."

ಅನುಪಮಾ ಕುಳಿತಲ್ಲಿಂದ ಎದ್ದಾಗ ತಲೆ ಧಿಮ್ಮೆಂದ್ದಿತು. ಸಾವರಿಸಿಕೊಂಡು ಹೋಗಿ ಮುಖ ತೊಳೆದುಕೊಂಡು ಬಂದಳು.

ಅವಳು ಬರುವಷ್ಟರಲ್ಲಿ ಸುಜಾತ ಮೂರು ಸೀರೆಗಳನ್ನು ಆರಿಸಿ ಇಟ್ಟಿದ್ದಳು. ಸುದೀಪ ಕೂಡಿಸಿದ ನೇರಳೆ ಹಾಗು ಅಗ್ನಿಶಿಖೆ ವರ್ಣದ ಸೀರೆ, ಮತ್ತೊಂದು ರಘು ಕೂಡಿಸಿದ ತಾವರೆ ಬಣ್ಣದ ಸೀರೆ.

ರಘುವಿನ ಸೀರೆಯನ್ನು ನೋಡಿ ಅವಳ ಕಂಗಳು ಲಘುವಾಗಿ ಮಿನುಗಿದವು. ಅವಳಾ ಸೀರೆಯನ್ನು ಮೃದುವಾಗಿ ನೇವರಿಸಿದಳು. "ಈ ಸೀರೆನೇ ಉಡ್ತೀನಿ, ಮತ್ತ ಆ ಅವಕಾಶ ಸಿಗುತ್ತೋ ಇಲ್ವೋ."

ಅನುಪಮಾಳ ನುಡಿಗಳ ಅರ್ಥ ಸುಜಾತಾಳಿಗಾಗದಿದ್ದರೂ, ಅವಳು ಹೊರಟದ್ದೇ ಅವಳಿಗೆ ಸಾಕಾದ್ದರಿಂದ ಹೆಚ್ಚು ತಲೆಕೆಡಿಸಿಕೊಳ್ಳಲು ಹೋಗಲಿಲ್ಲ.

ಇಬ್ಬರೂ ಹೊರಗೆ ಬರುವಷ್ಟರಲ್ಲಿ ಎಲ್ಲರೂ ಗದ್ದೆಗೆ ಹೋಗಿಯಾಗಿತ್ತು.

"ನನ್ನಿಂದ ಗದ್ದೆಗೆ ಹೋಗೋದು ತಪ್ಪಿತು ನಿಂಗೆ.."

"ಪರವಾಗಿಲ್ಲ ಬಿಡು.. ಅವರು ಬರುವಷ್ಟರಲ್ಲಿ ಇಲ್ಲಿ ಉಳಿದಿರುವ ಕೆಲಸವನ್ನು ಮುಗಿಸಬಹುದು" ಎನ್ನುತ್ತಾ ಮೆಟ್ಟಲಿಳಿಯತೊಡಗಿದಳು ಸುಜಾತ.

ಅನುಪಮಾ ಸರಿಯೆನೆಂಬಂತೆ ತಲೆಯಾಡಿಸಿ ಮೆಟ್ಟಲಿನತ್ತ ನೋಡಿದಳು. ಮತ್ತೊಮ್ಮೆ ತಲೆ ತಿರುಗಿದಂತೆನಿಸಿ ಮೆಟ್ಟಿಲುಗಳು ಅಸ್ಪಷ್ಟವಾದಾಗ "ಸುಜಿ ಸ್ವಲ್ಪ ಕೈ ಹಿಡ್ಕೊತೀಯಾ ?" ಎನ್ನುತ್ತಾ ಅನುಪಮಾ ಅವಳತ್ತ ಕೈ ನೀಡಿದಾಗ ಆತಂಕಗೊಂಡಳು ಸುಜಾತ.

"ಅನೂ ಹುಷಾರಾಗಿದ್ದೀ ತಾನೇ?" ಅವಳನ್ನು ಇಳಿಸಿಕೊಳ್ಳುತ್ತ ಕೇಳಿದಳು.

"ಏನಿಲ್ಲ ಸ್ವಲ್ಪ ತಲೆ ಸುತ್ತಪ್ಪೆ.." ಇಬ್ಬರು ಮುತ್ತಣ್ಣನವರ ಪೆಡಸಾಲೆಯತ್ತ ನಡೆದರು

"ನೀನು ರೆಸ್ಟ್ ತಗೋ ಅನೂ .. ತುಂಬಾ ಬಳಲಿಬಿಟ್ಟಿದ್ದೀಯ... ನಾನೆಲ್ಲ ನೋಡ್ಕೊತೀನಿ " ಎಂದು ಅನುಪಮಾಳನ್ನು ಐಮರದಮೇಲೆ ಕೂರಿಸಿ ಉಳಿದ ಕೆಲಸದತ್ತ ಗಮನಹರಿಸಿದಳು ಸುಜಾತ.

ಗದ್ದೆಯಿಂದ ಗುಂಡು ಮತ್ತು ಪಟಾಕಿಗಳನ್ನು ಸಿಡಿಸುವ ಸದ್ದು ಅವ್ಯಾಹತವಾಗಿ ಕೇಳಿಬರುತ್ತಿತ್ತು. ಸುಮಾರು ಅರ್ಧ ಘಂಟೆಯ ನಂತರ "ಪೂಲಿ ಪೂಲಿ ಪೂಲಿದೇವ" ಎಂಬ ಕೂಗು ಕೇಳಿ ಬರತೊಡಗಿತು. ಜೊತೆಯಲ್ಲೇ ಕೊಡವ ಜಾನಪದ ವಾದ್ಯ ಮತ್ತು ಒಲಗದ ಸದ್ದು ಕೇಳಿಬರತೊಡಗಿತು. ಹೊಸ ಭತ್ತದ ತೆನೆಯನ್ನು ಹೊತ್ತ ಗುಂಪು ಹತ್ತಿರವಾದಂತೆ ಪಟಾಕಿಗಳ ಸದ್ದು ಹೆಚ್ಚಾಯಿತು.

ಇಷ್ಟುಹೊತ್ತು ಅನುಪಮಾಳನ್ನು ಕಾಣದೆ ತಲ್ಲಣಿಸುತಿದ್ದ ರಘು, ಪಡಸಾಲೆಯಲ್ಲಿ ಕುಳಿತಿದ್ದ ಅನುಪಮಾಳನ್ನು ನೋಡಿ ನೆಮ್ಮದಿಯ ಉಸಿರು ಬಿಟ್ಟ. ಅವಳು ತಾನು ಕೂಡಿಸಿದ ಸೀರೆಯನ್ನುಟ್ಟಿದ್ದು ಅವನಿಗೆ ನೋವುನಲಿವುಗಳೆರಡನ್ನೂ ಒಟ್ಟಿಗೆ ತಂದು ಕೊಟ್ಟವು.

ಹಿರಿಯರು ಬಂದಾಗ ಎಂದಿನಂತೆ ಎದ್ದು ಎಲ್ಲರಿಗೂ ವಂದಿಸುವ ತ್ರಾಣವಿಲದೆ ಹೋಯಿತು ಅನುಪಮಳಿಗೆ. ಅವಳು ಮಾನಸಿಕ ವ್ಯಥೆಯಿಂದ ತುಂಬಾ ಸೋತು ಹೋಗಿದ್ದಳು. ಕಡೆ ಪಕ್ಷ ಸೋಮಯ್ಯ ಹಾಗೂ ಗಂಗವ್ವನವರಿಗಾದರೂ ನಮಸ್ಕರಿಸಬೇಕೆಂದು ಕೊಂಡಳು. ಆದರೆ ಅವಳ ಮನಸ್ಸಿನೊಂದಿಗೆ ದೇಹ

ಸಹಕರಿಸಲಿಲ್ಲ. ಸುಮ್ಮನೆ ತನ್ನಂತೆ ಉರಿಯುತ್ತಿದ್ದ ತೂಗುದೀಪದತ್ತ ನೋಟ ಹರಿಸಿ ಕುಳಿತಳು

ಹಬ್ಬದ ಕೆಲಸಗಳು ಸಾಂಗವಾಗಿ ನಡೆಯಿತು. ಕದಿರಿನ ಪೂಜೆಯನ್ನು ಮುಗಿಸಿ ಎಲ್ಲರಿಗೂ ಭತ್ತದ ತೆನೆಯನ್ನು ಹಂಚಲಾಯಿತು. ಮನೆಯ ಕಿಟಕಿ ಬಾಗಿಲುಗಳಿಗೆ ಕದಿರನ್ನು ಕಟ್ಟಲಾಯಿತು. ಎಲ್ಲ ಕಾರ್ಯಗಳು ಮುಗಿದು ಗದ್ದಲ ಕಡಿಮೆಯಾದಾಗ ತಿಂಡಿ ಪಾನೀಯಗಳ ಸರಬರಾಜಾಯಿತು

ರಘು ತನ್ನನ್ನು ತಾನು ಹಬ್ಬದ ಕೆಲಸಗಳಲ್ಲಿ ತೊಡಗಿಸಿಕೊಂಡರೂ ಅವನು ಕಡೆಗಣ್ಣಿನಿಂದ ಅನುಪಮಾಳನ್ನು ಗಮನಿಸುತ್ತಲೇ ಇದ್ದ. ಅವಳು ಧೈಹಿಕವಾಗಿ ಅಲ್ಲಿದ್ದರೂ, ಅವಳ ಮನಸ್ಸೆಲ್ಲೋ ಹಾರಿ ಹೋಗಿದಂತೆ ತೋರಿತು.

ಮೊದಲೇ ಉರಿಯುತ್ತಿದ್ದ ಗಂಗವ್ವನವರಿಗೆ, ಅನುಪಮಾ ತಮ್ಮನ್ನು ಉಪೇಕ್ಷಿಸಿದ್ದು ಇನ್ನಷ್ಟು ಬೆಂಕಿಯಲ್ಲಿ ತುಪ್ಪ ಸುರಿದಂತಾಯಿತು. ದುಮುಗುಟ್ಟುತ್ತಲೇ ಬಂದು ಅಪ್ಪಯ್ಯನವರ ಪತ್ನಿ ಸೀತವ್ವನವರ ಪಕ್ಕದಲ್ಲಿ ಕುಳಿತರು.

"ಏನು ಗಂಗೆ ನಿನ್ನ ಸೊಸೆಗೆ ತುಂಬಾ ಧಿಮಾಕು ಬಂದುಬಿಟ್ಟಿದೆ" ನೇರವಾಗೆ ಕೇಳಿದರು ಸೀತವ್ವ. " ಇತ್ತೀಚಿಗೆ ಯಾರ ಜೊತೆನೂ ಮಾತಾಡೋಲ್ಲ .. ಎದುರಿಗೆ ಸಿಕ್ಕಿದ್ರೂ ನಮ್ಮನೆಲ್ಲ ಗೊತ್ತೇ ಇಲ್ಲ ಅನ್ನೋ ಹಾಗೆ ಮುಖ ತಿರುಗಿಸಿಕೊಂಡು ಹೋಗ್ತಾಳೆ" ಮುಂದುವರೆದು ನುಡಿದರು ಸೀತವ್ವ.

"ಏನು ಮಾಡೋದು 'ಅಲ್ಪನಿಗೆ ಐಶ್ವರ್ಯ ಬಂದ್ರೆ ಅರ್ಧ ರಾತ್ರೀಲಿ ಕೊಡೆ ಹಿಡಿತಾನಂತೆ' ಹಾಗಾಯ್ತು" ಗಂಗವ್ವನವರು ಮಾತಾಡದಿದ್ದಾಗ ತಾವೇ ಮುಂದುವರಿಸಿದರು "ಹುಷಾರು ಗಂಗೆ, ಮದುವೆಗೆ ಮುಂಚೆನೇ ಹೀಗೆ... ಮುಂದೇನೋ... ಜೋಪಾನ.."

"ಆಂಟಿ ನಮ್ಮಮ್ಮನ ಬಗ್ಗೆ ನೀವ್ರು ತಲೆ ಕಡಿಕೊಳ್ಳಬೇಡಿ ಆಂಟಿ..." ಮುಂದೆ ಬರಬಹುದಾದ ಸಾಲುಸಾಲು ಮಾತುಗಳನ್ನು ಪ್ರಯಾಸ ಪಟ್ಟು ತಡೆದ ರಘು... "ಬಿಯರ್ ತಗೊಳ್ಳಿ." ಅವರ ಮುಂದೆ ಗ್ಲಾಸ್ ಹಿಡಿದಾಗ ಸೀತವ್ವನವರ ಮುಖದ ಬಣ್ಣಗೆಟ್ಟು ಹೋಯಿತು.

ಅನುಪಮಾಳ ಮೇಲೆ ಎಷ್ಟೇ ಕೋಪವಿದ್ದರೂ ಹೊರಗಿನವರೊಂದಿಗೆ ತಮ್ಮ ಮನೆಯ ಸೊಸೆಯಾಗಿ ಬರುವ ಹುಡುಗಿಯ ಬಗ್ಗೆ ಚಕಾರವೆತ್ತಲಿಲ್ಲ ಗಂಗವ್ವ

ಸುಜಾತ ತಿಂಡಿ ತುಂಬಿದ ತಟ್ಟೆ ಹಿಡಿದು ಬಂದಾಗ "ಸುಜಿ ಸ್ವಲ್ಪ ತಂಬಿಟ್ಟು ಮತ್ತೆ ಅನ್ನ ಕೊಟ್ಟುಬಿಡು ನಂಗೆ ಬೇರೇನೂ ತಿನ್ನೋಕ್ಯಾಗಲ್ಲ .."

ಹಾಗೇ ಮಾಡಿದಳು ಸುಜಾತ

"ಥ್ಯಾಂಕ್ಸ್"

ಅವಳದನ್ನು ತಿನ್ನಲು ಕಷ್ಟ ಪಡುವುದನ್ನು ನೋಡಿ "ಅನೂ ಒಂದು ಸಲ ಡಾಕ್ಟರ್ ಹತ್ರ ಹೋಗು. ಸಾರೀ .. ನಿಂಗೆ ತೊಂದ್ರೆ ಕೊಟ್ಟೆ " ಪಶ್ಚಾತ್ತಾಪದಿಂದ ನುಡಿದಳು ಸುಜಾತ.

"ಹಾಗೇನಿಲ್ಲ .. ಬಂದಾಗಿಂದ ನೀನು ನನ್ನ ಜೊತೆನೆ ಇದ್ದೀಯ...ಹೋಗು. ಪಾಪ ವಿಶಾಲ್ ನಿನ್ನ ಕಾಯ್ತಿದ್ದಾರೆ..."

"ಸರಿ ನಿಧಾನವಾಗಿ ಊಟಮಾಡು. ಬೇರೇನಾದ್ರೂ ಬೇಕಿದ್ರೆ ಕರಿ" ಎಂದು ರಘುವಿನತ್ತ ನಡೆದಳು ಸುಜಾತ

"ರಾಘಣ್ಣ, ಚಕ್ಕುಲಿ ತಗೋ..." ಎಲ್ಲರಿಂದ ದೂರಾಗಿ ವಿಸ್ಕಿಯ ಗ್ಲಾಸನ್ನು ಕೈಯಲ್ಲಿ ಹಿಡಿದು ಅನುಪಮಾಳ ಬಗ್ಗೆಯೇ ಚಿಂತಿಸುತ್ತಿದ್ದ ರಘುವಿನತ್ತ ನಡೆದು ಚಕ್ಕುಲಿಯ ಟ್ರೇಯನ್ನ ಅವನ ಮುಂದೆ ಹಿಡಿದಳು ಸುಜಾತ

ರಘು ಶಾಸ್ತ್ರಕ್ಕನ್ನುವಂತೆ ಒಂದನ್ನೆತ್ತಿಕೊಂಡು "ಹೇಗಿದೆ ಮ್ಯಾರೀಡ್ ಲೈಫ್?" ಎಂದ.

"ಚೆನ್ನಾಗಿದೆ. ನಂದು ಲವ್ ಮ್ಯಾರೇಜ್ ಅಲ್ವ ನಾವಿಬ್ಬರು ಚೆನ್ನಾಗಿ ಹೊಂದಿಕೊಂಡಿದ್ದೀವಿ." ಎಂದಳು

"ಗುಡ್.." ಎಂದು ವಿಸ್ಕಿಯನ್ನು ಗುಟುಕರಿಸಿದ ರಘು

"ನೀನೂ ಕುಡಿಯೋಕೆ ಶುರುಮಾಡಿಬಿಟ್ಟೆ.." ಅವನ ಕೈಯಲ್ಲಿದ್ದ ಗ್ಲಾಸ್ಸನ್ನು ನೋಡುತ್ತಾ ಹೇಳಿದಳು

"ಏನಿಲ್ಲ ಸ್ವಲ್ಪ ಕಂಪನಿಗೆ.."

"ಸ್ವಲ್ಪ ಏನು ಬಂತು ಹೆಚ್ಚು ಕಡಿಮೆ ಒಂದು ಬಾಟಲಿ ಮುಗಿಸಿದ್ದೀಯಾ.." ಪಕ್ಕದಲ್ಲಿ ತಳ ಹತ್ತಿದ ಬಾಟಲಿಯನ್ನು ನೋಡುತ್ತಾ ಹೇಳಿದಳು "ಮತ್ತೆ ಒಂಟಿಯಾಗಿ ಇಲ್ಲಿ ನಿಂತೊಂಡು ಯಾರಿಗೆ ಕಂಪನಿ ಕೊಡ್ತಾ ಇದ್ದೀಯ?"

ಮಾತಾಡಲಿಲ್ಲ ರಘು

"ರಾಘಣ್ಣ.. ಅನೂ ನೀ ಕೊಡಿಸಿದ ಸೀರೇನಲ್ಲಿ ಎಷ್ಟು ಚೆನ್ನಾಗಿ ಕಾಣ್ತಾ ಇದ್ದಾಳಲ್ವಾ?" ಅವನ ಮುಖವನ್ನೇ ನೋಡುತ್ತಾ ಕೇಳಿದಾಗ ಹಾರಿಬಿದ್ದ ರಘು

"ಆ ಸೀರೆ .." ಅವನು ತೊದಲಿದಾಗ

"ನಾನಲ್ಲೇ ಇದ್ದಲ್ಲ ರಾಘಣ್ಣ.. ಅಂಗಡಿಯವನಿಗೇನು ಹುಚ್ಚೇ, ಕರ್ಚೀಫ್ ಬದಲಿಗೆ ಅಷ್ಟು ಒಳ್ಳೆ ಸೀರೆ ಕೊಡೋಕೆ?"

ಅವನಿಗೇನೂ ಮಾತಾಡಲಾಗಲಿಲ್ಲ. ಸುಮ್ಮನೆ ಹಣೆಯುಜ್ಜಿಕೊಂಡ

"ನಿನ್ನ ಮುಖ ನೋಡಿದ್ರೆ ಯಾವ ಮುಟ್ಟಾಳ ಬೇಕಾದ್ರೂ ಹೇಳ್ತಾನೆ, ನಿಂಗೆ ಅನೂನ ಕಂಡ್ರೆ ಪ್ರಾಣಾಂತ." ಸುಜಾತ ಮುಂದುವರಿಸಿದಳು

"ಹಾಗೇನಿಲ್ಲ .. ವಿಶಾಲ್ ಮೋಸ್ಟ್ಲಿ ನಿನ್ನ ಹುಡುಕ್ತಿದ್ದಾನೆ.." ಸುಜಾತಾಳ ನುಡಿಗಳಿಂದ ಅವನು ಚೆವರ ತೊಡಗಿದಾಗ ಅವಳನ್ನು ಅಲ್ಲಿಂದ ಸಾಗ ಹಾಕಲು ಪ್ರಯತ್ನಿಸಿದ ರಘು

ಪತಿಯತ್ತ ತಿರುಗಿದಳು ಸುಜಾತ. ವಿಶಾಲ್ ಊಟಕ್ಕೆ ಅವಳಿಗಾಗಿ ಕಾಯುತ್ತಿರುವಂತೆ ತೋರಿತು. ಎರಡು ನಿಮಿಷ ಅಲ್ಲಿಂದಲೇ ಸನ್ನೆ ಮಾಡಿ ಮತ್ತೆ ರಘುವಿನತ್ತ ತಿರುಗಿದಳು

"ಎಂಗೇಜ್‌ಮೆಂಟ್ ಆದ್ಮೇಲೆ ಅನೂ ತುಂಬಾ ಸೊರಗಿ ಹೋಗಿದ್ದಾಳೆ. ಎಲ್ಲದರಲ್ಲೂ ಆಸಕ್ತಿ ಕಳೆದುಕೊಳ್ತಿದ್ದಾಳೆ ಅನ್ನಿಸ್ತಿದೆ. ನನ್ನ ಮದುವೆ ಬಗ್ಗೆ ಅಷ್ಟೊಂದು ಆಸಕ್ತಿ ತೋರಿಸ್ತಿದ್ದ ಅವಳು ನನ್ನ ಮದುವೆಗೂ ಬರ್ಲಿಲ್ಲ. ನೋಡ್ರೀಗ ತಟ್ಟೆಲಿರೋ ಒಂದ್ ಹಿಡಿ ಅನ್ನ ತಿನ್ನೋಕೆ ಆಗಲಿಂದ ಒದ್ದಾಡ್ತಾ ಇದ್ದಾಳೆ .." ಹೌದು ರಘು ಅದರ ಬಗ್ಗೆಯೇ ಚಿಂತಿಸುತಿದ್ದ.

ಯಾವುದೇ ಸಂಭ್ರಮವಿರಲಿ ಅದಕ್ಕೆ ಅನುಪಮಾಳ ಕೂಡುಗೆ ಗಣನೀಯವಾಗಿರುತಿತ್ತು. ಆಸಕ್ತಿಯಿಂದ ಅಡಿಗೆಯನ್ನು ತಯಾರಿಸಿ ಎಲ್ಲರಿಗು ಬಡಿಸುವುದೆಂದರೆ ಅವಳಿಗೆ ಇನ್ನಿಲ್ಲದ ಪ್ರೀತಿ.

ಆದರಿಂದವಳಿಗೆ ಯಾವುದರಲ್ಲೂ ಆಸಕ್ತಿ ಇರಲಿಲ್ಲ. ಅಷ್ಟೇ ಅಲ್ಲದೆ ಅವಳು ಒಂದೆರಡು ಬಾರಿ ನಿಲ್ಲುವ ಪ್ರಯತ್ನದಲ್ಲಿ ಗೋಡೆ ಹಿಡಿದು ಸುಧಾರಿಸಿಕೊಂಡದ್ದನ್ನು ಗಮನಿಸಿದ ರಘುವಿನ ಎದೆಯೊಡೆದು ಹೋಗಿತ್ತು

"ರಾಘಣ್ಣ, ನೀ ಹೀಗೆ ಕುಡಿಯೋದು ಬಿಟ್ಟು ಈ ಮದುವೆ ನಿಲ್ಲಿಸಿಬಿಡು .. ಇಲ್ದೆ ಹೋದ್ರೆ ಆಮೇಲೆ ನೀನು ಪಶ್ಚಾತ್ತಾಪ ಪಡಬೇಕಾಗಬಹುದು." ಅವನಿಗೆ ಒತ್ತಿ ಹೇಳಿ ಅಲ್ಲಿಂದ ನಡೆದಳು ಸುಜಾತ

****

"ರೀ .. ನಂಗೆ ಇತ್ತೀಚೆಗೆ ಯಾಕೋ ತುಂಬಾ ಭಯವಾಗುತ್ತೆ." ಊಟ ಮುಗಿಸಿ ಎಲೆ-ಅಡಿಕೆ ಮೆಲ್ಲುತ್ತಾ ಹಾಯಾಗಿ ಪವಡಿಸಿದ್ದ ಪತಿಯ ಮುಖವನ್ನೇ ನೋಡುತ್ತ ಹೇಳಿದರು ಬೋಜವ್ವ.

"ಏನಾಯ್ತು ಅಂತದ್ದು?" ಮಡದಿಯ ಬಾಡಿದ ಮುಖವನ್ನು ನೋಡುತ್ತಾ ಕೇಳಿದರು ಕುಶಾಲಪ್ಪ.

"ನೀವು ಅನೂನ ನೋಡಿದ್ದೀರಾ?" ಚಿಂತಿಸುತ್ತ ಕೇಳಿದರು

"ಅವಳನ್ನ ದಿನಾ ನೋಡ್ತಾ ಇದ್ದೀನಲ್ಲ." ಅಲಕ್ಷ್ಯದಿಂದ ಹೇಳಿದರು ಕುಶಾಲಪ್ಪ

"ಅದು ಸರಿ. ಆದ್ರೆ ಅವಳನ್ನು ಸರಿಯಾಗಿ ನೋಡಿದ್ದೀರೇನು? ಅವಳಿತ್ತೀಚೆಗೆ ತೀರ ಸಪ್ಪಗಾಗಿ ಬಿಟ್ಟಿದ್ದಾಳೆ .. ಮಾತಿಲ್ಲ, ಕಥೆಯಿಲ್ಲ. ಎಂಗೇಜ್‌ಮೆಂಟ್ ಆದಾಗಿಂದ ಅವಳು ಕಾಲೇಜಿಗೆ ಹೋಗಿಲ್ಲ. ಸುಜಿ ಮದುವೆಗೂ ಬರಲಿಲ್ಲ. ಮೊನ್ನೆ ಹಬ್ಬದಲ್ಲಿ ಕೂಡ ಏನು ಮಾಡ್ಲಿಲ್ಲ. ಸುಮ್ನೆ ರೂಮಲ್ಲಿ ಬುಕ್ ಇಟ್ಕೊಂಡು ಕೂತಿರ್ತಾಳೆ ಅಥವಾ ಮಲಗಿರ್ತಾಳೆ. ಊಟನೂ ಸರಿ ಮಾಡ್ತಾ ಇಲ್ಲ."

324

"ಮದುವೆ ಅಂದ್ರೆ ಹುಡುಗೀರಿಗೆ ಸ್ವಲ್ಪ ಇರುಸುಮುರುಸೆ. ಅದಕ್ಕಾಕ ಚಿಂತೆ ಮಾಡ್ತಿಯಾ? ಮದುವೆಯಾದರೆ ಎಲ್ಲಾ ಸರಿ ಹೋಗುತ್ತೆ." ಕಂಬಳಿಯನ್ನು ಕತ್ತಿನವರೆಗೆ ಎಳೆದುಕೊಂಡು ಕಣ್ಣು ಮುಚ್ಚಿಕೊಂಡರು ಕುಶಾಲಪ್ಪನವರು

"ರೀ ಈ ಮದುವೆ ನಿಲ್ಲಿಸಿಬಿಡಿ. " ಮೆಲ್ಲನೆ ಹೇಳಿದರೂ ಸ್ಪಷ್ಟವಾಗಿ ಹೇಳಿದರು ಬೋಜವ್ವ

ದಢಕ್ಕನೆದ್ದು ಕುಳಿತ ಕುಶಾಲಪ್ಪ, ಆತಂಕಗೊಂಡ ಮಡದಿಯ ಮುಖವನ್ನೇ ನೋಡಿದರು.

"ನೋಡಿ ನಾನೆಂದೂ ಹಣಕಾಸಿಗೆ ಆಸೆ ಪಟ್ಟವಳಲ್ಲ. ನೀವು ತಂದದ್ದರಲ್ಲಿ ತೃಪ್ತಿಯಿಂದ ಜೀವನ ತೂಗಿಸಿದವಳು ನನ್ನ ಮಕ್ಕಳೂ ಹಾಗೆ. ನಿಮ್ಮನ್ನ ಯಾವುದಕ್ಕೂ ಪೀಡಿಸಿಲ್ಲ. ಅಂಥಾ ಅನೂ ಬರೀ ಹಣದಿಂದ ಸುಖವಾಗಿತ್ತಾಳೆ ಅನ್ನೋ ಭ್ರಮೆ ಯಾಕೆ?"

"ಬರಿ ಹಣ ನೋಡಿ ನಾನಿ ಮದುವೆಗೆ ಒಪ್ಪಿಕೊಂಡಿಲ್ಲ ಬೋಜಿ. ಸುದೀಪ ಒಳ್ಳೆಯವನು.. ಅಲ್ಲದೆ ಅವರ ಮನೆಯವರು..."

"ಅವರ ಮನೆ ಮಠ ಫಲ್ಲ ಕಟ್ಕೊಂಡು ನಮಗಾಗಬೇಕದ್ದು ಏನು? ನಂಗೆ ನನ್ನ ಮಗಳ ಸಂತೋಷ ಮುಖ್ಯ. ಅಷ್ಟೇ ಅಲ್ಲ ಅವಳಿಗೆ ಮೊದಲಿನಿಂದಲೂ ಸುದೀಪನ್ನ ಕಂಡ್ರೆ ಆಗೋಲ್ಲ. ಅಷ್ಟೇ ಸಮಸ್ಯೆಯಾಗಿದ್ದರೆ ಬಿಡಿ. ಮದುವೆಯಾದ ಮೇಲೆ ಹೊಂದಿಕೊಳ್ಳುತ್ತಾರೆ ಅಂತ ಅಂದುಕೊಳ್ಳಬಹುದಿತ್ತು. ಆದ್ರೆ ತೊಂದ್ರೆ ಇರೋದು ರಘುದು. ಅವನು ಕಣ್ಣೆದುರಿಗೇ ಇರುವಾಗ ಅವಳು ಬೇರೆಯವರ ಜೊತೆ ಹೇಗೆ ಸಂಸಾರ ಮಾಡುತ್ತಾಳೆ? ನೀವೇ ಯೋಚನೆ ಮಾಡಿ."

"ಮದುವೆಯಾದ ಮೇಲೆ ಎಲ್ಲಾ ಸರಿಹೋಗುತ್ತೆ. ಅದರಲ್ಲೂ ನಮ್ಮ ಅನೂ ಅಂಥ ಹುಡುಗಿ ಬೇರೆ ಗಂಡಸರನ್ನು ಕಣ್ಣೆತ್ತಿಯೂ ನೋಡುವುದಿಲ್ಲ."

"ಅದೇ ರೀ ನಾನು ಹೇಳ್ತಾ ಇರೋದು. ಅವಳು ರಘುನ ತುಂಬಾ ಹಚ್ಚಿಕೊಂಡು ಬಿಟ್ಟಿದ್ದಾಳೆ. ಅಂಥವಳು ಸುದೀಪನ ಜೊತೆ ಖಂಡಿತ ನೆಮ್ಮದಿಯಾಗಿರೋಲ್ಲ."

"ಹಾಗಿದ್ದಿದ್ದರೆ ಅವಳು ನಿಶ್ಚಿತಾರ್ಥಕ್ಕೆ ಒಪ್ಪಿಕೊಳ್ಳಿರಲಿಲ್ಲ. ಅವತ್ತೊಂದಿನ ರಘುನೇ ಮದುವೆಯಾಗ್ತೀನೀಂತ ಅತ್ತಿದ್ದು ನಿಜ. ಆದರೆ ಮಾರನೇ ದಿನ ಅವಳೇ ಈ ಮದುವೆಗೆ ಒಪ್ಪಿಕೊಂಡ್ಲಲ್ಲ."

"ಅವಳ ಒಪ್ಪಿಗೆಯ ಹಿಂದೆ ನಂಗೆ ದೊಡ್ಡ ದುರಂತ ಕಾಣ್ತಾ ಇದೆ. ರಘುನೂ ಸಪ್ಪೆಯಾಗಿ ಹೋಗಿದ್ದಾನೆ" ಎದೆಯೊತ್ತಿಕೊಂಡರು ಬೋಜವ್ವ

"ರಘು ಆತ್ಮಹತ್ಯ ಮಾಡಿಕೊಳ್ತಾನೆ ಅನ್ನೋಂಡ್ಯಾ?" ವ್ಯಂಗ್ಯವಾಗಿ ನಗುತ್ತ ಕೇಳಿದರು ಕುಶಾಲಪ್ಪ "ಅವನಿಗೆ ನಮ್ಮ ಅನೂಗಿಂತ ಅವನ ಮನೆಯ ಶಾಂತಿನೆ ಮುಖ್ಯ. ಆದ್ರೆ ಸುದೀಪ ನೋಡು ಅವಳಿಗೋಸ್ಕರ ಇಡೀ ಪ್ರಪಂಚನೂ ಎದುರುಹಾಕಿಕೊಳ್ಳಲೂ ಸಿದ್ದನಿದ್ದಾನೆ. ಅದಕ್ಕೆ ನಂಗೆ ಗಫುಗಿಂತ, ಸುದೀಪ ಇಷ್ಟ ಆಗೋದು. ಯಾಕಂದ್ರೆ ನಾಳೆ ಶ್ರೀರಾಮ ಸೀತೆನ ಕಾಡಿಗೆ ಬಿಟ್ಟ ಹಾಗೆ ರಘು, ಅವರಪ್ಪನೂ, ಅಮ್ಮನೂ ಅನೂನ

ಮನೆಯಿಂದಾಚೆ ಹಾಕು ಅಂದ್ರೆ ಮನೆಯಿಂದಾಚೆ ತಳ್ಳಿಬಿಡ್ತಾನೆ. ಅಪರಂಜಿಯಲ್ಲಿ ಯಾರೂ ಒಡವೆ ಮಾಡೋಕಾಗಲ್ಲ ಬೋಜಿ ಅದಕ್ಕೆ ಸ್ವಲ್ಪಮಟ್ಟಿನ ತಾಮ್ರ ಸೇರಿದರೇನೆ ಸುಂದರವಾದ ಒಡವೆಯಾಗೋದು."

"ನೋಡಿ ಇಲ್ಲಿ ನಾವು ವಾದ ಮಾಡೋಕೆ ಕೂತಿಲ್ಲ. ನಂಗೆ ಕಾಣ್ತಾ ಇರೋದು ನನ್ನ ಅನೂವಿನ ಸಪ್ಪೆ ಮುಖ ಮಾತ್ರ. ನಂಗೆ ನಿಮ್ಮ ಸ್ನೇಹಿತರು, ಅವರ ಮನೆ ಮಕ್ಕಳು, ಆಸ್ತಿಪಾಸ್ತಿ ಏನೂ ಬೇಕಾಗಿಲ್ಲ. ನಂಗೆ ಬೇಕಾಗಿರೋದು ನನ್ನ ಮಗಳ ಸಂತೋಷ, ಅವಳ ನಗು ಅಷ್ಟೇ. ನಾಳೆನೇ ನಾವು ನಮ್ಮ ಊರಿಗೆ ಹೋಗೋಣ. ಹಂಗಿನ ಬಾಳಿಗಿಂತ ದೊಡ್ಡ ಕೀಳರಿಮೆಯ ಬಾಳಿಲ್ಲ. ನಡೀರಿ, ನಮಗೆ ನಮ್ಮ ಮನೆ ನಮ್ಮ ಸಂತೋಷ ನಮಗೆ ಸಾಕು ಬೇರೆ ಬೇಡ."

"ಬೋಜಿ ರಘುನ ನೆನೆಸಿಕೊಂಡು ಅವಳು ಒಂದೆರಡು ದಿನ ಸಪ್ಪೆ ಇರಬಹುದು. ಅದಕ್ಕೆ ಯಾಕಿಷ್ಟು ಬೇಜಾರು ಮಾಡ್ಕೋತಿಯ?" ಬೇಕಾದರೆ ಮದುವೆ ಇನ್ನೂ ಬೇಗ ಮುಗಿಸಿಬಿಡೋಣ. ಹೊಸ ಜೋಡಿ ಒಂದೆರಡು ವಾರ ಬೇರೆ ಊರಿಗೆ ಹೋಗಿ ಬರಲಿ. ಒಬ್ಬರನ್ನೊಬ್ಬರು ಅರ್ಥ ಮಾಡಿಕೊಂಡರೆ ಎಲ್ಲಾ ಸರಿ ಹೋಗುತ್ತೆ". ಮಡದಿಯ ಭುಜ ತಟ್ಟಿ ಸಂತೈಸಿದರು ಕುಶಾಲಪ್ಪ.

"ಎಲ್ಲಾ ಸರಿ ಹೋಗುತ್ತೆ ಮಲಕ್ಕೋ ರಾತ್ರಿ ಹತ್ತು ಘಂಟೆಯಾಯ್ತು." ಮಡದಿಯನ್ನು ಮಲಗಿಸಿ ಹೊದಿಸಿದರು. ನಂತರ ದೀಪ ಆರಿಸಿ ಹಾಸಿಗೆಯಲ್ಲೊರಗಿ ಮಡದಿಯನ್ನು ಸಂತೈಸುವಂತೆ ಮೆಲ್ಲನೆ ಬೋಜವ್ವನವರ ಹಣೆಯನ್ನು ನೇವರಿಸತೊಡಗಿದರು.

ಇಷ್ಟಾದರೂ ಬೋಜವ್ವನವರಿಗೆ ಯಾಕೋ ಸಮಾಧಾನವಾಗಲಿಲ್ಲ. ಬಲವಂತವಾಗಿ ಕಣ್ಣುಮುಚ್ಚಿ ಮಲಗಲು ಪ್ರಯತ್ನಿಸಿದರು. ಹೊರಗಿನ ಕತ್ತಲೆಗಿಂತ ಹೆಚ್ಚಿನ ಕತ್ತಲೆ ಎದೆಯಾಳದಲ್ಲಿ ಆವರಿಸಿದೆ ಎನಿಸಿದಾಗ ಪುನಃ ಬೆಚ್ಚಿ ಕಣ್ತೆರೆದರು ಬೋಜವ್ವ. ಆ ಕಾರ್ಗತ್ತಲಲ್ಲಿ ಅನುಪಮಾಳ ನಿರ್ಲಿಪ್ತ ಮುಖ ಕಣ್ಣಿಗೆ ಕಟ್ಟಿದಂತೆನಿಸಿದಾಗ ನೋಡಲಾರದೆ ಮತ್ತೆ ಬಿಗಿಯಾಗಿ ಕಣ್ಣು ಮುಚ್ಚಿಕೊಂಡರು ಬೋಜವ್ವ

****

"ಮಮ್ಮಿ.." ಮಗಳ ಕ್ಷೀಣ ಧ್ವನಿ ಕೇಳಿಸಿದಾಗ ಮಿಕ್ಸಿಗೆ ತೆಂಗಿನತುರಿ ಹಾಕುತ್ತಿದ್ದ ಬೋಜವ್ವ ತಮ್ಮ ಕೆಲಸ ನಿಲ್ಲಿಸಿ ಮಗಳತ್ತ ನೋಡಿದರು.

ಅವಳು ಅಡುಗೆಯ ಮನೆಯ ಬಾಗಿಲಿಗೊರಗಿ ನಿಂತಿದ್ದಳು. "ಏನು ಅನೂ?" ಅವಳು ಸೋಲುತ್ತಿರುವ ಭಾವನೆಯಿಂದ ಗಾಬರಿಯಿಂದ ಮಗಳತ್ತ ಧಾವಿಸಿ ಬಂದರು.

ಅನುಪಮಾ ಅಡುಗೆಮನೆಯ ದೊಡ್ಡದಾದ ಹೊಸಿಲಿನ ಮೇಲೆ ಕುಳಿತುಕೊಂಡಳು

"ಮಮ್ಮಿ ತಲೆ ಸುತ್ತಾಯಿದೆ. ಒಂದು ಲೋಟ ನೀರು ಕೂಡ್ತೀಯಾ?"

"ನೀಯ್ಯಾಕಮ್ಮ ಹಾಲೇ ಕೊಡ್ತೀನಿ." ಹಾಲನ್ನು ಹದನಾಗಿ ಕಾಯಿಸಿ ಅದಕ್ಕೆ ಸಕ್ಕರೆಯನ್ನು ಬೆರೆಸಿ ಮಗಳಿಗೆ ಕೊಟ್ಟರು ಬೋಜವ್ವ

ಅವಳು ಹಾಲು ಕುಡಿಯುವುದನ್ನೇ ಪಕ್ಕದಲ್ಲಿ ಕುಳಿತು ನೋಡಿದರು ಬೋಜವ್ವ. ನೋಡಲು ಅಂಥ ವ್ಯತ್ಯಾಸವೇನೂ ಕಾಣಲಿಲ್ಲ. ಸ್ವಲ್ಪ ಆಲಸ್ಯ, ನಿರಾಸಕ್ತಿಯ ಹೊರತು ಅನುಪಮಳಲ್ಲಿ ಮಹತ್ತರ ಬದಲಾವಣೆಯೇನೂ ಕಾಣುತ್ತಿಲ್ಲ. ಆದರೂ ತನ್ನೆದೆ ಏಕೆ ಡವಗುಟ್ಟುತ್ತಿದೆ? ಅನುಪಮಾ ತಮ್ಮ ಕೈಬಿಟ್ಟು ಹೋಗುತ್ತಾಳೆಂಬ ಭೀತಿಯೇಕೆ?

"ಯಾಕಮ್ಮ ಹಾಗೆ ನೋಡ್ತಾ ಇದ್ದೀಯಾ?" ತಾಯಿಯ ಒದ್ದೆ ಕಂಗಳನ್ನು ನೋಡುತ್ತ ಕೇಳಿದಳು ಅನುಪಮಾ

"ಅನೂ ಏನಾಗ್ತಿದೆಮ ನಿನಗೆ? ಯಾಕೆ ಒಂಥರಾ ಆಗ್ತಿಟ್ಟಿದೀಯ? ಮದುವೆಯಾಗೋ ಹುಡುಗಿ ಹೇಗಿರಬೇಕು. ಇತ್ತೀಚೆಗೆ ನಿನಗೆ ಯಾವುದರಲ್ಲೂ ಆಸಕ್ತಿ ಇಲ್ಲ. ನೋಡು ಮಲ್ಲಿಗೆ ಹೂಗಳಲ್ಲಾ ಬಾಡಿಹೋಗಿದೆ. ತಲೆ ಬಾಚಿ ಹೂ ಮುಡ್ಕೋಬಾರ್ದ? ಊಟ ತಿಂಡಿನೂ ಕಡಿಮೆ ಮಾಡಿ ಬಿಟ್ಟಿದ್ದೀಯ?. ಯಾಕಮ್ಮ ಹೀಗೆ?" ಕಳಕಳಿಯಿಂದ ಮಗಳನ್ನು ಕೇಳಿದರು ಬೋಜವ್ವ

ಅನುಪಮ ಮಾತಾಡದೆ ತಾಯಿಯ ಮಡಿಲ ಮೇಲೆ ತಲೆಯಿಟ್ಟಳು. "ಅಮ್ಮ ನಾನೀ ಮನೆ ಬಿಟ್ಟು ಹೋದರೆ ನೀ ಹೇಗಿರ್ತೀಯಾ?'

"ಅಯ್ಯೋ ಹುಚ್ಚಿ. ಇದು ಎಲ್ಲರ ಜೀವನದಲ್ಲೂ ಬರುವಂಥ ಅನಿವಾರ್ಯ ಘಟನೇಮಾ. ಹೆಣ್ಣು ಮಕ್ಕಳನ್ನು ನೋಡಿದಾಗಲೆಲ್ಲ ಅವರು ಬೇರೆ ಮನೆಯ ಬೆಳಕು ಅನ್ನೋ ನೆನಪು ಎಲ್ಲಾ ತಂದೆ ತಾಯಿಯರಿಗೂ ಇರುತ್ತೇಮ. ಅಲ್ಲದೆ ನೀನೇನು ತುಂಬಾ ದೂರ ಹೋಗ್ತಾ ಇಲ್ವಲ್ಲ. ನಡೆದು ಬಂದರೆ ಅರ್ಧ ಘಂಟೆ ನಡಿಗೆತಾನೆ?" ಮಗಳ ಕೂದಲಲ್ಲಿ ಬೆರಳಾಡಿಸುತ್ತ ನುಡಿದರು ಬೋಜವ್ವ.

"ಇಲ್ಲಮ್ಮ ನಂಗಿಲ್ಲಿ ಇರೋಕೆ ಇಷ್ಟ ಇಲ್ಲ. ನಾನಾ ಮನೇಲಿ ಖಂಡಿತ ಇರೋಲ್ಲ. ನಾನು ನೆನೆಸಿದ್ದು ಒಂದು... ಆಗಿದ್ದೇ ಮತ್ತೊಂದು." ನಿಟ್ಟುಸಿರಿಟ್ಟಳು ಅನುಪಮಾ

"ಅನೂ ಹೆಣ್ಣು ಮಕ್ಕಳು ತಾವು ಪ್ರೀತಿಸಿದವರನ್ನ ಮದುವೆಯಾಗುವುದಕ್ಕಿಂತ, ನಮ್ಮನ್ನ ಪ್ರೀತಿಸಿದವರನ್ನ ಮದುವೆಯಾಗಬೇಕು ಕಂದ. ಆಗಲೇ ನಾವ್ರ ಸುಖವಾಗಿರುವುದಕ್ಕೆ ಸಾಧ್ಯ."

"ಆದ್ರೂ ನಾನಿಲ್ಲಿರೋಲಮ್ಮ. ನಂಗೆ ಇದೆಲ್ಲ ಬಿಟ್ಟು ತುಂಬ ದೂರ ಹೊರಟು ಹೋಗಬೇಕು ಅನ್ಸುತ್ತೆ."

"ಹೇಗೂ ಸುದೀಪನಿಗೂ ಇಲ್ಲಿರೋದಕ್ಕೆ ಇಷ್ಟ ಇಲ್ಲ. ಇಬ್ಬರು ಕುಟ್ಟದ ಬಂಗಲೆಗೆ ಹೋಗಿಬಿಡಿ. ಅಲ್ಲಿ ಹೊಸ ಜಾಗ, ಹೊಸ ಪರಿಸರದಲ್ಲಿ ಹಳೆಯದನ್ನೆಲ್ಲ ಮರೆತು ಹೊಸ ಬದುಕನ್ನು ಪ್ರಾರಂಭಿಸು."

"ಸರಿ ನೌಸಲ್ಲಿಗೆ ಹೋದ್ಮೇಲೆ ನೀನೇನು ಮಾಡ್ತೀಯ?"

"ಏನು ಮಾಡೋಕಾಗುತ್ತೆ. ನೀನು ಮದುವೆಯಾಗಿ ಸುಖವಾಗಿದ್ದೀಯಾ ಅನ್ನೋ ನೆಮ್ಮದಿ, ನಿನ್ನ ಅಗಲಿಕೆಯ ನೋವನ್ನು ಮರೆಸುತ್ತೆ."

"ಮಮ್ಮಿ ಅಣ್ಣಂಗೆ ಮದುವೆ ಮಾಡಿಸಿ ಅತ್ತಿಗೇನ ಮನೆ ತುಂಬಿಸಿಕೊ."

"ಹೌದು.. ಆಮೇಲೆ ಅವನಿಗೆ ಅಲ್ಲಿ ಫ್ಯಾಮಿಲಿ ಕ್ವಾಟರ್ಸ್ ಸಿಕ್ಕಿದ ಮೇಲೆ ಅವಳನ್ನ ಕಳಿಸಿಕೊಡಬೇಕು."

" ಮಮ್ಮಿ ಆಶಾ ಬಗ್ಗೆ ನಿನ್ನ ಅನಿಸಿಕೆ ಏನು ?"

"ಅವಳ ಬಗ್ಗೆ ಹೇಳೋಕೇನಿದೆ? ಅವಳನ್ನು ಕೈ ಹಿಡಿಯೋನು ಪುಣ್ಯ ಮಾಡಿದ್ದಾನೆ."

ಸ್ವಲ್ಪ ಹೊತ್ತು ಮಾತಾಡಲಿಲ್ಲ ಅನುಪಮ

"ಅನೂ ನೀನು ಹೀಗೆ ಮಂಕಾಗಿರುವುದನ್ನು ನಂಗೆ ನೋಡಕ್ಕಾಗ್ತ ಇಲ್ಲ. ಹೀಗೆ ಮನೇಲಿ ಇರೋದಕ್ಕಿಂತ ಕಾಲೇಜಿಗೆ ಹೋಗಿ ಬಾ ಕಂದ . ಪಾಠ, ಫ್ರೆಂಡ್ಸ್ ಅಂದ್ರೆ ಸ್ವಲ್ಪ ಮನಸ್ಸು ಹಗುರಾಗುತ್ತದೆ." ಅಪರೂಪಕ್ಕೆ ಮಗಳು ಮಡಿಲಿಗೊರಗಿದಾಗ ಅಡುಗೆಯ ಕೆಲಸವನ್ನು ಮರೆತು ಕುಳಿತರು ಬೋಜವ್ವ.

"ಮಮ್ಮಿ ಆಶಾಳಿಗೆ ಫೋನ್ ಮಾಡಿ ಅವಳನ್ನು ತಕ್ಷಣ ಬರುವುದಕ್ಕೆ ಹೇಳು."

"ಈಗ ಯಾಕಮ್ಮ?"

"ನಂಗವಳನ್ನು ಈಗಲೇ ನೋಡಬೇಕೆನಿಸುತ್ತೆ."

"ನೀನೆ ಲೆಟರ್ ಬರೆದು ಬಿಡು ಅನೂ. ನೀನವಳನ್ನ ಎಂಗೇಜ್‌ಮೆಂಟ್‌ಗೆ ಕರೆದಿಲ್ಲಾಂತ ಅವಳಿಗೆ ತುಂಬಾ ಕೋಪ ಬಂದಿದೆ."

"ನನ್ನ ಲೆಟರ್ ತಲುಪಿ ಅವಳು ಬರೋದಕ್ಕೆ ತುಂಬಾ ತಡವಾಗಬಹುದಮ್ಮ."

"ಅದೆಂಥ ಅರ್ಜೆಂಟಮ್ಮ?" ಅಚ್ಚರಿಯಿಂದ ಕೇಳಿದರು ಬೋಜವ್ವ

"ಹಾಗೆ ಅಣ್ಣಂಗೂ ತಕ್ಷಣ ರಜೆ ತಗೊಂಡು ಬರೋಕೆ ಹೇಳಮ್ಮ." ಅನುಪಮ ಹೇಳಿದಾಗ ಚಳಿ ಬಂದವರಂತೆ ನಡುಗಿದರು ಬೋಜವ್ವ.

"ಅನೂ ಯಾಕ ಅವನೇಕೆ ಈಗ ಬರಬೇಕು? ನಿನ್ನ ಮದುವೆಗೆ ಹೇಗಿದ್ದು ಬರಲೇಬೇಕಲ್ಲ." ಆದಷ್ಟು ಶಾಂತವಾಗಿರಲು ಪ್ರಯತ್ನಿಸುತ್ತಾ ನುಡಿದರು ಬೋಜವ್ವ.

"ಅಲ್ಲಿಯವರೆಗೆ ತುಂಬಾ ಹೊತ್ತಾಗಿ ಬಿಡುತಮ್ಮ." ಅದೇ ಸ್ವಾಯಿಯಲ್ಲಿ ಬಂದವಳ ಶಾಂತ ಧ್ವನಿ

"ಅನೂ .. ಅನೂ." ತಡೆಯದೆ ಅವಳನೆತ್ತಿ ಅವಳ ಮುಖ ನೋಡಿದರು "ಏನು ನಿನ್ನ ಮಾತಿನ ಅರ್ಥ ಏನು? ನಿನಗೇನಾಗ್ತಿದೆ?"

"ನಂಗೆ ತುಂಬಾ ಆಯಾಸ ಆಗ್ತಾಯಿದೆಮಾ. ನಾನೀಗ ಮಲಗ್ತೀನಿ. ಮರೆಯದೆ ಆಶಾಳಿಗೆ ಫೋನ್ ಮಾಡು. ಅವಳು ಕೋಪ ಮಾಡ್ಕೊಂಡಿದ್ರೆ ಹೇಳು.

ಎಂಗೇಜ್ಮೆಂಟ್ಗೆ ಕರೆದಿಲ್ಲಾಂತ ಕೋಪ ಮಾಡಿಕೊಂಡು ಬರದೆ ಹೋದ್ರೆ, ಆಮೇಲವಳು ಪಶ್ಚಾತಾಪ ಪಡಬೇಕಾಗುತ್ತೆ." ಅವಳು ತೂರಾಡುತ್ತಾ ಎದ್ದು ನಿಂತುಕೊಂಡಾಗ ಗಡಗಡ ನಡುಗಿದರು ಬೋಜವ್ವ

"ಅನೂ .. ಅನೂ." ಬೀಳುತ್ತಿದ್ದವ್ವಳನ್ನು ಹಿಡಿದುಕೊಂಡ ಬೋಜವ್ವ "ಏನಾನಾಗ್ತಿದೆ ಅನೂ ... ಅಯ್ಯೋ ದೇವರೇ.. ಏನಪ್ಪ ಮಾಡೋದು. ಅವರು ಬೇರೆ ಮನೆಯಲ್ಲಿಲ್ಲ. ಅನೂ ಯಾಕೆ ಹುಚ್ಚುಚ್ಚಾಗಿ ಮಾತಾಡ್ತಾ ಇದ್ದೀಯಾ?" ಬಡಬಡಿಸುತ್ತಾ ಮಗಳನ್ನು ಕರೆತಂದು ಮಂಚದ ಮೇಲೆ ಮಲಗಿಸಿದರು. ಅವಳಿಗೆ ಕಂಬಳಿಯನ್ನು ಹೊದಿಸಿದ ಬೋಜವ್ವ ಹೊರ ಧಾವಿಸಿ "ಅಕ್ಕಯ್ಯ.. ಅಕ್ಕಯ್ಯ." ಎಂದು ಕೂಗಿಕೊಂಡರು

ಅವರ ಗಾಭರಿಯ ಕೂಗಿಗೆ ಅಕ್ಕಮ್ಮನವರು ಧಾವಿಸಿಬಂದರು "ಏನು ಬೋಜವ್ವ "

"ರಾಜ ಇದ್ದಾನ?" ಅವರ ಗಾಬರಿಯ ದನಿಗೆ ಹೊರಬಂದ ರಾಜ

"ಯಾಕೆ ಆಂಟಿ?"

"ರಾಜ ಅವರೆಲ್ಲಿ ಹೋಗಿದ್ದಾರೋ ಗೊತ್ತಿಲ್ಲ. ತೋಟದ ಕಡೆ ಹೋಗ್ತೀನಿ ಅಂತ ಹೇಳಿದ್ರು. ಸ್ವಲ್ಪಅವರನ್ನು ಹುಡುಕಿ ಕರ್ಕೊಂಡು ಬತ್ರೀಯಾ? ಅನೂ ಹೇಗೇಗೋ ಆಡ್ತಾ ಇದ್ದಾಳೆ... ಬೇಗ." ಇಷ್ಟು ಹೇಳುವಲ್ಲೇ ಅವರ ಕಂಗಳಿಂದ ಧಾರಾಕಾರವಾಗಿ ನೀರು ಸುರಿಯತೊಡಗಿತ್ತು

"ಸರಿ ಆಂಟಿ."

"ಏನಾಯ್ತು ಅನೂಗೆ" ಅಕ್ಕವ್ವ ಬೋಜವ್ವನವರನ್ನು ಹಿಂಬಾಲಿಸಿದರು. ಅವರಿಬ್ಬರು ಕೋಣೆಗೆ ಬಂದಾಗ, ಅನುಪಮಾ ಶಾಂತವಾಗಿ ನಿದ್ರಿಸುತ್ತಿದ್ದಳು.

"ಯಾಕೆ ಬೋಜವ್ವ ಅನೂ ಸುಮ್ಮನೆ ಮಲಗಿದ್ದಾಳಲ್ಲ?" ಅಳುತ್ತಿದ್ದ ಬೋಜವ್ವನನ್ನು ಕೇಳಿದರು ಅಕ್ಕವ್ವ.

"ಇಲ್ಲ ಅಕ್ಕಯ್ಯ. ಅವಳು ಹುಚ್ಚುಚ್ಚಾಗಿ ಏನೇನೋ ಮಾತಾಡ್ತಾ ಇದ್ದಾಳೆ. ಇತ್ತೀಚೆಗೆ ತುಂಬಾ ಮಂಕಾಗಿದ್ದಾಳೆ." ಬಿಕ್ಕುತ್ತ ನುಡಿದರು ಬೋಜವ್ವ.

ಅಕ್ಕವ್ವ ಅನುಪಮಳ ಹಣೆ ಮುಟ್ಟಿ ನೋಡಿದರು. ಜ್ವರದ ಲಕ್ಷಣವೇನು ಕಾಣಿಸಲಿಲ್ಲ.

ಬೋಜವ್ವನವರಿಗೆ ವಿಪರೀತ ಭಯವಾಗುತ್ತಿತ್ತು. ಕೈಕಾಲು ಥರಥರನೆ ನಡುಗುತ್ತಿದ್ದವು. ಬೇಡಬೇಡವೆಂದರೂ ಅವರಿಗೆ ಅಳು ತಡೆಯಲಾಗುತ್ತಿರಲಿಲ್ಲ ಒಂದೇ ಸಮನೆ ಅಳುತ್ತಿದ್ದರು.

ಅಕ್ಕಮ್ಮನವರಿಗೆ ಅವರ ಅಳುವಿನ ಕಾರಣವೇ ತಿಳಿಯಲಿಲ್ಲ. ಮಗುವಿನಂತೆ ಶಾಂತವಾಗಿ ಮಲಗಿದ್ದ ಅನುಪಮಳನ್ನು ನೋಡಿ "ಅವಳು ನಿದ್ದೆ ಮಾಡ್ತಾ ಇಗ್ಮಾಳೆ. ಅದಕ್ಯಾಕೆ ಅಷ್ಟು ಅಳ್ತೀಯಾ?" ಭುಜ ಒತ್ತಿ ಸಂತೈಸಿದರು

"ಅನೂ .. ಅನೂ ." ತಡೆಯದೆ ಮಗಳನ್ನು ಎಬ್ಬಿಸಲು ಹೋದರು ಬೋಜವ್ವ

"ಇದೆಂಥ ಬೋಜವ್ವ, ಒಳ್ಳೆ ಮಗು ಹಾಗೆ. ಅವಳು ನಿದ್ದೆ ಮಾಡಲಿ ನೀನು ಹೊರಗೆ ಬಾ." ಅವರನ್ನು ಬಲವಂತವಾಗಿ ಹೊರಗೆ ಕರೆದುಕೊಂಡು ಬಂದರು ಅಕ್ಕವ್ವ.

ಬೋಜವ್ವನವರಿಗೆ ತಮ್ಮ ಸಂಕಟದ ಮೂಲವೇ ಅರ್ಥವಾಗಲಿಲ್ಲ. ಹೊಟ್ಟೆಯಲ್ಲಿ ಸಹಿಸಲಾರದ ತಳಮಳ ಅವರನ್ನು ಹಿಂಡಿ ಹಿಪ್ಪೆ ಮಾಡುತ್ತಿತ್ತು.

ಅರ್ಧಘಂಟೆಯಲ್ಲಿ ಕುಶಾಲಪ್ಪ ಹಾಗೂ ಸೋಮಯ್ಯನವರು ರಾಜನೊಡನೆ ಧಾವಿಸಿಬಂದರು. ಪತಿಯನ್ನು ಕಾಣುತ್ತಿದ್ದಂತೆ ಬೋಜವನವರ ಅಳು ಜೋರಾಯಿತು.

"ನನ್ನ ಮಾತನ್ನು ಯಾರೂ ಕೇಳೋದಿಲ್ಲ. ನೋಡಿ ಅವಳು, ಹುಚ್ಚುಚ್ಚಾಗಿ ಆಡ್ತಾಳೆ. ಬಾಯಿಗೆ ಬಂದ ಹಾಗೆಲ್ಲ ಮಾತಾಡ್ತಾಳೆ. ನನ್ನ ಸಂಕಟ ನಿಮಗೆ ಹೇಗೆ ಅರ್ಥ ಆಗ್ಬೇಕು? ನಿಮಗೆ ನಿಮ್ಮದೇ ದೊಡ್ಡದು." ಗಂಡನ ಮೇಲೆ ಹರಿಹಾಯ್ದರು ಬೋಜವ್ವ.

"ಏನಾಗಿದೆ ಅನೂಗೆ." ಮಡದಿಯ ಅಳು ನೋಡಿ ಗಾಬರಿಯಿಂದ ಅನುಪಮಾಳ ಕೋಣೆಗೆ ನುಗ್ಗಿದರು ಕುಶಾಲಪ್ಪ.

ಆದರೆ ಅವಳು ಯಾವುದೇ ಕಲಂಕವಿಲ್ಲದೆ ಶಾಂತವಾಗಿ ನಿದ್ರಿಸುತ್ತಿದ್ದಳು. ಲಯಬದ್ಧವಾಗಿ ಏರಿಳಿಯುತ್ತಿದ್ದ ಅವಳ ಎದೆ ಅವಳು ನಿದ್ರಿಸುತ್ತಿದ್ದಾಳೆ ಎಂಬುದನ್ನು ತಿಳಿಸುತ್ತಿತ್ತು.

ಮಗಳು ನೆಮ್ಮದಿಯಿಂದ ನಿದ್ರಿಸುತ್ತಿರುವುದು ನೋಡಿ ಅವರಿಗೆ ಸಮಾಧಾನವಾಯಿತು. ಮಗಳ ಹಣೆ, ಕೊರಳನ್ನು ಮುಟ್ಟಿ ನೋಡಿದರು. ಎಲ್ಲಾ ಸರಿಯಾಗಿತ್ತು.

ಈಗವರಿಗೆ ಮಡದಿಯ ಪ್ರಲಾಪದ ಬಗ್ಗೆ ಕೋಪ ಉಕ್ಕಿತು. "ಏನಾಗಿದೆ ಬೋಜಿ? ನನ್ನ ಪ್ರಾಣವನ್ನೇ ತೆಗೆದು ಬಿಟ್ಟೆಯಲ್ಲ. ಯಾಕೆ ಹೀಗೆ ಮಾಡ್ತಾ ಇದ್ದೀಯಾ? ಸುಮ್ಮನೆ ಮಲಗಿರೋಳ ಬಗ್ಗೆ ಏನೇನೋ ಹೇಳ್ತಾ ಇದ್ದೀಯಾ." ಹೆಂಡತಿಯ ಮೇಲೆ ರೇಗಿದರು.

"ಅಯ್ಯೋ ದೇವರೇ ನಿಮಗೆ ಹೇಗೆ ಹೇಳ್ಲಿ? ಇನ್ಯಾವ ರೀತಿ ಹೇಳಿದ್ರೆ ನಿಮಗೆ ಅರ್ಥ ಆಗುತ್ತೆ? ಸರಿ ನೀವೆಲ್ಲ ಇಲ್ಲೇ ಇರಿ. ನಾನೀಗಲೇ ಅಶಂಗೆ ಫೋನ್ ಮಾಡಿ, ಬರೋದಕ್ಕೆ ಹೇಳ್ತೀನಿ". ಮಗಳು ಆಶಾಳನ್ನು ತಕ್ಷಣ ಬರುವುದಕ್ಕೆ ಹೇಳಿದನ್ನು ನೆನೆದು ಚಪ್ಪಲಿ ಮೆಟ್ಟಿ ಹೊರಟರು ಬೋಜವ್ವ

"ಬೋಜಿ, ಬೋಜಿ." ಕುಶಾಲಪ್ಪನವರ ಕರೆ ಅವರ ಕಿವಿಗೆ ಬೀಳಲಿಲ್ಲ

"ಈ ಹೆಂಗಸರೇ ಅರ್ಥ ಆಗೋದಿಲ್ಲ. ನಮ್ಮನೆಲೂ ಅಷ್ಟೇ. ಇತ್ತೀಚೆಗೆ ಗಂಗೆ ವಿಪರೀತ ಹಾರಾಡ್ತಾಳೆ. ಅವಳಷ್ಟು ನಿಷ್ಠುರವಾಗಿದ್ದು ನಾನು ನೋಡೇ ಇರಲಿಲ್ಲ. ಸುಮ್ಮಸುಮ್ಮನೆ ರೇಗೋದು, ಅಳೋದು ಮಾಡ್ತಾಳೆ." ದಾಪುಗಾಲು

ಹಾಕುತ್ತಾ ಹೋಗುತ್ತಿದ್ದ ಬೋಜವ್ವನನ್ನು ನೋಡುತ್ತ ಹೇಳಿದರು ಸೋಮಯ್ಯನವರು.

ಬೇಡಬೇಡವೆಂದರೂ ಮಗಳ ವಿಚಿತ್ರ ನುಡಿಗಳೇ ಬೋಜವ್ವನವರ ಕಿವಿಯಲ್ಲಿ ಗುಯ್ಯುಡುತಿತ್ತು. ಅವಳ ದೀನ ಮುಖ, ನಿರ್ಜೀವ ಕಂಗಳು ನೆನಪಾಗುತ್ತಿದ್ದಂತೆ ಅವರು ತಲ್ಲಣಿಸುತ್ತಿದ್ದರು.

ತನ್ನ ಪಕ್ಕದಲ್ಲೇ, ತನ್ನನ್ನು ಗಮನಿಸದೆ ಮೈಮೇಲೆ ದೆವ್ವ ಬಂದವರಂತೆ ನಡೆಯುತ್ತಿದ್ದ ಬೋಜವ್ವನವರನ್ನು ನೋಡಿ ಆಳುಗಳ ಜೊತೆಗೆ ಮಾತನಾಡುತ್ತಿದ್ದ ರಘುವಿಗೆ ಅಚ್ಚರಿಯಾಯಿತು.

"ಆಂಟಿ.. ಆಂಟಿ" ಅವರನ್ನು ಹಿಂಬಾಲಿಸಿ ಬಂದ ರಘು ಕರೆದ.

ರಘುವಿನ ಕರೆಯಿಂದ ಎಚೆತ್ತ ಬೋಜವ್ವನವರು ನಿಂತರು. ರಘುವನ್ನು ನೋಡಿ ಅವರ ದುಃಖದ ಕಟ್ಟೆಯೊಡೆಯಿತು.

"ರಘು ನೀನು...... ನೀನು.... ನನ್ನ ಅನೂನ ಕೊಂದುಬಿಟ್ಟೆ. ಅವಳು..... ಅವಳು... ನಿನಗೇನನ್ಯಾಯ ಮಾಡಿದ್ದು? ಯಾಕೆ..... ಯಾಕೆ... ನೀನವಳನ್ನ ಮದುವೆಯಾಗಲ್ಲ ಅಂತ ಹೇಳಿದ್ದು? ನೋಡು ಅವಳು ಸತ್ತುಹೋದ್ಲು. ಹೋಗು ಅವಳ ಹೆಣದ ಜೊತೆ ನಿನ್ನ ತಮ್ಮನ ಮದುವೆ ಮಾಡಿಸು." ಅವರು ಉನ್ಮತ್ತರಾಗಿ ಕೂಗಿದಾಗ ಮರಗಟ್ಟಿ ಹೋದ ರಘು.

"ಆಂಟಿ... ಆಂಟಿ" ಕುಸಿಯುತ್ತಿದ್ದ ಅವರನ್ನು ಹಿಡಿದು ಮರದ ನೆರಳಿನಲ್ಲಿ ಕೂರಿಸಿದ ರಘು. ಅಷ್ಟರಲ್ಲಿ ಆಳುಗಳು ಬಂದು ಅವರ ಸುತ್ತ ನೆರೆದರು.

"ಮಾದ ಬೇಗ ಸ್ವಲ್ಪ ನೀರು ತಗೊಂಡು ಬಾ."

"ನೀನು ನನ್ನ ಅನೂನ ಕೊಂದುಬಿಟ್ಟೆ .... ನೀನು ನನ್ನ ಅನೂನ ಕೊಂದುಬಿಟ್ಟೆ .." "ಅನೂ ಸತ್ತು ಹೋದ್ಲು .." ಬೋಜವ್ವನವರು ನುಡಿಗಳು ಅವನನ್ನು ಚೂರು ಚೂರು ಮಾಡಿತು.

ಅಷ್ಟರಲ್ಲಿ ಮಾದ ನೀರು ತಂದು ಅವನ ಮುಂದೆ ಹಿಡಿದಾಗ, ಸ್ವಲ್ಪ ಚೇತನ ತಂದುಕೊಂಡು ಅವರ ಮುಖದ ಮೇಲೆ ನೀರು ಚಿಮುಕಿಸಿದ ರಘು. ಅವರನ್ನು ಕರೆಯಲೂ ಸಹ ಅವನಲ್ಲಿ ತ್ರಾಣವಿಲ್ಲದೆ ಹೋಯಿತು.

ನಿಧಾನವಾಗಿ ಕಣ್ತೆರೆದ ಬೋಜವ್ವ ಎದ್ದು ಕುಳಿತರು. ತಮ್ಮ ಸುತ್ತಲೂ ಸೇರಿದ ಜನರನ್ನು ಕಂಡು ಮುಖ ಒರೆಸಿಕೊಂಡು ರಘುವಿನ ತಿರುಗಿದರು. ಅವನು ದಿಗ್ಭ್ರಾಂತನಾಗಿ ಅವರನ್ನು ನೋಡುತ್ತಿದ್ದ.

"ರಘು ನಾನು ನಿಮ್ಮ ಮನೆಗೆ ಹೊರಟಿದ್ದೆ. ಅನೂ ಘುಂಡಿಗೆ ಫೋನ್ ಮಾಡಬೇಕಿತ್ತು." ಈಗ ಅವರಲ್ಲಿ ಉನ್ಮಾದವಿರದೆ ಶಾಂತರಾಗಿದ್ದರು. ಅವರಿಗೆ ಈ ಮೊದಲು ತಾವಾಡಿದ ನುಡಿಗಳ ನೆನಪಿದ್ದಂತೆ ಕಾಣಲಿಲ್ಲ. ಆದರೂ ಅವರ ನುಡಿಗಳು ಲಾವಾರಸದಂತೆ ರಘುವಿನ ಎದೆಯಲ್ಲಿ ಉಕ್ಕುತ್ತಿತ್ತು. ಅದರ ಬಗ್ಗೆ ಕೇಳಬೇಕೆಂದುಕೊಂಡ ರಘು. ಆದರೆ ಅವನ ಚೇತನ ಉಡುಗಿಹೋಗಿತ್ತು.

ಬೋಜವ್ವನವರು ಎದ್ದು ರಘುವಿನ ಮನೆಯತ್ತ ಹೊರಟಾಗ ತಾನು ಅನುಪಮಳನ್ನು ನೋಡಲು ಹೋಗಲೇ ಎಂದುಕೊಂಡ ರಘು. ಆದರೆ ಬೋಜವ್ವನವರು ಸ್ಥಿತಿ ತುಂಬಾ ಹದಗೆಟ್ಟಿದ್ದರಿಂದ ಅವರೊಡನೆ ಹೊರಟ ರಘು.

ಮನೆ ಸೇರುವವರೆಗೆ ಯಾರೂ ಮಾತನಾಡಲಿಲ್ಲ ಮನೆ ಸೇರಿದ ಮೇಲೆ ಎಚ್ಚೆತ್ತ ಬೋಜವ್ವನವರು, "ಅಯ್ಯೋ ನಾನು ಬರೋ ಆತುರದಲ್ಲಿ ಫೋನ್ ನಂಬರ್ ತರೋದನ್ನೇ ಮರೆತುಬಿಟ್ಟೆ." ಎಂದು ಹಲುಬಿದಾಗ ಮಾತಾಡದೆ ತನ್ನ ಡೈರಿಯಲ್ಲಿ ಗುರುತು ಹಾಕಿಕೊಂಡಿದ್ದ ಆಶಾಳ ನಂಬರನ್ನು ತರಲು ಹೋದ ರಘು.

ಗಂಗವ್ವನವರಿಗೆ ಅನುಪಮಳಿಂದ ಹಿಡಿದು ಅವರ ಮನೆಯವರ ಮೇಲೂ ಕೋಪವಿದ್ದುದ್ದರಿಂದ ಸೌಜನ್ಯಕ್ಕಾದರೂ ಬೋಜವ್ವನನ್ನು ಮಾತನಾಡಿಸುವ ಗೋಜಿಗೆ ಹೋಗಲಿಲ್ಲ. ಬೋಜವ್ವನವರೂ ಆ ಮನಸ್ಥಿತಿಯಲ್ಲಿ ಇಲ್ಲದಿದ್ದುದ್ದರಿಂದ ಮಂಕರಂತೆ ಫೋನ್ ಹತ್ತಿರ ಬಂದು ಕುಳಿತರು

ಅಷ್ಟರಲ್ಲೇ ನಂಬರ್ ಹಿಡಿದು ಬಂದ ರಘು, ತಾನೇ ಆಶಾಳ ನಂಬರಿಗೆ ಡಯಲ್ ಮಾಡಿದ. 'ಬೋಜವ್ವನವರು ಹೀಗಿರಬೇಕಾದರೆ, ಅನೂವಿಗೆ ಏನಾಗಿರಬಹುದು? ನನ್ನ ಅನೂ ಹೇಗಿದ್ದಾಳೆ?' ಅವನೆದೆ ರಣರಂಗವಾಗಿತ್ತು.

ಆ ಕಡೆ ರಿಂಗಾದಾಗ ಬೋಜವ್ವನವರಿಗೆ ಫೋನ್ ಕೊಟ್ಟ ರಘು.

"ಹಲೋ ಆಶಾ... ಆಶಾ ಇದ್ದಾಳ?" ಅವರ ಧ್ವನಿಯಲ್ಲಿ ಉದ್ವೇಗ ಇಣುಕಿತ್ತು. "ಏನು ಕೋಲಾರಕ್ಕೆ ಹೋಗಿದ್ದಾಳಾ? ಸ್ವಲ್ಪ ಉರ್ಜೆಂಟಾಗಿ ಅವಳ ಹತ್ರ ಮಾತಾಡಬೇಕಿತ್ತು ಅಲ್ಲಿನ ನಂಬರ್ ಕೊಡ್ತೀಯಾ? ರಘು ಸ್ವಲ್ಪ ಕೋಲಾರದ ನಂಬರ್..." ನಿತ್ರಾಣದಿಂದ ಅವನತ್ತ ಫೋನ್ ಚಾಚಿದರು ಬೋಜವ್ವ.

ನಂಬರ್ ಗುರುತು ಹಾಕಿಕೊಂಡ ರಘು ಮರುಕ್ಷಣವೇ ಫೋನ್ ತುಂಡರಿಸಿ ಕೋಲಾರದ ನಂಬರಿಗೆ ತಿರುಗಿಸಿ ಅವರಿಗೆ ಕೊಟ್ಟ.

"ಹಲೋ ಆಶ ಇದ್ದಾಳ? ಸ್ವಲ್ಪ ಕರೀತೀರಾ?" ಆಶಾಳ ದನಿ ಕೇಳುತ್ತಿದ್ದಂತೆ ಪುನಃ ಉನ್ಮತ್ತರಾದರು ಬೋಜವ್ವನವರು "ಆಶಾ.... ಆಶಾ... ಅನೂ ನಿನ್ನ ನೋಡಬೇಕಂತೆ ತಕ್ಷಣ ಹೊರಟು ಬಾ." ಅವರು ಹೇಳಿದಾಗ ಶೇಕಡಾ ಐವತ್ತರಷ್ಟು ರಿಲಾಕ್ಸ್ ಆಗಿ ನಿಂತ ರಘು. ಅಂದರೆ ಅನೂ ಸುರಕ್ಷಿತವಾಗಿದ್ದಾಳೆ

"ಇಲ್ಲ ಆಶಾ.... ಅವಳ ಮೇಲೆ ಕೋಪ ಮಾಡ್ಕೋಬೇಡಮ್ಮ. ಅವಳು ಸಂತೋಷವಾಗಿದಿದ್ದೂ, ನಿನ್ನ ಮರೀತಾ ಇದ್ಲೇನು? ಅವಳು ತುಂಬಾ ನೊಂದುಕೊಂಡಿದ್ದಾಳೆ. ಆಶಾ ನಂಗವಳನ್ನು ನೋಡಿದ್ರೆ ಭಯವಾಗುತ್ತೆ.. ಅವಳಿಗೆ ಯಾವ ಕ್ಷಣದಲ್ಲಿ ಏನಾಗುತ್ತೂಂತ ನಂಗೆ ತುಂಬಾ ಹೆದರಿಕೆ ಆಗಿದೆಮಾ. ಇಲ್ಲಿ ನನ್ನ ಮಾತು ಯಾರೂ ಕೇಳ್ತಾ ಇಲ್ಲ. ಆಶಾ ನೀನು ಬಂದ್ರೆ ನನ್ನ ಅನೂ ಉಳ್ಕೊಳ್ತಾಳೆಂತ ನಂಗೆ ಅನ್ನಿಸ್ತಿದೆ. ಮತ್ತೆ ಅವಳೇ ಹೇಳಿದ್ದು. ಈ ಸಾರಿ ನೀನು ಬರದೆ ಹೋದ್ರೆ ತುಂಬಾ ಪಶ್ಚಾತಾಪ ಪಡಬೇಕಾಗುತ್ತಂತೆ. ಆಶಾ

ಈಗಲೇ ಹೊರಟು ಬಿಡಮ್ಮ. ಬೇಕಾದ್ರೆ ನಿನ್ನ ಕೈ ಮುಗೀತಿನಿ ತಾಯಿ...... ಬೇಗ ಬಂದುಬಿಡು. ನನ್ನ ಮಗಳನ್ನು ಉಳಿಸಿಕೊಡು" ಎನ್ನುತ್ತಾ ಬಿಕ್ಕತೊಡಗಿದರು ಬೋಜವ್ವ. ಅವರ ಕೈಯಿಂದ ರಿಸೀವರ್ ಜಾರಿತು

"ಅಯ್ಯೋ ಶಿವನೇ" ಅವರ ನುಡಿಗಳಿಗೆ ದಂಗಾಗಿ ಅಡಿಗೆಮನೆಯಲ್ಲಿ ಕೆಲಸ ಮಾಡುತ್ತಿದ್ದ ಗಂಗವ್ವ ಹೊರಗೆ ಬಂದರು.

" ಆಂಟಿ.. ಹಲೋ ಹಲೋ." ಆಶಾಳ ಧ್ವನಿ ಕೇಳಿದಾಗ ಬಂದು ರಿಸೀವರ್ ಎತ್ತಿಕೊಂಡ ರಘು.

"ಹಲೋ ಆಂಟಿ ಅನೂಗೇನಾಗಿದೆ? ಅವಳಿಗೆ ಹೇಳಿ ನಾನು ನಾಳೆ ಇಲ್ಲಿಂದ ಹೊರಟುಬಿಡ್ತೀನಿ.   ನಾಡಿದ್ದು   ಮಧ್ಯಾಹ್ನದಪ್ಫೊತ್ತಿಗೆ   ನಾನಲ್ಲೀಗೀನಿ.. ಹಲೋ.. ಹಲೋ" ಅವಳು ಆಕಡೆಯಿಂದ ಭೀರುತಲೆ ಇದ್ದಳು ಆಶಾ.

ರಘುವಿನ ಧ್ವನಿ ಉಡುಗಿಹೋಗಿತ್ತು. ಒಂದು ಪದವೂ ಹೊರಬರಲು ಮುಷ್ಕರ ಹೂಡಿದಾಗ ರಿಸಿವರ್ ಇಟ್ಟ ರಘು.

"ಏನಾಯ್ತು ಬೋಜವ್ವ? ಯಾಕಿಷ್ಟು ಅಳ್ತಾ ಇದ್ದೀಯಾ?" ಅವರ ಕಂಬನಿಗೆ ಕರಗಿದ ಗಂಗವ್ವ ಅವರ ಪಕ್ಕದಲ್ಲಿ ಕೂರುತ್ತ ಕೇಳಿದರು.

"ಏನಂತ ಹೇಳ್ಲಿ ಗಂಗೆ. ನನ್ನ ಹಣೇಲಿ ಅದೇನೇನು ಬರೆದಿದ್ಯೋ ?"

"ಏನಾಗಿದೆ ಅನೂಗೆ?" ಕೇಳಲೋ ಬೇಡವೋ ಎಂಬಂತೆ ಕೇಳಿದರು ಗಂಗವ್ವ

"ಏನಂತ ಹೇಳ್ಲಿ? ಅವಳು ದಿನದಿನಕ್ಕೂ ಸವೆದು ಹೋಗ್ತಾ ಇದ್ದಾಳೆ. ದಿನಕ್ಕೊಂದು   ಮಾತಾಡೋದು ಕಷ್ಟವಾಗಿಬಿಟ್ಟಿದೆ. ಡಾಕ್ಟರ್ ಹತ್ರ ಕರ್ಕೊಂಡು ಹೋಗೋಣ ಅಂದ್ರೆ ಒಂದು ಜ್ವರ ಇಲ್ಲ ನಗಡಿ ಇಲ್ಲ."

ಗಂಗವ್ವನವರಿಗೆ ಪಿಚ್ಚೆನಿಸಿತ್ತು. ನಿಶ್ಚಿತಾರ್ಥ ಕಳೆದ ನಂತರ ಹುತ್ತರಿ ಹಬ್ಬದಲ್ಲಿ ಮಾತ್ರ ಅನುಪಮಾಳ ಭೇಟಿಯಾಗಿತ್ತು. ಅಲ್ಲಿ ತಮ್ಮನ್ನು ಉಪೇಕ್ಷಿದ ಅವಳನ್ನು ತಿರುಗಿಯೂ ನೋಡಿರಲಿಲ್ಲ ಗಂಗವ್ವನವರು.

"ರಘು ಜೀಪ್ ತಗೊಂಡು ಬಾ. ನಾನೂ ಅವಳನ್ನು ಮಾತಾಡಿಸಿ ತುಂಬಾ ದಿನ ಆಯ್ತ." ಗಂಗವ್ವ ಕೆಲಸ ನಿಲ್ಲಿಸಿ ಹೇಳಿದರು.

ರಘುವಿಗೆ ಅದೇ ಬೇಕಿತ್ತು. ತಾಯಿ ಹೇಳದಿದ್ದರೂ ಬೋಜವ್ವನವರನ್ನು ಮನೆ ತಲುಪಿಸುವ ನೆಪದಿಂದ ಹೊರಡುತ್ತಿದ್ದ ರಘು. ಆದರೆ ಅವರು ಏಳುವ ಲಕ್ಷಣವೇ ಕಾಣದೆ ಅವನು ಮುಳ್ಳಿನ ಮೇಲೆ ಕುಳಿತವನಂತೆ ಚಡಪಡಿಸುತ್ತಿದ್ದ.

ಮೂವರು ಮನೆಯ ಹತ್ತಿರ ಬಂದಾಗ ಕುಶಾಲಪ್ಪ ಹಾಗು ಸೋಮಯ್ಯನವರು ಕಾಫಿ ಕುಡಿಯುತ್ತಿದ್ದರು.

"ಬಾ ರಘು. ನೀನು ಬಂದಿದ್ದೆ ಒಳ್ಳೆದಾಯಿತು. ನಮ್ಮ ಬೋಜಕ್ಕಿಗೆ ಭ್ರಮೆ ಹಿಡಿದು ಬಿಟ್ಟಿದೆ. ಮನೆಗೆ ಹೋದ ತಕ್ಷಣ ಪೂಣಚ್ಚ ಡಾಕ್ಟರಿಗೆ ಫೋನ್ ಮಾಡಿ ಬಿಡು. ನಾಳೆ ಬೆಳಿಗ್ಗೆ ಅಪರಿಗೆ ಇಲ್ಲಿಗೇ ಬರೋಕೆ ಹೇಳು. ಬೋಜವ್ವನೆದುರಿಗೆ

ಅನೂನ ಪೂರ್ತಿ ಚೆಕಪ್ ಮಾಡಿ ಬಿಡಲಿ. ಅವಳು ಆರೋಗ್ಯವಾಗಿದ್ದಾಳೆ ಅಂತ ಅವರು ಹೇಳಿದ ಮೇಲಾದ್ರೂ ಅವಳಿಗೆ ಸಮಾಧಾನವಾವಾಗಬಹುದು." ಸೋಮಯ್ಯನವರು ಹೇಳಿದರು

ರಘು ಏನೂ ಹೇಳದೆ ಅನುಪಮಾಳ ಕೋಣೆಗೆ ಧಾವಿಸಿದ. ಅವನನ್ನು ಹಿಂಬಾಲಿಸಿದರು ಗಂಗವ್ವ. ಆದರೆ ಅಲ್ಲಿ ಅವರು ಹೆದರುವಂಥದ್ದೇನೂ ಇರಲಿಲ್ಲ. ಅವಳು ಶಾಂತರಾಗಿ ನಿದ್ರಿಸುತ್ತಿದ್ದಳು. ಅವಳನ್ನು ನೋಡಿ ಅವನೆದೆ ಹಗುರವಾಯಿತು. "ಥ್ಯಾಂಕ್ ಗಾಡ್.." ದೀರ್ಘವಾದ ನಿಟ್ಟುಸಿರಿಟ್ಟ ರಘು. ಮಗನ ಉಸಿರಿನ ಬಿಸಿ ಹೆತ್ತೊಡಲನ್ನು ಸುಟ್ಟಿತು.

ಗಂಗವ್ವನವರು ಅನುಪಮಳ ಮುಖವನ್ನು ಸೂಕ್ಷ್ಮವಾಗಿ ಗಮನಿಸಿದರು. ತಾವು ಅನುಪಮಾಳನ್ನು ತಪ್ಪು ತಿಳಿದೆವೇನೋ ಎನಿಸಿತು. ಅವಳು ಶಾಂತವಾಗಿ ಮಲಗಿದ್ದರೂ, ಅವಳ ಬಿಳಿಚಿ ಹೋದ ಮುಖ, ಒಣಗಿದ ತುಟಿಗಳು, ರೆಪ್ಪೆಗಳಡಿಯಲ್ಲಿ ಹರಡಿದ ಕಪ್ಪುಭಾಯೆ ಅವಳು ಸುಖವಾಗಿಲ್ಲ ಎಂಬುದನ್ನು ಸಾರಿಹೇಳುತ್ತಿತ್ತು.

ಆತ್ಮೀಯವಾಗಿ ಅವಳ ಹಣೆಯ ಮೇಲೆ ಕೈಯಿಟ್ಟು ಅವರು ಅವಳ ಕೆನ್ನೆ ಸವರಿದರು. ಅವಳಲ್ಲಿ ಯಾವ ಸಂಚಾಲನೆಯೂ ಕಾಣಬರಲಿಲ್ಲ.

"ಅವಳೇ ತರ ಮಲಗಿರೋದು ನೋಡ್ಲಿಕ್ಕೆ ನಂಗೆ ಭಯ ಆಗುತ್ತೆ." ನೋಡಿ ಅವಳ ಮುಖದಲ್ಲೊಂದು ಚೂರು ಜೀವ ಇಲ್ಲ." ಪುನಃ ಬೋಜವ್ವನವರ ನುಡಿಗಳು ಭಾರವಾದಾಗ

"ಅನೂ... ಅನೂ ಏಳಮ್ಮ." ಗಂಗವ್ವನವರು ಅವಳನ್ನು ಅಲುಗಿಸಿ ಎಬ್ಬಿಸಲು ಪ್ರಯತ್ನಿಸಿದರು.

"ಬರೀ ಹಾಲು ಕುಡಿದಿದ್ದಾಳೆ. ಹೊಟ್ಟೆಗೆ ಏನೂ ತಿಂದಿಲ್ಲ. ಅನೂ.. ಏಳಮ್ಮ ನೋಡು ಯಾರ್ಯಾರು ಬಂದಿದ್ದಾರೇಂತ." ಬೋಜವ್ವನವರು ಅವಳನ್ನು ಎಬ್ಬಿಸಲು ಪ್ರಯತ್ನಿಸಿದರು.

"ಇದೆಂಥ ನಿದ್ದೆ ಅವಳಿಗೆ... ಒಂದು ಸಾರಿ ಕೂಗಿದ್ರೆ ಎಚ್ಚರವಾಗಿ ಬಿಡುತ್ತೆ.. ಅಂಥದರಲ್ಲಿ...." ಗಾಬರಿಗೊಂಡರು ಬೋಜವ್ವ

"ಏನು ತಲೆನೋವ್ಪು ನಿಂದು? ಅವಳು ಸ್ವಲ್ಪ ನಿದ್ದೆ ಮಾಡಲಿ ಬಿಡು. ಮಲಗಿದ್ದೆ ದೊಡ್ಡ ರಾಧಾಂತವಾಯಿತಲ್ಲ." ಕುಶಾಲಪ್ಪ ರೇಗಿಕೊಂಡರು.

"ಬಿಡು ಬೋಜವ್ವ ಅವಳು ಸ್ವಲ್ಪ ನಿದ್ದೆ ಮಾಡ್ಲಿ. ಆಮೇಲವಳನ್ನ ಮಾತಾಡ್ಸಿದ್ರೆ ಆಯ್ತು." ಅನುಪಮ ಎಚ್ಚರಗೊಳ್ಳುವ ಯಾವ ಲಕ್ಷಣಗಳು ಕಾಣದಿದ್ದಾಗ ಬೋಜವ್ವನವರನ್ನು ಸಂತೈಸಿ ಕೋಣೆಯಿಂದ ಹೊರಗೆ ತಂದರು ಗಂಗವ್ವ.

ಇಷ್ಟು ಹೊತ್ತು ಮಗ ಪ್ರತಿಮೆಯಂತೆ ಅನುಪಮಾಳ ಮುಖದಲ್ಲಿ ನೋಟ ನೆಟ್ಟು ನಿಂತಿರುವುದನ್ನು ಕಡೆಗಣಿನಲ್ಲೆ ಗಮನಿಸಿದರು ಗಂಗವ್ವ.

ಅವರಿಬ್ಬರೂ ಹೊರನಡೆದಾಗ, ಕೋಣೆಯೊಳಗೆ ಏಕಾಂಗಿಯಾದ ರಘು. ಅನುಪಮ ಶಾಂತವಾಗಿ ಮಲಗಿದ್ದರೂ, ಅದು ತುಂಬಾ ಅಸಹಜವೆನಿಸಿ, ಅವನೆದೆಯಲ್ಲಿ ವಿಚಿತ್ರ ದೊಂಬರಾಟ ನಡೆಯುತ್ತಿತ್ತು. ದೀರ್ಘವಾದ ಉಸಿರೆಳೆದುಕೊಂಡು ಮಂಚದ ಮೇಲೆ, ಅವಳ ಪಕ್ಕದಲ್ಲಿ ಬಂದು ಕುಳಿತುಕೊಂಡ.

ಮನಸ್ಸು, ತಡೆಯದೆ ಮೃದುವಾಗಿ ಅವಳ ಮುಂಗುರುಳನ್ನು ನೇವರಿಸಿದ. ಅವನಿಗರಿವಿಲ್ಲದೇ ಅವನ ಕೈಗಳು ಅವಳ ಕೆನ್ನೆ, ಗಲ್ಲದ ಮೇಲಾಡಿದವು. ನಂತರ ಅವಳ ಎದೆಯ ಮೇಲೆ ಮಲಗಿದ್ದ ಅವಳ ದುಂಡು ತೋಳನ್ನು ನೇವರಿಸಿದ ರಘು, ಮೃದುವಾಗಿ ಅವಳ ಕೈಯನ್ನೆತ್ತಿಕೊಂಡು ಕೆನ್ನೆಗೊತ್ತಿಕೊಂಡ. ಸ್ವಲ್ಪ ಹೊತ್ತು ಹಾಗೆ ಇದ್ದು ನಂತರ ಅದನ್ನು ಹಾಗೆ ತುಟಿಗೊತ್ತಿಕೊಂಡ. ಅವನ ಹೃದಯ ಕರಗಿ ಕಣ್ಣೀರಾಗಿ ಕೆನ್ನೆಯ ಮೇಲೆ ಹರಿಯಿತು.

ಇಷ್ಟು ಹೊತ್ತು ಜಡವಾಗಿ ಬಿದ್ದಿದ್ದ ಅನುಪಮಳ ಕೈಯಲ್ಲಿ ಚೇತನ ಮೂಡಿತು. ಅವನ ಹಿಡಿತದಲ್ಲಿದ್ದ ಅವಳ ಬೆರಳುಗಳು ಚಲಿಸಿ ಅವನ ಬೆರಳುಗಳೊಂದಿಗೆ ಬೆಸೆದುಕೊಂಡವು. ಮರುಕ್ಷಣ ಅವಳ ಹಿಡಿತ ಬಿಗಿಯಿತು.

ಅಚ್ಚರಿಗೊಂಡ ರಘು ಮಲಗಿದ್ದ ಅನುಪಮಳತ್ತ ನೋಡಿದ. ಅವಳು ತನ್ನನ್ನೇ ನೋಡುತ್ತಿರುವುದು ಕಂಡು ಅವನು ಇನ್ನಷ್ಟು ಚಕಿತನಾದ. ತನ್ನ ತಾಯಿ ಹಾಗೂ ಬೋಜಮ್ಮ ಅಷ್ಟು ಕೂಗಿದರೂ ಎಚ್ಚರಗೊಳ್ಳದ ಅನುಪಮ ಈಗ ಹೇಗೆ ಎಚ್ಚರಗೊಂಡಳು?

ಅವಳಿಗೆ ಎಚ್ಚರವಾಯಿತೆಂದು ಅವಳ ಕೈಯನ್ನು ಬಿಡಲಿಲ್ಲ ರಘು. ಬದಲಾಗಿ ಅವಳಿಗೆ ಇನ್ನಷ್ಟು ಸನಿಹಕ್ಕೆ ಸರಿದ.

"ಇದೇನು ಅಪರೂಪಕ್ಕೆ ಬಂದುಬಿಟ್ಟಿ?" ಅವನು ತನ್ನ ಪಕ್ಕಕ್ಕೆ ಸರಿದುದನ್ನು ಗಮನಿಸಿ ಅವನ ಕೈ ಹಿಡಿದೆ ಎದ್ದು ಕುಳಿತಳು ಅನುಪಮ. ಅವಳ ಹಿಡಿತದಲ್ಲಿದ್ದ ಭಾವುಕತೆಯನ್ನು ಗಮನಿಸಿದ ರಘು

"ನಿದ್ದೆ ಮಾಡ್ತಾ ಇದ್ದೇ ಏನೋ ನಾನು ನಿನ್ನ ಡಿಸ್ಟರ್ಬ್ ಮಾಡಿದೆ ." ಎಂದ ರಘು

ಮಾತಾಡದೆ ಸುಮ್ಮನೆ ನಕ್ಕಳು ಅನುಪಮ.

"ಆಂಟಿ ಹೇಳ್ತಾ ಇದ್ರು .. ನೀನು ಇತ್ತೀಚೆಗೆ ತುಂಬಾ ಡಲಾಗಿದ್ದಿಯಾಂತ" ತನ್ನನ್ನೇ ದಿಟ್ಟಿಸುತ್ತಿದ್ದ ಅವಳ ಕಂಗಳ ಅಳಕ್ಕಿಳಿಯುತ್ತ ನುಡಿದ ರಘು

"ಏನು ಮಾಡೋದು ಹೇಳಿ ಅದು ತಾಯಂದಿರ ದೌರ್ಬಲ್ಯ." ಕ್ಷೀಣವಾಗಿ ನುಡಿದಳು ಅನುಪಮಾ

"ರಘು... ಅನೂ ... ಎದ್ಲಾ ರಘು.." ರಘುವಿನ ಮಾತು ಕೇಳಿ ಕೋಣೆಗೆ ಧಾವಿಸಿ ಬಂದಳು ಬೋಜವ್ವ. ತಟ್ಟನೆ ಅವಳ ಕೈ ಬಿಟ್ಟ ರಘು

"ಯಾಕಮ್ಮ" ಕೇಳಿದಳು ಅನುಪಮಾ

"ಅಯ್ಯೋ ತಾಯಿ ಎಚ್ಚರ ಆಯ್ತಾ? ಬಾ ನಿನ್ನ ನೋಡ್ಕೊ ಯಾರ್ಯಾರು ಬಂದಿದ್ದಾರೆಂತ ನೋಡು. ನಿನ್ನತ್ತೆ ಮಾವ ಎಲ್ಲಾ ಬಂದಿದ್ದಾರೆ." ಸಂಭ್ರಮದಿಂದ ಕೂಗಿದರು ಬೋಜವ್ವ

ಅನುಪಮಳಿಗೆ ಹೊರಹೋಗುವ ಮನಸ್ಸಿರಲಿಲ್ಲ. ತನ್ನೆದುರು ಕುಳಿತಿರುವ ಮಹಾಪುರುಷನ ಎದೆಯಲ್ಲಿ ಐಕ್ಯವಾಗಿ ಹೋಗುವ ತವಕ ಅವಳದು.

"ಬಂದೇಮಾ" ಅವಳು ಹೊದಿಕೆಯನ್ನು ಸರಿಸಿದಾಗ ಅವಳಿಗೆ ಇಳಿಯಲು ಅನುಕೂಲವಾಗುವಂತೆ ತಾನು ಮಂಚದಿಂದ ಎದ್ದ ರಘು.

ಇಬ್ಬರು ಹೊರಬಂದಾಗ ಹಿರಿಯವರೆಲ್ಲ ಸಮಾಧಾನಗೊಂಡರು. ಇಷ್ಟು ದಿನ ನಿರ್ಜೀವವಾಗಿದ್ದ ಮನೆ ಚೈತನ್ಯದಿಂದ ತುಂಬಿತು. ಅನುಪಮಳೂ ಸಾಕಷ್ಟು ಮಾತಿನಲ್ಲಿ ಭಾಗಿಯಾಗಿದ್ದು ಬೋಜವ್ವನವರಿಗೆ ಸಂತಸ ತಂದರೆ, ಬೋಜವ್ವನ ಹುಚ್ಚುತನಕ್ಕೆ ಮನಸಲ್ಲೆ ನಕ್ಕರು ಕುಶಾಲಪ್ಪ.

ರಘುವಿನ ಪಕ್ಕದಲ್ಲೇ ಕುಳಿತು ಅವನಿಗೂ ಬಡಿಸಿ ತಾನೂ ಹೊಟ್ಟೆತುಂಬಾ ನೆಮ್ಮದಿಯಿಂದ ಊಟ ಮಾಡಿದಳು ಅನುಪಮ

"ನಮ್ಮ ಅನೂ ಹೀಗೆ ತೃಪ್ತಿಯಿಂದ ಊಟ ಮಾಡಿ ಎಷ್ಟೋ ದಿನಗಳಾಯ್ತು ನೋಡಿ. ನೀವೆಲ್ಲ ಬಂದದ್ದು ಅವಳಿಗೆ ಎಷ್ಟೋ ನೆಮ್ಮದಿ." ಬೋಜವ್ವ ಹಾರ್ದಿಕವಾಗಿ ಹೇಳಿದರು.

ನೆಮ್ಮದಿಯಾಗಿ ಊಟ ಮಾಡುತ್ತಿದ್ದ ಅನುಪಮಳತ್ತ ನೋಡಿದರು ಗಂಗವ್ವ. ತಮ್ಮ ರಂಪಾಟಕ್ಕೆನಾದರೂ ಅನುಪಮಾ ನೊಂದುಕೊಂಡಿರಬಹುದೇ"

"ಅನೂ ನೀನು ನಮ್ಮ ಮನೆಗೆ ಬರೋದೇ ನಿಲ್ಲಿಸಿಬಿಟ್ಟೆ." ಆತ್ಮೀಯವಾಗಿ ಹೇಳಿದರು "ನಮ್ಮನೇಲಿ ನಿಂಗೇನಾದ್ರೂ ಬೇಜಾರಾಗಿದ್ರೆ ಅದನ್ನೆಲ್ಲ ಮರೆತು ಬಿಡು. ಯಾವುದೋ ಕೆಟ್ಟ ಘಳಿಗೆ.. ಒಂದು ಮಾತು ಬರುತ್ತೆ ಹೋಗುತ್ತೆ. ಅದನ್ನೆಲ್ಲ ಮನಸಿಗೆ ತಗೋಬಾರದು." ಗಂಗವ್ವನವರು ಕರಗಿ ಹೇಳಿದಾಗ

ಮೆಲ್ಲನೆ ನಕ್ಕಳು ಅನುಪಮ "ಹಾಗೆಲ್ಲ ಏನಿಲ್ಲ ಅತ್ತೆ. ನಿಮ್ಮನೇಲಿ ಬೇಜಾರಾಗೋಕ್ಕೇನಿದೆ? ಸುಮ್ಮನೆ ಟೈಮ್ ಆಗಲಿಲ್ಲ ಅಷ್ಟೇ."

ಸುದೀಪ ಇಲ್ಲದಿದ್ದುದರಿಂದ ಎಲ್ಲರೂ ನೆಮ್ಮದಿಯಾಗಿ ಊಟ ಮುಗಿಸಿದರು. ಅನುಪಮಾ ನಗುತ್ತಾ ಊಟ ಮಾಡಿದರೂ ಅವಳಿಗೆ ಲವಲವಿಕೆಯಿಂದ ಕೆಲಸದಲ್ಲಿ ಭಾಗಿಯಾಗಲು ಸಾಧ್ಯವಾಗಲಿಲ್ಲ. ಅವಳು ವಿಪರೀತವಾಗಿ ಬಳಲಿದಂತೆ ತೋರಿದಳು. ಆಯಾಸ ಅವಳನ್ನು ಹಣ್ಣು ಮಾಡಿದಾಗ ಸೋತವಳಂತೆ ಕುರ್ಚಿಯಲ್ಲಿ ಕುಸಿದಳು ಅನುಪಮ.

"ರಘು ನಾಳೆ ನೀನು ಬಿಡುವಾಗಿದ್ದರೆ ಅನೂನ ಸ್ವಲ್ಪ ಡಾಕ್ಟರ ಹತ್ರ ಕರ್ಕೊಂಡ್ ಹೋಗು. ಯಾಕೋ ತುಂಬಾ ಸುಸ್ತು ಮಾಡ್ಕೊತಿದ್ದಾಳೆ." ರಘುವಿಗೆ ಹೇಳಿದರು ಬೋಜವ್ವ.

"ಅದಕ್ಕೇನಾಂಟಿ.. ಬೆಳಿಗ್ಗೆ ಸುದೀಪನೇ ಬಂದು ಕರ್ಕೊಂಡ್ ಹೋಗ್ತಾನೆ ಬಿಡಿ. ಡಾಕ್ಟರ್ ಪೂಣಚ್ಚ ಅವನಿಗೆ ತುಂಬಾ ಕ್ಲೋಸ್." ಎಂದ ರಘು

"ನಂಗೇನಾಗಿದೆ ಅಂತ ಹೀಗೆ ಒದ್ದಾಡ್ತಿಯಮ್ಮ. ಅಂದಹಾಗೆ ಆಶಾ ಸಿಕ್ಕಿದ್ಳೇನು?" ಕಿತ್ತಳೆ ಹಣ್ಣಿನ ತೊಳೆಗಳನ್ನು ಬಿಡಿಸುತ್ತ ಕೇಳಿದಲು ಅನುಪಮ.

ಗಕ್ಕನೆ ಮಗಳತ್ತ ತಿರುಗಿದರು ಬೋಜವ್ವ. ಅವರಿಗೆ ರಘುವಿನ ಮೇಲೆ ಅಸಾಧ್ಯ ಕೋಪವುಕ್ಕಿತು. ಎಂಥಾ ನಿರ್ದಯ ಮನಸ್ಸಿವನದು. ಇಂಥಾ ಸಮಯದಲ್ಲೂ ಅವಳನ್ನು ಡಾಕ್ಟರ್ ಹತ್ತಿರ ಕರೆದುಕೊಂಡು ಹೋಗಲು ಮೀನಾಮೇಷ ಎಣಿಸುತ್ತಿದ್ದಾನೆ. ಸರಿ ಇಂಥಾ ಸಮಯ ಎಂದರೇನು? ತಮ್ಮಲ್ಲೇ ಮಂಥಿಸತೊಡಗಿದರು ಬೋಜವ್ವ.

ಎಂದಿನಂತೆ ಒಂದು ಸಾಸರ್ ತುಂಬಾ ಕಿತ್ತಳೆ ಹಣ್ಣನ್ನು ಸುಲಿದು ರಘುವಿನ ಮುಂದೆ ಹಿಡಿದಲು ಅನುಪಮಾ.

ರಘು ತೀರಾ ಅಸಹಾಯಕತೆಯಿಂದ ಅವಳ ಮುಖ ನೋಡಿದ. "ಅನೂ ನನ್ನಂಥ ಪಾಪಿಯ ಮೇಲೆ ನಿನಗೆ ಇಷ್ಟೊಂದು ಪ್ರೀತಿ ಯಾಕೆ ಅನೂ?" ಅವನೆದೆ ಹಿಂದಿತು. ನಿಟ್ಟುಸಿರಿಟ್ಟು ಸಾಸರ್ ತೆಗೆದುಕೊಂಡ.

****

ಕಾಡುಮೇಡುಗಳ ಹಾದಿ. ಎಲ್ಲೆಲ್ಲಿ ನೋಡಿದರೂ ಗುಡ್ಡ, ಕಲ್ಲುಕೊರಕಲುಗಳು. ಪ್ರಾಣಿಗಳ ವಿಚಿತ್ರ ಕೂಗು. ಮಸುಕು ಮಸುಕಾದ ಕಾಲುಹಾದಿ, ಎಲ್ಲಿ ಮೂಡಿ ಎಲ್ಲಿ ಮರೆಯಾಗುತ್ತಿದೆ ಎಂಬುದೇ ತಿಳಿಯುತ್ತಿರಲಿಲ್ಲ. ಗುರಿಯಂತೂ ಇಲ್ಲವೇ ಇಲ್ಲ.

ತಾನೆಲ್ಲಿಗೆ ಬಂದು ಬಿಟ್ಟಿದ್ದೇನೆ ಎಂದು ತಿಳಿಯದ ರಘು, ದಿಕ್ಕು ತೋಚಿದೆಡೆ ಅಲೆಯುತ್ತಿದ್ದ. ಹಿಂದೆಂದೂ ಈ ಜಾಗವನ್ನು ನೋಡಿದ ನೆನಪಿಲ್ಲ. ಚಕ್ರವ್ಯೂಹವೊಂದನ್ನು ಸುತ್ತುತ್ತಿರುವ ಅನುಭವ.

ಹದ್ದಾರಿಗಾಗಿ ಹುಡುಕುತಿದ್ದ ರಘುವಿಗೆ ದೂರದಲ್ಲೊಂದು ಹಸಿರು ಗುಡ್ಡ ಕಾಣಿಸಿತು. ಅಚ್ಚರಿಯಿಂದ ಅತ್ತ ನೋಡುವಲ್ಲಿ ಆದರ ಮೇಲೊಬ್ಬಳು ದೇವತೆ ನಿಂತಿರುವುದು ಕಾಣಿಸಿತು.

ದೇಹದ ಆಯಾಸವನ್ನು ಮರೆತ ರಘು, ಸ್ಫೂರ್ತಿಗೊಂಡು ಅತ್ತ ಹೆಜ್ಜೆಹಾಕಿದ. ದೇವತೆಯ ಹತ್ತಿರ ಸಾಗಿದಂತೆಲ್ಲಾ ಅವಳು ಅನುಪಮ ಎಂಬುವುದು ಅವನಿಗೆ ಸ್ಪಷ್ಟವಾಯಿತು. ಇನ್ನಷ್ಟು ಉತ್ಸಾಹದಿಂದ ಅತ್ತ ಹೆಜ್ಜೆ ಹಾಕಿದ ರಘು. ಅಷ್ಟರಲ್ಲಿ ಅನುಪಮ ಅವನನ್ನು ಗಮನಿಸಿದಲು.

"ನಿಲ್ಲಿ ರಘು ....ನಿಲ್ಲಿ. ನೀವಿ ಗುಡ್ಡ ಹತ್ತಬೇಡಿ." ಕೈ ಮುಂದೆ ಮಾಡಿ ತಡೆದಲು ಅನುಪಮ.

"ಇಗೇನು ಅನೂ ನೀನಿಲ್ಲಿ?" ಅಚ್ಚರಿಯಿಂದ ಕೇಳಿದ ರಘು

ಅವಳು ಅವನ ಪ್ರಶ್ನೆಗೆ ಉತ್ತರಿಸದೆ "ರಘು.. ಬೇಡ ರಘು. ನೀವಿಲ್ಲಿಗೆ ಬರಬಾರದು. ನಿಮ್ಮ ದಾರಿ ಇದಲ್ಲ ಹೊರಟುಹೋಗಿ." ಗಡುಸಾಗಿ ಹೇಳಿದಳು ಅನುಪಮ

" ಅನೂ ಈ ಕಾಡಿನಲ್ಲಿ ನೀನೊಬ್ಬಳೇ ಏನ್ ಮಾಡ್ತಾ ಇದ್ದೀಯಾ? ಬಾ ಮನೆಗೆ ಹೋಗೋಣ."

"ಇಲ್ಲ ನಾನು ನಿಮ್ಮ ಜೊತೆ ಬರುವುದಿಲ್ಲ. ನೀವು ನನ್ನ ಕರ್ಕೋಂಡ್ ಹೋಗೋಕೆ ಆಗೋಲ್ಲ. ನಾನು ತುಂಬಾ ದೂರ ಬಂದು ಬಿಟ್ಟಿದೀನಿ." ಅವನನ್ನೇ ಬೆದುರು ಕಂಗಳಿಂದ ನೋಡುತ್ತಾ ಹೇಳಿದಳು.

"ಅನೂ ಹುಡುಗಾಟ ಆಡ್ಬೇಡ. ಒಂದೋ ನೀನಿಳಿದು ಬಾ. ಇಲ್ಲ ನಾನೇ ಮೇಲೆ ಬರ್ತೀನಿ ." ಹಠ ತೊಟ್ಟವನಂತೆ ಮುಂದುವರೆದ ರಘು.

"ಇಲ್ಲ ನೀವು ನನ್ನ ಹತ್ತಿರ ಬರೋಕ್ಕಾಗೊಲ್ಲ   ಹೊರಟುಹೋಗಿ.." ಕಿರುಚಿಕೊಂಡಳು ಅನುಪಮ.

ಸರಸರನೆ ಗುಡ್ಡವೇರತೊಡಗಿದ ರಘು. ಅಷ್ಟರಲ್ಲಿ ಕಿವಿಗಡಚಿಕ್ಕುವಂತೆ ದೊಡ್ಡ ಶಬ್ದವಾಯಿತು. ಅವನು ನೋಡುತ್ತಿದ್ದಂತೆ ಆ ಗುಡ್ಡ ಬಿರಿದು ಎರಡು ಭಾಗವಾಗಿ ಅನುಪಮಳನ್ನು ನುಂಗಿತ್ತು.

"ಅನೂ .." ಬೆಚ್ಚಿ ದಡಕ್ಕನೆದ್ದ ರಘು ಗಾಬರಿಯಿಂದ ಕಣ್ಣು ತೆರೆದ. ಅವನ ಮೈಯ್ಯೆಲ್ಲಾ ಬೆವರಿನಿಂದ ತೊಯ್ದುಹೋಗಿತ್ತು. ಅವನೆದೆ ಬಡಿದುಕೊಳ್ಳುತ್ತಿತ್ತು. ಅತೀವ ಗಾಬರಿಯಿಂದ ಕಂಪಿಸಿದ ರಘು ಎದೆಯೊತ್ತಿಕೊಂಡ.

" ಅನೂ... ಅನೂ..." ಎಂಥಾ ಹಾಳು ಕನಸು. ಅವನಿಗೇಕೋ ಆ ಕ್ಷಣವೇ ಅನುಪಮಳನ್ನು ನೋಡಬೇಕೆನಿಸಿತು. ಗಡಿಯಾರದತ್ತ ನೋಟ ಹರಿಸಿದಾಗ ಮಧ್ಯರಾತ್ರಿಯ ಒಂದು ಘಂಟೆ ತೋರಿಸುತ್ತಿತ್ತು. ಲೈಟ್ ಹಾಕಿ ಹೂಜಿಯಲ್ಲಿದ್ದ ನೀರು ಕುಡಿದ. ಡವಡವಿಸುತಿದ್ದ ಎದೆ ಶಾಂತವಾದರೂ, ವಿಚಿತ್ರ ಭಯ ಪುಟಿದೆದ್ದಿತು.

ಇಲ್ಲ ನನ್ನಿಂದ ಇನ್ನು ಸಹಿಸಲಾಗುತ್ತಿಲ್ಲ. "ಅನೂ ... ಅನೂ" ನನ್ನ ಜೀವವೇ ದಹಿಸಿ ಹೋಗುತ್ತಿದೆ.

ವಾಡ್ರೋಬಿನ ಬಾಗಿಲು ತೆಗೆದು ಅದರಲ್ಲಿದ್ದ ಅನುಪಮಳ ದುಪಟ್ಟಾದಿಂದ ಮುಖ ಒತ್ತಿಕೊಂಡ. "ಅನೂ ಐ ಲವ್ ಯು.. ಬೇಡ ನನ್ನ ಬಿಟ್ಟು ಹೋಗಬೇಡ.." ಇದೆಂಥ ಭಯ? ಅಪರಿಮಿತ ವೇದನೆಯಿಂದ ಒದ್ದಾಡಿದ ರಘು.

ಪ್ರಕೃತಿಯಲ್ಲಿ ಜೀವ ಸಂಚಾಲನೆಯಾಗುವವರೆಗೂ ಕಾಯುತ್ತಿದ್ದ ರಘು, ಮಬ್ಬು ಬೆಳಕು ಮೂಡುತ್ತಿದ್ದಂತೆ ಎದ್ದು ಅನುಪಮಾಳ ಮನೆಯತ್ತ ಹೆಜ್ಜೆ ಹಾಕಿದ.

ಅವನು ಮನೆಯ ಹತ್ತಿರ ಬಂದಾಗ ಬೋಜವ್ವನವರು ಅದೇ ತಾನೆ ಎದ್ದು ಮುಖ ತೊಳೆದುಕೊಳುತ್ತಿದ್ದರು. ಅಷ್ಟು ಬೇಗ ಬಂದ ರಘುವನ್ನು ಕಂಡು ಅವರಿಗೆ ಅಚ್ಚರಿಯಾಯಿತು.

"ಅನೂ ಹೇಗಿದ್ದಾಳೆ ಆಂಟಿ?" ಅವರನ್ನು ನೋಡುತ್ತಿದ್ದಂತೆ ಕೇಳಿದ.

"ನಿದ್ದೆ ಮಾಡ್ತಾ ಇದ್ದಾಳೆ ಮೋನೆ ಬಾ ಒಳಗೆ.."

ರಘು ಬಂದು ಕೋಣೆಯಲ್ಲಿ ಇಣುಕಿದ. ಅನುಪಮಾ ಅದೇ ರೀತಿ ಶಾಂತವಾಗಿ ಮಲಗಿದ್ದನ್ನು ನೋಡಿ ಅವನಿಗೆ ಸ್ವಲ್ಪ ಸಮಾಧಾನವಾಯಿತು. ಅವಳಿಗೆ ಎಚ್ಚರವಾಗುವುದನ್ನೇ ಕಾಯುತ್ತ ಕುಳಿತ ರಘು.

ಬೋಜವ್ವನವರು ಅವನಿಗೆ ಕಾಫಿ ಬೆರೆಸಿಕೊಟ್ಟು ಬೇರೆ ಕೆಲಸದತ್ತ ಗಮನಹರಿಸಿದರು.

ಸಮಯ ಏಳು ದಾಟಿದರೂ ಅನುಪಮಳಿಗೆ ಎಚ್ಚರವಾಗಲಿಲ್ಲ. ಕ್ಷಣಗಳನ್ನು ಯುಗಗಳಂತೆ ಕಳೆದ ರಘು. ಅವಳೊಮ್ಮೆ ಎಚ್ಚರವಾಗಿ ಅವನೊಡನೆ ಮಾತಾಡುವುದು ಅವನಿಗೆ ಬೇಕಿತ್ತು. ಆದರೆ ಅವನ ನಿರೀಕ್ಷೆ ಫಲಿಸಲಿಲ್ಲ.

ಸರಿಸುಮಾರು ಎಂಟು ಘಂಟೆಗೆ ಬಂದ ಸುದೀಪ.

ರಘುವನ್ನು ನೋಡಿ ಅವನ ಹುಬ್ಬುಗಳು ಗಂಟಾದವು

"ಇದೇನು ಬೆಳಿಗ್ಗೆ ಬೆಳಿಗೇನೆ ಇಲ್ಲಿ ಕೂತಿದ್ದೀಯಾ?" ತಾತ್ಸಾರದಿಂದ ಕೇಳಿದಾಗ ತಮ್ಮನ ಮುಖಕ್ಕೆ ರಾಚಿಬಿಡುವ ಮನಸಾಯಿತು ರಘುವಿಗೆ.

"ಪಾಪೀ ಇವನಿಗೂ ಅನುಪಮಳನ್ನು ಅರಿಯುವ ಮನಸ್ಸಿದಿದ್ದರೆ" ಅವುಡುಗಚ್ಚಿ ಮೇಲೆದ್ದ ರಘು

"ಆಂಟಿ ಒಂಬತ್ತು ಘಂಟೆ ಹೊತ್ತಿಗೆ ಬರ್ತೀನಿ. ಅನೂಗೆ ಹೊರಟಿರೋಕೆ ಹೇಳಿ. ಡಾಕ್ಟರ್ ಹತ್ರ ಕರ್ಕೊಂಡು ಹೋಗ್ತೀನಿ." ಸುದೀಪನಿಗೆ ಉತ್ತರಿಸದೆ ಹೇಳಿದ ರಘು

"ಏನು ಬೇಕಾಗಿಲ್ಲ. ನಾನೀಗ ಬಂದಿರುವುದೇ ಅವಳನ್ನ ಡಾಕ್ಟರ್ ಹತ್ರ ಕರ್ಕೊಂಡು ಹೋಗೋದಿಕ್ಕೆ."

ಮತ್ತೆ ಮಾತನಾಡಲಿಲ್ಲ ರಘು. ಅವನ ಮುಖವನ್ನು ಸಹ ನೋಡದೆ ಹೊರನಡೆದ.

ಸುದೀಪನೂ ಕುದಿಯುತ್ತಾ ಕುಳಿತ. 'ನಾನಿರುವಾಗ ಇವನದೇನು ಉಸಾಬರಿ? ಅವಳ ಆರೋಗ್ಯದ ಬಗ್ಗೆ ನನಗೆ ಕಾಳಜಿ ಇಲ್ಲವೇ? ಅವಳೇನು ಇವನ ಹೆಂಡತಿ ಅಂತ ಅಂದುಕೊಂಡಿದ್ದಾನ?' ಮನದಲ್ಲೇ ರಘುವನ್ನು ಶಪಿಸಿದ ಸುದೀಪ.

ಇತ್ತೀಚೆಗೆ ರಘುವನ್ನು ಕಂಡರೆ ಸಾಕು ಅವನ ಎದೆಯಲ್ಲಿ ಈರ್ಷೆಯ ಜ್ವಾಲೆ ಧಗಧಗಿಸುತ್ತಿತ್ತು. ತಾನೇನು ಮಾಡಿದರೂ ಪ್ರಗತಿಯ ಕಣ್ಣಲ್ಲಿ ಆಸಕ್ತಿ ಕಾಣದ ಸುದೀಪ, ರಘುವನ್ನು ಕಂಡ ಮಾತ್ರಕ್ಕೆ ಅವಳ ಕಂಗಳಲ್ಲಿ ಕೋರೈಸುವ

ಹೊಳಪಿಗೆ ಅವನ ಹೊಟ್ಟೆ ಉರಿದು ಹೋಗುತ್ತಿತ್ತು. ಅವಳಲ್ಲಿ ಜಡತನ ಹೆಚ್ಚಿದಂತೆಲ್ಲಾ ಅವನಲ್ಲಿ ರೋಷ ಹೆಚ್ಚಿ ಅವಳನ್ನು ಮಣಿಸುವ ಹಠ ತೀವ್ರವಾಗುತ್ತಿತ್ತು.

ಒಟ್ಟಿನಲ್ಲಿ ಮೂವರನ್ನೊಳಗೊಂಡು ಎರಡು ಮನೆಯಲ್ಲಿ ಚಂಡಮಾರುತ ಬೀಸುತ್ತಿತ್ತು.

ಘಂಟೆ ಒಂಬತ್ತು ದಾಟಿದರೂ ಅನುಪಮ ಏಳುವ ಸೂಚನೆ ಕಾಣದಿದ್ದಾಗ ಚಡಪಡಿಸಿದ ಸುದೀಪ. ಬೋಜವ್ವನವರಿಗೂ ಭಯವಾಗತೊಡಗಿತು.

"ಬೋಜಿ ಅನೂನ ಎಬ್ಬಿಸು. ಸುದೀಪನಿಗೆ ಹೊತ್ತಾಗುತ್ತೆ. ಒಂದು ಸಲ ನಿನ್ನ ನೆಮ್ಮದಿಗೆ ಅವಳನ್ನು ಡಾಕ್ಟರ್ ಹತ್ರ ಕರ್ಕೊಂಡು ಹೋಗಿ ಬರೋಣ." ಸುದೀಪ ಪದೇಪದೇ ವಾಚು ನೋಡುತ್ತಿರುವುದನ್ನು ಗಮನಿಸಿದ ಕುಶಾಲಪ್ಪ ನುಡಿದರು.

ಕೆಲಸವೆಲ್ಲಾ ಮುಗಿಸಿದ ಬೋಜವ್ವನವರು ಅನುಪಮ ಏಳುವುದನ್ನು ಎದುರು ನೋಡುತ್ತಿದ್ದರು. ಅವರಿಗೂ ಅವಳನ್ನು ಎಬ್ಬಿಸುವುದು ಸೂಕ್ತವೆನಿಸಿ ಮಗಳ ಕೋಣೆಗೆ ಬಂದರು.

ಹಿಂದಿನ ದಿನದ ಪುನರಾವರ್ತನೆಯಾಯಿತು. ಎಷ್ಟು ಕರೆದರೂ ಅನುಪಮಳಿಗೆ ಎಚ್ಚರವಾಗಲಿಲ್ಲ.

"ಇಲ್ಲಿ ನೋಡಿ, ಅನೂ ಎಷ್ಟು ಕೂಗಿದರೂ ಏಳ್ತಾನೆ ಇಲ್ಲ. ಏಳಮ್ಮ ಅನೂ ಏಳಮ್ಮ." ಹುಚ್ಚರಂತೆ ಅವಳನ್ನು ಕುಲುಕ ತೊಡಗಿದರು ಬೋಜವ್ವ.

ಬೋಜವ್ವನವರ ರೋಧನೆಗೆ ಸುದೀಪ ಹಾಗೂ ಕಾಶಪ್ಪನವರು ಧಾವಿಸಿಬಂದರು.

ಅವಳನ್ನೆಬ್ಬಿಸಲು ಕುಶಾಲಪ್ಪನವರು ಮಾಡಿದ ಪ್ರಯತ್ನವೂ ವಿಫಲವಾಯಿತು. ಬೆದರಿದ ಸುದೀಪ ಊಟದ ಟೇಬಲ್ಲಿನ ಮೇಲಿದ್ದ ನೀರಿನ ಹೂಜಿಯಿಂದ ಸ್ವಲ್ಪ ನೀರನ್ನು ತಂದು ಅವಳ ಮುಖದ ಮೇಲೆ ಚಿಮುಕಿಸಿದ.

ಏನು ಮಾಡಿದರೂ ಅವಳಿಗೆ ಎಚ್ಚರವಾಗಲಿಲ್ಲ. "ನಾನು ಹೇಳಿದ್ರೆ ನೀವ್ರು ಕೇಳೋದೇ ಇಲ್ಲ ನೋಡಿ ಅವಳಿಗೆ ಎಚ್ಚರನೇ ಆಗ್ತಾಇಲ್ಲ." ಜೋರಾಗಿ ಅಳತೊಡಗಿದರು ಬೋಜವ್ವ.

"ಆಂಟಿ ಹೊರಡಿ ಆಂಟಿ... ಹೀಗೆ ಅವಳನ್ನು ಹಾಸ್ಪಿಟಲ್ಗೆ ಕರ್ಕೊಂಡು ಹೋಗೋಣ...... ಒಂದು ಕ್ಷಣವೂ ತಡವಾಗಬಾರದು." ಅವಳ ಹೊದಿಕೆಯನ್ನು ಸರಿಸಿದ ಸುದೀಪ

ಹಾಗೆ ಹೊದಿಕೆಯನ್ನು ಸರಿಸಿದಾಗ ಹೊದಿಕೆಯೊಡನೆ ಅನುಪಮಳ ಕೈಯಲ್ಲಿದ್ದ ಭಾವಚಿತ್ರವೊಂದು ಕೆಳ ಜಾರಿತು. ಬಾಗಿ ಅದನ್ನೆತ್ತಿಕೊಂಡು ಅದರತ್ತ ನೋಟ ಹರಿಸಿದ ಸುದೀಪ. ಭಾವಚಿತ್ರದಲ್ಲಿದ್ದ ಸುಂದರ ಜೋಡಿಯನ್ನು ನೋಡಿ ಅವನ ತಲೆಯಲ್ಲಿ ವಿಸ್ಫೋಟವಾದಂತಾಯಿತು.

ನಿಧಾನವಾಗಿ ಅವನ ನೋಟ ಅನುಪಮಳ ಮುಖದತ್ತ ಹರಿಯಿತು. ಆ ಫೋಟೋದಲ್ಲಿದ್ದ ಅನುಪಮಳಿಗೂ ಮಲಗಿದ್ದ ಅನುಪಮಳಿಗೂ ಅಜಗಜಾಂತರವಿತ್ತು.

ಆ ಕಂಗಳ ಮಿಂಚು, ಕೆನ್ನೆಗಳಲಿದ್ದ ಮಾರ್ದವತೆ, ತುಟಿಗಳ ಕಿರುನಗೆ, ಮುಖದ ತೇಜಸ್ಸು, ಎಲ್ಲೋ ಮರೆಯಾಗಿ ಹೋಗಿ ನಿರ್ಲಿಪ್ತತೆ ತಾಂಡವವಾಡುತ್ತಿತ್ತು.

'ಇನ್ನು ರಘು'... ನಿಧಾನವಾಗಿ ಆ ಭಾವಚಿತ್ರವನ್ನು ಟೇಬಲಿನ ಮೇಲಿರಿಸಿ ಅನುಪಮಳನ್ನು ಎತ್ತಿಕೊಂಡು ಕಾರಿನತ್ತ ಧಾವಿಸಿದ.

ಭೋಜವ್ವನವರು ಮನೆಯ ಕದ ಹಾಕುವುದನ್ನು ಮರೆತು ಸುದೀಪನನ್ನು ಹಿಂಬಾಲಿಸಿದರು. ಹಿಂದಿನ ಸೀಟಿನಲ್ಲಿ, ಭೋಜವ್ವನವರ ಮಡಿಲಿನಲ್ಲಿ ಅನುಪಮಾಳ ತಲೆಯಿರಿಸಿ ಮಲಗಿಸಿದ ಸುದೀಪ. ಕುಶಾಲಪ್ಪ ಮುಂದಿನ ಸೀಟಿನಲ್ಲಿ ಬಂದು ಕುಳಿತುಕೊಂಡರು. ಶರವೇಗದಲ್ಲಿ ಕಾರು ಹೊರಟಿತು.

ಅಯೋಮಯ ಸ್ಥಿತಿಯಲ್ಲಿದ್ದ ಸುದೀಪ. ನಿಧಾನವಾಗಿ ಅವನೆದೆಯ ರೋಷವಾರಿ, ಪರಿಸ್ಥಿತಿಯ ಗಂಭೀರತೆ ಬಗ್ಗೆ ಅರಿವು ಮೂಡತೊಡಗಿತು.

ಇತ್ತ ಅನುಪಮಾಳ ಮನೆಯಿಂದ ಹೊರಟಿದ್ದ ರಘುವಿಗೆ ಸಮಾಧಾನವಾಗಿರಲಿಲ್ಲ. ಯಾವುದೋ ಅನಿಷ್ಟದ ಶಂಕೆ ಅವನನ್ನು ತಲ್ಲಣಗೊಳಿಸುತಿತ್ತು. ಮತ್ತೆ ಹಿಂದಕ್ಕೆ ಹೋಗುವ ಮನಸ್ಸು, ಆದರೆ ಸುದೀಪನ ನೆನಪು ಅವನ ಪ್ರಯತ್ನಕ್ಕೆ ತಡೆಯೊಡ್ಡಿತು.

ತಿಂಡಿಗೂ ಮನೆಗೆ ಹೋಗುವ ಮನಸ್ಸಾಗಲಿಲ್ಲ ರಘುವಿಗೆ. ಹಾಗೂ-ಹೀಗೂ ಹನ್ನೆರಡು ಘಂಟೆಯವರೆಗೆ ಕಾಲ ತಳ್ಳಿದ ರಘು, ಪುನಃ ಅನುಪಮಾಳ ಮನೆಯತ್ತ ಹೆಜ್ಜೆ ಹಾಕಿದ. ಅನುಪಮಾ ಡಾಕ್ಟರ್ ಶಾಪಿಗೆ ಹೋಗಿದ್ದರೂ ಭೋಜವ್ವನವರನ್ನು ಮಾತನಾಡಿಸಿಕೊಂಡು ಬರುವ ತವಕ.

ಅವನು ಬಂದಾಗ ಮನೆಯ ಎರಡು ಕಡೆಯಿಂದಲೂ ಬಾಗಿಲನ್ನು ಹಾಕಲಾಗಿತ್ತು. ಬಾಗಿಲು ತಟ್ಟಲೆಂದು ಹೋದ ರಘುವಿಗೆ ಧರಣಿ ಕೂಗಿ ಹೇಳಿದಳು

"ಮನೆಯಲ್ಲಿ ಯಾರೂ ಇಲ್ಲ. ಎಲ್ಲರೂ ಟೌನಿಗೆ ಹೋಗಿದ್ದಾರೆ."

"ಎಲ್ಲರೂ?... ಎಲ್ಲರೂ ಯಾಕೆ?" ಮೆಟ್ಟಿಲುಗಳನ್ನಿಳಿದು ಅವಳತ್ತ ಬರುತ್ತ ಕೇಳಿದ

"ಅನೂಗೆ ಪ್ರಜ್ಞೆ ಇರಲಿಲ್ಲ... ಅದಕ್ಕೆ..." ಧರಣಿಯ ಮಾತು ಕೇಳಿ ಒಂದು ಕ್ಷಣ ಅವನ ಹೃದಯ ತಟಸ್ಥವಾಯಿತು

"ಯಾವಾಗ? ಎಷ್ಟು ಹೊತ್ತಿಗೆ?" ಗಾಬರಿಯಿಂದ ಕೇಳಿದ

"ಒಂಬತ್ತು ಘಂಟೆ ಹೊತ್ತಿಗೆ. ಅವರು ತುಂಬಾ ಟೆನ್ನನ್ನಲ್ಲಿದ್ದರು. ಬಾಗಿಲು ಕೂಡ ಹಾಕದೆ ಹೊರಟುಹೋದರು. ನಮ್ಮಮ್ಮನೇ ಆಮೇಲೆ ಹೋಗಿ ಬಾಗಿಲು ಹಾಕಿಕೊಂಡು ಬಂದ್ರು" ಪರಿಸ್ಥಿತಿಯ ಗಂಭೀರತೆಯನ್ನು ವಿವರಿಸಿದಳು ಧರಣಿ.

ರಘುವಿನ ಕಾಲಡಿಯ ನೆಲ ಸರಿದು ಹೋಯಿತು.

ಸಾವರಿಸಿಕೊಂಡು ಮೊಬೈಲ್ ತೆಗೆದುಕೊಂಡು ಸುದೀಪನ ನಂಬರನ್ನೊತ್ತಿದ್ದ "ಸುದೀ, ಅನೂ ಹೇಗಿದ್ದಾಳೆ?" ಸುದೀಪ ಲೈನಿಗೆ ಬರುತ್ತಿದ್ದಂತೆಯೇ ಉದ್ವೇಗದಿಂದ ಕೇಳಿದ ರಘು.

ಒಂದು ಕ್ಷಣ ಆಕಡೆಯಿಂದ ಉತ್ತರ ಬರಲಿಲ್ಲ. "ಸುದೀ ಅನೂ ಹೇಗಿದ್ದಾಳೆ?" ಹೆಚ್ಚುಕಡಿಮೆ ಕಿರುಚಿದ

"ಡಾಕ್ಟರ್ ಪೂಣಚ್ಚ ಅಟೆಂಡ್ ಮಾಡ್ತಾ ಇದ್ದಾರೆ. ಅವಳಿಗಿನ್ನೂ ಪ್ರಜ್ಞೆ ಬಂದಿಲ್ಲ." ಸುದೀಪನ ಸಪ್ಪೆದನಿ ಹರಿದುಬಂತು.

"ಡಾಕ್ಟರ್ ಏನು ಹೇಳಿದ್ರು?"

"ಬ್ಲೆಡ್ ಟೆಸ್ಟ್ ಮಾಡ್ತಾಯಿದ್ದಾರೆ. ಇನ್ನೂ ರಿಸಲ್ಟ್ ಬಂದಿಲ್ಲ"."

ಫೋನ್ ತುಂಡರಿಸಿದ ರಘು ಮನೆಯತ್ತ ಧಾವಿಸಿದ. ಮನೆ ತಲುಪುತ್ತಿದಂತೆ ತಾಯಿಗೆ ಕೂಡ ಹೇಳುವ ವ್ಯವಧಾನವಿಲ್ಲದೆ ತನ್ನ ಕಮ್ಯಾಂಡರ್ ಹತ್ತಿ ಆಸ್ಪತ್ರೆಯತ್ತ ಹೊರಟ. ಅತೀವ ಭಯದಿಂದ ಅವನ ಮೈ ನಡುಗುತ್ತಿತ್ತು.

'ಏನಾಗಿದೆ ಅನೂವಿಗೆ? ದೇವರೇ ಇದೆಂಥಾ ಪರೀಕ್ಷೆ? ಇಷ್ಟು ಹಿಂಸಿಸಿದರೂ ನಿನಗೆ ತೃಪ್ತಿ ಆಗಲಿಲ್ಲವೇ? ಇನ್ನೂ ಏನು ಮಾಡಬೇಕಂ ದಿದ್ದೀಯಾ? ನಿನಗೇನೆ ಕೋಪವಿದ್ದರೂ ಅದು ನನ್ನ ಮೇಲಿರಲಿ. ನನ್ನ ಅನೂವನ್ನು ಉಳಿಸಿಕೊಡು ಭಗವಂತ.' ಅವನ ಮನಸ್ಸು ಸತತವಾಗಿ ದೇವರಲ್ಲಿ ಪ್ರಾರ್ಥಿಸುತಿತ್ತು. ಅವನು ಯಾವುದೇ ಅಪಾಯವಿಲ್ಲದೆ ಆಸ್ಪತ್ರೆ ತಲುಪಿದ್ದು ಆಶ್ಚರ್ಯದ ಸಂಗತಿಯಾಗಿತ್ತು

ಅವನು ಹಾಸ್ಪಿಟಲ್ ತಲುಪಿದಾಗ ಸುದೀಪ ಐಸಿಯು ಮುಂದೆ ಗೋಡೆಗೊರಗಿ ನಿಂತಿದ್ದ. ಅವನು ತಲೆತಗ್ಗಿಸಿ ಏನೋ ಗಂಭೀರವಾಗಿ ಚಿಂತಿಸುತ್ತಿದ್ದ. ಅವನೆದುರುಗಿದ್ದ ಬೆಂಚಿನ ಮೇಲೆ ಬೋಜವ್ವನವರು ಅಳುತ್ತ ಕುಳಿತಿದ್ದರು. ಕುಶಾಲಪ್ಪನವರೂ ಸಹ, ಆಕಾಶವೇ ತಲೆ ಮೇಲೆ ಬಿದ್ದಂತೆ ಕುಳಿತಿದ್ದರು.

"ಹೇಗಿದ್ದಾಳೆ ಅನೂ?" ಧಾವಿಸಿ ಬಂದವನೇ ಸುದೀಪನನ್ನು ಕೇಳಿದ

ಐಸಿಯುನತ್ತ ಕೈತೋರಿ ಗೊತ್ತಿಲ್ಲವೆಂಬಂತೆ ತಲೆಯಾಡಿಸಿದ ಸುದೀಪ. ಗಾಜಿನ ಬಾಗಿಲಿನ ಮೂಲಕ ಅನುಪಮಳನ್ನು ನೋಡಲು ಯತ್ನಿಸಿದ ರಘು. ಆದರೆ ಅವಳ ಸುತ್ತಮುತ್ತಲು ಡಾಕ್ಟರ್ ಮತ್ತು ನಸರ್ಗಳು ನಿಂತಿದ್ದರಿಂದ ಅವನಿಗೇನೂ ಕಾಣಿಸಲಿಲ್ಲ.

ಪೂರ್ತಿ ಅಚೇತನನಾದ ರಘು. "ನೀವಿಲ್ಲದೆ ಹೋದ್ರೆ ಈ ಹುಚ್ಚಿ ಸತ್ತುಹೋಗ್ತಾಳೆ ಅನ್ನೋ ಕರುಣೆಯಿಂದಲಾದರೂ ನನ್ನ ಮದುವೆ ಮಾಡಿಕೊಳ್ಳಿ" ಅನುಪಮಳ ದೀನ ಮುಖ ಅವನೆದುರು ತೇಲಿಬಂದು, ಅವಳ ಶೀತಲ ನುಡಿಗಳು ಕಿವಿಯಲ್ಲಿ ಝೇಂಕರಿಸಿದವು

ಅವನು ಗೋಡೆಗೆ ಕೈ ಗುದ್ದಿ ಗೋಡೆಯಲ್ಲಿ ಮುಖ ಮುಚ್ಚಿಕೊಂಡ.

ಅವನ ನೋಟ ಬೋಜವ್ವನವರತ್ತ ಹರಿಯಿತು. ಅವರು ಅವನನ್ನೇ ದುರುದುರು ನೋಡುತ್ತಿದ್ದರು. ಅವರು ಬಾಯಲ್ಲಿ ಏನೂ ಹೇಳದಿದ್ದರೂ, ಇದಕ್ಕೆಲ್ಲ ನೀನೇ ಕಾರಣ ಎಂಬ ಭಾವನೆ ಅವರ ನೋಟದಲ್ಲಿ ಸ್ಪಷ್ಟವಾಗಿತ್ತು.

'ರಘು ನೀನು ನನ್ನ ಅನೂನ ಕೊಂದುಬಿಟ್ಟೆ ನಿನಗವಳೇನನ್ಯಾ ಮಾಡಿದ್ದು?' ಬೋಜವ್ವನವರ ನುಡಿಗಳು ಕಾದ ಸೀಸದಂತೆ ಅವನ ಕಿವಿಯಲ್ಲಿ ಮಾರ್ದನಿಸಿತು.

'ಇಲ್ಲ ನನ್ನ ಅನೂ ಬದುಕಬೇಕು ಅವಳು ಬದುಕಲೇಬೇಕು. ನನ್ನ ಪ್ರಾಣ ಒತ್ತೆ ಇಟ್ಟಾದರೂ ನಾನವಳನ್ನು ಉಳಿಸುತ್ತೇನೆ'. ಮನದಲ್ಲೇ ಪಣತೊಟ್ಟ ರಘು.

ಎಲ್ಲರೂ ಒಂದೊಂದು ವಿಧದಲ್ಲಿ ಚಿಂತಿಸುತ್ತಿದ್ದಂತೆ ಡಾಕ್ಟರ್ ಪೂಣಚ್ಚ, ಡಾಕ್ಟರ್ ಬಂಡಾರಿಯೊಂದಿಗೆ ಹೊರಬಂದರು.

"ಡಾಕ್ಟರ್." ಎಲ್ಲರೂ ಅವರತ್ತ ಧಾವಿಸಿದಾಗ

"ಬನ್ನಿ." ಎಂದು ಅವರು ಮುನ್ನಡೆದರು

ನಾಲ್ವರೂ ಅವರನ್ನು ಹಿಂಬಾಲಿಸಿ ಬಂದು ಅವರೆದುರು ಕುಳಿತುಕೊಂಡರು. ಎಲ್ಲರ ಜೀವವ್ಜ ಅವರವರ ಹಿಡಿಯಲ್ಲಿ.

ಡಾಕ್ಟರ್ ವಿಪರೀತ ಚಿಂತಿತರಾದಂತೆ ಕಾಣಿಸಿತು. "ವೆರಿ ಅಬ್ನಾರ್ಮಲ್ ಕೇಸ್. ಇಂಥ ಕೇಸ್ ಈ ಮೊದಲು ನಾನೆಲ್ಲೂ ನೋಡಿಲ್ಲ." ಸೋತವರಂತೆ ಹಿಂದಕ್ಕೋರಗಿದರು ಭಂಡಾರಿ

"ಹಾಗಂದ್ರೆ?" ಕೇಳಿದ ಸುದೀಪ

"ಫಿಸಿಕಲಿ ಶೀ ಈಸ್ ಪರ್ಫೆಕ್ಟ್. ಇಸಿಜಿ, ಬಿಪಿ, ಸ್ಕ್ಯಾನಿಂಗ್ ಎಲ್ಲ ನಾರ್ಮಲ್ಲಾಗಿದೆ. ಅವಳ ಆರೋಗ್ಯ ತುಂಬಾ ಚೆನ್ನಾಗಿದೆ. ಆದರೆ ಮೆಂಟಲಿ ಶೀಈಸ್ ನಾಟ್ ರೆಸ್ಪಾಂಡಿಂಗ್. ಅವಳಿಗೆ ಪ್ರಜ್ಞೆ ತಪ್ಪಿದ್ದಕ್ಕೆ ಕಾರಣ ಏನು ಅಂತ ಮಾತ್ರ ನಮಗೆ ಗೊತ್ತಾಗ್ತಾ ಇಲ್ಲ. ಅವಳಿರುವ ಕಂಡಿಶನ್ಗೆ ನಾ ಕೊಟ್ಟ ಔಷಧಿಯಿಂದ ಈಗಾಗಲೇ ಪ್ರಜ್ಞೆ ಬಂದು ಒಂದು ಘಂಟೆಯಾಗಿರಬೇಕಿತ್ತು." ಸೋತವರಂತೆ ಹೇಳಿದರು ಭಂಡಾರಿ

"ಹಾಗಾದ್ರೆ ಅನೂ .. ನನ್ನ ಅನೂ .. ಬದುಕುವುದಿಲ್ಲವೇ ಡಾಕ್ಟರ್?" ಬಿಕ್ಕುತ್ತ ಕೇಳಿದರು ಭೋಜವ್ವ

"ಛೆ ಛೆ .... ಯಾಕೆ ಹಾಗೆ ಹೇಳ್ತೀರಿ? ಅವಳ ಸಿಸ್ಟಮ್ಸ್ ಎಲ್ಲಾ ಚೆನ್ನಾಗಿ ವರ್ಕ್ ಆಗ್ತಾ ಇದೆ. ಅವಳಿಗೆ ಪ್ರಜ್ಞೆ ಬರಬೇಕಷ್ಟೆ. ಶೀ ಇಸ್ ಅಂಡರ್ ಕೋಮಾ. ಅವಳಿಗೆ ಪ್ರಜ್ಞೆಯೊಂದು ಬಂದುಬಿಟ್ರೆ ಶೀ ವಿಲ್ ಬಿ ಪರ್ಫೆಕ್ಟ್ಲಿ ಅಲ್ಕೈಟ್. ಆದರೆ ಅವಳಿಗೆ ಪ್ರಜ್ಞೆ ಯಾವಾಗ ಬರುತೇಂತ ನಾವು ಹೇಳೋಕಾಗೋದಿಲ್ಲ."

"ಡಾಕ್ಟರ್ ಎಷ್ಟು ಖರ್ಚಾದರೂ ಪರವಾಗಿಲ್ಲ ಡಾಕ್ಟರ್.. ಅನೂ ಬದುಕಲೇಬೇಕು.. ಡಾಕ್ಟರ್ ಪ್ಲೀಸ್ ಡಾಕ್ಟರ್ ಅವಳನ್ನ ಬದುಕಿಸಿಕೊಡಿ. ನಾನು ಕೊನೆವರೆಗೂ ನಿಮ್ಮ ಋಣಾನ ಮರೆಯೋದಿಲ್ಲ." ತಾನೇನು

ಮಾಡುತ್ತಿದ್ದೆನೆಂಬುದು ಮರೆತು ಡಾಕ್ಟರ್ ಭಂಡಾರಿಯವರ ಕೈಹಿಡಿದು ಬಿಕ್ಕಿ ಬಿಕ್ಕಿ ಅತ್ತು ಬಿಟ್ಟ ರಘು.

"ರಿಲಾಕ್ಸ್ ರಘು. ನಮ್ಮಲ್ಲಿ ಬರೋ ಪ್ರತಿಯೊಬ್ಬ ರೋಗಿನೂ ಬದುಕಿಸಬೇಕೆಂಬುದೇ ನಮ್ಮ ಉದ್ದೇಶ. ಆದರೆ ದೇವರು ಸಹಕರಿಸಿದಾಗ ಮಾತ್ರ ನಾವಾ ಪ್ರಯತ್ನದಲ್ಲಿ ಯಶಸ್ವಿಯಾಗ್ತೇವೆ. ಕೇಸು ನೀವೆಂದುಕೊಂಡಷ್ಟು ಸೀರಿಯಸ್ಸಾಗಿಲ್ಲ . ಅವಳಿಗೊಮ್ಮೆ ಪ್ರಜ್ಞೆ ಬಂದು ಬಿಡಲಿ." ಅವನ ಭುಜ ತಟ್ಟಿದರು ಬಂಡಾರಿ.

ಅನುಪಮಾಳನ್ನು ಐಸಿಯುನಲ್ಲೆ ಇರಿಸಲಾಯಿತು. ಒಂದು ಘಂಟೆಗೊಮ್ಮೆ ಅವಳ ಬಿಪಿ ಹಾಗೂ ಪಲ್ಸ್ ರೇಟನ್ನು ಚೆಕ್ ಮಾಡಲು ಹೇಳಲಾಯಿತು. ಎಲ್ಲರೂ ಅನುಪಮಾ ಎಚ್ಚರಗೊಳ್ಳುವುದನ್ನು ಕಾಯುತ್ತ ಕುಳಿತರು

ಮೊಬೈಲ್ ಕಿರು ಕುಟ್ಟಿದಾಗ ಎಚ್ಚೆತ್ತ ರಘು ಫೋನೆತ್ತಿಕೊಂಡ.

"ಹಲೋ ರಘು ನಾನು ಆಶಾ. ನೆನ್ನೆ ಆಂಟಿ ಅರ್ಧದಲ್ಲೇ ಫೋನ್ ಇಟ್ಟುಬಿಟ್ಟು. ಪ್ರತಿ ಹೇಗಿದ್ದಾಳೆ?" ಅತ್ತಲಿಂದ ಆತಂಕದ ಧ್ವನಿ ಹರಿದುಬಂತು

"ಆಂಟಿಗೆ ಫೋನ್ ಕೊಡ್ತೀನಿ..." ಉತ್ತರಿಸಲಾರದೆ ಬೋಜವ್ವನವರಿಗೆ ಫೋನ್ ಕೊಟ್ಟ ರಘು

"ಹಲೋ ಆಂಟಿ..." ಆಶಾಳ ಧ್ವನಿ ಕಿವಿಗೆ ಬೀಳುತ್ತಿದ್ದಂತೆ ಹುಚ್ಚರಾದರು ಬೋಜವ್ವನವರು.

"ಆಶಾ ಈ ಕ್ಷಣ ಹೊರಟು ಬಾ. ಇವರೆಲ್ಲ ಸೇರಿ ನನ್ನ ಅನೂನ ಕೊಂದು ಬಿಡ್ತಾರೆ. ಅವಳಿಗೆ ತುಂಬಾ ಹುಷಾರಿಲ್ಲ. ತಕ್ಷಣ ನಿನ್ನನ್ನು ನೋಡಬೇಕಂತೆ. ಈ ಕ್ಷಣ ಹೊರಟು ಬಂದು ಬಿಡು." ದುಃಖಾತಿರೇಕದಿಂದ ಬಡಬಡಿಸಿದರು ಬೋಜವ್ವ.

"ಖಂಡಿತ.. ಆಂಟಿ ನೈಟ್ ಬಸ್ಸಿಗೆ ಹೊರಟುಬಿಡ್ತೀನಿ.. ಪ್ರತಿಗೆ ಏನಾಗಿದೆ ಆಂಟಿ?" ಪುನಃ ಅದೇ ಪ್ರಶ್ನೆಯನ್ನು ಕೇಳಿದಳು

"ಅದೇ ಗೊತ್ತಿಲ್ಲಮ್ಮ ಅವಳಿಗೆ ಪ್ರಜ್ಞೆ ಬಂದಿಲ್ಲ.. ಡಾಕ್ಟರ್ ಕೂಡ ಏನು ಸರಿಯಾಗಿ ಹೇಳ್ತಾ ಇಲ್ಲ." ಬೋಜವ್ವನವರ ದುಃಖಕ್ಕೆ ಕೊನೆ ಮೊದಲಿರಲಿಲ್ಲ

"ರಘು, ನೀನಿಲ್ಲೇ ಇತೀರ್ಯಲ್ಲಾ ಅವರು ಬೆಳಗಿನಿಂದ. ಏನೂ ತಿಂದಿಲ್ಲ ಸ್ವಲ್ಪ ಏನಾದ್ರೂ ತಿನ್ನೇಕೆ ತರ್ೀನಿ." ಎಷ್ಟೋ ದಿನಗಳ ನಂತರ ಪ್ರಥಮ ಬಾರಿಗೆ ರಘುವಿನೊಡನೆ ಸಹಜವಾಗಿ ಮಾತಾಡಿದ ಸುದೀಪ.

ಸರಿ ಎನ್ನುವಂತೆ ತಲೆಯಾಡಿಸಿದ ರಘು.

ಬೋಜವ್ವನವರು ನೀರಿನ ಹೊರತು ಏನನ್ನೂ ಮುಟ್ಟಲಿಲ್ಲ. ಕುಶಾಲಪ್ಪನವರು ಮಾತ್ರ ಸುದೀಪನ ಬಲವಂತಕ್ಕೆ ಸ್ವಲ್ಪ ತಿಂದ ಶಾಸ್ತ್ರ ಮಾಡಿದರು.

"ರಘು ನೀನೂ ಒಂದೆರಡು ಇಡ್ಲಿ ತಿನ್ನು." ಜೀವ ಶವದಂತೆ ಕುಳಿತಿದ್ದ ಅಣ್ಣನನ್ನು ಸಮೀಪಿಸಿ ಅಂಜುತ್ತಲೇ ಹೇಳಿದ್ದ ಸುದೀಪ

"ನಂಗೆ ಹಸಿವಿಲ್ಲ" ಒಂದೇ ಮಾತಿನಲ್ಲಿ ತಳ್ಳಿಹಾಕಿದ ರಘು

ಸುದೀಪನಿಗೆ ತನ್ನ ತಪ್ಪಿನ ಸಂಪೂರ್ಣ ಅರಿವಾಗಿತ್ತು. ಅನುಪಮಳ ಈ ದುಸ್ಥಿತಿಗೆ ತಾನೆ ಜವಾಬ್ದಾರನೆನ್ನುವ ಪೂರ್ತಿ ಅರಿವು ಅವನಿಗೆ ಉಂಟಾಗಿತ್ತು. ಮುಂಜಾವಿನ ಮಲ್ಲಿಗೆ ಮಾಲೆಯೊಂದನ್ನು ತನ್ನ ಸ್ವಾರ್ಥದಿಂದ ಹೊಸಕಿಹಾಕಿದ್ದ ಸುದೀಪ.

ಇಷ್ಟು ದಿನ ಕಣ್ಣು ಕೆಂಪಾಗಿಸುತ್ತಿದ್ದ ಘಟನೆಗಳು ಅವನನ್ನು ಚಿಂತನೆಗೆ ಗುರಿಪಡಿಸಿದವು.

ತಾನು ಯಾವಾಗಲೂ ನಂಬಲು ನಿರಾಕರಿಸುತ್ತಿದ್ದ ನಿಸ್ವಾರ್ಥ ಪ್ರೇಮ ಇಂದು ನನ್ನ ಹರದಿಂದಾಗಿ ಸುಟ್ಟು ಭಸ್ಮವಾಗುತ್ತಿದೆ. ತಾನು ಸುದೀಪ ಅವನು ರಘು ಎನ್ನುವ ವ್ಯಕ್ತಿಗತ ವ್ಯತ್ಯಾಸದ ಹೊರತು ತಮ್ಮಿಬ್ಬರಲ್ಲಿ ಮಹತ್ತಾದ ವ್ಯತ್ಯಾಸವೇನೂ ಇರಲಿಲ್ಲ. ಇಬ್ಬರೂ ಸಮಾನ ಸುಂದರರೇ, ವಿದ್ಯಾವಂತರೇ ಮತ್ತು ಆಸ್ತಿವಂತರು. ಆದರೂ ಪ್ರಗತಿಗೆ ನಾನು ಬೇಕಾಗಿಲ್ಲ. ತಾನು ಸುರಿಯುವ ಒಡವೆ ವಸ್ತ್ರಕ್ಕಿಂತ ರಘು ಕಳಿಸುವ ಮಲ್ಲಿಗೆ ಮಾಲೆಯೇ ಅವಳಿಗೆ ಅಮೂಲ್ಯವಾದದ್ದು

ಅವನಿಗಾಗಿ, ಅವಳ ಚಡಪಡಿಕೆ, ತವಕ, ಪ್ರೇಮವನ್ನು ನಾನು ಸೌಹಾರ್ದ ದೃಷ್ಟಿಯಿಂದ ನೋಡದೆ ಸ್ಪರ್ಧಾತ್ಮಕ ದೃಷ್ಟಿಯಿಂದ ಅದನ್ನು ಮೆಟ್ಟುವ ಹರ ತೊಟ್ಟೆ. ನಿಸ್ವಾರ್ಥ ಪ್ರೇಮ ಇಲ್ಲ ಇಲ್ಲವೆಂದು ಬೊಬ್ಬಿಡುವ ನಾನು ಅವಳನ್ನು ಮಾನಸಿಕವಾಗಿ ತೀರಾ ಅಮಾನುಪವಾಗಿ ಪೀಡಿಸಿಬಿಟ್ಟೆ. ಅವಳನ್ನು ಒಲಿಸಿಕೊಳ್ಳಬೇಕೆಂಬ ಹುಚ್ಚು ಹರದಲ್ಲಿ, ಅವಳನ್ನು ಚಿನ್ನದ ಪಂಜರದಲ್ಲಿ ಕೂಡಿಟ್ಟೆ. ಅವಳು ತನ್ನ ಒತ್ತಡದಿಂದ ಸೊರಗಿ ಹೋಗುತ್ತಿರುವುದನ್ನು ಗಮನಿಸಿದ ಮೇಲಾದರೂ ರಘುವಿನ ಬಗ್ಗೆ ಅವಳ ಪ್ರೀತಿಯನ್ನು ಪುರಸ್ಕರಿಸಬೇಕಾಗಿತ್ತು.

ಇನ್ನು ರಘು...? ರಸ ಹೀರಿದ ಕಬ್ಬಿನಂತೆ ಕುಳಿತಿದ್ದ ಅಣ್ಣನನ್ನ ನೋಡಿದ ಸುದೀಪ. ರಘು ಈ ವೇದನೆಯನ್ನು ಹೇಗೆ ಸಹಿಸಿರಬಹುದು? ಅವನ ಕಣ್ಣೆದುರೇ ಅವನು ಪ್ರೀತಿಸಿದ ಹುಡುಗಿಯನ್ನು.. ಛೆ... ಛೆ. ಅವನನ್ನು ದಿಟ್ಟಿಸಲಾರದೆ ಹೊರಗೆ ಬಂದು ನಿಂತುಕೊಂಡು ಸಿಗರೇಟ್ ಹಚ್ಚಿಕೊಂಡ ಸುದೀಪ.

ತಾನು ಪ್ರಗತಿಯ ಸೌಂದರ್ಯಕ್ಕೆ ಬೆರಗಾಗಿದ್ದೆ, ಅವಳ ವಾಕ್ಚಾತುರ್ಯ ಹಾಗೂ ಭಾಷಾ ಪ್ರಾವೀಣ್ಯತೆ ದಂಗಾಗಿದ್ದೆ. ರೂಪ ಹಾಗು ಬುದ್ಧಿವಂತಿಕೆಯ ಸಮಾಗಮದಂತಿದ್ದ ಅವಳನ್ನು ಮದುವೆಯಾಗ ಬಯಸಿದ್ದೆ. ಅಥವಾ ನನ್ನಂಥ ಸುಂದರ ಶ್ರೀಮಂತ ಯುವಕ, ಹಿಂದೆ ಬಿದ್ದಾಗಲೂ, ತನ್ನ ಸಿರಿತನಕ್ಕೆ ಒಂದಿಷ್ಟು ಬೆಲೆಕೊಡದೆ ಹೋದ ಆ ಹುಡುಗಿ ನನಗೆ ಅದ್ಭುತವಾಗಿ ತೋರಿ ಬಂದಿದ್ದಳು. ಮದುವೆಯಾದರೆ ಅವಳನ್ನೇ ಆಗಬೇಕೆಂಬ ಆಸೆ ಯಾವಾಗ ಹರವಾಯಿತೋ ಏನೋ, ನಾನಂತೂ ಅವಳ ಮೇಲೆ ಅಧಿಕಾರ, ಒತ್ತಡವನ್ನು

ಹೇರುತ್ತಲೇ ಹೋದೆ. ಅವಳು ತನ್ನಿಚ್ಛೆಯಂತೆ ಇರಬೇಕೆಂದು ಬಯಸಿದೆ. ಆದರೆ, ಅವಳ ಮೃದು ಹೃದಯ ಮತ್ತು ರಘುವಿಗಾಗಿ ಅವಳಲ್ಲಿದ್ದ ಪವಿತ್ರ ಪ್ರೇಮವನ್ನು ಅರಿಯುವ ಪ್ರಯತ್ನವನ್ನೇ ಮಾಡಲಿಲ್ಲ.

ರಘು ಅವಳನ್ನು ತುಂಬಾ ಪ್ರೀತಿಸುತ್ತಾನೆ. ಅವನ ಚಡಪಡಿಕೆ, ತೊಳಲಾಟವನ್ನು ನೋಡಿದಾಗಲೆಲ್ಲ ನನ್ನ ಮೈಯುರಿದು ಹೋಗುತ್ತಿತ್ತು. ಆದರೆ ಅವನು ಒಂದು ಬಾರಿಯೂ ನನ್ನನ್ನು ವಿರೋಧಿಸಲಿಲ್ಲ. ಅವನು ಮನೆಯ ಶಾಂತಿಗಾಗಿ ದಾವಾನಲವನ್ನು ನುಂಗಿ ಓಡಾಡುತ್ತಿದ್ದಾನೆ. ಆದರೂ ನಾನವನ ಬಗ್ಗೆ ಒಂದಿನಿತು ಕನಿಕರ ತೋರಲಿಲ್ಲ.

ನನ್ನ ಹಠ ಈ ರೀತಿ .. ಚಿಂತಿಸುತ್ತಾ ಒಳಗೆ ನೋಟ ಹರಿಸಿದ ಸುದೀಪ.

ಐಸಿಯುನತ್ತ ನರ್ಸ್‌ಗಳ ಓಡಾಟ ಹೆಚ್ಚುತ್ತಿದೆ ಎನಿಸಿ ಆತಂಕದಿಂದ ಅತ್ತ ನಡೆದ.

"ಯಾಕೆ ಏನಾಯ್ತು?" ರಘುವನ್ನು ಪ್ರಶ್ನಿಸುವ ಧೈರ್ಯವಿಲ್ಲದೆ ಕುಶಾಲಪ್ಪನವರನ್ನು ಕೇಳಿದ ಸುದೀಪ.

"ಬಿಪಿ ಮತ್ತು ಪಲ್ಸ್ ರೇಟ್ ಕಡಿಮೆಯಾಗ್ತಿದೆಯಂತೆ." ಸೋತ ದನಿಯಲ್ಲಿ ಹೇಳಿದರು ಕುಶಾಲಪ್ಪನವರು.

ಮೊದಲ ಬಾರಿಗೆ ಬೆನ್ನಹುರಿಯಲ್ಲಿ ಚಳಿ ಹುಟ್ಟಿದಂತೆ ನಡುಗಿದ ಸುದೀಪ. ಅಂದರೆ ಪ್ರಗತಿ ನಮ್ಮ ಕೈ ಬಿಟ್ಟು ಹೋಗುತ್ತಾಳೆಯೇ?

ಎಲ್ಲರೂ ಬೆಂಕಿಯ ಮೇಲೆ ಕುಳಿತಂತೆ ಚಡಪಡಿಸಿದರು

ಮತ್ತೆ ಡಾಕ್ಟರ್ ಹೊರಬಂದಾಗ ಅವರ ಧಾವಿಸಿದ ರಘು. "ಡಾಕ್ಟರ್.."

"ದೇವರಿದ್ದಾನೆ.. ಧೈರ್ಯವಾಗಿರಿ. ನಮ್ಮೆಲ್ಲ ಪ್ರಯತ್ನವನ್ನು ನಾವು ಮಾಡ್ತಾ ಇದ್ದೇವೆ".

"ಮಣಿಪಾಲ್‌ನಾದ್ರು ಕರ್ಕೊಂಡು ಹೋಗಬೇಕಿದ್ದರೆ.." ಬಡಬಡಿಸಿದ ಸುದೀಪ

"ಅಗತ್ಯವಿಲ್ಲ ನಮ್ಮಲ್ಲಿ ಎಲ್ಲಾ ಸೌಕರ್ಯವಿದೆ. ಮತ್ತೆ ಇಂಥ ಸ್ಥಿತಿಯಲ್ಲಿ ಮೂರು ಘಂಟೆ ಜರ್ನಿ ಒಳ್ಳೆಯದಲ್ಲ." ಪೂಣಚ್ಚ ಚಿಂತಿಸುತ್ತ ಹೊರನಡೆದರು

ಬೋಜವ್ವನವರ ಅಳು ಜೋರಾಯಿತು.

"ಬೋಜಿ ಎಷ್ಟ್ಯಂ

ತಾ ಅಳಿಯಾ? ಸ್ವಲ್ಪ ಸಮಾಧಾನ ತಂದುಕೋ ." ಮಡದಿಯ ಭುಜದ ಮೇಲೆ ಕೈಯಿಟ್ಟು ಅವರನ್ನು ಸಂತೈಸುವ ಪ್ರಯತ್ನ ನಡೆಸಿದರು ಕುಶಾಲಪ್ಪ.

"ಸಮಾಧಾನ ಇನ್ನೆಲ್ಲಿ ಸಮಾಧಾನ. ನನ್ನೆದೆ ಒಡೆದು ಹೋಗ್ತಿದೆ. ಅನೂಗೆನಾದ್ರು ಆದ್ರೆ ಖಂಡಿತ ನಾನು ಬದುಕಿರೋಲ್ಲ. ಅಯ್ಯೋ ದೇವರೇ ಅವಳನ್ನ ಕಳಕೊಂಡು ನಾ ಹೇಗೆ ಬದುಕಲಿ? ಬಂಗಾರದಂಥ ನನ್ನ ಮಗಳನ್ನ ನೀವೆಲ್ಲ ಸೇರ್ಕೊಂಡು ಕೊಂದ್ಬಿಟ್ರಿ. ನಿಮ್ಮನ್ನ ಸಾರಿಸಾರಿ ಬೇಡ್ಕೊಂಡೆ. ಈ

ಮದುವೆ ಬೇಡ ನಿಲ್ಲಿಸಿಬಿಡಿಂತ. ನಮಗೆ ಇಲ್ಲಿನ ಸಹವಾಸವೇ ಬೇಡ ಇಲ್ಲಿಂದ ಹೊರಟು ಹೋಗೋಣ ಅಂತ ಗೋಗರೆದೆ. ಆದ್ರೆ ನಿಮ್ಮ, ನಿಮ್ಮೇ ಹೆಚ್ಚಾಯಿತು. ಈಗ ಯಾರು ನನ್ನ ಮಗಳನ್ನು ಉಳಿಸಿ ಕೊಡ್ತೀರಿ? ಹೇಳು ಸುದೀಪ, ಅವಳನ್ನು ಮದುವೆಯಾಗಬೇಕು ಅಂತ ಕುಣಿತಾ ಇದ್ಯಲ್ಲ, ಹೋಗು ಅವಳನ್ನ ಉಳಿಸಿಕೋ. ಇನ್ನು ರಘು ನೀನು... ನೀನು..." ಹುಚ್ಚರಂತೆ ಮೇಲೇರಿ ಬಂದರು ಬೋಜವ್ವ.

ಅವರು ಅತಿ ಬಳಲಿದರಿಂದ ಹಾಗೆ ಕುಸಿದರು.

ಅದೇ ತಾನೇ ಒಳ ಬರುತಿದ್ದ ಗಂಗವ್ವನವರು ಬೋಜವ್ವನವರ ನುಡಿಗಳನ್ನು ಕೇಳಿ ಕಲ್ಲಾದರು. ಮರುಕ್ಷಣ ಎಚ್ಚೆತ್ತ ಗಂಗವ್ವ ಧಾವಿಸಿಬಂದು ಕುಸಿಯುತ್ತಿದ್ದ ಬೋಜವ್ವರನ್ನು ಹಿಡಿದುಕೊಂಡರು.

"ನಾವಿಲ್ಲಿ ಬರ್ದೇ ಹೋಗಿದ್ರೆ ಈ ಅನಾಹುತ ಆಗ್ತಿರ್ಲಿಲ್ಲ." ಪದೇಪದೇ ಅದನ್ನೇ ಹೇಳುತ್ತಾ ಬಿಕ್ಕುತ್ತಿದ್ದರು ಬೋಜವ್ವ.

"ಕುಶಾಲೂ .. ಬೋಜವ್ವನ ಮಾತಿನ ಅರ್ಥ ಏನು ಕುಶಾಲು? ಅನೂಗೆ ಈ ಮದ್ವೆ ಇಷ್ಟ ಇರಲಿಲ್ವಾ?" ತಮ್ಮ ಕೈಯಲ್ಲಿದ್ದ ಊಟದ ಬುಟ್ಟಿಯನ್ನು ಕೆಳಗಿಡುತ್ತ ಕೇಳಿದರು ಸೋಮಯ್ಯನವರು

ತಲೆತಗ್ಗಿಸಿದರು ಕುಶಾಲಪ್ಪ. ಗಂಗವ್ವನವರು ಇನ್ನಷ್ಟು ಅರ್ಥೈಸಿಕೊಳ್ಳಲು ಕುತೂಹಲದಿಂದ ಬೋಜವ್ವನವರತ್ತ ನೋಡಿದರು. ಒಂದು ನಿಮಿಷ ಅಲ್ಲಿ ಪೂರ್ಣ ಮೌನ ಆವರಿಸಿತು.

"ಹೇಳು ಕುಶಾಲು, ಅನೂಗೆ ಈ ಮದ್ವೆ ಇಷ್ಟ ಇರಲಿಲ್ವಾ?" ಪುನಃ ಕೇಳಿದರು ಸೋಮಯ್ಯನವರು

"ಅಪ್ಪಯ್ಯ ಹಿಂದಿನದನ್ನೆಲ್ಲ ಕೆದುಕೋದರಿಂದ ಏನೂ ಉಪಯೋಗ ಇಲ್ಲ ಅಪ್ಪಯ್ಯ. ಅಲ್ಲದೆ ಇದು ಮನೇನೂ ಅಲ್ಲ. ಅಮ್ಮ ಆಂಟಿ ತುಂಬಾ ಸೋತು ಹೋಗಿದ್ದಾರೆ. ಅವರನ್ನ ಕರ್ಕೊಂಡು ಹೋಗಿ ಸ್ವಲ್ಪ ಊಟ ಮಾಡಿಸು." ರಘು ಹೇಳಿದ

"ನಂಗೇನೂ ಬೇಡ ನನ್ನ ಮಗಳ ಜೊತೆ ನನ್ನನ್ನು ಮಣ್ಣಿಗೆ ಹಾಕಿಬಿಡಿ ." ಭೀರಿದರು ಬೋಜವ್ವ

ಗಂಗವ್ವನವರಿಗೂ ಮಗನ ಮಾತು ಸರಿ ಎನಿಸಿ ಬಲವಂತದಿಂದ ಅವರನ್ನು ಅಲ್ಲಿಂದ ಎಬ್ಬಿಸಿಕೊಂಡು ಹೋದರು.

"ರಘು, ಬೆಳಿಗ್ಗೆಯಿಂದ ನೀನೇನೂ ತಿಂದಿಲ್ಲ." ಮೆಲ್ಲನೆ ಹೇಳಿದ ಸುದೀಪ

"ನನ್ನ ಬಗ್ಗೆ ನೀನು ಯಾವಾಗಲಿಂದ ಚಿಂತಿಸೋಕೆ ಶುರುಮಾಡಿದೆ ಸುದೀ?" ಕಟುವಾಗಿ ಕೇಳಿದ ರಘು

"ಐಯಾಮ್ ಸಾರಿ ರಘು.." ತಲೆತಗ್ಗಿಸಿ ಹೇಳಿದ

"ನಿನ್ನ ಸಾರಿ ನನ್ನ ಅನೂನ ಉಳಿಸಿಕೊಡುತ್ತಾ ಸುದಿ? ನಿಂಗೇನೂ ಗೊತ್ತಿಲ್ಲಾಂತ ಸುಳ್ಳು ಹೇಳಿ ಇನ್ಮೊಂದು ಪಾಪ ಕಟ್ಕೋಬೇಡ ." ಅವನನ್ನು ಸುತ್ತು ಬಿಡುವಂತೆ ನೋಡಿದ ರಘು

ಹೌದೆಂಬಂತೆ ತಲೆಯಾಡಿಸಿ ತಪ್ಪೊಪ್ಪಿಕೊಂಡ ಸುದೀಪ

****

ಸ್ಯಾಂಡಿನಲ್ಲಿ ಬಸ್ಸು ನಿಲ್ಲುತ್ತಿದ್ದಂತೆ ತನ್ನ ಕಿಟ್ ಬ್ಯಾಗನ್ನು ಹಿಡಿದು ಬಾಗಿಲಿನತ್ತ ಧಾವಿಸಿದಲು ಆಶಾ. "ಪ್ರಗತಿಗೇನಾಗಿದೆ? ಅವಳಿಂದ ಫೋನ್ ಮಾಡಲೂ ಸಹ ಸಾಧ್ಯವಾಗುತ್ತಿಲ್ಲ" ಅವಳದೆ ಒಂದೇ ಸಮನೆ ಹೊಡೆದುಕೊಳುತ್ತಿತ್ತು. ತನ್ನನ್ನು ಕರೆದುಕೊಂಡು ಹೋಗಲು ರಘು ಬರುವುದಾಗಿ ಹೇಳಿದ್ದರು. ಆದರೆ ತಾನು ರಘುವನ್ನು ಗುರುತು ಹಿಡಿಯುವುದು ಹೇಗೆ?

ಚಿಂತಿಸುತ್ತಲೇ ಸುತ್ತಮುತ್ತ ಕಣ್ಣು ಹಾಯಿಸುತ್ತಾ ಕೆಳಗಿಳಿದಲು. ಹಾಸ್ಪಿಟಲ್ ಅದೃಸ್ಸಾದರೂ ತಗೋಬೇಕಿತ್ತು. ತಲೆಗೆ ಹೊಳೆಯಲೇ ಇಲ್ಲ ಚಿಂತಿಸುತ್ತಾ ಕೆಳಗಿಳಿದವಳಿಗೆ," ಆಶಾ "ಎಂಬ ಗಂಡಸಿನ ಧ್ವನಿ ಕೇಳಿಸಿ ತಿರುಗಿ ನೋಡಿದಲು.

ತನ್ನ ಹೆಸರನ್ನು ಕೂಗಿದ ಅಪರಿಚಿತನನ್ನೊಮ್ಮೆ ಅಪಾದಮಸ್ತಕ ವೀಕ್ಷಿಸಿದಲು ಆಶಾ.

ಎಂಥ ಸುಂದರ, ಧೀಮಂತ ವ್ಯಕ್ತಿತ್ವ. ಆದರೆ ಆತ ವಿಪರೀತ ಬಳಲಿದಂತೆ ಕಂಡ.

"ರಘು?"

" ಹೌದು." ತಲೆಯಾಡಿಸಿದ "ಬನ್ನಿ ಹೋಗೋಣ."

" ಪ್ರತಿ ಹೇಗಿದ್ದಾಳೆ?" ಅವನನ್ನು ಹಿಂಬಾಲಿಸುತ್ತಾ ಕೇಳಿದಲು ಆಶಾ.

"ಅವಳಿಗಿನ್ನೂ ಪ್ರಜ್ಞೆ ಬಂದಿಲ್ಲ." ಜೀಪ್ ಸ್ಟಾರ್ಟ್ ಮಾಡುತ್ತ ಹೇಳಿದ

"ಅವಳಿಗೆ ಪ್ರಜ್ಞೆ ಇಲ್ವಾ? ಇದೆಲ್ಲಾ ಹೇಗಾಯ್ತು? ಯಾಕಾಯ್ತು? ಇಷ್ಟು ದಿನ ನಾನವಳು ತುಂಬಾ ಸಂತೋಷವಾಗಿದ್ದಾಳೆ ಅಂದ್ಕೊಂಡಿದ್ದೆ ಯಾವಾಗಲೂ ನಿಮ್ಮ ಬಗ್ಗೇನೆ ಮಾತಾಡ್ತಾ ಇರೋಳು. ಅಂಥದರಲ್ಲಿ ನಿಮ್ಮ ಜೊತೆ ಎಂಗೇಜ್ಮೆಂಟ್ ಆಗಿರಬೇಕಾದರೆ, ನಾವಲ್ಲ ಅವಳಿಗೆ ಮರೆತೇ ಹೋದ್ವಿ ಅಂದ್ಕೊಂಡಿದ್ದೆ." ಅವನ ಮುಖವನ್ನೇ ನೋಡುತ್ತಾ ಹೇಳಿದಲು ಆಶಾ.

ರಘು ಮಾತಾಡಲಿಲ್ಲ ಸುಮ್ಮನೆ ರಸ್ತೆಯಲ್ಲಿ ನೋಟ ನೆಟ್ಟ.

"ಪ್ಲೀಸ್ ಹೇಳಿ ಪ್ರಗತಿಗೇನಾಗಿದೆ?" ಅವನ ಮೌನ ಕಂಡು ಇನ್ನಷ್ಟು ಆತಂಕದಿಂದ ಕೇಳಿದಲು ಆಶಾ

ಘಂಟೆ ಘಂಟೆಗೂ ಅನುಪಮಾಳ ಪಲ್ಸ್ ರೇಟ್ ಕಡಿಮೆಯಾಗುತ್ತಿತ್ತು. ಡಾಕ್ಟರ್ಗಳಿಗೆ ಸಮಸ್ಯೆಯೇನೆಂದೇ ಅರ್ಥವಾಗುತ್ತಿರಲಿಲ್ಲ. ಪರಿಸ್ಥಿತಿ ಕೈ ಜಾರುತಿದೆ ಎನಿಸಿದಾಗ ಮಣಿಪಾಲಿನಿಂದ ಡಾಕ್ಟರ್ ಕರುಣಾಕರರನ್ನು ಬರ

ಹೇಳಲಾಗಿತ್ತು. ಅವರು ಬರುವಾಗ ದಾರಿಯಲ್ಲಿ ಅವರ ಕಾರು ಕಟ್ಟಿದ್ದರಿಂದ ಸುದೀಪ ಅವರನ್ನು ಕರೆದುಕೊಂಡು ಬರಲು ಹೋಗಿದ್ದ.

ಆಶಾಳ ಯಾವುದೇ ಮಾತಿಗೂ ಪ್ರತಿಕ್ರಿಯಿಸಲಿಲ್ಲ ರಘು. ಅವನಿಗೆ ಅನುಪಮಾಳ ನಿರ್ಲಿಪ್ತ ಮುಖದ ಹೊರತು ಬೇರೇನೂ ಕಾಣುತ್ತಿರಲಿಲ್ಲ.

ಜೀಪ್ ಹಾಸ್ಪಿಟಲನ್ನು ತಲುಪುತ್ತಿದ್ದಂತೆ ಕೆಳಗೆ ಹಾರಿ ಒಳಗೋಡಿದಳು ಆಶಾ. ಅಲ್ಲಾಗಲೇ ಸಾವು ತನ್ನ ಅಧಿಪತ್ಯವನ್ನು ಸ್ಥಾಪಿಸಿದ ವಾತಾವರಣ ಹಬ್ಬಿ ನಿಂತಿತ್ತು.

"ಆಂಟಿ ಪ್ರತಿಯಲ್ಲಿ ಆಂಟಿ?".... ಎಂದವಳು ಅವರ ಉತ್ತರಕ್ಕೆ ಕಾಯದೆ ಐ.ಸಿ.ಯು ನತ್ತ ಬರುತಿದ್ದ ಡಾಕ್ಟರನ್ನು ನೋಡಿ "ಡಾಕ್ಟರ್ ನಾನವಳನ್ನ ನೋಡ್ಬೇಕು ಡಾಕ್ಟರ್" ಎನ್ನುತ್ತಾ ಅನುಪಮಳನ್ನು ಪರೀಕ್ಷಿಸಲು ಹೋಗುತ್ತಿದ್ದ ಡಾಕ್ಟರನತ್ತ ನುಗ್ಗಿದಳು ಆಶಾ

"ಬಾಮ್ಮಾ" ಎನ್ನುತ್ತಾ ಅವಳನ್ನು ಒಳಗೆ ಕರೆದುಕೊಂಡು ಹೋದರು ಪೂಣಚ್ಚ.

ಆಶಾಳೊಡನೆ ತಾನೂ ಒಳಸೇರಿದ ರಘು.

ಅನುಪಮಾಳನ್ನು ಹಲವಾರು ಸಲ ನೋಡಿದ್ದ ರಘು. ಜೀವಶವದಂತೆ ಮಲಗಿದ್ದ ಅನುಪಮಾಳನ್ನು ನೋಡಲಾಗುತ್ತಿರಲಿಲ್ಲ ರಘುವಿಗೆ. ಅವಳನ್ನು ನೋಡಿದ ಪ್ರತಿಬಾರಿಯೂ, ಅವಳು ತನ್ನ ಮಡಿಲ ಮೇಲೆ ತಲೆಯಿಟ್ಟು ತನ್ನಲ್ಲಿ ಪ್ರೇಮ ಭಿಕ್ಷ ಬೇಡಿದ ದೃಶ್ಯವೇ ಮೂಡಿ ಅವನನ್ನು ಹಿಂಡುತಿತ್ತು. ತಡೆಯಲಾರದೆ ಹೊರಗೆ ನಡೆದು ಬಿಡುತ್ತಿದ್ದ.

ಆಶಾ ಒಳಗೆ ಬಂದಾಗಲೂ ಅವಳದೇ ಸ್ಥಿತಿಯಲ್ಲಿದ್ದಳು. ಅವಳ ಮುಖ ಇನ್ನಷ್ಟು ಬಿಳುಚಿ ಹೋಗಿತ್ತು.

"ಪ್ರತಿ... ಪ್ರತಿ..." ಅವಳ ಮುಖದ ಮೇಲೆ ಕೈಯಾಡಿಸಿ ಅನುಪಮಳನ್ನು ಎಚ್ಚರಿಸಲು ಪ್ರಯತ್ನಿಸಿದಳು ಆಶಾ. ಆದರೆ ಏನೂ ಪ್ರಯೋಜನವಾಗಲಿಲ್ಲ.

"ನಿನ್ನನ್ನ ಬರೋಕೆ ಹೇಳಿದ್ದಂತೆ ... ಇನ್ನೊಂದೆರಡು ಸಲ ಪ್ರಯತ್ನಿಸು..." ಡಾಕ್ಟರ್ ಹೇಳಿದರು

ಆಶಾ ಹಲವಾರು ಬಾರಿ ಪ್ರಯತ್ನಿಸಿದರೂ ಪ್ರಯೋಜನವಾಗಲಿಲ್ಲ.

ಇನ್ನು ರಘುವಿನಿಂದ ತಡೆಯಲಾಗಲಿಲ್ಲ. ಅಲ್ಲಿ ಡಾಕ್ಟರ್ ಪೂಣಚ್ಚ ಹಾಗೂ ಆಶಾಳ ಹೊರತು ಬೇರೆ ಯಾರೂ ಇರಲಿಲ್ಲ. ಅನುಪಮಳ ಹತ್ತಿರ ಸಾಗಿದ ರಘು ಅವಳನ್ನು ಬಾಚಿ ಅಪ್ಪಿಕೊಂಡು ಅವಳ ತಲೆಯನ್ನು ತನ್ನ ಎದೆಗೊತ್ತಿಕೊಂಡು ಅವಳ ಹಣೆಗೆ ತುಟಿ ಒತ್ತಿದ.

"ರಘು ರಘು ಏನ್ ಮಾಡ್ತಾ ಇದ್ದೀಯಾ?" ಡಾಕ್ಟರ್ ಪೂಣಚ್ಚ ಅವಳಿಗೆ ಹಾಕಿದ್ದ ಡ್ರಿಪ್ಸ್ ನ ಸೂಜಿ ಚುಚ್ಚುವ ಭಯದಿಂದ ಕೂಗಿದರು.

ಆದರೆ ಅದ್ಯಾವುದನ್ನೂ ಗಮನಿಸುವ ಸ್ಥಿತಿಯಲ್ಲಿರಲಿಲ್ಲ ರಘು.

"ಅನೂ .. ಅನೂ ಒಂದು ಸಲ... ಒಂದೇ ಒಂದು ಸಲ ನನ್ನ ನೋಡು.....ಅನೂ. ರಘು ನಾನು ನಿನ್ನ ರಘು ಬಂದಿದ್ದೇನೆ. ಅನೂ ಅನೂ .." ಅವಳನ್ನು ಗಟ್ಟಿಯಾಗಿ ಬಿಗಿದುಕೊಂಡು ರೋಧಿಸತೊಡಗಿದ ರಘು.

" ಅನೂ ಒಂದೇ.. ಒಂದು ಸಲ ನೋಡು. ನಾನು ರಘು ನೀನು ಯಾವಾಗಲೂ ಕೇಳ್ತಾ ಇದ್ಯಲ್ಲ. ನೋಡು ಇನ್ಯಾವತ್ತು ನಿನ್ನ ಬಿಟ್ಟು ಹೋಗುವುದಿಲ್ಲ.. ನಿನ್ನಾಣೆ ನಿನ್ನ ನೆರಳಾಗಿ ಇರ್ತೇನಿ. ನಿನ್ನ ಪ್ರಾಣದಂತೆ ನೋಡ್ಕೋತೀನಿ.. ಒಂದೇ ಒಂದು ಸಲ ನೋಡು ಅನೂ... ಪ್ಲೀಸ್." ಹುಚ್ಚನಂತೆ ಬಡಬಡಿಸ ತೊಡಗಿದ ರಘು.   ರಘುವಿನ ಬಡಬಡಿಕೆ ಕೆಲವು ಕ್ಷಣಗಳ ಕಾಲ ಮುಂದುವರೆಯಿತು

ರಘುವಿನ ದುಃಖಾತಿರೇಕಕ್ಕೆ ಆಶಾಳ ಕಂಗಳು ಒದ್ದೆಯಾದವು.

"ಮೈ ಗಾಡ್.. ಶಿ ಈಸ್ ರೆಸ್ಪೊಂಡಿಂಗ್..." ಅಚ್ಚರಿಯಿಂದ ಉದ್ಗರಿಸಿದರು ಡಾಕ್ಟರ್.

ಸಂಭ್ರಮಾಶ್ಚರ್ಯಗಳಿಂದ ಅವಳನ್ನು ಪರೀಕ್ಷಿಸ ಬೇಕೆಂದು ಕೊಂಡವರು ಮತ್ತೆ ಏನೋ ಅನ್ನಿಸಿ ಅವರಿಬ್ಬರ ನಡುವೆ ಪ್ರವೇಶಿಸದೆ ಅವರನ್ನೇ ನೋಡುತ್ತಾ ನಿಂತರು.

"ನೋಡು ಸತ್ಯವಾಗಿ ಹೇಳ್ತಿದ್ದೇನಿ. ನಾನು, ನೋಡು ನಿನ್ನ ರಘು ಹೇಳ್ತಿದ್ದೇನಿ... ನಾನು ನಿನ್ನ, ನನ್ನ ಪ್ರಾಣಕ್ಕಿಂತ ಹೆಚ್ಚಾಗಿ ಪ್ರೀತಿಸಿತೀನಿ... ಇದು ಸತ್ಯ..... ಒಂದು ಸಲ... ಇದೊಂದು ಸಲ ಕಣ್ಣು ಬಿಡು. ಇನ್ಯಾವತ್ತು ನಾನು ನಿನ್ನ ಬಿಟ್ಟು ಹೋಗೋದಿಲ್ಲ "... ಅನುಪಮಾಳನ್ನು ಅಪ್ಪಿ ರೋಧಿಸುತ್ತಿದ್ದ ರಘು, ಅನುಪಮಳ ತೋಳುಗಳು ತನ್ನನ್ನು ಬಳಸುತ್ತಿವೆ ಎಂಬ ಭಾವನೆಯಿಂದ ದಿಗ್ಭ್ರಾಂತನಾದ.

ಅವನು ರೋಧಿಸುವುದನ್ನು ನಿಲ್ಲಿಸಿ ಪರಿಸ್ಥಿತಿಯನ್ನು ಅರ್ಥ ಮಾಡಿಕೊಳ್ಳಲು ಪ್ರಯತ್ನಿಸಿದ.

ಹೌದು ಅವನ ಭಾವನೆ ನಿಜವಾಗಿತ್ತು. ಅವಳ ತೋಳುಗಳಲ್ಲಿ ಬಲ ಮೂಡುತ್ತಿತ್ತು.." ಡಾಕ್ಟರ್... ಡಾಕ್ಟರ್" ಮತಿಭ್ರಾಂತನಂತೆ ಕೂಗಿದರು ರಘು

"ಹೌದು ರಘು... ಹೌದು. ಅವಳಿಗೆ ಎಚ್ಚರವಾಗಿದೆ.." ಡಾಕ್ಟರ್ ಪೂಣಚ್ಚ ಸಂಭ್ರಮದಿಂದ ನುಡಿದರು.

"ಅನೂ... ಅನೂ.." ಅವಳ ಕನ್ನೆಯನ್ನು ಮುದ್ದಿಸಿ ಅವಳನ್ನು ಅಲ್ಲಾಡಿಸಿದ. ನಿಧಾನವಾಗಿ ಕಣ್ಣು ತೆರೆದಳು ಅನುಪಮಾ

ರಘುವನ್ನು ನೋಡಿ ಅವಳ ತುಟಿಯಲ್ಲಿ ಕ್ಷೀಣವಾದ ನಗೆ ಅರಳಿತು "ಓ ಅನೂ ಐ ಲವ್... ಯು ಐ ಲವ್ ಯು ಸೋ ಮಚ್." ಉದ್ವೇಗದಿಂದ ಅವಳನ್ನು ಮತ್ತಷ್ಟು ಆಲಂಗಿಸಿ ಮುದ್ದಿಸಿದ.

"ನಂಗೆ ಗೊತ್ತು.. " ಮೆಲ್ಲನೆ ನಕ್ಕು ಅವನ ಕೊರಳು ಬಳಸಿ ಅವನೆದೆಗೊರಗಿ ಸುಧಾರಿಸಿಕೊಂಡಳು. ಅಲ್ಲಿ ಸ್ವಲ್ಪ ಹೊತ್ತು ಸಂಪೂರ್ಣ ಮೌನ ಆವರಿಸಿತು

ಸ್ವಲ್ಪ ಸಮಯದ ನಂತರ "ರಘು, ಆಶ ಬಂದಿಲ್ವಾ?" ಮೆಲ್ಲನೆ ಕೇಳಿದಳು.

"ಪ್ರತಿ ಇದ್ದೀನಿ.... ಪ್ರತಿ" ಅವಳತ್ತ ಧಾವಿಸಿ ಬಂದಳು ಆಶಾ

"ಸದ್ಯ ಬಂದ್ಯಲ್ಲ.. ನಾನೆಲ್ಲಿ ನೀನು ಬರೋಕ್ ಮುಂಚೆ ಸತ್ತು ಹೋಗ್ತೀನೋಂತ ಹೆದರಿದ್ದೆ." ಅವಳನ್ನು ನೋಡುತ್ತ ನುಡಿಗಳು ಅನುಪಮ

"ಇನ್ನು ಮುಂದೆ ಅಂಥ ಹುಚ್ಚು ಮಾತನಾಡಬೇಡ. ನಿನಗೇನೂ ಆಗಲ್ಲ." ಡಾಕ್ಟರ ಪೂಣಚ್ಚ ಅವಳ ಹತ್ತಿರ ಬಂದಾಗ ಅವಳು ಪರಿಸ್ಥಿತಿಯನ್ನು ಅರ್ಥಮಾಡಿಕೊಳ್ಳಲು ಪ್ರಯತ್ನಿಸಿದಳು

"ಎಕ್ಸ್ಕ್ಯೂಸ್ ಮೀ ನೀವು ಸ್ವಲ್ಪ ಹೊರಗಿರಿ" ಡಾಕ್ಟರ ಪೂಣಚ್ಚ ಉತ್ಸಾಹದಿಂದ ಸ್ಟೆತಸ್ಕೋಪ್ ಎತ್ತಿಕೊಂಡರು.

ರಘು ಮತ್ತು ಆಶಾ ಸಮಾಧಾನದಿಂದ ಹೊರನಡೆದರು

"ನಾನು ಇಲ್ಲಿಗೆ ಯಾವಾಗ ಬಂದೆ ಡಾಕ್ಟರ್ ?" ಅದು ಹಾಸ್ಪಿಟಲ್ ಎಂದು ಅರಿತುಕೊಂಡ ಅನುಪಮಾ ಕೇಳಿದಳು.

"ನಿನ್ನೆ ಬೆಳಿಗ್ಗೆ."

ಅವಳೇನೂ ಅಚ್ಚರಿಗೊಳ್ಳಲಿಲ್ಲ "ಡಾಕ್ಟರ್ ನಾನು ಬದುಕ್ತೀನಾ?" ಶಾಂತಳಾಗಿ ಕೇಳಿದಳು.

"ಓ ..ಖಂಡಿತ. ನಿನಗೇನಾಗಿದೆ? ಚೆನ್ನಾಗೆ ಇದ್ದೀಯ ನಿಂಗೆ ಪ್ರಜ್ಞೆ ಬಂದು ಬಿಟ್ಟಲ್ಲ, ಇನ್ನೆಲ್ಲ ಸರಿಹೋಗುತ್ತೆ" ಅವಳಿಗೆ ಭರವಸೆಯನ್ನಿತ್ತರು ಪೂಣಚ್ಚ

"ಇಲ್ಲ ಡಾಕ್ಟರ್. ಅದು ನಿಮ್ಮ ಭ್ರಮೆ. ನೀವು ನನ್ನ ಇಪ್ಪತ್ತಾಲ್ಕು ಘಂಟೆಗಳಿಗಿಂತ ಹೆಚ್ಚು ಬದುಕಿಸಲಾರಿರಿ." ಖಚಿತವಾಗಿ ಹೇಳಿದಳು

ಅವಳ ದನಿಯ ದೃಢತೆಗೆ ಬೆಚ್ಚಿ ಅವಳತ್ತ ನೋಡಿದರು ಪೂಣಚ್ಚ. ಅವಳ ಮುಖ ಅತ್ಯಂತ ಶಾಂತ ಹಾಗೂ ನಿರ್ಮಲವಾಗಿತ್ತು. "ನೋಡಮ್ಮ ನಮ್ಮ ಔಷಧಿ ಎಷ್ಟು ಮುಖ್ಯನೋ, ನಿನ್ನಲ್ಲಿ ನಿಂಗೆ ನಂಬಿಕೇನು ಅಷ್ಟೇ ಮುಖ್ಯ."

"ನನ್ನಲ್ಲಿ ನಂಗೆ ನಂಬಿಕೆಯಿದೆ ಡಾಕ್ಟರ್. ಖಂಡಿತ ನಾನು ಇಪ್ಪತ್ತಾಲ್ಕು ಘಂಟೆಗಳಿಗಿಂತ ಹೆಚ್ಚು ಬದುಕೋದಿಲ್ಲ." ಅನುಪಮಾಳ ತಣ್ಣನೆಯ ನುಡಿಗಳು ಅವರ ರಕ್ತವನ್ನು ಹೆಪ್ಪುಗಟ್ಟಿಸಿತು.

"ನೀನು ಏನು ಮಾತಾಡ್ತಾ ಇದ್ದೀಯಾ ಅನ್ನೋ ಪರಿಜ್ಞಾನ ನಿಂಗಿದೆಯಾ? ನಿಂಗೋಸ್ಕರ ಆ ಎರಡು ಮನೆಯವರು ಎಷ್ಟು ಒದ್ದಾಡ್ತಾ ಇದ್ದಾರೆ ಗೊತ್ತಾ?" ಕನಲಿ ಕೇಳಿದರು ಪೂಣಚ್ಚ.

"ಯಾರಿಗೋಸ್ಕರ ಯಾರೂ ಬದುಕೋದಿಲ್ಲ ಡಾಕ್ಟರ್." ವಿಷಾದದಿಂದ ನುಡಿದಳು ಅನುಪಮಾ

"ಸರಿ. ನೀನು ಯಾರಿಗೋಸ್ಕರ ಸಾಯ್ತಾ ಇದ್ದೀಯ?"ಗಡುಸಾಗಿ ಕೇಳಿದರು

ಅಷ್ಟರಲ್ಲಿ ಡಾಕ್ಟರ್ ಕರುಣಾಕರನ್ ಹಾಗೂ ಬಂಡಾರಿ ಒಳಗೆ ಬಂದರು. ಪೂರ್ಣಚ್ಚನವರು ತಮ್ಮೆದುರು ನಡೆದ ವಿಸ್ಮಯವನ್ನು ವಿವರಿಸಿ, ತಮ್ಮಿಬ್ಬರ ನಡುವಿನ ಸಂಭಾಷಣೆಯನ್ನು ತಿಳಿಸಿದರು.

ಡಾಕ್ಟರ್ ಕರುಣಾಕರರವರಿಗೆ ಪೂರ್ಣಚ್ಚನವರ ವಿವರಣೆಯನ್ನು ನಂಬಲು ಸಾಧ್ಯವಾಗಲೇ ಇಲ್ಲ.

ಸ್ವತಃ ಪರೀಕ್ಷಿಸಿ ನೋಡಿದಾಗ ಪೂರ್ಣಚ್ಚನವರ ವಿವರಣೆ ಸತ್ಯವೆನಿಸಿತು.

ಅನುಪಮಾಳ ದೇಹದ ಪ್ರತಿಯೊಂದು ವ್ಯವಸ್ಥೆಯು ಅಚ್ಚುಕಟ್ಟಾಗಿದ್ದರೂ ಅವಳ ನಾಡಿಮಿಡಿತ, ಹೃದಯದ ಗತಿ ಹಾಗೂ ರಕ್ತದೊತ್ತಡ ತೀರ ಕಡಿಮೆ ಇದ್ದು, ಅದು ಈಗಲೋ ಆಗಲೋ ಎನ್ನುವಂತಿತ್ತು. ಆ ಸ್ಥಿತಿಯಲ್ಲೂ ಅವಳು ಮಾತಾಡುತ್ತಿರುವುದು ವಿಚಿತ್ರ.

"ಡಾಕ್ಟರ್ ನನ್ನದೊಂದು ರಿಕ್ವೆಸ್ಟ್ ಇದೆ... ನಡೆಸಿ ಕೊಡ್ತೀರಾ?" ಅವಳನ್ನು ಪರೀಕ್ಷಿಸಿ ನಿಟ್ಟುಸಿರಿಟ್ಟ ಕರುಣಾಕರರನ್ನು ನೋಡಿ ಕೇಳಿದಳು ಅನುಪಮ

ಅವರೇನು ಎಂಬಂತೆ ಅವಳತ್ತ ನೋಡಿದರು.

"ಪ್ಲೀಸ್ ನನ್ನ ಹೊರಗೆ ಕರ್ಕೊಂಡು ಹೋಗಿ. ನಂಗೆ ಮಿಕ್ಕ ಸಮಯವನ್ನು ನನ್ನವರ ಜೊತೆಯಲ್ಲಿ ಕಳೆಯಬೇಕು ಅದಕ್ಕೆ ಅವಕಾಶ ಮಾಡಿಕೊಡಿ. ನಂಗೆ ಅವರ ಜೊತೆ ತುಂಬಾ ಮಾತಾಡಬೇಕು." ಅವಳ ಧ್ವನಿ ವಿಪರೀತ ಕ್ಷೀಣವಾಗಿತ್ತು.

"ಇಲ್ಲ ಹಾಗೇನೂ ಆಗುವುದಿಲ್ಲ. ನೀನು ಬೇಗ ಹುಷಾರಾಗ್ತೀಯ. ನಾನೇ ನಿನ್ನ ಟ್ರೀಟ್ ಮಾಡ್ತೀನಿ. ಯಾರು ಆ ರಘು? ನೀನವನ್ನ ತುಂಬಾ ಪ್ರೀತಿಸ್ತೀಯಾ ಅಲ್ವಾ? ನೀನವನ್ನ ಮದುವೆಯಾಗಿ ಹತ್ತು ಮಕ್ಕಳನ್ನು ಹೆತ್ತು ನೂರು ವರ್ಷ ಸುಖವಾಗಿರ್ತೀಯ." ಅವರು ಚಕಚಕನೆ ಕೆಲಸಕ್ಕಿಳಿದರು.

ಅವರಿಗೆ ಅನುಪಮಳ ಪ್ರಕರಣ ಸವಾಲಾಗಿ ತೋರಿದ್ದರಿಂದ ಇಂಜೆಕ್ಷನ್ ಕೊಡುವ ಕೆಲಸವನ್ನೊಳಗೊಂಡು ಪ್ರತಿಯೊಂದನ್ನು ತಾವೇ ವಹಿಸಿಕೊಂಡರು.

ಅವರ ಹೋರಾಟ ಸತತವಾಗಿ ಆರು ಘಂಟೆಗಳ ಕಾಲ ನಡೆಯಿತಾದರೂ ಅವರಿಂದ ಅವಳ ಪರಿಸ್ಥಿತಿಯನ್ನು ಕೂದಲೆಳೆಯಷ್ಟೂ ಸುಧಾರಿಸಲು ಸಾಧ್ಯವಾಗದಿದ್ದಾಗ ನಿರಾಶರಾದರು.

"ಡಾಕ್ಟರ್ ಅವಳು ದೃಢ ಮನಸ್ಸು ಮಾಡಿಯಾಗಿದೆ. ಅವಳನ್ನು ಅವಳ ಮನೆಯವರ ಜೊತೆ ಇರಲು ಬಿಡಿ. ಅವರ ಜೊತೆ ಸೇರಿದ ಮೇಲಾದರೂ ಅವಳ ಮನಸ್ಸು ಬದಲಾಗಬಹುದು." ಸೋತ ಕರುಣಾಕರರನ್ನು ನೋಡಿ ಹೇಳಿದರು ಪೂರ್ಣಚ್ಚ

ಹೌದೆಂಬಂತೆ ತಲೆಯಾಡಿಸಿ ದುಃಖದಿಂದ ನಿರ್ಗಮಿಸಿದರು ಕರುಣಾಕರನ್.

ನರ್ಸ್ ಗಳ ಸಹಾಯದಿಂದ ವೀಲ್ಚೇರ್ ಮೇಲೆ ಅನುಪಮಳನ್ನು ಕೂರಿಸಿದ ಪೂಣಚ್ಚ "ಯು ಆರ್ ವಂಡರ್‌ಫುಲ್ ಲೇಡಿ. ಯೂ ಪೊಸ್ಸೆಸ್ ಗ್ರೇಟ್ ಎಲ್ಪವರ್. ಆದ್ರೂ ನೀನು ಏನು ಮಾಡೋಕೆ ಹೊರಟಿದ್ದೀಯ, ಅದರಿಂದ ಉಳಿದವರ ಮೇಲಾಗುವ ಪರಿಣಾಮ, ನಿಂಗೆ ಗೊತ್ತಿರಲಿ." ಅವಳನ್ನೇ ತೀಕ್ಷ್ಣವಾಗಿ ನೋಡುತ್ತಾ ವೀಲ್ಚೇರಿನ ಮೇಲಿದ್ದ ಅವಳ ಕೈಗಳಮೇಲೆ ಕೈಯಿಟ್ಟು ನುಡಿದರು ಪೂಣಚ್ಚ

"ಸಾರಿ ಡಾಕ್ಟರ್, ಐಯಾಮ್ ಹೆಲ್ಪಲೆಸ್"

"ಸಾವು ಯಾವುದಕ್ಕೂ ಪರಿಹಾರ ಅಲ್ಲ."

"ನಿಜ. ಆದರೆ ಬದುಕು ಸಾವಿಗಿಂತ ಬರ್ಬರವಾದಾಗ ವಿಧಿಯೇ ಇಲ್ಲ."

"ನೀನು ರಘುನ ತುಂಬಾ ಪ್ರೀತ್ಸ್ತೀಯಾ ಹೀಗಿದ್ದೂ..." ಅಚ್ಚರಿಯಿಂದ ಕೇಳಿದರು ಪೂಣಚ್ಚ

"ಆದರೆ ನನ್ನ ಮದುವೆ ನಿಶ್ಚಯವಾಗಿರೋದು ಅವರ ತಮ್ಮನ ಜೊತೆ." ವಿಷಾದದಿಂದ ನಕ್ಕಳು

"ವಾಟ್?" ಅವರು ನಂಬದೇ ಉದ್ಗರಿಸಿದರು. ಮರುಕ್ಷಣವೇ "ಅದರ ಬಗ್ಗೆ ಚಿಂತಿಸಬೇಡ... ಹಾಗಾಗದಂತೆ ನಾನು ನೋಡಿಕೊಳ್ತೀನಿ. ನಿನ್ನ ಮದುವೆ ರಘು ಜೊತೇನೆ ನಡೆಯುತ್ತೆ." ಭರವಸೆಯಿತ್ತರು ಪೂಣಚ್ಚ

"ಸಾರಿ ಡಾಕ್ಟರ್. ನಿಮ್ಮ ವಿಶ್ವಾಸಕ್ಕೆ ಸೋತು ನಾನಿ ವಿಷಯ ನಿಮಗೆ ಹೇಳಿದೆ. ಬಟ್. ಪ್ಲೀಸ್ ನೀವು ನಮ್ಮ ಫ್ಯಾಮಿಲಿ ಅಫೇರ್ಸ್ ಎಂಟರ್ ಆಗಬೇಡಿ... ಪ್ಲೀಸ್" ಅವಳು ಬೇಡಿಕೊಂಡಾಗ ಅವರು ವಿವಶರಾದರು.

ವೀಲ್ಚೇರಿನಲ್ಲಿ ಅನುಪಮಾ ಹೊರಬಂದಾಗ ಎಲ್ಲರ ಮುಖಗಳು ಬೆಳಗಿದವು. ಎಲ್ಲರೂ ಅವಳ ಸುತ್ತ ಮುತ್ತಿದರು.

ಪೂಣಚ್ಚ ವ್ಯಥೆಯಿಂದ ತಮ್ಮ ಕೊಠಡಿಯತ್ತ ನಡೆದರು. ಅವರನ್ನು ರಘು ಹಾಗೂ ಸುದೀಪ ಒಟ್ಟಿಗೆ ಹಿಂಬಾಲಿಸಿದರು.

ತಮ್ಮ ಕೊಠಡಿಯನ್ನು ಸೇರಿದ ಪೂಣಚ್ಚ ಮೇಜಿನ ಮೇಲೆ ಕೈಯಿರಿಸಿ ತಲೆಹಿಡಿದು ಕುಳಿತರು. ದೈಹಿಕವಾಗಿ ಆರೋಗ್ಯವಾಗಿರುವ ಇನ್ನೂ ಐವತ್ತು ವರ್ಷಗಳ ಕಾಲ ಬಾಳಿ ಬದುಕಬೇಕಾದ ಎಳೆಯ ಜೀವವೊಂದು ನಿಧಾನವಾಗಿ ಸಾವಿನಂಚಿಗೆ   ಜಾರುತ್ತಿತ್ತು.   ಅಸಹಾಯಕತೆಯಿಂದ   ಚಡಪಡಿಸಿದರು ಪೂಣಚ್ಚ

"ಡಾಕ್ಟರ್" ಸುದೀಪನ ಕರೆಗೆ ಎಚ್ಚೆತ್ತ ಪೂಣಚ್ಚ ತಮ್ಮೆದುರು ಕುಳಿತಿದ್ದ ಅಣ್ಣ- ತಮ್ಮಂದಿರನ್ನು ನೋಡಿದರು.

ಅವರಿಬ್ಬರನ್ನು ನೋಡಿ ಅವರ ಪಿತ್ತ ನೆತ್ತಿಗೇರಿತು "ನೀವು ನನ್ನ ಡಾಕ್ಟರ್ ಅಂದ್ಕೊಂಡಿದ್ದೀರಾ ಅಥವಾ ದೇವರಂದ್ಕೊಂಡಿದ್ದೀರಾ? ನಮಗೆ ಮೈಮೇಲೆ ಆದ ಗಾಯನ ಮಾತ್ರ ವಾಸಿ ಮಾಡೋಕೆ ಸಾಧ್ಯವೇ ಹೊರತು ಮನಸಿಗೆ ಆದ

ಗಾಯನಲ್ಲ. ನೀವಿಬ್ಬರು ಸೇರಿ ಅವಳನ್ನು ಜೀವಂತವಾಗಿ ಕೊಂದು ಬಿಟ್ಟಿದ್ದೀರಿ. ಅವಳು ಆತ್ಮಹತ್ಯ ಮಾಡಿಕೊಳ್ಳುವ ಹಾಗೆ ಮಾಡಿದ್ದೀರಿ. ಬರಿ ದೇಹಾನ ಕೊಟ್ಟು ಅವಳನ್ನ ಬದುಕಿಸಿ ಅಂದ್ರೆ ನಾವೇನು ಮಾಡೋಕಾಗುತ್ತೆ? ಹೋಗಿ ನೀವಿಬ್ಬರೂ ಇನ್ನೊಂದು ಕ್ಷಣಾನೂ ನನ್ನ ಮುಂದೆ ಕೂರಬೇಡಿ. ನಿಮ್ಮಿಬ್ಬರಲ್ಲಿ ಯಾರಿಗೆ ಶಕ್ತಿ ಇದೆಯೋ ಅವರು ಅವಳನ್ನು ಉಳಿಸಿಕೊಳ್ಳಿ. ಈ ಕ್ಷಣ ಬೇಕಾದ್ರೂ ನೀವವಳನ್ನು ಡಿಸ್ಚಾರ್ಜ್ ಮಾಡ್ಕೊಂಡು ಕರ್ಕೊಂಡ್ ಹೋಗಬಹುದು. ಇಲ್ಲೇ ಹೋದ್ರೆ ನಾಳೆ ಅವಳ ದೇಹಾನ ತಗೊಂಡು ಹೋಗೋದು ಇದ್ದೆ ಇದೆ." ರೇಗಿ ಬಿಟ್ಟರು ಪೂಣಚ್ಚ.

ಪೂಣಚ್ಚನವರ ಹಾರಾಟಕ್ಕೆ ಇಬ್ಬರ ಜಂಘಾಬಲವೇ ಹುದುಗಿ ಹೋಯಿತು.

"ಡಾಕ್ಟರ್" ರಘು ಏನೋ ಹೇಳಲು ಪ್ರಯತ್ನಿಸಿದ

"ನೋ ಚಾನ್ಸ್.. ಅವಳಿಗೆ ಮೆಡಿಸಿನಿಂದ ಯಾವ ಪ್ರಯೋಜನವೂ ಇಲ್ಲ. ನೌ ಯೂ ಗೆಟ್ ಔಟ್." ಹೆಚ್ಚುಕಡಿಮೆ ಕಿರುಚಿದರು

ಇಬ್ಬರೂ ತಲೆತಗ್ಗಿಸಿ ಪೂಣಚ್ಚನವರ ರೂಮಿನಿಂದ ಹೊರ ಬಂದಾಗ ಬೋಜವ್ವ ಕಣ್ಣೊರೆಸಿಕೊಂಡು ಗಂಗವ್ವನವರೊಡನೆ ಬರುತ್ತಿದ್ದರು. ಹಿಂದೆ ಪ್ರಸನ್ನವದನರಾಗಿ ಕುಶಾಲಪ್ಪ ಹಾಗೂ ಸೋಮಯ್ಯನವರು ಬರುತ್ತಿದ್ದರು

"ಅನೂ ಈಗ ಸ್ವಲ್ಪ ಎಳನೀರು ಕುಡಿದಿದ್ದಾಳೆ. ನಿನ್ನೆಯಿಂದ ಇವಳೇನೂ ತಿಂದಿಲ್ಲ ಸ್ವಲ್ಪ ತಿಂಡಿ ತಿನ್ನಿಸಿಕೊಂಡು ಬರ್ತೀವಿ." ಎದುರಾದ ಮಕ್ಕಳಿಗೆ ನುಡಿದು "ರಘು ಇನ್ನಾದ್ರು ಸ್ವಲ್ಪ ತಿಂಡಿ ತಿನ್ನು ಮೋನೆ" ಮಗನಿಗೆ ಹೇಳಿದರು ಗಂಗವ್ವ

ಮಾತಾಡಲಿಲ್ಲ ರಘು. ಅವರಿಬ್ಬರೂ ಸ್ಪೆಷಲ್ ವಾರ್ಡ್ ಹತ್ತಿರ ಬಂದಾಗ ಅನುಪಮಾ ಆಶಾಳ ಭುಜಕ್ಕೊರಗಿ ಕುಳಿತಿದ್ದಳು. ಆಶಾ ಅವಳನ್ನು ಬಳಸಿ ಅವಳ ಮುಂಗುರುಳನ್ನು ನೇವರಿಸುತ್ತಿದ್ದಳು

"ಪ್ರತಿ ಏನಾಯ್ತು ಪ್ರತಿ ಯಾಕಿಷ್ಟು ಸೋತು ಹೋಗಿದ್ದೀಯಾ?"

"ಪ್ಲೀಸ್ ಆಶಾ ನನ್ನ ಪ್ರತೀಂತ ಕೂಗಬೇಡ. ಆ ಹೆಸರು ಕೇಳಿದ್ರೆ ನನ್ನ ಮೈ ಮೇಲೆ ಹಾವು ಹರಿದ ಹಾಗಾಗುತ್ತೆ. ನೀನು ನನ್ನ ಅನೂ ಅಂತಾನೆ ಕೂಗು." ಮೆಲ್ಲನೆ ಹೇಳಿದಳು

ಅನುಪಮಾಳ ಮಾತನ್ನು ಕೇಳಿ ಮನದಲ್ಲೇ ಕುಗ್ಗಿದ ಸುದೀಪ.

"ಏನಾಯ್ತು ಅನೂ, ನೀನು ನನ್ನ ಎಂಗೇಜ್‌ಮೆಂಟ್‌ಗೂ ಕರೀಲಿಲ್ಲ. ನೀನು ಪ್ರೀತಿಸಿದ, ಯಾವಾಗಲೂ ಆರಾಧಿಸಿದ ನಿನ್ನ ರಘು ಸಿಕ್ಕ ತಕ್ಷಣ ನನ್ನ ನೀನು ಮರೆತುಬಿಟೆಂತ ಅಂದ್ಕೊಂಡೆ. ಏನೇ ಆದ್ರೂ ನಿನ್ನ ಪ್ರೇಮ ಫಲಿಸಿ ನೀನು ಚೆನ್ನಾಗಿದ್ರೆ ಸಾಕೊಂತ ಅಂದ್ಕೊಂಡೆ. ಆದ್ರೆ ನೀನು ಇಲ್ಲಿ... ಹೀಗೆ..."

"ನಾನಷ್ಟು ದೊಡ್ಡ ಭಾಗ್ಯ ಪಡೆದು ಬರ್ಲಿಲ್ಲ ಆಶಾ. ನಾನು ಜೀವನದಲ್ಲಿ ಪೂರ್ತಿ ಸೋತು ಹೋದೆ. ಆ ಸೋಲು ಮರಣಾಂತಿಕ ಅನಿಸಿದಾಗ. ನಾನದನ್ನು ಚಾಲೆಂಜಿಂಗಾಗಿ ತಗೊಂಡೆ."

"ಅಂದ್ರೆ?? ನಿನ್ನ ಎಂಗೇಜ್‌ಮೆಂಟ್ ರಘು ಜೊತೆಯಾಗಲಿಲ್ವ?"ಬೆಚ್ಚಿ ಕೇಳಿದಳು ಆಶಾ

"ನಾನು ಪ್ರೀತಿಸಿದ್ದು ಮನಸ್ಸು, ಹೃದಯ ಇರೋ ಮನುಷ್ಯನ್ನಲ್ಲ ಆಶಾ. ನಾನು ಪ್ರೀತಿಸಿದ್ದು ನಮ್ಮಿಂದ ತುಂಬಾ ಮೇಲಿರೋ ದೇವರನ್ನು. ಅವನಿಗೆ ನನ್ನ ನೋವು, ಪ್ರೀತಿ, ಸಂಕಟ ಹೇಗೆ ಅರ್ಥ ಆಗುತ್ತೆ ಹೇಳು. ಆಫ್ಟರಾಲ್ ಅವನೊಬ್ಬ ಕಲ್ಲು."

"ಇಲ್ಲ ಅನೂ." ಗೆಳತಿಯರ ನಡುವೆ ಹೋಗುವುದು ಸರಿಯಲ್ಲವೆಂದು ಇಷ್ಟು ಹೊತ್ತು ಕೋಣೆಯ ಬಾಗಿಲಲ್ಲಿ ನಿಂತಿದ್ದ ರಘು ಒಳನುಗ್ಗಿದ.

ಅವನ ಆವೇಶಕ್ಕೆ ಬೆಚ್ಚಿದ ಆಶಾ ಅನುಪಮಳಿಂದ ದೂರಸರಿದು ನಿಂತಳು. ಧಾವಿಸಿಬಂದ ರಘು, ಅನುಪಮಳನ್ನು ಬಾಚಿ ಎದೆಗಪ್ಪಿಕೊಂಡ. "ಇಲ್ಲ ಅನೂ. ನಿನ್ನ ಪ್ರೀತಿ ಸಂಕಟ ಎಷ್ಟು ಅಂತ ನಂಗೊತ್ತು. ಆದ್ರೆ ನೋಡಿಲ್ಲಿ, ನಾನು.... ನಾನು.. ನಿನಗಿಂತ ನೂರುಪಟ್ಟು ಒದ್ದಾಡಿದ್ದೇನೆ. ನೀನು ಸುದೀಪ ಪ್ರೀತಿಸಿದ ಹುಡುಗೀಂತ ಗೊತ್ತಾದ ಕ್ಷಣದಿಂದ ನಾನು ಹುಚ್ಚನಾಗಿದ್ದೇನೆ. ನಂಗೆ ಏನು ಮಾಡೋಕೂ ತೋಚದೆ ಅಲೆಮಾರಿ ಹಾಗೆ ಅಲೆದಿದ್ದೇನಿ. ಎಲ್ಲರೆದುರು ಅಳಲಾರದ ನಾನು, ಕಾಡುಮೇಡು, ಬೆಟ್ಟಗುಡ್ಡಗಳಲ್ಲಿ ತಲೆಚಚ್ಚಿಕೊಂಡು ಅತ್ತಿದ್ದೇನಿ. ನಿನ್ನ ನೋಯಿಸಿದ ಪ್ರತಿಯೊಂದು ಕ್ಷಣವೂ ನಾನು ಜೀವಶವವಾಗಿ ಹೋಗಿದ್ದೇನಿ. ಅನೂ ನನ್ನ ನಂಬು ನಾನು ಪ್ರೀತಿಸಿದ ಮೊದಲನೇ ಹುಡುಗಿ ನೀನು. ನೀನೇನು ಅಂದ್ಕೊಂಡೆ? ರಘು ಈ ರಘು ಸುಂದರವಾಗಿರೋ ಹುಡುಗಿಯರ ಜೊತೆ ಚಕ್ಕಂದವಾಡೋ ಚಂಡಾಲ ಅಂದ್ಕೊಂಡ್ಯಾ?" ಅವಳ ಮೊಗವೆತ್ತಿ ಕೇಳಿದ

"ಆ ಮಾತನ್ನು ನೀವೇ ಹೇಳಿದ್ರಿ ರಘು." ಮೆಲ್ಲನೆ ಹೇಳಿದಳು ಅನುಪಮ

"ಹಾಗಾದ್ರೆ... ಹಾಗಾದ್ರೆ ... ನೀನು ನನ್ನ ಮೇಲೆ ಸೇಡು ತೀರಿಸಿಕೊಳ್ಳಾ ಇದ್ದೀಯಾ? ಯಾರೂ ನನ್ನ ಅರ್ಥ ಮಾಡ್ಕೊಳ್ಳಿಲ್ಲ. ಅರ್ಥಮಾಡಿಕೊಂಡರೂ ಅವರವರ ಸ್ವಾರ್ಥ ಅವರನ್ನು ಕುರುಡಾಗಿಸಿತು. ಆದ್ರೆ ನಾನು ಎಲ್ಲರ ಬಗ್ಗೆ ಚಿಂತಿಸಿದೆ. ಎಲ್ಲರನ್ನೂ ಸ್ವಾರ್ಥಿ ಸ್ವಾರ್ಥಿ ಅಂತ ದೂಷಿಸೋ ಸುದೀಪನ ಮುಂದೆ ನಾನು ಸ್ಪರ್ಧೆಗೆ ನಿಂತ್ರೆ ಎರಡು ಮನೆ ಒಡೆದು ಭಿದ್ರವಾಗಿ ಹೋಗೋದು. ಅದರಲ್ಲಿ ನೀನು ಮಾತ್ರ ನನ್ನ ಅರ್ಥ ಮಾಡ್ಕೊಂಡ್ಡಿದಿಯಾಂತ ನಾನಂದುಕೊಂಡೆ. ಆದ್ರೆ ನೀನು ನನ್ನ ಮೇಲೆ ಸೇಡು ತೀರಿಸಿಕೊಳ್ಳಾ ಇದ್ದೀಯಾ? ನಾನು ಮಾಡಿದ ತಪ್ಪಿಗೆ ನೀನು ಇಷ್ಟು ದೊಡ್ಡ ಶಿಕ್ಷೆ ಕೊಡ್ತಾ ಇದ್ದೀಯಾ?" ಅವಳನ್ನು ಅಲುಗಿಸಿ ಕೇಳಿದ

"ರಘು ನಿಮ್ಮಲ್ಲಿ ಪ್ರತಿಷ್ಠಾಪಿಸಿರುವ ನನ್ನ ಪ್ರಾಣನ ಬಿಟ್ಟು ಈ ದೇಹವನ್ನು ಇಟ್ಟುಕೊಂಡು ಏನು ಮಾಡಬೇಕು ರಘು? ನಿಮ್ಮ ತಮ್ಮ ನನ್ನನ್ನ ಸ್ಪರ್ಶಿಸಿದ ಪ್ರತಿ ಕ್ಷಣಾನೂ ನನ್ನ ಜೀವ ಮರಗಟ್ಟಿ ಹೋಗಿದೆ... ಹಾಗೆ ನೀವ್ರ ನನ್ನ

ನಿರಾಕರಿಸಿದ ಪ್ರತಿಯೊಂದು ಬಾರಿಯೂ ನನ್ನ ಆತ್ಮ ಸೊರಗಿ, ಚೂರಾಗಿ ಹೋಗಿದೆ. ಹೀಗಿರುವಾಗ ನನಗೆ ಬೇರೆ ದಾರಿ ಏನಿದೆ ರಘು?"

"ಬೇಡ ಅನೂ. ಅಷ್ಟೊಂದು ಕಠಿಣಳಾಗಬೇಡ ಪ್ಲೀಸ್. ಯಾರೂ ಈ ರಘುನ ಸಹಾನುಭೂತಿಯಿಂದ ನೋಡ್ದಿಲ್ಲ. ಎಲ್ಲರೂ ನನ್ನಿಂದ ಬೇಡಿ ಪಡೆದವರೇ. ಆದ್ರೆ ನೀನು.... ನೀನು ಮಾತ್ರ ನನಗೆ ಹೊರಲಾರದಷ್ಟು ಪ್ರೀತಿ ಕೊಟ್ಟೆ. ಈಗ ಹೀಗೆ ನೀನು ನನ್ನನ್ನು ಒಂಟಿಯಾಗಿ ಅನೂ.. ಪ್ಲೀಸ್ ಈ ಕ್ಷಣ ನಾನು ನಿನ್ನ ಮೇಲೆ ಆಣೆ ಇಟ್ಟು ಹೇಳ್ತೀನಿ .. ಇನ್ಯಾವುದೇ ಕಾರಣಕ್ಕೂ ನಾನು ನಿನ್ನ ಮನಸ್ಸು ನೋಯಿಸುವುದಿಲ್ಲ. ನಿನ್ನ ಜೀವದ ಹಾಗೆ ಕಾಪಾಡಿಕೊಳ್ತೀನಿ ...ನನ್ನಾಣೆ."

"ನಾನು ನಿಮ್ಮ ತಮ್ಮನಿಗೆ ನಿಶ್ಚಯವಾಗಿರುವ ಹುಡುಗಿ ರಘು.." ಅವಳು ತಣ್ಣನೆ ಹೇಳಿದಾಗ ಸ್ತಬ್ಧನಾಗಿ ಹೋದ ರಘು. ಅವನ ಆವೇಶವೆಲ್ಲಾ ಇಳಿದುಹೋಯಿತು. ಅವನು ಅವಳನ್ನೇ ಬರಡಾಗಿ ನೋಡಿದ

"ಇಲ್ಲಾ ಪ್ರತಿ ಇಲ್ಲ. ಪ್ರಾಮಿಸ್. ಯಾವುದೇ ಕಾರಣಕ್ಕೂ ನಾನು ನಿಮ್ಮ ಮಧ್ಯೆ ಬರೋದಿಲ್ಲ. ಸುಮ್ಮನೆ ಬಿಸಿಲುಂದುರೆಯ ಬೆನ್ನಟ್ಟಿದವನು ನಾನು. ಐಯಾಮ್ ಸಾರೀ. ಇನ್ಯಾವತ್ತೂ ನನ್ನಿಂದ ಆ ತಪ್ಪಾಗುವುದಿಲ್ಲ." ಇಷ್ಟು ಹೊತ್ತು ಬಾಗಿಲಿನಲ್ಲೇ ನಿಂತಿದ್ದ ಸುದೀಪ ಧಾವಿಸಿ ಬಂದು ಹೇಳಿದ.

ಅನುಪಮಾಳ ಮುಖದಲ್ಲಿ ವಿಷಾದದ ನಗೆಯರಳಿತು. "ಥ್ಯಾಂಕ್ಯು. ಇವತ್ತಾದ್ರೂ ನೀವು ಪ್ರಪಂಚವನ್ನು ನೋಡುವ ದೃಷ್ಟಿಯಲ್ಲಿ ಸ್ವಲ್ಪ ಬದಲಾವಣೆಯಾಗಿದೆ. ಈ ಬದಲಾವಣೆ ಹೀಗೆ ಇರಲಿ. ಮತ್ತೆ ರಘು... ನಿಮಗೂ ತುಂಬಾ ಥ್ಯಾಂಕ್ಸ್ ನಾನು ಪ್ರೀತಿಸಿದ್ದು ಒಂದು ಕಲ್ಲು ಮೂರ್ತಿಯನ್ನಲ್ಲ. ಮನಸ್ಸು, ಹೃದಯ ಇರೋ ಒಬ್ಬ ಮಹಾಪುರುಷನ್ನಂತ ನನಗೆ ತೃಪ್ತಿ ಇದೆ. ನೋಡಿದ್ರಾ ನಿಮ್ಮ ಪ್ರೀತಿ ನನಗೆಂಥಾ ಶಕ್ತಿಯನ್ನು ಕೊಟ್ಟಿದೆ. ಆದ್ರೆ ನೀವು ತುಂಬಾ ತಡ ಮಾಡಿಬಿಟ್ಟಿ. ದೀಪದಲ್ಲಾಗಲೇ ಎಣ್ಣೆ ಬತ್ತಿ ಎರಡೂ ಮುಗಿದುಹೋಗಿದೆ." ಸೋತವಳಂತೆ ಮಂಚದ ದಿಂಬಿಗೊರಗಿದಳು

"ಇಲ್ಲ, ನೀನು ನನ್ನ ಬಿಟ್ಟು ಹೋಗಬಾರದು. ಹಾಗೇನಾದ್ರೂ ಆದ್ರೆ ನಾನು ಆತ್ಮಹತ್ಯೆ ಮಾಡಿಕೊಳ್ತೀನಿ." ದೃಢವಾಗಿ ಹೇಳಿದ ರಘು

"ನಿಮ್ಮ ಮನೆಗೆ ಕಳಂಕ ಬರಬಾರದು ಅನ್ನೋ ಒಂದೇ ಕಾರಣಕ್ಕೆ, ನಾನಾ ಕೆಲಸ ಮಾಡಿಲ್ಲ. ಇಲ್ಲದೆ ಹೋಗಿದ್ರೆ ನನ್ನ ಬೆರಳಿಗೆ ಬೇರೆ ಹೆಸರಿನ ಉಂಗುರ ಬೀಳೋಕೆ ಮುಂಚೆ ನಾನು ಆತ್ಮಹತ್ಯೆ ಮಾಡಿಕೊಳ್ತಿದ್ದೆ. ಇನ್ನು ನನ್ನ ಹೆಸರಿಗೆ ಕಳಂಕ ತರೋದು, ಬಿಡೋದು ನಿಮಗೆ ಸೇರಿದ್ದು." ಅವಳು ಮೇಲುಸಿರು ಬಿಡುತ್ತಾ ಹೇಳಿ ಆಶಾಳಿಗೆ ಸ್ವಲ್ಪ ನೀರು ಬೇಕೆನ್ನುವಂತೆ ಸನ್ನೆ ಮಾಡಿದಳು.

"ಅನೂ ಇಷ್ಟೊಂದು ಹಠ ಯಾಕೆ? ಪ್ಲೀಸ್ ಅನೂ ... ಡಾಕ್ಟರ್ ಹೇಳಿದ್ರು ನೀನು ಮನಸ್ಸು ಮಾಡಿದರೆ ಏನೂ ಆಗಬಹುದು." ಅವಳ ಕೈ ಹಿಡಿದು ದೈನ್ಯನಾಗಿ ಹೇಳಿದ ರಘು.

"ನಿಮ್ಮ ಹತ್ರಿರ ನಂದೇನು ಹಠ ರಘು?" ಪುನಃ ಅವನ ಎದೆಗೊರಗಿ ಹೇಳಿದಳು "ಆದ್ರೆ ಹೊತ್ತು ಮೀರಿ ಹೋಗಿದೆ. ನಾನು ಅಣ್ಣನಿಗೆ ಮಾತ್ರ ಕಾಯ್ತಾಯಿದ್ದೀನಿ. ಅವನು ಯಾವಕ್ಷಣ ಬರ್ತಾನೋ ಅದೇ ನನ್ನ ಕೊನೆ ಘಳಿಗೆ." ಅವಳು ಅಪರಿಮಿತವಾಗಿ ಸೋಲುತ್ತಾ ಹೇಳಿದಳು

ಅಪ್ಪರಲ್ಲಿ ನೀರು ತಂದಳು ಆಶಾ. ಅದನ್ನು ಪಡೆದು ತಾನೇ ಅವಳಿಗೆ ಕುಡಿಸಿದ ರಘು. "ಕೊನೆಯದಾಗಿ ಹೇಳ್ತಾ ಇದೀನಿ. ನೀನು ಬದುಕಲೇಬೇಕು ಇಲ್ಲದಿದ್ದರೆ ನನ್ನಾಣೆ." ರಘು ಅವಳ ಕಣ್ಣಲ್ಲಿ ಕಣ್ಣಿಟ್ಟು ಹೇಳಿದ.

ಸಾಧ್ಯವಿಲ್ಲವೆಂಬಂತೆ ತಲೆಯಾಡಿಸಿದಳು ಅನುಪಮಾ

"ಸಾಧ್ಯ... ನೀನು ಮನಸ್ಸು ಮಾಡಿದ್ರೆ ಎಲ್ಲಾ ಸಾಧ್ಯ. ನಂಗೆ ನಿನ್ನ ಈ ಸ್ಥಿತಿಯಲ್ಲಿ ನೋಡೋಕಾಗ್ತಾಯಿಲ್ಲ ಇಲ್ಲ ಆಶಾ ನೀನಾದ್ರೂ ಹೇಳು. ಅವಳು ನಿನ್ನ ಮಾತು ಕೇಳ್ತಾಳೆ." ಅವನು ಅವರಿಬ್ಬರ ಮಾತಿಗೆ ಅವಕಾಶ ಕಲ್ಪಿಸಿಕೊಟ್ಟು ಹೊರನಡೆದ.

"ರಘು ತುಂಬಾ ನೊಂದಿದ್ದಾನೆ. ಪ್ಲೀಸ್ ಅವನಿಗ ನಿರಾಶೆ ಮಾಡ್ಬೇಡ. ಅವನು ಮನುಷ್ಯನಾಗಿ ಉಳಿಯೋಲ್ಲ.. ಐ ಯಾಮ್ ವೆರಿ ವೆರಿ ಸಾರಿ." ತಲೆ ತಗ್ಗಿಸಿ ಹೊರನಡೆದ ಸುದೀಪ

"ಅನೂ ನೀನು ದುಡುಕಿ ಬಿಟ್ಟೆ ಅನೂ ....." ಪುನಃ ಗೆಳತಿಯ ಪಕ್ಕದಲ್ಲಿ ಕೂರುತ್ತ ಹೇಳಿದಳು.

"ಇಲ್ಲಾ ಆಶಾ... ನಾನು ಇಬ್ಬರನ್ನು ಚೆನ್ನಾಗಿ ಅರ್ಥ ಮಾಡಿಕೊಂಡಿದ್ದೇನೆ. ತಾನು ಬಯಸಿದ್ದು ನನಗೆ ಬೇಕೇ ಬೇಕು ಅನ್ನೋ ತಮ್ಮ. ಮಾತುಮಾತಿಗೂ ನಾನು ನಿನ್ನ ಪ್ರೀತಿಸಿಲ್ಲ ಅನ್ನುವ ಅಣ್ಣ. ಆರು ತಿಂಗಳು, ಈ ಇಬ್ಬರ ನಡುವೆ ನಾನು ಸುಟ್ಟು ಭೂದಿಯಾಗಿ ಹೋಗಿದ್ದೇನೆ. ಈ ದಿನ ಬರದೆ ಹೋಗಿದ್ರೆ ಅವರಿಬ್ಬೂ ಬದಲಾಗಿರಲಿಲ್ಲ. ಮೊನ್ನೆ ಕೂಡ ರಘು ನನ್ನ ಡಾಕ್ಟರ್ ಹತ್ರ ಕರ್ಕೊಂಡು ಬರೋಕೆ ಸಿದ್ದರಿರಲಿಲ್ಲ. ನಾನು ಅವರ ತಮ್ಮನಿಗೆ ನಿಶ್ಚಯವಾದ ಹುಡುಗಿಯಲ್ವಾ?"

"ನೀನು. ನಿನ್ನ ತಾಯಿ-ತಂದೆಗಳ ಬಗ್ಗೆನಾದ್ರೂ ಯೋಚಿಸಬೇಕಿತ್ತು..."

"ಹೆಣ್ಣು ಮಕ್ಕಳು ಎಷ್ಟು ದಿನ ತಾಯಿ-ತಂದೆ ಜೊತೆಗಿರ್ತಾರೆ ಆಶಾ?"

"ಎಷ್ಟೊಂದು ಸರಾಗವಾಗಿ ಹೇಳ್ತಾ ಇದ್ದೀಯಾ.. ಅನೂ... ಆಂಟೀನ ನೋಡಿದ್ಯಾ ಎರಡು ದಿನಕ್ಕ ಹೇಗಾಗಿ ಹೋಗಿದ್ದಾರೆ?"

"ಸಾವು ಕಷ್ಟಗಳಿಗೆ ಪರಿಹಾರ ಅಂತ ನಂಬಿದವಳು ನಾನಲ್ಲ. ಒಂದುಕಡೆ ದಾರಿ ಕಠಿಣವಾಗಿ, ನಂಗೆ ಇನ್ನೊಂದು ಕಡೆ ಹೋಗೋ ಅವಕಾಶ ಇದ್ದಿದ್ದರೆ, ಅಂದ್ರೆ ರಘುವಿನ ಪ್ರೀತಿಯ ಆಸರೆ ಇದ್ದಿದ್ರೆ ನಾನು ಇಡೀ ಜಗತ್ತನ್ನೇ ಎದುರಿಸ್ತಿದ್ದೆ. ಅಥವಾ ರಘು ನನ್ನ ನಿರಾಕರಿಸಿದ್ದರೂ ನಂಗೆ ನನ್ನ ಬದುಕನ್ನ ನಡೆಸುವ ಸ್ವತಂತ್ರ ಇದ್ದಿದ್ರೆ ಅದನ್ನೇ ಆರಿಸಿಕೊಳ್ತಿದ್ದೆ. ಆದರೆ ಹಾಗಾಗಲಿಲ್ವೆ? ನಂಗೆ ಯಾವ ಕಡೆನೂ ದಾರಿಯಿರಲಿಲ್ಲ."

"ಈ ದುಃಖಾನ ಆಂಟೀ ಹೇಗೆ ತಡ್ಕೊಳ್ಳಾರೆ? ಅವರನ್ನು ನೋಡಿಕೊಳ್ಳೋರು ಯಾರು?"

"ನೀನು... ನೀನಿದ್ದೀಯಲ್ಲ.. ನೀನವರ ಸೊಸೆಯಾಗಿ.. ಮಗಳಾಗಿ ಆ ಜಾಗನ ತುಂಬುತ್ತೀಯಲ್ಲ?" ಅವಳ ಬಾಡಿದ ಮುಖವನ್ನು ನೋಡುತ್ತಾ ನೋಡಿದಳು ಅನುಪಮ

"ಅನೂ." ಬೆಚ್ಚಿ ಗೆಳತಿಯ ಕೈ ಹಿಡಿದುಕೊಂಡಳು ಆಶಾ

"ಯಾಕೆ ಗಾಬರಿಯಾಗ್ತೀಯಾ ಆಶಾ? ಅದಕ್ಕಾಗಿ ಅಣ್ಣನಿಗೆ ಕಾಯ್ತಾ ಇದ್ದೇನೆ... ನಿನ್ನದೂ ದುರಂತವಾಗೋದು ನಂಗೆ ಬೇಕಿಲ್ಲ."

"ಅನೂ.." ಅನುಪಮಳ ಮಡಿಲಿನಲ್ಲಿ ಮುಖವಿಟ್ಟು ಗಳಗಳನೆ ಅತ್ತು ಬಿಟ್ಟಳು ಆಶಾ "ಇಲ್ಲ ಅನೂ... ನಿನ್ನ ಬದುಕೂ ದುರಂತವಾಗಬಾರದು..... ರಘು ಮಾತುಕೊಟ್ಟಿದ್ದಾರೆ.... ಎಲ್ಲರಿಗೂ ತಮ್ಮ ತಪ್ಪಿನ ಅರಿವಾಗಿದೆ ." ಬಡಬಡಿಸಿದಳು ಆಶಾ

ಅನುಪಮಳ ಕಣ್ಣೆಳೆದುಕೊಂಡು ಹೋಗುತ್ತಿತ್ತು. ಮತ್ತೆ ಕಣ್ಣು ಮುಚ್ಚಿದರೆ ಇನ್ನೆಂದೂ ಕಣ್ಣು ತೆರೆಯಲಾರೆನೆಂಬ ಸತ್ಯದ ಅರಿವಿದ್ದರಿಂದ, ಕಣ್ಣರಳಿಸಿ ನೋಡುವ ಪ್ರಯತ್ನ ಮಾಡುತ್ತಿದ್ದಳು.

ತಿಂಡಿ ಮುಗಿಸಿ ಬಂದವರೆಲ್ಲ ಅನುಪಮಳ ಪರಿಸ್ಥಿತಿ ಇನ್ನಷ್ಟು ಹದಗೆಟ್ಟಿದ್ದ ನೋಡಿ ಹೌಹಾರಿದರು.

ಡಾಕ್ಟರ್ ತಮ್ಮ ಅಸಹಾಯಕತೆಯನ್ನು ಸ್ಪಷ್ಟಪಡಿಸಿ ಅನುಪಮಾಳನ್ನು ಉಪಚರಿಸುವುದರಿಂದ ಅವಳಿಗೆ ಹಿಂಸೆಯೇ ಹೊರತು ಬೇರೇನಿಲ್ಲವೆಂದು ಹೇಳಿಬಿಟ್ಟಿದ್ದರು. ಬರೀ ಅವಳ ಕೊನೆಯನ್ನು ನಿರೀಕ್ಷಿಸುವ ಹೊರತು ಬೇರೆ ಏನೂ ಉಳಿದಿರಲಿಲ್ಲ.

ಬೋಜವ್ವನವರು ಅತ್ತು ಅತ್ತು ಸೋತುಹೋಗಿದ್ದರು. ಅಳುತ್ತಿದ್ದ ತಾಯಿಯನ್ನು ಕರೆದು ಆಶಾಳ ಕೈಯನ್ನು ಬೋಜವ್ವನ ಕೈಯ್ಯಲ್ಲಿರಿಸಿ "ಮೆಮ್ಮಿ ನಾನು ನಿನ್ನ ಬಿಟ್ಟು ಹೋಗ್ತಾ ಇಲ್ಲ. ನೋಡು ನಾನು ಬೇರೆಯಲ್ಲ ಆಶಾ ಬೇರೆಯಲ್ಲ... ಅವಳನ್ನು ಮನೆ ತುಂಬಿಸಿಕೋ. ನನ್ನ ಕೊನೆಯ ಆಸೆ ನಡೆಸಿಕೊಡು." ಎಂದಿದ್ದಳು

ಗಂಗವ್ವನವರ ಎದೆಯೇ ಒಡೆದುಹೋಗಿತ್ತು. ಯಾವ ಹುಡುಗಿಯನ್ನು ವಿನಾಕಾರಣ ದ್ವೇಷಿಸಿದ್ದರೋ ಅದೇ ಹುಡುಗಿ ತಮ್ಮ ಮನೆಯ ಶಾಂತಿಗಾಗಿ ತನ್ನ ಬಲಿದಾನವನ್ನೇ ಮಾಡಿದ್ದಳು.

"ಅತ್ತೆ ನಾನು ನಿಮ್ಮ ಮನೆಗೆ ಬಂದು ಮಾಡಿದ ಮೊದಲನೇ ಕೆಲಸ ಆ ಮನೆ ದೀಪ ಹಚ್ಚಿದ್ದು. ಅದು ಸದಾ ಉರಿತಾ ಇರಲೀಂತನೇ ನಾನು ಯಾವಾಗಲೂ ಬಯಸಿದ್ದು. ನಾನು ನಿಮ್ಮ ಮನೆ ಒಡಿಯೋ ಕೆಲಸ ಯಾವತ್ತೂ ಮಾಡಿಲ್ಲ. ಇನ್ನಾದರೂ ನೀವು ನನ್ನ ದ್ವೇಷಿಸೋದಿಲ್ಲ ಅಂದ್ಕೋತೀನಿ." ಅವಳು ನುಡಿದಾಗ ಅವಳನಪ್ಪಿ ಅತ್ತು ಬಿಟ್ಟರು ಗಂಗವ್ವ

"ನೀನು ಒಂದೇ ಒಂದು ಮಾತನ್ನು ನನ್ನ ಹತ್ತಿರ ಹೇಳಬೇಕಿತ್ತು ಮೋಳ. ಎಂಥಾ ಕೆಲಸ ಮಾಡಿಕೊಂಡುಬಿಟ್ಟೆ ತಾಯಿ. ನನ್ನ ರಘು ಮುಟ್ಟಾಳ. ನಿನ್ನಂಥ ಅಪರಂಜಿನಾ ಕಳ್ಕೊಂಡು ಬಿಟ್ಟ." ಅವಳನ್ನು ಅಪ್ಪಿ ಅತ್ತವರೆ, ಅನುಪಮಳನ್ನು ಉಳಿಸಲಾರದ ಡಾಕ್ಟರನ್ನು ಹೀನಾಮಾನವಾಗಿ ಬೈದುಬಿಟ್ಟರು ಗಂಗವ್ವ.

"ಅಂಥ ಮಗೂನ ಉಳಿಸದ ನಿನ್ನ ಕ್ಲಿನಿಕ್ ಯಾಕೆ, ಹಾಸ್ಪಿಟಲ್ ಯಾಕೆ.. ನಾಳೇನೇ ಮುಚ್ಚಿ ಬಿಡು. ನಿನ್ನ ಆಸ್ಪತ್ರೆಗೆ ಬೆಂಕಿ ಬೀಳ..." ಎನ್ನುವವರೆಗೂ ಶಪಿಸಿದರು ಗಂಗವ್ವ.

ಕುಶಾಲಪ್ಪನವರಂತೂ ಭೂಮಿಗಿಳಿದು ಹೋಗಿದ್ದರು. ತಮ್ಮ ಅಕ್ಕರೆಯ ಕಣ್ಮಣಿ ಅಚಾನಕ್ ಸಾವಿನಂಚಿನಲ್ಲಿ ಬಿದ್ದಿರುವುದು ಅವರಿಗೆ ನಂಬಲೇ ಸಾಧ್ಯವಾಗುತ್ತಿರಲಿಲ್ಲ.

****

ಮಲೆನಾಡೆಂದ ಮೇಲೆ ಹಗಲಿನ ಹೊತ್ತೇ ಮೌನ. ಇನ್ನು ರಾತ್ರಿಯೆಂದರೆ ಕೇಳುವಂತೆಯೇ ಇರಲಿಲ್ಲ. ಪ್ರಕೃತಿಯೆಲ್ಲಾ ಜಡವಾಗಿರುವ ಭಾವನೆ.

ಅನುಪಮ ಇದ್ದಿದ್ದು ಸ್ಪೆಷಲ್ ರೂಮ್ ಆಗಿದ್ದರಿಂದ ಅಲ್ಲಿ ಯಾವುದೇ ಗದ್ದಲವಿರಲಿಲ್ಲ. ಡಾಕ್ಟರ್ ನರ್ಸ್‌ಗಳು ತಮ್ಮ ಪ್ರಯತ್ನವನ್ನು ಬಿಟ್ಟಿದ್ದರಿಂದ ಅಲ್ಲಿ ಮನೆಯವರಲ್ಲದೆ ಬೇರಾರೂ ಇರಲಿಲ್ಲ.

ಎಲ್ಲರೂ ಚಿತ್ರಪ್ರತಿಮೆಗಳಂತೆ ಅನಿಲನ ಬರುವನ್ನು ಎದುರುನೋಡುತಿದ್ದರು. ಡಾಕ್ಟರ್ ಪೂರ್ಣಚ್ಚ ಕೂಡ ಅಂದು ಮನೆಗೆ ಹೋಗದೆ ತಮ್ಮ ಕೊಠಡಿಯಲ್ಲಿ ಕುಳಿತಿದ್ದರು.

ಮುಂಜಾನೆ ನಾಲ್ಕು ಘಂಟೆಯ ಹೊತ್ತಿಗೆ ಟ್ಯಾಕ್ಸಿಯೊಂದರಲ್ಲಿ ಬಂದಿಳಿದ ಅನಿಲ. ಅವನು ಬರುತ್ತಿದ್ದಂತೆ ಬೋಜವ್ವನವರು ಜೋರಾಗಿ ಅಳತೊಡಗಿದರು.

"ಏಕೆ ಬಂದೇಪ ನೀನು? ಎಲ್ಲಾ ಅಣ್ಣಂದಿರು ತಂಗೀನ ಗಂಡನ ಮನೆಗೆ ಕಳುಹಿಸಿಕೊಡೋಕೆ ಬಂದ್ರೆ ನೀನು ತಂಗೀನ ಮಣ್ಣಲ್ಲಿ ಹಾಕೋಕೆ ಬಂದ್ಯಾ ಮೋನೆ?" ಅವರ ಅಳು ತಾರಕಕ್ಕೇರಿ ತು.

"ಅನೂ ... ಅನೂ ಏನಾಯ್ತು ನಿಂಗೆ?" ಧಾವಿಸಿ ತಂಗಿಯ ಬಳಿ ಬಂದ ಅನಿಲ

ಅಣ್ಣನ ಧ್ವನಿ ಕೇಳಿ ಪ್ರಿಯಾಸದಿಂದ ಕಣ್ಣು ತೆರೆದಳು ಅನುಪಮ. ಅವಳ ಮುಖದ ಮೇಲೆ ಕ್ಷಣವಾದ ನಗು ಅರಳಿತು "ನಿನ್ನ ಎಷ್ಟೊತ್ತಿಂದ ಕಾಯ್ತಾಯಿದ್ದೀನಿ.." ಅಣ್ಣನ ಕೈ ಹಿಡಿದುಕೊಂಡಳು ಅನುಪಮ

"ಏನಮ್ಮ ಇದು ಏನಾಯ್ತು. ತಾಯಿ?" ತಂಗಿಯ ತಲೆ ನೇವರಿಸಿ ಕೇಳಿದ ಅನಿಲ.

"ಏನಿಲ್ಲಣ್ಣ .. ನನ್ನ ದಿನಗಳು ಬಹಳ ಬೇಗ ಮುಗಿದುಹೋಯ್ತು.. ನಿನ್ನ ನೋಡೋ ಆಸೆ ಮಾತ್ರ ಉಳಿದಿತ್ತು."

359

"ಹುಚ್ಚುಚ್ಚಾಗಿ ಮಾತಾಡಬೇಡ ಅನೂ. ನಿನಗೇನಂಥದ್ದಾಗಿರೋದು? ಎಲ್ಲಾ ಸರಿ ಹೋಗುತ್ತೆ. ಈ ಡಾಕ್ಟರಿಂದ ಏನು ಆಗದಿದ್ದರೆ ಬೇಡ. ನಡಿ ಮಣಿಪಾಲ್ಗೆ ಹೋಗೋಣ. ನೀನ್ಯಾಕೆ ಹುಷಾರಾಗೋದಿಲ್ಲಾಂತ ನಾನು ನೋಡೇ ಬಿಡ್ತೀನಿ." ಬಡಬಡಿಸುತ್ತಿದ್ದ ಅಣ್ಣನನ್ನು ಅವನ ಬಾಯಿಯ ಮೇಲೆ ಕೈಯಿಟ್ಟು ತಡೆದಲು

"ನನ್ನ ಮಾತು ಸ್ವಲ್ಪ ಕೇಳ್ತಿಯಾ?... ಆಶಾ..." ಗೆಳತಿಯನ್ನು ಕರೆದಲು ಅನುಪಮ

"ಅನೂ ನೀನು ಮೊದಲು ಹುಷಾರಾಗು..." ಬೆದರಿ ನುಡಿಗಳು ಆಶಾ

"ಅಣ್ಣ ಇವಳು" ಆಶಾಳನ್ನು ತೋರಿಸಿ ನುಡಿದಲು

"ಅನೂ ಬೇರೆ ಮಾತಲ್ಲ ಆಮೇಲೆ .. ಬೇಗ ಏಳು ಮೊದಲು ಇಲ್ಲಿಂದ ಹೋಗೋಣ..." ಅನಿಲ ಬೇರೆ ಮಾತಿಗೆ ಅವಕಾಶ ಕೂಡದಂತೆ ಎದ್ದಾಗ ಅವನ ಕೈ ಹಿಡಿದು ಕೂರಿಸಿದಲು ಅನುಪಮ

"ನನ್ನ ಮಾತು ಕೇಳು.. ಈ ಮಾತು ಹೇಳೋಕೆ ಇಷ್ಟೊತ್ತು ಉಸಿರಿಟ್ಟುಕೊಂಡಿದ್ದೇನೆ." ಸ್ವಲ್ಪ ಗಟ್ಟಿಯಾಗಿ ಹೇಳಿದಲು ಅನುಪಮ

"ಏನಂದೆ?" ಬೆಚ್ಚಿ ಕೇಳಿದ

"ಹಾಂ ಹಾಂ .. ಇವಳು..." ಅನುಪಮಾ ಮೇಲುಸಿರು ಬಿಡತೊಡದಾಗ

"ಇವಳು ಆಶಾ ನಿನ್ನ ಫ್ರೆಂಡ್... ನಂಗೆ ಗೊತ್ತು." ತಂಗಿಯ ಸಹಾಯಕ್ಕೆ ಬಂದ ಹೌದೆಂಬಂತೆ ತಲೆಯಾಡಿಸಿ ಅವಳ ಕೈಯನ್ನು ತೆಗೆದು ಅಣ್ಣನ ಕೈಯಲ್ಲಿಟ್ಟಳು. "ಅವಳು ನಿನ್ನ ತುಂಬಾ ಪ್ರೀತಿಸುತ್ತಾಳೆ ... ಅಣ್ಣ ನೀನು ಆಶಾನಾ ಮದುವೆ ಮಾಡ್ಕೋ. ನನ್ನ ಬೀರುಲ್ಲೊಂದು ಪತ್ರ.... ಇವಳ ಬಗ್ಗೆ ಎಲ್ಲಾ... ಖಂಡಿತ ನೀನವಳನ್ನ..." ಅವಳು ಮಾತಾಡಲಾಗದೇ ಚಡಪಡಿಸಿದಲು

"ಸರಿಮಾ ಖಂಡಿತ ನಾನು ಆಶಾನಾ ಮದುವೆ ಮಾಡ್ಕೋತೀನಿ.. ಅವಳನ್ನು ಚೆನ್ನಾಗಿ ನೋಡ್ಕೋತೀನಿ... ಇದು ನನ್ನ ಪ್ರಾಮಿಸ್... ಈಗ ನೀನು..."

ಬೇಡವೆಂಬಂತೆ ತಲೆಯಾಡಿಸಿದಲು ಅನುಪಮ. ಅವಳ ನೋಟ ಕಂಬನಿ ಮಿಡಿಯುತ್ತಿದ್ದ ಆಶಾಳತ್ತ ಹರಿಯಿತು

"ಆಶಾ.. ರಘು.." ಬಹಳ ಪ್ರಯಾಸದಿಂದ ತೊದಲಿದಲು

"ಕರ್ಕೊಂಡು ಬರ್ತೀನಿ..." ಅವಳು ರೂಮಿನಿಂದ ಹೊರಗೋಡಿದಲು.

ರಘು ಮತಿಭ್ರಾಂತನಂತೆ ಹೊರಗಡೆ ಕಲ್ಲಿನ ಕಟ್ಟೆಯ ಮೇಲೆ ಕುಳಿತಿದ್ದ

"ರಘು ಅನೂ ನಿಮ್ಮನ್ನ ಕೂಗ್ತಾ ಇದ್ದಾಳೆ." ಅವನ ಭುಜದ ಮೇಲೆ ಕೈಯಿಟ್ಟು ಅವನನ್ನು ಎಚ್ಚರಿಸಿದಲು ಆಶಾ

"ಇಲ್ಲ ನಾನು ಬರೋದಿಲ್ಲಾಂತ ಹೇಳು. ನಮ್ಮನ್ನೆಲ್ಲ ಧಿಕ್ಕರಿಸಿ ಹೋಗ್ತಾ ಇರೋ ಅವಳಿಗೆ ನನ್ನ ಮೋಹ ಯಾಕೆ?" ಭೀರಿದ ರಘು

"ನೀವವಳ ಕೈ ಹಿಡಿದು ಬಾಳಿಗಂತೂ ಆಸರೆಯಾಗಲಿಲ್ಲ.. ಅವಳ ಕಡೆ ಫಳಿಗೆಯಲ್ಲಾದ್ರೂ ಅವಳ ಜೊತೆಗಿದ್ದು ಅವಳು ನೆಮ್ಮದಿಯಾಗಿ ಕಣ್ಣು ಮುಚ್ಚೋಕೆ ಅವಕಾಶ ಮಾಡಿಕೊಡಿ." ಕಠಿಣಳಾಗಿ ನುಡಿದಳು ಆಶಾ

ಮುಗಿದುಹೋಯಿತು... ಎಲ್ಲಾ ಮುಗಿದು ಹೋಯಿತು.. ಆಶಾಳ ಭುಜ ಹಿಡಿದು ಎದ್ದುನಿಂತ ರಘು. ಅವನು ಬಾಗಿಲ ಹತ್ತಿರ ಬಂದಾಗ ಅನುಪಮಳ ದೀನ ನೋಟ ಬಾಗಿಲತ್ತಲೇ ಇತ್ತು.

"ಅನೂ ನನ್ನ ಬಿಟ್ಟು ಹೋಗಬೇಡ.." ಧಾವಿಸಿ ಬಂದು ಅವಳನ್ನಪ್ಪಿಕೊಂಡ

"ಸಧ್ಯ ಬಂದ್ರಲ್ಲಾ... ಇಲ್ದೆ ಹೋಗಿದ್ರೆ .. ನನ್ನ ಆತ್ಮ ನಿಮ್ಮ ಸುತ್ತಲೇ ಸುತ್ತಾ ಇರೋದು... ರಘು ನನ್ನ ಕ್ಷಮಿಸಿ. ಈ.. ಜನ್ಮದಲ್ಲಿ..... ನಾನು ನಿಮ್ಮ... ಪತ್ನಿಯಾಗಿ ಬಾಳೋ ಭಾಗ್ಯ ಪಡೆದು ಬರಲಿಲ್ಲ. ಮುಂದಿನ.... ಜನ್ಮ ಅಂತ ಇದ್ರೆ..." ಅವನ ಮುಖವನ್ನೇ ನೋಡುತ್ತಾ ಹೇಳಿ ಅವನ ಕಂಬನಿ ತೊಡೆಗಳು ಅನುಪಮ

"ನೀನು ನನ್ನಿಂದ ದೂರವಾಗೋ ನೋವನ್ನೇ ನಂಗೆ ಸಹಿಸೋಕೆ ಆಗ್ತಾ ಇಲ್ಲ. ಇನ್ನು ನೀನಿಲ್ಲದ ನೋವನ್ನ ಹೇಗೆ ಸಹಿಸಲಿ ಅನೂ? ನೀನಿಲ್ಲದೆ ನಾ ಹೇಗೆ ಬದುಕಲಿ? ನೋಡು ನನ್ನೆದೆ ಒಡೆದು ಹೋಗ್ತಾ ಇದೆ.. ನಂಗೆ ಈ ನೋವು ಸಹಿಸೋಕ್ಕಾಗ್ತ ಇಲ್ಲ ನೋಡು..... ಅನೂ ನನ್ನ ಕಣ್ಣು ತೆರದು ನೋಡು...." ಮುಚ್ಚಿ ಹೋಗುತ್ತಿದ್ದ ಅವಳ ಕಂಗಳು ತೆರೆಯುವಂತೆ ಅವಳ ಕೆನ್ನೆ ತಟ್ಟಿ ಎಚ್ಚರಿಸಲು ಪ್ರಯತ್ನಿಸಿದ ರಘು

ಅವಳು ಅವನಿಗೆ ಪ್ರತಿಕ್ರಿಯಿಸದೆ ಅವನೆದೆಯ ಮೇಲೊರಗಿದಾಗ ಇನ್ನಷ್ಟು ಜೋರಾಗಿ ಅವಳನ್ನು ಕುಲುಕಿದ.

ಹುಚ್ಚನಂತೆ ಕಿರುಚುತ್ತಿದ್ದ ರಘುವಿನ ಬುಜದ ಮೇಲೊಂದು ಕೈಬಿದ್ದಾಗ ಅತ್ತ ನೋಡಿದ. ಆಶಾ ಅವನ ಮುಂದೆ ಕಾವೇರಿ ತೀರ್ಥ ಹಿಡಿದು ನಿಂತಿದ್ದಳು.

ಅವನ ಚೇತನವೆಲ್ಲಾ ಬಸಿದು ಹೋಯಿತು.

ನಡುಗುವ ಕೈಯಿಂದ ಅದನ್ನು ತೆಗೆದುಕೊಂಡು ಹನಿಹನಿಯಾಗಿ ಅನುಪಮಳಿಗೆ ಕುಡಿಸಿದ

ಕೊನೆಯದೆಂಬಂತೆ ಮತ್ತೊಮ್ಮೆ ಕಣ್ಣರಳಿಸಿ ಎಲ್ಲರನ್ನೂ ನೋಡಿದಳು ಅನುಪಮ. ಅಂತಿಮವಾಗಿ ಅವಳ ನೋಟ ರಘುವಿನ ಮುಖದ ಮೇಲೆ ನೆಲೆಸಿತು. ಅವಳ ತುಟಿಯ ಮೇಲೆ ಶಾಂತ ನಗೆಯರಳಿ ನಿಧಾನವಾಗಿ ರೆಪ್ಪೆಗಳು ಬೆಸೆದುಕೊಂಡವು.

"ಅಸತೋಮ ಸದ್ಗಮಯ... ತಮಸೋಮ ಜ್ಯೋತಿರ್ಗಮಯ... ಮೃತ್ಯೋರ್ಮಾ ಅಮೃತಂಗಮಯ ಓಂ ಶಾಂತಿ ಶಾಂತಿ ಶಾಂತಿ..."

ಅನುಪಮಳ ಚೇತನ ಅನಂತಾನಂತ ದಲ್ಲಿ ಲೀನವಾಗಿ ಹೋಯಿತು

****

Printed by BoD™in Norderstedt, Germany